பிரபஞ்சன் கதைகள்
தொகுதி - 1

பிரபஞ்சன்

டிஸ்கவரி புக் பேலஸ்
கே.கே.நகர் மேற்கு, சென்னை - 600 078.
(பாண்டிச்சேரி கெஸ்ட் ஹவுஸ் அருகில்)
Ph: 044-4855 7525 Mobile: +91 87545 07070

பிரபஞ்சன் கதைகள் தொகுதி - 1
(சிறுகதைகள்)
ஆசிரியர்: பிரபஞ்சன்©

Prapanchan Kathaigal Part - 1
(Short Stories)
Author: Prapanchan©

1st Edition: Apr- 2017
2nd Edition: Feb- 2021

Pages: 544 - ISBN: 978-93-84302-30-6
Cover Design: Trotsky Marudu
Book Design: Discovery Team

Discovery Book Palace (P) Ltd,
6, Mahaveer Complex, Munusamy Salai,
K.K.Nagar West, Chennai-600 078.
Ph: +91- 44-4855 7525, Mobile: +91 87545 07070

E-mail: **discoverybookpalace@gmail.com**,
Website: **www.discoverybookpalace.com**

Rs. 1800 (மூன்று தொகுதிகளும்)

இந்த நூலில் பிரசுரமாகியுள்ள எந்த ஒரு பகுதியையும் பதிப்பாளரின் எழுத்து பூர்வமான முன்அனுமதி பெறாமல் எடுத்தாள்வதோ, மறுபிரசுரம் செய்வதோ, மொழியாக்கம் செய்வதோ, அச்சு மற்றும் மின்னணு ஊடகங்களில் மறுபதிப்பு செய்வதோ, காப்புரிமைச் சட்டப்படி தடை செய்யப்பட்டுள்ளது. இந்த நூலிலிருந்து குறிப்பிட்ட பகுதிகளை மேற்கோள்காட்டி புத்தக விமர்சனம் செய்ய, ஊடகங்களுக்கு மட்டும் அனுமதி உண்டு.

உங்கள் மொபைல் போனிலிருந்து ஸ்கேன் செய்து டிஸ்கவரி புக் பேலஸின் மொபைல் ஆப்பை டவுன்லோடு செய்து, புத்தகங்களை வாங்குங்கள்.

பதிப்புரை

பிரபஞ்சன் எனும் புனைப்பெயரில் எழுதும் சாரங்கபாணி வைத்திலிங்கம், பிரஞ்சியர் ஆண்ட புதுச்சேரியில் 27.04.1945 - ல் பிறந்தவர். பள்ளிக் கல்வியைப் புதுச்சேரியிலும், தஞ்சைக் கரந்தைத் தமிழ்ச் சங்கத்தில் புலவர் கல்வியும் பெற்றவர்.

1961-ம் ஆண்டு அவர் முதல் கதை பிரசுரம் கண்டது. 2017 - வரை அவர் எழுதிய கதைகள் அனைத்தும் மூன்று பெரும் தொகுதிகளாக இப்போது வெளிவருகிறது.

பிரபஞ்சன் கதைகள், மானுட மகத்துவம் பேசுபவை. சாதாரண மனிதர்க்குள் புதைந்து கிடக்கும் பரிவை, அருளை, நியாய உணர்வை, ஒரு சிநேகிதனின் நெகிழ்ந்த தொனியில் சொல்பவை. ஊற்று நீர்போலக் கனிந்து, சந்தர்ப்பங்களில் வெளிப்படும் மனிதர்களின் அரிய மானுடத் தருணங்களை இனம்கண்டு, கலாபூர்வமாக விளம்புபவை அவர் கதைகள். பகை, வெறுப்பு, துவேஷம் எதுவுமற்ற மனம் கொண்ட ஈரத் தமிழ்க் கதை சொல்லியான பிரபஞ்சன், தன் காலத்துப் புனைவைச் செழுமைப்படுத்திய எழுத்தாளர்.

வரலாற்று நாவல் துறையில் ஒரு புதிய பாதை வகுத்தவர். கட்டுரைகள், நாடகம் என சமூக இலக்கியத துறையில் தொடர்ந்து இயங்குபவர்.

தமிழ் இலக்கியத்தில் பிரபஞ்சனின் எழுத்துக்கள் பொக்கிஷங்களாகப் பாதுகாக்கப்பட வேண்டும். அவரின் சிறுகதைகள் அனைத்தையும் முழுத் தொகுப்பாக வெளிக்கொண்டு வருவதன் மூலம் 'டிஸ்கவரி புக் பேலஸ்' நிறுவனம் தனது மகுடத்தில் ஒரு மாணிக்கக் கல்லைப் பதித்துக்கொள்கிறது.

மு.வேடியப்பன்

நான் நிறைவு கொள்ளும் நாள் இது

சிறுகதை என்கிற வடிவம் மிகவும் அழகியது. நுணுக்கமும் ஆழமும் கூடி வாழ்வைத் துலக்கமுற உரைப்பது சிறுகதை. வாழ்வையும், வாழ நேர்ந்த மனிதர்களின் அசலான பிம்பத்தை மிகக் குறுகிய பக்கங்களிலும் வார்த்தைகளிலும் சொல்லிவிடக்கூடிய வடிவமும் அதுவே ஆகும்.

ஒரு மொழியின் பெருமைகளில் ஒன்று கதை. கதைகளை உடைய மொழிகள் காலத்தைக் கைப்பிடித்து யுகங்கள் தாண்டியும் மனித குலத்தை அடுத்த பரிமாணத்துக்குக் கொண்டு சேர்க்கின்றன. கதைகள் கதைகளாக மட்டுமே இருந்து பல உள் வினைகள் ஆற்றுகின்றன. அது எதையேனும் சொல்லிக்கொண்டு நிற்கிறதா? இல்லை. அது ஓடிக்கொண்டே இருக்கிறது. ஆனால் அது பேசிக்கொண்டும் இருக்கிறது. நாம் கேட்க நம்மைச் சித்தப்படுத்திக் கொண்டால், ஆற்றிடமிருந்து நிறைய விஷயங்கள் நம்மால் நிரப்பிக்கொள்ள முடியும். நல்ல கதை என்பது ஆறு போன்றது. கதைகள் எப்போதும் இறந்த காலத்திலேயே சொல்லப்படுகின்றன.

ஏன் எனில் இது இவ்வாறு நிகழ்ந்தது என்பதைக் கதை சொல்கிறது. ஆகவே கதைகள் இறந்த காலத்தில் நிகழ்கின்றன. இறந்த காலம் என்றால், இல்லாமலே ஆன காலம் என்று அர்த்தம் ஆகாது. (தமிழ் இலக்கணம், இறந்ததைத் தழுவி எச்சத்தையும் பார்க்கச் சொல்கிறது.)

நினைவுக் கிடங்கிலிருந்து வெளிவரும் ஒரு சம்பவம் சொற்களாகவே வெளியே வருகிறது. பதிந்து போயிருந்த அந்தச் சம்பவம் 'நேற்று' நடந்தது. முடிந்ததா என்றால், இல்லை. எதுவும் முடிந்து போவது இல்லை. முடிந்தது என்று நாம் நினைப்பது ஏதோ ஒரு உருவில் இன்றும் தொடர்கிறது. நாளையும் தொடரும். ஆக, கதைகள் மூன்று காலத்தையும் உள்ளடக்கியவை. அ—காலம் என்று ஒன்றையும் உள் கொண்டது கதை.

எழுதப்பட்ட காலத்திலும் அது கடந்தும் கதைகள் பேசிக்கொண்டே இருக்கின்றன. சங்க வாசகனுக்குத் தொனித்த ஒரு கதை, சோழர் காலத்து வாசகனுக்கு வந்து சேரும்போது, புது அர்த்தம் கொள்கிறது. இன்றைய வாசகனுக்கு, அது இன்னுமொரு அனுபவத்தைத் தரக் காத்திருக்கிறது.

இலக்கியத்தின் தன்மை என்பது இதுதான். நல்ல படைப்பிலக்கியம் காலம் கடந்து ஜீவித்துக்கொண்டே இருப்பதன் சூட்சுமம் இதுதான்.

நல்ல விஷயமாக என் பள்ளிப் பருவ காலத்திலேயே புதுமைப்பித்தன் கதைகள் வாசிக்கும் நிலை வாய்த்தது. கல்லூரிக் காலத்தில் தி.ஜானகிராமனை,

எம்.வி.வெங்கட்ராமனை வாசிக்கவும், சந்தித்து உரையாடவும், நட்பு கொள்ளவுமான வாய்ப்புகள் கிடைத்தன. தஞ்சை பிரகாஷின் மாபெரும் நூலகம் வாசிக்கக் கிடைத்தது, என் பேறு.

புதுச்சேரியில், இன்று ரோமென்ட் ரோலன் என்ற பெயரில் இயங்கும், அருமையான நூலகத்தில் இருந்த பிரஞ்ச் மற்றும் ரஷ்ய இலக்கியங்களின் தமிழ் மொழிபெயர்ப்புகள், படைப்பிலக்கியத்தின் பல சாகைகளை, பல கோணங்களை, பல பார்வைகளை எனக்கு அளித்தது. தொடர்ந்த வாசிப்பு, எழுதுபவருக்கு இருக்க வேண்டியது மிக அவசியம் என்று வாழ்நாள் முழுக்க சொல்லிக்கொண்டே இருந்தார் க.நா.சு.

அதேபோல தொடர்ந்து எழுதிக்கொண்டும் இருக்க வேண்டும் என்பார் க.நா.சு. எப்படி தொடர்ந்து தினம் தோறும் எழுத முடியும் என்று அவர் புதுவை பல்கலையில் பணிசெய்ய வந்திருந்தபோது கேட்டேன், ‘முடியாதுதான்... முடியாதபோது, மொழிபெயர்ப்பு செய்யுங்கள்’ என்றார். மொழி ஆக்கம் மூலம், அவர் தமிழுக்குச் செய்த பணியைத் தமிழர் மறக்கக் கூடாது.

1961—ல் என் எழுத்து பிரசுரம் கண்டாலும், *1970*— களுக்குப் பிறகே சிறுகதைகளில் நான் ஈடுபட்டேன். இத்தனை ஆண்டுகளில் உங்கள் கைகளில் உள்ள கதைகளை என்னால் எழுத முடிந்துள்ளது.

2017—வரை நான் எழுதியிருக்கும் கதைகளின் தொகுதிகள் இவை. இந்தத் தொகுதிகளை அழகாகவும் செறிவாகவும் வெளியிட்டிருக்கும், நண்பர் திரு.வேடியப்பன் அவர்களுக்கு இந்த நேரத்தில் என் மனம் நிறைந்த நன்றியைக் கூறிக்கொள்கிறேன். நூல் உருவாக்கத்தில் உழைப்பை நல்கிய திரு.பிரகாஷ் அவர்களுக்கும் என் அன்பு.

இந்தத் தொகுப்புகள் வெளிவந்த இன்று என் *73* வயதில் பிரவேசிக்கிறேன். *27.04.1945*—ல் பிறந்து, *1961* முதல் *55* ஆண்டுகளாக எழுதிக்கொண்டிருக்கும் என் மேல் தமிழ்கூறும் நல்லுலகம், நண்பர்கள், வாசகர்கள் கொண்டிருக்கும் அன்பை, நட்பை அவர்கள் இணைந்து நடத்தும் என் பாராட்டு / நூல் வெளியீட்டு / பரிசளிப்பு விழா நிகழ்ச்சிகள் எனக்கு மன நிறைவைத் தருகிறது. இதற்கென உழைத்த என் அன்பு இலக்கிய உலக வாசகர்களை நினைக்கையில் என் மனம் ஈரம் கொள்கிறது. தமிழர்கள், தம்மை நேசிக்கும் இன்னொரு தமிழனை எப்போதும் நினைவு கொள்வார்கள் என்பது மீண்டும் நிரூபணம் ஆகி இருக்கிறது. என்னைப் பாராட்டுவது என்பது? இப்போது எழுதத் தொடங்கி இருக்கும் எழுத்தாளர்களைக் கௌரவிப்பது என்றே பொருள் கொள்ள வேண்டும். என் அன்பு வாசகர்கள் காலம் தோறும் தோன்றி வரும் கலைஞர்கள் எழுத்தாளர்களைக் கௌரவித்தபடி இருக்க வேண்டும் என்பதே நான் கூற விரும்பும் இந்த நாள் செய்தியாகும். தேவையான நேரம் அளவாகப் பெய்யும் மழையாக நாம் இருப்போம்.

பேரன்பும் தோழமையுடனும்

பிரபஞ்சன்

2017

சென்னை — தமிழ்நாடு

அச்சு அசலான தமிழ் எழுத்து

சிற்பி பாலசுப்பிரமணியம்

தமிழ்ப் புனைகதை இலக்கியத்தில் தலைச்சன் குழந்தையாகப் பிறந்தது நாவல் என்றாலும் காத்திரமான வளர்ச்சியைக் குறுகிய காலத்தில் அடைந்தது சிறுகதைதான்.

வாய் மொழியாகக் கதை சொல்லும் மரபில் நமக்கு ஒரு பழுத்த பாரம்பரியம் உண்டு. ஆனாலும் நவீனக் கதைக் கலைக்குப் பத்திரிகைகளின் தோற்றமும், மேலை இலக்கியத் தொடர்பும் அழுத்தமான காரணங்கள் ஆனது வரலாறு.

இருபதாம் நூற்றாண்டின் தொடக்கத்தில் வடிவச் சீர்மையோடும், கலைச் செழுமையோடும் சிறுகதையைச் செதுக்கிய முதல் தச்சன் பாரதியா, வ.வே.சு.அய்யரா என்று இன்னும் நம் விமர்சக வித்தகர்கள் முடிவுக்கு வந்த பாடில்லை. பாரதியின் 'காந்தா மணி'யா, அய்யரின் 'குள்ளத்தங்கரை அரசமரமா' வெற்றி இலக்கைத் தொட்டது என்பதில் விவாதம் தொடர்கிறது. எனினும் மணிக்கொடிக் காலம் தொட்டு இன்று வரை சிறுகதைக் களத்தில் அபரிமிதமான மகசூல் கண்ட அருமையான படைப்பாளிகளை நாம் பெற்றிருக்கிறோம்.

தமிழ் உரைநடையின் சாத்தியப்பாடுகளைப் புதிய எல்லைகளை நோக்கி நகர்த்திய புதுமைப்பித்தன், மனித உறவுகளின் மெல்லிய நகர்வுகளைத் துல்லியமாகப் பதிவு செய்த கு. ப. ரா சொல்லில் பிடிபடாத மனோலயங்களை ஒரு மாயத் தன்மையோடு இழைத்துத் தந்த மௌனி, தன் பாத்திரங்களில் தானும் ஓர் அங்கமாகி விடும் கு. அழகிரிசாமி, கர்நாடக சங்கீதத்தின் ஆலாபனை போல் வருணனைகளை வடிக்கும் தி. ஜானகிராமன், ஒரு சர்ஜனின் கத்தி போல் உணர்ச்சிகளை ஒதுக்கி வைத்து விட்ட அசோகமித்திரன், தீவிரமான ஆளுமையை ஒவ்வொரு சொல்லிலும் எழுத்திலும் ஏற்றி வைத்திருக்கும் ஜெயகாந்தன், மின்னலைப் போல் தெறிக்கும் கவித்துவக் கலைஞர் லா.ச.ரா ஒரு தேர்ந்த கதை சொல்லியான கி. ராஜநாராயணன், முற்றிலும் விலகி நின்று கதை நிகழ்த்தும் சா. கந்தசாமி என விரியும் வட்டத்தில் நம் சொந்த அடையாளங்களைக் கரிசனத்தோடு காத்து வருபவர் பிரபஞ்சன்.

ஒவ்வோர் இலக்கிய வகைமைக்கும் தனித் தன்மைகள் உண்டு. இந்தத் தனித் தன்மைகளைத் தம் வயமாக்கிக் கொண்டவர்களே படைப்புத் திறனில்

முத்திரைப் பதிக்க முடியும். நாவலில் நெகிழ்ச்சிச் சுதந்திரமும், நாடகத்தில் உரையாடல் கச்சிதமும், கவிதையில் நுண்தேர்ச்சியும் அவசியமென்றால், சிறுகதையில் சிற்பச் செய்நேர்த்தி நிச்சயம் தேவை.

"சிறுகதை என்பது என்னவாக வேண்டுமானாலும் இருக்கலாம். ஒரு சிறுசம்பவம் சித்திரம், மனோராஜ்யம், நிகழ்ச்சிக் குறிப்பு, பாத்திர வர்ணனை, இவைகளில் எதுவும் சிறுகதைதான். ஆனால் இவைகள் அமரத்துவம் அடைய வேண்டுமானால் சாதாரண நிகழ்ச்சிகளின் நடுவில் ஒரு அழியா சம்பவத்தையும், பரந்த காலத்திற்கிடையில் நிரந்தரமான ஒரு சிறுகணத்தை ஒரு யுகம் போல் தோன்றும் படியும் செய்ய வேண்டும்." என்பார் மஞ்சேரி எஸ். ஈசுவரன். இங்கேதான் இலக்கியக் கலைஞனின் சாதனைக் கூர்மை முழுவதும் தேவைப்படுகிறது.

வானம் வசப்படும், மகாநதி போன்ற விஸ்தாரங்களில் உலவிய பிரபஞ்சன், அணுவில் தாண்டவம் என்று போற்றத் தக்க சிறுகதை நுண்மைக்குள் புகுந்து புறப்படுகிற வியத்தகு வல்லமை கைவரப் பெற்றவராகக் களத்தில் நிற்கிறார்.

சென்ற நூற்றாண்டின் எழுபதுகளில், பிரபஞ்ச கவியாக வானம்பாடிக் கவிதா மண்டலத்தில் திகழ்ந்தவர், தம் களம் — புனை கதை என்று கண்டுகொண்ட தருணம் 1972ஆம் ஆண்டென்று கூறலாம். கடந்த முப்பதாண்டுகளுக்கு மேலாக ஏறத்தாழ நூற்று எழுபதுக்கும் மேற்பட்ட அருமையான சிறுகதைகளைப் படைத்துத் தந்திருக்கிறார் பிரபஞ்சன்.

அவர் பிறந்த புதுவையில், 'கீழ்த் திசையில் ஞாயிறு தன் கேடில் சுடர் விடுத்த' காலைப் பொழுதில், ஒன்றன் பின் ஒன்றாக ஆனால் ஒன்றுபோலன்றி மற்றொன்றாகத் தொடர்கின்ற கடல் அலைகளைப் போல் அழகும், நயமும் ததும்பும் நேர்த்தி மிக்க படைப்புகள் அவர் சிறுகதைகள்.

*

யாருடைய படைப்பையும் முன் மாதிரி ஆக்கிக் கொள்ளாமல் சுத்த சுயம்புவான அனுபவங்களிலிருந்து பிறந்தவை பிரபஞ்சன் கதைகள். யாருடைய நடையின் சாயலும் இல்லாமல் தாமே உருவாக்கிக்கொண்ட — கைத்தறி ஆடை போன்ற எளிமையும் உறுதியும்கொண்ட நடை உள்ளத்துக்குள் வந்து தன்னைத் தானே எழுதி வைத்துவிட்டுப் போகிறது.

பிரபஞ்சனின் கதை உலகம் அபூர்வ கற்பனைகளால் நிரம்பியதோ, அமானுஷ்யமான பாத்திரங்களால் திணிக்கப்பட்டதோ அல்ல. ஒரு ஞானியின் தொனியில் அவர் எழுந்து பேசுவதே இல்லை. நிதர்சனமான வாழ்க்கைப் பிரவாகத்தை அதன் அலைகளிலும் துளிகளிலும் ஒரு பகுதியாக இருந்துகொண்டே, அதன் ஓட்டத்தோடு தானும் ஓடிக்கொண்டே நம்மையும் தன்னுள் ஐக்கியப்படுத்துகிற கலை, பிரபஞ்சனுடையது. ஆலிலையில் படுத்துக்கொண்டே பிரளய வெள்ளத்தில் மிதந்த கண்ணனைப்போலச் சற்றும் விலகிவிடாமல் மேடு பள்ளங்களில் ஏறி இறங்கி புரண்டு மறிந்து கதை சென்றடையும் இலக்குக்கு வாசகனும் பயணமாகி விடுகிறான்.

பல கதைகளில் பிரபஞ்சன் நேர் கூற்றாகவே பேசுவதும், தன்னையே ஒரு பாத்திரமாக்கி இணைத்துக் கொள்வதும் காவிய மரபின் தொடர்ச்சி போல்

நிகழ்கின்றன. இதனால் ஒரு சுய அனுபவ வெளிப்பாடாகச் சிறுகதைகள் அமைந்து வாசகனை வசப்படுத்திக் கொள்கின்றன. பெரும்பாலும் நடுத்தர வர்க்கம் அல்லது கீழ்த்தட்டு வர்க்கத்தின் வாழ்வியல் அசைவுகளே பிரபஞ்சனின் சிறுகதைகளின் 'பண்பும் பயனுமாக' வடிவெடுத்திருக்கின்றன. அந்நியத் தன்மையின் மாசு படியாததும், சமகால வாழ்வின் ஒற்றையடிப் பாதைகளின் புழுதி படிந்ததுமான பாத்திரங்களை ஒவ்வொரு கதையிலும் நம்மால் சந்திக்க முடிகிறது.

தெளிவின்மையின் மங்கலால் ஆட்கொள்ளப்படுவதோ, இலட்சியவாதப் புகை மூட்டத்தால் மூச்சுத் திணறுவதோ பிரபஞ்சனின் கதை மாந்தர் இயல்பல்ல. இந்த இரண்டு எல்லைகளுக்கும் நடுவே மிகச் சாமர்த்தியமாக மெல்லிய அழுத்தத்தோடு அவர்களைச் சித்திரம் செய்ய அவரால் முடிந்திருக்கிறது. அந்தச் சாகசத்தில்தான் அவருடைய கலையின் வெற்றி நிச்சயிக்கப்பட்டிருக்கிறது.

தான் முன் வைக்கிற கதை எளிய சனங்களின் கதை என்பதைக் கச்சிதமான, வருணனைக் குறிப்புகளின் மூலம் உணர்த்தி விடுகிறார். சிறிய வீடு என்பதைத் தீப்பெட்டிபோல, சின்ன டைரிபோல, மணிபர்ஸ்போல என்ற உவமைகளிலேயே அகப்படுத்தித் தந்து விடுகிறார்.

துயரங்களால் நெசவு செய்யப்பட்ட வாழ்க்கையின் தர்க்கங்களுக்குள்ளோ, அதர்க்கங்களுக்குள்ளோ பாயாமல் அதன் கிடந்த வண்ணத்தையும், நின்ற வண்ணத்தையும் சொல்லிவிட்டுப் போவது பிரபஞ்சனின் நுணுக்கம். ஆசிரியன் எங்கோ இருக்கிறான் என்று காட்டிக் கொள்ளாமலே அவன் அங்கே இருக்கிறான் என்று உணர வைக்கிறார் பிரபஞ்சன்.

*

பாரதியாரின் வேப்பமரமும் அய்யரின் அரசமரமும், சு. ரா. வின் புளிய மரமும் வேர் பாய்ச்சி இருக்கும் நம் சிறுகதை மண்ணில் அவை விளைவிக்காத கனிவையும் நம்பிக்கையையும் 'பிரும்மம்' கதையில் வரும் முருங்கை மரம் உண்டு பண்ணி விடுகிறது.

புது வீட்டில், 'நாலு முழம் வேஷ்டி' போல் கொஞ்சம் காலியிடம் கிடைக்கிறது. அதில் யாரோ கொடுத்த முருங்கைக் கிளை நடப்படுகிறது. வெகு விரைவில் அதன் கீரையும், காயும் பிரசித்தி பெற்றுவிட்டன. அதே வீட்டாரின் வாழ்வில் ஓர் அங்கமாகி விடுகிறது முருங்கை. ஒரு மழை நாளில் 'ஓ'வென்று விழுந்து சாய்ந்து விடுகிறது மரம். அதனை வெட்டி அகற்றும்போது ஊமைச் சோகம் ஊர்ந்து பரவி விடுகிறது. பிரும்ம விருட்சம் அனைவரையும் பிரமை பிடிக்க வைத்து விடுகிறது. கதை முடிகிறபோது இயல்பான ஒரு முத்தாய்ப்பை வைக்கிறார் பிரபஞ்சன். சில நாள் பின்பு ஒரு நிகழ்வு.

"துண்டாகி நின்ற மரத்திலிருந்து ஓர் இடத்தில் சின்னதாய்க் கிளைத்திருக்கிறது, உயிர்தான்."

வாழ்க்கையை மறுபடியும் இயங்க வைக்கும் இந்த நம்பிக்கையின் ஒளி பிரபஞ்சனின் கதைகளில் ஊடும் பாவுமாய்ப் பின்னிக் கிடக்கிறது.

அதனால்தான் கசக்கி எறியப்பட்ட குப்பையாக இருந்தாலும் '4 ஆவது வழி'யில் வரும் நீரஜா என்ற விபசாரி சொல்கிறாள்.

"சாகறதுலே என்ன சார் இருக்கு. வாழறதுலே சந்தோஷம் இருக்கே"

உடல் நலம் குறைந்திருந்தாலும் உணவின்மீது கொண்ட பற்றால் "மீன்" கதையில் கிராமணி சுவையுணர்வோடும், ரசிப்புத் தன்மையோடும் பேசி யோசிக்க வைக்கிறார்.

"காரமீனு இல்லேண்ணா கெழங்கா மீனு கெடைக்காமலா பூடும்... பாரு... கெழங்காணும் கிடைக்கலேன்னா, இருக்கவே இருக்கு சுதும்பு... வாங்கி நல்லா தளதளன்னு காரமா வய்யி... சுதும்பு மீன் வறுத்துப் பூடாத... நெத்திலி கெடைச்சா வாங்கிக்கினு வந்து இஞ்சி பூண்டெல்லாம் வச்சி புட்டு வெய்யி..."

இவ்வாறு வாழ்வின் 'நலம் பொலம்' எல்லா நிலையிலும் தங்களை இயல்பாக்கிக் கொள்ளும் மனிதர்களைப் பிரபஞ்சன் அறிமுகப்படுத்துகிறார்.

ஆயினும் நம்பிக்கை என்னும் மந்திரக் கவசத்தை நாம் அணிந்திருந்த போதிலும் வாழ்க்கை பல சமயங்களில் குரூர வசீகரத்தை நெற்றியில் குங்குமமாய்த் தூக்கி வைத்துக் கொள்ளத்தான் செய்கிறது. அப்போது ஒரு வகைக் கையறு நிலைக்குத் தள்ளப்பட்டு விடுகிறோம்.

'ஆயுள்' என்று ஒரு கதை. புதுச்சேரி போகும் பஸ் கதைக் களமாகிறது. சின்னச் சின்ன பொருள்களை விற்பவர்கள் பஸ்ஸில் வியாபாரம் தொடங்குகின்றனர். அவர்களோடெல்லாம் நகைச்சுவையாகப் பேசுகிறார் ஒரு பெரியவர். வசதியான குடும்பத்திலிருந்து ஒரு சூழலில் விலகிப் போனவர், இப்போது நெடுங்காலத்துக்குப் பிறகு தன் வீட்டுக்கு ஆர்வத்தோடு திரும்பிக்கொண்டிருக்கிறார். வருங்காலத்தில் பயன்படுமோ என்று லாட்டரிச் சீட்டுகளை வாங்கிக் கொள்கிறார். ஒரு சிறு வியாபாரி பொம்மைகள் விற்கிறான். "விலை அதிகமில்லை — கலைப்பொருள்" என்று அறிமுகம் செய்கிறான், பெரியவர் சொல்கிறார்:

"அஞ்சு பத்து முக்கியமில்லை நாயினா... ஆயுசு முக்கியம் உழைப்பு முக்கியம்..."

அடுத்த நிறுத்தத்தில் வேட்டி தடுக்கிக் கீழே விழுந்த பெரியவர் அப்படியே இறந்து போய் விடுகிறார். பொம்மையின் ஆயுளைப் பற்றிப் பேசியவர் தம் ஆயுளைப் பறி கொடுத்து விடுகிறார்.

'ஆயுள்' என்ற கதைத் தலைப்பும் சேர்ந்து நம்மை அதிர வைத்து விடுகிறது.

*

கு. அழகிரிசாமிக்குப் பிறகு குழந்தைகளின் மனதுக்குள் புகுந்து தானும் ஒரு மழலையாகும் பக்குவம் பிரபஞ்சனுக்கு வாய்த்திருப்பதை அவர் சிறுகதைகளில் காண முடிகிறது.

'சின்னஞ்சிறு வயதில்', 'பூக்களை மிதிப்பவர்கள்', 'இதுதான் அது' கதையில் வரும் குழந்தைகள் இதயத்தை அற்புதமாகப் படம் பிடித்துத் தருகிறார் பிரபஞ்சன்.

எங்கேயோ ஒரு ரோஜாத் தோட்டடத்தைப் பார்த்த சிறுமி ஜோதி, தனக்கும் ஒரு ரோஜாத் தோட்டம் வேண்டுமென்று அடம்பிடிக்கிறாள். ரோஜாக்களோடு நித்தமும் பொழுதைக் கழிக்கிற அவளுக்குப் பக்கத்து வீட்டுப் பையன் வைத்திருக்கும் கிளியின் மேல் ஆர்வம் வருகிறது. உடனே ரோஜாக்களை மறந்துவிட்டு 'லவ் பேர்ட்ஸ்' வேண்டுமென்கிறாள். சில நாள் கழித்து நாட்டியம் பார்க்கப் போன ஜோதி, "ஆமா, நான் டான்ஸ் கத்துக்கப் போறேனே" என்று மனம் மாறிவிடுகிறாள். ஒரு 'கலைடாஸ் கோப்'புப் போல் மாறி மாறிக் கோலம் போடும் குழந்தை மனதை வெகு தத்ரூபமாகச் சித்தரித்து விடுகிறார்.

'இதுதான் அது' கதையில் வரும் அனு, தன் வீட்டு மல்லிகைக் கொடிமீது பாசமாய்ப் பொழிகிறாள். மழையில் அது நனையும்போது "சளி பிடிக்குமோ?" என்று அதனுடன் உரையாடுகிற அளவு சிநேகிதம். வீடு மாறி விடுகிறார்கள். அங்கு செடியும் இல்லை, கொடியும் இல்லை. மரங்கள்தான் இருக்கின்றன. அடடா இங்கு முல்லை இல்லையே என்றால், அவள் "இதுதான் அது" என்று சொல்லத் தொடங்கி விட்டாள். குழந்தை மனதில் கொடிதான் மரம் என்ற நம்பிக்கை!

குழந்தை லெச்சுமியும் சிட்டியும் மிகவும் நெருக்கம். அவர்கள் பேசும் வஞ்சனையற்ற உரையாடலை, 'பூக்களை மிதிப்பவர்கள்' கதையில் புலப்படுத்துகிறார் பிரபஞ்சன்.

"நான் பருந்தா பிறப்பேன்" என்றான் சிட்டி.

"ஏன்டா?"

"அப்பத்தான் ரொம்ப உயரத்தில் பறக்க முடியும்."

"நான் பச்சைக் கிளியா பிறப்பேன். என் மூக்கு சிவப்பா இருக்கும். உடம்பு பச்சையா அழகா இருக்கும். வெறும் பழமா தின்னுட்டு இருப்பேனே"

"பறவையாய் பிறந்தா பள்ளிக்கூடம் போக வேணாம்" லெச்சுமி கைதட்டிப் பள்ளிக்கூடம் இல்லாத மகிழ்ச்சியைக் கொண்டாடினாள்.

மாசற்றக் குழந்தையின் மனதைப் பெற வேண்டுமானால் அதற்கு ஒரு தவம் தேவை. அத்தகையத் தவத்தால் பெற்ற எழுத்து வரம் பிரபஞ்சனுடையது.

*

பெண்களைப் போகப் பதுமைகளாகச் சித்தரிக்கும் வசையிலிருந்து மீள முடியாமல் தவிக்கிறது தமிழ்க் கலையுலகம்.

"ஆணும் பெண்ணும் சமமெனக் கொள்வதால்
அறிவில் ஓங்கி இவ்வையம் தழைக்குமாம்"

என்ற மகாகவியின் வழிகாட்டுதலில் பயணமிட்ட தமிழ் இலக்கியம், இந்த நோக்கில் பல சரிவுகளைச் சந்தித்தது. எல்லா நிலைகளிலும் வாழ்கிற பெண்களை — அது கம்சவையானாலும், கல்யாணியானாலும், கங்காவானாலும் அவர்களைப் புனிதத்தால் போர்த்துகிற பணியை ஜெயகாந்தன் எழுத்து சாதித்தது.

அதன் அடுத்தக் கட்டமாக வாழ்வின் அலைகளில் எற்றுண்டு காயம்பட்ட பெண்களிடம் தன்னம்பிக்கையும், சோதனைகளை இயல்பாக எடுத்துக் கொள்கிற பக்குவத்தையும், காதலை சரியான பார்வையில் நிறுத்துப் பார்க்கிற தெளிவையும், அடியாழத்தில் ஊறிக் கசியும் அன்பையும் கண்டு காட்டுகிற உன்னதத்தைப் பிரபஞ்சன் சிறுகதைகள் உயர்த்திப் பிடிக்கின்றன.

நம்பிக்கைக்குரிய முதலாளியிடம் பணம் திருடி விடுகிறான் பாயம்மாளின் மகன் ரஷீது. அதை முதலாளி மன்னித்தாலும் அவள் மன்னிக்கவில்லை. அது மட்டுமல்ல குடும்ப உதவிக்குப் பணம் தர முன் வந்த முதலாளியின் பரிவையும் கம்பீரமாக மறுத்து விடுகிறாள் ஏழைத்தாய் பாயம்மா.

கரை கடந்த காமத்தால் துன்புறுத்தும் கணவனை உதறிவிட்டு இட்டிலிக் கடை வைத்துப் பிழைக்கிறாள் லெச்சுமி. பெண்மை விழித்துக் கொள்ள, வாத்தியார் சிவாவிடம் ஏமாந்து போகிறாள். “படிச்சவரு” என்று நம்பி சம்பாதித்தப் பணத்தையும் இழக்கிறாள். புதைந்து, சிதைந்து, அழிந்து போகாமல் மீண்டும் இட்டிலி வியாபாரம் ஆரம்பிக்கிறாள். “எல்லாம் கூலி கொடுத்த மாதிரி ஆச்சு — புருஷக் கூலி” என்ற அவலத்தில் அழுதுகொண்டே சிரிக்கிறாள்.

உதவி, சேவை என்றே வாழும் கமலா டீச்சருக்கு கல்யாணம் நிச்சயமாகிறது.

“படிப்பாவது புடலங்காயாவது! கல்யாணத்திற்குப் பிறகு புள்ள பெத்து வளர்க்கவே நேரம் சரியாப் போயிடும். எங்க வீட்டில் பொம்பளைய வேலைக்கு அனுப்பிச் சம்பாதிக்க விடற ஆம்பளைய யாரும் இல்லே”

என்று மாப்பிள்ளை ஆகப் போகிறவன் சொன்ன மாத்திரத்தில் “கல்யாணத்திற்குப் பின்னாலும் வேலையை விடமாட்டேன்” என்று உறுதியாய் நின்று திருமணத்தை உதறுகிறார் கமலா டீச்சர்.

‘காலம் இனி வரும்’ கதை நாயகி சத்யா அழுத்தக்காரக் கணவன் பிரபு “கண்டவனோடு வேலைக்குப் போகக்கூடாது” என்று தாக்க முற்படும்போது, அவளுக்குக் கொள்ளிக் கட்டை ஆயுதம் ஆகிறது.

‘அவனும் அவளும்’ கதையில் மோகன் தன்னுடன் பணிபுரியும் நிஷாவிடம் தன் காதலை வற்புறுத்துகிறான். நியாயங்கள் சொல்லி மறுதலிக்கும் நிஷா சொல்கிறாள்:

> “உனக்காக நான் உன் வழிப்பட்டால் என் கருத்துகள் என் சிந்தனைகள், என் உலகம் என்னாவது? யாருக்கு வேண்டுமானாலும் பணம் கொடுக்கலாம். ஆனால் வாழ்க்கையைத் தூக்கிக் கொடுக்க முடியுமா?”

இதன் மூலம் நட்பு வேறு, காதல் வேறு என்பதை நிலை நாட்டுகிறார்.

இப்படி, ‘இருட்டில் இருந்தவ’னில் சாயா, ‘மோகனா’வில் மோகனா, ‘தூரம்’ ஆகும் போதெல்லாம் தாய் வீட்டுக்குத் துரத்தப்படும் அவமானம் தாங்காமல் கணவனிடம் நியாயம் கேட்கும், ‘3 நாள்’ கதையின் சுமதி என உறுதிகொண்ட பெண்மைக்குப் பிரபஞ்சன் வடித்த சிற்பங்கள் பலப்பல.

*

காமம் கொழுந்து விடும், யாக சாலையாகக் கருதப்படும் திரைப்பட உலகின் நாயக, நாயகிகளையும் தன் சிறுகதைகளில் உலவ விடுகிறார் பிரபஞ்சன்.

'காயம் பட்ட மாலை வானம்' கதையில் வரும் கலா என்ற நடிகை திரையுலகின் வாடிக்கைபோல துணை இயக்குநர் மூர்த்தியும் தன்னைப் பயன்படுத்திக் கொள்வான் என்று நினைக்கிறாள். ஆனால் அவனுடைய எச்சரிக்கையான நடத்தையால் "நீங்க ஒரு ஜென்டில்மேன்" என்று அவனை நெஞ்சுருகப் பாராட்டுகிறாள்.

புதுமுக நடிகையாக இருந்தபோது தன்னைப் புகைப்படம் எடுத்து சினிமாவில் அறிமுகப்படுத்திய சேகர், தாங்க முடியாத பசியால், ஒருநாள் தன்னைப் புகைப்படம் எடுத்துக் கொஞ்சம் காசு சம்பாதிக்க வந்தபோது "போஸ்" கொடுப்பதோடு காசும் கொடுக்கிறாள். அவளுக்குத் தெரியும் 'பிலிம்' இல்லாமலே புகைப்பட நாடகம் ஆடினான் என்பது. ஆனாலும் அன்பால் பணம் தருகிறாள். 'ஒரு மனுஷி' கதை இதனை எடுத்துச் சொல்கிறது.

மனித நேயம் தன் ஈரத்தை இழந்து விடாதபடி காக்கிறவர்கள் ஒவ்வொரு சூழலிலும் வாழ்வதைப் பிரபஞ்சன் கூர்மையாகப் புலப்படுத்துகிறார்.

*

பிரபஞ்சனின் கதைகளில் சுடர் விடும் மனித நேயம் நெஞ்சுருக வைக்கிறது. சில சமயம் அதிர வைக்கிறது. சில வேளைகளில் வியப்பின் எல்லைக்கும் இட்டுச் செல்கிறது. நவீனத்துவ— பின் நவீனத்துவ சம்வாதங்களில் காணாமல் போன மனித நேயம், அவரது கதைகளில் புத்துயிர்ப்புக் கொள்கிறது. மனிதத்துவம் கூடு தேடி அடைகிறது.

தன்னை ஆதரித்து வளர்த்த சேரிக்கு ஒரு தியாக சேவகனாகிறார் அண்ணாச்சி. அவருடைய செல்வாக்குக்கு அஞ்சி அவரை வெட்டித் தள்ள ரவுடி பாஸ்கர் ஏற்பாடு செய்யப்படுகிறான். வெட்டும்பட்டுப் பிழைத்துக் கொள்கிறார் அண்ணாச்சி. ஆனால் காவல்துறைக்கு பாஸ்கரை அவர் காட்டிக் கொடுக்க மறுத்து விடுகிறார். மீண்டும் பாஸ்கரைச் சந்தித்தபோது அண்ணாச்சியைப் பார்க்கக் கூசுகிறான். ஆனால் அவரோ நலம் விசாரிக்கிறார். காபி சாப்பிட அழைக்கிறார். செலவுக்குப் பணம் வேணுமா என்றும் கேட்கிறார்.

மனிதநேயத்தின் உக்கிரம் தாங்காத பாஸ்கர், மின்சார ரயிலில் விழுந்து தற்கொலை செய்து கொள்கிறான்.

நாணாவைப் பெரிய சங்கீத வித்துவான் ஆக்குகிறார் சுந்தா மாமா. பேரும் புகழும் பெற்ற நாணா அழகில்லாத மாமாவின் மகளை மணக்க முன் வருகிறான். ஆனால் சுந்தா மாமா மட்டும் இதை ஏற்க மறுத்து விடுகிறார்.

"குழந்தே, என் பொண்ணுக்கு உன்னை விடவும் ஒரு சிறந்த மாப்பிள்ளை கிடைப்பானோடா? ஒருக்காலும் கிடைக்க மாட்டான். இருந்தாலும் நான் ஏன் வேண்டாங்கறேன்? குழந்தை, நீ நன்றி காரணமா ஜானாவைக் கட்டிக்கத் தயாராயிட்டே, அது தப்பு: கல்யாணம் நன்றியினாலே சுகப்படாது. நீ ரொம்ப பெரிய ஆளா

வருவே. ஜாஜ்வல்யமா, ஜெகஜோதியா பிரகாசிக்கப் போற கலைஞன் நீ. இந்தியா முழுக்க, ஏன் லோகப் பிரசித்தம் ஆகப் போறே. அமெரிக்கா, பிரான்சுன்னு போகப் போறே. அங்கெல்லாம் இந்தக் கண் சரியில்லாத, கால் விந்தி விந்தி நடக்கிற பெண்ணையா கூப்பிட்டுப் போக முடியும். என்னிக்காவது ஒரு நிமிஷம், ஐயோ இதைப் பண்ணிட்டனேன்னு நீ நினைக்காம இருப்பியோ. அது நான் உனக்குச் செய்த துரோகம் ஆயிடாதா? நீயும் என் குழந்தை இல்லையோ? ஜானகிக்கு என்ன? அவள் தலைவிதிப்படி நடக்கட்டும்...''

என்று அவர் உருகி உருகிப் பேசுகிற பேச்சில், ஓர் அபூர்வமான மனிதத்துவம் கோயிலாய் உருக்கொள்கிறது.

எத்தகைய நெரிசல் மிக்க வாழ்க்கை இது! 'சனிக்கிழமை ஜீவிகள்' கதையில் அலுவலகப் பணிக்குப் போகும் கணவன் மனைவிக்குக் காதலுக்குக்கூட நேரமில்லாமல் போகிறது. எப்போது சனிக்கிழமை வரும் என்று காத்துக் கிடக்கிற மேகலாவையும் மூர்த்தியையும் பிரபஞ்சன் வகை மாதிரியாகக் காட்டுகிறார்.

"8 மணிக்கு டிபன், மதியத்துக்குச் சாப்பாடு என்பதுபோலச் சரியாக இடைவெளி விட்டுப் பசிக்கிற வயிறா அது?"

என்ற வினாவில் இனம் புரியாத வேதனை தேங்குகிறது.

''கஞ்சி பறித்தார் - எழும்
காதல் பறித்தார் - கெட்ட
வஞ்சகம் சேர் சின்ன மானிட சாதிக்கு
வாய்த்த நிலை இதுவோ?''

என்று பாரதிதாசன் குமுறியது நினைவுக்கு வருகிறது பிரபஞ்சனைப் படிக்கிறபோது.

காதலுக்கு மட்டுமா சோதனை?

அன்புக்கு, தியாகத்துக்கு அனைத்து விழுமியங்களுக்குமே சோதனை!

மகள் ஓர் இசுலாமிய இளைஞனைத் திருமணம் செய்துகொண்டால் வெகுளியான அப்பா 'பிராந்து' என அழைக்கப்படுகிற அப்பா, காதலை ஏற்றுக் கொள்கிறார் — பெருந்தன்மையாக

''ஒரு ஸ்திரீ ஒரு புருஷனை சினேகிக்கிறதும் கல்யாணம் பண்ணிக்கிறதும் என்ன தப்பு? காதல் சாதி மதம், குலம், கோத்ரத்த பார்த்து வர்றதா? இல்லையேன்னு சொல்வேன்''

இத்தகைய அருமையான அப்பா மகள் வீட்டுக்கு அருகில், குடியேற இடம் பார்த்தபோது, "அப்பா பைத்தியக்காரக் கிழம்" என்று மகள் அருவருத்துப் பேசுகிறாள், ஒரு நண்பரிடத்தில். இப்படியும் ஒரு புதிய தலைமுறை பழைய தலைமுறையை இகழும் சோதனை!

நாட்டுக்காகத் தியாகம் செய்த சிவபாத சுந்தரம் மகன் காந்திக்கு வேலை கிடைத்ததும் 'பென்ஷனைத்' தரவேண்டாமென அரசாங்கத்திடன் மன்றாடி உத்தரவு பெறுகிறார். தியாகத்துக்குக் கூலி வேண்டாம் என்று மறுத்த

பேருள்ளம், அதிகாரிகளையே திடுக்கிட வைக்கிறது. ஆனால் மகன் காந்தி சொல்கிறான்.

"கிழடுக்கு யார் சொல்றது? திண்ணையிலே உட்கார்ந்து தண்டச் சோறு தின்று என் கழுத்தை அறுக்கப் போகிறது."

'தியாகி' கதையில் இந்த அவமானம் தேசபக்தருக்கு என்றால் 'தியாக ராஜன்' என்ற இன்னொரு கதையில் தியாகி பென்ஷனுக்கு அலைந்து அலைந்து கிடைக்காமல், ஒரு தேச பக்தரிடம் ஏதேனும் ஒரு வேலை கேட்டு முதிய வயதில் மன்றாடுகிறார். மருமகளிடம் ஏச்சுக் கேட்காமல் சாப்பிட வேண்டுமே என்ற கவலை அவருக்கு.

இவ்வாறு விழுமியங்கள் சோதனைக்குள்ளாகிற அவலச் சூழலிலும் மனிதத்துவம் கம்பீரமாய்த் தென்படுவதைப் பல கதைகளில் பிரபஞ்சன் பதிவு செய்திருக்கிறார்.

அம்மிணி என்ற வேலைக்காரி வாழ்ந்து கெட்டும் மாற்றுக் குலையாத சுந்தரம் பிள்ளையை விரும்புகிறாள். ஆனால் பிள்ளையின் கௌரவம் அதை ஏற்கவில்லை. அவர் தன் குச்சில் இறந்து கிடந்தபோது எழுநூறு ரூபாயும் ஒரு குறிப்பும் காணப்படுகிறது. இருநூறு ரூபாய் தன் அந்திமச் செலவுக்கு, ஐநூறு ரூபாய் அம்மிணிக்கு என்பது குறிப்பு.

"நான் உன்னன்டை பணமா கேட்டேன்?"

என்ற அம்மணியின் அலறலில் மாசற்ற மனிதம் பொங்கி வழிகிறது. 'குழந்தைகள்' கதையில் சங்கீத வித்வானாகச் சித்தரிக்கப்படும் வாசு சாரிடம் வீணை படிக்க வருகிறார்கள் இரு நண்பர்கள். அவர்களில் ஒருவனுக்கு அவர் மகள் விதவை ஜானகியிடம் நாட்டம். காதல் கடிதம் கொடுக்கிறான். கடிதம் வாசு சாருக்குப் போய் விடுகிறது. அவர் இளைஞர்களிடம் அவர்கள் செய்தது இயற்கையே என்றாலும், ஜானகிக்கு நேரக் கூடிய அவமானத்தைச் சொல்கிறார். பெருந்தன்மை மிளிர அவர்களை மறுபடியும் வீணை கற்றுச் செல்ல அழைக்கிறார். மனம் வெதும்பிய நண்பன் கடிதம் கொடுத்தவனிடம் தான் வர இயலாமைக்குக் காரணம் சொல்கிறான்:

"சங்கீதம் பெரிசுதான். அதை விட மனுஷன் ரொம்பப் பெரியவனா இருக்கானே, அதனாலேதான்."

'ஆண்பிள்ளை' மற்றோர் அற்புதமான கதை. கிச்சான் பெண்மைப் பண்புடையவன், சமையல் செய்வான். கோலம்கூடப் போடுவான். அதனால் "பொட்டைப் பயல்" என்று கேலி செய்யப்படுகிறான். இந்த நிலையில் சந்துரு என்பவனால் கர்ப்பிணியாக்கப்பட்டுக் கைவிடப்பட்ட பெண்ணைக் காப்பாற்றி மணம் செய்துகொண்டு 'பொட்டைப் பயல்' என்று இகழப் பட்டவன்தான், உண்மையில் ஆண் பிள்ளையாகிறான். 'பிறன் மனை நோக்காத, பேராண்மை' என்று வள்ளுவர் கூறியதையும் தாண்டிய ஓர் எல்லையைத் தொடுகிறது கிச்சானின் மனிதம்.

இந்த மனிதம் பிரபஞ்சனிடம் நிரம்பியிருப்பதாலேயே யாரும் சொல்லத் தயங்குகிற ஒரு செய்தியை மிகுந்த கவனத்தோடுக் கையாண்டிருக்கிறார். நெடுநாள் விதவையான அம்மா, காதல் கதைகளைக் கேட்கிற ஆர்வத்தையும்,

ஒரு நாள் ரயில் பயணத்தில் அனைவரும் உறங்குகையில் அண்டையில் அமர்ந்திருந்த, ஓர் ஆடவனிடம் உடல் பட அமர்ந்திருப்பதில் கொண்ட ரகசிய மகிழ்ச்சியையும் மகன் உணர்கிறான். மௌனமாய் அதை ஏற்கிறான்.

இதே விஷயத்தை 'ஆயுள்' கதையிலும், 'ருசி' கதையிலும் நாசூக்காக ஆசிரியர் கையாண்டிருப்பதை அங்கீகரிக்காதவர்கள் இருக்கக் கூடும். ஆனால் பிரபஞ்சனின் மனிதம் இங்கு செயல்பட்டிருப்பதாகவே நான் கருதுவேன்.

*

"வெளியேற்றம்" கதை இப்போது படிக்கையில் எழுத்தின் தீட்சண்யத்தை உணர்கிறேன். திருமணத்தின் அவலங்களும், தீண்டாமைக் காவலும், இழிவான ரகசியங்களும் மெய்த் துறவியான ஆத்மானந்தரைச் சேரிக்கும், பௌத்த மதத்துக்கும் வெளியேறிச் செல்லத் தூண்டிய நிகழ்வு காலத்தின் விபரீதத்தை அதிர்வுடன் முன் வைக்கக் காணலாம்.

இன்னும் எத்தனையோ முகங்கள் பிரபஞ்சனின் சிறுகதைகளுக்கு. குறிப்பாகச் சொல்ல வேண்டுமானால், புதுவை மண்ணின் மணத்தோடும் வரலாற்றுப் பின்புலத்தோடும் எழுதப்பட்ட சிறுகதைகளைச் சொல்லாமல் இருக்க முடியாது. இருபது ஆண்டுகள், காந்த வண்டி, கடன், வியாபாரம், விளக்கு, சம்பந்தி, சகோதரர் அன்றோ, மாப்பிள்ளை பொம்மை, மாயவண்டி, நீதி, பதவி, குயில் ஆகிய கதைகள் புதுவை வரலாற்றுச் செழுமையோடு இரண்டறக் கலந்தவை.

புதிதாக அறிமுகமான கார், ரயில் வண்டிகளின் வருகை ஏற்படுத்திய எதிரொலிகளைப் பார்க்கிறோம். காரின் வருகையை டேப் தணிகாசலம்.

"பொய்ன்னு பொய்ன்னு
சத்தம் போடற ரப்பர் சுரக்காய் பாரு- அதைக்
கேட்டுக்கிட்டு இருந்தா பேறு
வயித்துக்கு வேண்டாம் சோறு"

என்று பாடிய பாட்டையும் பிரபஞ்சன் பதிவு செய்திருக்கிறார். அரசியல் சதுரங்க விளையாட்டுக்கள், பதவிப் போர்கள், சாதிச் சண்டைகள், தாசி தர்பார் எனப் பலவற்றையும் விடாது கதைகளில் குறித்திருக்கிறார். இவற்றுள் இரண்டு கதைகள் மிகவும் குறிப்பிடத்தக்கவை.

புகழ் பெற்ற ஆனந்தரங்கம் பிள்ளையின் மகள் பாப்பாள், பொம்மைகளில் விருப்பம் உடையவள். அவளுக்குத் திருமணம் நிகழ்கிறது. மாப்பிள்ளை பொம்மை வாங்கித் தருவதாகச் சொல்லுகிறார்கள். அன்றே அந்த அப்பாவிப் பெண்ணின் மரணம் நிகழ்கிறது. (மாப்பிள்ளைப் பொம்மை)

மற்றொரு கதை குயில். மகாகவிக்கு எப்போதும் மனக்குரலாக ஒலிக்கும் குயிலின் குரல் என்று வசீகரமான மொழியில் எழுதப்பட்ட அருமையான கதை. வ. வே. சு. அய்யர் சொல்கிறார்.

"எந்த மாந்தோப்பிலும் இல்லை. உன் மனசில்"

என்று, புயல் வீசிய புதுவையில் ஓடி ஓடிச் செத்த பறவைகளைத் திரட்டிப் புதைக்கும் பாரதி குயிலைக் காணவில்லையே என்கிறார் மீண்டும் அய்யர்.

"நீர் குயிலின் கூடையா, கூடு."

என்று சிலிர்ப்போடு சொல்வதாக முடிகிறது கதை. ஒரு மகாகவிக்கு மண்ணின் புதல்வர் பிரபஞ்சன் வைத்த அருமையான காணிக்கை இக்கதை.

*

தரமும் மேன்மையும் மிக்க பிரபஞ்சன் கதைகளை இரண்டு அழகான தொகுதிகளாகத் தமிழ் வாசகர்களுக்கு அளித்திருக்கும் கவிதா பப்ளிகேஷன் சேது. சொக்கலிங்கம், 'பெரிதினும் பெரிது கேள்' என்ற கோட்பாடு உடையவர். அவருக்குத் தமிழ் உலகம் பெரிதும் கடமைப் பட்டிருக்கிறது. இந்த நூலுக்கு முன்னுரை எழுதும்படி கேட்டுக்கொண்ட நண்பர் பிரபஞ்சனுக்கும் பதிப்பகத்தாருக்கும் என் நன்றி.

தம் சிறுகதை ஒன்றில் பிரபஞ்சன் குறிப்பிட்டிருக்கிறார்.

"காதல் என்பது மனித நாகரிகங்களில் ஒன்று.
பேச்சு மொழிக்கு முன் பிறந்த உடல்மொழி."

பேச்சு மொழிக்குப் பின் பிறந்த எழுத்தும் மனித நாகரிகங்களில் ஒன்றுதான். அந்த நாகரிகத்துக்கு அச்சு அசலான தமிழ் எழுத்தால் வளம் சேர்த்திருக்கிறார் பிரபஞ்சன்.

சிறுகதை மகாரதர்களின் வரிசையில் தமக்குரிய இடத்தை வகிர்ந்தமைத்துக்கொண்ட பிரபஞ்சனுக்கு ஒரு பழைய தோழன் என்ற முறையில் வாழ்த்துகள் கூறுகிறேன்.

பொள்ளாச்சி — அன்புடன்

20.12.2004 — **சிற்பி பாலசுப்பிரமணியம்**

முதற்பதிப்பின் முன்னுரை

நான் ஏழு அல்லது எட்டாம் வகுப்பு படித்துக்கொண்டிருந்த காலம். எங்கள் வீட்டில், ஓரத்தில் சிவப்புச் சாயம் பூசப்பட்ட துப்பறியும் நாவல்கள் அதிகம் புழங்கின. என் மாமன் ஒருத்தருக்குத் துப்பறியும் நாவல்கள் மேல் அதீத இஷ்டம். அவர் படித்துப் போட்டவற்றை நானும் எடுத்துப் படித்தேன். மேதாவி, சிரஞ்சீவி, சந்திரமோகன் போன்ற ஆசிரியர்களின் நாவல்கள் அவை. பயங்கரமான கார்களில் பயங்கரத் துப்பாக்கிகளுடன், பயங்கரமான கோட்டும் சூட்டும் அணிந்த மனிதர்கள், பயங்கரமாகச் சுட்டுக் கொலைகளை சர்வ சாதாரணமாகச் செய்தபடி வளைய வந்து எங்களைக் கதிகலங்க அடித்துக்கொண்டிருந்தார்கள்.

விருத்தாசலம் மேட்டுத் தெருவில் இருந்த என் தாத்தா வீட்டில் கருத்த பழைய அலமாரி ஒன்றில் ஏராளமானப் புத்தகங்கள் இருந்தன. கோடை விடுமுறைக் காலங்களில் தாத்தா வீட்டுக்குச் செல்லும் போதெல்லாம், அந்தப் புத்தகங்களை நான் வாசிப்பேன். வடுவூர் துரைசாமி ஐயங்கார், எனக்கு நினைவில் இருக்கிறார். திகம்பர சாமியார் என்ற கதை நினைவில் இருக்கிறது. துப்பறியும் நிபுணர்கள், பலவித மாறு வேஷங்களில் சட்சட்டென்று மாறி அதி சாகசங்கள் புரிந்து மிரட்டியது, மறக்க முடியாதது. கம்ப ராமாயண வசனம், பெரிய புராண வசனம் என்று பல நல்ல புத்தகங்களைப் படித்து, ஏதோ ஒரு வகையில் ஏதோ ஒரு ரசனையை வளர்த்துக்கொண்டிருந்தேன். படித்தவர்களோ, படிப்புச் சூழ்நிலையோ ஏற்பட்டிராத குடும்பச் சூழ்நிலையே எனக்கு வாய்த்தது.

1960ன் தொடக்கத்தில் என் நண்பர் சி. என். பார்த்தசாரதி, புதுவைதாசன் முதலானோர் சம்பந்தப்பட்டு, சித்தார்த்தன் ஆசிரியத்துவத்தில் “கலைக்கோவில்” எனும் இலக்கியப் பத்திரிகை தொடங்கப்பட்டது. பழைய இலக்கியம் சார்ந்த கட்டுரைகள், கதைகள், கவிதைகள் அதில் வரும் நண்பர் சி. என்.பார்த்தசாரதி, புதுமைப் பித்தன் கதைத் தொகுப்பொன்றை எனக்களித்தார். ஜோதி நிலையப் பிரசுரமான அந்தப் புத்தகத்தின் மூன்று பக்கத்திலும் சிவப்புச் சாயம் அடித்திருந்தது. முதன் முதலாக அன்றுதான் புதுமைப்பித்தன் என்னிடம் வந்து சேர்கிறார்.

அதன் முன்னர் நா. பார்த்தசாரதியின் தீவிர வாசகனாக இருந்தேன். குறிஞ்சி மலர், என் அன்றைய இருப்பைக் குலைத்து விட்டிருந்தது. பள்ளி மாணவனாகிய நான் வேஷ்டி அணிந்து, ஜிப்பா போட்டு, இரவில் வேர்கடலைத் தின்று,

பால் மட்டும் குடித்துக் கவிதைக் கனவுகளில் திளைத்துக்கொண்டிருந்தேன். பூரணியே என் கனவில் வந்து போய்க்கொண்டிருந்தாள். புதுமைப் பித்தன் கதைகள், என்னை முற்றாக மாற்றிப் போட்டன. கனவுகளின் வர்ணம் அடிக்கப்படாத பச்சையான யதார்த்தக் கதைகள், என் கற்பனைக் கன்னங்களில் அறைந்தன. இவை எல்லாம்கூட கதைகளின் உள்ளடக்க விஷயமாக வரக் கூடும் என்று சிந்தித்தும் பாராதவனாக நான் இருந்தேன். எனக்குள், பல கட்டுமானங்கள் பொலபொலவென உதிர்ந்தன; அதோடு புதிது புதிதாக ரசாயன மாற்றங்கள் எனக்குள் ஏற்பட்டன.

இந்தக் காலக்கட்டத்தில் ஆனந்த விகடனில் ஜெயகாந்தன் எழுதிக்கொண்டிருந்தார். பொதுவாகத் தமிழ்ப் புனைகதை உலகம் அறிமுகம் கொள்ளாத கதைக் களம், விளிம்பு மனிதர்களைப் படைத்துக்கொண்டிருந்தார். அது என்னை யதார்த்த உலகுக்கு அழைத்து வந்தது.

பதினான்காம் வயதிலேயே அப்பா என்னை ரோமன் ரோலந்து நூலகத்தின் உறுப்பினராக்கினார். பிருமாண்டமான தமிழ், ஆங்கில பிரஞ்சு நூலகம் அது. என் வாழ்வில் நான் கடன்பட்ட ஸ்தலம் அது. தமிழ் மொழிபெயர்ப்பில் வந்திருந்த அத்தனை நூல்களும் அங்கிருந்தன. க. நா. சு மொழிபெயர்த்தவை, அ. கி ஜெயராமன், கோபாலன் நூல்கள், த. நா, சேனாதிபதி, குமாரசாமி நூல்கள், சாமிநாத சர்மா, பழைய ஆயிரத்தோர் இரவுகள், ஆர். சண்முகசுந்தரத்தின் சரத் சந்திரர் நூல்கள், சுத்தானந்த பாரதியின் பிரஞ்சுத் தமிழ் ஆக்கங்கள், ரஷ்ய மொழி பெயர்ப்புகள், குறிப்பாக சொக்கலிங்கத்தின் போரும் வாழ்வும் முதலான பேரிலக்கியப் பரிச்சயங்கள் என்னைப் பதப்படுத்திக்கொண்டிருந்தன.

ரோமன் ரோலந்து நூலக ஆசிரியர்களில், வையாபுரிப் பிள்ளை, ரா. பி. சேதுப்பிள்ளை, தெ. பொ. மீனாட்சி சுந்தரனார், மு. வ., ஔவை, சு. துரைசாமி மூலம் தமிழ்ச் சங்க இலக்கியப் பரிச்சயமும், ஈடுபாடும் ஏற்பட்டது. என் வாழ்க்கைப் பயணம் முடிவு செய்யப்பட்ட தருணம் அது. ஒரு முழுதான தமிழ் வாழ்வையே வாழ்வது என்று முடிவெடுக்க, எனக்குச் சங்க இலக்கியங்களேக் காரணமாயின.

1965—இல் தஞ்சையில் கரந்தைப் புலவர் கல்லூரியில் சேர்ந்து படிக்க வந்த எனக்கு பிரகாஷ் அறிமுகம் ஆனார். அவரது மாடி நூலகம், அற்புதமானது. அவரிடம் இல்லாத நவீன தமிழ்ப் புனைகதை நூல்கள் இல்லை என்று நான் உறுதியாகச் சொல்ல முடியும். மணிக்கொடி தொகுப்புகள், தேனி, இலக்கிய வட்டம், சூறாவளி என்று அதுவரை தமிழில் வெளிவந்திருந்த அனைத்து இலக்கிய இதழ்களும் எனக்குப் படிக்கக் கிடைத்தது, என் பேறு.

தஞ்சாவூரில் ஐயன் கடைத்தெரு வெங்கடேசப் பெருமாள் கோயில் அக்ரகாரத்தில் கோயில்கொண்டுள்ள வீர அனுமார், திருமேனியில் சிறியவர்தான். ஆனால் அவர் பிரபல்யமோ மிகவும் பெரிசு. என் கணக்கில் மனோஜியப்பா சந்து சரசு முதலாக எண்ணெய் விளக்கு, வடை மாலை சாத்தல் முதலான வேண்டுதலைச் செய்பவர்கள் சராசரியாக முப்பது பேர் ஒரு சாயந்தரத்தில என்றால் பார்த்துக் கொள்ளுங்கள். வருஷம் தோறும் ஒரு மாசம் தெருவடைத்துப் பந்தல் போட்டு உற்சவம் கொண்டாடுவார்கள். அந்த உற்சவத்தின்போது தமிழ்நாட்டின், மிகப் பெரிய சங்கீத வித்வான்கள்

ஆஞ்சநேயர் முன் உட்கார்ந்து ஆராதனை செய்ய வந்து விடுவார்கள். கேட்டுக் கேட்டுத்தான் எனக்குக் கர்நாடக சங்கீதம் புரிபடத் தொடங்கியது. அஞ்சு மைல் தூரத்தில் திருவையாற்றுத் தியாகையர் சந்நிதி. ஓடும் காவிரியில் கால் நனைந்தபடிக் கரைமேல் உட்கார்ந்து மனதை வெளியில் பரவ விடுவது ஆனந்த அனுபவம். வெட்டாற்றங்கரையை அடுத்த மராட்டிய அரச குடும்பத்துக் கல்லறைகள், எனக்குள் கனவுகளை நிரப்பின. சற்று தூரத்தில், பொய்க்கால் குதிரை நாட்டியக் கலைஞர்கள் வாசஸ்தலம். அதன் நீட்சியாக, யமுனா வாழ்ந்த துக்காம்பாளையத் தெரு வீட்டைக் கண்டுபிடித்தோம். கோணவாய் நாய்க்கரின் கம்பி அழி போட்ட வீடும் எங்களுக்குத் தெரியும். கரிச்சான் குஞ்சு எனக்கு ஆசிரியராக வாய்த்தார். அவரிடம் இருந்து உபநிஷதம், ருக் வேதம் பாடம் கேட்க வாய்த்தது. எம். டி. ராமநாதன், மணியின் சங்கீதம் அந்தக் காலத்துக் கிருஷ்ணவேணி, பத்மா, அலர்மேல்வள்ளி, நாட்டியங்களால் நிரம்பிய வெளி என்னுடையது.

தொடர்ந்து, நான் ஒரு நல்ல வாசகனாக இருக்க முயற்சி செய்துகொண்டே இருக்கிறேன். நல்ல ஆசிரியர்கள், நல்ல புத்தகங்களைத் தமிழ் மொழியில் படிக்கத் தவற விட்டதில்லை என்று உறுதியாக நான் சொல்ல முடியும்.

என் அப்பாதான் எனக்கு ஆதர்சம். மிகவும் மேன்மையான மனிதர் அவர். அவர் ஜீவிய காலம் முழுமையும் அவர்தான் எனக்கு உதவிக்கொண்டிருந்தார். தவிர ஒரு செப்புக் காசுகூட என்னிடம் இருந்து அவர் எதிர்பார்த்ததே இல்லை. நண்பர்களால் ஏமாற்றப்பட்டு, அவர் வாழ்க்கைச் சூறையாடப்பட்டது. உறவுகள் அவரைக் கடைசிச் சொட்டு வரைக் குடித்து தீர்த்தன. எனினும், யார் மேலும் எந்த வருத்தமும் அவருக்கு இல்லை. சைனாப் பட்டுச் சட்டை, சாண் அகலப் பட்டுச் சரிகை வேட்டி, அமெரிக்கன் கிராப்பு, கட் ஷூக்கள், பிரான்ஸ் பரிமள வாசனைப் பொருள்களோடும் அவர் வாழ்ந்தார். பாகவதரின், சின்னப்பாவின் வசந்த கோகிலத்தின், ராஜகுமாரியின் ரசிகர் அவர். கிட்டப்பா பாடல்களில் கிரங்கிப் போவார். கிராமபோன் என்கிற வஸ்து, எங்கள் வீட்டில் கிட்டப்பா, சுந்தராம்பாளையேப் பாடிக்கொண்டிருக்கும். அந்த அப்பா, ஒரு நாளில் ஒரு வேளையே சாப்பிட்டு வாழ நேர்ந்த ஒரு பத்தாண்டையும் நான் அவருடன் சேர்ந்து வாழக் கொடுத்து வைத்து இருக்கிறேன். உப்பரிகையிலும், பாதாளத்திலும், யாரையும் குற்றம் சொல்லாத, வெறுக்காத, மிகுந்த சாந்த சுபாவத்தோடு துன்பங்களை எதிர்கொண்ட, அந்த மாமனிதரைப்போல, வாழ்ந்து தீர்ந்தால் நான் மகிழ்ச்சியடைவேன். என் ஒரே பிரார்த்தனை இது மட்டும்தான். மனிதனாக வாழ்தல், மகத்தானது.

வாழ்க்கையின்மீது எனக்கு எந்தப் புகாரும் இல்லை. நிறைவேறாத ஆசைகள், கோரிக்கைகள் எதுவும் எனக்கு இல்லை. எனக்கு அருளப்பட்டவை, எனக்கு உகந்தவை, என் தகுதிக்கு உரியன எனக்கு வழங்கப்பட்டிருக்கின்றன. மிகுந்த வறுமையும், ஏழ்மையும், அதன் காரணம் அறியாத அறியாமையும், இப்படியாகத் திட்டமிட்டு வைக்கப்பட்டுள்ள ஒரு சமுதாயத்தின் ஒரு துளிதான் நான். நான் பெற்றவற்றைக் காட்டிலும் அதிகம் கோருவதற்கு அருகன் அல்லேன். அது நியாயமும் அன்று.

வரும் ஏப்ரல் 27, 2005இல் எனக்கு அறுபது வயது நிறைகிறது. 1961இல் என் கட்டுரை, கதை, கவிதை, மூன்றும் முதன் முதலாகப் பிரசுரம் ஆயின. 1968 தொடங்கி, பிரக்ஞையோடும், படைப்பு மனோபாவத்தோடும் எழுதத்

தொடங்கினேன். 2004ஆம் ஆண்டு முடிய, நான் எழுதிய கதைகள் முழுமையாக, இப்போது உங்கள் முன் வைக்கப்படுகின்றன. ஏறத்தாழ என் 36 வருடத்து உழைப்பு இக்கதைகள்.

என் எழுத்துப் பயணம், அருமையான நண்பர்களை எனக்கு அருளி இருக்கிறது. என் சம்பாதனை என்பதும் இதுதான். எனக்கு இருக்கும் மிகவும் குறைவான நண்பர்களில் மிகவும் முக்கியமான நண்பர் தமயந்தி அவரது முதல் கதை முதல் நேற்று அவர் எழுதிய கதை வரை அவர் வாசகனாக நான் இருக்கிறேன். மிகக் குறைவான வார்த்தைகளில் மிக நுணுக்கமாக மனித அகத்தை ஆராய்கிறவர் அவர். இத் தொகுப்புக்கு தமயந்தி அவசியம் எனக்கு முன்னுரைக்க வேண்டும் என்று கேட்டுக்கொண்டேன். உடன் எழுதித் தந்தார். அவருக்கு நான் நன்றி சொல்வது மேல் எழுத்துவாரியான, சடங்காகி விடக்கூடும். நான் எப்போதும் நினைந்தும் மகிழ்ந்தும், பாராட்டியும் போற்றிப் பாதுகாக்கிறேன், அவரது சினேகத்தை. தமயந்தி எனக்கு நண்பர் என்பதே என் மகிழ்ச்சி.

அறுபதுகளின் இறுதியில் மரியாதைக்குரிய கவிஞர் சிற்பி அவர்களை அறிமுகம் கொள்ளும் வாய்ப்பு எனக்குக் கிட்டியது. வானம்பாடி பத்திரிகைக்கும் இயக்கத்துக்கும் அடிப்படையானவர்களில் அவர் முதன்மையானவர். சிற்பியை உள்ளிட்ட வானம்பாடிக் கவிஞர்கள்தான் எனக்குப் பிரபஞ்சன் என்ற பெயரை வைத்தார்கள். அந்த நண்பர் சிற்பியே, இத் தொகுதிக்கு முன்னுரை எழுதி உதவுவது எனக்கு மகிழ்ச்சி தருகிறது. என் பொருட்டு அவர் செலவிட்ட நேரம் மிகவும் மதிப்பு வாய்ந்தது. அவருடைய பெரிய மனதுக்கும், நட்பு உணர்வுக்கும் என் மனப்பூர்வமான நன்றியை உரைக்கிறேன்.

தோழமை என்ற சொல்லை ஓர் அற்புதமாகக் கொண்டாடுகிறான் கம்பன், தோழமையின் உருவமேயாகி, இப்படி அன்பும், ஆழமும் நுணுக்கமும் கூடிய முன்னுரையை அளித்த அந்த என் மூத்த சகோதரனுக்கு நான் என்ன கைமாறு செய்யக் கூடும்?

இக்கதைகளை வெளியிட்ட இதழாசிரியர்கள் அனைவருக்கும் நன்றி கூறிக் கொள்கிறேன்.

இத் தொகுப்பை வெளியிடும், என்மீதும், அன்பும் அக்கறையும்கொண்ட நண்பர் திருமிகு. சேது சொக்கலிங்கம் — கவிதா பப்ளிகேஷன் — அவர்களுக்கு மனம் நிறைந்த நன்றியைச் சொல்லிக் கொள்கிறேன்.

நல்லது. இந்த தருணம் நான் மகிழ்ச்சியாக இருக்கிறேன். இக் கதைகளில் தாரதம்யங்களை என் வாசகர்களிடம் விடுகிறேன். இவை என் இரத்தமும் மாமிசமும் என் உயிரும்.

மிக்கத் தோழமையுடன்

பிரபஞ்சன்

பொருளடக்கம்

1.	ஒரு ஊரில் ரெண்டு மனிதர்கள்	23
2.	பிருமம்	29
3.	ஒரு பகல் நேர நாடகம்	37
4.	அம்மா	46
5.	பலி	54
6.	மீன்	59
7.	முறிவு	67
8.	சலிப்பு	75
9.	தலை சாய்க்க	81
10.	சங்கம்	86
11.	பூக்களை மிதிக்கக்கூடாது	93
12.	பிம்பம்	100
13.	பகை	106
14.	விழுது	114
15.	சூரியனை பார்க்காமல்	127
16.	மாமன் உறவு	136
17.	சைக்கிள்	145
18.	அப்பாவு கணக்கில் 35 ரூபாய்	150
19.	ஆண்பிள்ளை	155
20.	கருணையினால்தான்	161
21.	அரி என்கிற நண்பன்	170
22.	நிகழ் உலகம்	175
23.	வீடு	182
24.	வரிசை	189
25.	இராஜகோபரமும் சங்கப்பலகையும்	193
26.	வடு	197
27.	காயம்பட்ட மாலை வானம்	203
28.	மாறுதல்கள்	209
29.	3 நாள்	213
30.	ஓடிப்போனவள் திரும்பியபோது	220
31.	சுமதிக்கு ஒரு கடிதம்	225
32.	4ஆவது வழி	231
33.	எனக்கும் தெரியும்	242
34.	நேற்று மனிதர்கள்	248
35.	ராட்சஸக் குழந்தை	256
36.	தட்சணை	262

37.	மனுஷி	270
38.	அப்பாவின் வேஷ்டி	276
39.	மனசு	282
40.	நிழல்	295
41.	கதாநாயகி குளித்த கதை	300
42.	தந்தையும் மகனும்	306
43.	காலம் இனி வரும்	314
44.	காணாமல் போனவர்கள்	322
45.	ருசி	330
46.	அடி	337
47.	தொலைந்து போனவள்...	345
48.	ஒரு மனுஷி	351
49.	கொடூரம்	359
50.	குரூரம்	366
51.	குழந்தைகள்	371
52.	பாதுகை	378
53.	யாரும் படிக்காத கடிதம்	384
54.	கேசவன் கல்யாணத்தின்போது	391
55.	கருப்பட்டி	398
56.	மாமன் வரவு	407
57.	சினேகம்	414
58.	சிக்கன் பிரியாணியும் சீதேவி படமும்	422
59.	விட்டு விடுதலை ஆகி...	429
60.	மரி என்கிற ஆட்டுக்குட்டி	438
61.	தியாகி	445
62.	காலகண்டன்	451
63.	2000 வருஷத்து...	456
64.	மிருகம்	461
65.	அன்னை இட்ட தீ	467
66.	சொந்த ஊர்	472
67.	பச்சைக்கிளியும் காந்தியவாதியும்	476
68.	அபஸ்வரம்	482
69.	அப்பாவுக்குத் தெரியும்	489
70.	தோழமை என்பது	495
71.	பங்காளிகள்	500
72.	அந்த மனிதர்	504
73.	நெருப்பைப் பொட்டலம் கட்ட முடியாது	508
74.	ஒரு வித்யாவின் கதை	517
75.	திரை	536

ஒரு ஊரில் ரெண்டு மனிதர்கள்

காலைப் பலகாரம் சாப்பிட்டுவிட்டு, கழுவிய கையைத் துடைத்தவாறு கூடத்துக்கு வந்தான் கிருஷ்ணமூர்த்தி. மூலையில் அப்பா சாய்வு நாற்காலியில் புதைந்து கிடந்தார். பல வருஷ காலமாகவே அவர் அப்படித்தான் இருக்கிறார். அப்பாவை நின்று பார்த்தே ஞாபகம் இல்லைபோல் தோன்றியது அவனுக்கு. அம்மா வீட்டில் இல்லை. அடுத்த வீட்டுக்குப் போயிருப்பாள். மத்தியான சாப்பாட்டுக்கு அரிசியோ, பணமோ கடன் கேட்டு வாங்கப் போயிருப்பாள். அவன் சட்டையை மாட்டிக்கொண்டு வீதிக்கு வந்தான்.

மெயின் ரோட்டுக்கு ரொம்பவும் உள் தள்ளி இருந்தது அவன் பேட்டை. இதையும் மெயின் ரோட்டையும் இணைக்கும் இடம் வெகு காலம் பொட்டலாய் இருந்தது. குத்துச் செடிகளும், கள்ளிச் சப்பாத்திகளும் முளைத்துக் கிடந்த இடம் அது. அங்கு சினிமா தியேட்டர் ஒன்று எழும்பிக்கொண்டிருந்தது. செங்கற்களும், சிமெண்டு மூட்டைகளும் மண்ணும் தெருவை அடைத்துக் கிடந்தன. அவன் மெயின் ரோட்டுக்கு வந்தான். அங்கும் ஒரு சினிமா கொட்டகை கட்டி முடிக்கப்பட்டு திறக்கப்பட இருந்தது. சினிமா கொட்டகையை அடுத்து ஓட்டலும், ஓட்டலை அடுத்து வட்டிக் கடைகளுமாகக் கடைத்தெரு காட்சி கொடுத்தது. மெயின் ரோட்டை வந்து சந்தித்த இன்னுமொரு தெரு முனையிலும் சினிமா கொட்டகை இருந்தது. இந்த இடத்தில் முன்பு குடிசைகள் இருந்தன. குடிசைகளைக் காலி செய்துவிட்டு சினிமா கொட்டகைக் கட்டினார்கள். அங்கு குடிசை போட்டுக்கொண்டு ஜீவித்தவர்கள் எல்லாம் எங்கு போயினர் என்று தெரியவில்லை. ஒருவேளை சினிமா கொட்டகைக்குள்ளே குடித்தனம் நடத்துவார்கள் போலும். அந்தக் கொட்டகையின் நிழலில் ஒண்டிக்கொண்டிருந்தது ஒரு பெட்டிக்கடை. அங்கு சார்மினார் சிகரெட் ஒன்றை வாங்கிப் பற்ற வைத்துக்கொண்டான் கிருஷ்ணமூர்த்தி.

புகைத்தவாறு எங்கு போகலாம் என்று யோசித்ததில், ரங்கசாமியைப் பார்க்கலாம் என்று கடைப்பக்கமாக நடந்தான்.

நாடார் கடையில் கும்பல் நெறித்தது. சற்றுத் தள்ளி மதிலோரம் முளைத்த மர நிழலில் ஒதுங்கி நின்றான். காற்றசைத்துக் கிளை ஒதுங்கும்போதெல்லாம் வெயில் மேல் விழுந்து உறைத்தது. மர நிழலையே ஆதாரமாகக்கொண்டு மையக் கிழங்கு விற்றுக்கொண்டிருந்தாள் கண்ணம்மா கிழவி. போன மாசம் கொய்யாப்பழம் விற்றாள்.

இவனைப் பார்த்ததும் "இன்னா அரிசிக் கடைக்காரரே, கடையை ஊத்தி மூடினியாமே, இன்னா ஆளுப்பா நீ. அரிசிக் கடை வச்சு அவன் அவன் பணத்தை அரிச்சுக் கொட்டறான். நீ உள்ளதையும் ஒழிச்சுப்புட்டு அம்போன்னு நிக்கறே..." என்றாள்.

"அரிசி வாங்கினவளுக கடனை ஒழுங்கா திருப்பிக் குடுத்திருந்தா நான் எதுக்குக் கடையை மூடறேன்? பெரிய யோக்கிய மயிரு மாதிரி பேசறியே... நீகூடத்தான் பாக்கி தரணும்" என்றான் கிருஷ்ணமூர்த்தி.

"இன்னாபா வார்த்தையை உட்றியே! நான் தரக்கூடாதுன்னா நினைக்கிறேன். காசு கையில் நின்னாதானே. இந்த வாரத்துக்குள்ளேயே குடுத்திடறேன் ராசா" என்றாள் கிழவி.

நாடார் பார்வையில் இவன் விழுந்ததும், "என்ன சார்? ரங்காசாமியைப் பார்க்கணுமா?" என்றார். இவன் தலை அசைக்கிறான். அவர் கடை உள்பக்கம் திரும்பி, "அடே... ரங்கசாமி! உன் பழைய முதலாளி அவுக பார்க்கணுமாம்... போய் வா!" என்றார். மார்பில் வழிந்த வியர்வையைக் கைவிசிறி மட்டையால் வழித்து எறிந்தார். துளிகள் துவரம் பருப்பின் மேல் விழுந்தன. கடையில் மூடு பலகையைத் தாண்டிக் குதித்துக்கொண்டு ரங்கசாமி வந்தான்.

"இன்னா அண்ணே?"

"கோபாலு இன்னும் தரலேடா, அதான் அந்த ஆலை வேலைக்காரன். அஞ்சி பத்துன்னா பரவாயில்லை. நூத்தி எம்பது ரூவா, வீட்டுல கொஞ்சம் முடை. அவனைப் பார்த்தாக் கேளேன்."

"நைட் கடை கட்டிக்கிட்டு போறப்ப அவனைப் பார்க்கிறேன்" என்றான் ராமசாமி.

"டீ சாப்பிடறீங்களா அண்ணே..."

"வேணாம்."

ஒரு காகம் வந்து மதிலில் உட்கார்ந்து, இரண்டு முறை கத்திவிட்டுப் பிறகு பறந்து போனது.

"வேறு ஒண்ணும் பிசினஸ் பண்றாப்பில இல்லையா அண்ணே. இந்த நாடார் நமக்கு ஒத்து வரலண்ணே — சின்னப் பையனாட்டம் டீ வாங்கிட்டு வரச் சொல்றான்."

"பாப்பம்"

மறுநாளே கிருஷ்ணமூர்த்தியைப் பார்த்துத் தகவல் சொன்னான் ரங்கசாமி.

"கோபாலு வீட்டுல கிடைக்கலண்ணே. நைட் ரெண்டாவது ஆட்டம் சினிமாவுக்குப் போனண்ணே. அங்க வாத்தியாரு வசமா மாட்டிக்கிட்டாரு.

கூட நாலைஞ்சு பேரோட சினிமாவுக்கு வந்திருந்தான். இன்னாய்யா உன் யோக்யதை, கடன் சொல்லி அரிசி வாங்கித் தின்னியே திருப்பிக் குடுத்தியால. இதவிட கூட்டிக் கொடுத்துச் சாப்பிடலாமேடா பேமானி, அப்பிடீன்னேன். ஆளு அப்பிடியே பேஸ்த் அடிச்சுப் போயிட்டான், தெரியுமா? சினிமாகூடப் பாக்கலே. இன்ரோலுக்கு முந்தியே எழுந்திரிச்சுப் போயிட்டான்."

ரங்கசாமிக்கு சந்தோஷம் வந்தால் ஒரு கண் மூடிக்கொள்ளும். வலது கை ஆள்காட்டி விரலால் இடது கை உள்ளங்கையைக் குத்திக் கொள்வான்.

"நீ இப்பிடி அவனை அசிங்கப்படுத்தி இருக்கக்கூடாது" என்றான் கிருஷ்ணமூர்த்தி.

"இதாண்ணே உன்கிட்ட கஷ்டம். உனக்குப் பிழைக்கத் தெரியலே. இவனுங்ககிட்ட எல்லாம் மரியாதை பார்த்தா பிச்சை எடுக்க விட்டுடுவானுங்க. உனக்குத் தெரியுமா, இந்தப் பேமானி போன வாரந்தான் ஆயிரத்தைநூறு ரூவா போனஸ் வாங்கி இருக்கான். அவனுக்குப் போயி மரியாதை கொடுக்கணும்னு சொல்றே."

இது நடந்த இரண்டு நாளைக்கப்புறம், அகஸ்மாத்தமாக கோபாலுவை, கிருஷ்ணமூர்த்தி பட்டாணிக் கடைப்பக்கம் பார்த்தான். சேலத்துக்காரர் நடத்தும் பிரியாணிக் கடை வாசலில், வாயில் குச்சியை விட்டுக் குத்திக்கொண்டு நின்றிருந்தான். கோபாலு. அவனும் இவனைக் கவனித்து விட்டான். பார்க்காததுபோல சைக்கிளைத் தள்ளிக்கொண்டு நடந்தான். அது 'ஒன்வே டிராபிக்' உள்ள தெருவாகையால் அவனால் ஓட்டிக்கொண்டு போக முடியவில்லை. கிருஷ்ணமூர்த்தி ஓடிப் போய் அவனைத் தொட்டான்.

"இன்னாப்பா கோபாலு, இன்னா மறந்தே போயிட்டியே."

கோபாலு சிக்னலில் மாறிமாறி வரும் வெளிச்சத்தை முதல் முறையாகப் பார்த்ததுபோலப் பார்த்தான்

"நான் எவ்ளோ கஷ்டப்படறேன் தெரியுமா? நான் உன்னை முழுசுமாக் கேக்கறேன்? கொஞ்சம் கொஞ்சமா கொடுத்து அடையேன். உனக்கும் சௌரியம், எனக்கும் சௌரியம்." என்று அடைத்த குரலில் சொன்னான் கிருஷ்ணமூர்த்தி.

"அது இருக்கட்டும்பா, நான் உனக்கு எம்மாந்தரணும். பிசாத்து நூத்தி எம்பது ரூபா காசு தானே. ஆயிரமா இருந்தாக்கூட என்னால தர முடியும். நான் ஒண்ணும் 'ஐவேஜி' இல்லாதவன் இல்லே. நிம்மதியா சினிமாவுக்குப் போன இடத்திலே, உன் கடைப் பையனை விட்டு நாலு பேருக்கு முன்னால என்னை நீ அவமானப் படுத்தறே. நான் சினிமாவே பார்க்கலை."

கோபாலுவின் முகம் கோணியது.

"எனக்கு அழுகையே வந்துடுச்சி. தோ பாரு நான் கொடுக்கிறப்போதான் கொடுப்பேன். என்னை இம்சை பண்ணிக்கிட்டு இருக்காதே. மரியாதையைக் காப்பாத்திக்கோ" என்று சொல்லிவிட்டு சைக்கிளை வேகமாகத் தள்ளிக்கொண்டு போனான்.

"கோபாலு! கோபாலு!" என்று கூப்பிட்டுக்கொண்டே பின்னால் போனான் கிருஷ்ணமூர்த்தி. அவன் வேகமாகப் போய் விடவே நடுத்தெருவில் நின்று,

தன்னை யாராவது கவனிக்கிறார்களா என்று ஓரக்கண்ணால் நோக்கினான். நிம்மதியாக இருந்தது. டிராபிக் போலீஸ்காரன், இவனைப் பார்த்து "பிளாட்பாரத்துல ஏறி நடங்கய்யா. நடுரோட்டுல நின்னுக்கிட்டு ஏய்யா என் தாலியை அறுக்கறீங்க" என்று கத்தினான்.

அவன் பிளாட்பாரத்தில் ஏறி நடந்தான். திருப்பத்தில் இருந்த ஒரு பெட்டிக் கடையில் ஒரு சார்மினார் சிகரெட் வாங்கிப் பற்ற வைத்துக்கொண்டான். மனசு பாரமாக இருந்தது. கிளம்பும்போது அம்மா, "பணம் இருந்தா பத்து ரூபா கொடுப்பா" என்று கேட்டது ஞாபகத்துக்கு வந்தது. அரக்கு நிறத்தில் போட்டு வைத்துக்கொண்டு, ஸ்டூலில் உட்கார்ந்து பூ விற்றுக்கொண்டிருந்த ஒருத்தி "பூ வேணுமா சார்" என்றாள். பதில் சொல்லாமல் இவன் நடந்தான்.

ஒரு வாரத்துக்குப் பின், ஐயர் ஓட்டலுக்கு முன் வெற்றிலைப் போட்டுக்கொண்டு நிற்கும் கோபாலுவைப் பார்த்தான் கிருஷ்ணமூர்த்தி. இருள் காண இருந்த மாலை அது. "கோபாலு" என்று கூப்பிட்டுக்கொண்டு அருகே போனான். கிருஷ்ணமூர்த்தி என்கிற நபரே உலகத்தில் இல்லாததுபோல சாவதானமாகச் சுண்ணாம்பு விரலைத் துணியில் துடைத்துவிட்டு சைக்கிளில் ஏறி உட்கார்ந்துகொண்டு போய்விட்டான். போகும்போது இடப்புறம் திரும்பி 'புளிச்'சென்று வெற்றிலை எச்சிலைத் துப்பிவிட்டுப் போனான்.

இடையில் ஒருநாள் எதேச்சையாக ரங்கசாமி எதிர்ப்பட, கிருஷ்ணமூர்த்தி தான் கோபாலுவைக் கூப்பிடக் கூப்பிட அவன் கொஞ்சம்கூட மதிக்காமல் போய்விட்டதை ரொம்ப வருத்தத்தோடு சொல்லிக்கொண்டான். எல்லாவற்றையும் கேட்டுக்கொண்டு ரங்கசாமி சொன்னான்.

"அண்ணே நான் சொல்றேன்னு கோவிச்சுக்ககூடாது. நீ இப்படியே இருந்தா, சோறு தண்ணி இல்லாம செத்துத்தான் போவே. கோபாலு மாதிரி அயோக்கியப் பசங்களை மரியாதை பண்ணிப் பேசிக்கிட்டு இருக்கீங்க. சட்டையைப் பிடிச்சு இழுத்து ங்கொக்காலே, இன்னாடா சொல்றே என் பணத்துக்கு அப்பிடீன்னு கேக்கிற வரைக்கும் அவனும் பணம் கொடுக்கப் போறதில்லே, நீயும் வாங்கப்போறதில்லே!"

அடுத்த நாள் ஞாயிற்றுக் கிழமையாக வாய்த்தது. காலை முதற்கொண்டு யோசித்து யோசித்து இருட்டிய பிறகு கோபாலுவைப் பார்க்கப் புறப்பட்டான் கிருஷ்ணமூர்த்தி. ராத்திரி கனத்து பேட்டையே இருட்டில் புதைந்து கிடந்தபோது கோபாலுவின் வீட்டுக் கதவைத் தட்டினான். கதவு திறந்து ஒரு ஸ்திரி "யாரு" என்றாள். மங்கிய வெளிச்சத்தில் பிள்ளைத்தாச்சியாக அவள் இருப்பது தெரிந்தது.

"கோபாலு இருக்காரா?"

"சாப்பிடறார். உக்காருங்க. யார் வந்திருக்கான்னு சொல்ல?"

"கிருஷ்ணமூர்த்தி — அரிசிக்கடை கிருஷ்ணமூர்த்தின்னு சொல்லுங்க தெரியும்"

அவள் மீண்டும் கதவைச் சாத்திக்கொண்டு போய்விட்டாள். உள்ளே இருந்த விளக்கு வெளிச்சம் சாத்தியிருந்த கதவு ஊடாக ஒரு நீண்ட கோடாய் வெளிப்பட்டது. இவன் நின்றுகொண்டே மூன்று சிகரெட்டுகளைக் குடித்து முடித்துவிட்டிருந்தான். கோபாலு கதவைத் திறந்துக்கொண்டு கையைத் துடைத்துக்கொண்டே வந்து "இன்னாப்பா இந்த நேரத்துல" என்றான்.

கூர்ந்து கவனித்தால் மட்டுமே முகம் தெரிகிற இருட்டாக இருந்தது. கிருஷ்ணமூர்த்திக்கு அது சௌகரியமாக ஆயிற்று. கோபாலுவிடமிருந்து மீன் குழம்பு வாசனை வந்தது. அது அவனுக்குப் பிடிக்காது.

"ஒண்ணுமில்லே வீட்டுல கொஞ்சம் முடை, பணக்கஷ்டம். ஏதாவது பார்த்துக் கொடுத்தியேன்னா தேவலை",

கதவைத் திறந்துக்கொண்டு அந்த ஸ்திரி எட்டிப் பார்த்தாள். வெளிச்சம் அதிகமா வெளிப்பட்டது.

"நான்தான் உனக்கு அப்பவே சொன்னனே. என் கையில் கெடைக்கும்போது கொண்டாந்து தர்றேன்னு. சும்மா ஏன் தொந்தரவு பண்றே" என்று அமுங்கிய குரலில் சொல்லித் திரும்பிப் பார்த்துக்கொண்டான்.

கிருஷ்ணமூர்த்தி அந்த ஸ்திரியைப் பார்த்தான். அவள் இவனைப் பார்ப்பதாக இருந்தது.

"என் நிலைமையை நீ புரிஞ்சுக்கணும் கோபாலு, என் முதல்ல பெரும் பகுதியைக் கடனாகவே கொடுத்துட்டேன். வீட்டுல கொஞ்சம் முடை. அக்கா பிரசவத்துக்கு வந்திருக்கு. என் கைச் செலவுக்குக் கஷ்டமா இருக்கு."

"உனக்கு அநேக கஷ்டம் இருக்கலாம். அதுக்காக நான் கழுத்தையா அறுத்துக்க முடியும்?"

"நீ பேசறதப் பார்த்தா, நான் என்னவோ உன் கிட்ட பணம் கடன் கேட்க வந்த மாதிரி இல்ல இருக்கு.?" என்று சொல்லிவிட்டு ஒரு சிகரெட்டைப் பற்ற வைத்துக்கொண்டான் கிருஷ்ணமூர்த்தி. கொஞ்சம் தெம்பாக உற்சாகமாக இருந்தது. மார்பு லேசாகத் துடிப்பது தெரிந்தது.

"சரி, நான் தூங்கப் போகணும்"

"ஒண்ணு சொல்றேன் கேளு. நான் உனக்கு அடங்கிப் போறதா நீ நெனைக்கிற. மனுஷனுக்கும் மனுஷனுக்கும் இருக்கிற மரியாதை தவறக்கூடாதுன்னு பார்க்கிறேன். நீ காப்பாத்திக்கப் போறதில்லேன்னு தோணுது."

"ஏங்க இங்க கொஞ்சம் வாங்களேன்" என்றாள் அந்த ஸ்திரி.

"உஸ், நீ உள்ள போ, இன்னாபா, ஒரு மாதிரியா பேசறே."

நீ பேச வச்சுட்டே. உனக்கு இன்னும் ஒரு வாரம் டைம் தறேன். அதுக்குள்ளே நீ பணத்தைத் தந்திடணும்"

"தரலேன்னா?"

"உதைப்பேன். நீ என் வீட்டைத் தாண்டித்தான் மில்லுக்குப் போகணும். உன் காலை, கையை உடைப்பேன். உன் மில் டோக்கனைப் பிடுங்கி வச்சுக்குவேன். நீ வேலைக்குப் போக முடியாது. என்னை உனக்குத் தெரியும். என் குடும்பத்தையே உனக்கும் தெரியும். என்னோட சிநேகிதர்கள் எல்லாம் எப்படின்னும் உனக்குத் தெரியும். சத்தியமா நான் சொன்னதைச் செய்வேன்."

அந்த ஸ்திரி கதவை விட்டு வெளியே வந்து விட்டாள். கிருஷ்ணமூர்த்தி சிகரெட்டை மிதித்துத் தேய்த்து விட்டு நிதானமாக நடந்து போய்விட்டான்.

இது நடந்து ரெண்டாம் நாள் சூரியன்கூட தூங்கி விழிக்காத காலைப் பொழுது. குளிரில் முடங்கி போர்த்திக்கொண்டு படுத்திருந்தான் கிருஷ்ணமூர்த்தி. அம்மா வந்து அவனை எழுப்பினாள்.

"யாரோ தேடிக்கிட்டு வந்துருக்கான்டா."

துண்டால மார்பை மூடிக்கொண்டு வெளியே வந்தான். கழுத்தைச் சுற்றி மப்ளர் சுற்றிக்கொண்டு நின்றிருந்தான் கோபாலு.

"இன்னா கோபாலு?"

"இந்தா, இதுல நூறு ரூபா இருக்குப்பா. அவ்ளோதான் என்னால புரட்ட முடிஞ்சுது. இதை வச்சுக்கோ. இன்னும் ரெண்டே நாளில் மீதி எண்பதையும் கொடுத்துடறேன். கோவிச்சுக்காதே." என்றான் அவன்.

பணத்தை வாங்கிக்கொண்டான்.

"போனஸ் வாங்கினியே. என்னாச்சு?"

"வரவைக் காட்டிலும் கடன் ஜாஸ்தியாப் போச்சுப்பா எனக்கு."

பணத்தை எண்ணுவது சிரமமாக இருந்தது கிருஷ்ணமூர்த்திக்கு.

"பரவாயில்லை, மீதி எவ்வளவு தரணும் நீ. எம்பது தானே முப்பதைத் தள்ளிடு. ஐம்பது கொடுத்தாப்போதும். இன்னும் ஒரு வாரம், பத்து நாளு சென்று கொடு."

"நான் ஏதாவது தப்பாச் சொல்லியிருந்தா கோவிச்சுக்காதே. கோபாலு..."

"சேச்சே, தப்பு என்னோடதுதான். நான் ஒழுங்கா கொடுத்திருக்கலாம். நான் கஷ்டப்பட்ட நேரத்துல நீ கொடுத்து உதவினே. உன் கஷ்டத்துக்கு நான் உதவல்லே..."

கோபாலு போய்விட்டான். மூன்றாம் நாள் திரும்பி வந்தான்.

"என்னா கோபலு?"

"இந்தாப்பா, இதுல முப்பது இருக்கு. அவளோதான் கிடைச்சது. ஒரு இடத்துல கேட்டு வாங்கியாந்தேன். நம்ம வீட்டுல முந்தா நாளு குளிச்சுட்டா — உன் கிட்ட பேசிட்டுப் போனேன் இல்ல, அப்புறம் கொஞ்ச நேரத்துக்கெல்லாம் பிரசவம் ஆயிட்டுது. செலவு மேல செலவு."

"இன்னா குழந்தைப்பா"

"இதுவும் பொட்டைதான்"

"அதனால என்ன, குழந்தை குழந்தை தானே!"

"சரி, நான் வரட்டுமா. மீதி இன்னும் ரெண்டு நாள்லே தர்றேன்."

"இரு, இன்னும் எவ்ளோ தரணும் இருபது தானே! குழந்தைக்கு அந்தப் பணத்துல என் பேரைச் சொல்லி ஒரு சட்டை வாங்கிப் போடு"

"மனசுல ஒண்ணும் வச்சுக்காதே கிருஷ்ணமூர்த்தி."

"சேச்சே!"

சாயங்காலம் ஐயர் கிளப்பில் டிபன் சாப்பிட்டுவிட்டு, கிருஷ்ணமூர்த்தியும், ரங்கசாமியும் சினிமாவுக்குப் போனார்கள்.

1972

பிரும்மம்

நாங்கள் புது வீட்டுக்குக் குடிபோனோம். ஆச்சரியமாக வீட்டுக்கு முன்னால் கொஞ்சம் நிலம் வெறுமே கிடந்தது. ஒரு நாலு முழ வேட்டியை விரித்தது போன்று கிடந்தது அது. அதை என்ன பண்ணலாம் என்று நாங்கள் யோசித்தோம். வீட்டுப் பெரியவர்களுக்குச் சலுகை கொடுப்பது மாதிரி, மரியாதைக் கொடுக்கிற பழக்கத்தை உத்தேசித்து பாட்டியைக் கேட்டோம்.

அவள் ஆகி வந்த பழக்கங்களுக்கேற்ப, ஒரு பசு வாங்கிக் கட்டி வளர்க்கலாம் என்றாள். பசு வீட்டுக்கு லட்சணம், பசு வந்தாலே வீட்டுக்கு லட்சுமி வந்ததுபோல. பசு பால் கொடுக்கும். பாலில் இருந்து மோர், தயிர், வெண்ணெய், நெய் முதலானாவை கிடைக்கும். பசு பெய்வதை மூத்திரம் என்று சொல்லக்கூடாது. அதைக் கோமியம் என்று கூற வேண்டும். அந்தக் காலத்தில் மனுஷர்கள் வீட்டுக்கு ஒரு பசு வளர்ப்பார்கள். இப்போதெல்லாம் மனுஷர்கள் ரொம்ப மாறிப் போய் விட்டார்கள்.

பாட்டியின் கருத்தை அம்மா ஒரே அடியில் அடித்து வீழ்த்தினாள். "காலம் பூராவும் இந்தக் குடும்பத்துக்கு உழைத்து உழைத்து உருக்குலைந்து ஓடாகத் தேயந்து போனது போதாதென்று இப்போ மாட்டுச் சாணி வேற வார வேண்டுமா?" என்று கேட்டாள். அவள் கட்டிக்கொண்டு வந்ததில் இருந்து அவளும் பார்த்துக்கொண்டுதான் இருக்கிறாள். அவள் நாத்திமார்கள் அவளைச் சந்திரமதியாகப் படுத்தி வைத்தார்கள். காலை நாலு மணிக்கு எழுந்திருக்கும் அவளை, ராத்திரி சாமம் ரெண்டு மணிக்கே படுக்கவிட்டார்கள். ஊர் உலகத்தில் உள்ளது மாதிரி அவளுக்குப் புருஷன் வாய்க்கவில்லை. நாள் கிழமைகளில் அவளுக்குப் பட்டுப் புடவை இல்லை. கண்ட கழிசடைகள் எல்லாம் வைரமாகப் போட்டுக்கொண்டு ஜொலிக்க, சாதாப் பவுனுக்கே இவள் அல்லாடுகிறாள்.

கல்யாணம் காட்சிகளில் அவள்தான் எவ்வளவு அவமானப்படுகிறாள். கடைசியாக அம்மா, வாய் வலி காரணமாக நிகழ் உலகத்துக்குத் திரும்பி, “ஒரு வெண்டை, ஒரு கத்தரி, ஒரு தக்காளிச் செடி போடலாம். கறிக்கு ஆகும். கொத்தமல்லிக்கூடப் போடலாம்தான்” என்றாள்.

சௌந்தரா, என் தங்கையின் பெயர். இதைக் கடுமையாக ஆட்சேபித்தாள். ‘ஹோம் சயின்ஸ்’ என்கிற அபூர்வமான கல்வியைக் கற்பவள் அவள். தோழி வீட்டில் மல்லிகை, கனகாம்பரம், ரோஜாச் செடிகள் போட்டிருக்கிறது. மல்லிகை, ரோஜா, கனகாம்பரம் பறித்துக் கட்டி, தலையில் வைத்துக்கொண்டு காலேஜ் போகலாம். ரம்மியமாக இருக்கும். பூக்கள் அற்புதமானவை. அழகை ரசிக்கத் தெரிய வேண்டும். கத்திரி, வெண்டை, எல்லாம் வெறும் சோற்றுக்கே ஆகும். மனிதன் சோற்றால் மட்டும் ஜீவித்திருக்க மாட்டான். சௌந்தரா கனவுகளைத் தின்று வாழ்பவள்.

எந்த முடிவுக்கும் வராமலேயே சபை கலைந்தது. எங்கள் அனைவருக்கும் சிந்திக்கவும், செய்யவும் அனேக காரியங்கள் ஏறிட்டுப் போயின.

ரெண்டு நாள் கழிந்து, அப்பா, சாயங்காலப் பொழுதில் எங்களை அழைத்து. காலியாகக் கிடக்கும் நிலத்தில் முருங்கை நடலாம் என்றார். முருங்கை மரம் இருக்கும் மரங்களிலேயே சிறந்தது. வேர் வீட்டு மதிலையோ, வீட்டு அஸ்திவாரத்தையோ தகர்க்காது. இடத்தை அடைக்காது. முருங்கைக்கீரை கீரைகளிலேயே ரொம்ப விசேஷமானது. கபத்தைக் கரைக்கும் கால்சியம் சத்து உள்ளது. கந்தசாமி முதலியார்கூட எழுதியிருக்கிறார். காயைப் பற்றிச் சொல்ல வேண்டியதே இல்லை. சாம்பார் வைக்கலாம். வாசனை ஊரைக் கூட்டும் காரக் குழம்பு வைக்கலாம்தான். தேங்காய்த் துருவல் போட்டுக் கறி பண்ணலாம். வீட்டு முகப்பில் மரம் ஓர் அழகைத் தரும். நிழலும் தரும். வீதியை ஒட்டிய அறைக்கு எப்பவும் வெயில் வராது. குளிர்ச்சியாய் இருக்கும். அப்பாவுக்கு முருங்கை பிடிக்கும். எனக்கும் பிடிக்கும். அம்மாவுக்குப் பிடிக்கும். பிடிக்காது என்பதில்லை.

அடுத்த நாள் காலை அப்பாவின் சினேகிதர் வீட்டில் இருந்து அவர் பையன் ஒரு முருங்கைக் கிளையைக்கொண்டு வந்தான். அப்பாவை எழுப்பிக் கொடுத்தான். அப்போது நாங்கள் தூங்கி எழுந்து காப்பி சாப்பிட்டுக்கொண்டிருந்தோம். அன்று வெள்ளிக்கிழமையாய் வேறு அமைந்திருந்தது.

அம்மா ஸ்நானம் பண்ணி, கூந்தல் முனையில் ஈரம் போக துணி சுருட்டிக் கட்டியிருந்தாள். மஞ்சள் மினுக்கிய அவள் வழக்கத்துக்கு விரோதமாகச் சிரித்துக்கொண்டிருந்தாள். அதன் காரணமாக அவள் அழகாக விளங்கினாள்.

முருங்கைக்கிளை கொண்டு வந்த பையனுக்குக் காப்பி உபசாரம் எல்லாம் நடந்தது. அப்பா குளிக்கப் போனார். சாதாரணமாக அவர் அரை மணி முக்கால் மணி நேரம் குளிப்பார். அன்று அதிசீக்கிரமாகக் குளித்து விட்டு சொட்டச் சொட்டத் துண்டை இடுப்பில் சுற்றிக்கொண்டு வந்தார்.

அப்பாவிடம் ஒரு பட்டு வேஷ்டியும் பட்டுத் துண்டும் இருந்தது. தாத்தாவின் திவச நாளிலும் பண்டிகை, விசேஷ காலங்களிலும் அவர் அதைத்தான் அணிவார். மஞ்சளும் இல்லாமல் பழுப்பும் இல்லாமல் இரண்டுக்கும் இடைப்பட்டு இருந்தது அது. வெயில் பட்டால் எரிவது போல் மினுங்கும்.

வருஷத்தில் பத்துப் பனிரெண்டு நாட்களுக்கே அது பயன்பட்டு வாழ்ந்தது. மற்ற நாட்களில் அலமாரியிலேயே அது மடித்து வைக்கப்பட்டிருந்ததால் அதற்கென்று தனி மணமும் குணமும் ஏற்பட்டிருந்தது. அதை அலமாரியை விட்டு எடுக்கும் போதெல்லாம் கற்பூர வாசனை பரவும். அப்பா அந்த வாசனையோடு இருக்கும்போது அவரை எனக்குப் பிடிக்கும். அன்றும் ஏதோ விசேஷ தினம்போல அப்பா அந்த வேஷ்டியைக் கட்டிக்கொண்டு மேலே போர்த்திக்கொண்டார்.

முருங்கைக் கொம்பு கொஞ்ச நாழிகை முன்புதான் ஒடிக்கப்பட்டிருந்தது. அதனின்று நீர் சுரந்தது. பசிய மர வாசனை அதனின்று வந்தது. மெல்லிய மேல் தோல் சிதைந்து உள்ளே பச்சைக் காண இருந்தது. அந்தச் சதுர நிலத்தில் நடுப்பாங்காக அந்தக் கொம்பை அப்பா நட்டார். அம்மா அவருக்குத் துணை செய்தாள். அம்மா குனிந்து அந்த முருங்கைக் கொம்பைப் பிடித்துக்கொண்டிருந்தபோது அவள் முதுகுப் பக்கம் தலையில் முடிந்திருந்த துண்டின் ஈரம் பட்டு நனைந்திருந்தது. அப்பா பள்ளம் தோண்டி கம்பை நட்டார். நான் வேடிக்கை பார்த்துக்கொண்டு நின்றிருந்தேன். சௌந்தரா ஓடிப் போய் வாளியில் நீர் கொண்டுவந்து கொம்பைச் சுற்றி மண்ணில் வார்த்தாள். அம்மா மூன்றாவது வீட்டுக்கு ஓடிப் போய் மாட்டுச் சாணம்கொண்டு வந்து கொம்பின் முனையில் அப்பி வைத்தாள். அன்று காலை நேரம் பூராவும் எங்களுக்கு முருங்கையே விஷயமாக இருந்தது. நானும் அப்பாவும் எங்கள் ஆபீஸ்களுக்கும் சௌந்தரா காலேஜுக்கும் அன்று லேட்டாகவே போனோம்.

அடுத்த சில நாட்களுக்கு நாங்கள் முருங்கையைப் பற்றி சுத்தமாய் மறந்து போனோம். முருங்கை என்கிற விஷயம் எங்கள் வாழ்வில் இடம் பெற்றதாகவே எங்கள் யாரின் உணர்விலும் இல்லை.

ஒருநாள் காலை என்னை என் படுக்கையில் வந்து எழுப்பினாள் சௌந்திரா. அவள் குரலிலும் அசைவிலும் அவசரம் தெரிந்தது. என்னைப் பிடித்துக் குலுக்கினாள்.

“சனியனே! காலைல வந்து என் உயிரை ஏன் எடுக்கிற...”

“அண்ணா, வந்து பாரேன், முருங்கை மரம் முளைச்சிடுச்சி!”

சுருக்கென நான் எழுந்து உட்கார்ந்தேன். இருவரும் கீழே வந்தோம். முருங்கையைச் சுற்றி வீட்டார் அனைவரும் நின்றிருந்தார்கள்.

பட்ட மரம் போலும் குச்சி போலும் தோற்றம்கொண்டிருந்தது முருங்கை. அதன் பட்டையின் பல்வேறு இடங்களில் பச்சைப் புள்ளியாகத் தளிர் விட்டிருந்தது. ஒட்ட வைக்கப்பட்ட பச்சைப் பயிறு. கிளர்த்திக்கொண்டு வெளியேறத் துடிக்கும் உயிரின் உருவம், பார்க்கப் பரவசம் தந்தது. என் விரல் என்னை அறியாமல் நீண்டது.

“உஸ், அதைத் தொடக்கூடாது! என்றாள் பாட்டி. பச்சைக் குழந்தைகளையும் பூக்களையும் தளிர்களையும் விரல் நீட்டிச் சுட்டக்கூடாது, தொடவும்கூடாது. தொட்டால் அதுகளுக்கு ஊறு.

அன்று முதல் விடிந்ததும் எங்களின் முதல் வேலை முருங்கையை பார்ப்பதுதான். அதன் வளர்ச்சியின் ஒவ்வொரு கணுவும் எங்களுக்குத் தெரிந்தே நிகழ்ந்தது. உளுத்தம் பொட்டின் அளவான தளிர், மெல்லிய

நரம்புபோல அதுவிடும் கிளை, பச்சைப் பட்டாணியைப்போல அதன் இலை, ஊடே ஊடே தோன்றும் அதன் புதிய புதிய தளிர்கள் எல்லாம் எங்கள் கண் முன்பாகவே நிகழ்ந்தன. இதற்கிடையே நான், ரெண்டு சட்டைகள் புதிதாகத் தைத்துக்கொண்டேன். என் முழங்கால் பேன்ட் சற்று இறுக்கமாகி விடவே அதைப் பிரித்து விட வேண்டியிருந்தது. ஒரு நாள் ரகசியமாக அதன் ஒரு — ஒரே ஓர்— இலையைப் பறித்து வாயில் போட்டுச் சுவைத்தேன். வித்தியாசமாக ஒன்றும் இல்லை. எனக்கு அது சுவாரஸ்யமாக இருந்தது.

முருங்கையப் பயன் கொண்ட அந்த முதல் நாள் இப்போதும் என் கண் முன் நிற்கிறது — நெஞ்சில் நிற்பது போல அம்மாவுக்கு நெய் உருக்க வேண்டி இருந்தது. முருங்கைக்கீரைப் போட்டு உருக்கினால் நெய் ரொம்ப வாசனையாக இருக்கும் என்றாள் பாட்டி. அம்மா அப்படியே செய்தாள். மத்தியான சாப்பாட்டுக்கு அந்த நெய்யையே நாங்கள் விட்டுக்கொண்டு சாப்பிட்டோம். முருங்கையின் விசேஷமோ அன்றி மனதின் விசேஷமோ நெய் என்றைக்குங் காட்டிலும் அன்று ரொம்ப சுவையாய் இருந்தது. நெய்யில் விழுந்திருந்த கீரையுங்கூட தின்ன ஒரு மாதிரியாய் நன்றாகவே இருந்தது. அதுகாகத் துளிர்விட்ட அதைப் பறித்து அம்மா இம்சித்து விட்டாளே என்கிற துக்கம் என் மனசுக்குள் இருக்கத்தான் செய்தது.

அது நாளுக்கு நாள் தான் பெருக்கிக்கொண்டே ஆகிருதியினால் செளந்தராவையே நேரங்களில் எனக்கு நினைவூட்டியது. அம்மா, செளந்தராவை தன் யெளவனத்தின் கடைசிக் காலத்தில்தான் வாங்கிக்கொண்டாள். எனக்கும் அவளுக்கும் பதினைந்து வருஷ பிராய வித்தியாசம் ஏற்பட்டு விட்டது.

செளந்தராவை அவள் குழவிப் பருவம் தொட்டே அருகிருந்து கண்டு வருகிறேன். அதையும் அது முளை விட்ட பருவம் தொட்டே தரிசித்து வருகிறேன். அவள் பாயில் புரண்டு, தன் பார்வையில் என் முழங்கால் மட்டும் விழ, அந்த அடையாளத்தை மட்டும் கண்டு, தன்னைத் தூக்கச் சொல்லி அழுதது; அது தன் குறுந்தளிர்க் கைகளைக் காற்றில் வீசி என்னை நேயம் கொண்டாடியது; அவள் முதல் நாள் பள்ளிக்கூடம் போகும் விசேஷத்தைக் கொண்டாடவென்று அதற்காகவே தைத்த சட்டை பாவாடை புரளப் புரளப் போட்டுக்கொண்டு நின்றது. வறண்டு மரத்துக் காய்த்து நின்ற கொம்பில், பச்சை பச்சையாய்க் கொத்துக் கொத்தாய் நாலு பக்கமும் சிலிர்த்துக்கொண்டு நின்றது; அவள் மலர்ந்தபோது நடுவீட்டில் ஜமக்காளம் போர்த்தின நாற்காலியில் மாலை அணிந்த கழுத்தோடு உட்கார்ந்துகொண்டு வெட்கத்தில் சிரித்தது; புட்டு சுற்றி உளுந்துக் களி தின்று சடங்கு கொண்டாடியது. எல்லாம் என் நினைவுகளில் பக்கம் பக்கமாய் நின்றது.

நான் சைக்கிளை எடுத்துக்கொண்டு வேலைக்குப் புறப்படுகையில் அது கையை அசைக்கும். பேசுவதாய் இருக்கும். எங்கள் சம்பாஷணைக்கு வார்த்தை அவசியப்படவில்லை. ஒலி இன்றியமையாமை இல்லை. உணர்வுகள் போதுமானவையாய் இருந்தன. இமைகள் உதடுகளாகிப் போயின.

செளந்தரா கூடத்து ஜமக்காள நாற்காலியில் உட்கார்ந்தது போல் அதுவும் நின்றது. அதன் கால்களுக்கிடையில் நிழல் திரண்டது. நானும் அப்பாவும் அதன் கால்களுக்கிடையில் சைக்கிளை நிறுத்துவதாகச்

செய்தோம். மத்தியான காலங்களில் நான் அதன் கால்களுக்குப் பக்கத்தில் ஈசிசேரைப் போட்டுக்கொண்டு உட்காருவேன். காற்று சுகத்திலும் நிழல் அருமையிலும் என்னைப் பொறுத்த வரை வெயில் அஸ்தமித்து விடும். புஸ்தகங்கள் படிப்பதும் எழுதுவதும் அதன் அடியில் என்றாகி விட்டது. எழுந்து கண்ணுக்கு மறையும் வரை என் வாசிப்பும், சிருஷ்டியும் அதன் அடியில், அதன் ஆதரவில் என்றாகி விட்டது.

காவிரி ஆற்றங்கரையில் நான் கல்லூரி வாசம் செய்திருக்கிறேன். சமஸ்கிருதம் கற்றது ஆற்றங்கரை அருகிருந்த ஒரு பழைய ஓட்டு வீட்டில். அந்தக் காலத்து மனுஷர்களைப்போலவே அந்தக் காலத்து வீடுகளும் பெரிசாய் இருக்கும். நாலுகைத் தாழ்வாரம் நடுவில் பெரிய முற்றம் வீட்டுக்குள்ளேயே எங்கள் வாத்தியார் மரம் வைத்திருந்தார். அது முருங்கையாக வாய்த்திருந்தது. அதன் கீழ்தான் என் பாடம் நடந்தது. அதற்கு மட்டும் வாய் இருந்தால் ராம ஸப்தத்தையும், கோதா ஸ்துதியையும் என்னைக் காட்டிலும் இனிமையாகவும் ஆத்மபூர்வமாகவும் சொல்லியிருக்கும். அதன் கீழ் எண்ணற்ற மாணவர்கள் அமர்ந்து பாஷை படித்திருப்பார்கள்.

வாத்தியார் ஒரு நாள் முருங்கையை பிரும்ம விருட்சம் என்றார். முருங்கையின் மேல் தோல், காய், கீரை முதலானவை மனுஷ இன விருத்திக்குக் காரணமாகி, புணர்ச்சிக்குத் தீவிர உந்துதலும் உரமும் தருவதால் அது சிருஷ்டிக்கு உதவுவதாகிறது. பிரம்மனும் சிருஷ்டி பரமான காரியங்களிலேயே இருப்பதால் அது பிரம்ம விருட்சம் என்றாகிறது என்றார். அந்த நாள் முதற்கொண்டு நான் அதை நோக்கும் போதெல்லாம் நாலு திசைகளிலும் சிரம்கொண்ட பிரம்மமே என் கண்களுக்குப் புலப்படுவதாயிற்று. வாத்தியார், குழந்தைகள், நாங்கள் அனைவரும் பிரம்ம விருட்ச நிழலில் வளர்ந்தவர்கள்.

சௌந்தராவுக்கு வரன் நிச்சயமாயிற்று. அவளுக்கு அவரும் பிடித்திருக்கவே கல்யாணம் சட்டென்று கூடி முடிந்தும் போயிற்று. அவள் புருஷனோடு புறப்படுகையில் அப்பா, அம்மா, நான், பாட்டி என எல்லோரிடதும் முண்டு முண்டாக நின்று அழுதாள். உறவுகளைப் பிரிவது என்பது எல்லோருக்கும் துன்பமான அனுபவமாகத்தான் இருக்கும். அவள் நேசித்தவற்றுள் முருங்கையும் கட்டாயம் இருக்கும்.

இப்போதெல்லாம் எங்கள் வீட்டில் பெண்டுகளின் வரத்து அதிகமாக இருந்தது. அம்மாவை ஒத்த பெண்டுகள், எதிர் வீட்டு, பக்கத்து வீட்டு, மூன்றாவது நாலாவது வீட்டுப் பெண்கள் வயது காரணமாக இவர்கள் பெரும்பாலும் குண்டாகவும், அல்லது அதிக ஒல்லியாகவும் இருப்பார்கள். நான் வீட்டுக்குள் நுழைகையில் சரேலென்று என்னைக் கடந்து இவர்கள் போவார்கள். இவர்கள் மீதிருந்து ஏதேனும் ஒருவகை வாசம் வீசும். மிளகாய் நெடி, கொத்துமல்லி வாசனை, அழுக்கின் கார நெடி, கழுவாத உடம்பின் கவிச்சை எல்லாம் தவறாமல் இவர்கள் கைகளில் ஒரு கொத்து முருங்கைக்கீரையும் அல்லது ரெண்டு மூன்று காயும் இருக்கும். இதற்காகவென்று வருபவர்கள் வேறு எதற்காகவோ வருபவர்களாக அபிநயித்து, கடைசியில் அம்மாவே கீரை பறித்துக் கொடுக்கும்போது புளகித்து சிரித்துப் பேசிவிட்டுச் செல்வார்கள். அம்மா பொதுவாக அண்டை வீடுகளுக்கு வம்பு சமாச்சாரங்களுக்காக போகிறவள் அல்லள். அதில் அவளுக்கு நாட்டம்

இல்லை. எனவே பெண்டுகள் அவளைப் புறக்கணித்தே இருந்தார்கள். முருங்கை வந்தபின் அவளுக்கு உறவுகள் தேடி முளைத்தன.

எங்கள் வீட்டுக் கீரை தேன் என்று பயன்கொண்டவர்கள் சொன்னார்கள். காய் மதுரம் என்றார்கள். அது தன்னைக் குறித்த பாராட்டெனவே ஆனந்தம் மிளிரும் அம்மாவுக்கு.

அது அடர்த்தி இன்றி மற்றவைபோல மிருக பலம் இன்றி வானத்தை நோக்கியே வளர்ந்தது. வானமே தன் இலட்சியம் என்பதுபோல அது வளர்ந்தது. அதன் உச்சி வானக் கூரையைத் தொட்டாலும், என் மனசுக்குள் அது தவழும் குழந்தை.

மனிதர்கள் ஒரு நாள் தங்கள் கோரைப் பற்கள் நீள மரங்களையெல்லாம் வெட்டிப் போட்டார்கள். கற்களை வைத்து சுவரெழுப்பித் தங்கள் வாழ்விடங்களையும் சாவிடங்களையும் அமைத்துக்கொண்டார்கள். ஆதலினால் பட்சி ஜாதிகள் கூடுகளை இழந்து வானத்தில் திரிந்தன. முருங்கை காக்கை குருவிகளுக்கு இல்லம் ஆயிற்று.

எங்கள் காதுகளுக்கு மனித இரைச்சலும் இயந்திரக் கூச்சலும் ஓசையாய் இருந்த நிலை போய் பறவையின் நாதம் இசை ஆயிற்று. மாடியில் என் அறையின் ஜன்னல் வழி பார்த்தால் முருங்கையின் தலைப்பகுதி தெரியும். என் படுக்கையின் மேல் படுத்திருந்துகூட அதனைப் பார்க்க முடியும். காலையில் ஏதேனும் ஒரு பறவையின் பேச்சு கேட்டுத்தான் நான் கண்களைப் பிட்டுக் கொள்ளும் வழக்கம் அமைவதாயிற்று.

சூரிய கிரணங்கள் மண்ணில் பாயாத அந்த வைகறைப் போதின் வெண்மையான சூழலில், ஒரு சிட்டுவோ, ஒரு காகமோ, அபூர்வமாக எப்போதாவது வரும். மைனாவோ, கருவாட்டு வாலியோ பேசக் கேட்டுக்கொண்டே, உலகத்தின் ஒரு பொழுதை எதிர்கொள்வது மிக இனிய அனுபவமாக இருக்கும். மனிதர்கள், தங்கள் வீடுகளில் தாங்கள் மட்டுமே தனித்து எவ்வாறு வாழ்கிறார்கள் என்று எங்களுக்குத் தோன்றும். விடியல் பொழுதை மனிதர்களைக் காட்டிலும் பறவைச் சாதியே ஆர்வத்தோடும் சந்தோஷத்தோடும் வரவேற்கின்றன. அவற்றின் உற்சாகம், விளையாட்டு மைதானத்தில் இருக்கும் குழந்தைகளின் கும்மாளத்தை ஒக்கும்; ஒரு கிளையில் இருந்து மறு கிளைக்குச் சிறகுகளைச் சிலிர்த்துக்கொண்டுத் தாவும். அலகால் நெஞ்சை நீவி விட்டுக்கொள்ளும் சாயுங்காலங்களில் அவை வேறு மாதிரி கூவும். ஒரு நாள் வாழ்க்கையை முடித்துவிட்ட திருப்தியும் சாந்தமும், பொழுது முடிந்து விட்டதே என்கிற ஆதங்கமும் அந்தக் குரல்களில் இருக்கும்.

முருங்கையைப் பறவைகளோடும், தொங்கும் காய்களோடும் பார்த்தால், அசப்பில் தன் தோள்மீது குழந்தைகளைத் தூக்கி வைத்துக்கொண்டு குதிபோடும் தாத்தாவைப்போலத் தோணும். திடீரென்று ஆயிரம் வருஷத்திய முதுமையில் மூச்சுவிடும். பாவமாய் இருக்கும். திடீரென்று விடலைப் பையனின் குஷியில் குதிபோடும்.

எங்கள் வீட்டில் முருங்கை சம்பந்தப்படாத சமையல் இப்போதெல்லாம் இல்லை. முருங்கைக்கீரை பிரட்டல் அல்லது கூட்டு. காய், சாம்பார். முருங்கைக்காய் சாம்பாருக்கு மற்றதுக்கில்லாத விசேஷமான மணமும்

சுவையும் உண்டு. எனக்கு அது ரொம்பப் பிடிக்கும்; காய்க் காரக்குழம்பு, காய்ப் பொரியல்; இவ்வாறு ஏதேனும் இருக்கும். எங்கள் மரத்துப் பொருள்கள் எல்லாமே எங்களுக்குப் பிடிக்கும்.

எங்கள் வீட்டுக்கு மூணாவது வீட்டில் ஹெட்மாஸ்டர் ஒருத்தர் குடி வந்தார். மிகப் பெரிய பள்ளிக்கூடத்தில் மிகப் பெரிய வாத்தியார் அவர். அவர் எங்கள் தெருவுக்குக் குடி வந்த பிறகும் நாங்கள் காரியாதிகளைக் கவனித்துக்கொண்டிருந்தோம். நாங்கள் அவருக்குப் புல்லாகத் தெரிந்தோம். தெருவில் போகும்போதும் வரும் போதும், அவர் வானத்தைப் பார்த்தவாறே நடந்தார். எதிர் வீட்டுக் கோனார், வாத்தியார் வீட்டுத் திண்ணையில் மாட்டைக் கட்டி பால் கறந்தார். வாத்தியார் வந்து தலைமயிர், துண்டு, வேஷ்டி பறக்க ஓர் ஆட்டம் ஆடினார். தெருவோர் அவர் தொண்டையின் முழு ஆகிருதியையும் அன்றே கண்டனர். ஒரு நாள் அவர் என்னைக் காண வந்தார். உத்தியோக உடையிலேயே இருந்தார். எலிஸபெத் காலத்து ஆங்கிலத்தில் தற்காலக் கல்வித்துறையின் சீர்கேடு, சினிமா, மாவு மிஷின் குடும்பக் கட்டுப்பாடு எல்லவாற்றையும் பற்றி சம்பாஷித்தார். தவறுதான். அவரேதான் பேசினார். கடைசியாக "அடேடே... முருங்கை மரம்..." என்றார். நான் ஆமோதிக்க அவசியம் இருக்கவில்லை. அது முருங்கை கொஞ்சம் காயும் கீரையும் பறித்துக் கொடுத்தேன். அவருக்கு மேலும் கீழும் அழகான பல்வரிசை.

இப்போதெல்லாம் மாலைகளில் முருங்கையின் கீழ் இருப்பது இயலாததாயிற்று. திடீரென்று வானம் நினைத்துக்கொண்டு மழையைப் பொழிந்தது. காலம் அதன் கிரியைகளை மிக ஒழுங்காகவே செய்தது. காற்றில் ஈரம் கோத்து, அறைக்குள் இருப்பது சுகமாக இருந்தது. மண் குழைந்தும் ஈரம் செறிந்தும் போகவே, நடப்பது நிதானம் தேவைப்படும் தொழிலாயிற்று. அடிக்கடி காற்று பலத்து வீசி நித்திய வாழக்கைக்கு இடையூறு ஆயிற்று. பலத்தக் காற்று அடிக்கடி ஊரைக் கடப்பதாயிற்று.

ஒருநாள் மழையில் அலுவலகம் சென்றேன். உள்ளிருக்கையிலேயே பலத்த காற்று வீசியது. ஜன்னல் கதவுகள் கட்டுப்படுத்த முடியாத படிக்கு அடித்து பயம் எழுப்பின. எல்லாம் முடிந்து அமைதி நிலவியது. மதிய உணவுக்கு நான் வீடு திரும்பினேன்.

எங்கள் வீட்டுக்கு முன்னால் சிறுவர்களும் பெரியவர்களுமாக ஒரு பெருங்கூட்டம் நின்றிருந்தது. தெருவை அடைத்துக்கொண்டு வீழ்ந்து கிடந்தது முருங்கை. மெலிய விரல்களாகக் கிளைகள். பொட்டு பொட்டுயாய் இலைகள் ஊடே, தங்கப் பொட்டாய் மஞ்சளாகிப் பழுத்துப் போன இலைகள்.

கீரைகளாகவும், காய்களாகவும் விறகாகவும் அவரவர் தங்கள் சக்திகளுக்கு ஏற்ப திரட்டிக்கொண்டு சென்றார்கள். பார்த்துக்கொண்டே இருக்கும் போதே மரம் இருந்த இடம் சூன்யமாயிற்று.

அம்மாவும் அப்பாவும் பாட்டியும் தள்ளி நின்றுகொண்டிருந்தார்கள். நான் வழக்கமாக சைக்கிளை நிறுத்தும் இடத்தில்கொண்டு நிறுத்தினேன். முருங்கையின் நிழலில்தான் நான் சைக்கிளை நிறுத்தும் வழக்கம். முருங்கை இடுப்பொடிந்து நிற்பது போல் இருந்தது. பாதி மண்ணில் புதைந்தும் பாதி புழுதியும் அது ஆகி இருந்தது.

மறுநாள் காலையில்தான் அது இல்லாமையின் தாக்கம் எனக்குப் புலப்பட்டது. நேற்று இருந்தது இன்று காலை, மொட்டையாக அடித்தண்டு மட்டும் நின்றது.

கொஞ்சள் நாள் போயிருக்கும்.

ஒரு நாள் காலை காப்பிக்கு மாடியை விட்டுக் கீழிறங்கி வழக்கப்படி டம்ளரோடு முருங்கையின் அருகில் போய் நின்றேன். எனக்கு அங்கு ஆச்சரியம் காதிருந்தது.

துண்டாகி நின்றிருந்த மரத்திலிருந்து ஓர் இடத்தில் சின்னதாய்க் கிளைத்திருந்தது...

உயிர்தான்.

1972

ஒரு பகல் நேர நாடகம்

நட்ராஜனை மட்டும் இறக்கி விட்டு விட்டு நகர்ந்தது பஸ். ஓடும் பஸ்ஸின் பின்புறத்தையும், அந்தக் காலை வெயிலில் மினுமினுக்கும் நீண்ட தார் ரோட்டையும் பார்த்துக்கொண்டு கொஞ்ச நாழி அப்படியே நின்றான் நட்ராஜன். பின் சுற்றுமுற்றும் பார்த்தான். ரோட்டின் ஓரத்தில் ரெண்டு வெற்றிலை, பாக்குக் கடையும் ஒரு டீ கடையும், டீ கடைக்குப் பக்கத்தில் ஒரு சைக்கிள் கடையும் இருந்தது. வெற்றிலை பாக்குக் கடையில் ஒரு சிகரெட் வாங்கி புகைந்துகொண்டிருந்த கயிற்றில் பற்றி வைத்துக்கொண்டான். கையில் வைத்திருந்த ஃபைலை ஒரு பக்கமாக வைத்துவிட்டு பொறுமையாகப் புகைக்கத் தொடங்கினான்.

சைக்கிள் கடையில், ஒரு சிறு பையன், ஒரு பெரிய ஆளுடைய கால் சட்டையைப் போட்டுக்கொண்டு, சைக்கிள் ஒன்றுக்கு எகிறி எகிறிக் காற்றடித்துக்கொண்டிருந்தான். ரெண்டு முறை அடிப்பதும் அவிழ்ந்து கீழே வழியும் கால்சட்டையைத் தூக்கி முடிவதுமாக இருந்தான் பையன்.

நட்ராஜன் கடைக்காரனைப் பார்த்து, தான் போக வேண்டிய ஆபீஸின் பேரைச் சொல்லி வழி கேட்டான். கடைக்காரன் கையை ஒரு பக்கமாக வளைத்து வழி சொன்னான்.

ஃபைலை எடுத்துக்கொண்டு நடந்தான் நட்ராஜன்.

ஆபீஸின் வெளியே அதற்குள்ளாகவே சிறு கூட்டம் கூடியிருந்தது. பதினாறு வயதுக்கும் குறைவான பையன் ஒருவன், கையில் மஞ்சள் பிளாஸ்டிக் பையுடன், துவைத்து, ஆனால் இஸ்திரி போடாத கசங்கிய அரைச் சட்டையுடனும் நாலுமுழ வேட்டியுடனும் நின்றிருந்தான். அளவுக்கு மீறித் தடவப்பட்ட எண்ணெய், நெற்றியில் வழிந்துகொண்டிருந்தது. நிறைய விபூதி காதுக்கும் தடவி இருந்தான். நாலைந்து பேர் அவன் மாதிரியே இருந்தார்கள். ரெண்டு பேர் பேன்ட்

போட்டுக்கொண்டு கையில் லெதர் பேக்குடன், பேசிக்கொண்டிருந்தார்கள்.

நட்ராஜன் தயங்கி நின்றான். இவனையே எல்லாரும் பார்ப்பதாக இவனுக்குப் பட்டது இன்னும் ஆபீஸ் திறக்கவில்லை. அந்த மஞ்சள் பை பையனிடம் போய், "ஆபீஸ் திறக்க இன்னும் எவ்ளோ நேரமாவும்?" என்றான். பையன் மருண்டு போனான். திக்கித் திக்கித் "தெரியல" என்றான். நட்ராஜனுக்கு அவனுடன் பேச வேண்டும்போல இருந்தது. அவனைப் பார்த்து லேசாகச் சிரித்தான்.

"உனக்கு எந்த ஊருப்பா?" என்றான்.

பையன் ஊரின் பேரைச் சொன்னான். அது இவன் ஊருக்குப் பக்கத்தில்தான், அதைச் சொன்னான். பையனுக்கு இப்போது கொஞ்சம் சுமுகம் வந்தது.

"எஸ். எஸ். எல். சி. யா?" என்றான் நட்ராஜன்.

"ஊம்..."

"எந்த ஸ்கூல்?"

"..." என்றான் பையன்.

"ராஜமாணிக்கம்தானே உங்க தமிழ் பண்டிட்..."

"ஆமா... ராஜமாணிக்கனார்தான்..."

"அவன்கூட நாராயிட்டானா..."

பையன் மிரண்டு போனான். இவனையே உற்றுப் பார்த்துக்கொண்டு நின்றிருந்தான்.

திடீரென்று கூட்டத்தில் சலசலப்பு ஏற்படுவதை உணர்ந்தான் நட்ராஜன். காக்கிச் சட்டையும் காக்கிக் கால்சட்டையுமாகக் கையில் புகையும் பீடியோடு ஒருவன் வந்தான். பெரிய மீசை வைத்திருந்தான் அவன்.

"யாரிவன்?" என்றான் நட்ராஜன்.

"இவர்தான் ஆபீஸ் பியூன்" என்றான் பையன்.

காக்கிச் சட்டை கூட்டத்தை உற்று நோக்கினான். இப்போது நிறைய பேர் வந்து சேர்ந்திருந்தார்கள்.

"இன்னாப்பா இது. கும்பல் கூடிக்கிட்டு நிக்கிறீங்க. இங்க இன்னா அவுத்துப் போட்டுட்டா ஆடறாங்க. வரிசையா, கியூவில் நில்லுங்கப்பா. ஆபீஸர் வர்ற நேரமாயிடுச்சி...!" என்றான் காக்கிச்சட்டை...

கும்பல் கலைந்து திரும்பவும் கும்பலாகவே கூடுவதைக் கவனித்துக்கொண்டு நின்றிருந்தான் நட்ராஜன். மீண்டும் ஆபீஸுக்குள்ளிருந்து வெளியில் வந்த காக்கிச் சட்டை கும்பலையே பார்க்க நேர்ந்தது.

"ஏம்பா, நீங்கள்லாம் இன்னா படிச்சவங்கதானா. மாடு மேய்க்கிற பசங்களா? கொஞ்சங்கூட நான் சொல்லச் சொல்ல ரெஸ்பெட்டே இல்லாம, அவன் பாட்டுக்கினு நிக்கிறீங்க. ஏ... யார்ப்பா அது... மஞ்சப்பை... ஏன் திருதிருன்னு முழிக்கிறே? நீ இன்னா? ஊம்... எசேல்சியா... எசேல்சி பசங்கல்லாம் இப்படி வா... வாவா இப்டி நில்லு வரிசையா...!"

கொஞ்சம் பேர் வரிசையாக நின்றனர்

"ஏங்க சார்... ஏசேல்சி பெயிலுல்லாம் எங்க நிக்குறதுங்க...?"என்றான் ஒருவன்.

"இப்படி இந்தப் பக்கம் அவன்களை ஒட்டி நில்லுங்கப்பா..." என்றான் காக்கிச்சட்டை

எஸ். எஸ். எல். சி பாஸ் வரிசையை விட ஃபெயில் வரிசை கொஞ்சம் நீண்டு நின்றது. அடுத்தாற்போல பி. யூ. சியும் அதற்கும் அடுத்து டிகிரிகளும் நின்றன. சினிமா கொட்டகை வாசலில் கௌன்ட்டருக்கு முன்னால் நிற்கும் கும்பல் ஞாபகம் வந்தது நட்ராஜனுக்கு.

நட்ராஜன் எந்த வரிசையிலும் சேராமல் ஒதுங்கி நின்றான். வெயில் சுள்ளென்று அடிக்க ஆரம்பித்தது. கையிலிருந்த ஃபைலைத் தலைக்கு மறைவாகப் பிடித்துக்கொண்டு நின்றான.

"நீ இன்னாப்பா தனியா நிக்கற... சேந்து நில்லுபா..." என்றான் காக்கிச் சட்டை நட்ராஜனைப் பார்த்து.

தான் எதில் சேர்த்தி என்று அவனுக்கு விளங்கவில்லை. ஆபீஸ் வாசற்படிக்கும் ரோட்டுக்கும் இடையில் இருந்த வெளியில் நட்டு வைக்கப்பட்டிருந்த செடிகளையும், அவற்றில் முளைத்திருக்கும் விதவிதமான புஷ்பங்களையும் பார்துக்கொண்டிருந்தான் நட்ராஜன்.

"உன்னத்தாம்பா... ஏ... சொல்லச்சொல்ல பராக்குப் பார்த்துக்கிட்டு நிக்கற... வரிசையில் போயி நில்லுபா..." என்றான் மீண்டும் காக்கிச் சட்டை.

கியூவில் நின்றிருந்த எல்லாரும் தன்னையே, திரும்பிப் பார்த்துக்கொண்டிருப்பதை உணர்ந்தான் நட்ராஜன். வெயில் ரொம்ப உஷ்ணமாகக் காய்வதாகப் பட்டது அவனுக்கு. முதுகில் வியர்வை கசகசத்துக் கோடாக வழிவதை உணர்ந்தான் நட்ராஜன்.

காக்கிச் சட்டை நேராக அவனிடம் வந்தான்.

"நீ இன்னாப்பா ஏசேல்சியா?" என்றான்.

"இல்லே..."

"பின்ன...?"

"புலவர்...?"

"அது சரி... எசேல்சி பாஸா...?"

"இல்ல... என்ட்ரன்ஸ்...!"

அப்ப... எசேல்சி பெயிலானவங்க வரிசையில நில்லு..."

"நான் புலவர் பாஸ் பண்ணியிருக்கேனே..."

"அது இன்னா டிக்கிரிபா...!"

"டிகிரி இல்ல... டிப்ளமோன்னும் சொல்ல முடியாது!"

"டிகிரி இல்ல... டிப்ளமாவும் இல்லன்னா, அது இன்னாப்பா எழவு படிப்பு. பெரிய ரோதனையாப் போச்சுபா உன்னோட... சரி... சரி... அப்படியே நில்லு கௌார்க்குகிட்டே போய் சொல்லு..."

காக்கிச் சட்டை திரும்பி நடந்தான். ஆபீஸ் வாசலில் போய் நின்றுகொண்டான். "எல்லாரும் அப்படியே உக்காருங்கப்பா... அவன் அவன் எசேல்சி புக்கையும் செத்திகேட்டையும் எடுத்துக் கையில் வச்சுக்கிங்க...!" என்று சத்தம் போட்டான்.

வரிசைகள் அப்படியே கீழே மண்மீது அமர்ந்தன.

நட்ராஜனுக்கு சிகரெட் பிடிக்கலாம்போல இருந்தது. இங்க பிடிக்கலாமோ, எழுந்து போய்ப் பற்ற வைத்துவிட்டு வந்தால் ஏதாவது சொல்லுவானோ... மனசைக் கட்டிப் போட்டுக்கொண்டு மண்ணில் ஓரமாக உட்கார்ந்துகொண்டான்.

அப்போது ஒரு ஸ்கூட்டர் வந்து ஓரமாக நின்றது. காக்கிச் சட்டை ஓடிப் போய் சல்யூட் அடித்து நின்றான். ஸ்கூட்டரில் வந்தவர் வெள்ளை சர்ட்டும், வெள்ளை பேன்ட்டும் வெள்ளைத் தலையுமாக வெள்ளை வெளேரென்று இருந்தார். ஸ்கூட்டரை காக்கிச் சட்டையிடம் ஒப்படைத்துவிட்டு விறைப்பாக நடந்து உள்ளே போய் விட்டார். காக்கிச் சட்டை ஸ்கூட்டரைத் தள்ளிக்கொண்டு போய், பக்கத்தில் இருந்த ஒரு வேப்பமரத்து நிழலில் வெயில் படாமல் நிறுத்தினான். 'எல்லாரும் அவங்கவங்க எசேல்சி புக்கையும் செத்திகேட்டையும் கையில் எடுத்துத் தயாராக' வைத்துக்கொண்டார்கள்.

காக்கிச் சட்டை ஒவ்வொருவருடைய கையிலிருந்த காகிதங்களையும் வாங்கி, ரொம்பக் கூர்மையாகக் கவனிப்பவன்போல நெற்றிப் புருவம் எல்லாவற்றையும் சுருக்கிக்கொண்டும் கண்களை இடுக்கிக்கொண்டும் பரீட்சித்தான்.

"ஊம்... சரி யார்ப்பா... பச்ச சட்ட நீ போ உள்ள... எசேல்சியெல்லாம் அந்த வழியா உள்ள போங்கப்பா. மத்த டிகிரியெல்லாம் இந்த வழியா போங்க. ஊம் சத்தம் பண்ணாமே ஒவ்வொருத்தரா போ... ஓர்றாள் போயி முடிஞ்சி வெளியில வந்தப்புறம் இன்னொருத்தர் போணும்... தெரியுதா... ஊம்..."

ஒவ்வொருத்தராக எழுந்து ஆபீசுக்குள் ரிஜிஸ்டர் பண்ணிக் கொள்ளப் போனார்கள். நட்ராஜன் வரிசையைக் கவனித்தான். ரொம்ப நீளமாக இருந்தது. அவன் முறை வர இன்னும் மூணு மணி நேரமாவது ஆகும்போலத் தெரிந்தது.

நட்ராஜனுக்கு நேரம் போவது கஷ்டமாக இருந்தது. வேப்பமரத்தைப் பார்த்தான். இலை ஆடவில்லை. சில காக்காய்கள் கத்திக்கொண்டிருந்தன. விர்ரென்று ஒரு கார் ரோட்டில் வழுக்கிக்கொண்டு ஓடியது. பின்னால் புழுதி, மரம் அளவுக்கு உயர்ந்தது. வெயில் உஷ்ணம் தகித்தது. ஃபைலைத் தூக்கித் தலையையும் முகத்தையும் மறைத்துக்கொண்டான். வானத்தைப் பார்க்க முடியவில்லை. கண் கூசியது.

"ஏய்..." காக்கிச் சட்டைதான் கத்தினான்.

"இன்னா வாத்தியாரே... நம்ம கிட்டயே உன் குயினா வேலையைக் காம்பிக்கிறியே..." என்றான், காக்கிச் சட்டை ஒருவனைப் பார்த்து. அவன் எழுந்து நின்றான். பேன்ட்டும் சிலாக்கும் அணிந்திருந்தான். அந்தப் பையன் கிருதா கொஞ்சம் நீண்டு அடர்ந்து இருந்தது.

"இன்னா சொல்றீங்க!" என்றான் பேன்ட்.

"இன்னாபா ஒண்ணும் தெரியாதவனாட்ட காடு காட்டறே. இது கடலூர் எம்பிளாய்மண்டுல ரிஜிஸ்டரான செத்திபிகேட்டுல்ல?" என்றான் காக்கி சட்டை.

"ஆ... மா" என்றான், தடுமாறியபடியே பேன்ட்.

"அங்கியும் பதிஞ்சுட்டு, இங்கியும் பதிஞ்சுக்கலாம்னு வந்துட்டியா... நாங்கல்லாம் எப்பவோ காது குத்திக்கினாச்சுப்பா. ஒருத்தன் ஒரு எம்பிளாய்மண்டுலதான் ஒரு சமயத்துல பதியலாங்கிறது ஒனக்குத் தெரியாதா... ஊம்" என்று உரத்துச் சத்தம் போட்டான் காக்கிச் சட்டை.

அந்த பேன்ட் ஹீனஸ்வரத்தில் சுற்றி இருந்தவர்கள் அவர்கள் முகத்தையே பார்த்துக்கொண்டிருப்பதை ஓரக் கண்ணால் கவனித்துக்கொண்டே சென்றான்.

"தெரியும்... ஆனா. கடலூர்ல பதிஞ்சு நாலு வருஷத்துக்கு மேல் ஆயிட்டுது. இன்னும் வேல கிடைக்கல. அதான் இங்கே பதியலாம்னு..."

"இங்க பதிய வர்றவன் அத கான்சல் பண்ணிட்டில்ல இங்க வர்ணும் அப்படியே எடுத்தாந்தா இன்னா அர்த்தம். நாங்கல்லாம் இன்னா காதுல லோலாக்கா மாட்டிக்கிட்டிருக்கோம். இது எவ்ளோ பெரிய குத்தம் தெரியுமா? உன்னை போலீஸ்லகொண்டு போயி விடலாம் தெரியுமா...?"

"இல்லீங்க... இல்லீங்க... ஏதோ தெரியாம..."

"இன்னாபா தெரியாம... ஒண்ணும் தெரியாது ஒனக்கு. படிச்சவன்தாம்பா நீ... ஒனக்கு ஏன் இப்டி புத்தி பீ திங்கப் போச்சி... ஊம்"

"இல்லீங்க ஏதோ தெரியாம... இனிமே இப்படிச் செய்ய மாட்டேங்... வூட்ல ரொம்ப கஸ்டங்க..."

அந்தப் பையன் இன்னும் கொஞ்ச நாழிகையில் அழுது விடுவான்போல இருந்தது. நாக்கு தழுதழுத்தது. முகம் இரத்தச் சிவப்பாய் மாறி விட்டது. நட்ராஜன் மயிர்க் கால்களெல்லாம் குத்திட்டு நின்றது. மார்பு வேகமாக அடித்துக்கொண்டது. கீச்கீச் என்றோர் அணில் குரோட்டன் ஓரத்தில் இவனைப் பார்த்து வாலைத் தூக்கி ஆட்டியது. ஒரு சிறு கல் கிடைத்தால் ஒரே அடியில் அடித்து அதை வீழ்த்தலாம்போல இருந்தது. கல்லைத் தேடிச் சுற்றிலும் நோட்டம் விட்டான்.

"வூட்ல கஸ்டம்னா எங்க தாலிய ஏம்பா அறுக்க வர... பசிக்குமின்னா பீ தின்னுவியா நீ..." என்றான் காக்கிச் சட்டை.

அந்தப் பையன் தலையைக் கவிழ்ந்துக்கொண்டு நின்றிருந்தான். எல்லாரும் பார்க்கிறார்களே என்ற கூச்சத்தை அவன் இப்போது விட்டு விட்டான். தாடை வழியாக உருண்டு வந்து மண்ணில் விழுந்த ஈரம் சொட்டுச் சொட்டாகப் பொட்டு மாதிரி மாறுவதை நட்ராஜன் கவனித்தான். இந்நேரம் சுமதி என்ன செய்து கொண்டிருப்பாள் என்று நட்ராஜன் யோசித்தான். சமையலை முடித்துவிட்டிருப்பாள். சாப்பிட்டிருக்க மாட்டாள். தன்னைப் பற்றித்தான் நினைத்துக்கொண்டிருப்பாள். அந்த நம்பிக்கையே திருப்தி தந்தது அவனுக்கு. சுபா தூங்கியிருக்க மாட்டாள். "அப்பா எங்கே போயிருக்காங்க" என்று சுமதி சுபாவைக் கேட்பாள். சுபா "ஊ" என்று உதட்டைக் குவித்துக் கையை மேலே

தூக்கிக் காண்பிக்கும். பிறகு "டர்ர்ர்" என்று சத்தமிடும். அதன் பாஷையில் அப்பா ஊருக்குப் போயிருக்கிறார் என்று அர்த்தம். குழந்தைக்கு அரைமணி நேரம் அப்பாவைக் காணவில்லையென்றால், அவர் ஊருக்குத்தான் போய் இருக்கிறார் என்று எப்படியோ தோன்றிவிடுகிறது. சுமதி அடிக்கடி இதைக் கேட்டு ரசிப்பாள். இப்போதும் கேட்டுக்கொண்டிருப்பாள்.

"செரி... செரி இனிமே இந்த மாதிரி காரியமெல்லாம் பண்ணாதே... பண்ணீட்டுப் பொட்ட மாதிரி அழுவாதே... போ... போ..." என்றான் காக்கிச் சட்டை.

கூனிக் குறுகி நடந்து மறைந்தான் பையன்.

எஸ். எஸ். எல். சியில் எல்லாருமே பதிந்துகொண்டு மீண்டவுடன் "நீயும் போயி கௌார்க்கைப் பாரம்பா" என்று நட்ராஜனைப் பார்த்துச் சொன்னான் காக்கிச் சட்டை.

நட்ராஜன் உள்ளே போய் ஒரு கிளார்க்குக்கு முன்னால் நின்றான். கதர் அரைக்கைச் சட்டை அணிந்துகொண்டு கறுப்பாக ஒல்லியாக இருந்தார் அவர். முகம் மலர்ச்சியே இன்றி துருப்பிடித்த இரும்பு மாதிரி இருந்தது. ஏதோ சம்பளம் வாங்காது இனாமாக வேலை செய்வது மாதிரி அலுப்போடு உட்கார்ந்திருந்தார் அவர்.

நட்ராஜன் தன் காகிதங்களை மேசை மேல் வைத்தான். மௌனமாக அவற்றைப் புரட்டிப் பார்த்தார் அவர். பேனாவை பட்டென்று மேசை மேல் போட்டார்.

"ப்ச்... நீங்க புலவரில்ல... எஸ். எஸ். எல். சி கேன்டிடேட்ஸ்கூட ஏன் சார் வந்து நிக்கிறீங்க? ஒங்கள மாதிரி எஜுகேட்டட்ஸே இப்படி இருந்தா என்ன சார் அர்த்தம். போங்க... போங்க... அந்த டிவிஷனுக்குப் போங்க" என்றார் அவர்.

முகமெல்லாம் இருண்டு போன மாதிரி, "எக்ஸ்கியூஸ்மி" என்று கூறிவிட்டு ஆபீஸை விட்டு வெளியே வந்தான் நட்ராஜன். டிகிரிகள் நின்றிருந்த கியூவில் போய் நின்றான். பசித்தது. மணியைப் பார்த்தான். பன்னிரண்டை நெருங்கிக்கொண்டிருந்தது. ஒரு டீ சாப்பிட்டால் தேவலாம் போலிருந்தது. நாக்கு வறண்டிருந்தது. வெயில் வெள்ளையாகக் கொளுத்திக்கொண்டிருந்தது. டைப் மெஷினிலிருந்து வரும் லேசான சத்தமும், எங்கோ ஏதோ பறவைகள் கத்தும் சத்தத்தையும் தவிர, வேறு சத்தம் ஒன்றும் இல்லை.

கியூ நகர்ந்தது. கீழே உட்காரவும் முடியவில்லை. மணல் சுட்டது. ஸ்லிப்பரையும் மீறி மணல் சுட்டது.

நட்ராஜன் உள்ளே போனான். ஒரு கையைத் தூக்கி விஷ் பண்ணினான். அஃறிணைப் பொருளைப் பார்ப்பது மாதிரி எந்த உணர்ச்சியும் முகத்தில் காட்டி விடாத ஒரு மனிதர், ஒரு பெரிய மேசையைப் போட்டுக்கொண்டு உட்கார்ந்திருந்தார். ஃபைல்கள், ஒரு பேப்பர் வெயிட், இங்க் துளிகள் உறைந்த ஒரு அழுக்கு டேபிள் கிளாத், இத்யாதிகளோடு அவர் எண்ணெய் வழியும் மூஞ்சியோடு இருந்தார்.

"எஸ்..." என்றார், அந்த மனிதர்.

நட்ராஜன் காகிதங்களைப் பணிவோடு அவர் மேசை மேல் வைத்தான். தொட்டால் தீட்டுப்பட்டு விடுமோ என்று அஞ்சுவது மாதிரி தன் விரல் நுனிகளால் அதைப் புரட்டினார் அவர்.

நட்ராஜன் முகத்தைப் பார்த்து, மெல்லிய அழுத்தமான குரலில்,

"ஆர் யு எ கிராஜுவேட்?" என்றார்.

நட்ராஜன் நாக்கு மேலண்ணத்தில் ஒட்டிக்கொண்டது. தொண்டைக்குள் சளி வந்து அடைத்துக்கொண்டதுபோல... பேச நினைக்கிறான் முடியவில்லை. உட்கார்ந்து கொள்ளலாமா என்று ஒரு கணம் யோசிக்கிறான். அவரே சொல்லி இருக்க வேண்டும் தானாக எப்படி...?

"இல்லே... புல... வர்..."

"ஈஸ் இட் எ டிகிரி?"

"இல்லே... சார்..."

"இல்லேன்னு தெரியுதுல்ல... பின்ன எதுக்கு என் முன்னால வந்து இப்படி நிக்கறே?"

"சாரி சார்... யாருகிட்டப் பதியறதுன்னு... தயவு செய்து...!" தடுமாறினான் நட்ராஜன்.

"ஆபீஸரைப் போய்ப் பாரு" என்றார் அவர். தன் எண்ணெய் வழியும் மூஞ்சை ஒரு ஃபைலுக்குள் நுழைத்துக்கொண்டார்.

நட்ராஜன் ஏதோ பேரோடு ஆபீஸர் என்று போர்டு போட்டிருந்த ஓர் அறையின் வெளியில் வந்து நின்றான்.

அங்கே ஒரு பெண் — அழகான பெண் — கூந்தலைப் பாப் செய்த பெண் — குறைந்தபட்ச ஆடைகளிலேயே தன் நிறைந்த அழகைக் காட்டிக்கொண்டு ஒரு பெண் உட்கார்ந்திருந்தாள். அவள் முன் ஒரு டைப்ரைட்டர் மிஷின் இருந்தது. அவள் நட்ராஜனைப் பார்த்து மிக வசீகரமாகச் சிரித்தாள். அவள் பற்கள் மிகவும் வெள்ளையாக இருந்ததைக் கவனித்தான் நட்ராஜன். இனிமையாக "எஸ்... ப்ளீஸ்..." என்றாள்.

"ஆபீஸரைப் பார்க்கணும்..."

"ஹோ..." அவள் கிறீச்சிட்டாள். பொறியில் மாட்டிக்கொண்ட எலியின் சத்தம் இவனுக்கு ஞாபகம் வந்தது. கூடவே மதுரமான ஓடிக்குலான் வாசனை அவளிடம் இருந்து கிளம்பி வந்தது.

"இப்போதுதான் ஆபீஸர் வெளியில் போனார். இத்தோடு மூணு மணிக்குத்தான் அவரைப் பார்க்கலாம்..." என்று இங்கிலீஷ்காரர்களின் தமிழில் சொல்லி, அழகாகச் சிரித்தாள் அவள்.

நட்ராஜனுக்கு ஏமாற்றமாக இருந்தது. உடல் தெம்பு எல்லாம் போன மாதிரியும் வெறும் எலும்புக்கூடாகத்தான் அவள் முன் நிற்பது மாதிரியும் நட்ராஜன் உணர்ந்தான். "தேங்ஸ்" என்று கூறி விட்டுத் திரும்பினான்.

மணி இப்போது ஒன்றரையை நெருங்கிக்கொண்டிருந்தது. தலையை விண் விண்ணென்று தெறித்தது. நேராக டீ கடையை நோக்கி நடந்தான். சோறு சாப்பிடத் தோணவில்லை. பசித்தது. ஒரு வயதானவரும் ஒரு சிறு

பொண்ணும் தையல் இலையில் சோறு சாப்பிட்டுக்கொண்டிருந்தார்கள். ரெண்டு வடையை மென்று டீயைக் குடித்தான். பக்கத்தில் பெட்டிக் கடையில் சிகரெட் பற்ற வைத்துக்கொண்டு வந்து மீண்டும் டீ கடை பெஞ்சில் உட்கார்ந்துகொண்டு, புகைக்க ஆரம்பித்தான்.

மணி மூன்றை நெருங்கிக்கொண்டிருந்தது. இன்னும் ஆபீஸர் வரவில்லை. நிழலுக்கு வேப்ப மரத்தின் கீழ் நின்றுகொண்டிருந்தான் நட்ராஜன். பெரும்பாலும் இப்போது கூட்டம் இல்லை. பொட்டல் வெளியில் உஷ்ணக் காற்று அவன் முகத்தை எரித்தது. பனியன் தெப்பமாக நனைந்து, அக்குள் பகுதி ஈரம் நசநசத்தது. அடிக்கடி பனியனுக்குள் உப்பென்று ஊதிக்கொண்டான்.

கடைசியாக ஸ்கூட்டர் சத்தம் முன்னால் வர, ஆபீஸர் வெள்ளையாக வந்து சேர்ந்தார். காலையில் இருந்த வெள்ளை கொஞ்சங்கூடக் கசங்கவில்லை. இன்னும் வெள்ளை கூடியிருப்பதைப்போல அவனுக்குப் பட்டது. இஸ்திரிகூடக் கலையாமல் இருந்தது. அவர் உதடுகள் வெற்றிலைச் சிவப்பேறி இருந்தன. கண்கள் மட்டும் கொஞ்சம் காலையில் இருந்ததை விட வீங்கி இருப்பதைப் போல் அவனுக்குப்பட்டது.

அவர் விறைப்பாக கம்பீரமாக ஆபீசுக்குள் நுழைந்தார். நட்ராஜனும் அவர் கூடவே உள்ளே போனான். உள்ளே அதே டைப்பிஸ்ட் அதே அழகான சிரிப்போடு அவனை வரவேற்றாள். வெயிலின் கடுமையான உஷ்ணச் சூழ்நிலையில் இங்கு மட்டும் கொஞ்சம் குளிர்ச்சியாப் இருப்பதற்கு இவள் சிரிப்பும் ஒரு காரணமாக இவனுக்குப் பட்டது.

“இப்போதுதானே ஆபீஸர் வந்தார். ஒரு டென் மினிட்ஸ் ஆப்டர் போங்களேன்...” டைப்பிஸ்ட் கொஞ்சினாள்.

நட்ராஜன் அங்கேயே நின்றுகொண்டு பராக்குப் பார்க்கத் தொடங்கினான். நேருவின் வாசகங்களுடன் கூடிய அவர் கழுத்தளவு படம், லால்பகதூர் சாஸ்திரி, இந்திராகாந்தி, ஆகியோரது சில “கொட்டேஷன்கள்” அவர்களது படங்களுடன் — இந்திரா காந்திக்கு முன் நெற்றியின் மேல் கொஞ்சம் நரைத்திருந்தது ரொம்ப அழகாக இருப்பதாகப் பட்டது இவனுக்கு. பெரிய பெரிய மேசைகள், காகிதங்களைக் கண்ணால் தின்றுகொண்டிருக்கும் கழுத்து வளைந்த மனிதர்கள். பரபரப்பாக யார் யாருடைய தலைவிதிகளையோ நிர்ணயித்துக் கொண்டிருக்கும் அவசரக் கைகளின் ஓட்டங்கள்... டிக் டிக்கென்று காலத்தை விரயமாக்கிக்கொண்டிருக்கும் கடிகாரம்... பூட்ஸ் கால்கள், பாட்டாவின் புதுரக செருப்புகள், அவற்றின் நடைச் சத்தங்கள், கிருதாக்கள், கறுப்பின் ஊடே வெள்ளை நெசவுகள், கடிகாரத்தின் நிதானத்தைக் கடிந்து கொள்ளும் அரைக் கண்கள்...

டைப்பிஸ்ட் கொடி மாதிரி அசைந்து அசைந்து அறைக்குள் போய் மிக நிதானமாக வெளியில் வந்தாள்.

“எஸ்... யு மே கோ...” என்றாள் நட்ராஜனைப் பார்த்து.

அவன் அறைக்குள் நுழைந்தான். பெரிய அறை அது. சுத்தமாக இருந்தது. மேலே ஃபேன் அவசரமில்லாமல் மெதுவாகச் சுற்றிக்கொண்டிருந்தது. அழகான கலர் கிளாத் விரித்த பெரிய மேசையின் பின் நன்றாகச் சாய்ந்து ஈஸிசேரில் இருப்பது மாதிரி இருந்தார் அவர். அவரது கண்கள் அரைகுறையாகத் திறந்தும்

மூடியும் இருந்தன. அந்த அமைதியான சூழ்நிலையில், அவரிடம் பேசி அந்த அமைதியைக் குலைக்கவும் பயமாக இருந்தது அவனுக்கு. நிமிஷங்கள் கரைந்தன. ஆபீஸர் கண் திறக்கவில்லை. நட்ராஜன் லேசாகக் கனைத்து விட்டுக்கொண்டான். சட்டென்று விழித்துப் பார்த்த அவர், அவனையே முறைத்துப் பார்த்துக்கொண்டு உட்கார்ந்திருந்தார். பிறகு தலையை மேலும் கீழும் அசைத்து "என்ன" என்று கேட்பது மாதிரி அவனைப் பார்த்தார்.

நட்ராஜன் தன் காகிதங்களை அவர் முன்னால் வைத்து "நான் புலவர்... பாஸ் பண்ணியிருக்கேன். தமிழ் பண்டிட்டாகப் பதிஞ்சுக்கலாம்னு..." என்று ஒவ்வொரு வார்த்தையாக அவன் அளந்து சொன்னான்.

சாய்ந்து உட்கார்ந்திருவர், அப்படியே கொஞ்சநேரம் இருந்தார். பின் நேராக உட்கார்ந்தார். ஒரு நிமிஷம் காகிதங்களையே உற்றுப் பார்த்தார். நாசூக்காக அவற்றைப் இப்படியும் அப்படியும் புரட்டிப் பார்த்தார். விரலை காலிங்பெல்லை நோக்கிக் கொஞ்சம் கொஞ்சமாக, உடலை அசைத்துக் கொள்ளாமல் மெல்ல நீட்டினார். அரை நிமிஷம் அப்படியே ஓய்வெடுத்துக்கொண்டார்.

உள்ளே நுழைந்த பியூனைப் பார்த்து "துரைசாமி..." என்று முணுமுணுத்தார் களைத்து விட்டவரைப்போல சரிந்து படுத்துக்கொண்டார்.

துரைசாமி உள்ளே வந்தான். பேசாமல் நின்றான். கால்கள் விறைத்துப் போய் நின்றிருந்தான் நட்ராஜன். கண்களைப் பிட்டுக்கொண்ட ஆபீஸர் அப்படியே சுற்றும் ஃபேனையே, அது எப்படிச் சுற்றுகிறது என்று ஆராய்பவர்போல உற்றுப் பார்த்துக்கொண்டிருந்தார். பின், என்னமோ எழுதினார். காகிதங்களை துரைசாமியிடம் கொடுத்தார். காலை நீட்டி நன்றாகச் சாய்ந்து அந்த வசதியான நாற்காலியில் படுத்தார். கண்ணை மூடினார்.

நட்ராஜன் ஆபீஸை விட்டு வெளியில் வரும்போது மணி ஐந்தை நோக்கிக்கொண்டிருந்தது. வெயில் அவ்வளவாக இல்லை. ஆனாலும் உஷ்ணம் இருந்தது. அப்போதுதான் தான் காலையிலிருந்து சிறுநீர் கழிக்காதது திடீரென்று அவனுக்கு ஞாபகம் வந்தது. நினைவு வந்ததும் அடிவயிறு கனத்து முட்டிக்கொண்டு வருவதுபோல் இருந்தது. ஒரு புளிய மரத்து நிழலில் உட்கார்ந்து எழுந்தான். மூத்திரம் மஞ்சளாகப் போயிற்று. நாளைக்குத் தலை முழுக வேண்டும் என்று நினைத்துக்கொண்டான். மீண்டும் அந்தப் பெட்டிக் கடைக்குப் போய் சிகரெட் பற்ற வைத்துக்கொண்டு தான் போக வேண்டிய ஊருக்கு, பஸ்ஸை எதிர்நோக்கிக் காத்திருந்தான் நட்ராஜன்.

1972

அம்மா

அம்மாவைப் பற்றி யோசிக்கும் வேளை வந்து விட்டதாக அவன் உணர்ந்தான். அம்மாவைப் பற்றி அவன் அதுவரை யோசியாமல் இருந்தது ஆச்சரியமே என அவன் நினைத்தான். இந்த இருபது வருஷ காலத்தில் அவன் அம்மாவோடு பேசியிருக்கிறான். அன்பு செலுத்தி இருக்கிறான். அவளைப் பற்றி யோசிக்கிறானா, என்றால் இல்லை. இதை நினைக்கும்போது அவனுக்கு மனசு கஷ்டப்பட்டது. நான் எவ்வளவு நன்றி கொன்றவனாகவும், நேசம் மறந்தவனாகவும், தன் மேல் அன்புகொண்டவர்களை அவர்களின் இன்ப துன்பங்களைப் பற்றின விஷயங்களை ஆதுரத்தோடு நினைத்துப் பார்க்காத மனிதாபிமானம் அற்ற, சுய சிந்தனை மட்டுமே கொண்ட அற்பனாகவும் இருந்து வந்ததை நினைத்து அவன் வெட்கப்பட்டான்.

அவன் இருபது வருஷங்கள் நிறைந்தவனாகவும் கல்லூரியில் படிப்பவனாகவும் விரிந்து வியாபித்துக் கிடக்கும் உலகைப் புரிந்தவனாகவும், மனித அகப்புற ஆழங்களை அலசும் சிந்தனையாளனாகவும் நவீன கலை இலக்கியங்களை ரசிக்கும் ரசிகனாகவும், அவன் தன்னை நினைத்துச் சீராட்டி வளர்த்துக்கொண்டிருக்கிறான். ஆனால், தன்னைப் பெற்றவளைப் பற்றின அக்கறை இல்லாதவனாகவும் இருந்து வந்திருக்கிறான்.

அப்பா இருந்திருந்தால் யோசித்திருபார், தன் மனைவியைப் பற்றி ஒரு புருஷன் சிந்திக்காமல் இருக்க முடியாது. ஆனால், அப்பாதான் இல்லையே. அப்பாவைப் பார்த்ததே இல்லை. அவன் அப்பா எப்படி இருப்பார் என்று அம்மாவும் சொன்னதில்லை அவனுக்கு. அதே சமயம் அப்பா தேவை என்கிற யோசனையே அவனுக்கு வரவிடவில்லை அம்மா. அம்மா எப்படி அவனைப் புரிந்துகொண்டாள்.

அப்பா என்கிறவர் எப்படித்தான் இருப்பார். அவன் சில வேளைகள் யோசித்ததுண்டு. சில வேளைகள்

யோசிக்க வைத்ததுண்டு. ரமேஷின் வீட்டிற்கு அவன் போவான். அவன் அப்பா திண்ணையில் உட்கார்ந்திருப்பார். அவரைச் சுற்றி எப்பவுமே ஒரு புகை மூட்டம் இருக்கும். சுருட்டுப் பிடிப்பார். அவர் பக்கத்தில் எப்பவும் ஒரு தீப்பெட்டி இருக்கும். அதில் ஒரு மனிதன் கத்தியை ஓங்கியவாறு நின்றுகொண்டிருப்பான். ஒரு புலி (சிங்கம்? சிறுத்தை?) அவனை நோக்கிப் பாய முனையும். அவர் எப்பவும் கைலியிலேயே இருப்பார்.

அவனுக்கு சுருட்டு வாசனை மிகவும் பிடிக்கும். அதற்காகவே அவன் ரமேஷ் வீட்டுக்கு அடிக்கடி போவதுண்டு. ரமேஷ் வருகிற வரை அவன் அவர் பக்கத்திலேயே உட்கார்ந்திருப்பான். சுகமான சுருட்டு வாசனை. அடிக்கடி எட்டி சாக்கடையைப் பார்த்து 'ப்ளீச்' என்று எச்சில் துப்புவார். அது மிகச் சரியாக இம்மி பிசகாமல் சாக்கடையில் விழும். துப்பும் வேகத்தில் சாரல் மாதிரி எச்சில் இவன்மீது வந்து கவியும். அவன் அதுக்காக அருவருப்பதில்லை. அவர் தலை வழுக்கை. பிரகாசமான தலை வழிந்து புருவம் வரை வந்து நிற்பதாய்த் தோன்றும் அவனுக்கு. ஆனால் அவருக்குப் புருவம் அடர்த்தி. சுருண்டு கிடக்கும், புருவமயிரை நீட்டினால் ஓர் இன்ச்கூட வரும், குறையாது. அவற்றுக்குக் கீழே பூனைக் கண்கள் சிறியவை. ஆனால், கூர்மையானவை. ரமேஷின் அப்பா அதிகம் பேசமாட்டார்.

நாராயணன் அப்பா அப்படி இல்லை. வாயாடி. ஆனால் கனமான விஷயங்களைப் பற்றிப் பேசுவார். கீதாரகஸ்யம் சொல்லி, கையோடு ஆரியபட்டாவைப் பற்றியும் ஒரு விஞ்ஞானியின் அறிவோடு பேசுவார். அவர் பேசும் விஷயங்களில் போதுமான ஞானம் அவனுக்கு இல்லை என்பதாலும் அவனுடைய பிம்பம் அவர் முன்னால் கரைந்து நீராகிறது என்பதாலும், அவன் அவரை உள்ளூர வெறுத்தான். அவரை அவன் 'மாமா' என்று அழைக்கத் தலைப்பட்டான். மாமா, மாமியை நோக்கக் கொஞ்சம் நிறம் மட்டு. கொய்யாப்பழம் கன்னம். கொய்யாப்பழம் கை, கால், மற்றும் வெளித்தெரிவன. தெரியாதன எல்லாம் கொய்யாப்பழம். மாமி தன்னை ஒத்த நாராயணனுக்கு அம்மா ஆனாலும் இளமையாயும் கவர்ச்சியாயும் அவனுக்குத் தெரிந்தாள்.

மாமிக்கும், மாமாவுக்கும் அவ்வளவாக ஆகாது என்று நாராயணன் சொல்லி அவன் அறிந்தான். அந்தத் தகவல் ஏனோ அவனுக்கு உவப்பாக இருந்தது. அவன் போகும் நேரமெல்லாம் மாமா திருமண் இட்டுக்கொண்டு தரையில் ஜமக்காளம் போட்டு அதன் மேல் உட்கார்ந்திருப்பார். நெற்றியில், மார்பில், கைகளில் எங்கும் நாமம் அழியாது, சிந்தாது. பளிச்சென விளங்க நிற்கும். எப்பவுமே அப்படித்தான். அவருக்கு மட்டும் எவ்விதம் அப்படி? அவனுக்கு அது ஓர் ஆச்சரியமான விஷயம். மாமா வீட்டில் சோபாக்கள் உண்டு. அழகான வசதியான ஆகாய வர்ணத்தில் கண்ணை உறுத்தாத இதமான சோபாக்கள். ஆனால் மாமா சோபாவில் அமர்ந்து அவன் பார்த்ததில்லை. மாமாவுக்கு முன் குப்புறப்படுத்தவாறு ஒரு புஸ்தகம் இருக்கும். ஒரு வெள்ளை வெற்றிலைப் பெட்டி இருக்கும். மாமாவின் உதடுகளில் கீழ் உதடு மட்டும் சிவப்புப் பிறை மாதிரி என்றும் சிவந்திருக்கும். ஏனோ மேல் உதடுகள் அவருக்குச் சிவப்பதில்லை.

அவனுக்கு என்று அப்பா இருந்தால் அவர் எப்படி இருப்பார்? அவனுடைய அம்மாவுக்கு என்று ஒரு புருஷர் இருந்தால் அவர் எப்படி

இருப்பார்? அதுவரை அதுபற்றி யோசியாமலே இருந்து விட்டோமே என்று இருந்தது அவனுக்கு.

அவனுக்கும் அம்மாவுக்கும் என ஒரு சொந்த வீடு இருந்தது. அதில் அவனும் அம்மாவும் மட்டுமே. அவன் கருத்து தெளிந்த நாள் முதல் இருந்து வருகிறார்கள். அம்மா வேலைக்காரிகூட எப்பவுமே வைத்துக்கொண்டதாக அவனுக்கு ஞாபகம் இல்லை. அம்மாவுக்கு அப்பாவின் மூலமாகக் கொஞ்சம் சொத்து வந்ததாக அம்மா மூலம் அவன் ஒரு முறை அறிந்தான். அதுவும் பேச்சோடுப் பேச்சாக அவள் சொன்னதுதான். கிராமத்தில் இருந்து சித்தப்பா வருவார். சித்தப்பாவை சித்தப்பா என்று கூப்பிட அம்மாதான் சொல்லிக் கொடுத்தாள். சித்தப்பா அம்மாவின் சினேகிதர் என்று மட்டும் அவன் அறிவான்.

சித்தப்பா காலை நேரங்களில் மட்டுமே வருவார். சைக்கிள் ரிக்ஷாவில் அல்லது அதற்கு முன் கை ரிக்ஷாவில் வந்து இறங்குவார். நிச்சயமாக வெறுங்கையோடு வரமாட்டார். ஒரு பெரிய மூட்டையை, வண்டிக்காரன் எடுத்து வந்து உள்ளே போடுவான். ஒன்று அது மிளகாயாய் இருக்கும். இல்லை உளுந்தாய் இருக்கும். சித்தப்பா கைகள் இரண்டிலும் ஒவ்வொரு பை தொங்கும். நிச்சயம் அதில் காராசேவு, பக்கோடா, சிறுகாரபூந்தி முதலியன இருக்கும். வாசனையும், ருசியும் மிகுந்த பலகாரங்கள் விசேஷமாக சிறுகாரபூந்தி அவனுக்குப் பிடிக்கும். அதில் கறிவேப்பிலை எண்ணெய் மினுக்கில் பொரிந்து சாப்பிடச் சுகமாய் இருக்கும். பூந்தியின் இடையில் முந்திரிப் பருப்பு துணுக்குகள் விரவி இருக்கும்.

சித்தப்பாவைப் பற்றி யோசிக்கிற வேளைகளில் இந்நினைவே அவனுக்குத் தூக்கலாய் வருகிறது. சாயங்காலம் அவனை, அவர் மணி ஐயர் கடைக்கு இட்டுப் போய் ஜிலேபி வாங்கித் தருவார். அருமையான ஜிலேபி. ஜீராவில் நனைந்து சொதசொதவென்று ஊறியபடியே வாயில் போட்டால் வழுக்கிக்கொண்டே வயிற்றுக்குள் போகிற ஜிலேபி. சித்தப்பா சாயங்காலம் ஏழு மணிக்கெல்லாம் கிளம்பிவிடுவார். "இருந்து காலையில் போங்களேன் அண்ணே! என்று அம்மா ஒவ்வொரு முறையும் கட்டாயம் சொல்வாள். "இருக்கட்டும்மா... கொஞ்சம் வேலை இருக்கு..." என்று ஒவ்வொரு முறையும் சொல்லிக்கொண்டே போய்விடுவார் சித்தப்பா.

அவன் அறிந்து அவர்கள் வீட்டுக்கு வருகை தருகிற ஒரே ஆம்பிளை சித்தப்பாதான்.

அம்மாவைத் தேடி பொம்பிளைகள் வருவார்கள். அம்மாவின் சினேகிதகள். அம்மா, அவர்களை சினேகித்திருக்கவில்லை என்பதை அவன் அறிவான். அவர்களே அம்மாவை சினேகித்திருந்தார்கள். நாகரத்தினம் அதில் ஒருத்தி. சொல்தா (பிரெஞ்ச் ஸோல்ஜர்) சம்சாரம் அவள். பாரியான உடம்பு. கை மொத்தத்துக்கு செயின்கள் போட்டிருப்பாள். கெட்டியான வளையல்கள். ஒரு பெரிய பாக்குக் கொட்டைப் பருமன் கம்மல். ஆள் நிலக்கரி வர்ணம். சுகமான வாழ்க்கை தந்த பளபளப்பு. வெற்றிலைத் தின்று எப்போதும் சிவந்து கிடக்கும் இதழ்கள். நாகரத்தினம் எப்போதுமே கத்திப் பேசுவாள். கத்திப் பேச வேண்டும் என்கிற பிரக்ஞை இல்லை. சதாவாகவே அவள் தொண்டை வாகு அது. நாகரத்தினத்திடம் உள்ள விசேஷம் அவள் நகைச்சுவை. பச்சையான விஷயங்களே அவள் பேச்சின் உள்ளடக்கம்.

தெருவில் எத்தனை பொம்பிளைகள் மசக்கை, எவளுக்கு எத்தனையாம் மாதம், அவள் எவளுக்கு எத்தனையாந் தேதி வீட்டுக்குத் தூரம், எவள் எவளுக்கு புருஷனோடு 'கிளிக்' எவள் எவனோடு வைத்திருக்கிற தொடுப்பு இத்யாதி விஷயங்களை ஒரு கழுகுப் பார்வையோடு அறிந்து தெரிந்து வைத்திருப்பவள் அவள்.

மேற்படி சமாச்சாரங்களில் எது ஒன்றும் புதுசாகத் தெரிய வந்தாலும் உடனே அம்மாவிடம் வந்து சொல்லி விடுவாள். அம்மா ரகசியங்களை எப்பவுமே காப்பாற்றுவாள் என்பது அவள் நம்பிக்கை. அம்மாவை ஒரு பேங்காக அவள் உபயோகித்தாள். அவன் அறைக்குள் படித்துக்கொண்டு இருப்பான். நாகரத்தினம் அவன் இருப்பதை அறிந்தோ அறியாமலோ ஒரு நாள் சொன்னாள். அலமேலு டிரைவர் சம்சாரம், திருவண்ணாமலையாள் என்கிற குப்பம்மா, நேரில் ரோஸம்மா என்றும் மறைவில் கிறிஸ்துவச்சி என்றும் அழைக்கப்படுகிற டீச்சர் இவ்வளவு பேரும் குழுமி இருந்த ஒரு கூட்டத்தில் அவள் இதைச் சொன்னாள்.

ஒரு சொந்தக்காரர் கல்யாணத்துக்குப் போயிருந்தாளாம் நாகரத்தினம். ராத்திரியே சாந்தி முகூர்த்தம் வைத்தார்களாம். பொண்ணும் மாப்பிள்ளையும் அறைக்குள் போனார்களாம். ஒரு ரெண்டு மணி நேரம் போயிருக்குமாம். தடால் என்று கதவைத் திறந்துக்கொண்டு பெண் ஓடி வந்தாளாம். நடையில் தாழ்வாரத்தில் உட்கார்ந்துகொண்டு பொம்பிளைகள் தங்கள், தங்கள் சாந்தியைப் பற்றிப் பேசிச் சிரித்துக் கொண்டிருக்கிறார்களாம். பெண்ணை அந்த ஸ்திதியில் பார்த்த அம்மாக்காரி, திடுக்கிட்டுப் போய்விட்டாளாம். பெண் அம்மாக்காரியைக் கூப்பிட்டு காதோடு ரகசியமாய் ஏதோ சொன்னாளாம். அம்மாக்காரி நாகரத்தினத்தைக் கூப்பிட்டு விஷயத்தைச் சொன்னாளாம். அவள் தந்த ஆலோசனையின் பேரில் ராத்திரியோடு ராத்திரியே மாப்பிள்ளையை வண்டி வைத்து ஆஸ்பத்திரிக்குக்கொண்டு போனார்களாம். ரூமை விட்டு மாப்பிள்ளை வெளியே வரும்போது, வேஷ்டியை மடித்துக் கட்டிக்கொண்டு வந்தானாம். நல்லவேளையா ஆஸ்பத்திரியில் மாப்பிள்ளைக்கு சரி பண்ணிவிட்டார்களாம். ஆஸ்பத்திரியிலிருந்து திரும்பிய மாப்பிள்ளை யார் முகத்திலும் முழிக்க வெட்கப்பட்டுக்கொண்டு ஊர் போய்ச் சேர்ந்தானாம். மாமியார்க்காரி வந்து பெண்ணை அழைத்துப் பேசினாளாம்.

நாகரத்தினம் இப்படிச் சொல்லி நிறுத்திக்கொண்டாள். ஸ்திரிகள் அனைவரும் ஏன் எதனால் என்கிற ஆவலிலும் ஒரு மர்மக்கதைப் படிக்கிற மயிர்க்கூச்செறிவோடும் உட்கார்ந்திருந்தார்கள். நாகரத்தினம் இந்த இடத்தில் கதையை நிறுத்தி வெற்றிலைப் போட்டுக்கொண்டாள். இது அவளுக்கு ஆகிவந்த சம்பாஷணைக் கலை. எவரும் அவளை ஜெயிக்க முடியாது இதில். அறையில் படித்துக்கொண்டிருந்த அவன் புஸ்தகத்தைத் தூக்கி எறிந்து விட்டுக் காதைத் தீட்டி வைத்துக்கொண்டான். இடையில் அம்மா இரண்டு முறை 'உஸ்' என்று அறைப்பக்கம் ஜாடை காட்டிப் பையன் இருக்கும் விஷயத்தை நாகரத்தினத்துக்குக் குறிப்புணர்த்தினாள். நாகரத்தினமும் கொஞ்சம் சுருதியை மட்டுப்படுத்திக்கொண்டாள். நாகரத்தினத்துக்கு உச்ச ஸ்தாயி என்பது இரண்டு தெருவு. மீடியம் என்பது ஒரு தெருவு. ரகஸ்யம் என்பது இரண்டு வீடு. இதைவிடப் பொறுமையாக அவள் பேச வேண்டும் என்றால் அவள் பேசாமலேதான் இருக்க வேண்டும்.

“பொண்ணு ஏன் ஓடியாந்தாள்...” என்று அலமேலு கேட்டாள்.

“மாப்பிள்ளைக்கு என்ன ஆச்சு? வேஷ்டியை மடித்துக் கட்டிக்கொண்டு வந்த மர்மம் என்ன?” டிரைவர் பத்தினி.

நாகரத்தினம் கம்பீரமாக ஒவ்வொருவளையும் நோட்டம் விட்டாள். பிறகு சொன்னாள்.

“விவகாரம் முடிஞ்சு போச்சுன்னா விஷயம் முடிஞ்சுடணும். இல்லியா... அட கத்தியை எடுத்தோம், மடக்குக் கத்தி மடக்கின கத்தியைப் பிரிச்சு விட்டோம்... பழத்தை அறுத்தோம்... பின்னால கத்திய மடக்கிட வேண்டியது தானே... கத்தி மடங்கலைன்னா... கத்தி நேராவேயிருந்தா...”

எழுந்த சிரிப்பொலி வீடு குலுங்கியது. அடுத்தபடி விஷயத்தைப் பற்றியதான அலசல் ஆரம்பமாகியது. எல்லோரும் அவரவர் பங்குக்குத் தன் கருத்துகளை எடுத்து இயம்பினார்கள். அவனுக்கு அது ஒரு புதிய அனுபவமாகவும் பயமாகவும் த்ரில்லிங்காகவும் இருந்தது. பின்னால் அதை நினைத்துப் பார்க்க சுவாரஸ்யமாகவும், நண்பர்களோடு அதைக் கலந்து கொள்ளும்போது வேடிக்கையாகவும் இருந்தது.

இப்போது அதைப்பற்றி அவன் யோசிக்கும்போது வேதனைப்பட்டான். அம்மா ஒரு விதவை. நடுப்பிராயத்தில் இருப்பவள். இது மாதிரியான கதைகள் சம்பவங்கள், பேச்சுகள் எந்த அளவுக்கு அவளைக் கிளர்ச்சி செய்திருக்க வேண்டும். எந்த அளவுக்கு அவளைப் பாதித்திருக்க வேண்டும். யாரிடம் இதைச் சொல்கிறோம் என்கிற பிரக்ஞையே இன்றி நாகரத்தினம் இதை அம்மாவிடம் சொல்லியிருக்கிறாள். அவனுக்கு அவள் மேல் — அந்த முட்டாளும் விஷமக்காரியுமான நாகரத்தினத்தின் மேல் — கோபம் வந்தது. ஓர் எரிச்சல் கவிந்துகொண்டது.

அதே சமயம் இன்னொரு விஷயத்தையும் அவன் உணர்ந்தான். அம்மா நாகரத்தினத்தை விலக்கவில்லை. நாகரத்தினம் மாரடைப்பால் சாகிற வரைக்கும் அனுமதித்தாள். நாகரத்தினம் பிரிய சிநேகிதியாகக் கடைசி வரைக்கும் இருந்தாள். அவளது சாவில் கலந்துகொண்டு அழுதாள். யாரை நினைத்துக்கொண்டு அழுதாளோ, அழுதாள். மூன்று நாட்கள் துக்கம் காத்தாள். உணவை விலக்கினாள். அம்மா நாகரத்தினத்தை ரசித்தாள். அவள் வார்த்தையை விரும்பினாள். அவள் பேச்சில் தன்னைக் கரைத்துக்கொண்டு, பாத்திரங்களில் தன்னை இணைத்துக்கொண்டாள். அவள் உருவாக்கிக் காட்டிய மனிதர்களில் அம்மா தன்னை அடையாளம் கண்டாள். அவள் வியாபித்தலில் தன் பசிக்குச் சோறுண்டாள். தன் தாகத்திற்கு நீர் குடித்தாள்.

‘அம்மா... அம்மா...’

அவனுக்கு அழுகை வந்தது.

மௌனமாக மனசுக்குள் அழுதுகொண்டான். அம்மாவுக்கு என்று அவன் அழுதான். அம்மாவைப் புரிந்துக்கொண்டு அவன் அழுதான். அவன் செய்யக் கூடியதும், ஆற்ற வேண்டிய பங்கும் இதில் ஒன்றும் இல்லையே என்கிற வேதனையில் அவன் கரைந்தான்.

அம்மா வெளி உலகம் அறியாதவள். வீடுதான் அவள் உலகம். வீட்டில் அடுப்பங்கரையில் அவள் இருப்பாள். இல்லையேல் முன்னறையில்

படுத்திருப்பாள். அவன் நிறைய புஸ்தகங்களைச் சேர்த்து வைத்திருந்தான். ஆனால் அவள் படிப்பதில்லை. சமயங்களில் வேடிக்கைப் பார்ப்பாள். படம் பார்ப்பாள். சினிமா பத்திரிகைகள் வாங்கி வருவான். அதுகளில் அவள் படம் பார்ப்பாள். காலைகளில் கடைக்குப் போய் அவள் பதார்த்தம் வாங்கி வருவாள். மீன் அம்மாவுக்கு இஷ்டமான பதார்த்தம். அவனுக்கும்தான். அம்மா விடிகாலையில் எழுந்துவிடுவாள். பிளாஸ்டிக் வாளியில் பைப்பிலிருந்து கொட்டும் தண்ணீர் படபடவென்று சப்தம் எழுப்பும். அவனுக்கு விழிப்பு தட்டும். டேபிளின் மேலிருக்கும் அலாரத்தில் 4. 30 அல்லது 4. 14 மணி காட்டும். அம்மா குளிக்கிறாள் என்று அர்த்தம். மழையானாலும் பனியானாலும் இந்தக் காலை ஸ்நானத்தை அவள் விடுவதில்லை. அவனுக்கு காலை ஏழு மணிக்கு முன்பாக எழும் பழக்கம் இல்லை. காலைத் தூக்கத்தின் சுவாரஸ்யத்தில் ஆழ்ந்து விடுவான்.

காலைகளில் அம்மாவின் மேல் சுகமான வாசனை வரும். சோப் வாசனை. அலமாரியில் இருந்து எடுத்துக் கட்டியதால் அலமாரி வாசனை அவள்மீது நிலவும். மத்தியானங்களில் சமையல் அறை வாசனை அவள்மீது கவியும்.

அம்மா ஜுரம் என்று படுத்து அவன் பார்த்ததில்லை. ஆரோக்கியமான உடம்பு அவளுக்கு. வினா தெரிந்த காலத்திலிருந்து பார்க்கிற உடம்பு. ஒரு நூல்கூடப் பெருக்காத, சிறுக்காத வாகான உடம்பு. அந்த வயதுக்கு ரொம்ப இளமையான உடம்பு. அம்மா கொஞ்சம் பூசிய மாதிரி இருப்பதாலோ என்னவோ? குள்ளமாய்த் தெரிந்தாள். அழகான வளைவான முடி. அங்க அவயங்கள் லட்சணமாய் எழுதிய மாதிரி இருக்கும். அழுத்தமான சேலைகள்தான் அணிவாள். பிரேமா மாதிரி அல்லது சுபா மாதிரி எடுத்துக் காட்டிய மாதிரி இல்லாமல், இயற்கையாகவே பூரித்த உடம்பு. எந்த ஆணையும் கவர்ச்சிக்கிற உடம்பு அதனால் தானோ—

அவனுக்குத் தலைவலிக்கிற மாதிரி இருந்தது. உஷ்ணமாய் தகிக்கிற மூச்சாக வெளிவந்தது அவனுக்கு அதனால் தானா? என்று அவன் கேட்டுக்கொண்டான். பிரியப்பட்டுப் படித்த சைக்காலஜியின் சூத்திரங்கள் வழிகாட்டுவன போலவும், வழிமறிப்பன போலவும் அவன் குழம்பினான். அந்தரங்கத்தைப் பற்றி —அதுவும் அம்மாவின் அந்தரங்கத்தைப் பற்றி யோசிக்கிறோமே என்று இருந்தது அவனுக்கு. ஆனாலும்தான் அதற்குப் பாத்திரமானவன் என்பதை அவன் நம்பினான். அந்தரங்கம் யாருடையவையாக இருந்தாலும் எத்தகையதாக இருந்தாலும் அவை மதிக்கப்பட வேண்டியவை என்று அவன் உணர்ந்தான்.

பசி எடுப்பது போலவும் தூக்கம் வருவதுபோலவும், நாக்கு தண்ணீருக்கு ஏங்குவதுபோலவும் அது இயற்கைதான் என்பதை அவன் அறிவான். சமயத்தில் அவனுக்கும் அந்தத் தாகம் வந்ததுண்டு. ஆரம்பத்தில் அதன் தேவை என்ன என்பதை அவன் விளங்கிக்கொண்டான் இல்லை. தாகம் மட்டும் வந்தது. தண்ணீருக்கு அடங்காத தாகமாக இருந்தது அது. திருடன் மாதிரி ராத்திரிகளில் மட்டுமே வந்தது அது. கதவைத் தட்டாமல் வந்தது அது. யாரின் அனுமதியையும் கோராமல் வந்தது அது. சுவாதீனமாகச் சொந்தம் பாராட்டி வந்தது அது. அது வரும் போதெல்லாம் அவனுக்குச் சிலிர்த்தது. நொந்தது. வலித்தது. சுகமாயிருந்தது அது. அவன் தன்னைச் சிறுகச் சிறுக இழந்துகொண்டிருந்தபோது நிலைமை தாங்க முடியாமல் நாராயணனிடம் சொன்னான். நாராயணன் அவனை ஓமணாவிடம் அழைத்துப் போனான்.

ஓமணா மிகவும் நல்லவள் என்று நாராயணன் சொன்னான். ஓமணா சராசரி பெண்களை விடவும் உயரமாய்த் தெரிந்தாள். பருத்தும் தெரிந்தாள். சராசரிதனத்தில் இருந்து விலகி எல்லாவற்றிலும், உடம்பு உள் என எல்லாவற்றிலும் மாறுபட்டிருந்தாள் அவள். வெற்றிலைப் போடமலே சிவந்த வாய் அவளுக்கு. அழகாகச் சிரித்தாள். இனிமையாகப் பேசினாள். பாலாடைக் கட்டியைப் போல் மேல் அவளுக்கு. உருண்டு உருண்டு வந்து பிருஷ்டத்திலே விழுந்தது அவள் தலைமுடி. கன்னங் கறுப்பு எரிச்சல் ஊட்டாத சென்ட் உபயோகித்திருந்தாள். அக்குளிலும், மார்பிலும் இனிமையான வாசனையோடு இருந்தாள் அவள்.

பக்கத்து வீட்டில் பயத்தோடு நுழையும் குழந்தையைப் போல் அவன் நுழைந்தான். அவள் அவன் பயத்தைப் போக்கினாள். அவளின் தனிச் சிறப்பு மாதிரி அவள் விரல்கள் — மணிக்கட்டிலிருந்து ஒரு தாமரை மொக்கு மாதிரி அவள் விரல்கள் விரியும். விரல்கள் ஒவ்வொன்றும் தனித்தனி அழகு. பெருத்தும் உருண்டும் மெலிந்தும் முடிவில் கூர்மையாகவும் இருந்தன. அவள் விரல்கள். மெத்தெனவும் உடம்பின் உள் சூட்சுமத்தைத் துருவித் துருவித் தேடிப் பார்க்கும் தன்மையான அவள் விரல்கள். அந்த விரல்கள் அவனைத் தடவிப் பார்த்தன. எல்லா இடங்களிலும் தலை, கண், கழுத்து, மார்பு, இடை, தொடை என அவனது எல்லா உறுப்புகளையும் அவள் தடவிக் கொடுத்தாள். ஒரு தாயின் பரிவு, ஒரு நண்பனின் பாசம்; ஒரு சகோதரியின் காதல் அதில் இருந்தது. புணர்ச்சி ஓர் இனிமையான மனுஷ அனுபவம் என்பதை ஓமணா அவனுக்குச் சொல்லிக் கொடுத்தாள்.

அதுவரையில், புணர்ச்சியை அவன் ஓர் ஆபாசமான குற்றமாகவும் சமூகக் கேடாகவும் நினைத்து வந்திருந்தான். ஆனால், அதை ஒரு கலையாகவும் இனிய சுகானுபவமாகவும் அவள் செய்தாள். பின்னால் பல பெண்கள் அவனுக்கு அதைக் கொடுமையாக்கிவிட்டபோதும், ஓமணா இவனுக்குக் காட்டித் தந்த உலகம் பரிசுத்தமானதாக இருந்தது. ஓமணா அவனுக்கு ஒரு தோழியாகவும் குருவாகவும் பரிணமித்தாள்.

அதை, மனுஷ வாழ்க்கைக்கு இன்றியமையாத ஒரு தேவையாகக் கண்டான். அவன் தாகம் தீர்ந்ததாக அவன் உணர்ந்தான். அவன் தாகத்துக்கான மாற்று எது என்பதைக் கண்டுகொண்டான். அடுத்த நாள் முதல் நாராயணன் இன்றியே அவன் ஓமணாவிடம் போய் வரத் தலைப்பட்டான்.

இவ்வனுபவம் அவனுக்கு அம்மாவைப் புரிந்து கொள்ளப் பெரிதும் உதவியதை அவன் உணரத் தொடங்கியிருந்தான். இருபது வருஷம் ஒரு மனுஷனின் வாசனை இல்லாமல் அம்மாவால் எப்படி இருக்க முடிந்தது. அம்மா, அப்பா போன பிறகாவது யாரையாவது காதலித்து இருக்கலாம். கல்யாணமும் செய்துகொண்டு இருக்கலாம். கல்யாணம் மீண்டும் தேவையில்லை என அவள் நினைத்திருக்கக் கூடுமானால், யாரோடாவது தனக்குப் பிடித்த ஒருவனிடம் தன்னை ஒப்புவித்து இருக்கலாம். இல்லை, அம்மா அப்படிச் செய்யவில்லை. அம்மா அப்படிச் செய்ய பயப்பட்டாளா. செய்யக்கூடாதென்றா, செய்வது ஏற்கனவே போடப்பட்ட கண்ணுக்குத் தெரியாத கோட்டை மீறுவது ஆகும் என்றா, நாலுபேர் என்ன நினைப்பார்கள் என்றா, மகன் வளர்ந்து பெரியவனாகும்போது தன்னைப் பற்றி என்ன நினைப்பான் என்றா, எதனால்... எதனால்...?

அம்மா எதனைச் சுகமென்று நினைத்தாள். தன் பிம்பம் ஊர், உறவினர் மத்தியில் கௌரவிக்கப்படுவதைச் சுகமென நினைத்தாயா, தன் ஒழுக்கத்தைத் தன் உண்மை என்று ஊர் நம்புவதையா, பின் ஏன் நாகரத்தினம் சிநேகிதாயக, அவளது கீழ்த்தரமான சம்பாஷணைகளை ரசித்தாய். நாகரத்தினத்தின் நட்புறவில் தன்னை இடம் கண்டாய்.

அம்மா தன்னைத்தானே ஏமாற்றித் தன்னைத்தானே கொன்றுகொண்டாள்.

அவனுக்கு வருத்தமாக இருந்தது. அவனுக்கு வேதனையாக இருந்தது.

இந்த அம்மா முன்பின் பாராத ஒருவனிடம் ஓர் எதிர்பாராத சூழ்நிலையில் தன் உடம்பைத் திறந்து காட்டினாள்.

இருபது வருஷங்களாய்ச் சிறுக சிறுகச் சேர்த்து வைத்த ஒன்றை ஒரு நிமிஷத்தில் வாரிக் கொட்டினாள். அவனுக்கு நினைவுகள் மங்கின.

அவனும் அவளும் சித்தப்பாவின் ஊருக்குப் புறப்பட்டார்கள். ராத்திரி சாப்பிட்டுவிட்டுக் கிளம்பினார்கள். அவர்கள் இருந்த பெட்டியில் யாத்திரை போகும் கிழவிகள் ரொம்பி இருந்தார்கள். அவர்களை விட அவர்கள்கொண்டு வந்திருந்த சாமான்கள் இடத்தைப் பரப்பின. ஒரே ஓர் ஆள் மட்டும் இருந்தான். நாற்பது கடந்த ஆண் அவன். தாடி ஜிப்பாவும் வேஷ்டியும். ஒரு விவசாயி, ஒரு பிட்டர், ஒரு ரயில்வே ஊழியன் இவற்றில் ஒருவன். ரயில் அவனைத் தாலாட்டியபோது அவன் மேலே சாமான்களை நகர்த்தி விட்டுப் போய்ப் படுத்துக்கொண்டான். நடுவில் எதற்காகவோ விழித்தான். மங்கிய வெளிச்சத்தில் கிழவிகள், சாமான்கள் பேதம் அற்ற நிலை. வாய் எச்சில் ஒழுக, துணி கலைந்து வற்றிய முலைகள் தெரிய கிழவிகள். ஒன்றின் மேல் ஒன்றாக இடித்துக்கொண்ட கிழவிகள். இடையில் அவன் அம்மாவும் அந்த ஆளும்.

அம்மா பெரிதும் அவனுக்குத் தெரிய இருந்தாள். திறந்து வைத்த சோப பெட்டி மாதிரி.

அறையெங்கும் வாசனை வீசுகிற மாதிரி.

அவனுக்குத் தலை எரிந்தது. எந்தக் கிழவியும் விழித்துக்கொண்டுவிடக்கூடாது என்று கடவுளை வேண்டிக்கொண்டான். திரும்பிப் படுத்துக்கொண்டான். திரும்பி மீண்டும் அம்மாவைப் பார்க்கவேண்டும் போல் இருக்கிறது. கஷ்டப்பட்டு அடக்கிக்கொண்டான்.

ஸ்டேஷனில் அவன் அம்மாவைப் பார்த்தான். பாதி சாப்பிட்டவன் சர்வரை எதிர்பார்க்கிற மாதிரி இருந்தாள் அவள். இடையே முகம் சிவக்க, திருப்தியாய் இருக்கிற மாதிரியும் இருந்தாள்.

அவனைப் பார்ப்பதை அவள் தவிர்த்தாள்.

அவனுக்கும் திருப்தியாகவே இருந்தது.

அத்துடன் அம்மாவைப் பற்றி யோசிப்பதை அவன் நிறுத்திக்கொண்டான்.

1974

பலி

மகாபாரத ஐயர் காப்பி விஷயத்தில் மகா ரசிகனாக இருந்தார். இது காரணமாகவே நான் அவரோடு சினேகம் ஆனேன்.

இலக்கியம்போலவே காப்பியும் ஒரு தவிர்க்க முடியாத விஷயமாகிவிட்டது எனக்கு. தஞ்சாவூரில் பிரகாஷ் என்கிற என் அன்புக்குரிய நண்பரும் காப்பி விஷயதில் ஐயரைப்போலவே மகா ஞானியுமாய் விளங்கியவருமான ஒரு ஜீவனால் இது எனக்குக் கற்பிக்கப்பட்டது. தஞ் சாவூரில் இருந்து பத்துக் கிலோமீட்டர் தூரத்தில் இருக்கிற சாலியமங்கலத்துக்குப் போய், கூரை வேய்ந்த ஒரு காப்பி கிளப்பில் மணிக்கணக்கில் உட்கார்ந்து அரைமணிக்கு ஒரு காப்பியை விழுங்கி, இலக்கியம் பேசி — இப்படியாக ஒரு காப்பிமானியாக நான் ஆன கதை. இதில் சுவாரஸ்யம் என்னவென்றால் பிரகாஷ் சுத்தமாகக் காப்பியை விட்டபோது என்னால் விட முடியாமல் போய்விட்டது.

நல்ல காப்பிக்காக நான் அலைந்தேன். சுத்தமான பொன் வறுவலில் அரைக்கப்பட்ட சிக்கரி கலவாத காப்பி தொண்டையில் இறங்கும் போதே கசந்துகொண்டு ஒருவிதமான கிறக்கம் ஏற்படுத்துகிற காப்பி. சர்க்கரையும் பாலும் மட்டாக, டபிள் ஸ்டிராங்கான மணம் பரப்பும் காப்பி.

எங்கள் ஊரில் கழுநீர், விளக்கெண்ணெய் இத்யாதிகள் எல்லாம் காப்பி எனகிற பெயரில் ஓட்டலுக்கு வந்தன. நான் போகாத ஓட்டலில்லை. சாப்பிடாத காப்பி இல்லை. காப்பிதான் இல்லை. ஒரு விபத்து மாதிரி ஐயர் ஓட்டலைக் கண்டேன்.

அன்றுதான் ஐயர் "லட்சுமி விலாசத்தை"த் தொடங்கினார். நான் போகும்போது ஐயர் தேங்காயைச் சுற்றி உடைத்தார். சந்தனம் கொடுத்தார். அடுத்தபடியாகக் காப்பியும்

கொடுத்தார். அதுதான் காப்பி கன்னங்கரிய நுரை பொங்கும், நுரை மதர்த்த காப்பி என்ன மணம், என்ன காரம், எம். டி. ராமனாதனின் 'பேஸ்'போல சிலிர்க்க வைக்கிற களை.

என்னை அவரும், அவரை நானும் இனம் கண்டுகொண்டது இப்படித்தான். ஐயரும் தஞ்சாவூர் பக்கத்தவர்தான். ஒண்டிக் கட்டை. இப்படி, காலவெள்ளம் இவரை இங்கு அடித்துக்கொண்டு வந்து போட்டு வைத்திருக்கிறது. ஆள் ஒத்தை நாடிதான். மைதானத்தில் புல் முளைத்தாற்போல அங்கொன்றும் இங்கொன்றுமாக மழிக்காத முகம். எந்நேரமும் வெற்றிலைப் போட்டுச் சிவந்த வாய். இதழ்க்கடையில் வெற்றிலைச் சாறோடு, எல்லாம் கடந்தவனின் தன்னிறைவும் ஒழுகிக்கொண்டு நிற்கும். ஐயர் ஓர் ஓட்டல் வியாபாரி மட்டும் இல்லை.

லட்சுமி விலாசம் பரபரப்பான நகரத்தின் கடைத் தெருவை ஒட்டி இருந்தாலும் ஒரு ரிஷியின் ஆஸ்ரமத்தைப்போல அமைதியையும் காத்துக்கொண்டது. எச்சில் பிளேட்டுகள், டபரா செட்டுகள் இரைச்சல் இங்கு கிடையாது. சினிமா டப்பா சங்கீதம் இங்கு கிடையாது. ஊர் வம்பு, பத்திரிகைகள், ஜனக்கூட்டம் இவை போல்வன எதுவும் இங்கு இல்லை. பக்கத்து டெலிபோன் எக்ஸ்சேஞ் ஊழியர்கள், ஆஸ்பத்திரி பணியாளர்கள், என்னைப் போன்ற சில உதிரிகள் இப்படியாகத் தெரிந்தெடுத்தாற்போலச் சில பேரே லட்சுமி விலாசத்தின் போஷகர்கள். ஐயருக்கு இதுபோதும். போதும் என்கிற மனம். விலாசம் எப்பவும் அமைதியாக இருக்கும். மூலையில் தெருவைப் பார்த்து ஒரு ஸ்டூலில் உட்கார்ந்து கொள்ளலாம் — முதுகைச் சுவரில் சாய்த்துக்கொண்டால் போச்சு — கடைத்தெரு எப்பவும் சுறுசுறுப்பாக இருக்கும்.. மனிதர்கள் எப்பவும் எதற்காகவாவது நடந்துகொண்டே இருப்பார்கள்... நடப்பார்கள்... நடப்பார்கள்... அப்படி நடப்பார்கள்! இவர்களுக்கு ஏதேனும் ஒன்று கடைத்தெருவில் வாங்கியாக வேண்டும்.

நான் உட்கார்ந்துகொண்டிருக்கும் இடத்தில் இருந்து சேட்டுக் கடை தெரியும். நகரத்தின் மிகப்பெரும் ஜவுளிக் கடை அது. அதன் புறத்தே கண்ணாடி அறையில் ஒருத்தி இமையாது, கண் துஞ்சாது 24 மணி நேரமும் நிற்பாள். கடை திறந்ததும் முதல் வேலையாக ஒருவன் அவளுக்கு ரவிக்கையும் புடவையும் அணிவிப்பான். எப்போ குளிப்பாட்டுவான் என்பது தெரியாது. தினம் தினம் ஒரு புதுச்சேலை. இதைக் கட்டி முடிக்க அவனுக்கு ஒரு மணி நேரம் பிடிக்கும். இதற்கெனவே பிறந்து வந்தவனாக அவன் எனக்குத் தோன்றுவான். கட்டுவதை எப்போது அவிழ்ப்பான்? எனக்குத் தெரியவில்லை.

ஐயர் மேசைக்குப் பின் உட்கார்ந்திருந்தார். மேசை கச்சிதமானது. கைபட்டு, கைபட்டு ஒளி ஏறியது. மேசையில் ஒரு வரவு செலவுப் புஸ்தகம். ரொம்பப் பழசு என்பது அதன் மேனியைப் பார்த்தாலே தெரியும். ஒடித்தால் ஒடியும். ஐயருக்கு அது ஆயுட்கால சினேகிதன். துக்கமானாலும் சந்தோஷமானாலும் ஐயர் இதற்குள் நுழைவார். இது அவர் எனக்குச் சொன்னது. ஒவ்வொரு பேச்சிலும், பாரதக் கதை வாசனை வீசப் பேசுவார். நாங்கள் அவருக்கு மகாபாரத ஐயர் என்று இதற்காகவே நாமம் வைத்தோம்.

அன்று நான் விசாலத்துக்குள் நுழைகிறபோது ஐயர் மாத்திரம் இருந்தார். எனக்கு என்று, எழுந்து போய், அருமையான காப்பி போட்டுக்கொண்டு வந்து வைத்தார். நான் தெருவைப் பார்த்தேன். நிலைச் சுவரில் ஒரு கண்ணை மறைத்துக்கொண்டு ஒரு கண்ணால் நீரா என்னைப் பார்த்தாள். ஐயர் ஓட்டல் பரிச்சயப்பட்ட அன்றுதான் எனக்கு நீராவும் பரிச்சயமானாள். நீரா மிஞ்சிப் போனால் அஞ்சு வயசுக் குழந்தை. ஐயர் ஓட்டல் வாடிக்கையாளர்கள் போடும் சில பைசாக்களை வாங்கி ஜீவனம் பண்ணும் பிச்சைக் குழந்தை அவள்.

குழந்தை மிக அழகி பஸ்ஸுக்கு ஒடுகிறவனையும் நின்று பார்க்கச் செய்யும் கண்கள் அவளுக்கு. மாநிறத்துக்காரி. அவள் வெள்ளைச் சிரிப்பு... மனசுக்கு ரொம்பத் தொந்தரவு அளிக்கும் விஷயம். குழந்தை ஐயர் ஓட்டலிலும், இவள் தாய் என்று சொல்லிக்கொண்டவள் கொஞ்சம் தள்ளி இருக்கும் காப்பி ஹவுஸ் முன்னாலும். இவளுக்கு நீரா என்று பெயர் வைத்தவர் ஐயர். "என்ன சுவாமி காரணம்" என்று கேட்டேன். "நீரில் இருந்து வந்தவள்" என்றார். விலாசத்துக்கு முன்னால் சாக்கடை ஓடுகிறது. அதைத் தாண்டித்தான் தினமும் நீரா வருகிறாள். அவள் நிற்பதும் உட்கார்வதும், சமயங்களில் தூங்குவதும் சாக்கடையின் ஓரம்தான். "எப்படி நம்ம பெயர்" என்றார் ஐயர்.

நீராவுக்கு ஐயரால் மிகவும் அனுகூலம். ரொம்ப நாள் நீரா, நிர்வாணியாகவே இருந்தாள். ஐயர் கவுன், பாவாடை தைத்துக் கொடுத்தார். கடையில் மீந்த பஜ்ஜி, நீராவுக்குத்தான். அதன்றி அவ்வப்போது காப்பியும் கொடுக்கத் தவறுவதில்லை ஐயர்.

காப்பியை நான் விழுங்கினேன். மனமும் உடம்பும் லேசாகி எனக்குள் ஆனந்தம் நிறைந்தது. ஐயர் வெற்றிலைக் காம்பைக் கிள்ளியெறிந்து வேஷ்டியில் சுத்தமாக அகப்புறம் துடைத்து சுண்ணாம்பைப் படரத் தடவி சுருட்டிப் போட்டுக்கொண்டார். நான் அவரையே பார்த்தவாறு இருந்தேன். ஐயர் முகம் ஏதோ சிந்தனையில் ஆழ்ந்தது. கண்கள் சொருக வெற்றிலைச் சுகத்தில் அவர் இருந்தார். பிறகு என்னைப் பார்த்தார். தொண்டையைக் கனைத்துக்கொண்டார். கழுத்தை மேல் தூக்கி, "சுவாமி" என்றார்.

"சொல்லுங்கோ..."

ஐயர் சொல்வதை நான் கேட்கத் தயார் ஆனேன்.

"மனுஷாள், எவ்ளோ அரக்காளா மாறிப் போயிட்டா பார்த்தேளா? பணம், காசு, பதவின்னா எதையுமே விட்டுடத் தயாரா நிக்கறா பார்த்தேளா?"

"சொல்லுங்கோ..."

"அந்தப் பாண்டவாளத்தான் சொல்றேன். மானத்தை விட்றவாளை இந்த நாளிலேயே பார்க்கிறோம். குருக்ஷேத்ர சண்டையில ஜெயிக்க தம் பிள்ளையேன்னா பலிகொடுத்தா? பிள்ளைய பலி கொடுத்தா பதவி, பிள்ளைய பலி கொடுத்தா சொத்து சுகம், என்ன சுவாமி அக்ரமமா இருக்கு? இந்த லட்சணத்துல இவாள்ளாம் தருமம் அறிஞ்சவா, தெய்வாம்சம் பெற்றவா...?"

நான் யோசித்தேன். ஐயரின் கேள்வி நியாயமாகத்தான் இருந்தது. நான் சொன்னேன்...

“பதவிக்காகப் பிள்ளைகளைப் பலி கொடுக்கிறதாச் சொல்றீங்க... ஸ்வாமி... பிள்ளைக்காக மத்த மனுஷாள பலி வாங்கறவாள்ளாம் இப்போ பதவிக்கு வந்திருக்கறதப் பாத்தேளா?”

“ரெண்டும் ஒரே அச்சுதான். பக்கத்தான் வேறே... இவாள்ளாம் மனுஷாள். விட்டுத் தள்ளுங்கோ... தெய்வங்கள் என்ன வாழ்ந்ததுங்கறேன். பிள்ளைக்கறிக்கு ஆசைப்படறது ஒன்னு... சே...”

“நமக்குப் பொம்பிளைக் கறிமேலே ஆசை; தெய்வத்துக்கு மனுஷன் கறிமேல ஆசை... இது ரெண்டும் ஒரே அச்சுதான் இல்லியா...?”

“ஓய்... ஓய்... என்ன என்ன சொல்லிட்டேள்?”

ஐயர் எழுந்து சென்று சாக்கடையில் சிவப்பாக உமிழ்ந்து வந்தார்.

இரண்டு ஐரோப்பியர் உள்ளே வந்தனர். ஒருவன் ஆண், யுவன். ஒருத்தி பெண், யுவதி. இருவரும் உருவமேனி வேறுபாடற்ற சகோதர சகோதரி போல் தோன்றினார்கள். யுவனிடமிருந்து யுவதியை வேறு பிரித்தது கழுத்துக்குங் கீழான இயற்கையே. இருவரும் சங்க காலத் தலைவன் தலைவியர்போல மாலை அணிந்திருந்தனர். அப்போதுதான் கடலில் குளித்து வருபவர்போல நனைந்து இருந்தனர். யுவன் நனைந்த வேஷ்டியும் துண்டும். யுவதி பனியனும் கைலியும்.

விலாசத்துக்குள் நுழைந்து என் இடப்பக்கம் வாசலை நோக்கி அமர்ந்தனர். ஐயரிடம், யுவன் பஜ்ஜியைச் சுட்டானாள். ஐயர் இரண்டு வாழை இலைத் துண்டங்களில் சிவந்த நீண்ட பஜ்ஜியை வைத்து ஓரத்தில் சட்னியும் வைத்தார். யுவதியும் யுவனும் தமக்குள் சிரித்து சம்பாஷித்தவாறு சாப்பிடத் தொடங்கினார்கள்.

யுவதி, நீராவைப் பார்த்தாள். சிரித்தாள். நீராவும் யுவதியைப் பார்த்து இதழ்களுக்குள் வெள்ளையானாள். யுவதி, நீராவைக் குறித்து யுவனிடம் ஏதோ கூறினாள். யுவன் அவளை நோக்கி ஒரு பஜ்ஜியை நீட்டினான். நீரா மறுத்துத் தலையை ஆட்டினாள். நீரா தலை ஆட்டுவதுபோலவே யுவதியும் தலையை ஆட்டிப் பார்த்துக்கொண்டாள். கழுத்துத் தாமரை மலர் மாலை ஆடியது. ஒரு பெரிய தாமரையின் புற இதழ்கள் அசைவதுபோல அவள் உடைமைகள் அசைந்தன. காப்பியையும் முடித்து அவர்கள் கல்லாவுக்கு வந்தார்கள். யுவன் ஓர் ஐந்து ரூபாய் நோட்டு கொடுக்க ஐயர் சில்லரை கொடுத்தார்.

வாசற்படியில் நின்ற நீராவிடம் யுவதி சென்றாள். அவள் தலையைத் தடவிக் கொடுத்தாள். நீரா கழுத்தை நிமிர்த்தி, வெள்ளை விழிகளும், பற்களும் மின்ன யுவதியை அண்ணாந்து பார்த்தவாறு நிற்கிறாள். படத்தில் இயேசுவிடம் குழந்தைகள் இப்படி ஒண்டி நிற்பது என் நினைவுக்கு ஏனோ உடன் வந்தது. யுவதி திரும்பி யுவனிடம் ஏதோ கூற, அவன் ஐயர் அவனுக்குக் கொடுத்த சில்லறை அனைத்தையும் நீராவிடம் நீட்டினான்.

நீரா தலையை இப்படியும் அப்படியுமாக வேகமாக ஆட்டினாள். யுவதி போட்டிருந்த மாலையைத் தன் சின்ன விரலால் காட்டினாள். யுவதி பின்னும் அதிகமாகச் சிரித்தவாறு தன் கழுத்துத் தாமரை மாலையை எடுத்து நீராவின் கழுத்தில் போட்டுவிட்டு நகர்ந்தாள்.

குழந்தை ஆண்டாளைப்போல நின்றிருந்தது.

திடீரென்று எங்கிருந்தோ வந்தாள் அவள், காப்பி ஹவுஸ் வாசலில் நிற்பவள்.

"ஏண்டி, மவராசன் கொடுத்த காசு வேணாமா உனக்கு...? மாலைதான் வேணுமா. பெரிய மகாராணி..." என்றவாறு குழந்தையின் முகத்திலும் முதுகிலும் அறைந்தாள்.

நீரா துடித்து அலறியவாறு விழுந்து சாக்கடையில் புரண்டாள். பெரியவள் குழந்தையின் மாலையைப் பிடித்து இழுத்து அறுத்து ரோட்டில் எறிந்தாள்.

எல்லாம் கணத்தில் நடந்து முடிந்தது. ஐயர் விக்கித்து உட்கார்ந்து விட்டார். நான் காப்பிக் கணக்கை நோட்டில் எழுதிவிட்டு நடந்தேன்.

1975

மீன்

கிராமணி சட்டையைத் தலைவழியாக மாட்டிக் கொண்டார். அவர் உடலுக்கு ரொம்ப லூசான சட்டை அது. எப்பொழுதும் அது மாதிரியான சட்டையைத்தான் அவர் போடுவார். கை அரைக்கையாயும் இல்லாமல் முழுக்கையாயும் இல்லாமல், முக்கால் கை இருக்கும். கை அகலம் ஒன்னரை ஜாணுக்குக் குறையாது. மார்பில் ரெண்டு பவுன் பொத்தான்கள் கோக்கப்படாமல் அப்படியே கிடந்து ஆடும். மார்பின் வெள்ளி மயிர் வெளியில் தெரியும்.

“ஆனந்து...” என்று அவர் மனைவியைக் கூப்பிட்டார்.

ஆனந்தாயிகூடத்தில் குந்தியவாறே, மரச்சீப்பால் தலையை பரக்பரக்கென்று சீவி பேன் எடுத்துக்கொண்டிருந்தாள். ஒரு முழத்துக்கு ஒரு ஜாண் குறைவு அவள் கூந்தல். அவள் கறுப்பு மயிரில் வெள்ளை பெயின்ட் அடித்த மாதிரி கலந்திருக்கும்.

“இன்னா...” என்றாள் அவள்.

“ஒடம்பு என்னுமோ காலைலேர்ந்து ஒரு மாரியா இருக்கு... சளி புடிச்சிருக்கு... மத்தியானம் காரமீனு வாங்கியாந்து மொளவ கொஞ்சம் அதிகமாப் போட்டுக் கொழம்பு வையீ...” என்றார் அவர்.

கிராமணிக்குப் பல வியாதிகள் மீனாலேயே தீரும். மீன் இல்லையென்றால் வரும், ஜலதோஷம், ஜுரம், வாய்வு சம்பந்தப்பட்ட குத்தல் குடைச்சல்கள். ஆகியவற்றுக்கு எல்லாம் அருமையான மீன் வைத்தியம் சொல்வார். தனக்குச் செய்துகொண்டு திருப்தி ஏற்பட்ட அனுபவ வைத்திய முறைகள் இவை அவருக்கு.

“காரமீனு எங்க கிடைக்குது, நெனச்ச நேரத்துல எல்லாம்...” என்று தன் கஷ்டத்தைச் சொன்னாள் ஆனந்தாயி.

“காரமீனு இல்லன்னா கெழங்கா மீனு கெடைக்காமையா பூடும்... பாரு... கெழங்கானும் கெடைக்கலேன்னா இருக்கவே

இருக்கு சுதும்பு... வாங்கி நல்லா தள தளன்னு காரமா வய்யி... சுதும்பு மீன் வறுத்துப்பூடாத... நெத்திலி கெடைச்சா வாங்கிக்கினு வந்து நெறைய இஞ்சி பூண்டெல்லாம் வச்சிப் புட்டு வெயி... நல்லாயிருக்கும்...” என்றார் ரசித்துக்கொண்டே கிராமணி.

“உக்கும் தின்னு கெட்ட ஜாதி... உங்களுக்கு மீனு ஒணும்... ஒங்க புள்ள மீனுன்னாவே மூஞ்சாலே அடிக்கிறான். அவனுக்குக் காய்கறி தினுசுதான் ஒணுமாம். ஒங்க ரெண்டு பேருக்கு மத்தியிலே மாட்டிக்கினு நான்தான் லோல் பட்டு லொங்கழியறேன். சீக்கிரம் கல்யாணத்துக்கு ஏற்பாடு பண்ணுங்க. வர்றவ கிட்ட எல்லாத்தையும் உட்டுட்டு அக்கடான்னு என் தம்பி வூட்டுக்குப் போயி உழுந்து கெடக்கப் போறேன்...” ஆனந்தாயி சலித்துக்கொண்டாள்.

கிராமணி பதில் சொல்லாமல் செருப்பை மாட்டிக்கொண்டு வெளியில் போனார்.

கூரையில் சொருகி இருந்த பறியை எடுத்துக்கொண்டு, சுருக்குப் பையில் ரூபா நோட்டைப் போட்டுச் சுருக்கி, இடுப்பில் சொருகிக்கொண்டாள் ஆனந்தாயி. கையிலிருந்த சுண்ணாம்பைக் கதவு ஓரத்தில் தடவி இழுத்துப் பூட்டினாள். தெருவில் இறங்கி நடந்தாள்.

வீட்டுக்கும் மார்க்கெட்டுக்கும் தூரம் கம்மிதான். பாரதி வீதியே வந்து புஸ்ஸி வீதி திரும்பினால், மணிக்கூண்டு தெரியும். மார்க்கெட்டும் அங்குதான். தூரத்தில் வரும்போதே மீன் கவிச்சை வந்து மூக்கில் மோதும். சில பேருக்கு இதுதான் மணம். ஆனந்து மீன் மார்க்கெட்டுக்குள் நுழைந்தாள். வரிசையாகக் கூடைகள். ஒவ்வொரு கூடைக்காரியும் கூடையின் குறுக்காக, மீன்களை அடுக்கி வைத்திருந்தார்கள். கீழே தரையிலும் விதவிதமாக சுறா, வஞ்சனை, சென்னாவரை, நாக்கு, வௌவா என்று பலவிதமான மீன்கள் கூறுகட்டி வைக்கப்பட்டிருந்தன. வியாபார மும்முரத்திலும், டீ குடிப்பதும் வெற்றிலை போடுவதுமாக இருந்தார்கள். செம்படச்சிகள். ஜனம் ‘ஜே ஜே’ என்று இருந்தது.

ஆனந்தாயி தான் வாடிக்கையாக மீன் வாங்கும் பவுனைத் தேடினாள். மூலையில் தந்திக் கம்பத்துக் கீழே குந்தியிருந்தாள் பவுனு. டீ குடித்துக்கொண்டே பீச்சைக் கையால் மீனை எடுத்து வைத்துக்கொண்டிருந்தாள் பவுனு. இவளைப் பார்த்ததும் “வாம்மா” என்று சொல்லி டீ கிளாஸைக் கீழே வைத்தாள். வெற்றிலை எச்சி, கோடு கிழித்ததைப்போல காலி கிளாஸின் விளிம்பிலிருந்து வழிந்துகொண்டிருந்தது.

மீன்களை நோட்டம் விட்டாள் ஆனந்தாயி. பாம்பு மாதிரி வெள்ளை வெள்ளையாகச் சுண்ணாம்பு வாளை, சிவப்பு சிவப்பாக சங்கரா மீனும், சென்னாவரையும் கூறு போடப்பட்டிருந்தது. அவளுக்குப் பிடிக்காத விலாங்கு மீனும் அங்கிருந்தது.

“கார இருக்கா...” என்று கேட்டாள் ஆனந்து.

“அதான் இல்ல... பட்டாதான் பாக்கியம்... சுதும்பு இருக்கு. கெழங்கா இருக்கு. காலா இருக்கு. கெளுத்திகூட இருக்கு. எடுத்துக்கிட்டு போயேன்... ரெண்டு பிஞ்சி கத்திரிக்காயி போட்டுக் கொழம்பு வையேன். சோறு கொண்டாகொண்டான்னு உள்ள எறங்காது...?” என்று சொன்னாள்.

“கெழங்கானே போடு...” என்றாள் ஆனந்தாயி.

ரெண்டு கூரை எடுத்துப் பறியில் போட்டாள் பவுனு.

“நெத்திலி இருக்கா...?”

“ஏது... இங்க இருக்கிறதுதான்... ஒனக்கு வச்சிக்கினே இல்லன்னுவனா... ஆமா... பத்தியப் பொடி வாங்கியிருக்கியே... ஊட்ல யாருக்காவது ஓடம்பு கிடம்பு செரியில்லியா இன்னா...” என்று நேச பாவத்தோடு விசாரித்தாள் பவுனு.

“உக்கும் எங்கூட்டுக்காரருக்கு சளி புடிச்சிக்கினு ஓடம்பு இன்னுமோ மாரி இருக்காம்... அதான், பத்தியப் பொடி போட்டுக் கொழம்பு வச்சிட்டு நெத்திலியப் புட்டு வக்கலாம்னுட்டு...”

“புட்டு வக்கத்தான் சொறா இருக்கே... புட்டு வச்சா ஷோக்கா இருக்குமே...” என்று சொல்லித் துண்டு துண்டாக அறுத்துக் கூறு கட்டியிருந்த ஒரு பகுதியை எடுத்து அதையும் பறியில் போட்டாள்.

“எவ்ளோ ஆச்சி...?” என்றாள் ஆனந்து. இடுப்பில் சொருகியிருந்த சுருக்குப் பையை எடுத்துக் கயிற்றை இழுத்துத் திறந்து ஓர் அஞ்சு ரூபாத் தாளை எடுத்தாள்.

பவுனு, தன் வாயிலிருந்த எச்சிலை சிகரெட் பிடிக்கிற மாதிரி ரெண்டு விரலை வாயில் வைத்து “ப்ளிச்” என்று எட்டித் துப்பினாள். கொஞ்சம் யோசித்து “ஒன்னார் ரூபா குடு” என்றாள்.

“இன்னாது ஒன்னார் ரூபாவா! ஒரு நாலு கெழங்காம், சுதும்புப் பொடிக்கும், நாலு துண்டு சொறாவுக்கும்” என்றாள் ஆனந்து.

“அக்காங்... ஒங்கிட்டேந்து புடுங்கித்தான் நான் மாடி வூடு கட்டிப் போறேன்... இன்னா பாப்பா, இம்மா நாளூ பயகியும் என் கொணத்தைத் தெரிஞ்சிக்கிலையே நீ... வோணுன்னா சும்மா எடுத்துக்கிட்டுப் போ... என் மவளாட்டம் நெனச்சுக்கிறேன்...” என்று பவுனு அலுத்துக்கொண்டாள். மருமவள் வரும் வயசானபோதும், ஆனந்தாயி பாப்பாதான் அந்தப் பவுனுக் கிழவிக்கு.

“இல்ல இல்ல. சும்மா ஒரு பேச்சுக்குச் சொன்னா... எங்கிட்டயா நீ ரொம்ப வாங்கிடப் போற... இந்தா... எடுத்துக்கினு மீதி குடு...” என்று ஐந்து ரூபாத் தாளைக் கொடுத்தாள் ஆனந்து. மீதியை வாங்கிப் பையில் போட்டுக்கொண்டாள்.

“இந்தா, போயிலை இருந்தா கொடேன்...” என்று கேட்டாள் ஆனந்தாயி. பவுனு காலடியில் போட்டிருந்த சாக்கின் அடியிலிருந்து ஒரு துண்டை எடுத்துக் கொடுத்தாள். அந்த போயிலைத் துண்டை வாயில் போட்டு அதக்கிக் கொண்டு வீடு நோக்கி நடந்தாள் ஆனந்தாயி.

செம்படச்சி பவுனுக்கும் கிராமணிச்சி ஆனந்தாயிக்கும் உறவு ஏற்பட்ட சமாச்சாரம் ரொம்ப சுவாரஸ்யமானது. நாம் அதைத் தெரிந்து கொள்ளத்தான் வேணும்.

இதே மாதிரிதான் ஒரு மூணு வருஷத்துக்கு முந்தி ஒருநாள் காலையில் மீனு வாங்க மார்க்கெட்டுக்குப் போனாள் ஆனந்தாயி. அன்றைக்கு அவள்

தம்பியும் தம்பி பெண்டாட்டியும் வந்திருதார்கள். கடல் மீன் கிடைக்காத தஞ்சாவூர்க்காரன் அவன். அவனுக்காக நல்ல மீனைத் தேடி அலைந்தாள். பவுனு ஒரு பெரிய வஞ்சனை மீனை வைத்துக்கொண்டு குந்தியிருந்தாள். தம்பிக்கும் வஞ்சனை என்றால் ரொம்ப இஷ்டம் என்று ஞாபகம் வந்தது. அவளுக்கு. குழம்பும் வைக்கலாம் வறுக்கலாம். பவுனை நெருங்கி விலை கேட்டாள்.

பவுனு கறாராக "ஒரே வெல... அஞ்சு ரூபா..." என்றாள்.

"சொல்லிக் குடு" —ஆனந்தாயி.

"அதாஞ் சொல்லிட்டேனே, இஷ்டனா எடுமா... கஷ்டமானா விடு..."

"மூணு ரூபா வச்சுக்கோ... அஞ்சுன்னு ஒரேயடியா சொல்றியே. அநியாயமால்ல இருக்கு...?"

"தே... நாயம் அநியாயமல்லாம் வேற எங்காவது போயி வச்சுக்கோ... வந்துட்டா சின்னாளப்பட்டி சேலையைக் கட்டி சிலுக் சிலுக்குன்னு... வாங்கற மூஞ்சியப்பாரு. போ பொத்திக்கிட்டு. என் வாயப்புடுங்காத." கூடைக்காரியிடம் சகஜமான இந்த வார்த்தையைக் கேட்டு ஆனந்தாயி கோபம் கொள்ளவில்லை. இது என்ன புதுசா. அவள் அம்மாவின் புடவை முந்தானையைப் பிடித்துக்கொண்டு மீன் வாங்கிய ஒரு தலைமுறைப் பழக்கம் அவளுக்கு.

ஒருமுறை எவனோ ஒருவன் குடித்துவிட்டுக் கொஞ்சம் ஓவராகப் பேசினான்போல, ஒரு கூடைக்காரி கேட்டாள், "போடா பேமானி, ஒன் மூஞ்சில இருக்கிற மீசையும் சரி, என் மயிருஞ் சரிடா..."

"சரி... மூனரை வச்சுக்கோ."

"ஒரே வெல, நாலு குடுத்துடு. கேக்கறியேன்னு கொடுக்கறேன்..." என்று சொல்லியவாறே மீனை எடுத்துப் பறிக்குள் போடப்போனாள்.

திடீரென்று ஓர் தடித்த கை — வேப்ப மரத்து அடிப்பாகம் மாதிரி ஏகப்பட்ட பொன் வளையல்கள் போட்ட கை உள்ளே நுழைந்து மீனைப் பற்றியது.

ஆனந்தாயி நிமிர்ந்து, வந்தவளை நோக்கினாள். கழுத்தே இல்லாமல் கழுத்தில் ஏகப்பட்ட சங்கிலிகளும், நெக்லசும் போட்டிருந்தாள் அவள். உதடுகள் சாயச் சிவப்பில் சிரித்துக்கொண்டிருந்தன.

அவள் ஒரு அஞ்சு ரூபாவை பவுனிடம் நீட்டி, "மீன இதுல போடு..." எனத் தன் பையைக் காட்டினாள்.

"இந்தப் பொண்ணுக்குக் கொடுத்தாச்சி, நாலுக்கு" என்றாள் பவுனு.

"நான்தான் அஞ்சி ரூபா தர்றேனே... எனக்குக் கொடுத்துரு..." என்றாள் அவள்.

"அதான் சொல்லீட்டனம்மா... இதுக்குக் குடுத்தாச்சுன்னு..."

"சர்தான் போடு... பெரிய இவதான் நீ... ஓர் ரூபா சேத்துத் தர்றேனே..."

"இன்னாடி சொன்னே..." சிலிர்த்துக்கொண்டு எழுந்தாள் பவுனு. மயிர் அவிழ்ந்து வீழ்ந்தது. "நீ ஆயிரம் கொடேன்... மீனத் தருவனா... அது

இன்னாடி...? நாக்கு ஒன்னா ரெண்டா மனுஷாளுக்கு. வாயின்னா சுத்தம் ஒணுன்டி... நான் இதுக்குக் குடுத்துட்டேன்னு சொன்னப்புறமும் ஏத்தி தர்றாளாம் ஏத்தி. இன்னாடி பணக் கொழுப்பா, ஒன் பணமும் பீயும் எனக்கு ஒண்ணுடி... இந்தப் பவுன ஒனக்குத் தெரியாது... ஒருத்தனுக்கே வாக்கப்பட்டு ஒருத்தனுக்கு தலப்பு போட்டவடி நானு... பஜாரியில்ல ஒன்னப்போல... பணத்துக்கு பீயி துன்ற ஜாதி இல்லடி உன்னைப்போல... ஒங்கம்மாவையும் உக்காத்தாளையும்..." வார்த்தைகள் அருவி மாதிரி அவள் மனசிலிருந்து பீறிக் கிளம்பின. அந்தத் தடிச்சி மெல்ல நழுவினாள். பவுனு கூந்தல் ஆட 'ஜிங்கு ஜிங்கெ'ன்று சாமி ஆடினாள்.

ஆனந்தாயி ரொம்ப நாள் வரைக்கும் தன் புருஷனிடமும் பையனிடமும் "இன்னா நாணயம், இன்னா வாக்கு சுத்தம், இன்னா மனுஷி —" என்று சொல்லி மாய்ந்து போனாள். அவர்கள் உறவு இந்தச் சந்தர்ப்பத்துக்குப் பிறகு வளர்ந்தது.

சோற்றை இறக்கி வைத்தாள். குழம்பு கொதி வந்தது. கரண்டியால் ஒரு சொட்டு எடுத்து உள்ளங்கையில் வைத்து நக்கிப் பார்த்தாள். நல்லாவே இருந்த மாதிரி இருந்தது. வாணலியில் இருந்த புட்டைக் கிளறிவிட்டாள். வேலையெல்லாம் முடிந்தபோது ரொம்ப அசதியாய் இருந்த மாதிரி இருந்தது அவளுக்கு. அடுப்பங்கரை ஓரமாக முந்தானையைப் போட்டுப் படுத்தாள். கண்ணை இழுத்துக்கொண்டு போயிற்று.

திடீரென்று சத்தம் கேட்டு விழித்துக்கொண்டாள். பையன் நட்ராஜன் சைக்கிளைத் தள்ளிக்கொண்டு உள்ளே வந்து ஸ்டாண்டு போட்டு நிறுத்தினான். மில்லில் கிளார்க்கு அவன்.

"சோறு போடும்மா..." என்று சொல்லியவாறு சட்டையை அவிழ்த்தான். பேன்டைக் கொடியில் போட்டுக் கைலியைக் கட்டிக்கொண்டான். செம்பால் தண்ணி எடுத்துக் கை கால் கழுவிக்கொண்டான். ஆனந்தாயி தடுக்கைப் போட்டாள். லோட்டாவில் தண்ணி வைத்து இலை போட்டாள். சோறு பரிமாறினாள்.

"இன்னா கொழம்பு..." என்று கேட்டவாறே வந்து இலையில் உட்கார்ந்தான் நட்ராஜன்.

"மீன் கொழம்பு பத்திய கொழம்பு மாதிரி வச்சிருக்கேன். நல்லாருக்கும்... சாப்ட்டுப் பாரு..." என்று சொல்லியவாறே கொழம்பை ஊற்றினாள் ஆனந்தாயி.

"உக்கும்... இன்னிக்கும் மீனுக் கொழம்பு தானா...? அன்னாடம் இந்த எழவையே எப்படீமா துன்றது. சே... வாரத்துல ஒரு நாளாவது ஏதாவது காய்கறிய வாங்கியாந்து கொழம்பு வக்கக்கூடாதா...?" என்று அலுத்துக்கொண்டான் நட்ராஜன்.

"ஒண்டிக்காரி நானு— ஒவ்வொருத்தருக்கு ஒன்னு ஒன்னு புடுக்கிது. நான் இன்னாதான் பண்ணுவேன்... யாருக்குன்னு மாரடிப்பேன். என்னால முடியாதப்பா. அவருக்கு மூணு வேளையும் மீனு வேணும். ஒனக்கு மீனுன்னாலே பிடிக்கலே... ஒன் பொண்டாட்டி வந்தா அந்தப் பாப்பாத்திக்கிட்ட கேட்டு வேணுங்கற காய்கறி தினுசு ஆக்கிப் போடச் சொல்லுப்பா. என்னாலே இப்டி லோல்பட முடியாது?"

முக்கி முனகிக்கொண்டே சாப்பிட்டு எழுந்தான் நட்ராஜன்.

நட்ராஜனுக்கு உலகத்தில் முதல் எதிரியே மீன்தான். மீன் சாப்பிட்டுச் சாப்பிட்டு அலுத்துப் போய்விட்டான் அவன். வாரத்தில் ஏழு நாட்களும் ஒருவன் மீனையே சாப்பிட்டு எப்படி இருக்க முடியும்? தன் அப்பாவுக்கும் அம்மாவுக்கும் மட்டும் அது எப்படி ஒத்துக் கொள்கிறது? நட்ராஜனுக்கு இது ஒரு புரியாத புதிர்தான். கிராமணிக்குக் காலை இட்லிக்கு என்னதான் விதவிதமான சட்னி இருந்தாலும் தொட்டுக் கொள்ளப் பிடிக்காது. முந்தின நாள் வைத்து சூடேற்றிச் சுண்டிப் போன மீன் குழம்புதான் இட்லிக்கு வேணும். அவனுக்கும் அப்படியே மத்தியானம் மீன் குழம்பு. ராத்திரிக்கும் மீன் குழம்பே. மீன் அந்த வீட்டில் மாசத்தில் முப்பது நாட்களிலும் வரும். ரெண்டு வேளை தவிர. அமாவாசை, கிருத்திகை அன்றைக்கு மட்டும் மத்தியானம் சாம்பார். ராத்திரிக்கே நிச்சயம் மீன் இருந்தாக வேண்டும் அவருக்கு. நல்ல வெறால் கெண்டையாக வாங்கி வந்து குழம்பு வைத்துச் சாப்பிட்டால்தான், மத்தியானம் சாப்பிட்ட பருப்பு செரிக்கும் அவருக்கு. இல்லையென்றால் வாய்வு வந்து விடும். இடுப்பு பிடித்துக் கொள்ளும். ரெண்டு நாட்களுக்குப் படுத்துக்கொண்டு "ஹா... ஹ⁓" என்று புரளுவார்.

கிராமணி மீன் பிரியர் அல்லது வெறியர் மட்டுமல்ல! ஒன்னாங் கிளாஸ் ரசிகரும்கூட. இன்ன மீனை இன்ன விதமாகத்தான் சமைக்க வேண்டும் என்பது அவருக்கு அத்துப்படி. நாக்கு மீனைக் குழம்பு வைப்பவளை ஒரு பெண் ஜன்மமாகவே அவர் ஒத்துக் கொள்ள மாட்டார். நாக்கு மீனை வறுக்கவே வேண்டும். வெளவா மீன் என்றால் அதைக் குருமாதான் வைக்க வேண்டும். ஏதாவது கஷ்டப்பட்டுக்கொண்டு, தள்ளாமையால் வெளவாலை ஒரு சமயத்தில் வறுத்து விடுவாள் ஆனந்தாயி. போச்சு...! அவ்வளவுதான் வீடு தூள் தூள் ஆகும். அவள் ஏழு தலைமுறையையும் இழுத்துப் பேசுவார். வண்டை வண்டையாகத் திட்டுவார்.

கானாங்கழுத்தை அவருக்குக் கட்டோடு பிடிக்காது. உலகத்திலேயே மட்ட ஜாதி மீன் கானாங் கழுத்தை. கழுதை என்ற வார்த்தைதான் கழுத்தை ஆகிவிட்டது என்பது அவர் கட்சி. சுண்ணாம்பு வாளை மீனை பஜ்ஜியாத்தான் போட வேணும். வேறு விதமாக அதைப் பண்ணக் கூடாது. "ஆம்பிளைன்னா வேஷ்டிக் கட்டணும். பொம்பளைன்னா பொடவைக் கட்டணும். மாத்திக் கட்டலாமோ...?" என்பது அவர் கேள்வி.

ஒரு சின்ன விஷயம்! போன தடவை புயல் அடித்தது அல்லவா? அந்தச் சமயம், நல்ல ராத்திரி நேரம். மழை இன்னும் விட்ட பாடில்லை. வெள்ளம் வடிந்துகொண்டிருந்தது. கிராமணி கதவைத் தட்டினார். தூக்கக் கலக்கத்தில் முனகிக்கொண்டே கதவைத் திறந்தாள் ஆனந்தாயி. எதிரே கிராமணி ஒரு பெரிய சுருட்டைப் பிடித்துக்கொண்டு — வாயில் வைத்துக்கொண்டு— கையில்— ஒரு பெரிய வரால் மீனை வைத்துக்கொண்டு பாவாடை ராயன் மாதிரி நின்றிருந்தார்.

"உங்க எழவ எடுக்க... இந்த அர்த்தசாம நேரத்துல இந்த மீன வாங்கியாந்து நின்னிங்கன்னா, நான் என்ன பண்ணித் தொலையறது. ஒண்டிக்காரியா ஒருத்தி லோல்படறாளேன்னு ஈவு எரக்கம் இருக்கா உங்களுக்கு? ஒங்க ஜாதிக்கே அது கெடையாதே..." என்று திட்டித் தீர்த்தாள்.

“மழைல ஒதுங்கிச்சாண்டி... ரொம்ப மலிவா கொடுத்தான்...”

“மயிரில கொடுத்தான், அன்னாடம்தான் வெவுச்சி கொட்டறன... அது போதாதுன்னு இது வேறையா...?”

“சர்தான்டி, ரொம்ப எகிறாதே...” என்று அலட்சியமாகச் சொன்னார் கிராமணி. அவர் வாயிலிருந்து பட்டை வாசனை வந்தது.

இந்தச் சூழ்நிலையில்தான் ஆளாகி வந்தவன் நட்ராஜன். மீன் அவனுக்குப் பிடிக்கவில்லை என்பதல்ல; மீனே சாப்பிடுவதுதான் பிடிக்கவில்லை. கல்யாணம் ஆவட்டும். வரப்போகும் மனைவி நிச்சயம் இப்படி இருக்கமாட்டாள். நம்மை மாதிரி சாப்பாட்டு வகைகளில் ஒரு நாகரிகம் உள்ளவளாக இருப்பாள் என்று அவன் மனப்பூர்வமாக நம்பினான்.

நட்ராஜன் ராத்திரி தூங்கும்போது கனவு கண்டான். ஒரு பெரிய கடல், அதில் லட்சக்கணக்காக, கோடிக்கணக்காக மீன்கள், அலை அலையாகப் படை எடுத்து வருகின்றன. ஒவ்வொரு மீனின் கையிலும் ஒவ்வொரு கத்தி இருந்தது. அந்த மீன்களெல்லாம் நட்ராஜனைச் சுற்றிச் சூழ்ந்துகொண்டன. “டேய்... மீன் இனத் துரோகி... கொலைகாரா... உன்னை என்ன செய்கிறோம் பார்... ‘ஹ... ஹ... ஹ... ஹ...’ என்று வில்லன் வீரப்பா மாதிரி சிரித்தன.

தம் கையிலுள்ள கத்தியால் அவனைக் குத்தின. ஒரு பிரும்மாண்டமான மீன்— அது நிச்சயம் திமிங்கலமாகத்தான் இருக்க வேண்டும் — ஒரு பெரிய ஸோபாவில் உட்கார்ந்துகொண்டு இந்தச் சண்டையைப் பார்த்து ரசித்துக்கொண்டிருந்தது.

திடுக்கிட்டு விழித்துக்கொண்டான் நட்ராஜன். மேல் எல்லாம் வியர்வை வழிந்தோடியது. நாக்கு வறண்டிருந்தது. எழுந்து தண்ணீர்க் குடித்து விட்டு மீண்டும் படுத்தான். திரும்பவும் ஒரு கனவு...

ஒரு மனிதன் படுத்துக்கொண்டிருக்கிறான். அவன் வயிறு பிரம்மாண்டமானதாக இருக்கிறது. அந்த வயிற்றுக்கு உரிய மனிதன் நட்ராஜன்தான் என்று அவன் உணர்கிறான். அந்த வயிற்றுக்குள் மிகப் பெரிய கல்லறை. கல்லறை இன்னும் மூடப்படவில்லை. அதன் வாய் இன்னும் திறந்தே இருக்கிறது. கிராமணியும் ஆனந்தாயியும் கூடை கூடையாக வண்டி வண்டியாக, அம்பாரம் அம்பாரமாக மீன்களைச் சுமந்துக்கொண்டு வந்து திறந்த கல்லறையின் வாயில் கொட்டுகிறார்கள்.

கடைசியாக நட்ராஜனையும் ஒரு கறுப்பு வண்டியில் வைத்து இழுத்துக்கொண்டு வந்து அந்தக் கல்லறையில் போட்டு மூடுகிறார்கள். கல்லறைக்குள் இருந்த மீன்களெல்லாம் இவனைப் பார்த்து “ஓஹோ” என்று சிரிக்கின்றன. கண்ணடிக்கின்றன. இவனைச் சுற்றி சுற்றி வந்து கும்மி அடிக்கின்றன.

திடுக்கிட்டு விழித்துக் கொள்கிறான் நட்ராஜன். ஒரு கணம் தான் கல்லறையில் இருப்பதாகவே நினைத்துக் கொள்கிறான். அழுகை வந்தது. நைட் லாம்ப் தன் சிவப்பு வெளிச்சத்தைச் சிதறுகிறது. கல்லறையில் நைட் லாம்ப் ஏது? எதற்கு? அப்படி... நான் சாகவில்லை என்பதும், தன் வீட்டில் தன் அறையில்தான் இருக்கிறோம் என்பதும் கொஞ்சம் கொஞ்சமாகப் புரிந்தது. நிம்மதியாக இருந்தது. பெருமூச்சு விட்டுக்கொண்டு விடிய விடிய கொட்டுக் கொட்டென்று விழித்துக்கொண்டிருந்தான்.

நட்ராஜன் கல்யாணம் முடிந்தது. முதல் இரவில் அறைக்குள் பயந்துகொண்டே நுழைந்தான் நட்ராஜன். கட்டில் மெத்தை மேல் மல்லிகைப் பூவை நிறையத் தூவி இருந்தார்கள். ஒரு சின்ன மேஜையில் ஒரு தட்டு. அந்தத் தட்டு நிறைய ஸ்வீட்டுகளும் பட்சணங்களும் இருந்தன. மீன் சமாச்சாரமும் ஏதாவது இருக்கிறதா என்று ஒவ்வொன்றாக எடுத்து முகர்ந்து பார்த்தான் இல்லை!

புது மனைவி சுமதி உள்ளே வந்தாள். அவள் மிரண்டு போய் இருந்தாள். பளிச் பளிச்சென்று மைக் கண்களைச் சிமிட்டிக்கொண்டு சுவரோடு ஒட்டிக்கொண்டு நின்றாள்.

அவளோடு என்ன பேசுவது என்று நட்ராஜனுக்கு விளங்கவில்லை. ரொம்ப நேரம் யோசித்து, "ஒனக்கு மீன் பிடிக்குமா...?" என்று கேட்டான். அவள் மேலும் மிரண்டு போனாள்.

இந்தக் கேள்விக்கு அர்த்தம் விளங்கவில்லை அவளுக்கு. என்ன பதில் சொல்வது என்று யோசித்தாள். தான் படித்த எந்த நாவலிலும், கதாநாயகன் இப்படி ஒரு கேள்வி கேட்கவில்லை. எந்த சினிமாவிலும் கேட்கவில்லை. சினிமாவில் பாட்டுதான் பாடுவார்கள். ஆனால், அவளால் பாட முடியாது. முடிந்தாலும் கேட்க முடியாது. என்ன தர்ம சங்கடம். கடைசியாகப் பட்டும் படாமலும், பிடிக்கும். ஆனா அதிகமாப் பிடிக்காது என்று முணுமுணுத்தாள்.

நட்ராஜனுக்கு நிம்மதி பிறந்தது.

மாப்பிள்ளையும் பெண்ணும் மறு உண்டு விட்டு ஊர் திரும்பினார்கள். நட்ராஜனுக்கு லீவு முடிந்து விட்டது. அன்று மில்லுக்குப் போக வேணும்.

காலையில் குளித்து இட்லியும் சட்னியும் வடையும் சாப்பிட்டான். அறைக்குள் சென்று டிரஸ் பண்ணிக்கொண்டு வெளியே வந்தான்.

"நான் போயிட்டு வரேன் சுமதி..." என்று சொல்லிக்கொண்டே அடுப்பங்கரைக்கு வந்தான். சுமதி இட்லி சாப்பிட்டுக்கொண்டிருந்தாள். தட்டில் இரண்டு இட்லிகள் இருந்தன. பக்கத்தில் பெரிய கிண்ணத்தில் முந்தின நாள் வைத்துச் சுண்டின மீன் குழம்பு இருந்தது. சட்னிக் கிண்ணம் அப்படியே தொடப்படாமல் இருந்தது. சுமதி இட்லியைப் பிட்டு குழம்பில் போட்டுப் புரட்டிப் புரட்டி "சர் சர்" என்று சத்தத்துடன் சாப்பிட்டுக்கொண்டிருந்தாள். ஒரு சின்ன மீன் மண்டையை எடுத்து வாயில் வைத்து உறிஞ்சினாள். பக்கவாட்டில் உட்கார்ந்திருந்த சுமதி, நட்ராஜனைக் கவனிக்கவில்லை.

மீன் குழம்பு வாசனை தூக்கி அடித்தது.

1976

முறிவு

1

சக ஊழியர்கள் அனைவரும் அவளைப் பாராட்டினார்கள். எல்லாருக்கும் அவள் பத்திரிகை வைத்தாள். மானேஜர் ஒரே இங்கிலீஷ் வார்த்தையில் அவளை வாழ்த்தினார். (கங்க்ராஜுலேஷன்ஸ்) பியூன், "கல்யாணச் சாப்பாடா" என்றான். எல்லோருக்கும் சந்தோஷம்தான்.

கல்யாணம் என்பதே ஒரு பெரிய விஷயம்தான். அதிலும் ஒரு பெண் நேசித்தவனையே கல்யாணம் செய்து கொள்ள முடிவது ஓர் அற்புதமான விஷயம் அல்லவா? அவள், அவளை நேசித்தவனையே, அவள் யாரை நேசிக்கிறாளோ அவனையே கல்யாணம் செய்து கொள்ளப் போகிறாள்.

ஒரு நோட்புக் அளவுக்கு இருக்கும் பெரிய அழைப்பிதழ்களை ஒவ்வொரு மேசையின் மேலும் வைத்து, வாழ்த்துகளை பாராட்டுகளை, சினேகம் அழுந்திய வார்த்தைகளைப் பெற்றுக்கொண்டு அவள் இன்னொரு மேசைக்கு நகரும்போது அவள் நகரவில்லை; பறப்பதாய் இருந்தாள். நெற்றியில் முத்துகள் கோத்து, கலகலவெனச் சிரித்து அவள் சந்தோஷிக்கையில் உலகம் வெளிச்சமாக, விசித்திரம் வர்ணமாய்ப் பூசிய மாய மாளிகையில், பெரிய பெரிய பலூன்கள் கட்டப்பட்ட பிறந்தநாள் விழாக் கேளிக்கைகளில், உச்சி நனைந்து உடலில் வழியும் ஷவர் பாத்தில், அவளாய் அவளுக்குத் தோன்றியது.

சுமார் இரண்டு ஆண்டுகளுக்கு முன் அவனை, அவள் சந்திக்க நேர்ந்தது. அவள் நினைவில் புரளும் சிந்தனைகள். ஃபைல்களைச் சுமந்து கிளாரிபிகேஷன்களுக்காக அவள் துறையை அணுகும் அவன், திடுமென நூலகத்தில் ஒரு புத்தகத்தை உருவும்போது சந்தின் ஊடே தெரியும் அவன் முகம். அவன் கடற்கரைக் காப்பி ஹவுசில் காப்பியைக் குடித்துத் தலைநிமிர்கையில், கழுத்துக் குறுகுறுக்க, யாரோ தன்னைக் கவனிக்கிற உணர்வில் நோக்க அவன் அசடோ எண்ணெய்யோ என்றைக்கும் வழியவிடாத ஆண்

பிள்ளையாய் அவன். தான் பாராத போதில் அங்கே இங்கே என்று பார்க்க முயலாத புருஷனாய் அவன்.

அப்பாவிடம் பயந்து பயந்து திக்கித் திணறினாள். அம்மா எதுக்கோ பயந்தபடி கதவின் புறம் நின்றாள். சின்னவள் மேசையின் மேல் கவிழ்ந்துகொண்டு இருக்கிறாள். படிக்கிறாளாம். நம்ப வேண்டுமாம். அப்பா அவனுடைய பெயர் கியர், உத்தியோகம் கித்யோகம், குலம் கோத்திரம், பேசிக் பே, வண்டி வாகனம் சகலமானவற்றையும் விசாரித்தார். தெரிந்தவரைச் சொன்னாள். தெரியாதவற்றுக்கு வாங்கிக் கட்டிக்கொண்டாள். நல்லவேளை அப்பா எகிறவில்லை. அடிக்க வரவில்லை. இரண்டு நாள் அவனைப் பற்றி அப்பா சி. ஐ. டி வேலை பார்த்து இருப்பார். ஒப்புக்கொண்டார். அப்பாடா ரிஜிஸ்டர் கல்யாணம் இல்லை. இருபது வருஷமாக அப்பா ஆலை மிஷின்களோடு சம்சாரம் நடத்தியவர். இன்னும் மனுஷராகவே இருந்தார் ஆச்சரியம்தான்.

சின்ன வயதின் அவள் கனவுகள் சேலை கட்டிக்கொண்டு வந்தன. கல்யாணத்துக்குப் பிறகு வாழப் போகிற வாழ்க்கை அவள் கனவுகளில் வர்ண மத்தாப்புகள் பூக்களைச் சொரிந்தன.

“அந்த நாள் தொட்டு நான் புதுசாய் இருக்கப் போகிறேன். புதுப் புடவைகள் அன்றிலிருந்து அணிய, புதிய பிளவ்சுகள், புதிய பிராக்கள்கூட கண்ணுக்கு ஐடெக்ஸ்கூட புதுசாகத்தான் வாங்க வேண்டும். நெற்றிக்கு இடும் சாந்து அதுவும் புதுசுதான். என்ன கவரில்? எல்லா கலரிலும். அப்போதுதான் டிரஸ்ஸுக்கு மாட்ச் செருப்பு? தூ. அன்றிலிருந்து புதுசு. அவசியம் இந்த பேஸ்டையும் பிரஷ்ஷையும்தான். புதிய பிரஷ். புதிய பேஸ்ட். என்ன வாங்கலாம்.? பினாக்கா? கோல்கோட் வானாம். வேறு ஏதாவது விக்கோ வஜ்ரதந்தி சபாஷ். ஆப்பிளைக் கடிக்கிற அவள். கரும்பு கடிக்கிற அந்தத் தாத்தா. சபாஷ். கடிக்கிற தந்தி. பவுடர், என்ன பவுடர் நூற்று எட்டு பவுடர். ஹலோ வாங்கலாமே. அடடா மறந்தே போச்சு. சோப் இதுவல்லவா மிக முக்கியம். கல்யாணத்துக்குப் பிறகு என்ன சோப் உபயோகிக்கலாம். அப்பா உபயோகிக்கும் லைப்பாய் ஆரோக்கிய வாழ்வைக் காப்பது? ஊக்கும். கனகாம்பரம், புதிய எலுமிச்சை வாசனை லிரில். கேடில் கலந்த ரெக்ஸோனா? ஹேமமாலினியின் அழகு ரகசியம் லக்ஸ். எல்லாம் பழசு. மார்க்கெட்டுக்குப் போக வேண்டியது, எது புதுசாக அன்று வருகிறதோ அது... எல்லாவற்றுக்கும் மேலே வீடு அல்லவா முக்கியம். நான் ஒரு முட்டாள். இது பற்றி அல்லவா சிந்திக்க வேண்டும். ஒரு சின்ன வீடு. முதலில் வாடகைக்கு. பிறகு ஒரு வீடு சொந்தமாக. எனக்கே எனக்கு. அவருக்கு பேசிக் பே *650*. எனக்கு *450* எங்கள் இரண்டு பேருக்கு ரூமை ஒழித்துக் கொடுக்கவும் கொடுப்பார் சின்னவள் பாத்ரூமிலேயே டிரஸ் மாற்றிக் கொள்வாளாக இருக்கும். ஆனாலும் வேண்டாம். அவரே ஆசைப்பட்டாலும் வேண்டாம். எல்லாமே புதுசாக இருக்க வேண்டும் என்னும்போது, வீடு மட்டும் பழசாகவா?

அவனைச் சந்தித்து அவனோடு ஷாப்பிங் போகப் போகிற உற்சாகத்தோடு, நெஞ்சு முட்ட அவள் ஆபீசை விட்டு வெளியில் வந்தாள். அவள் ஆபீஸ் வாசலில் எப்பவும் கால் நீட்டி உட்கார்ந்திருக்கும் அந்த இளம்பிள்ளை வாதப் பிச்சைக்காரனுக்கு, அவன் திடுக்கிடும்படி ஒரு ரூபாய் போட்டாள்.

சலவை செய்த பேங்க்கில் இருந்து சம்பளமாய்க் கொடுத்த நோட்டு. வாயல் புடவை மாதிரி சொர சொர என்ற நோட்டு.

2

வருஷக் கணக்காக நின்ற இடத்திலேயே நின்றுகொண்டிருக்கும் அண்ணாதுரைக்குப் பக்கத்தில் அவன் நின்றான். மூன்றாவது சிகரெட்டை எடுத்துப் பற்ற வைத்துக்கொண்டான். பேச்சுத் துணைக்கு அவரை விட்டால் ஆள் இல்லை. அவர் பேசமாட்டார். வாட்சைப் பார்த்தான். அவள் அங்கு வந்து சேர இன்னும் பல நிமிஷங்கள் இருந்தன. அவசரப்பட்டுக் கிளம்பி விட்டான். சரியாக அஞ்சே கால் மணிக்குக் கிளம்பி அண்ணாதுரையிடம் வந்து சேர்ந்தால், அவள் வர சரியாக இருக்கும். அஞ்சடிக்கும் முன்பே கிளம்பி விட்டான். அவசரம்... அவசரம்...

வாயில்லா ஜீவன்களுக்கு என்று குடைகார கோவிந்தசாமி ஈவிரக்கம்கொண்டு கட்டிவிட்ட தண்ணீர்த் தொட்டியில் ஒரு காகம் தலையை நீரில் அமுக்கி பின்பு உதறி, சிலிர்த்துக்கொண்டு இவனைப் பார்த்து "ஹலோ" என்றது.

"என்ன இது..."

"என்னோட பிரசன்ட்..."

"எதுக்கு?"

"உங்க பெர்த் டேக்கு"

"அட... எனக்கு இன்னைக்கு பெர்த் டே... நான் மறந்துட்டேன். நீ ஞாபகத்துல வச்சிருக்கே. தேங்க்ஸ்... என்ன இது..."

அழகாக பேக் பண்ணப்பட்டு ரிப்பன் கட்டியிருந்தது. அது "இங்கேயே பிரிக்க வேணாம். வீட்டுக்கு போனதுப்புறம் சாப்டுட்டு உங்க மாடி ரூமுக்குப் போவீங்க இல்லையா, அங்க பிரிச்சுப் பாருங்க."

அவன் அதைப் பிரித்தான்.

"ப்ளீஸ்... இங்க பிரிக்க வேணாம்."

அவன் அதைப் பிரித்தான்.

"ப்ளீஸ் இங்க வேண்டான்னா?"

அவன் அதைப் பிரித்தான்.

"ப்ளீஸ்... ப்ளீஸ்... பிளீஸ்..."

அவன் அதைப் பிரித்தே விட்டான். தங்கத்தில் இரண்டு பட்டாம் பூச்சிகளைப்போல, பிரகாசித்துக்கொண்டு இருந்தன கைப் பொத்தான்கள். அத்துடன் ஒரு கடிதமும் இருந்தது. "பிரியத்துக்கு உரிய..." எனத் தொடங்கி பெண்களுக்குரிய நூதன எழுத்துகளில், அழகான ரசிக்கத்தக்க எழுத்துப் பிழைகளோடு ஒரு கடிதம்.

அவன் அட்டகாசமாக இருந்தான், சிரித்தான்.

"கோபமா... ஏன் முகம் வாடிப் போச்சு...?"

"நீங்க ரொம்ப அவசரக்காரர்..."

அவன் சிகரெட்டைக் கீழே போட்டு உருத் தெரியாமல் மிதித்து நசுக்கினான். பெண்களுக்குப் புதிய பரிமாணத்தைக் கொடுத்திருக்கும் ஊசலாடும் தோள் பையோடு அவள் வந்து சேர்ந்தாள்.

அவனுக்கு அவளிடம் ஒன்று சொல்ல இருந்தது. ஷாப்பிங்கெல்லாம் முடித்து, தூக்க முடியாத பாரங்களோடு கடற்கரை காப்பி ஹவுசின் மாடியில், கடலைப் பார்த்தவாறு அவர்கள் உட்கார்ந்தார்கள். பல நிமிஷங்களுக்குப் பிறகு கட்லெட்கள் வந்தன. அதுவரை அவளே பேசிக்கொண்டிருந்தாள். அவன் கடலைப் பார்த்தவாறு இருந்தான். கடலில் ஒரு கப்பல் நின்றிருந்தது. அங்கிருந்து பளிச் பளிச்சென மின்னும் ஒளிச் சங்கேத பாஷை கரைக்கு வந்துகொண்டிருந்தது.

அவள், அவன் கவனத்தைத் திருப்ப முயன்று தோற்று, அவன் அக்கறையின்மைக்கானக் காரணம் கேட்டாள்.

அவனுக்கு அவளிடம் ஒன்று சொல்ல இருந்தது. அவன் சொன்னான் —

"இரவில் நடுச்சாமத்தில் மாடுகள் மூச்சுவிடுவதைக் கேட்டிருக்கிறாயா... கொல்லன் உலைத் துருத்தி, பயமாக இருக்கும். தூக்கி வாரிப் போடும். இருட்டில் ஜனங்கள் அதிகமாகச் சத்தம் போட்டு உரக்க, கத்திப் போகிறார்கள். ஜனங்கள் சப்தம் ஓய்ந்த பிறகு நிலா இரவை, வைகறை என்று பிழைத்து எண்ணிய காகங்கள் பள்ளிக்கூடம் நடத்துவதைக் கேட்டிருக்கிறாயா? திடீரென்று அவை ஒரே ஸ்தாயியில் கத்திக்கொண்டு பறக்கும். நெஞ்சுக்குலை ஆடும். வீட்டில் இருந்து அஞ்சு நிமிஷ நடைதானே பீச், வருவதுண்டு. எங்கு பார்த்தாலும் ஒரே வானம். வானத்தில் எங்கு பார்த்தாலும் ஒரே மேகம். வயசாகிப் போன வான ராஜாவுக்கு முளைத்துத் தொங்கும் தாடி மாதிரி. இவ்வளவு பெரிய வானத்துக்கு ஒரே நிலா"

"ராத்திரியில் தூங்குவதில்லையா?" அவள் கேட்டாள். இல்லை என்றான் அவன். "ஏன்" என்று கேட்டாள் அவள். "தூக்கம் வருவதில்லை" என்றான் அவன். "என்ன பிரச்சனை?" என்றாள் அவள்.

"விரகதாபம்" என்றான் அவன்.

ஆழ்ந்த அமைதிக்குப் பிறகு அவள் சொன்னாள்.

"இன்னும் ஒரு வாரம்தானே"

"ஊம்"

"அது வர்றபோது வரட்டும்"

"..."

"நான் செத்த பிறகுதான் நம்ப கல்யாணம் வரும்போல..."

"ஏன் இப்படியெல்லாம் பேசறீங்க...?"

அவள் நாற்காலியை இழுத்து அவனருகில் போட்டுக்கொண்டாள். அவனுக்கும் அவளுக்கும் கேட்பதுபோல அவள் சொன்னாள்.

"ப்ளீஸ் டெல் மீ... வாட்ஸ் யுவர் டிரபிள்..."

அவன் கப்பலைப் பார்த்துக்கொண்டிருந்தான். ஒரே ஒரு பிரகாசமான விளக்கு மட்டும் கண்ணைச் சிமிட்டிக்கொண்டிருக்கிறது. ஒவ்வொரு

சிமிட்டலும் ஒவ்வொரு வார்த்தை போலும். அவள் அவனையே பார்த்துக்கொண்டிருந்தாள்.

விளக்கைப் பார்த்தபடியே அவன் சொன்னான்.

"ஐ லைக் டு சிலீப் வித் யூ..." என்றான் அவன். அவள் உடம்பில் ஏற்பட்ட உதறலை அவனாலும்கூட உணர முடிந்தது. அவள் ஸ்பூனால் காப்பி கப்பைக் கலக்கிக்கொண்டிருந்தாள். அவள் சொன்னாள்.

"நம்ப கல்யாணம் இன்னும் ஒரு வாரம் தானே..."

"ப்ச்..."

அவள் ஸ்பூனால் இன்னும் காப்பி கப்பையே கலக்கிக்கொண்டிருந்தாள். பிறகு அவள் சொன்னாள்.

"என்னை நீங்க புரிஞ்சுக்க மறுக்கிறதுதான் எனக்கு வருத்தமாயிருக்கு. வரும்போதுதான் ஷாப்பிங் போனோம். எதுக்கு இவ்வளவுன்னு கேட்டீங்க... என் கனவையெல்லாம், என் ஆசையையெல்லாம் உங்க கிட்டே சொன்னேன். நம்ப கல்யாணம் ஆன அன்னிலேந்து நான் புது வாழ்க்கையைத் தொடங்கப் போறனே. என்னுடையது எல்லாம் புதுசா இருக்கணும்னு ஏகப்பட்டது செலவு செய்யறேன். என் சக்திக்கு மீறிச் செலவு பண்றேன். இதெல்லாம் தேவைதானான்னு நான் யோசிக்காமே இல்லே. ஆனாலும் எனக்கு இது சந்தோஷம். என் நோக்கம், என் ஆசை, என் புடவையெல்லாம், என் உடம்பிலே போட்டிருக்கிற நகைகள் எல்லாம் புதுசா இருக்கும்போது என் உடம்பு மட்டும் பழசாப் போயிடுமே. பழைய உடம்பைத்தானே எடுத்துக்குவீங்க? என்னோட இந்த சென்டிமென்ட்ஸ் உங்களுக்கு வேடிக்கையா இருக்கு. ஆனாலும் பிறத்தியார் சென்டிமெண்ட்ஸை மதிக்கறதுதானே நாகரிகம். எப்பவுமே நீங்க என்னோட உணர்ச்சிகளுக்கு மதிப்பு அளிக்கிறது கிடையாது. ரொம்ப அவசரப்படறீங்க... ரொம்பக் கோபப்படறீங்க. ஆனாலும் உங்களை நான் நேசிக்கிறேன். உங்க ஆசைப்படியே ஆவட்டும். ஆனா ஒரு கண்டிஷன். நாம் சேர்ந்து இருப்போம். ஆனா முழு உறவு வேண்டாம். இது மட்டும் கல்யாணத்துக்குப் பிறகு வச்சிடுவோம். ப்ளீஸ்... என்ன புரிஞ்சுக்கப் பாருங்க. அதுக்கு மேலே வேணாம்..."

அவன் அதற்கு ஒப்புக்கொண்டதாகத்தான் இருந்தது.

3

அண்ணாதுரை சிலையில் இருந்து ரிக்ஷா பிடித்து சாரதி வீடு திரும்பி, ரயில்வே ஸ்டேஷனைக் கடந்து ஊருக்குச் சற்று தூர இருக்கும் அந்த லாட்ஜை அடைகிற வரைக்கும் அவர்கள் பேசிக் கொள்ளவில்லை. ஒருவர் மனம் ஒருவருக்குப் புரிகிறபோது பாஷை செத்து விடுகிறது. அந்த லாட்ஜின் மானேஜரான தன் நண்பனுக்காக ஒரு கலியாண அழைப்பை அவன் கொடுத்தான். எதிர்கால மனைவி இவள்தான் என்று அவளை அவனுக்கு அறிமுகப்படுத்தி வைத்தான். கல்யாண சம்பந்தமாக சில விஷயங்கள் பேச வேண்டியிருக்கிறது என்பதாகக் கூறி ஒரு ரூம் சாவியைக் கேட்டான். சந்தோஷத்தோடு ஒரு ரூமைத் தானே வந்து திறந்து கொடுத்து காப்பி அனுப்பி வைப்பதாகக் கூறிச் சென்றான். உள்ளே நுழைந்ததுமே

ரூமை அடைத்துப் போட்டிருந்த பெரிய இரட்டைக் கட்டிலும் அதன்மீது விரித்து இருக்கும் கரும் நீல பெட்ஷீட்டும் அவளை உறுத்துவதாக இருந்தது. ஒரு சேரில் அவள் உட்கார்ந்துகொண்டாள். அவன் கட்டிலின் ஓரம் கால் மேல் கால் போட்டபடி அமர்ந்தான். ஷர்ட் பொத்தான்களைக் கழற்றி விட்டுக்கொண்டான். அண்ணாந்து பார்த்து ஃபேன் சுற்றுவதைக் கவனித்து உஸ்... என்று வாயால் ஊதிக்கொண்டான். அவள் இவன் செய்வதையே பார்த்தபடி இருந்தாள். தவறிக்கூட அவன் அவளைக் காண்பதாக நேருக்கு நேர் பார்ப்பதாக, காண்பதாகக் காணோம். பையன் காப்பிகொண்டு வந்து இரண்டு கிளாஸ்களில் ஊற்றி டேபிளில் வைத்து விட்டு வேறு ஏதாவது என்று கேட்டு நின்றான். இல்லை எனக் கூறி அவன் பையனை அனுப்பி வைத்தான். கதவைச் சாத்திக்கொண்டு வந்து அவன் மீண்டும் முன் இருந்த இடத்திலேயே அமர்ந்தான்.

நான்கு புறமும் வெள்ளை சுவர்கள் வெள்ளையாக. ஒரு கதவு பாத்ரூமுக்காக. ஒரு படுக்கை அறையாகத் தவிர, வேறு எதுவாகவும் அது இல்லை. லாட்ஜுக்கு அந்தப்புறம் வீடு இருக்கும் போலும். பாலு செய்தி படித்துக்கொண்டு இருந்தார். இது பாண்டிச்சேரி.

வானொலிதான். அவள் செய்தியில் மனசை லயிக்க விட முயன்றாள். முடியவில்லை. மணி ஆறுக்கு மேல் ஆகிறது. எவ்வளவு சீக்கிரம் இங்கிருந்து போய் விட முடியுமோ அவ்வளவுக்கு அது நல்லது என்று மனம் சொல்லியது.

இப்போது அவன் பனியனோடு இருந்தான். சட்டை ஹாங்கரில் தொங்கிக்கொண்டிருந்தது. அவன் அவளிடம் வந்து மெதுவாகக் கைகளைத் தொட்டு, பிடித்து எழுப்பி நிற்க வைத்தான். முகத்தை நிமிர்த்தி ஒரு முத்தம் வைத்தான். அந்த நிலையிலேயே அவர்கள் சில நிமிஷங்கள் நின்றார்கள். பிறகு கட்டிலில் உட்கார்ந்தார்கள். அவள் கொஞ்சம் கொஞ்சமாக அவனிடம் லயித்தாள். அவள் கொஞ்சம் கொஞ்சமாக அவனிடம் இழந்தாள். அவள் கொஞ்சம் கொஞ்சமாக அவனிடம் இறுகினாள். இப்போது தன் காம்பீர்யமான புருஷக் குரலில் ஜேசுதாஸ் பாடிக்கொண்டிருந்தார். யாரோ ஒருவர் — வாணியா — சுசீலாவா அதனைப் பற்றிக்கொண்டு நடந்தார். அவர் பாட, இவர் பாட — அவர் பாட, இவர் பாட — பாடல்கள் தொடர்ந்த வண்ணமாய் இருந்தன.

வெளுக்கப் போகும் அழுக்குத் துணிகளைப்போல அவள் புடவை. அவள் ஆடைகள் அனைத்தும் அவள் இருந்த நாற்காலியில் குவிந்து கிடந்தன. தனக்கு மேல் வேகத்தில் சுழலும் ஃபேனையே அவள் வெறுத்துப் பார்த்தவாறு இருந்தாள். அவன் அவள் மேல் கவிழ்ந்து இருந்தான்.

ஒரு பெரிய காட்டில் அவள் சஞ்சாரம் செய்தாள். அது வனாந்தரம். அவள் ஒரு மானாய் ஆனாள். மானாய் ஓடினாள். மானாய்ப் புல் மேய்ந்தாள். மானாய்த் துள்ளினாள். கவலைகள் அற்ற சுயேச்சையான எதேச்சையான மான். புள்ளிகள் உள்ள மான். புதரின் மறைவில் இரண்டு தீவட்டிகளைப்போல இரண்டு கண்கள் அவளைக் கவனித்து எரிந்துகொண்டு இருந்ததை அந்த மான் அறிந்ததாய் இல்லை. அந்தத் தீபத்தை ஏந்திய உயிர் புதரை விளக்கி வெளி வந்ததும்தான் மான் அதைக் கவனிக்கலாயிற்று.

புலி—

மான் ஒரு கணம் திடுக்குற்றது. மறுகணம் அது அதனை எதிர்கொண்டது.

"வா, என்னிடம் வா, என்னைப் புசி. என் சதை உன் நாவுக்காகவே என்னைப் புசி. உன் பசி தீர என்னைப் புசி. என் இரத்தம் உனக்காகவே — குடி என் உயிர் உனக்காகவே அர்ப்பணம். ஸ்வீகரித்துக் கொள்"

புலி பாயவில்லை. பட்சமாக நின்ற இடத்தில் நின்றது. இருந்த இடத்தில் இருந்தது. அதன் செவேலென்ற நாக்கு தொங்கிக்கொண்டு இருந்தது.

அவள் அவனிடம், அவன் காதுகளிடம் சொன்னாள்.

"கோ அ ஹெட்..."

அவன் மௌனமாயிருந்தான்.

"பரவாயில்லை யூ கேன் டூ..."

அவன் செயலற்று இருந்தான்.

"பிளீஸ்... எனக்கு வேணும்... தவிர்க்க முடியாம உடனடியாக எனக்கு வேணும்..."

அவன் சொன்னான்.

"வேண்டாம்னு சொன்னியே... அது மட்டும் வேண்டாம்னு...?"

"இப்ப வேணும்... பிளீஸ்... இப்ப வேணும்..."

அவன் வெறும அவள் மேல் கவிந்து இருந்தான்.

"புலியே பசிக்குதென்றாயே, என்னைப் புசியேன். பட்சியேன். ஏன் வெறுமே நின்று பார்த்துக்கொண்டிருக்கிறாய். பார்த்தால் பசி தீருமா? என்னை எடுத்துக் கொள், உன் கூர் நகங்களை விரி. என் மேல் படர். என்னைக் கீறி எறி. உன் வளைந்த பற்களால் என்னைக் கடித்துக் குதறு.

"மாட்டாயா, ஏன் மாட்டாய்? இரக்கமா, ஏன்? உன் பட்சணத்துக்கெனவே நான் படைக்கப்பட்டிருக்கையில் உன் இரக்கம் எனக்கு அவமானம். ஊம் என்னை அடித்து வீழ்த்து. புலி தன் பல் போன வாயால் சிரித்தது. நகங்கள் அற்ற நொண்டிக் கைகளால் தடவிக் கொடுத்தது.

அவள் அவனை உதறிவிட்டு எழுந்தாள். "வாட்ஸ் ராங் வித் யூ" என்றாள் அவள். அவன் தலை கவிழ்ந்து மௌனித்து இருந்தான். இதே கேள்வியை மீண்டும் அவள் கேட்டாள்.

"அப்செட் ஆயிட்டேன்... சாரி..."

அவள் ஆடை அணிந்துகொண்டாள். கண்ணாடிக்கு முன் நின்று தன்னைச் சரிபண்ணிக்கொண்டாள். அவன் சட்டையை எடுத்து மாட்டிக்கொண்டான்.

சாவியை நண்பனிடம் ஒப்படைக்கும்போது அவன் இவளைப் பார்த்துக் குறும்பாகச் சிரிப்பது தெரிந்தது. அவனை அவள் வெறுத்தாள். லாட்ஜுக்கு வெளியே சில சிறுவர்கள் பிறந்த மேனியோடு விளையாடிக்கொண்டிருந்தார்கள். அவர்களைப் பார்க்க இவளுக்கு வெறுப்பாக இருந்தது.

வண்டி வைத்துக் கொள்ளலாமா என்று அவன் கேட்டதற்கு இவள் வேண்டாம் என்றாள். அவர்கள் நடந்தே சென்றார்கள்.

பிரபஞ்சன் ★ 73

பாதையின் இரு பக்கமும் பூவரச மரங்கள் குட்டை குட்டையாய் நின்றன. வாகனங்கள் தூசியைக் கிளப்பிவிட அவற்றின் இலைகள் சிவந்து மண் கப்பி நூதனமாகக் காட்சியளித்தன. லாட்ஜ் வாசலில் அழுக்கு போர்த்த உடம்பினராக தான் பார்த்த சிறுவர்கள், அவள் நினைவில் வந்தார்கள். அவள் அம்மரங்களை வெறுத்தாள்.

டவுன் பஸ் வந்து நிற்கும் இடத்தை அவர்கள் அடையும் நேரமும், பஸ் வரவும் சரியாக இருந்தது. பஸ்ஸை ஜனங்கள் ஆக்ரமித்திருந்தார்கள்.

"அடுத்த பஸ் காலியாக வரும். அதில் போகலாம்" என்றான் அவன். அவள் அப்படிப் பல சமயங்களில் போகிறவள்தான். ஆனாலும் அவள் அதில் ஏறிக்கொண்டாள்.

"நாளைக்குப் பார்க்கலாம்" என்றான் அவன். அவள் உதடுகள் பிரிந்தன. என்னவோ சொல்ல நினைத்தாள். பின் பேசாமல் இருந்துகொண்டாள்.

பஸ் அவன் மேல் புகை விசிறிச் சென்றது. அது கண்ணுக்கு மறையும் வரைக்கும், அதன் சிவப்புக் கண்களைப் பார்த்தவாறு அவன் இருந்தான். ஒரு சிகரெட்டை எடுத்துப் பற்ற வைத்துக்கொண்டான்.

எதிர்த் திசையில் மெல்ல நடக்க ஆரம்பித்தான்.

1976

சலிப்பு

நுகத்தடிகளைக் கழற்றி, அடுத்த அதிகாலை வரை, விடுப்பு பெற்றுக்கொண்டு வீதியில் காலை வைக்கும்போது மாலைக்காற்று என் முகத்துக்குக் குளிர்மை செய்கிறது. சட்டைக்குள்ளே உருவாகி வழிந்த வியர்வை உள்ளேயே உலர்கிறது.

தூங்குமூஞ்சி மரங்கள் அடர்ந்த தார் ரோட்டில் 15 நிமிஷம் உடம்பைக் காலால் சுமந்து நடந்து சென்றால் அந்தப் பள்ளிக்கூடம் வரும். அங்கு அரை மணி காத்திருக்க வேண்டும். அந்தி வெயில் கிள்ளுவது போல் காயும். ஆனால் அந்த நாள் முழுவதும் அனலாய்க் காய்ந்த வெயிலைக் காட்டிலும் அது மிருதுவாக இருக்கும். இது பிடிக்கவில்லையாயின், பக்கத்தில் பஸ் நிறுத்தத்துக்காக உள்ள குடையின் கீழ் நிற்கலாம்.

மனுஷர்கள் அங்கு நின்றுகொண்டிருப்பர். அவர்களில் பெரும்பாலோர் இரண்டாவது பைகளைச் சுமந்துக்கொண்டு சுமப்பது தவிர தம்மால் வேறு ஒன்றும் கூடாது என்பதால் நிற்பார்கள். அவர்கள் அன்று விடிகாலையில் உறக்கம் கலைந்து எழுந்தபோதும் பிறகு குளித்துக் கிளம்பியபோதும் தொகுத்துக்கொண்டு வந்தவற்றையெல்லாம் இழந்துவிட்டு, பிறகு அடுத்த நாள் வாழ்வுக்கு ஒரு தொகுப்பு வேண்டி வீட்டுக்குப் போகிறவர்களைப்போல நிற்பார்கள். புதிதாக வந்து குடையின் கீழ் ஒண்டும் ஒவ்வொரு பிராணியையும் ஒவ்வொரு பிராணியும் பகைத்துக்கொண்டு நிற்பார்கள். தந்திக் கம்பங்களில், தாமதமாக வீட்டுக்குப் போகும் காகங்கள் சிலது எச்சம் இடும். சிலது சும்மா கத்தும். மனிதர்கள் நிற்கிற நெருக்கத்தின் ஊடேயும் இடம் கண்டு நாகூர் ஆடுகள் பழத்தோல் மேயும். உபாதைகளோடும் எரிச்சலோடும் நிற்கும் இவர்கள், தங்கள் எரிப்பை, பஸ்ஸைப் பிடித்து ஏறும் ஒரு நிகழ்த்தல் மூலம், சூழ்நிலையைக் கழிப்பறையாக்கிச் செல்வார்கள்.

மனிதர்களை வேடிக்கை பார்ப்பதிலும் சுவாரஸ்யமானது எனக்கு வேறு ஒன்றும் இல்லை. நனா விரும்பவில்லையானாலும் பள்ளிக்கூடம் விடுகின்ற வரைக்கும் இவர்களை நான் பார்த்தே தீர வேண்டும். நான் உள்ளிட்டு இங்கு இவர்கள் புஜகிரீடமும், சரிகைப் பாவாடையும் கட்டிக்கொண்டு நிற்போம். எங்கள் காதுகளில் குப்பைத் தொட்டிகளில் இருந்து புறப்பட்டு வரும் ஈக்கள் மொய்த்து, மூக்கு, நெற்றி, கழுத்து, முழங்கை முதலான தேவையில்லாத பிரதேசங்களில் மொய்க்கும்போது, இந்த அருவருப்பு பெரிய விஷயம் இல்லாததுபோல எங்களுக்கு மரத்துப் போய்க் காணும். ஈக்களும், கொசுக்களும் எங்கள் சகஜீவிகளாகப் போவதில் எங்களுக்கு ஆட்சேபனைகள் இருப்பதில்லை. வாய் ஓரம் நீளும் இரண்டு பற்கள் எங்கள் நிஜமான நேற்றுகளை நினைவில் கீறி, யதார்த்தங்களை அர்த்தப்படுத்தும். அடிவானம் ஆற்றுப் படுகைச் செம்மண் வரி மணல்களாய் வியாபிக்கும்போது அதன் கீழே நாங்கள் அற்பமாகிப் போவோம்.

காடுகள் அழிந்துப்பட்டதால் நாடு வாசிகளாகி, அதன் காரணமாக இடமும் காலமும் கிடைக்காத படியால் நாங்கள் தவத்தை பஸ்ஸுக்காகக் காத்திருக்கும் கணங்களில் செய்து முடிக்க வேண்டியதாயிற்று. ஏதோ ஒரு கொட்டகையின் மதியக் காட்சி முடிந்து ஒரு கூட்டம் 'திபுதிபு'வென எங்கள் குடையை ஆக்கிரமித்தது. நின்றவர்கள் வந்தவர்களை விரோத பாவத்தோடு பார்த்தார்கள். நேற்றாக மட்டும் இருந்திருக்குமேயானால் இவர்கள் ஒருவரோடு ஒருவர் பாய்ந்து கடித்துக் குதறி இருப்பார்கள். ஆகவே மனசுக்குள் குதறிக்கொண்டார்கள்.

எங்கள் சௌகரியத்துக்காக நாங்கள் நேற்று செய்துகொண்ட அது, கடைசியாக வந்தது. நாங்கள் உயிர் பெற்றதே அதுக்காகத்தான் எனத் தோன்றும்படி, பாய்ந்தும் மிதித்தும், இடித்தும், உராசியும், இறுக்கி அடைத்துக் கொள்ள வேண்டும். என்னைத் தவிர எல்லோரும் அதற்குள் அடைத்துக்கொண்டார்கள்.

எனக்குப் பள்ளிக்கூடம் விட வேண்டும். விட்டு வரும் பையனை அழைத்துக்கொண்டு வீடு போக வேண்டும். அது கூடு எனினும் பொருந்தும். காம்பௌன்டுக்குள் மணிச்சப்தம் கேட்கிறது. சில நிமிஷங்களுக்குள் அதன் சிறைக் கதவுகள் போன்ற சரித்திரக் கோட்டைச் சுவர்கள் திறந்துகொண்டன. குழந்தைகள் விடுதலை பெற்றார்கள்.

யாரோ ஒரு ராட்சஸன் பின்னால் துரத்திக்கொண்டு வருவதுபோல, அவனுக்குப் பயந்து ஓடி வருவதுபோல, அந்தக் குழந்தைகள் ஓடி வந்தார்கள். அவர்கள் சுவாசிக்க வேண்டி இருந்தது. அவர்களுக்குப் பின்னே அவர்களை பயம் காட்டிய அசுரர்கள் ஒவ்வொருவராக வந்தார்கள். அப்போதுதான் மடங்கி இருந்த பூக்கள் எல்லாம் மலர்ந்தன. அசுரர்கள் தம்மால் இயன்ற அளவுக்கு அழிவுப்பணி புரிந்த ஆத்ம திருப்தியோடு எந்திரத்தை எதிர்பார்த்தவாறு, என் அருகில் வந்து நின்றனர். அது வந்து அதைப் பார்த்த பின்னால்தான் அவர்களுக்குத் தம் கொம்புகள் உள் இழுத்துக் கொள்ளும்.

குழந்தைகள் ஓடி வந்து என் கையைப் பற்றியது மெல்லிசு மெல்லிசான அந்த விரல்கள் என் மரத்துப் போன விரல்களோடு பின்னிக் கொள்ளும்போதுதான். நான் மண்ணுக்கு வருகிறேன். எனக்குள் நின்று போய் இருந்த ஏதோ ஒன்று செயலுறத் தொடங்குவதாய்த் தோன்றுகிறது. குழந்தை "அப்பா" என்கிறான்.

குழந்தை காலையில் மலர்ந்து என்னோடு வந்தவன், காலையில் இவனைக் குளிப்பாட்டி விடுபவன் வழக்கமாக நான்தான். அவள் அந்த நேரத்தில் இட்லி சுட்டுக்கொண்டு இருப்பாள். அவள் காலை நேரங்களில் பிறந்தது தொட்டு இடலிதான் சுட்டுக்கொண்டு இருக்கிறாள். அவள் அம்மா பிறந்தது தொட்டு இட்லி சுட்டாள். இப்போது இவள் முறை. இது செய்யும்போது யாரேனும் இவள் கைகளைத் தொட்டாலோ, அன்றி இவள் செயல்பாடுகளுக்குக் குந்தகம் ஏதேனும் நேர்ந்தாலோ, அந்த க்ஷணத்திலேயே ஜீவன் கழண்டு போய்விடும் என்பதாய் எனக்குத் தோணும்.

நாங்கள் பிறக்கும் போதே பிறந்தது இது. நாளில் மூன்று அல்லது நான்கு முறை தானே இருப்பதை இது நினைவுறுத்தும். அப்போது அதை நாங்கள் நிரப்ப வேண்டும். நிரப்பவில்லையாகில் அது மனசை முறுக்கிக் கொள்ளாமல் இருக்கும்படிக்கு இவள் மாய்ந்து இட்லி சுடுகிறாள். வேக வைப்பாள். கீழே எதையேனும் கொட்டுவாள். அவ்வப்போது சுடுவாள் எதையேனும்.

மாலைக் காலங்களில் நுகத்தடிகள் கழன்ற பிறகு குழந்தையின் விரல்கள் நம் விரல்களோடு பிணைந்த பிறகு, இந்த ஆகாயத்தின் கீழ் வெயில் கூடுகளுக்குப் பின்னால் மறைந்துகொண்ட பிறகு, உபாதைகள் அற்று சும்மா வெறுமே ஆன பிறகு, அவள் ஜென்மம் எவ்வளவு அர்த்தமுள்ளது என்பது புரிகிறது. தூசுப்படலம் கண்ணை மறைக்கிறது. தூசுகள் விலகினால் மாத்திரமே கண்ணுக்கு வெளிச்சம் வருகிறது.

குழந்தையின் முகம் வதங்கிப் போய் இருந்தது. வகுப்புக் கட்டடங்களுக்குள் காற்று வீசுவதில்லை. கரும்பலகைக்குப் பின்னால் இருந்து உஷ்ணம் உதிக்கிறது. எதிரில் இருக்கும் வெள்ளைச் சுவரில் அது அஸ்தமனம் ஆகிறது. இடைப்பட்ட பிரதேசத்தால் இவன் முகம் கறுகிப் போகிறது. இவன் கைகள், கால்கள் இவனுக்குத் தெரியாமலேயே கொஞ்சம் கொஞ்சமாகச் சிறுத்துப் போவதாக எனக்குப் புரிகிறது. மனசு இவனுக்காக ஈரம் கசிந்தது.

குழந்தையின் விரல்களைக் கையில் எடுத்துக் கொள்ளும்போதுதான் அதன் தேய்மானம் புரிகிறது. அழகின் பேரால் வெட்டி விடப்பட்டு அபத்தமாகிப் போகும் குரோட்டன்ஸ் செடிகளைப்போல, குழந்தைகளின் விரல்கள் தட்டையாகி, கூர்மை மழுங்கி அபத்தமாகி விடுகின்றன. இந்த முகாமுக்கு இவன் அனுப்பப்பட்டே தீர வேண்டும் எனகிற மேல், மத்திய தரத்து விதிகளுக்குக் கட்டுப்பட வேண்டிய நிர்ப்பந்தம் என்னைச் சூழந்ததில் எனக்கு வெட்கமாக இருந்தது.

இவனுடையதுபோல இவன் அம்மாவின் விரல்களும் எனக்குப் பரிச்சயமானவைதான். அவை பிதுரார்ஜிதமாகி என்னிடம் வந்தவை. அவள் தாய், அவள் விரல்களை இளமையிலேயே அரிந்து விட்டிருந்தாள். அவளை நான் முதலில் அறிந்தபோது, அங்கனம் அறிந்தது அவள் விரல்களின் மூலம்தான். அவை தட்டையாக சதுரமாக, விகசிக்கும் விஸ்தீரணம் இன்றி, புகை வாசனையோடு கூடி இருந்தன.

விரல்களும் உள்ளங்கைகளும் சேரும் இடத்தில் தோல் கெட்டித்துப் போய் சின்னச் சின்ன முடிச்சுகளாய் இருந்தன. சம தூரங்களில் இழுக்கப்படும் இரண்டு கோடுகளைப்போல நீண்டு இரண்டாம் பிறையைப்போல, முனையில் வளைந்து சேர்ந்தது.

குழந்தையின் முகம், வாடின பூவாய், கசங்கிப் போய் இருந்தது. காலையில்தான் மலர்ந்தது இது, மாலைக்குள் வாடும். விடுமுறை நாட்களில் இது வாடாது. பின்னும் விரிந்து மலரும். அவன் வழக்கம்போலப் பேசத் தொடங்கினான். ஒரு வினையை அல்லது தொழிலைக் குறித்து வருவது வினைச்சொல். (First person singular, plural) சேர்ந்தால் அது Past tense பிற்காலச் சோழர்களில் தலை சிறந்தவன் ராஜராஜ சோழன்.

மாலைகளில் பெரும்பாலும் அவனும் நானும் நடந்துதான் வீடு திரும்புவோம். மாலைக் காலம் என்பது ஒன்று நடந்து வரும்போதுதான் பகல் காலத்துக் கிரியைகளில் இருந்து சற்று விச்ராந்தி பண்ணிக் கொள்ள முடிகிறது என்பதும் ஒன்று. மெயின் ரோட்டுக் களேபரத்தில் தப்பிக்க சின்னச் சின்னச் சந்துகளின் வழியாகத் திரும்பி நடப்போம். பஸ், லாரி, கார் முதலான அசுர வாகனங்கள் தங்கள் பேரிரைச்சலால் அச்சுறுத்தாது. குறைந்த பட்சம் சைக்கிள்கள் வரும். அது பரவாயில்லை. நிம்மதியாகப் பேசிக்கொண்டு நடைபோடலாம்.

அவளது விரல்கள் நீண்டு முனையில் பிறையாக வளைந்தவை. எனவே கூர்மை இல்லாதவை. வரவர சூழ்நிலைகள் சகிக்க முடியாமல் போய் விடுகின்றன. வெயில் கடுமையாகக் காய்கிறது. விறகு எரிய அடம்பிடிக்கிறது. வெப்பம் புகை. நான், பசி என்னைத் தின்ன நடந்து வீடு வருகிறேன். இது உச்சி நேரத்தில் நடந்தது. சட்டை, உள்பனியன் எல்லாம் நனைந்து உடல் வெப்பத்தில் சூடேறிப் பின் குளிர்ந்தன.

முன்னாடி நடக்கும் மனிதர்கள் மங்கலாகத் தெரிந்தார்கள். தார் சில இடங்களில் உருகி, செருப்புகளில் அப்பிக்கொண்டு தூக்க, அவை வேறு கனமாக இருந்தன. நிழல் தரும் தருவென வீட்டுக்குள் நுழைந்தேன். எதையேனும் தின்ன வேண்டும் என்கிற பசி, குடல்கள் முறுக்கிக்கொண்டு உடல் வெலவெலத்து, காதுகள் நுண்மைகொண்டு இரைந்தன. பட்டனைக் கழட்டியவாறு "சோறு போடு" என்கிறேன்.

குழந்தை பெஞ்சில் உட்கார்ந்து மனப்பாடம் செய்துகொண்டிருக்கிறாள். ஒரு முனையில் அவள்.

"கெடைச்சுதா..."

"இல்லே... சோறு போடு..."

கிடைக்க வேண்டியது பணம். அவளுடைய சகோதரிக்குக் கல்யாணம் அன்பளிப்புக் கடமை. என் சக்திக்கு மீறிய பணம் அலைச்சல் அலைச்சல்.

"கிடைக்கலேன்னா... என்னத்த பண்ணப் போறீங்க...!"

"எதையாவது பண்ணலாம் சோறு போடு."

"எனக்குத் தெரியும். உங்களால் முடியாது."

"உங்களால எதுதான் முடிந்தது. வழக்கம்போல நான்தான் ஏதாவது ஏற்பாடு செய்யணும்..."

"செய்வோம். முதல்ல சோறு போடு..."

"சோறேன்னு வீட்டுக்குள்ள நுழையாதீங்க. அதுதான் தரித்திரம். நம்மை விட்டுத் தொலையமாட்டேங்குது"

அந்த க்ஷணத்தில்தான் என் கோரைப் பற்கள் நீளக் குகையை விட்டு வெளியே வந்து கோரப் பசியோடு...

மாலைகளில் மனிதர்கள் சௌஜன்யமாகிப் போகிறார்கள். சமயங்களில் முதலாளி சிரித்துப் பேசுகிறார். சமயங்களில்தான் நண்பர்கள்கூட உண்மை பேசுகிறார்கள். சமயங்களில்தான் ஸ்திரிகள் மனைவிகளாகவும், புருஷர்கள் கணவர்களாகவும் ஆகிறார்கள்.

லொடலொடவென்று பெரும் சப்தம் வர, நாங்கள் ஓரத்தில் ஒண்டிக்கொண்டாம். ஒரு கட்டை வண்டியை இரண்டு பேர் இழுத்துப் போனார்கள். வண்டியில் கார் டயர்கள் அடுக்கி இருந்தன.

குழந்தை கேட்டான்.

"அப்பா — நாளைக்கு லீவு தானே?"

"உம்..."

"பீச்சுக்குப் போவமா..."

"உம்..."

"இல்லப்பா... சினிமாவுக்குப் போவம்..."

"உம்..."

"அதான் ஜாலியா இருக்கும்..."

"நீதான் எங்ககூட சினிமாவுக்கே வரமாட்டறியே..."

"இல்லடா வர்றேன்..."

"அம்மா கூப்பிடற சினிமாவுக்குன்னா நீ வரமாட்டே..."

"இல்லடா வருவேன்..."

"வருவே...?"

"உம்... வருவேன்..."

"நீ... நானு... அம்மா... எல்லாம் போவோம்..."

"சரி..."

"அம்மா வந்தா அழைச்சுக்கிட்டு போவாயா...?"

"ஏன்... போவேனே..."

"ஏம்ப்பா... அம்மாவை அடிச்சே..."

"ப்ச்... தப்புதான்..."

குழந்தையிடம் என்ன சொல்ல? அலுத்துக் களைத்து வந்தவனை, வாசற்படியிலேயே நிறுத்தி விசாரிக்கும் இங்கிதமற்ற தன்மை, ஆற ஆமர, சாப்பிட்டு முடித்த பின்னால் பேசினால் என்ன குடிமுழுகிப் போகும்?

"கோவத்துல தப்புப் பண்ணிட்டேன்... யாரையும் அடிக்கப் படாதுதான்..."

"அம்மாவுக்குத் தானே கோவம்..."

"ஆமா..."

"ஆனா அவங்க மட்டும் உன்னை ஏன் அடிக்கலே?" அவள் மட்டும் என்னை அடிக்கவில்லை. எது அவளைத் தடுத்தது? மத்தியானம் என்னை, அவள் கேட்கும் விஷயத்தைச் சொல்ல விடாமல் தடுத்தது எது? அதைப் புரிந்து கொள்ளாமல், என்னை இம்சிக்கத் தூண்டியது எது அவளை? நான் யாரை, எதை அடித்தேன்...?

இரண்டு பேரும் கண்ணாமூச்சிதான் ஆடி இருக்கிறோம். கண்ணில் துணியைக் கட்டிக்கொண்டு இருட்டாக்கிக்கொண்டு பிடிக்கிற விளையாட்டு. நான் தூணைப் பிடிக்கிறேன். அவள் பந்தக்காலைப் பிடிக்கிறாள்.

வீட்டுக்குள் நுழைந்ததும் குழந்தை "அம்மா" என்கிறான். அவள் வந்து பையை வாங்கிக் கொள்கிறாள். "சரசு..." என்று பேசத் தொடங்குகிறேன். "உஸ்..." என்று விரலை வாயில் குறுக்காக வைத்து "முதல்ல காப்பி... அப்புறம் குளியல்... அப்புறமா உக்காந்து எல்லாம் பேசலாம்..." என்கிறாள். அவள் முகம் கழுவி, பொட்டிட்டு ஆடை மாற்றி எல்லாவற்றையும் மாற்றிக்கொண்டு புதுசாக நிற்கிறாள்.

நான் சுமைகளைக் களைந்து போட்டுக் குளிப்பதற்காகப் போனேன். சூரியன் அஸ்தமனமாகிப் போனான். உலகம் சுகமாகிறது...

1977

தலை சாய்க்க

கடையைக் கட்டிக்கொண்டு வீட்டுக்கு வந்து சேர, எனக்கு ராத்திரி ஒன்பதுக்கு மேலாகி விட்டது. சாயங்காலத்திலிருந்தே வானம் இருட்டிக்கொண்டு இதோ பெய்யப் போகிறேன் என்பதுபோல என்னை பயம் காட்டிக்கொண்டிருந்தது. என் கூடவே மழையும் என் வீட்டுக்கு வந்தும் விட்டது.

எனக்கு பயம்தான்.

மழை பெய்தால் வீடு ஒழுகும், கூரையிலிருந்து சுவர் வழியாக தரையில் வழியும். நாலாபுறமும் தண்ணீர் தேங்கும். படுக்கையை எங்கு விரிப்பது? நான் தூங்க வேண்டும். என் மனைவி தூங்க வேண்டும். என் குழந்தை தூங்க வேண்டும். வேண்டுமானால் நான் மட்டும் படுக்கையைச் சுருட்டி அதன் மேல் உட்கார்ந்துகொண்டு, விடிய விடிய சிகரெட் துணையோடு விழித்துக்கொண்டிருக்கலாம். என்னைக் கட்டிக்கொண்ட தோஷத்திற்காக என் மனைவியும் வேண்டுமானால், என்னோடு கண் விழிக்கலாம். ஆனால், குழந்தை...? மழை வலுக்காமல் சும்மா லேசாகத் தூறிக்கொண்டிருந்தால் பரவாயில்லை! சமாளித்துக்கொள்ளலாம்.

யோசித்தவாறே, அறைக்குள் நுழைகிறேன். சுசீலாவைக் காணோம். ஒரு சொந்தக்காரர் கல்யாணத்துக்குப் போயிருப்பதாக அம்மா சொன்னாள். சரி! வரட்டும் என்று காத்திருந்தேன். ஏதோ ஒரு பத்திரிகையை எடுத்து வைத்துக்கொண்டு வாசிக்க ஆரம்பிக்கிறேன்.

கொஞ்ச நேரம் கழிந்திருக்கும். மல்லிகை வாசனை என் புலனைத் தொடும்போதுதான் நிமிர்கிறேன். சுசீலா தோளில் குழந்தையோடு உள்ளே நுழைகிறாள். அவளுக்குப் பின் நிழல் தட்டுகிறது. சுசீலா அமர்ந்த குரலில் என்னிடம் சொன்னாள். "அம்மா வந்திருக்காங்க... ராத்திரி இங்கதான் தங்கப் போறாங்க..."

எனக்குத் திக்கென்றது. மீண்டும் அவள் என் முகத்தைப் பார்த்தவாறே ஒரு விதமான குற்றம் செய்த மனோபாவக் குரலில் சொன்னாள். "சாப்பாடெல்லாம் அங்கேயே ஆச்சு... ராத்திரி தங்கி விடிஞ்சதும் போறேன்னுட்டாங்க..."

எங்கள் வீடு இரண்டு பகுதிகளைக்கொண்டது. ஒரு பக்கம் ஓடு வேய்ந்த அறை. இடையில் நடை... மறுகையில் கூரை போட்ட நீண்ட ஹால் மாதிரியான பகுதி. ஓடு வேய்ந்தது எங்கள் பகுதி. இந்த அறைதான் நான், சுசீலா, குழந்தை எல்லோரும் புழங்க, இருக்க, தூங்க, சம்சாரம் பண்ண. கூரை வேய்ந்த பகுதி என் அப்பா, அம்மா, இரண்டு தம்பிகள், ஓர் எடுபிடி — துணைக்காக ஒதுங்கிய அனாதை — ஒரு நாய் ஆகியோர் இல்லறம் பேண என் அறையுஞ் சரி... இந்தக் கூரை ஹாலும் சரி... இன்னோர் அந்நியருக்கு இடம் தரும் விசாலம் கிஞ்சித்தும் இல்லை. அதிலும் ஒரு ஸ்திரி அசந்து தூங்க இவை லாயக்கானவையே இல்லை.

நான் அவளைப் பார்த்தேன். அவள் என்னைப் பார்த்தாள். மாமி என் அம்மாவோடு பேசும் சத்தம் எனக்குக் கேட்டது. தூங்கும் குழந்தையை பாயை விரித்துப் படுக்கப் போட்டோம்.

"மழை தூறுதா...?" நான் கேட்டேன்.

"ஆமா... லேசா தூறிக்கிட்டுதான் இருக்கு. மழை இல்லேன்னா நீங்க நடையிலே பெஞ்சைப் போட்டு அதிலே படுத்துக்கலாம்... அம்மா இங்க அறையில என்கூடப் படுத்துக்கிடட்டும்..." என்றாள் அவள்.

"மழை இல்லேன்னா பிரச்சனையே இல்ல... நான் எங்க வேணாலும் படுத்துக்கலாம். உங்கம்மா இங்கேயே படுத்துக்கட்டும்... எப்பிடியாவது சமாளிச்சுக்கலாம்..." என்று கூறிவிட்டு எழுந்தேன்.

சாப்பிடும் போதே, மாமி அறைக்குள் போய்விட்டாள். மாப்பிள்ளை முன் நிற்காத பழங்கால வாழ்க்கை முறைகொண்டவர் அவர். வந்த விருந்தாளிக்குத் தொந்தரவு இல்லாமல் இரவைக் கழிக்கத் துணை செய்ய வேண்டிய பொறுப்பு எனக்கு உண்டு.

யோசித்தபடி சாப்பிட்டு எழுந்தேன். மனைவியைக் கூப்பிட்டு அவள் அம்மாவுக்கு அறையிலேயே படுக்கையைப் போடச் சொன்னேன். எனக்கு, பாய் தலையணையை எடுத்து பெஞ்சில் போட்டு வைக்கும்படிக் கூறிவிட்டு தெருவில் இறங்கி நடந்தேன்.

ஒரு ரெண்டு மணி நேரத்தை நான் எங்காவது கழிக்க வேண்டும். அதற்குள் எல்லாரும், எப்படியாவது எங்காவது படுத்துத் தூங்கிவிடுவார்கள். என்னைப் பற்றின பிரச்சனை இல்லை. எப்படியாவது இரவைக் கழித்து விடலாம்.

சந்து திரும்பி பஸ் ஸ்டாண்டின் பெரிய மணியைக் கவனித்தேன். மணி 10. 10 சினிமாவுக்குப் போகலாம் என்று தோன்றியது. முடிவெடுப்பதற்குள் தூறல் வலுத்தது. மழைத்துளி கனமாக, படபடவென்று பெருமழையே பிடித்துக்கொண்டது. ஒதுங்க இடம் இல்லை. ஒரு பக்கம் கொடுக்காப்புளி மரங்கள், ஒரு பக்கம் பொட்டானிக்கல் கார்டனின் குட்டை, மதில்சுவர். நனைந்துகொண்டே நடந்தேன். சைக்கிள் ரிக்ஷாக்கள் லொட லொடத்த மணிச்சத்தத்துடன் என்னைக் கடந்து வேகமாகச் சென்றன. சினிமா தியேட்டர்களுக்கு இன்னும் இரண்டு பர்லாங்காவது நடக்க வேண்டும். மழை என் தலையைச் சுத்தமாக நனைத்து விட்டது. தலையிலிருந்து கழுத்து

வழியாக வழிந்த நீர் சட்டையின் பின்புறத்தை நனைப்பது சில்லென்ற உணர்வாக எனக்குப் புரிகிறது. பனியன் இல்லாத வெறும் டெர்லின் சட்டை. அது உடம்போடு நன்றாக ஒட்டிக்கொண்டது.

ஒதியஞ்சாலை ரவுண்டானாவில், மக்கள் ஆங்காங்கே ஒதுங்கி நின்றிருந்தார்கள். நானும் கொஞ்சம் ஒதுங்கிப் போகலாமா என்று யோசிக்கிறேன். வேண்டாம்! டைம் ஆகி விடும். இப்போதே சினிமா தொடங்கி இருக்கும். தொண்ணூறு பைசா கொடுத்துப் பாதிப் படம் பார்ப்பது அக்ரமம். தவிர சினிமாவுக்கே போகாமல் எங்காவது ஒதுங்கியிருந்து விட்டு வீட்டுக்கே திரும்பலாம் என்று ஒரு யோசனையும் எனக்கு வந்துகொண்டிருக்கிறது. ஆனால், ரெண்டு, மூணு மணி நேரம் ஓர் இடத்தில் எப்படி நின்றுகொண்டிருப்பது? எனவே சினிமாவுக்குப் போவதே உத்தமம் என்று பட்டது. ஒரு சினிமா தியேட்டர் தெரிகிறது. ஒரு பழைய தமிழ்ப் பட பேனர் என் கண்களை மறைத்த மழை மூட்டத்தின் வழியாகத் தெரிகிறது. அந்தப் படமும், அதன் நடிகர்களும் எனக்குப் பிடிக்காதவர்கள். எனவே மேலும் நடந்தேன். இரைத்தது. மழை வேறு விடாது என் முகத்திலும் தலையிலும் பெய்தவாறு இருக்கிறது. அதோடு மழையில் ஊறிய மண் மணம் இலேசாகவும் சில இடங்களில் அழுத்தமாகவும் என் நாசிக்கு வந்தது. காடா விளக்கு வெளிச்சத்தில் பட்டாணி வண்டிக்காரன் வறுத்த பட்டாணிகளை மட்டும் பிளாஸ்டிக் போர்வையால் மறைத்துவிட்டு தான் மட்டும் நனைந்தவாறு நின்றிருந்தான். இரண்டு பன்றிகள் தன் குட்டிகளோடு என்னைக் கடந்து ஓடின.

நான் நடந்துகொண்டிருந்தேன். தூரத்தில் ஒரு தியேட்டர் தெரிகிறது. நிம்மதியாக இருந்தது. தெரு வாசல் இன்னும் மூடப்படவில்லை. கவுன்டரில் கூட்டமே இல்லை. சுலபமாக டிக்கெட் வாங்கிக்கொண்டேன். கவுன்டரை அடுத்த சுவர் சார்ப்பில் ஒருத்தி நின்றிருந்தாள். மழை அவள் முகத்தில் வழிந்து அவள் கையில் ஏந்திக்கொண்டிருந்த பச்சைக் குழந்தையின் மேலும் வழிந்தது. பேனர் வெளிச்சத்தில் குழந்தையை நன்றாகவே பார்க்க முடிந்தது. அது தூங்குகிறதா அழுகிறதா என்பதை நிச்சயிக்க முடியவில்லை. டிக்கெட் போக, மீதிச் சில்லறையை அவளிடம் கொடுத்தேன். அவள் வாங்கிக்கொண்டு டீ கடைப் பக்கம் நடப்பதைப் பார்த்தேன்.

படம் ஆரம்பத்திலிருந்து மெக்ஸிகோவின் கொள்ளைக்காரர்கள் கண்டமானிக்கிச் சுட்டுக்கொண்டிருந்தார்கள். குதிரையின்மீது ஏறிக்கொண்டு பறக்கிறார்கள். கூடவே பிறந்தாற் போல் விரலோடு விரலாய் துப்பாக்கி அவர்கள் கையில் தொங்குகிறது.

என் திருப்தியெல்லாம் இன்னும் கொஞ்ச நாழி திருப்தியாக உட்கார்ந்திருக்கலாம் என்பதாக இருந்தது. அதற்குள் மழையும் ஓய்ந்துவிடும். இந்நேரம் எல்லோரும் படுத்துவிட்டிருப்பார்கள். அப்பாவும் வந்திருப்பார். சாப்பிட்டுவிட்டுப் படுத்திருப்பார். இல்லையென்றால், சுருட்டைப் பிடித்துக்கொண்டு காறிக் காறித் துப்பிக்கொண்டு உட்கார்ந்திருப்பார். யார் முகத்தில் அவர் துப்புகிறார் என்பது நாளதுவரை நான் அறியாத மர்மமாகவே இருக்கிறது. ஆனால், யாரையாவது மனசுக்குள் வைத்துக்கொண்டுதான் அவர் துப்புகிறார் என்பது நிச்சயம். ஒருவேளை அது நானாகவும் இருக்கலாம். என் முகமாகவும் இருக்கலாம்.

தியேட்டருக்குள் எல்லா ஃபேன்களும் சுற்றின. ஈரச் சட்டையும், தலையிலிருந்து வழிந்துகொண்டிருக்கும் நீரும், எனக்குக் குளிரைத் தந்தன. நெற்றி வழியாகக் கண்களை மறைக்கும் நீரை அடிக்கடி சுண்டி எறிந்துகொண்டிருந்தேன். கைகளைத் தேய்த்துச் சூடு உண்டாக்கிக் கொள்கிறேன். பாக்கெட்டில் கைவிட்டு சிகரெட்டை எடுத்தேன். சிகரெட் நனைந்து பேப்பர் கழண்டு போய் வெறும் புகையிலைப் பிசுபிசுப்போடு என் கையில் சிக்கியது. விதிதான்! என்ன செய்வது!

படத்தில் எவளோ ஒருத்தியைப் பலர் பலாத்காரம் செய்வது தெரிகிறது. திடீர் என்று குதிரை வீரன் பாய்ந்து வந்து கனல் பறக்கச் சுட்டுத் தள்ளுகிறான். அவளை அலாக்காகத் தூக்கிக் குதிரைமீது வைத்துக்கொண்டு போய்விடுகிறான்.

ஒருவழியாகப் படம் முடிந்து வெளிவருகிறேன். மணி 12. 40. மழை விட்டிருந்தது. ஒரு டீ குடித்தேன். சிகரெட் பற்ற வைத்துக்கொண்டேன். வீட்டை நோக்கி நடந்தேன்.

தெருவே நிசப்தமாக இருக்கிறது. தார் ரோடு, குளிப்பாட்டப்பட்ட குழந்தை மாதிரி பளிச்சென்று விளங்குகிறது. ஈரம் கலந்த காற்று என்னைத் தழுவும் போதெல்லாம் என் உடல் சிலிர்க்கிறது. இந்தத் தனிமையும் நடையும் எனக்கு எதையெல்லாமோ விளக்குவதாகத் தோணுகிறது. வாழ்க்கையே ரொம்ப ரம்யமானதாக நான் உணர்கிறேன்.

தெருவெங்கும் டியூப் விளக்குகள் பளீரென்று மிக அதிக சக்தியோடு பிரகாசிக்கிறது. அந்த ஒளியில் மின்சாரக் கம்பிகளில் தங்கிய மழைத்துளிகள் முத்துச்சரம் மாதிரி மினுக்குகிறது. எங்கோ பெயர் தெரியாத பறவை ஒன்று ஒரே தடவை கூவிவிட்டு அமைதியாகி விடுகிறது. என் காலடிச் சத்தத்தைத் தவிர ஓசைகளே அடங்கிப் போனது மாதிரி எனக்குத் தெரிகிறது.

என் அப்பாதான் கதவைத் திறந்தார். சுருட்டுப் புகை வீட்டையே வளைத்துக்கொண்டு நின்றது. பெஞ்சின் மேல் பாயும், தலையணையும் போடப்பட்டிருக்கிறது. படுத்துக் கொள்கிறேன். அடுத்த பகுதியில் அப்பா காறித் துப்பும் சத்தம் கேட்கிறது. என் தலை ஈரம் இன்னும் காயவில்லை. சட்டையும் நரநரவென்று இருக்கிறது. டவல் அறையில் இருக்கிறது. வேட்டியும் ஈரம்.

ஆனாலும், அன்று முழுவதும் வேலை செய்த அசதி கண்ணைச் சொருகுகிறது. எத்தனை நிமிஷம் நான் தூங்கியிருப்பேன் என்ற உணர்வு எனக்கில்லை. யாரோ இழுப்பதுபோல உணர்கிறேன். திடுக்கிட்டு விழிக்கிறேன். ஜன்னலில் கட்டியிருந்த மாடுதான் என் பாயின் ஒரு பகுதியை சுவாரஸ்யமாக மென்றுகொண்டிருக்கிறது. எனக்கு வெறுப்பு 'சே' என்று மாட்டை விரட்டுகிறேன். மாடு கழுத்தை மட்டும் இழுத்துக்கொண்டு என்னையே பார்க்கிறது.

பெஞ்சை கொஞ்சம் இழுத்துப் போட்டுக்கொண்டு படுத்தேன். பக்கத்தில் சாக்கடை.. வீட்டுச் சாக்கடைதான். குளியல் அறையிலிருந்து ஓடி வருவது அது. குளியல் அறை குளிப்பதற்கு மட்டுமின்றி சமயா சமயங்களில் சிறு உபாதைகள் தீர்க்கும் அறையாகவும் எங்களுக்குப் பயன்படுவது வழக்கம்தான். உக்கிரமான நாற்றம் அது.

எழுந்து உட்கார்ந்துகொண்டேன். பெஞ்சை இந்தப் புறம் இழுத்துப் போடலாமா என்று பார்க்கிறேன். மாடு ஆவலோடு என்னையே பார்ப்பது எனக்கு அந்த இருட்டிலும் அதன் கண்கள் பிரகாசிப்பது தெரிகிறது.

உட்கார்ந்துகொண்டே இருந்தேன். பன்னீர் தெளிப்பதுபோல லேசான தூறல் என் மேல் விழுந்துகொண்டே இருக்கிறது. மேலே வானம் ஒரே கறுப்பாக ஒரு நட்சத்திரம்கூட இல்லாது விதவைத் தன்மையோடு கிடந்தது. சுசீலா போர்வையை எடுத்துப் போடவில்லை. மறந்திருக்க மாட்டாள். விருந்தாளிக்கு போட்டிருப்பாள். வேஷ்டியை எடுத்துப் போர்த்திக்கொண்டேன். சமயா சமயங்களில் தலை சாயும், நிமிர்ந்து கொள்வேன்.

தெருவில் யாரோ பேசிக்கொண்டு போவது கேட்கிறது. சுவர்க்கோழி விட்டு விட்டுக் கத்திக்கொண்டிருப்பது மட்டும்தான் ஓசை. நாய் சில நிமிடங்களுக்கொரு முறை படபடவென்று நெட்டி முறித்துக் கொள்ளும். அது உடம்பைச் சிலிர்த்துக் கொள்ளும் போதெல்லாம், ஒரு கெட்ட நாற்றம் அதன் உடம்பிலிருந்து வரும்.

சீக்கிரம் விடிந்துவிடும். எல்லோரும் கல்யாணத்துக்குப் போய் விடுவார்கள். கொஞ்ச நேரம், அறையில் படுத்து நிம்மதியாகத் தூங்கலாம். இந்த நினைப்பே எனக்கு நிம்மதியையும் உற்சாகத்தையும் தருகிறது.

குழந்தை சிணுங்குகிறது. சுசீலா தட்டித் தூங்கப் பண்ணுகிறாள் என்பதெல்லாம் ஒலி ரூபமாக எனக்குக் கேட்கிறது. குழந்தை போஷிக்காமல் இளைத்தும் களையின்றியும் இருக்கிறான். காசு வரும்போது நல்ல டானிக் வாங்கிக் கொடுக்க வேண்டும். சினிமா தியேட்டரில் நான் பார்த்த குழந்தை என் நினைவுக்கு வருகிறது. மழை அந்தக் குழந்தையைக் குளிப்பாட்டிக்கொண்டிருக்கிறது. பச்சை சிசுவின் சிவப்பு மாறாத குழந்தை அது. தூங்குகிறதா? அழுகிறதா? செத்துப் போய்க் கி. ந்ததா?

தெருக்களில் பேச்சுச் சத்தம் கேட்கிறது. பாத்திரங்களின் சத்தம். எங்கோ ஒரு வீட்டில் மழைக்காலத்திலும் நீர் தெளிக்கும் சத்தம்.

விடியப் போகிறது. சந்தோஷமாக இருக்கிறது. விடியட்டும் எல்லாரும் எழுந்து அவரவர் காலைக் கடனை முடித்து கல்யாணத்துக்குப் புறப்படட்டும். கொஞ்சம் நடக்கலாம் என்று தோன்றியது. ஓசைப்படாமல் கதவைத் திறந்துகொண்டு வெளியில் வருகிறேன்.

நான் திரும்பி வரும்போது எல்லோரும் கல்யாணத்துக்குப் போயிருப்பார்கள். நான் நிம்மதியாகத் தூங்கலாம். இரவெல்லாம் விழிப்பும் தலை ஈரமும் சேர்ந்து நெற்றி 'விண்விண்' என்று தெறித்துவிடும் போல் இருந்தது. உடம்பு அனலாய்க் கொதித்தது. அதனால் என்ன? தூங்கத்தானே போகிறோம்...?

1977

சங்கம்

பஸ்ஸை விட்டு இறங்கினபோதுதான் வெயிலின் உஷ்ணம் அவனுக்குப் புரிந்தது. வெயில் வருவதற்கு முன் பஸ்ஸில் ஏறினவன் உடம்பு சட்டென வேர்த்துப் புழுங்கியது. பனியன் நனைந்து உடம்பு ஜில்லிட்டது. மணிக்கட்டுகளில் முத்துக்களாய் வியர்வை. மணி ஒன்பதுகூட ஆகவில்லை என்று பஸ் ஸ்டாண்டில் கடிகாரம் சொல்லியது.

சுரங்கத்துக்குப் போகும் பஸ்கள் ஒவ்வொன்றாய் வந்து மக்களை நிரப்பிக்கொண்டு சுரங்கத்தை நோக்கி ஓடின.

காலப் பிரக்ஞை அவனை உசுப்ப தான் செல்ல வேண்டிய இடத்துக்கு வழி கேட்டவாறு அவன் நடந்தான். 'வாயில் இருக்கும் வழி' என்று அவன் அப்பா, அவன் புறப்படுகிறபோது சொன்னது ஞாபகம் வந்தது. வழி வாயில் இல்லை, மனசில்தான் இருக்கிறது என்று, திடீரென அவனுக்குத் தோன்ற, இது ஒரு கவி வாசகம்போலத் தொனிக்க, அவ்வரிகளை அசை போட்டவாறு அந்தத் தெருவையும் அந்த வீட்டையும் நெருங்கி நின்றான் அவன்.

"யாரு?" என்றாள் வீட்டுக்குள் இருந்து எட்டிப் பார்த்த நடு வயது ஸ்திரி ஒருத்தி.

"நான்தான்" என்றான் இவன்.

"நான்தான்னா?" என்றாள் அவள்.

"நான்தான் ராஜரத்தினம். பாண்டிச்சேரியிலிருந்து வர்றேன்..." என்றான் அவன்.

"பாண்டிச்சேரியில் யார் வீடு?" என்று கேட்டபடி நடைக்கதவைத் தாண்டி, கூடத்துக்கு வந்தாள் அவள். அவன் தன் அப்பா பேரைச் சொல்லி அறிமுகப்படுத்திக்கொண்டான்.

"அடேடே, உள்ள வாப்பா! இதை முதல்லயே சொல்றதுக்கு என்னா, முழிக்கிறியே" என்றாள் அவள். அதுவரை திறக்காமலேயே இருந்த கூடத்துக் கதவைத்

திறந்து விட்டாள். நடையில் இருந்த பிரம்பு நாற்காலியில் வசதியாக உட்கார்ந்தான் அவன்.

"அவர் இல்லீங்களா?"

"குளிக்கிறாரு..." என்று சொல்லிவிட்டு உள்ளே போனாள் அவள்.

இரண்டு மூன்று காலமான அரசியல்வாதிகள் படமும் சுவரில் தொங்கிக்கொண்டிருந்தன. அலமாரியும் சோபாக்களும் புத்தம் புதுசாய்க் கூடத்தை நிறைத்திருந்தன. "அவன் என்னடா, நிமிந்துட்டான்" என்று அப்பா சொன்னது ஞாபகத்துக்கு வந்தது.

அவள் டம்ளரில் சூடாக எடுத்துக்கொண்டு வந்து அவனிடம் நீட்டி, "காப்பி சாப்பிடு" என்றாள். அவள் காப்பி என்று அதைச் சொல்லவில்லை என்றால் அது என்ன பானம் என்றே அவனுக்குப் புரிந்திருக்காது.

"அம்மா சௌக்கியமா?"

"ஊம்..."

"அப்பா...?"

"ஊம்..."

"ராமு சித்தப்பா சௌக்கியமா இருக்காங்களா?"

"உம்...?" அவன் நெற்றி சுருங்கியது.

"அதாம்பா உங்க அம்மாவோட ஒன்று விட்ட சித்தி ஊட்டுக்காரரு..."

"தெரியாது"

"தெரியாதா... என்ன நீ சொந்தம் பந்தமெல்லாம் தெரிஞ்சு வச்சிக்கிறது இல்லியா?"

"எனக்குச் சொந்தக்காரங்களையெல்லாம் அவ்வளவா தெரியாது"

"ஐய்யெய்ய. பாடாம விட்டது ராகம், போகாம விட்டது உறவுன்னு சொன்னது சும்மாவா? நம்ம மனுஷாளையெல்லாம் நாம்ம தெரிஞ்சு வக்காம... இந்தக் காலத்துப் பிள்ளைகளே அப்பிடித்தான்..."

அவள் இன்னும் குளிக்காமல் இருக்கிறதாக அவனுக்குத் தோன்றியது. ஒரு மாதிரியான வாசனை அவளிடமிருந்து வந்தது.

"வாப்பா..." என்றவாறு அவர் வந்தார். இடுப்பில் துண்டு சுற்றிக்கொண்டிருந்தார். தலைத் துவட்டியதால் முடி பரந்து கிடந்தது. அவரிடமிருதநு லக்ஸ் வாசனை வந்தது.

"அப்பா நல்லா இருக்காரா?"

"ஊம்... நல்லா இருக்கார்."

"போன வாரம் பஸ் ஸடாண்டுல அவரைப் பார்த்தேன். ரொம்ப இளைச்சுப் போயிட்டாரு. அப்போதான் சொன்னாரு, நீ வேலை இல்லாம இருக்கேன்னு. எதுவரைக்கும் படிச்சிருக்கே நீ?"

"பி. எஸ். சி"

"இங்கே வேலை பார்க்கிறியா?"

“அதுக்குத்தான் வந்திருக்கேன்”

“இரு வந்துட்டேன்”

அவர் உள்ளே போய் காக்கிப் பேன்ட்டும், வெள்ளைச் சட்டையுமாய் வந்தார்.

“சாப்பிட்டியா?”

“ஊம்”

“எங்கே?”

“இங்கதான்...”

“இங்க வந்துட்டு ஓட்டல்லே எதுக்கு சாப்பிட்டு வர்றே, சொந்தக்காரங்க வீடு இருக்கப்போ? காசு தெண்டம்.”

“அதுக்கு ராமு சித்தப்பாவைத் தெரியாதாம்... பார்த்துக்குங்க”

“அவ்வளவோ அபிமானம்”

அவர் டேபிளை இழுத்துப் போட்டுக்கொண்டு அவன் முன்னால் அமர்ந்தார். அவள் பரிமாறினாள். அசைவ வாசனை; சுகமான வாசனை எறா வறுத்திருந்தாள்.

அவனுக்குப் பசித்தது. பொய் சொல்லியிருக்க வேண்டாம் போல் உணர்ந்தான்.

“இங்க எல்லாம் யூனியன் ரொம்ப பவர்ஃபுல். யூனியன் நினைச்சா ஒருத்தனை வேலைக்கு வைக்கலாம். ஒருத்தனை வேலையை விட்டு எடுக்கலாம். தெரியுதா? முதல்லே நீ யூனியன் செக்ரட்ரியப் பார்க்கணும். நானும் வர்றேன். அவர் நம்ம சொந்தக்காரரு. தெரியுமில்ல? பாவாடை முதலியார்ன்னு ஒருத்தர் இருந்தார் இல்லே, நம்மூர்ப் பக்கம். அதாம்பா சேலியமேடு முதலியார்ன்னு சொல்லுவாங்கல்ல. அவரோட மச்சினனுக்கு இவர் சகலன், யாரு நம்ம யூனியன் செக்ரட்ரி. இவரு எனக்குத் தம்பி முறையாவுது. சொல்லிப் பாப்போம். போன வாரம்கூட என் கொழுந்தியா மகனைச் சேத்து விட்டேன். நம்மளவங்கன்னா அவருக்கு உசுரு. ஜாதி ஜனம்ன்னா ரொம்பப் பிரியம். கொஞ்சம் குழம்பு ஊத்து. கட்டாயம் நான் சொன்னா செய்வாரு”

“அவரு கம்யூனிஸ்டுன்னு கேள்விப்பட்டனே”

“ஆமாமா. அந்தக் கட்சிதான் அவரு. நல்ல மனுஷம்பா. எந்தக் கட்சியில் இருந்தாத்தான் என்னா, நல்லா இருக்கணும். அதைப் பார்த்து நாம்ப சந்தோஷப் படணும். எந்த நிலைக்குப் போனாலும் நம்ம ஆளுக நாலு பேருக்கு உதவியா இருந்து கைதூக்கி விடணும். ஊருல என்ன நடக்குதுங்கறே. இப்போ ஐயரு மானேஜ்மன்ட்டுக்கு வந்தப்ப ஐயரு பசங்களா வேலைக்கு வந்தாங்க. பின்னால நல்லமுத்து கவுண்டரு வந்தாரு. ஊருல உள்ள வன்னியன் எல்லாம் தலையை நிமித்திக்கிட்டு நடந்தான். இப்போ முதலியார் வந்திருக்காரு. நம் செக்ரட்ரியும் முதலியாரு, ஒண்ணுக்குள்ளே ஒண்ணு. இப்போ எல்லாரும் சௌகரியமா இருக்காங்க. நம்ப செக்ரட்ரி சொந்தமா வீடு கட்டிட்டாரு. கொஞ்சம் காசு கையில இருக்கே ஆளு நிமிந்திடுவாரு. ஆமா பணம் ஏற்பாடு பண்ணி இருக்கியா?”

“ரெண்டாயிரம் தரமுடியும்னு அப்பா சொல்லச் சொன்னாங்க. அதுக்குள்ளே பாத்து முடிக்கணும்னு சொல்லச் சொன்னாங்க”

“நம்பளவங்க அதுக்கு மேல கேக்க மாட்டாங்க. மோரு போடு மோரு சாப்பிடுறியா?”

“வேணாம்”

“சரி வா.”

அவரும் அவனும் ரோட்டில் நடிக்கிறபோது, பலர் அவருக்கு வணக்கம் சொன்னார்கள். போலீஸ்காரன்கூட அவருக்கு சல்யூட் வைத்தான்.

“ஊருல நமக்கு மதில்லு ஜாஸ்தி தெரியுமா! வேற ஒண்ணுமில்லே! ‘செங்குந்த முதலியார் சங்கம்’ன்னு ஒண்ணு ஆரம்பிச்சிருக்கேன்... சங்கம் ஆரம்பிச்ச பின்னால் அவனவன் நடுங்கிக்கிடக்கின்றான்ங்க”

திடீரென்று அவரைச் சந்தோஷப்படுத்த வேண்டும் போல் அவனுக்குத் தோன்றியது.

“இந்த ஊரு சேர்மன்கூட நம்பளவங்களாமே” என்றான்.

“சேச்சே... யார் சொன்னது. அவரு வேற முதலியார் இல்லே... நமக்கும் அவருக்கும் கொள்வினை கொடுப்பினை கூட இல்லே... அந்த ஜாதிக்குமே இல்லே. எல்லாமே முதலியாரா?”

“முதலியார்னு பட்டத்தைப் பார்த்து நம்பளவங்கன்னு நெனைச்சுப்புட்டேன்”

“அவங்களை அச்சரப்பாக்கத்து முதலியார்ன்னு சொல்லுவாங்க”

“ஓகோ...”

“அதெல்லாம வித்தியாசம் உண்டு. பெரியவங்க காரணமில்லாம செய்ய மாட்டாங்க”

சங்கத்தின் கட்டடம் வந்து சேர்ந்தார்கள். ஒரு பெரிய மேஜைக்கு முன்னால் மற்றவர்களைக் காட்டிலும் பிரகாசமாகவும் சிவப்பாகவும் வெள்ளை வெளேரென்று உடுத்தியும் ஒருவர் இருந்தார். “வாங்க முதலியார்” என்று அவரை வரவேற்றார்.

“நம்ம பையன்” என்று அவனை அவர் செக்ரட்ரிக்கு அறிமுகப்படுத்தி வைத்தார். “நம்ப” என்கிற வார்த்தைக்கு விசேஷ அர்த்தத்தை அந்தச் சூழ்நிலை நன்கு எடுத்துக் காட்டியது.

“உக்காருங்க...” என்றார் அவர்.

நாங்கள் உட்கார்ந்தோம்.

“அப்போ நாங்க வர்றோம்” என்று அந்த அறையில் இருந்தவர்களெல்லாம் கிளம்பினார்கள்.

“வாங்க, நாளைக்கு சாயங்காலம் மீட்டிங்கில் டிசைட் பண்ணிற வேண்டியதுதான். ஒரு நூறு பேருகூட இல்லே அந்தப் பிசாத்து சங்கத்துல. அவன் ஒரு ஸ்டிரைக் அடிக்கிறான்னா, நம்ம என்ன செரைக்கவா சங்கம் வச்சு இருக்கோம். நாம்பளும் நம்ப ‘ஸ்டென்த்தைக்’ காட்டிடறதுக்காவது

ஒரு ஸ்டிரைக் அடிக்கணும். அப்போ வாங்க" செக்ரட்ரி எழுந்து நின்று கும்பிட்டு அவர்களை வழி அனுப்பி வைத்தார்.

"இவன் நம்ப பையன் அண்ணாச்சி, பி. எஸ். சி வரைக்கும் படிச்சிருக்கான். உள்ளே தள்ளி விட்டுடணும்"

"நம்ப பையன்னா?"

"உத்ரவேல் முதலியார்ன்னு சொல்லுவேனே. — நம்ப ஒண்ணு விட்ட பங்காளி பையன்"

"ஓகோ, பாண்டிச்சேரியா?"

"ஆமா அண்ணாச்சி"

"நம்ப வஜிரவேலு சௌக்கியமா..."

அவர் அவனைப் பார்த்துக் கேட்டார்.

அவன் விழித்தான்.

"அதாம்பா... டிப்டி கலெக்டரா இருந்து ரிடையர் ஆனாரே, அவருதான். நம்ப பக்தவச்சலம் காலத்துல ரொம்ப செல்வாக்கா இருந்தார். இப்போ உங்க ஊருலதான் வீடு வாங்கிக்கிட்டு வந்துட்டாருன்னு சொன்னாங்களே..."

அவன் அவரை அறியமாட்டான்.

அவர் அவனுக்கு வக்காலத்து வாங்கினார்.

"இந்தக் காலத்துப் பையன்களுக்கு ஜாதி குலம் தெரியறது இல்லே. அவன் உண்டு அவன் வேலை உண்டு"

"அப்படியெல்லாம் இருந்துறக்கூடாதுப்பா. ஜாதி, உறவு, சொந்தம் பந்தம்னு எல்லாம் எதுக்கு ஏற்படுத்தி இருக்காங்க. ஒருத்தருக்கு ஒருத்தர் உதவிக்கத்தானே, என்னையே எடுத்துக்கோ. நான் வாங்காத அடியா உதையா, போகாத ஜெயிலா, என்ன லாபம் வந்தது எனக்கு? நாலு பொண்ணுங்க சமைஞ்சு வீட்டுல நிக்குது. நான் பண்ண தியாகம் எனக்குச் சோறா போட்டுச்சு. எனக்கு டீ வாங்கியாந்து கொடுத்த பய எல்லாம் எம்.எல்.ஏ. இன்னிக்கு. ஏதோ தெய்வாதீனமா நம்பளவரு மானேஜ்மென்ட்டுக்கு வந்தாரு? என்னையும் கைதூக்கி விட்டாரு. நானும் நாலு காசு மிச்சம் பிடிக்க முடிஞ்சுது. ஒரு வீட்டை சொந்தமா கட்ட முடிஞ்சது. நாலு பேரு என்னை மதிக்கிறான். மேலிடத்திலே இப்பத்தான் என்னை 'ரெகக்னைஸ்' பண்ணான். இந்தப் பதவியக் கொடுத்தான். என் தியாகம் எனக்குச் சோறு போடல்லே. ஜாதிதான் எனக்குச் சோறு போடுது."

"நல்லா கேட்டுக்க" என்றார், அவனுடன் வந்தவர்.

அவன் பெயர், முகவரி, படிப்பு எல்லாவற்றையும் எழுதி வாங்கிக்கொண்டார். அவர். இன்னும் ஒரு வாரத்தில் பதில் எழுதுவதாகச் சொன்னார்.

அவனைச் சங்கத்துக்கு வெளியே விட்டுவிட்டு அவர் மட்டும் உள்ளே சென்று செக்ட்ரியோடு கொஞ்சம் தனித்துப் பேசிவிட்டு வந்தார்.

அவர் அவனோடு பஸ் ஸ்டாண்டு வரைக்கும் வந்தார்.

"வீட்டுக்குப் போயி, உன் ஜாதகத்தை அனுப்பி வை"

“ஜாதகமா, எதுக்கு?”

“செக்ரட்ரி கேட்டார். உன்னை அவருக்குப் பிடிச்சுப் போச்சு. உன்னை மாப்பிள்ளை ஆக்கிக்கலாம்னு நெனைச்சுக்கிட்டாரு. அதிர்ஷ்டக்காரன்தான் நீ. உத்தியோகத்துக்கு உத்தியோகம், பொண்ணுக்கும் பொண்ணு. நான் அப்பாவை அடுத்த வாரம் வந்து பார்க்கிறேன்னு சொல்லு”

“சரி...”

“ஜாதகத்தை மறந்துடாதே. ஒண்ணை மட்டும் நல்லா ஞாபகத்துல வச்சுக்கோ. நீ நல்ல நெலமைக்குப் போனா, நம்ப பையன்களைப் பார்த்துக் கைதூக்கி விடணும். எல்லா ஜாதிக்காரனும் அதான் பண்றான். நாம்பளும் அதான் பண்ணனும்...”

“உம்...”

வண்டியில் அவனுக்கு முன்னால் அவர் அமர்ந்துகொண்டார்.

“படிச்சி முடிச்சி ரெண்டு வருஷம் ஆச்சே, இதுவரைக்கும் சும்மாதான் இருக்கியா...”

“ஆமா... ட்ரை பண்ணிக்கிட்டுதான் இருக்கேன். வேல கெடைக்கல்லே”

“ஏதாவது யூனியன் ஆரம்பிச்சிருக்கலாம்... சௌகரியமா இருந்திருக்கலாம். உங்க ஊருலதான் நாலு மில் இருக்கே. ஆனந்து எப்பிடி இருந்தான். இப்ப எப்படி இருக்கான். சொந்த பங்களா மாதிரி வீடு, ஸ்கூட்டர், பாங்க் பேலன்ஸ். எல்லாம் யூனியன் லீடர் ஆனப்பறம்தான்...”

அவர் சொல்லும் ஆனந்துவை அவனுக்குத் தெரியும், உண்மைதான்.

“முன்னெல்லாம் கவி எழுதுவியே... இப்பவும் எழுதுவியா?”

“எப்பவாவது...”

“ஒட்டக்கூத்தர் தெரியுமா?”

“ம்... யாரு.?”

“அதாம்பா சோழ ராஜாகிட்டே ஆஸ்தான கவியா இருந்தாரே, அந்த ஒட்டக்கூத்தர்”

“அவரா... தெரியும்... “உலா” பாடினவர்”

“அது எனக்குத் தெரியாது. அவரு நம்ம ஆளு”

“நம்ம ஆளா?”

“ஆமா, நம்ம ஜாதிக்காரு”

“ஓகோ”

“ஆமா... இதெல்லாம் தெரிஞ்சுக்காம என்ன நீ படிக்கிறே...”

அவரைத் திருப்திப்படுத்த வேண்டும்போல அவனுக்குத் தோன்றியது.

“கம்பர்கூட நம்ப ஆளா?”

“அவன் வெள்ளாள முதலிப்பா. நம்ப ஆளு இல்லே”

“அது எப்படிச் சொல்றீங்க?”

"கம்பனை வைச்சு ஆதரிச்சவரு சடையப்ப முதலி. அவரு வெள்ளாளர். அதனால கம்பனும் வெள்ளாள முதலியாராத்தான் இருக்கணும். வேற ஜாதியை ஆதிரிக்கிறதுக்கு சடையப்ப முதலிக்குப் பைத்தியமா பிடிச்சிருக்கு?"

"ஓகோ"

"ஆமா, இதெல்லாம் ரொம்பப் பழைய சமாசாரம். இந்தா இதை வச்சுக்கோ..."

அவர் ஒரு புஸ்தகத்தை நீட்டினார்.

"இதுல நம்ப ஜாதியாருங்க எங்க யாரு யாரு என்னென்ன பதவி வகிக்கிறாங்கன்னு எழுதி இருக்கு... உனக்கு எதிர்காலத்துல ரொம்ப பிரயோஜனமா இருக்கும்..."

அவன் புரட்டிப் பார்த்தான். கலெக்டர், கவர்ன்மென்ட் செக்ரட்ரி, ஆபீஸர்கள் பெயர் எல்லாம் முதலியார் பட்டத்தோடு இருந்தன.

"சரி... எனக்கு டைம் ஆவுது. அப்பாவைக் கேட்டதா சொல்லு. உங்க அப்பா எனக்குச் செஞ்ச உதவியாலதான் நானும் மனுஷனா இருக்கேன். உங்க அம்மா போட்ட சோறுதான் என் உடம்பில் இரத்தமா ஓடுது. நீ வாழ்கையில நல்ல நிலைமைக்குப் போனா நம்ப பையன்களைக் கைதூக்கி விடணும்... தெரிஞ்சுதா?"

"சரி..."

"நான் வர்றேன். ஞாபகத்துல வச்சுக்கோ... ஜாதகம் மறந்திடாதே"

"சரி"

அவர் போனார். வண்டி நகர்ந்தது.

சௌகரியமாகச் சாய்ந்து உட்கார்ந்துகொண்டு யூனியன் செக்ரட்ரி பெண்களைப் பற்றிக் கற்பனை பண்ண ஆரம்பித்தான் அவன்.

வெயில் இல்லை.

1978

பூக்களை மிதிக்கக்கூடாது

ரகு மேசை டிராயரை இழுத்தான். பிறகு பலம்கொண்ட மட்டும் இழுத்தான். டிராயர் வேகமாக வந்து மார்பில் இடித்தது. "அம்மா" என்று கூவினான். அடுப்பங்கரையில் இருந்து என்னடா என்றாள் அம்மா. முழு டிராயரும் வெளியே வந்து விழுந்து விடுவது போல் ஆடியது. சிரமப்பட்டு அதை நிலை நிறுத்தினான். அதற்குள் கால்சட்டை முடிச்சு அவிழ்ந்து தொடை வழியாக வழிந்தது. அதை இடுப்புக்கு கொண்டு வந்து இழுத்துச் சொருகி, அரணாக்கயிற்றை கால்சட்டைக்கு மேல் விட்டுக்கொண்டான்.

அடுத்த நாள் டைம்டேபிளுக்குப் புஸ்தகங்களையும் நோட்டுகளையும் எடுத்து அடுக்க வேண்டும். முதல் பீரியட் கணக்கு தினமும் முதல் பீரியட் கணக்காகவே இருந்து தொலைகிறது. அவனுக்கு அடிவயிறு வலிப்பது போல் இருக்கவே, தோட்டத்துக்குப் போய் கால் கழுவிக்கொண்டு வந்து மீண்டும் டைம் டேபிளைப் பார்த்தான். முதல் பீரியட் கணக்காகவே இருந்தது.

கணக்கில் "ஹோம் ஒர்க்" பத்துக்கு மேல் இருந்தது. என்ன காரணத்தினாலோ ரகுவுக்குக் கணக்குத்தான் ரொம்பக் கஷ்டமாய் இருந்தது. கணக்கு டீச்சர் தேவசகாயம் சார் இவனுக்கு மட்டும் ரொம்ப விரோதமாகிப் போனார். கிளாசுக்குள் வந்த உடனேயே, இவன் ஞாபகம் அவருக்கு வந்து விடுகிறது. "ரகுபதி... கம் டு த போர்டு" என்பார். ரகு தன்னிடத்தில் இருந்து எழுந்து போர்டுக்கு வருவான். அவனிருக்கும் இடத்துக்கும் போர்டுக்கும் பத்தடிதான் இருக்கும். ஆனால் மத்தியானம் வெயிலில் பல மைல் நடந்தது போல் இருக்கும். நெஞ்சு 'திக்கு திக்கு' என்று அடித்துக் கொள்ளும். முகம் மாத்திரம் சுருங்காமல் புன்சிரிப்பு தவழ்ந்தவாறு இருக்கும்.

கணக்கு சார் கணக்கொன்றை எழுதி "ஒர்க் இட்" என்பார். ஒன்று முதல் சைபர் வரைக்கும் நம்பர்கள். அவைகளை

ஒட்டிக்கொண்டு சின்ன நம்பர்கள், மாடுகளை ஒட்டிக்கொண்டு நிற்கும் கன்றுக்குட்டிகளைப்போல நிற்கும். அவன் போர்டையே முறைத்துக்கொண்டு நிற்பான். சின்ன எழுத்துகள் கொஞ்சம் கொஞ்சமாகப் போர்டில் வளரும். இன்னும் வளர்ந்து கூரையைத் தொடும்போதுதான் பின்பக்கத்தில் சளீரென்று வலிக்கும். சார் பிரம்பைத் தடவிக்கொண்டு நிற்பார். பிரம்புக்கும்கூட வலிப்பதாகத் தோன்றும். “கெட் அவுட் ஆஃப் தி கிளாஸ்” என்பார் சார். சாக்பீஸை டேபிளில் வைத்து விட்டு ரகு வகுப்புக்கு வெளியில் வந்து விடுவான்.

வகுப்புக்கு வெளியில்தான் அவனுக்குச் சந்தோஷமாக இருக்கும். ஒரு நிம்மதி இஷ்டம்போல மூச்சை இழுத்து வெளியிட முடிந்தது. வகுப்பை ஒட்டி ஒரு பெரிய மைதானம் இருந்தது. தூங்கு மூஞ்சி மரங்கள் மைதானத்தையே நிழலாய் நிரப்பி நிற்கும். ரொம்ப வயசான மரங்கள். ஊரில் உள்ள தாத்தாவைப்போல இருக்கும். வெள்ளையான நரைத்த மயிரைப்போலப் பூக்கள். ஆயிரம் காக்கைகளாது அந்த மரங்களை அண்டி வாழும்.

கணக்குகளையெல்லாம் ஒரு வழியாகப் போட்டு முடித்தபோது, சாயங்காலம் பொழுது தெருவில் முழுசாய்க் கவிழ்ந்து இருந்தது. அதிகாலைகளிலும் சாயங்காலங்களிலும் தெரு அழகாய் இருக்கும். ரகுவுக்கு இடப்பக்கம் ஜன்னல் இருந்தது. எதிர்வீட்டுக் கூரையும் அதற்கு மேல் ஆகாயமும் சதுரமான ஆகாயம், வெளிர் நீலத்தில் வெள்ளை கலந்தது. அவன் பார்த்தபோது ஒரு வெள்ளை மலை தெரிந்தது. பார்த்துக்கொண்டிருக்கும் போதே மலை கலைந்து போய் விட்டது. ஒரு கேள்விக்குறி மாதிரி வளைந்து மயில் கழுத்து தோன்றியது. மயில் கழுத்துதான் என்று உறுதியான அந்தக் கணமே அதுவும் கலைந்து போயிற்று. அதைப் பார்த்துக்கொண்டே இருக்கவேணும்போல இருந்தது. ஆனால், வீட்டுப் பாடங்கள் நிறைய இருந்தன. எழுதி முடித்தே ஆக வேண்டும். அதற்கே எட்டுக்கு மேல் ஆகும். அப்பா வந்து விடும் நேரம். அதற்கு மேல் சரித்திரம், பௌதிகம் எல்லாம் இருந்தன.

இங்கிலீஷில் ‘புட்’ கான்ஜிகேஷன் ஐநூறு தடவை எழுத வேண்டியிருந்தது. இந்தக் கஷ்டம் நேற்று வாய்த்தது. பொதுவாக இங்கிலீஷ் வாத்தியார் நல்லவர்தான். வாரத்தில் பிரதி வியாழக்கிழமை தோறும் அவர் “ஷேவிங்” செய்து கொள்கிறார். அன்றைக்கு அவருக்கு மகாகோபம் வருகிறது. பையன்கள் எல்லாரும் கிலி பிடித்துப் போய் இருப்பார்கள். அன்று பூராவும் அவர் வாயில் ஐநூறு ஆயிரம்தான் வரும்.

நேற்று நடந்தது, கோபாலை “வாக்” சொல்லச் சொன்னார். அவன் வாக், வாக்கிங், வாக்ட். வாக்ட்... என்று விட்டு உட்கார்ந்துகொண்டான். அடுத்தது மணி. அவனுக்கு “செக்”, செக், செக்கிங், செக்ட், செக்ட் என்றுவிட்டு அவனும் உட்கார்ந்துகொண்டான். அடுத்தது ரகு. அவனிடம் வரும்போது மட்டும் எல்லா வாத்தியார்களும் ரொம்ப யோசிக்கிறார்கள். சார் யோசித்து விட்டு “புட்” என்றார். ரகு உற்சாகமாக புட், புட்டிங், புட்டட், புட்டட் என்றான். உட்கார்ந்தும் கொண்டான். சார் “வெரிகுட்” என்றார். அவனுக்கு மனது துள்ளியது.

சில வினாடிகள் கழித்து. “சீ கழுதை, வெளியேறு!” என்று சுத்தமான தமிழில் பேசினார். பிறகு அவர் அவன் காதை மட்டும் பிடித்துத் தரதரவென்று இழுத்துக்கொண்டு வகுப்புக்கு வெளியே கொண்டு விட்டார். தலை, அது

இருந்த இடத்திலேயே வட்டமாகச் சுற்றுவது போல் இருந்தது. அவன் அவர் கையைப் பார்த்தான். காது அவர் கைகளில் இல்லை. காதைத் தொட்டுப் பார்த்துக்கொண்டான். இன்னும் வலித்தது.

புட், புட், புட் என்று நுணுக்கி நுணுக்கி எழுதினான். கை வலித்தது. உதறிக்கொண்டான். தினம் தினம் இவ்வளவு வீட்டுப் பாடம் இருந்தது. இவ்வளவு இம்போஷிஷன் இருந்தது. மனசு கஷ்டமாக இருந்தது. ஒன்றும் தோன்றாமல் அப்படியே உட்கார்ந்திருந்தான். பள்ளிக்கூடம் விட்டு வீடு சேர்ந்த பிறகு வீட்டுப் பாடங்களைப் படிக்கவும் எழுதவும் தொடங்கினால் தூக்கம் வரும் வரைக்கும் அதுவே வேலையாக இருந்தது. விளையாட ஆசையாக இருந்தாலும் முடியாது.

ஜன்னலின் ஊடே எதிர் வீட்டு மாடியில் காக்கைகள் பள்ளிக்கூடம் நடப்பது தெரிந்தது. தினம்தினம் இதே நேரத்தில் இது நிகழ்ந்தது. நிறைய காக்கைகள், வரிசையாக உட்கார்ந்துகொண்டிருக்கும். அழகானதும் சீர்குலையாததுமான வரிசை. வரிசையை விட்டுத் தள்ளி ஒரு காக்கை. சார் மாதிரி காக்கை போலும், காக்கை சார். எல்லா மரங்களில் இருந்தும் வரும் காக்கைகள். இங்குதான் சேர்ந்து படிக்கும். கரா... முரா... கரா... முரா... அவற்றின் பாஷை அது. அவற்றுக்கு அவற்றின் பாஷை புரியும்.

காக்கை சார், காக்கைகளுக்கு வீட்டுப் பாடம் கொடுக்க மாட்டார். அப்பா! அது எவ்வளவு நிம்மதி, நோட்டுப் புஸ்தகங்களில் அவற்றால் எழுத முடியாது.

எழுதினால் கிறுக்குவதுபோல இருக்கும். எஸ். ஆல்பர்ட் நோட்டைப் பார்க்கும் போதெல்லாம் தமிழ் வாத்தியார், "காக்கா மூக்கால் கிறுக்குவதுபோல" இருப்பதாகச் சொல்வார். ஆகவே அவை எழுதிப் படிப்பதில்லை. மனுஷனாகப் பிறந்ததைக் காட்டிலும் காக்கையாகப் பிறந்திருந்தால் ரொம்ப சந்தோஷமாக இருந்து இருக்கும்.

ஜன்னல் வெளியே கணபதி தலை தெரிந்தது. ரகு எழுந்து ஜன்னல் அருகில் போய் நின்றான். "வாரியாடா..." என்றான் கணபதி. அவன் கையில் சைக்கிள் ரிம் சக்கரம் இருந்தது. சவுக்கு மரக்குச்சியும் வைத்திருந்தான். குழிப்பகுதியில் குச்சியை வைத்துத் தள்ளிக்கொண்டு எவ்வளவு தூரம் வேண்டுமானாலும் அவன் ஓடுவான். ரகுவுக்கும் ஆசையாக இருந்தது. ஒரு சுற்றுச் சுற்றி வரலாம். ஜாலியாகத்தான் இருக்கும். ஆனால், வீட்டுப் பாடம் நிறைய பாக்கி இருக்கிறதே! "நான் வரலை. காலை வலிக்குது" என்றான் ரகு. கணபதி தெருவில் சக்கரத்தை வெகு வேகமாகத் தள்ளிக்கொண்டு ஓடினான்.

எதிர் வீட்டு மல்லிகா குனிந்து கோலம் போட்டுக்கொண்டிருந்தாள். இங்கிருந்து பார்த்ததில் ஏணி மாதிரி இருந்தது. கூர்ந்து பார்த்ததில் அது கரும்பு எனத் தெரிந்தது. பொங்கல் முடிந்து ரொம்ப நாளாகி விட்டது. இன்னும் அவளுக்குக் கரும்பின்மீது ஆசை. அவள் காதுகளின் இருபுறமும் சடைகள் தொங்கி ஆடியவாறு இருந்தன. ஒரு குட்டி யானையின் தும்பிக்கையைப்போல, முனையில் ரிப்பன் வைத்துப் பின்னிக்கொண்டிருக்கிறாள்.

அம்மா அழகாகக் கோலம் போடுவாள். தேர்க்கோலம், மயில் கோலம், இரண்டு பாம்புகள் பின்னிக்கொண்டிருக்கிற கோலம். அவனுக்கும் கோலம்

போட ஆசை. "எனக்கும் கத்துக் குடும்மா" என்றான் ஒருநாள். "சீ ஆம்பிளைப் பிள்ளைக்குக் கோலம் எதுக்கு?" என்றாள் அவள். ஆம்பிளை என்றால் கோலம் போடக்கூடாதா என்ன? சுத்த மோசம் இந்த அம்மா.

தெருவில் பூக்காரி வந்தாள். இவனைப் பார்த்து வெற்றிலைக் காவி ஏறிய பல்லால் சிரித்தாள். ரகு தெருவுக்கு வந்தான். "அம்மா, பூ…" என்று கூவி, கூடையை இறக்கி வைத்தாள்.

வழக்கம்போல அவள்கூட அவள் பையனும் வந்திருந்தான். எப்போதும் அம்மாவை ஒட்டிக்கொண்டே திரிவானாம் அந்தப் பையன். அவன்மீது ரகுவுக்கு ரொம்பப் பொறாமையாக இருந்தது. அவனுக்கும் இவன் வயசுதான் இருக்கும். தினமும் அம்மாவோடு பூக்கட்டுவது, அவள் முந்தானையைப் பிடித்துக்கொண்டு சுற்றுவது… தினமும் ரகு அவனைப் பார்த்தான். எப்போதுமே சட்டைப் போடும் வழக்கம் இல்லாதவன் அவன். கால்சட்டை மட்டும், அதற்கு பட்டனே இருப்பதில்லை. அதை இழுத்து இறுக்கிக் கட்டி மேலே அரணாக்கயிற்றை எடுத்து விட்டிருப்பான்.

ரகுவைப் பார்க்கும் போதெல்லாம் பூக்காரி தன் மகனிடம் சொன்னாள். "இதுவுந்தான் புள்ளை, எவ்வளவு ஒழுங்கா இருக்கு பாரு. பள்ளிக்கூடம் போவுது. படிக்குது… நீயும் இருக்கியே. மண்ணாங்கட்டி. அந்தப் புள்ள மூத்திரத்தை ஒரு கை வாங்கிக் குடி. அப்பவாச்சும் புத்தி வருதா பார்ப்போம்!"

அந்தப் பையன் வாயில் நடுவிரலை வைத்துக்கொண்டு வெட்கம்கொண்டு நெளிவான். ரகு, பூக்காரியின் முகத்தைப் பார்ப்பான். அந்தத் திட்டு திட்டியதற்கான சுவடே இல்லாமல் இருப்பாள் அவள். அவளுக்கும் அவன்கூடவே இருப்பது பிடித்திருந்தது என்பது அவள் முகத்தில் இருக்கும். ரகுவுக்கு தான் அவனாக இருந்தால் எவ்வளவு நன்றாக இருக்கும் என்று தோன்றியது.

அம்மா வந்து பூ வாங்கிக்கொண்டாள். அவள் பூ வாங்கும்போது, பூக்கூடையின் பக்கத்தில் வந்து நிற்பது ரகுவுக்கு ரொம்பப் பிடிக்கும். நின்றான். வாசனை முகத்தைத் தடவிக் கொடுத்தது. கதம்பம், முல்லை, அரும்பு, கனகாம்பரம், துலுக்க சாமந்தி ஆகியவை பந்து பந்தாயும், குவியல் குவியலாயும் கூடையுள் பதுங்கிக்கொண்டு கிடக்கும். இன்னும் கொஞ்ச நாழி அவள் அங்கேயே இருக்க மாட்டாளா என்று இருக்கும். மாட்டாள். கூடையைத் தூக்கிக்கொண்டு போய்விடுவாள்.

அம்மா முகம் கழுவிப் பொட்டு வைத்துக்கொண்டு அழகாய் இருந்தாள். புடவையைக்கூட மாற்றி இருந்தாள். வாங்கிய மல்லிகையை, தலையைச் சாய்த்துக் கொண்டையில் வைத்துக்கொண்டாள். அம்மாவின் கழுத்து மடிப்பில் கோடாக வேர்வை இருந்தது.

அவள் முந்தானையைக் கையில் எடுத்துக்கொண்டு, "அம்மா! குனியேன்…" என்றான் ரகு. "எதுக்குடா?" என்றாள் அவள். "குனின்னா குனி…" என்றான் ரகு.

அம்மா அவன் தலைக்குக் குனிந்தாள். பிடித்திருந்த முந்தானையால் அவள் கழுத்தைத் துடைத்து விட்டான் ரகு. அம்மா அவனைப் பார்த்துச் சிரித்தாள். அவளை அப்படியே கட்டிக் கொள்ள வேண்டும் போல்

இருந்தது. ஆனாலும் கூச்சமாக இருந்தது. "காப்பி சாப்பிடறயா?" என்று அவள் கேட்டதற்கு "ஊம்" என்று சொல்லிக்கொண்டு, அவள் பின்னயே அடுப்பங்கரைக்குச் சென்று காப்பி சாப்பிட்டு விட்டு மேசைக்கு வந்தான்.

அக்பர், பாபர் இருவரில் யார் முதியவர்கள் என்பதில் ரகுவுக்கு எப்போதுமே குழப்பம் இருந்தது. பாபர் என்று புத்தகத்தில் போட்டிருந்தது. ஆனால் மனசுக்குள் அக்பர் என்றே இருக்கிறது. கேள்வி பதிலும் அப்படியே எழுதிக்கொண்டு வருகிறான். அக்பரின் மகன்தான் பாபர் என்பது பேசுவதற்கும் எழுதுவதற்கும் சுகமாய் இருந்தது. சொன்னால் சார் சிரிக்கிறார். "மக்கு" என்கிறார். அக்பர், பாபர் எல்லாரைக் காட்டிலும் மும்தாஜே அவனுக்கு ரொம்பவும் பிடித்திருந்தது. அவன் புஸ்தகத்தைப் புரட்டி மும்தாஜ் படத்தைப் பார்த்தான். அவள் கையில் பூ இருந்தது. மும்தாஜ் அவன் அக்கா மாதிரி இருந்தாள். தலையில் என்னவோ வைத்துக்கொண்டிருந்தாள். அந்த மாதிரி ஒன்றும் அக்கா வைத்துக் கொள்வதில்லை.

பூ என்றதும் ஹிஸ்டரி சார்தான் ஞாபகத்துக்கு வருகிறார். பள்ளிக்கூடத்து காம்பவுண்டை ஒட்டி அந்த மரம் இருந்தது. இலை தடிப்பாக இருக்கும். கிளைகள் கைவிரல்களைப்போல முனையில் வளைந்து இருக்கும். அதன் பூக்கள் வெள்ளையும் மஞ்சளுமாய் பார்க்க வெகு அழகாய் இருக்கும். வாசனை முரடாய் மூக்கின் உள் வருடுவது போல் இருக்கும். ரொம்பவும் முகர்ந்தால் மூக்கில் இரத்தம் வரும் என்று எஸ். ஆல்பர்ட் சொன்னான். அதன் பேர் யாருக்கும் தெரியவில்லை. கள்ளியில் அது ஒரு வகை என்றார் சார். பூக்கள் அத்தனையையும் மண்ணில் கொட்டி விட்டு, கொஞ்சம்கூட விசனப்படாமல் இருக்கக் கூடிய மரம் அது.

எஸ். ஆல்பெர்ட்டும் ரகுவும் ஒருநாள் அந்த மரத்தடியில் நின்று பேசிக்கொண்டிருந்தார்கள். அஞ்சாம் கிளாஸ் வரலட்சுமி டீச்சரை பால்காரன் கெட்ட வார்த்தைகளால் திட்டியதை ரகுவுக்கு ஆல்பெர்ட்டிடம் சொல்ல வேண்டியிருந்தது. ஆல்பெர்ட் அவனுக்கு மயில் கொடுத்திருந்தான். அது குட்டிப் போடும் தருவாயில் இருந்தது. பொதுவாக அது பரீட்சைக்கு முந்தின நாள்தான் குட்டிப் போடும்.

ஆல்பெர்ட் குட்டியைக் காட்டினான். பரீட்சைக்கு முந்தின நாள் போட்ட குட்டி அதை வாங்கிக்கொண்டு வரலட்சுமி டீச்சர் சங்கதியைச் சொல்லிக்கொண்டிருந்தபோதுதான் ஹிஸ்டரி சார் அவர்களை நோக்கி வந்துகொண்டிருந்தார். ரகு அவசரம் அவசமாக அந்தச் சங்கதியை யாருக்கும் சொல்லக்கூடாது என்று சத்தியம் வாங்கிக்கொண்டான். சத்தியத்தை ஆல்பெர்ட் மீறினால், அவன் சாமியாகிய யேசுநாதர் கண்ணைக் குருடாக்கி விடுவார். நிச்சயமாகவே ராத்திரி தூங்கிக்கொண்டிருக்கும்போது அவர் அதைச் செய்வார்.

சார் அவர்களுக்குப் பக்கத்தில் வந்து நின்று பூக்களை மிதிக்கக்கூடாது என்றார். அவர்கள் கீழே பார்த்தார்கள். அப்போதுதான் அவர்கள் பூக்களை மிதித்துக்கொண்டு நின்றிருந்தது தெரிந்தது. சார் முகம் என்னவோ போல் இருந்தது. சார் எப்போதும் வெள்ளை வெளேரென்று சட்டையும் பேன்ட்டும் போடுவார். கலர் சட்டைகளே போடமாட்டார். படிய தலைவாரி வழவழ வென்று ஷேவிங் செய்துகொண்டு எப்போதும் புதுசாக இருப்பார். அவர்

பக்கத்தில் இருந்தால் புதிய வண்ணான் வேஷ்டிக்குப் பக்கத்தில் நிற்பதுபோல புதுசாகவும் வாசனையாகவும் இருக்கும்.

அன்று சார் ஒரு வார லீவில் இருந்து விட்டு வந்திருந்தார். முகத்தில் கறுப்பாக தாடி வளர்ந்திருந்தது. தலை கலைந்திருப்பதுபோல இருந்தது. சட்டைகூட அவ்வளவு வெளுப்பாக இல்லை. அவருடைய ஒன்னாம்கிளாஸ் படித்துக்கொண்டிருந்த பாலமீரா என்கிற பெண் குழந்தை திடீரென்று செத்துப் போய்விட்டதாகத் தமிழ்சார் சொல்லியிருந்தது ஞாபகத்துக்கு வந்தது. போன திங்கள் கிழமை சாயங்காலம் கடைசி வகுப்பை கேன்சல் பண்ணிவிட்டு எல்லா வாத்தியார்களும் சாவுக்குப் போனார்கள். அன்றைக்குத்தான் ஹிஸ்டரி சார் லீவு முடிந்து வந்திருந்தார். வந்ததும் முதல் முதலாக நம்மைப் பார்த்தார். இதைச் சொல்ல வேண்டும் என்று இருந்தது ரகுவுக்கு.

"இல்ல சார். இல்ல சார்" என்று சொல்லிக்கொண்டு இரண்டு அடி தள்ளித் தள்ளி நின்றார்கள். அப்போதும் பூக்களை மிதித்துக்கொண்டே நின்றிருந்தார்கள். சார் அவர்களை அணைத்துக்கொண்டே நடத்திப் போய் மைதானத்தில் விட்டார். சாருக்கு ஏனோ கோபமே வருவதில்லை. அவரைப் போய், மற்ற வாத்தியார்கள் எல்லாம் பைத்தியம் என்று ரகசியமாகப் பேசிக்கொண்டார்கள்.

சி. வினாயகமூர்த்தி அப்படி மற்ற சார்கள் அவரைப் பற்றிச் சொல்வதை அவரிடமே போய்ச் சொல்லி விட்டான். "அப்படியா, நான் பைத்தியம் தானே... அதனால்தான் பைத்தியம்னு சொல்றாங்க..." என்றார் அவர் சிரித்துக்கொண்டே. நிச்சயம் அவர் பைத்தியம் இல்லை. அவரை அப்படிச் சொன்ன மார்க்க சகாயம்தான் பைத்தியம். மார்க்க சகாயம், கீர்க்க சகாயம், பீர்க்க சகாயம், மூர்க்க சகாயம்.

ரகுவுக்கு ஹிஸ்டரி ரொம்பப் பிடித்தமானதாக இருந்தது. சாரைப் பிடித்தது. ஆகவே பாடமும் பிடித்தது போலும். ஹிஸ்டரி புஸ்தகத்துள் இருக்கும் மயில் குட்டி போட்டு விட்டதா என்று திறந்து பார்த்தான். அதன் கருநீலக் கண் அவனையே பார்ப்பதுபோல இருந்தது. அதைத் தடவிக் கொடுத்தான். எப்படியும் பரீட்சைக்கு முதல் நாள் குட்டிப் போட்டு விடும். திடீரென்று அன்று பூராவும் மயிலுக்குச் சோறு போடாதது ஞாபகத்துக்கு வந்தது. ஐயோ அதுக்குப் பசித்திருக்கும். பாவம். புஸ்தகத்தின் மூலையில் கொஞ்சம் பேப்பரை கிழித்து மயிலுக்கு மேல் வைத்தான்.

அடுப்பங்கரைக்குப் போய் சோறு தேடிப் பார்த்தான். தவலையின் மேல் தவழ்ந்திருந்த பாத்திரம் பெருஞ் சப்தத்துடன் கீழே விழுந்தது. பாத்திரங்கள் அவன் கை வைக்கும் போதெல்லாம், அப்படிதான் ஏதாவது சங்கடமாகப் பண்ணி வைக்கும். சரேலென்று அம்மா அறைக்குள் வந்து "பூனையோன்னு நெனைச்சேன். நீ என்னடா இங்க பண்றே" என்றாள். "சோறு எடுத்துக்கிட்டுப்போலாம்னு வந்தேன்" என்றான் ரகு. "எதுக்குச் சோறு?" "மயிலுக்கு" "ஐயோ அசடு."

பெரியவர்கள் இப்படித்தான் முட்டாள்தனமாக என்னவாவது சொல்வார்கள் என்று நினைத்துக்கொண்டே, கொண்டு வந்த பருக்கைகளை மயிலுக்கு அருகில் வைத்துப் புஸ்தகத்தை மூடி வைத்தான்.

எல்லாக் கேள்விகளையும் எழுதி முடித்து வெளியே வந்ததும், அவன் முகத்தில் ஜில்லென்று காற்று வீசியது. உற்சாகமாக இருந்தது. மேலே ஆகாசத்தைப் பார்க்கையில் திக்கென்றது. இரண்டு கைகளாலும் கட்டிப் பிடிக்க முடியாத அளவுக்குப் பெரிய நிலாவொன்று சிவந்து எதிர் வீட்டு மாடிக்குப் பக்கத்தில் எழுந்துகொண்டிருந்தது.

அப்படியே நின்று விட்டான் ரகு. கையும், தோளும் வலித்தது. நேராக அறைக்குள் போய் விரித்து வைக்கப்பட்டிருந்த பாயில் படுத்துக்கொண்டான். கண்ணை இழுத்துக்கொண்டே போகும் நேரத்தில் அப்பாவின் குரல் கேட்டது. அம்மா "குழந்தை இந்நேரம் வரைக்கும் படிச்சிக்கிட்டு இருந்தான். சாப்பிடாம படுத்துட்டான்" என்று சொல்வது கேட்டது.

அறையைத் திறந்துகொண்டு அம்மா வருவது தெரிந்தது. கண்ணை இறுக்கி மூடிக்கொண்டான். அம்மா மிக அருகில் உட்கார்ந்துகொண்டு "ரகு, எழுந்திருப்பா, சாப்ட்டுட்டுப் படுத்துக்கோ. என் கண்ணுல்லே..." என்றாள் அம்மா. அவன் மார்பைத் தடவிக் கொடுத்தாள். அவன் அவள் கையைப் பிடித்துக்கொண்டான். அவன் நெஞ்சு ஏறி இறங்கியது.

"அடடா... ஏன் அழறே, தலையை வலிக்குதா?" என்று நெற்றியைத் தடவிக் கொடுத்தாள்.

"இரு, பாலாச்சும் சாப்பிட்டுப் படு" என்று பால்கொண்டு வருவதற்காக அறைக் கதவைத் திறந்துகொண்டு வெளியே போனாள் அம்மா.

பால் சாப்பிடக்கூட அவனால் விழித்திருக்க முடியவில்லை. கணக்கு வாத்தியார் 'ரகு கம் டு த போர்டு' என்கிறார். எந்த நேரத்திலும் பின்னால் சுளீரென்று அடி விழும். ரகு புரண்டு படுத்தான். பரீட்சைக்கு முதல் நாள் மயில் போடப் போகும் குட்டி அவன் கனவில் வந்தது.

1978

பிம்பம்

கதவைத் தட்டும் சத்தம் கேட்டதும் தட்டுவது யார் என்று எனக்குத் துல்லியமாகவே விளங்கியது. அதுதான் இந்த நேரத்தில் இப்படியெல்லாம் வரும். அதற்கு நேரம் காலம் கிடையாது, கிடைப்பதில்லை என்பதுவுமே ஒரு காரணம். என்னுடனே வளர்ந்து நானாகவே ஆகிவிட்ட அது என் மேல் இருக்கும் சுவாதீனமும் ஒரு காரணம்.

கதவைத் திறந்தேன். அது உள்ளே வந்தது. உட்காரச் சொன்னேன். அது உட்காரவில்லை. நான் மட்டும் ஏற்கெனவே படுத்திருந்த என் சாய்வு நாற்காலியில் சாய்ந்து படுத்துக்கொண்டு அதையே பார்த்துக்கொண்டிருந்தேன்.

என் வீடு நாலு கை தாழ்வாரமும் நடுவே பெரிய "ப" மாதிரி ஒரு வாசலும்கொண்ட அடக்கமான சின்ன வீடு. நான் என் சாய்வு நாற்காலியைப் போட்டுக்கொண்டு உட்கார்ந்த இடம் நடு வாசலில்தான். அங்கிருந்து அண்ணாந்து பார்த்தால் வானம் என்மீது வழியும். காற்று கைவீசி வரும். மனசால் நான் வாழும் வாழ்க்கை ஸ்தாபிதமாவதும், சூழ்கொள்வதும் கலைவதும் இங்கே. இந்த இடத்தில்தான். என்னைத் தேடி சம்பாஷணைக்காக வருவோரை நான் இந்த இடத்தில்தான் உட்கார்த்தி வைப்பது. என்னை இம்சிக்க வருவோர்க்கும் இதுவே இடம்.

வந்தது நின்றுகொண்டேதான் இருந்தது. நானும் உட்காரச் சொல்லவில்லை. உபசாரக் கட்டங்களை நாங்கள் கடந்து விட்டோம் என்பதுவே காரணம். இருவரும் அறிவோம்.

வந்தது வீட்டைச் சுற்றி நோட்டம் விட்டது. இடது கைத் தாழ்வாரச் சுவரும் நேர்ச் சுவரும் சந்திக்கும் இடத்தில் அதன் பார்வை வந்து நிலைகுத்தியதை நானும் உணர்ந்து அந்த இடத்தைப் பார்த்தேன். நான் மென்று, சுவைத்துத் துப்பிய எலும்புத் துண்டுகள் வாரப்படாமலும் கூட்டிக் குப்பையில் எறியப்படாமலும், அந்த மூலையில் குவிந்திருந்தது. சாரி

சாரியாக எறும்புகள் தம் உணவை அதில் கண்டு, தம் சக்திக்குட்பட்ட விகிதத்தில் எடுத்துக்கொண்டு போவதையும் ஈக்கள் கும்பலாய் சுள்ளென்று பறந்து மொய்ப்பதையும் நான் பார்த்தேன்.

குறுநகையோடு அது என்னைப் பார்த்தது. எனக்கு வெட்கமாகப் போச்சு. யாரும் கண்டு கொள்ளும் முன்னமயே அந்த எலும்புகளை வாரிக் குப்பைத் தொட்டியில் கொட்டியிருக்கலாம். அல்லது பூ வேலை செய்த அழகிய துணியை அதன் மேல் போர்த்தி, மறைத்து, அவ்விடத்தைப் பார்ப்போர், கண்ணுக்கும் புலனுக்கும் புலப்படா வண்ணம் மறைத்து இருக்கலாம். இரண்டையும், இரண்டில் ஒன்றையும் நான் செய்யவில்லை. ஏன் செய்யாமல் போனோம் என்று வருந்தினேன்.

அதன் சிரிப்பு என்னை அறுத்தது. வதைத்தது. இது என்ன என்று அது அவ்விடத்தைக் காட்டி என்னை வினாவியது.

"உனக்குத் தெரியாதா?" என்று கோபத்தோடு நான் கேட்டேன்.

"எதனால் உனக்கு இப்படிக் கோபம் வருகிறது.? அப்படி என்ன பெரிய தப்பை நீ செய்து விட்டாய்? நான் வரும் வழியில் பல எலும்புக் குவியல்களைப் பார்த்துவிட்டுத்தான் வருகிறேன். அவற்றில் சில, பெரிய மலையளவு இருக்கிறது. பல, குன்றுகளாய் நின்று என்னை வழிமறைத்தது. அகத்தியனைப்போல, அவற்றை என் காலால் நசுக்கி, செருக்கழித்து மிதித்துப் போட்டு இங்கே வந்திருக்கிறேன். உன் எலும்புகள் ரொம்பக் கொஞ்சம். நீ வெட்கப்பட, அதனால் கோபப்பட அவசியமே இல்லை..." என்று அது கூறி ஆதரவோடு என்னைப் பார்த்துச் சிரித்தது.

அவ்வாதரவான சிரிப்பு என்னைக் கிளர்த்தியது.

"உனக்கு ரொம்ப நன்றி" என்று மனசார நான் சொன்னேன்.

என் அயர்வு விலகினாற்போல இருக்கிறது படுத்தவாறே அண்ணாந்து பார்க்கிறேன். வானம் கறுப்பாக நிலவு எங்கோ எதிலோ மறைந்துகொண்டாற்போல, ஆனாலும் காற்று வீசி மேகம் கலைய...

இடக் கைத் தாழ்வாரத்தில் ஓர் அறை இருக்கிறது. அது "நான் இதன் உள்ளே நுழைகிறேன்" என்றது. அனுமதி மாதிரி இல்லை. தேவையில்லை என்று நினைத்தது போலும்.

உள்ளே போனது. எதையோ கையில் எடுத்துக்கொண்டு வெளியே வந்து என் முன் நின்றது.

"இது என்ன?" — அது கேட்டது.

"இது அப்பாவின் சட்டை" — நான் சொன்னேன்.

இது அப்பாவின் சட்டை, முக்கால் கைச் சட்டை. என் அளவுக்கு ரொம்பத் தொள தொளவென்று இருக்கும். என் போல் மூவர் இதில் ஒரே சமயத்தில் நுழையலாம். அவ்வளவு பெரிசு. பல இடங்களில் துணி நைந்து கிழிஞ்சு போச்சு. பல இடங்களில் ஒட்டு கொஞ்சம் வேகமாகவோ முரட்டுத்தனமாகவோ கையாண்டால் கிழியும் என்பது நிச்சயம். துவைக்காததால் எழும் துர்வாசம் இதனோடயே ஐக்கியமாகிப் போச்சு.

"இதை இன்னமும் எதற்கு வைத்திருக்கிறாய்...?" அது கேட்டது.

"உபயோகப்படுத்தத்தான்" நான் சொன்னேன்.

"இதை இன்னுமா உபயோகப்படுத்துகிறாய்?" அதன் புருவம் மேலே உயர்ந்தது.

"ஆம்... பல சமயங்களில்... சந்தர்ப்பங்களில்..."

"உன்னிடம் உன் சட்டை இருக்குமே..."

"இருக்கும்... அதோடு இதையும் அவ்வப்போது உபயோகப்படுத்திக் கொள்கிறேன்..."

அது பதில் வேண்டியது. சொல்லலாமா என்று யோசித்தேன். சொல்லத்தான் வேண்டும். அதுக்கு என்னில் அறியாதது எதுவுமே இல்லை என்கிற பயம் என்னை உசுப்பியது. மேலும் அதன் சம்பாஷணை, என் சுகம். அதன் சிநேகிதமான பார்வை, எனக்குத் தூண்டில். எனவே, என் பதில் எனக்கு ஆறுதல். சொன்னேன்.

"என் சட்டை என்னை முழுதும் போர்த்தாதபோது அப்பாவின் சட்டையை நான் அணிந்து கொள்வேன். அவர் சட்டையைப் போட்டுக்கொண்டால்... என் குளிரை அது போக்கி விடுகிறது. அதோடு பல சமயங்களில் என்னைப் பாதுகாக்கிறது. இது எனக்குக் கவசம். இதுவே எனக்கு அம்பு. இதுவே எனக்கு அட்சயப் பாத்திரம். என் இப்போது தைத்த சட்டை புதுமோஸ்தர். இது சமயங்களில், என்னை இறுக்கிக் கொள்கிறது. உனக்குத் தெரியாதா...?"

நான் பரிதாபத்தோடு சொன்னது அதைப் பாதித்திருக்கக்கூடும்.

"சரி" என்று அறைக்குள் சென்று சட்டையைப் போட்டுவிட்டு வெளியே வந்தது.

என் வாசலை மிகவும் ஒட்டி இரண்டு அறைகள். முதல் அறைக்குள் அது என் அனுமதி இன்றியே போய் எதையோ தூக்கிக்கொண்டு வெளியே வந்தது.

"இது என்ன?"— அது.

"இது கவுன்" — நான்

இது ஒரு கவுன்... ஏழெட்டு வயசுப் பெண் குழந்தைகள் கவுன். கால மறைவாலும் மாற்றத்தாலும் பழசாகித் தேய்ந்து, நைந்து போய் இருந்தது. இன்றைய குழந்தைகள் நினைத்துக்கூடப் பார்க்க முடியாத வினோதமான தையலும் பூவளையுமாய் மிளிர்ந்தது.

"இந்த கவுன் உனக்கெதுக்கு?"

"சமாய சமயங்களில் போட்டுப் பார்த்துக் கொள்ளத்தான்."

"இதைக்கூடவா நீ போடுகிறாய்?"

"சொல்றேனே... சமயா சமயங்களில்."

"இதைப் போட்டுக்கொண்டு எப்படி வெளியே வருகிறாய். ஒரு ஆண் மகனாய் எப்படி வெளியே பிரவேசிக்கிறாய்..."

"பார்த்தாயா... உனக்குக்கூடத் தெரியாமல் நான் அதைப் போட்டுப் பழசாக்கிக்கொண்டிருக்கிறேன்." அதன் பார்வை பதில் வேண்டியது.

"இந்த கவுன் அம்மா எனக்காக வாங்கியது. அம்மாவின் உதரத்தில் பெண் குழந்தைகள் ஜனிக்கவில்லை."

ஜனித்தாலும் லபிக்கவில்லை. ஆணாகப் பிறந்த என்னை அம்மா தன் ஆசைக்காக இந்த கவுனுக்குள் அடக்கி வளர்த்தாள். காலப் போக்கில் வளர்ந்து வந்த என் பௌருஷ ஆகிருதியை இந்தச் சின்ன கவுனுக்குள் நுழைத்து நுழைத்து அதில் வெற்றி கண்டாள். நான் சாமானியத்தில் அதனுட்கொள்ளவில்லை. எனினும், எப்படியோ என்னை நுழைப்பதில் அவள் திருப்திகொண்டாள். பதின்வயதின் இளைஞனாகிய நான் அந்த கவுனில் நூதனமாக எனக்கே காட்சி கொடுத்தேன்.

அம்மா என்னை ஒரு போட்டோ எடுத்தாள். ஒரு பிரதியை இந்த கவுனின் மார்பில் ஒட்டினாள். மற்றொன்றைத் தன் தலைக்கு மேல் ஒட்டி வைத்தாள். இந்தப் போட்டோவுக்குள் பொட்டு வைத்த நான். கண்ணுக்கு அழகாக மைதீட்டிய நான். கோண வகிடெடுத்து அழகாக ஜடை பின்னி, ஜடை முனையில் பூ வைத்த நான். வளையல், கொலுசு, ஒட்டியாணம் அணிந்த நான்.

என்னைக் குனியும்போது மார்பில் போட்டோ என்னைக் குத்தி நிமிர்த்தது.

நான் திமிரும்போது தலைக்கு மேல் போட்டோ.

என்னைக் குட்டித் தாழ்ந்தது.

என் கவுன் ஓட்டுக்குள் என் புலன்கள் நுழைக்கும் ஆமை நான்.

முதலில் இது கஷ்டமாக இருந்தது — வாஸ்தவமாய் பின் இது சவுகரியமாய்ப் போச்சு — எதார்த்தமாய் இப்போது இதுவே சுகமாய்ப் போச்சு — நிர்ப்பந்தமாய்.

என்னை, என் ஆம்பிளையான என்னை, இந்த வனாந்தரங்களில் மேயும் எந்த துஷ்ட மிருகங்களாவது சீண்ட ஓட்டுக்குள் என்னை நுழைத்துக் கொள்வேன். அவை என்னைப் புரட்டிப் பார்க்கும். வெறும் ஓடென்று விலகிப் போகும்.

"அதற்குத்தான்... அதனால்தான்."

நான் சொன்னேன்.

நான் நிறுத்தினேன். அது என்னையே பார்த்துக்கொண்டிருந்தது. பார்த்துச் சிரித்தது...

"ஆகவே நீ தப்பிக்கிறாய்..." என்றது அது.

"ஆம்... எல்லாமே எதனிடமிருந்தோ தப்புதல்தான்..."

அது மௌனமாக அறைக்குள் சென்றது. மீண்டும் அறைக்குள்ளிருந்து எதையோ வாரிக்கொண்டு வந்து என் முன் போட்டது.

சுவாரஸ்யம் இல்லாமல் நான் ஒரு சிகரெட்டை எடுத்துப் பற்ற வைத்தேன்.

மேலே வானமூட்டம் இன்னும் விலகவிலை. கறுப்பு இன்னும் வெளுக்கவில்லை. நிலா காணோம். எந்தச் சேற்றில் போய் புதைந்து விட்டதோ, பாவம்.

படபடவென்று சரியும் ஒலி என் புலனைத் தாக்க என் முன் குவிந்த பொருள்களை நான் பார்த்தேன்.

"இதெல்லாம் என்ன?" — அது.

"இவை என் முகங்கள்" — நான்.

"இத்தனை முகங்கள் உனக்கெதுக்கு?"

"இவை என் பார்வைகள். தேவைகள். சிரமமில்லாமலும், சிரமத்தோடும் சமயா சந்தர்ப்பங்களில் நான் சேர்ந்து அணிந்து கொள்ளும் முகங்கள் இவை."

"நீ என்னையும் உன்னையும் ஏமாற்றுகிறாய்..." என்று வருத்தத்தோடு அது சொன்னது.

"ஆம்... என்னை நானும், உன்னை நீயும் முறை மாறி என்னை நீயும், உன்னை நானும் ஏமாற்றிக் கொள்ளுதலே நம் விஸ்தரிப்புகள். நம் ஆக்கங்கள், நம் விகசிப்புகள்."

நான் குனிந்து பார்த்தேன். என் காலடியில் பலவிதமான முகங்கள் பல வர்ணங்களில் பல அளவுகளில், பல கோணங்களில் சிதறிக் கிடந்தன. சிலது ரொம்பப் பழசு, சிலது ரொம்பப் புதுசு. சிலது பழசாகி இருந்து புதுசானவை. சிலது புதுசாகி இருந்து பழசாயினவை.

இவற்றில் இடமும் காலமும் மாறி சூழ்நிலை தவறி, பாத்திரம் தவறி முகத்தை மாட்டிக் கொள்ள மாட்டாயா என்று அது சந்தேகித்தது.

"மாறாது. மாட்டேன். என் முன் முகம் காட்டும் முகங்கள் என் கண்ணாடி. எந்த முகத்தை நான் என் முன் கண்ணாடியில் பார்க்கிறேனோ, அதைப்போலவே இருக்கும் என் முகச் சிதறல்களில் ஒன்றை எடுத்துப் போட்டுக் கொள்வேன். ஏ—க்கு ஏ—யும் இசட்டுக்கு இசட்டும்தான்."

"அம்மாவிடம்கூடவா...!"

"ஆட்சேபமில்லாமல் அவளிடம் என்னிடம் காட்ட ஒரு முகம் இருந்தது. அதையே போல் என்னிடமும் ஒன்று இருக்கிறது."

"மனைவியிடம்கூடவா...!"

"நீ சுவாரஸ்யமாகவே கேட்கிறாய். வாஸ்தவத்தில் இந்த இடத்துக்குப் பல முகங்கள் எனக்குத் தேவை. அவளிடமும் பல முகங்கள் தயாராகவே தயார் நிலையில் இருந்தன. அதோடு, அவள் என்னின் இருமையையும் கண்டவள், கொண்டவள். நானும் கண்டவன், துய்த்தவன், வினாடிக்கு ஒருமுறை முகமாற்றும் சித்தி இதுக்குத் தேவை. அச்சித்தி எனக்கு லபித்திருந்தது. ஆனால் ஒரு விஷயம் என் முகத்தை அவளுமோ அவள் முகத்தை நானுமோ இன்று வரை பார்த்ததில்லை. இவை போலிகள் என்று எங்கள் இருவருக்குமே தெரியும். வாய்விட்டுச் சொல்லிக் கொள்வதில்லை.

நான் காலடியில் குவிந்திருந்த பல முகங்களில் ஏழெட்டைக் காலால் தள்ளி, "இவை என் சினேகிதர்களுக்காக" என்றேன். சிலவற்றைத் தள்ளி "இவை என் தெருவுக்காக, ஊருக்காக" என்றேன்.

அது நின்றபடியே நின்றிருந்தது. பார்த்தபடியே கண்டிருந்தது.

"நீ இப்போது போட்டிருப்பதுகூட…"

"பொய்தான் போலிதான்."

நான் என் முகத்தைக் கழட்டிக் கீழே போட்டேன். இது— அது என் முகத்தைக் காட்டியது.

"இதுவும்" — நான்.

நிமிஷங்கள் கரைந்து நீராயின.

அப்புறம் கொஞ்ச நாழி அது இருந்தது.

"போய் வருகிறேன்" என்றது.

"சரி…"

கதவைத் திறந்து விடை கொடுத்தேன்.

வெளியே சென்றது. சற்று நின்றது.

"கடைசியாக ஒன்று. உன்னுடைய முகம்தான் எது…"

"எனக்கு முகமே கிடையாது…"

நான் சொல்லி கதவைத் தாழிட்டுக்கொண்டேன்.

1979

பகை

குளித்து முடித்து, கண்ணாடி முன் நின்று தலை சீவும்போது எனக்குத் தெரிந்தது.

என் முகம் மாறிப் போய்விட்டது. வாஸ்தவம்தான். அதற்காகக் கவலைப்பட்டுக்கொண்டிருக்க முடியாது. பட்டணம் வந்தாயிற்று. எங்கு கெட்டால்தான் என்ன, கிளம்ப வேண்டும். ஏழு மணி பஸ் வந்தது. நான் இல்லையென்றாலும் போய்விடும். அந்த பஸ்ஸைப் பிடித்துப் போய்தான், விதித்திருக்கும் பொய்களைப் பேச வேண்டும். வாயால் மட்டும் சிரிக்க வேண்டும். அங்கீகரமான அயோக்கியத்தனங்களைச் செய்ய வேண்டும். என் முதலாளி இருபத்தி ஏழாவது முறையாக ரசித்துக் கூறும் தன் வேட்டை அனுபவங்களை (ஒரு புலி, நிஜமான புலிதான். அதுக்கும் அவருக்கும் பத்து அடி தூரம்தான். கூட வந்தவர்கள் அனைவரும் ஓடி விட தான் மட்டும் அதை அஞ்சாமல் விழித்துப் பார்த்துச் சுட்டது. காயம்பட்டு அது ஓட, அதைத் துரத்திச் சென்று சுட்டு வீழ்த்தியது. செத்துப் போன அதன் தலையில் காலை வைத்துக்கொண்டு, எடுக்கப்பட்டு, வீட்டுக்கூடத்தில் யேசுநாதர் பக்கத்தில் தொங்க விட்டிருக்கும் நெகட்டிவ் சாட்சி) முதல் முறையாகக் கேட்பதுபோல, கண்களை விரித்து சுவாரஸ்யமாக ஒரு போலித்தனமான பயத்தோடு கேட்டு விட்டு சாயங்காலம் ஆறு அடித்தால் அவர் உத்தரவு பெற்று விடுதலையாகி சுந்தந்திரக் காற்றைச் சுவாசிக்க வேண்டும்.

நான் வீதியில் இறங்கி நடக்கிறேன். திடீரென்று நான் மறந்திருந்தது என் ஞாபகத்துக்கு வந்தது. என் வீட்டுக்குக் கொஞ்ச தூரத்தில் மெயின் ரோடுக்கும் என் வீட்டுக்கும் இடைப்பட்ட தெரு முனையில் நேற்று ராத்திரி என்னைத் துரத்திய நாயைப் பற்றிய என் ஞாபகம் உசுப்பிக்கொண்டு மேலே வந்தது. துரதிருஷ்டவசமானது அது. வழக்கம்போல கடைசி பஸ்ஸைப் பிடித்து பிள்ளையார் கோயில் ஸ்டாப்பில்

இறங்கினேன். தெரு திரும்பி நடந்தேன். எதிரில் இடையூறு இல்லாத வானத்தில் ஒரு முழு நிலா. சுற்றியுள்ள வீட்டுச் சுவர்கள், மரங்கள், புழுதி எல்லாம் அலுமினியம் பூசிக் கிடந்தன. சின்னக் குழந்தைகளின் விரல்களைப்போல ஈரம் கலந்த காற்று வாழ்க்கையில் எப்போதாவது லபிக்கும் அற்புத க்ஷணங்கள். நான் லயித்து நடப்பது தெரியாது நடக்கிறேன். அப்போதுதான் அந்த நிசப்தத்தைக் கலைப்பது மாதிரி ஒரு நாசக் குரல்.

'உ... ர்... ர்... ர்...'

நான் திடுக்கிட்டு என் பக்கவாட்டில் திரும்பிப் பார்க்கிறேன். புரட்டித் தள்ளப்பட்ட முனிசிபாலிட்டியின் குப்பைத் தொட்டி. குவிந்த குப்பைமேடு. அதன் மேல் மிகச் சௌகரியமாகக் கால்களை நீட்டிப் போட்டுப் படுத்திருந்தது ஒரு செம்பழுப்பு நாய் — எந்த வினாடியிலும் அது பாயலாம் என்பதுபோல பயம், என் செருப்பில் தொடங்கி கொஞ்சம் கொஞ்சமாக மேலே ஏறுவது எனக்குப் புரிகிறது. செருப்புச் சத்தம் எழாமலும், என் தோள் பையை இடக்கையால் அணைத்துக்கொண்டும் மிக நிதானமாக நான் நடந்தேன். என் பார்வை நேரே பார்ப்பதுபோலப் போக்குக் காட்டினாலும் என் வலக்கண்ணும் சகல புலன்களும் அந்தச் செம்பழுப்புப் பிசாசின் மீதே பதிந்திருந்தன.

'லொள்... லொள்...'

அதன் குலைப்பு கொஞ்சம் கொஞ்சமாக உயர உயர என் நடையின் வேகமும் கூடுகிறது. நான் என் பகைவனின் ஸ்தானத்தின் தன்மையை நிதானிக்கிறேன். அதுக்கும் எனக்கும் பத்தடி தூரம் இருந்தது. இந்த தூரத்தைத் தக்க வைத்துக் கொள்ள நான் பாடுபட வேண்டியிருந்தது. என் ஒவ்வோர் அடியிலும் வேகத்தை கூட்டி அதை அரை ஓட்டமாக விஸ்தரித்தேன். இதற்குள் ஒற்றைக் குரலாக ஒலித்த அதற்குப் பக்க பலமாய் பல குரல்கள் சேர்ந்துகொண்டன. பௌதீகமாக நாய்களைக் காணாவிடினும் குரல்கள் பலத்தன.

'நம் பகைவனா? விடாதே, கடித்துக் குதறு அவனை' என்பதாக, ரோஷத்தோடு ஒலித்தன அக்குரல்கள். என் மயிர்க்கால்கள் சிலிர்த்தன. குபீரென்று ஓடினால் நாயும் ஓடி வரும் என்பது எனக்குப் புரிந்தது. சடாரென்று திரும்பி, 'ஹை... ஹை...' என்று கையை வீசினேன். இந்த என் உத்தி பெருத்த பலனை உண்டாக்கவில்லை. அது ஒரு கணம் திகைத்து ஓர் அடி பின் வாங்கியது. இது தற்காலிகமாக உதவும் என்பதை உணர்ந்து அதை மீண்டும் மீண்டும் கடைபிடித்தேன். பின் வாங்கின அது மிகுந்த கோபத்தோடு என் மேல் பாய்ந்தது.

நான் ஓடத் தொடங்கினேன். அது விரட்டிக்கொண்டு ஓடிவந்தது. என் தோள் பையைக் கெட்டியாகப் பிடித்துக்கொண்டும் வலது கையால் சில்லறை கொட்டி விடாதபடிக்கு, சட்டையைப் பிடித்துக்கொண்டும் ஓடினேன். என் பேன்ட்டையோ தொடைச் சதையையோ பலி தந்து விடக்கூடாது என்கிற உணர்வோடு ஓடினேன். என் பள்ளி நாட்களில்கூட அப்படி நான் ஓடி இருக்கவில்லை. சாப்பிட்டு அதிக நேரமாகவில்லையாதலால் வயிறு குலுங்கியது. 'லொங்கு லொங்கு' என்று ஓடி வந்து, என் குறியாய் இருந்த என் வீட்டு வாசற்படிக்கு வந்து சேர்ந்ததும்தான் எனக்கு உயிர் மீண்டது.

என் ஆளுகைக்கு உட்பட்ட பிரதேசத்துக்கு வந்து விட்ட தைரியத்தில் திரும்பிப் பார்த்தேன்.

நாயைக் காணோம்.

எனக்கு என் பிரதேசம் தெரிவது மாதிரி, அதுக்கு அதன் பிரதேசம் தெரிந்திருந்தது. எனவே அது, அத்துடன் நின்றிருக்கிறது. அல்ல, 'இன்று பிழைத்துப் போ! நாளைக்கு வா! கவனித்துக் கொள்கிறேன்' என்கிற இராம மனப்பான்மையாக இருக்கலாம். அல்லது தொலைந்து போ மனுஷப் பயலே!" என்கிற கருணையாக இருக்கலாம். இதில் இரண்டாவதே சாத்தியம் என்று என் உள்ளுணர்வு கூறியது.

இந்தக் கலக்கத்தில் படபடவென்று நான் கதவைத் தட்டியிருக்கிறேன். எப்போதும் மிக நிதானமாக எழுந்து விளக்கைப் போட்டுப் புரியாத மொழியில் பல சப்தங்களை எழுப்பிக்கொண்டு கதவைத் திறக்கும் என் சகா, திடுக்கிட்டு ஓடி வந்து கதவைத் திறந்தான்.

"என்ன? என்ன ஆச்சு, ஏன் கதவை இப்பிடிப் போட்டு உடைச்சீங்க...?"

"நாய் துரத்திக்கிட்டு வந்துச்சு. அதான் ஓடி வந்தேன்."

"நாயா? ஓகோ, அந்தச் சிவப்பு நாய்தானே! அது வெறி நாயாச்சே, பத்திரம். வெறி நாய் கடிச்சா தொப்புளைச் சுத்திப் பதினாறு ஊசி போடுவாங்க."

நான் அவன் முகத்தைக் கவனித்தேன். இதைச் சொல்லும்போது அவன் உள் மனத்தில் ஒரு சந்தோஷத்தோடு இதைச் சொல்வதாக எனக்குப்பட்டது. நான் இவனுக்கு என்ன தீங்கு இழைத்தேன் என்று யோசித்தபடி, பாயைப் போட்டுக்கொண்டு படுத்தேன். நெஞ்சுத் துடிப்பு நெடு நேரத்துக்கு நீடித்தது.

மறக்கவே கூடாது என்று மனசில் முடிச்சுப் போட்டு வைத்துக் கொள்வது மறந்து போகிறது. அநாவசியமானதுகள் மனதைத் துருத்திக்கொண்டு எம்பி வரும். நாய்கூடத் தன் கோரைப் பற்கள் பிதுங்க வெறித்தனம் மிகுந்த கண்களோடு என்னை எட்டிப் பார்த்தது. கற்பனைதான். என் கண்கள் தூரத்தில் இருந்தே நாயின் பிரதேசத்தை ஆராய்ந்தன. உருட்டி விடப்பட்ட தொட்டி, குப்பை நாயைக் காணோம். அப்பா — ஓர் ஆறுதல். சின்ன அல்ப சந்தோஷம். நான் அருகில் நெருங்கும்போதுதான் அதன் தலை தெரிந்தது. சாக்கடைக்குள் இருந்தது நான் வருவது தெரிந்தே வந்திருக்கிறது. எனக்கு முந்தைய இரவு நிகழ்ச்சிகள் ஞாபகம் வந்தன. அது குப்பையின்மீது ஏறி நின்று ஒரு கர்வம் பிடித்த ராஜகுமாரனைப்போல என்னைப் முறைத்துப் பார்த்தது. ஊகும், என்மேல் அதுக்குப் பகை இன்னும் போகவில்லை. நான் அதனோடு சினேகம் கொள்வதே சரியானது. கண்கள் சிரிக்க புன்னகை செய்தேன். தன் சிவந்த நாக்கைத் தொங்க விட்டபடி எந்த உணர்வும் இல்லாமல் அது என்னைப் பார்த்தது. இன்னும் அதற்கு என் மேல் நம்பிக்கை படவில்லை.

'ச்சு... ச்சு' என்று வீட்டு நாயைக் கூப்பிடுவதுபோலக் கூப்பிட்டு வைத்தேன். கூப்பிட்டால் வீட்டு நாய்கள் வாலை ஆட்டும். இது அழுத்தமாக கீழ்ஸ்தாயி சட்ஜமத்தில் 'ர்... ர்... ர்...' என்று முனகி, பஞ்சமத்தில் 'லொள்' என்றது.

இரவு நடந்த அந்த ஓட்டப் பந்தயம் மீண்டும் நடக்கும் என்று எதிர்பார்த்து நான் ஓடத் தயார் ஆனேன். அதுவோ சுபாவமாக நின்று மேற்கிலும் கிழக்கிலும் திரும்பித் திரும்பிப் பார்த்து யாரோ அவசர காரியமாய் ஓடுவதுபோல

ஓடியது. நான் உள்ளூர சந்தோஷத்தோடு அதன் ஓட்டத்தைக் கவனித்தேன். இப்போதைக்கு நான் தப்பினேன்.

அது மிகவும் ஓட்டமாக ஓடிப் போய் முனிசிபாலிட்டி விளக்குக் கம்பத்தின் அருகில் நின்று நிதானித்து அதை முகர்ந்து பார்த்தது. அது வெறும் கம்பம்தான். ஒரு காலத்தில் அதில் 'பல்ப்' இருந்திருக்கும். அதன் அடையாளமாய் ஷேட் இருந்தது. நாய் தன் ஒரு காலைத் தூக்கி அந்த மரத்தை அசிங்கப்படுத்தியது. இது அந்த மரத்துக்குத் தேவைதான். விதிக்கப்பட்ட கடமையை அலட்சியப்படுத்தும் அக்கம்பம் இந்த மாதிரி மரியாதைகளுக்கு உரியதுதான். நாய் பிறகு சுவாதீனமாக இடப்பக்கம் திரும்பி நேர் கிழக்காக மெல்ல ஓடிப் போய் ஒரு நிறுத்தி வைக்கப்பட்ட மோட்டார் சைக்கிளில் மீது அசிங்கத்தைப் பூர்த்தி செய்தது. அது உள்ளூர் போலீஸ் அதிகாரியுடையது. பிறகு மூன்றாவது வீட்டாண்டை கிடந்த ஓர் எச்சில் இலையில் போய் மூக்கை வைத்து முகர்ந்து வைத்து பார்த்தது. இது ஆகாது என்பதுபோல சட்டென்று இப்படியும், அப்படியும் வேடிக்கை பார்த்தவாறு நடந்தது. புழுதியைக் கிளப்பிக்கொண்டு வந்த லாரி ஒன்றுக்கு வழி விடுவதற்காக ஓரம் சென்ற நான் நடந்தேன்.

இன்றுதான் அதை முழுதாகப் பார்க்க நேர்ந்தது. உடம்பெல்லாம் காயமும் பற்றை பற்றையாக சொறியுமாக இருந்தது அது.

வாலின் பல இடங்களில் மயிர் இல்லாமல் வெள்ளைத் தோல் தெரிந்தது. வயிறு ஒட்டிப்போய் எலும்புகள் தெரிய இருந்தது. எல்லாவற்றையும் மீறி அதன் கண்களில் வெறி தெரிந்தது. கண்ணில்பட்ட அனைத்தையும் கடித்துக் குதறி எறிந்துவிட அது தீர்மானித்து இருந்தது போலும்...

பிள்ளையார் கோயில் பஸ் ஸ்டாப்பில், இந்த நேரத்தில் கும்பல் இருக்காது. பிரயாணிகளுக்கு நிழல் தர ஏதோ ஒரு பேங்க் குடை கட்டி விட்டிருந்தது. மறக்காமல் பேங்கின் பெயா குடையில் பொறித்திருந்தது. காலை வெயில் குடைக்குள் வியாபித்திருந்தது. சிமெண்ட் பெஞ்சில் இரண்டு கிழவிகளும், விரைவில் ஆகப் போகும் ஒரு மாமியும் இருந்தார்கள். கிழவிகளின் கையில் உடைந்த தேங்காய் பழக்கூடை இருந்தது. மாமியின் கையில் ஏதோ ஓர் வாரப் பத்திரிகை மடங்கி இருந்தது. பெஞ்சை ஒட்டி ஓர் இளம்பெண் குடை பிடித்துக்கொண்டு நின்றாள். காலை வெயிலுக்கு இந்தக் குடை தாங்காது. குடையை ஒட்டி ஒரு டீ கடை. வெயில் மறைப்புக்கு சாக்குத் துணி கட்டியிருக்கும். டீ குடிக்காமல் வெறும் வெயில் மறைப்புக்கு மட்டும் ஒதுங்குவோரை அவன் — டீ கடைக்காரன்தான் — ஊக்குவிப்பதில்லை. லடலடவென்று டீ கிளாஸ்களைக் கழுவி பக்கமாக ஊற்றுவான். தண்ணீர் மண்ணில் விழுந்து நாலா பக்கமும் தெறிக்கும். இது அவனுக்கு ஓர் உத்தி. தண்ணீர் தம் மேல் படக்கூடாது என்கிற விழிப்புணர்வுள்ளவர்கள் யாரும் கடைப் பக்கம் ஒதுங்குவதில்லை. காலை வெயில் சுள்ளென்று உறைக்க வெயிலிலேயே நிற்க வேண்டும். நான் நின்றேன்.

காலையில் இருந்து என்னால் ஒரு வேலையும் செய்யக்கூடவில்லை. என் சிந்தனைச் செயல்களில் எல்லாம் நாய்களாகவே இருந்தன.

"நீங்கள் ஏதேனும் நாயைச் சுட்டிருக்கிறீர்களா" என்று என் முதலாளியைக் கேட்டேன்.

"ஆங் என்ன கேட்டீங்க?"

"புலியைச் சுட்ட மாதிரி ஏதேனும் நாயைச் சுட்டிருக்கீங்களான்னு கேட்டேன்."

"நாயையா?"

"ஆமா"

"நாயைப் போய் யாராவது சுடுவாங்களா— என்ன, பைத்தியக்காரத்தனமா பேசறீங்க"

"ஏன், நாய் சுடக்கூடாத ஒரு மிருகமா?"

"நாய்க்கு வெறி வந்து போறவன் வர்றவனைக் கடிச்சுக்கிட்டு இருந்தா ஒருவேளை சுடலாம். மற்றபடிக்கு என்னை மாதிரி ஒரு வேட்டக்காரன்..."

நான் நகர்ந்துகொண்டேன். எங்கள் விவகாரம் காலையிலேயே ஒரு முடிவுக்கு வந்து விடும் என்று எதிர்பார்த்தேன். அப்படி வராமல் அல்லவா "பிசுக்"கென்று போய்விட்டது. சாக்கடையை விட்டு எழுந்து வந்தது என்மீது பாய்ந்திருக்க வேண்டும். நான் கல்லை எடுத்திருக்க வேண்டும். பூனையைப் பார்க்கும் ஒரு யானையின் பார்வையைப்போல அல்லவா இருந்தது அது. என்ன அலட்சியம். என்ன கர்வம். ஆக, ஒன்று எனக்குப் புரிகிறது. இந்த இரவை எனக்காக என்றே ஒதுக்கியிருக்கிறது அது. இன்று நாங்கள் ஒரு முடிவுக்கு வந்துவிடுவோம்.

நானும் சிவராமனும் உட்கார்ந்துகொண்டு ஏதோ கணக்கு விவகாரம் பார்த்துக்கொண்டிருக்கிறோம்.

நான் அவரைப் பார்த்துக் கேட்டேன்.

"உங்களை நாய் கடிச்சிருக்கா?"

"என்ன கேட்டே..."

"உங்களை நாய் கடிச்சிருக்கான்னு"

"இப்ப எங்கப்பா திடீர்னு நாய் வந்தது..."

"சும்மா சொல்லுங்க... இந்த ஊர்ல உங்களைக் கடிச்சிருக்கா நாய்"

தன் வழுக்கையைத் துடைத்துக்கொண்டு என்னிடம் குனிந்து கிசுகிசுத்த குரலில் அவர் கேட்டார்.

"கிண்டல் பண்றியா, முதலாளியைப் பத்திக் கேக்கிறியா?"

"சீச்சீ... நிஜமான நாய், அசல் நாயாவே பொறந்த நாய், வாலோடும், நாலு காலோடும் கூடிய நாய்"

"ஓகோ..." அவர் தீவிரமாகச் சிந்திக்கத் தொடங்கினார். சிவராமனிடம் ஆபீஸ் ஃபைல் விஷயங்களைப் பற்றிக் கேட்டால் "டக்"கென்று பதில் சொல்வார். இந்த நகரத்து ஆபீஸ் வாடகை வீட்டில் இருந்த காலம் தொட்டு இதன் காற்றையே சுவாசிப்பவர். மனைவியைக் காட்டிலும் அவர் அவருடைய பிரம்பு நாற்காலியை நேசித்தார் என்றால், அது மிகையாகாது. "சிவராமன் — உங்களுக்கு எத்தனை குழந்தைகள்" என்று யாராவது கேட்டால் ஒருவேளை அவர் யோசிப்பார்.

“சிவராமன், நாகராஜராவ் நிலுவை எவ்வளவு” என்று யாராவது அவரிடம் கேட்டால், வாய் மூடு முன்பே அவர் பதில் சொல்லி முடித்திருப்பார்.

மூன்று நிமிஷ மௌனத்திற்குப் பிறகு அவர் சொன்னார்.

“சுமார் பனிரெண்டு வருஷங்களுக்கு முந்தி நடந்துதுப்பா இது. அப்போ நம்ம ஆபீஸ் அமிஞ்சிக்கரையில் இருந்துச்சு. அமிஞ்சிக்கரையில் அப்பல்லாம் சோமாறிப் பசங்க அதிகம். அவனுகளைக் காட்டிலும் நாய்ங்க அதிகம். சில நாய்ங்க சைக்கிள், மோட்டார் சைக்கிள்ல போறவன் வர்றவனோட பேன்ட், வேஷ்டிகளைக் கிழிக்கிறதுக்குன்னே பொறந்தது மாதிரி, காரியம் பண்ணும். ஒரு வெறி நாய் அப்போ இருந்துச்சி. பேட்டைக்கே பிஸ்தா மாதிரி. ஒரு நாள் ராத்திரி வேலையை முடிச்சுட்டு வீட்டுக்குப் போய்க்கினு இருந்தனா... வழியில வந்து மறிச்சுக்கிட்டு நின்னுச்சி அது. நாய் எப்பிடி இருக்குங்கற — இருட்டுல பார்த்தா நாய்ன்னே சொல்ல மாட்டே. ஜாதிப் பசுங்கன்னு மாதிரி நிகாவா இருக்கும். மறிச்சுக்கிட்டு ‘உர்... ர்... ர்’ன்னுச்சு. ‘யார்றா நீ’ங்கறது அதற்கு அர்த்தம். விசேஷம் என்னான்னா, நம்ப பாஷை அதுக்கும் புரியற மாதிரி அதுங்க பாஷையும் நமக்குப் புரியும். ஆனா அதுங்க பாஷையில நாம்பளும் பேச முடியாது. ‘யார்றாநீ’ன்னு கேட்டுச்சா— என்ன பதில் சொல்றது. நான் ‘பீ அண்டு சி’ கம்பெனி குமாஸ்தான்னு பதில் சொல்ல முடியுமா ஒரு நாய் கேக்கறதுக்கு? நான் பாட்டுக்கு அதை அலட்சியப்படுத்திட்டு நடந்தேன். ‘ஓகோ... உனக்கு—கேவலம் ஒரு மனுஷப் பயலுக்கு— அவ்வளவு தெனாவட்டா’ என்கிற மாதிரி குலைச்சுக்கிட்டு வந்து கால் கண்டு சதையில வாயை வைச்சிப் பிடுங்கிச்சு. நான் ஓடி வந்துட்டேன். அப்புறமா ஆஸ்பத்திரிக்குப் போயி தொப்புளைச் சுத்தி பதினாறு ஊசி போட்டுக்கிட்டேன்.”

“சரி... சிவராமன் சார், அது என்ன நாய் கடிச்சா மாத்திரம் தொப்புளைச் சுற்றி ஊசி போடறாங்க”

“அதான், நாய்க்கடி விசேஷம். மாடு, ஆடு, பன்னி, பாம்பு இதுல்லாம் கடிச்சா கை கால்ல ஊசி போடறான். நாய் கடிச்சா மாத்திரம் தொப்புளைச் சுத்திதான் ஊசி போடறான்.”

“மாடு கடிக்குமா?”

“பல்லு இருக்கில்லே. பல்லு உள்ளது எல்லாம் கடிக்கும்.”

“ஓகோ”

“என்ன விஷயம்? காலைலே நாயைப் பத்தி விசாரணை பண்ணிக்கிட்டு இருக்கே.”

“ஒன்னுமில்லே... சும்மாத்தான்”

மதியம் சாப்பிடப் போகும்போது சிவராமன்—

“என்ன, சாப்பிட வர்லயாப்பா” என்றார்.

“பசிக்கல்லே” என்றேன்.

எனக்கும் அதுக்கும் அப்படி என்ன விவகாரம். நான் வேலை செய்கிறேன். சம்பாதிக்கிறேன். வயிறு கழுவுகிறேன். அது அதும் பாட்டுக்குப் படுத்து இருக்கிறது. குப்பை மேட்டை சீய்க்கிறது. எச்சில் இலை போட்டுச்

சாப்பிடுகிறது. இசைந்த நாய்களோடு இன விருத்தி பண்ணிக் கொள்கிறது. எதனால் என்னை நீ பகைக்கிறாய். உன் ஸ்தானத்துக்கு நானும், என் ஸ்தானத்துக்கு நீயும் ஆசைப்பட நியாயம் இல்லையே.

சாயங்காலம் காலனிப் பக்கம் போய் நண்பர்களுடன் பேசிக்கொண்டிருந்தேன்.

"நாடகத்தை முடித்து விட்டாயா" என்று ஒரு நண்பன் கேட்டதுக்கு, "முடித்து விட்டேன்" என்று பதில் சொன்னேன்.

"என்ன தலைப்பு?"

"நாய்கள்"

"என்ன?"

"நாய்கள்!"

"சரிதான், நல்லாயிருக்கு"

சுரேஷ்குமாரிடம் கேட்டேன்.

"நாய் கடிச்சுட்டா தொப்புளைச் சுற்றி ஊசி எப்படி பெரிசா இருக்குமா, சின்னதா இருக்குமா, ரொம்ப வலிக்குமா?"

"என்னை இதுவரை தேள்தான் கடிச்சிருக்கு. நாய் கடிச்சதில்லே. ஏன் உன்னைக் கடிச்சிருக்கோ?"

"இல்லை, இதுவரையிலும் இல்லை, இன்று ராத்திரி கடிக்கலாம்"

"என்னது?"

"சும்மா"

வழக்கம்போல அன்றைக்கும் கடைசி பஸ்ஸில்தான் வந்து பிள்ளையார் கோயில் ஸ்டாப்பில் இறங்கினேன். தரையில் கால் வைத்ததுமே என் மனசு சில்லிட்டுப் போகிறது. பயமா? இல்லையென்று தலையை உதறிக் கொள்கிறேன். எங்கள் தெரு முனை திரும்புகிறேன். அதே குளிர்ந்த மண் ரஸ்தா, நேற்று இருந்த அதே ஆகாயம், அதே நிலா, அதே கட்டடங்கள், மரங்கள் அதே அலுமினியத்தில் பூசிக்கொண்டு நிற்கும் ராத்திரி. எதிலும் என் மனம் ஒட்டவில்லை. அதே முனிசிபாலிட்டி தொட்டி. அதே குப்பை.

"உர்ர்ர்" என்கிற உஷார் சப்தத்தை எந்த நிமிஷத்திலும் கேட்கவும், அதை நேருக்கு நேர் சந்திக்கவும் என்னை நான் தயார் செய்து கொள்கிறேன். உற்று அந்தப் பிரதேசத்தை நோக்குகிறேன். ஊகூம், எந்த சப்தமும் இல்லை. ஊரே உறங்கிக்கொண்டிருந்தது. நான் நின்றேன். எனக்குள் ஒரு வெறித்தனமான தைரியம் பொங்கி வழிந்தது. நான் அதைக் கூப்பிடுவதற்கு ஆயத்தமானேன்.

"ஸ்ஸ்." என்றேன்.

"ச்சுச்சு... ச்சுச்சு..." என்று வீட்டு நாயை அழைப்பது போல் அழைத்தேன்.

அதைக் காணவில்லை. கிட்டே தொட்டியண்டை போய்ப் பார்த்தேன். இல்லை. பின் சாக்கடையில் எட்டிப் பார்த்தேன். இல்லை, சுற்றிலும் அது உலவும் இடங்களிலும் சிரம பரிகாரம் செய்து கொள்ளும் இடங்களிலும் எல்லாம் தேடினேன். கிடைக்கவில்லை.

சோர்ந்து விரக்தியோடு வீட்டுக்கு வந்து கதவைத் தட்டினேன். என் சகா வந்து கதவைத் திறந்ததும், நான் அவரிடம் கேட்டேன்.

“அது எங்க போச்சு?”

அவன் கண்களைத் துடைத்துக்கொண்டே.

“அதுன்னா, எது?” என்றார்.

“அதான் அந்த நாய், முக்கூட்டில் குப்பை மேட்டில் படுத்திருக்குமே, வெறிநாய் அதுதான்”

“ப்ச்... அதுவா, அது மத்தியானம் இந்தப் பக்கமா போன லாரியில் அடிபட்டு செத்துப் போச்சு”

“செத்தே போச்சா”

“ஆமா, குப்பை வண்டிக்காரன் வந்து தூக்கிப் போட்டுக்கிட்டுப் போயிட்டான்”

எனக்கு ரொம்பவும் வருத்தமாய் இருந்தது.

1979

விழுது

ஆலமரம் தன் விழுதுகளின் பலத்தில்தான் நிற்கிறது என்று எங்கோ படித்த ஞாபகம். இது உண்மைதானா என்பது எனக்குத் தெரியாது. ஆலமரத்தைத்தான் கேட்க வேணும். ஆனால், ஒன்று எனக்குத் தெரியும். ஒரு குடும்பம் அதனுடைய சந்ததிகளின் யோக்யதையினால்தான் தலைதூக்குகிறது. யோக்யதைப்பாடுகள் சரியும்போது, அந்தக் குடும்பமும் சரிந்து போகிறது இது மெய்யான விஷயம். இது உண்மைதானா என்பதை ஒரு குடும்பத்திடம் சென்று கேட்க வேண்டிய அவசியமில்லை. ஒரு குடும்பத்தின் அங்கத்தினனாகிய நான் சொல்வதேபோதும்.

ஒரு குடும்பத்தின் கதையை நான் உங்களுக்குச் சொல்லுகிறேன். இந்தக் குடும்பத்தின் ‘அ’ வாக இருப்பவர் எங்கள் அப்பா. அ— வில் தொடங்குவது உத்தமம்.

அப்பா — அப்பாவைப் பற்றி ரெண்டு வருஷங்களுக்கு முன் ஒரு கவிதை நான் எழுதினேன்.

“அப்பா,

இப்போதெல்லாம்

‘ஏறு மயில் ஏறு’வை

அழுதுகொண்டேதான் பாடுகிறார்.

எங்கள் வீட்டு உட்சுவர்கள்

விழுந்துகொண்டேதான் இருக்கின்றன.”

இப்போது எங்கள் அப்பாவைப் பற்றிய ஓர் ‘அவுட்லைனா’வது உங்களுக்குக் கிடைத்திருக்கும்.

அப்பா பெரிய குடும்பத்தைச் சேர்ந்தவராம். பெரிய என்றால் எல்லாம் பெரிய. வீடு பெரிய, அந்தக் காலத்தில் எங்கள் தெருவில் இருந்த மெத்தை வீடுகள் ரெண்டே ரெண்டுதானாம். அதில் ஒன்று எங்களுடையது. சொத்து

பெரிய ஏராளமான நஞ்சையும், பெரிய பெரிய தோப்புகளும், தோப்புகளில் பெருவாரியான மரங்கள், கள்ளு மரங்கள். தாத்தா கள்ளுக் கடை வைத்து நடத்தினார். ஏராளமான வரவு, வீடு முழுக்க சாதி சனங்கள். வேளைக்கு நாற்பது ஐம்பது இலை விழுமாம். எங்கள் பாட்டி கதை கதையாய் இவற்றை எங்களுக்குச் சொல்லியிருக்கிறாள். சொல்லும் போதே தொண்டை அடைத்துக் கொள்ளும் அவளுக்கு. கரகரவென்று கண்களில் நீர் பொங்கும். மடியில் படுத்துக்கொண்டு கதை கேட்கும் என் முகத்திலும் துளி, சமயங்களில் விழும்.

என் பாட்டிக்கு ஒரே பிள்ளைதான் லபித்தது. ஏழு பெற்றாளாம். அதில் ஆறு, பிஞ்சிலேயே வெம்பி உப்பளம் காட்டில் உறங்குகிறார்களாம். எப்படியோ அப்பாவை மட்டும் தக்க வைத்துக்கொண்டாளாம்.

அப்பா, சுகபுருஷர். இன்றைக்கு இப்படி என்றால் அன்றைக்கு எப்படி இருந்திருப்பார். ஏராளமான சொத்துகளுக்கு ஒரே வாரிசு. பிரான்ஸிலிருந்து அப்போதெல்லாம் எங்கள் ஊருக்கு பிரான்சுபட்டு வரும். சாரைப் பாம்பைப்போல வழவழப்பும் மினுங்கலும் கண்ணைப் பறிக்குமாம். அப்பா பட்டுதான் அணிவார். வெற்றிலையில் வாய் எப்போதும் சிவந்திருக்கும். சுருள் சுருளாக அமெரிக்கன் கிராப் வைத்திருப்பார். இதோகூடத்தில் மாட்டியிருக்கிற படத்தில் அது அப்பாவும் அம்மாவும் கல்யாணமான புதிதில் எடுத்ததாம், பார்க்கிறேன். அப்பா அழகாக கம்பீரமாகச் சிரித்துக்கொண்டிருக்கிறார். அம்மா மிரண்டு போய் கேமராவைப் பார்ப்பது தெரிகிறது.

அப்பாவுக்கு அம்மா ஈடில்லை.

அதனால்தான் வில்லியனூர், கடலூர் என்று அப்பா அழகைத் தேடிப் போயிருக்கிறார். சண்டையின் போதெல்லாம் அம்மா இதைச் சொல்லிக் காட்டியிருக்கிறாள். தாத்தா எப்பவாவது திட்டுவாராம். ஆனாலும் ஒரே பிள்ளையைக் கண்டித்துப் பேச மனம் வரவில்லையாம் அவருக்கு.

கல்யாணமான புதிதில் அப்பாவுக்கும் அம்மாவுக்கும் சண்டையாம். ‘பெண் அழகாயில்லை’ என்பது அப்பா கட்சி. விஷயம் இதுதான். அவர் ஒரு நடிகையின் ரசிகர். பெண்டாட்டி அவளைப்போல இல்லை என்பது அவர் வருத்தம். அம்மா, அம்மாவைப்போலத்தான் இருந்தாள். அந்த நடிகையைப்போல இருக்கவில்லை. இருக்கவும் முடியாது.

தழையத் தழையக் கட்டின வேட்டி, அரைக்கைப் பட்டுச் சட்டை, பச்சைக் கண்ணாடி, உப்பிய பாக்கெட் வெற்றிலை உதடு, சுருதி பிசகாத நண்பர் குழாம், ஸ்ரீவள்ளி, திருமணம் ஸ்பெஷல் நாடகம் நடக்கிற இடங்களில் எல்லாம் அவரைப் பார்க்கலாம்.

அந்தக் காலத்தில் பிரபலமான கலைஞர்களாக இருந்தவர்களை எல்லாம் அழைத்து வந்து நாடகம் போட்ட கான்டிராக்ட்காரராகவும் இருந்திருக்கிறார். பாகவதர் சின்னப்பா, மாரியப்பா எல்லோரையும் இவருக்கும் தெரியும். இவரையும் அவர்களுக்குத் தெரியும். இது இவரது இன்றைய பெருமை.

அழகை ஆராதிக்கிற கலைஞராக இருந்ததோடு அப்பா உடலையும் நன்றாகக் கவனித்துக்கொண்டிருக்கிறார். கழி, குத்து போன்ற பயிற்சிகளில் தேர்ந்தவராம் அவர். அப்பாவின் நண்பர்கள் சொல்லி நான் கேட்டிருக்கிறேன். ஆனால் ஒருசிறு பிராணிக்குக்கூட அவரால் தொந்தரவு ஏற்பட்டதை நான் இதுவரைப் பார்த்ததில்லை.

நன்றாகச் சாப்பிடுவார். மதியச் சாப்பாட்டுக்கு உட்கார்ந்தாரானால் குறைந்தது முக்கால் மணி ஆகும். வாழை இலையில்தான் சாப்பாடு. மெல்லிசு மெல்லிசாக பிரியாணி அரிசியில்தான் சோறு. கறி, மீன், முட்டை இல்லாமல் சாப்பாடு கிடையாது. மீன் சின்ன மீனாக இருந்தால் அவருக்கு இன்றைக்கும் பிடிக்காது. பெரிய வஞ்சனை, மடவை, வெளவால் ரகங்கள் வேணும். நடுக்கண்டமாக இருக்க வேண்டும் வறுக்கிற ஜாதியை வறுத்திருக்க வேணும். குழம்பில் போடுவதைக் குழம்பில்தான் போட வேணும். மாற்றிச் செய்து விட்டால் போச்சு. பெண் இனத்தையே பழித்துவிடுவார்.

புதன், சனிக்கிழமைகளில் எண்ணெய் ஸ்நானம். நாங்களும் செய்ய வேண்டும். அவர் இதில் ரொம்பக் கண்டிப்பு. காலையில் எழுந்தவுடனேயே எண்ணெய்க் கிண்ணத்தை எடுத்து வைத்துக்கொண்டு உட்கார்ந்து விடுவார். உச்சந்தலை முதல் உற்றங்கால் வரை நகக்கண்கள் வரை தாராளமாகப் பொறி பறக்கத் தேய்த்துக் கொள்வார். காது, கண் இத்யாதி தொளைகளுக்கெல்லாம் எண்ணெய் விட்டுக் கொள்வார். எண்ணெய் நன்றாக ஊற வேண்டும் என்பதற்காக கூடத்தில் உலாத்துவார். உலாத்துவார், அப்படி உலாத்துவார். இடையிடையே எங்களுக்கும் தேய்த்து விடுவார். உச்சந்தலை எரிகிற வரைக்கும் தேய்ப்பார். எனக்குத் தலை சுற்றி மயக்கமே வந்துவிடும். அழுதாலும் விடமாட்டார். புரண்டாலும் விடமாட்டார். பளாரென்று முதுகில் அறைவார். அப்பா எங்களை இதுக்கு மட்டும்தான் அடிப்பார். வேறு எந்தக் குற்றம் செய்தாலும் அடிக்க மாட்டார்.

எண்ணெய்த் தேய்த்துக்கொண்ட பின்னர்தான் அப்பா கக்கூசுக்குப் போவார். அவர் திரும்பி வருவதற்குள் நாங்கள் குளித்துவிட்டு வந்துவிடுவோம்.

எண்ணெய் ஸ்நானம் செய்கிற அன்றைக்குக் காலையில் இட்லி தோசை பலகாரம். இட்லிக்கு ஆட்டுக் கொழுப்பு அல்லது ஈரல் குழம்பு, பொடி எறா வறுவல், மத்தியானத்துக்குக் கறிக் குழம்பு கறி வறுவல், ராத்திரிக்கும் அதே.

அப்பா இப்படி வாழ்ந்தார். பணம் எங்கிருந்து வருகிறது என்பது அவருக்குத் தெரியாது. இருப்பதை எடுத்துக்கொண்டு போய் சுகமாகவும் அழகாகவும் செலவு செய்யக் கற்றுக்கொண்டார். இடையில் தாத்தா, நடுக்கூடத்தில் சட்டம் போட்ட படமாய்த் தொங்கினார். பிறகுதான், குடும்பம் என்கிற ஒன்று இருக்கிறது என்பதும், அதை நடத்த சம்பாதிக்க வேணும் என்பதும் அவருக்கு உறைக்க ஆரம்பித்தது. கூண்டுக்குள் மாட்டிக்கொண்ட கிளியைப்போலத் தவித்தார் அவர்.

ஒரே சமயத்தில் இரண்டு கள்ளுக் கடைகளையும் இரண்டு சாராயக் கடைகளையும் ஏலத்தில் எடுத்தார். மிக அதிகமான தொகைக்குத்தான் ஏலம் எடுத்திருந்தார். தொழிலில் அனுபவம் இன்மையும், ஏலத்தின்போது பொய்யாக மேற்கொண்ட சுய கௌரவமும் நல்லவர்கள் அல்லாதவர்களின் நட்பும் எல்லாம் சேர்ந்து அவரைத் தடம் புரட்டி விட்டன. எப்படியோ கடைகளை எடுத்து விட்டார்.

அப்பா கள்ளுக் கடையில் உட்கார்ந்துகொண்டு வியாபாரம் செய்யத் தொடங்கினார். தலைக்கு மேலே பாவாடைராயனும், மதுரை வீரனும் நின்றுகொண்டு, கத்திகளைத் தூக்கிப் பிடித்தவாறு பாராக் கொடுத்து நின்றார்கள். இரண்டு ஆட்கள் வசதியாக உட்கார்ந்து கொள்ளும் அளவுக்குப்

பெரிய கள்ளுப் பானை. அதற்கு யானைக்கு போடுவது போல் பெரிய பூசை. கழுத்தைச் சுற்றிப் பூமாலை தொங்கும். பக்கத்திலேயே சாக்னா கடை. காரம் போட்ட கடலை, சுண்டல், மாங்காய், பரவலாக ஆட்டு இரத்தத்தை வேக வைத்து காரம் போட்ட இரத்த வறுவல், நண்டு, எறா, வறுவல், சுக்காக்கறி, இத்யாதி பட்சணங்கள், பட்சணங்கள் எல்லாம் எங்கள் வீட்டிலேயே தயாராகிக் கடைகளுக்குப் போகும்.

சின்ன வயசில் நானும் அப்பாவோடு கடைக்குப் போயிருக்கிறேன். கள்ளின் நெடி எனக்கு வாந்தி வரும். அப்பாவுக்கும் அப்படித்தான். அப்பா ரெண்டு கள்ளுக் கடைகளுக்கும் ரெண்டு சாராயக் கடைகளுக்கும் முதலாளி. ஆனால் வாழ்நாளில் அவர் குடித்தது கிடையாது. எங்கள் தாத்தாவும் அப்படித்தான். நான் பிராந்தி குடிக்கிறேன்.

அப்பாவுக்கு விசனம் வந்து விட்டது. வில்லியனூர் பூவாடைக்கும் மை அப்பிய சிவந்த கண்களுக்கும், கசங்கிய புடவைகளின் பாவு வாசனைக்கும் ஏங்கத் தொடங்கி விட்டார். இன்று இதைப் பற்றியெல்லாம் நான் யோசிக்கிறன். என் வயசும், என் அனுபவங்களும், என்னையும் என் அப்பாவையும் எனக்குத் தெள்ளத் தெளிவாக உணர்த்தவே செய்தன. செய்கின்றன.

நான்கு கடைகளை வைத்துக்கொண்டு நிர்வாகம் செய்ய முடியவில்லை என்கிற காரணத்தை வெளியில் சொல்லிக் கடைகளைக் கீழ்க் குத்தகைக்கு விட்டார். அவர் முகத்தில் மீண்டும் மந்தகாசம் வந்தது. பிடித்தமான நடிகையை ரசிப்பதற்காக கும்பகோணத்துக்கும், வைத்தீஸ்வரன் கோயிலுக்கும் புறப்பட்டார். வல்லியனூர் கோகிலாம்பாள், கடலூர் வடிவழகு, சீர்காழி சொர்ணம் வைத்தீஸ்வரன் கோயில் பட்டு, கும்பகோணம் பரிமளம் ஆகியோர் எனக்குத் தெரிந்து அப்பாவுக்கு சகிகள். நான் இன்றும் இவர்களை வெறுக்கவில்லை. மனசுக்குள் இவர்களை வணங்குகிறேன். மனுஷனுக்கு சந்தோஷம் தருபவர்கள், எல்லாருமே எல்லாமே தெய்வங்கள்தான்.

மன்மதன் தன் முழு வேகத்தோடு மலர்க் கணைகளை அப்பாவை நோக்கித் தொடுத்துக்கொண்டிருந்த அதே நேரத்தில், அரசாங்கமும் அவர்மீது வழக்கொன்று தொடர்ந்தது. ஏலதாரர் தான் குத்தகைக்கு எடுத்த கடைகளை அரசாங்க அனுமதியின்றிக் கீழ்க் குத்தகைக்கு விடுவது குற்றம். கடைகள் மூடப்பட்டன. வழக்கு நடந்தது. அபராதம் விதிக்கப்பட்டது. அபராதத்தைக் கட்ட மறுத்த அப்பா, மேல் கோர்ட், அதுக்கும் மேல் கோர்ட் என்று வழக்காடத் தொடங்கினர். மூளையை சுயகௌரவம் போலி மதிப்பு புறம் கண்டு விட்டது. சொத்துகள் பணமாகி வக்கீல்களை வாழ வைத்தன.

எங்கள் ஊர் கோர்ட்டுக்கு வெளியே மாமரங்கள் வளர்ந்திருக்கும். மாமரத்து இலைகளை எண்ணிக்கொண்டு அப்பா கீழே உட்கார்ந்துகொண்டு தவம் செய்ய ஆரம்பித்தார்.

இடையில் நண்பர்கள் தங்கள் பங்குக்குக் கூறிய ஆலோசனையின் பேரில், அப்பா, என் பெயரையே வைத்து ஒரு ஓட்டல் தொடங்கினார். பிராமணாள் ஓட்டல். ஆரம்பத்தில் நன்றாகவே நடந்தது. பட்சணங்களும் பலகாரங்களும் வெகு நன்றாக அமைந்திருப்பதாக ஊரில் கியாதி. ஹோட்டலில் பெரும்பாலும் அப்பாவின் நண்பர்களே டிகிரி காப்பி சாப்பிட்டார்கள். இனிப்புகள் சாப்பிட்டார்கள். சாப்பிட்டவர்கள் அனைவருமே சுத்தமாகத்தான்

கணக்கு எழுதினார்கள். வரவு வைக்க மட்டும்தான் மறந்து போனார்கள். இடையில் என் தாய் மாமன் ஓட்டல் மானேஜராக வந்து சேர்ந்தான். எங்கள் ஊருக்கு அவன் வரும்போது அவனை நான் பார்த்த ஞாபகம் பசுமையாக இருக்கிறது. ஒரு வாரத்துத் தாடியோடு எண்ணெய் வழிய, சுக்கு மாதிரி உலர்ந்து போய் இருந்தான். பழுப்பு நிறமான வேஷ்டியின் முனை நைந்து நார் நாராகத் தொங்கிக் கொண்டிருந்தது. மானேஜர் பொறுப்பேற்ற ஆறு மாதங்களுக்கெல்லாம் விரல் மொத்தததுக்கும் மோதிரம், மைனர் செயின் போட்டிருந்தான். போகட்டும் இவன் இப்போதும் உயிர் வாழ்ந்துகொண்டிருக்கிறான்.

ஓட்டலை வாடகைக்கு விட்டுட்டு அப்பா வீட்டுக்கு வந்து சாய்வு நாற்காலியில் சாய்ந்து விட்டார். இப்போதும் படுத்துக்கொண்டிருக்கிறார். வழக்கு, மெட்ராஸ் ஹைகோர்ட்டிலும் நடந்து அபராதம் ஊர்ஜிதமாகி, ஒரு பெருந்தொகையாகி எங்கள் சொத்துகள் அனைத்தையும் விழுங்கிவிட்டுச் சென்று விட்டது.

அப்பா என்னை, என் தம்பிகள் இருவரையும் எதிர்பார்க்கிறார். நாங்கள் மூவரும் விழுதுகளாகி அவரைத் தாங்கப் போவதாகக் கனவு காண்கிறார். பகலில், விழித்தபடியே உத்தரத்தைப் பார்த்துக்கொண்டு தனக்குள் சிரித்துக் கொள்கிறார். சமயங்களில் தாரை தாரையாகக் கண்ணீர் விடுகிறார். 'நீங்கள் என்ன தப்பு செய்தீர்கள்... அப்பா... நீங்கள் அழக்கூடாது...' என்று சொல்ல எனக்குத் துடிக்கும் நாக்கு எழாது.

இதுதான் அப்பா.

இனி அம்மாவைப் பற்றி உங்களுக்குச் சொல்ல வேணும்.

அம்மா, அம்மாவைப் பற்றி நான் கவிதை எழுதியதில்லை. அம்மாவைப் பற்றி நினைக்கும் போதெல்லாம் புளித்த கள்ளின் நெடியைப்போல எனக்குக் குமட்டும். ஒரு கிராமத்தைச் சேர்ந்தவள். அட்சராப்பியாசம் அறவே இல்லாதவள். பதினாறு வயதில் கட்டிக்கொண்டு வந்தவள். அவளைப் பொறுத்தவரை அவள் புக்ககம் பெரிய இடம்தான். இந்த வீட்டுக்குள் நுழைந்தவுடன் அவள் பிரமித்துப் போயிருப்பாள். யார் உறவு, யார் தூரத்து உறவு, யார் அசல் என்று அவளால் அனுமானித்திருக்க முடியாது. வேளைக்குப் பந்திப் பந்தியாய் இலைகள் விழுகின்றன. கோட்டை அடுப்பைப்போல அணைதல் அறியாமல் எரியும் அடுப்பு. சதா சர்வகாலமும் சமையல் அறைகளிலேயே உழலும் அடுப்புக்காரி வாழ்க்கை.

அம்மா முணுமுணுக்காமலே இந்த வீட்டுக்கு உழைத்துப் போட்டிருக்கிறாள். காலையில் கண்ணைப் பிட்டுக்கொண்டது முதல் அலுத்துப் போய் ராத்திரிக்கு மேல் படுக்கையில் வந்து விழுகிற வரைக்கும் அவள் அவளாகவே இருந்திருக்க முடியாது. வாஸ்தவம்தான். ஒரு பெண் தலையெழுத்து அதுதான் என்பது அவள் அவளுக்குச் சொல்லிக்கொண்ட சமாதானமாய் இருக்கலாம்.

வாழ்க்கையில் என்ன கஷ்டம் இருந்தாலும் புருஷன் ஹிதமாக இருப்பானேயாகில், எல்லா கஷ்டங்களையும் பெண் ஜயித்து விடுகிறாள். இங்கே புருஷன் ஹிதம் இல்லை. அப்பா, அம்மாவின் ஆரம்ப காலத்து வாழ்க்கை சுகம் அறியாதது.

படுக்கையில் அப்பா இருந்திருக்க வேண்டும். காலையிலிருந்து வீட்டுக்கும் கடைக்கும் விதவிதமாகச் சமைத்துச் சமைத்து நொந்த கைகளை, அப்பா வருடிக் கொடுத்திருக்க வேண்டும். அம்மா, அம்மாவாக இருந்திருப்பாள். எல்லாக் கஷ்டங்களும் ஒரு கண் இமைப்பு நேரத்தில் மறைந்து போயிருக்கும். அம்மாவைப் பேச வைத்திருக்க வேண்டும் அப்பா. கல்லாகிக் கனத்துப் போயிருக்கும் ஒரு ஸ்திரியின் ஹிருதயம் பஞ்சாகி, வார்த்தைகளாகி வெளி வந்திருக்கும். லேசாகி இருக்கும். அப்பா இதைச் செய்யவில்லை. அப்பாதான் மாசத்துக்கு இருபது நாள் ஊரிலேயே இருக்கமாட்டாரே.

அப்போது அம்மா ஊமைக் கிளி. யாரிடம் அவள் பேசி இருப்பாள்? மாமியாரிடம் என்ன பேச முடியும்? மாமனாரிடம் பேசவே முடியாது. வருவோர் போவோரிடம் என்ன பேசிக்கொண்டிருக்க முடியும்?

அப்பா பணம் குறையும்போது மட்டும் ஊருக்கு வருவார். ஒரு வாரம், பத்து நாள் தங்குவார். குளிப்பார், சாப்பிடுவார், தூங்குவார், நண்பர்களோடு வெளியே போவார், வருவார். அம்மாவோடு முகம் கொடுத்துப் பேசியதில்லையாம். அவர். இரவில் வேலைகளையெல்லாம் முடித்துக்கொண்டு அடுப்பை மெழுகி, எல்லோரும் தூங்கி விட்டார்களா என்பதை நிச்சயப்படுத்திக்கொண்டு படுக்கை அறைக்கு ஈரக் கையைத் துடைத்துக்கொண்டு, காயாத ஈர நெஞ்சத்தோடு அம்மா வந்திருப்பாள். அப்பா தூங்கிக்கொண்டு இருந்திருப்பார்.

தாத்தாவும் பாட்டியும் ஜாடை மாடையாகச் சொன்னார்களாம் 'பெண் பிடிக்கவில்லை' என்று அப்பா சொல்லிவிட்டாராம். அம்மா இப்போ போடும் சண்டைகளில் எல்லாம் தவறாமல் இதைச் சொல்லிக் காட்டுவாள்.

அப்பாவும், அம்மாவும் இப்படி மூன்று வருஷம் இருந்திருக்கிறார்கள். பின்னால் ஒன்றுபட்டுவிட்டார்கள். இது எப்படி என்று நான் யோசிக்கத் தேவையே இல்லை. மனுஷ இயல்பே இப்படித்தான். நாம் கல்லாலும் சிமின்ட்டாலுமா செய்யப்பட்டிருக்கிறோம்? வெறும் சதையாலும் இரத்தத்தாலும்தான்.

இவர்களுடைய தாம்பத்திய வாழ்க்கை எப்படி இருந்திருக்கும் என்று நான் யோசிக்கிறேன். பிள்ளைகள் விளையாடிய கண்ணாமூச்சி விளையாட்டாகத்தான் இருந்திருக்கும். யார் கண்களை யார் கட்டியிருப்பார்கள். யார் யாரைப் பிடித்திருப்பார்கள்? ஒன்றை என்னால் யூகிக்க முடிகிறது. அகம் கவ்விய அந்தரங்கத்தின் தேடலாக இது இருந்திருக்காது. இருட்டுக்குப் பயந்த குருட்டுக் காமமாகத்தான் இது இருந்திருக்க வேண்டும். ஓர் அத்தியாவசியத்தில் தவிர்க்க முடியாத வடிகாலாகத்தான் இருந்திருக்கும்.

அம்மா அழகானவள் என்று என்னால் நினைக்க முடியவில்லை. போட்டோவில் பார்க்கிறேன். கச்சலான, பயந்த, விக்கித்த உதடுகள், விரிந்த மேல் பற்கள் இரண்டு வெளித் தெரிகிற அம்மா. பேயும்கூட பருவத்தில் அழகாய் இருக்கும். இவள் இருந்திருக்க மாட்டாளா? ஏதேனும் ஒன்றில், ஒரு விதத்தில் அப்பா அதைச் சீராட்டி இருக்கக் கூடும்.

இவர்கள் பதினாலு பெற்றார்கள். தங்கியது நாங்கள் மூணு பேர்தான். அம்மா வசதியாக வாழ்ந்த காலம் ஒன்று உண்டு. தாத்தா, பாட்டி எல்லோரும் போய், தனக்குத் தானே எஜமானி ஆகி, தனக்குத் தானே செலவு செய்துகொண்டு அவள் தர்பார் செலுத்திய காலம். மாடத்திலும்

உட்கார்ந்த இடத்திலும், பணத்தை எங்க வைத்தோம் என்று அவளுக்கு ஞாபகம் இருக்காது. யாராவது எடுத்து வைத்துக்கொண்டாலும் தெரியாது. இப்படிப் பெரும் போக்கில் அவள் பழகிவிட்டாள்.

அம்மாவின் ருசியும் அப்பாவினது போலத்தான். அம்மாவுக்கு மீன் இல்லாமல் முடியாது. மத்தியானம் மீன் இரவும் மீன். இரவுக் குழம்பைச் சுண்ட வைத்துக் காலையிலும் இடலிக்கு மீன். அம்மாவின் உடம்பில் இரத்தம் ஓடுமா? மீன் ரசம் ஓடும்.

அப்பா என்னைப் பாதித்த மாதிரி அம்மா என்னைப் பாதிக்கவில்லை. அம்மா என்கிற ஸ்திரி ராட்சசி ஆனது, போன பத்து வருஷங்களாகத்தான். அப்பா வந்து ஈஸிசேரில் சாய்ந்தார். அம்மா எழுந்து உட்கார்ந்து விட்டாள். அப்பா சுத்தமாக மௌனமாகி விட்டார். அம்மா பேச ஆரம்பித்து விட்டாள்.

அம்மாவுக்கு இரவு இல்லை, பகல் இல்லை, பேச ஆரம்பித்தாள். ஆதி காலத்தில் அப்பாவால் அவள் புறக்கணிக்கப்பட்டது தொடங்கி அன்று வரையிலான சரித்திரங்களை சகல அர்த்த பாவங்களோடு வாய்கிழிய ஆங்காரத்தோடு எதிர்ப்பக்கத்து வீடுகள் கேட்கும் படி பேச ஆரம்பித்தாள். அவள் கண்களில் குரூரம் தென்படத் தொடங்கியது. ஸ்திரியின் கண்களில் பாம்பின் குரூரம் வரலாமா? அப்பா செயலோய்ந்ததில் அவள் அந்தரங்கமாக சந்தோஷப்பட்டாள்.

அம்மாவை நான் வெறுக்கத் தொடங்கினேன்.

அப்பாவோடு அவள் முப்பத்தஞ்சு வருஷம் சம்சாரம் நடத்தினாள். மூன்று வருஷம் அஞ்ஞாதவாசம் பண்ணினாள். மீதி முப்பத்திரண்டு வருஷம் குடித்தனம் நடத்தியிருக்கிறாள். ஒரு கால் நூற்றாண்டுக் காலம் வெந்து, புழுங்கி, மனம் சலித்து, காயங்கள் ஆறாமலே இருக்க கீறிக் கீறி விட்டுக்கொண்டு வந்திருக்கிறாள்.

மாமனார் மாமியார் இருந்தவரை மருமகள் வாயைத் திறந்திருக்க ஹேது இல்லை. அவர்கள் போன பின்பு அப்பா செயலில் இருந்தார். அப்பாவைப் பார்த்து அம்மா என்ன, யாருக்குமே பேசத் தோணாது. தவிர, அம்மா ஓர் ஏழைக் குடும்பத்திலிருந்து பணக்கார குடும்பத்துக்கு கட்டிக் கொண்டு வந்தாள். இந்தத் தாழ்வு மனப்பான்மை அவளை இம்சித்திருக்கும். இப்போ அப்பாவும் ஏழை. பேச மட்டுமல்ல, ஏசவும் தொடங்கி விட்டாள்.

வீட்டில் மண்ணெண்ணெய் இல்லை என்பதில் விஷயம் தொடங்கும். ‘நீங்கள்’ என்று அப்பாவை விளித்துப் பேச்சைத் தொடங்கி ‘நீ’யில் முடிப்பாள். எதிர், அண்டை வீட்டுப் பொம்பிளைகளை அழைத்து வந்து உட்கார்த்தி வைத்துக்கொண்டு அம்மா ‘அந்த நாளைய’ கதைகளைச் சொல்வாள். அப்பா கூடத்தில்தான் படுத்திருப்பார். அவருக்கும் கேட்க வேண்டும் என்பதே ஆசை.

தம்பி.

இவனுக்கு இப்போது வயது பதினெட்டு ஆகிறது. பையன் குறுக்கில் வளர்ந்து ஒரு யானைக் குட்டியைப் போல் இருக்கிறான். பதினெட்டு வயதில் ஏழாவதே படித்து, மேலும் படிப்பு ஏறவில்லை என்று சொல்லிவிட்டுப் பள்ளிக்கூடத்தை விட்டு நின்று விட்டான்.

சில பேரைப் பார்த்தால் சில பறவைகள், மிருகங்கள் என் நினைவுக்கு வரும். இவனைப் பார்க்கும் போதெல்லாம் பன்றியின் ஞாபகமே எனக்கு வருகிறது. பன்றியைப்போலவே தின்பான். சதா அடுப்பங்கரையிலேயே சுற்றிச் சுற்றி வந்து, செரிமானம் ஆகக் கூடிய எதையும் எடுத்து வாயில் போட்டுக்கொண்டு போய் விடுவான்.

எதையும் ஒழுங்காகச் செய்யத் தெரியாதவன் இவன். எல்லா பிரகிருதிகளுக்கும் மூளை என்று ஒன்று இருக்கும். இது வாஸ்தவமானால் இவனுக்கும் மூளை இருக்கலாம். ஆனால், அது கொசு மூளையாகத்தான் இருக்கும்.

இவன் லட்சியம் சினிமா பார்ப்பது. சினிமா பார்க்கவே பிறவி எடுத்து வந்தவனைப்போலப் பார்த்தான். பார்த்துக்கொண்டிருக்கிறான். அவனுக்கு அபிமான நடிகன் படங்களையெல்லாம் சேகரித்து ஒரு 400 பக்க நோட்டில் ஒட்டி வைத்துக் கொள்வதே இவனது வாழ்நாள் காரியம். ஒரு நாளைக்கு ஒரு சினிமாவாவது இவனுக்குப் பார்த்து விட வேண்டும். தீபாவளி, பொங்கல் போன்ற விசேஷ தினங்களில் ஐந்து சினிமாவை ஒரே நாளில் பார்ப்பான்.

தினம் ஒரு சினிமா பார்க்க இவனுக்குக் காசு எங்கே கிடைக்கிறது? திருடுவான். அம்மா அலமாரியில் மாற்றி வைக்கும் சில்லறைக் காசுகளைக் கொஞ்சம் கொஞ்சமாகத் திருடிச் சேர்ப்பான். எட்டணா சேர்த்தால் போதும். தேங்காய் வாங்கி வைத்திருந்தால் அதை எடுத்துப் போய் விற்று விடுவான். அரிசியைத் திருடி விற்பதும் உண்டு. தன் பழைய சட்டைகளை விற்பான். என் சட்டைகளையும் சமயங்களில் எடுத்துப் போய் விற்றதுண்டு.

சிகரெட் பழக்கம் உண்டு. பாவம், சமயங்களில் காசில்லாமல் மிகக் கஷ்டப்படுவான். பார்க்கப் பரிதாபமாய் இருக்கும்.

அப்பா இவனை அழைத்துப் போய் ஒரு மோட்டார் மெக்கானிக்கிடம் சேர்த்தார். ராத்திரி கரி முகமும், உடம்பெல்லாம் எண்ணெய் அழுக்குமாக வந்து சேர்ந்தான். அம்மாவுக்குக் கண்ணீரே வந்து விட்டது. 'என் பிள்ளை இப்பிடி எல்லாம் கஷ்டப்படத்தான் வேணுமா?' என்று அப்பாவிடம் சண்டை போட்டாள். அப்பா வழக்கம்போல விட்டத்தைப் பார்த்தார். திரும்பவும் சினிமா பார்க்கவும், நிம்மதியாக சினேகிதர்களோடு சல்லாபம் செய்யவும் வேண்டிய நேரம் கிடைச்சாச்சு.

இவன் என்ன செய்யப் போகிறான்? என்ன தொழில் செய்து சாப்பிடப் போகிறான்? குறைந்தபட்சம் தன் ஒருவனை இவன் எப்படி போஷித்துக் கொள்ளப் போகிறான்? தெரியாது.

இந்தக் குடும்ப ஆலமரத்தைத் தாங்கப் போவதாக அப்பா இவனை ஒரு விழுதாக நினைத்துக்கொண்டிருக்கிறார்.

என் இரண்டாவது தம்பியைப் பற்றியும் கொஞ்சம் நீங்கள் தெரிந்துகொண்டால் நல்லது.

இவனுக்கு வயது பதினேழு. ஏழாவது படித்துக்கொண்டிருக்கிறான். இந்த வருஷமோ, அதற்கு அடுத்த வருஷமோ பள்ளிக்கூடத்தை இவன் விட்டுவிடுவான். இது சத்தியம்.

இவன் ஒல்லியானவன். தின்பதில் பெரியவனுக்குச் சற்றும் குறையாதவன். பேசும்போது நாக்கு இவனுக்குத் தெத்தும். இது இவனது பலவீனம். இதுவே

பலம். இதையே காரணமாக வைத்து அம்மாவின் இரக்கத்தைச் சம்பாதித்து விடுவான்.

சினிமா பார்ப்பதில் பெரியவனுக்குக் கொஞ்சமும் சளைக்காதவன் இவன். இவனுக்குக் காசு எங்கே கிடைக்கிறது? திருடுவான், இவன் திருட்டு வெகு விசேஷமானது. வீட்டில் கிடக்கும் பழைய பித்தளை, இரும்பு இவைகளைத் திருடிக் காயலான் கடையில் விற்று டிக்கெட்டுக்குச் சேர்த்து விடுவான்.

ஒருமுறை பெரியவனுக்கும் இவனுக்கும் ஏதோ பங்கில் தகராறு. சாவகாசமாக விற்கலாம் என்று ஓர் இரும்புத் தாழ்ப்பாள், ஒரு சைக்கிள் டைனமோ ஆகியவற்றை எங்கிருந்தோ எடுத்து வந்து வைத்துக்கொண்டு ஒரு பழஞ் செருப்பையும் வைத்து விட்டான். சாயங்காலம் பள்ளிக்கூடம் விட்டு வந்தவன் ரகசியமாகப் பெட்டியைத் திறந்து பார்த்துத் திடுக்கிட்டுப் போனான். முகம் வெளுத்து விட்டது.

சின்னவன் அம்மாவை அதிகாரத்தோடு காசு கேட்பான். என்ன கஷ்டமாக இருந்தாலும் அம்மா கொடுத்து விடுவாள். காரணம் இதுதான். அம்மா தன் பலவீனங்களை அவனுக்குக் காட்டிக் கொடுத்து விட்டாள். எனக்கும், என் மனைவிக்கும் நடக்கும் உரையாடல்களை ஒட்டுக் கேட்டு அவளுக்குச் சொல்லும் படியாக அவனைப் பழக்கி விட்டாள். ஓட்டலிலிருந்து மனைவிக்கு நான் என்ன பலகாரம் வாங்கி வருகிறேன், இத்யாதி சின்ன விஷயங்களையெல்லாம் மோப்பம் பிடித்து அம்மாவிடம் காதும் மூக்கும் வைத்துக் கதை சொல்வது. இதன் பிரதியுபகாரமாக அம்மா காசு கொடுப்பாள். சினிமாவுக்கு இரண்டாம் ஆட்டம் போக அனுமதி கொடுப்பாள்.

இதன் பயனாகப் பெற்றவர்கள் மீதிருக்க வேண்டிய ஒரு சாதாரண மரியாதைகூட இவனுக்கு இல்லாமல் போய்விட்டது. கோணலாக வளர்ந்தான். நிமிர்த்த அம்மாவாலோ என்னாலோகூட முடியவில்லை.

பரீட்சை மார்க் லிஸ்டில் இவனே கையெழுத்துப் போட்டுக் கொடுத்துக்கொண்டு வந்தான். ஹெட்மாஸ்டர் அப்பாவின் நண்பர். ஒரு நாள் வீட்டுக்கு வந்து பேசிக்கொண்டிருக்கும்போது உண்மை வெளியாச்சு. இதற்காவது அம்மா கோபிப்பாள். கண்டிப்பாள் என்று எதிர்பார்த்தேன். ஊகூம், அப்பா முனகினார். 'உனக்கு அப்பா இல்லேடா... அப்பிடின்னு சொல்லுடா...' என்று விட்டாள்.

இவனும் ஒரு விழுதுதான். இந்த விழுது தன்னைத் தாங்கும் என்று அப்பா எதிர்பார்த்துக்கொண்டிருக்கிறார்.

அடுத்தது நான்தான். எல்லாவற்றிலும் பெரிய விழுது நானே. இந்தக் குடும்பத்து ரட்சகன். மேய்ப்பன், என்று அப்பா நம்பினார்.

அப்பா என்னை டாக்டராக்க வேண்டும் என்று ஆசைப்பட்டார். அம்மா இந்த உலகத்துச் செல்வங்களையெல்லாம் வாரி அவள் காலில் கொட்டுவேன் என எதிர்பார்த்தாள். நல்ல சவுக்குக் கரியாகத் தேய்த்து அவர்கள் முகத்தில் பூசினேன்.

பள்ளிக்கூடத்து வகுப்பறைக்குள் நான் பாடம் படித்துக்கொண்டிருந்த அந்த நாளிலேயே அவள், அவள்தான் கலைக்கன்னி, என்னைக் கண்ணடித்து வெளியே கூப்பிட்டாள். நான் வெளியே வந்து விட்டேன். என்னைக் கையைப் பிடித்து அழைத்துக்கொண்டு போய் பல ஆச்சரியங்களை எனக்குக்

காட்டினாள். விந்தைகளைக் கற்பித்தாள். சிருஷ்டி விசித்திரத்தை எனக்குப் போதித்தாள்.

நான் பொம்மை செய்யும் கலைஞன் ஆனேன்.

பதின்மூன்று பதினாறு வயசிலேயே அருமையான காண்பார் புருவம் மேலேறும்படியான பொம்மைகளையெல்லாம் நான் செய்தேன். என் கண்ணில் விழுந்த அனைத்தையும் என் மனசில் கட்டிப்போட்டு வைத்துக்கொண்டேன். என் விரல்களால் அவற்றுக்கு உருவம் கொடுத்தேன். என் முன்னால் விரிந்து படுத்திருக்கும் என் புஸ்தகங்கள், நான் பொம்மை செய்யும் மண்ணை விட எந்த விதத்திலும் உசத்தியானதாக எனக்குப் படவில்லை. நான் அந்தப் புஸ்தகங்களை வாரித் தூரப் புழுதியில் எறிந்தேன். நான் படிப்பை நிறுத்திக்கொண்டேன்.

என் அப்பாவுக்கும் அம்மாவுக்கும் நான் நாலாவது பிள்ளை. முதல் மூன்றும் பிறந்து செத்துப் போயின. பிள்ளைகள் தங்காமல் போகவே, அப்பாவும் அம்மாவும் காசி, இராமேஸ்வரம் போய் பிள்ளை வரம் இருந்து நோன்பு நோற்றுப் பெற்ற பிள்ளை நான். சின்ன வயசில் நான் கேட்டது எதுவும் எனக்குக் கிடைக்காமல் இருந்தது இல்லை. கிடைக்காவிட்டால் நான் கோபக்காரனாவேன்.

அப்பா ஓட்டல் வைத்திருந்த நேரம். அப்போது என்னைப் போன்ற இளைஞர்கள் மத்தியில் மவுத் ஆர்கன் பிரபலமாக இருந்த சமயம். அப்பாவை ஒன்று வாங்கிக் கொடுக்கச் சொன்னேன். அப்பா சரியென்றார். வேலை மிகுதி, மறதி காரணமாக இன்று, நாளை என்று தள்ளிப் போட்டுக்கொண்டே வந்தார். வழக்கம்போல ஒரு நாள் சாயங்காலம் டிபன் சாப்பிட்டுவிட்டுக் கல்லாப் பக்கம் வந்து நின்றேன்.

"மறந்துட்டம்பா… நாளைக்கு வாங்கித் தர்றேன்" என்றார் அப்பா. வியாபாரம் மும்முரமாய் நடந்துகொண்டிருந்தது. நான் நின்றுகொண்டேயிருந்தேன். அப்பா என் பக்கம் திரும்பினார். அந்தச் சமயத்தில் நான் எப்படி அந்த விதம் மாறினேன் என்று எனக்கு விளங்கவில்லை. அப்பாவின் கன்னத்தில் ஓங்கி ஓர் அறை விட்டேன். ஓட்டல் ஸ்தம்பித்து விட்டது ஒரு கணம். சர்வர்கள் குழுமிவிட்டார்கள்.

அப்பா சிரித்தபடியே "அடேயப்பா… எம்மவன் என்னைவிடப் பெரிய கோவக்காரம்பா…!" என்றார். அவர் கண்கள் நீர்க் கோடுகளால் பிரகாசித்தன. அன்று ராத்திரி நான் நல்ல தூக்கத்தில் இருக்கும்போது என்னை எழுப்பி மவுத் ஆர்கனைக் கொடுத்தார்.

என் பொம்மைகளை அப்பா ரசித்தார்; அம்மா கரித்துக் கொட்டினாள். நான் பொம்மை செய்ததற்காக அல்ல; அதைக் காசாக்க என்னால் முடியவில்லை. என்பதற்காக. என்னால் என் பொம்மைகளை விற்க முடியவில்லை. விற்றால் வாங்குவாரும் இல்லை. என் பொம்மைகளை விட அழகிலும் தரத்திலும் குறைந்தவை விற்பனையாவதைக் கண்டு, அவள் வயிறு எரிந்தது. அதற்கு நான் என்ன செய்யட்டும். என்னைவிடத் திறமைக் குறைவான கலைஞர்கள் பொம்மை விற்றே சமூக அந்தஸ்து, சௌகர்யங்களோடு வாழ்வதைப் பார்த்து அவள் என்னைத் தன் விஷப்பற்களால் தீண்டிக்கொண்டேயிருந்தாள். நல்லவேளை! நான் அவள் விஷத்தால் பாதிக்கப்படவில்லை.

அப்பா என்னை என் போக்கில் விட்டார். என்னை அவர் புரிந்து கொண்டார். என் அப்பா என்னைப்போலத்தான் என்பதையும் நான் அவரைப்போலத்தான் என்பதையும், பரஸ்பரம் நாங்கள் இருவருமே புரிந்துகொண்டோம். அப்பா ஸ்திரிகளிடம் தேடிய அழகை, நான் களிமண்ணில் தேடுகிறேன். நாங்கள் இருவருமே கலைஞர்கள்தான். என் கலாபூர்வமான வாழ்க்கை எனக்கு இந்த தரிசனத்தைத்தான் தந்தது.

அப்பாவை நான் ஆராதிக்கிறேன்.

என் உலலை வளர்க்கவாவது, போஷிக்கவாவது எனக்கொரு வேலை தேவை என்பதை என் நண்பர்கள் உணர்ந்து எனக்கொரு கடை வைத்துக் கொடுத்தார்கள். கடைசி வரைக்கும் என் சக்தியை அனைத்தும் திரட்டிக் கடையை, நான் கைவிடாமல் ரட்சித்தேன். ஆனால், கடை என்னைக் கைவிட்டது. எந்த விதமான வியாபாரத்துக்கும் நான் லாயக்கானவன் இல்லை என்பதை என் அனுபவங்கள் உணர்த்தின.

நான் என் கூட்டுக்குத் திரும்பிவிட்டேன். மண்ணைக் காய விடாமல் நீரூற்றிப் பிசைவதும் கலர் தாள்களை வெட்டிச் சேகரிப்பதும், வர்ணங்களைக் கொட்டாங்கச்சிகளில் ஊற்றிக் கலப்பதும் என் நித்திய வழக்கமாய் விட்டது.

நான் காளி பொம்மை செய்ய வேண்டும் என்று ஒருவர் கேட்டார். நானும் செய்தேன். வந்து பார்த்தார்...

"ஹ... இதுவா காளி? தூக்கிய பாதம் எங்கே? துருத்திய நாக்கு எங்கே? ஏந்திய திரிசூலம் எங்கே? பதினாறு கைகள் எங்கே? என்றார் அவர்.

"அதற்கு இன்னும் வேளை வரவில்லை. அதுவரையில் காளி இப்படித்தான் இருப்பாள்...? என்றேன்.

நான் சிருஷ்டித்த காளி சாந்த சொரூபி.

புருஷ உதடுகள் ஸ்பரிசிக்காத, வெற்றிலை உதடுகளும் கொண்டு சௌந்தர்ய வில்லியாய் நிர்வாணமாய் இருந்தாள்.

"நீ ஒரு கலைஞனா?" என்று அவர் போனார்.

அப்புறம் ஒருவர் வந்தார். மக்களெல்லாம் மதித்து வணங்கும் ஒருவரின் பொம்மையைச் செய்யச் சொல்லிப் போனார்.

நானும் செய்து வைத்தேன். வந்து பார்த்தார்.

திடுக்கிட்டு மூர்ச்சித்தார். "என்ன இது, தலையைக் காணோம்? என்றார். "இவர்களுக்கெல்லாம் தலையே கிடையாது... இல்லாததை இருப்பதாய்ச் சொல்லுவது பெரும் பாவம்...?" என்றேன்.

அவர் என்னைத் தூற்றிப் போனார்.

அப்பாவின் நண்பர் ஒருவர், நாலைந்து பஸ்களுக்கு முதலாளி. அப்பா வாழ்ந்தபோது கூடவே இருந்து பலன் கண்டவர். ஒரு மனித அட்டை. ஹோட்டலில் டிகிரி காப்பியும் சுவீட்டுமாகச் சாப்பிட்டுக் கணக்கெழுதிப் போனவர். நாளதுவரை கணக்கைத் திருப்பித் தர வேண்டுமென்ற எண்ணமே இல்லாதவர். கடைத் தெருவில் ஒருநாள் என்னைப் பார்த்தார்.

"என்னப்பா... சௌக்யமா? உங்கப்பன் எப்படி இருக்கான்...?" என்றார்.

“சௌக்யம்தான்...?” என்றேன்.

“என்ன செய்யிறே?”

“சும்மாதான் இருக்கேன்.”

“சும்மா இருக்கியா...? வயசாகல்லியா? ஏதாவது பிஸினஸ் பண்றது...

“பிஸினஸ் பண்ணப் பணம் இல்லே...”

“எங்கேயாவது கடன் வாங்கறது...?”

“கொடுத்த பணம் திரும்பி வந்தா தேவலாம்...”

“யார் தரணும்...?”

“நீங்கதான்...?”

“என்ன...?”

“அப்பாவோட ஓட்டல்ல தின்ன பாக்கி... கொடுத்தாத் தேவலாம்...”

“பொறுக்கி” என்று சொல்லிவிட்டுப் போய்விட்டார். அவர் முகம் கோணியதை சிவந்ததை, வெளுத்ததை, சுண்டைக்காய் ஆனதை அப்பாவிடம் வந்து சொன்னேன்.

“போறான் போ” என்றார்.

தஞ்சாவூரில் என் பொம்மைக் கலையில் தேர்ந்தவன் ஒருவன் இருப்பதாகக் கேள்விப்பட்டேன். போனேன். போகும் வழியில்தானே சீர்காழியும் கும்பகோணமும். அப்பாவின் சாதனைத் தோழிகளாக இருந்த சீர்காழி சொர்ணத்தையும் கும்பகோணம் கோகிலத்தையும் பார்க்க ஆசையாக இருந்தது. ஸ்டேஷனில் இறங்கி விட்டேன்.

யாரைக் கேட்பது? எப்படிக் கேட்பது?

சொர்ணத்துக்கு எப்படியும் ஐம்பதுக்கு மேல் இருக்கும் என்கிற யூகம் எனக்கு வீடு எங்கே இருக்கும்? பெரும்பாலும் கோயிலைச் சுற்றிதான் இருக்கும்.

கோயில் மதில் சுவர் மிகவும் பெரியதாக இருந்தது. ஒட்டி ஒரு பழைய தெரு, பழைய வீடுகள். உருக் குலைந்த ஒரு கலாச்சாரத்தை அங்கே என்னால் பார்க்க முடிந்தது.

வழி வந்தவரை விசாரித்தேன்.

“சொர்ணம்கிறவங்க வீடு...?”

“எந்தச் சொர்ணம்...? நீங்க யாரு...?”

“வயசானவங்க, முந்தி இங்கதான் இருந்தாங்க. நாம்ப அசலூரு... சும்மா பார்க்கலாம்னுட்டு... நமக்கு வேண்டியவங்க.”

“செவப்பா இருப்பாளா கிழவி. அவ ஒரு மாதிரிப்பட்டவள்ள... இந்த சந்தே...”

“எந்த வீடுன்னு தயவு பண்ணி சொன்னீங்கன்னா...”

“அதோ ஒரு மச்சு வீடு தெரியுதுல்ல; அதுக்குப் பக்கத்துக் குடிசைதான்...”

அவன் ஒரு மாதிரியாக என்னைப் பார்த்துப் போனான்.

குழந்தைகள் என்னைப் பின் தொடர்ந்து கூட்டமாக வந்தன.

குடிசை வந்தது. இரண்டு பக்கங்களிலும் முழங்கால் அளவு உயரத்தில் திண்ணைகள். திண்ணைகள் மண் பெயர்ந்தும் இடிந்தும் அசுத்தமாயும்!

என்னைப் பின் தொடர்ந்து வந்த குழந்தைகளில் ஒன்று உள்ளே புகுந்து ஒரு கிழவியை இழுத்து வந்தது.

கிழவி, தட்டுத் தடவிக்கொண்டு வந்து, தூணைப் பிடித்துக்கொண்டு நின்றாள்.

“ஆரு...?” என்றாள்.

“நான் ரங்கநாதன்... புதுச்சேரியிலிருந்து வர்றேன்...”

“ஆங்...”

கைகளை நெற்றியில் வைத்துக்கொண்டு பார்த்தாள். காது கேட்கவில்லை. என்று மீண்டும் சத்தம் போட்டுச் சொன்னேன்.

“ஒனக்கு... ஒங்களுக்கு ஆரு வேணும்...?”

“சொர்ணம்கிறது...?”

“நான்தான். நீங்க ஒக்காருங்க... நிக்கிறீங்களே...”

“இருக்கட்டும். நான் புதுச்சேரி சாமிக்கண்ணு... மவன்...”

“ஆரு... நாடாரா...?”

தொப்பென்று திண்ணையில் உட்கார்ந்துகொண்டாள். தோல் சுருங்கி வற்றி, உலர்ந்து கிடந்தாள் கிழவி. ஆனாலும் மேனியின் சந்தன வர்ணம் மட்டும் மங்கவில்லை. தலைமுடி கழுத்து வரைதான் இருந்தது. கண் ரப்பைகளின் முடியும் நரைத்து விகாரமாய் இருந்தது. நெற்றியின் பச்சை நரம்பு வீங்கிப் புடைத்துத் தெரிந்தது.

‘நீயா? நீயா அம்மா நூறு மைல்களுக்கு அப்பாலிருந்து, ஓர் அழகின் அர்ச்சகனை இழுத்து வந்து உன்னை அர்ச்சனை பண்ணிக்கொண்டவள்...!’ என நினைத்துக்கொண்டேன்.

பக்கத்து, எதிர்வீட்டிலிருந்து பல தலைகள் என்னைப் பார்த்தன. வாங்கிப் போயிருந்த பழங்களைத் திண்ணையில் வைத்து விட்டு நடந்தேன்.

கும்பகோணத்துக்கும் போனேன்.

கண்டுபிடிக்க முடியவில்லை.

திரும்பி வந்த பிறகு அப்பாவிடம் சொன்னேன். அப்பா நீண்ட நாழிகை பேசவே இல்லை. என் கைகளை எடுத்து வைத்துக்கொண்டு தடவிக் கொடுத்துக்கொண்டேயிருந்தார்.

என்னைப் பற்றி இவ்வளவுபோதும்.

நாங்கள்தான் விழுதுகள். இந்தக் குடும்ப ஆலமரத்தைத் தாங்கப் போகிறவர்கள்.

1979

சூரியனை பார்க்காமல்

எங்கள் ஊர் ரொம்பச் சின்ன ஊர், தீப்பெட்டி மாதிரி முக்கியமான தெருக்கறளே நாலுதான். நாலில் நடுவாக இருப்பது காந்தி வீதி. அங்குதான் அந்தப் பள்ளிக்கூடம் இருந்தது. நான் படித்த பள்ளிக்கூடம். அந்தப் பள்ளிக்கூடத்தின் சுற்று மதில்சுவர் ரொம்ப உயராமக இருக்கும். எங்கள் ஊர் சிறைச்சாலை மதிலைக் காட்டிலும் உயரமானது. சிறையில் இருந்து மதிலை ஏறிக்குதித்துப் பல கைதிகள் தப்பித்ததாகச் செய்திகள் வருவதுண்டு. எங்கள் பள்ளிக்கூடத்து மதிலை ஏறிக் குதிக்க மனுஷனாகப் பிறந்த எவனாலும் முடியாது. அப்படி இருக்க, சிறைச்சாலையை எங்கள் பள்ளிக்கூடத்துக்கு மாற்றாதது ஏன் என்று இன்று வரையிலும்கூட எனக்கு விளங்கியதே இல்லை.

பள்ளிக்கூடத்து வாசல் ரொம்ப அகலமானது. பழங்காலத்து அரண்மனைகளில்தான் அந்த மாதிரி அகலமும் உயரமுமான வாசல்கள் இருக்கும். அதற்குக் காரணங்கள் இருந்தன. யானை, குதிரை, தேர் முதலான வாகனங்களில் வீரர்கள் ஏறிக்கொண்டு கொடி பிடித்துக்கொண்டு போக வேண்டியிருந்தது. ஆகவே அரண்மனைக்கு அது தேவைதான். பள்ளிக்கூடதுக்கு அது அவசியம்தானா? நான் அங்கு படித்த கால — அதாவது 1960க்கு முன்பு வரை — எந்த மாணவனும் யானை மீதோ, குதிரை மீதோ ஏறிக்கொண்டு கூட்டமாகப் பள்ளிக்கூடம் வந்ததே இல்லை.

பள்ளிக்கூட வாசலுக்கு இரு கையிலும் மதிலை ஒட்டி பல விதமான வியாபாரங்கள் நடந்தன. பல வண்ணங்களில் அச்சடிக்கப்பட்ட தீப்பெட்டி லேபிள் தாள்கள், வீணாகிப் போன சினிமா பிலிம்கள், சீசன்களில் நாவல்பழம், எல்லாக் காலத்திலும் ஐஸ், மாங்காயை வெட்டி மிளகாய் உப்புக் காரம் போட்ட துண்டங்கள், காலணா அரையணாவுக்கு அள்ளிக் கொடுக்கிறார்போல சின்னச் சின்ன மிட்டாய்கள் என்று பலரும் கடை போட்டிருப்பார்கள்.

அந்தக் கடைகளில் ஒன்றாக, மயிர் மிட்டாய் தாத்தா கடையும் இருக்கும். தாத்தாவின் கடை வாசலை ஒட்டி இருக்கும் பள்ளிக்கூடத்தை விட்டுப் பையன்கள் வீதியில் வழியும்போது முதலில் அவர் கடையைத்தான் மொய்க்க நேரும்.

தாத்தா மதில் சுவரில் முதுகை முட்டுக் கொடுத்துக்கொண்டு உட்கார்ந்திருப்பார். அவ்வாறு அவர் முட்டுக் கொடுத்துக்கொண்டு உட்காரவில்லையெனில், சுவர் விழுந்துவிடக்கூடும் என்று தோன்றுவதுண்டு. அதன் காரணமாகவே அவர் முதுகில் அழுக்கடைந்து சட்டை அப்பகுதியில் மட்டும் கறுப்பாய்க் காட்சி அளிக்கும். தாத்தாவின் முன்னால் கிளாஸ்கோ பிஸ்கட் டின் ஒன்று இருக்கும். அதன் வாயைத் துணி போட்டு மூடி இருப்பார். அவர் கை நுழையும் அளவுக்குத் துணியில் பொத்தல் இருக்கும். நாங்கள் மயிர் மிட்டாய் கேட்கும்போது அந்தப் பொத்தலில் கையை விட்டு, மிட்டாய் எடுத்து, துண்டு துண்டாய்க் கிழித்து வைக்கப்பட்டிருக்கும் காகிதத்தில் வைத்துக் கொடுப்பார்.

பெரும்பாலும் எங்கள் தீர்ந்து போன நோட்டுகளின் காகிதங்களாகவே அவை இருக்கும். என் தீர்ந்து போன நோட்டுகளை நான் தாத்தாவிடம் கொடுத்து விடுவேன். துரதிருஷ்டவசமாக என் நோட்டுகள் சீக்கிரம் தீர்ந்துவிடுவதில்லை. நான் அடிக்கடி தொல்லை பண்ணுவதாக நினைத்து, அப்பா எனக்கு 400 பக்க நோட்டுகளை வாங்கிக் கொடுத்து விட்டார். அந்தச் சனியன்கள் பல மாசங்கள் தீராமலேயே இருப்பதால் நான் வெள்ளை தாள்களை ரகசியமாகக் கிழித்தும் போட்டுவிடுவேன். அப்புறம் திருப்தியாகத் தாத்தாவுக்குக் கொடுத்து விடுவேன். அதற்காகக் கணிசமாகத் தாத்தா மயிர் மிட்டாய் கொடுப்பார்.

தாத்தாவை நான் முதலில் பார்த்தது என்று? எனக்கு ஞாபகம் இல்லை. ரொம்ப சின்ன வயதில் இருந்தே நான் அவரோடு சினேகமாய் இருக்கிறேன். இரண்டாம் வகுப்பில் இருந்தே என்று நினைக்கிறேன். அதற்கும் பல காலத்துக்கு முன்பே, தாத்தா அங்கு வந்துவிட்டார். எங்கள் பள்ளிக்கூடத்து ஆண்டு விழாக்களில் பேச, பிரமுகர்கள் வருவார்கள். அப்போது அவர்கள் அவர்களின் பால்ய கால வாழ்க்கையை நினைவு கூர்வார்கள். புதிதாகக் கட்டப்பட்ட வகுப்புகள் இருந்த இடத்தில் அந்தக் காலத்தில் தூங்குமூஞ்சி மரங்கள் இருந்தன என்பார்கள். தங்களுக்குப் பாடம் எடுத்து, பின் இறந்து போன வாத்தியார்களை நினைவுகூர்ந்து வருந்துவார்கள்.

ஃபாதர் பீட்டர், தங்களை அடிக்க நேர்ந்த சம்பவங்களைக் கூறி அவர் அன்று அடிக்காமல் இருந்திருந்தால் இன்று தாங்கள் இந்த நிலைக்கு வர முடிந்திருக்காது என்பார்கள். எனவே ஆசிரியர் உங்களை அடிக்கிறார் என்றால் அது கோபத்தினால் அல்ல. உங்களை முன்னேற்ற வேண்டும் என்கிற தாபத்தினால்தான் என்று சொல்வார்கள். நாங்கள் கட்டாயம் கைதட்டி மகிழ்வோம். ஆனால், எந்தப் பெரியவர்களும் தாத்தாவிடம் மிட்டாய் வாங்கித் தின்று சந்தோஷப்பட்டதைச் சொல்லுவதே இல்லை. இது ஏன் என்று இன்று வரை எனக்குப் புரிந்ததே இல்லை.

தினமும் பள்ளிக்கூடம் புறப்படும்போது அம்மாவிடம் நான் காசு வாங்கிவிடுவேன். பெரும்பாலும் அம்மாவே கொடுப்பாள். இல்லையென்றால் நான் கேட்டு வாங்கிக் கொள்வேன். அம்மா சமயங்களில் ஓரணா கொடுப்பாள்.

ஓரணாக் காசுகள் எனக்குப் பிடிப்பதில்லை. அதைக் காட்டிலும் நாலு காலணா கொடுத்தால்தான் சந்தோஷப்படுவேன். காலணாக் காசுகளை சுண்டு விரல் மோதிரம் போல் போட்டுக் கொள்ள முடியும். இரண்டு சுண்டு விரல்களிலும் இரண்டு காலணாக்களைச் செருகிக்கொண்டு மீதியை ஜோபியில் போட்டுக் கொள்ளலாம். காசோடு நேராகத் தாத்தாவிடம்தான் போனேன்.

மற்ற பையன்களுக்குக் கொடுப்பதைக் காட்டிலும் எனக்குக் கூடவே கொடுப்பார். மிட்டாய்களில் எனக்கு மிகவும் பிடித்தது மயிர் மிட்டாய்தான். தாத்தாவின் மீசையைப்போலவே இருக்கும். தாத்தாவின் தலையும் மீசையும் சுத்தமான வெள்ளை. தவறிப் போய்க்கூட கரு மயிர் இருக்காது. மீசை சாதாரண மீசை இல்லை. மூக்குக்குக் கீழே தொடங்கி காதுவரை மொத்தமாகவும் அடர்த்தியாகவும் நீளும் மீசை அவருடையது. அந்த மீசைதான் என்னை அவர் பால் முதன் முதலில் இழுத்திருக்கக் கூடும்.

தாத்தா நிறமும் சிவப்புதான். சாதாரண சிவப்பானவர்களைக் காட்டிலும் பார்த்த மாத்திரத்தில் பளிச்செனத் தெரிந்து வேறுபடுத்திக் காட்டத்தக்க சிவப்புக் கமலாம் பழத்தோல் மாதிரி இருப்பார். அவர் சிரிப்பு யாருக்கும் தெரியாது. ஏனெனில் பல்லை மீசை மறைத்து விடும். கன்னம் மேலேறி; கண்களைச் சுருக்கும்போதுதான் தாத்தா சிரிக்கிறார் என்று புரியும். சிரிப்புக்குப் பல்லா தேவை? என்னைத் தூரத்தில் பார்த்துவிட்டவுடனே தாத்தா துணிக்குள் கையை விட்டு மிட்டாயை எடுத்துப் பேப்பரில் வைத்து விடுவார். காசை அப்புறம் வாங்கிக் கொள்வார். அம்மாவிடம் சில நேரங்களில் சில்லறை இருக்காது. அல்லது நான் காசு வாங்கிக்கொண்டு வர மறந்து விடுவேன்.

அப்படித்தான் ஒரு முதல் நாள் கையில் மிட்டாயை வாங்கிக்கொண்ட பிறகே நான்கொண்டு வராதது தெரிந்தது. இடது கையில் மிட்டாயை வைத்துக்கொண்டு வலது கையால் என் எல்லா ஜோபிகளையும் நான் தடவிக்கொண்டே நின்றேன். தடவுவதால் மட்டுமே காசு ஜோபியில் வராது. வாங்கிப் போட்டுக்கொண்டு வந்திருக்க வேண்டும். தாத்தா புரிந்துகொண்டு கன்னங்கள் கண்களுக்குப் போய்ச் சுருங்க, “நாளைக்குக் கொடு” என்றார். கடன் வாங்கும் பழக்கத்தைத் தாத்தாதான் எனக்குத் தொடங்கி வைத்தார்.

அதற்கப்புறம் அவருக்கும் எனக்கும் வியாபாரி, வாங்குபவன் உறவு இருந்த ஞாபகம் இல்லை.

தாத்தாவின் நினைவு படுத்தும் மீசையைப்போலவே இருக்கும் மயிர் மிட்டாய் எனக்கு ரொம்ப இஷ்டமானது. பிற்காலத்தில் நான் சாப்பிட்டிருக்கும் சோன்பப்டிக்கெல்லாம் அந்தச் சுவை, வாசனை இருந்ததே இல்லை. வெள்ளையாக சற்றே மஞ்சளாகவும், பஞ்சு மாதிரி இருக்கும். அது எப்படியோ எப்போதும் அது சூடாகவே இருக்கும். விண்டு வாயில் போட்ட மாத்திரத்தில் கரைந்து வாயெல்லாம் இனிக்கும். நாக்கைச் சப்புக் கொட்டிக்கொண்டே சாப்பிட வேண்டும். இந்த மிட்டாய் விஷயத்தில் ரொம்ப நிதானம் வேண்டும். அவசரமாகத் தின்பது கூடாது.

கொஞ்சம் கொஞ்சமாக கட்டை விரல் சுட்டு விரல் இரண்டையும் சேர்த்து பொடி எடுப்பதுபோல — இரவல் மட்டையில் பொடி எடுப்பதுபோல

— எடுக்க வேண்டும். நடு நாக்கில் வைக்க வேண்டும். அப்படி அதில் லயித்தால், மிட்டாய் கரைந்து நாக்கில் இதர பகுதிகளுக்கும் பரவும். இனிப்பு வாயெல்லாம் மணக்கும். நான் அப்படித்தான் அந்த மிட்டாயை அனுபவித்து இருக்கிறேன். ஏழே முக்கால் மணிக்குப் பள்ளிக்கூட வாசலில் தாத்தாவின் முன்னால் நின்று காலணா மிட்டாயைத் தின்னத் தொடங்கினால் எட்டு மணிக்கு பியூன் ராமலிங்கம் பள்ளிக்கூடத் தொடக்க மணி அடிக்கும் வரை தின்றுகொண்டேயிருப்பேன்.

தாத்தா வீட்டில் இருப்பவர்களைப் பற்றியெல்லாம் அடிக்கடி விசாரிப்பார். அப்பா எப்படி இருக்கார்? அம்மா எப்படி இருக்காங்க? தம்பிகள் எல்லாம் எப்படி? என்ன படிக்கிறாங்க? எப்படிப் படிக்கிறாங்க? மணி எப்படி இருக்குது? (மணி எங்கள் வீட்டு நாய். வெள்ளையாக — குச்சு நாய்) வாரத்தில் ஒரு நாளாவது இவர்களையெல்லாம் விசாரிப்பார். அப்பாவை அவர்களுக்குத் தெரிந்திருந்தது. பெரியவர்களைப் பெரியவர்கள் எப்படியோ தெரிந்து வைத்துக் கொள்கிறார்கள். அம்மாவை தாத்தா பார்த்தே இருக்க மாட்டார். ஆனாலும் விசாரிப்பார்.

கோடை விடுமுறைகளிலும், கால் அரைப் பரீட்சை விடுமுறைகளிலும் நான் ஊருக்குப் போய் விடுவேன். விருத்தாசலத்தில் இருக்கும் தாத்தா வீட்டுக்குப் போய் விடுவேன். லீவு நாட்கள் முடிந்து பள்ளிக்கூடம் தொடங்கும் நாள் நெருங்க நெருங்க மீண்டும் பள்ளிக்கூடம் போக வேண்டுமே என்கிற விசாரம் என்னைப் பிடித்துக் கொள்ளும். லீவை அனுபவிக்கவே தோன்றாது. அந்த விசாரத்துக்கூடேயும் லீவு முடிந்தால் தாத்தாவைப் பார்க்கப் போகிறோம் என்கிற சந்தோஷமும் வராமல் இருக்காது. அப்பா சமயங்களில் என்னைப் பள்ளிக்கூடத்தில் இருந்து அழைத்துப் போக வருவார். வீட்டு மணி அடிப்பதற்கு முந்தி வந்து விட்டாரானால் தாத்தாவோடுதான் பேசிக்கொண்டிருப்பார். அப்பா. அந்தச் சமயங்களில் மட்டும் தாத்தா நின்றுகொண்டிருப்பார். அப்பா நிற்கும்போது அவரோடு பேசுபவர் உட்கார்ந்திருப்பது சரி அல்லவே.

ஒருமுறை எனக்குப் பெரிய ஜுரம் வந்தது. மாதக் கணக்கில் படுத்திருந்தேன். தலைமயிர் எல்லாம் கொட்டிப் போய் விநோதமாக இருந்தேன் என்று பின்னால் எல்லோரும் சொன்னார்கள். என் மார்பு எலும்புகள் எனக்கே தெரிந்தன. அம்மா கையில் காசு முடிந்த மஞ்சள் துணி கட்டியிருந்தாள். குல தெய்வத்துக்கும், திருப்பதிக்கும், அந்தோணியார் கோயிலுக்கும் வேண்டிக்கொண்டிருந்தாள். காலை நேரங்களில் ஜுரம் சுத்தமாக இறங்கி உடம்பும் மனசும் உற்சாகமாக இருக்கும். மாலையில் உடம்பு நெருப்பில் போட்ட இரும்பு மாதிரி சுடும். சுயநினைவே இருக்காது. காலையில்தான் எல்லாமே தெரியும்.

வெகு தொலைவில் இருக்கும் சொந்தக்காரர்கள் எல்லாரும் என்னைச் சுற்றி உட்கார்ந்திருப்பார்கள். அம்மா தலை கலைந்து அழுக்குப் புடவையோடு என் தலைமாட்டில் உட்கார்ந்து கிடப்பாள். அப்பா தினமும் ஷேவ் செய்து கொள்பவர், என்ன காரணத்தாலோ அப்பா பெரிசாக அந்தச் சமயத்தில் தாடி வளர்த்திருப்பார். யார் யாரோ என்னைப் பார்க்க வந்தார்களாம். மிட்டாய்த் தாத்தா வாரத்துக்கு ரெண்டு முறை என்னைப் பார்க்க வந்ததாக அம்மா அப்புறம் சொன்னாள்.

அப்பா எதேச்சையாக ஒரு நாள் சொன்னார் தாத்தா வடக்கத்திக்காரராம். அவர் ஊரில் இரண்டு சாதியாருக்கு இடையில் தோன்றிய அடிதடி தகராறில், தாத்தாவின் மனைவியும் குழந்தைகளும்கூடக் கொல்லப்பட்டார்கள் என்றும் தனியாக இந்த ஊருக்கு வந்து காலம் தள்ளுகிறார் என்றும் அப்பா சொன்னார்.

ஆறாம் வகுப்புப் படிக்கும்போது எனக்குப் பெரிய சிக்கல் வந்தது. கிளாஸ் டீச்சர், அர்ச்சுனன் சார் ஒரு நாள் வகுப்புக்குள் வந்து எல்லாரையும் ஒரு பார்வை பார்த்து விட்டு வகுப்புத் தலைவனாக என்ன காரணத்தாலோ என்னை நியமித்து விட்டார். வகுப்புத் தலைவனான என்னுடைய கடமை, தினம் பள்ளிக்கூடம் தொடங்க அரைமணி முன்கூட்டியே வந்து வகுப்புக் கதவைத் திறந்து வைப்பது, அன்றைக்குத் தேவையான சாக்கட்டிகளைக் கொண்டுவந்து வைப்பது. பிளாக் போர்டைத் துடைத்துச் சுத்தமாக வைப்பது, அட்டெண்டன்ஸ் ரிஜிஸ்டரைக் கொண்டுவந்து கொண்டுபோய்க் கொடுப்பது முதலியனவாம். வகுப்பைத் திறந்து வைக்க சௌகரியமாகச் சாவியையும் என்னிடம் கொடுத்து வைத்திருந்தார்.

அர்ச்சுனன் சார் பள்ளிக்கூடத்திலேயே முக்கியமான வாத்தியாராகக் கருதப்பட்டார். பள்ளிக்கூடக் கணக்கு வழக்கையெல்லாம் அவர் பார்த்துக் கொள்வார். அதற்கென்றே கம்பிக் கதவு போட்ட கதவுகளுக்குப் பின்னால் இரண்டு மூன்று பேர் எப்போதும் உட்கார்ந்துகொண்டு வேலை பார்த்துக்கொண்டிருந்தார்கள். சம்பளம் கட்டப் போகும் போதெல்லாம் இவர்கள் நீளநீளமான நோட்டுகளை வைத்துக்கொண்டு எழுதிக்கொண்டிருப்பார்கள். பிறகு இந்த நோட்டுகள் எல்லாம் அர்ச்சுனன் சாரிடம் வரும். சார், வேறு நோட்டில் இன்னும் வேறு கணக்கு எழுதுவார். வகுப்புகளில்கூட அவர் சமயங்களில் இந்தக் கணக்கு எழுதுவதை நான் பார்த்திருக்கிறேன்.

இந்தப் பள்ளிக்கூடத்துக்கு அர்ச்சுனன் சார் சின்ன வயசிலேயே வேலைக்கு வந்து விட்டாராம். ரொம்ப அனுபவம் எல்லாம் உள்ளவராம். மற்ற சார்களுக்குத் தேவையான விஷயங்களை எல்லாம் வீடு பார்த்துக் கொடுத்தல், ரேஷன் கார்டு வாங்கிக் கொடுத்தல் போன்ற காரியங்களுக்கு அர்ச்சுனன் சார்தான் முன்னால் வந்து உதவுவார். மற்ற சார்கள் பெரிய சாரைப் பார்த்து லீவு வாங்கப் பயப்படும் நேரங்களில் இவர் போய்ச் சொல்லி லீவு வாங்கிக் கொடுப்பார்.

அர்ச்சுனன் சார், விடுமுறை விட்டுப் புதுசாகப் பள்ளிக்கூடம் தொடங்கும் நேரத்தில் பையன்களையெல்லாம் தனித் தனியாகக் கூப்பிட்டு தன்னிடம் டியூஷன் வைத்துக்கொண்டால் நிச்சயம் அந்த வருஷம் பாஸ் என்று சொல்லுவார். வைக்காதவன் எல்லாம் 'குளோஸ்' என்று உறுதியாகச் சொல்லி அனுப்புவார். என்னிடம்கூடச் சொன்னார். அப்பா வேண்டாம் என்று விட்டார். நிறைய பையன்களின் அப்பாக்கள் மறுநாளையே பள்ளிக்கூடம் வந்து, டியூஷனுக்கு ஏற்பாடு செய்து விட்டுப் போனார்கள்.

அர்ச்சுனன் சார் ஒருநாள் வகுப்பில் "துணிக்கடை வச்சிருக்கிறவர் மகன் எவனாவது இருக்கானாடா இங்கே" என்றார். பிலவேந்திரன் எழுந்து நின்றான். "பலசரக்குக் கடைக்காரன் மகன்?" என்றார். யாரும் இல்லை.

பிலவேந்திரனைச் சாயங்காலம் கிளாஸ் விட்டதும் வந்து தன்னைப் பார்க்கச் சொன்னார். பிலவேந்திரன் அப்புறம் என்னிடம் சொன்னான். அவனையும் அழைத்துக்கொண்டு சார் கடைக்கும் போனாராம். பிலவேந்திரனின் வாத்தியார் என்றதும் அவன் அப்பா "வாங்க... வாங்க..." என்று வரவேற்றாராம். காப்பி டிபன், கடைக்கே வரவழைத்தாராம்.

அப்புறம் மாசா மாசம் கொஞ்சம் கொஞ்சமாகப் பணம் கொடுப்பதாகச் சொல்லி சட்டை வேஷ்டியெல்லாம் எடுத்துக்கொண்டாராம். எங்கள் அப்பா அப்போது கள்ளுக்கடை கான்டிராக்ட் எடுத்திருந்தார். அர்ச்சுனன் சார் என்னைக் கூப்பிடவில்லை. சாவியின் உருவத்தில் சனியன் வந்தது தெரியாமல் அதைக் கையில் வைத்துக்கொண்டு சுற்றிக்கொண்டிருந்தேன்.

சாவியின் தலைத் துவாரத்தில் விரலை நுழைத்துக்கொண்டு திரிந்தேன். பார்ப்பவருக்கு எனக்கு ஆறு விரலோ எனத் தோன்றும் படியாக என் கையோடேயே சாவி தொங்கிக்கொண்டிருந்தது. ஒரு வகுப்பின் சாவியையே நான் வைத்துக்கொண்டிருப்பது எனக்குப் பெருமையாகவே இருந்தது. என்னோடு படித்த பலருக்கும் அது பொறாமையைக் கிளப்பி விட்டு விட்டது. என் எதிரிகளாக இருந்த முருகேசன், ஆல்பர்ட், ரங்காச்சாரி, போன்றோர் என்னைக் கண்டு பொறாமை அடைந்து இருப்பது குறித்து எனக்கு ஆனந்தமாகவே இருந்தது. நான் ரொம்ப பெரியவனாகி விட்டதாகத் திடீரென்று உணர்ந்து சில பையன்களோடு பேசுவதையே விட்டு விட்டேன். இந்தப் பெருமையும் ஆனந்தமும் ரொம்ப நாள் நீடிக்கவில்லை. ஒருநாள் எப்படியோ அந்தச் சாவி தொலைந்து விட்டது.

சாவி தொலைந்து விட்டது என்று அறிந்த அந்தக் கணம் இன்றும் எனக்கு நினைவில் இருக்கிறது. உடம்பு குப்பென்று வியர்த்துவிட்டது. வீடு முழுக்க சாவியைத் துழாவி விட்டேன். பேனா மூடிகள், பேனாவின் அடிப்பக்கம், தொலைந்து விட்டது என்று நினைத்திருந்த அம்மாவின் சின்ன சுருக்குப்பை, பேனாக்கத்தி, ஒரு மரப்பாச்சி பொம்மை எல்லாம் கிடைத்தது. சாவி மட்டும் கிடைக்கவில்லை. மறுநாள் காலையே அபாயங்கள் நிகழ ஆரம்பித்தன. காலையில் மணி அடித்து வகுப்புக்கு வரிசையாகப் பையன்கள் வருகிறார்கள். வரிசை கதவுக்கு முன் வந்து பிரேக் போட்டாற்போல நின்று விட்டது. பின்னால் வந்தவர்கள் முன்னால் வந்தவர்களோடு மோதிக்கொண்டார்கள். கதவு திறக்கப்படவில்லை. திறக்க வேண்டியவன் நான். அர்ச்சுனன் சாரிடம் சென்று சாவியை மறந்து போய் வீட்டில் வைத்து விட்டு வந்து விட்டதாகப் பொய் சொன்னேன்.

'ஹூம்...' என்றார், அர்ச்சுனன் சார். அவர் கண்கள் ரொம்பவும் சிறிசு. ஆனால் கண்ணாடியின் வழியாகத் தெரியும் கண்கள் பார்க்க பயங்கரமாய் இருக்கும். அவருக்கு தொடைக்கு மேலே பின் பக்கத்தில் சொறி இருந்தது. அஞ்சு நிமிஷத்துக்கு ஒருமுறை பின் பக்கத்தைச் சொறிய வேண்டியிருக்கும். சொறிந்தால் எரிச்சலாய்த்தான் இருக்கும். எரிச்சல் வந்தால் மனிதர்கள் பிற மனிதர்கள்மீது அந்த எரிச்சலைக் காண்பிக்க வேண்டியிருக்கும்.

அர்ச்சுனன் சாரின் 'ஹூம்' என்கிற சொல்லுக்கு அர்த்தம் அதிகம். அட அயோக்கியா, அட மக்கு, அட உதவாக்கரை முதலாகப் பல அர்த்தங்கள். "ராமலிங்கத்திடம் போய் நான் கேக்கறேன்னு சொல்லி சாவியை வாங்கியா" என்றார். வகுப்பு வாத்தியார்களுக்கு ஒரு சாவி இருப்பதுபோல, பியூன்

ராமலிங்கத்திடமும் ஒரு சாவி இருக்கும். நான் போய்ச் சொன்னவுடன் ராமலிங்கம் சாவிக் கொத்தைத் தூக்கிக்கொண்டு 'சலுங் சலுங்' என்கிற சப்தத்தோடு என்னோடு வந்தான். பையன்கள் அபூர்வமாக, வகுப்பு தொடங்குவதற்கு ஏற்பட்ட இடையூறை ரசித்தவாறு நின்றிருந்தார்கள்.

எனக்கு ஏதோ சங்கடம் ஏற்பட்டுள்ளதை உணர்ந்துகொண்ட முருகேசன், ஆல்பர்ட் முதலான அயோக்கியர்கள் ரொம்பவும் சந்தோஷப்படுவதை ஓரக்கண் பார்வையிலேயே என்னால் புரிந்து கொள்ள முடிந்தது. ராமலிங்கம் கதவைத் திறந்துகொண்டிருக்கும்போது, பிரின்ஸ்பால் அந்தப் பக்கமாக நடந்து வந்தவர் பையன்கள் நிற்பதையும், ராமலிங்கம் கதவைத் திறந்துகொண்டிருப்பதையும் பார்த்ததோடு, அர்ச்சுனன் சாரை மிகவும் அழுத்தமாகப் பார்த்துக்கொண்டே நடந்து போய்விட்டார்.

சார் மீண்டும் ஒரு முறை 'ஹூம்' என்றார் என்னைப் பார்த்து.

முதல் நாள் அபாயம் எப்படியோ முடிவுக்கு வந்தது. இனி அடுத்த நாள் காலை நடக்கப் போகும் சங்கடங்களை நினைக்கையில் பாடத்தில் கவனம் செலுத்த முடியில்லை, சாப்பிட முடியவில்லை, என்னை சோகம் கவிழ்ந்துகொண்டது. அம்மா உடம்புக்கு என்னடா என்றாள். திடீரென்று ஒரு நினைப்பு வந்தது. கதவைத் திறக்கும்போது சாவியை அதிலேயே வைத்து விட்டோமோ என்று தோன்றியது. ரொம்ப யோசனைக்குப் பின்னால் ராத்திரி சாப்பாடு நேரத்துக்குப் பின், அர்ச்சுனன் சார் வீட்டுக்குப் போனேன்.

அவர் வீட்டு அறையில் விளக்கு எரிந்தது. கதவைத் தட்ட தைரியம் இல்லாமல் அந்தத் தெருவின் இரண்டு முனைகளுக்கும் இரண்டு முறை நடந்தேன். மூன்றாம் முறை நடந்தேன். மூன்றாம் முறை நடந்தபோது சார் தெருவாசற்படியில் ஈசிச்சேர் போட்டுக்கொண்டு படுத்திருந்தார். அவர் பக்கத்தில் பெரிய மனுஷிபோல அவர் மகளும் உட்கார்ந்திருந்தாள். திக் திக்கென்று நெஞ்சு அடித்துக் கொள்ள, அவர் அருகில் போய் நின்றேன். கண்ணாடி இல்லாமல் இருந்தார். அதனால் "யாரது" என்றார். "வைத்தி" என்றேன். "ஹூம்" — என்றார். புரியவில்லை என்பதாக அர்த்தம். நான் "எஸ். வைத்தியலிங்கம். சிக்ஸ்த் கிளாஸ் ஏ" என்றேன்.

"என்னடா இந்த நேரத்தில்" என்றார். "இந்தத் தெருவில் எங்க மாமா இருக்கார். அவர் வீட்டுக்கு வந்தேன்" என்றேன். "யாரு உங்க மாமா" என்றார். நான் பேசாமல் இருந்து விட்டு "சாவி தொலைஞ்சு போச்சு சார்" என்றேன்.

"என்ன சாவி?"

"நம்ம கிளாஸ் சாவி..."

"ஹூம்"

அவர் மகள் என்னையே பார்த்துக்கொண்டிருந்தாள். எனக்கு சங்கடமாக இருந்தது.

"நேற்று கதவைத் திறந்தபோது அதிலேயே சாவியை விட்டுட்டேன்னு தோணுது"

"பச்" என்றார். பிறகு, "அந்த மாதிரி சாவி வாங்கணும்னா பத்து ரூபா ஆவும். நாளைக்கு வரும்போது பத்து ரூபாவோட வா..." என்றார். அவர் மகள்

“அப்பா வெற்றிலை இல்லேன்னு சொன்னீங்களே” என்று ஞாபகப்படுத்தவே சார் “அந்த முனைக் கடைக்குப் போயி, நாலணா வெத்திலை வாங்கி வர்றியா” என்றார். அந்தப் பெண் என்னிடம் காசைக் கொடுத்தாள்.

புதிதாக அப்போதுதான் அறிமுகமாகி இருந்த அந்தக் காசைப் புரட்டிப் பார்துக்கொண்டே கடைக்குச் சென்று வெற்றிலையை வாங்கிக்கொண்டு போய் அவரிடம் கொடுத்தேன். “சரி... நாளைக் காலையில் பணத்தோடு வந்து சேர்” என்றார்.

இரவு முழுவதும் எனக்கு தூக்கம் பிடிக்காமல் இருந்தேன். புரண்டு புரண்டு படுத்தேன். சத்தம் இல்லாமல் அழுதேன். சொல்ல முடியாத பயம் என்னுள் இருந்தது. என் காரணமாக ஒரு வகுப்புப் பையன்கள் முப்பத்தாறு பேர் வெளியே நிற்கிறார்கள். அர்ச்சுனன் சாரைக் கூப்பிட்டு பிரின்சிபால் திட்டுகிறார். அர்ச்சுனன் என்னை உதைக்கிறார். பியூன் ராமலிங்கமும் என்னைத் திட்டுகிறான். தொடர்ந்து இந்த மாதிரி நினைவுகளே எனக்கு வந்துகொண்டிருந்தன.

அம்மாவிடம் சொல்லியிருக்கலாம். பின்னாளில் தோன்றியது. ஆனால் அப்போது சொல்லவில்லை. அம்மாவிடம் சொல்லியிருந்தால் அப்பாவிடம் சொல்வாள். அம்மாவிடம் இருந்த அன்னியோன்னியம் என்ன காரணத்தாலோஅப்பாவிடம் ஏற்படாமல், ஏதோ ஒரு முடிச்சு விழுந்து விட்டிருந்தது.

காலையில் சாப்பிட்டு விட்டதாகப் பேர் பண்ணிவிட்டுப் பள்ளிக்கூடம் கிளம்பினேன்.

வழியில், அப்படியே எங்காவது ஓடிவிடலாமா என்றுகூடத் தோன்றியது. நல்லவேளையாக அப்படிச் செய்யவில்லை. பள்ளிக்கூடம்தான் போனேன். தூரத்தில் என்னைக் கண்டுகொண்ட தாத்தா, துணிக்குள் கையை விட்டு மிட்டாயை எடுத்து பேப்பரில் வைத்து நான் அருகில் வந்ததும் என்னிடம் நீட்டினார்.

“வேணாம்” என்றேன்.

“ஏன் காசு இல்லியா... நாளைக்குக் கொடேன்”

“அதுக்கில்லே வேணாம்...”

தாத்தா என்னை முறைத்துப் பார்த்தார்.

“ஏன் மூஞ்சி ஒரு மாதிரியா இருக்கு உடம்பு சரியில்லையா...”

இப்போதும் நன்றாக ஞாபகம் இருக்கிறது. நான் அழத் தொடங்கினேன். தேம்பித் தேம்பி அழுதேன். நான் அழத் தொடங்கியதுமே, தாத்தா என் தோளில் கை வைத்து கொஞ்ச தூரத்தில் எதிர்ப்புறத்தில் இருந்த பூவரச மர நிழலுக்கு அழைத்துச் சென்றார் நான் அழுது ஓயும் வரை காத்திருந்து விட்டு பிறகு கேட்டார்.

“என்ன நடந்தது சொல்லு. எதுக்காக அழறே, அப்பா அடிச்சாரா?”:

நான் தலையை ஆட்டினேன்.

“அம்மா திட்டினாங்களா?”

நான் “இல்லை” எனத் தலையை அசைத்தேன்.

“பின் ஏன் அழறே?”

“சாவியைத் தொலைச்சுட்டேன்...” என்று தொடங்கி, அது என்னிடம் வந்தது காரணம் முதலான அனைத்தையும் சொன்னேன்.

“பத்து ரூபாயா கேட்டான் அந்த வாத்தி?”

“ஆமா”

“ஒரு சாவியோட விலை ஒரு ரூபாகூட இல்லே தெரியுமா?”

“தெரியாது...”

தாத்தா கொஞ்ச நாழி சும்மா இருந்தார். பிறகு தன் அழுக்குச் சட்டையில் இருந்து ஒத்தை ரூபாயும் சில்லறையுமாக இருந்த எல்லாவற்றையும் பொறுக்கி எண்ணி என்னிடம் பத்து ரூபாயைக் கொடுத்தார்.

நான் மறுக்காமல் அதை வாங்கிக்கொண்டு போய் அர்ச்சுனனிடம் கொடுத்தேன். நான் போன நேரத்தில் வகுப்பு அறை திறந்தே இருந்தது. அவர் வாங்கி சட்டைப் பையில் வைத்துக்கொண்டார். அன்று மாலையே அவர் வேறு ஒரு சாவியை என்னிடம் கொடுத்தார்.

பள்ளிக்கூடம் விட்டு வீடு திரும்பும் வழியில் அந்தச் சாவியையே பார்த்துக்கொண்டு நடந்தேன். அது ஏற்கெனவே என்னிடம் இருந்த சாவிபோல இருந்தது. ஒருமுறை என் பக்கத்தில் உட்கார்ந்திருக்கும் முத்துக்கிருஷ்ணன் சின்ன அரம் ஒன்றைக்கொண்டு வந்திருந்தான். அதனால் டெஸ்க்கின் ஓரத்தை அறுத்தான். மாவு மாதிரி மரத்தூள் உதிர்ந்தது. எனக்கும் ஆசையாக இருந்தது. அரத்தை வாங்கி என் கையில் இருந்த சாவியை உராய்ந்தேன். கோடு விழுந்தது. என் இன்ஷியலையும் போட்டுப் பார்த்தேன்.

கோணல் மாணலான கோடாக இருந்தாலும் என்னால் என் இன்ஷியலைப் புரிந்து கொள்ள முடியும். அது இந்தச் சாவியிலும் இருந்தது. சாவி தொலைந்த அன்று முதல் நாள் கதவைத் திறந்து சாவியை எடுக்காமல் கதவிலேயே விட்டு விட்ட ஞாபகம் லேசாக எனக்கு இருந்துகொண்டே இருந்தது...

நான் படித்த பள்ளிக்கூடத்திலேயே என் பையனும் படிக்கிறான். அவனைப் பள்ளிக்கூடத்தில் விட்டு விட்டு நான் அலுவலகம் போகிறேன். சூரியன் பிரகாசமாக இருந்தது. பலர் தார் ரோட்டையே பார்த்துக்கொண்டு நடந்தார்கள். சூரியனைப் பார்க்காமல் நாம் வாழ்ந்துகொண்டிருக்கிறோமோ என்று தோன்றியது.

1979

மாமன் உறவு

சில விஷயங்களை என்னால் கண் கொண்டு பார்க்க முடிவதில்லை. ஒடுக்கு விழுந்த அலுமினியக் கிண்ணங்களைத் தூக்கிக் கொண்டு ராப்பிச்சைக்கு வரும் குழந்தைகளைப் பார்க்க நேரும்போது சாப்பாடு தொண்டைக்குள் இறங்க மறுக்கிறது. இளம் பெண் ஒருத்தி அலற அலற அவள் கையில் விறகு நெருப்பைக்கொண்டு சூடு வைத்த வண்டிக்காரனைப் பார்க்கச் சகிக்காமல் ஓட வேண்டியிருக்கிறது. என் அறைக்குள்ளேயே ஒருநாள் இரவு பாம்பைப் பார்க்க நேர்ந்தது. கை அளவு நீளம். கறுப்பும் மஞ்சளும் கலந்த நிறம். அடுத்த சில நாட்கள் எதைச் சாப்பிட்டாலும் வாந்தி எடுத்தேன்.

என் உறவுக்காரர்களில் சிலர் என்னால் சகிக்க முடியாதவர்களாகப் போய்விட்டார்கள். அவர்களில் முதலில் நிற்பவன் என் மாமன், தாய் மாமன். நேற்று காலை அவனும் அவன் மகனுமாக எங்கள் வீட்டுக்கு வந்திருந்தார்கள். அப்பா வீட்டில் இல்லை. அம்மா மட்டும் இருந்தாள். நான் என் அறையில் படித்துக்கொண்டிருந்தேன்.

மாமனின் குணத்தைப்போலவே அவன் குரலும் ஒரு விசேஷம். அது ஆணுடையதாகவும் இருக்காது, பெண்ணுடையதாகவும் இருக்காது. நீருக்குள் சிக்கிக்கொண்டவன் திகிலில் எழுப்பும் ‘ஆஃப்’, ‘தஃப்’ என்கிற ஒலிக் குறிப்பாகவே இருக்கும். கேட்பவர்களே சிரமப்பட்டுப் புரிந்து கொள்ள வேண்டியிருக்கும். படித்துக்கொண்டிருந்த என்னை, அந்நியக் குரல் உசுப்ப, ஜன்னலண்டை வந்து நின்று கவனித்தேன். எனக்கு முதுகைக் காட்டிக்கொண்டு மாமனும் அவன் மகனும் உட்கார்ந்திருந்தார்கள்.

மாமன் பக்கவாட்டில் திரும்பி அம்மாவோடு பேசிக்கொண்டிருந்தான். கோல்ட் பிரேம் போட்ட கண்ணாடி போட்டிருந்தான். நான் அறையில் இருப்பது தெரிந்தால் அவன் வருவான். கதவைத் தாட்டாமலே

வருவான். வந்து படுக்கையில் சம்மணம் போட்டு உட்காருவான். பிறகு படுத்தும் கொள்வான். இதெல்லாம் எனக்குகூட பரவாயில்லைதான். என் கஷ்டம் அவன் முகம் பார்த்துப் பேசுவது என்பதுதான். நான் சட்டையை மாட்டிக்கொண்டு சத்தமில்லாமல் வெளியேறினேன்.

அப்பா, அம்மாவைச் சொந்தத்தில் கொள்ளவில்லை. புதிய உறவுதான். அப்பாவின் முன்னோர்கள் அனைவரும் சொந்தத்தில் கிளைத்துக் கொண்டவர்கள். அப்பாதான் முதலில் புது உறவைக் கொண்டார். எங்கள் ஊரில் இருந்து பாசஞ்சர் வண்டியில் மூன்று மைல்களுக்கு ஒரு முறை குறுக்கிடும் ஸ்டேஷன்களில் நின்று நின்று ஆறு மணி நேரம் பயணம் செய்தால் அம்மாவின் ஊருக்குப் போய்ச் சேரலாம். அப்பா தன் பந்து ஜனங்களோடு போய் இருந்து அம்மாவைக் கல்யாணம் பண்ணிக்கொண்டு ஊர் திரும்பினார்.

சிவப்பு முக்கோணம் கண்டுபிடிக்கப்படாத காலத்தில் அம்மா பிறந்தவள். அவளோடு ஏழு சகோதரிகளும் மூன்று சகோதரர்களும் பிறந்தார்கள். அத்தனை பேருக்கும் மூத்தவள் அம்மா. அம்மாவும் அப்பாவும் பெண்ணும் மாப்பிள்ளையுமாய் தாத்தா வீட்டை விட்டுப் புறப்படும்போது அவர்களுக்குப் பின்னால் அஞ்சு வண்டிகள் வந்தனவாம். இரட்டை மாட்டு, வில் வண்டிகள். முதல் மூன்று வண்டிகளில் அண்டா, குடம், குத்துவிளக்கு போன்ற சீர் வரிசைகள். மீதி இரண்டு வண்டிகளில் அம்மாவின் சகோதர சகோதரிகள். எல்லாரோடும் அப்பா ஊர் வந்து சேர்ந்தார்.

கல்யாணம் ஆகும்போது அம்மாவுக்குப் பதினைஞ்சு வயசு பெண். ரொம்பவும் முதிர்ந்து போய்விட்டதாகப் பாட்டி அந்தக் காலத்தில் சொல்லிக்கொண்டு இருப்பாளாம். ஏனெனில் பாட்டி தாத்தாவுக்குப் பாரியை ஆகையில் அவளுக்கு வயது ஏழு.

அம்மாவுக்கு அடுத்தவன் வேதாச்சலம். இந்தக் கதையின் நாயகன். இவனுக்கு அடுத்தவள் பச்சை என்கிற பச்சையம்மாள். பச்சைக்கு அடுத்து கனகம். பிறகு முதுமலை. முதுமலைக்கு அடுத்தவள் சுப்புலட்சுமி. சுப்புலட்சுமிக்கு அடுத்து இரட்டைக் குழந்தைகளாகிய வரலட்சுமி, வேதவல்லி. தொடர்ந்து வந்தள் அலமேலு. அலமேலுக்கு அடுத்தவளும் என்னோடு சின்ன வயசில் விளையாடியவளும் மூன்று வயசே ஆன என் சின்னம்மா அங்காளபரமேஸ்வரி, அப்புறம் காமாட்சி, கடைக்குட்டி கிருஷ்ணன். அம்மா கல்யாணம் ஆகும்போது அவள் தம்பி, ஆறு மாசக் குழந்தை.

ஆக பெரும் சுற்றமும் நட்பும் சூழத்தான் அப்பா தன் இல்லறத்தை தொடங்கி இருக்கிறார். எங்கள் பூர்வீகத் தொழிலைத்தான் அப்பாவும் செய்தார். ரெண்டு கள்ளுக் கடைகளையும், ஒரு சாராயத் கடையையும் அப்பா கான்டிராக்ட் எடுத்திருந்தார். பிதுரார்ஜித சொத்தாகத் தோப்பும் நிலமும் ஏராளமாக இருந்தன.

அப்போது நாங்கள் இருந்த வீடு, நாலு கைத் தாழ்வாரமும் ரெண்டு பின் கட்டுகளும் உள்ள வீடு. எல்லாத் தாழ்வாரங்களிலும் நெல்லும், தேங்காய்களும் சிதறிக் கிடக்கும். நெல்லை மிதித்துக்கொண்டுதான் நாங்கள் விளையாட வேண்டியிருக்கும். தேங்காய்கள் எல்லாம் யாழ்பாணத்துக் காய்கள். என் சின்ன வயசில் நெல் புழுக்கிய வாசனையை நான் நிறைய

சுவாசித்திருக்கிறேன். காய வைத்த நெல்லைக் காலால் உரசிக்கொண்டே நடப்பது எனக்கு அலுக்காத விளையாட்டுகளில் ஒன்று.

காலை மூன்று மணிக்கெல்லாம் அடுப்பைப் பற்ற வைத்து ராத்திரி பத்து மணிக்கு அணைப்பாளாம் அம்மா. விருந்தாளிகள், சினேகிதர்கள், மரமேறிகள் என்று சதா கூடத்தில் யாராவது சாப்பிட்டுக்கொண்டிருப்பார்கள். உறவுக்காரர்களுக்கு மட்டும் அம்மா சோறு போடுவாள். மற்ற மனிதர்களுக்கு பாட்டிதான் இலை போடுவதிலிருந்து எல்லாமும். கல்யாண வீடு மாதிரி வெளியே எச்சில் இலைகள் குவியும். குறவர்கள் சண்டை போட்டுக்கொண்டு இலையை வழித்துக்கொண்டிருப்பார்கள்.

கள் சாராயக் கடைகளுக்கும் சேர்த்தே வீட்டில் சமையல் நடக்கும். நாளைக்குப் பத்து ஆட்டுத் தலையாவது வேகும். இரத்தம், மீன், எறா எல்லாமும் தனித்தனியாகத் தயாராக வேண்டும். எங்கள் வீட்டுச் சமையல் அறை எப்போதும் கரி மண்டிக் கன்னங்கரேலென்று காட்சி அளிக்கும். பொங்கல் சமயங்களில் வீட்டுக்கு வெள்ளை அடிப்பார்கள். எவ்வளவு சுண்ணாம்பு பூசினாலும் அடுப்புக் கரி மட்டும் அகன்றதே இல்லை.

இந்தச் சூழ்நிலையில் வளர்ந்தவன் என் மாமன். அம்மாவோடு வரும்போது அவனுக்கும் அவளுக்கும் ஒரு வருஷமே வித்தியாசம். ஆனாலும் அதுவரை அவன் பள்ளிக்கூடம் போனவன் இல்லை. தாத்தா, அம்மாவைப் பெற்றவர்— வீட்டுக்கு வெளியேயும் உள்ளேயும் பிரதானமானத் தொழிலாக ஜோஸ்யத்தை வைத்திருந்தார். ஓழிந்த வேளைகளில் அரசாங்க உத்தியோகமாகிய மணியக்காரத் தொழிலையும் புத்திரோற்பத்தியையும் சேர்த்துக் கவனித்து வந்தார்.

ஜோஸ்யம், மணியம் இரண்டிலும் முதலாவதிலேயே அவருக்குச் சில்லறையும் மதிப்பும் தட்டுப்பட்டதால், நாளடைவில் இரண்டாவதைப் புறக்கணித்து ஜில்லாவிலேயே பெரிய ஜோஸ்யராகப் பிரக்யாதி பெற்றார். கோடை விடுமுறைகளில் நான் தாத்தா வீட்டுக்குப் போகும் போதெல்லாம் பார்ப்பேன். வாசலில் எந்நேரமும் மாட்டு வண்டிகள் அவரைக் கூட்டிச் செல்லக் காத்துக்கொண்டிருக்கும். மாடுகள் அசையும்போதெல்லாம் அவற்றின் கழுத்து மணியும், கொம்புச் சலங்கையும் கிணுகிணுக்கும். கோயில் மணி மாதிரி அச்சப்தத்தை நான் முழுதும் கேட்கத் தோன்றும்.

நன்றாக போஷிக்கப்பட்டுப் பசி அறியாத மாடுகளை, நாள் முழுக்கப் பார்த்துக்கொண்டிருக்கலாம். அரியலூர், நெய்வேலி, ஸ்ரீமுஷ்ணம் என்று பல திக்குகளிலிருந்தும் தாத்தாவுக்கு அழைப்பு வரும். சரிகை அங்கவஸ்திரத்தைப் போட்டுக்கொண்டு தாத்தா அலைந்தவாறிருப்பார். அந்த அலைச்சலில் பிள்ளைகளைப் பற்றி யோசிக்க அவருக்கு நேரம் எங்கே இருக்கப் போகிறது?

மாமனை அப்பா தன்னோடு அழைத்து வந்தது வேரோடு செடியைப் பிடுங்கிப் புதிய மண்ணில் பயிர் செய்ததைப்போலத்தான் அப்பாவுக்கு இருந்தது. அந்த வயசு வரையிலும், மாடு மேய்க்கும் பையன்களோடு கூட்டாளியாக இருந்து மேய்த்ததும், நிழலுக்கு மர மட்டைகளில் ஒதுங்கிப் புரண்டதும் மாங்காய், புளி அடித்து எச்சில் ஊற ஊறத் தின்றதும் தவிர வேறு அறியாதவன்.

அப்பா அவனுக்கு டவுசரும் சட்டையும் தைத்துக் கொடுத்தார். டவுசர் தைப்பது என்றாலே எங்களுக்குக் கிலி அடித்துப் போகும். அப்பா வீட்டில்

இருக்கும் ஆண் பிள்ளைகளையெல்லாம் தையல் கடைக்கு அழைத்துப் போவார். ஒரு பட்டாளம்போல ஒருவர் கையை ஒருவர் பிடித்துக்கொண்டு ஓரமாகவே கடைத்தெருவுக்குப் போவோம். துணிக்கடைக்காரர் ஏற்கெனவே அப்பாவுக்குப் பரிச்சயமானவராகவே இருப்பார்.

இருப்பதிலேயே முரட்டுத்தனமான துணியையே தேர்ந்தெடுப்பார். ஒரு கலர், ஒரு தரம் எங்கள் யாருக்கும் வித்தியாசம் காட்டுவதில்லை. அவர் தையல் கடையில் அப்பா சொல்வார், ‘வளருகிற பிள்ளைகள், அளவு கொஞ்சம்கூடவே வைங்க.’ தையல்காரர் இடுப்புக்கும் முட்டிக்கும் அளவு வைத்து எடுப்பார். நாங்கள் ‘தொடை வரைபோதும்’ என்று அவர் மட்டும் கேட்கும் வரைக்கும் கெஞ்சுவோம்.

அவர், “எனக்குத் தெரியும் தம்பி. நான் தைச்சுக் கொடுக்கிறத பேசாமப் போட்டுக்கோ. சும்மா தெருவில போறவன் கை தட்டிக் கூப்புட்டுப் பொண்ணு கொடுப்பான்” என்று சத்தம் போட்டுச் சொல்வார்.

இடுப்பில் இருந்து முட்டி வரைக்கும் நீண்ட, அகலமான ஒரு முக்கால் பேன்ட்டை, அரைக்கால் சட்டையாகப் போட்டுக்கொண்டு பள்ளிக்கூடம் போகவே அவமானமாக இருக்கும். பள்ளிக்கூடத்தில் சிரிக்காத பையன்கள் யாருமே இருக்கமாட்டார்கள்.

அம்மா தன் தம்பி, தங்கைகளை என்னைப்போலவே வளர்த்தாள். என்னைக் காட்டிலும் அன்பாக வளர்த்தாள். கோபம் வந்தால் தொண்டை அடைக்கக் கத்துவாள். அடுத்த அரைமணியில் எல்லாவற்றையும் மறந்து விடுவாள். அவள் கை அள்ளி அள்ளிப் போடுவதைத் தவிர வேறு எதையும் அறியாதது.

கூடத்தில்தான் நாங்கள் சாப்பிடுவோம். காலை பலகாரத்துக்காகப் போட்ட பந்திப்பாய் ராத்திரி வரைக்கும் சுருட்டப்படாமல் அப்படியே கிடக்கும். வரிசையாக எல்லாரும் உட்காருவோம். மாமன் என் பக்கத்தில்தான் உட்காருவான். வடை போட்டிருந்தால் எனக்கு எவ்வளவு வைக்கிறாளோ அதே எண்ணிக்கையில் அவனுக்கும் வைக்க வேண்டும்.

மாமன் தன் தட்டைப் பார்த்துச் சாப்பிடுவதைக் காட்டிலும் என் தட்டைப் பார்த்துச் சாப்பிட்டதே அதிகம். தன் பிள்ளைக்கும் சகோதரர்க்கும் எந்த வித்தியாசத்தையும் காணாத அம்மாவை, சமயங்களில் அவன் இம்சைப்படுத்துவதைப் பார்க்க எனக்கு எரிச்சலாய் இருக்கும். கறி, மீன், காய் எது இலையில் போட்டாலும் என்னைக் காட்டிலும் குன்றிமணி அவன் இலையில் குறைந்தாலும் எட்டி இலையை உதைப்பான். சாப்பிடாமல் பள்ளிக்கூடம் போவான். அப்பாவிடம் சொல்லி, அப்பாவே சாப்பாட்டுப் பாத்திரத்தைத் தூக்கிக்கொண்டு பள்ளிக்கூடத்துக்கு அனேக தடவை வந்திருக்கிறார்.

கூடத்தில்தான் நாங்கள் படுத்துக் கொள்வோம். வரிசையாகக் கூடத்தின் ஒரு முனை தொடங்கி மறுமுறை வரைக்கும் நாங்கள் வியாபித்துக் கொள்வோம். அங்கிருந்து படுத்தவாறே பார்த்தால் வானம் தெரியும், நிலா தெரியும். தூக்கம் வருகிற வரைக்கும் அம்மா எங்களோடு படுத்துக்கொண்டு இருப்பாள். அம்மாவுக்குப் பக்கத்தில் யார் படுப்பது என்பது குறித்து எங்களுக்குள் பெரும் போட்டி நடக்கும். அம்மாதான் இந்த விவகாரத்தைத் தீர்த்தாள்.

ஒரு நாளைக்கு ஒருத்தர் என்று முறை வைத்துப் படுத்துக் கொள்வோம். அம்மா கதை சொல்வாள். பயங்கரமான கதைகள், ராஜகுமாரன், ராட்சசன் கதைகள். ஒவ்வொரு ராஜகுமாரன் கதையிலும் ராட்சசர்கள் வருவார்கள். ராட்சசர்கள் வேலையே ராஜகுமாரிகளைத் தூக்கிக்கொண்டு போவதாகும். ராஜகுமாரர்கள் வேலை அவர்களை மீட்டு வருவதாகும்.

ராட்சசர்கள் பொதுவாக ஏழுகடல் தாண்டி, ஏழாது கடலின் நடுவில் உள்ள தீவில் குடியிருப்பார்கள். அங்கே திகுதிகுவென்று கொதித்துக்கொண்டிருக்கும் குளம் ஒன்று இருக்கும். அதன் நடுவில் ஒரே ஒரு தாமரைப் பூ இருக்கும். அந்தப் பூவின் நடுவில் ஒரு வண்டிருக்கும். வண்டின் வயிற்றில் ராட்சசர்களின் உயிர் இருக்கும். ராஜகுமாரர்கள் அந்த வண்டை நசுக்கி, ராட்சசர்களைக் கொன்று, ராஜகுமாரிகளைச் சிறை மீட்டு ஊர் திரும்பும்போது நாங்கள் தூங்கியிருப்போம்.

நான் படித்த பள்ளிக்கூடத்தில்தான் மாமனும் படித்தான். அப்பாவின் செல்வாக்கு பத்து வகுப்பு வரைக்கும் அவனுக்குத் துணை செய்தது. மெட்ரிகுலேஷன் பரீட்சையில் அப்பாவின் செலவாக்கு செல்லுபடியாகவில்லை. தட்டுத் தடுமாறிக்கொண்டு மாமன் பரீட்சை எழுதி பயிற்சிக்குப் போய் வாத்தியாராகவும் ஆனான். அப்பாவின் பணம் உத்தியோகம் சம்பாதிக்கவும் கல்யாணம் பண்ணவும் தனி வீடு ஏற்பாடு செய்யவும் குடித்தனம் வைக்கவும் எனப் பல வகைகளில் மாமனுக்குப் பயன் தந்தது. அம்மா மாமன் கல்யாணத்துக்கு ஆன பெருந்தொகையை பின்னாளில் பசித்த போதெல்லாம் கணக்குப் பார்ப்பாள்.

மாமனுக்கு வாய்த்த மாமியும் சொந்தத்தில் இல்லாமல், புது உறவில்தான் அப்பா பார்த்து ஏற்பாடு செய்தார்.

மாமன் புதிதாக உத்யோகம் பார்க்கும் ஊருக்கு நாங்கள் குடும்பத்தோடு போனோம். அப்பா, அம்மா, நான், என் சின்னம்மா, மாமன்மார்கள் எல்லோரும். ஓர் ஆற்றங்கரையை ஒட்டிய சிமிழ் மாதிரியான வீடு. அண்டா முதற்கொண்டு தேக்கரண்டி வரைக்கும் எடுத்துக்கொண்டு போயிருந்தோம். வீட்டு வாசலில் ஒரு வயசான கொடுக்காப்புளி மரம் இருந்தது. ஏராளமானச் சுளைகள். முதலில் பயந்துகொண்டேதான் கல் எறிந்தோம். யாரும் கேட்கவில்லை. தைரியமாகக் கல்லை விட்டு சுளை அடித்துச் சாப்பிட்டோம்.

கொல்லைப் பக்கம் வந்து விட்டதாகச் சொல்லி ஒரு சிறுவன் சாரைப்பாம்பை அடித்துக் கொன்று அதன் கழுத்தில் சுருக்கிட்டு தெருத் தெருவாக இழுத்துச் சென்றான். நான் பார்க்காமல் ஓடி வந்து விட்டேன். வீட்டுக்கும் பள்ளிக்கூடத்துக்கும் கொஞ்சம் தூரம் என்றானாம் மாமன். அப்பா பிரஞ்சு சைக்கிள் வாங்கிக் கொடுத்து அனுப்பினார். பிரஞ்சு சைக்கிள் கன்றுக்குட்டிபோல இருக்கும்.

மாமனும் மாமியும் செய்த சம்சாரம் ரொம்ப விசேஷமானது. மாமன் ஊரில் உள்ள பெரிய தனக்காரரோடே பழக்கம் வைத்துக் கொள்வான். பெரிய தனக்காரர்கள் பொதுவாக எழுத படிக்கத் தெரியாதவர்களாகப் பெரும்பாலும் இருக்க நேர்வதால் ஒரு வாத்தியாரின் உறவு அவர்களுக்கும் தேவையாகவே இருக்கும். தாசில்தார் ஆபீசு, பத்திரங்கள் பதிவு பண்ணும்

ஆபீசு போன்ற அவர்கள் போக வேண்டிய விவகாரங்களுக்கெல்லாம் மாமன் போவான். இது அவன் கையில் பணம் புழங்க ஏதுவாகியது.

பெரியவர்கள் வீட்டு வெள்ளாமையில் மாமன் பங்கு கணிசமாக இருக்கும். அறுவடையாகி, உரியவர்கள் வீட்டுக்கு நெல் மூட்டைகள் போகும்போது மாமனுக்கு ஒன்றாவது கிடைக்கும். ஒருமுறை பள்ளிக்கூடத்துக்கு லீவுபோட்டு விட்டு பெரியவர் வீட்டு செக்கில் எண்ணெயாட்டினான். செக்கில் மாமனே உட்கார்ந்து சுற்றிச் சுற்றி வந்ததை நானே பார்க்க நேர்ந்தது. சாயங்காலம் ஆள் ஒருத்தன் சின்னச் செம்பு ஒன்றில் நல்லெண்ணெய்கொண்டு வந்து மாமியிடம் கொடுத்தான். மாமனிடம் படித்த மாணாக்கர்கள் அளவுக்கதிகமான குரு பக்தி வாய்ந்தவர்கள். மாமனின் கோரிக்கையை ஏற்றுக்கொண்டு அவர்கள் அவர்களால் முடிந்த அவர்கள் வீட்டுத் தோட்டத்துக் காய்கறிகளைக்கொண்டு வந்து காணிக்கை செலுத்தினார்கள்.

வாத்தியார் உத்யோகத்தில் லீவு ஓர் விசேஷம் அம்ச ஆகையால், மாமன் அவன் விடுமுறையைப் பயன் உள்ள முறையில் கழித்தான். பயன் அவனுக்குத்தான். விடுமுறைக் காலங்களில் வீட்டைப் பூட்டிக்கொண்டு குடும்பத்தோடு கிளம்பி விடுவான். மாமியையும், பிறந்த குழந்தைகளையும் தன் மாமனார் வீட்டில் விட்டு விடுவான். மாமன் மட்டும் தனியாகக் கிளம்பி, தன் பந்து ஜனங்கள் எல்லோருடைய வீட்டுக்கும் விஜயம் செய்வான். பெரும்பாலோர் வீடுகளில் வயதுக்கு வந்த பெண்ணோ அல்லது பெண் தேடிக்கொண்டிருக்கும் இளைஞர்களோ இருக்கவே செய்தார்கள். மாமன் ஜாதகங்களை வாங்கிக்கொண்டு மாப்பிள்ளைகளையும் பெண்களையும் தேடிக்கொண்டு அலைவான்.

இந்த விதமான யாத்திரைகளுக்கென பெண்ணைப் பெற்றவர்கள் அரும்பாடுபட்டு உழைத்துச் சேர்த்த பணத்தை வைத்துக்கொண்டு மாமனின் வருகைக்குக் காத்திருந்தார்கள். மாமன் சௌகரியமாகக் காலம் தள்ளுவான். இது மாதிரியான பொதுப் பணிகளில் மாமனுக்கு, வாகன யோகம், பணப் பிராப்தி முதலியவை கிடைக்க விடுமுறை இனிதே கழியும். கால் பரீட்சை லீவு சமயங்களில் தீபாவளி வரும். அரைப் பரீட்சை லீவு சமயங்களில் பொங்கல் வரும்.

பண்டிகைக் காலங்களில் மாமன் குடும்பத்தோடு எங்கள் வீட்டுக்கு வந்துவிடுவான். பண்டிகைக்காகப் புதுத் துணிகள் வாங்க அப்பா மாமனையும் எங்களையும் அழைத்துக்கொண்டு கடைக்குப் போவார். எல்லாருக்கும் புதுசு எடுத்துக் கொடுப்பார் அப்பா. முழுப்பரீட்சை லீவு காலங்களில் மாமன் குடும்பத்தோடு எங்கள் வீட்டில்தான் இருப்பான். அந்தக் காலத்தில் முழுப்பரீட்சை லீவு என்பது மூன்று மாதம் முழுசாக வரும். மாதத்தின் முதல் நாள் அம்மாவிடம் அஞ்சு ரூபாய் வாங்கிக்கொண்டு நான் வேலை பார்க்கும் ஊருக்குப் போய் சம்பளத்தை வாங்கி, பாங்க்கில் போட்டு விட்டு சாயங்காலம் ஊர் திரும்பிவிடுவான். அம்மா சொல்லி எனக்கு ஞாபகம் இருக்கிறது. ஒவ்வொரு முழுப்பரீட்சை முடிந்து வேலைக்குச் சேர்ந்த போதெல்லாம் மாமன் மூன்று பவுன் வாங்குவானாம். மாமி ஒரு காசு மாலை போட்டிருப்பாள். அதில் மூணு பவுனையும் சேர்த்து விடுவானாம்.

அப்பா இப்போதெல்லாம் கொஞ்சம் கொஞ்சமாக இளைத்துக்கொண்டு வருவதாகப் எனக்குப் பட்டது. நான் பத்தாம் வகுப்புப் படித்துக்கொண்டிருந்த

நேரம், அப்பா வீட்டில் பெரும்பாலும் சாய்வு நாற்காலியில் படுத்துக் கிடப்பார். அம்மா சொல்லித்தான் தெரிந்துகொண்டேன். அப்பா தோற்றுப் போனார். இருந்த சொத்துக்களையெல்லாம் விற்று கடன்கள், எல்லாவற்றையும் அடைத்தார்.

அதற்கு முன்னமேயே என் சின்னம்மாமார்கள் அனைவரும் தங்களுக்கு விதிக்கப்பட்ட கணவர்மார்களின் கைவிரல்களைப் பற்றிக்கொண்டு கரையேறிவிட்டிருந்தார்கள். அப்பாதான் கரையேற்றி வைத்தார்.

இல்லாமை வீட்டில் குடிபுகுவதை நான் என் கண்களால் அந்தக் காலத்தில் பார்த்தேன். திடுதிப்பென வீட்டில் இருள் புகுந்ததுபோல, வீடு முழுக்கவும் கொத்துக் கொத்தாக இருட்டு மண்டியிருந்தது. எத்தனை விளக்கு வைத்தாலும், போகாத இருட்டாய் இருந்தது அது. அலமாரிகள் எல்லாம் வயசான கிழவன் பிராயசைப்பட்டு நிற்பதுபோல நின்றிருந்தன. வீட்டுச் சுவர்கள் இத்து விழுந்தன. அம்மா அப்பாவின் சட்டையை நாள் முழுக்கக் கிழிசல் தைத்துக்கொண்டிருந்தாள். மாமன் இப்போதெல்லாம் விடுமுறைகளில் வருவது நின்றிருந்தது. அப்பாவுக்கு ரொம்பவும் வருத்தம். அம்மா, “மரம் பழுக்கல்லே. வௌவாலும் வரல்லே” என்றாள் ஒருநாள். அப்பா சுருட்டை இழுத்து விட்டுக்கொண்டு சொன்னார். “என்ன இருந்தாலும் அவன்தான் என் மூத்த மகன்” பிறகு இருமினார்.

அப்பா எனக்குக் கல்யாணம் ஏற்பாடு செய்தார். நிச்சயதார்த்தத்துக்கு மாமன் வரவில்லை. அம்மா சொன்னாள். “பணம் கேட்போம் என்று அவன் வரவில்லை” என்று. கல்யாணத்துக்குப் பத்திரிகை வைக்க அப்பா மட்டும் மாமா ஊருக்குப் போனார். அம்மா வர மறுத்துவிட்டாள். வெயிலில் பஸ்ஸைவிட்டு இறங்கி தலையில் துண்டைப் போர்த்துக்கொண்டு மாமன் வீட்டுக்குப் போயிருக்கிறார்.

மாமனின் மாமனார் மட்டும் இருந்திருக்கிறார். மாமி புதுசாக வாங்கிய நிலத்தைப் பார்வையிடப் போயிருந்தாளாம். சொல்லி அனுப்பி மாமனை வரவழைத்திருக்கிறார்கள். அப்பா வைத்த பத்திரிகையை வாங்கிக்கொண்டு மாமன் “லீவு கிடைக்கிறது கஷ்டம். கிடைத்தால் வருகிறேன்” என்றானாம்.

மாமனின் மாமனார் மட்டும் அப்பாவை வழியனுப்ப பஸ் ஸ்டாண்டு வரைக்கும் வந்தாராம். வரும்போது அவர் சொன்னாராம் “அண்ணாச்சி! நன்றி கெட்ட உலகம் அண்ணாச்சி இது. நீங்க மட்டும் இல்லேன்னா, இவனெல்லாம் நடுத்தெருவில் நின்று இரந்து கஞ்சி குடிக்க வேண்டியவனுக. உங்களால படிச்சு, கல்யாணம் பண்ணிக்கிட்டு, ஆளாவும் ஆயிட்டான் என் மாப்பிள்ளை. இப்ப நீங்க நொடிச்சுப்போயிட்டீங்க. உங்களுக்குக் கொடுத்து உதவ வேண்டியது அவன் கடமை. கூசாமே பணமே இல்லேன்னு உங்க முகத்தைப் பார்த்துச் சொல்ல முடியுது பாருங்க அண்ணாச்சி! நேத்துதான் வீடு ஒன்னு பாருங்கன்னு, என்கிட்டே பத்தாயிரம் கொடுத்து வச்சிருக்காரு. ஊம்... என் மாப்பிள்ளையா இருந்தா என்ன. நியாயம் பொது அண்ணாச்சி. இதுக்கு அவரு அனுபவிப்பாரு. நீங்களே உங்க கண்ணால பாப்பீங்க...” என்று குறையாகச் சொன்னாராம் கிழவர்.

“ஒருத்தனிடம் பணம் இருந்தா நமக்கு அதைத் தரணும்னு விதியா? நான் அவனுக்குச் செஞ்சது ஒரு தகப்பன் மகனுக்குச் செய்யற மாதிரிதான்,

கடன் இல்லே. அதை அவன் திருப்பி அடைக்க வேண்டிய கட்டாயமில்லே" என்று அப்பா சொல்லிவிட்டு வந்தாராம்.

எனக்குக் கோயிலில்தான் கல்யாணம் நடந்தது. ஐயர் அம்மான் வரிசை என்றதும் என் பக்கத்தில் உட்கார்ந்திருந்த என் ஒன்று விட்ட தாய் மாமன் யதார்த்தமாக என் விரலைப் பிடித்து மோதிரம் போட்டு விட்டார். என் கல்யாணத்துக்குத் தனியாக வந்த என் மாமனுக்கு அது அவமானமாகப் போய் விட்டதாம்.

முறையான தாய்மாமன் நான் இருக்க, யாரோ ஒருவன் எனக்கு முதல் மரியாதை செய்தது தன்னைத் திட்டமிட்டு அவமானம் செய்வதாக இருக்கிறதாம். மாமன் கூரைக்கும் தரைக்குமாகக் குதித்தான். பிறகு எனக்கென்று செய்துகொண்டு வந்திருந்த வரிசைகளை, தான் திரும்ப எடுத்துக்கொண்டு போவதாகச் சொல்லிவிட்டுப் போய்விட்டான்.

அப்பாவுக்குத்தான் ரொம்ப வருத்தம். அம்மாதான் சொன்னாள். போகட்டும் விடுங்க அவன் நோக்கம் எனக்குத் தெரியும், நானும் அவனும் இருந்த வயிறு ஒண்ணுதானே! ஏதாவது சாக்கு கிடைக்காதான்னு அலைஞ்சிட்டு இருந்தான் அவன். யதார்த்தமா நடந்ததைப் பிடிச்சுக்கிட்டு உறவை அறுத்துக்கிட்டுப் போயிட்டான். பிள்ளைக்கு மோதிரம் போடறது தப்பிச்சுட்டுது. பிள்ளையும் பெண்ணையும் அழைச்சுக்கிட்டுப் போயி விருந்து பண்ணி வைச்சு, துணி எடுத்துக் கொடுக்கிறதும் இப்ப இல்லாமப் போச்சு. ஆக மொத்தத்தில் ஒரு ஐநூறு ரூபாய் அவனுக்கு மிச்சம். ஆனா நமக்கு? இந்தக் கழுதைங்கள்ளாம் நம்மை விட்டு ஒழிஞ்சுதுன்னு நிம்மதி!" என்றாள். முந்தானையை வாயில் பொத்திக்கொண்டாள்.

மாமன் உறவு மண்ணோடு போச்சென்று இருந்தேன். இதோ மீண்டும் பல வருஷங்களுக்குப் பிறகு வந்திருக்கிறான். ராத்திரி சாப்பிட்டு முடித்து காற்றுக்காக அம்மா வாசலில் வந்து உட்கார்ந்தபோது நான் கேட்டேன். அப்பா வாசலில்தான் சாய்வு நாற்காலியில் படுத்திருந்தார்.

"இன்னிக்கு உன் தம்பி வந்திருந்தானே காலையில், என்ன விசேஷம்?"

"ஆமா, காலைல வந்தான் கடன்காரன். இவனுகளுக்குச் செஞ்சு அழிஞ்சது போதாதுன்னு, இவன் பிள்ளையைப் படிக்க வைக்கணுமாம். இந்த ஊருலதான் நல்ல பள்ளிக்கூடம் இருக்குதாம். காலேஜ் இருக்குதாம் — என்னை ஆளாக்கின மாதிரி என் பிள்ளையையும் ஆளாக்கி விடுங்கன்னான்."

அப்பா இடைமறித்தார்.

"என் கிட்ட சொல்லவே இல்லையே இத..."

"ஆமா, ஒரு பெரிய மனுஷன் விவகாரம்தான் இது உங்ககிட்ட சொல்றதுக்கு, நன்னி இல்லாத பய. எந்த முகத்தை வைச்சுக்கிட்டு உள்ளே வந்தேடா பாவின்னேன். அக்கா, அக்கான்னு அழுதான். போதும் அக்கா, தம்பி உறவெல்லாம் அன்னைக்கே போச்சு போடா... ஒரு மனுஷன் கிடைச்சா அவரைக் கடைசி வரைக்கும் கசக்கிப்பிழிஞ்சுதான் விடுவீங்களான்னேன். பசியோ பட்டினியோ கொஞ்ச நாளைக்கு நாங்க இப்படியே இருந்து காலத்தைக் கழிச்சிடறோம். உங்க காத்துக்குகூடக் கொள்ளிக் கண்ணு. வேண்டாம் உங்க சங்காத்தமேன்னேன். ஒரு வழியாப் போயித் தொலைஞ்சான்."

பிரபஞ்சன் ✶ 143

"நல்ல காரியம் பண்ணே நீ இன்னிக்கு" என்று நான் சொன்னேன்.

அப்பாவின் கருத்தை அறிந்து கொள்வதில் எனக்கு அக்கறை. அவரையே பார்த்துக்கொண்டிருந்தேன். அப்பா சுருட்டில் ஆழ்ந்திருந்தார். பிறகு சொன்னார்.

"நீ செஞ்சது தப்பு. அவன் சின்னப் பையன். அறியாமே தப்புப் பண்ணிட்டான். நாமளும் அதே தப்பைப் பண்ணக்கூடாது. பெரியவங்க பெரியவங்களா நடந்துகிட்டாதான் நல்லது" என்றார் அப்பா.

"ஆமா, வேதாந்தம் பேசியே வீணாப் போயிட்டீங்க நீங்க. என் தம்பி எனக்கே வேணாம்னுட்ட பின்னால, நீங்க ஏன் சேத்து சேத்துப் பிடிச்சுக்கிட்டு நிக்கிறீங்க?"

"பேசாம சட்டி சுட்டது கைவிட்டதுன்னு கெடங்க..." என்றாள் அம்மா.

அம்மாவுக்குக் கோபம். இனிமேல் எதுவும் பேசமாட்டார். நான் வானத்தைப் பார்த்தேன். வானத்தை அடைத்துக்கொண்டு நட்சத்திரங்கள் கிடந்தன. ஒற்றை நட்சத்திரம் சர்ரென்று கீழ் இறங்கி அப்படியே நின்றது.

அடுத்த நாள் மத்தியானம் சாப்பாட்டுக்கு வீட்டுக்குப் போயிருந்தேன். அப்பா சாப்பிட்டுக்கொண்டிருந்தார். அவர் பக்கத்தில் பதினாலு பதினைஞ்சு வயசுப் பையன் ஒருவன் உட்கார்ந்து குனிந்து சாப்பிட்டுக்கொண்டிருந்தான்.

அம்மா என்னைக் கிணற்றுப் பக்கம் அழைத்துப் போய்ச் சொன்னாள்.

"ஆனாலும் உங்க அப்பாவுக்கு இந்த வைராக்கியம் ஆகாதுடா... விடிஞ்சதும் விடியாம எழுந்து எங்கியோ போறார்னு பார்த்தேன். நேரா உங்க மாமா வீட்டுக்குப் போயிருக்காரு. பையனைக் கையோட அழைச்சுக்கிட்டு உடனே வந்திட்டாரு. உங்க அப்பாவை மீறி நான் என்ன பண்ண? படியேறி வந்துட்டான் குழந்தை. கிடக்கட்டும் குழந்தைங்க மந்தையாட்டும் இருந்த இடத்துல ஒன்னாவது இருந்துட்டுப் போவட்டும்... என்ன சொல்றே...!"

அம்மா ஏதோ என் அனுமதிக்குக் காத்திருப்பதுபோல நின்றாள். நான் பதில் பேசாமல் கூடத்துப்பக்கம் வந்தேன். பையன் கவிழ்ந்து சாப்பிட்டுக்கொண்டிருந்தான். இலையில் பெரிய மீன் தலையும் இரண்டு துண்டங்களும் இருந்தன. அப்பா உடம்புக்கு ஒத்துக் கொள்ளவில்லை என்று எப்போதோ மீன் சாப்பிடுவதை நிறுத்தி விட்டிருந்தார். அப்பா வற்றலைத் தொட்டுக்கொண்டு சாப்பிட்டார்.

1980

சைக்கிள்

கன்றுக்குட்டி மாதிரி நின்றிருந்தது சைக்கிள். வலது கைப்பக்கம் தலையைத் திருப்பிக்கொண்டு, கன்றுக்குட்டி பார்ப்பதுபோலவே மாமாவைப் பார்த்துக்கொண்டிருந்தது.

நடுக்கூடத்தில் கோவணத்தோடு உட்கார்ந்துகொண்டார் மாமா. அவருக்கு முன்னால் அரைப்படி நல்லெண்ணெய்க் கிண்ணம். அவ்வளவையும் உச்சி முதல் உள்ளங்கால் வரைக்கும் அரைக்கித் தேய்த்து உடம்புக்குள் இறக்கியாக வேண்டும் மாமாவுக்கு 'சனி நீராடு' என்கிற வாக்கியத்தை அசரீரி உத்தரவாகவே எடுத்துக்கொண்டு சனிக்கிழமை அரை நாளை எண்ணெய் ஸ்நானத்துக்கென்று அவர் அர்ப்பணித்துக்கொண்டார்.

முதலில் எண்ணெய்க் கிண்ணத்தில் நடுவிரலை விட்டு, மூன்று சொட்டு எண்ணெயைத் தரையில் வைப்பார். அந்த மூன்று புள்ளிகளையும் வழித்துத் தலையில் தேய்த்துக்கொண்ட பிறகுதான் உள்ளங்கையில் எண்ணெயை விட்டு உச்சந்தலையில் ஆவி பறக்கத் தேய்ப்பார். "கோலம் மாதிரி புள்ளி வைக்கறீங்களே... எதுக்கு மாமா...?" என்று ஒரு நாள் அவரைக் கேட்டேன்.

"என்னமோ... எங்க அப்பா அப்படிப் பண்ணுவார். நானும் பண்றேன்."

உடம்பு முழுக்க அரைப்படி எண்ணெயையும் செலுத்தியான பிறகு சைக்கிளண்டை வருவார். அதற்குள் சைக்கிளண்டை தேங்காய் எண்ணெய்க் கிண்ணமும், துணிக்கிழிசலும் வந்துவிட வேண்டும். சுலோச்சனா அத்தை தவறாமல் இதைச் செய்துவிடும். இல்லையெனில் மாமாவுக்குக் கோபம் பொத்துக்கொண்டு வரும். "ஒரு அற்ப காரியம். இதைச் செய்யத் துப்பில்லடா உங்க அத்தைக்கு. இவளைக் கட்டிக்கிட்டு சீரழிறதைக் காட்டிலும் ஒரு கழுதையைக் கட்டிக்கிட்டு குடும்பம் நடத்தியிருக்கலாம்" என்பார்.

நெருப்பு வைக்காமல் பேசத் தெரியாது அவருக்கு. சுலோச்சனா அத்தை எனக்கு அம்மாவுக்கும் மேலே. என் மேல் அத்தனை அன்பாக இருக்கும். திருப்பி மாமாவைச் சூடாக ஏதேனும் கேட்க வேண்டும் போல் இருக்கும் எனக்கு. “வெளியே போடா நாயே...” என்று அந்த நிமிஷமே சொல்லி விடுவார். அப்புறம் வீட்டுக்குள் தலைகாட்ட முடியாது. சுலோச்சனா அத்தையைக்கூடப் பார்க்காமல் இருந்து விடலாம்தான். அத்தையின் பெண் சுமதியைப் பார்க்காமல் என்னால் இருக்க முடியாதே. சோப்புப் பெட்டி மாதிரி சிக்கென்று அழகாக, அளவாக இருக்கிற சுமதி.

பெரும்பாலும் சனிக்கிழமை எனக்கு விடுமுறையாகவே இருக்கும். காலையே பலகாரம் சாப்பிட்ட கையோடு அத்தை வீட்டில் ஆஜராகி விடுவேன். மாமா சைக்கிளுக்கு எண்ணெய் போடும்போது நான் உடன் இருக்க வேண்டும்.

முதலில் துணியால் சைக்கிளின் மேல் படர்ந்திருக்கும் தூசு தும்பைத் துடைக்க வேண்டும். மாமா சைக்கிளுக்குப் பக்கத்தில் சம்மணம் போட்டு உட்கார்ந்துகொண்டு செயினின் ஒவ்வொரு பல்லுக்கும் சொட்டுச் சொட்டாக எண்ணெய் விடுவார். துணியில் லேசாக எண்ணெய் தொட்டுக்கொண்டு பட்டறை, ஹாண்டில் பார், குறுக்குப் பட்டைகள் எல்லாவற்றுக்கும் மினுமினுப்பு ஏற எண்ணெய் போடுவது என் பொறுப்பு. சக்கரப் பட்டையும், பட்டறையும் சும்மா பற்றிக்கொண்டு எரிகிற மாதிரி இருக்க வேண்டும் மாமாவுக்கு. சைக்கிளுக்கு எண்ணெய்க் காப்பு முடிந்ததும், கொஞ்சம் தள்ளி நின்று அதைப் பார்ப்பார். குழந்தையைப் பார்க்கிற உற்சாகம் அவர் முகத்தில் ததும்பும். அப்புறம் பெடலை வேகமாக மிதித்துச் சக்கரத்தைச் சுழல விடுவார். சக்கரம் மயங்கிக்கொண்டு சுற்றும். சரக்கென்று பிரேக் போடுவார். உதறிக்கொண்டு நிற்கும் சக்கரம். சைக்கிள், சுமதி, நான் மற்றும் அத்தை எல்லோரும் தன் பிடிக்குள் இருக்கிறார்கள் என்கிற நம்பிக்கையோடு குளிக்கப் போவார்.

சைக்கிளை அவர் தவிர வேறு யாரும் தொடக்கூடாது. ஒருமுறை, மாமா அப்பால் போனதும், பெடலை வேகமாகச் சுழற்றி பிரேக் போட்டேன். வந்து விட்டார் மாமா. “கையை எடுடா கம்மனாட்டி” என்றார்.

அது பிரான்ஸிலேயிருந்து வந்த சைக்கிள். அந்தத் தேசத்திலிருந்து வந்த எதுவும் அவருக்கு உன்னதம். வெள்ளைக்காரர்கள் அவருக்குக் கடவுள் மாதிரி. (நாங்கள் இருந்தது பாண்டிச்சேரியில். பிரெஞ்சு ஆட்சி நடந்து வந்த காலம்)

மாமா குளியல் அறைக்குள் போன பின்னால், எனக்குக் காப்பி வரும். அத்தை சுமதியிடம் கொடுத்தனுப்பும். ஒரு சனிக்கிழமையின் அற்புதமான கணம் அது. நானும் சுமதியும் பேசிக் கொள்ள ஒன்றுமில்லை. பேசினால் தானா? ‘ரொம்ப சூடாக இருக்கே காப்பி. ஆற்றிக் கொள்ள இன்னொரு டம்ளர் கொடேன்’ என்று நான் ஏதேனும் பேசத் தோன்றும். அதுவே போதும்தானே?

குளியல் அறையிலிருந்து கதம் சோப்பின் மணம் கூடத்துக்கு வந்தது. உடம்பைச் சிலிர்க்க வைக்கிற மணம். மல்லிகையா? மருக்கொழுந்தா? ஜவ்வாதா? எல்லாம் கலந்து, ஒரு மணம். கப்பல் வழி வந்த சோப். மாமா குளிக்காமல் இருப்பார். ஆனால் வேறு சோப்பைத் தொடமாட்டார்.

"வைத்தி சாப்புட்டானா" என்று கேட்டுக்கொண்டே குளியல் அறையிலிருந்து வெளி வந்தார்.

"நான் வீட்டுல ஆப்பம் சாப்பிட்டுதான் மாமா வந்தேன்."

"பரவாயில்லை, ரெண்டு தோசை சாப்பிடு."

அதற்கு மேல் நான் ஒன்றும் பேச முடியாது. சனிக்கிழமை மாமா எண்ணெய்த் தலை முழுகுகிற அன்றைக்கு காலையில் தோசையும், போட்டிக் கறியும். மத்தியானம் கறிக்குழம்பும், ஈரல் வறுவலும், ராத்திரியில் ரொட்டியும் கறிக்குழம்பும். உலகம் புரண்டாலும் இந்த 'மெனு' மாறக்கூடாது.

தோசை வந்தது. சாப்பிடத் தொடங்கினேன். மாமா அறையிலிருந்து பவுடர் வாசனை வந்தது. இதுவும் கப்பல் சரக்குத்தான். இதன் பேர்கூட எனக்குத் தெரியாது. நாங்கள் 'குட்டிக்கூரா'வைத் தாண்டி வந்திருக்கவில்லை. மாமா உபயோகிப்பதோ, ஒரு வெள்ளைக்கார வாசனை. பந்து மாதிரி மேலே சுருட்டித் தூக்கிப் போகிற, பக்கென்று மூக்கை இடிக்காத, வருடிக் கொடுக்கிற நாகரிகமான வாசனை.

அரைமணியில், வெளியே கிளம்புகிற ஆடையோடு மாமா வெளிப்பட்டார். பட்டுச்சட்டை, வாயில் வேஷ்டி, மஞ்சளும் இல்லாத சந்தன நிறமும் அல்லாத ஒரு வண்ணச் சட்டை, புத்தம் புதிது. வெயில் பட்டால் எரிகிற மாதிரி மினுக்கும் சட்டை.

"சட்டை ரொம்ப நல்லா இருக்கு மாமா."

"சும்மாவா? கப்பல்ல வந்த பட்டுடா. இந்த மாதிரி உங்க நாட்டுல ஒரு பயலுக்கு நெய்யத் தெரியுமா? சும்மா, உங்க அப்பன் மாதிரி வேலையத்த ஆளுக வெள்ளைக்காரனை 'வெளியேறுங்க வெளியேறுங்க'ன்னு கத்திக்கிட்டு இருந்தா ஆச்சா? வெள்ளைக்காரன் போயிடுவானா? இந்த மாதிரி ஒரு சைக்கிள், கச்சிதமா, கனம் இல்லாமே நாள்பட்டு உழைக்கிற மாதிரி ஒண்ணு பண்ண முடியுமாடா இந்த ஊர் ஆளுங்களாலே? காந்தி சொன்னாருன்னு கோணித் துணியைக் கட்டிக்கிட்டுத் திரிஞ்சா, வெள்ளைக்காரன் பயந்துடுவானாக்கும்" என்றவாறு சைக்கிளின் ஸ்டாண்டை நீக்கினார். ஸீட்டை மெதுவாகத் தடவிக் கொடுத்தார்.

கோணித்துணி என்றது கதரை. காந்திக் கட்சிக்காரனான என் அப்பாவைச் சொன்னால், அத்தைக்குச் சுருக்கென்னும். "சும்மா எதுக்கு எங்க அண்ணனைப் பேசறது" என்று கேட்டது அத்தை.

"அடடே... டே... டே" என்று பவிஷு காட்டினார் மாமா. அப்புறம் "நான் துரையைப் பார்த்துப் போட்டு வந்துடறேன். கோயில் பண்டாரம் வந்தான்னா இருக்கச் சொல்லு" என்று கிளம்பினார்.

மாமாவுக்கு மல்லாக்கொட்டை ஏற்றுமதி வியாபாரம். அதன் தொடர்பாக வெள்ளைக்காரத் துரைமார்களின் சினேகிதம் அவருக்கு. அதில் மார்த்தேன் துரையோடு அவருக்கு நெருக்கம். மார்த்தேன்தான் அவருக்கு மதுப்பழக்கத்தை ஏற்படுத்தியவன்.

சனிக்கிழமை எண்ணெய்க் குளியல் முடித்துக் கிடங்குக்குப் போய் மேற்பார்வை பார்த்துவிட்டுப் பன்னிரண்டு மணி அளவில், மாமா வீடு திரும்பினால், மிளகு ரசம் தயாராய் இருக்க வேண்டும். ரசம் குடித்து, அரை மணி கழித்துச் சாப்பிட்டுப் படுத்தால் உடம்பு வலியெல்லாம் ஓடிப் போய்விடும் என்று மாமா நம்பினார். மார்த்தேன் ஒருமுறை சொன்னாராம்.

“ரம் சாப்பிடுங்க மூஸே நட்ராஜன். ரம் கொஞ்சம் சாப்பிட்டு, அப்புறமா சாப்பாடு எடுத்துக்கிட்டுப் படுங்க. ரெண்டு மணி தூங்கி எழுந்தீங்கன்னா, உடம்பு வில்லு மாதிரி வளையாதா?”

மர்த்தேன் ஒரு பாட்டில் ரம்மும் வாங்கிப் பழக்கப்படுத்தி அனுப்பி வைத்தானாம். மர்த்தேன் வாக்கை வேதமாக ஏற்று ஒழுகி வந்தார் மாமா.

மத்தியானம் வந்தபோது அவருக்காகப் பண்டாரம் காத்திருந்தார். “பண்டாரம், திருவிழா ஏற்பாடெல்லாம் ரொம்பப் பிரமாதமா இருக்கணும்... போன வருஷம் மாதிரி இல்லே இந்த வருஷம். துரைமாருங்கள வரச் சொல்லியிருக்கேன். துரை கூத்துப் பார்க்கோணும்னார். மாலையெல்லாம் பெரிசா, நறுவிசா இருக்கணும். துணைக்கு இவனையும் வச்சுக்கோ...”

திரெளபதி அம்மன் ஒரு நாள் உற்சவத்தை மாமா ஏற்றுச் செய்தார். அவர் பொறுப்பேற்றுச் செய்கிற நாள், ரொம்ப விசேஷமாக மற்ற நாள்களைக் காட்டிலும் வித்தியாசமாக இருக்க வேண்டும் என்று நினைப்பார். கூட வெள்ளைக்கார அதிகாரிகள் வேறு விழாவிற்கு வருகிறார்களே. மாமாவுக்குப் பரபரப்பு, என்னையும் பண்டாரத்தையும் விரட்டி விரட்டி வேலை வாங்கினார்.

அன்று மாமா ரொம்பக் கலையாகக் கம்பீரமாக இருந்தார். பட்டுச் சட்டையும், பட்டு வேஷ்டியும், பட்டுச் சால்வையும் மேலே என்னமோ பிரான்ஸ் சென்ட் தடவியிருந்தார். கிட்டே போய் முகர்ந்து பார்க்கத் தூண்டும் வாசனை. அத்தை, நான், சுமதி எல்லோரும் கோயிலுக்கு நடந்தோம். முன்னே மாமா தலை நிமிர்ந்து இரண்டு பக்கமும் கம்பீரமாகப் பார்த்துக்கொண்டு நடந்தார். கிட்டத்தில்தான் கோயில். ஆகவே மாமாவின் சைக்கிளை நான் தள்ளிக்கொண்டு நடந்தேன். ஆசை தீரப் பிரேக் போட்டுக்கொண்டும், தள்ளிக்கொண்டும் நடந்தேன். ஏறி ஒரு வட்டம் அடித்தால் தேவலை என்றிருந்தது. மாமா கொன்று விடுவாரே!

உள்ளே போய் சுவாமி தரிசனம் பண்ணிக்கொண்டு மைதானத்துக்கு வந்தோம். கூத்துக் கம்பத்துக்கு முன்னால் நாலு நாற்காலிகள் போட்டிருந்தார்கள். கீழே ஜமக்காளம். நாங்கள் ஜமக்களாத்தில் அமர்ந்துகொண்டோம். மாமா நாற்காலி ஒன்றில் அமர்ந்துகொண்டார். வெளிச்சம் இன்னும் இருந்ததால் கியாஸ் லைட் பொருத்தம் இல்லாமல் எரிந்துகொண்டிருந்தது. சரியாக ஆறு மணி அடிக்கும்போது, மர்த்தேன் துரை மனைவியுடன் வந்தார். கூடவே ஒரு போலீஸ்காரத்துரையும் வந்தார். மாமா எழுந்தோடிச் சென்று நாற்காலியில் உட்காரச் செய்தார். கோயில் காரியக்காரர் வந்து மூன்று பேருக்கும் மாலை போட்டார். வெள்ளைக்காரர்கள் ரொம்ப சந்தோஷமாக நீலக் கண்ணால் சிரித்தார்கள். செம்பட்டைத் தாடி மர்த்தேனுக்கு. இன்னொருவருக்கு வெறும் சிவப்பு மீசை. மஞ்சள் வெண்ணெயில் குங்குமம் போட்டுக் கலந்த மேனி.

மாமா அனுமதியுடன் கூத்துத் தொடங்கியது. ‘கர்ணமோட்சம்’ துரியோதனன் வந்து ஆக்ரோஷமாக வட்டமடித்து ஆடிப் பேசி உள்ளே போனான். துரியோதனனைத் தொடர்ந்து விதி ஒரு வெள்ளக்காரன் உருவத்தில் வந்தது.

மர்த்தேனுக்குப் பெரியவரும், முக்கிய அதிகாரியுமான செபஸ்தீஸ் தன் மனைவியோடு மைதானத்துக்கு வந்தார். கூட்டத்தில் சலசலப்பு எழவே, மாமா திரும்பிப் பார்த்தார். எழுந்து செபஸ்தீனை நோக்கி ஓடினார். பின்னால் நான் அறிய நேர்ந்தது இது. மர்த்தேன், தான் கூத்துப் பார்க்கப் போகும்

விஷயத்தைப் பேச்சு வாக்கில் செபஸ்தீன் துரையிடம் சொல்லியிருக்கிறார். துரை தன் மனைவியிடம் அதைச் சொல்ல, அவளோ 'இந்தியர் நாடகத்தைப் பார்த்து விடுவது' என்று கிளம்பி வந்து விட்டாள், புருஷனோடு.

மாமா நின்றுகொண்டிருக்க வேண்டி வந்தது. அவருடைய நாற்காலியில் துரையும், மற்றோர் அம்மா இருந்த நாற்காலியில் துரை மனைவியும் உட்கார்ந்துகொண்டார்கள். காரியஸ்தர் மாமாவுக்காக நாற்காலி தேடி ஓடினார். மாமாவுக்கு நிற்பது ஒரு மாதிரியாக இருந்திருக்கும் போல் தோன்றியது. அங்கவஸ்திரத்தால் முகத்தைத் துடைத்துக்கொண்டார். நல்லவேளையாக நாற்காலி வந்தது. மாமா கடைசியாக இருந்த துரை மனைவியின் பக்கத்தில் நாற்காலியைப் போட்டுக்கொண்டு அமர்ந்தார்.

எனக்கு நேர் எதிரே மாமா இருந்தார். துரைசானி திரும்பி இடப்பக்கம் இருந்த மாமாவைப் பார்ப்பது தெரிந்தது. வலப்பக்கம் இருந்த கணவனின் பக்கம் திரும்பி அவர் காதில் என்னவோ சொன்னாள். பெரியதுரை, அடுத்திருந்த மர்த்தேனிடம் கிசுகிசுத்தார். மர்த்தேன் எழுந்து வந்து மாமாவைத் தனியே அழைத்துப் போனார். அவர்கள் பேசியதைப் பின்னால் மாமா மூலம் நான் அறிந்தேன்.

"மன்னிக்கணும் முஸே நட்ராஜன்."

"என்னங்க?..."

"நீங்க பக்கத்தில் உக்காருவது துரை மனைவிக்குப் பிடிக்கல்லே..."

"பிடிக்கல்லியா... எதுக்கு?"

"நான் நினைக்கிறேன், என்ன இருந்தாலும் நீங்க எங்களுக்குச் சரிசமமா உக்காரலாமா? அதுவும் ஒரு பொது நிகழ்ச்சியில்..."

மாமாவுக்கு யாரோ கன்னத்தில் அறைந்ததுபோல இருந்திருக்கிறது. அவர் பேசாமல் திரும்பி வந்தார். எங்களோடு ஜமக்காளத்தில் அமர்ந்துகொண்டார். தலையைக் கவிழ்ந்துகொண்டு உட்கார்ந்திருந்தார். அந்த நேரத்திலும் அவருக்கு வேர்த்திருந்ததைக் கவனித்தேன். திடுதிப்பென்று, "சரி... போகலாம் வாங்க..." என்று கிளம்பினார். எந்தக் கேள்வியும் இல்லாமல் நானும், அத்தையும், சுமதியும் கிளம்பினோம்.

திரும்பும்போது மாமா தலை கவிழ்ந்துகொண்டு வந்தார். நான் சைக்கிளைத் தள்ளிக்கொண்டு உடன் வந்தேன்.

அடுத்த சனிக்கிழமையும் நான் மாமா வீட்டுக்குப் போனேன். மாமா எண்ணெய் ஸ்நானம் செய்தார். ஆனால் சைக்கிளுக்கு எண்ணெய் போட உட்காரவில்லை.

"மாமா... சைக்கிளுக்கு எண்ணெய் போடலாமா...?"

குளியல் அறைக்குள் புகப் போனவர் நின்று என்னைப் பார்த்தார்.

"ம்... வைத்தி... உனக்கு இந்தச் சைக்கிள் மேல ரொம்ப ஆசை இல்லியா...?"

"ஆ... மா... மாமா..."

"நீயே இதை வச்சுக்கோ... இன்னிலேந்து அது உனக்குதான் சொந்தம்..."

குளியல் அறை கதவு சாத்திக் கொள்ளும் சப்தம் கேட்டது.

1984

அப்பாவு கணக்கில் 35 ரூபாய்

அப்பா... நல்லவேளை... பேருந்தில் கடைசி இடமானாலும் ஜன்னல் ஓரமாக எனக்கு இருக்கை கிடைத்து விட்டது. இந்த ஆறு மணி வண்டியைத் தவறவிடு விடக்கூடாது என்று ஓடி வந்திருந்தேன். சரியாகப் பத்து மணிக்கு ஊரில்கொண்டு போய்ச் சேர்த்து விடுவார் ஓட்டுநர். அடுத்த நாலைந்து நிமிடத்தில் வீடு. அம்மா தூங்கியிருக்க மாட்டாள். அகாலத்தில் போய் அம்மாவை, இந்த வயசான காலத்தில், எழுப்பித் தொல்லைப்படுத்த வேண்டாமே!

பேருந்தில் இடம் தேடி மனிதர்கள், மனிதர்களைத் தேடி ஆரோக்கியம் தரும் பழங்கள், மறுநாள் காலையிலேயே லட்சாதிபதியாக்குகிற லாட்டரி சீட்டுகள், ஒரு ரூபாய் விலையில் வீட்டுக்கு வந்து ஆங்கில ஞானத்தை வழங்குகிற புத்தகங்கள். எல்லாரும் வந்து கத்தி விட்டுப் போய்க்கொண்டிருந்தார்கள்.

வண்டி, புறப்படுகிற நேரத்தில் என் எதிரில் நடு வயதினராக ஒருவர் வந்து நின்று என் பக்கத்தில் காலியாக இருந்த இடத்தில் உட்காரலாமா கூடாதா என்பது போல் என்னைப் பார்த்தார்.

"உக்காருங்களேன்" என்றவாறு, என் உடம்பைச் சுருக்கிக்கொண்டு, அவர் உட்கார இடம் தந்தேன்.

அமர்ந்தார். ஐம்பதை ஒட்டிய வயது. மீன் முள்களைப்போல ஒரு வார தாடி. தலையும் வெளுத்திருந்தது. பழுத்துப் போன ஒரு நிறத்தில் சட்டையும், வேட்டியும் பல்லாண்டுகளுக்கு முன் யாரோ ஒரு செல்வனுக்கும் செல்விக்கும் நடைபெற்ற திருமணத்தின்போது வழங்கப் பெற்ற, சாயம் போன பையில் தன் உடைமைகளை வைத்திருந்தார்.

பார்த்த மாத்திரத்தில், 'நான் ரொம்ப சௌக்யம்' என்னும் சில முகங்கள் 'அப்படி ஒன்றும் மோசமில்லை திருப்திதான்' என்னும் சில முகங்கள், 'ரொம்பச் சங்கடம்' என்னும் சில

முகங்கள். என் பக்கத்தில் இருந்தவர் முகம் மூன்றாம் ரகத்தைச் சேர்ந்ததாக எனக்குப் பட்டது. அவருடன் பேச வேண்டும் போல் இருந்தது.

வண்டி ஓடிக்கொண்டிருந்தது.

"எது வரைக்கும் போறீங்க?" என்றேன்.

"புச்சேரிக்கு சார்" என்றார் அவர். சொல்லி விட்டு, "நமக்கு புச்சேரிதாங்க சொந்த ஊரு" என்றார்.

"எனக்குந்தான்"

"புச்சேரியில் எங்கேங்க?"

"பஸ் ஸ்டாண்டுக்குப் பக்கத்திலேயே"

"எனக்கு முத்தியால் பேட்டைங்க. பஸ் ஸ்டாண்டுலேந்து ரெண்டு மைல் நடந்து போவணும். ரிக்ஷாவிலே போனா ரெண்டு ரூபா கேட்பான்."

வண்டி பல்லாவரத்தை நெருங்கிக்கொண்டிருந்தபோது நடத்துநர் என்னிடம் வந்தார். நான் காசைக் கொடுத்துச் சீட்டு வாங்கிக்கொண்டேன். பெரியவர், துணிப்பைக்குள் இருந்து ஒரு சின்ன பர்சை எடுத்து, அதிலிருந்து ஒற்றை நூறு ரூபாய்த்தாளை எடுத்து நடத்துநரிடம் கொடுத்தார்.

"ஏய்யா, அத்தனை பேரும் நூறும், ஐம்பதுமா கொடுத்தா நான் சில்லறைக்கு எங்க போவேன்? நீங்களே பாருங்க சார்" என்று அவர் பையை என்னிடம் காட்டினார். ஆவென்று திறந்த அதன் வாய்க்குள் நூறும் ஐம்பதுமாகவே இருந்தன.

"யோவ்... பெரியவரே, சில்லறையா பன்னெண்டு ரூபா எம்பது பைசா இருந்தா குடு. இல்லேன்னா தாம்பரத்துல இறங்கிடு" என்று சொல்லிவிட்டுத் தன் இடத்தில் போய் அமர்ந்துகொண்டார்.

"சார்... சார் எங்கிட்ட இந்த நூறு ரூபாய் நோட்டைத் தவிர வேற சில்லறையே இல்லையே சார்..." என்றார் பெரியவர் பரிதாபமாக.

"அதுக்கு நான் என்னய்யா பண்றது? பஸ்சுக்கு வர்ற ஆளு நோட்டை மாத்திக்கிட்டு வர வாணாமா? தாம்பரத்துல இறங்கிடு. சும்மா பேஜார் பண்ணாத"

பெரியவர் என்னைப் பரிதாபமாகப் பார்த்தார்.

நான் அவருக்குச் சீட்டு எடுத்துக் கொடுத்தேன்.

"மாமண்டூர்ல வண்டி நிற்கும்; மாத்திக் குடுத்துர்றேன் சார்..."

"சரி..."

நிம்மதியாகச் சாய்ந்து உட்கார்ந்துகொண்டார். "ரொம்ப நன்றிங்க" என்றார்.

"ஊருல என்ன பண்றீங்க?"

"சும்மாத்தாங்க இருக்கேன். உங்களுக்குத் தெரிஞ்சிருக்குமே. ஒன்றரை வருஷமா மூடிக் கிடக்கிற ஆலைத் தொழிலாளிங்க நானு. ஆரம்பத்துல அண்டை அசல்லே கடன் வாங்கிக் காலத்தைத் தள்ளினேன். அப்புறம் அண்டா குண்டாவை வித்து அடகு வச்சுத் தின்னோம். அப்புறம் என்ன, யாசகம் வாங்காத குறைதான். நான் நல்லா இருக்குறப்போ என் மச்சினன்

ஆறுமுகத்தை நான்தான் படிக்க வச்சேன். கல்யாணம் பண்ணி வச்சேன். இப்போ பட்டணத்திலே, சௌகரியமா இருக்கான். ஏதாவது குடுத்து உதவுப்பான்னு கடிதாசி எழுதினேன். பதிலு இல்லீங்க. பிள்ளைக் குட்டிங்க முகத்தைப் பார்க்க முடியல்லீங்க. வண்டி ஏறிட்டேன். ஒரு வாரமா பட்டணத்துல ஆறுமுகம் வீட்டிலேதான் இருந்தேன். என்னால முடிஞ்சது இதுதான்னு நூறு ரூபா குடுத்தான். அவன் பெண்ஜாதி டவுன் பஸ்சுக்குன்னு ஒரு ரூபா கொடுத்துச்சு. வாங்கிக்கிட்டுப் போறேன். ஒரு வாரம் பத்து நாளு கஞ்சி குடிக்கலாமே" என்றார்.

மாமண்டூரில் இறங்கி இரவு உணவு முடித்தோம். பெரியவர் பில்லுக்கு நூறு ரூபாயை நீட்டினார்.

"சில்லறை இல்லே சார்" என்றார் கறாராக, கல்லாவில் இருந்தவர்.

"பரவாயில்லை" என்று நானே அவருக்கும் சேர்த்துப் பணம் கொடுத்தேன். வெளியே ஒரு சிகரெட்டை வாங்கிப் பற்ற வைத்துக்கொண்டேன். "நீங்க..." என்றேன்.

"பிடிக்கிறதுதாங்க"

அவருக்கும் ஒன்றை வாங்கிக் கொடுத்தேன். கூச்சப்பட்டார். பிறகு புகைத்தார்.

வண்டி ஊர் போய்ச் சேர்ந்து நான் இறங்கியவுடன் "சார். வாங்க, பழம் வாங்கலாம். அங்கேயே நோட்டை மாத்தி உங்களுக்கும் கொடுத்துடறேன்" என்றார்.

பஸ் ஸ்டாண்டின் வெளியிலிருக்கும் பழக்கடைக்குப் போனோம். அவர் இரண்டு ஆப்பிள்களும் கொஞ்சம் கறுப்புத் திராட்சையும் வாங்கினார். நோட்டை நீட்டினார்.

"இன்னா பெரியவரே, இப்பத்தான் நாளைக்குச் சரக்குப் போட கல்லாவிலே இருந்த பணத்தைப் பூரா துடைச்சுக் கொடுத்துட்டு வர்றேன். இப்பப் போயி நூறு ரூபாயைக் குடுக்கறே" என்றார் கடைக்காரர்.

பெரியவர் பழத்தைத் திருப்பிக் கொடுக்க முயலவே, நான் "பரவாயில்லை... வீட்லே குழந்தைகளுக்குக்கொண்டு போயி குடுங்க" என்று கூறிவிட்டுப் பழத்துக்கும் காசு கொடுத்தேன். தனியாக அவரிடம் ஒரு ஐந்து ரூபாய்த் தாளைக் கொடுத்து, வண்டி வச்சிக்கிட்டுப் போங்க" என்றேன்.

அவர் என் கையைப் பிடித்துக்கொண்டார்.

"சார்... ரொம்ப உபகாரம் பண்ணியிருக்கீங்க. அவசியம் நாளைக்கு நீங்க நம்ம வீட்டுக்கு வரணும். முத்தியால் பேட்டை மணிக்கூண்டு இருக்கில்லே, அதுக்குப் பக்கத்திலே துளசியம்மன் கோயில் தெரு. அப்பாவுன்னு சொன்னால் வீடைக் காட்டுவாங்க. அவசியம் வரணும்" என்றார்.

நான் வருவதாகச் சொல்லி விடை பெற்றேன். வீட்டை நோக்கி நடக்கையில், இது அதிகப்படியோ என்று எனக்குத் தோன்றியது. என் தகப்பனாருக்கு அறுபதாம் கல்யாணம் நடக்க இருந்தது. அவருக்கு வேட்டித் துண்டும்,

அம்மாவுக்குப் புடவையும் வாங்க வேண்டும். நிச்சயம் இருபத்தைந்து ரூபாய் துண்டு விழும்.

மறுநாளே என்னால் முத்தியால் பேட்டைக்குப் போக முடிவில்லை. இரண்டாம் நாள் எனக்கு அந்தப் பக்கத்தில் வேலை இருந்தது. வேலையை முடித்துக்கொண்டேன். அப்பாவுவைப் பார்க்கப் போகலாம் என்று தோன்றியது. பக்கத்தில்தான் மணிக்கூண்டு இருந்தும் எனக்குள் ஒரு தயக்கம். பாவம் கஷ்டப்படுகிறவர் அப்பாவு. இந்தப் பணத்துக்காகத்தான் வருகிறான் என்று நினைத்துக்கொண்டால் நன்றாக இருக்காதே. என்னால் இருபத்தைந்து ரூபாய் புரட்டிக் கொள்ள முடியும், அவருக்கு அது பெரும் தொகையாயிற்றே.

எனக்கு அவரையும் அவர் குழந்தைகளையும் பார்க்க வேண்டும் போல் இருந்தது, போனேன். மணிக்கூண்டு துளசியம்மள் கோயில். அப்பாவு வீட்டைச் சுலபமாகவே கண்டுபிடிக்க முடிந்தது.

தெருவில் எல்லாம் கூரை வீடுகள். அப்பாவுவுடையதும் ஒரு சின்னக் கூரை வீடு. உடைந்த கதவு, மண் திண்ணை.

"அப்பாவு சார்..."

"யாரு?"

சுமார் நாற்பது வயது மதிக்கத்தக்க அம்மாள் தலையை வெளியே நீட்டினார்.

"அப்பாவு இருக்காங்களா?"

"நீங்க யாரு?"

"நான் இந்த ஊருதான். மெட்ராஸ் போய்ட்டு வர்றப்போ, அப்பாவுவைப் பழக்கம். வீட்டுக்கு வரச் சொன்னார். அதான்..."

"உக்காருங்க, வர்ற நேரம்தான்."

நான் அந்த மண் திண்ணையில் அமர்ந்தேன். அந்த அம்மாள் உள்ளே திரும்பி, 'செல்வராசு' என்று யாரையோ கூப்பிட்டாள். ஒரு பையன் கால் சட்டை மட்டும் அணிந்தவன் வந்தான்.

"அப்பா சாராயக் கடையில் இருப்பாரு. யாரோ வந்திருக்காங்கன்னு சொல்லிக் கூட்டிக்கிட்டு வா."

"சாராயக் கடையிலேயா?" என்றேன்.

"ஆமாங்க. கையில என் தம்பி கொடுத்தனுப்பின பணம் கொஞ்சம் இருக்கு. அது தீர்ற மட்டும் அந்த ஆளு அங்கதான் கிடக்கும்" என்றாள், மிகச் சாதாரணமாக.

பையன் என்னைத் திரும்பித் திரும்பிப் பார்த்தவாறு நடந்தான்.

"ஆறுமுகம் கொடுத்தனுப்பின பணத்தை உங்ககிட்ட அவர் தரல்லையா?"

"தம்பி அம்பது ரூபா கொடுத்தானாம். இருவத்தைஞ்ச என்கிட்ட கொடுத்துச்சு, மீதியை அது வச்சுக்கிடுச்சு பாவம்... நல்லா சம்பாதிச்சு நல்லா செலவு பண்ண மனுஷன். சும்மா கிடன்னா என்ன பண்ணும்?" என்றாள் அவள். "தம்பியை உங்களுக்குத் தெரியுங்களா?"

"ஊம்."

உள்ளிருந்து இரண்டு பெண்கள் என்னை எட்டிப் பார்த்தார்கள். சுமார் இருபதும், பதினைந்துமான பெண்கள். பழங்காலத்துப் போட்டோக்கள் மாதிரி நிறம் இழந்து இருந்தார்கள். பெண்களுக்கு அப்பா ஜாடை.

"அப்பா அங்கே இல்லேம்மா" என்றவாறு பையன் வந்தான்.

"உங்களுக்கு அவரு ஏதாவது பணம் தரணுங்களா?" என்றாள் அந்த அம்மாள்.

"இல்லீங்க" என்றேன்.

"இருங்க, வந்துடும்... வர்ற நேரம்தான்" என்றாள்.

நான் அந்தப் பெண்களையும் பையனையும் பார்த்தேன். பசி, முகத்தில் வெளிப்படையாகத் தெரிந்தது. வெளுத்துப் போய், குச்சியாகக் கைகள், கைப்பட்டால் கிழியும் ஆடைகள். ஒன்றரை வருடப் பசி தாங்கிக்கொண்டு வளர்கிற குழந்தைகள்.

என்னிடம் பத்து ரூபாய் இருந்தது.

"ஆறுமுகம் எனக்குத் தெரிஞ்சவர் தாங்க. அந்தப் பக்கம் போனீங்கன்னா அக்காவைப் போயிப் பாருன்னாரு. அதான் வந்தேன்" என்று விட்டு, அந்தப் பத்து ரூபாயை எடுத்துப் பையனிடம் கொடுத்தேன்.

பையன், அம்மாவைப் பார்த்தான்.

"எதுக்குங்க?" என்றாள் அவள்.

"ஆறுமுகம்தாங்க கொடுக்கச் சொன்னாரு... வாங்கிக்கச் சொல்லுங்கள்" என்றேன்.

அவள் தலை அசைத்ததும் பையன் வாங்கிக்கொண்டான்.

நான் எழுந்தேன்.

"நாளைக்கு வாங்களேன். அதை வீட்டிலேயே இருக்கச் சொல்றேன்"

"சரி" என்று கூறி நடந்தேன்.

நாளைக்கு நான் வரப் போவதில்லை என்று எனக்குள் நான் சொல்லிக்கொண்டேன்.

1984

ஆண்பிள்ளை

"அந்தக் கிச்சான் பயலைப் பார்த்தியாடா?" என்று கேட்டார் மாமா.

"இல்லே மாமா, இனிமேத்தான் போவணும்."

"வேணாம், அந்தப் பொம்பிளைப் பொறுக்கியை நீ ஒண்ணும் பார்க்கவும் வேணாம், பழகவும் வேணாம். அந்தப் பேமானி இந்த வீட்டு வாசல் படியை மிதிக்கட்டும், நல்லா லாடம் கட்டின செருப்பால அடிச்சி, நாயை விரட்டுற மாதிரி அவனை நான் விரட்டலேன்னா, என் பேரை மாத்தி வைச்சுடு. 'ஏன்டா ஜாட்டான்'னு என்னை நீ கேட்கலாம்."

எனக்கு உண்மையில் சொரேல் என்றது. கிச்சானையா இவர் இப்படித் திட்டுகிறார். என்ன அருமையான மனிதர் அந்தக் கிச்சான்?

"ஏன் மாமா?" என்றேன், எனக்கே சரியாகக் கேட்காத குரலில்.

"இந்த ஏன் எவடன்னு கேள்வி கேக்கற பழக்கத்தை இனியோட உட்டுடு. உருப்படப்பாரு. பெரியவங்க ஒண்ணு சொல்றாங்கன்னா அதில நியாயம் இருக்கும். அந்தக் கம்மனாட்டியை நீ பார்த்ததா, பழகினதா எனக்கு சேதி வந்தது, அப்புறம் நீயும் இந்த வீட்டுப் படியை மிதிக்கப்படாது."

நான் அப்போதைக்குச் "சரி மாமா" என்று சொல்லி வைத்தேன். எனக்கு மனம் வலித்தது. ஒரு வருஷத்துக்குப் பிறகு என் சொந்த ஊருக்கு வந்து, உடனே மாமாவைப் பார்க்க வேண்டும் என்று ஓடி வந்த இடத்தில், மாமா இப்படிச் சீறி விழுந்தது அதுவும் கிச்சானைப் பத்தி என்னென்னமோ சொன்னது என்னைக் குழப்பியது.

கிச்சானைப் பார்ப்பதே ஓர் அனுபவம். என்னமோ அதைப் பார்த்தவுடன், நம் மனசில் ஒரு சந்தோஷம் பற்றிக் கொள்ளும். ஆள் குண்டு. குண்டென்றால் சாதாரணக் குண்டில்லை; பீரங்கிக் குண்டு. இதில் சோடா பாட்டில்

கண்ணாடி வேறு. எப்போதும் போலீஸ்காரர் தலை மாதிரி ஒட்ட வெட்டின கிராப்பு. பயங்கரமான அகலத்தில் பேன்ட் என்று ஒன்று போட்டிருக்கும். உடம்பைப் பிடித்துக்கொண்டு ஒரு சட்டை. அதில் வயிற்றுப் பகுதி பட்டனை அது போட்டு நான் பார்த்ததே இல்லை. எப்போதும் பல் தெரியச் சிரிக்கிற அசட்டுத்தனமான முகம்.

இந்த உடம்புக்குள்தான் எத்தனை ஆற்றல்கள் ஒளிந்து கிடந்தன! நானும் கிச்சான் மாமாவும் அடுத்தடுத்து கட்டடங்களில், வெவ்வேறு அலுவலகங்களில் வேலை பார்த்துக்கொண்டிருந்தோம். சரியாக ஒரு மணிக்குப் போன் பண்ணும்.

"வர்றியாடா?"

"என்ன இன்னிக்கு ஸ்பெஷல்?"

"தயிர் சாதம், கத்தரிக்காய் துவட்டல்."

"உடனே இப்பவே கிளம்பிட்டேன்."

"சர்த்தான் வாடா."

எனக்கு முன்பாக ஒரு நாலைந்து அதன் அலுவலக நண்பர்கள் காத்திருப்பார்கள். கிச்சான் தயிர் சாதம் பண்ணி நீங்கள் சாப்பிட வேண்டும். பெண்களுக்கும் கைவரா செய் நேர்த்தி அதுக்குக் கிட்டியிருந்தது. கோழிக்கறிக்குத் தேவையான மசாலாக்களைப் போட்டுக் கத்தரிக்காய் வதக்கல் பண்ணியிருக்கும். ஒரு துண்டு வதக்கலுக்கு நாலு கவளம் தயிர் சாதம் சுவடு தெரியாமல் இறங்கும். புளித்த கள் நாற்றம் எடுக்காத தயிரும், சம அளவாக நறுக்கிப் போட்ட மாங்காய்த் தேங்காய்த் துணுக்குகளும், வயிறு நிறைந்து மனசை நிறைக்கும். எங்களுக்கெல்லாம் கொடுத்து நாங்கள் ருசித்துச் சாப்பிடுவதைச் சிரித்துக்கொண்டே பார்த்துப் பசியாறும் அது.

கிச்சான் இது மாதிரி விருந்தோம்பலுக்குப் பின்னே ஒரு கதை இருந்தது. சின்ன வயசில் எங்கள் வீட்டிலும், மாமா வீட்டிலும் முறை வைத்துக்கொண்டு சாப்பிட்டு வளர்ந்தது அது. இத்தனைக்கும் எங்கள் மாமாவின் சொந்த அண்ணன் மகன் அது. நொடித்துப் போன குடும்பத்தின் ஒற்றை வாரிசு. அப்பாதான் அதுக்குச் சம்பளம் கட்டியதெல்லாம். எனக்கும் கிச்சானுக்கும் ஏழெட்டு வயசு வித்தியாசம் இருந்தது. வெள்ளிக்கிழை தொடங்கித் திங்கள் இரவு வரை எங்கள் வீட்டில் அது சாப்பிடும். உறவுக்காரர்தானே என்று நேரே வீட்டுக்குள் வந்து விடாது. திண்ணையை ஒட்டிச் சாப்பாட்டு நேரத்துக்கு வந்து நிற்கும். கையோடு கொண்டு வந்த புத்தகத்தை வாசித்துக்கொண்டு நிற்கும்.

அப்பாதான் சாப்பாட்டு நேரத்துக்கு வெளியே வந்து கிச்சானைக் கூப்பிட்டுக்கொண்டு வந்து இலையில் உட்கார வைப்பார். கிச்சான் இல்லாமல் இந்த நான்கு நாட்களும் அந்தக் காலத்தில் நான் சாப்பிட்டதே இல்லை.

கிச்சானுக்குக் கைவந்த இன்னொரு கலை கோலம். மார்கழி மாசத்தில் எங்கள் வீட்டுக்கு முன்னால் கிச்சான் கோலம் போடுவதை இன்றும் என் மனக்கண்ணில் காண முடிகிறது. நாலு மணிக்கு எழுந்து விடுவேன். முந்தின நாளே தயார் பண்ணின செங்கல் பொடி, பச்சை, மஞ்சள் பொடிகளோடு, தெருவைப் பெருக்கிவிட்டுக் கோலத்தைத் தொடங்கும். தெருவை அடைத்துக்கொண்டு புள்ளி வைக்கும். எனக்கு எப்படி இந்தப்

புள்ளிகளைச் சேர்த்துக் கோலத்தைப் பூர்த்தி பண்ணும் என்று 'திக்திக்' என்று மனசு அடித்துக் கொள்ளும். பக்கத்து, எதிர்த்த வீட்டுப் பெண்கள் துடைப்பமும் சாண நீருமாகக் கதவைத் திறந்துகொண்டு வந்தவர்கள் தங்கள் தொழிலை மறந்து, கிச்சான் கோலத்தையே கன்னத்தில் கை வைத்துக்கொண்டு பார்த்துக்கொண்டு நிற்பார்கள். விடியும்போது கோலமும் பூர்த்தியாகும். ஒரு தேர் புறப்படத் தயாராய் நிற்கும்; அல்லது நாலு பக்கமும் அன்னப் பறவைகள் பறக்கத் துடிக்கும்; அல்லது ஒரு மயில் பாம்பை வாயில் கவ்விக்கொண்டு தோகை விரிக்கும். எனக்குக் கோலத்தை யாரும் மிதித்து விடக்கூடாதே என்றிருக்கும். கோலத்தை மிதிப்பது கிச்சானை மிதிப்பதே அல்லவா? தெருவில் போவோர் யாருக்கு இது தெரிகிறது?

மாமா, "அவன் கிடக்கான் பொட்டைப் பயல்" என்பார். பெண்கள்தான் கோலம் போட வேண்டும் என்பது விதியா என்ன? பெரியவரிடம் யார் என்ன சொல்ல முடியும்? கிச்சானைப் போய் பொட்டை என்கிறாரே மாமா என்று எனக்குக் கஷ்டமாய் இருக்கும்.

நல்லவேளை, கிச்சான் அலுவலகத்தில் இருந்தது. மேஜையில் குனிந்து என்னவோ எழுதிக்கொண்டிருந்தது. மெல்லப் போய் எதிரில் அமர்ந்தேன். சில நிமிஷங்களுக்குப் பிறகுதான் என்னைப் பார்த்தது அது.

"அடடே வைத்தி! எப்படா வந்தே?" என்றது.

"இப்பத்தான்"

பேனாவைக் கீழே போட்டது. என்னை முழுக்கக் கூர்மையாய்ப் பார்த்து, "ஏன்டா, மெட்ராஸ் போயி எத்தனை மாசம் ஆச்சு. ஒரு லெட்டர் போடக்கூடாதா? நீ எப்படி இருக்கியோன்னு ரொம்பக் கஷ்டமா இருந்துச்சு எனக்கு" என்றது.

சோடா பாட்டில் கண்ணாடிக்குள்ளே இருந்த அந்த வீங்கின கண்கள் நீர் கோத்துக்கொண்டதை நான் கவனித்தேன். இந்த ஓராண்டுக்குள்ளேயே முன்நெற்றி வழுக்கை விழுந்து விட்டிருந்தது அதுக்கு. காதோரம் ஒன்றிரண்டு நரை.

"எப்படி இருக்கீங்க?"

"இருக்கேன். எவ்வளவோ நடந்து போச்சு..."

சுவரில் இருந்த கடிகாரத்தைப் பார்த்து, "ஒரு அரை மணி இரு, இதை முடிச்சுடறேன். அப்புறம் வீட்டுக்குப் போகலாம்."

"வீட்டுக்கா?"

என்னை உற்றுப் பார்த்து விட்டுச் சிரித்துக்கொண்டு சொல்லியது.

"இப்ப நான் சம்சாரிடா."

எழுந்து போய் எங்கிருந்தோ இரண்டு பத்திரிகைகளை எடுத்து வந்து என் முன் போட்டது.

சரியாக ஒன்றடித்த பின், அலுவலகத்தை விட்டு இருவரும் கிளம்பினோம்.

"வா காப்பி ஹவுசில் காப்பி சாப்பிடுவோம்" என்று அழைத்துப் போயிற்று. அந்த நேரத்தில் காப்பி ஹவுஸ் காலியாகத்தான் இருக்கும். மூலையாக உட்கார்ந்துகொண்டோம்.

காப்பியை உறிஞ்சியபடி அது கேட்டது.

"அப்பா ஏதாவது என்னைப் பத்திச் சொன்னாங்களா?"

"இல்லே"

"அவங்க பெரியவங்க. மாமாவைப் பார்த்தியா?"

"உம்."

"அவரு என்னைப் பத்தி ஏதாவது சொன்னாரா?"

"ஏதோ சொன்னாரு."

"அதுக்குத்தான் கேட்டேன்."

அப்புறம் அது சொல்லிக்கொண்டு போயிற்று.

கிச்சானுக்கு அடுத்த மேசையில் இருந்து பணியாற்றியவன் சந்த்ரு. சந்திரசேகரன். நானும் பார்த்திருக்கிறேன். ரொம்ப நவீனமாக இருப்பான். உடையும், பேச்சும், நடவடிக்கைகளும் ரொம்பவும் நாசுக்காக இருக்கும். கிச்சான்தான் யாரிடமும் ஒட்டுமே. அவனிடமும் ஒட்டிக்கொண்டது. எல்லாரிடமும் சமச்சீராகப் பழகும். அந்த அலுலவகத்தின் கீழே இருந்த பேன்சி ஸ்டோரில் பணியாற்றியவள் செண்பகா. ரொம்ப அழகாய் ஒயர் கூடை செய்வாளாம்...

"ரொம்ப நல்ல, அழகான பெண்" என்றது.

"உங்களுக்கு நல்லதும் தெரியாது கெட்டதும் தெரியாது. யாரை நீங்க அழகில்லாதவள்ன்னு சொல்லுவீங்க?"

"ஏன்டா, என்னை என்ன முட்டாள்ன்னு நினைச்சியா?" என்று கூறிவிட்டு, "வைத்தி, அழகுங்கறது உடம்புலயா இருக்கு?" என்று சீரியசாகத் தொடங்கியது.

"உஸ்... அழகு எங்க இருக்குன்னு அப்புறமா சாவகாசமா முடிவு பணிக்கலாம்..." என்று மறித்தேன்.

செண்பகாவுக்கும் சந்த்ருவுக்கும் சினேகம் ஏற்பட்டு விட்டது. எப்படி ஏற்பட்டது? எல்லாப் பையன்களுக்கும் பெண்களுக்கும் அது எவ்வாறு அரும்புமோ அந்த வழியாகத்தான் அவர்கள் சந்தித்துக்கொண்டார்கள். இந்தக் கிச்சான் அவர்கள் காதலை இரண்டு கைகளாலும் ஆசி கூறியிருக்கிறது. அவர்கள் சந்திப்பதற்காக, தான் குடியிருந்த அறையையே ஒழித்து விட்டிருக்கிறது.

இருவருக்கும் தன் கையாலேயே சமைத்து விருந்திட்டிருக்கிறது. கல்யாணம் பண்ணிக் கொள்ளுங்கள் என்று புத்தி சொல்லியிருக்கிறது. இடையில் துபாய்ப் பணம் சந்த்ருவை எப்படியோ அழைக்க, ஒரு நாள் காலில் ஒட்டியிருந்த இந்திய மண்ணைத் துடைத்துச் சுத்தம் செய்துவிட்டு விமானம் ஏறிப் போய்விட்டான் சந்த்ரு. போயே விட்டான்.

"வைத்தி! நீயே யோசிச்சுப் பாரு. ஒரு பெண்ணைக் கெடுத்து மோசம் பண்ணிட்டுப் போறது எவ்வளவு பெரிய அயோக்கியத்தனம். செண்பகம் அவனை ஏத்துக்கிட்டதோட அவனோட குழந்தையையும் ஏத்துக்கிட்டா. நம்பிட்டா. என்ன பண்ண முடியும்? மனுஷன் குணம் முகத்திலேயா எழுதி வச்சிருக்கு? இல்லையே"

“அந்தப் பெண்ணோட வாழ்க்கை என்னாவறது? ஒண்ணு அவ செத்துப் போவா அல்லது கெட்டுப் போயி தெருவிலே நிப்பா. அது நல்லதா? ஒரு பொண்ணு விபசாரியானா அது நமக்குத்தானே கேவலம்? ஒரு சினேகிதியா, அவளோட பழகிட்டேன். சரி, என் மிச்ச வாழ்க்கையை அவளோட சேர்ந்து, அவளுக்கு நான் துணையா, எனக்கு அவ உதவியா இருந்தடுவோம்னு தீர்மானிச்சிட்டோம். வைத்தி, என்னை உனக்கு நல்லாத் தெரியும். நான் சினேகிதம்னு நினைக்கிற ஒன்றிரண்டு பேர்ல நீயும் ஒருத்தன். நான் செஞ்சது தப்பா?”

கிச்சான் என் கையைப் பிடித்துக்கொண்டு கேட்டது. நான் என்னைக் கட்டுப் படுத்திக்கொண்டேன்.

“உங்களால தப்பு செய்ய முடியுமா...? நீங்க செஞ்சதுதான் சரி” என்றேன்.

என்னை வீட்டுக்கு அழைத்துப் போயிற்று. செங்குந்தர் வீதியில் ஒரு சின்ன மேற்குப் பார்த்த வீடு. ஒரு வெளிப்புற அறை, தீப்பெட்டி மாதிரி அடக்கமான முற்றம். அதில் ‘மணிபிளாண்ட்’ வாசல் தூணைப் பற்றிச் சுற்றிக்கொண்டு, வளர்ந்திருந்தது. அந்தச் செடிக்காகவே அந்தத் தூண் நின்றது போலிருந்தது.

“செண்பகா, இவன்தான் நான் அடிக்கடி சொல்லுவேனே அந்த வைத்தி. வைத்தியநாதன். இவன் அம்மா போட்ட சோறுதான் என் உடம்புல ஓடற இரத்தம்.”

“ச்... சும்மா இருங்க” என்றேன்.

“வாங்க” என்று இரு கையும் கூப்பிக் கும்பிட்டது அந்தப் பெண். அவள் இடுப்பில் இருந்த அந்தக் குழந்தை, “ப்பா” என்று கிச்சானை நோக்கித் தாவிக்கொண்டு வந்தது.

“வாடி என் கண்ணே” என்று குழந்தையை எடுத்துக்கொண்டது அது.

“உக்காருங்க” என்று சொல்லி மடக்கு நாற்காலியைக் கொண்டுவந்து போட்டாள் செண்பகா. நூல் புடவை உடுத்தியிருந்தாள். புடவைகள் கட்டுகின்ற முறையில்தான் அழகு பெறுகின்றன.

நான் சொல்வது சத்தியம். செண்பகா கும்பிட்டு நின்றதுபோல, ஒரு நிலையை நான் கோயில்களில் சிற்பமாகப் பார்த்திருக்கிறேன். அன்றைக்குக் காலையில் பூத்த புஷ்பம் மனசுக்குள் தோன்றியது. ஒரு வைகறைப் பொழுதில், இலை நுனியில் ஒட்டிக்கொண்டிருக்கிற பனித்துளியை நினைவு படுத்தினாள் செண்பகா. ஏனோ தெரியவில்லை எனக்கு என் அம்மா முகம் நெஞ்சில் நிழலாடியது.

“செண்பகா, வைத்திய அழைச்சுப் போயி வெறும் காப்பி வாங்கிக் கொடுத்தேன். ரெண்டு பேருமே சாப்பிடணும். முடியுமில்லையா” என்று கேட்டது கிச்சான்.

“முடியுமாவாவது, வீடுன்னு ஒண்ணு இருக்கும்போது எதுக்காக ஓட்டலுக்கு அழைச்சுப் போறது. தோ செத்தே இருங்க, இலை போடறேன். இருங்கண்ணா” என்று அதையும், கடைசியாக என்னையும் பார்த்துச் சொல்லிவிட்டு உள்ளே போனாள் செண்பகா.

பிரமிப்பு நீங்காமல், "கையை கொடுங்க, நீங்க தப்பே பண்ண முடியாது" என்று என் கையை நீட்டியவாறு சொன்னேன்.

சோடா பாட்டில் கண்ணாடி வழியாக என்னைப் பார்த்துச் சிரித்துவிட்டு, என் கையைப் பற்றிக்கொண்டது அது.

1984

கருணையினால்தான்

குளித்துக்கொண்டிருந்தபோது, மப்டியில் இருந்த போலீஸ்காரரால் கேசவன் கைது செய்யப்பட்டான்.

சிலேட்டில் எழுதி அழித்தும் அழியாத எழுத்து மாதிரி மங்கலான, இருள் பிரியாத சூரியனுக்கு முந்தைய காலைப் பொழுது, குளிப்பதற்கே உகந்த நேரம். பனி விழுங்கிய சீதளக் காற்று உங்களை சட்டையைக் கழற்ற யோசிக்க வைக்கும்தான். இரவுக் குளிர்ச்சியில் குளத்து நீர் கால்களைப் பூச்சி கடிப்பது போல் கடிக்கும்தான். ஒரு தைரியத்தை வரவழைத்துக்கொண்டு ஒரு முங்கல் போட்டு விட வேண்டும். அப்புறம் என்ன? குளத்தை விட்டு வெளியில் வர யாருக்குத் தோணும்? குளிப்பது அழுக்குப் போகவா? அழுக்குப் போகக் குளிக்க முடியுமா என்ன? குளிப்பது ஒரு சுகம்.

கேசவனுக்கு முன் வானம் ஒரு புத்தகம்போல விரிந்து கிடந்தது. நட்சத்திர எழுத்துக்கள், தூரத்தில் கறுப்பு மையால் எழுதியது மாதிரி கோபுரம். மார்பளவு நீரில் அவன் இருந்தான். மனம் லேசாகித் தக்கையானது போல் உணர்ந்தான். நிழல் மாதிரி விடாது ஒட்டிக்கொண்டிருந்த பயம்கூடத் தன்னை விட்டு ஓடி விட்டது மாதிரி இருந்தது அவனுக்கு.

படி ஏற மனமின்றி நீரில் துழாவிக்கொண்டிருந்த அவன் கவனத்தை எதிர்கரையில் குளிக்க வந்த பெண்களின் பேச்சுச் சத்தம் கலைத்தது. விடிந்துகொண்டிருப்பதை அப்போதுதான் உணர்ந்தான். கோபுரத்துக்குப் பின் இருந்து வெளிச்ச ரேகைகள் வானில் பரவி இருந்தன. சட்டென்று, அந்த ஊருக்குப் பொருத்தம் இல்லாத வெள்ளைச் சட்டையும் பேன்ட்டும் அணிந்த நகரத்து மனிதர்கள் என்று சொல்லத் தக்க சிலர் குளத்தைச் சுற்றி, நான்கு படித்துறைகளுக்கும் மேலே தயாராய் இருந்ததைக் கவனித்தான். அவனுக்குப் புரிந்து விட்டது. தான் அகப்பட்டுக்கொண்டு விட்டோம்

பிரபஞ்சன் ✶ 161

என்பதை உணர்ந்தான். ஏற்கனவே தீர்மானித்து வைத்திருந்ததைச் செயல்படுத்துவது என்ற முடிவுக்கு வந்தான்.

படி ஏறினான். அவிழ்த்து வைத்திருந்த பேன்ட்டை அணிந்துகொண்டான். துண்டைப் பிழிந்து கீழே போட்டான். சட்டையை மாட்டிக்கொண்டு, துண்டையும் எடுத்துக்கொண்டு, மேலே நின்றுகொண்டு இவனையே கவனித்துக்கொண்டிருந்த இருவரை நோக்கிப் போனான்.

வெளிச்சம் வந்து விட்டிருந்தது. அம்மைத் தழும்பும், பெரிய மீசையும், வளமான உடம்பும்கொண்ட ஒருவன் "நீ கேசவன் தானே?" என்றான்.

"ஆமாம்"

கடைசி எழுத்தைச் சொல்லி முடிப்பதற்குள் கேசவன் முகத்தில், ராட்சசத்தனமான அறை ஒன்று விழுந்தது. இரண்டு நாட்களுக்கு முந்திதான் கேசவன் உணவு என்று இரண்டு இட்லிகளைச் சாப்பிட்டிருந்தான். படியை ஒட்டிய மண் தரையில் கேசவன் விழுந்திருந்தான்.

"அவன்தான் கேசவன் என்று ஒப்புக்கொண்ட பின்னால் அவனை நீ அடித்திருக்க வேண்டியதில்லை" என்று உடன் தலைவன் போல் இருந்தவன் சொன்னான். அடித்தவன் மறுமொழி பேசாதிருந்தான். தலைவன் கைகொடுத்து எழுந்து உட்கார்ந்திருந்த கேசவனை நிற்க வைத்தான். நாலு துறைகளிலும் நின்றிருந்தவர்கள் வந்து சேர்ந்துகொண்டார்கள்.

தலைவன் முன்னால் நடக்க, கேசவனைத் தள்ளிக்கொண்டு போவது போல் மற்றவர்கள் நடந்தார்கள். வாய் ஓரம் வழிந்த இரத்தத்தை ஈரத் துண்டால் துடைத்தவாறு கேசவன் நடந்தான்.

நெடுஞ்சாலையில், ஒரு தூங்கு மூஞ்சு மரத்தின் கீழே போலீஸ் வண்டி நிறுத்தப்பட்டிருந்தது. கருநீல வண்ண வண்டி. அதுவே ஒரு சிறைபோல கம்பிகளும் கதவுகளுமாய் இருந்தது. நீள பெஞ்சுகள் மாதிரி இரண்டு இருக்கைகள், எல்லோரும் அமர்ந்தார்கள். கேசவன் இருக்கையில் அமரப் போனான். மீசை வைத்திருந்தவன், இரண்டு இருக்கைகளுக்கும் இடைப்பட்ட தரையைக் காட்டி, "அங்கே உட்காருடா" என்றான்.

தலைவன், "சீட்டில் உட்காரட்டும். நடுவில் அவனும் இரண்டு பக்கத்திலும் ரெண்டு பேரும் அமருங்கள். நீ டிரைவர் பக்கத்தில் போய் உட்கார்" என்றான் மீசைக்காரனைப் பார்த்து.

இரண்டு பேர் முன்புறமாகப் போய் உட்கார்ந்தார்கள். கேசவன் எதிரே தலைவன். வண்டி புறப்பட்டது. தரையில் குழந்தையைக் கிடத்தியதுபோலத் துப்பாக்கிகளைக் கிடத்தியிருந்தார்கள்.

கேசவன் இடப்புறம் கம்பி வலை. வண்டியின் ஓட்டத்தில் துப்பாக்கிகள் குலுங்கி ஒன்றுடன் ஒன்று இடித்துக்கொண்டன. கட்டைகள் மோதும் சப்தம் எழுந்தது.

தலைவன், கேசவனையே கவனித்துக்கொண்டிருந்தான். இளமையின் தலைவாசலில் நிற்கிற, இன்னும் குழந்தைத்தனம் போகாத முகம், மீசையும் தாடியும் அரும்பியிருந்தன. குற்றவாளிகளுக்கே உரிய, கெட்டிப் போன முகங்களையே பார்த்துப் பழகிய அவனுக்கு, ஒரு கல்லூரி மாணவனைப்போலத்

தெரிந்தான் கேசவன். இந்தச் சிறுவனா கொலை அல்லது கொலைகளைச் செய்திருக்க முடியும் என்று தோன்றியது அவனுக்கு.

"உனக்கு என்ன வயசு?"

சாலைப் புளிய மரங்கள், மரங்களை அடுத்து விரிந்த குன்றுகள். மலைச்சரிவுகளையே சுவாரஸ்யமாக வேடிக்கைப் பார்த்துக்கொண்டிருந்த கேசவன் திடுக்கிட்டு, "என்ன சார்" என்றான்.

தலைவன் மறுபடியும் கேட்டான்.

"ஜனவரி வந்தால் இருபத்து மூணு சார்."

தன்னை விட ஏழு வயது சின்னவன் என்று நினைத்துக்கொண்டான். ஜனவரி வந்தால் என்கிறானே... வந்தால் தானே. அதிகம் போனால் இரண்டு அல்லது மூன்று நாள்களே, மண்ணில் அவன் வாழப் போகிறவன். நாளைக் காலையில் தலைமைக் கேம்ப்பில் கேசவன் ஒப்படைக்கப்படுவான். விசாரணை என்ற பெயரில் ஒரு பகல் நீளும். ஓர் இரவும் ஒரு பகலும் அவன் தோலை உரித்து, எத்தனை விதமான வன்முறைகள் சித்ரவதைகள் உண்டோ அத்தனையும் பிரயோகித்து, உண்மைகளை வெளிக்கொண்டு வரும் முயற்சிகள் நடக்கும்.

"தேவா... பசி வயித்தைப் புரட்டுதப்பா... அடுத்த ஊருல சாப்ட்டுடலாமா..." என்று மீசைக்காரன், கம்பிகளின் வழியாகத் தலைவனைப் பார்த்துக் கேட்டான.

"உம்" என்றான் தேவா. பிறகு கேசவனைப் பார்த்து, "என்ன யோசிக்கிறாய்..." என்றான்.

கேசவன், இரண்டு விரல்களைத் தேவா முன் நீட்டினான்.

"ரெண்டுல ஒண்ணைத் தொடுங்க சார்..."

"எதுக்கு..."

"தொடுங்க சார் இன்னா...!"

தொட்டான்.

"க்ரெக்ட் நீங்க தேவநாதன் தானே?"

"இல்லை தேவகுமார்."

"நான்தான் தப்பு. ஒன்று தேவராஜன், இல்லை தேவநாதன்னு நினைச்சேன்."

சொல்லிவிட்டுச் சிரித்தான் கேசவன்.

தேவாவுக்கும், உடன் இருந்தவர்களுக்கும்கூட இது விந்தையாக, வித்தியாசமாகத் தோன்றியது. இது மாதிரி கைதிகள் பிடிபட்டதும், தப்பிக்க என்ன வழி என்று யோசிப்பார்கள். பின்னால் கேட்கப்படப்போகிற ஆயிரக்கணக்கான கேள்விகளுக்கு ஆயிரக்கணக்கான பொய்களைக் கற்பனை செய்துகொண்டிருப்பார்கள். இந்த மாதிரி ஒத்தையா ரெட்டையா விளையாட மாட்டார்கள்.

வண்டி நின்றது. எல்லாரும் இறங்க, கேசவன் மட்டும் உட்கார்ந்திருந்தான்.

"அவன்கூடக் காவலுக்கு யார் இருக்கப் போறா!..." என்று மீசைக்காரன் கேட்டான்.

"அவனும் வரட்டுமே" என்றான் தேவா.

"நம்ம செலவுக்கே இடிக்குது. கொலைகாரப் பயலுக்குச் சோறு போடச் சொல்ற நீ..."

"உனக்கு மட்டும்தான் வயிறா? அவனுக்கு இல்லை?"

"ப்ச்"

தேவா கேசவனைப் பார்த்து "இறங்கு" என்றான்.

எல்லோரும் முதல் இட்லியில் கொஞ்சம் மிச்சம் வைத்திருக்கையில், கேசவன் மூன்றாம் இட்லியைப் பிட்டுக்கொண்டிருந்தான்.

"கடைசியாக எப்போ சாப்பிட்டே....?"

கேசவன் கொஞ்சம் யோசிக்க வேண்டியிருந்தது. "இன்னைக்கு வெள்ளிக்கிழமை. நேத்து பூரா ஒன்றும் சாப்பிடலை. புதன்கிழமை மத்தியானம் சாப்பிட்டேன். ஒரு தோழர் வாங்கி...!"

சட்டென்று நிறுத்திக்கொண்டான் கேசவன். எந்தச் சூழ்நிலையிலும், யார் பெயரையும் அடையாளத்தையும் சொல்லக்கூடாது என்று சொல்லிக் கொடுக்கப்பட்டிருந்ததை மறந்து போய் விட்டான்.

"எந்தத் தோழர்?..." என்று கேட்டான் மீசைக்காரன்.

"......"

"உம், நாளைக்கு கேட்கிற முறையில் ஐயா கேட்பார். நீயும் கடகடன்னு அவனுங்க பெயரையெல்லாம் சொல்லத்தான் போறே..."

மீண்டும் இடைவிடாத பயணம் தொடர்ந்தது. வழி நெடுக மரங்கள். மனிதர்கள். இந்த ஆறு மாத காலத்தில் நல்ல தலைமறைவாய் இருந்த நாட்களில், பகலில் எல்லாம் ஒளிந்தும், இரவில் நடந்தும் அல்லது புதிதாக வந்து சேர்ந்த நண்பர்களோடு உரையாடியும் கழித்திருந்த கேசவனுக்கு, ஒரு நாள் முழுக்க மனிதர்களைப் பார்த்தவாறு, மனிதர்களோடு செய்யும் பயணம் உற்சாகமாய் இருந்தது. ஒரு திருவிழாவுக்குப் போகிற சிறுவனின் களிப்போடு வேடிக்கை பார்த்துக்கொண்டு வந்தான்.

தலைமை நிலையம் ஊருக்குச் சற்றே தள்ளி, ஒரு தோப்புக்குள் அமைந்திருந்தது. வெளியிலிருந்து பார்ப்போர்க்கு அப்படி ஒரு கட்டடம் கண்ணுக்குத் தெரியாது.

"விலங்கு போடலாமா?" என்றான் மீசைக்காரன்.

"இவன் அப்படிப்பட்டவன் இல்லை..." என்றான் தேவா.

"ஏமாந்துடக்கூடாது தேவா..."

"அது என் பொறுப்பு, நீ கவலைப்படாதே..."

"காலையிலே ஆபீசர்கிட்டே ஆளை ஒப்படைப்பது..."

"என் பொறுப்புன்னு சொல்லிட்டேனே..."

“அப்ப சரி...”

கேசவன் இருந்த அறையில் சின்னச் சின்ன மரப் பெட்டிகள் இருந்தன. காக்கிச் சட்டைகள் ஆணியில் தொங்கி ஆடின. காக்கி அரைக்கால் சட்டைகள் பெட்டிகளின் மேல் கிடந்தன.

தேவா திரும்பி உடைமாற்றிக்கொண்டான். இளம் பச்சைக் காக்கியில் இருந்த தேவாவைப் பார்த்துக் கேசவன் சொன்னான்.

“இந்த உடை உங்களுக்கு ரொம்பப் பொருத்தமா இருக்கு சார்...”

தேவா நிதானமாக அவனைப் பார்த்து, “எனக்கு பொருந்தாத டிரஸ் இது. உம்... தலையெழுத்து...” என்றான்.

மூலையில் சாய்ந்து உட்கார்ந்துகொண்டான் கேசவன். “இரு வர்றேன்” என்று வெளியேறினான் தேவா.

தனியாக விடப்பட்டிருந்ததால், கேசவனுக்குத் தன் நிலை நினைவுக்கு வந்தது. ஒரு வழியாக வந்து சேர்ந்து விட்டோம். இனி விசாரணைகள், தேவைப்பட்டாலும், இல்லையென்றாலும் சித்திரவதைகள். ஆயுள் தண்டனை தரப்படலாம். அல்லது உடன் தீர்த்தும் விடலாம். சிறைக் கம்பிகளுக்குப் பின்னால், மூத்திர நாற்றத்தோடு பன்னிரண்டு ஆண்டுகளா? அதைக் காட்டிலும் சாவது நல்லது? முதுகுத் தண்டு சிலிர்த்தது கேசவனுக்கு. காற்றே வரச் சாத்தியமில்லாத அந்த அறையில் உடம்பு சில்லிட்டது.

‘சுமதி’ என்று ஒருமுறை முணுமுணுத்தான் கேசவன். சுமதியைப் பற்றி நினைக்கும் போதெல்லாம் புத்தகத்தோடு பள்ளிக்குப் போகும், புள்ளிப் போட்ட பாவாடையும், அரக்கு வண்ண தாவணியும் அணிந்த உருவம் கண்ணுக்கு முன்னால், இந்தா பிடித்துக் கொள் என்று வந்து நிற்கிறது. செப்புக் குடத்தை எடுத்துக்கொண்டு, ஒரு பெரிய செப்புக் குடமே நடந்து ஊருணிக்கு வருகிற மாதிரி உருவம். விடியற்காலையில், உதிர்ந்த மகிழம் பூக்களைக் குனிந்து பொறுக்குகிற, ரோட்டில் ஒரு கூழாங்கல் கிடந்தாலும், ‘ஹை’ என்று ஆச்சரியத்தோடு எடுத்து, எச்சில் துப்பித் துடைத்து, துருவேறின பழைய ஜாமெட்ரி பாக்சில் போட்டுக் கொள்கிற சுமதி. அரசமரத்து அடித் தாழம்புதரில் செருகிக்கொண்டு, ஆடைக் குலைந்து, மார்பிலும், கன்னங்களிலும், தொடைகளிலும் இரத்தக் காயங்களோடு பிணமாகக் கிடக்கும் சுமதி.

“சுமதி.”

“யார்...?” என்று தேவா கேட்டான். வாய் திறந்து தான் முணுமுணுத்து விட்டதை அறிந்து வெட்கம் வந்தது கேசவனுக்கு.

“என் சினேகிதி.”

புழுக்கம் தாங்காமல், “வாயேன்... வெளியே உட்காரலாம்” என்று தேவா அழைக்க, இருவரும் வெளியே வந்து உட்கார்ந்தார்கள்.

அந்தப் பழைய வீட்டை அடுத்தத் தோட்டம் வெகு தூரம் பரவி இருந்தது. வரிசையாக மதிலை ஒட்டிக் கிழ மரங்கள் வேம்பு, புன்னை, மா என்று பலவகை மரங்கள். நிலவு இன்னும் இரண்டு நாட்களில் நிறைய இருந்தது.

கேசவன் மூச்சை இழுத்துக்கொண்டே கேட்டான்.

"இங்கே தங்க அரளி மரம் இருக்கா...?"

தேவா ஆச்சரியத்துடம் "இருக்கு" என்றான்.

"வாசனை வருதே..."

"தங்க அரளி உனக்குப் பிடிக்குமா?..."

"சுமதிக்குப் பிடிக்கும். அதை முகரக்கூடாது, மூக்கில் இரத்தம் வருமாம்"

"யாரு சொன்னா?"

"சுமதி"

"யார்?"

கேசவன் சில நிமிஷங்கள் சும்மா இருந்தான். "நாளைக்கு என்னை என்ன செய்யப் போறீங்க...?"

தேவா வேறு பக்கம் திரும்பிக்கொண்டு, "விசாரணை நடக்கும்" என்றான்.

"என்ன விசாரணை?"

"தண்டபாணியைக் கொன்றது நீதானான்னு..."

"ஆமா, நான்தான். ஒத்துக்குவேன். இப்பவே ஒத்துக்கறேன்"

"இதை ஆறு மாதத்துக்கு முந்தியே செய்திருக்கலாமே?"

"முதல்லே பயம்மா இருந்தது. அப்புறமா ஒத்துக்க முடிவு பண்ணினேன். சரண் அடையலாம்னு நினைச்சேன். தோழர்கள்..."

"தோழர்கள்..."

"வேண்டாம்னு தடுத்துட்டாங்க. என்னை எப்படியோ தேடி வந்து அறிமுகப்படுத்திக்கிட்டாங்க. நான் செஞ்சது கொலை இல்லே, சமூக நன்மைகள்னு சொன்னாங்க!"

"அப்புறம் மேலக் காவேரி கொலை வழக்கு, திருவையாறு ரேஷன் கடை கொள்ளையெல்லாம்கூடச் சமூகப் பணிதானா."

"எனக்கும் இதுக்கும் சம்பந்தம் இல்ல சார்... என்னையும் ஒரு சாட்சியா வச்சுக்கிட்டு அவங்க பேசிக்கிட்டாங்க..."

"அவங்க இருக்கிற இடம் உனக்குத் தெரியுமா?"

"தெரியாது சார்..."

"பொய் சொல்றே."

"சத்தியமா சொல்றேன் சார், எனக்குத் தெரியாது. அதெல்லாம் என்கிட்டே சொல்ல மாட்டாங்க. அவங்கதான் என்னைத் தேடி வருவாங்க. நான் போனதில்லை..."

அவன் பொய் சொல்லவில்லை என்பதைத் தேவா உணர்ந்தான். அந்த முகம் பொய்ப் பேசுகிற முகமாய்ப் படவில்லை. ஆனால் நாளை விசாரிக்கப் போகிற அந்த ஆபீசர் நம்ப வேண்டுமே. நம்ப மாட்டார். நம்பக்கூடாது என்பதுதான் அவர்களுக்குக் கற்றுத் தந்த அரிச்சுவடிப் பாடம்.

"சந்தேகி. எதையும், யாரையும் சந்தேகி" என்பதே வேதம். தேவா பெருமூச்சு விட்டான்.

நாளை மதியம் சுமார் 2 மணி அளவில், இந்தச் சிறுவனின் விரல் நகக் கண்களில் ஊசி ஏற்றப்படும். மிளகாய்ச் சாந்து மென்மையான உறுப்புகளில் பூசப்படும். ரூல் தடி தொடை மேல் உருட்டப்படும். முரட்டு ஷூக்கள் அணிந்த பாதங்கள் அவன் விரல்களை நசுக்கும்.

வாதா மரத்தடியில், சாய்ந்துக்கொண்டிருந்தான் கேசவன். நிலவு நடுவானத்தில் இருந்தது. எங்கோ சில காக்கைகள் விடிந்து விட்டது என்று தப்பாக எண்ணிக் கரைந்துகொண்டிருந்தன.

"நீ அந்தக் கொலையைச் செஞ்சு இருக்கக்கூடாது கேசவன்" என்றான் தேவா.

"உண்மைதான் சார்... உங்களை மாதிரி ஒரு அண்ணன் எனக்கு இல்லை. இருந்திருந்தா புத்தி சொல்லித் தடுத்திருப்பார். கோபத்தைத் தூண்டி விடத்தான் நண்பர்கள் இருக்காங்க. சுமதியைத் தாழம்புதர்ல பார்த்த மாத்திரத்துல, அந்தக் கணத்துல நான் மிருகமா மாறிட்டேன். நான் மனுஷங்களையே மறந்துட்டேன். அப்பா மூங்கில் சீவ பளபளப்பா, பட்டு மாதிரி ஒரு கத்தி வச்சிருப்பார். எனக்கு ரொம்ப சௌகரியமா இருந்துச்சி. மூணு நாள் தாழங்காட்டிலேயே மறைஞ்சிருந்தேன். மூணாம் நாள்தான் சந்தர்ப்பம் கெடைச்சது. தண்டபாணி சாயங்காலமாத்தான் தாழங்காட்டுக்கு வருவான். எருக்கஞ்செடி மறைவா உக்காருவான். அன்னிக்கும் உக்காந்தான். கொஞ்சம் இருட்டு. முகம் தெரியற இருட்டுதான். நான் புதரை விலக்கிட்டு வெளியே வந்து அவன் கழுத்துக்குத்தான் குறி வச்சேன். சரசரன்னு சத்தம் கேட்டதும், திரும்பி என்னைப் பார்த்துட்டான். அவனுக்குத் தெரிஞ்சு போச்சு, ஓடத் தொடங்கினான். நான் கத்தியை வீசிட்டேன். அது கால் கண்ட சதையில பட்டு அப்படியே நின்றது. ஐயோன்னு கீழே விழுந்தான் தண்டபாணி. நான் ஓடிப் போய் கத்தியை எடுத்து...!"

தலையைக் கவிழ்ந்துக்கொண்டான் கேசவன். அவன் முதுகு சிலிர்த்தது தேவாவுக்குத் தெரிந்தது.

"சார்... உயிர் பிரிந்தது. என் கண் முன்னால் நடந்தது சார். லேசா அவன் உதடு கோணிச்சு. என்னவோ சொல்ல ஆசைப்பட்டான். சாகிற நேரத்துல எந்த மனுஷனும் உண்மைதானே பேச முடியும். உண்மையைத் தானே சார் நினைக்க முடியும். சுமதியைக் கெடுத்தது தப்புன்னு சொல்ல நினைச்சானோ என்னமோ? தலை துவண்டுப் போச்சு. அந்த நிமிஷத்துலதான் எனக்குத் தோணிச்சு, இந்த மனுஷனோட உயிரைப் பிரிக்க எனக்கு எந்த உரிமையும் இல்லைன்னு... தப்பு செஞ்சதுக்குத் தண்டனை தர நான் யாருன்னு... ஐயோ, எவ்வளவு பெரிய தப்பு பண்ணிட்டேன். தண்டபாணி முன்னால் நின்று அழுதேன். என்னை மன்னிச்சுடுன்னு மன்றாடினேன். யாருகிட்டே நான் மன்னிப்புக் கேக்கறது?"

தலையைக் கால்களுக்குள் புதைத்துக்கொண்டு கேசவன் குலுங்கி அழுவதைத் தேவா பார்த்தான். ஓயட்டும் என்று இருந்தான். ஓய்ந்ததும், "வீட்டுல யார் யாரெல்லாம் இருக்கா கேசவன்?" என்றான்.

பிரபஞ்சன் ★ 167

"அப்பா மட்டும்தான் சார்..."

புது மலர்ச்சியோடு புதிதாகச் சந்திக்கிற நண்பனிடம் கேட்பதுபோலக் கேசவன் கேட்டான்.

"உங்க குடும்பம் எங்க இருக்கு சார்?"

"பெங்களூரில் அப்பா அம்மா இருக்காங்க. போன வாரம் வரைக்கும் தம்பி இருந்தான். உன் வயசுதான் காலேஜ்ல படிச்சிட்டிருந்தான். நல்ல வெயிட் லிஃப்ட்டர். பாரம் தூக்கும்போது வெயிட் கழண்டு பின் தலையில விழுந்திருச்சு. எங்களுக்குத் தெரியாது. அவனும் சொல்லலை. அடிக்கடி தலைவலின்னு படுத்துடுவான். மாத்திரை வாங்கிக் கொடுப்போம். ஒருநாள் திடீர்னு நினைவை இழந்தான். அப்புறம்தான் மூளையில கட்டி இருக்கிறதைக் கண்டுபிடிச்சோம். ரொம்பத் தாமதமாயிட்டுது, செத்துட்டான்"

"எப்போ சார்..."

"போன வெள்ளிக்கிழமைதான். நான் முந்தா நேத்துதான் டூட்டியில திரும்பவும் சேர்ந்தேன். உனக்காகத்தான்!"

"சாரி சார்..."

விடிகிற நேரம் நெருங்கிக்கொண்டிருந்தது. கேசவன் சுருட்டி மடக்கிக்கொண்டு தூங்கிக்கொண்டிருந்தான்.

தேவா அவனையே பார்த்துக்கொண்டிருந்தான். இந்த நாள் அவனுக்காக விடியவில்லை என்று அவனுக்குத் தோன்றியது. நாளை சூரியோதயத்தை அவன் பார்க்கப் போவதில்லை என்பதும் அவனுக்குத் தெரியும்.

மனிதன், எந்த ஜீவராசிக்கும் இழைக்கக்கூடாத இம்சைகள், இவனுக்கு நாளை இழைக்கப்படப் போவதை நினைத்துப் பார்த்தான். ஒரு முறை அவனுக்கு உடம்பு அதிர்ந்தது. நியாய, அநியாயங்கள் பற்றியெல்லாம் தான் நினைக்கக்கூடாதவற்றைப் பற்றியெல்லாம் நினைத்தான். கேசவனைத் தப்பவிக்கலாம் என்று ஒரு கணம் தோன்றியது. தப்பிக்கும் மனநிலை இல்லாத, குற்றத்தை ஏற்றுக் கொள்ளும் மனப்பக்குவம் அடைந்து விட்ட மனிதனை என்ன செய்வது என்று தோன்றியது. சஞ்சலத்துக்குள்ளானான் அவன்.

திடீரென்று பறவைகளின் கூட்டுக் கரைசல் காரணமாகத் திடுக்கிட்டு எழுந்து உட்கார்ந்தான் கேசவன்.

"தூங்கிட்டேன் சார்" என்று அசட்டுத்தனமாகச் சொன்னான். பரவிக்கொண்டிருந்த வெளிச்சத்தில் தேவாவைப் பார்த்துச் சொன்னான்.

"இன்னைக்குத்தான் ரொம்ப நாளைக்கு அப்புறம் நிம்மதியாத் தூங்கினேன். ஒவ்வொரு நிமிஷமும் செத்து, செத்து, எப்போ போலீஸ் வருமோ, எப்போ மாட்டிக்குவோமோன்னே நினைச்சுட்டு இருக்கிறதாலே தூக்கமே வராது!"

மலர்ந்து வரும் புதிய வெளிச்சத்தில் பரவி விரிந்த தோட்டத்தை ஆச்சர்யத்தோடு பார்த்தான். "எவ்வளவு அழகான தோட்டம் சார் இது..." என்றான். வெகு தூரத்தில் புறக்கடைக் கதவை ஒட்டிப் பெரிய மரமாய் இருந்த தங்க அரளியைப் பார்த்தான். பூக்கள் உதிர்ந்து கிடப்பதை இருந்த இடத்திலிருந்தே அவனால் பார்க்க முடிந்தது. எடுத்து முகர ஆசை எழுந்தது.

"சார்... அந்த மரத்துக்கிட்டே போய் பூ பொறுக்கிட்டு வரட்டுமா...?"

"செய்யேன்."

கேசவன் எழுந்து நடந்தான்.

அந்த நிமிஷத்தில்தான் தேவாவுக்கு அந்த யோசனை தோன்றியது. பாய்ந்து அறைக்குள் சென்று துப்பாக்கியை எடுத்து வந்தான். எந்த நிமிஷத்திலும் பயன்படுத்தத் தக்கவாறு தயார் நிலையில் இருந்தது அது.

கேசவன் குனிந்து பூக்களைப் பொறுக்கிக்கொண்டிருந்தான். தேவா குறிபார்க்க சில வினாடிகளே போதுமானவையாக இருந்தன.

வெடிச்சப்தம் கேட்டு, மரப் பறவைகள் அலறிக்கொண்டு பறந்தன. சத்தம் இல்லாமல் சரிந்து விழுந்தான் கேசவன்.

"என்ன... என்ன" என்றவாறு பலர் ஓடி வந்தார்கள்.

"தப்பிச்சு ஓடினான்; சுட்டுட்டேன்!" என்றான் தேவா.

"வெல்டன்" என்று கைகுலுக்கினான் மீசைக்காரன். "இல்லேன்னா நாம கம்பி எண்ண வேண்டியிருக்கும்" என்றான்.

தங்க அரளி மரத்தடிக்குச் சென்றார்கள். கேசவன் உயிர் பிரிந்திருந்தது. பூ பொறுக்கினபோது இருந்த புன்னகை மாறாமல் இருந்தது அவன் முகத்தில்.

ஒரு சிறுவனைக் காப்பாற்றி விட்ட நிம்மதி தேவாவுக்கு. மனம் மட்டும் அழுதுகொண்டிருந்தது.

1984

அரி என்கிற நண்பன்

அரியை நான் முதன் முதலில் பார்த்தது குளத்தங்கரையில்தான். என் லீவு நாட்களில் நானும் விஜயராகவனும், கண்டக்டர் சத்திரத்துக்குளத்தில் மீன் பிடிக்கப் போவோம். காலி ஹார்லிக்ஸ் பாட்டில்கள், கெட்டுப் போன பல்புகள் சகிதம் குளத்தில் இறங்கும்போது, அங்கே ஒரு பையன் படியில் உட்கார்ந்திருப்பதைப் பார்த்தேன்.

முதலில் அவன் முதுகு தெரிந்தது. சின்ன மீன் முள்களைப்போல, அவன் முதுகில் முடி இருந்தது. குளத்தில் இறங்கி, அவன் முகத்தைப் பார்த்தேன். தலை முடியும் செம்பட்டை, அரை டிரவுசர் மட்டும் போட்டிருந்தான். தின்றுகொண்டிருந்தான் எனத் தெரிந்தது. கால்மாட்டில் கிழங்குத் தோல்கள், அணைத்தெறிந்த சுருட்டுத் துண்டுகளைப்போல.

சின்னக் குளம்தான். எப்போதும் பச்சைப் பாசியால் மூடப்பட்டிருக்கும். ஒரு பக்கம் மட்டும் கல்படிகள். சுமார் பத்துப் பன்னிரெண்டு கல்படிகள். வெகு தூரத்துக்குத் தென்னை மரங்கள், தென்னை மரத்துக்கு அப்பால் கள்ளுக்கடை.

முட்டி அளவு நீரில் நானும், கரையில் விஜயராகவனும் நின்றுகொண்டு மீனுக்குத் தயாராய் இருந்தோம். என் நேர் பார்வையில் அவன் உட்கார்ந்திருப்பது தெரிந்தது. ஓரக் கண்ணால் அவன் அடிக்கடி என்னைப் பார்த்துக்கொண்டிருந்தான். அவனும் என்னைப்போல மீன் பிடிக்க வந்தவன் எனக் கருதிக்கொண்டேன்.

எங்கள் கையில் அகப்படுவதெல்லாம் வெறும் குஞ்சுகள்தான். பெரிய மீன்கள் வெகு ஜாக்கிரதையானவை. தந்திரசாலிகள், தூண்டில்களில் அல்லது வலைகளில் மட்டும்தான் அவை சிக்குகின்றன.

கரைப்பக்கம் ஒதுங்கும் சின்ன மீன்களைப் கையாலேயே சேந்திப் பிடிப்போம். அல்லது கும்பல் கும்பலாக, படை படையாகக் கரைப் பக்கம் வரும் மீன் குஞ்சுக் கூட்டங்களைக் காலால் இடறி, இடறிய வேகத்தில் கரை மண்ணில் வந்து வீழ்ந்து துடிக்கிற மீன்களைப் பிடித்து, முக்கால் அளவு நீருள்ள பாட்டில்களில் போட்டுக் கொள்வோம். வளர்க்கத்தான். ஆனால் என்ன காரணத்தாலோ, இரண்டு மூன்று நாட்களுக்கு மேல் அவை பாட்டிலில் உயிர் தரிப்பதில்லை.

அடுத்த ஒன்றிரண்டு வாரங்களில் அவன் எனக்குச் சினேகிதமாகி விட்டான. சில முகங்களைத்தான் பார்த்துப் பேச முடிகிறது. அரியோடு பேச, பழக்கம் வைத்துக் கொள்ளத் தோன்றியது. அவனுக்கும் அப்படித்தான் இருந்திருக்க வேண்டும்.

தான் ஓர் 'அநாதை' என்று என்னிடம் அரி சொன்னான். அந்த வார்த்தையின் முழுப் பொருள் தெரியாமலேயே அப்போது "ஓகோ" என்று தலையை ஆட்டி வைத்தேன். இதை எழுதும்போது இப்போது தோன்றுகிறது. இத்தனை கோடி மனிதர்கள் வாழ்கிற இந்த உலகத்தில் யார்தான் அநாதையாக இருக்க முடியும்? எல்லாரும் இல்லாமல் ஆகி, தன்னந்தனியனாக வாழ நேர்கிற அந்தக் கடைசி மனிதன்தானே அநாதையாக இருக்க முடியும்?

நான் ஏழாம் வகுப்புப் படித்துக்கொண்டிருந்தேன். அரி, அந்தோணியார் கோயிலுக்கு எதிரில் இருந்த சிகை அலங்காரக் கடையில் வேலைப் பார்த்துக்கொண்டிருந்தான். முடி வெட்டவோ, சவரம் பண்ணவோ அவன் கற்றுக்கொண்டிருக்கவில்லை. உரிமையாளருக்கு டீ வாங்கிவர, பீடி வாங்கிக் கொடுக்க, மயிர்க் கற்றைகளைக் கூட்டிப் பெருக்கி, அதற்கென இருந்த கிளாஸ்கோ டின்னில் போட என்ற மாதிரி வேலைகளுக்கு அரி பயன்பட்டான்.

எப்படியோ மாலைகளில் கடையிலிருந்து கத்திரித்துக்கொண்டு என்னைப் பார்க்க வருவான். நேராக வீட்டுக்கு வந்து என்னைக் கூப்பிட முடியாது. சவரக் கடையில் வேலை செய்யும் பையனோடு படிக்கிற பையனாகிய நான் சினேகிதம் வைத்துக் கொள்வதை என் அப்பா விரும்பவில்லை. "இன்னொரு வாட்டி அந்தப் பையனோடு சுத்தறத நான் பார்த்தேன்; உன்னைச் செருப்பால அடிப்பேன்..." என்றார் ஒரு நாள். இதற்குப் பிறகுதான், அரியோடு தினம் சுற்றுவது என்றாகிவிட்டது எனக்கு. ஒரு நாள் அரி சொன்னான். "இந்த மீன் குஞ்சுகளைப் பிடிச்சு அநியாயமா எதுக்குடா சாக அடிக்கிறீங்க. பாவம் இல்லையா?" நான் அதற்குப் பிறகு மீன் பிடிப்பதை நிறுத்தி விட்டேன்.

தெருவை ஒட்டியது என் அறை. தெருவோரம் நின்று நாக்கை வளைத்து மேலண்ணத்தில் சேர்த்து, 'ட்டக்' என்று ஒலி எழுப்புவான். எங்களின் சங்கேத பாஷை அது. நான் சட்டையை மாட்டிக்கொண்டு வெளியே வந்து விடுவேன். வெறும் உடம்போடு, கால் சட்டை மட்டும் போட்டுக்கொண்டு வருகிற அரியோடு, நல்ல சட்டை போட்டுக்கொண்டு வரும் எனக்கு ரொம்பக் கூச்சமாகவும், வருத்தமாகவும் இருக்கும்.

பஸ் ஸ்டாண்டு வழியாக நடப்போம். குறுக்காகச் சிக்கிக்கொண்டு பஸ்கள் சிரமப்பட்டு வழி கண்டுபிடிக்க அவஸ்தைப் படுவதை வேடிக்கைப் பார்த்துக்கொண்டு நிற்போம். அப்புறம், 'ரத்னா டாக்கீஸில்' மெயின் படம்

தொடங்கும் வரை இசைத் தட்டுப் போடுவார்கள். அதைக் கேட்டுக்கொண்டு நிற்போம்.

இந்த அரிதான், சர்வ வல்லமை படைத்த இந்தியப் பேரரசின், பெரிய பல் சக்கரங்களில் ஒன்றாகிய தபால் இலாகவைப் புறங்கண்டவன்.

ஓதியஞ்சாலை மைதானத்தைச் சுற்றி அப்போதெல்லாம் பூவரசமரங்கள் வளர்ந்திருக்கும். சுகுமாரன் டீ கடைக்கு நேர் எதிரே குட்டை பூவரசு மரம் ஒன்று இருந்தது. குட்டை மரத்தை ஒட்டி மகமத் பாஷாவின் புகையிலைக் கடை, சிமென்டு படிக்கட்டு உள்ள கடை அது. அரி, மத்தியான நேரங்களில், குட்டை மரத்தின் கீழ், சிமென்ட் படியில்தான் உட்காருவான். ராத்திரிகளில் அந்தப் படியிலேயே படுத்து விடுவதும் உண்டு.

ஒரு மதியம் காக்கிச் சட்டை அணிந்த இரண்டு பேர் குட்டை மரத்தண்டை வந்தார்களாம். அரி என்னிடம் சொன்னான். அன்றைய சாயங்காலம் மரத்தின் கீழ் இவன் இருப்பதைப் பார்த்து, ஒருவன் "நகருடா" என்றானாம். அவன் கையில் சிவுப்பு பெயின்ட் அடித்த சின்ன தபால் பெட்டி இருந்தது. மற்றவன், ஒரு ஜான் நீள 'ட' ஆணியை எடுத்து மரத்தில் அடித்தான். பச்சை மரத்தில் சிவுக்கென்று இறங்கிற்று ஆணி. மரத்திலிருந்து நீர் சுரந்து பட்டையில் இறங்கியது. ஆணியில் பெட்டியை மாட்டித் தொங்கவிட்டுப் போய்விட்டார்கள்.

"பாவி, பச்சை மரத்துல ஆணி அடிக்கிறான் பார். தேவிடியாப் பய..." என்றான் அரி. நானும் அந்தச் சிவப்புத் தபால் பெட்டியைப் பார்த்தேன். ஒரு குழந்தையைத் தூக்கி இடுப்பில் வைத்துக்கொண்டிருக்கிற அம்மா மாதிரி இருந்தது மரம்.

"என் மண்டையிலே ஆணி அடிக்கிற மாதிரி இருந்துச்சுடா..." என்றான் அரி.

மூன்றாம் நாள் ராத்திரி அரி ஒரு காரியம் செய்தான். அடுத்த பல ராத்திரிகள் தூங்காமல் விழித்திருக்க வேண்டியிருந்தது அவனுக்கு. ராத்திரி ரெண்டாவது ஆட்டம் விட்டு ஜனங்கள் போன பின், ரோட்டில் கிடந்த சிறு சிறு கற்களைப் பொறுக்கித் தபால் பெட்டிக்குள் போட்டு வைத்தான். அதன் விளைவைப் பார்க்கவும் ஆசை இருந்தது அவனுக்கு. தபால் எடுக்கிற நேரம் சுகுமாரன் டீ கடையில் இருந்தவாறு கவனித்தோம். ஓர் இளைஞன் தபால் எடுக்க வந்தான். பெட்டியைத் திறந்தான். பொல பொலவென்று கற்கள் உதிர்ந்தன. திடுக்கிட்டுப் போய் இருக்க வேண்டும். அவன் இரண்டு புறமும் திரும்பிப் போகிற வருகிறவர்களைக் குறிப்பாகப் பார்த்தான். அவனால் ஒன்றும் கண்டு கொள்ள முடியவில்லை. ரெண்டடி முன்னால் வந்து ரோட்டைப் பார்த்து நின்றுகொண்டு அங்கிருக்கிறக் கடைகளைப் பார்த்து முறைத்தான். பிறகு தபாலை எடுத்துக்கொண்டு போய்விட்டான்.

அரிக்கு நான் ஒரு யோசனை சொன்னேன். ஒரு தண்ணீர்ப் பாம்பைப் பிடித்துத் தபால் பெட்டிக்குள் போடலாம் என்றேன். ஓர் அடி உயரம் துள்ளிக் குதித்து அரி உடனே என் யோசனையை ஒப்புக்கொண்டான்.

அடுத்த நாள் மாலையே பாம்பு பிடிக்கப் போனோம். யோசனையைச் சொன்னேனே தவிர, பாம்பென்றால் எனக்கு எப்பவுமே அருவருப்பு. அரி

ரொம்ப தைரியசாலி. குளத்தில் நிறைய பாம்புகள் இருந்தன. மீன் பிடிக்கப் போகும்போது பார்த்திருக்கிறோம். தண்ணீர்ப் பாம்புகள் ரொம்ப பயந்த சுபாவம் உள்ளவை. ஆள் அரவம் கேட்டவுடனேயே காணாமல் போய்விடும். ஆழத்துக்குப் போய்விடும். அப்புறம் காற்றுக்கும், வெளிச்சத்துக்கும் மேலே வரும். நாங்கள் படித்துறைக்கு எதிர்ப்புறம் போனோம். ஜனநடமாட்டம் இல்லாத பகுதி ஆதலால், அவை சுதந்தரதாமாக அந்தப் பக்கம் வரும். காத்திருந்து ஓர் அடி நீளப் பாம்பின் வாலைப் பிடித்துத் தரையில் போட்டான் அரி. கொண்டு வந்திருந்த காலிப் பெருங்காய டப்பியில் பாம்பை அடைத்துக்கொண்டோம். இரவே அதைத் தபால் பெட்டிக்குள் சேர்த்து விட்டான் அரி.

மறுநாள் சாயங்காலம் நானும் டீ கடைக்கு வந்தேன். எங்களுக்குத் தரையில் கால் பாவவில்லை. மனசு துடித்தது. அரி, டீ கடைக்கு உள்ளே உட்கார்ந்துகொண்டான். நான் வெளியே, தூங்கு மூஞ்சி மரத்தை ஒட்டி மறைந்தும், மறையாமலும், நின்றுகொண்டேன். ஒரு வயதான பெரியவர் ஒரு சைக்கிளில் வந்து சேர்ந்தார். அவரை விட வயசான சைக்கிளிலிருந்து காலைத் தரையில் ஊன்றிச் சிரமப்பட்டு இறங்கினார். பிரித்து வைத்துக்கொண்டு, சாவியைத் தேடித் துழாவிப் பெட்டியைத் திறந்தார். அவ்வளவுதான், நாலே எட்டில் தெருவில் நடுப்பகுதிக்கு வந்து நின்றார். ஆதரவுக்கு யாரேனும் மனிதர்களைத் தேடினார். பக்கத்து ஓரமாக வண்டியை நிறுத்தி விட்டுப் பீடி பிடித்துக்கொண்டிருந்த வண்டிக்காரன் மேல் அவர் பார்வை விழுந்தது. அவனை அவசரமாகக் கையைக் காட்டி அழைத்தார். அவனும் எழுந்து போவது தெரிந்தது. அவனிடம் கெஞ்சிக் கும்பிடாத குறையாக என்னமோ சொல்வது தெரிந்தது. அவன் இரண்டு விரல்களால் பாம்புக் குட்டியை எடுத்து வீசி எறிந்தது தெரிந்தது. மீண்டும் போகிற வருகிறவர் முகங்களையெல்லாம் கூர்ந்து பார்த்தார் பெரியவர். பிறகு தள்ளி நின்றுகொண்டு நுனி விரல்களால் தபாலகளை எடுத்துப் போட்டுக்கொண்டு சைக்கிளைத் தள்ளிக்கொண்டு ரோட்டுக்கு வந்தார்.

நடுத் தெருவில் ஒரு பாம்புக்குட்டி வந்து விழுந்ததும் சுற்றிக் கூட்டம் சேர்ந்துகொண்டது. கூட்டம் சேர்ந்ததால் நானும் எவ்வளவு சாத்தியப்படுமோ, அவ்வளவு அப்பாவித்தனமாக முகத்தை வைத்துக்கொண்டு கூட்டத்தோடு நின்றுகொண்டேன்.

கூட்டத்தைப் பார்த்துக்கொண்டு பெரியவர் சொன்னார். “எந்த பேமானிப் பையனோ தபால் பெட்டியில பாம்பைப் புடிச்சுப் போட்டிருக்கான்... இந்த அநியாயத்தைக் கேட்க ஆள் இல்லே பாருங்க... என் கையில மட்டும் ஆள் கெடச்சா கொன்னே போட்டுருவேன்...”

“தண்ணிப் பாம்புக்குப் போயி பெரிசா பயப்படறீங்க...” என்றார் கூட்டத்திலிருந்த ஒருவர்.

“யோவ், பாம்பப் பார்த்ததும் பயந்தான்யா வரும்... தண்ணிப் பாம்பா, நல்ல பாம்பான்னா பார்த்துக்கிட்டு இருக்க முடியும்...”

அதற்குள் ஒரு போலீஸ்காரன் வந்து சேர்ந்தான். “என்ன இங்க கலாட்டா...” என்றான்.

“ஆமா, நாலு பேரு ஒண்ணா சேர்ந்தா கலாட்டாதான் பண்ணனுமா... கவர்மென்ட்டு தபால் பெட்டிகளில் ஒரு பய பாம்பைப் புடிச்சுப் போட்டிருக்கான். அதக் கேக்க நாதி இல்லே. நீங்கள்ளாம் எதுக்கு இருக்கீங்கன்னே தெரியல்லே...”

நேருக்கு நேரா இப்படிக் கேட்டவுடன், இந்தப் போலீஸ்காரனுக்குக் கோபம் வந்திருக்கக் கூடும்.

“நீ என்னய்யா சொல்றே...?” ஒவ்வொரு தபால் பொட்டிக்கும் பக்கத்துல நின்னுக்கிட்டு, எவன் பாம்பைப் போடறான், எவன் தேளைப் போடறான்... எவன் தபால் போடறான்னு பாக்கிறதுதான் போலீஸ் வேலயா...?” என்றான்.

பெரியவர் சைக்கிளைத் தள்ளிக்கொண்டு நகர்ந்தார்.

அப்புறம் அரி வேறு மாதிரியான போராட்டத்தைத் தொடங்கினான். அவ்வப்போது யாரும் பார்க்காத நேரத்தில், பெட்டியின் தடுப்புக் கதவைத் தள்ளி, விரல்களாலேயே உள்ளிருக்கும் தபாலை எடுத்து விட்டான். எடுத்த தபாலை வேறு பெட்டியில் சேர்த்தும் விட்டான். தொடர்ந்து பல மாலைகள் தபால் இல்லாத வெறும் பெட்டியைத் திறந்து பார்த்து வெறுமே போய்க்கொண்டிருந்தார் தபால்காரர்.

எனக்குக் கால் பரீட்சை விடுமுறையின்போது ஒருநாள் தபால் பெட்டியைக் காக்கிச் சட்டை போட்டவர்கள் வந்து எடுத்துக்கொண்டு போனார்கள். ஆணியை, அரியே பிடுங்கி எறிந்தான். டீ கடை சுகுமாரன் நாயர் மட்டும் வருத்தப்பட்டதாக அரி சொன்னான்.

“தபாலை நாலுதப்படி நடந்து இங்கேயே போட்டுவிடலாம். இனிமே போஸ்ட் ஓபீசுக்குப் போயி போஸ்ட் பண்ணனும் இல்லா?” என்றானாம் சுகுமாரன் நாயர். ஆனால் சீக்கிரமே சிமெண்ட் கட்டை கட்டி அதன் மேல் என் அளவு உயரமான பெட்டி மர நிழலிலேயே வைக்கப்பட்டு விட்டது.

1984

நிகழ் உலகம்

கோயில் கதவு போன்றிருந்தது அந்தக் கதவு. அதனினும் பெரிதாய் இருந்தது வெளிப்புறச் சுவர். உள்ளிருப்பவர் தப்பித்துப் போய்விடக்கூடாது என்கிற ஜாக்கிரதை உணர்வே உயரமாய் நின்றது. அந்தப் பெரிய கதவின், சின்ன பை மாதிரி இருந்தது அந்தச் சின்ன வாசல். ஓர் ஆள் உள்ளே போகவும் வரவும் மாத்திரமே அதன் குறுகிய அமைப்பிருந்தது. காக்கி உடை அணிந்த சேவகன் பின்னே இருந்து சின்ன வாசலைத் திறக்க, முதலில் காலைத் தூக்கி வைத்து பிறகு உடம்பையும் தலையையும் வெளிக் கொணர்ந்து ஒரு வழியாக வெளியே வீதிக்கு அனுப்பப்பட்டான் கிருஷ்ணமூர்த்தி.

திடீரென்று கேளாத காது திறந்துகொண்டதுபோல, இரைச்சல் அவன் காதுகளில் மோதியது. மனிதர் ஒருவரோடு ஒருவர் பேசும் குரல் ஓசை. இரு பக்கமும் நீண்டு நிறைந்திருந்தது நகரத்தின் கடைத்தெரு.

முதலில் அவன் கண்ணைக் கவர்ந்தது, எதிர் வரிசையில் இருந்த துணிக்கடைகள். வர்ணம் வர்ணமாகத் துணிகள் சீராக அடுக்கி வைக்கப்பட்டிருந்தன. கீழே வெளிர் மஞ்சளில் பாய்விரித்து, வெள்ளைச் சொக்காய் போட்டுக்கொண்டு, முதலாளியும் குமாஸ்தாவுமாகத் தோன்றும் இருவர் உட்கார்ந்திருந்தனர்.

இந்தச் சில மாத காலமாகதான் இழந்திருந்த அந்த வர்ணக் காட்சிகளை அவன் பருகி நின்றான். அவன் இருந்த அறையின் சுவர்கள், ஒரு காலத்தில் மஞ்சள் வர்ணம் பூசப்பட்டு, பின்னர் அழுக்காகி, அழுக்கே ஒரு வண்ணமாகி இருந்தது. அதனூடே மூட்டைப் பூச்சிகளை அழுத்தித் தேய்த்துச் சாகடித்த இரத்தக் கறையும் தன் நிறம் இழந்து காவியாகி, பின் கருங்கோடுகளாய் நின்றன. கம்பிக் கதவின் ஊடாகத் தெரியும் தூங்குமூஞ்சி மரத்தின் பச்சையும், சேவகர்களின் பழுப்புக் காக்கியுமே கடந்த ஒரு மாத காலமாக அவனுக்குக் காணக்கிடைத்த வர்ணங்கள்.

பிரபஞ்சன் ★ 175

சுதந்திரமான உலகம். சுதந்திரமான வர்ணங்களோடு விரிவது அவனுக்கு நிம்மதியைத் தந்தது. நீலமாகிய வானம், கண்ணைக் கூச வைத்தது சூரியன். கூறுகட்டி வைக்கப்பட்டிருக்கும் நடைபாதை பழக்கடைகளின் கம்பி அழிகளின் மேல் இரண்டு அண்டங் காக்கைகள் உட்கார்ந்துகொண்டு, மூக்கைத் துடைத்தும் உடம்பை உதறியும் சிரமபரிகாரம் செய்துகொண்டிருந்தன. போவோர் வருவோர், ஓடுவன, நிற்பன என ஒரு நிழல் உலகம் கண் முன் வியாபித்திருந்தது. நிழல் உலகத்தின் எச்சரிக்கைக் குரலாய் எந்திரங்களின் உறுமல்கள். உறுமல்களே நிழல் உலகத்தின் பிராண மூச்சுகள்.

காலத்தின், சூழலின் பிரக்ஞை அற்று நீண்ட நாழிகை அவன் நின்றான். பின்னர் வீதியை மீண்டும் நோக்கினான். வீதி எப்போதும்போலத்தான் இருந்தது. மனிதர்கள் மற்றும் வாகனங்கள் அதைத் தேய்த்துக்கொண்டேயிருந்தாலும், வியாபார நிறுவனங்களின் அசுர விளக்குகள் வெளிச்சத்தை வாரி இறைத்து, தெருவின் தேய்மானத்தைச் சரி செய்துகொண்டேயிருந்தன.

அவனுக்குத் தன் ஊர் ஞாபகம் வந்தது. தன் மனைவி, தன் குழந்தைகள் ஞாபகம் வந்தது. மேற்கு நோக்கி நடந்தான். மேற்கேதான் பஸ் ஸ்டாண்டு இருந்தது.

நடக்கும் போதே வலப்பக்கம் திரும்பி, தான் இத்தனை நாட்களும் இருந்த கட்டடத்தைப் பார்த்தான். மிகப் பெரும் சுவர்கள் அதன் தலையில் ஆணி அடித்து வேறு வைத்திருந்தார்கள். மனித யத்தனங்களுக்கு அது அச்சமூட்டும் சவால். காற்றும் சோதனைக்குட்பட்டுத்தான் உள்ளே வந்தது.

தனியாக, கசிந்துருக வைத்த நாட்கள் நினைவுக்கு வந்தன. தலையைக் குலுக்கிக்கொண்டான். சுமதியின் முகமும், குழந்தைகளின் முகமும் முன்னால் வந்து நிற்கவே, இயல்பாகவே கால்களில் வேகம் கூடியது. கடைவீதி ஓட்டல்களைக் கடக்கையில், காபி வாசனை மனசுக்குள் பரவியது. ஓர் ஓட்டலின் உள்ளே போய் உட்கார்ந்து ஸ்டிராங் காபி கேட்டான். வந்த காபிக்கு டிகாக்ஷன் போதவில்லை என்று மேலும் வாங்கிக் கலந்துகொண்டு சாப்பிட்டான். பல மாதங்களுக்குப் பிறகு, காப்பிக் கசப்பு தொண்டைக் குழாயை அறுத்துக்கொண்டு, சூடோடு இறங்குகையில் இதமாய் இருந்தது. ஒரு புதிய வலிமை உடம்பில் சேர்ந்ததாய் உணர்ந்தான்.

பஸ் ஸ்டாண்டை அடைந்தபோது, ஜனங்கள் நிறைவதற்குக் காத்திருக்கும் பஸ்கள் சாவதானமாக நின்றிருந்தன. அவனுடைய ஊர் முப்பத்தைந்து கிலோ மீட்டருக்கு அப்பால் இருந்தது. அரை மணிக்கு ஒரு வண்டி அங்கு போயிற்று. அப்போதும் அவன் ஊருக்கு போகிற வண்டி காலியாகவே நின்றிருந்தது. இருந்தாலும் ஏறி அமர்ந்து கொள்ள விரும்பவில்லை அவன். அப்போதே கிளம்பினால் மூன்று மூன்றரைக்கே வண்டி ஊர் போய்ச் சேர்ந்து விடும். அத்தனை வெளிச்சத்தில் ஊருக்குள் புக அவனுக்குத் துணிச்சல் இல்லை. அந்தி சாய்ந்ததும் போவது என்ற உத்தேசத்தோடு சிமெண்ட் பெஞ்சில் இடம் பிடித்தான்.

சமீப காலமாகத்தான் கிருஷ்ணமூர்த்திக்கு இப்படி ஒரு பழக்கம் ஏற்பட்டிருந்தது. மக்கள் அதிகமாகப் புழங்கும் வீதிகளில் நடப்பது அவனுக்கு ஏலாததாகிவிட்டது. இருள் நிறைந்த சந்துகளிலேயே உலவினான். திருமணமான புதிதில் அவளோடும், வெள்ளை வெளிச்சம் சிந்தும் வீதிகளில் வலம்

வந்தான். எல்லோரையும் முகம் பார்த்துப் பேசினான். அப்போதெல்லாம் சந்தோஷமாக இருந்தான். அவளைக் கூட்டிக்கொண்டு வள்ளி மலைக்கு, மலையின் உச்சிக்கே போய் வந்தான். கடல்களைக் காட்டிலும் மலையே அவனுக்குப் பிடித்திருந்தது. மனைவியின் நகைகளையே மூலதனமாகப் போட்டு சொந்தமாகத் தொழிலைத் தொடங்கினான். சில ஆயிரங்களை இழந்த பின்தான், செய்து வந்த தொழிலை எப்படிச் செய்யக்கூடாது என்கிற ஞானமாகிய லாபத்தைப் பெற்றான். விளைவாக, இருள் அடர்ந்த தெருக்களில் நடக்கத் தொடங்கினான்.

வெவ்வேறு ஊர்களில் இருந்தெல்லாம் மனிதர்களை ஏற்றிக்கொண்டு வந்த பஸ்கள், தங்கள் இருப்பிடம் வந்து சேர்ந்த களைப்பில் அவர்களை வெளியே உமிழ்ந்தன. பயணிகள் சுமைகளோடு பல்வேறு வழிகளில் சிதறிப் போனார்கள். சிலர் பஸ்சுக்குள் ஏறி வந்து தங்களை இருத்திக்கொண்டார்கள்.

பார்த்த மாத்திரத்திலேயே பட்டிக்காடு என்று சொல்லத் தக்க பெண்கள் அவனைச் சுற்றி உட்கார்ந்திருந்தார்கள். அவர்களிடம் ஊருக்குப் போகும் பதற்றம் இல்லை. இங்கேயே ராத்தங்கி விடிந்து போகச் சொன்னாலும் சம்மதிப்பவர்கள்போல அவர்கள் இருந்தார்கள். இருப்பைப் பற்றிய நிச்சயமும் வருவதை பற்றிய தெளிவும் அவர்களுக்கு இருந்தது போலும். நிதானமாகக் காய்ந்த வெற்றிலைகளை நீவி, காம்பைக் கிள்ளி எறிந்து, சுண்ணாம்புத் தடவி, சுருட்டி வாய்க்குள் தள்ளி, சாற்றை புளிச்சென்று தங்களுக்குப் பக்கத்திலேயே உமிழ்ந்துகொண்டார்கள். சிலர், தங்கள் ரவிக்கைகளை மேலேற்றி விட்டுத் தங்கள் குழந்தைகளுக்கு ஈந்தார்கள். தங்களின் ஊட்டுதல் தங்களுக்கே மறந்து போகும் படி அவர்கள் தங்களுக்குள் சம்பாஷித்துக்கொண்டும், சீப்பால் தலை வாரிக்கொண்டும் இருந்தார்கள்.

அவனுக்குச் செல்வம் ஞாபகத்துக்கு வந்தான். செல்வம் அவனுக்கு மூத்த மகன். ரெண்டாம் வகுப்புப் படிக்கிறவன். குழந்தை எப்படியோ ஆரோக்கியமாகவே வளர்ந்து வந்தான். நன்றாகப் படிப்பான். படிப்பில் ஆர்வம் அதிகம் இருந்தது. அவனுக்கு அடிக்கடிப் பள்ளிக்கூடம் போன கொஞ்ச நாழிகையில் திரும்பி வந்து விடுவான். சம்பளம் கட்டாததால் வாத்தியார் அவனை வெளியே அனுப்பி விட்டிருப்பார். மான அவமானம் புரிகிற பக்குவம் அவனுக்கு வந்து விட்டிருந்தது. குழந்தை அழுதுகொண்டே வீடு திரும்புவான். சுமதி, குழந்தையை அணைத்துக் கொள்வாள். பல்லைக் கடித்து விழுங்கிக் கொள்வாள். அவன் இருளடர்ந்த சந்துகளில் சஞ்சரித்து விட்டு நள்ளிரவுக்கு மேல் வீடு திரும்புவான். இவனைத் தெருமுனை நாயும், வீடு விட்டு வீடு ஓடும் பெருச்சாளியும்கூட அடையாளம் கண்டு கொண்டன.

நினைவுகளை அகழ்ந்து அகழ்ந்து, நின்று நின்று சீரணித்து உட்கார்ந்திருந்த கிருஷ்ணமூர்த்தி அந்தி சாய்வதை உணர்ந்து, ஒரு பஸ்சுக்குள் ஏறி அமர்ந்தான். அமர்ந்ததும் குழந்தைகள் நினைவு வர, இறங்கிப் போய் கொஞ்சம் கதம்பமும், ஆரஞ்சுப் பழங்கள் இரண்டும் வாங்கினான். ஆப்பிள்கூட விற்றது. வாங்க முடியாத விலை சொன்னார் கடைக்காரர். ஆரஞ்சேபோதும் என மீண்டும் வண்டிக்குள் வந்து அமர்ந்தான்.

நன்கு இருட்டிய நேரத்தில் ஊர் வந்து சேர்ந்தான். ஏரிக்கரை இறங்கி, புளியமரங்களின் கொத்துக் கொத்தாய் விழுந்த இருட்டுக்குள் நடந்தான்.

முழுமையை எட்டும் நிலா துணைக்கு வந்தது. இவன் விரும்பாவிடினும்கூட அது உடன் வந்தது. சிவுக்கென ஒரு பறவை அவன் காதோரம் பறந்து அவனைத் திடுக்கிட வைத்தது. இன்னும் கொஞ்சம் தாமதித்து வந்திருக்கலாமோ என ஒரு கணம் நினைத்துக் குழம்பினான். தன்னைப் பார்த்து அவள் திடுக்கிட்டுப் போவாள் என்பதை, தனக்காக அவள் அழுவாள் என்பதை நினைக்கும்போது அவனுக்கு நெஞ்சம் அடைத்தது. ஆனாலும் அச்சமும் உடன் மூண்டது. மனைவியை நேருக்கு நேர் சந்திக்க பயமாயும் இருந்தது. அந்தக் கணத்தைத் தவிர்க்கும் நோக்கோடு இப்படியே கொஞ்சம் நேரம் போக்கலாம் என்கிற யோசனையில் சுடுகாடு பிரியும் பாதையில் இருந்த அரச மரத்தின் சிமெண்ட்டுக் கட்டையின் மேல் உட்கார்ந்தான். சிமெண்ட் தளம் வழவழப்பாய் குளிர்ச்சியாய் இருந்தது. வேஷ்டியை மடித்துக் கட்டிக்கொண்டு சம்மணம் போட்டு உட்கார்ந்தான். இருக்கையின் சில்லிப்பு தொடையில் ஏறி, மயிர் கூச்செறிவதை உணர்ந்தான். பெண்ணை அறிந்து பல நாளாவதைத் தனக்குள் உணர்ந்து நொந்தான். அரச மரத்தை ஒட்டிய குத்துச் செடிகளுக்குப் பின்னிருந்து 'யாருய்யா அது?' என்று அதட்டும் குரல் வந்தது. கரகரத்த ஆண் குரல் கூடவே, புழுங்கிய மல்லிகை மலர் மணமும், கண்ணாடி வளையல் சிணுங்குகிற சப்தமும் எழுந்தன. இனி இங்கு இருப்பது தகாது என்றெண்ணி எழுந்து நடந்தான். சோரம் போகிறவன்கூடத் தன்னை விரட்டுவது அவனுக்கு வேடிக்கையாக இருந்தது.

இந்த அரச மரத்தின் அடியில்தான், அவனுக்கும் சண்முக சுந்தரத்துக்கும் அந்த ஒப்பந்தம் ஏற்பட்டது. இன்றுகூடவே துணைக்கு வரும் நிலாதான் அன்றும் உச்சியில் வழிந்தது. சண்முகசுந்தரம் அவன் கையைப் பிடித்துக்கொண்டு சொன்னான். "கிருஷ்ணமூர்த்தி, இது கையின்னு நினைக்காதே. உன் காலுன்னு நெனைச்சுச் சொல்றேன். யாரோ சொன்னாங்கன்னு புத்திகெட்டுப் போயி பிராந்தி பாட்டிலை வாங்கிக்கிட்டு வந்துட்டேன். இந்தப் பக்கம் வித்தா காசுகூடக் கெடைக்குமேன்னு... பேராசை... மடத்தனம் பண்ணிட்டேன். போலீஸ்ல மாட்டிக்கிட்டேன். பணத்தைக் குடுத்து வாயக் கட்டி வச்சிருக்கேன். அவனுகளை... நான் ஜெயிலுக்குப் போனா அதோட என் மானம் மரியாதை எல்லாம் போயிடும்பா... அப்புறம் நான் பிசினெஸ் பண்ண முடியாது. எனக்காக நீ உள்ளே போயிட்டு வந்துடு. ஆயிரம் ரூபா முதல்லே தர்ரேன்... மாசா மாசம் உன் சம்சாரத்துக்கிட்டே ஐநூறு குடுத்திடறேன். நான் வார்த்தைத் தவற மாட்டேன்னு உனக்கே நல்லாத் தெரியும் கிருஷ்ணமூர்த்தி... என் மானத்தை காப்பாத்துப்பா..."

சண்முகசுந்தரம் உண்மையிலேயே பயந்துதான் போயிருந்தான். அவன் மானத்தை, அவன் கௌரவத்தை இவன் காப்பாற்ற வேண்டுமாமே, கேட்டு விட்டான்.

கிருஷ்ணமூர்த்திக்கு எல்லாம் சரிந்தது. உடம்பெல்லாம் கசப்புப் பரவியது. எல்லாவற்றின் மேலும் ஒரு கசப்பு. விரக்தி தோன்றியது. யார்மீது காண்பிப்பது என்றறியாத கோபம் வந்தது.

சம்பளம் கட்டாததால் திரும்பி வரும் குழந்தையும், மனசுக்குள்ளேயே சோகத்தை வைத்துக்கொண்டு தன்னைக் கரைத்துக் கொள்ளும் சுமதியும் நினைவுக்கு வர, சண்முகசுந்தரத்தின் மானத்தைக் காப்பாற்றி விட்டான் கிருஷ்ணமூர்த்தி.

ஒரு நாய் இவனைக் கண்டு ‘உர்ர்’ என்றது. யாரோ அந்நியன் என்பதாகப் பாவித்து, இரண்டு எட்டு எடுத்து வைத்து, சிறு சப்தமாக ‘வள்’ என்றது. பிறகு மீண்டும் இவனை நிதானித்துப் பார்த்து, ‘அடடா... நம்ம ஆள்’ என்பதாக வாலை ஆட்டி, பின்னுக்கு நகர்ந்துகொண்டது.

*

அவன் வீட்டுக் கதவு சாத்திக் கிடந்தது. சாவித் துவாரத்தின் ஊடே நெற்றிக் குங்குமமாய் வெளிச்சம் நின்றது. அவள் விழித்திருக்கிறாள் என்பது அவனுக்கு ஆறுதலாய் இருந்தது. கதவை விரல்கொண்டு தட்டினான். பதில் இல்லை. மீண்டும் அவன் பலமாக ஆனால் பக்கத்து வீட்டுக்குக் கேட்காத விதமாய்த் தட்டினான்.

மெல்லியதாக ஒரு கோடு கிழித்தது மாதிரி “யாரு” என்றது குரல்.

“நான்தான்...”

“ஊம்...?”

“நான்தான்...”

அவசரமாய்க் கதவு திறந்தது. கையில் விளக்கை வைத்துக்கொண்டு அவள் நின்றாள். அவனைக் கண்டு மலைத்தாள். விளக்கு வெளிச்சத்தில் சிவப்பாக, வெறுத்துப் போய், கண்ணுக்குக் கீழே கருவளையங்கள் இட்டு, சீவப்படாத தலை பறக்க, மெலிந்த தோளோடு, கந்தலைச் சுற்றிக்கொண்டு நின்றாள்.

அவள் விளக்கை எடுத்துக்கொண்டு உள்ளே போய், விளக்குத் தண்டின்மீது அதை வைத்தாள். அவன் கதவைத் தாளிட்டு அவளைப் பின் தொடர்ந்தான். கூடத்தை ஒட்டி கிழிந்து ஓரம் செரித்த கோரைப் பாயில் குழந்தைகள் இரண்டும் சுருண்டு கிடந்தன. அவன் குனிந்து முழங்கால் ஊன்றி இரண்டுக்கும் முத்தம் தந்தான். சின்னக் குழந்தை கனவில் சிரித்தது. தன்னையே பார்த்துச் சிரித்தது மாதிரி அவன் ரோமம் சிலிர்த்தது.

மூங்கில் தூணில் சாய்ந்துகொண்டு சுமதி நின்றாள். அவனையே பார்த்தவாறு அவள் நின்றாள். அவன் தலை நிமிர்ந்து அவளைப் பார்க்க முயற்சித்தான். ஏனோ அவனால் அவளை நேருக்கு நேராய்ப் பார்க்க முடியவில்லை. அவன் சிறைக்குச் செல்வதற்கு முன் இருந்ததை விடவும் மோசமாக இருந்தாள்.

“எப்படி இருக்கே” என்றான் கிருஷ்ணமூர்த்தி. காத்திருந்தவள்போல அவள் தேம்பித் தேம்பி அழத் தொடங்கினாள். அவள் பொங்கி வழியட்டும் என்று அவன் காத்திருந்தான். பின் அவன் கண்ணீரைத் துடைக்கும் பொருட்டு அருகே போனான். ஏனோ அந்நியப் பெண்ணைத் தொட நேர்ந்ததைப்போலக் கூசிப் பின் வாங்கிக்கொண்டான்.

தூணைச் சார்ந்து அவள் உட்கார்ந்துகொண்டாள். கொஞ்சம் தள்ளி பாயில் அவன் உட்கார்ந்தான். கதம்பப் பொட்டலத்தையும், ஆரஞ்சுப் பழங்களையும் எடுத்து அவள் அருகில் வைத்தான்.

“சண்முகசுந்தரம் பணம் குடுத்தானா.”

“குடுத்தாரு”

“எவ்ளோ? ஆயிரம் தானே...!”

“இல்லே... முன்னூறு ரூபாதான் குடுத்தார்”

அன்றைய இரவில் அரசமரத்தின் அடியில் எழுந்த கசப்பு மீண்டும் அவனுக்குள் எழுந்தது. கசப்பு! எல்லார்மீதும் எழுந்த கசப்பு.

“மாசம் மாசம் ஐநூறு தர்ரேன்னு சொன்னானே... தரல்லையா...”

“இல்லே... முதல்லே கொடுத்த முன்னூறுதான்... அப்புறம் தரவே இல்லை...”

நிலா வெளிச்சம் வாசலில் பட்டு, எதிரொலித்தது. அவன் வேஷ்டியின் மேலும், அவள் முகத்திலும் ஒளிர்ந்தது.

“அந்த முன்னூறை வச்சிக்கிட்டா ஆறு மாசம்...”

தலையைக் குனிந்துகொண்டாள்.

சுமதி கண்களில் இருந்து வழிந்துகொண்டேயிருந்தது. வானத்தைப் பார்த்தவாறு அவள் இருந்தாள்.

“சண்முகசுந்தரம் ஒழுங்காப் பணம் குடுப்பான், கொஞ்சம் நாளைக்காவது நம்ம கஷ்டம் நீங்கட்டும்னுதான்...”

அவள் இன்னும் வானத்தையே வெறித்துக்கொண்டிருந்தாள். சின்னவள் புரண்டு, சிணுங்கி, அழத் தொடங்கினாள். சுமதி குழந்தையை எடுத்து மடியில் இட்டு தட்டிக் கொடுத்துத் தூங்கப் பண்ணினாள். தூணுக்கு மேல பல்லி உத்தரத்தில் இருந்துகொண்டு ‘ல்லிக்... ல்லிக்’ என்று இரண்டு முறை கூவியது.

“பெரியவன் எப்படிப் படிக்கிறான்...”

“நிறுத்திட்டேன்... ஒழுங்காக சோறுபோட்டு, புத்தகம் வாங்கிக் கொடுக்க முடியல்லே... பள்ளிக்கூடத்துக்குச் சம்பளமும் கட்ட முடியல்லே... நிறுத்திட்டேன்... செட்டியார் கடையில சேத்து உட்டிருக்கேன்...”

மீண்டும் ஒரு முறை கசப்பு. அவன் உடம்பில் பரவியது. எல்லாம் இழந்து விட்ட, நிராதரவான நிலையில் இருப்பதாக உணர்ந்தான். ரொம்பச் சிரமத்தோடு கேட்டான். “சாப்பாட்டுக்கு என்ன பண்றே.”

அவள் தலையைக் குனிந்துகொண்டு மீண்டும் அழத் தொடங்கினாள். கிருஷ்ணமூர்த்திக்கு அங்கு உட்கார்ந்திருப்பதே சிரமமாக இருந்தது.

அவள் கொஞ்சம் ஓய்ந்ததும் அவன் சொன்னான்.

“சண்முகசுந்தரம் ஆயிரம் ரூவா கொடுக்கிறதாச் சொன்னான். ஏமாத்திப்புட்டான். மாசாமாசமும் ஐநூறு தர்ரேன்னு சொன்னான்...”

சுமதி சொன்னாள். “அடுத்த முறை போவும்போது முதல்லியே பணத்தை வாங்கிடுங்க...”

அவள் புடவைத் தலைப்பில் இருந்து ஒவ்வொரு நூலாக இழைபிரித்து, நூல் சிம்புகளைத் தரையில் போட்டாள்.

அவன் முதுகு விரைத்து கல்லானதுபோல நிலாவையே பார்த்துக்கொண்டிருந்தான்.

அவள் மீண்டும் கேட்டாள்.

“திரும்பவும் எப்போ போவீங்க...”

அவன் மீண்டும் தன்னை நொந்துகொண்டான். சட்டென்று எல்லாம் தன்னை விட்டு விலகி, தனியனாக வெள்ளத்தில் அடித்துச் செல்லப்படுபவன்போல உணர்ந்தான். ஒரு முடிவுக்கு வந்தவனாய் அவன் சொன்னான்.

“இப்பவே போறேன்...”

“இப்பவே வா”

“ஆமா...”

அவள் தன் முந்தானையின் இழையை மீண்டும் பிய்த்துத் தன் சுட்டு விரலில் அதைச் சுற்றி அறுத்து எறிந்தாள்.

“போறதுன்னா பணத்தை வாங்கி என் கையில் குடுத்துட்டுப் போங்க...”

“சரி” என்றான் கிருஷ்ணமூர்த்தி. குழந்தைகளுக்கு அழுந்த முத்தம் கொடுத்தான். தூக்கத்திலேயே சிணுங்கினாள் சின்னவள்.

“வரட்டுமா...”

“காலைல போவப்படாதா...”

சுமதி யாரோபோலப் பட்டது அவனுக்கு. அப்போதுதான் முதன் முதலில் சந்திக்க நேர்ந்த அந்நியளைப்போல இருந்தது.

அவன் எழுந்தான். கதவைத் திறந்துகொண்டு வெளியேறினான். எங்கும் இருண்டு கிடந்தது. பின்னே, கதவு மூடித் தாழ்போடும் சப்தம் கேட்டது.

1984

வீடு

"**சா**ருக்கு எவ்வளவு தூரமோ...?"

என் எதிரில் புதுசாக வந்து உட்கார்ந்தவர்தான் கேட்டார். இடம் ஒரு பாஸஞ்சர் வண்டியின் பழைய பெட்டி. திருவண்ணாமலை ஸ்டேஷனில் வண்டி நின்றுகொண்டிருந்தது.

பெட்டியில் நானும் என் நண்பரும், நடுத்தர வயசுள்ள இரண்டு ஆண்களும், அந்தப் புதிய நபரும்தான் இருந்தோம்.

வெயில் ஏறிக்கொண்டிருக்கிற, அவ்வளவாகப் புழுக்கம் இல்லை. நான் அவருக்குப் பதில் சொன்னேன்—

"வேலூர் வரைக்கும்..."

"நான் ரொம்ப தூரம் போகணும் சார்..." என்று கூறிக்கொண்டே மேலே சாமான்கள் வைக்கும் பலகையைப் பார்த்தார்.

வண்டி நகர ஆரம்பித்தது.

நான் அந்தப் புதியவரை நோட்டம் விட்டேன்.

ஒரு சாதாரண வெள்ளைச் சடையும் காக்கிப் பேன்ட்டும் அணிந்திருந்தார். ஆறடி உயரம். நன்றாக வளர்ந்த உடல் வயசுக்கு மீறி முதுமைகொண்ட முகம் 'ஷா' மாதிரி நெற்றி. நாலைந்து ஓடைகள் எனப் பிளவு. அடுக்கடுக்காக நேர்ந்த பல்வேறு அனுபவங்களே அதற்குக் காரணமாகவும் இருக்கக்கூடும்.

எனக்கு உற்சாகம் பிறந்தது. அவரோடு பேசவும் ஆசை எழுந்தது. பார்ப்பவரைப் பேசவைக்கும் முகம் அவருக்கு. அவருக்குமே அப்படி இருந்திருக்கலாம்...

"சாருக்கு ஆபீஸ் உத்யோகமா...?" அவர் கேட்டார்.

"இல்லை... வாத்தியார்..." நான் சொன்னேன்.

“டீச்சரா... நிம்மதியான உத்யோகம்தான். நேரத்துக்கு வேலை... நிறைய லீவு...” சிரித்துக்கொண்டே அவர் சொன்னார்.

நான் அதற்குப் பதில் சொல்லவில்லை. அவருக்கு மட்டுமென்ன? இந்த நாட்டில் ரொம்பப் பேர் அப்படித்தானே நினைத்துக்கொண்டிருக்கிறார்கள்.

நான் சிரித்து மழுப்பினேன். எங்களுக்குள் நல்ல சுமூகம் ஏற்பட்டது. அவர் ஒரு சிசர்ஸ் சிகரெட் பாக்கெட்டை எடுத்து என் முன் நீட்டி, “எடுத்துக்குங்க” என்றார்.

நான் அதை மறுத்து விட்டு, என் “சார்மினார்” ஒன்று எடுத்துப் பற்றவைத்துக்கொண்டேன்.

“நான் மிலிட்டிரியில் இருக்கேன் சார், ஸோல்ஜர்...” அவர் கூறினார்.

“அப்படியா... ரொம்ப சந்தோஷம்... என் மாமாகூட மிலிட்டிரியில் இருக்கிறவர்தான். எனக்கு மிலிட்ரி பீப்பில்ஸ் மேல ரொம்பவும் மதிப்பு உண்டு சார்...” என்றேன்.

ஏற்கனவே என் மாமா, அவன் பாணியில் இராணுவ வீரர்களின் தியாகங்களையும், துணிவையும் பல்வேறு நிகழ்ச்சிகளாகச் சித்தரித்திருந்தது எனக்கு நினைவில் வந்தது. இவை எல்லாம் பழங்காலக் காவிய நாயகர்களின் வீர தீரச் செயல்களைப்போலவே என்னுள் பதிந்து, இராணுவ வீரர்களையும் காவிய நாயகர்களாகவே நான் உருவகப்படுத்தி வைத்திருந்தேன். இந்த உணர்வையே நான் அவரிடம் எதிர் ஒலித்தேன்.

“எனக்கு இந்த வேல மேல மதிப்பும் இல்ல... பற்றும் இல்ல சார்... ஏதோ சேந்துட்டேன்... ஆச்சு... இருபத்து இரண்டு வருஷமாச்சு... இந்த வருஷத்தோட நான் வேலைய வுட்டுடப் போறேன்”

சலிப்புடன் சொல்லி நிறுத்தினார் அவர்.

“என்ன... இப்படி சொல்றானேன்னு பாக்கறீங்களா? சார்... நான் ஒண்ணும் இந்த நாட்டுக்குச் சேவை செய்யணும்னு இந்த வேலையிலே சேரல்லே...

ஊம்... இருவத்தைஞ்சி வருஷத்துக்கு முன்னால எனக்கு அப்போ பதினாறு வயசு இருக்கும்னு வச்சிக்குங்கோ. என்னோட தகப்பனார் இருந்தவரைக்கும் குடும்பம் எப்படியோ நடந்திச்சி. அவருக்கு பின்னால் நான் இருந்தேன். எனக்குன்னு அவரு ஒண்ணும் சேத்து வச்சுட்டுப் போயிடலே. எங்கம்மாவைத் தவிர...! என் கையிதான் எனக்குதவின்னு நான் தெரிஞ்சிக்கினதுக்கப்புறம் நான் வேலை தேட ஆரம்பிச்சேன் சார்... என் தகப்பனார் இருந்த வரைக்கும், வாழ்க்கைன்னா என்னான்னு எனக்குத் தெரியாது. என் குடும்பத்தை நான்தான் நிர்வகிக்கணும்னு வந்துட்டப்போதான் அது எவளோ சிரமம்னு எனக்கு தோணிச்சி. அப்போல்லாம் (தன் உடம்பைக் காட்டி) இதை விட ஸ்டராங்கா இருப்பேன். பகல் நேரமெல்லாம் எங்கேயாவது கூலி வேலை செய்வேன். விறகு பிளப்பேன். மண் சுமப்பேன். வண்டி ஓட்டுவேன். ராவாச்சுன்னா கெடச்சத எங்கம்மா கையில கொடுத்துட்டு, அவங்க போட்டதைத் துன்னுட்டு முடங்கிப் போயிடுவேன் சார்...”

இந்த இடத்தில் அவர் என்னவோ பற்றிச் சிந்திக்கிறார். தன் நெற்றியை அழுந்தத் தேய்த்துக் கொள்கிறார். ஜன்னலுக்கு வெளியே ரயிலோடு

தொடர்ந்து ஓடிக்கொண்டிருக்கும் பச்சை வயல்களையும் மொட்டைப் பாறைகளையும் ஆழ்ந்து கவனிக்கிறார். புகைந்துகொண்டிருக்கும் சிகரெட்டின் சாம்பலை விரலால் தட்டிவிடுகிறார். சிவந்த நெருப்பை உற்று நோக்குகிறார். கொஞ்சம் இருமுகிறார். எழுந்து சென்று ஜன்னலில் வழியே துப்பிவிட்டு வந்து உட்காருகிறார்.

நானும் ஒரு சிகரெட்டை எடுத்துப் பற்ற வைத்துக்கொண்டேன்.

அவர் தொடர்ந்து பேசினார்.

“அப்போதெல்லாம் நாங்க இருந்த வீடு வீடே இல்ல சார்... அது ஒரு நரகம்... ஊர்ல உள்ள சாக்கடைங்கல்லாம் வந்து கூடற இடம் அது. அங்க இருந்த குடிசைங்கள்ல ஒரு குடிசை எங்களது. அங்க இருக்கிற எல்லா ஆம்பிளைகளும், ராவாச்சுன்னா பொம்புளைங்களும் அங்கதான் ‘வெளிக்குப்’ போவாங்க... அந்தச் சாக்கடைத் தண்ணியிலதான் ‘கால்’ அலம்புவாங்க... ராவெல்லாம் கொசு தூங்கவுடாது... எங்கெங்கிருக்கிற சொறி நாய்ங்கல்லாம் எங்க வூட்டைச்சுத்தித்தான் கொலைச்சுக்கினு கிடக்கும். எல்லாப் பொறம்போக்கு பன்னிங்களுக்கும், எங்க வாசல்லதான் படுக்கை...

பகல்லேயெல்லாம் உழைச்சுட்டு வந்து, செத்த நேரம் நிம்மதியா படுக்கலாம்னா அதான் முடியாது சார். எப்படியாவது இதுக்கல்லாம் ஒரு முடிவு காணணும்னு ராவெல்லாம் யோசிச்சு யோசிச்சு தலையே கனத்துப் போயிடும் சார். எங்கேயாவது ஒரு நல்ல வேலைக்குப் போகணும், மாசம் பொறந்தா சம்பளம் வாங்கணும்... அஞ்சோ, பத்தோ ஒரு சுத்தமான தெருவுல, ஒரு சுத்தமான வூட்ல, குடியிருக்கணும்னு ஆசை சார் எனக்கு. எப்போ பார்த்தாலும் எனக்கு, ஒரு நல்ல வீட்டைப் பத்தின சிந்தனைதான் சார். தெருவுல போய்க் கிட்டே இருப்பேன், ஓர் அழகான ஊட்டைப் பாத்தா அப்படியே நின்னுடுவேன். இந்த வீட்டுல நாம இருந்தா? நாலுகை தாவாரமும், சுத்தமான ஒரு லெட்ரினும், வழவழப்பான கல்லு வச்ச குளிக்கிற ரூமும் நல்லா காத்து வர்ற மாதிரி ஒரு பெட்ரூமும் தெறந்த மெத்தையும்... எப்படி இருக்கும்.

வெயிலெல்லாம் சாஞ்சப்புறம், நிம்மதியா குளிச்சிட்டு ஈஸிசேரைக் கொண்டு வந்து அந்தக் குறட்டில போட்டுக்கிட்டு உக்காந்தம்னா எப்... ப்... டி... இருக்கும்? அங்க அடுப்பங்கரையில அம்மா அப்பளம் பொரிக்கிற ‘சொர்ர்ர்’ சத்தம் என் காதில விழணும். எறாவும், மீனும் வறுக்கிற வாசனை அங்கேருந்து எனக்கு வரணும். அதை மூக்கால இழுத்துவுட்டுட்டு — ‘என்னாம்மா... சாப்ட வரலாமா’ன்னு நான் இங்கேந்து கத்தணும். அதைக் கேட்டு அவங்க ‘செத்த இரேன்டா... கழுதை... சாப்பாட்டு ராமன்டா நீ’ அப்படீன்னு சொல்லணும்னு...

சாருக்குச் சிரிப்பா இருக்கும்... நான் அப்படித்தான் சார் நெனச்சேன்... நீங்க பெரிய விஷயங்களா நெனைப்பீங்க... எனக்கு இதுதான் சார் அப்போ பெரிசா இருந்துச்சி. இப்பவும் பெரிசா இருக்கு.

இதுக்காகத்தான் சார், நான் ஒரு நல்ல வேலையைத் தேடி அலைஞ்சேன். அப்போதான் நம்ம இராணுவத்தில் ஆள் சேக்குறதுக்கு சில ஆபீஸர்லாம் நம்ம ஊருக்கு வந்தாங்க. வேளை வேளைக்குச் சோறு போட்டு நல்ல சம்பளமும் தர்றதா சொன்னாங்க சார். நானும் நம்ம கஷ்டத்துக்கு

விடிவு காலம் வந்துட்டுதுன்னு சொல்லி இராணுவத்தில் சேந்துட்டேன். எங்கெல்லாமோ அழைச்சுக்கிட்டு போனாங்க சார், முதல்ல. ஆரம்பத்தில சம்பளம்னு ஒன்னும் கெடைக்கல்ல. பின்னால ஏதோ கொடுத்தாங்க. நான் எதிர்பார்த்ததை விடவும் கொஞ்சமான சம்பளந்தான். என்ன பண்றது சேந்தாச்சு. அதாவது தர்றாங்கலேன்னு நான் அதுல ஒரு தம்பிடிகூடத் தொடாமே எங்க அம்மாக்கு அனுப்பிச்சுடுவேன் சார். என்ன பண்ணுவியோ, எப்டி சாப்பிடுவியோ, நான் அனுப்பற பணத்தையெல்லாம் சிக்கனமா இருந்துகிட்டு சேத்துவையுன்னு அடிக்கடி எங்க அம்மாவுக்கு எழுதுவேன்.

அவங்க வயத்தைக் கட்டி, வாயைக் கட்டித்தான் சேத்து வச்சுக்கிட்டு வந்தாங்க.

சார்... நான் மிலிட்டிரியில் சேர்ந்த எட்டாவது வருஷந்தான் எங்க அம்மா செத்தாங்க. அவங்க செத்த சேதிகூட எனக்கு ஆறு மாசம் சென்றுதான் தெரியும். அப்போ எங்க 'குரூப்' பர்மா பார்டர்லே பெரிய காட்டுக் கிடையில இருந்துச்சு. லெட்டரோ மற்ற கரஸ்பான்டன்ஸோ எங்களுக்கு அவ்ளோ சீக்கிரம் கிடைக்காது. அவங்களுக்குக் கடைசியா கொள்ளி வைக்கக்கூட என்னாலே முடியல்லே. அது கெடக்கு...

என்னா கேட்டீங்க?... எனக்கு கல்யாணம் ஆச்சான்னா? அதுதான் சொல்ல வந்தேன். 1960லேதான் சார் எனக்கு கல்யாணம் ஆச்சு. ஒரு லீவில் வந்திருக்கப்போ, எங்க தூரத்துச் சொந்தத்துல ஒரு பொண்ணு இருக்கு. கட்டிக்கோன்னு தொந்தரவு பண்ணாங்க சார் எனக்குச் சொந்தக்காரங்கல்லாம்.

எனக்கும் அப்போ ஒரு 'பொண்ணு' தேவைப்பட்டதாத்தான் தோணிச்சு சார். சினிமாவுக்கோ, திருவிழாவுக்கோ நான் போற சமயத்திலேல்லாம் நெறைய பொண்ணுங்களைப் பக்கத்துல நின்று பாக்கவும், அவங்க வாசனையை முகர்றதுக்கும் எனக்கு 'சான்ஸ்' கெடைச்சிருக்கு சார். அந்த மல்லிகைப் பூவோட வாசனையும், மொட மொடன்னு பெட்டியிலே பச்சைக் கல்பூரம் போட்டு திருவிழாக்குன்னு எடுத்துக் கட்டிக்கிட்டு வந்த போடவையோட வாசனையும், கசகசன்னு வேர்த்து அவங்க நெத்தியிலேயும் கழுத்து மடிப்பிலேயும் இருந்து வழியற வேர்வையோட வாசனையும் என்னை ரொம்பவும் மயக்கி இருந்துச்சி சார்.

எனக்கு உங்கிகட்ட என்னென்னவோ சொல்லணும்போல இருக்கு. தவறா நெனைச்சுக்காதீங்க சார்"

இந்த இடத்தில் அவர் பெட்டியைச் சுற்றி நோட்டம் விடுகிறார். எதிரே ஒரு நண்பர் ஆழ்ந்த உறக்கத்தில் இருக்கிறார். மூலையில் ஒரு நாட்டுப் புறத்துக் கிழவி சுருண்டுப் படுத்துக்கொண்டிருந்தாள். அவர் தொடர்ந்தார்.

"கல்யாணம் ரொம்ப சிம்ப்பிளா கோயில்லே ஆச்சு சார். அவளுக்கு என் மனைவிக்கு அப்போ பதினைஞ்சு பதினாறுதான் இருக்கும். ரொம்பச் சின்னப் பொண்ணு. நின்னா என் இடுப்புக்குத்தான் வருவா."

இந்த இடத்தில் அவர் சற்று நிறுத்தி அந்த நாட்களை தம் நினைவுக்கு மீண்டும் கொண்டு வர முயன்றார். கடுமையான அவர் முகம் சற்று மென்மை அடைகிறது. நான் அவரை முதலில் பார்க்கும்போது கறுப்பாக இருந்த அவர் சிவப்பாக மாறிவிட்டாரோ— எனக்குச் சந்தேகம் வந்தது. கண்களை

அரையாக மூடிக்கொண்டார். இடது கை விரல்களால் தலைமயிரை மிக மென்மையாகக் கோதி விட்டுக்கொண்டார்.

“சார்... எங்க குடும்ப வாழ்க்கையைப் பத்தி இப்ப யோசனை பண்றப்போ, நான் ரொம்ப கொஞ்சமாத்தான் அதை அனுபவச்சிருக்கேன்னு தோணுது... வருஷத்துல ரெண்டு மாசம், மூணு மாசம் லீவில் வர்றதும் அவசர அவசரமா பிளாட்பாரத்தில் நின்னு பேசற மாதிரி பேசிட்டுப் பறக்கிறதுமா நான் வாழ்ந்திருக்கேன் சார். ‘கேம்ப்’லேந்து வீடு வந்து சேர்றதுக்கு நாலு நாளும் திரும்பி போய்ச் சேர்றதுக்கு நாலு நாளுமா எட்டு நாளு ரயில்லியே போயிடும் சார். மீதி இருக்கிற கொஞ்ச நாளுக்குள்ளியே நாங்க அவசர அவசரமா வாழ்ந்துடணும் சார்.

அவளுக்கு என் சம்சாரத்துக்குத்தான்— சந்தோஷம்னா, சிரிக்கிறதோ துக்கம்னா அழுது கொட்டறதோ கெடையாது சார். அவகிட்டே... பெட்டி படுக்கையோட லீவுன்னு சொல்லிட்டு ஒரு நாள் போய் அவ முன்னால் நிப்பேன். ‘வாங்க’ன்னு அவ இயல்புக்கு மேலயே கொஞ்சம் சத்தம் போட்டுச் சொல்லுவா. அப்படியே ரெண்டு நிமிஷம் செலையாட்டம் நிப்பா. அவ்ளோதான். அடுத்த நிமிஷத்திலேந்து அப்படியே பம்பரமா ஆயிடுவா சார். நான் பேசறதுக்கு அவசியமே இருக்காது. நான் நெனைக்கிறதையே அவளும் நினைப்பாபோல இருக்கு.

ராவில் அவளும் நானும் ஒண்ணா சேர்ந்து படுத்திருக்கப்போ, அந்த என் கற்பனை வீட்டைப் பத்தின சிந்தனையே என் நெஞ்சை வந்து அடைச்சுக்கும் சார்.

அந்தச் சின்ன சிம்னி வெளக்கு வெளிச்சத்திலே மேலே இருக்கிற கீத்தும், மஞ்சள் முழிங்களும், என் கண்ணில் படும். விரிஞ்ச ஆகாயமும், நட்சத்திரமும் என் கண்ணில் தெரிஞ்சா... எவ்ளோ சந்தோஷமா இருக்கும். ஒவ்வொரு சமயமும் இத அவகிட்ட நான் சொல்றப்போல்லாம் அவ ஒன்னும் பதிலே சொல்லமாட்டா சார். கொஞ்ச நாழி ஆனப்புறம் சூடா என்னமோ பொட்டுன்னு விழும். ஆமா... அழுவா, ‘எதுக்குடீ அழற’ன்னா பாவி அதுக்கும் பதில் சொல்லமாட்டா சார்...

உம்... என்ன சொல்லிக்கிட்டு வந்தேன்... ஆ... இப்படித்தான் எப்பவும்... ஏதாவது ஆசைப்பட்டுக் கேட்டா வாங்கித் தரலாம்னா, கேட்டா, சும்மா சிரிச்சு மழுப்பிடுவா சார்... ஏம்மா உனக்கு ஆசையே கெடையாதான்னு ஒருநா கேட்டேன்... ஊகும்... எனக்கு ஆசை நீங்கதான்னுட்டா, நான் இன்னா சார் செய்யறது...

ஒவ்வொரு தடவையும் ஊருக்குப் போயி திரும்பறது பெரிய கொடுமை சார். நான் ஊருக்கு கிளம்பறன்னு ரெண்டு நாளுக்கு முன்னாலயே அவளுக்குத் தெரிஞ்சுடும் சார். அப்படியே சட்டுன்னு ஒடுங்கிடுவா. ஓடிக்கிட்டே இருக்கிற மெஷின் டக்குன்னு நின்னா எப்படி ஒரு காமா இருக்கும். அது மாதிரி... ஏண்டி அழணும்னா அழுது தொலையேன்னு சொன்னா அழவும் மாட்டா சார்.

ஆச்சு, எத்தனையோ மாமாங்கம் ஆனது மாதிரி தோணுது சார்... நான் ஊருக்குத் திரும்பிட்டேன்னா அவ ஒரு நெல்லு மிஷின்லே வேலை செய்யப் போயிடுவா. சாயந்தரமா திரும்பி வர்றபோது அரைப்படி ஒரு

படின்னு ஏதாவது கூலியாக் கிடைக்கும். அத கொண்டு அவ வயித்தை அவ கழுவிக்கிறா. நான் அனுப்பற பணத்தையெல்லாம் சேத்து வச்சுக்கினே வந்திருக்கா சார்.

போன தடவை வந்திருக்கும்போது சொன்னா எனக்கே ஆச்சரியமா இருந்துச்சி சார்... ஏறக்குறைய ஆறாயிரம் சேர்ந்திருக்குது. எனக்கு சந்தோஷம் தாங்க முடியல சார்... அந்தப் பணக்காரி வெளுத்து, சாயம் போன, பல இடங்கல்ல ஒட்டுப் போட்ட பொடவையைக் கட்டிக்கிட்டு...

அந்தப் பணம் பூராவையும் அவளுக்கு பொடவையாவும் நகையாவும் செஞ்சுப் போட்டுடணும்னு எனக்குத் தோணுச்சி சார்.

ஒரு நல்ல நாளில், நானும் அவளும், கூட ரெண்டு ஆளை வச்சுக்கிட்டு இத்தனை வருஷமா நாங்க குடியிருந்த இடத்துக்கு மேக்கால, நீங்க வரும்போது பாத்திங்கல்லே அந்தப் பாறைக்கு அடியிலேயே வேலையை ஆரம்பிச்சோம் சார்... அந்தப் பாறையை ஒடைச்சு சம நிலமா ஆக்கிறதுக்கே ரூபா ஒன்னாயிட்டுது சார். நானும் அவளும் வெளக்க வச்சுக்கிட்டு வேலை செஞ்ச்சுகினு இருப்போம்.

வெயிலா... மழையா... எந்த வெயில் எங்கள என்னா செஞ்சுட்டுது... எந்த மழை எங்கள அசைச்சுக்க முடிஞ்சுது ஒரே வெறி சார். ஒரே வெறியில வீடு எழும்பிச்சு சார்... கையில இருக்கிற காசெல்லாம் தீந்தப்புறம்கூட அங்க இங்க பொறட்டி ஒரு வழியா வீட்டைக் கட்டி முடுச்சுட்டோம் சார்."

"கடைசீல உங்க ஆசை நிறைவேறிப் போச்சில்லையா..." என்று எனக்கிருந்த மனத்திருப்தியோடு, ஆனந்தத்தோடும் நான் கேட்டேன்.

"இல்ல சார்... இல்ல..."

"ஏன்... ஏன்..."

"அந்த வீட்ட இடிக்கச் சொல்லிக் கவர்ன்மென்ட் உத்தரவு போட்டிருக்கான் சார். இருபது வருஷமா என் உழைப்பையெல்லாம் கவர்ந்துக்கிட்டு என்னை எதுக்கும் உதவாத சக்கையாக் கிட்ட இந்தக் கவர்ன்மென்ட் என் இரத்தத்திலேயும், வேர்வையிலேயும் கட்டின இந்த வீட்டை இடிக்க எனக்கு உத்தரவு போடறான் சார்..."

பொல பொலன்னு நீர் வழிந்தது அவர் கண்களில்.

"என்ன காரணம் சொல்றாங்க. அந்த வீட்டை இடிக்கச் சொல்லி..." நான் கேட்டேன்.

"அவங்க ரோடு போடப் போறாங்களாம். அவங்க போடற ரோடு என் வீட்டு மேலத்தான் போவணுமாம். எனக்கு முன்னாலியும் பின்னாலியும் எத்தனையோ பேர் வீடு கட்டித்தான் இருக்கான். அவங்களுக்கெல்லாம் அங்க ஆள் இருக்கு... எந்த கட்சி ஆட்சிக்கு வந்தாலும் அதுக்குத் தகுந்த மாதிரி சட்டை போட்டுக்கிறானுங்க... நாம ஏழைதானுங்க... நம்மளது அம்பலம் ஏறுமா...?"

"நஷ்ட ஈடு..."

"நஷ்ட ஈடா...? எந்த நஷ்டத்தை சார் இவன் பார்த்தான். எது நஷ்டம்னு இவனுக்குத் தெரியும்... எதை சார் இவனாலே புரிஞ்சுக்க முடியும்..."

“நீங்க உங்க ஆபீஸர்ஸ் மூலமா டிரை பண்ணிப் பாருங்ஙகளேன். உங்களுக்கெல்லாம் சலுகை இருக்கும் சார்...”

“எவன் சார் இதையெல்லாம் கவனிக்கிறேங்கிறான். இதை ஒரு பெரிய விஷயமா எடுத்துப் பேச, எவனும் தயாரா இல்ல... ஊர்ல பெரிய மனுசன்னு சொல்லிக்கிட்டு இருக்கிற அயோக்கியன் ஒருத்தன் தன் வீட்டு மேல நியாயமா போக வேண்டிய ரோட்டை என்னை மாதிரி பஞ்சைங்க, பராரிங்க மேல திருப்பி விடறான். அவனுக்கு இந்த நாட்டுல பாதுகாப்பு இருக்கு சார்...”

“என்னதான் முடிவு பண்ணி இருக்கீங்க...?”

“அதுக்குத்தான் போய்க்கிட்டிருக்கேன்... சர்வீஸ் ராஜினாமா பண்ணிட்டு வரப்போறேன். இந்த நாட்லே அறுபது கோடி பேருங்க நிம்மதியா அவங்க அவங்க வூட்ல வாழணும்கிறதுக்காக இருபது வருஷம் வாழ்ந்திருக்கேன் சார்... ஆனா எனக்கொரு வீடு... ஆனா... நான் இத்த விட்டுறதா இல்ல சார்... நான் நியாயம் கேட்கத்தான் போறேன்; பாத்துடுவோம் ஒரு கை”

அவர் ஜன்னல் வழியாக வெளியே பார்த்தார்.

சூரியன் உச்சிக்கு வந்து விட்டிருந்தது.

1984

வரிசை

காலை வெயில் சுள்ளென்று ஊசி குத்தியது. லெச்சுமி ரொம்ப சீக்கிரமாகவேதான் கிளம்பி வந்திருந்தாள். இருந்தும் அவளுக்கு முன் அம்பது அறுபது பொம்பளைகள் நின்றுகொண்டிருந்தார்கள்.

சுவரை ஒட்டிக் கியூ வரிசை நின்றது. அங்குதான் நிழல் ஓர் அடி அகலத்துக்கு நீண்டிருந்தது. குழந்தைக்கு வெயில் படமால் இருக்க துணியால் தலையை மறைத்துத் தோளில் போட்டுக்கொண்டிருந்தாள். பச்சைப் புள்ளையைத் தூக்கிக்கொண்டு சினிமாவுக்கு, இந்த வெயிலில் வந்து நின்றுகொண்டிருப்பதை அந்த 'ஆள்' பார்த்தால் கொன்றே போடும் என்கிற பயம் வந்து, சுற்றும் முற்றும் தெரிந்தவர் யாராவது தென்படுகிறார்களா என்று பார்த்துக்கொண்டாள். நல்லவேளை, புருஷனுக்குத் தெரிந்தவர்கள் யாரும் இல்லை.

இந்தப் படத்தை பார்க்காதவர்கள் தெருவில் யாரும் இல்லை. நேற்றுப் பிறந்ததிலிருந்து கிழங்கட்டை வரை எல்லாருமே பார்த்து விட்டிருந்தார்கள். கதை கதையாகச் சொல்லிக்கொண்டிருந்தார்கள்.

லெச்சுமி இந்நேரம் இதைப் பார்க்காமல் விட்டு வைத்திருப்பாளா? பிள்ளை பெற்றுக்கொண்டு வருவதற்காக அம்மா வீட்டுக்குப் போயிருந்தாள். ஏழாம் மாசம் போனவள் அப்போது அந்தப் படம் வெளியாகி விட்டிருந்தது. அம்மா ஊரில்கூட அதைப் பார்க்காமல் இருந்த ஜென்மங்கள் யாரும் இல்லை. ஆனால் பிள்ளையை வயிற்றில் வைத்துக்கொண்டு சினிமா பார்க்கப் போக முடியுமா? நிறை மாசக்காரி, "பிள்ளையை பெத்துக்கொண்டு எங்கு வேணும்னாலும் போ" என்று அம்மாக்காரி சொல்லிவிட்டாள்.

ஒரு வழியாகப் பிள்ளை பெற்றுக்கொண்டு நேற்று முன் தினம்தான் ஊர் திரும்பி இருந்தாள். குழந்தையைப் பார்க்க வந்த ராமக்காள், செந்தாமரை, செங்கேணி, வெள்ளைமுத்து இன்னும் யார்தான் சொல்லவில்லை?

அப்படிப் பேசிக்கொண்டார்கள். இன்றுதான் முடிந்தது. அந்த ஆள், "பக்கத்து ஊருக்குப் போய்விட்டு இருட்டுவதற்கு முன் வந்து விடுவேன்" என்று கூறி விட்டுப் போனதும், இதுதான் தக்க சமயம் என்று குழந்தையைத் தூக்கிக்கொண்டு கொட்டாய்க்கு வந்து விட்டாள்.

வெயில் கடுமையாக உறைத்தது. புடவையைத் தலையைச் சுற்றிப் போர்த்திக்கொண்டு நின்றாள். அதற்குள் வரிசை அனுமான் வால் மாதிரி நீண்டுகொண்டே போயிருந்தது. தெரு முக்கில் கடைசிப் பொம்பள நின்றிருந்தாள்.

குழந்தை வெயில் தாங்காமலோ, பசியாலோ சிணுங்கியது. நின்றவாறே ரவிக்கைப் பட்டனை அவிழ்த்துக் குழந்தைக்குப் பால் கொடுத்தாள். அவளுக்கு முன்னால் நின்றிருந்த வயசானவள் ஒருத்தி, திரும்பிப் பார்த்து, "பச்சைப் பிள்ளையைத் தூக்கிக்கிட்டு இந்த வெயில்ல வந்திருக்கியே..." என்றாள்.

லெச்சுமி பதில் சொல்லவில்லை. ஆனால், லெச்சுமிக்குப் பின்னால் நின்றிருந்த ஒருத்தி பதில் சொன்னாள். "இந்த வயசுல உனக்கு சினிமா கேக்குது. நீ யோக்யம் பேச வந்துட்டே..." என்றாள். "தே... மூடிக்கிட்டு உன் வேலையைப் பாரு..." என்றாள் வயசானவள்.

அப்போதைக்கு அந்த விஷயம் முடிந்தது. லெச்சுமி மேலே கட்டியிருந்த பேனரைப் பார்த்தாள். ஆடு ஒன்று நின்றிருந்தது. அதை அணைத்துக்கொண்டு ராமனும், ஸ்ரீலேகாவும் ஒருவரை ஒருவர் பார்த்தவாறு இருந்தார்கள். அவர்கள் இருவரையும் இந்த ஆடுதான் சேர்த்து வைக்கிறதாம். மனுஷன் செய்கிற எல்லா வேலையையும் இந்த ஆடு செய்வதாக மாரக்கா சொன்னாள்.

வரிசை இப்பொழுது தெரு முனையைத் தாண்டி விட்டிருந்தது. நிற்க முடியாதவர்கள் உட்கார்ந்து இருந்தார்கள். இளம்பெண்கள் நிற்க, வயசான பொம்பிளைகள் அப்படியே மண்ணில் உட்கார்ந்து சுருக்குப் பையை அவிழ்த்து வெற்றிலை போட்டுக்கொண்டிருந்தார்கள். கடலை, பட்டாணி விற்கிற பையன்கள் இவர்களைச் சுற்றிச் சுற்றி வந்தார்கள்.

தாகம் தொண்டையை வறளச் செய்திருந்தது. சோடா விற்கிற பையன் பக்கத்தில் வந்தபோது குண்டு சோடா வாங்கிச் சாப்பிட்டாள் லெச்சுமி. இன்னும் நிறைய பொழுது இருந்தது. டிக்கெட் கொடுக்குமுன் 'வினாயகனே...' பாட்டு போடுவார்கள். இரவுகளில் ஊர் முழுதும் அந்தப் பாட்டுக் கேட்கும். அதையே குறிப்பு வைத்துக்கொண்டு சினிமாவுக்கு வருபவர்கள் புறப்படுவார்கள். இன்னும் அந்தப் பாட்டுப் போடவில்லை.

ஜனங்கள் லெச்சுமியை நெருங்கிக்கொண்டிருந்தார்கள். அவள் எழுந்து நின்றுகொண்டாள். குழந்தை வாடித் தளர்ந்து தூங்கிக்கொண்டிருந்தது. 'கண்ணு... கண்ணு...' என்று அழைத்து அதன் கன்னத்தை நிமிண்டினாள் லெச்சுமி. சிரமப்பட்டுக் கண்ணைத் திறந்து பார்த்து சிணுங்கியது குழந்தை. சூரிய வெளிச்சம் அதைச் சிரமப்படுத்தி இருக்கும். மீண்டும் கண்ணை மூடிக்கொண்டது.

வரிசையில் வெள்ளைப் புடவை கட்டிய ஒருத்தி புகுந்தாள். லெச்சுமிக்குப் பக்கத்தில் இருந்தவள், "அடி என் சக்களத்தி... யாருடி அவ வரிசையில் பூர்றது..." என்றாள். அந்த அம்மாள் திரும்பிப் பார்த்து, "யாரைப் பாத்துடி

சக்காளத்திங்கறே? மூதேவி” என்றாள். வரிசை கொஞ்சம் சலசலப்புற்று, தன் ஒழுங்கைக் கலைத்து, இருவரையும் வேடிக்கை பார்க்கும் உத்தேசத்துடன் முன்னால் வந்தது.

“ஹா... மூதேவியா? நீ மூதேவி! உன் அம்மா, ஆத்தா உன் பரம்பரை! உன் மூதேவித் தனத்தை இங்கக் காட்டாதே...”

லெச்சுமிக்குப் பக்கத்திலிருந்தவள் பாய்ந்து அவளிடம் போனாள்.

அதற்குப் பின் கேட்க முடியாததும், சகிக்க முடியாததுமான வார்த்தைகளால் அவர்கள் கத்த, அவர்களைச் சுற்றி ஆண்களும், பெண்களுமான ஒரு கூட்டம் கூடியது. வரிசையில் இருந்த பலரும் அந்தக் கூட்டத்தோடு சேர்ந்துகொண்டார்கள்.

வாய்ச் சண்டை கொஞ்சம் நேரத்துக்குள், கைச் சண்டையாக மாறிவிட்டது. வெள்ளைப் புடவைக்காரியின் தலைமயிரைப் பிடித்து இழுத்துக்கொண்டிருந்தாள் மற்றவள். அவளுடைய தலை மயிரைப் பிடித்து அந்த வெள்ளைப் புடவைக்காரியும் இழுத்துக்கொண்டிருந்தாள். இருவர் புடவையும் தோளில் இருந்து நழுவி, வெறும் ஜாக்கெட் தெரிய இழுத்துப் பற்றிக்கொண்டிருந்தார்கள். இளம் பெண்ணின் ஜாக்கெட்டின் முதுகுப்புறம் கிழிந்து உள்பாடி தெரிய இருந்தது. ஆண்கள் சுற்றி நின்றது இருவருக்குமே உறைக்கவில்லை.

இந்த நேரம் பார்த்து, இது போன்ற சச்சரவுகளைக் கவனிக்க என்றே சம்பளம் கொடுத்து அமர்த்தப்பட்ட கட்டையன் அங்கு தோன்றினான். பனியனும், மடித்துக் கட்டப்பட்ட கைலியும் மொட்டைத் தலையும், விசாலமான உடம்பும், கூட்டத்தை அயர வைத்துக் கொஞ்சம் பின்னடைய வைத்தது. வந்தவன் முதலில் இளம் பெண்ணைத் தோள், மார்பைப் பிடித்து இழுத்து கன்னத்தில் ஓங்கி அசுரத்தனமாக அறைந்தான். வெள்ளைப் புடவைக்காரியின் இடுப்பில் ஓர் உதை விழுந்தது.

அதே சமயம், ‘விநாயகனே!’ பாட்டு ஒலித்தது. டிக்கெட் கொடுக்கும் மணியும் அலறியது. கூட்டம் முண்டியடித்துக்கொண்டு கவுண்டரைச் சூழ்ந்தது. பல மணி நேரம் நிர்வகிக்கப்பட்டது வரிசையில் பாதி கலைந்து, கவுண்டருக்கு முன்னால் வட்டமாயிருந்தது.

சண்டை நடக்கும்போது, கவுண்டரை மிகவும் நெருங்கி விட்டிருந்த லெச்சுமியை இப்போது கூட்டம் நெருங்கித் தள்ளிக்கொண்டு சுவரை நோக்கிச் செலுத்தியது. லெச்சுமி அவள் பிரக்ஞை இல்லாமல், கூட்டத்தால் பின் தள்ளப்பட்டு சுவருக்கு மேல் சாய்க்கப்பட்டாள். “ஐயோ என் குழந்தை” என்ற அவள் அலறலை யாரும் கேட்டதாகத் தெரியவில்லை.

பெண்களின் உடம்புகள், முட்டிகள், கைகள் தலைகள் அவளை இடித்ததை அவள் உணர்ந்தாள். மூச்சு முட்டிக்கொண்டு வந்தது. உடம்பெல்லாம் வியர்வை வழிந்தது. திடீரென்று பத்துப் பனிரெண்டு பெண்கள் அவள் மேல் சரிந்தார்கள். “ஐயோ” என்று இடது புறம் சரிந்து மண்ணில் விழுந்தாள். தன் முயற்சி அத்தனையும் சேர்த்துக் குழந்தையை மார்போடு அணைத்துக்கொண்டு, குப்புறப் படுத்துக்கொண்டாள்.

முன்னோ பின்னோ நகரக் கொஞ்சம்கூட இடமில்லாமலிருந்தது. வரிசை சுத்தமாகக் கலைந்து குழுமியிருந்தது. கால்களை, இடுப்புக்குக் கீழே பலவித நிறங்களில் துணிகளை, பாதங்களின் மிதிப்பை மட்டுமே லெச்சுமியால் பார்க்க முடிந்தது. உணர முடிந்தது.

போலீஸ் வந்து கும்பலைக் கலைத்து, லெச்சுமியை மீட்டு, அவளை எதிர்ப்புறம் இருந்த தூங்குமூஞ்சி மரத்தடியில்கொண்டு வந்து போட்டு, சோடா தெளித்து அவள் மயக்கத்தைப் போக்க வேண்டியிருந்தது. மயக்கத்திலும், அவள் உடும்புப்பிடியாகக் குழந்தையை மார்போடு அணைத்துக்கொண்டிருந்தாள். துணிக்கந்தையில் சுருட்டப் பட்டுக்கிடந்த குழந்தையை வெளியே எடுத்தாள் ஓர் அம்மாள். கை கால் துவண்டிருந்தது. குழந்தைக்கு தலை தொங்கியது. குழந்தை முக்கால் மணி நேரத்துக்கு முன்னாலேயே இறந்துவிட்டிருந்தது.

1984

இராஜகோபரமும் சங்கப்பலகையும்

பொற்றாமரைக் குளத்துப் படித்துறையில் அமர்ந்திருந்தார் கீரர். கண்கள் நீரை, நீரில் காற்று மோதுண்டு எழுப்பிய அலைகள் படிப்படியாய்ப் பரவி கரையில் பட்டுச் சிதறி உடைவதை வெறித்துக்கொண்டிருந்தன.

மனமோ கருத்து வலை பின்னிக்கொண்டிருந்தது. சிருஷ்டி ரகசியத்தையே அந்தக் குளம் அவருக்குச் சொல்லிக் கொடுத்துக்கொண்டு இருப்பதாகப்பட்டது. நீர், அலையைக் கருக்கொள்வதுதான் சிருஷ்டியா? அலைகள் வட்ட வட்டமாக உருண்டு திரண்டு உருக்கொள்வதுதான் வாழ்வா? கரையில் மோதி உடைந்து சிதறுவதுதான் மரணமா? மரணம் இல்லாமல் போவதா? உடைந்த அலைகள் மீண்டும் குளத்துக்குள்ளேயே ஐக்கியமாகி, புதிய அலையாய்ப் பரிணமிக்கிறதே. எனில் மரணம் முற்றுப்புள்ளியல்ல. உறங்குவது போலும் மரணம். உறங்கி விழிப்பது போலும் ஜனனம்.

"பெருமான் நக்கீரருக்கு வணக்கம்" என்றது ஒரு குரல்.

கருத்து வலை அறுபட நிமிர்ந்தார் கீரர். அந்திக் கால பூஜைக்கு வந்த யாரோ ஒரு பக்தர், கீரரின் காலைத் தொட்டுக் கண்ணில் ஒற்றிக்கொண்டு நகர்ந்தார்.

நேற்றிலிருந்து இந்தத் தொந்தரவு அவருக்கு அதிகரித்திருந்தது. கடவுளே நேரில் வந்து அவரிடம் விளையாடி விட்டுச் சென்றதாக மக்கள் நினைக்கத் தொடங்கி விட்டார்கள். எனில், அவர்தான் எவ்வளவு பெரியவர்? என்ன சொல்லித் தொழுதார், அந்த பக்தர்? "பெருமான் நக்கீரருக்கு வணக்கம்" என்றா?

கீரருக்குச் சிரிப்பு வந்தது. இந்த மனிதர்களுக்கு யாரையாவது தொழுதுகொண்டே இருக்க வேண்டும். பிறரால் தொழப்படும் நிலைக்குத் தன்னை ஏன் இவர்கள் உயர்த்திக் கொள்வதில்லை. தொழுவதற்கு என்றே மாபெரும் கோயில்.

பிரபஞ்சன் ✷ 193

அவர் கண்ணில் இராஜகோபுரம் விழுந்தது. உயரங்களைக் காட்டும் சின்னம். கீழே பள்ளத்திலிருந்து குளத்து நீரைப் பார்த்தார். சங்கப் பலகை மிதந்துகொண்டிருந்தது. புலமையின் எடைக் கல். தலை கனத்துப் போய் வருகிற புலவர்களின் தருக்கை அடக்க வென்றே இறைவன் அருளிய தராசு. தாமரை இலைபோல அலைகளின் ஊடே, தத்தளித்த அந்தப் பலகையின்மீது தவளை ஒன்று ஏறி அமர்ந்தது.

நரையோடிய தாடியை நீவி விட்டுக்கொண்டார் கீரர்.

*

நேற்றுக் காலையில்தான் விளையாட்டின் தொடக்கமே நிகழத் தொடங்கிற்று. அந்தப்புரத்திலிருந்து ஒரு சேவகன் வந்து மன்னர் கீரரைக் கையோடு அழைத்து வரச் சொன்னதாக அறிவித்தான்.

"அந்தப்புரத்துக்கேவா?" என்றார் கீரர்.

"ஆம்" என்றான் வந்தவன். அவருக்கு யோசனையாகி விட்டது. ஞானமும் கல்வியும் கோலேச்சும் தமிழ்ச் சங்கத்துக்கு வரச் சொல்லி இருந்தால், கீரர் உடனே புறப்பட்டிருந்தார். அந்தப்புரமோ, மன்னன் இருக்க மன்மதன் ஆளும் இடம் ஆயிற்றே? எனினும் கீரர் புறப்பட்டார்.

அந்தப்புரத்தின் வசந்த மண்டபத்துக்கே கீரர் அழைத்துச் செல்லப்பட்டார். மன்னன் செண்பக பாண்டியனும் அரசி பூங்குழலியும் அங்குதான் இருந்தார்கள்.

கீரரைப் பார்த்ததும் செண்பக பாண்டியனின் முகம் வெளிச்சமுற்றது.

"தமிழ்ச் சங்கத்தின் தலைமைப் புலவரே! எனக்கு ஒரு சந்தேகம். தாங்களே அதைத் தீர்த்து வைக்க வேண்டும்..."

"சொல்லுங்கள் சந்தேகம் இலக்கணத்திலோ அல்லது இலக்கியத்திலோ?"

"யதார்த்தத்தில் பெண்கள் கூந்தலுக்கு இயற்கையாகவே மணம் ஏற்பட்டு விடுமா? அன்றிச் செயற்கையாகவா?"

கீரரின் மனம் துணுக்குற்றது. தேரிழுக்கச் சென்றவன், வழி தவறி தாசி வீட்டுக்குள் நுழைந்ததைப்போல ஒரு தடுமாற்றம். அந்தத் தம்பதிகளை ஆழ நோக்கினார் கீரர். ஆடிக் களைத்திருந்தார்கள் அவர்கள். மன்னனின் மேனியிலிருந்து சந்தனமும், முல்லையும் வீசியது. பூங்குழலியின் கூந்தல் விரிந்து காற்றில் பறந்துகொண்டிருந்தது. சந்தேகம் என்ன? மன்மதன் கொடிதான். அவரை நோக்கி வீசப்பட்ட வினா, இருவருக்கும் இடையில் கிடந்தது. கணத்தில் தன்னைத் தெளிவுப்படுத்திக்கொண்ட நக்கீரர் சொன்னார்.

"மன்னவா! மகளிர் கூந்தலுக்கு இயற்கையில் மணம் இல்லை. மலர்களும் தைலங்களுமே மணம் ஊட்டுகின்றன."

"எல்லாப் பெண்களுக்குமே இந்த விதிதானா புலவரே"

"கர்ப்பவாசம் செய்து, ஊனும் உயிருமாக மண்ணில் தோன்றிய மகளிர் அனைவருக்கும் இதுவே விதி"

அழுத்தம் திருத்தமாகச் சொல்லிவிட்டுப் புறப்பட்டு விட்டார் நக்கீரர்.

*

தன் பதில் பாண்டியனுக்குத் திருப்தி தரவில்லை என்பதைப் பிறகே அவர் அறிந்துக்கொண்டார். ஆயிரம் பொற்காசுகள் போட்டி ஒன்றையும் மன்னன் அறிவித்து விட்டான். எழுத்தையும் சொல்லையும் அகத்தையும் புறத்தையும் ஆராய்ந்து கற்ற தனக்கு முன் விடலைத்தனமான கேள்வி ஒன்று அலட்சியமாக வீசி எறியப்பட்டதை நினைத்து மனம் நொந்தார். மேதைகளும், புலவர்களும் கவிஞர்களும் போட்டுக்கொண்ட அறிவார்ந்த சிடுக்குகளையே இதுவரை அவிழ்த்துப் பழக்கப்பட்ட தமிழ்ச் சங்கம், பெண்களின் ஈறுகளையும், பேன்களையும் ஆராயும் காலம் வந்ததே என்கிற விசனம் அவருக்கு நேர்ந்தது. ஏதோ ஒரு யுகத்தின் வீழ்ச்சி தன் காலத்தில் தொடங்கி, அந்த வீழ்ச்சிக்கு தான் சாட்சியாக இருக்க நேர்ந்தமைக்கும் அவர் வருந்தினார். அனுபவம் அவரை, ஊசி போகும் வழி நூலாக இருந்துவிடு என்று உபதேசித்து, ஊர் இருட்டை தன் ஒற்றை விளக்கா விரட்டும் என்றுதான் நினைத்திருந்தார். இருந்தவரை, நேற்று மாலை வந்தவன் அலைக்கழித்து விட்டானே.

வந்தவன் நெருப்பாய் நின்றான். அரியும் அயனும் காண ஏலாத அந்தப் பழைய நெருப்பு மானுட அவதாரம் கொண்டு வந்து நின்றது. அவர் முன், மூன்றாம் கண்ணை அவன் மூடி நின்றாலும், அனல், சாம்பலுக்குள் இருக்கும் அக்கினிக் குஞ்சு மாதிரி தகிக்கவே செய்தது.

“கீரரே! பெண்கள் கூந்தலுக்கு இயற்கையில் மணம் இல்லை என்பதுதான் உமது கட்சியா?”

“கட்சி இல்லை, கருத்து.”

“உத்தம ஜாதிப் பெண்களுக்குக்கூடவா?”

“பெண்களுக்குள் மத்திமமும் உத்தமமும் பிறப்பால் வருவதில்லவே! வளர்ப்பால் வருவது. பிறப்பால், இயற்கையால் யார் கூந்தலுக்கும் மணம் இல்லை.”

“இதற்கு என்ன ஆதாரம்?”

“என் வாழ்க்கை அனுபவங்களும், அனுபவம் தந்த ஞானமுமே ஆதாரம்.”

“நீர் எம்மை விட எல்லாம் அறிந்தவரோ?”

முப்புரம் எரித்த நெருப்பு எந்த நேரத்திலும் பற்றிக் கொள்ளும் பதற்றத்தில் இருந்தது. உண்மையைப் பற்றிக்கொண்டு, மெய்யை ஸ்தாபனம் செய்யும் தர்ம ஆவேசத்தில் இருந்த நக்கீரருக்கு மடியில் கனம் இல்லை. ஆகவே நெஞ்சில் பயமும் இல்லை.

“எல்லாம் அறிந்தவர் எவரும் இருந்து விட முடியாது. கற்றது கைம்மண் அளவே. கல்லாதது உலக அளவு” வந்தவன் ஏளனமாய்ச் சிரித்தான். சம்ஹாரக் கடவுளாகிய தன் முன், மரணத்தின் கதவைத் தட்டிக்கொண்டிருக்கும் முதியவன், வார்த்தை விளையாட்டு ஆடுகிறானே என்று இருந்திருக்கும் போலும். அதே நேரத்தில் உண்மை தன் பக்கம் இல்லை என்கிற எரிச்சலும், அதன் காரணமாய்த் தோன்றிய கோபமும் அவனுக்குள் எழுந்தன. இனி தன்னை வெளிப்படுத்தித்தான் தன்னை மீட்டுக் கொள்ள வேண்டும் என்றும் அவனுக்குத் தோன்றியது. நெற்றிக் கண்ணின் இமை லேசாகத் திறந்தது. சுண்ணாம்புக் காளவாயின் மேல் நிற்பது போல் இருந்தது கீரருக்கு. தர்ம வழி சென்ற தலை மேலும் நிமிர்ந்தது.

"உலகமா? அது நான் கோத்து அணிந்திருக்கும் என் மாலையில் ஒரு மணி. இந்தப் பிரபஞ்சமே என்னுள் அடங்கும். என் வார்த்தைக்கா எதிர் வார்த்தை?" அவன் மூன்றாம் கண் மேலும் சற்றே திறந்தது.

வார்த்தைகள் புகையோடு வெளி வந்தன. அக்கினிக் குண்டத்துக்குள் நின்றுகொண்டிருப்பதாய்ப் பட்டது கீரருக்கு. ஆடைகள் கருகின. மேனி மேல் முளைத்திருந்த முடிகள் கருகின. தீயின் நாக்கு அவரை உரசிற்று.

"புலவரே! நீரே முக்கண் வள்ளலாயினும் ஆகுக, சொக்க வைக்கும் அழகுடைய சொக்கநாதர் நீர் என்பதை நான் அறிவேன். இருந்தும், நீர் நெற்றிக் கண்ணைத் திறப்பி னும், என்னையும் இம் மதுரை மண்ணையும் நீராய்ச் சுட்டு எரிப்பினும் நீர் சொல்வது குற்றமே, என் கருத்து

உண்மையே..."

நம்பிக்கையின் அஸ்திவாரத்தின் மேல் நின்று தர்க்கித்தவன் அது பொய்யென ஸ்தாபனம் ஆக, சபையில் ஆடை இழந்தவன் போல் ஆனான். ஆயினும் என்ன? அறிவு உண்மையை அது எங்கிருந்து வந்த போதிலும் இரு கை நீட்டி எதிர்கொள்வதுதானே இயல்பு. வந்தவனோ அதை முற்றும் இழந்திருந்தான். சிருஷ்டிக் கடவுளின் தலையைக் கொய்து எறிந்தவன் கை பரபரத்தது. அதைச் செய்திருக்கலாம் மீண்டும். அதனினும் சிறியன செய்தான், முப்புரி நூல் அணிந்த சிவன்.

"கீரனே... அங்கம் புழுதிபட, அரிவாளில் நெய்பூசி, பங்கம்பட இரண்டு காலையும் பரப்பி, சங்கைக் 'கீர் கீர்' என்று அறுக்கும் ஜாதியில் பிறந்த நீயா என் கவிக்குக் குற்றம் காணத் தக்கவன்?"

தமிழ்ச் சங்கத்தின் ஆய்வு மண்டபம் முதல் முதலாய்க் கறைபட்டது.

*

ஞானத்தின் நிறமே என வெள்ளை நுரையாய் வெளுத்த தாடியை நீவி விட்டுக்கொண்டார் கீரர்.

இருட்டிவிட்டிருந்தது. குளத்து நீரும் கறுத்து விட்டிருந்தது. கோபுரத்து உச்சயில் இருந்த தீபம் நீரில் விழுந்ததுபோல உள்ளிருந்து நெளிந்தது.

'தொபுக்'கென்று கல் ஒன்று குளத்தில் விழுந்தது. திரும்பிப் பார்த்தார் கீரர். சிறுவன் ஒருவன் கை தட்டி மகிழ்ந்துகொண்டிருந்தான். குளத்தில் வட்டம் வட்டமாய் சுழன்றது அதிர்வுகள்.

கீரர் எழுந்தார். தடியை ஊன்றி நடந்து பிரகாரத்துக்கு வந்தார். சந்தி பூஜை நடந்துகொண்டிருந்தது. இறைவன் திருஉருவைப் பார்த்தார். ஏனோ குளத்தில் கல்லெறிந்த சிறுவன் நினைவு எழுந்தது. தீப ஆராதனை தொடங்கும் முன்பே திரும்பி எதிர்த் திசையில் நடந்தார்.

1984

வடு

வகுப்புக்குள் நுழைந்து, முதல் பெஞ்சில், முனையில் உட்கார்ந்துகொண்டான் கிருஷ்ணமூர்த்தி. மாணவர்கள் யாரும் வந்திருக்கவில்லை. கல்லூரி தொடங்கிய முதல் நாள் அது என்பதோடு, கிருஷ்ணமூர்த்தியின் கல்லூரி வாழ்க்கைக்கும் அது முதல் நாளாய் இருந்தது. மனம் அந்தப் புதிய வாழ்க்கையின் புதுமைகளை எதிர்பார்த்துப் பரபரத்தது.

அடுத்த சில நிமிஷங்களுக்குள் அவள் வந்து, கிருஷ்ணமூர்த்தி அமர்ந்திருந்த பெஞ்சுக்குப் பக்கத்துப் பெஞ் சில் அமர்ந்தாள். அறையைச் சுற்றி நோட்டம் விட்டாள். நான்கு ஜன்னல்களோடு கூடிய விசாலமான அறை அது. இடப் பக்கத்து ஜன்னல்கள் வெட்டாற்றை நோக்கி அமைந்திருக்கும். இருந்த இடத்திலிருந்தே கலங்கிய பழுப்பு நிற ஆற்று நீரைப் பார்க்க முடியும். படித்துறைகளில் துணி தப்பும் ஓசைகளைக் கேட்க முடியும். ஈரம் முகந்த காற்று இடையறாது வீசிக்கொண்டிருக்கும். அறைக்குள் மூன்று சாரியாகப் பெஞ்சுகள் போட்டிருந்தார்கள். இரண்டிரண்டு பேர் அமரும் பெஞ்சுகள். வகுப்பைப் பார்த்து முடித்த அவள் பார்வை அவனிடம் வந்து நிலைத்தது.

சின்னதாய்ச் சிரித்துக்கொண்டே "ஹலோ" என்றாள் அவள்.

திடுக்கிட்டுத் திரும்பினான் அவன்; அது புதிய அனுபவம். இந்த வயதுடைய பெண்களோடு அவன் பேசியது இல்லை. அக்காவோ, தங்கைகளோ இல்லாத தனியனாகப் பிறந்து வளர்ந்தவன். அதனாலேயே பெண்களுடன் பேசுவது என்பது கூச்சமான, தப்பான, ஒழுக்கம் இல்லாத காரியமாய் இருந்து வந்துள்ளது அவனுக்கு. அத்தோடு, பெண்களோடு பேசினால் பழகினால் 'காது அறுந்து விடும்' என்று பாட்டி சொல்லி வைத்திருந்தாளே. மேலும் 'சாமி வேறு கண்ணைக் குத்தும். சாமி தூங்கும்போது வந்து அந்தக் காரியத்தைச் செய்யுமாமே...' பாட்டியின் வார்த்தைகள், அவனுக்குப் பெண்கள் மேல் அதிகம் கவர்ச்சியை ஏற்படுத்தின.

மிரண்டு போய் “ஹலோ” என்றான்.

மீண்டும் அதே சிரிப்பு. மனநிறைவை வெளிக்காட்டும் சிரிப்பு. சினேகிதத்தை வரவேற்கிற சிரிப்பு. மேல் ஆறு பற்கள் தெரிய அவள் சொன்னாள், “நான் செண்பக ராஜலட்சுமி...”

“நான் கிருஷ்ணமூர்த்தி...”

அந்த நிமிஷம்தான் அவனுக்குள் அவள் வந்து புகுந்துகொண்ட நிமிஷமாக இருக்கும். அவளுடைய மான் நிறம், சற்றுப் பெரிய கண்கள், வலது கண்ணில் விழிக்குப் பக்கம் குட்டியாய் ஒரு மச்சம். உடம்பில் உஷ்ணம் ஏற்படுத்துகிற உதடுகள். ஆகாய நிறத்தில் சேலையும் அதனுடன் இயைந்த பிளவ்சும். உபயோகித்திருந்த பவுடரின் மணமும் லேசாகக் கமழ்ந்து அவனைக் கிளர்ச்சியுறச் செய்திருந்தது.

மாணவர்கள் ஒவ்வொருவராக வந்து வகுப்பை நிறைத்துக்கொண்டிருந்தார்கள். திடீரென்று, இதுவரை இருந்த கூச்சம் அவனிடமிருந்து விலகிப் போய்விட்டதுபோல இருந்தது.

கைக்குள் சுருட்டி வைத்திருந்த கைக்குட்டையைச் செண்பகா மேசை மேல் வைத்தாள். புதிதாக நாலைந்து பெண்கள். ஒருத்தி செண்பகா பக்கத்தில் வந்து அமர்ந்தாள். அவளுடன் பேசத் தொடங்கி விட்டாள் செண்பகா. சின்னஞ் சிறு கைக்குட்டை, ஒரு சிட்டுக்குருவி வந்து மேஜையில் அமர்ந்ததுபோல இருந்தது. பெண்களுக்கென்றே உருவாக்கப்பட்டது. பெண்களுக்கு என்றால் கைக்குட்டை செய்பவன்கூடக் கவிஞனாகி, சின்னஞ்சிறுசாய், உள்ளங்கை அகலத்தில் பூவும் வண்ணமுமாய்க் கைக்குட்டைகள் தயார் செய்கிறான். ஆண்களுக்கு என்று வந்து விட்டால், ஓர் அலட்சிய பாவம் அவனுக்கு ஏற்பட்டு விடும் போலும். ஒரு துண்டை இரண்டாக வெட்டி கைக்குட்டை என்பான்.

முதல் நாள் என்பதால் அன்று மதியத்தோடு கல்லூரி முடிந்தது. போகும்போது மறக்காமல் “வர்றேன்” என்று சொல்லி விட்டுப் போனாள் செண்பகா. அதற்குள் அவளுக்குத் தோழிகள் கிடைத்து விட்டிருந்தார்கள். சினேகத்தை யாசிக்கிற அவள் சிரிப்பு, பெண்களையும் ஈர்க்கத்தானே செய்யும். கிருஷ்ணமூர்த்திக்கு நெருப்பாய் வந்து இறங்குகிற வெயில், உறைக்கவில்லை.

உலகமே ரம்மயிமாய் இருந்தது. இதுதான் காதல் போலும் என்று தோன்றியது. காதலின் சந்தோஷமே தான் காதலிக்கிறோம் என்பதிலா? இல்லை, தான் ஒருத்தியால் நேசிக்கப்படுகிறோம் என்பதில்தானே! ரோட்டோர வாய்க்காலுக்குப் பக்கத்தில் முளைத்திருந்த புற்களும் மிக அழகாய்த் தோன்றின. முன்னே செண்பகாவும் தோழிகளும் போய்க்கொண்டிருந்தார்கள். செண்பகாவே தலைவி. அவள் கையை அசைத்து அசைத்து என்னமோ பேச மற்றவர்கள் அதற்குச் சிரித்துச் செவி சாய்த்துக்கொண்டிருந்தார்கள்.

பெண்கள் விடுதியைக் கடந்துதான் அவன் அறைக்குப் போக வேண்டும். கீழும், மாடியிலும் கம்பி அழிபோட்ட பெரிய வீடே விடுதியாக இருந்தது பெண்களுக்கு. கேட்டைத் திறந்துகொண்டு உள் நுழைந்தவள் திரும்பிப் பார்த்தாள். கிருஷ்ணமூர்த்தியைப் பார்த்து மீண்டும் அதே சின்னச் சிரிப்பைத் தூக்கிப் போட்டு விட்டுப் போனாள்.

கல்லூரி வாழ்க்கை மிகச் சந்தோஷமாக, சௌகர்யமாக இருப்பதாகத் தன் அப்பாவுக்குக் கடிதம் எழுதினான் அவன்.

ஜாமெட்ரி பெட்டி அளவில் ஒரு பை வைத்திருப்பாள் செண்பகா. சில்லறைகள், கைக்குட்டை, எல்லாம் அதில் வைத்திருப்பாள். மதிய வகுப்புக்கு வருபவள், வந்தவுடன் சப்தம் எழாமல் பாக்குப் பொட்டலத்தைப் பிரிப்பாள். அது ஒரு பழக்கம் அவளுக்கு. கிருஷ்ணமூர்த்தியின் உஷார்க் காதுகளுக்கு அந்த மொரமொரச் சப்தம் வந்து விழும். பெஞ்சின் கீழ் வாட்டத்தில் கையை நீட்டுவான் கிருஷ்ணமூர்த்தி, இரண்டு துண்டுப் பாக்குகள் உள்ளங்கையில் விழும். சமயங்களில் பொட்டலத்தில் உள்ளது எல்லாம் கொட்டி விடும். உடனே பாதியை அவன் கையிலிருந்தே அவள் எடுத்துக் கொள்வதும் அல்லாமல் அவன் புறங்கையில் நறுக்கெனக் கிள்ளி விடுவதும் உண்டு. பெண்கள் கிள்ளினால் வலிக்காது.

"ஞாயிற்றுக் கிழமை மேட்னிக்குப் போறமே…" என்பாள் செண்பகா. ஒரு சின்னக் குழந்தையின் குதூகலத்துடன்.

"யார்… யார்?"

"நான் மல்லிகா, ஹம்சவல்லி…"

"என்னைச் சேத்துக்கக்கூடாதா…?"

"ஓய் நாட்… வாங்களேன்…"

போவான்.

பனிரெண்டு மணிக்குள் குளித்து ஒரு மணிக்குள் தயாராகி விடுவான். பக்கத்தில் இருந்த அந்தத் தியேட்டருக்கு ஒன்றரை மணிக்குள் வந்துவிடுவான். செண்பகா கோஷ்டி மூணு அடிக்கும்போது சாவகாசமாகப் பேசிக்கொண்டே வந்து சேரும். இந்தப் பெண்களே இப்படித்தான். ஆண் பிள்ளைகளைக் காத்திருக்கச் செய்வதில் அவர்களுக்கு ஒரே குரூர திருப்தி.

*

பெரிய கோயில் நந்திக்கு எதிரே அமர்ந்திருப்பார்கள். புதர் புதராய் இருட்டு. செண்பகா சொன்னாள், "அப்பா ரொம்பக் கண்டிப்பு. நான் படிச்சு உத்தியோகம் பார்க்கணும்"னு உயிரை வைத்துக்கொண்டிருக்கிறார். அம்மா எல்லா அம்மாவையும் போலத்தான். ரெண்டு தங்கைகள். ஒருத்திக்கு, பாட்டு ரொம்பப் பிடிக்கும். ஒருத்திக்கு சினிமா உயிர்"

செண்பகா நெஞ்சில் உள்ளவற்றையெல்லாம் இறக்கி வைக்கிற பெண். ஆயினும் அவளை அவனால் புரிந்து கொள்ள முடியவில்லை. சமயங்களில் கிருஷ்ணமூர்த்தி பிந்தி வகுப்பு வருவான். அவன் இடத்தில் தங்கவேலு உட்கார்ந்திருப்பான். அவனை ஏனோ கிருஷ்ணமூர்த்திக்குப் பிடிக்காமல் போய்விட்டது. அவனுக்கும் மத்தியானம் பாக்கு கொடுக்கிறாளே செண்பகா? தங்கவேலு கிண்டல்கார மனிதன்; சிரிக்கச் சிரிக்கப் பேசுவான்; கொஞ்சம் அசட்டுத்தனம், கொஞ்சம் பெண் பிள்ளைத்தனம், உதவுவது, சளசளவென்று பேசுவது ஆகியவை பெண்களுக்கு மிகவும் பிடிக்கும் போலும். செண்பகா யாருடனாவது பேசினால் கிருஷ்ணமூர்த்தி வயிறு எரிந்து போகிறான். காதலோடு பொறாமையும் பிறந்து விடுமா என்ன?

பிரபஞ்சன் ★ 199

"மிஸ்டர் கிருஷ்ணமூர்த்தி... லீவில் ஊருக்குப் போறீங்கல்லையா?" என்றாள் செண்பகா.

கிருஷ்ணமூர்த்திக்கு இந்த விடுமுறை எல்லாம் ஏன் என்று இருந்தது.

"ஆமா... போய்த்தான் ஆகணும்... நீங்க போறீங்க தானே..."

"கட்டாயம்... நீங்களும் விழுப்புரம் வரைக்கும் என்னோட வரலாம். உங்களுக்கு ஒரு பிரண்டை நான் அறிமுகப்படுத்தறேன். அப்புறம் அப்படியே நான் உளுந்தூர்ப் பேட்டைக்கும், நீங்கள் பாண்டிச்சேரிக்கும் போயிடலாம்"

கசக்குமா என்ன? அதுவும் முதல் பயணம், பஸ்ஸில் பக்கத்தில் பக்கத்தில் அமர்ந்தே பயணம் செய்தார்கள். பாதை குண்டும் குழியுமாய் இருந்தது. வண்டி குலுங்கியது. பலமுறை இருவரும் இடித்துக் கொள்ளத் திருவள்ளுவர் மூலம் அரசே உதவி செய்கிறார் போல் அவனுக்குத் தோன்றியது. ரோட்டுக் காவல்காரர்களாய் மரங்கள் நின்றிருந்தன.

விழுப்புரத்தில் கிருஷ்ணமூர்த்திக்கு ஓர் ஆச்சரியம் காத்திருந்தது. செண்பகாவுக்காகக் காத்திருந்த ராஜை அவள் அவனுக்கு அறிமுகப்படுத்தினாள்.

"மிஸ்டர் ராஜன்... இவர்தான் என் பிரண்ட். கிளாஸ்மேட் மிஸ்டர் கிருஷ்ணமூர்த்தி."

"ஓ... உங்களைத் தெரிந்துகொண்டதில் ரொம்ப மகிழ்ச்சி. செண்பகா எல்லா கடிதத்திலும் உங்களைப் பற்றி எழுதியிருக்கிறாள்" என்று ராஜ் சொன்னான் சரளமான ஆங்கிலத்தில்.

முதல் பார்வையிலேயே ராஜ் அவனுக்குப் பிடிக்காமல் போய் விட்டான். கிருஷ்ணமூர்த்தியைக் காட்டிலும் அவன் உயரமாக, நிறமாக, அழகாக, இளமைப் பொலிவோடு, 'ஏய்... இவள் என்னுடையவள்டா...' என்று சொல்லாமல் சொல்லிக்கொண்டு நின்றான். சட்டென்று ஓர் இருள் மனசுக்குள் வந்து உட்கார்ந்துகொண்டது போல் உணர்ந்தான் கிருஷ்ணமூர்த்தி. ஒரு காதல் மெழுகுவர்த்தியால் மட்டுமே போகக் கூடிய இருள்.

"ஏதேனும் சாப்பிடலாம் வாருங்கள்" என்றான் ராஜ். அவர்கள் இருவரும் முன் நடக்கப் பின்னால் நடந்து போனான்.

அவள் பையையும் அவன் தோளில் மாட்டியிருந்தான் கிருஷ்ணமூர்த்தி. வெட்கம், வேதனை, கூச்சம் எல்லாம் மீண்டும் அவனை வந்து பற்றிக்கொண்டது போல் அவன் உணர்ந்தான். ஒரு ரெண்டு மூன்று மேசை நாற்காலிகளும், லட்சக்கணக்கான கொசுக்களும் இருந்த ஒரு ஹோட்டலில் அவர்கள் காபி சாப்பிட்டார்கள். செண்பகாவும், ராஜும் அருகருகே இருக்க, எதிர்ப்புறத்தில், கிருஷ்ணமூர்த்தி, யுகம் யுகமாக அவர்கள் பேசுகிறார்கள்போல அவனுக்குப் பட்டது. உடன் அவளை விட்டு ஓட வேண்டும்போலவும் இருந்தது.

"சரி... நான் கிளம்பறேன்..." என்றான்.

"ஓ... சாரி. நீங்க என்கூட வந்ததை மறந்தே போயிட்டேன் கிருஷ்ணமூர்த்தி. நீங்க புறப்படுங்க... தேங்க்யூ எ லாட், கடிதம் எழுதுங்க; காலேஜ்ல மீட் பண்ணுவோம்..." என்றாள் செண்பகா... ராஜ் கைகுலுக்கி விடை கொடுத்தான்.

பாண்டிச்சேரி பஸ் கிடைக்க ஒரு மணி ஆயிற்று. அது வரைக்கும்கூடச் செண்பகா பஸ் நிலையத்துக்கு வரவில்லை. அங்கிருந்துதான்

உளுந்தூர்ப்பேட்டைக்குப் போக வேண்டும். இருட்டி விட்டது. வானத்தில் நட்சத்திரங்கள் வீணே கொட்டிக் கிடந்தன.

*

கிருஷ்ணமூர்த்தியின் எண்ணத்தை உறுதிப்படுத்துவது மாதிரி செண்பகாவே கடிதம் எழுதி இருந்தாள். அதில் ராஜைத்தான் அவள் திருமணம் செய்து கொள்ளப் போவதாகக் குறிப்பிட்டிருந்தாள். இருவரும் ஒரே ஊர்க்காரர்கள்.

ஏமாற்றப்பட்டு விட்ட உணர்வு அவனுக்கு ஏற்பட்டிருந்தது. அவள்மீது கோபம் கோபமாய் வந்தது. பெண்களே ஏமாற்றுக்காரிகள் என்றுகூட நினைத்தான். அதன் எதிரொலியாகக் கல்லூரி மீண்டும் தொடங்கிய முதல் நாள் முதல் பெஞ்சில் உட்காராமல் கடைசி பெஞ்சுக்குப் போனான். செண்பகம் ஒரு கணம் அவனைத் தேடி ஏமாந்து, திரும்பி அவனைப் பார்த்து வாய்க்குள்ளேயே ஹலோ சொல்லி, அதே சிரிப்பொன்றை உதிர்த்துத் தன் இடத்தில் உட்கார்ந்தபோது, அவனுக்குத் திருப்தியாக இருந்தது.

“என்ன அண்ணாச்சி, ஊடலா?” என்றான் தங்கவேலு. யாரையும் அண்ணாச்சி என்றுதான் அழைப்பான் தங்கவேலு. யாரிடமாவது கொட்ட வேண்டும் என்று இருந்த கிருஷ்ணமூர்த்திக்கு வாய்ப்பு ஏற்பட்டு விட்டது. கொட்டியது. தங்கவேலு சொன்னான்:

“ரொம்ப சின்ன விஷயம் அண்ணாச்சி. அந்தப் பொண்ணை நீங்கதான் காதலிச்சிருக்கீங்க... அது ஒரு சிநேகிதியா மட்டும்தான் உங்ககிட்ட இருந்திருக்குது... நீங்கதான் தப்புப் பண்ணியிருக்கீங்க. காதலுக்கும் சினேகிதத்துக்கும் நமக்கு வித்தியாசம் தெரியறது இல்லே. ஒரு மயிரிழைதான் ரெண்டுத்துக்கும் வித்தியாசம் அண்ணாச்சி. நீங்க ரொம்ப நல்லவர், ஆனா இந்த விஷயங்கள்லே அனுபவம் இல்லாதவரு. அதனால்தான் கோபம் வருது உங்களுக்கு... போகப் போகப் பாருங்க... ரொம்ப ஷொக்கிங் நியூஸ் எல்லாம் உங்களுக்கு வரும்...”

தங்கவேலு சொல்வது உண்மை என்று கிருஷ்ணமூர்த்திக்கு விளங்கத்தான் செய்தது. எனினும் அவனுக்குக் கோபமும், நிராசையும் ஏமாற்றப்பட்டு விட்டோம் என்கிற ஆதங்கம் மனசில் அடித்தட்டில் இருக்கவே செய்தன. கொஞ்சம் ஆழ்ந்து சிந்தித்திருந்தான் என்றால் அவனது கோபத்தின் ஊற்றுப் பிறந்த இடத்தை அவனால் கண்டுபிடித்திருக்க முடியும். தான் நேசிக்கப்படவில்லை, தான் எதிர்பார்க்கிற விதமாக என்பதே அதன் நிஜக் காரணம்.

தங்கவேலு சொன்னது பலிக்கவே செய்தது. அடுத்த மூன்று மாதங்களில் ஏகப்பட்ட சம்பவங்கள் நிகழவே செய்தன.

செண்பகா பளீரென்று மிக அழகாகத் தென்பட்டாள். உடம்பு கொஞ்சம் பூசினாற்போலாகி விட்டது. கன்னத்தில் செம்மை கூடியது. ஒரு களைப்பும் சோர்வும் நிழலாக அவள் முகத்தில் படிந்தன. கிளர்ச்சி ஊட்டிய அந்த அழகுக்கு வேறு காரணம் இருந்ததை அவன் கண்டுபிடிக்கவில்லை. வார்டன் கண்டு பிடித்தான். கல்லூரி நிர்வாகம் அவளை வெளியேற்றி விட்டது.

மாதங்கள் பலவாகியும், அந்த லட்சக்கணக்கான ஈக்கள் இன விருத்தியாகிக் கோடியாகிப் பல்கிப் போன அதே ஹோட்டலில் அந்த மூன்று பேரும் இருந்து காபி சாப்பிட்டுக்கொண்டிருந்தார்கள்.

ராஜ் சொன்னான். "இதில் பயப்படறதுக்கோ, வருத்தப்படறதுக்கோ ஒன்றுமில்லை கிருஷ்ணமூர்த்தி. கொஞ்சம் அவசரப்பட்டுட்டோம். முன் யோசனை இல்லாமே இருந்துட்டோம். இதைத் தவிர்த்திருக்கலாம். நீ வீட்டுக்குப் போ செண்பகா. நான் இன்னும் இரண்டு மூன்று நாளைக்குள்ளே உங்க அப்பாவை வந்து பாக்கறேன்."

செண்பகா ஒரேயடியாக ஆடிப்போய் விடவில்லை. சமாளித்துக்கொண்டு ஏற்றுக்கொண்டுவிட்டாள். அது கிருஷ்ணமூர்த்திக்கு ஏமாற்றமாக இருந்தது. அவள் அழுது ஆர்ப்பாட்டம் செய்வாள் என்றும், 'நான் என்ன பண்ணுவேன்...' என்று ராஜ் சொல்வான் என்றும், கிருஷ்ணமூர்த்தி எதிர்பார்த்திருந்தான்.

"வீட்டில் ஏதேனும் சிக்கல்"னா உடனே புறப்பட்டு இங்க வந்துடு செண்பகா. என் சம்பாத்யம் நம்ம ரெண்டு பேருக்கும்போதும். கல்யாணம் பண்ணிக்கலாம்" என்றான் ராஜ்.

செண்பகா நிம்மதியடைந்தவளாய் இருந்தாள். வார்டனின் கோபம், பிரின்ஸ்பலின் அதிர்ச்சி குறித்தெல்லாம் தமாஷாகப் பேசிக்கொண்டிருந்தாள்.

செண்பகாவைப் பஸ்ஸில் ஏற்றி அனுப்பி வைத்தார்கள். பஸ் புறப்பட்டவுடன்தான் அவள் கலங்குவது தெரிந்தது. "கவலைப் படாதே..." என்று தேற்றினான் ராஜ்.

அப்பா ரொம்பக் கோபக்காரர் என்று சொல்லி இருந்தாளே செண்பகம். அவர் முரட்டுத்தனமாக நடந்துக் கொள்ளப் போகிறார். அம்மா வயிற்றில் அடித்துக்கொண்டு அழுவாள். தங்கைகள் தலைக்கொருவராக நின்றுகொண்டு பிழியப் பிழிய அழுவார்கள். 'போடி வெளியே' என்று அவள் அப்பா நிச்சயம் சொல்வார். அவ்வாறுதான் நடக்கப் போகிறது நடக்க வேண்டும் என்று எதிர்பார்த்தான் கிருஷ்ணமூர்த்தி.

அப்படியெல்லாம் நடக்கவில்லை என்று ராஜே சொன்னான். தை மாசத்தில் கல்யாணம் வைத்திருப்பதாகச் சொன்னான்.

*

பல மாதங்களுக்குப் பிறகு தங்கவேலுவும் கிருஷ்ணமூர்த்தியும் வெட்டாற்றங்கரைப் படிக்கட்டில் அமர்ந்து பழைய ஞாபகங்களைக் கிளறிக்கொண்டிருந்தார்கள். கிருஷ்ணமூர்த்தி சொன்னான்:

"காதல் நிறைவேறல்லைன்னு நான் வருத்தப்படலை தங்கவேலு. செண்பகாவுக்கு கர்ப்பம் தரிச்சு, காலேஜ் விட்டுப் போற நிலைமையெல்லாம் ஏற்பட்டுச்சே அதுக்காக அல்லவா நான் வருத்தப்பட்டிருக்கணும். உண்மையான சினேகிதன்னா, அவங்க ரெண்டு பேரையும் எப்படிச் சேத்து வைக்கலாம்னு அல்லவா நான் யோசிச்சு இருக்கணும்? எப்படா ராஜ் கழண்டுக்குவான், எப்படா அவ அப்பா அவளை வீட்டை விட்டுத் துரத்துவார், அதுதான் சமயமின்னு நான் அவளை என் பக்கம் இழுத்துக்கலாம்னு நினைச்சேன் பாரு... அந்தக் கயவாளித்தனத்தை நினைச்சாத்தான் மனசு ஆற மாட்டேங்குது..."

"கவலைப்படாதீங்க அண்ணாச்சி... நாமளும் மனுஷங்கதானே... நீங்க மட்டும்தான் அப்படி நினைச்சீங்களா?... நானும்தான். இப்போ அவ நல்லா இருக்கா... அப்படியே என்னைக்கும் இருக்கணும்னு நான் வேண்டிக்கிறேன்..." என்றான் தங்கவேலு.

1985

காயம்பட்ட மாலை வானம்

"**கா**லாஸ்ரீன்னு நீங்களே வச்சுக்கிட்டீங்களா? இல்லே உங்க அப்பா அம்மா வெச்ச பேரா?"

"அப்பா அம்மா வச்சது 'ஆண்டாளம்மா'ன்னு, மூர்த்தி சார். அப்பா அம்மான்னா சொன்னேன்! எங்க அப்பாவை நான் பார்த்ததுகூட இல்லே. அம்மா வச்ச பேர்தான். சினிபீல்டுக்கு அது ஒத்துக்காதேன்னு நான்தான் கலாஸ்ரீன்னு பேரை மாத்திக்கிட்டேன். நான் ஃபீல்டுக்கு வந்தப்போ, வாணிஸ்ரீ ரொம்ப பாப்புலரா இருந்தாங்க. நானும் அவங்க மாதிரி புகழ்ப் பெறணும்"னு கலாஸ்ரீன்னு வச்சுக்கிட்டேன். என்ன பிரயோஜனம்?"

கலா சிரித்துக்கொண்டுதான் சொன்னாள். கசந்துகொண்ட சிரிப்பு. மெல்லிய சல்லாத்துணியைப்போல வருத்தம் அவள் முகத்தில் கவிந்தது. முதல் இடத்தைக் குறி வைத்து மூன்றாம் இடத்தில் வந்து நின்ற ஓட்டப் பந்தயக்காரனின் ஏக்கம் அது. மூர்த்தி அவசரமாகப் பேச்சை மாற்றினான்.

"அப்படியென்றால் கலாஸ்ரீ அவர்களே... தங்கள் மேனி அழகைக் காப்பாற்றுவது யானை மார்க் சோப்தான் என்கிறீர்களா?"

பொக்கென்று, கையிலிருந்து வழுக்கிக்கொண்டு பறக்கும் புறா மாதிரி சிரிப்பு அவளிடமிருந்து வெளிப்படும். அழுத்தமாகப் பூசிய உதட்டுச் சாயம் காரணமாகப் பளீரிட்டுத் தெரியும் வெள்ளைச் சிரிப்பு. ஒரு காகத்தைப்போலத் தலையைச் சற்றே சாய்த்துக்கொண்டு, சிங்கப்பல் தெரியச் சிரிக்கறச் சிரிப்பு.

மூர்த்திக்கு அவள் வருத்தத்தைச் சட்டென்று போக்கிவிட்ட நிம்மதி ஏற்பட்டது. கலாவை எப்போதும் சந்தோஷப்படுத்திக்கொண்டே இருக்க வேண்டும் என்று அடிக்கடி தோன்றுகிறதே மூர்த்திக்கு. இது சமீப காலமாகத்தான்.

ஒரு தெலுங்குப் படத்தில் கலா, அக்காவாகச் சிறப்பாக நடித்ததை டைரக்டர் பார்த்திருக்கிறார். ஓர் அக்காவுக்கேற்ற சதைப் பற்றான உடம்பு அவளுக்கு இருக்கவே டைரக்டருக்குப் பிடித்துப் போய் விட்டது.

"மூர்த்தி, நம் படத்திலும் ஒரு அக்கா கேரக்டர் இருக்கில்லையா? அதுக்குக் கலாவைப் போடலாம்னு தோணுது, போய்ப் பார்த்துப் 'பிக்ஸ்' பண்ணிட்டு வாங்களேன்."

மூர்த்திக்கும் கலாவுக்கும் இப்படிதான் பரிச்சயம் ஏற்பட்டது. தி. நகரின் கௌரவமான பகுதியில் அவள் வீடு இருந்தது. மணிபர்ஸ் மாதிரி அடக்கமான வீடு. ஹாலில் வசதியான சோபாக்கள். தவணை முறையில் வாங்கிய வாசனை, எப்படியோ வீசிற்று. விளக்குகள் அதிகப் பிரகாசமும் குறைவும் இன்றி மிதமாக எரிந்தன. சுவர் வண்ணம் இளம் பச்சையில் கண்ணைக் குளுமைப்படுத்தியது.

மூர்த்தி தன்னை அறிமுகப்படுத்திக்கொண்டான். தமிழ்ப்படம் என்றதும் கலாவுக்குக் கண்கள் விரிந்தன. கணத்தில் முகத்தில் ஒரு சந்தோஷம்.

"கதை என்னன்னு நான் கேட்டா, கோவிச்சுக்க மாட்டீங்களே?"

"எதுக்காகக் கோவம்?"

"இல்லே... கதாநாயகிக்கு மட்டும்தான் கதை சொல்வீங்க... என்னை மாதிரி இரண்டாம் தர நடிகை கதை கேட்டா, திமிருன்னு சொல்வாங்க..."

மூர்த்தி கதையைச் சொன்னான்.

"குடும்பத்தைக் காப்பாத்த தியாகம் பண்ற அக்கா சப்ஜெக்டா? கடைசியில் லொக் லொக்குன்னு இருமிக்கிட்டே சாகிறாளா அந்த அக்கா"— என்று கேட்டாள் கலாஸ்ரீ சிரித்துக்கொண்டு.

"இருமாமலே சாகிறா"

மூர்த்திக்கு அவள் மேல் ஏனோ ஓர் ஒட்டுறவு ஏற்பட்டு விட்டது. வாக்கியத்துக்கு முற்றுப்புள்ளி மாதிரி, ஒவ்வொரு தரம் பேசி முடித்தபோதும், சிரிப்போடுதான் முடிப்பாள் அவள். முடியாமல் கூந்தலைக் காற்றில் பறக்கவிட்டுக்கொண்டு இருக்கிற அந்தப் பாணியா? முதல் சந்திப்பிலேயே தயக்கம் ஏதுமின்றிச் சரளமாகப் பேசுகிற அந்த வித்தியாசமா? மிக மெல்லியதாக, நாசிகளை மயிலிறகுகொண்டு தடவி விடுகிறாற் போன்ற நாகரிகமாக அவள் உபயோகித்த மேனாட்டுச் சென்ட்டின் மணமா? எல்லாமும் தானே, அவள். கலாவையே அந்த அக்கா பாத்திரத்துக்குப் போடலாம் என்று டைரக்டரிடம் சொன்னான்.

முதல் நாள் படப்பிடிப்பில், வசனத்தைச் சொல்லிக் கொடுக்கப் போன மூர்த்தியின் கால்களில் அவள் விழுந்து கும்பிட்டாள். வீட்டில் மனைவியாய் இருக்கும் சுமதியைத் தவிர, வேறு யாரும் அவன் கால்களில் விழுந்து கும்பிட்டதில்லை. அவனுக்கு வேர்த்துப் போய்விட்டது.

"இதெல்லாம் எதுக்கு...?"

"நீங்க இப்ப என் குரு ஸ்தானத்தில் இருக்கீங்க மூர்த்தி சார். அதுக்குத்தான்..."

வசனத்தைச் சொன்னான். சமையல் அறையிலிருந்து அக்கா வெளிப்பட்டு, "நீங்க நல்லா படிச்சு, நல்லா வேலைக்குப் போயி நல்லா சம்பாதிக்கணும்.

அதுதான் என் இலட்சியம்” என்று தன் தம்பி தங்கைகளைப் பார்த்துச் சொல்ல வேண்டும். முதல் நாள் படப்பிடிப்பில், முதல் டேக். மங்களகரமான வசனத்தோடு மூர்த்தி ஆரம்பித்ததை டைரக்டர் பாராட்டி விட்டு, கலாவின் பக்கம் திரும்பி, “முதல் ஷாட் முதல் டேக்கிலேயே ஓகே ஆகணும்” என்று விட்டு, ஒத்திகைக்குப் போனார்.

கலா, ஒத்திகையில் ஒழுங்காகச் செய்தாள். டேக்கின்போதுதான், அவள் திறமையும் அனுபவமும், வெளிப்பட்டன. சமையல் அறையிலிருந்து வெளிப்பட்ட கலா, சரியான இடத்தில் நின்று, ஆர்க்லேம்பின் வெளிச்சத்தைத் தன் பக்கவாட்டு முகத்தில் முழுசாக வாங்கிக்கொண்டு, தரையில் உட்கார்ந்து பாடம் படித்துக்கொண்டிருக்கும் தன் தம்பி, தங்கைகளை தலையைக் குனியாமலும், தரையைப் பார்க்காமலும் இடுப்பளவு உயரத்தில் பார்த்து, லேசாகக் கிளிசரின் இல்லாமலேயே கண் கலங்கி வார்த்தைகளைத் தகுந்த இடைவெளிகளோடு ஒடிக்காமல் வெளிப்படுத்தினாள். ஷாட் முதல் டேக்கிலேயே ஓ. கே. ஆயிற்று.

கேமராவும், விளக்குகளும் கோணம் மாறுகிற இடை நேரத்தில் மூர்த்தி கலாவிடம் சொன்னான்.

“கங்கராட்ஸ்... ரொம்ப நல்லா பண்ணீங்க!”

கலா அவனை ஆழ்ந்து நோக்கி விட்டுச் சொன்னாள்.

“ரொம்ப தேங்க்ஸ் மூர்த்தி சார்... என்னையும் பாராட்டற முதல் ஆள் நீங்கதான் சார்... ரொம்ப நன்றி...” என்றாள். அழுது விடுவாள் போல் இருந்தது.

இரண்டாவது ஷெட்யூலுக்காக, ஆந்திர எல்லையை ஒட்டிய ஒரு கிராமத்துக்குப் படக் குழு சென்றிருந்தது. கலா தன் அண்ணனுக்கும் சேர்த்து டிக்கெட் வாங்கச் சொல்லியிருந்தாள். வாங்கவும் பட்டது. கடைசி நேரத்தில் “அண்ணன் வரல்லையேன்னு வருத்தமா?” என்றான் மூர்த்தி.

கலா அவனைப் பார்த்துச் சிரித்தாள். மாலை ஆறு மணிக்கு ஷூட்டிங் முடிந்து இரவு சாப்பாட்டுக்கு முந்தைய சில மணி நேரங்கள் மூர்த்திக்கும் கலாவுக்கும் பேசும் நேரமாக, சிந்திக்க தனித்து உலாவ உகந்த நேரமாய் வாய்த்தது. இருவருமே அந்த நேரத்தை எதிர்பார்த்திருந்தனர்.

“அண்ணனா?” மீண்டும் அவள் சிரித்தாள். பாறையில் உட்கார்ந்து, முகத்தை முட்டியில் புதைத்த வண்ணம் ஆகாயத்தைப் பார்த்துக்கொண்டிருந்தனர்.

‘வாணிஸ்ரீ மாதிரி ஜொலிக்காது தோற்றுப் போன வாழ்க்கை... பட அதிபர்கள் எனக்கு எனக்கு என்று கால்ஷீட்டுக்குக் காத்திருக்கப் போகிறார்கள் என்கிற பிரமை... இவனிடம் எதை, எப்படிச் சொல்வது...’ வானம் காயப்பட்டு இரத்தம் சிந்திக் கிடந்தது. முகத்தைத் தொடைகளில் புதைத்துக்கொண்டாள். முதுகு அதிர்ந்து குலுங்கியது. மூர்த்திக்குச் சொரேல் என்றது. ஒருவாறு ஆறுதலாகி அவளே சொன்னாள்.

“அவன் என் அண்ணனில்லை மூர்த்தி”

“அண்ணன்னு அன்னைக்கு முதல் நாள் உங்க வீட்டுக்கு வந்தப்போ அறிமுகப்படுத்தினீங்களே.”

“அப்படித்தான் அவன் எனக்கு ஒரு பாதுகாப்பு. நடிகையா இருந்தா என்ன ஒரு பெண், ஓர் ஆணோட பாதுகாப்பு இல்லாம வாழ முடியாதே. வாழ அனுமதிக்கிறதும் இல்லையே...”

“பின்னே, அவன் யாரு...”

“இப்போதைக்கு நான் அவனுக்குச் சொந்தம். எப்படியோ நான் அவன்கிட்டே சிக்கிட்டேன். மீள வழி தெரியல்லே. இந்தப் படம் நல்லா ஓடி...”

“நல்லா ஓடி...?”

கலா அவனைப் பார்த்துச் சிரித்தாள்.

“அப்புறம் சொல்றேன் மூர்த்தி...” என்று விட்டு எழுந்துகொண்டாள். வானம் காயம் ஆறிச் சமனப்பட்டுக் கிடந்தது. எங்கோ ஒரு பிறை அசட்டுத்தனமாக வெளிப்பட்டது.

“நீங்க ஏன் ஒங்க ஒய்ப், குழந்தைகளை மெட்ராசுக்குக் கூட்டி வரல்லே மூர்த்தி சார்?”

“வார்த்தைக்கு வார்த்தை என்னை சார் சார்னு சொன்னா, நான் எப்படிக் கூட்டி வர்றது? இந்தப் படம் நல்லா ஓடி...”

“ஓடி...?”

“ஓடினா நம்ம யூனிட்டுக்கு தொடர்ந்து வேலை கிடைக்கும். அப்போ கூட்டி வரலாம்னு இருக்கேன்...”

“சரி மூர்த்தி சார்...” என்று விட்டு அவள் ஓடினாள்.

படம் முடியும் நிலையில் இருந்தது. ஹோட்டல் வாஞ்சியில், முதலிரவுக் காட்சிகளுக்கென்றே அலங்காரம் செய்யப்பட்ட அறையில் படப்பிடிப்பு இரவும் பகலுமாக நடந்துகொண்டிருந்தது. சாயங்காலமே கலா சொன்னாள்.

“மூர்த்தி டைரக்டர் ரூம் சாவியை வாங்கி வச்சுக்குங்க. இரவுச் சாப்பாடு நம்ம ரெண்டு பேருக்குமே வீட்டிலேந்து கொண்டு வரச் சொல்லியிருக்கேன்; சேர்ந்து சாப்பிடணும்” என்றவள், கொஞ்சம் நெருங்கி வந்து, “டைரக்டர் சாவி தரமாட்டார்னு தெரிஞ்சா தனியாகவே ஒரு ரூம் போட்டுடுங்க.” என்றாள். சில நிமிஷங்கள் கழித்து, “உங்களோடு நான் கொஞ்சம் பேசணும்” என்றாள் தலையைத் தாழ்த்திக்கொண்டு.

மூர்த்திக்குச் சில்லென்று வயிற்றில் ஐஸ் கட்டிகள் இறங்கின பாதம் தரையில் பாவாததை உணர்ந்தான். தொண்டையில் நீர் வற்றிப்போய் விட்டதுபோல் இருந்தது. தண்ணீர்க் குடித்தான். உடம்பெங்கும் ஒரு பரவசம் ஓடித் துளிர்த்தது. அது ஓர் அழைப்பு என்பதை அவனால் உணர முடிந்தது. அவனை ஒரு பெண், ஒரு சினேகிதி, முழுவதுமாக ஏற்றுக் கொள்கிற சுவீகாரம். இந்த வழியாலும் ஒரு பெண் ஓர் ஆணுக்குச் செய்கிற கௌரவம்.

“நான் ரெஸ்ட் எடுக்க முடியாது. நீங்க ரூமுக்கே சாப்பாடுகொண்டு வரச் சொல்லிச் சாப்பிட்டு, கொஞ்சம் ரெஸ்ட் எடுத்துக் கிட்டு வந்துடுங்க” என்று டைரக்டர் சாவியைக் கொடுத்து விட்டார். கலா வீட்டிலிருந்து உணவும்

வந்தது. அவள் அவனிடம் சாவியை வாங்கிக்கொண்டு, “சீக்கிரம் வாங்க” என்று கிசுகிசுத்து விட்டுப் போனாள்.

மூர்த்தி சஞ்சலப்படத் தொடங்கினான். ஓர் இனம் புரியாத அச்சம் அவனுக்கு ஏற்பட்டது. ஏதோ ஒன்று அந்த அறைக்குச் செல்வதினின்றும் அவனைத் தடுத்தது. திடீரென்று குழம்பிப் போனான். நிகழவிருப்பதை அவன் விரும்பவில்லை என்று சொல்ல முடியாது. அதை எதிர் கொள்ளும் தைரியத்தை இழந்தவனாகி, டைரக்டர் பக்கத்தில் போய் உட்கார்ந்துகொண்டான். இருட்டைக் கண்டு பயப்படும் குழந்தைபோலத் தன்னைச் சுற்றிச் சிலர் இருக்க வேண்டும் போல் இருந்தது அவனுக்கு.

“சாப்பிடல்லியா...” என்று கேட்டார் டைரக்டர்.

“பசியில்லை...”

“வரீங்களா ரெண்டு பெக் விஸ்கி சாப்பிடுவோம்”

“வேணாம் சார். வேலை நேரத்தில் சாப்பிடக்கூடாது. பெண்கள் கிட்டே போய் வசனம் சொல்லித் தரணும். அவங்க தப்பா நினைக்கக் கூடும். மரியாதை போயிடும்...”

ரூம் பாய் வந்து, “மூர்த்திங்கிறது யார் சார்” என்றான். கூட்டத்தைப் பார்த்து இவன் எழுந்து போனான். “அந்த அம்மா 151க்கு உங்களை உடனே வரச் சொன்னாங்க சார்” என்று கூறிவிட்டுப் போனான்.

மூர்த்தி மீண்டும் வந்து டைரக்டர் பக்கத்து நாற்காலியில் உட்கார்ந்துகொண்டு, வசனங்களைப் பார்க்கத் தொடங்கினான். எழுத்துக்கள் நெளிந்து நெளிந்து சென்றன. மூளை வேலை செய்வதை நிறுத்தியது போல் இருந்தது. நிமிஷங்கள் யுகங்களாய்க் கரைய, கலா வந்து சேர்ந்தாள். சாவியை வாங்கிக் கொள்ளப் போனவனிடம் “இப்படி வாங்க, ப்ளீஸ்” என்று குரோட்டன்ஸ் ஜாடிகளின் பக்கத்தில் போய் நின்றாள்.

“என்ன சார் இப்படி என்னை ஏமாத்திட்டீங்களே” பாதி கடித்த ரொட்டி மாதிரி வளர்ந்திருந்த நிலவைப் பார்த்துக்கொண்டு நின்றான் மூர்த்தி. அவன் கண்களைப் பார்த்து, “என்னை மன்னிச்சிடுங்க சார்” என்று கூறிவிட்டுப் போய்விட்டாள்.

அடுத்த ஷாட்டுக்கான வசனத்தைச் சொல்லக் கொஞ்சம் தயக்கத்தோடேயே கலாவை அணுகியவனுக்கு ஆச்சர்யம் காத்திருந்தது. துடைத்து விட்டாற்போலப் பளிச்சென்று கொஞ்சமும் வித்தியாசம் இல்லாமல் அவனை வரவேற்றாள் அவள்.

மாலை நான்கு மணி அளவில் படப்பிடிப்பு முடிந்து தேங்காய் சுற்றி உடைத்தார்கள். மூர்த்தியே நின்று கலாஸ்ரீயின் கணக்கைத் தீர்த்துப் பணம் வாங்கிக் கொடுத்தான். பணத்தைப் பெற்றுக்கொண்டு, கைப்பைக்குள் பணத்தை வைத்துக்கொண்டு நிமிர்ந்தவள், அவனைப் பார்த்து உதடுகள் துடிக்க அழத் தொடங்கினாள். பொங்கிகொண்டு வந்தது அழுகை.

“கலா ப்ளீஸ் வாங்க...” என்றாவறு மொட்டை மாடிக்கு அழைத்துச் சென்றான்.

"மூர்த்தி சார்... எந்தக் கம்பெனியிலும் இப்படி என்னை 'பிரன்டிலியா' நடத்தினது இல்லை சார். அதுக்கு உங்களுக்குத்தான் நான் நன்றி சொல்லணும். புக் பண்ண மூணாம் நாள்லேந்து கம்பெனிக்காரங்க வீட்டுக்கு வருவாங்க... நீங்க ஒரு நாள்கூட என்கிட்ட தப்பா நடந்துக்கிட்டது இல்லை. அன்னைக்கு உங்களுக்காக ரூம்ல காத்துக்கிட்டிருந்தேன். அப்பகூட நீங்க அதை 'யூஸ்' பண்ணிக்கலை. நான் உங்ககிட்டே சொல்ல நினைச்சது இதுதான் சார்... நான் உங்களுக்கு மனைவி ஆகி, உங்களோட பாதுகாப்பில் வாழணும்னு ஆசைப்பட்டேன். உங்களுக்குக் குடும்பம் இருக்கிறது எனக்குத் தெரியும். நீங்க ஒரு ஜென்டில்மேன் சார். நீங்க எப்ப வேணாலும் என் வீட்டுக்கு வரலாம். அவசியம் வரணும். நீங்கதான் என்னோட ஒரே பிரன்ட்..." என்றவள், முகத்தை மூடிக்கொண்டு அழத் தொடங்கினாள்.

அழுது ஓயட்டும் என்று அவன் இருந்தான். அவளும் ஓய்ந்தாள். "ரொம்ப நன்றி மூர்த்தி சார்... நான் வர்றேன். இப்ப உங்க முடிவைச் சொல்ல வேணாம்... என்னைக் காப்பாத்துங்க" என்று விட்டு, இரண்டிரண்டுப் படிகளாக இறங்கிச் சென்று, கம்பெனிக் காரில் ஏறிக்கொண்டாள்.

1985

மாறுதல்கள்

"பட்டணத்தில் புலி ரொம்பச் 'சீப்'பாகக் கிடைக்கிறதென்று கேள்விப்பட்டேன். கிடைத்தால் அஞ்சி கிலோ வாங்கி வரவும். கோபி ஒன்பதிலிருந்து பத்தாம் கிளாஸ் பாஸ் பண்ணி விட்டான். அவனுக்கு ஒரு டீ ஷர்ட் வாங்கி வரவும்" என்று சுமதி, அவளுக்கே உரிய கவலைகளோடும் அழகான தப்புகளோடும் கடிதம் எழுதியிருந்தாள்.

ஊருக்குப் புறப்படும்போது, கடிதம் வந்து சேர்ந்தது. பட்டணத்தில் புளி 'சீப்'பாகக் கிடைக்கும் என்று தோன்றவில்லை. கிடைத்தாலும் அஞ்சு கிலோ புளியைச் சுமந்துக்கொண்டு ஊர்ப் போய்ச் சேரும் உடல் உரம் எனக்குக் கிடையாது. ஆகவே கோபிக்கு டீ ஷர்ட் மட்டும் வாங்கிப் போகலாம் என்று பாய்க் கடை நிறுத்தத்தில் பஸ்ஸை விட்டு இறங்கிக்கொண்டேன்.

கடையிலிருந்த இளைஞன், "ஷர்ட்டுக்கு அளவு என்ன சார்" என்று கேட்டபோது நான் தலையைச் சொறிந்துக் கொள்ள வேண்டியிருந்தது. இது மாதிரி முக்கியமான விஷயங்களை மறப்பதுதான் என் வழக்கம். சமாளித்துக்கொண்டு "15 வயசுப் பையன் அளவு" என்றேன். தெருப் பக்கம் திரும்பி, அந்த வயசுப் பையன் எவனாவது கண்ணில் படுகிறானா என்று நோட்டம் விட்டேன். ஒரு பயலையும் காணோம். அதற்குள் கடை இளைஞன், ஒரு சிறு குன்று அளவுக்குச் சட்டைகளைக் குவித்து விட்டான். நீலத்தில் வெள்ளைக் கோடு போட்ட ஷர்ட்டை எடுத்துக்கொண்டு, பணத்தைக் கொடுத்து விட்டுக் கிளம்பினேன்.

என் அடுத்த கவலையெல்லாம், இப்போது நான் எடுத்திருக்கிற ஷர்ட் மாதிரி இன்னொரு ஷர்ட் கோபிக்கு இருந்து விடக்கூடாதே என்பதுதான். இருந்தது என்று வையுங்கள் 'உம்... உங்களைப் போய் துணி எடுத்தாரச் சொன்னேனே' என்பாள் சுமதி. எனக்கு இப்படியெல்லாம் நேரும். மார்க்கெட்டில் புதுசாகச் சைனா சில்க் வந்திருக்கும்.

ஆசைப்பட்டு 'எனக்கொன்று வாங்கிக் கொடுங்கள்' என்பாள் சுமதி. மனசுக்குள் வைத்திருந்து, பணம் கிடைக்கும்போது ஆசையோடு வாங்கிக்கொண்டு போவேன். அதற்குள் சைனா சில்க் மரியாதை இழந்து, மார்க்கெட்டுக்குப் 'புஸி புஸி' என்றொரு புதுரகம் வந்திருக்கும். இதுகூடப் பரவாயில்லைதான். எப்படியோ எனக்கென்று எப்போதும் ஆகாய நிறம்தான் கிடைக்கும். சுமதியிடம் ஆகாய வர்ணப் புடவைகள் ஆறு இருக்கும். ஏழாவதாக ஒன்று நான் வாங்கிக்கொண்டு போய் நிற்பேன்.

திருவள்ளுவரின் சௌகரியமான இருக்கையில் சாய்ந்துகொண்டதும், மனம் கோபியைச் சுற்றியே வந்தது. தெருவில் திரும்பியதுமே, வீட்டுக் குறட்டில் விளையாடிக்கொண்டிருப்பவன் என்னைப் பார்த்து விடுவான். குதித்துக்கொண்டு ஓடி வருவான். குழந்தை எங்கே விழுந்து விடுவானோ என்று எனக்குப் பயமாய் இருக்கும். ஓடி வந்து கால்களை இறுக்கக் கட்டிக்கொள்வான். நடை தடைப்படும். அவனைத் தூக்கிக் கொள்ள வேண்டும், வீட்டு வாசல் வந்ததும், வழுக்கிக்கொண்டு என் தோளில் இருந்து இறங்கி 'அம்மா... அப்பா வந்துட்டாங்க...' என்று கத்திக்கொண்டு உள்ளே ஓடுவான்.

பல மாதங்களுக்குப் பின்னால் ஊர் திரும்பிக்கொண்டிருக்கிறேன். கோபி வளர்ந்திருப்பான். நல்ல வளர்த்தி என் அப்பா வாகு அவனுக்கு. அப்பவே என் இடுப்புக்கு வந்து விட்டிருந்தான். வளர்ச்சி அறிவிலும்கூட அவனுக்கு இருந்தது. அவனுக்கென்று திட்டவட்டமான ருசிகள் இருந்தன. எனக்கும் சுமதிக்கும் காபி பிடிக்கும். அவன் பால் மட்டுமே சாப்பிடுவான். எங்களுக்கு மீனும் கறியும், அவனுக்குக் கறி மட்டுமே. கறியும் சுக்கலாக வறுத்திருக்க வேண்டும். துண்டுகள் பெரிசாயும் இருக்கக்கூடாது. பொடிக் கூழாங்கற்களைப் போல் இருக்க வேண்டும். அழுத்தமான வர்ணங்களில், கோடுகள் போட்ட, ஏதோ ஒரு டிசைன் துணியே அவனுக்குப் பிடிக்கும். அவ்வக்காலத்து மோஸ்தர்களில், அவனே எங்கேயோ போய் தைத்துக்கொண்டு வருவான். உடைகள் உடம்பைப் பிடித்துக்கொண்டிருக்க வேண்டும்.

கோபியின் போன பிறந்த நாளுக்கு, கிராமத்திலிருந்து மாமா ஒரு சட்டை வாங்கிக்கொண்டு வந்தார். சட்டையைப் பார்த்ததும் எனக்கே 'திக்'கென்றது. "சட்டை எனக்கா மாமா" என்று கேட்டேன்.

"எல்லாம் அவனுக்குத் தாண்டா..." என்றார் மாமா. காலர் முறம் மாதிரி, செங்கேணியம்மன் செடல் உற்சவத்துக்கு வேண்டுதல்காரர்கள் உடுத்திக்கொண்டு போகிற அசட்டு மஞ்சள் நிறம். நாளது வரை கோபி பெட்டியை விட்டு அதை எடுக்கவே இல்லை.

கோபி வயசில் நான் இருந்தபோது, இந்தத் துணி விஷயமாக என் அப்பா என் மேல் செலுத்திய சர்வாதிகாரம் என்னுள் இன்னும் பசுமையாக இருக்கிறது. பள்ளிக்கூடம் விட்டு வந்ததும், "கிளம்புப்பா, போய்த் துணி எடுத்துக்கிட்டு வருவோம்" என்பார் அப்பா. அரக்கப் பரக்க முகம் கழுவிக்கொண்டு கிளம்புவேன். முதலில் டூப்ளக்ஸ் தெருவில் இருக்கும் அந்தப் பழங்கல 'பிராமணாள் ஓட்டலு'க்குப் போவோம். அப்பாவை ஊரில் எல்லாருக்கும் தெரிந்திருக்கும். ஓட்டலுக்குப் போனதும் அவர் வழக்கமாகச் சாப்பிடும் கோதுமை அல்வா, சாம்பார் போண்டா, ஸ்டிராங் காபி ஒவ்வொன்றாய் வந்துவிடும். என்னைப் பார்த்ததும் சர்வர், "தம்பிக்கு என்ன வேணும்"

என்பார் "தோசை, வறுத்த கறி" என்பேன். அப்பா முகம் ஏனோ சுண்டிப் போய்விடும். சட்டென்று "பூரிகொண்டாப்பா" என்று சர்வரை அனுப்பிவிட்டு "அந்த மாதிரியெல்லாம் வெளியே வந்தால் பேசக்கூடாது…" என்பார். அடுத்துத் துணிக் கடை. அப்பாதான் துணியைத் தெரிவு செய்வார். சுருக்கம் விழாத தடித்த மோட்டா ரகத் துணிதான் அப்பாவுக்குப் பிடிக்கும் ஒரு சட்டை எடுத்தால் குறைந்தது நாலு வருஷங்களாவது போட வேண்டும். அப்புறமும் என் தம்பிக்கு அது உபயோகப்பட வேண்டும். "சின்ன பசங்க சும்மா துணியை அழுக்காக்கிக்கும். நல்லா அழுக்கு தாங்கற மாதிரி துணியா எடு" என்பார். கறுப்பு, சிவப்பு, பச்சை, பழுப்பு என்று ஜன்னல் திரைகள் எல்லாம் என் முன் பரப்பப்படும். எனக்குக் கையெட்டும் தூரத்திலேயே பட்டும், சாஸ்கிரீனும் மினுங்கும்.

அடுத்து டைலர் சோமு கடை, அப்பா வயசு அவருக்கு. "வளர்ற பிள்ள… நல்லா தாராளமா இருக்கணும்" என்று உத்தரவு போடுவார் அப்பா. "ஆகா" என்பார். சோமு "சார்… சார்… லூஸ் வேணாம்…" என்பேன், நான் ஹீனஸ்வரத்தில். "சும்மா இருப்பா… எனக்குத் தெரியும்" என்பார் டைலர். அப்பா தலையாட்டுவார்.

கைகள் இரண்டும் கூத்தாடுபவர்களின் புஜக் கிரீடம் மாதிரி பரப்பிக்கொண்டும் முட்டி வரை நீளும் மாபெரும் அரைக்கால் சட்டையோடும், எனக்கே வேடிக்கையாக, மனசுக்குள் அழுதுகொண்டே பள்ளிக்கூடம் போவேன். என்னைப் பார்த்துச் சிரிக்கவென்றே ஒரு பட்டாளம் காத்திருக்கும்.

தெருவில் திரும்பும்போது என் கண்கள் கோபியைத் தேடின. வாசலில் அவன் இல்லை. எனக்குக் கொஞ்சம் ஏமாற்றமாகத்தான் இருந்தது. வீட்டுக்குள் நுழைந்தேன். வாசலில் தூணில் சாய்ந்து உட்கார்ந்து முறத்தில் இருந்த அரிசியில் கல் பொறுக்கிக்கொண்டிருந்தாள் சுமதி.

"வாங்க…" என்று முறத்தை வைத்து விட்டு எழுந்து நின்றாள். உடம்பு கூடி இருந்தது. அவளுக்கு நெற்றியில் மேல், வாகுக்கு இருபுறமும் ஒன்றிரண்டு வெள்ளி நரைகள். ரொம்ப நாட்களுக்கு பிறகு என்னைப் பார்த்ததில் ஏற்பட்ட திருப்தி வெளிப்படையாக முகத்தில் தெரிந்தது.

"கோபி எங்கே…?"

"அறையில் இருக்கான்…" என்றவாறு என் பையை வாங்கிக்கொண்டாள். செருப்பைக் கழற்றி விட்டு அறைப் பக்கம் போனேன். சுமதி என்னைத் தொடர்ந்தாள்.

மேலே ஃபேன் சுற்றிக்கொண்டிருந்தது. கட்டிலில் படுத்துக்கொண்டு ஏதோ ஒரு பத்திரிகையைப் படித்துக்கொண்டிருந்தான் கோபி. சட்டென்று யாரோ வேற்று ஆள் படுத்திருப்பது மாதிரித் தோன்றியது. கோபியா அது என்று இருந்தது. கோபிதான். என்னைப் பார்த்தவன் ஆச்சரியத்தோடு "வாங்கப்பா" என்றாவறு எழுந்தான்.

என்னைப் பார்த்துச் சிரித்தபடி மௌனமாக நின்றான். என் தோளுக்கு வளர்ந்திருந்தான். என்னைக் கட்டிக் கொள்ள மாட்டானா என்று இருந்தது. என் முழங்கால்களைக் கட்டிக்கொண்டு விழி மலர, அண்ணாந்து வாய் திறந்தபடி "அப்பா" என்று தேம்புகிற கோபியாய் இல்லை அவன். ஒரு

பிரபஞ்சன் ★ 211

சக மனிதனைப்போல நின்றான். ஒரு குடும்பச் சினேகிதனை வரவேற்கிற மாதிரி இருந்தது அவன் பார்வை. என்னைப் பார்ப்பதில் ஏதோ வெட்கப்பட்டவன்போல என் கண்களைப் பார்க்காது தவிர்த்து, சுமதி கையிலிருந்த பையை வாங்கி மேசையின் மேல் வைத்தான்.

"டிரெய்னா? பஸ்ஸாப்பா..." என்றான்.

சட்டையைக் கழற்றிக்கொண்டே "பஸ்தான்" என்றேன்.

"எனக்கு பஸ் பிடிக்கலைப்பா... ஏதோ என்னை அடக்கி வச்ச மாதிரி இருக்கு... ட்ரெய்ன்தான் ஃபிரியா இருக்கு" என்றான்.

வழவழப்பான சிவப்பு நிறத்தில், வெள்ளை நேர்க்கோடிட்ட பனியன் அணிந்திருந்தான். பையை திறந்து, வாங்கி வைத்திருந்த டீ ஷர்ட்டை எடுத்துக் கொடுத்தேன்.

"ஹோ... நைஸ்" என்றான். அதைப் பிரித்தபடி... "இந்த நீல வண்ணமே எனக்கப் பிடிக்கறதில்லேப்பா... பரவாயில்லை... வாங்கி வந்துட்டீங்க... போட்டுக்கறேன்"

"அளவு உனக்குச் சரியா இருக்குமா...?"

"கொஞ்சம் பெரிசா வாங்கியிருக்கணும்..." என்றாள் சுமதி. சொல்லவில்லையென்றால் அவள் தலை சுக்கு நூறாய் இருக்கும்.

"அட்ஜஸ் பண்ணிக்கலாம்மா... சின்னதா இருந்தா 'டக்' பண்ணிக்கிறேன்...!"

கண்ணாடி பதித்த அலமாரி முன்னால் நின்று தலை வாரிக்கொண்டான். கண்ணாடியில் முகம் தெரிய, அவன் குனிய வேண்டியிருந்தது. அந்தக் குழந்தை முகம் எங்கோ காணோம். ஒரு பிஞ்சு இளைஞனின் முகமாகி விட்டிருந்தது அது.

"கோபி... கோபி..." என்று வெளியில் இருந்து யாரோ அழைப்பது கேட்டது. ஏக காலத்தில் ஜன்னல் வழியாக நானும் கோபியும் எட்டிப் பார்த்தோம். கோபி வயதுடைய ஒருவன்.

"சங்கர் வந்திருக்கான். நான் வெளியே போயிட்டு வரேம்மா..." என்று அவன் அம்மாவைப் பார்த்துச் சொல்லிவிட்டுக் கிளம்பி விட்டான்.

கட்டிலில் சாய்ந்துகொண்டேன்.

"காபி போட்டுக்கொண்டு வர்றேன்" என்று கூறிவிட்டுச் சுமதி போகையில் நான் சொன்னேன்.

"பெரிய மனுஷன் மாதிரி ஆயிட்டான் கோபி..."

"ஆமா... வயசாகுதில்லே..." என்றவாறு அவள் போய் விட்டாள்.

சந்தோஷமாக இருந்தது. கொஞ்சம் வருத்தமும் இருக்கத்தான் செய்தது.

1985

3 நாள்

கூட்ட நெரிசல் இல்லாத ரெயிலில், ஜன்னல் ஓரம் அமர்ந்து காற்று முகத்தில் மோதித் தலையைக் கலைக்கப் பயணம் செய்து ரயில் நின்றதும் யாரும் தன்னைப் பின் இருந்து பிடித்துத் தள்ளாமல் பிளாட்பாரத்தில் இறங்கி நின்ற சுமதிக்குக் குதூகலமே ஏற்பட்டது.

'சிவனே' என்று நின்றிருந்த அந்த வண்டியைப் பார்த்ததும் அவளுக்குக் கழுதையின் நினைவு வந்தது. பிறர் சுமையைச் சுமக்கிறோமே என்கிற நோவு இல்லாது, சுமப்பதே வாழ்வாய் வாழ்கிற இந்த ரயில் வண்டியும் கழுதையும் எவ்வளவு அர்த்தமுள்ள வாழ்க்கை வாழ்கின்றன என்று தோன்றிற்று அவளுக்கு.

எதிர்த்திக்கில் பயணம் செய்யக் காத்திருந்த ஒரு சிலரைத் தவிர பிளாட்பாரமே காலியாக இருந்தது. காலி சிமெண்ட் இருக்கை. 'வந்து உட்காரேன்' என்று கூப்பிட்டது. சற்று உட்கார்ந்து போகலாம் என்று நினைத்தாள் சுமதி. உடனடியாக வீட்டுக்குப் போக 'உட்கார்ந்து கொள்கிற' வேலையைத் தவிர வேறு வேலைதான் இல்லையே.

மூடிய கண்ணுக்குள் அப்பாவின் முகம் வந்தது. அப்பா இன்னேரம் என்ன செய்துகொண்டிருப்பார்? 'இந்து'வில் ஏற்கெனவே பத்து முறை படித்த ஒரு செய்தியைப் பதினொன்றாவது முறையாகப் படித்துக்கொண்டிருப்பார். நிமிஷத்துக்கு ஒரு தரம் வாசலில் ஏதேனும் நிழல் ஆடுகிறது என்கிற சாக்கில் எழுந்து வந்து 'குழந்தை வந்துட்டாளா' என்று தேடிக்கொண்டிருப்பார். அப்படியே திண்ணையில் தெருவைப் பார்த்துக்கொண்டும் உட்கார்ந்திருப்பார்.

'அப்பா... அப்பா' சுமதியின் மனம் அரற்றியது. உடம்பு உதற எழுந்து வீடு நோக்கி நடக்கத் தொடங்கினாள்.

கடைத் தெருவைக் கடந்து, ஜட்கா வண்டி ஸ்டாண்டைக் கடந்து இடது பக்கம் திரும்பினால் வீடு சுமதியுடையது. தெருத் திருப்பத்திலேயே அப்பா நின்றிருப்பது தெரிந்தது.

பேப்பரைக் கையில் பிடித்துக்கொண்டு, பனியனும் நாலு முழ வேஷ்டியுமாய், அவரும் இவளைக் கவனித்து விட்டார். சுமதியை நோக்கி நடந்து வரத் தொடங்கினார். சரியாகத் தெருவின் பாதியில் இருவரும் சந்தித்துக்கொண்டனர்.

"அப்பா..."

"வாம்மா வா... எங்கே இத்தனை நாழி காணமேன்னு நினைச்சிட்டிருந்தேன்..."

அப்பா முன்னும், சுமதி பின்னுமாக வீட்டை நோக்கி நடந்தார்கள். வழக்கம் போல் பக்கத்து வீட்டுப் பெரியம்மா தெருவிலேயே உட்கார்ந்திருந்தாள். சுமதிக்கு ஒரு கணம் பயம் வயிற்றைப் பிசைந்தது. பெரியம்மா கேட்டாள்.

"சுமதியா... இப்பத்தான் வரியாக்கும்..."

"ஆமா பெரியம்மா..."

"ஊம்... இன்னும் குளிச்சிட்டுத்தான் இருக்கியாக்கும்..."

சுமதி, தலை குனிந்துக்கொண்டே வந்து வீட்டுக்குள் புகுந்துகொண்டாள். கூச்சத்தில் உடம்பு சுருங்கிப் போனது போல் இருந்தது. உடம்பெல்லாம் வியர்த்துப் போயிற்று. "சே, எவ்வளவு அசிங்கம்..."

நடையில் அம்மா அரிசியில் கல் பொறுக்கிக்கொண்டு உட்கார்ந்திருந்தாள்.

"வாடி என்ன இத்தனை நாழி... ரெயில் லேட்டாயிருக்கும்..." என்றாள். அம்மா இப்படித்தான் அவளே கேள்வியும் கேட்டு, அவளே பதிலும் சொல்லிக் கொள்வாள்.

சுமதி கொஞ்சம் தூரமாகப் போய், ஓர் ஓரமாக உட்கார்ந்துகொண்டாள்.

"கொழந்த களைச்சு வந்திருக்கும். அதுக்குக் காப்பி போட்டுக் கொடேன்" என்றார் அப்பா.

"டிக்காஷனைப் போட்டு ரெடியா வச்சிருக்கேன்... பாலைச் சுட வைக்க வேண்டியதுதான் பாக்கி..." என்றவாறு, முறத்தை வைத்து விட்டு எழுந்தாள் அம்மா. எழுந்து நின்றவள், கொஞ்சம் தள்ளாடித் தூணைப் பிடித்துக்கொண்டு நின்றாள்.

"தள்ளலேடி அம்மா" என்றாள் பாரியான உடம்பைச் சுமந்துகொண்டு சமையல் அறைக்குள் புகுந்தாள்.

அதற்குள் அப்பா, நாலைந்து புத்தகங்களைக்கொண்டு வந்து சுமதியின் முன்னால் வைத்தார். சுமதி புத்தகங்களைப் புரட்டியவாறு, "ஏதுப்பா இதெல்லாம்."

"லெண்டிங் லைப்ரரி புத்தகம்மா. இப்ப நம்ம ஊருலயும் அது வந்துடுச்சே... வர்றபோது கடைத் தெருவிலே நீகூடப் பார்த்திருக்கலாமே... பெரிசா போர்டு மாட்டிருப்பான். நான் நூலகத்தில் சேர்ந்துட்டேன். உனக்காகத்தான், எனக்குத்தான் புத்தகம் படிக்கவே பிடிக்காதே... நீயோ புத்தகப் புழு. இந்த மூணு நாளும் என்னதான் பண்ணுவ நீ? சும்மா மொட்டு மொட்டுன்னு மோட்டு வளையைப் பார்த்துக்கிட்டு இருக்கே, உன்னைப் பார்க்கவே பாவமா இருந்தது. சரி, குழந்தை புத்தகம் படிச்சுக்கிட்டு இருக்கட்டும்"னு வாங்கி வந்தேன்..."

சுமதி கையிலிருந்த புத்தகம் கனத்தது. தன் பொருட்டு இந்த அப்பாவும் அம்மாவும் ஏற்றுக் கொள்ளும் துன்பத்தை, தொந்தரவை நினைக்க மனம் கசிந்தது. அதே சமயம் தன் ஒருத்திக்கு நேரும் அந்தரங்கம் ஊருக்கே வெளிச்சமாவதை நினைத்து உடம்பு கூசியது. நாணிப்போய்த் தலை கவிழ்ந்து உட்கார்ந்திருந்தாள்.

அம்மா காப்பியோடு வந்து, டம்ளரை அவளுக்கு முன்னால் தரையில் வைத்து விட்டு, தன் இடத்துக்குப் போய் மீண்டும் முறத்தை எடுத்து வைத்துக்கொண்டு உட்கார்ந்தாள்.

சுமதி காப்பியை ருசித்தாள். அம்மா கை எதையும் அமிர்தமாகத்தான் செய்யும். இதமான சூடும், அடி நாக்கில் கசந்துகொண்டும் மணத்தோடு உள்ளிறங்கும் காப்பி. டம்ளரை கடைசிச் சொட்டு வரைக்கும் உறிஞ்சிக் குடித்தாள்.

"இன்னும் கொஞ்சம் காப்பி வேணுமாடி?"

"வேணாம்மா... கொஞ்சம் நாழி போகட்டும்..." வாசலில் காக்கை ஒன்று வந்து கரைந்தது.

"ஆமா... விருந்தாளி வந்தப்புறம் வந்து சேதி சொல்லு... காலம் காக்காவைக்கூட மாற்றிவிட்டது..." என்றாள் அம்மா.

அப்பா சிரித்தார். அப்பா சிரிப்பதைப் பார்க்கச் சந்தோஷமாக இருந்தது. அம்மா கேட்டாள். "உன் வீட்டுக்காரர் எப்படி இருக்கார்... என்ன சொல்றார்?..."

"இருக்கார்... வரும்போது முறுக்குப் பண்ணி எடுத்துக்கிட்டு வரச் சொன்னார். நீதான் நல்லா முறுக்கு பண்ணுவியே. பண்ணி மருமகனுக்குக் கொடுத்தனுப்பு..." மகள் சொல்லியதைக் கேட்டு, ஒரு பரங்கிப் பழம் சிரிப்பதைப்போல அம்மா சிரித்தாள்.

"செஞ்சா போச்சு... அதுக்கென்ன இப்போ...? உன் மாமியாரை நினைச்சாத்தான் சோறு தொண்டையில் இறங்க மறுக்குது..."

சுமதி கல்யாணம் பண்ணிக்கொண்டு புருஷன் வீட்டுக்குப் போய், அடுத்த மாதமே 'அந்த மூன்று நாளுக்காக' அம்மா வீட்டுக்கு அனுப்பப்பட்ட அன்றே அம்மாவுக்கும் அப்பாவுக்கும் மனசு உடைந்து போனதைக் கண்டுகொண்டாள்.

"என்ன இழிவான மனிதர்கள்" என்றார் அப்பா.

"அம்மா... அந்த மாமி ரொம்ப மடியாம். தீட்டுத் தொடுப்பெல்லாம் அவங்களுக்கு ஆகாதாம். சின்ன வீடு ஒண்டுக் குடித்தனம். அதுல இதையெல்லாம் சீராட்டிக்கிட்டு இருக்க முடியுமோ? 'உங்க அம்மா வீடுதான் பெரிசா வசதியா இருக்கே. இந்த மூணு நாளும் அங்க போயிருந்து, தலைக்குக் குளிச்சுட்டு அப்புறமா வந்து சேரு...' அப்படீங்கறாங்க..." என்று சுமதி தயங்கித் தயங்கி வெட்கத்தோடு, அழுதுகொண்டே சொன்ன அன்று அம்மா கல்லாய்ச் சமைந்து போய் நின்றாள்.

"உன் தலைவிதி இப்படி ஆச்சே" என்றாள் அம்மா. "சரி... குழந்தை இப்பத்தான் வந்திருக்கா... கொஞ்சம் ரெஸ்ட் எடுக்கட்டும்." என்றார் அப்பா.

அவருக்கு இந்த விஷயத்தைப் பற்றிய பேச்சை எடுத்தாலே வெட்கத்தாலும் ஒரு விதமான அசங்கிய உணர்விலும் முகம் சிவந்து போய் விடுகிறது.

சுமதிக்குத் தோட்டத்து அறையை ஒழித்துக் கொடுத்திருந்தார் அப்பா. ஃபேன் இல்லாமல் குழந்தை தூங்க முடியாதே என்று புதிதாக ஃபேன் பொருத்தியிருந்தார். அந்த மூன்று நாட்களையும் இங்குதான் சுமதி கழித்து வந்தாள். இந்த நாட்களில் தொடக்கம் அவளுக்குக் கடும் தலைவலியோடுதான் ஆரம்பம் ஆகும். நெற்றி பிளப்பது போல் இருக்கும். யாரையும் தலை நிமிர்ந்து பார்க்க முடியாது. உடம்பெல்லாம் அடித்துப் போட்டாற் போன்ற களைப்பும் லேசான வயிற்று வலியுமாக இருக்கும். சமயங்களில் சாப்பாடு இறங்குவதுகூட முடியாமல் வலி காரணமாக நெற்றியைச் சுருக்கிக்கொண்டு மாமியைப் பார்க்கும் போதே மாமிக்குப் புரிந்து விடும்.

"ஊம்... கிளம்பு..." என்று விடுவாள்.

கேசவனுக்கு உலகில் எது பற்றியும் கவலை இல்லை. அம்மா என்ன சொல்கிறாளோ அதுவும், அலுவலக அதிகாரி என்ன சொல்கிறாரோ அதுவும் கட்டளைகள். அவற்றைக் கேட்டு அதன்படி நடப்பது என்பதே அவன் வாழ்க்கை. எழுந்ததும் குளியல், பிறகு இலையை பார்த்துக்கொண்டே, ஒரு கையால் இலையைப் பிடித்துக்கொண்டே மறுகையால் சாப்பிடுவான். மாமி இல்லாத நேரத்தில் சுமதி சொல்வாள்;

"இலையை எதுக்குப் பிடிச்சிக்கிட்டு... பறந்தா போயிடும்?"

பதிலாக ஓர் அசட்டுச் சிரிப்பு அவனிடமிருந்து வெளிப்படும். கையைக் கழுவி ஈரம் காயுமுன்னே காலில் செருப்பை நுழைத்துக்கொண்டிருப்பான். மாலை ஏழு ஏழரை மணிக்கு அலுவல் முடித்துத் திரும்புவான். அதற்குள் முகத்தில் தூக்கம் சுழித்துக்கொண்டிருக்கும். எல்லா ஆண், பெண் பிள்ளைகளும்தான் வேலைக்குப் போகிறார்கள். இப்படித் தூங்கிக்கொண்டா திரும்புகிறார்கள். பஸ்ஸில் தூங்கி வழிந்துகொண்டு வந்திருப்பான் என்று சொல்லத் தக்க முகத் தோற்றத்தில் திரும்புவான். முகத்தை, கை கால்களை கழுவிக்கொண்டு எட்டு மணிக்கெல்லாம் சாப்பிட உட்கார்ந்து விடுவான். ஒரு கையால் இலையைப் பிடித்துக்கொண்டு சாப்பாடு. கையைக் கழுவினானோ இல்லையோ, கண்கள் சுற்றிக்கொண்டு வரும் அவனுக்கு. கட்டிலில் வந்து குப்புறப்படுத்தான் என்றால் விடிந்துதான் கேசவன், கேசவனாக மீள்வான்.

மேலே ஃபேன் வெகு வேகமாகச் சுழலுவதாகப்பட்டது சுமதிக்கு. சத்தம் வந்தது. சத்தத்தோடு வரும் காற்றை அவளால் ரசிக்க முடியவில்லை. எழுந்து எண் இரண்டில் வைத்தாள். காற்று மிதமாக வருடிக் கொடுத்தது. இப்படி இருந்தால்தான் அவளுக்குப் பிடிக்கும். காற்று அடிக்கக்கூடாது. தொட வேண்டும். அதுதான் சுகம்.

என்னமோ தூக்கம் வரவில்லை. அவளைக் குறித்து அப்பாவும் அம்மாவும் படும் துன்பம் அவளுக்குத் தெரியும். இந்தச் சின்ன விஷயத்துக்காக இருபது மைல் தூரத்தில் இருக்கும் அவள் வீட்டுக்கு மாசா மாசம் அவள் அனுப்பப்படுவதைக் குறித்து அப்பாவும் அம்மாவும் கவலைப்படுகிறார்கள். ஆனாலும் பெண் வாழ்ந்துகொண்டிருக்கிறாள் என்கிற திருப்தியோடு இருக்கிறார்கள். அதுகூட இல்லை என்று அவர்களுக்குத் தெரிய வந்தால்?

சுமதி புரண்டு படுத்தாள். படித்துக்கொண்டிருந்த 'மோக முள்' புத்தகத்தில் ஓரிடத்தில் யமுனா, பாபுவைப் பார்த்துக் கேட்கிறாள், "இதுக்குத்தானா" என்கிறாள். எத்தனையோ வருஷங்களுக்குப் பின்னால் பாபுவும் யமுனாவும் ஒருவரை ஒருவர் உடம்பாலும் அறிந்து கொள்கிறார்கள். யமுனா, இதுதானா? இதற்குத்தானா? இதற்காகத்தானா? என்றெல்லாம் கேள்விகளால் தன்னை நிரப்பிக் கொள்கிறாள்.

சுமதி யமுனாவைத் தன் மனக் கண்முன் கூப்பிட்டாள். சொன்னாள். "யமுனா இதுவும்தானே வாழ்க்கை. உடம்பும்தானே வாழ்க்கை? உடம்புக்கும் தானே பசிக்கிறது? நீ சாப்பிட்டுப் பார்த்து இவ்வளவுதானா என்கிறாய் யமுனா! நான் பசித்தே கிடக்கிறேனடி..." என்று சொல்லிக்கொண்டாள்.

அம்மா முறுக்குகளைப் பயணத்தின்போது உடையாதபடி, டின்னில் அடைத்துக்கொண்டிருந்தாள். சுமதி குளித்து முடித்து, சாப்பிட்டுக் கிளம்பத் தயாராகிவிட்டாள். அம்மாவுக்கு முன்னால் முறுக்குகள் ஆயிரக்கணக்கில் குவிந்து கிடந்த மாதிரி இருந்தது. ஒன்றைக் கையில் எடுத்துக்கடித்தவாறே சுமதி கேட்டாள்.

"எதுக்கும்மா... இவ்வளவு! கொஞ்சமாகப் பண்ணி இருக்கலாமே?"

"நாலு நாளாவது வச்சிருந்து தின்ன வேண்டாமாடி... என்ன கெட்டா போயிடும்..."

சின்னச் சின்னப் பல் சக்கரங்களைப் போன்ற முறுக்கு. பலாப்பழ முள்களைப்போலக் கூர் கூராகக் குத்தியது. இரத்தம் வரத் தைக்காத முள்கள். வாயில் போட்டால் கரைந்து நாக்கில் எள்ளும் ஜீரகமும் தனித்து நின்றன. தனியாக எள்ளையும் ஜீரகத்தையும் மென்று சுவைக்க வேண்டும்.

"முறுக்கு பிரமாதம் போ... கொண்டாகொண்டான்னு மாமி கை முறுக்கை மருமகன் தின்னப் போறார்..."

அம்மாவை யாராவது புகழ்ந்தால் அவளுக்குச் சின்னப் பெண் மாதிரி வெட்கம் வந்துவிடும். முகத்தைக் கையால் மூடிக் கொள்ளாத குறையாக, "போடி கலாட்டா பண்றே..." என்றாள். அதற்குள் தக்காளி ஆகிவிட்டது முகம் அவளுக்கு.

"இன்னும் கொஞ்சம் வெண்ணெயும், தேங்காய்ப் பாலும் போட்டிருந்தா இன்னும் நல்லா இருந்திருக்கும்..." என்றாள்.

அப்பா அங்கவஸ்திரத்தைப் போட்டுக்கொண்டு கிளம்பினார். ஸ்டேஷன் வரைக்கும் வந்து, டிக்கெட் எடுத்துக் கொடுத்து வண்டி நகர்ந்த பிறகு துக்கத்தை மனசில் அடக்கிக்கொண்டு வீட்டுக்குத் திரும்பினால்தான் அப்பாவுக்குத் திருப்தியாய் இருக்கும்.

சுமதி டின்னைத் தூக்கிக்கொண்டாள்.

அம்மா, "ஜாக்கிரதையாய்ப் போய் வா. போன உடனே தபால் போடு... அடுத்த மாசம் வர்றபோது..." என்று என்னவோ சொல்ல வந்தவள் நாக்கைக் கடித்துக்கொண்டாள். முகத்தை வேறு புறமாகத் திருப்பிக்கொண்டாள். சொல்லக்கூடாததைச் சொல்லி விட்டாற்போலக் கழிவிரக்கம் ஏற்பட்டு விட்டது அவளுக்கு.

அப்பா பேசாமலேயே உடன் நடந்து வந்தார். பேசத்தான் நினைக்கிறார். என்ன பேசுவது என்றுதான் தவிக்கிறார். ரயில் நிலையத்தில் வைத்து, “எல்லாம் சௌகரியமா இருக்கு இல்லையாம்மா...” என்றார்.

“எல்லாம் சௌகரியமா இருக்குப்பா... நீங்க கவலையே பட வேண்டாம்...” என்றாள் சுமதி சிரித்துக்கொண்டே. ரயில் வரும் வரை உட்காரலாம் என்று இருந்தது. யாரோ அந்தச் சிமென்ட் இருக்கையில் உட்கார்ந்திருந்தாள், சுமதியைப்போல ஓர் இளம் பெண். கையில் ஒரு சூட்கேஸ். ‘பாவம், இவளும் நம்மைப்போலத்தானோ என்னவோ’ என்று சுமதிக்குத் தோன்றியது.

வண்டி வந்ததும் மகளிர் பெட்டியில் உட்கார இடம் கிடைத்தது. அப்பா பிளாட்பாரத்தில் நின்றுகொண்டு, திரும்பிப் புத்தகக் கடையைப் பார்த்துக்கொண்டிருந்தார். அவர் புத்தகங்களைப் பார்க்கவில்லை என்று அவளுக்குத் தெரியும். திடீரென்று அவளுக்கு அழ வேண்டும் போல் இருந்தது. பல்லைக் கடித்து அடக்கிக்கொண்டாள்.

அதிசயம்தான். கேசவன் அன்று மாலை ஆறு மணிக்கெல்லாம் வீடு வந்து விட்டான்.

“என்ன இவ்வளவு சீக்கிரம்” என்றாள் சுமதி.

‘உனக்காகத்தான்’ என்று அவன் சொல்வான், சொல்ல வேண்டும் என்று அவள் எதிர்பார்த்தாள்.

“ஆபீசில் ஒருத்தர் டிரான்ஸ்பர் ஆகிப் போறார். அவருக்கு இன்னைக்கு வழி அனுப்பு விருந்து. அதனால ஆபீஸ் இன்னிக்கு நாலு மணிக்கெல்லாம் முடிஞ்சுட்டது”

“பார்ட்டியில் நீங்க கலந்துக்கலையா?”

“நமக்கெதுக்கு அதெல்லாம்?” என்றான் அவன். டின்னைப் பார்த்ததும் அவன் முகம் மலர்ந்தது. மூன்று நாளைக்குப் பிறகு வந்திருந்த அவளைப் பார்த்தபோதுகூட அவனுக்கு மகிழ்ச்சி ஏற்படவில்லை.

“முறுக்கா?”

“ஊம்”

அதற்குள் மாமி வெளியிலிருந்து சொன்னாள், “இப்ப முறுக்கு சாப்பிட்டா, அப்புறம் சாப்பாடு எப்படி இறங்கும்...? அதெல்லாம் அப்புறம் முறுக்கு திங்கலாம்... பொல்லாத முறுக்கு... பூலோகத்துல எங்கேயும் கிடைக்காத பண்டம்...”

டின்னை நோக்கி நீண்ட கை சடக்கென்று தொங்கி விட்டது அவனுக்கு.

சுமதி அமுதத்தையேகொண்டு வந்திருந்தாலும் “ப்பூ... அமிர்தம் தானே” என்பாள் மாமி.

அவன் சாப்பிட்டு வரும் வரைக்கும் சுமதிக்குப் பேச ஒன்றும் இல்லை. பேசவும் பிடிக்கவில்லை. மனசைப் பேசித்தான் திறந்து காட்ட வேண்டுமா என்ன? ஆனாலும் அன்றைக்குப் பேசிவிட வேண்டுமென்று முடிவெடுத்துக்கொண்டாள் அவள்.

வந்தவன் படுக்கையில் சாய்ந்து உட்கார்ந்துகொண்டான்.

"ஒன்னு சொல்லணுமே உங்ககிட்ட" என்றாள் சுமதி.

"சொல்லு..."

மாமி படுத்துவிட்டாள். தூங்கியும் இருப்பாள் என்று நிச்சயித்துக்கொண்ட பின் அவள் சொன்னாள்.

"ஒவ்வொரு மாசமும் இந்த மாதிரி உடம்போட அம்மா வீட்டுக்குப் போறது எனக்கு வெக்கமா இருக்கு... ரிக்ஷா வண்டிக்காரர்கூட 'என்னம்மா அம்மா வீட்டுக்கா' என்கிறார். டிக்கெட் கௌன்டர்ல இருக்கிற அந்தப் பையன் பார்க்கிற பார்வை கூசறது. அவனுக்கும் தெரிஞ்சிருக்குமோ என்னவோ... பக்கத்து வீட்டுப் பெரியம்மா, எப்போ என்னைப் பார்த்தாலும் அவளுக்கு அதுதான் ஞாபகத்துக்கு வருது... அசிங்கமா இருக்கு... கேக்கறீங்களா..."

"உம்..."

"இதெல்லாம் மத்தவங்களுக்குத் தெரியற விஷயமா? என் ரகசியத்துல உங்களுக்குப் பங்கில்லையா... எனக்கு அவமானம்னா அது உங்களுக்கும் இல்லையா... மாசா மாசம் அதை நினைச்சாலே பகீர்னு வருதுங்க. அவமானத்தால செத்துக்கிட்டு இருக்கேன். நீங்களாவது மாமிக்கு இதை எடுத்துச் சொல்லக்கூடாதா?"

"....."

"ஏண்ணா..."

"....."

இலேசான குறட்டை ஒலி அவனிடமிருந்து வெளிப்பட்டது. நிர்க்கதியாகிவிட்டது போல் இருந்தது அவளுக்கு.

விளக்கை அணைத்துவிட்டு வந்து படுத்தாள். இனி அடுத்த மாசம் இன்னும் இருபத்து எட்டு நாளுக்கு அப்புறம் அவள் அம்மா வீட்டுக்குப் போக வேண்டும். சரியாகப் பன்னிரண்டு மணிக்குக் கிளம்பி ரிக்ஷா ஏறி, டிக்கெட் எடுத்து ஜன்னல் ஓர இருக்கையில் அமர்ந்து கூந்தல் சிலிர்க்கப் பிராயணம் செய்து, இறங்கி, சிமென்ட் இருக்கையில் உட்கார்ந்து அனுபவித்து நடந்து, அப்பா எதிர்கொண்டு வந்து அழைத்துப் போக, பெரியம்மா இவளைப் பார்த்து...

அவளை அறியாமல் கண்களில் இருந்து கண்ணீர் வழிந்து காது ஓரம் வந்து தலையணையை நனைத்தது. இரவு விளக்கின் வெளிச்சத்தில் கணவனைப் பார்த்தாள்.

காலை மடக்கிக் குழந்தைபோலக் குப்புறப் படுத்து உறங்கிக்கொண்டிருந்தான் அவன்.

மறக்காமல் அடுத்த முறையும் ஒரு கழுதையைப் போன்ற அந்த ரயிலுக்கு நன்றி சொல்ல வேண்டும் என்று நினைத்துக்கொண்டாள் சுமதி.

1985

ஓடிப்போனவள் திரும்பியபோது

ஜனசந்தடி இல்லாத ரயில் நிலையங்களின் பிளாட்பாரத்தில், அந்தக் குளிர்ச்சியான சிமெண்ட் சாய்வு பெஞ்சுகளில் உட்கார்ந்து அனுபவித்திருக்கிறீர்களா? மனிதர்கள் அமர்ந்து அமர்ந்து, சாய்ந்து, தேய்த்து, வழவழப்பும், குளிர்ச்சியும் கூட்டி வைத்திருக்கிற சிமெண்ட் பெஞ்சுகளில் அகலமான உட்காரும் இடங்களும், மிக நீளமான சாய்வு இடமும் உள்ள சிமெண்ட் பெஞ்சுகளில், நீங்கள் குழந்தையாய் இருந்தபோது அம்மா மடியில் படுத்த சுகத்தை, நீங்கள் ஆளான பின், உங்களின் இனிய பாரியாள் மடியில் படுத்து நீங்கள் அனுபவித்திருக்கக் கூடிய சுகத்தை நினைத்துப் பார்த்துக் கொள்ளுங்கள். அவற்றுக்கு ஒப்பானவை இந்தச் சிமெண்ட் பெஞ்சுகள்.

அந்தச் சிமெண்ட் பெஞ்சுகள் — காங்கிரீட் மடிகள்— எனக்கு மிகவும் பிடித்தமானவை. அவற்றோடு, இருபது வருஷத்துச் சினேகம் எனக்குண்டு.

பிளாட்பாரத்தில் தென்கோடிக் கடைசி பெஞ்சில் நான் இருந்தேன். இது எனக்குப் பிடித்த இடம். சொந்த வீட்டின் தனி அறையைப்போல ஒரு சொந்தத்தை இங்கு நான் அனுபவிப்பேன். பெஞ்சை ஒட்டிப் பின்னால் குடை பிடிக்கும் ஒரு குட்டை வேப்பமரம். இது பறவைகளின் இரவு வீடு. எனவே பெஞ்சுகள், பறவைகளின் எச்சத்தால் வெள்ளையடிக்கப்பட்டிருக்கும். அவசியமாகவும் அனாவசியமாகவும், எவை எவற்றையெல்லாமோ சுமந்துகொண்டு மனிதர்கள் ரயிலுக்கு நிற்பதைப் பார்ப்பது ஒரு சிறந்த பொழுதுபோக்கு. ஸ்டேஷன் முடிவடையும் இடத்தில் ஒரு தென்னந்தோப்பு. தோப்புக்குள் காலக் கறையான் அரித்துக்கொண்டிருக்கும், காரை பெயர்ந்த செங்கல் வரிசை தெரிகிற ஒரு பழங்காலக் கோயில் கோபுரம்.

இங்குதான் எனக்கு மூன்று பேர் சினேகிதம் ஆனார்கள். ராஜா, ராணி என்று நான் பெயர் சூட்டிய இரண்டு

காக்கைகள், மற்றும் பரசுராமன். நான் வருவதைத் தூரத்திலிருந்தே பார்த்துவிடும் ராஜாவும் ராணியும். சிமெண்ட் பெஞ்சுகளில் இருந்து இடம் மாறி மண்ணில் அமர்ந்து கொள்ளும். நான் இருக்கையில் அமர்ந்து கொள்வேன். எனக்காக தம் இருக்கையை விட்டுக் கொடுக்கும் தோழர்கள்.

"சூடா இட்லி சாப்பிடறீங்களா சார்?" என்று கேட்டுக்கொண்டு அறிமுகமானார் பரசுராமன். அவர் முன்னால் ஓர் உணவுத் தள்ளு வண்டி. அதில் பாத்திரங்கள், வாழை இலைத் துண்டங்கள், அது ஒரு காலை நேரம். வயிறு பகபகவெனப் பசிக்கிற தொடக்கம் "கொடுங்களேன்" என்றேன்.

துண்டம் போட்ட ஒரு வாழை இலையில், இரண்டு இட்லிகளையும், ஒரு வடையையும் வைத்த அவர், "சட்னியா. சாம்பாரா... எது போடட்டும்" என்றார். எனக்கு இக்கேள்வி பிடித்திருந்தது. இரண்டையும் சேர்த்துக் குழப்பிக் கொடுப்பதே இவர்கள் பழக்கம். எனக்குப் பிடிப்பதில்லை. ஒவ்வொன்றுக்கும், தனி ருசிகள் இருக்கின்றன. இரண்டும் சேர்வதால் இரண்டும் கெடும். தனித்தனியாக இவற்றை உண்பதே எனக்குப் பிடிக்கும்.

"முதல்லே சட்னி போடறேன், சாப்டுங்கோ... அப்புறமா சாம்பார்" என்றார்.

ஒரு மருந்துக் கம்பெனியின் பிரதிநிதி நான். எங்கள் நிறுவனம் சம்பந்தப்படும் மருந்துகளை மாநிலம், அண்டை மாநிலங்களுக்கு எடுத்துப் போய் டாக்டர்களைச் சந்தித்து அவற்றை அறிமுகப்படுத்தும் வேலை எனக்கு. வாழ்வில் பெரும் பகுதி ரயில்களில் செலவிட்டுக்கொண்டிருந்தேன். ஆகவே பரசுராமனை மாசத்துக்கு இரண்டு முறையாவது சந்திக்கும் வாய்ப்பு எனக்கேற்பட்டது.

சில பேரைப் பார்த்தால் பதுங்கத் தோன்றும். சில பேருடன் பேச நமக்கே ஆசை வரும். இதில் பரசுராமன் ரெண்டாம் ஜாதி. சில பேருக்கு வாழ்க்கை கொல்லன் உலைக்களம் நொந்து போய், 'சீ இது என்ன வாழ்க்கை' என்று அங்கலாய்ப்பிலேயே வாழ்க்கையைக் கழிப்பார்கள். எத்தனைதான் கஷ்டம் மனசுக்குள் இருந்தாலும் கஷ்டங்களைப் பிறர் தோளில் இறக்கி அவர்களின் பச்சாதாபத்தை யாசிக்காமல், உல்லாசமாக இருப்பவர்கள் சிலர். இதிலும் பரசுராமன் ரெண்டாம் ஜாதி.

பரசுராமனை நீங்கள் பார்க்க நேர்ந்தால் அவரிடம் ரெண்டு வார்த்தையாவது பேசாமல் போய்விட முடியாது. சராசரிக்கும் கொஞ்சம் குள்ளம். முழு வழுக்கை. மைதானத்தில் புல் முளைத்ததுபோல ஆங்காங்கே நரை முடிகள். லாட்ஜ் சிங்கிள் ரூம்களில் வைக்கப்படும் மண் கூஜா மாதிரியான தொந்தி, வெற்றிலைப் போட்டு உதடுகள் சதா சிரிப்பைச் சிந்திக்கொண்டிருக்கும். அது நம்மைப் பார்த்துச் சிரிக்கிற மாதிரி இருக்கும். அந்தச் சிரிப்பில் சிக்கிக் கொள்ளாதவர் யார்தான் இருக்க முடியும்?

என்னைப் பார்க்கும் போதெல்லாம், "சௌக்கியமா? வீட்ல எல்லாரும் சௌக்யமா? சுமதி, கௌரி எல்லாம் எப்படி?" என்றெல்லாம் மறக்காமல் ஒரு பாட்டம் விசாரித்து விட்டு மறு ஜோலி, "அப்புறம் ஊருல மழை உண்டா?" என்பார். பரசுராமனுக்கு நிலபுலன் எல்லாம் ஒன்றும் இல்லை. ஒரு காலத்தில் இருந்தது. பிறகு நகர்ந்து விட்டது. அவரோ மழையைப் பற்றிக் கவலைப்படுவதை விடாமல் இருந்தார்.

ஒருநாள் என்னை வீட்டுக்கு அழைத்துப் போனார். ஒரு பழங்கால — ஓடாத மணிக்கூண்டுக்கு எதிர்ச் சந்தில், ஓட்டல் எருமைகள் ஏழெட்டு கட்டியிருந்த வீட்டுக்குப் பின் போர்ஷனுக்கு அழைத்துப் போனார். அவர் மனைவியை அழைத்து எனக்கு அறிமுகப்படுத்தினார். அந்த அம்மாள் ஒரு காலத்தில் அழகாக இருந்திருப்பார். இப்போது காலாவதியாகி நசுங்கிய ஈயப்பாத்திரம் மாதிரி இருந்தாள். ஏதோ ஒரு கொடிய வியாதி உடம்புக்குள் இருந்துகொண்டு அவளை உருக்குலைக்கிறது என்று எனக்குத் தோன்றியது. அவளுக்குப் பளிச் பளிச்சென்று இரண்டு பெண்கள் இருந்தார்கள். அழுக்கு ஓட்டு வீட்டுக்குள் வாசம் செய்யக்கூடாத களையும் வனப்பும்கொண்ட பெண்கள். பெரிசு தாவணி அணிந்திருந்தது. முகம் முழுக்கப் புத்திசாலித்தனம் வடிந்தது. இரண்டாமவள் தாவணி போட வேண்டியவளே. எனினும் சட்டை போட்டிருந்தாள். என்னைக் கண்டதும் ஏதோ நான் அவளைப் பெண் பார்க்க வந்து விட்டது போல் வெட்கப்பட்டாள். அதிகம் சினிமா பார்க்கக் கூடியவள் என்று எனக்குப்பட்டது. சமையல் கட்டையும், கூடத்தையும் பிரிக்கும் இடம் கோணித்துணியால் தடுக்கப்பட்டிருந்தது. உட்கார ஒரு நாற்காலி இல்லை. மாமி விரித்த (நடுவில் வட்டமாய்க் கிழிந்திருந்த) பாயில் உட்கார்ந்துகொண்டேன்.

“ரெண்டு பெண்ணுங்களா?” என்றேன்.

“இருக்கிறது ரெண்டு”

“அப்படீன்னா?”

“ஆக மொத்தததுல மூணு. ஓடினது ஒன்று... இருக்கிறது ரெண்டு”

“ஓடினதா?”

“ப்ச்...”

திரும்பி வரும்போது பரசுராமன் சொல்லிக்கொண்டு வந்தார். வத்சலாதான் மூத்த பெண்ணாம். ரொம்ப அழகாம். அதைவிட புத்திசாலித்தனமாம். எஸ். எஸ். எல். சி. யில் நிறைய மார்க்குகள் வாங்கினாள். எனினும் மேலே படிக்க வைக்க முடியவில்லை அவரால். டைப் கற்றுக்கொண்டாள். சுருக்கெழுத்து முடித்துக்கொண்டிருந்த நாளில், யாரோ ஒரு பையனுடன் ஓடிப் போய் விட்டாள்.

“காதல்” என்றேன்.

“உம்” நொந்துகொண்டார் அவர். மாமிக்கு வந்தது உடல் நோயல்ல. மனநோய்தான். சொன்னார்.

“அவ சீக்கிரத்துல செத்துப் போயிடுவா சார்... சாகிறத்துக்குள்ளே மூத்த பெண்ணை ஒரு வாட்டி பார்த்துடணும்னு ஆசைப்படறா, நான்தான் வீம்பா இருந்துட்டேன். இப்பத்தான் போன மாசம் வெக்கத்தை விட்டு நானே தபால் எழுதினேன். பதில் இல்லை. நேரில் போய் கூப்பிடறதுக்கு வெக்கமா இருக்கு. அந்தப் பய முகத்தைக்கூட நான் பார்த்தது இல்லை. இத்தனை வருஷம் குழந்தை எப்படி இருக்காள்னே தெரியாம, கண்டுக்காம இருந்துட்டு இப்ப போய் நிக்கறதுக்கு என்னமோ சங்கடமா இருக்கு. பெத்தவ இன்னும் கொஞ்ச காலம் வாழறதுக்காவது அவள் வந்தா தேவலை. அவனும் வேணும்னா வரட்டும். நமக்கு ஆட்சேபணை இல்லை...”

“இப்போ எந்த ஊருல இருக்கா?”

சொன்னார். என் பயண வட்டத்துக்குள் இருக்கிற ஊர்தான். வத்சலாவை அழைத்து வரும் பொறுப்பை நான் ஏற்றுக்கொண்டேன்.

நான் இப்போது அந்த ஊருக்குத்தான் போய்க்கொண்டிருந்தேன். மாவட்டத்தின் தலைநகரமான அது, குட்டிக் குட்டி யானைகள் படுத்திருக்கிற மாதிரியான சின்னச் சின்ன குன்றுகள் நிறைந்திருந்தது. வழக்கமாக தங்கும் லாட்ஜ் அறைக்குள் குளித்து வத்சலாவின் விலாசத்தை எடுத்துக்கொண்டு கிளம்பினேன்.

நகரத்தின் புதிய பகுதியில் அமைந்திருந்தது அவள் வீடு. வீட்டு முகப்பும், முன் இருந்த சிகரத்தை எடுத்துக் கொள்ளப்பட்டு வளர்ந்த சிறு தோட்டமும் வத்சலாவின் வசதியை முன்னறிவித்தன. வேலைக்காரி போன்ற ஒருத்தி கதவைத் திறந்தாள். உட்காருங்கள் என்று வரவேற்பு அறையைக் காட்டிவிட்டு உள்ளே சென்றாள். வரவேற்பறையில் ஏற்கெனவே இரண்டு பேர் இருந்தார்கள். டெரிகாட்டன் வேஷ்டியும் இறுக்கமாகத் தைக்கப்பட்ட வெள்ளைப் பட்டுச் சட்டையும், பெரிய உருவமும், எல்லாவற்றுக்கும் மேலே, மூக்கை எரிச்சல் அடைய வைக்கிற, உலகத்திலேயே மட்டமான செண்ட்டும் போட்ட அந்த இடது பக்க மனிதனைப் பார்த்ததும், அவன் மேல் எனக்குக் கௌரவமான எண்ணம் ஏற்படவில்லை. உடன் இருந்த இளைஞன், மோட்டார் மெக்கானிக் மாதிரி இருந்தான். என்னை அவர்கள் வெகு அலட்சியமாக, ஒரு காலி பெருங்காய டப்பாவைப் பார்ப்பது மாதிரி நோக்கினார்கள். ஒரு பெண்ணின் படம், பெரிது பண்ணப்பட்ட அளவில் மாட்டப்பட்டிருந்தது. வித்தியாசமான கோணம். பொதுவாகப் பெண்கள் இருக்கச் சம்மதிக்காத கோணத்தில் இருக்கும் படம்.

அடுத்த சில நிமிஷங்களிலேயே வத்சலாவே வந்தாள். வெளியே புறப்படும் கோலத்தில் இருந்தாள். பரசுராமன் சொன்னது பொய்யில்லை. அழகி தான். பச்சைச் சுடிதாரில் அழுத்தமான, பகட்டான ஒப்பனையில் இருந்தாள். என்னைக் கண்டதும் வணங்கினாள். நான் பரசுராமன் நண்பன் என்று அறிமுகப்படுத்திக்கொண்டேன். அப்பா பெயரைக் கேட்டதும் அவள் முகம் இறுகிப் போய் விட்டதை நான் கண்டேன். காத்திருந்த அந்த ரெண்டு பேரை நோக்கி, "நீங்கள் அங்க போய் இருங்க... ஒரு அரை மணியில் நான் அங்க வந்துடறேன்..." என்றாள்.

"பார்ட்டியை ஓட்டலுக்கே அழைச்சு வந்துடவா" என்றான், அந்தப் பட்டுச் சட்டை போட்டவன்.

பக்கென்று அவள் முகம் சிவந்து போய்விட்டது. "உம்" என்றாள். உத்தரவு மாதிரி. அவர்கள் எழுந்து என்னை ஒரு மாதிரியாகப் பார்த்துவிட்டுப் போனார்கள். அர்த்தம், பேமானி.

வேலைக்காரி கொண்டுவந்து கொடுத்த நல்ல காப்பியைக் குடித்துக்கொண்டே பேசினோம். கிட்டத்தட்ட மூணு மணி நேரத்துக்கு மேல் அவள் என்னிடம் பேசிக்கொண்டிருந்தாள்.

"அம்மா எப்படி இருக்காங்க?"

"உங்களை பாத்துட்டா, அவங்களுக்கு நிம்மதி."

அவள் கண்களில் இருந்து உருண்டது சோகம். "ரெண்டு வருஷத்துக்கு முன்னால் என்னை அவங்க வந்து பாத்திருந்தா எவ்வளவோ நல்லா

இருந்திருக்கும். என் லைஃப் இப்ப வேற மாதிரி" என்று எங்கோ பார்த்துக் கொண்டு சொன்னாள்.

"வீடு பெண்களுக்கு நரகமா இருக்கக்கூடாது சார். அப்பாவும் அம்மாவும் ரொம்ப நல்லவங்க. அதுதான் கஷ்டமாயிடுச்சு. ராத்திரி சாதம் போடறப்போ கரண்டி தவலையில் படாமே இருக்க அம்மா பட்டபாடு! யாருக்கும் போதுமான சோறு இல்லாமே, அதனாலேயே ஒருத்தர் ஒருத்தர் பிறாண்டி காயப்படுத்திக்கிட்டு, உறவை, பாசத்தை, சீரழிச்சுக்கிட்டு இருக்கிறப்போ எனக்கு அந்த வீடே ஒட்டாமே போயிடுச்சி. என் வீடு அது இல்லை. எனக்கு அங்க பந்தம் இல்லேன்னு தோணிப் போச்சு. ஓட வழி பார்த்தேன். அப்போதான் கேசவன் பழக்கம் ஏற்பட்டுச்சி. நான் அதை காதல்னு தப்பா புரிஞ்சிக்கிட்டேன். மூழ்கிறவன் கையில் அகப்படறது கயிறா, பாம்பான்னு கண்டானா? ஏதோ ஒரு ஆதாரம் கிடைச்சா, சரின்னு நானும் கிளம்பிட்டேன். எங்க காதல் ரெண்டு வருஷத்துக்குக்கூட தாக்குப் பிடிக்கல்லே. அந்தப் பொறுக்கிப் பய ஓடிட்டான். அப்போ நான் பாம்பேயில இருந்தேன். தினம் அழுது கதறிக் கடிதம் எழுதிக் கிட்டே இருந்தேன். ஊகும், அப்பாவுக்கு என் மேல் இருந்த கோபம் தீரவில்லை. வேற வழி இல்லை... இதுக்கு வந்துட்டேன்.

"நான் இதை நியாயப்படுத்தல சார்... வீடு கசந்து போறப்ப வீட்டை விட்டு ஓடலாம்னு தோணுது... புருஷனும் கைவிட்டுட்டான்னா அப்புறம் எங்க ஓடறது... எதுதான் எங்களுக்கு உகந்த இடம்? எதுதான் எங்க ஸ்தானம்?"

வத்சலா இப்போது சுதந்திரமாக இருந்தாள். வீடும் வாழ்க்கையும் அவளுடையது. அந்தக் கணவனுக்கு, பாதுகாப்புத் தருகிற ஆண் மகனுக்கு அதன் காரணமாகவே அவன் இழைக்கிற கொடுமைகளுக்கு ஆளாக வேண்டிய கட்டாயம் அவளுக்கு இப்போது இல்லையே. அவளே தொழிலாளி, அவளே எஜமானி. இஷ்டப்பட்டால் தொழில் செய்கிறாள்; இல்லை ஓய்வு எடுக்கிறாள். நிம்மதியை ஏதோ ஒருவகையில் சம்பாதித்துக்கொண்டாள்.

இதுதான் விதி போலும். வத்சலா அம்மாவைப் பார்க்க அந்த மாத இறுதியில் வந்திருந்தாள். நான் வத்சலாவைப் பார்த்துப் பேசிய விஷயத்தைப் பரசுராமனிடம் சொன்னேன்.

"வத்சலா வராளா?" என்றவர் என் கைகளக் கெட்டியாகப் பிடித்துக்கொண்டார். அவர் உடம்பு குலுங்குவதை நான் உணர முடிந்தது. அழுதார். சதை ஆடத்தானே செய்யும்.

தன் தாய் வீட்டுக்கு நேராகப் போகத் தைரியமில்லை வத்சலாவுக்கு. என் வீட்டுக்கு வந்தாள். அவளை அழைத்துக்கொண்டு பரசுராமன் வீட்டுக்கு நான்தான் போக நேர்ந்தது.

அம்மா மட்டும்தான் இருந்தாள். இரண்டு தங்கைகளும் வந்து அவளைக் கட்டிக்கொண்டு "அக்கா, அக்கா" என்றார்கள்.

"பரசுராமன் எங்கே?" என்றேன் நான்.

அந்த அம்மா மார்பில் அடித்துக்கொண்டு அழுதாள். வாசலில் நாங்கள் நின்றிருந்தோம். பெண்களில் சின்னவள் சொன்னாள்.

"அப்பா போயிட்டாங்க மாமா..."

1985

சுமதிக்கு ஒரு கடிதம்

என் அன்பான சுமதிக்கு,

உன் கடிதம் இப்போது என் கைகளில். இன்று வருமோ, நாளைக்கு வருமோ, என்று வருமோ என என் ஊனும் உயிரும் விழித்திருந்து எதிர்பார்த்த உன் கடிதம் இப்போது என் கைகளில் என் கைகளுக்குள் நீயே இருப்பதாக ஓர் எண்ணம். தப்பில்லையே! கடிதங்கள் மனிதர்களின் வேறு வடிவங்கள்.

உனக்கு ஒரு மகிழ்ச்சியான செய்தி. வீடு கிடைத்து விட்டது. நம் வீடு பெரிய தெருவை ஒட்டி, தீப்பெட்டி மாதிரி அடக்கமான வீடு. பெரிய சாப்பாட்டு மேஜை அளவுக்கு ஒரு சின்ன முற்றம் இரண்டு அறைகள். பெரிசாய் இருந்தால் கூட்டிப் பெருக்க உனக்குத்தானே சிரமம். சின்னச் சின்ன அறைகள். ஒன்று, நம் நண்பர்களை வரவேற்று உட்கார்த்தி வைத்துப் பேச, உபசரிக்க. மற்றொன்று நாம் உறங்க, உன் வயிற்றுக்குள் இருக்கிற நம் குழந்தையையும் சேர்த்து நம் மூவர்க்கு இது அரண்மனை. தோட்டமும் உண்டு. உனக்கு ரொம்ப பிடிக்குமே, கிணறும் இருக்கிறது. உன்னைப் போன்ற தண்ணீர் பிசாசுகளுக்குக் காலையும், மாலையும் சேந்திச் சேந்தி விட்டுக்கொண்டு குளிக்க ரொம்ப வாகு. அனுபவி. வீட்டைப் பார்த்தால் தெருத் திண்ணைத் தாத்தாவைப் பார்ப்பது போல் இருக்கிறது. பழசுதான். தோட்டத்தில் கொஞ்சம் மண்ணும் இருக்கிறது. எனக்குத் தெரியும் வந்ததும் வராததுமாக அதில் நீ ரோஜா, மல்லிகை, கனகாம்பரச் செடிகள் வைப்பாய். அவை பொத்துக்கொண்டு முளைத்துப் பூப்பூவாய் புஷ்பித்துத் தொங்கும் உன் கை பட்டால்தான் பட்டமரம் தழைக்குமே.

நீயும் நானும் இல்லறம் நடத்திய அந்தச் சின்னப் புறாக் கூண்டிலிருந்த அத்தனைச் சாமான்களையும் எப்படிப் புது வீட்டில் கொண்டு சேர்க்கப் போகிறேன் என்று கவலைப்பட்டு எழுதியிருக்கிறாய். எனக்கும்தான்

கவலையாய் இருந்தது. கவலையை விடு. எல்லாம் சுகமாக முடிந்தது. எனக்கு ஒரு நண்பனையும் பெற்றுத் தந்தது.

பரசுராம் சொந்தத்தில் வாடகை வண்டி வைத்திருக்கிறார். நம் வாடிக்கைக் காய்கறிக் கடைக்காரர்தான். பரசுராமை எனக்கு அறிமுகப்படுத்தி வைத்தார். மறந்து விட்டேனே, காய்கறிக் கடைக்காரர் கேட்டார்.

"அம்மா எப்ப சார் வருவாங்க..."

"இன்னும் நாலு மாசம் ஆகும்."

"அவ்வளவுதான் ஆவுமா சார்..."

"இப்பத்தானே ஒன்பதாம் மாசம், குழந்தை பிறந்து மூணு மாசமாவது ஆனாதானே இங்க வரமுடியும்..."

"கவலைப்படாதீங்க சார்... ராஜா மாதிரி பிள்ளையோடதான் அம்மா வருவாங்க..." ஆக, கடைக்காரரின் வார்த்தையைக் காப்பாற்றி ராஜா மாதிரி ஆண் குழந்தையோடு வரப் போகிறாயா அல்லது ராணி மாதிரி பெண் குழந்தையோட, எனக்கு எதுவானாலும் சம்மதம்தான். ரோஜாவாக இருந்தால் என்ன, மல்லிகையாய் இருந்தால் என்ன? பூக்களில் என்ன உசத்தி, தாழ்த்தி?

"எவ்வளவு சாமான்கள் தேறும் சார்... கட்டீல் பீரோ இருக்கா?" என்றார் பரசுராமன்.

"கட்டில் பீரோ எல்லாம் இல்லை. சும்மா மூன்று மூட்டைச் சாமான்கள். ரெண்டு மூன்று அட்டைப் பெட்டிகள்."

ஐந்து கிலோ மீட்டர் தூரம்தான் இருக்கும். நூற்றுப் பத்து ரூபாய் கேட்டார்.

"ரொம்ப அதிகமா இருக்கிறதே" என்றேன்.

"ஒரே ரேட். நூறு ரூபாய் குடுத்துடு சார்" என்றார், பல்லில் கவ்விய பீடியும், வாய் வழியாக வழிந்த புகையோடும். ஒப்புக்கொண்டேன். சாமான்களைக்கொண்டு வந்து வண்டியில் ஏற்ற, கிளீனர் உதவி செய்வான் என்றும் அவனுக்கு தனியாக ரூபாய் பத்தும் கேட்டார். சரி என்றேன். சொன்னபடி நேற்று காலை ஒன்பது மணிக்கெல்லாம் வந்து சேர்ந்து விட்டார்.

சுமதி, இந்த ஊருக்கு வந்து புதுக் குடித்தனம் தொடங்கிய நாள் உனக்கு நினைவிருக்குமே. இரண்டே இரண்டு பெட்டிகளோடுதான் நாம் வந்தோம். இந்த ஓராண்டு காலத்தில் சிறுகச் சிறுக எவ்வளவு வீட்டுப் பொருள்களைச் சேர்த்தாய். கரண்டி முதற்கொண்டு அரிவாள் மனை வரை எதற்கும் என்னிடம் நீ எதிர்பார்த்து நின்றதில்லை. அது இல்லை இது இல்லை என்று என்னிடம் ஒரு நாளும் நீ அலுத்துக்கொண்டதில்லை. பக்கத்து வீட்டுக்குச் சென்று, அந்த வீட்டு ஆட்டுக்கல்லில் மாவரைத்துக்கொண்டு, அந்த மத்யான நேரத்தில் நீ திரும்பி வருவதைக் கண்டிருக்கிறேன். நெற்றியில் வெள்ளைப் பாளங்களாகக் கோர்த்த வியர்வையில்தான் நீ எவ்வளவு அழகாய்த் தோன்றினாய். உழைப்பு தானே மனிதனுக்கு அழகைத் தருகிறது; அதிலும் பிறருக்கென்று உழைப்பதில்தானே மனித மேன்மை சுடர் விடுகிறது. அந்தக் கோலத்தில் உன்னை முத்தமிட வேண்டும் எனத் தோன்றும். 'ஐயோ, இந்த மத்தியான நேரத்துல...' என்பாய் நீ. அந்த ஊற்று சுரந்துக்கொள்ள நேரம் காலம் பார்ப்பதில்லையே.

நீ வாங்கிச் சேர்த்த பொருள்கள் இரண்டு சாக்கு மூட்டைகளை விழுங்கின. மூன்று அட்டைப் பெட்டிகளை நிறைத்தன. பரசுராம் வரும்போது நான் புத்தகங்களைச் சாக்குப் பையில் போட்டுக்கொண்டிருந்தேன்.

"இவ்ளோ புஸ்தகங்களா? இதெல்லாம் காசு குடுத்தா வாங்குனீங்க..." என்றார். அவருக்குத்தான் எவ்வளவு ஆச்சரியம். பொம்மைக் கடையைப் பார்த்து வியந்து போகிற குழந்தையைப்போல அவர் இருந்தார். அவர் படித்தவர் இல்லை. அவருக்கு வேன் ஓட்டத் தெரிந்திருக்கிறதே. எனக்கு அது தெரியாதே. ஆகவே இரண்டு பேரும் சமம் என்றேன். மனிதர் என்னமோ போலாகி விட்டார். என் வயசுதான் அவருக்கு. 'பேக்' பண்ணுவதில் எனக்கு மிகவும் ஒத்தாசையாக இருந்தார். டீ வரவழைத்து இரண்டு பேரும் கிளீனர் பையனுக்கும் கொடுத்துச் சாப்பிட்டோம்.

நீ திரும்பத் திரும்ப எனக்கு எழுதி நினைவுப்படுத்தியது மறக்காது. பிளாஸ்டிக் குப்பைக் கூடையை துடைப்பத்தைக்கூட எடுத்துக்கொண்டேன். நீ விரும்பிய நீயே மிச்சம் பிடித்து வாங்கி வந்து மாட்டிய அந்தப் பெரிய கண்ணாடி அல்லவா அது? உடைந்து விடக்கூடாது என்கிற உதப்பல். உடையாமல் காப்பாற்றிக்கொண்டு வந்து விட்டேன்.

மூட்டைகள் அத்தனையும் கட்டி முடித்து வெளியே வரும்போதுதான், அந்தப் பூச்சாடிகளைப் பார்த்தேன். என் பழைய நினைவுகள் அவை கீறிவிட்டு விட்டன. நான்குப் பூந்தொட்டிகள். ஒன்றில் மணி பிளான்ட்டும், ஒன்றில் பச்சையும் மஞ்சளுமான ஒரு வகைக் குரோட்டன்சும், ஒன்றில் பட்டு ரோஜாச் செடியும் ஒன்றில் பெங்களூர் வகைப் பூவும்.

அந்த நாட்கள்தான் எவ்வளவு ரம்மியமானவை. சம்பளம் வந்த மாலையில் நாம் 'ஷாப்பிங்' போய் வரும் போதெல்லாம் மாதத்துக்கொன்றாக நீ வாங்கி வந்த பூந்தொட்டிகள் அவை. உன் சிநேகிதிகளின் வீடுகளுக்குச் சென்று ஒடித்துக்கொண்டு வந்து வைத்த செடிகள். அவை ஒற்றை ஒற்றையாக நட்டு வைத்த செடிகள். இப்போது நீ வந்து பார்க்க வேண்டுமே. பல்கிப் பெருகி விட்டன. ஒற்றைத் தண்டு கிளைத்துக் கிளைத்துப் பல செடிகளாகி விட்டன. காலையும் மாலையும் தவறாமல் நீர் வார்த்து, மொட்டு வைத்தபோது 'ஹை' என்று துள்ளி மகிழ்ந்தாயே ஒற்றைப் பூ அன்று முதல் நாள் பூத்தப்போது நீ அடைந்த ஆனந்தத்தை இப்போது நான் நினைத்துக் கொள்கிறேன். நான் பறிக்கப் போனேன்.

"உஸ்... பூக்களைப் பறிக்கக்கூடாது" என்றாய்.

"உன் தலையில் வைக்கத்தானே" என்றேன்.

"ஊகும்..." என்று மறுத்து விட்டாய். தெருவில் போகிற பூ ஒன்றை விடாமல் வாங்கி வைத்துக் கொள்பவள்தான் நீ. ஆனாலும் உன் தொட்டியில் நீ வளர்த்த பூவைப் பறிக்க மறுக்கிறாய்.

அந்தப் புறாக் கூண்டிலிருந்து விடை பெறும்போது மனசுக்குக் கஷ்டமாயிருந்தது. நம்மோடு வாழ்ந்த வீடல்லவா? அதற்கும் ஒரு முகம் உண்டல்லவா?

பரசுராமன் கொண்டுவந்த வேனைப் பார்த்ததும் எனக்குத் திக்கென்றது. இரண்டாம் நெப்போலியன் காலத்து வாகனமோ என்று தோன்றியது.

புதைத்து இரண்டு நூற்றாண்டுகளுக்குப் பிறகு கல்லறையை விட்டு எழுந்து வந்தது போல் இருந்தது.

“என்னங்க வண்டி இது...” என்று கேட்டேன்.

“வண்டியைப் பார்த்தா ஒரு மாதிரித்தான் இருக்கும் சார்... இந்த ‘மேக்’ இப்ப எவன் கிட்ட சார் இருக்கு. சும்மா குந்து...” என்றார். கடவுளை வேண்டிக்கொண்டு ஒழுங்காகப் போய்ச் சேர வேண்டுமே என்று அவர் பக்கத்தில் அமரப் போனேன். அப்போதுதான் கவனித்தேன். அந்தச் சீட்டில் ஒரு பத்துப் பனிரெண்டு வயசுப் பெண் உட்கார்ந்திருந்தாள்.

“ஒத்திக்கம்மா... ஒத்திக்க சாருக்கு இடம் குடு.”

அது அவர் பக்கமாக ஒதுங்க, நான் அமர்ந்துகொண்டேன். “என் பொண்ணு சார்” என்றார். வெட்கப்பட்டுச் சிரித்தது அது. வறுமையும், இல்லாமையும் மனிதர் முகத்தில் எழுதியிருக்கும் பொம்மை மாதிரி இருந்தது அது. ரெட்டைச் சடை... ஏதோ ஒரு சாயம் போன வண்ணத்தில் சட்டையும் பாவாடையும் அழகான குழந்தைதான். உன்னைப்போலவே அரிசிப் பற்கள். கொஞ்சம் பெரிசான கருங்கண்கள். இரண்டே விரல் நெற்றி, குமிழ்ந்து இருக்கும் உதடுகள்.

“படிக்கிறியா...?”

“உம்...”

“என்ன கிளாஸ்...?”

“ஆறாம் கிளாஸ்!” பட்டென்று தயங்காமல் பதில் சொல்லிற்று. சூட்டிகை.

“இது எங்க போறது?” என்று பரசுராமனைக் கேட்டேன்.

“இதும் பெரியம்மா வீட்டுக்குப் போறது சார். உங்களைக்கொண்டு போயி தில்லைக்கேணியில் உட்டுட்டு அப்படியே பட்டாளம் போகணும்!”

“பள்ளிக்கூடம் போலியா.”

அவர் ஏனோ பேசவில்லை. அந்தப் பெண்தான் பேசினாள்.

“பொஸ்தகம் வாங்கித் தந்தாதானே பள்ளிக்கூடம் போறதுக்கு...”

நான் அவரைப் பார்த்தேன்.

“பச், பொட்டைக் குட்டிக்குப் படிப்பு என்னத்துக்கு சார்” என்றார்.

வண்டி ஊர்ந்துகொண்டிருந்தது. ஆமாம், ஊர்ந்தது இன்னும் கொஞ்சம் வேகமாகப் போகலாமே என்றதுக்கு “பிரேக் மக்கார் பண்ணுது சார். அது ஒண்ணுதான் நம்ம வண்டில பேஜார்” என்றார் அவர். சைக்கிளில் சாதாரணமாக மிதித்துக்கொண்டு வருபவன்கூட எங்களைக் கடந்து, திரும்பிப் பார்த்துவிட்டு போனதுதான் என்னவோ போலிருந்தது. வண்டி வாழைப்பழக்கடை வரிசையைக் கடந்தபோது, பரசுராமனை ஓரம் கட்டி நிறுத்தச் சொன்னேன்.

கஸ்தூரியை இறங்கச் சொன்னேன். “எதுக்கு சார்?” என்றார் பரசுராம். “நீ இறங்கி வாம்மா!” என்றதும் அவள் இறங்கிக்கொண்டாள். அங்கு ஒரு புத்தகக் கடை இருக்கும். கணக்கு, விஞ்ஞானம் தவிர மற்ற புத்தகங்கள் கிடைத்தன.

வாங்கிக் கொடுத்தேன். அந்த இரண்டு புத்தகங்களும் ஆக பதினைந்து ரூபாயை அந்தப் பெண்ணுக்குக் கொடுத்து, "இதை வைத்து வேறு கடையில் வாங்கிக் கொள். அப்பா கேட்டால் கொடுக்காதே...!" என்றேன். வண்டியை விட்டு இறங்கி வந்து என் பக்கத்தில்தான் நின்றிருந்தார் பரசுராம். "எதுக்கு சார் இதெல்லாம்..." என்று கேட்டார். நாக்குத் தழுதழுத்தது அவருக்கு. கல்லூரிக்குப் போக வேண்டும் என்கிற ஆசை இருந்தும், பள்ளியோடு உன் படிப்பு தொடராமல் போன ஆசை நஷ்டத்தை என்னிடம் நீ சொல்லி வருந்தியதை நான் மறக்கவில்லை.

மூட்டைகளையும், பெட்டிகளையும் எல்லோருமே சுமந்துகொண்டு போய் அறைகளில் வைத்தோம். காலையிலிருந்து சாப்பிடாமல் இருந்ததை வயிறு அப்போதுதான் நினைவுருத்தியது.

"வாங்களேன்... காபி சாப்பிடலாம்" என்று கூப்பிட்டதற்கு "வேணாம்... சார், வேணாம் சார்" என்றார் அவர். வெட்கப்படும்போது பெண்களைக் காட்டிலும் ஆண்கள் கவர்ச்சிகரமாகி விடுகிறார்கள். வற்புறுத்தி அழைத்துப் போனேன். முதலில் தோசை எனக்கு அதுவே போதுமானதாக இருந்தது. ஆனால் அவர்கள் சாப்பிட வேண்டும் என்பதற்காக, கூட பரோட்டாவும் சாப்பிட்டேன். அந்த மூன்று பேரும் கூச்சத்தோடும், வெளித் தெரிகிற மகிழ்ச்சியோடும் சாப்பிட்டார்கள். சுமதி! பிறர் மகிழ்ந்து சிரிப்பதைப் பார்ப்பதே மனசுக்கு இன்பம் தரும் அனுபவம்.

உண்டு முடித்து, ஓட்டலின் குட்டி மாதிரி ஓட்டலுடன் ஒட்டிக்கொண்டிருக்கும் பெட்டிக்கடைக்கு வந்தோம். "உங்களுக்கு என்ன பீடி" என்றேன் பரசுராமனிடம். "அதெல்லாம் வேணாம்" என்றார். "பரவாயில்லை சொல்லுங்க" என்றேன். மீண்டும் "ஐயோ வேணாம் சார்" என்றார் அவர். கஸ்தூரி, அப்பா புகைக்கும் பீடியின் பெயரைக் கூறிற்று. ஒரு கட்டும் தீப்பெட்டியும் வாங்கிக் கொடுத்தேன். வாங்கிப் பையில் போட்டுக்கொண்டார்.

வீட்டுக்கு வந்தோம். அவர் பேசியபடி, வண்டிச் சத்தம் நூறும் உதவி ஆளுக்குப் பத்தும் கொடுத்தேன். ஏனோ குனிந்த தலையோடு வாங்கி, "ரொம்ப நன்றி சார்" என்று கூறிவிட்டுப் போனார். கஸ்தூரி தலையாட்டி விடை பெற்றாள். மணிக்கூண்டுக் கடிகாரத்தின் முள்களைப் போன்ற இரட்டை ஜடை. இப்படியும் அப்படியும் ஆடியது.

வண்டி பெரும் சத்தத்தோடு புறப்பட்டுப் போனது கேட்டது. அறையில் ஜன்னல் இருந்தது. காற்று தயக்கமில்லாமல் வரும் போகும். சுமதி. அந்தப் புறாக்கூண்டுப் புழுக்கமும், அவஸ்தையும் இனி உனக்கும் குழந்தைக்கும் இல்லை. உடன் நல்ல ஃபேன் வாங்கிப் பொருத்திவிட வேண்டும் என்று யோசித்துக்கொண்டிருக்கும்போதே, கஸ்தூரி திரும்பி வந்தது.

"என்னம்மா?" என்றேன்.

"அப்பா இதை உங்ககிட்ட கொடுத்துட்டு வரச் சொல்லிச்சு" என்றவாறு சில ரூபாய் நோட்டுகளைக் கொடுத்தது. எண்ணிப் பார்த்தேன். அறுபது ரூபாய் இருந்தது. ஐம்பது ரூபாய் மட்டும்தான் அவர் எடுத்துக்கொண்டிருந்தார். பேசியது நூறு ரூபாய்.

"வாடகை அதிகமா கேட்டுடிச்சாம் அப்பா. மன்னிச்சுக்கச் சொல்லுச்சு..." என்றது அது திக்கித் தடுமாறிக்கொண்டு... லேசான வருத்தமும், கூச்சமும் அந்தக் குழந்தையின் முகத்தில் தெரிந்தது.

"பரவாயில்லேம்மா... எனக்கு அம்பது ரூபாய் பெரிய விஷயமில்லை. வச்சுக்கச் சொல்லு..." என்று திருப்பிக் கொடுத்தேன்.

"ஊகும்" என்று உன்னை மாதிரியே தலையசைத்துச் சொல்லி விட்டு பின் நகர்ந்துகொண்டது.

"நல்லா படிக்கணும், என்ன, உனக்கு எப்போ, எது தேவையானாலும் என்கிட்ட வா" என்றேன்.

"சரி" என்றது அது. தலையைக் குனிந்துகொண்டது.

"எதுக்கு இப்போ அழறே...?" என்றேன் நான். அது பதில் சொல்லாமல் ஓடிப் போய்விட்டது.

சுமதி, உன்னை விடச் சிறப்பாகச் சமைக்க இந்த ஓட்டல்காரர்களுக்குத் தெரிந்திருக்கிறது என்பது உண்மைதான். ஆனால் நீ எனக்கு ஊட்டிய உணவில் இருக்கிற உள்ளார்ந்த அன்பு, காதல் ஓட்டல் உணவுகளில் எப்படிக் கிடைக்கும்? சுமதி... மாலை வேளைகளில் நீ வைத்து வளர்த்த இந்தச் செடிகள் ஏனோ வாடிப் போகின்றனவே ஏன்? இந்தப் புது வீட்டில் நீ இல்லாமையால் ஒலி எழாத கிணற்று ராட்டையும், காய்ந்து போன துவைக்கல்லும் என்னை இம்சிக்கின்றன.

திருவல்லிக்கேணியில், மனிதர்களைக் காட்டிலும் மாடுகளே வீதிகளில் சுதந்திரமாக உலாவுகின்றன. இவை மனிதர்களோடே இருந்து முட்டுகிற தங்கள் பூர்வ குணங்களை இழந்து சாதுவாகி விட்டன. வண்ணச் சுவரொட்டிகளைத் தின்று பசியாறுகின்றன. எனினும் வெள்ளையாகவே பால் கறக்கின்றன.

சிரிப்பாய், சிரி... குழந்தையோடும், பரவசம் பொங்குகிற முகத்தோடும், பால் வாசனை தங்கியிருக்கிற உடம்போடும் என்னிடம் வரும் நாள், என்று வரும் என எதிர்பார்த்திருக்கும்

உன்

கிருஷ்ணமூர்த்தி

பின் குறிப்பு: "அண்ணி என்னைக்கண்ணே வரும்?" என்று பரசுராமன் நேற்று வந்து கேட்டுவிட்டுப் போனார். கஸ்தூரி உன் போட்டோவைப் பார்த்து, "ஹை, ரொம்ப அழகா இருக்காங்களே" என்கிறது. ஒழுங்காகப் பள்ளிக்கூடம் போகிறாளாம். ஆக, உலகமே உன் வரவை எதிர்பார்த்துக்கொண்டிருக்கிறது. தாயே!

1985

4ஆவது வழி

அந்த எட்டு மணி நேரப் பஸ் பயணத்தின்போது, மூளை நரம்புகள் தெறிக்க கிருஷ்ணமூர்த்தி யோசித்துப் பார்த்து விட்டான். நினைக்க நினைக்கக் கோபமும் அவமானமும் பொங்கிக்கொண்டு வந்தன. தற்கொலை செய்து கொள்வதே தன்முன் இருக்கிற ஒரே தீர்வு என்ற முடிவுக்கு மீண்டும் மீண்டும் வந்து சேர்ந்தான். தனக்குத் துரோகம் செய்த கனகாவைச் சட்டபூர்வமாகக் கோர்ட்டில் வைத்து அவள் தனக்குச் செய்த மோசத்தைப் பத்துப் பேருக்கு முன்னால் சொல்லி விவாகரத்துச் செய்யலாம், இது ஒரு வழி. ஆனால், அவள் பங்கப்படும் அதே நேரத்தில் தானும் அல்லவா அதில் பங்கு பெற நேரிடும்? ஆகவே, முதல் வழியைப் புறக்கணித்தான். இரண்டாம் வழி ஒன்று இருந்தது. கனகாவின் துரோகம் தனக்குத் தெரிந்து விடவில்லை என்பதுபோலப் பாவித்து, அவளுடன் வாழ்ந்துகொண்டே அவளைச் சித்ரவதைச் செய்வது. அவன் இருந்த மனோ நிலையில் அதுவே மனதுக்கு ஒத்தடம் தருகிற வழியாகப்பட்டது. ஆனாலும் அவனுக்குள்ளும், எல்லா மனிதர்க்குள்ளும் இருக்கிற நல்ல தன்மை இந்த வழியையும் ஒதுக்கியது. மூன்றாவதான ஒரு வழி தற்கொலை செய்து கொள்ளுதல். 'அதோ போகிறான் பார் அவனுடைய பெண்டாட்டிதான்...' என்று சுட்டு விரல்கள் அவன் முதுகுக்குப் பின் நீள்வதை நிரந்தரமாகத் தவிர்ப்பது. அந்த ஒரு வழியாகத்தான் இருக்கும். மனசுக்குள் சிரித்துக்கொண்டே, மேலுக்கு அனுதாபம் காட்டுகிற மனிதர்களிடமிருந்து ஒரேயடியாக இல்லாமல் போவதே சரி என்று உரக்கத் தனக்குள் கூறிக்கொண்டான். புதிய இடமும், புதிய ஊரும் ஆறுதலாக இருந்தன. இவன் மனைவி யாருடனோ ஓடிப் போனாள் என்று யாருக்கும் தெரியாத வேற்றூர் இது. கிருஷ்ணமூர்த்திக்கு ஆசுவாசமாகவும் இருந்தது.

கோட்டை மாதிரிப் பெரிய வாயில்களைக்கொண்ட அந்த விடுதி பஸ் ஸ்டாண்டை ஒட்டி இருந்தது. பச்சை

வர்ணம் அண்மையில் பூசப்பட்டுப் புதுப் பொலிவோடு இருந்தது. மானேஜர் இடத்தில், அந்தக் கோடைக்காலத்திலும், மப்ளர் கட்டிய மனிதர் ஒருவர் அமர்ந்திருந்தார். கண்ணாடி அணிந்த கரிய ஒடிசல் தேகி. பிடித்துக்கொண்டிருந்த பீடியை இவனைக் கண்டதும் மறைத்துக்கொண்டார். பதிவுப் புத்தகத்தில் 'வருகை தரும் நோக்கம்' என்று இடத்துக்கு வந்தபோது மூர்த்திக்குத் தயக்கம் ஏற்பட்டது. தற்கொலை செய்து கொள்ள என்று எழுத முடியுமா என்ன? அந்த மப்ளர் மனிதர் திடுக்கிட்டு எழக்கூடும். அவனுக்கு மனசுக்குள் சிரிப்பு. வியாபாரம் என்று எழுதினான். தனி அறை இல்லை என்றதால் இருவர் அறையையே எடுத்துக்கொண்டான்.

அறையைப் பார்த்ததும்தான் அது இரண்டாம் தரம் அல்ல. மூன்றாம் தர விடுதி என்று புரிந்தது. இரண்டு ஒற்றைக் கட்டில்கள். எதிர் எதிராக ஒரு சின்ன, பொதுவாக யாரும் பயன்படுத்தாத மேசை, குட்டி நாற்காலி. மேசையின்மீது விரிப்பு இல்லை. சிகரெட்டுகள் புகைந்து சுட்ட வடு நிறைந்த மேசை. சுவர்கள் இளம் பச்சை, சுவரில் தலைவைத்துப் படுத்திருந்த மனிதர்கள் தலைகளின் எண்ணெய்ப் பசைக் கறைகள், வட்ட வட்டக் கருநிலவுகளாகக் காட்சியளித்தன. மூட்டைப் பூச்சிகளைச் சுவரோடேயே வைத்துத் தேய்த்ததால் சின்னச் சின்ன கரும் பழுப்புக் கோடுகள் சுவரை வியாபித்திருந்தன. படுக்கை மேல் விரித்திருந்த விரிப்புகள் அழுக்காயும் வட்ட வட்டக் கறைகளோடும் இருந்தன. காற்றும் புழக்கம் இல்லாத காரணத்தால், மூக்கைக் கடிக்கிற கார நெடி அறைக்குள் இருந்தது.

உட்காரப் போனான் கிருஷ்ணமூர்த்தி.

"சார்... இருங்க..." என்றது ஒரு குரல்.

சிறுவன். பனிரெண்டு, பதின்மூன்று வயதிருக்கும். உடம்புக்குப் பொருந்தாத பெரிய அளவு தொள தொள சட்டை.

"இருங்க சார்... பெட்ஷீட்டை மாத்திடறேன்" என்று கூறிவிட்டுப் பழையவற்றை எடுத்துக்கொண்டுபோய் புதியவற்றை எடுத்துக்கொண்டு வந்தான். விரித்தான். புதியவை பழையவற்றைக் காட்டிலும் மேம்பட்டதாய் இல்லை. அழுக்குத் துவைக்கப்பட்டுப் பிரகாசமான அழுக்கோடு வந்திருந்தது. டியூப் லைட்டை எரிய விட்டான். பேனைச் சுழல செய்தான்.

"காபி... டீ வாங்கியாரட்டுமா சார்..."

"டீ..."

"ஸ்டிராங்கா, லைட்டா, மீடியமா சார்?"

மூர்த்தி சிறுவனைப் பார்த்தான். உற்சாகமான பையனாகக் காணப்பட்டான். உற்சாகம் ஓர் ஒட்டுவாரொட்டி.

"உனக்கு எது பிடிக்குமோ, அது"

"எனக்கு ஸ்டிராங்..."

"மலாய் போட்டா, போடாமலா சார்?"

மூர்த்தி சிரித்தான்.

"கரெக்ட்டா சொன்னாதான் நல்லது. வாங்கியாந்த பின்னால் பிடிக்காம போச்சுன்னா..."

"ரைட்... மலாய் வேணாம்"

"சர்க்கரைத் தூக்கலாவா, கம்மியாவா சார்."

இப்போது அந்தப் பையனும்கூடச் சேர்ந்து சிரித்தான். பதிலை வாங்கிக் கொள்ளாமல் போனான்.

"உன் பேரென்னா?"

"ராஜி சார்..."

"ராஜி, எனக்கு ஒரு டீ வாங்கிக்கிட்டு, நீயும் ஒரு டீ சாப்பிட்டுக்கோ..." என்று மூர்த்தி இரண்டு ரூபாய்தாள் ஒன்றை நீட்டினான். ராஜி வாங்கிக்கொண்டு போய்விட்டான். பேன்ட்டை மாற்றிக்கொண்டு, லுங்கியுடன் கட்டிலில் சாய்ந்து. பெட்டியைத் திறந்து சிகரெட், பாக்கெட்டை எடுத்து ஒன்றைப் பற்ற வைத்தபோது ராஜி வந்து சேர்ந்தான்.

"டீ நல்லா இருக்கே!"

"... :

"நீ சாப்பிடல்லயா..."

"ஒரு நாளைக்கு ரெண்டு டீதான் சாப்பிடுவேன் சார்!"

"மூணு சாப்பிட்டா என்ன?"

"காசு வேஸ்ட் சார்"

"வேஸ்டா..."

வராந்தாவில் மணிச்சத்தம் எழுந்தது.

"என்னை மானேஜர் கூப்பிடறார் சார். நான் போறேன். வேற யதானும் வேணும்னா கூப்பிடுங்க சார்..."

மூர்த்தி தனிமையில் விடப்பட்டான். இந்தத் தனிமைதானே அவனைக் கொல்கிறது. நடந்தவை, மீண்டும் மீண்டும் புதிய புதிய உருவத்தில், வேறு வேறு திக்கிலிருந்து நினைவில் விரிகிறது. "கனகா என்னைத் தலைகுனியச் செய்து விட்டாயே..." என்று சொல்லிக்கொண்டான். எழுந்து அறைக்கு வெளியே வந்தான். அந்திவானம் கறுத்தும் சிவந்தும் கிடந்தது. நினைவு இல்லாத வானம்.

*

இரண்டு ஆண்டுகால நீண்ட பிரிவுக்குப் பிறகு, கிடைத்த விடுமுறையில் வீடு திரும்புகிற மூர்த்தி, நிரம்பி வழியும் பெட்டிகளோடும், எதிர்பார்ப்புகளோடும் வருகிற மூர்த்தி, பல மாதங்களாகக் கடிதம்கூடப் போடாமல் தன்னைப் புறக்கணித்திருக்கிறக் கனகாவிடம் காரணம் கேட்டுச் சமாதானம் செய்து கொள்ள வேண்டும் என்கிற ஆர்வத்துடன் டாக்சியை விட்டு இறங்குகிறான்.

கனகா வீட்டில் இல்லை. பழைய வேலைக்காரி மட்டும் இருந்தாள். முதலில் அவளிடம் திகைப்பு இருந்தது. படபடப்பு இருந்தது. அப்புறம் கனகா, மூர்த்திக்கு எழுதிய கடிதத்தை எடுத்துக் கொடுத்தாள். வேலைக்காரியாக இருந்தால் என்ன, மனுஷிதானே? சொன்னாள்!

"பீடை விட்டுதுன்னு போங்க தம்பி. பொண்ணா கிடைக்காது உலகத்துல? நல்ல குடும்பத்துல இப்படி ஒரு புல்லுருவி..."

பக்கத்து வீட்டு மாமா, மூர்த்தி பார்ப்பது அறிந்ததும் 'ஹிண்டு'வால் முகத்தை மறைத்துக் கொள்கிறார். எதிர் வீட்டுக்காரியும், கனகாவின் சிநேகிதியுமான நிர்மலா, தானே குற்றம் செய்ததுபோலத் தலையைக் கவிழ்த்துக் கொள்கிறாள்.

தலைமுறைத் தலைமுறையாக, மனிதனின் மான அவமானங்களின் குவிமையம் இதில் ஒன்றில்தான் இருப்பதாகச் சொல்லிக் கொடுக்கப்பட்டு வந்த உணர்வுகள் தலைதூக்க, இந்த மனிதர்களின் கண் பார்வையில் இருந்து தப்பிக்க, இரைக்க இரைக்க ஓடி வந்து இந்த விடுதியில் நிற்கிற மூர்த்தி...

*

"**சா**ப்பாடு வாங்கி வரணுமா சார்..."

ராஜி கேட்டுக்கொண்டு வந்தான். படுக்கையில் படுத்தவாறு தனக்குள் ஆழ்ந்து போயிருந்த மூர்த்தி மீண்டான்.

"என்ன சார்... அதுக்குள்ளியும் இவ்வளவு சிகரெட்டா பத்தவச்சீங்க..."

மூர்த்தி கீழே பார்த்தான். ஏகப்பட்ட துண்டுகள் கிடந்தன.

"அதனால என்ன...?"

"காசு வேஸ்ட்..."

மூர்த்தி சிரித்தவாறு கேட்டான்.

"எவ்வளவு காசு சேர்த்து வச்சிருக்கே..."

"மாசம் நூறு ரூபாய் சீட்டு கட்டறேன்... கடைசியா எடுத்தா முழுசா ஆயிரம் ரூபாய் கிடைக்கும் சார்..."

"மாசம் உனக்கென்னப்பா சம்பளம்?"

"முப்பது ரூபா சார்... உங்களை மாதிரி சாருங்க கொடுக்கற காசையும் சேத்தா, நூறுரூபாய் சேர்ந்துடும் சார்... குறைஞ்சா அம்மா போட்டுக்கும்..."

"அப்பா என்ன செய்றார்?..."

"அது ஓடிப் போச்சு சார்... இப்ப எங்கம்மா வேற ஆளோட இருக்கு சார்..."

பேசக்கூடாத விஷயங்களைப் பேசிக்கொண்டிருக்கிறோம் என்று ஒரு கணம் மூர்த்திக்குத் தோன்றியது. ராஜியின் முகத்தில் வெட்கமோ வருத்தமோ கிஞ்சித்தும் இல்லை. மிக இயல்பாக இருந்தான். பேச்சை மாற்ற வேண்டும் போல் பட்டது அவனுக்கு.

"காசு சேத்து என்ன பண்ணப் போறே...?"

"சின்னதா டீ கடை வைக்கப் போறேன் சார்... அப்புறமா கொஞ்சம் வருஷமானா ஹோட்டல். ஹோட்டலுக்கு மேலே இது மாதிரி ரூம்ஸ் கட்டி லாட்ஜ் நடத்துவேன் சார்..."

மிக உண்மையாக, தான் செய்யத்தான் போகிறோம் என்கிற அழுத்தமான நம்பிக்கையோடு ராஜி சொன்னான். வாழ்க்கையின்மீதும், தன்

எதிர்காலத்தின்மீதும் அந்தச் சிறுவன் கொண்டிருந்த நம்பிக்கை மூர்த்தியை அசர வைத்து விட்டது. லேசான வெட்கமாகக்கூட இருந்தது அவனுக்கு.

“பசியில்லை. அப்புறமா நானே போய்க்கறேன்...” ராஜி போய் விட்டான்.

*

கனகா ஒரு முறை கேட்டாள்.

“ஏங்க... என் முகத்தை நீங்களும், உங்க முகத்தை நானும் பார்த்துக்கிட்டே எவ்வளவு காலம் இருக்கிறது. நமக்கொரு குழந்தை ஏன் இல்லே... மூணு வேளையும் இட்லியே தின்னுக்கிட்டு இருக்கிற மாதிரி, ஐயோ...”

போன முறை விடுமுறையில் வரும்போது கனகா, இந்தத் தனிமை வாழ்வு பிடிக்காது நொந்துகொண்டதும், அவன் அவளைத் தேற்றியதும் நினைவுக்கு வந்தன.

எல்லாம் ஆச்சரியமாக இருந்தது. ஒரு பெண் ஆணிடம் என்னதான் எதிர்பார்க்கிறாள்? எது குறைந்தால் சலிப்பு கொள்கிறாள்? எது கூடினால் சந்தோஷம் கொள்கிறாள்? காதல், அன்பு, பாசம், நேசம் என்று இருக்கிற அத்தனை வார்த்தைகளுக்கும் என்னதான் அர்த்தம்? அவனை விட்டு அவள் பிரிவதற்கும் எந்தக் காரணம் நிச்சயிக்கப்படுகிறது? இது நாள் தோறும் வளர்கிற நோயா! திடுமென வேறெங்கிருந்தோ வந்து இறங்குகிற இடியா? எதுதான் இது?

குழம்பிப் போயும் நிராதரவின் கோடியிலும் இருந்த மூர்த்திக்குக் குளிர்ந்த காற்று வீச்சில் நிற்க வேண்டும் போல் இருந்தது. சிகரெட் பாக்கெட்டையும், தீப்பெட்டியையும் எடுத்துக்கொண்டு மொட்டை மாடிக்கு வந்து நின்றான்.

நேரம் நள்ளிரவை நெருங்கியிருக்கும் என யூகிக்க முடிந்தது. நட்சத்திரங்கள் மட்டும் அங்கொன்றும் இங்கொன்றுமாக வீசியெறிந்த முல்லைப் பூக்களாய்க் கிடந்தன. வீடுகள், வியாபாரக் கட்டிடங்கள், பஸ் ஸ்டாண்டு என எல்லாக் கட்டடங்களும் உறக்கத்தில் இருந்தன. காக்கைகள் அசம்பாவிதமாகச் சிவுக்கெனப் பறந்து போனது. மருட்சியைத் தந்தது. காற்று மட்டும் சில்லென்று கூச்சம் எடுக்கும்படி வந்து தழுவியது.

வாசற்படியில் யாரோ ஏறி வரும் சப்தம் கேட்டது. குப்பென்று மல்லிகைப் பூவின் மணம் வாரித் தெளித்தாற்போல வந்தது. ராஜியும், உடன் ஒருத்தியும் ஏறி வந்தார்கள்.

“என்ன சார்... தூங்கலியா...” என்றான் ராஜி. பிறகு அவள் பக்கம் திரும்பி “இவருதான் சாயங்காலம் வந்தவரு... நான் சொன்னனே...” என்றான்.

அவள் மூர்த்தியை ஒருமுறை முழுக்கப் பார்த்துவிட்டு, எதிர்ச்சுவர் பக்கம் சென்று நின்று தெருவைப் பார்த்தாள்.

மூர்த்தி அவளை ஒரு கணம்தான் பார்த்தான். உடனே புரிந்து கொள்ள முடிந்தது. கண்ணில் அழுந்த, விழி சிவக்க மையிட்டிருந்தாள். இரத்தமெனச் சிவந்த வாய்கள், அளவுக்கு அதிகமாகப் பூ வைத்திருந்தாள். அளவுக்கு அதிகமாகத் திமிர்ந்த முன்பக்கமுமாக இருந்தாள். இயற்கையும், செயற்கையுமாக ஓர் அந்த வகைப்பட்ட பெண்ணாய் பார்வையில் தெரிந்தாள். கூந்தலை, அவிழ்ந்திருந்ததை மீண்டும் முடித்துகொண்டாள்.

மூர்த்திக்கு அங்கு இருப்பதா, போய் விடுவதா என்கிற குழப்பம் ஏற்பட்டது. போய்விடுவது என்கிற முடிவோடு படிப்பக்கம் போனான்.

"ஏன் சார்... நாங்க வந்தது தொந்தரவா இருக்கா. வேணும்னா நாங்க போயிடறோம்..." என்றாள் அவள்.

கொஞ்சம் வெட்கத்தோடு, "இல்லை, வேணாம்..." என்றவாறு திரும்பி வந்து ஓரம் போய் நின்றான் மூர்த்தி.

"என் பேரு நீரஜா" என்றாள் அவள்.

"நான் கிருஷ்ணமூர்த்தி"

"இந்த சாரு சாயங்காலத்திலேந்து சாப்பிடல்லேக்கா..." என்றான் ராஜி.

"ஐயோ! ஏன் சார்...?"

"சும்மாத்தான், பசிக்கல்லே..."

நீரஜா ஒரு நிமிஷம் மௌனமாய் இருந்தாள். அப்புறம் சொன்னாள்.

"தப்பா நினைக்கலேன்னா ஒன்று சொல்றேன்... பணம் இல்லேன்னா சொல்லுங்க. நான் சாப்பாடு வாங்கியாரச் சொல்றேன்."

"சேச்சே... என்கிட்ட பணம் இருக்கு... பசிக்கல்லே, அதான்..."

"பரவாயில்லை... டேய் ராஜி... கோமள விலாசுக்குப் போய் ரெண்டு அரை பிளேட் சிக்கன் பிரியாணி வாங்கிக்க. நீங்க நான்வெஜ் சாப்பிடுவீங்கல்லையா? சரி மீன் வறுவல் ரெண்டு வாங்கிக்க. வரச்சே நாயர் கடையில ரெண்டு ஸ்பெஷல் டீ வாங்கிட்டு வந்திரு" என்று சொல்லிப் பணத்தையும் கொடுத்தாள்.

"அதாங்கா ரைட்..." என்று ராஜி புறப்பட்டுப் போனான். "ராஜி கிட்டே பணம் கொடுத்தனுப்பறேன்" என்றான் மூர்த்தி. "நான் கேட்டனா?"

இருவரும் தனியாக நின்றார்கள்.

அவள் தன்னிடம் பணம் இல்லையா என்று கேட்டது இன்னும் கசந்துகொண்டிருந்தது மூர்த்திக்கு.

"ஆமா, என்கிட்ட பணம் இலேலன்னு எப்படித் தோணிச்சு உங்களுக்கு...?"

"அடடா, கோவிச்சுக்கிட்டீங்களா? நான் பல பேரைப் பார்த்திருக்கேன் சார்... வரும்போது பணம் இருக்கும். அப்புறம் செலவாயிடும். வீட்டுக்கு எழுதுவாங்க. பணம் வர வரைக்கும் கொலைப் பட்டினி கிடப்பாங்க. நீங்களும் அப்படியோன்னு நினைச்சிட்டேன். மன்னிச்சிடுங்க சார்..." என்றாள் அவள். கைகுவித்துக்கொண்டு, அவள் அவனை வணங்கியது அவனுக்குச் சுட்டது.

அவளிடம் அப்படிப் பேசியிருக்கக்கூடாது என்று தோன்றியது.

"நீங்க பிசினஸ் பண்றீங்களா சார்..."

"ஊம்..."

"என்ன பிசினஸ் சார்..."

ஒரு பொய்யை நிலை நிறுத்த இனி அடுக்கடுக்காகப் பொய் சொல்ல வேண்டுமே என்று நினைத்தவன் சொன்னான்.

அவள் சிரித்தாள்.

"எதுக்கு சிரிக்கறீங்க...?"

"இல்லை உங்களை மாதிரி உத்தியோகம் பண்றவங்க பொதுவா ரொம்பப் பறப்பாங்க... ரொம்ப 'ரஃப்பா' நடந்துக்குவாங்க... நீங்கதான் என்னவோ வேற மாதிரியா இருக்கீங்க."

"என்ன மாதிரி?"

இருட்டில் கண் வெள்ளையும், சிரிப்பின்போது பல் வெண்மையும் பளிச்சிட்டன. நீரஜா சொன்னாள்:

"ராஜி உங்ககிட்டே ஒண்ணும் கேக்கலியா..."

"என்ன?"

அவள் மீண்டும் சிரித்தாள்.

"அதிசயமா இருக்கு... சாப்பாடு வாங்கியாந்து கொடுத்த உடனேயே ராஜி 'வேற ஏதாவது வேணுமா'ன்னு கேப்பான். உங்களைக் கேக்காதது ஆச்சரியமா இருக்கு..."

"கேட்டிருந்தாலும் வேண்டாம்னுதான் சொல்லியிருப்பேன்."

"வெறுப்பா..."

"அப்படித்தான் பெண்ணுன்னாலே எரிச்சலா வருது."

"எல்லாப் பெண்கள் மேலயுமா..."

"ஆமா..."

"தப்பு சார்"

"எது?"

"பெண்கள் மேல் எரிச்சல் படறது. என் மாதிரிப் பட்டவர்களை விடுங்க... நாங்க ஒரு துளி. ஆனா கடல் மாதிரி இருக்கிற நல்ல பெண்கள்தான் அதிகம்" சட்டென்று மூர்த்தி உக்கிரமடைந்தான்.

"எல்லா பெண்களும் அப்படித்தான். எல்லாம் புருஷனை விட்டுட்டு ஓடறவளுங்க... எல்லாம்..."

"உஸ்..."

நீரஜா விரலால் இதழை மூடித் தடை செய்ததும், தான் வரம்பு கடந்தது மூர்த்திக்கு நினைவு வந்தது.

"உங்க சொந்த அனுபவமா இது?" சுதாரித்துக்கொண்டான் மூர்த்தி.

"என் நண்பனோட அனுபவம்..." ராஜி படியேறி வந்தான்.

"அக்கா, பொட்டலத்தை உன் ரூம்ல வச்சிருக்கேன்... அங்கேயே சாப்பிடறீங்களா, இங்கே கொண்டு வரட்டா...?"

"இங்க இருட்டா இருக்கே... நீங்க என் அறைக்கே வாங்களேன் என்று அழைத்தாள் நீரஜா.

"அறைக்கா?" என்று கேட்டான் மூர்த்தி.

"யாரைப் பார்த்துப் பயப்படுறீங்க.?" என்றாள் அவள்.

பிரபஞ்சன் ★ 237

பொட்டலத்தைப் பிரித்து வைத்துக்கொண்டு அவர்கள் சாப்பிடத் தொடங்கினார்கள்.

“ஏன் மூர்த்தி சார்... உங்க பிரண்டோட மனைவி, அவரை விட்டுட்டுப் போயிட்டாங்களா...?”

“ஆமா”

“அவர் என்ன பண்ணார்...”

“தற்கொலை பண்ணிக்கிட்டுச் செத்துப் போயிட்டார்...”

“ச்சு” நீரஜா முகத்தில் ஆழ்ந்த வருத்தம் தெரிந்தது.

“உங்க பிரண்டு செஞ்சது ரொம்பத் தப்பு சார்... அது முட்டாள்தனம்...”

“அவ பண்ணது தப்பில்லையா...?”

“அது யோசிக்க வேண்டிய விஷயம் சார். அவங்களுக்கு அந்த அம்மாவுக்கு அவரோட வாழறது பிடிக்காம இருக்கலாம். இன்னொருத்தரோட இருக்கிறதுதான் சந்தோஷம்னு நினைச்சிருக்கலாம். அப்படி நினைச்சா அது தப்பு இல்லையே சார். இருக்கிற இந்தக் கொஞ்ச நாள் வாழ்க்கையில் நிம்மதியா, சந்தோஷமா வாழ்ந்திட்டு போறதுதானே சார் வாழ்க்கை? இதுல எதுக்கு சண்டையும் சச்சரவும்? சரி, என்னோட இருக்க உனக்குப் பிடிக்கல்லையா, நீ போகலாம்னு அவங்களைக் கௌரவமா அனுப்பி வச்சுட்டு, இருக்கிறதுதான் ஓர் ஆணுக்கு அழகே தவிர, தற்கொலை பண்ணிக்கிறது இல்லை. வாழ்க்கையும் உலகமும் ஒரு பெண்ணோட முடிஞ்சு போற விஷயமா...?”

மூர்த்திக்கு எரிச்சலாக இருந்தது. நீரஜா சொல்வதில் உள்ள நியாயம் மனசுக்குப் புரிவதால் வந்த எரிச்சல்.

“போறவ, இதையே புருஷன் கிட்ட சொல்லிட்டுப் போயிருக்கலாம் இல்லையா?”

“நம்ம சமுதாயம் அப்படியா சார் இருக்கு... ஒரு பெண், உன்னை எனக்குப் பிடிக்கவில்லை, நான் போறேன்னு சொல்லிட்டுப் போற மாதிரி சுதந்திரம் அவளுக்கு இருக்கா...? சொன்னாதான் நீங்க விடுவீங்களா? காலை உடைச்சு வீட்டுல போட்டுப் பூட்டி வச்சுவிடுவீங்களே... பிரியாணி நல்லா இருக்கா சார்... வஞ்சனை மீன் நல்லாயிருக்கும் சாப்பிடுங்க...”

“என்னதான் இருந்தாலும் அது துரோகம் இல்லையா...?”

“ஆண்கள் பெண்களுக்குத் துரோகமே செய்யறது இல்லையா? உங்க பிரண்டுக்கு யாரோ ஒரு பெண்ணோட சிநேகம் கிடைச்சு நெருக்கமா இருக்கிற வாய்ப்பு கிடைச்சா, வேணாம்னு சொல்லிடுவாரா? அப்படி இருந்துட்டு வந்ததனால, நீ எனக்கு வேணாம்னு ஒரு பொண்ணு சொல்லிடத்தான் முடியுமா? நாம அப்படி இருந்துட்டமேங்கற குற்ற உணர்ச்சிகூட ஆம்பிளைக்கு இருக்காதே”

வெளியே எங்கோ நாய்கள் குரைத்தன. சப்தம் அடங்கிய பின்,

“பெண்கள் இப்படி ஓடிப்போயிடறது நியாயம்னு சொல்றீங்களா...?” என்று கேட்டான் மூர்த்தி.

நீரஜாவின் முகம் சிவந்தது. குனிந்து யோசித்துப் பின் சொன்னாள்:

"இல்லை அவங்க ஓடினதும் நியாயம் இல்லை. அதுக்காக அவர் சாகிறதும் நியாயம் இல்லை. வாழ்க்கையை வாழணும் சார்"

டீயை எடுத்துக்கொண்டு மீண்டும் மாடிக்கு வந்தார்கள். ராஜி வந்தான். பிறையை மறைத்துக்கொண்டிருந்தது ஒரு வால் மேகம்.

"சாப்பிட்டியாடா?" என்று கேட்டாள் நீரஜா.

"ஆச்சுக்கா!" என்றவன் கொஞ்சம் குரலைத் தாழ்த்திக்கொண்டு "12ஆம் நெம்பர் ரூம்ல ஒரு பார்ட்டி..." என்று முனகினான்.

"இன்னைக்கு வேணாம்... நான் இல்லைன்னு போய் சொல்லிடு... உஷா இருக்காளா பாரு... இருந்தா அவகிட்டே கேட்டுப் பாரு..." என்று அவனை அனுப்பி விட்டு, இவனைப் பார்த்தவள் கொஞ்சம் வெட்கம், கொஞ்சம் அவமானம் கலந்த உணர்வோடு, "சாரி சார்" என்றாள். திரும்பி வானத்தைப் பார்த்துக்கொண்டு நின்றாள்.

"என்னையே எடுத்துக்குங்க சார். நான் ஒரு ஈன ஜென்மம். நானே வாழணும்னு நெனைக்கறேன்... நானும் ஒருத்தருக்கு மனைவியா, அவருக்கு உண்மையா இருந்தவள்தான் சார். அவனுக்கு அவளும், அவளுக்கு அவனும் ஒருத்தருக்கொருத்தர் பரிபூர்ணமா ஒப்புக் கொடுத்துக்கிட்டு, உண்மையா அன்பா இருந்தாதான் சார் குடும்பம். இல்லைன்னா அது குடும்பமா? ஊருக்கு முன்னால நாங்க ஆம்படையான் பொண்டாட்டின்னு பெருமை அடிச்சுக்கிறது குடும்பமா? பொய்யா ஒருத்தனோட வாழறதைக் காட்டிலும், உண்மையா ஒரு தேவடியாளா இருக்கிறது உத்தமம் சார். தேவடியாத் தொழில் உசத்தின்னு நான் சொல்லலை. உண்மையா வாழறதுதான் உசத்திங்கிறேன்..."

இரண்டாம் காட்சி முடிந்து மக்கள், போவது ஒலியாய்த் தெரிந்தது. உரத்தப் பேச்சுக் குரல்கள், காலடிச் சத்தங்கள், இருட்டைப் பயங்காட்டி, அமைதியை விரட்டின.

அவள் சொன்னது உண்மைதான். அன்பில்லாமல், நெருக்கம் இல்லாமல், மனசில் கல்மிஷத்தோடு ஒன்றாய் இருந்தால்தான் என்ன? பிரிந்து போனால்தான் என்ன? அப்படி இருப்பவள் மனைவியாக இருக்க முடியுமா என்ன? அவளுக்குக் கணவனாக இல்லாவிட்டால்தான் என்ன?

எங்கோ ஒரு பெயர் தெரியாத குருவி 'விருக்'கென்று கூவிப் பறந்தது. உடம்பு சிலிர்த்தது அவனுக்கு.

"என்ன சார் யோசிக்கிறீங்க?"

"ஒன்றுமில்லை. என் பிரண்டு செய்தது தப்புன்னு தோணுது. உங்களுக்கு நான் நன்றி சொல்லணும்..."

"சேச்சே, எதுக்கு சார் எனக்கு நீங்க நன்றி சொல்லணும்... நான் கேவலம்..." சொல்ல வந்ததை முடிக்காமல் நீரஜா எதிர்புறம் போய் நின்றுகொண்டாள்.

ஜன சந்தடி சுத்தமாய் அடங்கிப் போய், இரவுகளுக்கும், இருட்டுக்குமே உரிய இனம் தெரியாத சப்தங்கள் எங்கிருந்தெல்லாமோ எழுந்தன.

மூர்த்தி அவள் நிற்கும் கட்டைச் சுவர் அருகில் வந்து, கொஞ்சம் தள்ளி அமர்ந்தான். மேல் சட்டைப் பையில் இருந்த சிகரெட் பாக்கெட்டை எடுத்துத் திறந்து, தூரப் போட்டான்.

"சிகரெட் வாங்கியாரச் சொல்லட்டுங்களா?"

"பையன் தூங்கிப் போயிருப்பானே, பாவம், அவனை எதுக்கு எழுப்பித் தொந்தரவு பண்ணனும்."

"அவனா தூங்கறவன்? அவன் சம்பாதிக்கறதே நைட்லதானேங்க..."

அவள் இறங்கிப் போய், சில நிமிஷங்கள் கழித்துத் திரும்பி வந்தாள்.

"ராஜியை அனுப்பியிருக்கேன்..." என்றாள் நீரஜா.

"பணம்?"

"நான் கொடுத்திருக்கிறேன்..."

"என்னைக் கடன்காரனாக்கிட்டீங்க..."

"அப்படி இல்லீங்க. யாருக்காவது கொடுக்கணும்போல, செலவு பண்ணணும்போல, உபயோகமா இருக்கணும்போல இருக்கு. எனக்கு எப்பவும் வரவு தானே. நான் செலவு செய்ய யார் விடறா? நான் உங்களுக்குக் கொடுக்க, அனுமதிச்சதே ரொம்பப் பெரிசு..."

"உங்களுக்கு யாரும் இல்லையா நீரஜா?"

"இல்லை. அவர் இருந்தார். இப்பவும் எங்கோ இருப்பார். என்னோட சரியா இல்லை. எப்படியோ இந்தத் தொழிலுக்கு வந்துட்டேன். உங்களுக்குப் புரியும்னு நினைக்கறேன். இந்தத் தொழிலுக்கு ஒருத்தர் பாதுகாப்பு தேவை. எப்பவாவது அரெஸ்ட் ஆனா, ஜாமீன் கொடுக்க, கோர்ட்டிலிருந்து அழைச்சுக்கிட்டு வர, எனக்கொருத்தர் இருக்கார். அவருக்கு நான் கடன் பட்டிருக்கிறேன். கொஞ்சம் பணம் அதுல போயிடும். கொஞ்சம் பணம் மருந்துக்கும் டாக்டருக்கும், சாப்பாடு போனா, மிச்சப் பணத்தை பேங்கிலே வச்சிருக்கேன். இது எல்லாம் நிரந்தரத் தொழிலா? இன்னும் ஒன்று ரெண்டு வருஷம். அப்புறம் நிம்மதியா எங்காவது ஒதுங்கணும்..."

ராஜி சிகரெட் பாக்கெட்டுடன் வந்தான்.

"இன்னா சார் இன்னும் தூங்கலையா?" என்று கேட்டு விட்டு "இன்னாக்கா, இன்னைக்கு ரெஸ்டா?" என்றான் நீரஜாவைப் பார்த்து.

"சீ ப்போ..." என்றாள் அவள் குறும்பான, பொய்க் கோபத்தோடு.

வைகறை வெளிச்சம் வரும் வரை அவர்கள் பேசிக்கொண்டிருந்தார்கள். பேச்சுக்கிடையில் அவள் சொன்னாள்.

"எனக்குக்கூடச் சில சமயங்கள்லே வெறுத்துப் போயிடும சார்... சீ... என்ன வாழ்க்கை இதுன்னு தோணும். செத்துப் போயிடலாமான்னு இருக்கும். சாகிறதில் என்ன சார் இருக்கு? வாழறதுல சந்தோஷம் இருக்குங்க. சீதான்னு எனக்கொரு பிரண்ட் இருக்கா சார். பாவம் என்னை மாதிரிதான். எவ்வளவோ நல்லவ தெரியுங்களா? அவளை உட்டுட்டு எப்படி சார் சாகிறது? உங்களை மாதிரி சினேகிதக்காரங்க செத்துட்டா கிடைப்பாங்களா?"

இருட்டில் வெள்ளை வேட்டியை விரித்தது மாதிரி வானம் வெளுத்தது. மூர்த்திக்கு மனம் லேசாகி விட்டது மாதிரி இருந்தது. வைகறைக் காற்று இனிமையாய் இருந்தது. பறவைகள் விழித்துக்கொண்டு இரைந்தன.

"நான் போயிக் குளிச்சுட்டுத் தூங்கணும் சார்... இன்னும் ரெண்டு நாள் இருப்பீங்க இல்லையா..."

"கட்டாயம் இருப்பேன். உங்களை நாளைக்கு அவசியம் சந்திப்பேன்..."

"நாளைக்கு இல்லைங்க. இன்னி ராத்திரிக்குன்னு சொல்லுங்க. விடிஞ்சு போச்சு...!" என்றாள் நீரஜா சிரித்துக்கொண்டு. கூந்தலில் இருந்த வாடிப் போன மல்லிகைச் சரத்தை எடுத்து எறிந்தாள்.

"பாவம்..." என்றான் மூர்த்தி.

"எது?"

"பூக்கள்தான்"

"வாடிப் போச்சு. அது கடமையை முடிச்சுட்டுது. புதுசா, எனக்குன்னு பூ பூத்து தயாரா கடையில் காத்துக்கிட்டு இருக்குங்க..." என்றாள்.

காலையைப்போலவே, அவள் சிரிப்பும் தூய்மைப் பெற்று ஒளிர்ந்தது.

1985

எனக்கும் தெரியும்

அவன் வெளியே புறப்பட்டுக்கொண்டிருந்தபோது அம்மா சொன்னாள். "அந்த அண்ணன் வீட்டுக்கு ஒரு நடை போய்ட்டு வந்துடேம்பா..."

"எந்த அண்ணன்?" என்றான் மூர்த்தி.

"அம்பது ரூபா யாரிட்டயோ கைமாத்து வாங்கி உனக்கு சொஜ்ஜியும் பஜ்ஜியும் பண்ணிப் போட்டாரே அந்த அண்ணன் வீட்டுக்குத்தான்!"

"போயி..."

"இப்பக் கல்யாணம் பண்ற நிலமையிலே இல்லே... நீங்க வேற இடம் பாத்துக்கலாம்னு சொல்லிட்டு வந்துடு... பாவம் அந்தப் பொண்ணு நம்மையே நினைச்சிட்டிருக்கும்..."

"அதை நானே போய்ச் சொல்லணுமாம்மா. லெட்டர் போட்டா போதாதா...?"

என்ன சங்கடம் இது என்று இருந்தது மூர்த்திக்கு. ஆனால் அம்மா சொன்னாள்.

"யாரோ புது உறவுன்னா கடிதம் போட்டுடலாம். அது நமக்குத் தூரத்து உறவாச்சேப்பா. நான் போகலாமா? வீட்டுக்கு ஆம்பிளைன்னு நீதான் இருக்கே... சித்தே போய்ட்டு வந்துடு..."

அம்மா முடித்து விட்டாள். எப்போதும் அவள் பேச்சு முடிவாகத்தான் இருக்கும். கட்டளை மாதிரி தொனிக்காது. ஆனால் இதை நீ செய்யத்தான் வேண்டும் என்று தொனிக்கும். எல்லா அம்மாக்களும் இப்படித்தான் இருப்பார்களா என்ன? அந்தத் தூரத்துச் சொந்தக்கார சோமு மாமாவை, 'யாரிட்டயோ அம்பது ரூபா கைமாத்து வாங்கி சொஜ்ஜியும் பஜ்ஜியும் பண்ணிப் போட்டவர்' என்று எவ்வளவு அலட்சியமாய்ப் பேசுகிறாள். ஆனால் 'பாவம் அந்தப் பொண்ணு' என்று வேறு அவர் மகளுக்கு

இரக்கப்படுகிறாள். ‘பென்ஷனைத் தவிர வேறு யோக்யதை இல்லாத மனுஷன் இந்த வீட்டில் பெண் எடுத்தால், மாமனார் வீட்டுக்கு போகும்போது அரை மூட்டை அரிசி, பருப்பு, உப்பு, புளியோடு போவியாடா’ என்று அவரையும் என்னையும் வேறு குத்திக் காட்டுகிறாள். நமக்காகக் காத்திருக்கும் நேரத்தில் அந்தப் பெண்ணுக்கு நல்ல வரன் ஏதேனும் வந்து தட்டிப் போய்விடப் போகிறது என்றும் ஒரு தர்ம நினைவு வேறு. இதே அம்மா தன் பெண்ணுக்கு மாப்பிள்ளை பார்க்கையில் என்ன சொன்னாள்: பிள்ளையைப் பெத்துட்டா பெண்ணோட வீட்டையே பேத்து எடுத்துக்கிட்டுப் போகலாம்னு நினைக்கறாங்கடா, அசுர ஜனங்கள்”என்றாள். அதே அம்மா மாமியாராகும்போது என்ன சொல்கிறாள்; பெரிய பெரிய இடங்கள்ளாம் ஐநூறு பவுன் போடறேன், ஆயிரம் பவுன் போடறேங்கறாங்க. காரு வாங்கித் தந்து கல்யாணத்தையும் பண்ணி வைக்கிறதா சொல்றாங்க... அது போகட்டும்... சொந்தம் விட்டுடப்படாதுன்னு பார்க்கறேன் என்ன சொல்றீங்க...” என்று போகும் இடங்களுக்கெல்லாம் பாறாங்கற்களைத் தூக்கிக்கொண்டு போகிறாள்.

மூர்த்தி, மனச்சங்கடத்தோடும் கொஞ்சம் அவமான உணர்ச்சியோடும்தான் சுகுணா வீட்டுக் கதவைத் தட்டினான். அந்தப் பெண்ணிடம் அல்லது அவள் அப்பாவிடம் நேருக்கு நேராக அவர்கள் முகம் பார்த்து, ‘நான் சுகுணாவைக் கல்யாணம் பண்ணிக் கொள்ள முடியாது’ என்று சொல்ல வேண்டும். மார்பு லேசாகப் படபடத்தது. மனசுக்குள் இருக்கும் ஓர் ஓரத்து ஈரம் கசிந்தது. கதவு திறப்பதற்குள் ஓடிப் போய்விடலாமா என்றுகூட ஒரு கணம் தோன்றியது. அதற்கு இடம் வைக்காமலேயே கதவு திறந்து விட்டது. சுகுணாதான் நின்றிருந்தாள்.

கதவைத் திறந்ததும், குழல் வெளிச்சம் பளீரென்று பாய்ந்து வர, மூர்த்திக்குக் கண் கூசியது.

“வாங்க வாங்க...?” என்று கூறிவிட்டுக் கைகுவித்தாள் சுகுணா. “உள்ளே வாங்க... உட்காருங்க. அப்பா, இப்பதான் கடைதெரு வரைக்கும் போயிருக்காங்க. வந்துருவாங்க. உள்ளே வாங்க சார்...” என்றாள் சுகுணா.

தயக்கத்துடன் உள்ளே நுழைந்தான் மூர்த்தி. ஓர் ஒற்றை ஆள் பாய் விரித்த அளவுக்கு சின்ன ஹால். இடது கைப் பக்கம் இருந்த ஒரு சின்ன அறைக்குள் நுழைந்தாள் சுகுணா. மூர்த்தியும் பின்தொடர்ந்தான். சுவரை ஒட்டிப் போடப்பட்டிருந்த கை வைத்த நாற்காலியைக் காட்டி “உட்காருங்க” என்றாள்.

அவன் உட்கார்ந்தான். அந்தச் சின்ன அறையை ஒட்டி உள் வாங்கியிருந்த சமையல் அறை தெரிந்தது. தட்டும் தம்ளர்களும் சுவரில் தொங்கின. சின்னக் கன்றுக்குட்டி மாதிரி மூலையில் ஒரு மேஜை. அதன் மேல் எம்பிராய்டரி சட்டை போட்ட டிரான்ஸிஸ்டர். ஒரு பாடகி முணுமுணுத்துக்கொண்டிருந்தாள். ஒரே ஒரு காலண்டரும், சோமு மாமாவும் அத்தையும் சுகுணாவும் இருக்கிற ஒரே ஒரு போட்டோவும் மட்டும் சுவரில் இருந்தன. டி. வி இன்னும் நுழையாத அந்த அறையில் ஏழ்மையின் முகம் பக்கவாட்டில் தெரியத்தான் செய்தது. ஆனால் அதையும் மீறி ஒரு நறுவிசும், பாந்தமும் ஒழுங்கும் வெளிப்படையாகத் தெரிந்தன. பெண் பார்க்க வந்த அந்தச் சடங்கின்போது மூர்த்தி இந்த அறையில்தான் அமர்ந்திருந்தான். ஆனால் அன்று தெரியாத பலவும் இன்று தெரிகிறதே.

சுகுணா, அந்தச் சமையல் அறை நிலையில் சாய்ந்துகொண்டு நின்றிருந்தாள். "நீங்களும் உக்காருங்களேன்" என்றான் மூர்த்தி. ஸ்டூலில் அவன் எதிரில் அமர்ந்தாள் அவள்.

முதன் முதலாக அவளைப் பார்ப்பதாகத் தோன்றியது அவனுக்கு. அன்று, வெற்றிலைத் தட்டுடன் ஒரு பிறைக்கீற்று மாதிரி சரேலென்று வந்து அவன் முன் தட்டை வைத்து, குனிந்தவாறு ஒரு நிமிஷம் நின்று விட்டுச் சமையல் அறைக்குள் புகுந்துகொண்டவள் அல்லவா அவள். பெண்களுக்கு அது ஒரு கோலம், மின்னல் மாதிரி. இன்று, மூன்றடி தூரத்தில் அவளை முழுமையாக இருத்தி வைத்துப் பார்ப்பதில் அவள் புதுசாகத் தெரிந்தாள். கஞ்சி முறப்போடு ஆகாய நிறத்தில் அவள் கட்டியிருந்த வாயில் சேலை அவளுக்கு எவ்வளவு பொருத்தமாக இருந்தது. அவள் குனிந்தவாறு கேட்டாள்.

"அம்மா வரலியா...?"

ஊம்... மூர்த்திக்குத் தொண்டை அடைத்துக்கொண்டது. என்ன வென்று சொல்வது இவளிடம்? 'நான் உன்னைக் கல்யாணம் பண்ணிக் கொள்ள முடியாது. அதைச் சொல்லத்தான் வந்தேன்' என்று சொல்ல வேண்டும். அதைவிட, ஒரு வாளி நெருப்பை அவள் தலையில் கொட்டலாமே.

"வரலாம்னுதான் இருந்தாங்க... ஏனோ வேலை மாமாவைப் பார்த்துப் பேசிட்டு வான்னு அனுப்பி வைச்சாங்க" என்றான்.

அவள் தலையைக் கவிழ்ந்துக்கொண்டு உட்கார்ந்திருந்தாள். மூன்றடி தூரத்தில் இருந்தது அந்த முகம். மழை பெய்து ஓய்ந்த பின் சாலை ஓரத்து மரங்கள் கொள்ளும் அந்த மலர்ச்சிகொண்ட முகம். இவளைச் சிவப்பு என்று சொல்ல முடியுமா? முடியாதுதான், ஆரோக்கியமாக இருந்தாள். ஆரோக்கியம்தான் தலையாய அழகு எனில், இவள் அழகிதான்.

சுகுணா தரையைப் பார்த்தவாறு, சேலை முந்தானை முனையை, அவளை அறியாமல் பற்றி முடிச்சிட்டும் பிரித்தும் விட்டவாறிருந்தாள். அவள் கைகள் இலேசாக நடுங்கியவாறிருந்தன.

அவன் தொண்டையைச் செருமிக்கொண்டு பேசத் தொடங்கினான்.

"மாமா வந்ததும் அவர் கிட்டே ஒரு விஷயம் சொல்லணும்..."

"வந்துடுவாங்க... இருங்க... இதோ வந்துட்டேன்..." என்றவாறு எழுந்து சமையல் உள்ளே சென்றாள்.

"நான் வரும் போதே காபி சாப்டுட்டுதான் வந்தேன்..."

"பொய்..."

"..."

"சாப்பிட்ட மாதிரி தெரியல்லே. உப்புமா பண்ணிட்டிருக்கேன். கொஞ்சம் சாப்டுட்டுக் காபி சாப்பிடுங்க..."

"வேணாமே..."

"அம்மா சாப்பிடக்கூடாதுன்னு சொல்லி அனுப்பினாங்களா?..."

"சேச்சே... அப்படியெல்லாம் இல்லே... எதுக்கு சிரமம்னுதான்..."

"சிரமம் என்ன? நான் எனக்கு பண்ணப் போறேன்... நான் ராத்திரியில் 'ரொட்டி'தான் சாப்பிடுவேன்... பரீட்சைக்குப் படிக்கிறேன்... சோறு சாப்பிட்டா தூக்கம் வருது. அதனால் அப்பாவுக்கு மட்டும்தான் சாப்பாடு. ஆங்... ஒண்ணு சொல்லணும்... அன்னைக்கு நீங்க சாப்பிட்ட பஜ்ஜி சொஜ்ஜியெல்லாம் நான் பண்ணலைங்க... எதிர் வீட்டு அத்தைதான் பண்ணாங்க. ரியலா, நான் நல்லா சமைப்பேன். சாப்பிட்டுப் பாத்து சர்டிபிகேட் கொடுங்க..." என்று கூறிவிட்டு அறைக்குள் நுழைந்துகொண்டாள்.

"என்ன படிக்கிறீங்க...?" என்று கொஞ்சம் சத்தம் போட்டு மூர்த்தி கேட்டான். அவள் உள்ளிருந்தபடியே சொன்னாள்.

"பி. ஏ. கரெஸ்பாண்டென்ஸ்ல பண்றேன்."

சுகுணாவின் பேச்சில் சிரிப்புகள் பூத்துச் சொரிந்தன. வாக்கியங்களில் முற்றுப்புள்ளிகள் அவளிடம் சிரிப்பாய் முகிழ்ந்தன. உற்சாகமும் சந்தோஷமும் வார்த்தைகளில் ஒலிகளாய்க் குமிழிட்டன.

"ஐயோ அம்மா சொல்லி அனுப்பியதை நான் எப்படி உன்னிடம் சொல்வேன்..." என்று அரற்றியது மூர்த்தியின் மனம்.

உள்ளிருந்து வெங்காயம் வதக்கும் மணம் வந்தது. கூடவே கொளுத்திய பத்தியோடு சுகுணா வெளி வந்து, மேஜையின் மேல் இருந்த பத்திச் சொருகியில் அதைப் பொருத்தினாள்.

"எதுக்கு பத்தி?"

"சமையல் வாசனை இங்கு வருது. உங்களுக்கு அது பிடிக்குமோ என்னமோ... தோ ஆயிட்டது ரெண்டு நிமிஷம்"

மீண்டும் அவள் உள்ளே நுழைந்துகொண்டாள். பத்தி அடக்கமான, ரஞ்சிதமான வாசனையாய்ப் புகைந்தது. அவன் கண்ணை மூடிக்கொண்டு சாய்ந்து உட்கார்ந்துகொண்டான். அந்தப் பத்திகள் புகையும் இடத்தில் விழித்திருக்க ஏனோ அவனால் ஆவதில்லை. ஏதோ ஒரு விக்கிரகத்தின் சந்நிதியில், நுரைத்துச் சுழித்து ஓடும் ஆற்றங்கரையில் நிற்பது போல் ஓர் உணர்வு அவனை ஆட்கொண்டு விடும்.

"சாரி" என்ற குரல் எங்கோ தொலை தூரத்தில் கேட்டது.

அவன் மீண்டான்.

அவனுக்கு முன் ஸ்டூலின் மேல் தட்டில் உப்புமாவும், காபியும் இருந்தன. ஒரு வில்லை எடுத்து சாப்பிட்டான். சாப்பிடலாமா என்று தோன்றியது. ஏன் அதனால் என்ன என்றும் தோன்றியது. அவனுக்குள் நடக்கும் போராட்டத்தை அவள் அறிந்துகொண்டாள். மனிதர்களின் மனசை முகத்தில் வாசிக்கத் தெரியாதவர்கள், வார்த்தைகளால் மட்டும் தெரிந்துகொண்டு விடப் போவதில்லையே.

"எப்படி இருக்கு?"

"பிரமாதம்."

"கொஞ்சம் அதிகம்."

"எது?"

பிரபஞ்சன் ★ 245

“புகழ்ச்சி நல்லா இருக்கு என்கிறதுதான். பொருந்தும். பாவம்னு நினைக்கிறீங்க... அதான் கூடுதலா சொல்றீங்க...”

“சேச்சே... அப்படியெல்லாம் இல்ல...”

“சாப்பிடுங்க...” என்று விட்டு அவன் முன் தரையில், சுவரில் சாய்ந்து பாதம் தெரியாமல் அமர்ந்தாள். எட்டிப் பார்த்த, மருதாணி பூசிய விரல்கள் சட்டெனத் தெரிந்த ஒரே பாதத்தையும் சேலையால் மூடிக்கொண்டாள். அப்புறம் சொன்னாள்:

“உங்க முடிவு என்ன ஆனாலும் எனக்கு வருத்தம் இருக்காது. உங்க வசதிக்கு, சொந்தம் என்கிற ஒரே காரணத்துக்காக, இங்க பெண் பார்க்க வந்ததே அப்பாவுக்கு சந்தோஷம்தான். உங்க உத்தியோகத்துக்கு உங்க அம்மா எதிர்பார்க்கிற அளவுக்குச் சீர் பண்ண நிறைய பேர் இருப்பாங்க. இல்லீங்களா...” அவள் அவனைப் பார்த்தாள். அவன் சாப்பிட்டுக்கொண்டிருந்தது தொண்டையில் அப்படியே நின்றது அவனுக்கு.

“உங்க எதிர்காலம், உங்க வாழ்க்கை உங்களுக்கு முக்கியம் மிஸ்டர் மூர்த்தி. அதை உத்தேசிச்சுதான் எந்த முடிவையும் எடுக்கணும்...” குனிந்திருந்தவள் நிமிர்ந்து அவன் விழிகளைச் சந்தித்து விட்டுச் சொன்னாள்;

“என்னை கல்யாணம் பண்ணிக்க விரும்பலைன்னாலும் நான் வருத்தப்பட மாட்டேன் மிஸ்டர் மூர்த்தி. நல்லவேளை, அப்பா இல்லை. உங்க கிட்ட பேசணும்னு தோணிச்சு. சொல்ல வேண்டியதைச் சொல்லிடறேன். அன்னைக்கு நீங்க என்னை பெண் பார்க்க வந்தப்போ, நீங்கதான் கடைசின்னு எப்படியோ எனக்குத் தோணிச்சு. வெற்றிலைத் தட்டத்தை இனி தூக்கிக்கிட்டு, தரையைப் பார்த்து நிக்கற அவஸ்தை இன்னியோட விட்டுடுச்சுன்னு நினைச்சுட்டேன். உங்களால் புரிஞ்சிக்க முடியும். ஒவ்வொருத்தர் முன்னாடியும் கண் எச்சில் பட்டு, போறப்போ ஏதோ ஒரு கால் மோதிரம் மாதிரி, ஒரு செருப்பு மாதிரி இது சரிப்படாது வேறு பார்ப்போம்னு சொல்லிட்டுப் போறதைக் கேக்கும் போதெல்லாம், அவமானத்துல என் உடம்பு குன்றிப் போறது மிஸ்டர் மூர்த்தி. சீ... என்ன ஜென்மம் இதுன்னு தோணுது. ஏதோ ஒரு வேலை இருக்கு. மாசா மாசம் சம்பளம் வருது. நிம்மதியா இருக்கலாமேன்னு நினைச்சா, இந்த அப்பா கேட்டாத்தானே. காபி நல்லா இருக்கா சார்... பொய் சொல்றீங்க ஆல் ரைட்... ஆல்ரைட்... தேங்க்ஸ்”

சிரிக்கையில், கண்ணில் கரையோரம் நின்ற ஈரம் பளபளத்தது.

மீண்டும் சுகுணா சொன்னாள்:

“எனக்கும் அன்பு செலுத்த தெரியுங்க. எனக்கும் ஒரு நல்ல மனைவியா, ஒரு நல்ல தாயா இருக்கத் தெரியுங்க... எங்க அப்பா கிட்ட பணம் இல்லாம இருக்கலாம். அதனால் என்கிட்ட அன்பு இல்லாம்ப் போயிடுமா, குணம் இல்லாமே போயிடுமா?”

அவள் அவனைப் பார்த்துப் பேசிக்கொண்டிருந்தவள் அடக்கியும், அவளையும் மீறி கன்னத்தில் கண்ணீர் வழிந்தது. அடக்கமாக மையிட்ட கண்கள் சிவந்து போயின.

“சுகுணா” என்றுதான் சொல்ல முடிந்தது அவனால். பேச வேண்டும் என்று பல வார்த்தைகள் மனதுக்குள் தோன்றின. பேசினால்தானா?

தன்னை நேசிக்கிறவளோடு தன்னை இணைத்துக் கொள்வதல்லவா சகல இன்பங்களுக்கும் ஊற்றுக்கண். கடிகாரத்தின் நாக்கைப்போல அசைந்துகொண்டிருந்த அவள் மனம் நிலைகொண்டது.

"சாரி... உங்களை சிரமப்படுத்திட்டேன்..." என்றாள் சுகுணா, கண்களைத் துடைத்துக்கொண்டு.

வாசலில் செருப்புச் சத்தம் கேட்டது.

சோமு மாமாதான். பால் ஐஸ் மாதிரி வெளுத்தத் தலையோடு உள்ளே வந்தார். மூர்த்தி "வணக்கம்" என்று கை குவித்து எழுந்து நின்றான்.

"அடடா நீங்களா... வாங்க... வாங்க... சுகுணா, சாருக்குக் காபி கொடுத்தியா... கடைத் தெருவிலே கொஞ்சம் வேலை..."

அவர் அவனை எதிர்பார்க்காத திகைப்பும் பரபரப்பும் துல்லியமாக எதிர்ப்பட்டன. அவர் அமர்ந்ததும் அவன் சொன்னான்.

"எல்லாம் ஆச்சு... வெறும் காபி மட்டும் இல்லை. உப்புமாவும் சாப்பிட்டேன். அம்மா உங்களைப் பார்த்துட்டு வரச் சொன்னாங்க.

"சொல்லுங்க..."

தவிப்புடன் சொன்னார் அவர். சுகுணா சமையல் உள்ளுக்குள் நுழைந்துகொண்டாள்.

"எனக்கு சுகுணாவைப் பிடிச்சிருக்கு சார். கல்யாணத்துக்கு நாள் பார்க்க வேண்டியதெல்லாம் இனி உங்க பொறுப்பு..."

"அப்படியா... ரொம்ப சந்தோஷம்... சந்தோஷம்..." அவன் அவன் கையைப் பிடித்துக்கொண்டார். அழுது விடுபவர் போல் இருந்தது.

அவன் எழுந்து வெளியே வந்தான். அவரும் எழுந்து வாசல் வரை அவனுடன் வந்தார்.

"ஒரு நல்ல நாள் பார்த்து அம்மாவை நான் வந்து காணறேன்னு சொல்லுங்க..." என்றார்.

"சரி..."

அவன் திரும்பி வாசல் கதவைப் பார்த்தான். சுகுணா நின்றிருந்தாள். விழிகள் கலங்கியிருந்தன அவளுக்கு. உதடுகள் துடிப்பது தெரிந்தது. ஆயிரம் வார்த்தைகளை அவள் பேசி அவன் புரிந்துகொண்டான் அந்தக் கணத்தில்.

இருப்பத்தாறு ஆண்டு வாழ்வில், அந்தக் கணம் வரை அனுபவித்தறியா ஆழ்ந்த மனநிறைவோடு வீடு நோக்கி நடக்கத் தொடங்கினான் மூர்த்தி.

1985

நேற்று மனிதர்கள்

மாமாவின் கோட்டை வீடு முன்பக்கம் சரிந்து விட்டதாகத் தலையாரி வந்து சொன்னார். மழையிலும் சுத்தமாக நனைந்து விட்டிருந்தது. அவர் கால்களைச் சுற்றி ஒரு சிறு குளம் கட்டியிருந்து. அந்த மழையிலும் அவருக்கு வியர்த்திருந்தது.

"மானம் கண்ணை மூடி ஒரு வாரமாச்சுதுங்க. காத்துக்குப் பைத்தியம் பிடிச்சுப் போச்சு... இந்தப் பேய் மழையில் நேத்துக் கட்டடங்கள் எல்லாம் உக்காந்து போச்சுன்னா, இந்தப் பழம் மட்டும் நிக்குங்களா?" என்றார் அவர். முகத்தில் வழியும் நீரை துடைத்து எறிந்துகொண்டே.

மூர்த்திக்குச் சங்கடமாக இருந்தது.

கோட்டை வீட்டு மாமாவைப் பார்த்துப் பல காலம் ஆயிற்று. சுமதிக்கு நேர்ந்த அந்த விபத்துக்குப் பிறகு மாமாவைப் பார்ப்பது மனிதத் தன்மை ஆகாது என்று இருந்தவன், அவருக்குத் துன்பம் நேர்ந்த இந்த நேரத்திலும் பார்க்காமல் இருப்பதும் மனிதத் தன்மை ஆகாது என தீர்மானித்துத் தலையாரியுடன் நடந்தான்.

வானம் பொத்துக்கொண்டாற்போல பெய்துகொண்டே இருந்தது.

முழங்கால் நீரில் நடந்து செல்கையில் மூர்த்திக்கு சுமதி நினைவு வராமல் போகாது. மழை பெய்வது தனக்காகவே என்று எண்ணும் அந்த 16 வயதுக் குழந்தை வீட்டில் கண்ணுக்குப் படுகிற அத்தனை துண்டுக் காகிதங்களையும் எடுத்து, 'கப்பல் பண்ணிக் கொடு மூர்த்தி மாமா' என்னும். குழந்தை கேட்டால் யாருக்குத்தான் மறுக்க மனசு வரும்?

மாமா ஒரு நாள் மூர்த்தியைக் கூப்பிட்டுச் சொன்னார்.

"சாயங்காலம் காலேஜ் விட்டு வந்து எங்கடா போறே...?"

"பிரண்ட்ஸ்களோடு டவுனுக்குப் போவேன் மாமா."

“நாயா அலைய வேண்டாங்கறேன்... சுமதிக்கு இங்கிலீஸ் வரமாட்டேங்குது. இங்க வந்து டியூஷன் எடு...”

சுமதி எட்டுப் படித்துக்கொண்டிருந்தாள். அப்போது.

“உனக்கு இங்கிலீஷ் வராதாமே. மாமா சொல்றார்.”

“ஆமா... வராது.”

“என்னதான் வருமாம்?”

“பல்லாங்குழி, கிளித்தட்டு”

“பச்... இவ்வளவு குறைவா மார்க் வாங்கறயே...”

“பல்லாங்குழியிலயா பரிட்சை வைக்கிறாங்க...”

“அறை வாங்குவே பாரு.”

“சர்த்தான், போ மாமா!”

ஒரு முயல் குட்டி மாதிரி ஓடுவாள் சுமதி. இவளுக்குத்தான் முதலையை ஏமாற்றிய குரங்குக் கதை சொல்லிக் கொடுத்தான் மூர்த்தி. முதலையைக் குறிக்கிற ‘குரோக்கோடைல்’ வார்த்தையைக் கேட்டதும் அவளுக்குச் சிரிப்பு சிரிப்பாய் வந்தது. ‘குரோக்கோடைல்’ என்கிற வார்த்தையில் என்ன சிரிப்பு இருக்கக் கூடும்? இந்தப் பெண்களுக்குச் சதா சிரிக்க வேண்டும். கடைசி வரை அந்த வார்த்தைக்குப் பதிலாகக் ‘கொக்கரக்கோ’ என்றே சொன்னாள்.

“பாடம் நடத்தறபோது சீரியசா இருக்கணும். இல்லேன்னா மாமாகிட்டே சொல்லுவேன்”

“சொல்லேன்... இந்த மட்டும் தலையை வாங்கிடுவாறா?” கையைக் கத்தி மாதிரி வைத்துக்கொண்டு கழுத்துக்குக் குறுக்காகக் காட்டுவாள் சுமதி.

“வால்” என்று குட்டுவான் மூர்த்தி.

“ஐயோ” என்றவாறு தலையைத் தேய்த்துக்கொண்டு “ரெட்டை வால்” என்பாள் சுமதி. தலையை வேகமாக ஆட்டுவாள். மணி நாக்கு மாதிரி இரண்டு ஜடைகளும் ஆடும்.

இந்தச் சுமதிக்குத்தான் அது நேர்ந்தது. அதன் பிறகு மாமாவை அவனுக்கு ஆகாமல் போய்விட்டது.

ஏரிக்கரை பிள்ளையார் மழையில் நனைந்துகொண்டிருந்தார். அவருக்குக் குடைபிடித்துத் தோற்ற அரசமரத்து இலைகள் கழுவிவிடப்பட்டக் குழந்தை மாதிரி, பஞ்சாயத்து விளக்கொளியில் பளபளத்தன. மழை கறைகளைக்கூடக் கழுவி விடுமா என்ன? அப்படியெனில் மாமாவின் மூர்க்கத்தை அது கழுவி விடுமா?

மூர்க்கம், மூர்க்கத்தின் மறு உருதான் இந்தக் கோட்டை வீட்டு மாமா.

*

“என்ன யோசனை பண்ணிக்கிட்டு வர்றீங்க?” என்றார் தலையாரி. கைகளை மார்பில் கட்டிக்கொண்டு, பற்கள் குளிரில் கிட்டிக்க, வார்த்தைகளை மென்றுகொண்டு நடந்து வந்தான்.

"எல்லாம் இந்த மாமாவோட மூர்க்கத்தை நினைச்சுத்தான்."

"அது ஒரு வார்ப்பு தம்பி. சண்டைச் சேவல் பொறப்பு. கால்ல கத்தி கட்டிக்கிட்டுத் திரியற ஜாதி. ஆச்சு. அவரும் வாழ்ந்து சலிச்சு மண்டையைப் போடப் போறாரு..."

மூர்த்தி அரைக்கால் சட்டையோடு இருந்த பருவத்தில் நடந்தது அது. சாயங்காலம் விளையாட்டுக்கு மாமா வீட்டுக்கு வருவான். செங்கேணியம்மன் திடல் அங்குதான். கிட்டிப்புல், சடுகுடு. தோழர்களின் சந்திப்புக் களம்.

"டேய் மூர்த்தி" என்றார் மாமா.

மாமா அன்று வித்தியாசமாய்த் தெரிந்தார். கண்கள் கிளி மூக்கு மாதிரி சிவந்து கிடந்தது. அவர் கையில் ஒரு துணிப்பை "வா, என்கூட!" கைக்குள் அடங்காத கொத்து மீசையைத் தடவிக்கொண்டார்.

மாமா நடந்தார். அவருக்குச் சமமாக மூர்த்தி ஓட வேண்டியிருந்தது. அவிழ்ந்து அவிழ்ந்து விழும் கால் சட்டையை அரைஞாண் கயிற்றை எடுத்து மேல்விட்டு இறுக்கிப் பிடித்து வைக்க வேண்டியிருந்தது அவனுக்கு.

பட்டாமணியார் வீட்டுக்குப் போய்ச் சேர்ந்தார்கள். மணியம் வெற்றிலை நரம்பைக் கிள்ளிப் போட்டுக்கொண்டிருந்தார். மாமாவைப் பார்த்ததும், அவர் முகம் ஏனோ வெளுத்தது.

"வாங்க... வாங்க... எங்க மச்சினனோட இந்தப் பக்கம்... இருங்க..."

"உபசாரம் இருக்கட்டும். நேத்து நீ நீடாமங்கலத்து நாயக்கர் கிட்டே என்ன சொன்னீரு?"

"அது... அது வந்து ஏதோ தமாஷுக்கு..."

"எதுங்காணும் தமாஷு? உம் ஆயி ஊர்மேல போயி உம்மைப் பெத்தாங்கன்னு நான் சொன்னா, அதை தமாஷா எடுத்துக்குவீரா?"

"கோபப்படாதீங்க... தப்பா நான் ஒண்ணும் சொல்லிடலை"

"பின்னே சரியா சொன்னீரா? என் அப்பாரு. உன் அப்பாரு கிட்ட நூறு ரூபா கடன் பட்டுத்தான் மதகடி நிலத்தை வாங்கினாரு, அந்தப் பணத்தைப் பைசல்கூடப் பண்ணாமே போய்ச் சேர்ந்துட்டான். அந்தப் பாவின்னு சொன்னீராமேயா... என் இரத்தம் கொதிக்குது மணியம்" என்று கூறி. துணிப்பையை அவர் முன் விட்டெறிந்தார்.

"இந்தப் பையில ரூபா ரெண்டாயிரம் இருக்கு. வாங்கின அந்தத் தேதியிலேந்து இன்னித்தேதி வரைக்கும் கணக்குப் பார்த்து வட்டியும் முதலுமா, நாளைக்கு அரச மரத்தடி பிள்ளையாருக்கு முன்னால எடுத்துக்கிட்டு, உன் கணக்குத் தீர்ந்ததுன்னு மூணு வாட்டி நீ சொல்லணும். ஒன்னு தெரிஞ்சுக்க, இது மானத்துக்குத் தலை வணங்கற வம்சம், மனுஷங்களுக்கில்ல" என்று சொல்லிவிட்டு, மீசையை முறுக்கிவிட்டு, "வாடா மச்சான்" என்று விடுவிடுவென்று வீடு திரும்பினார்.

மழை விட்டிருந்தது. ஊசி மழை மட்டும் இருந்தது. தெரு முனையில். அத்தை தினந்தோறும் உருகி உருகி அழுது அழுது நெய் விளக்கேற்றிய கழுத்து மாரியம்மன் கோயிலை மூர்த்தி கடந்தபோது, தலையாரியிடம் மூர்த்தி கேட்டான்.

“ஏங்க தலையாரி... அத்தையை மாமா ஏன் விலக்கி வச்சுட்டாரு... அவரு சோட்டு ஆளாச்சே நீரு... உமக்குத் தெரிந்திருக்குமே?”

“கேள்விப்பட்டது கொஞ்சங்க... ஊகிச்சுக்கிட்டது கொஞ்சம்... புருஷன் பொண்ஜாதி உறவு கெட்டுதுன்னா அதுங்காரணத்தே அவங்க ரெண்டு பேரு தவிர, வேற யாருக்கும் அறிய முடியாதுங்க... ரொம்ப நுணுக்கமான சங்கதிங்க அது... உம்... உங்க மாமா ஏதோ அசலூர்க்குப் போயிட்டு நாலு நாள் கழிச்சுத் திரும்பி வந்திருக்காரு. உங்க அத்தை... அந்த உத்தமிகிட்டே கூழு வாங்கிச் சாப்பிட்ட வாயிங்க இது... பொய்யு சொன்னா நாக்கு அழுவிராதா? மாட்டுக்கார பயகிட்டே ஏதோ சிரிச்சுப் பேசிக்கிட்டுக் கஞ்சி ஊத்தியிருக்காங்க... அவ்வளவேதாங்க. நாக்கு மேல பல்லைப் போட்டு ஒரு வார்த்தை பேசலீங்க உங்க மாமா. என்னன்னு ஒரு வார்த்தைக் கேட்டிருந்தா அந்த உத்தமி மனசு குளுந்திருக்கும். அதாங்க அவங்க கடைசியா பக்கத்துப் பக்கத்துல நின்னது. அந்த அம்மா காட்டுக்குப் போறப்பகூட அவங்க முகத்தை அவரு பார்க்க வரல்ல...”

அந்த அத்தை மனசுக்குள் வந்து நின்றாள். அடுப்பங்கரையை விட்டு வெளியே வந்திராத அத்தை, இரைந்து ஒரு வார்த்தை பேசியிராத அத்தை, எப்போது என்னைக் கண்டாலும், தோசையின் நடுவில் பொடியைச் சக்கரவட்டாகத் தடவி எண்ணெய் சொத சொதக்கத் தந்து, ‘வளர்ற பிள்ளை, தின்னுடா’ என்று திணிக்கிற அத்தை, என்ன, ஏது என்று தெரியாமலேயே வெந்து வெந்து குமைந்து குமைந்து செத்துப் போன அத்தை, இருட்டிய பிறகு கோயிலுக்கு வந்து மாலை மாலையாகக் கண்ணீர் விட்டுச் சென்ற அத்தை, அவளுக்குப் பிறந்த ஒரு பிள்ளையை, தனபாலைக்கூட மாமாவே வைத்துக்கொண்டார்.

மாமாவின் வீடு தூரப் பார்வையில் தெரிகிறது. ஆள் உயர வீட்டு மதில் சுவர். சாதாரணமாகக் காம்பவுண்டு சுவர் இடுப்பளவுதான் இருக்கும். மாமா, ஓர் ஆள் உயரத்துக்குக் கட்டினார். எதிலும் வித்தியாசமாய் இருக்க வேண்டும் அவருக்கு. ஆள் உயர காம்பவுண்டு சுவரே, ஒரு கோட்டையின் தோற்றத்தைக்கொண்டிருக்கவே, ஊர்க்காரர்கள் அதைக் கோட்டை வீடு என்றார்கள். வீடும்கூட மாமாவைப்போலவே கம்பீரத்தின் மறு உருவம்.

இந்தக் கோட்டைச் சுவர், ஏற்கனவே இற்றுவிழத் தொடங்கியிருந்தது. அடிக்கிற இந்தப் பேய் மழையில் சுத்தமாகச் சுவடு தெரியாமல் இடிந்து விழும் என்கிற எண்ணத்தைத் தோற்றுவித்தது. நூறு பேர் தாராளமாக உட்கார்ந்து சாப்பிடத் தக்க முன் ஹாலை மூடிக் கூரை விழுந்திருந்தது. நட்டு வைத்த மரங்கள் மட்டுமே இன்றி, தான் தோன்றிச் செடிகளும், புதர்களும், மரங்களுமாய், மனிதர் வாழும் வீடாகவே தோன்றாமல் அடித்தன.

இரண்டாம் கட்டுத் தாண்டி இடது கை அறையில் ஓர் அழுக்கு மூட்டையைப்போல மாமா படுத்திருந்தார். அந்தச் சிங்கம் போன்ற ஆகிருதி எங்கே? கர்ஜனை எங்கே? காலம், குரூரமாக என்னைப் பார்த்துச் சிரித்தது.

கைக்கு அடங்காத அந்தக் கொத்து மீசை, எலிவால் போல் சிறுத்திருந்தது. ரங்கூன் தேக்கு மாதிரி பளபளத்த அவர் மார்பும், கடைசல் பண்ணியது மாதிரியான கரணைக் கரணையான கைகளும் தோள்களும் எங்கே போயின? தீ எரிந்த வீடு மாதிரி கரி படர்ந்து போயிருந்தது அவர் முகம். வீடு சரியுமுன்னே அவர் சரிந்து விட்டிருந்தார்.

"ஆரு?" என்றார் மாமா.

"நான்தான் மாமா மூர்த்தி"

அவர் சிரமப்பட்டு எழுந்து உட்கார்ந்தார். அதற்குள் மூச்சு இறைப்பு ஏற்பட்டு விட்டது.

"நான் சாகிறதுக்கு முன்னால என் முகத்தைப் பார்த்துடலாம்னு வந்தியா?"

"..." சில விநாடிகளுக்குப் பிறகு அவரே தொடர்ந்தார்:

"என்னிய விட ரோஷக்காரன்டா நீ"

கைவிளக்கு வெளிச்சத்தில் அவர் சிரிப்பது தெரிந்தது. மேலும் கீழும் முன் பற்கள் விழுந்திருந்தன. சிரித்தவாறு, என்னை விழுங்கி விடுவது மாதிரிப் பார்த்தார்.

"நல்லா வளர்ந்திருக்கே. முகத்துல எங்கடா மீசையைக் காணோம்? நம்ம சாதிக்கு மீசை வேணும்டா. மீசைக்கு மருவாதி தர்ற மாதிரி மான ரோஷம் வேணும்டா. அப்பதான் நீ என் மச்சினன். இல்லாட்டி நீ ஆரு நான் ஆரு?"

இருமல் தொடர்ந்து வந்தது. முடிந்ததும், "இப்ப எங்க வந்தே?" என்றார்.

"சும்மா உங்களைப் பார்க்க"

"நீ வந்திருக்கக்கூடாது. பத்து வருஷமா என்னைப் பார்க்காமே, ரோஷம் கொண்டாடிட்டு இப்ப வந்தது நல்லாயில்லையே... நான் செத்தப்புறம் நீ வந்திருந்தேன்னா நான் பெருமைப்பட்டிருப்பேன்."

மாமா பழைய மாமாவாகத்தான் இருந்தார். உடம்பு போயிருந்தது அவருக்கு உரம் போகவில்லையே.

"என் மவனைப் பாரு அந்தத் தனபாலு, அவன் பெண்டாட்டியை நான் ஏதோ சொன்னேன்னு கோவிச்சுக்கிட்டுப் போனானே, இன்னும் என் திக்குப் பக்கம் திரும்பலையே... அவன் என் மவன்..." என்றார்.

"எங்க அஞ்சலையைக் காணோம்."

"சமையக்காரியா? இந்த மழையில எங்க ஒடுங்கிக்கிடக்கிறாளோ. நாலு நாளா ஆளையேக் காணோம்."

"அப்போ நாலு நாளா சாப்பாடு?"

மாமா சிரித்தார். "மனுஷன் சோத்தாலயா வாழறான். அதை விடு" என்றார்.

"நான் வீட்டுக்குப் போயி சாப்பாடு கொண்டாரட்டுமா மாமா!"

"வேணாம். நான் எப்படி வாழ்ந்தேனோ அப்படியேதான் சாகணும்... இரந்து திங்கறதா? சீச்சீ..."

மாமா வீட்டில் ஏழெட்டுப் பசுக்கள், கால் மாற்றிக் கால் மாற்றி நின்று பாலைப் பொழிந்தன. காவேரிப் பாசனத்தில், மார்பைத் திறந்து வஞ்சகமின்றிப் பாலூட்டும் தாய் மாதிரி ஒன்றுக்கு நூறாய்த் திருப்பித் தரும் நஞ்சைகள் இருந்தன. மாமாவைப்போலவே அவர் பையன் தனபாலும் தயாராகிக்கொண்டிருந்தான்.

மூர்த்தி மேற்படிப்புக்காகச் சென்னை வந்திருந்தான். வீட்டுக் காரியங்கள் பார்க்க என்று தூரத்துச் சொந்தத்தில் குப்புசாமியை அழைத்து வீட்டோடு வைத்துக்கொண்டிருந்தார் மாமா.

"சாப்பாட்டுக்கே கஷ்டம்டா... சரி, நம்மோடு இருக்கட்டுமேன்னு இட்டாந்துட்டேன்" என்றார் மாமா, மூர்த்தியிடம்.

வாழைக் குருத்து மாதிரி இருந்தான் குப்புசாமி. மூர்த்தியை விட நாலைந்து வயசு சின்னவனாக இருக்கக் கூடும். இருபது இருக்குமா? இருக்கும். கன்னங்கரேலென்று, பொம்மென்று தலையும், கழுத்தைச் சுற்றி முடி கயிறும், பனியனும், தோல்மேல் ஒரு பச்சை டவலும் காக்காய்ப் பொன் மாதிரி வெள்ளைச் சிரிப்பு.

"எப்போ பட்டணம் போறே...?"

"நாளைக்குக் காலைலே..."

"ஒழுங்கா படி. நம்ம சாதியில பெரிய படிப்பு படிக்கிறவன் நீ. சுமதிக்கு நல்ல தோதா இடம் பாத்துட்டிருக்கேன். கூடி வந்ததும் கடுதாசி போடறேன். வயசு பொருத்தம் இல்லையென்று பாக்கிறேன்... அவளுக்கும் உனக்கும் எட்டுப் பத்து வித்தியாசம் இருக்கு... இல்லேன்னா அவளை உனக்கே கொடுத்துடுவேன்"

சுமதி காபிகொண்டு வந்தாள், ஒரு பெரிய சொம்பில். டவுனில் நாலு பேர் சாப்பிடுகிற காபியை என் ஒருவனுக்குக் கொண்டு வந்தாள்.

"ஆச்சரியமா இருக்கு மாமா"

"எது?"

"இந்தப் பெண்ணுங்களுக்குக் கல்யாணம்னா உடனே ஒரு களை வந்து சேர்ந்துடுதே... எப்படி இது...?"

"சீ... போ... மாமா"

ஒரு பெரிய முயல் குட்டியைப் போல் அவள் ஓடினாள்.

"இரேன் மத்தியானம் கோழி அடிக்கச் சொல்றேன்"

"இருக்கட்டும் மாமா."

ஒரு விடுமுறையின்போது, மாலை வேளையில் மூர்த்தி மாமா வீட்டுக்கு வந்தான்.

மாடப் பிறையில் காமாட்சி விளக்கு எரிந்துகொண்டிருந்தது.

"மாமா!" குரல் கொடுத்தவாறே உள்ளே போனான்.

தோட்டத்துக் கிணற்றோரம் கொடுக்காப்புளி மரத்தண்டை, கரட்டைக் கோல்கொண்டு காய் அறுத்துக்கொண்டிருந்தான் குப்புசாமி. அருகில் சுமதி நின்றுகொண்டிருந்தாள், அவனை ஒட்டிக்கொண்டு... அவர்கள் ஏதோ சிரிப்பில், தம்மை மறந்து, சூழ்நிலை மறந்து நின்றுகொண்டிருந்தார்கள்.

"வாங்க மாமா" என்று திடுக்கிட்டு, வெளிறிப் போய் அழைத்தாள் சுமதி. குப்புசாமி, ஒதுங்கி மரத்து நிழலில் ஒண்டி நின்றான்.

"அப்பா இல்லியா?"

பிரபஞ்சன் ★ 253

“ஏதோ விவகாரம்னு அம்மன் கோயில் வரைக்கும் போயிருக்காங்க”

“சரி நான் அப்புறம் வரேன்.”

மூர்த்தி கிளம்பினான்.

“இருங்க... காபி சாப்பிட்டுப் போகலாம்.”

இருங்கள் என்று அவள் சொன்னாலும், இருக்கத் தோன்றவில்லை மூர்த்திக்கு. “அப்புறமா வர்றேன்” என்று கிளம்பினான்.

சுமதிக்கும் அந்தக் குப்புசாமிக்கும் ஊடே இருந்தது வெறும் நட்பு இல்லை என்று மனசு சொன்னது. அது வேறு வகைப்பட்ட சினேகம். மனித குலத்தைச் சங்கிலியாக, கண்ணியமாகப் பிணைத்திருக்கும் உறவு அது. மனிதரைக் குடும்பமாக, சமூகமாக மாற்றுகிற அடிப்படை உந்துதல். அது காதல் என்கிற பரவசம்.

குப்புசாமியும், சுமதியும் அப்படி இருப்பது என்று தீர்மானித்தால் அதில் என்ன தவறு? இது அவர்கள் உரிமை. வேறு எவரும் தலையிட முடியாத சுதந்திரம்.

மாமாவை நினைக்கையில் பயமாய் இருந்தது. நல்ல படியாக இது முடிய வேண்டுமே என்று இருந்தது மூர்த்திக்கு.

இந்த விஷயங்கள் எல்லாம் பாசி மாதிரி பரவும், தண்ணீர் மாதிரி நிலத்தில் உறையும். காற்று மாதிரி நாலு திக்கையும் அணைக்கும். குப்புசாமியோ சுமதியோ இருவரில் ஒருவருக்குப் பொது அறிவு இருந்திருக்க வேண்டும். அடிப்படைக் கோளாறே அதுதான். மூர்த்திக்கு ஊரிலிருந்து யாரேனும் கடிதம் எழுதுவார்கள்.

ஓர் இரவு, தெரு நாய்களை விழிக்க வைத்துக்கொண்டு சைக்கிளில் பின் பக்கம் சுமதியை ஏற்றி உட்கார வைத்துக்கொண்டு குப்புசாமி புது வாழ்க்கையை நோக்கிப் போயிருக்கிறான். கிராமங்களில், ஐந்து மைல் சுற்றளவுக்கு யார் வீட்டுப் பெண், பையன் அது என்று எல்லாருக்குமே தெரியும் என்பது கிராமத்துப் பையனான குப்புசாமிக்கே தெரியாமல் போனதுதான் விந்தை. அடுத்த ஊர் எல்லையிலேயே மடக்கப்பட்டார்களாம் இருவரும்

அடுத்த விடுமுறையில் வந்திருந்தபோது, மூர்த்தி தனபாலைக் கேட்டான்.

“தனபால், மாமாவை விடு, அவர் போன தலைமுறை. நாமெல்லாம் இளைஞர்கள். சாதி, குலம் எல்லாம் நாம் பார்க்கலாமா?”

“மூர்த்தி நீ படிச்சவன், பட்டணம் பக்கம் போயிடுவேள. இந்த ஊரோடையும், சனத்தோடையும் நான் தாம்பா வாழ வேண்டியவன். கடைத் தெருவிலே நான் தலை நிமிர்ந்து நடக்க வேணாமா? என் முதுகுக்குப் பின்னால் விரல் நீண்டா, அது யாரோட விரலா இருந்தாலும் அதை முறிச்சுப் போட்டாத்தானே நான் ஆம்பிளை!”

“இப்போ சுமதி எங்க இருக்கா?”

அவன் குரூரமாக என்னைப் பார்த்துச் சிரித்துக்கொண்டே சொன்னான். “கொள்ளிடம் அத்தை வீட்டுல இருக்கா...”

“குப்புசாமி?”

"ஆண்டவன் வீட்டுக்கு அனுப்பி வச்சாச்சு"

"அடப்பாவி" என்று மட்டும்தான் சொல்ல முடிந்தது மூர்த்தியால். அப்புறம் அந்தச் செய்தியை அவனே கேட்க நேர்ந்தது.

கொள்ளிடம் அத்தை வீட்டில் சுமதி இருந்தது உண்மை. ஒரு நாள் மாமாவும், தனபாலும், அத்தை வீட்டுக்குப் போய் இருக்கிறார்கள். இரவு சுமதியைக் கொள்ளிடக் கரைக்கு அழைத்துக் கொண்டு போய், அண்ணன் அவள் கையைப் பிடித்துக் கொள்ள, அப்பன் அவள் மேல் பெட்ரோலை ஊற்றி இருக்கிறான். அவள் கொளுத்தப்பட்டாள், உடம்பைக் கொள்ளிடம் கொண்டு விட்டது.

மூர்த்தி, மாமாவைப் பார்க்கவும் பிடிக்காமல், அவரைத் துறந்தார்.

"தலையாரி அண்ணே, அந்தக் குப்புசாமி என்ன ஆனான்?"

"எந்தக் குப்பு, அடடே... அந்த ஒண்ட வந்தப் பயலா? உன் மாமா மவளைச் சிறையெடுத்தவனா?"

"ஆமா!"

"சூளையில் எரிஞ்சே செத்தான்"

குப்பென்று உடம்பு சுட்டது மூர்த்திக்கு.

"இப்படியுமா ஜனங்க இருப்பாங்க..."

"இருக்காங்களே தம்பி, என்ன பண்ண?"

தெருத் திருப்பத்தில் அவர்கள் பிரிந்தார்கள்.

"நாளை காலைலே மாமா வீட்டுப் பக்கம் வாங்க" என்றான் மூர்த்தி.

விடியவில்லை. கதவு தட்டும் சப்தம். கதவைத் திறந்தான் மூர்த்தி. மழை விட்டிருக்கவில்லை.

"தம்பி மாமா போயிட்டாரு" என்றார் தலையாரி.

1985

ராட்சஸக் குழந்தை

*மு*டி வெட்டிக்கொண்டு அறைக்குத் திரும்பி இருந்தேன்.

என் தலை இவ்வளவு கேலிக்குரிய பொருளாக இருக்கும் என்று நான் நினைத்துப் பார்த்ததுகூட இல்லை. தலையில் ஒரு கோழி இறகைச் சொருகிக்கொண்டு போகும் பைத்தியக்காரனைப் பார்ப்பதுபோல ரகுவும், சோமுவும் என்னையும் என் தலையையும் சுற்றிச் சுற்றி வந்து பார்த்தார்கள்.

"கிருஷ்ணமூர்த்தி, என்ன ஆச்சு உனக்குத் திடீரென்று" என்றான் ரகு.

"ஏன், எனக்கொன்னும் ஆகல்லியே. நான் நல்லாத்தானே இருக்கேன்" என்றேன். நான்.

"டேய் ரகு, முதல்ல இவன் கிருஷ்ணமூர்த்தியா, இல்லே அவன் தம்பியான்னு பாரு."

"ஐயையோ, நான் கிருஷ்ணமூர்த்திதாம்பா. அதில என்ன சந்தேகம் உங்களுக்கு?"

"எனக்கொன்னு தெரிஞ்சாகணும். இந்த மாதிரி முடி வெட்டிக்க எவ்வளவு கூலி கொடுத்தே? ஒன்னேகால் ரூபாயா?"

"ஒன்னே கால் ரூபாய்க்கு இப்ப எவன் முடி வெட்றான்?"

"இது வெட்டினது இல்லே. அது கடிச்சு எடுத்தது மாதிரி இருக்கு."

"எது?"

"கிருஷ்ணமூர்த்தி விளக்கெண்ணெய்த் தடவிக்கிட்டு படுத்திருப்பான். பெருச்சாளி ஏதோ வந்து அங்க அங்க கடிச்சுக் குதறிட்டுப் போயிருக்கும்."

"இன்னாப்பா, அவ்வளவு மோசமாவா இருக்கு?" என்றவாறு நான் கண்ணாடியைப் பார்த்தேன். கொஞ்சம்

வித்தியாசமாகத்தான் தெரிந்தேன். என் தம்பி மாதிரி, என் மைத்துனன் மாதிரி இருந்தேன். டைபாய்டு ஜுரத்தில் படுத்து எழுந்து வந்தவனைப்போலத் தெரிந்தேன். முகமும் உடம்பும் இளைத்து விட்டது மாதிரி இருந்தது.

“ஒரு மாதிரியாத்தான் இருக்கு இல்லே?”

நான் அவ்வாறு சொன்னதுதான் தாமதம். அவர்கள் இருவரும் உருண்டு புரண்டு சிரிக்கத் தொடங்கினார்கள்.

“ரகு, கிருஷ்ணமூர்த்தியை அந்த ஃபைவ் ஸ்டார் சலூனுக்கு அழைச்சுக்கிட்டு போ. அதுவரைக்கும் இவனைத் தள்ளிவை.”

ஒவ்வொரு முறையும் முடி வெட்டிக் கொள்ளும்போதெல்லாம் எனக்கு இந்த நிலைமை எப்படியோ ஏற்பட்டு விடுகிறது. தலையிலிருந்து முடி இறங்கியவுடனே, தலை சின்ன பந்து மாதிரி சிறுத்து விடும். முகம் பசியால் இளைத்த மாதிரி ஆகிவிடும். தலையின் பின் பக்கம் வழிக்கப்பட்டு விடுவதால், கழுத்து நீண்டுகொண்டது மாதிரி மெலிந்து போய்விடும். கழுத்து நீண்டு விடுவதால், தோள் முட்டுகள் துருத்திக் கொள்ளும். முடி வெட்டிக்கொண்ட முதல் வாரம் என்னையே எனக்கு அடையாளம் தெரியாமல் போய்விடும்.

இந்த அவஸ்தை சின்ன வயசிலேயே என்னைப் பற்றிக்கொண்டு விட்டதுதான்.

மாதத்தின் முதல் ஞாயிற்றுக்கிழமை, அப்பாவைப் பொறுத்த வரை முடியிறக்கும் கிழமை. காலை இட்லியைப் பிட்டுப் போட்டுக்கொண்டவுடன், பஸ் ஸ்டாண்டுக்குப் பக்கத்திலிருக்கும் கடைக்கு என்னைத் தரதரவென்று இழுத்துக்கொண்டு போவார். “வேணாம்பா... வேணாம்பா” என்று நான் அழுவேன். என் அழுகை அவரை எக்காலத்திலும் கரைத்தது கிடையாதே. பலி பீடத்துக்கு இழுத்துப் போகப்படும் ஆட்டுக்குட்டியே நான். நாற்காலியின் கைகள் இரண்டின் மேலும் பலகையைப் போட்டு, அதன் மேல் என்னை உட்கார வைப்பார்கள். சகலவிதமான கறைகளையும்கொண்ட ஒரு துண்டால் என்னைப் போத்துவான் சிதம்பரம்.

“நல்லா வெட்டு சிதம்பரம். குழந்தை பாரு காட்டுச் செடி முளைக்கிற மாதிரி, தலையில் முடி வளர்றது” என்பார் அப்பா. உத்தரவு கிடைத்ததும் சிதம்பரம் தன் ஆயுதங்களை எடுப்பார். முதலில் தண்டு மாதிரி ஒரு மிஷின். கைகளில் அதை இடுக்கிக் கொண்டு இந்தக் காது தொடங்கி அந்தக் காது வரை ‘சர்சர்’ என்று இழுப்பார். மிஷின் மேலும் கீழும் மேய்ந்து என் முடிகளைப் பிய்த்து இழுத்து, மூர்க்கத்தனம் பண்ணும். ‘சிவுக் சிவுக்’கென்று வலி பிராணனை வாங்குவதால் அவ்வப்போது தலையை நிமிர்த்துவேன்.

“தலையைக் குனிடா” என்று அப்பா சத்தம் போடுவார்.

“படிக்கற பிள்ளைக்கு ஒரு வாட்டி சொன்னா போதாது?” என்பான் சிதம்பரம்.

அந்தக் காலை நேரத்திலும் ஒரு பழ வாசனை அவனிடமிருந்து பொங்கி, அவன் மூச்சுக் காற்றோடு வந்து என்னைக் குமட்ட வைக்கும்.

“இந்த இருமல் சனியனுக்காக அப்பப்போ கொஞ்சம் போட வேண்டியிருக்கு. இல்லேன்னா இந்தக் கழுதையை யார் தொடுவா?” என்று அப்பாவிடம் சொல்வான் சிதம்பரம்.

“அது சரி, அளவோட குடிச்சா தப்பில்லையே” என்பார் அப்பா. வாந்தி வந்துவிடுமோ என்ற பயத்தில் இருப்பேன் நான்.

அடுத்த படியாகக் கத்தியைக் கல்லில் தீட்டிக்கொண்டு என் கன்னத்தைப் பார்க்க வருவான் சிதம்பரம். இதோ இப்போது காதுக்கு இப்போது கன்னத்துக்கு, எது போகுமோ என்று பயத்திலும், கத்தி முடியை எடுக்கும்போது ஏற்படும் வலியிலுமாக உடம்பு சிலிர்த்துப் போய் இருப்பேன், நான்.

“கண்ணாடியைப் பாரு, இன்னா ஜோக்கா இருக்கே. பாரு மாப்பிள்ளை மாதிரி” என்று தன் தொழில் திறமையைத் தானே ரசித்துக் கொள்வான் சிதம்பரம்.

என்னைப்போல, ஆனால் நிறைய வித்தியாசங்களோடு, ஆங்காங்கே ரசம் போன கண்ணாடியில் — தோன்றும் என் முகத்தைப் பார்க்கையில் எனக்கு அழுகை அழுகையாக வரும்.

“ஊம்... பரவாயில்லை, இன்னும் கொஞ்சம்கூடக் கழிச்சிருக்கலாம்” என்பார் அப்பா, ஆதங்கத்தோடு.

“இன்னும் கழிச்சா மொட்டைதாங்க...”

“இந்த வெயிலுக்கு மொட்டை அடிச்சாத்தான் சௌகர்யம்”

குழாய் மூலம் தண்ணீரைக் குளிரத் தலையில் அடித்து விடுவதால் தலை, அப்போது படிந்து — மேலே கறுப்பும், கீழே வெள்ளையுமாய், இந்தக் காதுக்கும் அந்தக் காதுக்கும் நூல் பிடித்துச் சிரைத்த மாதிரி, சரியாகச் சொல்ல வேண்டுமென்றால், ஒரு கருஞ் சட்டியைக் கவிழ்த்த மாதிரி இருக்கும். குளித்துத் தலைத் துவட்டிக்கொண்டவுடன், தலையில் முடி சில இடங்களில் படித்தும், பலப்பல இடங்களில் நட்டு வைக்கப்பட்ட செடி மாதிரி நிமிர்ந்துகொண்டும் மைதானத்தில் புல் முளைத்த மாதிரிக் காணப்படும். அடுத்த நாள் காலை இந்தத் தலையோடு நான் பள்ளிக்கூடம் போக வேண்டுமே என்று நினைக்கும்போது சோறு இறங்காது.

“அட... ராஜா மாதிரி இருக்கியே” என்பார்கள் வீட்டில் உள்ளவர்கள். கேலியாகத்தான் இருக்கும் வேறென்ன?

கடை முழுக்க, மரப்பட்டறையில் மரச் சுருள்கள் குவிந்து கிடப்பது போல், மயிர்ச்சுருள்கள் கறுப்பும் வெளுப்புமாகக் குவிந்திருக்கும். அத்தனை அளவு முடிக்குவியலை ஒரு சேரப் பார்ப்பது ஓர் ஆச்சர்யம்.

கோடை விடுமுறைகளில் தாத்தா வீட்டுக்குப் போவேன். மேட்டுத் தெருவில் மணி என்றழைக்கப்படுகிற மணிமேகலை என்கிற என் தோழி இருந்தாள். சமயங்களில் தாத்தா ஊரிலும் நான் முடி வெட்டிக் கொள்ள நேர்வதுண்டு. இது வித்தியாசமான அனுபவம். மேட்டுத் தெருவின் மேற்கெல்லையில் ஏரி ஒன்று இருந்தது. ஏரிக்கரை ஓரம் இருந்த அரச மரத்தின் கீழே முத்து, கிண்ணம் கத்தியோடு உட்கார்ந்திருப்பார். ஓலைத் தடுக்கில்தான் வாடிக்கையாளர் உட்கார வேண்டும். அரச மரத்துக் காற்று சுழித்துச் சுழித்து ஏரித் தண்ணீரை மொண்டு மொண்டு வரும். உடம்பெல்லாம் குளித்த பின் ஏற்படுகிற குளிர்ச்சி கொள்ளும்.

அன்பே உருவான மனிதர் இந்த முத்துதான். அவருக்குக் கடை இல்லை. நாற்காலி இல்லை. ரசம் போன கண்ணாடி இல்லை. சுத்தியும் கிண்ணம் சீப்புமே அவர் ஆயுதங்கள்.

“வாங்க தம்பி உட்காருங்க” என்பார் முத்து. மொட்டைத் தலை, புருவம் தொடங்கி உச்சி வரை அப்பிய திருநீறு காலணா அளவுக்குக் குங்குமப் பொட்டு வெற்றிலை போட்ட சிவந்த வாய். ஒற்றை ருத்ராட்சம் அணிந்திருப்பார்.

நோகாமல் தொழில் செய்வதில் கெட்டிக்காரர். ஒருமுறைகூட என் முடியைப் பிடித்து இழுத்ததில்லை. இரத்தம் வரக் கீறியது இல்லை. குனிந்த தலை நிமிராமல்கூட “கொஞ்சம் ஓய்வு எடுத்துக்கறது அப்புறம் குனியறது” என்பார். காலம் அவர் கைக்குள் இருந்தது. அவருக்கும் அவசரம் இல்லை. அவரிடம் வந்தவர்களுக்கும் அவசரம் இல்லை. ஆபீஸ் இல்லை. எல்லோரும் அரை நாள் முடி வெட்டிக்கொண்டார்கள்.

தொழிலை முடிக்க ரெண்டு மணி எடுத்துக் கொள்வார். முடிவெட்டிக்கொண்ட சிரமம் இருக்காது. காற்று வாங்க ஆற்றங்கரையில் உட்கார்ந்திருப்பது போல் இருக்கும். பலரும் இருப்பார்கள், பேசுவார்கள், காற்று வாங்குவார்கள், விரும்பினால் சவரமும் பண்ணிக் கொள்வார்கள்.

முத்து என்னைப் பார்க்கும் போதெல்லாம் “உங்க தொப்புள அறுத்த கத்தி என்கிட்ட இன்னும் இருக்கு தம்பி” என்பார். முத்துவின் அம்மாதான், என் அம்மாவுக்குப் பிரசவம் பார்த்தது. குளுமைக்காக அவர் அம்மாத்தான் எனக்கு நெற்றியில் சூடு போட்டது, என்றெல்லாம் பழங்கதைகளை அலுக்காமல் சொல்வார். எனக்கும் கேட்பதில் சுவாரஸ்யம் இருக்கவே செய்யும். ரொம்ப நாள் வரை தொப்புளை, எதற்கு கத்திகொண்டு அறுக்க வேண்டும் என்று எனக்குப் புரிந்தது இல்லை.

பழைய ஒப்பித்தால் தெருவும், டூப்ளக்ஸ் தெருவும் சந்திக்கும் இடத்தில், ‘ஞானம் அமைந்த அறிவுள்ள இடத்தில் தொழில் செய்யும் சிறந்த நிலையம்’ என்ற ஐந்துக்கு ரெண்டரை அளவுக்கு ஒரு போர்டு தொங்கும். மிகப் பருமனும், முழு நிலா மாதிரித் தாடியும்கொண்ட அந்தக் கடையின் உரிமையாளர் ஒருநாள் விளக்கம் அளித்தார்.

“எண் சாண் உடம்புக்குச் சிரேசே பிரதானம். தலையில்தான் மூளை. அதுதான் அறிவும் ஞானமும் இருக்கும் இடம். அங்கு தொழில் செய்கிற சிறந்த இடம் நம்முடையது” என்றார் அவர்.

பத்தாம் வகுப்புக்கு வந்த பின், சுதந்திரம் பெற்ற நான் இந்தக் கடையில்தான் வெட்டிக் கொள்வது என்று வழக்கப்படுத்தியிருந்தேன். கிட்டத்தட்ட ஒரு மணி நேரம் என்னை அவருக்கு ஒப்புக் கொடுத்து விடுவேன். அவர் கத்திரி, சிட்டுக் குருவியைப்போல வாய் ஓயாமல் கத்திக்கொண்டேயிருக்கும். பார்பர் ஷாப்பில் இருப்பதுபோல இருக்காது. ஒரு சோலைக்குள் இருப்பேன்.

*

“**நா**ளைக்குப் போலாமாடா கிருஷ்ணமூர்த்தி?”

“எங்கே?”

"முடி வெட்டிக்கத்தான்..."

"போனாப் போச்சு..."

"ஷுவரா சொல்லுடா... ஃபோன் பண்ணி பிக்ஸ் பண்ணனுமே..."

"ஃபோனா?"

"ஆமாம்டா, ஃபோன் பண்ணி பிக்ஸ் பண்ணிக்கிட்டுத்தான் போவணும். நீ போய் நின்ன உடனே இழுத்து வச்சுச் செரைக்க, அரசமரத்தடின்னா நினைச்சே... இது ஃபைவ் ஸ்டார் ஓட்டல் சலூன்ப்பா..."

மறுநாள் மாலை ஆறு மணி முதல் ஏழு மணி வரை எனக்காக நேரம் ஒதுக்கப்பட்டது என்று மிகப் பணிவாகவும், நட்பாகவும் அந்த ஆண்மை நிறைந்த குரல் சொல்லியது.

நாங்கள் ஐந்தே முக்காலுக்கு அங்கிருந்தோம். கதவைத் திறந்ததும், ஏ. சியின் பனி முகத்தில் படிந்தது. ஒரு ஜாணுக்கு உள்ளிழுக்கும் சோபாவில் அமர்ந்து நாங்கள் என் முறைக்குக் காத்திருந்தோம். எனக்கு நேரே கண்ணாடிக் கதவு. ஆனால் உள்ளிருப்பது தெரியாத விதத்தில், திரை மறைத்தது. எங்கிருந்தோ சுகமான மணமும், கூடவே வாசனை மாதிரி சங்கீதமும் வந்தது. ஒரு புனிதமான இடத்தில் இருப்பது போன்ற உணர்வு தோன்றியது.

என் வாட்ச் ஆறைக் காட்டியபோது கண்ணாடிக் கதவு திறந்தது. என் வயசு உள்ள ஒருவர் நட்பான புன்னகையோடு என் முன் கை நீட்டினார். ஆங்கிலதில் மிக மென்மையாகச் சொன்னார்.

"நான் ராஜன். தாங்கள்தானே தி. கிருஷ்ணமூர்த்தி.?"

"ஆம்"

"தங்களைச் சந்தித்ததில் மிக்க மகிழ்ச்சி. தயவுசெய்து உள்ளே வாருங்களேன்."

"நான் மட்டும் அவரைத் தொடர்ந்து உள்ளே சென்றேன். உள்ளே எங்கு நோக்கினும் வெள்ளையும், இள மஞ்சளுமாக சோபா மற்றும் நாற்காலிகள் இருந்தன.

சோபாவைக் காட்டி "உட்காருங்கள்" என்றார். அதே சமயம் உட்பக்கம் கதவைத் திறந்துகொண்டு ஒரு பையன் காபிகொண்டு வந்தான்.

"தயவு செய்து காபியைப் பெற்றுக் குடியுங்கள்" என்றார் ராஜன்.

"குடித்து விட்டுத்தான் வந்தேன்"

"நான் கொடுத்து அதை நீங்கள் குடிக்கக்கூடாதா?" அவர் ஏதோ ஓர் அர்த்தத்தில் கேட்பது புரிந்தது.

உடனே நன்றி சொல்லி வாங்கிக்கொண்டேன். அந்த சூழ்நிலைக்குப் பொருத்தமானவனாக நான் என்னை உணர முடியவில்லை. கொஞ்சம்போல ஒரு தாழ்வு மனப்பான்மை எனக்கும் எட்டிப் பார்த்தது. என்னிலும் ராஜன் மிக உயர்ந்த ஆடை அணிந்திருந்தார். அழகாக ஆங்கிலம் பேசினார். சௌகர்யமாகவும் இருந்தார். காபியைக் குடித்ததும், பிறிதொரு நாற்காலியில என்னை உட்கார வைத்தார்.

"முன்பக்கம் அதிகமாகக் 'கட்' பண்ண வேண்டாம்" என்றேன்.

“எனக்குத் தெரியும் நண்பரே. தலையைப் பற்றிய கவலையை என்னிடம் விடுங்கள். டாக்டருக்கு உடம்பைப் பற்றித் தெரியும். அவரிடம் இந்த மாத்திரையைக் கொடுங்கள் என்று கேட்பீர்களா?” என்றார் ராஜன்.

நான் அடங்கி விட்டேன்.

ஒரு கண்ணாடியை என்னிடம் கொடுத்தார்.

“பார்த்துக் கொள்ளுங்கள். இந்தத் தலையை வைத்துக்கொண்டு எப்படித் தெருவில் நடமாடினீர்கள். ஆச்சர்யம்தான்! நான் வேலை செய்து முடித்த பிறகு அப்புறம் பாருங்கள்.”

அவர் குரலில் எவ்வளவு பணிவிருந்ததோ அந்த அளவுக்குக் கண்டிப்பும் இருந்தது.

அடுத்த ஒரு மணி நேரமும் மிக இனிமையாகக் கழிந்தது. தலையில் அவர் கைபடுவதாகவே எனக்குத் தோன்றவில்லை. ஏதோ ஒரு ரசயான மாற்றம் நிகழ்வது மாத்திரம் தெரிந்தது. எங்கிருந்தோ ஒரு பெண்மணி பாடும் இசையில் என்னைப் பறிகொடுத்தேன்.

முடிந்ததும், மீண்டும் என் முன் ஒரு கண்ணாடியைக் காட்டினார், ராஜன். என்னால் நம்ப முடியவில்லை. என் முகம் அழகு கூடியிருந்தது. முடிவெட்டியது மாதிரியே தெரியவில்லை. வெட்டப்பட்டிருந்தது.

என் தகுதியை மீறிய கட்டணத்தைக் கொடுத்து விடை பெற்றேன். ஒரு டாக்டர் வீட்டுக்கு, ஒரு வழக்கறிஞர் வீட்டுக்கு, ஓர் ஐ. ஏ. எஸ் அதிகாரி வீட்டுக்குப் போய் வந்த மாதிரி இருந்தது.

போனவாரம் தாத்தா ஊர்பக்கம் போயிருந்தேன். முத்து இருந்தார். கடை இல்லை. ஏரி தூர்க்கப்பட்டுக் கட்டடங்கள் எழும்பிக்கொண்டிருந்தன. தனியாகக் கடை வைத்து நடத்தும் சக்தி முத்துவுக்கு இல்லை. கிராமம், கட்டடங்கள் மலிந்த நகராக உருமாறிக்கொண்டிருந்தது.

அந்த அரசமரம் இப்போது இல்லை. கரைகளில் உட்கார்ந்த மனிதர்களும் இல்லை.

அந்த ஐந்து நட்சத்திர ஓட்டலில் முடி வெட்டிய ராஜனின் ஞாபகம் வந்தது. ராஜனின் இடத்தில் முத்துவை வைத்துப் பார்த்தேன்.

“பட்டணமெல்லாம் எப்படித் தம்பி இருக்கு?” என்றார் முத்து.

“அதுக்கென்ன? ராட்சஸக் குழந்தை மாதிரி அது வளர்ந்துக்கிட்டு இருக்கு... உன்னை மாதிரி ஆளுகளை அழிச்சு, அது மாத்திரம் கொழுகொழுன்னு ஆயிட்டு இருக்கு” என்றேன்.

1985

தட்சணை

நான் ஆறாம் வகுப்பு வந்தபோது, அப்பா எனக்குப் பேனா வாங்கிக் கொடுத்தார். மை போட்டு எழுதும் பேனா. பிரான்ஸ் தேசத்தது. அதன் உடம்பு சிவப்பு, நீள மிளகாய்ப் பழம் மாதிரி மேலே விரலில் மோதிரம் போட்ட மாதிரி வளையம், வளையமாகப் பொன் கம்பிகள் சுற்றிய பேனா. வெயிலில் முன்னுகிற கூழாங்கல் மாதிரி மினுங்கியது. முள்ளோ ஒரு தங்கத் துண்டு. முதன் முதலில் எல்லா மனிதர்களும் செய்வது போல், என் பெயரைத்தான் தாளில் எழுதிப் பார்த்தேன். பாசியில் கால் வைத்தாற் போல் வழுக்கிக்கொண்டு ஓடியது. ஆ! இது எனக்காகவே செய்த பேனா.

பேனா கைக்கு வந்ததும், நான் பெரியவனாகி விட்டதாய் உணர்ந்தேன். ஏனெனில் பெரியவர்கள் எல்லாம் பேனா வைத்திருக்கிறார்களே! வைத்திருப்பது மட்டுமின்றி உயிர் மாதிரி அதைப் பாதுகாக்கவும் செய்கிறார்களே. ஊரிலிருந்து ஒவ்வொரு முறை மாமா வரும்போதும், அவருடைய 'பிளாக் போர்டு' பேனாவை மேசையில் வைக்கையில் என்னைப் பார்த்து, "ஜாக்கிரதை! உன் வால்தனத்தையெல்லாம் சுருட்டி வச்சுக்கிட்டு இரு. இந்தப் பேனாவைத் தொட்டியோ, தோலை உரிச்சு உப்புக்கண்டம் போட்டுடுவேன், தெரிஞ்சுக்க" என்று எச்சரிக்கை செய்தார்.

'சர்தான் பெரிய கொம்புப் பேனா. உலகத்திலேயே இல்லாத பேனா, ரொம்பத்தான் கிராக்கி பண்ணிக்காதே' என்றேன் மனசுக்குள்.

அதுவரை நானும், என் சக மாணவர்களும் மை தொட்டு எழுதும் எருக்கட்டைப் பேனாவால்தான் எழுதி வந்தோம். இறகுக் கட்டைதான் எருக்கட்டை என்று எங்கள் நாவில் வழங்கி வந்தது. பச்சை, மஞ்சள், சிவப்பு எனப் பல நிறத்தில் இறகுக் கட்டைகள் விற்கும். தனியாக அரையணாவுக்கு வெள்ளை முள் கிடைக்கும் வாங்கிச் சேர்த்துக் கொள்ள வேண்டும்.

நாட்டு வைத்தியரின் பேதி மாத்திரை போல், கறுப்புக் கறுப்பாக மை வில்லைகள் கிடைக்கும். வாங்கிப் பொடி செய்து தண்ணீரில் கரைத்துக் கொள்ள வேண்டும்.

மை கரைக்கிற கலை பெரியவர்களுக்கு மாத்திரமே கை வந்தது. ஒரு நாளும் சரியான அளவுக்கு நான் மை கரைத்தது இல்லை. ஒன்று, மை வில்லைகளைக் கட்டிக் கட்டியாக நுணுக்கி தண்ணீரைக் கொஞ்சமாகக் கலந்து மை பண்ணுவேன். மை வராது. பருப்புப் பாயசம் மாதிரி வரும். அல்லது தண்ணீரை அதிகமாகக் கொட்டி விடுவேன். சாயத் தண்ணீர் மாதிரி வரும். அப்பா மத்தியானம் சாப்பிட்டுவிட்டுச் சுருட்டுப் பிடிக்கத் தொடங்கும் நேரமே, இது போன்ற காரியங்களுக்குக் கர்ம சிரத்தையாக, எவ்வளவு அன்போடும், ஆதரவோடும், இப்பணிவிடைகளை எனக்குச் செய்தார் அப்பா!

புதுப் பேனா வந்த அன்றைக்கு இட்லிகூட இறங்கவில்லை எனக்கு. சட்டையை மாட்டிக்கொண்டு, சட்டைப் பாக்கெட்டுக்குள் பேனாவைச் சொருகிக்கொண்டு பள்ளிக்கூடத்துக்கு ஓடினேன். பை ரொம்ப சின்னது. ஆகையால் பேனாவை நேராகச் சொருக முடியவில்லை; சாய்த்து ஒரு மாதிரி சொருகிக்கொண்டு, ஒரு கையால் அது கீழே விழுந்து விடாமல் பிடித்துக்கொண்டு ஓடினேன்.

காக்கா மணிக்கூண்டைக் கடந்துதான் பள்ளிக்கூடம் போக வேண்டும். எங்கள் ஊரில் ரெண்டு மணிக்கூண்டு. நான் சொன்னது சின்ன மணிக்கூண்டை, மணிக்கூண்டு மணிக்குக் கண்ணாடி இருக்காது. ஆகவே முள்களில் காக்கைகள் வந்து உட்கார்ந்து, எப்போது பார்த்தாலும் மணி ஆறரையைக் காட்டும். சின்ன முள்ளோ, பெரிய முள்ளோ எட்டுக்கோ, மூன்றுக்கோ வருமானால், ஒரு காக்கை எங்கிருந்தோ வந்து உட்காரும். முள் சர்ரென்று வழுக்கிக்கொண்டு ஆறுக்கே வந்து விடும். ஆகவே அதன் பேர் காக்கை மணிக்கூண்டு.

மணிக்கூண்டைக் கடந்து, மகாத்மா காந்தி தெருவில் நுழைகிறேன். என் வகுப்பிலும், மேல் வகுப்பிலும் படிக்கும் பையன்கள் பள்ளிக்கூடத்துக்கு விரைந்து கொண்டிருக்கிறார்கள். சின்னப் பயல்கள் ஒவ்வொருத்தனும் மடக்கிய சுட்டு விரல்களில், கழுத்தில் கயிறு கட்டிய சின்னச் சின்ன மை புட்டியை ஏந்திக்கொண்டு, நடந்தார்கள். மை கரைந்தாலோ, நடக்கும்போது தளும்பித் தளும்பி வழிந்ததாலோ கறைபட்டக் கைகளும், சட்டைகளுமாக இருந்தார்கள்.

என்னைப் பார்த்ததும், நவநீத கிருஷ்ணன், விரலில் மாட்டிய மை புட்டியோடு என் அருகில் வந்தான். சட்டையில் இருந்து என் கையை எடுத்துக்கொண்டேன். அப்போதுதான் அவன் என் பேனாவைப் பார்த்தான். அவன் கண்கள் கோழி முட்டை அளவுக்கு விரிந்தன.

“ஹை! பேனா, ஏதுடா?”

“அப்பா வாங்கிக் குடுத்தாங்க.”

“என்னா விலை?”

நான் நேரிடையாகவே கொடுத்து வாங்கின மாதிரி அப்போது எனக்குத் தெரிந்த பெரிய தொகையான, “பத்து ரூபாய்” என்றேன்.

"பத்து ரூபாயா?"

அப்புறம் ஏனோ அவன் என்னுடன் பேசவில்லை.

பெரிய பெரிய மதில் சுவர்களோடு, "பெரிய கடை, ஜெயில்" மாதிரி இருக்கிற எங்கள் பள்ளிக்கூடத்தை நெருங்கும்போது "கணக்கு நோட்டைக் குடுடா, கணக்கு எழுதிட்டுக் குடுத்துடறேன்" என்றேன். வீட்டுக் கணக்குகளை, தினமும் அவன் நோட்டிலிருந்துதான் நான் காப்பி" அடிப்பது வழக்கம்.

"நானே கணக்குப் போடலை" என்று ஒரு மாதிரியாகச் சொல்லவிட்டுப் போனான் அவன்.

மணி அடிப்பதற்கு முன்பாகவே, நான் பத்து ரூபாய் கொடுத்துப் பேனா வாங்கிய சங்கதி வகுப்புக்குள் பரவி விட்டது. வாசலிலும், ஓரங்களிலும், மரத்தடியிலும் ஒதுங்கி நின்றிருந்தவர்கள் ஒவ்வொருத்தனும், ஓரக்கண்ணாலும், எங்கோ பார்ப்பது மாதிரியும் என் பையுள் உள்ள பேனாவையே பார்த்துக்கொண்டிருந்தார்கள். நானும் அவர்களைக் கண்டு கொள்ளாமல் எங்கோ தூரப்பார்வை பார்த்தேன். என் கழுத்து தோளில் இருந்து ஒரு முழமும் தலை இரண்டு முழமும் உயர்ந்திருந்தது. என்று ஞாபகம்.

வழக்கத்துக்கு மாறாக, சார் பார்வையில் படும்படியாக முதல் பெஞ்சில், முனையில் உட்கார்ந்துகொண்டேன். ஜோஸப்தான் அந்த இடத்தில் உட்காருவான். நான் உட்கார்ந்தது அவனுக்குப் பிடிக்கவில்லை. நோஞ்சானுக்குக் கோபம் போலும்.

"உஸ். உன் இடத்துக்குப் போடா..."

"போக முடியாது, என்ன செய்வே?"

வகுப்பிலேயே பெரியவன் நான். கொழுத்துப் போய்க் கிடாய் மாதிரி இருப்பேன். என் உடம்பு எனக்கு ஒரு பலம்—

"இடம் விட்டு இடம் மாறக்கூடாது தெரியுமா?"

"உன் இடம்னு அச்சடிச்சு ஒட்டி இருக்கா? கம்னு கெட, பேசினே, வாய் வெத்தலைப் பாக்குப் போட்டுக்கும்"

அவன், வாயை மூடிக்கொண்டான். புத்தகத்தை அவசரமாகப் பிரித்துப் படிக்க முற்பட்டான்.

யானை சார் வந்தார். அது மாதிரி மாபெரும் திரேகத்தோடு அசைந்து அசைந்து வருவதாலும், நிறத்தாலும், எங்கள் உலகம் அவருக்கு அப்பெயரை மகிழ்ந்தளித்திருந்தது. தொள தொள அரைக்கச் சட்டைக்குள் கீழே தெரியும் முழங்கையும், மணிக்கட்டும் பார்ப்போர் மூச்சை நிறுத்த வைக்கும். ஒவ்வொரு விரலும் ஒரு மொந்தை வாழைப்பழ அளவுக்குப் பெருத்திருக்கும்.

அந்த விரல்களைப் பயன்படுத்தி அவர் எங்களை அறைந்த விதம் கொலைக்குச் சமமானது. வீட்டுப்பாடம் எழுதாதவன், ஜாமெட்ரி பாக்ஸ் எடுத்துக்கொண்டு வராதவன், வகுப்பில் பேசியவன் மற்றும் தூங்குபவன் இவர்களைத்ததான் அறைவார்.

முதலில் 'வாடா கண்ணு' என்று தன் நாற்காலிக்கு அருகில் அவனை அழைப்பார். அழைக்கப்பட்டவனுக்கு அப்போதே அரை உயிர் போய்

விட்டிருக்கும். ஒன்றுக்கு முட்டிக் கொள்ளும். மெதுவாக நகர்ந்து நகர்ந்து அவர் அருகில் ஊர்வான். வந்தவனை, முதலில் தோள் மேல் கைபோட்டு அணைத்துக் கொள்வார். அப்போது வெள்ளை சட்டைப் பையில் வைத்திருக்கும் மஞ்சள் நிறச் சிகரெட் பாக்கெட் தெளிவாகத் தெரியும். அப்போதுதான் சிகரெட் புகைத்து விட்டு வகுப்புக்குள் நுழைந்திருப்பார். அந்த நெடி கம்மென்று அவர் மேல் திகழும். ஆனால் கை வளையத்துக்குள் சிக்குண்டவனுக்குத்தான் இந்தப் புலன்கள் எப்போதே செயல் மறந்திருக்குமே. அவனைக் கொஞ்சம் கொஞ்சமாக முன்பக்கம் நகர்த்தி நகர்த்தி, சரியான வாட்டம் வந்து விட்டது என்று தெரிந்ததும், அந்த மொந்தம் பழ விரல்களால்,

'ச்ச்ப்'

இரண்டு முறை, யானை சாரிடம் நான் அறை வாங்கியிருக்கிறேன். அந்தச் 'ச்ச்ப்' விழுந்ததுதான் தாமதம். பூப்பூவாய் நட்சத்திரங்கள் தெரியும். ஒரு சுற்றுச் சுற்றி மண்ணில் வீசி எறிந்தது போல் இருக்கும். காதில் 'ங்ங்ங்' என்று ஒரு சப்தம் வரும். நெருப்பால் சுட்ட மாதிரி காதும் கன்னமும் காந்தும். முகத்துக்கு முன் வட்ட வட்டமாகச் சுழலும். இரண்டு முறையும் 'சளசள' என்று 'ஒன்றுக்கு' இருந்திருக்கிறேன் நான். பியூன் ராமலிங்கம் வந்து வகுப்பைக் கழுவி விடுவார். வார ஆறு நாட்களும் வகுப்பைக் கழுவ நேர்ந்ததும் உண்டு.

சார், வருகைப் பதிவு நோட்டை எடுத்துப் பிரித்தார். வகுப்பு முடியும் நேரத்தில்தான் அவர் வருகைப் பதிவு எடுப்பார். தன் சட்டைப் பையைத் தொட்டுத் தடவினார். பேனா கொண்டு வர மறந்து விட்டிருந்தார் அவர். சரக்கென்று என் பேனாவை உருவி அவரிடம் கொடுத்தேன். வாங்கினார்.

"அட, நல்லா இருக்கே இந்தப் பேனா, ஏதுடா"

"அப்பா குடுத்தாரு."

பேனாவை வெளிச்சத்தில் உற்றுப் பார்த்து "இது பிரான்ஸ் பேனாவாச்சே!" என்றார்.

"ஆமா சார்"

என் பேனாவால் அவர் வருகைப் பதிவு எடுத்து முடித்தார். முடிக்கவும், மணி அடிக்கவும் சரியாக இருந்தது. பேனாவை மூடி தன் சட்டைப் பைக்குள் செருகிக்கொண்டு "சரி... நாளைக்கு மீதியைப் பார்ப்போம்" என்று வகுப்பைப் பார்த்து பொதுவாகச் சொல்லிவிட்டு, எழுந்து போய் விட்டார். விக்கித்துப் போய் இருந்தேன் நான்.

இது எதிர்பாராதது. வருகைப் பதிவு முடித்து என்னிடம் மீண்டும் பேனாவை அவர் கொடுத்து விட்டிருக்க வேண்டும். ஞாபக மறதியாய்ச் சொருகிக்கொண்டு போய்விட்டார்.

பையன்களுக்கு வேறு மாதிரி தோன்றியதை என்னால் உணர முடிந்தது. இவன் பேனாவைச் சாரே எடுத்துக்கொண்டு போகிறார். சாருக்கும் இவனுக்கும் எவ்வளவு நெருக்கம். ரகசியமாக அவரிடன் டியூஷன் படிக்கிறானா? அல்லது சாருக்குப் பேனா கொடுத்து காக்காய்ப் பிடிக்கிறானா? கொஞ்சம் மதிப்பு, கொஞ்சம் பொறாமை கொஞ்சம் அலட்சியம், கொஞ்சம் கோபம், கொஞ்சம் எரிச்சல் எல்லாம் கலந்த பார்வையோடு என்னைத் துளைத்தார்கள்.

வித்தியாசமாய் எதுவுமே நிகழாததுபோல இருக்க, நான் பெரும்பாடு பட்டேன். சாருக்கும் எனக்கும் இது மாதிரியான கொடுக்கல் வாங்கல் ரொம்ப சகஜம் என்பது மாதிரியான பாவத்தை எடுத்துக்கொண்டேன்.

நவநீதகிருஷ்ணன் மட்டும், "என்னடா, பேனாவைச் சாருக்கே குடுத்துட்டியா..." என்று என் காதோரம் கிசுகிசுத்தான்.

நான் "பச்" என்றேன் அலட்சியமாக.

"உங்க அப்பா உன்னை உதைக்க மாட்டாரா?" எது எனக்குக் கலவரத்தை உண்டு பண்ணிக்கொண்டிருந்ததோ, அதையே எனக்கு மீண்டும் ஞாபகப்படுத்தினான் அவன். எனக்கு லேசாய் ஜுரம் அடிக்கற மாதிரி இருந்தது.

"இந்த மாதிரி ஒஸ்திப் பொருளையெல்லாம் எதுக்குக் குழந்தைக்குக் கொடுக்கிறது? இன்னைக்கே தொலைச்சுட்டு வந்து நிக்கப் போறான் பாருங்க. அவனை நீங்களே கெடுக்கறீங்க."

அப்பா என்னிடம் பேனாவை நீட்டும்போது அம்மா சொன்னது நினவுக்கு வந்தது.

"அவனுக்கும் பொறுப்பு வரவேணாமா? அதையும்தான் பாப்பமே, பெரிசா பேனா இல்லாமே, எழுதவே முடியல்லை, கை காலெல்லாம் மை ஆயீடுது, பேனா வந்தா மட்டைக்கு ரெண்டு கீத்தா கிழிச்சுக் காட்டறேன் பாருங்கறான், பாப்பமே. இத்த மட்டும் தொலைச்சுட்டு வரட்டும், அப்போ இல்லே இருக்கு சேதி" என்று அப்பா அம்மாவுக்குச் சொன்னதும் நினைவுக்கு வந்தது.

என்ன கஷ்ட காலம்.

இரண்டாம் பீரியட் இங்கிலீஷ். என் ஞாபகம் வகுப்பில் இல்லை. அது முடிந்து கால்மணி இடைவேளை மணி அடித்ததும், நான் சாரைப் பார்க்க ஓடினேன்.

ஆறாம் வகுப்பில் 'பி' முடிந்ததும் அவர், ஆசிரியர்கள் அறைக்கு வந்துகொண்டிருந்தார். அவர் பையில் என் சிவப்பு பேனா, மஞ்சள் சிகரெட் பாக்கெட்டோடு சேர்ந்து மினுங்கியது. நான் அவரைப் பார்த்துச் சும்மா சிரித்தேன். அவரும் அதே மாதிரிச் சிரித்துக்கொண்டு என்னைக் கடந்து போய்விட்டார்.

ஐயோ! என்னைக் கண்டதும் "டேய் வைத்தி... இந்தா உன் பேனா, மறந்தாப்பில, என் பாக்கெட்டுல சொருகிக்கிட்டுப் போயிட்டேன்" என்று சொல்லிப் பேனாவைப் திருப்பிக் கொடுப்பார் என்று நினைத்தேன்.

அப்படி ஒரு விஷயமே நடவாதது போல் அவர் போய் விட்டதுதான் என்னவோ போல் இருந்தது. "சார்... என் பேனாவை கொடுங்க சார்!" என்று சாரிடம் எப்படி கேட்பது? அவர் என்ன நினைக்கமாட்டார். அத்தோடு அந்த மொத்தப்பழ விரல்கள்...! அதை நினைத்த கையோடு அப்பா ஞாபகமும் வந்தது. "எங்கேடா பேனா" என்று கேட்டால் என்ன பதில் சொல்வது? வயிறு வலித்தது மாதிரி இருந்தது.

ஆசிரியர்கள் அறைக்கு முன்னால்தான் தண்ணீர்ப் பானை. பையன்கள் அதைச் சுற்றி நின்றுகொண்டு, ஒவ்வொருவராகத் தண்ணீர் குடித்துக்கொண்டிருந்தார்கள். அதன் அருகில் போய் நின்றேன். யானை சார், காலியாக இருந்த ஒரு நாற்காலியில்மீது ஒற்றைக் காலைத் தூக்கி வைத்துக்கொண்டு, மற்ற ஆசிரியர்களைப் பார்த்து என்னவோ சொல்லிக்கொண்டிருந்தார். இடையில் இரண்டு முறை என் பக்கமும் பார்த்தார். என்னைப் பார்த்தார் என்று சொல்ல முடியாது. பொதுவாகப் பார்த்தார். தொடர்ந்து என்னவோ பேசினார். மற்ற சார்கள் சிரித்தார்கள். நான் தண்ணீர் குடித்துத் திரும்பும்போது மணி அடித்தது. வகுப்பை நோக்கி நடந்தேன். என் கண்கள் முதுகில் இருந்தது. சார்கள் எல்லாம் என் பின்னால்தான் வந்தார்கள். யானை சாரும் பின்னால்தான் வந்தார். முடிந்த வரை மெதுவாக நடந்தேன். என்னை அவர் கடந்தபோது, நான் அவரைப் பார்த்து ஒரு மாதிரியாகச் சிரித்தேன். பதினைந்து நிமிஷத்தில் இரண்டாவது முறையாக நான் சிரித்திருந்தபோதும், அதன் அர்த்தத்தை அவர் புரிந்து கொள்ளாமல் போய்விட்டார்.

மதியம் சாப்பாட்டு மணி பதினொன்றே முக்காலுக்கு அடிக்கும். நான் ஆசிரியர்கள் சைக்கிள் ஸ்டாண்டுக்கு ஓடிப் போய் நின்றேன். சார் அங்கு சைக்கிள் நிறுத்தி வைத்திருப்பார். வீட்டுக்குச் சைக்கிள் எடுத்துப் போக அங்கு வந்து தானே ஆகவேண்டும். சார்கள் பல பேர் வந்து அவரவர்கள் சைக்கிளை எடுத்துக்கொண்டு போனார்கள். “எங்கடா இங்க நிக்கறே. பெல் கப்பை ராவிக் கிட்டுப் போகப் பார்க்கறையா” என்றார் தமிழ் சார். பொதுவாக, மாணவர்கள் எங்கள் எல்லார்மீதும் அவ்வளவு நல்லெண்ணம் இருந்தது அவருக்கு. செந்தமிழர்.

யானை சார் வந்தார். என் பேனா அவர் பையில் இன்னும் ஜோராக இருந்ததை என்னால் பார்க்க முடிந்தது.

“என்னடா வைத்தி? எங்க இந்தப் பக்கம்” என்றார்.

“சும்மா சார்... நவநீதகிருஷ்ணன் வரேன்னு சொன்னான் சார்”

“அவன் எதுக்கு இங்க வரணும். டீச்சர்ஸ் சைக்கிள் ஸ்டாண்டுக்கு? அந்தப் பக்கம் பாய்ஸ் சைக்கிள் ஸ்டாண்டுக்குப் போடா. சரியான உலக்கைக் கொழுந்துடா நீ...”

எனக்கு அழ வேண்டும்போல இருந்தது. ஆனாலும் சாருக்கு முன்னால் சிரித்தேன். அவர் சைக்கிள் சீட்டை, அந்த மொத்தம் பழ விரல்களால் ‘பட்பட்’ என்று அடித்து தூசு விரட்டினார். கொசுக்கூட்டம்போல தூசு பறந்தது. சைக்கிளைச் சாய்த்து, காலைத் தூக்கிப் போட்டு மிதித்துக்கொண்டு போனார். சைக்கிள் எலிக்குஞ்சு மாதிரி ‘ங்ஙங் ங்ஙங்’ என்று முனகியது.

டயர் வெடிக்காதா, சார் கீழே விழ மாட்டாரா என்று எதிர்பார்த்தேன். அப்படியெல்லாம் நிகழவில்லை. தேரில் போகிற சாமி மாதிரி ஜம்மென்று போய்விட்டார்.

என்னையும் மீறிக் கண்ணீர் வழிந்தது. உடைந்து விடக்கூடாது, பையன்கள் இந்த நிலையில் என்னைப் பார்த்துவிடக்கூடாது என்று பயந்தேன்; வேகவேகமாக வீட்டுக்கு வந்தேன்.

“ஏன்டா சாப்பாடு இறங்கலை? சனிக்கிழமை எண்ணெய்க் குளியலை வேண்டாங்கறே... இஞ்சி கஷாயம் குடிக்க மாட்டேனுட்டே. இப்ப பாரு, சூடு வச்சுடுச்சி... எல்லாம் தலைக்குத் தலை நாட்டாமையா போச்சு இந்த வீட்டுல. பெரியவங்க சொல்றதைக் கேட்டாதாதனே” என்றாள் அம்மா. பயம், நான் நொந்து போயிருந்தேன். அதனால் பசியுமில்லை. அப்பா கூடத்தில் தர்மகர்த்தாவோடு பேசிக்கொண்டிருந்தார். பேச்சின் முடிவை நான் அறிவேன். அப்பா நன்கொடை கொடுப்பார். தர்மகர்த்தா கொடுக்கிற சீட்டில் பெயரெழுதி அப்பா கையெழுத்திடுவார். அப்பாவிடமும் ஒரு பார்க்கர் பேனா இருந்தது.

நான் எழுந்து கை கழுவிக்கொண்டு அறைக்குள் புகுந்துகொண்டேன்.

“தம்பி கொஞ்சம் பேனா எடுத்தா” என்று அப்பா சொலவது கேட்டது. நான் கேட்காதது மாதிரி நெஞ்சு திக் திக் என்று அடித்துக் கொள்ள, அறைக்குள்ளேயே பிரமை பிடித்து நின்றிருந்தேன்.

நாற்காலி தள்ளப்படும் “டர்ர்ர்” சப்தம் கேட்கிறது. அலமாரி திறக்கப்படும் சப்தமும் வருகிறது. மூடும் சப்தம். அப்பா தன் பார்க்கரை எடுத்துக்கொண்டிருப்பார்.

நிம்மதி, இப்போதைக்குத் தப்பித்தேன்.

பள்ளிக்குக் கிளம்பினேன். முகப்பில் ஒரு குட்டைப் பூவரச மரம் இருக்கும். அதன் நிழலில் நின்றிருந்தேன். என்னைக் கடந்துதான் யானைசார் போக வேண்டும்.

வந்து விட்டார். நான் நின்றிருந்ததை அவர் பார்த்திருக்க முடியாது. அவரை நான் பார்த்தேன். பையைப் பார்த்தேன். அங்கு பேனா இல்லை.

நான் சைக்கிளுக்கு பின்னாலேயே ஓடினேன். சார் சைக்கிளை விட்டு விட்டுத் திரும்பியபோது என்னைப் பார்த்தார்.

“மறந்தே பூட்டண்டா வைத்தி. பேனா கொடுத்தியே... அப்படியே பாக்கெட்டுல சொருகிக்கிட்டேன். வீட்டுக்கு போனனா. லதா, பேனாவைப் பாத்துட்டா. எனக்குத் தானே அப்பான்னா. ரொம்ப நாளா நல்ல பேனா வாங்கிக் குடுன்னு தொலைச்சுக்கிட்டு இருந்தா. சரி, வச்சுக்க அப்படீன்னு கொடுத்துட்டேன். உங்க அப்பாகிட்ட நான் சொன்னேன்னு சொல்லிடு. அவருக்கென்ன? நினைச்சா நூறு பேனா வாங்குவாரே அவரு!” என்று நடந்துகொண்டே சொல்லிக்கொண்டே, ஆசிரியர்கள் அறைக்குள் நுழைந்து விட்டார்.

அப்பா சாப்பிட்டு விட்டு, தெருத் திண்ணையில் அமர்ந்து சுவரில் முதுகைச் சாய்த்துக்கொண்டு சுருட்டுப் பிடித்துக்கொண்டிருந்தார். வெந்நீர் விளாவின மாதிரி அவரைச் சுற்றி புகை மூட்டம்.

எனக்குகந்த தருணம் இதுதானே.

“அப்பா!”

“ம்... என்ன தம்பி?”

“பேனா...”

"உம். அதான் ஒசத்தியா ஒன்று வாங்கிக் குடுத்தனேப்பா?"

எனக்கு நாக்கு எழவிலை. திடீரென்று அழுதேன். அப்பா திகைத்தார். "என்னப்பா என்ன?" என்றார்.

"அதை வாத்தியாரு வாங்கிட்டாருப்பா."

அப்பா மௌனமாக இருந்தார். புகைக் கிளம்பிக்கொண்டிருந்தது.

"எந்த வாத்தியார்?"

தேம்பிக்கொண்டே சொன்னேன். எல்லாவற்றையும் கேட்டுவிட்டு அப்பா சொன்னார்.

"அதனால என்ன? வாத்தியாருதானே வாங்கிட்டாரு. வாத்தியாரு தெய்வம் மாதிரிப்பா. அவங்களுக்குக் கொடுக்கிறது கடமை. நீ வருத்தப்படாதே. உனக்கு வேறே பேனா வாங்கித் தர்றேன்."

அப்பாடா என்ன நிம்மதி!

அப்பாவைக் கட்டிக் கொள்ள வேண்டும்போல இருந்தது.

அடுத்த நாள், நூல் கட்டிய மை பாட்டிலோடும், எருக்கட்டைப் பேனாவுடனும் நான் பள்ளிக்கூடம் போனேன்.

நவநீதகிருஷ்ணனுக்கு மகா சந்தோஷம். கேட்பதற்கு முன்னாலேயே காப்பி அடிக்க நோட்டு கொடுத்தான். வகுப்புக்குள் ஒரு மகிழ்ச்சி அலையே அடித்தது.

1985

மனுஷி

மாட்டை விற்றுவிடுவது என்று முடிவாயிற்று.

அம்மா நேற்று சொன்னாள், "விலை படிந்து விட்டது இன்றைக்குச் சாயங்காலம் தரகர் வந்து மாட்டை ஓட்டிக்கொண்டு போவார்."

நான் நின்ற இடத்திலிருந்தே மாட்டைப் பார்த்தேன்.

அதற்கென்று போட்டிருந்த கொட்டகையில் அது படுத்துக்கொண்டு அசை போட்டுக்கொண்டிருந்தது. கீழே வைக்கோல் புரிகள் சிந்திக் கிடக்க, பக்கத்தில் காளைக் கன்று, தான் விற்கப்பட்டு விட்டோம் என்பதையோ, அடுத்த சில மணிகளில் தன் வாசஸ்தலம் மாறிவிடப்போகிறது என்பதையோ, புது மனுதர்களையும், புதுப் பழக்க வழக்கங்களையும் எதிர்கொள்ள வேண்டியிருக்கும் என்பதையோ, அறியாது, கொஞ்சமும் சலனமின்றிக் கிடந்தது மாடு.

*

மாடு எங்கள் வீட்டுக்கு வந்த பொழுது, இன்னும் நன்றாக நினைவிருக்கிறது எனக்கு. என் மாமனார், அவர் மகளுக்கு — என் மனைவிக்கு அன்பாக அளித்தது அது. கோனார் ஒரு சாயங்காலப் பொழுதில்தான் மாட்டை எங்கள் வீடு கொணர்ந்து சேர்த்தார். ஏறத்தாழ இருபது மைல் நடந்து வந்திருந்தது. களைப்பு அதன் கண்களில் தெரிந்தது. அதன் வருகையை ஏற்கெனவே அறிந்திருந்ததால், புல் வைக்கோல், புண்ணாக்கு, பருத்திக் கொட்டையெல்லாம் வாங்கி வைத்திருந்தோம். தண்ணீர் குடுத்து, தீனி தின்று படுத்துக்கொண்டு களைப்பாறியது அது.

நாங்கள் மாட்டைச் சுற்றி நின்று அதை வேடிக்கை பார்த்துக்கொண்டு இருந்தோம். தலையை மட்டும் நிமிர்த்தி அசைபோட்டவாறு எங்கோ தூரத்தில் தன் பார்வையை லயிக்க விட்டிருந்தது அது. விழிப்பு உண்டு. பார்வை

இல்லை. எதையாவது ஆழ்ந்து சிந்தித்துக்கொண்டிருந்தது போலும். மாடு சிந்திக்கக்கூடாதா என்ன?

தன் சம்பந்தி வீட்டிலிருந்து பசு வந்திருப்பதில் அம்மாவுக்குச் சந்தோஷம். சம்பந்தி வீட்டிலிருந்து காதற்ற ஊசி, ஒரு வண்டி வந்திருந்தாலும் அவள் சந்தோஷப்பட்டிருப்பாள். கறந்தவரை லாபம்.

அம்மா வீட்டிலிருந்து தன் பொருட்டு பசு வந்திருப்பதில் என் மனைவிக்குப் பெருமை. கூடவே, மாட்டை முன்னிட்டுத் தனக்கு வேலை கூடுதலாகிவிடுமே என்கிற கொஞ்சம் கவலை.

என் அம்மா இந்த வீட்டுக்கு மருமகளாக வந்த புதிதில், எங்கள் தாத்தா பசு வாங்க வேண்டும் என்று ஆசைப்பட்டாராம். அம்மாவே எனக்குச் சொல்லியிருக்கிறாள். “தோ, பாருங்கள் இந்த வீட்டுக்கு மருமகளாகத்தான் வந்திருக்கிறேன். மாட்டுக்காரியாக வரவில்லை. வடை தட்டும் கையால் வரட்டி தட்ட முடியாது”, என்று சொல்லி விட்டாளாம். தாத்தாவும் அந்த விருப்பத்தைக் கைவிட்டு விட்டாராம்.

அது அந்தக் காலம். அம்மா இப்போது ஒரு மாமியார். அவளுக்கு மருமகள் வந்து விட்டாள். மருமகள் வடையும் தட்ட வேண்டும், வரட்டியும் தட்ட வேண்டும். எப்படியெல்லாம் சாத்தியமோ அப்படியெல்லாம் மருமகளை இம்சிக்கா விட்டால் மாமியார் என்கிற ஸ்தானம் என்னாவது?

பசு அழகாகவே இருந்தது. பெரிதும் வெள்ளை, திட்டுத் திட்டாக ஆரஞ்சு வர்ணம். பெரிய நாவற்பழம் போன்ற கண்கள். கண்களைச் சுற்றிக் கருமை மையிட்டதுபோல. ஆரஞ்சு நெற்றியில் வெள்ளைச் சட்டி. பனம்பழம்போல வாய். கன்றுதான், இன்னும் முகத்தில் பிள்ளைக் களை இருந்தது. உயர்ந்த ஜாதிப் பசுவாம் கோனார் சொன்னார். பசுக்களிலும் ஜாதி உண்டு.

பக்கத்து வீட்டிலிருந்து என் பெரியம்மா வந்தாள். அவள் கை விரலைப் பிடித்துக்கொண்டு அவள் பேத்தி, மூன்றாவது வீட்டிலிருந்து என் அத்தை, இடுப்பில் பேரக் குழந்தை, என் மகனின் தெருச் சினேகிதர்கள் எல்லோரும் பசு அழகாக இருக்கிறதென்றார்கள். என் அம்மாவுக்கு வேண்டியிருந்ததும் அதுதான். மற்றவர்களிடம் இல்லாதது தன்னிடம் இருக்கிறது என்று காட்டி பார்ப்பவர் மனசில் ஒரு கடுகளாவாவது பொறாமை விதையைத் தூவுவது. இதில் கிடைக்கிற சந்தோஷம் வேறு எதிலும் கிடைப்பதில்லை, அம்மாவுக்கு.

‘பசு லட்சுமி, பசு வீட்டுக்கு வருவது லட்சுமியே வருவதுபோல.’ ஆகவே பசுவுக்கு லட்சுமி என்று பேர் வைத்தாள் அம்மா. லட்சுமியை எங்கு கட்டி வைப்பது என்கிற பிரச்சினை வந்தது. மனிதர்கள் மனிதர்களுக்காகவே வீடு கட்டிக் கொள்வதால், ஏனைய ஜீவன்களைப் பற்றி அவர்கள் கவலைப்படுவதில்லை. அப்போதைக்குக் கூடத்தில் நடைபாதையில் ஓர் ஓரம் கட்டி வைத்தோம்.

லட்சுமி சாணி போடக்கூடாது என்று விதியிருக்கிறதா என்ன? போட்டிருந்தது. அடுத்த நாள் காலை அறையை விட்டு வெளியே வந்த என் மனைவித் திடுக்கிட்டு போனாள்.

சுமார் அரைக்கூடை சாணி போட்டிருந்தது லட்சுமி. மூத்திரம் வேறு பெய்து, சாணி கரைந்து சிறு வாய்க்காலாக ஓடிச் சாக்கடையில் சேர்ந்திருந்தது.

கூடத்தில் பாதி சாணியாகியிருந்தது. வைக்கோல், புல், தும்புகளும் தூசிகளும் பார்க்க அருவருப்பாய் இருந்தது. மாடு தொடைப் பகுதி முழுவதும் சாணி பூசிக்கொண்டிருந்தது. அந்த நாள் முதல் அவளுக்குக் காலைகளில் முதல் வேலை கூடத்தைக் கழுவி விடுவது என்றாயிற்று.

லட்சுமியைப் பராமரிக்கும் வேலையை அம்மாவே ஏற்றுக்கொண்டாள். அம்மா செய்த ஒரே வேலை அது. வேளா வேளைக்குத் தீனி போடுவது, தண்ணீர் காட்டுவது, வெள்ளிக் கிழமைகளில் சுடுதண்ணீர் வைத்து இளஞ்சூட்டில் லட்சுமியைக் குளிப்பாட்டுவது, மஞ்சள் குங்குமம் பொட்டு வைத்து அழகு பார்ப்பது என்று இந்த வேலைகளில் மிகுந்த ஈடுபாட்டோடு தன்னைக் கரைத்துக்கொண்டாள். பசு தொடர்பான காரியங்களில் அம்மா ஈடுபட்டிருக்கும்போது நான் பலமுறை பார்த்திருக்கிறேன். பரவசத்தோடு இருப்பாள். உள்ளத்துப் பரவசம் காரணமாக, முகம்கூட அழகாய் இருக்கும். லட்சுமி 'அம்மா...' என்று தன் தேவைக்கு அழைக்கும் போதெல்லாம் "ஏண்டீம்மா" என்று ஓடுவாள் அவளுக்கு வயது அறுபத்து ஏழு.

லட்சுமிக்கும் அம்மாவின்மீது ரொம்ப வாஞ்சைதான். அது வந்த முதல் நாள் இரவு— இன்றும் என் நினைவில் இருக்கிறது. புதிய இடம், புதிய சூழ்நிலை, இரவு முழுவதும் கால் மாற்றிக் கால் மாற்றி 'அம்மா... அம்மா...' என்று கத்திக்கொண்டேயிருந்தது. தொழுவத்தில் தன் தாயோடும், சகோதரக் கன்றுகளோடும் ஒன்றாக வளர்ந்துகொண்டிருந்தது அது. திடீரென்று அதைப் பிடித்து அழைத்து வந்து எங்கள் வீட்டில் கட்டிப் போட்ட அந்த முதல் தனிமையான இரவை அந்தக் கன்றால் தாங்கிக்கொள்ள முடியவில்லை. உறவுகளைப் பிரிவதென்பது எல்லோருக்கும் கஷ்டமான அனுபவம்தான். மனிதனானால் என்ன, மிருகமானால் என்ன? ஆத்மா ஒன்றுதான். கன்று தேற இரண்டு நாள் ஆயிற்று.

பசு எங்கள் வீட்டுக்கு வந்து பல நாள் சென்று நிகழ்ந்த நிகழ்ச்சி ஒன்று எனக்கு ஞாபகம் வருகிறது. அம்மா ஏதோ ஒரு விசேஷத்துக்காக இரண்டு நாள் வெளியூர் சென்று வந்தாள். அந்த இரண்டு நாளும் லட்சுமி சரியாகச் சாப்பிடவில்லை. என்றுமே என் பையன்களை முட்டாதது அன்று முட்ட வந்தது. அதன் கண்களில் கோபம். அடிக்கடி 'அம்மா' என்று கத்தியது. அம்மா ஊரிலிருந்து வந்து, பையைத் தூக்கிக்கொண்டு வீட்டுக்குள் நுழைந்தாளோ இல்லையோ, லட்சுமி தும்பை அறுத்துக் கொள்ளும் ஆவேசம்கொண்டு அலற ஆரம்பித்தது. அம்மா ஓடோடியும் போய், அதை அணைத்துக்கொண்டு தடவிக் கொடுத்தாள். கன்றின் ஆவேசம் அடங்கப் பல நிமிஷங்களாயின. அம்மாவை அந்தக் கணத்தில் நான் பார்க்க வாய்ப்பு ஏற்பட்டது. அவள் கண்களில் இருந்து நீர் வழிந்தது உண்மை.

எல்லாம் சரிதான். என் சந்தேகம் வேறு. ஒரு மாட்டின்மீது பாசத்தைச் சொரியும் பக்குவத்தைப் பெற்றவளுக்கு, மனுஷியாகிய மருமகள்மீது மட்டும் வெறுப்பைக் காட்டும் துவேஷ புத்தி எங்ஙனம் வந்தது.?

லட்சுமி தன் முதல் கன்றை ஈன்றது. காளைக் கன்று. லட்சுமி களைத்துப் போய் இருந்தது. தன் பக்கத்துக் கன்றை நக்கிக்கொண்டிருந்தது. கன்று எழ

முயற்சித்து, விழுந்தது. எழவும் விழவுமாக இருந்தது. தாயைப்போலவே கன்று. ஜனனம் எல்லா உயிர்க்கும் அழகைத் தருகிறது.

பிறந்த பச்சைக் குழந்தைகள், பார்க்க ஐயோ பாவம் என்றிருக்கும். கர்ப்பத்து வாழ்வை முடித்து மண்ணுக்கு வந்ததும் அவை மிரண்டு போய்விடும். சூழ்நிலைகளை அனுசரித்து, தேறிய பின்பே அவற்றின் முகத்தில் தெளிவு ஏற்படும். என் குழந்தைகள் எனக்குத் தந்த அனுபவம் இவை.

அம்மாவுக்குக் காளைக் கன்று என்றதுமே சப்பென்றாகி விட்டது. அவளுக்கு, பசுங்கன்று பிறக்க வேண்டும் என்கிற எதிர்பார்ப்பு. அம்மாவுக்குப் பெண் குழந்தைகள் இல்லை. நாங்கள் மூவருமே ஆண்கள். எனக்கு இரண்டு பிள்ளைகள், இரண்டும் பையன்கள்.

'பெண் சாபம் உள்ள குடும்பம்டா இது. இங்கு பெண் முளைக்காது' எங்கள் குடும்பத்துப் பூர்வகக் கதைகளுள் இதுவும் ஒன்று. ஏழெட்டுத் தலைமுறைகளுக்கு முன்னால் நடந்ததாம் இது. என் கொள்ளுத் தாத்தாவுக்குக் கொள்ளுத் தாத்தா, தன் பெண்டாட்டியைக் கொன்று புதைத்து விட்டாராம். விஷயம் வேறொன்றுமில்லை. கொல்லையில் மாலைக் கருக்கலில் ஏதோ வேலையாகப் போயிருக்கிறாள் அவள். அதே நேரம் பக்கத்து வீட்டு சுவரில் அந்த வீட்டு இளைஞன் ஏறி, மரத்தில் இலை பறித்திருக்கிறான். பறித்துக்கொண்டு சுவரை விட்டு இறங்கும் அந்தக் கணத்தில், தாத்தா கொல்லைக்கு வந்திருக்கிறார். கொல்லையில் மனைவி — மதிலை விட்டுத் தன் வீட்டுக்குள் குதிக்கும் பையன். எவன் மனசில்தான் மிருகம் இல்லை? தென்னம்பாளையைச் சீவிப் பிழைக்கும் சாணார இரத்தம் கொதித்திருக்கிறது. அரிவாள். பாளையைக் காட்டிலும் மென்மையான கழுத்தை அன்று அரிந்தது. அம்மா சொல்வாள். "பத்தினி சாபம், ஏழேழு தலைமுறைக்கும் இந்த வீட்டுக்குப் பெண் விளங்காது. பிறந்தாலும் தாலியோடு வாழாது."

லட்சுமி முதல் காளைக் கன்று ஈன்ற பொழுதிலிருந்து அம்மா லட்சுமியை விட்டு விலக ஆரம்பித்தாள்.

அன்று அம்மா என் மனைவியைப் பார்த்து, "இந்த வீட்டு மருமகதான் பெண்ணைத் தராத துக்கிரின்னா, மாடுகூடக் காளைக் கன்றுதானே போடுது..." என்று சொல்லியதாக, என் மனைவி என்னிடம் சொல்லி வருத்தப்பட்டுக்கொண்டாள். முதல் கன்று, நாலாம் மாதம் வயிறு வீங்கிச் செத்துப் போயிற்று.

லட்சுமி விரைவிலேயே இரண்டாம் கன்று போட்டது, சொல்லி வைத்தாற்போல அதுவும் காளைக் கன்றுதான். அம்மா லட்சுமியை விட்டுச் சுத்தமாக ஒதுங்கிப் போனாள். அதோடு என் மனைவிக்கும் அவளுக்கும் பூசலும் அதிகமாயிற்று. அம்மாவும் மனைவியும் சேர்ந்து எனக்கு அதிகமான மனச்சோர்வைக் கொடுத்த நாட்கள் இவை.

திடீரென்று சட்னியில் உப்புக் கூடிவிட்டது என்று புகார். காப்பியா இது, சர்க்கரைத் தண்ணியா? அல்லது கழுநீரா? சாம்பாரில் இவ்வளவு புளி சேர்க்க எந்தச் சீமையில் கற்றுக் கொடுக்கிறார்களோ? உன்னைச் சாதம் தானே வடிக்கச் சொன்னேன். இப்படிக் கொழகொழ என்று கஞ்சி காய்ச்சச் சொன்னேனா? வீடு நடக்கச் சகிக்கவில்லை. காலெல்லாம் மண். தரித்திரம்

தொலையக்கூடாது என்று தவம் இருக்கியோ? ராஜா மாதிரி (அதாவது நான்) பிள்ளைக்குத் தேடிப் பிடித்தேனே... ஒரு மிகச் சின்ன விஷயத்துக்கு காற்றடித்து, பெரிது பண்ணி, அதைப் பல குரல்களில், தொனிகளில் மாற்றி மாற்றி ஒரு மணி நேரம் பேச என் அம்மாவைத் தவிர உலகத்தில் வேறு யாரால் முடியும்...? முடியாது.

*

அம்மா லட்சுமியை விட்டு விலக விலக நான் அம்மாவை விட்டு விலகியதாக இப்போது நினைக்கிறேன். லட்சுமியை அம்மா புறக்கணித்தது ராட்சஸத்தனம். லட்சுமியின் தவிப்பை என்னால் உணர முடிந்தது. தொடக்கத்தில் தொடர்ந்து பல மணி நேரங்கள் அம்மாவைப் பார்க்காமல் இருந்த படியால், லட்சுமி 'அம்... மா' என்று கூப்பிட்டுக்கொண்டே இருந்தது. கால் மாற்றிக் கல் மாற்றி நின்று கனைத்தது. முதலில் தீனி தின்ன மறுத்தது. என் மனைவி தீனி வைக்கப் போகும்போது, யாரோ போல் அவளைப் பார்த்து 'உஸ்...' என்று பெருமூச்சு விட்டது. பிறகு அவளைப் பார்க்கும் போதெல்லாம் பின்னால் நகர ஆரம்பித்தது. முதுகை அடிக்கடிச் சிலிர்த்துக்கொண்டது. ஒழுங்காகச் சாப்பிடச் சில வாரங்கள் ஆயின. மிருகங்கள் இன்னொரு ஜீவனைச் சினேகித்து விட்ட பிறகு அந்தச் சினேகிதத்தை மனிதர்களைப்போல மறுபரிசீலனை பண்ணுவது இல்லை. லட்சுமியின் துன்பம் இதுதான்.

லட்சுமியின் தோற்றமே மாறிப்போய் இருந்தது. பிள்ளைகள் பெற்றுக் குடும்பம் நடத்தும் நடு வயதுக்காரி மாதிரி அது இருந்தது. முகத்தில் முதலில் இருந்த பிள்ளைக்களை இல்லை. அம்மாவைப் பார்க்கும் போதெல்லாம் குதிக்கும் கும்மாளம் இல்லை. அதன் நடப்பில் நிதானம் வந்தது. பேசத் தெரிந்த, உணர்ச்சியை வெளிக்காட்டும் மனுஷர்களிடம் சண்டை போடுவதல்லவோ நியாயம். இந்த அப்பாவியிடம் எதற்கு இவள் சண்டை போடுகிறாள் என்று இருக்கும்.

லட்சுமி சம்பந்தப்பட்ட முழு வேலையும் என் மனைவியைச் சேர்ந்ததாயிற்று. லட்சுமியின் இடமும், கொஞ்சம் வீட்டிலிருந்து தூரத்தில் உள்ள கொல்லைக் கொட்டகையில் மாறியது. அவ்வப்போது அம்மாவைப் பார்க்க நேர்ந்தால் கூப்பிடும். அம்மா திரும்பிக்கூடப் பார்க்காமல் வந்து விடுவாள்.

லட்சுமி இரண்டாம் கன்றை ஈன்ற பிறகு, அம்மா இதுவரை தாங்கள் பார்த்தறியா முகங்களை எங்களுக்குக் காட்டினாள். எப்பவோ எனக்குப் பின்னால் பிறந்து, அம்மை வார்த்து இறந்து போன என் ஐந்து வயதுச் சகோதரியை நினைத்துக்கொண்டு அழுதாள். குமுறிக் குமுறி, அது நேற்று நடந்த சமாசாரம் என்றது போல் அழுதாள். இவள் இறந்த தேதியை மீண்டும் நினைவுக்குக்கொண்டு வந்து, பாவாடைச் சட்டைத் தைத்து, பொங்கல் இட்டுப் படையல் போட்டாள். இந்தப் பாவாடை சட்டைகளை எதிர் வீட்டுக் குழந்தைக்குத் தானம் செய்தாள். எங்கள் வீட்டுக்கு வரும் ஏழைப் பெண்களுக்கு, தன் புடவைகளை எடுத்துக் கொடுத்தாள். தாராளமாகப் பண உதவி செய்தாள். எல்லாவற்றுக்கும் மேலாக, என் மனைவி ஊரில் இல்லாத நேரங்களில், எனக்குத் தன் உடல் தள்ளாமையையும் பொருட்படுத்தாமல் விருந்துக்குச் சமைப்பது போல் சமைத்தாள். அந்தக் கரிசனம் எனக்கு

வேண்டியிருக்கவில்லை. என் மீதான பாசம் என் மனைவியின் மீதான பகையின் வேறு வடிவம்.

மனிதர்கள் தங்கள் கடமையைச் செய்யாவிட்டால் என்ன? லட்சுமி தான் ஏற்றுக்கொண்டதை எங்களுக்குத் திரும்பிக் கொடுக்கத்தான் செய்தது. என் குழந்தைகளுக்கும், எங்கள் தேவைகளுக்கும் அது பால் கொடுக்கத் தவறியதில்லை. நான் அறிந்து ஒரு பொழுதும் பால் கறக்க வருபவர்களிடம் வம்பு செய்ததே இல்லை. கோனார் வராத நேரங்களில் வீட்டில் நாங்கள் யார் இருந்தாலும் கறப்போம். எங்கள் தேவைகளுக்கு மேல் நிற்கும் பாலை விற்றுக் காசாக்குவோம். காசு பருத்திக் கொட்டை, புண்ணாக்கு, புல்லுக்கு ஆனது.

அம்மாவுக்கு காப்பி அவசியம். தினம் நான்கு முறையாவது குடிப்பாள். இரண்டாவது கன்று பிறந்த பிறகு லட்சுமியின் பாலை அம்மா சீண்டவே இல்லை. ஓட்டலிலிருந்து காபி வரவழைத்துக் குடித்தாள். அம்மாவை விட்டுப் பெரிதும் விலக, இதுவே எனக்குக் காரணமாயிருந்தது. அம்மா முகம் கோரமாகி, பார்க்கவே பயமாயிருந்தது.

அன்றைய சாயங்காலம் தரகர் இன்னோர் ஆளுடன் வந்துவிட்டார்.

மாட்டை விற்க வேண்டியது இல்லை என்று மதியத்திலிருந்தே அம்மாவுடன் நான் பேசிக்கொண்டிருந்தேன். அவள் கேட்பதாய் இல்லை.

ஒரு கட்டத்தில் மாடு இங்கிருந்து போய் விடுவதே நல்லது என்று எனக்குப் பட்டது. லட்சுமி போன்றவர்கள் இருக்க வேண்டிய இடம், எங்கள் வீடு அல்ல என்று தோன்றியது.

தரகர் கயிற்றைப் பற்றிக்கொண்டு வெளியே வந்தார். கன்று தாயைப் பின் தொடர்ந்தது. இரண்டு புதியவர்கள் நம்மை எங்கோ அழைத்துச் செல்கிறார்கள் என்று கண்டுகொண்டதும லட்சுமி என்னை, என் மனைவியை, என் குழந்தைகளை, “அம்மாவைப் பார்த்து ‘அம்... மா’ என்றது. லட்சுமி போன பல மணி நேரங்களுக்குப் பிறகும் அதன் கூப்பாடு எனக்குள் எதிரொலித்துக்கொண்டேயிருந்தது.

அம்மா வீட்டுக்குள் வந்து உட்கார்ந்து அழுதாள். நிச்சயமாகச் செத்துப் போன தங்கைக்காக அல்ல, இந்த அழுகை.

என்னதான் ஆனாலும் அம்மாவும் மனுஷிதானே.

1985

அப்பாவின் வேஷ்டி

அப்பாவிடம் ஒரு பட்டு வேஷ்டி இருந்தது. அப்பாவிடம் வெண்பட்டும், பொன்னிறப் பட்டு வேஷ்டிகளும் நிறைய இருந்தாலும்கூட, குழந்தைகளாகிய எங்களுக்கு அவருடைய சிவப்புப் பட்டு வேஷ்டியே அற்புதமானதாகத் தோன்றியது.

சிவப்பென்றால் சுத்தச் சிவப்பும் இல்லை. குங்கும வண்ணமும் இல்லை. செப்புப் பாத்திரத்தைப் புளிபோட்டு விளக்கிப் படிக்கல்லில் வைத்து விட்டுக் குளிப்பார்களே. அப்போது பார்த்திருக்கிறீர்களா நீங்கள்?! உதயகாலத்துச் சூரிய ரேகைகள் பட்டுத் தகதகக்குமே அந்தச் செப்புப் பாத்திரம் — அது மாதிரியான வேஷ்டி அது.

முழுதும் செப்புக் கலரும் இல்லை. கரை பச்சை நிறம் நாலுவிரல் அகலம். கரையில் சரிகை வேலைப்பாடுகள். சரிகை வேலைப்பாடு என்ன என்கிறீர்கள்? வாத்துகள் ஒன்றன் பின் ஒன்றாக அணிவகுத்துச் செல்கிற சித்திரம். அவை வாத்துகள் அல்ல. அன்னப்பறவைகள் என்றாள் அம்மா. நாங்கள் அன்னப் பறவைகளை நிஜத்தில் பார்த்ததில்லை. அந்த வேஷ்டியின் கரையில்தான் பார்த்திருக்கிறோம். எதுவானால்தான் என்ன? உயிருள்ள ஜீவராசிகள்.

அந்த வேஷ்டி சாதாரணமாகக் கண்களில் காணக் கிடைப்பதில்லை அப்பா, அதை அவருடைய ஆளுயர, மிக அகலமான அலமாரியில் வைத்திருப்பார். அந்த மாதிரி அலமாரிகள் எல்லாம் இப்போது கிடைப்பதில்லை. ஒற்றை ஆள் அகலம் தானே இப்போதைய அலமாரிகள். அதுவோ மூன்று அலமாரிகளைப் பக்கம் பக்கமாக நிறுத்தி வைத்தது போல் இருக்கும்.

அப்பா அலமாரியில் இருந்து அதை எடுக்கப் போகும் நேரம் எங்களுக்குத் தெரியும். எனக்கும் என் தங்கை ராஜேஸ்வரிக்கும். பண்டிகை, மற்றும் தாத்தாவுக்கு தெவஷம் முதலான நாட்களில்தான் அது வெளி வரும். அந்த நாட்கள்தான் எங்களுக்கு முந்தியே சொல்லப்பட்டிருக்குமே!

அப்பா குளித்து விட்டு வந்து அந்த வேஷ்டியைத்தான் எடுத்து உடுத்துவார். அப்பா எப்போது குளித்து விட்டு வருவார் என்று தவம் கிடப்போம், அலமாரிக்கு முன்னால்.

அப்பாவுக்குக் குளிக்க ஒரு மணி நேரம் அவசியப்படும். அநியாயத்துக்கு ஏன் அவர் தாமதம் பண்ணுகிறார் என்று இருக்கும். அது குழந்தைப் பருவம். கேள்விகளால் மட்டுமே ஆன பருவம். இப்போது தெரிகிறது. குளிப்பது அழுக்குப் போகவா? அழுக்குப் போகக் குளித்தது யார்? குளிப்பது ஒரு சுகம். உச்சந்தலையில் விழுந்த குளிர்ச்சி வழிந்து வழிந்து பாதத்துக்கு வருகிற இன்பத்துக்குத் தானே குளிப்பது. குளித்த பின் ஏற்படுகிற புத்துணர்ச்சிக்குத் தானே குளிப்பது? அப்பா ஒரு மணி நேரம் எடுத்துக்கொண்டது நியாயம் என்றே தோன்றுகிறது.

சரி! குளித்ததும் சட்டுப் புட்டென்று வந்து வேஷ்டியை எடுப்பார் என்றா நினைக்கிறீர்கள்? அதுதான் இல்லை. குளித்தும் கோமணத்தோடு வாசலுக்கு வந்து நின்று விடுவார். ஈரத்தைப் பாதி தானும், மீதி சூரியனும் துடைக்க வேணும். நாங்கள் அப்பாவையே பார்த்துக்கொண்டு இருப்போம். நீர் முத்துக்கள் அவர் முதுகில் கோடு கிழித்துக்கொண்டு இறங்குவதைப் பார்க்க வியப்பாய் இருக்கும். அவர் முதுகே ஒரு பெரிய தாமரை இலையாகவும், நீர்கள் முத்துக்களாகவும் தோணும். நிதானமாகவும், அங்குலம் அங்குலமாகவும் துடைத்து ஈரம் போக்குவார். அப்பாவின் உடம்பு சிவந்து போய்விடும். ஏற்கெனவே அவர் சிவப்பு, குளித்தபின் உடம்பு பழுத்து விட்டது மாதிரி இருக்கும்.

"மணியாகுது சீக்கிரம் வந்து படைச்சா என்ன?" என்பாள் அம்மா. இதைக் கோபமாகவும் குற்றச்சாட்டாகவும் சொல்வாள் என்கிறீர்களா? இல்லை! இன்னும் கொஞ்ச நேரம்தான் ஆகட்டுமே என்று அப்பாவைத் தட்டிக் கொடுப்பது போல் இருக்கும். கூரை எரவானத்தில் ஒரு கையை வைத்துக் குனிந்து, வாசலில் நிற்கும் அப்பாவைப் பார்த்துச் சிரித்துக்கொண்டு அம்மா இதைச் சொல்கையில் எங்களுக்குக் கோபம் கோபமாய் வரும்.

அப்பாடா! ஆச்சு, ஒரு வழியாகக் குளித்து முடித்துத் துவட்டிய துண்டை இடையில் கட்டிக்கொண்டு கோமணத்தை உருவிப் பிழிந்து, பத்துத் தடவை ஈரத் தூசி பறக்க உதறி உதறி வாசலில் கட்டியிருக்கும் கொடியில் காயப் போடுவார். அது காற்றில் பறந்து விடாமல் இருக்க, முனைகள் இரண்டையும் பிடித்து முடிச்சுப் போடுவார். அப்புறம் தலைமுடியை, தலையைக் கவிழ்த்துக் தட்டித் தட்டி ஈரம் போக்குவார். தெறிக்கும் நீர்த்தூசுகள், சின்னஞ்சிறு கொசுக் கூட்டம் மாதிரி இருக்கும்.

அப்புறம் கூடத்துக்கு வருவார் அப்பா. சடாரென்று வந்தால் தேவலையே! அதுதான் இல்லை. கூடத்து மிதியடியில் காலை இப்படி அப்படிப் புரட்டிப் புரட்டி நன்கு மணல், மண்போகத் துடைப்பார். காலில் ஒரு துளி அழுக்கு இருக்காது. அழுக்கு அவரது ஜென்மப் பகை ஆச்சே! எங்களுக்குத் தெரியுமே. அப்புறம்தான் அலமாரியைத் திறப்பார் அப்பா.

அந்தக் கணம் ஓர் அபூர்வமான கணம். கதவைத் திறந்ததும் குபீரென்று பச்சைக் கற்பூர வாசனை வந்து தாக்குமே, சிலிர்க்க அடிக்குமே உடம்பை, அந்தக் கணம். அதற்காகத்தானே காத்திருக்கிறோம். இத்தனை நாழி காத்திருக்கிறோம்.

நாங்கள் மூக்கு, வாய் இரண்டையும் கரை மீன் திறப்பதுபோலத் திறந்து திறந்து மூடி அந்த வாசனையை அனுபவிப்போம். அலமாரிக்குள் ஒரு சின்ன ஜாதிக்காய் பெட்டி வைத்திருப்பார். அந்தப் பெட்டிக்குள் என்ன இருக்கும்? ஒரு நாள் "அப்பா... அப்பா... அந்தப் பெட்டியை எனக்குக் காட்டுப்பா!" என்றேன். அப்பா சிரித்துக்கொண்டே என்னைத் தூக்கிப் பெட்டியண்டைக் காட்டினார். ஒரு வெள்ளைத் துண்டில் சுற்றி வைக்கப்பட்ட வேஷ்டி, சுருள் சுருளாகச் சுற்றி வைக்கப்பட்ட காகிதம். (பத்திரங்கள் என்று பின் நாளில் தெரிந்துகொண்டேன்) ராணி ராஜா படம் போட்ட நோட்டுகள், தங்கக் காசுகள், அப்பாவுடைய சிவுப்புக்கல் வெள்ளைக்கல் மோதிரங்கள் எல்லாம் இருந்தன. ராஜி பொறுத்துக் கொள்வாளா என்ன? "நானும் பார்க்கணும்பா..." என்றாள். அப்பா அவளையும் பெட்டித் தரிசனம் பண்ணி வைத்தார்...

அப்பா இப்போது அந்தப் பெட்டியைத் திறந்தார். ஜாக்கிரதையாக அந்தச் சிவப்பு வேஷ்டியை எடுத்துக்கொண்டு அறைக்குள் போனார். துவைத்துக் காயப்போட்ட அன்டிராயர்கள் அப்பா அறையில், கொடியில் தொங்கும். அவைதான் எவ்வளவு பெரியவை. ஒன்றை வெட்டி ராஜிக்கு பாவாடையும், சட்டையும் தைக்கலாம் என்று இருக்கும். அப்பா முட்டி வரை நீளும், அந்த அன்டிராயரைப் போட்டுக்கொண்டு, அதன் மேல் வேஷ்டியைக் கட்டிக்கொண்டால்தான் அப்பாவுக்கு நிற்கும்!

அப்பா வேஷ்டியைக் கட்டிக்கொண்டு வெளியே வருவார். அடடா... நெருப்பைச் சுற்றிக்கொண்டு வருவது போல் அல்லவா இருக்கும்... அந்த வேஷ்டியில்தான் அப்பா எவ்வளவு அழகாகத் தெரிந்தார். அவரால் அந்த வேஷ்டிக்கு மகிமையா, அல்லது அந்த வேஷ்டியாலா? அப்பாவை அப்போது கட்டிக் கொள்ள வேண்டும் போல் இருக்கும். கட்டிக் கொள்வேன். பச்சைக் கற்பூரத்தின் வாசனையோடு அந்தப் பட்டு சில்லென்று குளிர்ச்சியாய், பாப்பாவின் கன்னம்போல மிருதுவாய் இருக்கும். அதைத் தடவித் தடவிச் சந்தோஷம் கொள்வேன்.

அந்த வேஷ்டியோடுதான் பண்டிகை மற்றும் விசேச நாட்களில், தெவஷத்தின்போது அப்பா பூஜை எல்லாம் செய்வார். பூஜை என்றாலே எனக்கு நினைவில் நிற்பவை இரண்டு விஷயங்கள்தான். ஒன்று, சாப்பாடும் அன்றைக்கு சீக்கிரம் ஆகாது, தாமதம் ஆகும். வடை, பாயசம் என்று பட்டியல் நீள்வதால் அப்படி. ரெண்டாவது, அந்த நாட்களில் இனிப்புப் பட்சணங்கள் கட்டாயம் இருக்கும். தவிர சொந்தக்காரர்கள் நிறையப்பேர் வருவார்கள். மரம் ஏறிய கையோடு குடுக்கையும், வடமுமாகச் சிலர் வருவார்கள். தென்னை மரத்தைத் தேய்த்து ஏறிய காரணமாகவும், கள்ளுக்குப் பானை சீவியதன் காரணமாகவும் அவர்கள் மேல் கள்நெடி அடிக்கும். கள் வாசனை பூவைப்போலவே நல்ல வாசனைதான். சாப்பிட உட்காருவதற்காகக் குடுக்கையைச் சுவர் ஓரம் சாய்த்து வைப்பார்கள். அதில் உள்ள அரிவாளின் பளபளப்பு என்னைக் கவர்ந்த ஒன்று. அதைக் கையில் எடுத்து பார்க்கும் தைரியம்தான் இன்று வரை ஏற்படவில்லை. அந்த அரிவாளின் கூர்மையும் பட்டின் பளபளப்பும் சமம்.

இளமைக் காலத்தில் எனக்குள் ஒரு லட்சியம்தான். பெரியவர்கள், "நீ பெரியவன் ஆனதும் என்னை செயப் போகிறாய்?" என்று கேட்பார்கள்.

அப்பாவும், அம்மாவும் எனக்கு உருவேற்றி இருந்தார்கள். டக்கென்று பதில் சொல்வேன். "நான் டாக்டராவேன்..." இல்லையெனில் "நான் இன்ஜீனியர் ஆவேன்" என்று சமயத்தில் ஞாபகத்துக்கு வந்ததைச் சொல்வேன். கேட்டவர்கள் திகைத்துப் புருவத்தை மேலே உயர்த்தி என்னைப் பார்ப்பார்கள். அப்பாவுக்கும் அம்மாவுக்கும் பெருமை நிலை கொள்ளாது.

ஆனால், இந்த டாக்டர் பெருமையும், இன்ஜினீயர் பெருமையும் என் மனசுக்குள் இல்லை. பெரியவர்களுக்கு முன் நான் பொய்தான் சொன்னேன். இந்தப் பொய் ரசிக்கத்தக்க பொய். பெரியவர்கள் துண்டமாக்கிக் கொடுத்திருந்த இதை அவர்களிடமே திரும்பவும் நான் வீசினேன். சந்தோஷமாக வாலை ஆட்டிக்கொண்டு அவர்கள் அதை விழுங்கிக்கொண்டார்கள்.

இதைச் சொல்ல வெட்கம் என்ன? எனக்குப் பெரியவன் ஆனதும் அப்பாவின் வேஷ்டியைக் கட்டிக் கொள்ள வேண்டும். இதுவே என் லட்சியமாக இருந்தது. நான் பெரியவன் ஆக ஆசைப்பட்டது இதற்காகத்தான். பெரியவன் ஆனால் அப்பாவைப்போல மீசை முளைக்குமே? மார்பில் சுருள் சுருளாக முடி முளைக்குமே. முக்கியமான விசேஷ நாட்களில், அந்த சிவப்புப் பட்டு வேஷ்டியைக் கட்டிக்கொண்டு நான் சாமி கும்பிடுவேனே. நான் பெரியவன் ஆக வேண்டுமே!

மடித்தே வைக்கப்பட்டுக் கிடந்ததால், அந்த வேஷ்டி எப்போதும மடிப்புக் குலையாமல் இருக்கும். மடிப்புகள் பிரிக்க முடியாதனவாக இருக்கும். கடைசி வரை அன்னங்கள் முழுமையாகவே இருந்தன. சரிகைக் கரை இற்று வழிவில்லை. நெசவு நேர்த்தி அப்படி. அது அந்தக் காலத்துக் கை வேலைத் திறன். அவசர வாகன யுகம் தோன்று முன்பே தோன்றிய ஒரு நெசவுத் கலைஞனின் கை நேர்த்தி அப்படி உருவாகி இருந்தது. 'இதை எங்கு வாங்கியது?' என்று அப்பாவிடம் கேட்டு வைத்துக் கொள்ளவில்லை. நான் காவிரிக் கரையில், சோற்றுக்குப் பஞ்சம் இல்லாத, வெற்றிலைப் பாக்குப் போட்டு சிவந்த வாயுடன், உடம்பில் இளஞ்சூடு பரவிய திருப்தியில் ஒரு மனிதன் தன் மனைவியோடு சேர்ந்து நெய்த வேஷ்டியாக இது இருக்க வேண்டும். மாயவரம், கூரைநாடு, திருபுவனம் என்று ஏதாவது ஒன்றாய் இருக்கக் கூடும். பிறப்பிடம் மூலம் எதானால் என்ன? பிறந்த பயனை? கர்மாவைக் குறைவற பரிபூரணமாகச் செய்தது அது என்பது சத்தியம்.

எனக்கு கல்யாணங்களுக்குப் போவதில் அந்தக் காலத்தில் பெருத்த ஆர்வம் இருந்தது. காரணம் இதுதான். மாப்பிள்ளை பட்டுடுத்திக்கொண்டு இருப்பார். பட்டு வேஷ்டியைப் பார்ப்பதே இன்பமான அனுபவமாக இருக்கும். எத்தனை, எத்தனை வகையான பட்டுடுத்திப் பெண்கள் கல்யாணங்களுக்கு வருகிறார்கள். பட்டுப் புடவைகளை வைத்துக்கொண்டு கல்யாணங்களுக்கு ஏங்குகிறார்கள் பெண்கள். கல்யாணங்களே உலகில் இல்லாது போனால் இந்தப் பெண்கள் கண்ணீர் வடிப்பார்கள். பட்டுடுத்தி யாரிடம் காட்டிப் பரவசப்பட்டுக் கொள்வது?

என் கனவுகள்கூட அந்தக் காலத்தில் பட்டாய் இருந்தன. கனவுகளில் அன்னப்பறவைள் அணிவகுத்து வரும். ஆகாயம் செம்புக் கலரில், கத்தியாய் மின்னும். அந்தச் செம்பு ஆகாயத்தின் ஊடே பச்சை நிறத்தில் ஒருநீளமான ஆறு. அந்த ஆற்றில் அந்த அன்னங்கள் நீந்தின.

அந்த வேஷ்டியை அப்பா துவைத்து நான் இரண்டு முறைப் பார்த்திருக்கிறேன். குழந்தைப் பாப்பாவைக் குளிப்பாட்டுவது மாதிரி இருக்குமே! அதற்குச் சுடு தண்ணீர் ஆகாது. பச்சைத் தண்ணீரில்தான் அதைக் குளிப்பாட்டுவார். சவுக்காரம் அதற்கு ஆகாதாம். ஆகவே சந்தன சோப்பைத்தான் அப்பா உபயோகிப்பார். அப்பா குளித்தது மைசூர் சந்தன சோப்பில். அதற்கும் முந்தி கதம்ப சோப்பில். பிரான்சில் இருந்து வந்த கதம் சோப். நாங்கள் கதம்ப சோப் என்போம். இறக்குமதி நின்று போனவுடன் மைசூர் சந்தன சோப். அதைத்தான் அதற்குப் போடுவார். சோப் போடுவது தடவிக் கொடுப்பது மாதிரி இருக்கும். அம்மா எங்களுக்கு எண்ணெய்த் தேய்த்து விடுகிற முரட்டுத்தனம் இருக்காது. அவ்வளவு மெது. கசக்கிப் பிழிய மாட்டார். மெதுவாக நீரில், அகலவாக்கில் வேஷ்டியின் முனைகளைப் பிடித்துக்கொண்டு அலசுவார். பிறகு, தண்ணீர்த் துளி எங்கள் மேல் தெறிக்க, உதறுவார். ரொம்பவும் உதறக்கூடாது. நாள்பட்ட துணி கிழிந்து விடக் கூடும். உதறும்போது, மழைச் சாரலில் நிற்பது போல் இருக்கும் எங்களுக்கு. அப்புறம் நிழலில் காயப் போடுவார். வெயில் பட்டால் நிறம் வெளுக்கக் கூடும். காய்ந்ததும் அப்பாவக்குச் சொல்ல வேண்டியது எங்கள் பொறுப்பு. நாங்கள் மாற்றி மாற்றி அஞ்சு நிமிஷத்துக்கு ஒருமுறை துணியைத் தொட்டுப் பார்த்துக்கொண்டே இருப்போம், காய்ந்து விட்டதா என்று பார்ப்பதற்காகத்தான். எங்களுக்கு இது ஒருசாக்கு. அந்தச் சாக்கில் வேஷ்டியைத் தொட்டுப் பார்த்துக்கொண்டே இருக்கலாமே!

சாயங்காலம் வாக்கில் வேஷ்டிக் காய்ந்து விட்டிருக்கும். அப்பாவிடம் சொல்ல ஓடுவோம். அப்பாவே வந்து, நிதானமகா அதைக் கொடியில் இருந்து எடுத்து, மூலை பிசிறில்லாமல் இழுத்து மடித்து, மீண்டும் அந்தப் பெட்டிக்குள் வைத்து விடுவார். இனி அதன் உபயோகம், அடுத்த நல்ல நாளில்தான்.

நாளடைவில் எனக்கும் மீசை முளைத்தது. ஒரு சிநேகிதனின் சகோதரிக்கு லவ் லெட்டரும் கொடுத்தேன். உதை வாங்கினேன். நியாயம் தானே! அப்புறம் கல்லூரிக்குச் சென்றேன். என்னமோ படித்தேன். என் மூளையை ஆக்கிரமித்துக் கொள்ள, எவ்வளவோ விஷயங்கள் இருந்தன.

என் கவனத்தைக் கவர எவ்வளவோ நிகழ்ச்சிகள், நடப்புகள். உலகம் ஜீவத் துடிப்போடு ஒவ்வொரு கணமும் அல்லவா பிறந்து இறந்து, பிறந்து இறந்து, தன்னைப் புதிப்பித்துக் கொள்கிறது. என் மனசில்தான் எத்தனை ஆவாகனங்கள். கம்பன், கதை சொல்லிகள், கொடி மரத்து மூலை வக்கீல் ஜெகந்நாதையர் மகள் உமா மகேஸ்வரி எல்லோரும் சேர்ந்து என்னை உருமாற்றி அடித்து விட்டார்களே, கம்பியை நகையாக்குவதுபோல...! இடையிடையே அந்தச் செப்புப் பட்டு வேஷ்டியும் என் நினைவில் ஆடும். நீ எங்கு, எவ்வாறு இருக்கிறாய்?

அதைப் போற்றிக்கொண்டாடி, பயன் துய்க்க அப்பா இல்லை. பெட்டியுள் இருக்கும் பாம்பென உயிர்த்துக்கொண்டிருக்கும் அது என்பது எனக்குத் தெரியும். ஆண்டுகள் பல கழிந்து ஒருமுறை சொந்த ஊருக்கு வந்தபோது ஒரு சம்பவம் நிகழ்ந்தது.

அப்போது விநாயக சதுர்த்தி வந்தது. நன்றாக நினைவு இருக்கிறது. ராஜி, கல்யாணம் செய்துகொண்டு போய்விட்டிருந்தாள். நான்தான் பிள்ளையார் வாங்கி வந்தேன். அச்சுப் பிள்ளையார்தான். மூக்கும் முழியும் கன கச்சிதம். இந்தச் சாமிதான் என்ன அழகான கற்பனை! என்னையே படைக்கச் சொன்னாள், அம்மா.

மனசுக்குள் ஒரு படபடப்பே எனக்கு ஏற்பட்டு விட்டது. அந்தப் பெட்டிக்குள் இருக்கும் வேஷ்டியை நினைத்துத்தான். சுய நினைவின்றித்தான் குளித்தேன். ஈரம் போகாமல் துவட்டிக்கொண்டு, அப்பாவின் அலமாரியைத் திறந்தேன். அந்தப் பச்சைக்கற்பூர வாசனை இன்னும் இருந்தது. வாசனை போகாது போலும்! அனுபவித்தேன். உடன் ராஜி இல்லையே என்று வருத்தமாய் இருந்தது. ஜாக்கிரதையாகப் பெட்டியையும் திறந்தேன். அப்பாவின் மோதிரங்களைத் தவிர மற்றவை அனைத்தும் அங்கு இருந்தன. மோதிரங்கள், என் கல்லூரிக் கட்டணமாகவும், சாப்பாட்டுச் செலவாகவும் ஏற்கெனவே மாற்றம் அடைந்திருந்தன.

வேஷ்டியை வெளியே எடுத்தேன். அதன் மேல் சுற்றிய துண்டை நீக்கினேன். அதே குழந்தையின் மென்மை. அதே கத்தியின் பளபளப்பு. அதே வாசனை. கொஞ்சம்கூட நிறம் மங்கல் இல்லை.

இடுப்பில் சுற்றிக்கொண்டேன். மனசு அப்பாவை நினைத்துக்கொண்டது. மயிர்க் கால்கள் குத்திட்டு நின்றன. வாழை இலையைச் சுற்றிக்கொண்டது போல் இருந்தது. அவ்வளவு மழமழப்பு.

மனைப் பலகையை எடுத்துப் போட்டுக்கொண்டு, பிள்ளையாருக்கு முன் அமர்ந்தேன். ஓர் ஓசை, முனகலோடு வேஷ்டி உயிரை விட்டது. என் பின் பக்கத்து மடிப்புகள் தோறும் நீளம் நீளமாகக் கிழிந்திருந்தது. எழுந்து நின்றுகொண்டேன். இருட்டில் குழந்தையின் கையை மிதித்து விட்டாற் போல் இருந்தது.

அடுப்பங்கரையிலிருந்து அம்மா கொழுக்கட்டைப் பாத்திரத்தோடு வந்தாள்.

"என்னடா, கிழிஞ்சு போச்சா... போவட்டும்... அப்பா காலத்து வேஷ்டி! உனக்கு எப்படி உழைக்கும்... போயி, உன் வேஷ்டியைக் கட்டிக்கிட்டு வந்து காரியத்தைப் பாரு!" என்றாள் அம்மா.

நான் என் டெரிகாட்டன் வேஷ்டியை எடுத்துக் கட்டிக்கொண்டு, பிள்ளையாருக்கு முன் உட்கார்ந்தேன். டெரிகாட்டன் வேஷ்டிதான் எனக்குச் சரி என்று பட்டது. ஆனாலும் மனசுக்குள் எங்கோ வருத்தமாகத்தான் இருந்தது.

1985

மனசு

தெருக்கதவை விரியத் திறந்து வைத்துவிட்டு, ஒதுங்கி நின்றுகொண்டு வீதியின் இருபுறமும் பார்த்தாள் ரேணு. வீட்டு நடையிலிருந்து சைக்கிளைப் பின் பக்கமாகத் தள்ளிக்கொண்டு கீழ் இறங்கித் தெருவில் நிறுத்தின நடராஜன், "நான் வரட்டுமா... ஜாக்ரதை. கதவைச் சாத்திக்கோ" என்றுவிட்டு, சைக்கிளை மிதித்துத் தள்ளி ஏறி உட்கார்ந்துகொண்டு போனான்.

தெருவை நோட்டம் விட்டாள் ரேணு. அவளுடையதும் தெருவில் இன்னும் மூன்று வீடுகளுமே கல் வைத்துக் கட்டிய, மேலே தீப்பிடிக்காத கூரைச் சாதனக் கூரையாலான வீடுகள். மற்றதெல்லாம் கூரை வேய்ந்தவை. தெரு சுறுசுறுப்படைந்திருந்தது. ஆண்கள் அலுமினியத் தூக்குப் பாத்திரத்தை எடுத்துக்கொண்டு வேலைக்குக் கிளம்பிக்கொண்டிருந்தார்கள். பெண்கள் மையக்கிழங்கு வேர்க்கடலைக் கூடைகளை எடுத்துக்கொண்டு வியாபாரத்துக்குக் கிளம்பிக்கொண்டிருந்தார்கள். அழுக்குப் பிடித்த பைகளைத் தோளில் மாட்டிக்கொண்டிருந்த குழந்தைகள் மறக்காமல் மதிய உணவுக்கான அலுமினியத் தட்டுக்களோடு பள்ளிக்கூடம் போயின. நேர் எதிரே இரண்டு வீடு தள்ளி கூரைக்குக் கீழே திறந்த வெளியில் கழுத்து மாரியம்மன் கோயில் வேறு இருந்தது. தலையும் கீழே விரிந்த மஞ்சள் பாவாடையுடனான ஓர் அடி உயர சாமி. ரேணு தன்னிச்சையின்றிக் கன்னத்தில் போட்டுக் கொண்டாள். கோயிலுக்கு நேர் எதிரேயே ஒரு குழந்தை காலைக் கடனுக்கென உட்கார்ந்திருந்தது. அப்படியே மண்ணில் விளையாடிக்கொண்டிருந்தது. அதன் நேர் எதிரே, கண்ணம்மாக் கிழவியின் ஆப்பக் கடை. பெண்கள் சிலர் ஆப்பக் கடையில் தட்டோடு காத்திருந்தார்கள். இருந்தவர்கள் இருவருக்குள் ஏதேனும் தகராறு வந்திருக்க வேண்டும். ஏதோ சத்தம் போட்டுப் பேசிக்கொண்டிருந்தார்கள். ஒவ்வொரு குடிசைக்கு

எதிரிலும் அதன் உரிமையாளர்கள் எனத் தெரியும் ஆண்கள் வெயில் காய்ந்துகொண்டிருந்தார்கள். பீடிப் புகையுடன் கூடிய கோழையைக் கனைத்துக் கனைத்துத் துப்பிக்கொண்டிருந்தார்கள். இவளுக்கு நேர் எதிரே இடப்புறம் தள்ளி வீட்டை ஒட்டிய நடைபாதையில், நரை தாடியும் மீசையுமான கிழவர், தன்னை முழுதும் முரட்டுக் கம்பளியால் போர்த்திக்கொண்டு குத்துக்காலிட்டு உட்கார்ந்துகொண்டு, பீடி பிடித்துக்கொண்டிருந்தார். அவர் பக்கத்தில் கூட்டி வைக்கப்பட்ட ஒரு சிறு குப்பை மேட்டுக்கு மேலே செவலை நாய் ஒன்று நீட்டிப்படுத்து அரைக் கண்ணைத் திறந்து வைத்துக்கொண்டு சுகமாக வெயில் காய்ந்துகொண்டிருந்தது. ஒரு தெருவுக்கே உரித்தான வீடுகள், அதன் மனிதர்கள், அவர்கள் காரணமாகச் சாக்கடைகள், குப்பைகள், அசுத்தங்கள், நாய்கள் எல்லாம் சாலை வெயிலில் களை கட்டி இருந்தன.

ரேணுவுக்கு இடப்புறம் இருந்த இரும்புத் தகடடித்த கதவு பெரும் சப்தத்தோடு திறந்தது. வீட்டுக்காரியான அஞ்சலை வெளியே வந்தாள். பக்கத்து வீட்டு வாசலில் நின்றிருந்த ரேணுவைத்தான் முதலில் பார்த்தாள். பார்த்தவள் முறுவலித்தாள். அறிமுகம் இல்லாதவர்களிடம் பேச நேர்ந்த தகயக்கம் அவளிடம் இல்லை. அஞ்சலை சுபாவமாகப் பேசத் தொடங்கினாள்.

“புதுசா வந்திருக்கீங்களா” என்றாள் அஞ்சலை.

“ஆமா... நேத்து ராத்திரிதான் வந்தோம்” என்றாள் ரேணு. “அதான் ராத்திரியெல்லாம் ‘லொடபுடான்னு’ சத்தம் கேட்டுக்கினே இருந்துச்சா?”

ரேணு சிரித்துக்கொண்டு சொன்னாள். “ம்ஹ்ம், சாமான் செட்டு எல்லாத்தையும் அடுக்கி வச்சுக்கினு இருந்தோம்.”

அஞ்சலை, ரேணுவை நோட்டம் விட்டாள்.

ரேணு குளித்து முழுகிவிட்டிருநதாள். ஒரு நூல் அளவுக்கு மஞ்சள் ஏறிய முகம். இயற்கையாகவே மஞ்சள் நிறம்கொண்ட அவளுக்கு மஞ்சள் மேலும் பொலிவூட்டியிருந்தது. காலை வெயிலில் புதுக்காசு மாதிரி பளபளத்துக்கொண்டு நின்றாள். ஒரு சின்ன எலந்தம் பழம் அளவுக்குப் பொட்டு, ரொம்பச் சின்னப் பெண்தான். அதிகம் போனால் பதினெட்டு வயசிருக்கும். நிச்சயம் இருபதைத் தாண்டாது. கழுத்தில் இருந்த தாலிக் கயிறு புத்தம் புதுசாய் நூல் திரி தெரியக் கனமாக இருந்தது. கழுத்துச் செயினும் கை வளையலும் ‘கவரிங்’தான் என்பதைக் கூர்மையாகக் கவனித்து அறிந்தாள். கம்மல் மட்டும் பவுன்தான். புத்தம் புதிய நூல் புடவை உள்ளே கட்டியிருக்கும் பாவாடைகூடப் புதுசுதான். ஓரம் அழுக்குப் படாததில் இருந்து அதுவும் புதுசுதான் என்று உறுதியாயிற்று.

“புதுசா கல்யாணம் கட்டிக்கிட்டு வந்திருக்கீங்களாக்கும்”

“ஆமா... போன வாரம்தான் கல்யாணம் ஆச்சு. எங்க வீட்டுலதான் இருந்தோம். நேத்து ராத்திரிதான் இங்க வீடு பார்த்து, அது அழைச்சுக்கினு வந்துச்சு...”

“ஊட்டுக்காரு என்ன பண்ராரு?”

“கொசு மருந்து அடிக்கிற ஆபீஸ்ல வேலை.”

“வேலைக்குப் போயிட்டாரா அவரு?”

“இப்பத்தான் போச்சு. எப்பவும் காலையில போயிடும். திரும்பச் சாயங்காலம் ஆறு மணிக்கு மேலதான் வரும்...” ரேணு கூச்சம் தெளிந்து, வார்த்தைக்கு ஒரு தரம் சிரித்துக்கொண்டு பேசினாள். அஞ்சலைக்கு ரேணுகாவைப் பிடித்துப் போய்விட்டது.

“நாஸ்தாவெல்லாம் ஆச்சா...?” என்று கேட்டாள் அஞ்சலை.

“உம். காலைல ஓட்டல்லேந்து இட்டிலி வாங்கியாந்து குடுத்துட்டுத்தான் போச்சு. மத்தியானத்துக்கு அரிசி, சாமான்லாம் இருக்கு. காய்கறிதான் வாங்கணும்...”

“கடை கண்ணியெல்லாம் இருக்கிற இடம் தெரியுமா?”

“இங்க எதுவுமே எனக்குத் தெரியாது”

“நான் அழைச்சுக்கிட்டு போறேன். ரெண்டு சொம்பு தலையில் ஊத்திக்கிட்டு வந்துடறேன். நானே வந்து கூட்டிக்கிட்டு போறேன்”

“உம்...”

“வீடு புடிச்சிருக்கா?”

“ஊம்... பொட்டி மாதிரி இருக்கு. அதுக்கு புடிச்சிருக்கு. அப்புறம் நமக்குப் புடிச்சிருந்தா இன்னா, புடிக்காட்டி இன்னா?”

“உங்களுக்கு புடிக்க வேணாமா?”

“உக்கும்... பொம்பளைங்க இஷ்டத்தையெல்லாம் ஆம்பிளைங்க பாப்பாங்களாக்கும். எனக்குப் புடிச்சுத்தான் இருக்கு. பிடிக்கலேன்னாகூட என்னங்க பண்றது? கழுத்த நீட்டிட்டோம். அது சிரிக்க வச்சாலும் சரி, அழ வச்சாலும் சரி...”

“உங்க ரெண்டு பேருக்கும் இது எதேஷ்டம்”

“ஆமா... ஆனா எல்லார்க்கும் பொது கக்கூஸ், பொது குளியல் அறைன்னு இருக்கிறதுதான் புடிக்கல்லே. வெளியே ரெண்டு பேரு கையில் சொம்பை வச்சுக்கிட்டுக் காத்துக்கினு இருக்கிறப்போ, நிதானமா தேச்சு குளிக்க முடியுமா இன்னா?அதான் எனக்குப் புடிக்கல்லே.”

அஞ்சலை சிரித்தாள்.

“சரி... தோ வந்துட்டேன்...” என்றவாறு, பலத்த சப்தத்தோடு கதவைத் திறந்துகொண்டு உள்ளே போனாள் அஞ்சலை.

போகிறவளைப் பார்த்தவாறு நின்றாள் ரேணு.

ரேணுவை விடப் பத்து வயது கூடுதலாக இருக்கும் அவளுக்கு. முகமும் உடம்பும் வெள்ளரிப் பிஞ்சு மாதிரி இளசுதான். ஏதோ ஓர் அழுக்குப் புடவையைக் காமா சோமாவென்று சுற்றிக்கொண்டிருந்தாள். கழுத்தில் அழுக்கேறி நாட்பட்டு இறுகிய தாலிக்கயிறு மட்டும். பாவம் ஏழைப்பட்ட ஜென்மம் என்று நினைத்துக்கொண்டாள் ரேணு.

“போலாமா” என்று கேட்டுக்கொண்டே, கதவைத் தள்ளி தலையை நீட்டினாள் அஞ்சலை.

“தோ...” என்றவாறு ஆணியில் மாட்டியிருந்த பூட்டையும் சாவியையும் எடுத்துக்கொண்டு கிளம்பினாள் ரேணு. கல்யாணத்துக்குப் பிறகு அது

வாங்கிக் கொடுத்த வெல்வட் வாரும், வாரின்மீது சரிகை மாதிரி மினுக்குகிற கோடுகளும்கொண்ட செருப்பை அணிந்துக்கொண்டு வந்த ரேணு கதவைப் பூட்டிக்கொண்டு வீதிக்கு வந்தாள்.

தெரு முக்கு வந்ததும், இடது கைப்பக்கம் திரும்பினார்கள். வரிசையாக இருந்த கடைகளில் ஒன்றைக் காட்டி அஞ்சலை, "இதான் செட்டியார் கடை. பலசரக்கு சாமான்லாம் இங்க வாங்கிக்கலாம். சமயங்கல்லே கடனும் வாங்கிக்கலாம். மாசம் பொறந்து கடனைக் கொடுக்கலாம். செட்டியாரு நல்ல மனுஷன். நான் சொல்லி விடறேன்" என்றாள்.

"சரிக்கா" என்றாள் ரேணு.

இருவருக்கும் நேசப்பாலம் ஏற்பட்டிருந்தது. பரஸ்பரம் அன்பு காரணமாக மனம் குழைந்திருந்தது. நெத்திலி மீன் கருவாடும் பாகற்காயும் வாங்கினாள். கொஞ்சம் வெங்காயம், பச்சை மிளகாய் தக்காளியும் வாங்கிக்கொண்டாள். அஞ்சலை ஏதோ பொடி மீன்கள் வாங்கினாள்.

வரும்போது அஞ்சலைக் கேட்டாள்.

"உனக்குப் பாவைக்கா புடிக்குமா இன்னா?"

"ஐயோ...!" ரேணுவின் முகம் சுருங்கி, கசப்பை விழுங்குகிறவளைப்போல, கோணல் மாணலாகியது. "எனக்கு புடிக்காதுக்கா. இந்தச் சனியனை நான் தொடவே மாட்டேன். அதுக்குப் புடிக்கும். நெத்திலிக் கருவாட்டையும், குண்டு பாவைக்காயையும் போட்டு வறுத்து வச்சா அது நல்லா சாப்புடும்."

செட்டியார் கடையை கடக்கும்போது ரேணு கேட்டாள் "குழந்தைகளைப் பள்ளிக்கூடம் அனுப்பி இருக்கியாக்கா."

"இருந்தாத்தானே அனுப்பறதுக்கு..." என்றாள் அக்கா.

இருவரும் பேசிக் கொள்ளாமலே வீடு வந்து சேர்ந்தார்கள்.

"எங்க வீட்டுக்கு வந்துட்டுதான் போயேங்க்கா" என்றாள் ரேணு கதவைத் திறந்துகொண்டே.

கதவைத் திறந்ததும் ஒரு சின்னக்கூடம்... அதுவே அறையும்கூட... அதை ஒட்டி இடப்புறம் ஒரு சின்ன அறை. சமையலுக்காக அவ்வளவுதான். புதுப் பாத்திரங்கள் அழகாகவும் ஒழுங்காகவும் அடுக்கி வைக்கப்பட்டிருந்தன. பெரிய கோரைப் பாய் தலைகாணியோடு சுற்றப்பட்டு, அறையின் பாதியை அடைத்துக்கொண்டிருந்தது. மூலையில், அழுத்தி அணைக்கப்பட்ட இரண்டு சிகரெட் துண்டுகள் கிடந்தன.

சுவரில், ரேணுவும் கணவனும் சேர்ந்து எடுத்துக்கொண்ட மார்பளவுப் போட்டோ மாட்டியிருந்தது.

"உங்க ஊட்டுக்காரரு அழகாகத்தான் இருக்காரு" என்றாள் அஞ்சலை.

ரேணு கூச்சத்தோடு சிரித்தாள்.

"அதான் அப்பாவுக்கு அதைப் புடிச்சுப் போயி, அதுக்கே என்னைக் குடுத்திட்டாங்க..." என்று சொல்லிவிட்டு ரேணு மீண்டும் சிரித்தாள்.

"எங்க அத்தை மவனுக்குதான் என்னைக் குடுக்கிறதா இருந்தாங்க... இது படிச்சும் இருக்கு, கவர்மெண்டில் வேலை. நல்லா சிவப்பா, பாக்கவும் அழகா இருந்துச்சா, அப்பாவக்குப் பிடிச்சுப் போச்சு..."

"உங்க அப்பாவுக்குத்தான் அவரைப் பிடிச்சுதா... உனக்குப் புடிக்கலையா..." என்றாள் அக்கா.

"போக்கா" என்று வெட்கத்தோடு முகத்தைத் திருப்பிக்கொண்ட ரேணு, "உனக்குக் காபி போடப் போறேன்..." என்றவாறு ஸ்டவ்வுக்கு முன் உட்கார்ந்தாள்.

அக்காவும் உட்கார்ந்து, ரேணுவின் பையிலிருந்த நெத்திலிப் பொடிகளைக் கீழே கொட்டி, தலையைக் கிள்ளி ஆய ஆரம்பித்தாள்.

பாலைச் சூடு பண்ணியவாறு ரேணு கேட்டாள்.

"ஏக்கா உனக்கு குழந்தையே பொறக்கலியா...? இல்லே பொறந்து தக்காமே போயிடுச்சா...?"

கருவாட்டைத் தலைவேறு, உடல்வேறாகக் கிள்ளிப் போட்டுக்கொண்டிருந்தவள், சட்டென்று நிறுத்தி விட்டுச் சொன்னாள்.

"இந்த பாழும் வயிறு தொறக்கவே இல்லையே ரேணு. ரெண்டாந்தாரமா வாழ்க்கைப்பட்டவ நானு. என் மூத்தாளுக்கும் கொழந்தையே இல்லை. அவளும் மஞ்சக் குங்குமத்தோடப் போய்ச் சேர்ந்துட்டா. எனக்கு விதிச்சதும் அதுதான்போல..." என்றாள். கண்ணிலிருந்து வழிந்த நீரை மேல் துணியால் துடைத்துக்கொண்டாள்.

ரேணு, தலையைக் குனிந்தவாறே காபியை நீட்டினாள். அக்கா வாங்கி 'மடக் மடக்'கென்று சத்தம் வர அதைக் குடித்தாள். வாயையும், மூக்கையும் அழுந்தத் துடைத்துக்கொண்டு சொன்னாள்.

"உடம்பு பூரா எண்ணையைத் தடவிக்கிட்டு, மண்ணுல உழுந்து புரண்டு புரண்டு எழுந்திருச்சாலும், உடம்புல ஒட்டறதுதான் ஒட்டும். அத்தை வுடு. இப்ப இன்னா கெட்டுப் போச்சி, சொத்து சுகம் இருந்தாலும் ஆண்டு அனுபவிக்க புள்ளை இல்லையேன்னு வருத்தமா இருக்கும். அதுக்கில்லே. நாளைக்கு முடியாம போற காலத்துல கஞ்சி தண்ணி ஊத்திக் குடுக்க ஒரு புள்ளை இல்லையே... நமக்கு விதிச்சது அவ்வளவுதான்." என்று ஒரு தீர்மானம்போலச் சொன்னாள்.

"ஏக்கா... இனிமே பொறக்கக்கூடாதுன்னு இருக்கா..." என்றாள் ரேணு, கண்கள் மட்டும் சிரித்தபடி.

"ஆமா... எனக்கு அது இல்லாமத்தான் நோவுது..." என்றவாறு கைகளை உதறிக்கொண்டு எழுந்து போனாள் அக்கா.

அக்கா குள்ளம்தான். ஆனால் குட்டை என்று சொல்ல முடியாது. உடம்பு பாந்தம்தான். முதுகு, இடுப்பின் சரிவு, கால் கைகள் எல்லாம், ஒழுங்கும் திடமான வளர்ச்சியோடு லட்சணமாகத்தான் இருந்தாள். நல்ல சாப்பாடும் நல்ல துணியும் இருந்தால், அக்கா அழகியாகத்தான் காட்சியளிப்பாள் என்று ரேணுவுக்குத் தோன்றியது.

*

ரேணு அக்காவோடு பசையாக ஒட்டிக்கொண்டாள். அக்கா இல்லாமல் ஒன்றும் ஆகாது என்கிற நிலைமையில் ரேணு இருந்தாள். வீட்டுப் பைப்பில்

தண்ணீர் வராத நாட்களில் தெருப் பைப்புக்கு அழைத்துச் சென்று தண்ணீர் அடித்துக் கொடுப்பது அக்காதான். அவசரத் தேவைக்குக் கடை கண்ணிக்குப் போய் வருவதும் அவள்தான். மீன் ஆய்ந்து கொடுப்பதும் அக்காதான். ரேணுவின் புருஷனுக்குச் சௌகரியப்படாத நாட்களில் ரேணுவைச் சினிமாவுக்குப் பகல் ஆட்டம் அழைத்துச் சென்று திரும்பவுதும் அவள்தான். வேண்டாம், வேண்டாம் என்று சொன்னாலும் இட்டிலிக்கு மாவு அரைத்துப் போடுவதும் அவள்தான். எல்லாவற்றுக்கும் மேலாக பிறந்த வீட்டை விட்டுப் புது வீட்டுக்கு வந்து கொஞ்சகாலமே ஆன ரேணுவுக்குப் பெண் துணையாகவும் பேச்சுத் துணையாகவும் அக்கா விளங்கினாள்.

*

ரேணுவின் புருஷனுக்குக் காலை ஏழு மணிக்கெல்லாம் அவன் அலுவலக வேலைத் தொடங்கிவிடுகிறது. வீட்டிலிருந்து ஆறு மணிக்கெல்லாம், மேலே போனால் ஆறரை மணிக்குமுன் கிளம்பி விடுவான். பெரும்பாலான நாட்களில் ரேணு கதவைத் திறந்து வைத்து, சகுனம் பார்த்து, பிறகே கணவனை வேலைக்கு அனுப்பி வைப்பது வழக்கமாக இருந்தது. அவள் அம்மாவிடமிருந்து அவள் கற்றுக்கொண்ட பழக்கம் அது. ரேணு கதவைத் திறக்கும் அதே நேரத்துக்கு, அக்காவும் தன் வீட்டுக் கதவைத் திறந்துகொண்டு வெளியே வந்து நிற்பாள். அல்லது ரேணுவின் வீட்டுக்குள் நுழைவாள். அவன் கேட்பான். “என்ன, அக்கா தங்கையைப் பார்க்கப் போராப்போலயா” என்று. “அப்படித்தான் இருக்கட்டுமே” என்பாள் அஞ்சலை.

சில நாட்களில் அஞ்சலையே ஏதேனும் பேசுவது வழக்கமாயிற்று.

“கிளம்பியாச்சா...”

“உம்...”

“அது என்ன ஆபீசோ, ஊர் உலகத்துல இல்லாத ஆபீசு... கோழி கூவறதுக்கு முன்னாலயா ஆபீசை துறப்பாங்க...” என்பாள்.

அவன் சிரித்துக்கொண்டு பேசாமல் போய்விடுவான். ஆக ரேணுவோடு, அஞ்சலையும் அவனை வழியனுப்ப வருவது வழக்கமாகிவிட்டது. அஞ்சலை கருக்கலிலேயே எழுந்து குளித்து விட்டிருப்பாள். ஏதேனும் பழம் புடவையாக இருந்தாலும், சுத்தமாகத் துவைத்து ஒழுங்காகக் கட்டிக்கொண்டிருப்பாள். முன்னேபோலக் கன்னாபின்னா என்று புடவையைச் சுற்றிக்கொண்டு வருவதில்லை அவள்.

சைக்கிளில் அவன் தெருத் திரும்புகிறவரைப் பார்த்துக்கொண்டிருந்து விட்டுத்தான் நகர்வார்கள். அக்கா ரேணுவின் வீட்டுக்குள் வருவாள். அப்புறம் அவர்கள் செய்யவும் பேசவும் ஏராளமான காரிங்கள் ஏற்பட்டுப் போகும். இட்லி அல்லது தோசை பண்ண வேண்டியிருக்கும். வீடு கழுவ வேண்டியிருக்கும். மத்தியானம் சமையலுக்கு அரிசி களைய வேண்டுமே. புருஷன் ராத்திரியோடு ராத்திரிதான் சுடு சாதம் சாப்பிடுகிறவனாகையால், அவனுக்காகக் கடைக்குப் போய் காயோ, மீன் பொடியோ வாங்க வேண்டியிருக்கும். பவானி, கலாவில் அவ்வப்போது படம் மாற்றுவார்கள். மதிய ஆட்டம் போய் வர வேண்டியிருக்கும். வீடு என்றிருந்தால் வேலையா இல்லை?

அஞ்சலை அக்கா சமையலில் படுகெட்டிக்காரியாக இருந்தாள். ரேணு ஆக்குகிற அதே மீன், அதே தக்காளி, அதே வெங்காயம், அதே மிளகாயைத்தான் அக்காவும் உபயோகப்படுத்திச் சமைக்கிறாள். அவள் கைப்பட்டாலே குழம்புக்கு தனி ருசி வந்து விடுகிறது. வெறும் குழம்பு தேனாக அல்லவா ஆகிவிடுகிறது. அவன் குழம்பைத் தாண்ட மாட்டேன் என்கிறானே. அப்படி ஒரு கைப் பக்குவம். கை நிதானம் அவளுக்கு, ரேணுவின் கூடவே இருந்து, அக்காவே குழம்பு வைத்து, கூட்டு, கறி பண்ணித் தருவதும் உண்டு. வாசனையைக்கொண்டே அவன் யூகித்து விடுவதுண்டு. "இது இன்னா அக்கா சமையலா?" என்று கேட்டு விடுவான். அக்கா வந்தவுடன் "எங்க வீட்டுக்காரரு அப்படிச் சொல்லிச்சி" என்று சொல்லிவிடுவாள் ரேணு.

"அப்படியா கேட்டாரு"

"ஆமாக்கா"

"நீ சொன்னியா"

"இல்லேக்கா"

"பின்னே அவருக்கு எப்படித் தெரிஞ்சுது?"

"வாசனையாலயே தெரிஞ்சுக்கிட்டு இருக்கும்"

"சரியான கழுகு மூக்கு உன் வீட்டுக்காரருக்கு"

"போக்கா."

"நான் ஆக்குறதே நல்லாருக்குன்னு சொன்னாரா?"

"ஆமாக்கான்னா."

"நீ பொய் சொல்றே."

"சாமி சத்தியமா..."

"உட்டேன்னு சொல்லு— எதுக்கெடுத்தாலும் சத்தியம் பண்றது? சத்தியம் சர்க்கரைப் பொங்கலாப் போச்சு உனக்கு"

"நீதான் நம்ப மாட்டேங்கிறியே"

"நம்பறேன். நெஜம்மா, நல்லாயிருக்குன்னு சொன்னாரா"

"சத்..."

ரேணுவுக்குச் சேவல்கொண்டை மாதிரி செக்கச் சிவந்த நுனி நாக்கு... மேலும் அது சிவக்கும்.

அப்புறம் அவர்கள் நிறையப் பேசுவதற்கும் விஷயம் இருந்தது. மனிதர்களைப்போலவே மனித வாழ்க்கையும் சுவாரஸ்யமாக இருக்கிறது. அக்கா காற்று மாதிரி தோட்டத்துக்குள் புகுந்த காற்று மலர் மணங்களை அள்ளிக்கொண்டு வருவதுபோல, தெருவுக்குள் எல்லா வீட்டுக்கும் அக்கா போவாள். செய்தி கனக்கும் நெஞ்சத்தோடு வீடு திரும்புவாள். எந்த வீட்டுப் பெண்ணும் அவளை வரவேற்பதிலும் பகிர்ந்து கொள்வதிலும் தயக்கம் காட்டவில்லை. அக்காவால் தங்களுக்கு அபாயம் ஒன்றும் இல்லை என்று அவர்கள் அறிவார்கள். தவிரவும், அக்காவால் அவர்களுக்குக் காரியம் ஆக வேண்டியிருந்தது. அக்கா, சுளுக்கு எடுப்பதில் கெட்டிக்காரி. குழந்தைகளுக்கு

உரம் விழுந்தாலும் பெரியவர்களுக்கு, சுளுக்கு விழுந்தாலும் அதை எடுக்க அக்காவைத்தான் அணுவார்கள். அந்த வீட்டில் என்ன விசேஷம் நடந்தாலும் ஒண்டி ஒத்தாசைக்கு உதவுபவள் அக்காதான். தங்களை இறக்கி வைக்க, நல்ல சுமை தாங்கி அக்கா என்று அவர்கள் எண்ணம். பிறர் அந்தரங்கங்களைப் புறம்கூறித் திரியும் பழக்கம் அவளிடத்தில் இல்லை. அக்கா தான் சேகரித்த விஷயங்களைக் கொட்டித் தன்னைச் சுத்தமாக்கிக் கொள்ள, ரேணுவைக்கொண்டிருந்தாள். ரேணுவுக்கும் இது செளகரியமாக இருந்தது. அவள் வம்புகளுக்காக வீடு வீடாகப் போவதில்லை. அக்காளைத் தவிர வேறு பெண்களோடும் அவளுக்குப் பரிச்சயம் ஏற்படவில்லை. வம்புகளை வாங்கி வைத்து பூட்டிக் கொள்வதில் சுகமிருந்தது அவளுக்கு. இருந்த இடத்திலிருந்தே அக்கா மூலம் அவள் பொது அறிவும் வளர்ந்தது.

தெருமுனையில் குடிசை போட்டு இருந்தாள் மரவள்ளிக் கிழங்கு விற்கிற பட்டு. கண் தெரியாத அம்மாக்காரியோடு வாழ்ந்து வருபவள். மணிக்கூண்டுக்குக் கீழே கடை வைத்து வியாபாரம் செய்கிறாள். பக்கத்தில் டைலர் கடை, சேட்டுக் கடை. அங்கே ஒரு பையன் செவ சேவ என்று சைனாக்காரன் மாதிரி பம்மென்று தலைமுடி வைத்துக்கொண்டு, அழகான பல்வரிசை தெரிய, சிரித்துப் பேசிக்கொண்டிருப்பான். பட்டுவோடும் சிரித்துப் பேசிக்கொண்டிருப்பான். உலகத்தில் நடக்காதது ஒன்றும் நடந்துவிடவில்லை. பட்டுவின் பிள்ளையைக் கலைக்க, அக்காதான் உதவ வேண்டியிருந்தது.

"தப்பு இல்லையாக்கா?" என்றாள் ரேணு, அரிசியை ஆய்ந்தவாறே.

கிழிந்த புடவையைத் தைத்துக்கொண்டே, அக்கா சொன்னாள், "தப்புன்னா தப்புதான். இலேலன்னா இல்லைதான்."

"தப்பு இல்லாமே ஆவுமா..."

"மனுஷங்களுக்குத் தப்புந்தான் கேக்குது. நல்லதும்தான் கேக்குது..."

"அதுக்காக..."

"இந்தப் பாழும் மனசு இருக்கே... அது ஒரு நேரம் இல்லாட்டி ஒரு நேரம், ஐயோ இப்பிடிப் பண்ணிப் போட்டோமேன்னு அடிச்சுக்கும், தப்புப் பண்ணிட்ட பின்னால. ஆனா, கழுதை அதுதானே கேட்டுச்சி..."

ரேணுகாவுக்குச் சம்மதமாகவில்லை.

"என்ன இருந்தாலும் தப்புதாங்க்கா"

"தப்பு இல்லேன்னு சொன்னனா? ஆனா, பகலும் ராவும் மாதிரி நல்லதும் பொல்லதும் சேர்ந்துதான் வாழ்க்கை..."

ரேஷன் அரிசியில் கல் பொறுக்கிக் கை சோர்ந்து போனாள் ரேணு. முதலில் இருந்தே அரிசியை மட்டும் பொறுக்கி இருக்க வேணும்.

"தப்புக்கு நீயே துணை போறயேக்கா..."

"தப்புக்கு நான் மட்டுமா துணை போனேன், அவளை விட்டுட்டு ஓடிப்போனானே, அவ கழுத்தில் தாலிய கட்டினவன். தப்பு அங்கேந்து ஆரம்பிக்குது. சரி தப்பு நடந்து போயிடுச்சு, அது வெளிப்பட்டுப் போச்சு, அதனால் அது தப்பாயிடுச்சு. அதுக்காவ உசுரையேவா உட்டுடச் சொல்றே? தெரியாத்தனமா எதையாவது மிதிச்சுடறோம். அதுக்காவ

காலையேவா வெட்டிக்க முடியும்? இனிமே சாக்கறதையா நடந்துக்கணும்னு நெனைச்சுக்கணும்”

அக்கா தைத்து முடித்து, ஊசியைக் காலண்டரில் குத்திவைத்தாள். எழுந்து புடவையை உதறி மடிக்கத் தொடங்கினாள்.

அக்காவின வீட்டுக்காரர் நயினார் உள்ளே வந்தார். கையை மடக்கி, தோளில் இருந்து விரல் நுனி வரை கட்டுப் போட்டிருந்தார் அவர்.

“வாங்க... டாக்டர் இன்னா சொன்னாரு” என்றாள் ரேணு.

“வயசாயிடுச்சு, கை கூட கொஞ்ச நாள் ஆவும்னாரு டாக்டர்” என்றார் அவர்.

ஓடு மாற்ற, கூரை மேல ஏறி, கீழே விழுந்து கையை உடைத்துக்கொண்டிருந்தார் அவர்.

“கொஞ்சமான பாவமா இந்தக் கையாள பண்ணாரு இந்த ஆளு. அதான் கடவுளே பார்த்துக் கையை முறிச்சு வச்சிருக்காரு”

“என்ன பாவ மயித்தடி நீ கண்டே” என்றார். நரை மீசையை இடது கையால் தடவி விட்டுக்கொண்டு கிழவர். முதுமையால் நொறுங்கிப் போன உடம்பில் விரைத்துக்கொண்டிருந்தது அவர் மீசை மட்டும்தான்.

“ரேணு, இந்த ஆளு பாத்தா பாவம், புள்ளைப் பூச்சி மாதிரி இருக்காரேன்னு நினைக்காதே. கொட்டினா தேளு. அக்காவை அதான் என் மூத்தாளைக் குடிச்சுப் போட்டு இவரு அடிச்ச அடி இருக்கே... அப்பா... இதைக் கட்டிக்கிட்டு அடி உதை தின்னே உசுரைவிட்டா அந்த மகராசி. கட்டுக்கழுத்தி பாவம் சும்மா விடுமா? அதான் கையைச் சுத்துது...” என்றாள்.

கிழவர், தான் பாராட்டப்படுகிறாற் போன்ற பாவத்தில் சிரித்துக்கொண்டு நின்றார். மேல் வரிசையில் இரண்டு பல் இல்லை என்பதைக் கவனித்தாள் ரேணு.

“வா... வேளையோட பழையதைத் தின்னுட்டுப் படு. காலை வெயில்லே களைச்சுப் போயி வந்திருப்பே...” என்றவாறு முன்னே போனாள் அக்கா. கிழவர் நாய்க்குட்டியைப்போல பின்னால் ஓடினார். தாத்தாவும் பேத்தியும் போவது மாதிரி இருந்தது.

*

“**அ**க்காவுக்கு வாலிபம் திரும்புது” என்றாள் ரேணு.

பிரஷ்ஷால் பல் துலக்கிக்கொண்டிருந்தாள் ரேணு. பற்பசை நுரை வாய் ஓரங்களில் வழிந்தது. கூந்தலை அள்ளிச் சொருகி இருந்தாள். புடவையைத் தூக்கி இடுப்பில் சொருகி இருந்ததால் முட்டி வரை கால் வெளிப்பட்டிருந்தது. அன்னாந்து வானத்தைப் பார்த்து ஒருவித சத்தத்தோடு பல் தேய்த்துக்கொண்டே, அக்காவுடன் பேசினாள் அவள்.

கீழே தரையில் குத்துக்காலிட்டு உட்கார்ந்துகொண்டு கூந்தலை அவிழ்த்துப் போட்டு, குளித்து விட்டு வந்து தலை ஈரத்தைக் காலை வெயிலில்

உலர்த்திக்கொண்டிருந்தாள் அக்கா. புதுசாக உள்பாடி அணிந்திருந்தாள். அதைக் குறிப்பிட்டே ரேணு, அக்காவைக் கேலி செய்தாள்.

"உக்கும்... அக்கரைக்குப் போயிருந்திச்சி இப்ப திரும்பி வந்திடுச்சி. போவியா... சட்டை கிழிஞ்சு போயிருந்திச்சி... உடம்பு தெரிய வேணாம்னு, பாடியை எடுத்துப் போட்டுக்கிட்டேன்" என்றாள். ஆனாலும் அக்காவுக்கு, ரேணு அவ்வாறு கேட்டதில் சந்தோஷம்தான். சின்னப் பெண்ணைப்போல முகத்தைக் கவிழ்த்துகொண்டாள். அழுந்தத் தேய்த்த மஞ்சள் வெயிலில் புதுக்காசு மாதிரி நெற்றிக்குப் பொட்டு வைத்திருந்தாள்.

"இன்னும் நீ சின்னப் பெண்ணாட்டம்தான் இருக்கேக்கா... வயசானா சதை வைக்கும், உனக்குச் சூடு போட்டது மாதிரி இல்லே, சுரீர்னு இருக்கு உடம்பு" என்றாள்.

அக்கா பொய்க் கோபத்துடன், "உனக்குக் கேலி பேச இன்னைக்கு நான் கெடைச்சுட்டேன்" என்றாள். அவள் குரலில் இருந்த குழைவு, இன்னும் இதுபோல் ரேணு பேச மாட்டாளா என்று இருந்தது. முகம் சிவக்க, முகத்தை வேறுபுறமாகத் திருப்பிக்கொண்டு முடிக் கற்றையை உதறினாள். தூசு பறப்பது மாதிரி ஈரம் பறந்தது.

"மெய்யாத்தாங்க்கா சொல்றேன். நமக்கெல்லாம் கொஞ்சம் வயசானா, இரண்டு பக்கத்து இடுப்பலேயும் கட்டு சாத மூட்டை மாதிரி, சதை வச்சுடுது... வயிறு முன்னுக்கு வந்துடுது. உனக்கு புடி அளவுகூட எங்கயும் சதை போடல்லியே... இப்பத்தான் வயதுக்கு வந்து நடுவூட்ல உக்கார வைச்சு, புட்டு சுத்தின பொண்ணு மாதிரி இருக்கே. எனக்கே ஆசை வருதுன்னா பாரேன்..." என்றாள் ரேணு. வாயைக் கொப்பளித்துக்கொண்டே வாய்த் தண்ணீரைப் பளிச் சென்று துப்பினாள்.

முடியை வடம் போட்டுச் சுற்றிச் சொருகியவாறு, அக்கா சொன்னாள். "அது கெடக்கட்டும். ஆமா, உன்னை ஆடி மாசத்துக்காக அழைச்சக்கிட்டு போவ அம்மா வர்றாங்கன்னு சொன்னியே... எப்ப வர்றாங்க..."

"வர புதன்கிழமை வர்றாங்களாம்... எனக்கு அதை நெனைச்சாத்தாங்க்கா கஷ்டமா இருக்கு... அதுக்கு ஓட்டல் சாப்பாடு புடிக்காது. என்ன பண்ணும்னு தெரியல்லே..." என்றாள் ரேணு

"ஏன்... நாங்கல்லாம் இல்லாமயா பூட்டோம். நாங்க பாத்துக்க மாட்டோமா... கவலைய உடு..." என்றாள் அக்கா.

"ஆமாக்கா... அதக் கொஞ்சம் பாத்துக்கோ... அப்பப்போ... ஏதாச்சும் கொழம்பு, ரசம் வச்சுக் குடு. சோறு அதே பொங்கிக்கும். அதை உட்டா சாம்பார் வக்கிறேன்னு புளிக் குழம்பு வைக்கும்."

"இப்பல்லாம் பொண்ணுங்க, புருஷனுக்கு எதை எதையோ கத்துக் குடுக்குதுங்க... சோறு ஆக்க மாத்திரம் கத்துக் குடுக்கிறது இல்லே..." என்றாள் அக்கா.

"போக்கா..." என்ற ரேணு கிளுக்கென்று சிரித்தாள். பிறகு, அதை பாத்துக்கோக்கா... என் மனசு இங்கயே இருக்கும்..." என்றாள்.

“கொஞ்ச நாளைக்குத்தானே, அதுக்குள்ள உம் புருஷன் இளைச்சு ஓடா தேஞ்சுடமாட்டான். பத்திரமா என் முந்தானையிலயே முடிச்சுப் போட்டு வச்சிருந்து நீ வந்ததும் அவுத்துக் கொடுக்கறேன்...”

“போக்கா...”

ஆடி மாசத்தை அடுத்து மேலும் சில நாட்கள் கழித்துத்தான் ரேணு புருஷன் வீடு திரும்பினாள். நல்ல நாள் கிடைக்கவில்லை. ஓர் அந்திப் பொழுதில் அண்ணனோடு வந்து சேர்ந்தாள், ரேணு அம்மா வீட்டில் எடுத்துக் கொடுத்த சரிகை இழையோடிய புதுப் புடவையோடும், தலையில் அம்பாரமாய்ப் பூவுமாக.

ரேணுவின் புருஷன் வீட்டுக்கு வந்து, குளித்துவிட்டுகூடத்தில் ஏதோ ஒரு பழைய பத்திரிகையைப் புரட்டிக்கொண்டிருந்தான். ரேணு, கொண்டு வந்த பண்டம், பாத்திரங்களோடு உள்ளே போய் விட்டாள்.

மாமனும், மைத்துனனும் பேசிக்கொண்டிருந்தார்கள். பேச்சுச் சப்தம் கேட்டு, அக்கா வந்து சேர்ந்தாள்.

“வந்துட்டியா எங்கண்ணு” என்றாள் அக்கா.

அடே! அக்காதான் எவ்வளவு மாறிப் போய் இருந்தாள், சின்னப் பெண் போல் சிக்கென்று. கண்ணில் மைகூட என்ன இங்கிதமாய்ப் பூசிக்கொண்டிருக்கிறாள்! தலையை ஒழுங்காக, சிரத்தையாக வாரி விட்டிருந்தாள்.

“வாக்கா, என் கண்ணிலயே இருந்தே நீ... நல்லா இருக்கியா”

“எனக்கென்ன— நீ சொல்லு — போனியே, நீ பாட்டுக்கு அங்கியே தங்கிட்டே — இங்க நாங்க எவ்வளவோ தவிச்சுப் பூட்டோம் தெரியுமா...?”

அக்கா இதைச் சொல்லும்போது அவள் கண்ணில் நீர் கோத்துக்கொண்டது.

ரேணு அக்காவின் கையைப் பிடித்துக்கொண்டாள்.

“நான் போகணும், போகணும்னுதான்கா சொல்லிக்கிட்டு இருந்தேன். நாளும் கிழமையும் சரியா இல்லேன்னட்டு, இப்பத்தான் அனுப்பி வைச்சாங்க...” என்றாள்.

“காபி போட்டுக்கொண்டாரட்டுமா...” என்று அக்கா கேட்டாள்.

“இனிமே என்னத்துக்குக் காபி? வரும்போது அண்ணன் வாங்கிக் கொடுத்துச்சி. சாப்பிடற நேரம் பொங்கிக்கிடலாம்னு நெனைக்கிறேன்...”

அக்கா இருப்பாள் என்று ரேணு எதிர்பார்த்தாள். ஆனால் என்னவோ அவள் சீக்கிரம் கிளம்பி விட்டாள். “வேலை இருக்கு.” என்று கூறிவிட்டுப் போய்விட்டாள். அண்ணனும் சொல்லிக்கொண்டு கிளம்பி விட்டான். ஊரில் இருந்து கொண்டு வந்திருந்த நெத்திலிப் பொடியும், பாகற்காயும் போட்டு, அவனுக்குப் பிடித்தமாக ஆக்கி வைத்தாள். சமையல் வேலை எல்லாம் முடித்து, கூடத்துக்கு வரும்போது, நிலா பாய்விரித்த மாதிரி வெளிச்சமிட்டிருந்தது. ஜன்னல் வழியாக வழிந்த விளக்கு வெளிச்சத்தில் இன்னும் பத்திரிகையையே படித்துக்கொண்டிருந்தான் அவள் புருஷன்.

“வாங்க சாப்பிடலாம்” என்றாள்.

உடன், கையில் இருந்ததை மூடி வைத்து விட்டு உள்ளே வந்து தட்டில் உட்கார்ந்தான் அவன். ரேணு ஊருக்குச் சென்ற நாளில் இருந்து அவர்கள் தனியாக இருப்பது இதுவே முதல் முறை என்று அவளுக்குத் தோன்றியது.

அதுவே, அவள் நடு முதுகைச் சிலிர்க்கச் செய்தது. சோற்றைப் போட்டுக் குழம்பையும் ஊற்றினாள். குனிந்து பிசைந்து அவன் உண்டான்.

அவள், அன்பு மிகுதியான வேளைகளில் அவன் செய்யும் குறும்புகளைச் சேஷ்டைகளைத் தன் நினைவுக்குக்கொண்டு வந்தாள்.

“நீயும் தட்டைப் போட்டுக்கொண்டு உட்கார்” என்பான். இப்போதும் சொல்வான் என்று எதிர்பார்த்தாள். இத்தனை நாள் பிரிவு, கிட்டத்தட்ட நாற்பத்தைந்து நாள் பிரிவு, அவனை நெகிழ்த்தி இருக்க வேண்டுமே. இல்லை அவன் சோறே குறியாகச் சாப்பிட்டுக்கொண்டிருந்தான். சோறு போடும் கையைப் பிடித்துக் கொள்வான். சமயங்களில் ஊட்டி விடுவான்.

எந்த சலனமும் இன்றி, ஓட்டலில் சாப்பிட வந்தவன் சாப்பிடுவது மாதிரி, அவன் சாப்பிட்டுக்கொண்டிருந்தான். “சாப்பிடும்போது என்ன யோசனை...” என்றாள் அவள்.

“ஒண்ணுமில்லே...” என்றான் அவன். அசுவாரஸ்யமாக புருஷனின் கிட்டத்து இருப்பு அவளைக் கிளர்த்தியது. அவன் மட்டும் கிளர்ச்சி அடையாதது ஏன் என்று அவளுக்கு விளங்கவில்லை.

சாப்பிட்டவன் மீண்டும் வந்து நாற்காலியில் உட்கார்ந்துகொண்டு மீண்டும் படிக்க ஆரம்பித்தான். ரேணுவுக்குச் சாப்பாடு இறங்கவில்லை. மீந்துவிடக்கூடாதே என்று கட்டாயமாகச் சாப்பிட்டாள். உண்ட இடத்தை ஒழித்துப் போட்டுவிட்டு வெளியே வந்தவள், அவனைப் பார்த்து, “என்னங்க, பரிட்சைக்குப் படிக்கிறீங்களா...” என்று கேட்டாள். பதிலை எதிர்பார்க்காமல், உள்ளே வந்து படுத்துக்கொண்டாள். கொஞ்ச நேரத்துக்குப் பிறகுதான் அவன் எழுந்து உள்ளே போனான். படுத்தான்.

சுவர்ப்பக்கம் திரும்பிப் படுத்துக்கொண்டிருந்த ரேணுவைத் தன் பக்கத்துக்கு திருப்பினான். முதலில் வீம்பாக இருந்தவள், அப்புறம்தான் திரும்பினாள்.

“அழுதியா...” என்று கேட்டான்.

அவள் கன்னத்தையும், கண்களையும் துடைத்தான்.

“என்ன குழந்தை மாதிரி.” என்றான் சிணுங்கிக்கொண்டே. ரேணு அவனிடம் ஒட்டிக்கொண்டாள்.

அவன் மார்பைத் தடவியவாறு “நீங்க ரொம்ப இளைச்சுட்டீங்க” என்றாள்.

காற்று பலமாக அடித்துத் தெருக் கதவைக் குலுக்கிச் சத்தம் போட வைத்தது.

“கதவை சாத்துனீங்களா” என்றாள் ரேணு.

“ஊம்...”

“உள்ளியும் மேலயும் இம்மாந் துணி போட்டு, ஏன் புழுங்கிப் போறீங்க... பாரு... வேர்த்து வடியுது...” என்றான் அவன்.

"சீய்..." என்றாள் அவள்.

ரேணு மீண்டும் நினைத்துக் கொள்ள வேண்டியிருந்தது. ஆர்வமில்லாமல் சாப்பிடுகிற அவன், அத்தனை நாள் பிரிவிலும் கொஞ்சமும் கிளர்ச்சி ஊட்டப்பெறாத அவன், தட்டையே பார்த்துக்கொண்டு கொஞ்சமும் பசியில்லாமல், கட்டாயத்துக்காச் சாப்பிடுகிறவனாக அவன்...

*

சைக்கிளைத் தள்ளிக் கொண்டு படி இறங்கப் போனான் அவன். அப்போது அவள் சொன்னாள்.

"வேற வீடு பாருங்க..."

திடுக்கிட்ட அவன், "ஏன்" என்றான்.

"எனக்குப் பிடிக்கல்லே"

டைனமாவைப் பார்த்தவாறு அவன் கேட்டான்.

"திடீர்னு சொன்னா?... முதல்லை பிடிச்சிருக்குன்னு சொன்னியே..."

"அப்பப் பிடிச்சுது இப்பப் பிடிக்கல்லே..."

அவன் போய் விட்டான்.

அக்கா உள்ளே வந்தாள்.

"அவரு போயிட்டாரா..." என்றாள் அக்கா.

"உன் எதிருக்கதானே போனாரு..." என்றாள் ரேணு.

அக்கா ரேணுவைக் கூர்ந்து பார்த்தாள்.

"குளிச்சுட்டு வந்துடறேன்... கடைக்குப்போலாமா..."

"எனக்கு நாழி ஆகும்கா... நீ போயேன்."

"நீ வரல்லியா..."

"ஒழிஞ்சபோது போறேன்... இன்னுமா எனக்கு வழி தெரியாதுன்னு நெனைக்கறே..."

"சரி... நான் வரேன்..." என்று சொல்லிய அக்கா, தலையைக் கவிழ்ந்துக்கொண்டே போனாள். ரேணு அக்காவைப் பார்த்தாள்.

ஆத்திரமாக இருந்தது. ஒரு நிமிஷம்தான். அப்புறம் பாவமாகவும் இருந்தது.

1985

நிழல்

டைரக்டரும், அன்று கால்ஷீட் கொடுத்திருந்த நடிக, நடிகையரும் ஒளிப்பதிவாளரும் மற்றும் இதர தொழில் நுட்பக்காரர்களும். 'அம்மா' ஒருவருக்காகக் காத்திருந்தார்கள். டைரக்டர் ஒன்றன் பின் ஒன்றாகச் சிகரெட்டை புகைத்து, அதை அழுத்தி அணைத்துத் தேய்த்துக்கொண்டிருந்தார். யாரோ ஒருவர் அவரை அணுகி "புரொடியூசர் லைன்லே இருக்கார்…" என்றார்.

"ச்சூ" என்று எரிச்சலில், எழுந்து ஃபோனுக்குப் போனார். புரொடியூசர் மூன்றாவது தடவையாகப் ஃபோன் பண்ணுகிறார்.

"சார்…"

"சாந்தா வந்துட்டாளா?"

"அம்மா இன்னும் வரல்லே சார்… செட்ல எல்லாம் ரெடி. அம்மா வந்துவுடனே ஷூட் பண்ண ஆரம்பிச்சுடலாம்…"

"நான் அப்பவே சொன்னேன். அந்தக் கழுதையைப் போட வேண்டாம்னு… கேட்டிங்களா… இப்ப மணி பதினொன்று… எப்ப அவ வர்றது… எப்ப மேக்கப் போட்டு முடிக்கறது… எப்ப ஷூட் பண்றது. சாயங்காலம் ஆறு அடிச்சா செட்டுக்கும் டெக்னீஷியன்களுக்கும் நான் மடியை அவிழ்த்தாகணும்… மார்வாடி என் பொண்டாட்டி ஒருத்தியைத்தான் எழுதி வாங்கிக்கலே…"

ஃபோன் வைக்கப்பட்ட சப்தத்தை உறுதிப்படுத்திக்கொண்டு, டைரக்டர் இடத்தை விட்டு நகர்ந்தார்.

ஒரு வழியாக மணி பனிரெண்டை நெருங்கும்போது, அந்நிய நாட்டு இறக்குமதியான வெகு நீளக் காரில் சாந்தா தேவி வந்து இறங்கினாள்.

காரிலிருந்து அவள் டச்சப் கேர்ள், அவள் அம்மா, ஹேர் டிரஸ்ஸர், "ஷூட்டிங்க பார்க்கணும்டி என்று வந்த தோழிகள் இருவர் ஆகியோர் இறங்கி வந்தார்கள். டைரக்டரைப் பார்த்து,

"சாரி சார்... கொஞ்சம் லேட்..." என்றாள் சாந்தா.

"இட்ஸ் ஆல் ரைட்" என்று பிரகாசமான முகத்தோடு சொன்ன டைரக்டர், சாந்தா தேவி மேக்கப் ரூமுக்குள் நுழைந்ததும் தன் வாட்சில் மணி பார்த்துக்கொண்டார். அடுத்து இரண்டாவது நிமிடத்தில் சாந்தாவின் டச்சப் கேர்ள், டைரக்டரின் பக்கத்தில் ஒட்டி நின்றிருந்த புரொடக்ஷன் மேனேஜரைப் பார்த்து, "அம்மாவுக்கு ஜூஸ் வேணுமா?" என்றாள்.

"ரெடியா இருக்கு... அம்மாவுக்கு எப்போ எது தேவைன்னு எனக்குத் தெரியாதா?" என்று சொல்லி விட்டு "மணி" என்று உரக்கக் கூப்பிட்டார். மணி என்கிற அந்தப் பையன் ஒரு தட்டில் வைத்த ஜூஸ் கிளாசோடு எங்கிருந்தோ வெளிப்பட்டு மேக்கப் ரூமை நோக்கி நடந்தான்.

*

கன்னடத்துக் கட்டழகி, கைபடாத ரோஜா, ஆடல் அழகி, அபிநய தேவதை என்றெல்லாம் பத்திரிகைகளால் குறிப்பிடப்பட்டவள் சாந்தாதேவி. அன்பு ரசிகப் பெருமக்களால் 'அண்ணி' என்றும் அழைக்கப்பட்டாள். தமிழ், கன்னடம், தெலுங்கு என்று மும்மொழிகளிலும் பிரசித்தமான ஹீரோக்களோடு மட்டும் நடித்துக்கொண்டிருந்தவள் அவள். படம் எடுத்தால் சாந்தாவை வைத்துத்தான் எடுப்பது, அவள் கால்ஷீட் கிடைக்காத வரைக்கும் படம் எடுப்பதில்லை என்று இருந்தார்கள், தயாரிப்பாளர்கள். காலையில் சென்னை, மதியம் பெங்களூர், இரவு ஹைதராபாத் என்று பறந்துகொண்டிருந்தாள் சாந்தா. "கேரளம் நீங்கலாக, தென்னிந்தியாவின் இருபத்தைந்து வயதுக்குட்பட்ட இளைஞர்கள் அத்தனை பேரும் இரவில் தாம் காணும் கனவுகளில் சாந்தாதேவியைத்தான் காணுகிறார்கள். அப்படிப்பட்ட கலையரசி சாந்தாதேவிக்கு, "ஏன் 'கனவுக் கன்னி' என்ற பட்டத்தை ரசிகர்கள் சார்பாக அளிக்கக்கூடாது" என்று ஒரு சினிமாப் பத்திரிகையின் வாசகர் பகுதியில் ரவிச்சந்திரன் எம். ஏ. பி. எல். என்பவர் எழுதியிருந்தார். "பேஷாகத் தரலாமே. நம் பத்திரிகையில் கனவுக் கன்னி சாந்தா தேவி என்றே வெளியிடப் போகிறோம்..." என்று வேறு எழுதி விட்டதால், அவளுக்கான பட்டங்களோடு கனவுக் கன்னியும் சேர்ந்துகொண்டது.

*

சாந்தா தேவி கட்டிலில் நீட்டிப் படுத்திருந்தாள், சற்றே உடல்நலக் குறைச்சல். குடும்ப டாக்டர் ஒரு தோல் பையோடும், கோட்டோடும் வந்து பரிசோதனை செய்து மருந்து எழுதிக் கொடுப்பதாகக் காட்சி. சூழ்நிலையைச் சொல்லிக் கொடுத்த டைரக்டர், "ஒத்திகை" பார்க்கலாமா என்றார்.

டாக்டர் வேஷம் போட்டவன் கோபாலகிருஷ்ணன், எம். ஏ. வரை படித்தவன். நடிப்புக் கலையின் மேல் உள்ள ஆர்வம் காரணமாக லண்டனில் நடிப்புப் பயிற்சி பெற்றவன். உலகத்துச் சிறந்த நடிகர்களைப் பற்றிய விஷய ஞானம் உள்ளவன். தமிழ்ப்பட உலகம் அவ்வப்போது

டாக்டர், ஒரு காட்சியில் வருகிற வக்கீல், காலேஜ் பிரின்சிபல், வீரசாகஸம் செய்த கதாநாயகப் போலீஸ் இன்ஸ்பெக்டருக்குப் பாராட்டுத் தெரிவித்துக் கைகுலுக்கும் போலீஸ் கமிஷனர் போன்ற வேஷங்களைக் கொடுத்து போஷித்து வந்தது. கோபால கிருஷ்ணன் காலை எட்டு மணிக்கெல்லாம் வந்து மேக்கப் போட்டுக்கொண்டிருந்தான். சாந்தா தேவி மேக்கப் ரூமிலிருந்து வெளி வந்த பின், அவசர அவசரமாக மீண்டும் டச்சப் செய்துகொண்டு செட்டிற்கு வந்தவன், படுத்திருந்த சாந்தா தேவியின் கட்டிலுக்கு அருகில் இருந்த மேசையின் மேல் தன் தோல் பையை வைத்தான். குடும்ப டாக்டர் என்பதால் ஏற்கனவே படுத்திருப்பவருக்கும் தனக்கும் தொடர்பு இருக்கிறது என்பதைச் சூசகமாக உணர்த்த "ஹலோ" சொன்னான். கையை எடுத்து நாடி பார்த்தான். கண் ஓரங்களைப் பிதுக்கிப் பார்த்தான். பிறகு தன் கழுத்திலிருந்த ஸ்டெதஸ்கோப்பைச் சாந்தா தேவியின் மார்பில் வைத்தான்.

படுத்திருந்த சாந்தா, கோபாலகிருஷ்ணனின் கையைத் தட்டி விட்டாள். டைரக்டரைப் பார்த்து, "என்ன டைரக்டர்... இந்த ஆள் என் மேல தொடறான்..." என்றாள்

"டாக்டர் தொடாமல், கண்ணாலேயே உடம்பைப் பரிசோதித்து மருந்து தருவது இயற்கையாக இருக்காதே" என்பதாக டைரக்டர் சொன்னார்.

"ஊஹூம்... என்னை ஹீரோ மட்டும்தான் தொடலாம்... மத்தவங்க தொடக்கூடாது..." என்றாள் சாந்தாதேவி, குழறிக் குழறித் தன் வடுகுத் தமிழில். சாந்தாதேவிக்குத் தமிழ் கொஞ்சம் கொஞ்சம் தெரியும். ஆனாலும் அவள் பேச்சைத் தமிழர்கள் அங்கீகாரம் செய்துவிட்டார்களே.

கோபாலகிருஷ்ணன் அடிபட்டவனாகச் சிறுத்துப் போய் நின்றான்.

"கொஞ்சம் பெரிய மனசு பண்ணணும்" என்று கெஞ்சிக் கேட்டார் டைரக்டர்.

"ஊகூம்..." என்றாள் சாந்தாதேவி.

டைரக்டர் கோபாலகிருஷ்ணனிடம் சென்று என்னமோ சொன்னார். அவனும் தலையை ஆட்டினான். பிறகு சாந்தாவின் பக்கம் திரும்பி "ஓகே... மேடம்... அப்படியே பண்ணிடுவோம்..." என்றார்.

"லைட்ஸ் ரெடியா சார்" என்றார்.

"ரெடி சார்" என்றார் ஒளிப்பதிவாளர்.

"ஆர்ட்டிஸ்ட் ரெடியா."

"ரெடி சார்..." என்றான் கோபாலகிருஷ்ணன்.

விளக்குகள் நெருப்பைக் கக்கிக்கொண்டு எரிய, "ஸ்டார்ட் கேமரா" என்றார் டைரக்டர். கேமரா சின்னக் குரலில் உறுமியது "ஆக்ஷன்" என்றார்.

கோபால கிருஷ்ணன், ஒரு டாக்டரின் தோரணையோடு 'டக்டக்'கென ஷூக்கள் சப்திக்க நடந்து வந்தான். பையை வைத்தான். "ஹலோ" என்றான். கையைப் பிடித்தான். நாடி பார்த்தான். பிறகு கண்ணைப் பிதுக்கினான். ஸ்டெதஸ்கோப்பை மார்பில் வைத்துக் கூர்ந்து கேட்டான். மணி பார்த்தான். பிறகு கோட் பாக்கெட்டிலிருந்து சின்ன நோட் புக்கை வெளியே எடுத்துக் கிறுக்கினான்.

"ஓ. கே... கட்" என்றார் டைரக்டர். கேமரா நின்றது விளக்குக் கண்ணை மூடியது.

ஆவேசத்தோடு எழுந்தாள் சாந்தாதேவி.

*

சாந்தாதேவி உட்கார்ந்து கோலோச்சிய ஆசனத்தில் அவளை அறியாமலேயே சத்தமில்லாமல் ஒருநாள் மணிஸ்ரீ வந்து உட்கார்ந்துகொண்டாள். மணிஸ்ரீ நடித்த ஒரு படம் நூற்று ஐம்பது நாட்கள் தொடர்ந்து ஓடவே, அவள் மிகப் பிரபலமடைந்து விட்டாள்.

தெலுங்கு, கன்னடம் முதலான பல மொழிகளில் அவள் நடிப்பதாகத் தகவல் வந்தது. துரதிருஷ்டவசமாக சாந்தாதேவி கல்யாணம் பண்ணிக்கொண்டாள். இந்த நேரத்தில், அமெரிக்காவில் டாக்டராகப் பணிபுரியும் ஒருவரைத் திருமணம் செய்துகொண்டாள். "என்னால் முடிந்தவரை கலைத்தாய்க்குச் சேவை செய்வேன்... இனி நல்ல குடும்பப் பெண்ணாகத் திகழ்வேன்..." என்று அறிக்கை விட்டிருந்தாள் சாந்தாதேவி.

இப்போதெல்லாம் இளைஞர்கள், மணிஸ்ரீ வருவதாக இருந்தால்தான் கனவே காண்கிறார்கள். தங்கள் முதல் குழந்தை பெண்ணாய்ப் பிறக்க வேண்டுமே, பிறந்தால் மணிஸ்ரீ என்று பெயர் வைக்கலாமே என்று இளம் பெண்கள், கல்யாணம் ஆன இளம் மாமிகள் எல்லோரும் கவலைப்பட்டார்கள். தமிழ்ப் பத்திரிகைகளின் அட்டைகளை மணிஸ்ரீயே அலங்கரித்தாள். கலையரசி மணிஸ்ரீ நற்பணி மன்றங்கள் இல்லாத பேட்டைகளை, பேட்டைவாசிகளே வெறுத்தார்கள். மணிஸ்ரீ இரவும் பகலும் கலைத்தாய்க்குச் சேவை செய்து மூன்றே ஆண்டுகளில் ஐம்பது படங்களில் நடித்து முடித்தாள்.

இதற்கு இடையில், சாந்தாதேவி திடுமெனப் பத்திரிகை நிருபர்களை அழைத்து, "கலைத்தாய்க்குச் சேவை செய்யாமல் என்னால் சும்மா இருக்க முடியவில்லை. அத்தோடு அன்பு ரசிகப் பெருமக்களைப் பிரிந்து என்னால் ஆயிரம் மைல்களுக்கு அப்பால் வாழ முடியவில்லை. அதோடு தயாரிப்பாளர்கள் வேறு நீங்கள் நடிக்க வர வேண்டும்" என்று அன்புத் தொல்லை கொடுக்கிறார்கள். ஆகவே மீண்டும் நடிப்பது என்று முடிவு செய்துவிட்டேன்" என்று பேட்டி கொடுத்தாள். ஆனால் உண்மைச் செய்திகளைத் தோண்டி எடுத்துச் சமூகத்துக்குத் தருவதையே, தன் உண்மை நோக்கமாகக்கொண்ட பத்திரிகை ஒன்று, சந்தாதேவிக்கும் அவள் கணவருக்கும் ஏதோ 'லடாய்' என்றும் அவர்கள் 'உறவு முறிந்தது' என்றும் செய்தி வெளியிட்டிருந்தது.

'அக்காவா அம்மாவா' படத்தில் கதாநாயகி மணிஸ்ரீயும், மணிஸ்ரீக்கு அக்காவாகச் சாந்தாதேவியும் நடித்தார்கள். சாந்தாதேவி இரண்டே காட்சிகளில் வந்து எலும்புருக்கி நோயால், லொக் லொக் என்று இருமி செத்துப் போகிறாள்.

சாந்தா தேவி கட்டிலில் படுத்துக்கொண்டு பயங்கரமாக இருமி இரத்த வாந்தி எடுத்தாள். தனக்கு இறுதிக் கட்டம் வந்து விட்டதை உணர்ந்து, தன் தங்கையை அதாவது மணிஸ்ரீயை அருகில் அழைத்து, அவள் கையை

எடுத்து கோபாலகிருஷ்ணன் கையில் இணைத்தாள். அவள் உயிர் பிரிகிறது. அதே சமயம் ‘டக்’கென்று அகல் விளக்கு அணைகிறது.

ஒளிப்பதிவாளர் கேமராவை வேறு ஆங்கிளுக்கு மாற்றும் அந்த இடைவேளை நேரத்தில் கோபாலகிருஷ்ணனும் மணிஸ்ரீயும் எதிர் எதிரில் ஃபேனுக்குக் கீழே அமர்ந்து பேசிக்கொண்டிருக்கிறார்கள். இப்போதெல்லாம் கோபாலகிருஷ்ணன் டாக்டர், வக்கீல், பிரின்ஸ்பால், ஐ. ஜி. யோடு இரண்டாவது, மூன்றாவது, கதாநாயகனாகவும் வந்துகொண்டிருந்தான்.

மூலையில் சாந்தாதேவி ஒரு ஸ்டூல் நாற்காலியில் தனியாக உட்கார்ந்துகொண்டிருந்தாள். தனியாகவே, ஓர் அம்பாசிடரில் வந்திருந்தாள். குறித்த நேரத்தில் சரியாக எட்டு மணிக்கே செட்டுக்கு வந்து விட்டிருந்தாள்.

ஒரு பையன் டிரேயில் இரண்டு கப்களில் பழச்சாறு கொண்டுவந்து கோபாலகிருஷ்ணனுக்கும், மணிஸ்ரீக்கும் கொடுத்தான். சற்று தூரத்தில் ஒதுங்கித் தனித்து உட்கார்ந்துகொண்டிருந்த சாந்தா தேவியைப் பார்த்தான் கோபாலகிருஷ்ணன். பையனைக் கூப்பிட்டான். “சாந்தாவுக்குக் குடிக்க ஏதாவது குடுப்பா...” என்றான். “கொண்டு வரேன் சார்...” என்று போனான் பையன்.

அன்று மாலை ஆறு வரை ஷூட்டிங் இருந்தது. நாலு மணிக்கு நேர்ந்த ஓர் இடைவேளையின்போது சாந்தாதேவி, அந்தப் பையன் தன் அருகே வந்தபோது, “தம்பி குடிக்கக் கொஞ்சம் தண்ணி தரியா” என்று கேட்டாள்.

“வரேன்... வரேன்...” என்று விட்டுப் போனவன்தான், வரவே இல்லை.

1985

கதாநாயகி குளித்த கதை

ஐந்து நாட்கள் மிகக் கடுமையாகப் பாடுபட்டு அந்த 'சீனை' எடுத்து முடித்தோம். வேலை முடியும்போது சாயங்காலம் ஆகி, இருட்டவும் தொடங்கியது.

சாம்பலைத் தூவி விட்டது மாதிரி பனி பெய்வதை, அந்த நட்சத்திர ஓட்டலின் நாலாவது மாடியில் இருந்த என்னால் பார்க்க முடிந்தது. நான்கு மணியில் இருந்தே ராகினியின் அம்மா, "சாரு... பாப்புக்கு மன்ச்சு அல்லது சாரு..." என்று என்னைக் கூப்பிட்டுச் சொல்லிக்கொண்டிருந்தாள். அவளுக்குத் தெலுங்கு மட்டுமே தெரியும். எனக்குத் தமிழ் மட்டும். ஏதோ புரிந்துகொண்ட அளவில், டைரக்டரிடம் போய்ச் சொன்னேன். "சார்... ராகினிக்குப் பனி ஒத்துக்காதான் சார்..."

"சரியான கழுத்தறுப்பா இருக்காளே... இன்னும் இரண்டே ரெண்டு ஷாட்தான் இருக்கு. அதுக்குள்ள பறக்கறா? பனி ஒத்துக்காதாமா? சும்மா இருக்கிறபோது, சோத்துக்குத் தாளம் போடுவாளுக, ஏதாவது ஒரு படத்துல தலையைக் காட்ட மாட்டோமான்னு இருப்பாளுக. போனாப் போவுதுன்னு ஒரு 'சான்ஸ்' கொடுத்தா, நான்தான் ஜீனத் அமன், ரேகான்னு நம்மகிட்டயே சொல்றாளுக... இருங்க... அடுத்தப் படத்துல இதுகள யாரு சீண்டப் போறா?... சீமிக்கப் போறா பாருங்க..." என்றார் டைரக்டர் எரிச்சலோடு. டைரக்டர் சொன்னதில் பல பகுதிகளை நீக்கி விட்டு நல்லதை மட்டும் ராகினியின் அம்மாவிடம் சொன்னேன். "தேங்க்ஸ் சாரு..." என்றாள். அவ்வாறு சொல்லும்போது அவளது சிரிப்பும், அந்தக் குறுகிய காலத்தில் அவள் காட்டிய பாவனையும், அவள் ராகினிக்கு அம்மாவாக இல்லாமல் அக்காவாக இருப்பாளோ என்ற சந்தேகத்தை ஏற்படுத்தின.

*

எங்கள் படத்தின் கதை, மூன்று நட்சத்திர ஓட்டல் ஒன்றின் பணியாளனைப் பற்றியதாகும். கதை ஓட்டல்

சூழ்நிலையில் நடப்பதால், அதைச் சித்தரிக்கச் சில காட்சிகள் சேர்க்க வேண்டும் என்று நான் சொன்னேன். தயாரிப்பாளர் ஒரு சம்பவத்தைச் சொன்னார், "இளைஞன் ஒருவன் இளம்பெண் ஒருத்தியை அழைத்து வந்து அவளோடு மூன்று இரவுகள் தங்கி விட்டு, அவளை ஏமாற்றித் தவிக்க விட்டுவிட்டு ஓடிப்போய் விடுகிறான். அபலையாகி விட்ட அந்த இளம் பெண்ணை அடைய, ஓட்டல் மானேஜர் பயங்கரச் சதித் திட்டம் தீட்டுகிறான். கதாநாயகன், கடைசிக் கட்டத்தில் தோன்றி மானேஜரின் சதியைச் சுக்கு நூறாக்கி, அவளைத் தப்புவிக்கிறான்."

தயாரிப்பாளர் சொன்னது அருமையான டிராக் என்று எல்லோரும் ஒப்புக்கொண்டனர். டைரக்டரும் அது நன்றாக 'ஓர்க் அவுட்' ஆகும் என்றார். ஆனால் ஒரு சிறு திருத்தம் செய்தார். யாரோ ஓர் இளைஞன் யாரோ ஒரு பெண்ணை ஓட்டலுக்கு அழைத்து வருகிறான் என்பதைக் காட்டிலும், பணக்காரக் கல்லூரி மாணவன் ஒருவன். ஏழைக் கல்லூரி மாணவியை அழைத்து வருவதாக வைத்துக்கொண்டால், இன்னும் 'எபக்டாக' இருக்குமே என்று டைரக்டர் சொன்ன திருத்தத்தை எல்லோருமே ஒப்புக்கொண்டார்கள். ரொம்பப் புதுமையாக இருக்கிறதே என்றும் சொன்னார்கள். "புதுமை மட்டுமல்ல, அது புரட்சியும்கூட. பணக்காரத்தனத்தைத் தோலுரித்துக் காட்டுகிற பணி" என்று டைரக்டர் சொன்னார். எங்கள் டைரக்டர் இங்கிலீஷ், ஃப்ரென்ச், ஜெர்மன் முத்தான வெளிநாட்டுப் படங்களை மட்டுமே பார்ப்பவர். அவர் படங்கள் மிக நவீனமாக, இருப்பதாய்ப் பெரிய பத்திரிகைகள் எல்லாம் எழுதின. அவர் வெளிநாட்டுப் படங்களிலிருந்து கதைகளையும், சீன்களையும், ஏன் ஷாட்டுகளையும்கூடக் காப்பி அடிப்பதாகச் சிறு பத்திரிகைகள் எழுதத்தான் செய்தன. தாக்கி எழுதிய பத்திரிகைகள் எல்லாம் ஐநூறு பிரதியே விற்கிற சின்னப் பத்திரிகைகள். ஆகவே சிலவற்றை நாங்கள் அலட்சியப்படுத்தி விட்டோம். உலகம் பூராவும் பெரியவர்கள் ஒரே மாதிரியாகத்தான் சிந்திக்கிறார்கள். 'கிரேட்மென் திங்க் அலைக்' ஏன் இருக்கக்கூடாது...? எங்கள் டைரக்டரும் பெரியவர் தானே!

*

"**ப**ணம் ஏழ்மையை வெல்லுகிற இந்தக் காட்சியை எடுத்து விடுங்கள்!" என்று சொல்லிவிட்டு, அடுத்த ஷெட்யூலுக்குப் பணம் புரட்டச் சொந்த ஊருக்குப் புறப்பட்டுப் போனார் தயாரிப்பாளர்.

நாங்கள் உடனடியாகக் காரியத்தில் இறங்கினோம். கல்லூரி மாணவன் வேஷத்துக்கு வங்கியில் வேலை செய்துகொண்டு சினிமாவில் வாய்ப்புத் தேடிக்கொண்டிருக்கும் ஓர் இளைஞனைக் கண்டுபிடித்தோம். அந்தப் பாத்திரத்துக்குத் தேவையான அதி நவீன ஆடைகளை தன் வசம் இருக்கிறது என்று சொன்னதன் பேரில் அந்த வாய்ப்பை அவன் பெற்றான்.

ஏழைக் கல்லூரி மாணவியாக நடிக்க நடிகையைத் தேடும்போதுதான், தயாரிப்பாளர்களுக்குப் புதுமுகங்களை அறிமுகப்படுத்தும் ஏஜெண்டு மூலம் ராகினியைச் சந்தித்தோம். ஏஜெண்டைப் பற்றிப் பலர் பலவிதமாக எங்களுக்குச் சொன்னார்கள். நாம் நல்ல விதமாகச் சிந்திப்போமே! தமிழ்நாட்டின் பிரபலமான டைரக்டர் ஒருவரின் இந்திப் படத்தில் ஒன்றரை நிமிஷம் வந்து போயிருந்தாள் ராகினி. அது நூறு நாட்களுக்கு மேலேயும் ஓடவே,

எல்லாப் பத்திரிகையிலும் ராகினியின் படமும், விலாவாரியான பேட்டியும் பிரசுரமாகி அவள் பிரபலமாகியிருந்தாள். எங்கள் படத்தில் சின்ன ரோலில் நடிக்கத் தயங்கினாள். டைரக்டர் ராகினியிடம் என்னைத் தள்ளிவிட்டார். “சின்ன ரோல் என்றாலும் சிறப்பான ரோல். இரண்டாவது கதாநாயகி என்றாலும் மக்கள் மனசில் நிற்கப் போவது என்னவோ ராகினிதான்” என்று மனசாரப் பொய் சொல்லி, ராகினியைச் சம்மதிக்க வைத்தோம்.

இளைஞனும் அவளும் அறை எண் 501—இல் இரண்டடி பாடி விட்டு, அடுத்த இரண்டடி பாடுவதற்காகக் கோல்டன் பீச்சுக்குப் போனார்கள். அடுத்த நான்கு அடி மகாபலிபுரத்திலும் முட்டுக் காட்டிலும், கடைசி இரண்டு அடியை நைட் கவுனில் படுக்கையிலும் முடிக்கிறாள் அவள். ராகினி பாடி முடிப்பதற்கும், பூனை பாலைக் குடிப்பதற்கும் சரியாக இருந்தது.

இளைஞன் ராகினியின் கற்பைச் சூறையாடி விட்டுச் சென்ற பின், அவள் ஒரு சோகப் பாட்டுப் பாடுகிறாள்.

பல்லவி

“இழக்கக்கூடாததை இழந்த பின்னே- நீ
இருக்கக்கூடாது இந்த உலகில் பெண்ணே.

அநுபல்லவி

ராஜ வசந்தம் வீணாய்ப் போனதே...
ராகப் புரட்சி காற்றில் கலந்ததே...
ரோஜா - அத்தர் கண்ணீர் வடிக்குதே...
பொன்மணி குப்பையில் கொட்டிப் போனதே...

என்று பலவாறு பாடியவாறு அழுகிறாள். சோபாவில், படுக்கையில், வராண்டாவில், தரையில் படுத்துக்கொண்டு, நின்றுகொண்டு, இருந்துகொண்டு, தாரை தாரையாகக் கண்ணீர் விட்டு உள்ளத்தை உருக்கும் விதத்தில் நடித்திருந்தாள் ராகினி. தாய்மார்கள் பிழியப் பிழிய இந்தக் காட்சியில் அழப் போகிறார்கள் என்று நாங்கள் எதிர்பார்த்தோம். இடையிடையே காமுகனாக மானேஜர் அவளை ஒளிந்து நின்று பார்ப்பதும், தலையாட்டுவதும், குளோஸ்— அப்பில் ஒரு புலியின் ஒப்பிடுதலோடு படமாக்கப்பட்டது.

அப்புறம்தான், டைரக்கடர் ராகினியைப் “போகலாம்” என்று உத்தரவு கொடுத்து அனுப்பி வைத்தார். ராகினி தந்த ஒத்துழைப்புக்கு நன்றி கூறி, தன் அடுத்த படங்களிலும் அவளுக்கு நிச்சயம் இடம் உண்டு என்று வாழ்த்தி அனுப்பி வைக்க மறக்கவில்லை டைரக்டர்.

ராகினி எங்களை நோக்கி, டாடா, சீயோ, பைபை என்றெல்லாம் கையசைத்துச் சொல்லவிட்டுப் போன ஐந்தாவது நிமிஷத்தில் டாக்சியில் வந்து இறங்கினார் தயாரிப்பாளர். ஊரிலிருந்து நேராக ரயில் அழுக்கோடு வந்திருந்தார். தான் ஊரில் இல்லாத நாட்களில் எடுக்கப்பட்டக் காட்சிகளைப் பற்றித் தெரிந்து கொள்ள ஆசைப்பட்டார். எங்கு, என்ன விதத்தில், என்னென்ன காட்சிகள் எடுக்கப்பட்டன என்று டைரக்டர் விலாவாரியாகச் சொன்னார். எல்லாவற்றையும் மிகுந்த கவனமாகக் கேட்ட தயாரிப்பாளர், “ராகினி குளியல் காட்சி எடுத்தீர்களா?” என்று கேட்டார்.

நாங்கள் திடுக்கிட்டுப் போனோம். ராகினி குளிக்கும் காட்சியை நாங்கள் எடுக்கவில்லை.

"என்ன சார்... ஒரு பெண் ஒரு பையனுடன் மூணு நாள், மூணு பகல், மூணு இரவு ஓர் அறையில் தங்கியிருந்தாள். மூணு நாளும் அவள் ஒரு தடவைக்கூடவா குளிக்காமல் இருப்பாள்?" என்று கேட்டார் தயாரிப்பாளர்.

நியாயம் தானே! ஒரு கல்லூரியில் படிக்கும் பெண்ணுக்கு இதுகூடவா தெரியாமல் இருக்கும்? மூணு நாள் குளிக்காமல் இருப்பதால் வரும் சுகாதாரக் கேடு, அழுக்கு, அழுக்கினால் ஏற்படும் கிருமிகள், மற்றும் எத்தனைச் சங்கடங்கள். ராகினிக்குத்தான் தோணவில்லை, எங்களுக்கும் ஏன் இது தோன்றவில்லை?

"டைரக்டர் சார்... டிஸ்ரிபியூட்டர்களுக்கு நான் என்ன பதில் சொல்றது. நாக்கைப் பிடுங்கிக்கொண்டு சாகற மாதிரி கேட்பாங்களே கேள்வி...! சரி... பரவாயில்லை. என்ன செலவானாலும் சரி... கையோடு, கையா இன்னைக்கே 'டபுள் கால்ஷீட்' போட்டு, ராகினியைக் குளிக்க வச்சுடுங்க..." என்றார் தயாரிப்பாளர்.

*

வாழ்க்கையில் தர்மசங்கடமான விஷயங்கள் என்னைத்தான் தேடிக்கொண்டு வரும். ராகினியைக் குளிக்க அழைத்து வரும் பொறுப்பு என்னிடம் ஒப்படைக்கப்பட்டது. போனேன்... ராகினி தங்கியிருந்தது பெரிய ஓட்டல். அறைக் கதவைத் திறந்தது ராகினியின் அம்மா. உள்ளே ஹாலில் வெள்ளைச் சட்டையும், அதிவெள்ளை வேட்டியுமாக ஒரு மனிதர் உட்கார்ந்திருந்தார். கருத்த மனிதர் குண்டாக, கண் சிவந்திருந்தது. சாப்பிட்டு முடித்த தட்டுகள், காலி டம்ளர்கள். சோபாவில் நானும் ராகினியின் அம்மாவும் அமர்ந்துகொண்டோம். அவள் என் காதருகே குனிந்து "ஏமி சார்... ஏமி சங்கதிலு..." என்றாள். நான் இன்னும் எடுக்க வேண்டிய காட்சி பற்றிச் சொன்னேன். "படானிக்கா... லேக போதே தனிக லேசி சூசே நானிக்கா" என்றாள். (படத்துக்கா... தனியா போட்டுப்பாத்துக்கவா... என்றதோடு, கண்ணையும் சிமிட்டினாள்) அப்புறம், "மீரு தனிகா டப்பு ஸ்தாரா..." என்றாள். (தனியா பணம் கொடுப்பீங்களா) நான் "கொடுப்பேன்" என்றேன். "மீரு நிஜங்களே மன்ச்சி மனுஷி சாரு..." என்றாள், என் தோள் மேல் கை போட்டு. (நான் நல்லவனாம்).

என்னைப் படுக்கை அறைக்கை அழைத்துப் போய் அங்கிருந்த ஒற்றைச் சாய்வு நாற்காலியில் உட்கார வைத்து விட்டுப் போய் விட்டாள். நான் அறையில் தனியாக விடப்பட்டிருந்தேன். படுக்கை அறை, நான் குடியிருந்த வீட்டை விடப் பெரிசாக இருந்தது. அகலமான கட்டில், மெத்தை, நகக்கண் அளவுக்கும் அழுக்குப் படாத வெள்ளை விரிப்பு. அறையை ஒட்டிய குளியல் அறையிலிருந்து ஷவர் சப்தம். இனிமையான மணம் அந்த அறையில் கமழ்ந்தது. கதவைத் திறந்துகொண்டு, அங்கி மாதிரி ஆடை போர்த்திருந்த ராகினி வெளிவந்தாள்.

என்னைப் பார்த்ததில் ஆச்சரியம்.

"என்னா சாரு..." என்றாள். நான் விஷயத்தைச் சொன்னேன்.

“நான் கிளாமர் ரோல் பண்ண மாட்டேன் சாரு... ஊஹூம். என்றாள்.

நான் அவசரமாக மறுத்தேன்.

“இது நிச்சயம் கிளாமர் ரோல் இல்லே. ஒரு ஸ்டூடன்ட்டுன்னா...” என்று என்னவோ ஒரு பொய்யை உண்மைபோலச் சொல்லத் தொடங்கினேன். நான் சொல்வது பொய்யானதால் என் குரல் எனக்கே கேட்காமல் மெலிந்து சோகையாய் வெளிப்பட்டது.

“பச்” என்று என்னை மறுத்தாள் ராகினி. யோசித்தவாறு தலைமுடியைச் சிக்கெடுத்தவாறு, குறுக்கும் நெடுக்கும் நடந்தாள் ராகினி. பிறகு அம்மாவிடம் போனாள். நான் தனியாகவிடப்பட்டது எனக்கு ஆசுவாசமாக இருந்தது. ராகினி அம்மா, அந்த ஆள் மூவரும் பேசுவது எனக்குச் சன்னமாகக் கேட்டது. அம்மாவும் பெண்ணும் அறைக்குள் வந்தார்கள். அம்மா கேட்டாள் “மீரு தனிகா டப்பு ஸ்தாரா சாரு...”

“சீனை முடித்தவுடன் கையிலேயே வாங்கிக் கொடுத்துடறேன்” என்று நான் சொன்னேன்.

ராகினி மட்டும் என்னுடன் வந்தாள்.

வண்டியில் ராகினி என்னிடம் சொன்னாள்.

“இது என்னோட முதல் படம். இது வெளிவரணும். நாலு வாரமாவது ஓடினாத்தான் அடுத்து எனக்கு சான்ஸ் வரும். இதுல இந்த சீன்ல நான் நடிக்க மாட்டேன்னு சொன்னா, ராகினி தகராறு பண்றவள்னு சொல்லுவாங்க. இது பீல்டுல பரவிச்சுன்னா எனக்கு வர சான்சும் போயிடும். இப்பவே லாட்ஜ் மானேஜர் பணம் கேட்டுத் தொந்தரவு பண்றாரு சாரு...”

நான் வெளியே பார்த்துக்கொண்டு வந்தேன்.

*

பனி கவிந்து, குளிர் நடுங்கியது. அப்போதுதான் குளிர்ந்த நீரில் குளித்து வந்தவள், மீண்டும் பச்சைத் தண்ணீரில் குளிக்க முடியாது. ஆகா உடனே சுடுநீர் தேவைப்பட்டது ராகினிக்கு.

நான் ஓட்டல் மானேஜரை அணுகினேன். ஓட்டல் விதிப்படி காலைகளில் மட்டும்தான் சுடுநீர் விட முடியும் என்றும், அந்த ஐம்பது மாடியில் இருக்கும் அத்தனை அறைகளுக்கும் சுடு தண்ணீர் போய்ச் சேர வேண்டும் என்றால் குறைந்தது மூன்று மணியாவது ஆகும் என்றார் அவர்.

தெருமுனைப் திருப்பத்தில் உடுப்பி ஹோட்டல் ஒன்று இருந்தது. அண்டா, வெந்நீர் மற்றும் அண்டா. வாடகை அண்டாவைத் தூக்கிக்கொண்டு போய் மாடியில் வைக்க என்று இருநூறு ரூபாய் செலவாயிற்று.

அந்தச் சின்ன குளியல் அறையில் ஏகப்பட்ட விளக்குகளைப் பிடித்துக்கொண்டு லைட்மேன்கள் நின்றார்கள். இருந்தும் ஒளி போதாது என்று கேமராமேன் கருதி, மேலிருந்தும் வெளிச்சம் வர ஏற்பாடு செய்தார். குளியல் அறையின் தளத்தில் பல்லி மாதிரி ஒருவர் தவழ்ந்துகொண்டு விளக்கைப் பிடித்தார். வெளிச்சம் கண்ணைக் கூசியது.

ராகினி, மிக மென்மையான ஒற்றை ஆடையோடு அண்டாவுக்குப் பக்கத்தில் வந்து நின்றாள். இப்போது இன்னொரு சிக்கல் பிறந்தது. அண்டாவில் இருந்து ஒரு பெண், குவளையால் மொண்டு ஊற்றிக்கொண்டு குளிப்பது நன்றாகவா இருக்கும்?... யாருக்கோ ஒரு நல்ல யோசனை பளிச்சிட்டது. ஓடினார்கள். ஓட்டல் 'லானில்' பூச் செடிகளுக்குத் தண்ணீர் தெளிக்கத் தோட்டக்காரனிடம் பூவாளி இருக்குமே! பத்து ரூபாய் வாடகையாகக் கொடுத்து வாங்கி வந்தார்கள். மீண்டும் ஒருவர் பல்லி மாதிரி ஷவர்க் குழாய்க்கு மேல் தொற்றிக்கொண்டு தண்ணீர் ஊற்றினார்கள். ஷவரிலிருந்து வருவதுபோலவே சுடுநீர் கொட்டியது.

பூவாளி நீரில், மிகமிக மென்மையான இரவுக் கவுனில், ஷாம்பு நீர் உடம்பில் வழிய, அசுர வெளிச்சத்தில், தேய்த்துத் தேய்த்துக் குளித்தாள் ராகினி.

1985

தந்தையும் மகனும்

நீங்கள் செய்திப் பத்திரிகை படிக்கிறவரா? படிக்கிறவர் என்றால் உங்களுக்குப் பெருவழுதியைத் தெரிந்திருக்குமே. பெருவழுதி எதிர்க்கட்சிக்காரர்களுக்கு விட்ட சவால், வெள்ளத்தால் பாதிக்கப்பட்ட ஏழைகளுக்குப் பெருவழுதி துணி மற்றும் சோற்றுப் பொட்டலங்கள் வழங்கியது, இந்தி எவ்வுருவில் அன்னை நாட்டில் நுழைந்தாலும் உயிரையும் கொடுத்து அதைத் தடுத்து நிறுத்துவேன் என்று அறிக்கை வெளியிட்டுள்ள பெருவழுதி...

ஞாபகம் வந்து விட்டதா?

அந்தப் பெருவழுதியைத்தான் சொல்கிறேன். அவருடைய கதைதான் இது.

நான் தமிழ்க் கல்லூரியில் சேர்ந்த புதிது. விடுதி பிடிக்காமல், கல்லூரிக்கு எதிரிலேயே இருந்த குதிரைக்கட்டித் தெருவில் ஒரு வீட்டு மாடியில் குடியிருந்தேன். தெருவை ஒட்டி ஒரு சின்ன அறை. அதில் மூன்று சைக்கிள், ஒரு சின்ன சைக்கிள் வைத்து வாடகை மிதிவண்டி நிலையம் நடத்திக்கொண்டிருந்தான் கோபாலு.

பெருவழுதியின் பூர்வஜென்மத்துப் பெயர்தான் கோபாலு. கடைக்குப் பெயர்பலகை உண்டு. பெயர்ப்பலகை கடையைவிடப் பெரியதாக இருக்கும். "அஞ்சா நெஞ்சன் அழகிரிசாமி மிதிவண்டி நிலையம். உரிமை பெ.தி. பெருவழுதி" என்று எழுத்து ஒவ்வொன்றும் ஒரு ஜாண் இருக்கும், பெயர்பலகையில்.

என்னைக் கோபாலிடம் ஈர்த்த அம்சம் அவன் கடைக்கு வாங்கிப் போடும் பத்திரிகைகள்தான். விடுதலை, மாலை மணி, முரசொலி என்று எல்லாப் பத்திரிகைகளும் அவன் வரவழைப்பான். இவற்றைப் படிக்க என்றே அவன் கடைக்கு நான் போவது வழக்கமாயிற்று.

எனக்கும் கோபாலுக்கும் இருந்த சிநேகிதம் ரொம்ப உண்மையானது, கௌரவமானது. தமிழின் மேல் அவனுக்கிருந்த ஈடுபாடும் ரொம்ப உண்மையானது. தமிழ்ப் படிக்கிறவன் என்பதால் அவனுக்கு என்மேல் அன்பு. வித்தியாசமானவன் என்பதால் அவனிடம் எனக்கு ஈடுபாடு. பத்திரிகைகளில் வெளிவரும் பிரமுகர்களின் சொற்பொழிவுகளைப் படித்தே தன் அறிவை வளர்த்துக்கொண்டிருந்தான் கோபாலு. அதோடு சங்க இலக்கியங்கள் சிலவும் வாங்கி வைத்திருந்தான். பாட்டுக்களைப் பிரித்து பொருள் அறிந்து படிக்க அவனுக்குச் சொல்லிக் கொடுத்தேன். அதனால் என்னை அவனுடைய ஆசிரியனாகவே கருதி வந்தான்.

காலை தூங்கி எழுந்தவுடனே கீழே இறங்கி அவன் கடைக்குத்தான் வருவேன். கோபாலும் கடையைத் திறந்து வைத்து விட்டு எனக்காகக் காத்திருப்பான். இரண்டு பேரும் போய் டீ குடித்து விட்டுத் திரும்புவோம். நான் சிகரெட்டைப் பற்ற வைத்துக்கொண்டு வந்திருக்கும் காலைப் பத்திரிகைகளைப் படிப்பேன். அவன் வெள்ளை ஜிப்பாவையும் வேட்டியையும் அவிழ்த்து வைத்து விட்டு, கைலி பனியனோடு சைக்கிள்களைத் துடைக்கத் தொடங்குவான்.

பத்திரிகைகளைப் படித்து முடித்து மாடிக்கு வந்த உடனேயே திப்பிலியார் என்னைத் தேடி வருவார். கோபாலுவின் தந்தை. விளம்பரப்பலகையில் இடம் பெற்றுள்ள பெ. தி. க்கு விளக்கம், பெருமானேரி திப்பிலியார்.

அவர்தான் வந்தார். கோபாலுவிடம் எனக்குப் பிடிக்காத புரிந்து கொள்ள முடியாத ஒன்று இதுதான். விருந்தோம்பும் குணத்தில் அவன் சிறந்தவன். கடைக்கு வருகிற அத்தனை பேருக்கும் டீ வாங்கித் தருவான். சாயங்காலங்களில் ராமையர் கிளப்பில் டிபன்கூட வாங்கித் தருவான். பெற்ற அப்பனை வயசான காலத்தில் டீக்குக்கூட பிறர் கையை எதிர்பார்த்து நிற்க வைத்தான்.

திப்பிலியார் நாலணாவை வாங்கிக்கொண்டு நகர்ந்தார். "இருங்க..." என்றேன். அவர் நின்றார். இளைத்துப் போன உருவம், அந்தக் காலத்தில் உடலில் பலமும், கையில் வசதியும் இருந்த காலத்தில் போஷித்து வளர்க்கப்பட்ட பெரிய சுருண்ட மீசை மட்டும், திப்பிலியாரின் அந்தக் காலத்துப் பெருமையின் மிச்சமாக இருந்தது. துண்டு மட்டும் உடம்பில் அழுக்கான நாலுமுழ வேட்டி இடையில் ஓடி ஆடித் தொழில் செய்யமாட்டாது உடம்பு தளர்ந்திருந்தது. வெட்கம் கலந்த முகத்தோடு சாய்வாகத்தான் என்னைப் பார்ப்பார்.

"நேத்து ராத்திரி சாப்பிட்டீங்களா...?" என்றேன். தலையைக் குனிந்துகொண்டு சும்மா நின்றிருந்தார்.

"என்கிட்ட வந்திருக்கலாமே..." ஏறிட்டு என்னைப் பார்த்து "சும்மா உங்களைத் தொந்தரவு பண்ண வேண்டாம்னுதான்..." என்றார்.

"எனக்கு ஒரு தொந்தரவும் கிடையாது. அப்படி இனிமே நீங்க நினைக்க வேணாம். ஒன்னு ரெண்டு உங்களுக்குக் கொடுக்கிறதுல எனக்கொன்னும் குறைஞ்சிடாது" என்று சொல்லிவிட்டு ரெண்டு ரூபாய் கொடுத்தேன். வாங்கிக்கொண்டு போனார்.

*

அப்பனையும் பிள்ளையையும் சேர்த்து வைத்து விட வேணும் என்று நான் முயற்சி செய்தேன். முதலில் அப்பாவைத் தொட்டேன். அவர் சொன்னார், “தம்பி... என்னவோ எங்கேயோ போட்டுக் கிட்ட முடிச்சு அது. ரொம்பப் பழைய முடிச்சு. எம் பகுதிக்குக் கொஞ்சமும், அவன் பகுதிக்குக் கொஞ்சமும், முடுச்சே சிடுக்காக்கிட்டோம். நீங்க அவிழ்க்கிறது கஷ்டம். அந்த முயற்சியில் உங்க சினேகிதத்துக்குப் பழுது வந்துறக்கூடாது!”

திப்பிலியார் தனக்கு முன் இருந்த காப்பியை விழுங்கினார். நாங்கள் ராமையர் கிளப்பில் உட்கார்ந்திருந்தோம்.

“இப்போ என்ன பண்ணிக்கிட்டிருக்கீங்க?” என்றேன்.

“வீடு, நிலம் தரகு பண்ணிக்கிட்டிருக்கேன் தம்பி. வெள்ளையும் சள்ளையும் கொஞ்சம் வசதியுமா இருந்து இந்தத் தொழில் பண்ணா, நல்லாவே காசு பண்ணலாம். அழுக்குத் துண்டும், கரி வேஷ்டியுமா போய் நின்னா நம்ம வார்த்தையை மதிக்க மாட்டாங்க யாரும். அஞ்சு கொடுக்கிற இடத்துல ரெண்டுதான் கையில் வரும். வயிறு நிறைய சாப்பிட்டுப் போனா, சாப்பாடு உபசாரம் கிடைக்கும். பட்டினியும் பசியுமா இருந்தா யாரும் சாப்பிட்டியான்னுகூடக் கேக்க மாட்டாங்க...”

தன் தொழில் சூழ்நிலையைச் சொல்லிக்கொண்டிருந்தவர் தொடர்ந்து சொன்னார்:

“அது கெடக்கட்டும் தம்பி... கோபாலு எனக்கு மகனா இருக்கிறதுனால, அவன்தான் என் அந்திக் காலத்துல சோறு போடணும்னு என்ன நியதி சொல்லுங்க...? தென்னங்கன்றுக்குத் தண்ணி பாய்ச்சறது இளநீ குடிக்கவா? அப்படி நினைச்சுக்கிட்டுத் தண்ணீ ஊத்துறதே தப்பு. குருத்தை வாட விடக்கூடாது, குருத்து வாடுனா, வாடற இடத்துல மனுஷங்க இல்லேன்னு அர்த்தம்...”

“சரிங்க... பெத்த அப்பனுக்குச் சோறு போடறது பிள்ளைங்கக் கடமை இல்லியா...”

திப்பிலியார் தலையை அசைத்தார். “இல்லீங்க... அப்பன் பிள்ளைக்குச் சோறு போடறதுதான் கடமை. பச்சைக் குழந்தைக்கு அப்பன் தானே பொறுப்பு. வளர்ந்துட்டா தள்ளாத காலத்துல புள்ளை அப்பனை ஆதரிக்கறது நன்றி உணர்ச்சிங்க... அது எல்லாருக்கும் இருந்தாகணும்னு கட்டாயம் இல்லீங்க... அத என்னாட்டம் அப்பன் எதிர்பார்க்கிறது அசிங்கம் தம்பி...” என்றார்.

காப்பியில் நனைந்த மீசையைத் துடைத்து மேலேற்றி விட்டுக்கொண்டார். திப்பிலியார் முகத்தில் மட்டும் என்னவோ, வறுமை கோடு கிழித்துச் சிறுமைப்படுத்தவில்லை. ஆச்சரியம்தான். வாழ்ந்து கெட்டவர்களின் முகத்தில் மட்டுமே தெரியும் வளமை திப்பிலியார் முகத்தில் இருந்தது.

மறுநாள், அதே ராமையர் கிளப்பில் கோபாலுடன் பேசினேன். பஜ்ஜியும், ரவாதோசையும், சாப்பிட்டு முடியும் வரை நானேதான் பேசிக்கொண்டிருந்தேன். கோபாலு கேட்டுக்கொண்டிருந்தான். கடைசியாக “பச்... விடுங்க சார்...” என்றான். அவன் முகம் வருத்தத்தைக் காட்டியது. அந்தக் குரல், ‘இந்த விஷயத்தை நீங்கள் பேச வேண்டாம்...’ என்பதாகவும் இருந்தது. ‘இது என் சொந்த விஷயம். நீங்க ஏன் தலையிடுகிறீர்கள்’

என்பதாகவும் இருந்தது. ஆக முடுச்சி மிகச் சிக்கலாகத்தான் விழுந்திருக்கிறது என்று நினைத்துக்கொண்டேன். இந்த ஒரு விஷயத்தில் மட்டும், எனக்குக் கோபாலுவின் மேல் வருத்தம் இருக்கத்தான் செய்தது. நான் தஞ்சையில் இருந்த அந்த ஐந்து ஆண்டுகளில் அவன் வளர்ச்சி என்னை மிகவும் மகிழ்வடையச் செய்தது.

*

நூறாண்டுப் பாரம்பரியம் உள்ள ஆளுங்கட்சிக்கு எதிர் அணியில் இருந்த ஒரு கட்சியின் தொண்டனாக வாழ்க்கையைத் தொடங்கினான், கோபாலு. குடியிருந்த தெருவிலும், தொழில் செய்த குதிரைக்கட்டி தெரு பகுதியிலும், ஒரு ‘கட்சிக்காரனாக’ முதலில் அறியப்பட்டான். வசீகரமான முகம். இனிமையான வாய்ப்பேச்சு, ஒல்லியான நெடுநெடுவென வளர்ந்த மஞ்சள் நிற உடம்பு. கத்தரித்து விடப்பட்ட அரும்பு மீசை, கலைஞர் கருணாநிதி மாதிரி நேர்வகிடு, உள் பனியன் தெரிகிற மாதிரி மெல்லிய வெள்ளை ஜிப்பா, கட்சிக் கொடியை நினைவு படுத்தும் வெள்ளைக் கைத்தறிக் கரை வேட்டி இவையெல்லாம் சேர்ந்து அவனை மற்றவரிடமிருந்து தனிப்படுத்தின. எல்லாவற்றிலும் மேலாக அவனது மேடைப் பேச்சுத் திறம் பல நண்பர்களையும், மாவட்ட அளவில் தலைவராய் இருந்த ஒரு பிரமுகரின் நட்பையும் அவனுக்குச் சம்பாதித்துக் கொடுத்தன. நாங்கள் இருந்த பகுதியில், அவன் சார்ந்திருந்தக் கட்சிக் கூட்டங்கள் எது நடந்தாலும் அக்கூட்டங்களில் கட்சித் தலைவர் மேடைக்கு வருவதற்கு முன்பு கூட்டம் சேர்க்க, அல்லது சேர்ந்த கூட்டத்தைத் தக்க வைக்கக் கோபாலுவைப் பேசச் செய்தார்கள். கோபாலுவும் வாய்ப்பை மிக ஒழுங்காகப் பயன்படுத்திக்கொண்டான்.

‘அஞ்சா நெஞ்சன் அழகிரிசாமி மிதிவண்டி’ நிலையத்தில் மாலைக் காலங்களில் ஓர் இளைஞர் கூட்டம் மொய்க்கத் தொடங்கியது. எல்லாருமே கோபாலுவை ‘அண்ணே... அண்ணே’ என்று அழைக்கத் தொடங்கினார்கள். கடைத் தெருவில் பரம்பரையாகக் கடை வைத்து நடத்தும் செட்டியார்கள், பிள்ளைமார்கள் கோபாலுவைப் பார்க்க நேர்ந்தால் எழுந்து நின்று வணக்கம் செய்தார்கள். கோபாலுவின் வளர்ந்து வரும் செல்வாக்கை நேரில் பார்க்கும் சந்தர்ப்பம் ஏற்பட்டது.

கடை வீதியில் வெ. ப. குழ கதிரேசன் செட்டியார் முக்கியப்புள்ளி. கதர்ச்சட்டைக்காரர். தேசியமும் முதலாளியமும் ஒன்று சேர்ந்த மனிதர். லட்சங்களில் வரவு செலவு பண்ணக் கூடியவர். அவர் கடையில், வேலை செய்த பையனை என்னவோ காரணம் சொல்லி, லாக் அப்பில் அடைத்து விட்டார்கள். செட்டியாரே போலீஸ் நிலையத்திற்குப் போயிருந்தால் காரியம் முடிந்திருக்கும். அவரோ போலீஸ் ஸ்டேஷன் படியை மிதிப்பது தேவடியாள் வீட்டுக்குப் போவதைப் போல் என்று கருதிக் கூச்சப்பட்டுக் கோபாலுவிடம் வந்தார். கோபாலவுக்கே உதப்பல்தான். தனக்கு அந்த இடத்திலும் செல்வாக்கு இருக்கக் கூடும் என்று அவன் எதிர்பார்க்கவில்லை. என்னையும் துணைக்குக் கூப்பிட்டான். நானும் உடன் போனேன்.

விஷயம் ரொம்பச் சின்னதுதான். ஏட்டு சுப்பையா, பனை வெல்லம் கேட்டிருக்கிறான். செட்டியார் கடையில் இருக்கிற நேரத்தில், ஏட்டு மாதிரி ஊர்ச் சர்வாதிகாரிகளிடம் காசு வாங்காமலே சரக்குப் போடுவார்.

பையன் இளவட்டம்தானே. "காசு கொடு" என்று கேட்டிருக்கிறான். பனைவெல்லத்துக்கு காசு கேட்டது, ஏதோ கெட்ட வார்த்தைச் சொல்லி திட்டியதுபோல இருந்திருக்கும் போலும் ஏட்டுவுக்கு. பையன் ரெண்டாவது ஆட்டம் சினிமாவிட்டு திரும்புகிற நேரத்தில் மடக்கி, 'சந்தேக கேஸ்' போட்டு லாக் அப்பில் அடைத்து விட்டார்.

நாங்கள் போகும்போது ஏட்டுதான் ஆசனத்தில் அமர்ந்திருந்தார். கோபாலைக் கண்டதும், எழுந்து சல்யூட் அடித்து உட்காரச் சொல்லி உபசரித்தார். கோபால் என்னை அவருக்கு அறிமுகப்படுத்தினான். நான் மாணவன் என்பதால், என்னை அவ்வளவாக அவர் கண்டு கொள்ளவில்லை. ஒரு போலீஸ்காரனை அனுப்பி டீ வாங்கிவரச் சொன்னார். ஸ்பெஷல் டீதான்.

"இம்மாந்தூரம் வந்திருக்கீங்க" என்றார் ஏட்டு.

"ஒண்ணுமில்லே, நம்ம செட்டியார் கடைப் பையனை லாக் அப்புல போட்டுட்டீங்களாம்... செட்டியார் ரொம்பப் பதறிப்பூட்டாரு... அதான்..." என்றான் கோபாலு.

"இதா பாருங்க கோபால் சார்... நாமெல்லாம் அண்ணன் தம்பியா, ஒருதாய் வயிற்றுப் புள்ளையா பழகிக்கிட்டிருக்கோம். இந்தப் பய... நேத்து முளைச்ச பய... என்னடான்னா, பனைவெல்லத்துக்குக் காசு கேக்கறான்... என்கிட்டே காசா இல்லே. நாமெல்லாம் காசு கொடுத்துப் பொருள் வாங்கினா அப்புறம் என்னா மரியாதை இருக்கு சார்..."

"வாஸ்தவம்..." என்றான் கோபாலு.

"பயல கொஞ்சம் பயம்காட்டி வைக்கணும்னுதான் கொண்டாந்து உள்ளே தள்ளி வச்சிருக்கேன்... வரவர காக்கிச் சட்டைக்காரன்னா மரியாதையே இல்லாமே பூட்ச்சு சார்..."

"சரி... நான் புத்திமதி சொல்லி ஒழுங்கு பண்றேன்... அனுப்பி வைங்க சார்..."

"நானே அனுப்பிடறதாதான் இருந்தேன். நீங்களும் வந்திட்டீங்க..." என்ற ஏட்டு, ஒரு கான்ஸ்டேபிளைக் கூப்பிட்டு "பையனை இட்டா" என்றார்.

போலீஸ்காரன் பையனை அழைத்து வந்தான். பையன் முகம் கிலி பிடித்துப் போயிருந்தது. ரொம்பப் பயந்திருந்தான்.

"இனிமேலாவது யார் யார் கிட்டே எப்படி நடந்துக்கணும்னு ஓர் அத்து இருக்கட்டும், தெரிஞ்சுதா..." என்றார் ஏட்டு.

பையன் தலையை ஆட்டினான். கோபாலு, பாக்கெட்டிலிருந்து ஒரு பத்து ரூபாயை எடுத்து ஏட்டிடம் கொடுத்தான். "காபி செலவுக்கு வெச்சுக்குங்க..." என்றான்.

"இருக்கட்டும்... பணமா பெரிசு? மனசுல மரியாதை இருக்கணும். பெரிய மனுஷன் நீங்க, படியேறி நம்மகிட்டே வந்திட்டீங்க. நாளைக்கு எம்.எல்.ஏ. மந்திரின்னு வரப்போறவுங்க நீங்க! அதையெல்லாம் அனுசரிச்சு நடந்துக்கிட்டாத்தானே அழகு" என்று சொல்லிக்கொண்டு பணத்தை வாங்கிக்கொண்டார்.

செட்டியாருக்கோ சந்தோஷம் தாங்கவில்லை.

"எனக்குத் தெரியுமே... கோபாலு போனா காரியம் ஜெயம்னு. செலவு நெறைய ஆயிருக்குமே..."

"ஏதோ கொஞ்சம் ஆச்சு..."

செட்டியார் நூறு ரூபாய் தாளை எடுத்துக் கொடுத்தார். கோபாலு வாங்கிப் பாக்கெட்டுக்குள் வைத்துக்கொண்டான்.

*

ஆக, கோபாலு சரியான அரசியல்வாதியாக என் கண் முன்னால் வளர்ந்துகொண்டிருந்தான். எனக்கு வருத்தமும், மகிழ்ச்சியும். வருத்தம், அவனுக்கும் அவன் தந்தைக்கும் ஏற்பட்டுப் போயிருந்த மனஸ்தாபம்தான். மகிழ்ச்சி பத்து ரூபாய் செலவு பண்ணிவிட்டு நூறு ரூபாய் பெறுகிறானே என்று.

இந்த நேரத்தில் அந்த மாபெரும் இந்தி எதிர்ப்புப் போராட்டம் நடக்கத் தொடங்கியது. கல்லூரி மாணவர்களாகிய நாங்கள், ரயில் நிலையத்தில் இந்தி எழுத்தைத் தார்பூசி அழித்தும், பெயர்ப் பலகையை உடைத்தும் சிறைக்குப் போனோம். கோபாலு விசுவரூபம் எடுத்து இந்த யுத்த களத்தில்தான். அவன் சார்ந்திருந்த கட்சித் தலைவரின் பூரண கவனம் அவன்மீது விழுந்தது. அவன் பிரகாசிக்கத் தொடங்கினான். இரண்டாம் வரிசைத் தலைவர்களில் ஒருவனாக ஓர் ஆறுமாத காலத்தில் கோபாலு வளர்ந்து நின்றான். மாணவர் அணித் தலைவர்களாக உருவான காளிமுத்து, ராஜா முகமது, ஜெயப்பிரகாசம், சீனிவாசன் போன்றோர்களின் மரியாதைக் குரியவனாகக் கோபாலு உருவாகி இருந்தான். கோபாலுவும் சிறைப்பட்டான்.

1966—இல் என் கல்லூரி படிப்பு முடிந்து, நான் என சொந்த ஊர் திரும்பி விட்டேன். உண்மையாகவே என்னைப் பிரிவதில் கோபாலுவுக்குத் துன்பம் இருந்தது. என்னைப் பரிபூரணமாக நேசித்தவர்களில் ஒருவன் அவன். ஊர் திரும்பிய பின், கோபாலுவை அவ்வப்போது அவன் எழுதுகிற கடிதத்தின் மூலமும், பத்திரிகைகளின் மூலமும் பார்த்து வந்தேன். கோபாலுவின் அறிக்கைகள், பேச்சுகள், நடவடிக்கைகள் அனைத்தையும் காலைப் பத்திரிகைகள் இரண்டு காலத்திலும், மாலைப் பத்திரிகைகள் நான்கு காலத்திலும் பிரசுரித்து வந்தன.

*

1967—இல் அந்த மாபெரும் அரசியல் மாற்றம் நேர்ந்தபோது, கோபாலு எம். எல். ஏ ஆகவில்லை. (பின்னால்தான் அடுத்த சட்டமன்றத் தேர்தலில் அவன் வெற்றி பெற்றான்) 67 தேர்தலில் சட்டமன்றத்துக்கு அபேட்சகர்களைத் தேர்ந்தெடுக்கும் முக்கியப் பொறுப்பில் செயல்பட்டான். தவிரவும், முதலமைச்சருக்கு அடுத்ததாய் இருந்த அமைச்சரின் சொந்த மாவட்டம் அது என்பதால், அந்த அமைச்சரின் அதிகாரப்பூர்வமான பிரதிநிதியாகவும், இலாகா இல்லாத மந்திரியாகவும் அவன் இயங்கினான். சிறப்பு என்னவெனில், இந்தக் கட்டத்தில்கூட மாதத்துக்கு இரண்டு கடிதங்கள் எனக்கு அவன் எழுதிக்கொண்டிருந்தான். இந்தப் பரபரப்பில்தான் ஒரு நாள் திப்பிலியார்

மறைந்த செய்தி பத்திரிகைகளில் வெளிவந்திருந்தது. பிரபலஸ்தர்கள் பலர், அவர் வீட்டுக்குச் சென்று ஆறுதல் கூறிய செய்திகள் எல்லாம்கூட பத்திரிகைகளில் வெளி வந்திருந்தது. அநாதைபோல முதுமைக் காலத்தில் சிரமப்பட்டுச் சீரழிந்து இறந்தும் போன அந்த மனிதர் எனக்குள் அடிக்கடி வந்து போய்கொண்டிருந்தார்.

1968—ஆம் ஆண்டின் மத்தியில், கோபாலுவிடமிருந்து அழைப்பு வந்தது. பெருமானேரி திப்பிலியார் முதல் ஆண்டு நிறைவு அழைப்பு. ஒரு ஜாண் நீளமும், ஒன்றரை ஜாண் அகலமும் ஆன அழைப்பு. மூன்று வண்ணத்தில் அச்சிடப்பட்ட இதழ் இருவண்ணக் கொடி பார்டரும், நடுவில் பங்கேற்போர் பட்டியலும் இரண்டாம் நிலையில் இருந்த ஓர் அமைச்சரும் ஏழெட்டு எம். எல். ஏக்களும் கலந்து கொள்கிறார்கள். அழைப்போடு ஒரு கடிதமும் இருந்தது.

'அன்பார்ந்த தோழரும் ஆசானும் ஆனவர்க்கு தங்கள் நண்பரும், என் தந்தையாரும் ஆன திருமிகு திப்பிலியார் அமரரான முதல் ஆண்டு நினைவஞ்சலியில் தாங்கள் கலந்து கொள்ள வேண்டி விரும்பி அழைக்கிறேன். இச்சிறுவனின் அழைப்பைப் புறக்கணிக்க மாட்டீர்கள் என்று உறுதியாக நம்புகிறேன்' என்று எழுதியிருந்தான் கோபாலு என்கிற பெருவழுதி. இப்படி எழுதவில்லையென்றாலும் திப்பிலியாருக்காக நான் கட்டாயம் அந்த நினைவாஞ்சலியில் கலந்துகொள்பவன்தான்.

போயிருந்தேன். பஸ் ஸ்டாண்டை ஒட்டி, முனிசிபல் தங்கும் விடுதி புதிதாக ஏற்பட்டிருந்தது. அதில் தங்கினேன். வீடு, கோபாலுக்கு இப்போது சீனிவாசபுரத்தில் ஏற்பட்டிருந்தது. குதிரைக் கட்டி தெருவில் இருந்த அ. நெ. அ. மிதிவண்டி நிலையம். பெரிதாகி, கிட்டத்தட்ட ஐம்பது நல்ல சைக்கிள்களுடன், சைக்கிள் பகுதிகளை விற்பனை செய்யும் கடையாகவும் வளர்ந்திருந்தது. முதல் அமைச்சரோடு கோபாலு எடுத்துக்கொண்ட புகைப்படம் பெரிது படுத்தி மாட்டியிருந்தது. கடையில் நாலைந்து பையன்கள் இருந்தார்கள். "இருங்க சார்... அவங்க எட்டு மணிக்குத்தான் கடைப்பக்கம் வருவாங்க" என்றான் ஒரு பையன். நான் உட்கார்ந்து காத்திருந்தேன். காப்பி வந்தது குடித்தேன். பத்திரிகைகளைப் புரட்டிக்கொண்டிருந்தேன். எட்டு மணிபோலக் கொடி கட்டின காரில் கோபாலு வந்திறங்கினான். என்னைக் கண்டதும் பாய்ந்து வந்து கட்டித் தழுவிக்கொண்டான்.

"எங்கே தங்கியிருக்கீங்க..." என்றான் சொன்னேன்.

"நான் தனியா பங்களாவே எடுத்துப் போட்டிருக்கேன். வசதியா தங்கியிருக்கலாமே" என்றான். "பரவாயில்லை" என்றேன்.

நான் வந்தது அவனுக்கு மிகுந்த மகிழ்ச்சித் தருவதாகச் சொன்னான். அமைச்சர் இந்த விழாவுக்காகவே வருவதாகச் சொன்னான். ஏகப்பட்ட ஆடுகள், கோழிகள் இந்த விழா விருந்துக்காகவே அடிக்கப்பட்டதாகச் சொன்னான். கும்பல் ரொம்ப அதிகமாகிவிடக் கூடும் என்று அஞ்சினான். அது விஷயமாகப் பாதுகாப்புக்காக, டி. எஸ். பி. யிடம் பேசிவிட்டு வருவதாகச் சொன்னான்.

அவன் சொன்னபடியே, பயங்கரக் கும்பலாகத்தான் இருந்தது. ஏராளமான போலீஸ்காரர்கள் காவலுக்கு வந்திருந்தார்கள். அமைச்சர் பேசும்போது,

திப்பிலியாரின் அருங்குணங்களை எடுத்துரைத்தார். அவர் மறைந்தது சமூகத்துக்கு நஷ்டம்தான் என்று திட்டவட்டமாகச் சொன்னார். தந்தை மகன் பால் செலுத்திய அன்பையும் மகன் தந்தையின் பால் செலுத்துகிற மரியாதையையும் அவர் புகழ்ந்துரைத்தார்.

நான் புறப்படும்போது கோபாலு சொன்னான், "அப்பா கடைசிக் காலத்தில் கஷ்டப்பட்டுச் செத்தது மனசுக்குக் கஷ்டமாகத்தான் இருக்கு. நான் சவுகர்யமாக, வாழறதைப் பார்க்கக் கொடுத்து வைக்கவில்லை பாருங்க அவருக்கு" என்றான்.

நான் மறுத்தும் எனக்கு டிக்கெட் எடுத்துக் கொடுத்து வண்டி கிளம்பும் வரை இருந்து, பிறகு விடை பெற்றான். வண்டி ஓடிக்கொண்டிருந்தது. தினம் காலையில் டீக்குடிக்க நாலணாவுக்காக என் அறைக்கு வந்த திப்பிலியார், என் மனதுக்குள் தோன்றிச் சிரித்தார்.

1985

காலம் இனி வரும்

பக்கத்தில், நீளமாய் ஒரு காலை மடக்கியும் ஒன்றை நீட்டியும் சற்றே வாய் பிளந்து, வெற்றிலைக் காவிநிறப் பற்கள் தெரிய கைகளைப் பரப்பியவாறு படுத்துத் தூங்கிக்கொண்டிருந்த பிரபுவைப் பார்த்தாள் சத்யா, 'இரையுண்ட மலைப்பாம்பு படுத்துக் கிடப்பது போல' என அவள் மனதில் சட்டென்று உருவகம் ஒன்று தோன்றி மறைந்தது.

ஒரு பசும் கன்றையோ, அல்லது ஒரு மான் குட்டியையோ விழுங்கி மலைப்பாம்பு, படுத்துச் சீரணிக்கப்படும் பாட்டைத்தான் நேரில் கண்டிக்கிறோமா? இல்லை. பின் எப்படிப் பிரபு படுத்துக் கிடப்பதைப் பார்த்ததும் அவ்வுருவகம் தனக்குத் தோன்ற வேண்டும் என யோசித்தாள் அவள். எங்கோ படித்திருக்கிறாள். படித்தது வாகாக, சரியான இடத்துக்கு வந்து பொருந்தி விட்டிருந்தது.

இவன் மலைப் பாம்புதான், சந்தேகமில்லை. இரைகள் தாமாகவே மலைப்பாம்பின் வாயில் போய் விழுமா என்ன தன்னைப்போல?

அது இருவர்க்கான கட்டில், அறையை அடைத்துப் போட்டிருந்தது. அப்பா சீதனமாகக் கொடுத்தனுப்பியது. பழங்காலத்து ஆகி வந்த கட்டில் என்று அப்பா அதைப் பழுது பார்த்து, வண்ணம் பூசி தன் ஒற்றை மகளுக்குக் குலமோங்கக் கொடுத்தனுப்பி வைத்தார். தற்காலத்துக் கட்டில்களைக் காட்டிலும் உயரத்திலும், அகலத்திலும் அது தாட்டியாகவே இருக்கும். அப்படியே உட்கார்ந்து படுத்துக் கொள்ள முடியாது. கொஞ்சம் எகிறித்தான் உட்கார வேண்டியிருக்கும்.

பிரபு, கைகளை அகல விரித்துக்கொண்டு தூங்கிக்கொண்டிருந்தான். கட்டிலில் இன்னொரு ஜீவனுக்கும் இடம் கொடுக்க வேண்டும் என்கிற உணர்வேயின்றித்

தூங்கிக்கொண்டிருந்தான் அவன். என்ன சுருக்கமாய் இவனுக்குத் தூக்கம் வருகிறது! எப்படி வந்தது?

கட்டிலில் ஓரத்தில், முழங்கால் வரை மடித்து அவற்றின் மேல் முகத்தை வைத்துக்கொண்டு உட்கார்ந்திருந்தாள். ரேடியம் பூசிய சுவர்க் கடிகாரம் மணி பதினொன்று என்றது. கீழே கல்யாண வீட்டுச் சந்தடிகள் கொஞ்சம் கொஞ்சமாக அடங்கிக்கொண்டிருந்தன. அவ்வப்போது ஏதேனும் தட்டோ, தாம்பாளமோ விழுகிற ஓசையைத் தவிர, ஊர் அடங்கித்தான் போய் விட்டிருந்தது.

சத்யா, தன் அருகில் படுத்துக் கிடப்பவனைப் பார்த்தாள். அவன் தன் கணவன் என்கிற உண்மை சட்டென உறைக்க, நெருப்பை மிதித்ததைப் போன்று இருந்தது. ஊரை அழைத்து, விருந்திட்டு, அக்கினிசாட்சியாக வேத மந்திரங்கள் கோஷிக்க தன்னை சட்டபூர்வமாக வரித்துக்கொண்ட கணவன். சரியகப் பத்து மணி நேரத்துக்கு முன்னால்தான் அது நிகழ்ந்தது. சரியாக அறுநூறு நிமிடங்களுக்கு முன்னால், அது நிகழ்ந்தது. இன்று காலைதான் அந்தத் திருமணம் நடந்து முடிந்து விட்டிருந்தது. என்ன சுருக்கு? அவளுக்கு மட்டும் ஏன் எல்லாம் இவ்வளவு சுருக்காய் நடந்து முடிந்து போக வேண்டும்?

"அதிர்ஷ்டக்காரி எங்க சத்யா" என்றாள் அம்மா.

சத்யாகூட அந்த வார்த்தைகளைக் கேட்டபோதுதான் அதிர்ஷ்டக்காரி என்றே நம்பினாள்.

உயர்ந்த மதிப்பெண்களோடு கல்லூரிப் படிப்பை முடிச்சி, வேலைக்குப் போயிருப்பேன். "அதுக்குள்ள எதுக்கு அவசரம்... கொஞ்சநாள் போகட்டுமே..." என்றாள் சத்யா.

"குழந்தைக்கு என்ன தெரியும்? எல்லாக் குழந்தைகளும் இப்படித்தான் சொல்லும். எந்தக் குழந்தை வாயைத் திறந்து, அம்மா எனக்குக் கலயாணத்தைப் பண்ணிவை. உடனே மாப்பிள்ளை பாரு என்று சொல்லும்" என்பது அப்பாவின் கட்சி.

பேசிக்கொண்டிருக்கும் போதே பிரபுவும் பெண் பார்க்க வந்தான். சத்யாவை அவன் பார்த்தானா? பிரபுவைத்தான் அவள் பார்த்தாளா? பனியனும், சட்டையும், அதன் மேல் கோட்டும் பேன்ட்டும் அணிந்து வந்திருந்தான். "மாதம் இரண்டாயிரத்து ஐநூறு சம்பளம் வாங்குகிறான் அவன்" என்று சொன்னார்கள். மாதம் இரண்டாயிரத்து ஐநூறு பெறுமானமுள்ளவன், அப்புறம் என்ன?

அப்பா ஓடி ஓடிக் கல்யாண ஏற்பாடுகளைச் செய்தார். வயதுக்கு மீறிய ஓட்டம் அது. எல்லா அப்பாக்களும் பெண்ணுக்குக் கல்யாணம் என்றால் இப்படித்தான் ஓடுவார்கள் போலும். கல்யாணமும் நடந்து முடிந்து விட்டது.

இரவு விளக்கு மட்டும் கமரலாக எரிந்துகொண்டிருந்தது. பிரபு புரண்டு படுத்தான். இடுப்பில் இருந்த பட்டு வேஷ்டி வழுக்கி விலகியது. வெறுப்பும், அருவருப்பும் ஒருங்கே சேர்ந்து எழ, செத்த எலியைத் தூக்குவதுபோல முனை விரல்களால் வேஷ்டியைச் சரி செய்து போட்டாள் சத்யா.

பத்து மணிக்கு நேரம் நன்றாக இருப்பதாகக் கணித்து, அவளை அந்த அறைக்குள் தள்ளினார்கள். பெண்கள் வயது வித்தியாசம் இன்றி வெட்கம்

இல்லாமல் விரசமாகச் சிரித்தார்கள். 'சீ' என்றிருந்தது அவளுக்கு. என்ன வெட்கம் இல்லாத ஜனங்கள். ஓர் ஆணுக்கும் பெண்ணுக்கும் இடையேயான, அந்நியர் யாருக்கும் அறவே சம்பந்தம் இல்லாததான, அந்தரங்கமான, பவித்ரமான ஒன்றுக்கு, இவர்கள் ஏதோ சம்பந்தம் உள்ளவர்கள்போலவும், அதிகாரிகள் போலவும், வெளிச்சம் போட்டு மகிழ்வதும், தன்னை நிர்ப்பந்தம் செய்வதும் என்ன அநாகரிகம் என்று தோன்றியது.

சந்தோஷமோ, ஆர்வமோ, பரபரப்போ கிஞ்சித்தும் இன்றி அறைக்குள் எரிச்சலோடு நுழைந்த அவளைப் புயல் மாதிரி எதிர்கொண்டான் பிரபு.

பிரபு, உங்களுக்கு ரோஜாக்கள் பிடிக்குமா? அழகழகனா மாலைவானம் மாதிரியான, குழந்தைகளின் கன்னங்களைப் போன்ற ரோஜாக்கள். எனக்குப் பிடிக்கும், எதிர் வீட்டுப் பூந்தொட்டிகளைத்தான் நீங்கள் பார்த்திருப்பீர்களே! ரோஜாக்களில் எத்தனை தினுசு உண்டோ அத்தனையும் என் வீட்டில் நான் வளர்க்கிறேன். காலைகளையும், மாலைகளையும் நான் அவற்றுக்கே சமர்ப்பணம் செய்கிறேன். என்ன அற்புதம் அது! மண்ணில் என்ன மந்திரம் இருக்கிறது? யார் இந்த மந்திரக்காரன்? இந்தச் சிறு காம்பில் இந்த உயிர் எப்படித் தளிராய், இலையாய், மொட்டாய், பரிமாணம் பெறுகிறது? ஐயோ இந்தப் பூக்கள் எப்படி எங்கிருந்து இந்த அழகை வாரிச் சுருட்டிக்கொண்டு வருகின்றன? நம் வீட்டிலும் நாம் ரோஜாப் பதியன் போடுவோம், சரிதானா?

தேங்க்ஸ் பிரபு.

அதென்ன? அன்றைக்குப் என்னைப் பெண் பார்க்க வந்தபோது சுத்த மட்டி நிறத்தில் கோட் போட்டுக்கொண்டு வந்தீர்கள். ஆஷ்கலரில், சிமெண்ட் கலரில் கோட் போட்டால் உங்களுக்கு எவ்வளவு ஜம்மென்று இருக்கும்? ராஜா மாதிரி இருப்பீர்கள், சரியா? இனிமேல் அந்த வண்ணங்களையே தேர்ந்தெடுப்பீர்களா? ரொம்ப சந்தோஷம். ரொம்ப தேங்க்ஸ் பிரபு. இப்படி என் உணர்வுகளை நீங்கள் புரிந்து கொள்வீர்கள் என்று நான் எதிர்பார்க்கவில்லை பிரபு. நான் அதிர்ஷ்டசாலிதான். அம்மா வாய்க்குச் சர்க்கரைதான் போட வேண்டும்.

என்ன புத்தகம் படிப்பீர்கள்? ஹெரால்ட் ராபினா? சே எனக்கு என்னமோ அது பிடிக்காது. 'மில்ஸ் அன் பூன்' படிக்கிறவள் இல்லை நான். என்னோட காலேஜ் மேட்ஸ் எல்லாம் இவற்றைத்தான் விழுந்து விழுந்து படிக்கிறார்கள். ஐயோ! சுத்த போர் பிரபு அது.

பொது இடத்தில் நாம் ரொம்ப கண்ணியமாக நடந்து கொள்ள வேண்டும் பிரபு. ரொம்ப 'கப்புள்ஸ்' பார்த்திருக்கேன். பொது இடத்துல உரசிக்கிட்டு, கை கோத்துக்கிட்டு அசிங்கமாக நடந்துக்குவாங்க. நாம் அப்படியெல்லாம் நம் நெருக்கத்தை ஒரு காட்சிப் பொருளா ஆக்கிடக்கூடாது. நம் அன்பு நமக்கு மாத்திரமே தெரியக் கூடியது. அதையெல்லாம் பிறருக்கு நாடகம் மாதிரி காண்பிக்கக்கூடாது என்ன நான் சொல்றது சரிதானா?

அப்பப்பா! என்னைப் புரிஞ்சுக்கக் கூடிய கணவர் எனக்குக் கிடைச்சுட்டார். ரொம்ப ரொம்ப தேங்க்ஸ் பிரபு.

ஆமாம், இந்த சுவத்துக்கெல்லாம் என்ன இப்படி நீலம் அடிச்சு வச்சிருக்கீங்க. இந்த நீலம் ஸ்கூல் யூனிபார்ம் நீலம் பிரபு, லைட்டா கிரீன் ஷேட் அடிப்போமோ? அப்பத்தான் பார்க்க 'டீசென்டா' இருக்கும்.

“ஓகே பிரபு. ஐ லவ் யூ பிரபு. எங்கே என்னை பாருங்க நான் உங்களை கிஸ் பண்ணட்டுமா...”

இப்படியெல்லாம் நடக்கும். நடக்க வேண்டும் என்றுதான் கற்பனை செய்திருந்தாள் சத்யா. அப்படியெதுவும் நடக்கவில்லை.

அவளை அவன் புயல் மாதிரிதான் எதிர்கொண்டான். என்ன நடக்கிறது என்று அவள் நிதானிக்கு முன்பே, அவள் உடம்பில் துணி எதுவும் இன்றி இருந்தாள்.

குளிக்க அழும் குழந்தையைக் குளிப்பாட்டும் ஓர் அம்மாவின் முரட்டுத்தனமும், இரவு இரண்டாம் ஷிப்ட்டுக்குப் போகிறவன் அவசர அவசரமாகச் சாப்பிடுவது போலவும், அது நடந்து முடிந்திருந்தது.

காலம் காலமாக, இந்த மண்ணில் பிறந்த பெண் எதைக் காப்பாற்றி வைத்துக் கொள்ள வேண்டும் என்று கற்பிக்கப்பட்டு வந்ததோ, உயிரை இழந்தாலும் எதை இழக்கக்கூடாது என்று உபதேசிக்கப்பட்டு வந்ததோ அதைச் சில நிமிடங்களுக்குள் இழந்து விட்டாள் சத்யா.

ஒரு முழு டம்ளர் பாலை ஒரு சொட்டும் பாக்கி வைக்காமல், குடித்து விட்டு நிம்மதியாகத் தூங்கிக்கொண்டிருந்தான் பிரபு.

சத்யாவுக்குப் பசித்தது. ஆனாலும் எதுவும் சாப்பிடப் பிடிக்கவில்லை. பசியை அடக்கி, ‘ஐயோ, ஒரு மூர்க்கனுக்கா தான் மனைவியானோம் என்று தோன்றி வயிறு சில்லிட்டது. இவனுக்கு மனைவியாய், ஓர் ஆயுள் முழுக்க எப்படி வாழ்வது? இவன் குழந்தைகளுக்குத் தாயாகி அந்தப் பாவச் சுமைகளை எப்படித் தாங்குவது?’

தான் மோசம் போய்விட்டோம் என்று நினைத்தாள் சத்யா. இந்த எண்ணம் தோன்றிய மாத்திரத்தில் உடம்பு சிலிர்க்க, அப்பாவும் அம்மாவும் நினைவில் தோன்றினார்கள். “அம்மா, கடைசியில் என்னை இவன் கையில் பிடித்துக் கொடுத்துவிட்டாயே” சத்யா, தன்னையும் மீறிக் குலுங்கி அழலானாள்.

விடிவது தெரிந்தது. ஜன்னலுக்கு வெளியே மஞ்சள் சுண்ணாம்பு வெளிச்சம் பரவ, சத்யா எழுந்து அறைக்குள் இருந்த குளியல் அறைக்குள் நுழைந்தாள். ஷவரைத் திறந்து உடம்பு, மனசில் வெப்பம் குறைய குளித்தாள். நினைக்காமலும்கூடக் கண்ணீர் மாத்திரம் அவ்வப்போது வழிந்துகொண்டே இருந்தது.

குளித்து முடித்ததும், உடம்பும் மனசும் லேசாகி விட்டது போல் இருந்தது. புதிய வீட்டில் புதிய சூழ்நிலையில் முதல் நாள் வாழ்வை துவங்குகிறோம் என்கிற உணர்வில் கீழே இறங்கி வந்தாள்.

அடுப்பறையில் அத்தை மாத்திரம், காப்பி போட்டுக்கொண்டிருந்தாள். சத்யாவைப் பார்த்தும், தலையைத் திருப்பிக்கொண்டு வேலையில் ஆழ்ந்தாள்.

“நான் போடறேன் அத்தை” என்றாள் சத்யா.

“கொஞ்சம் சீக்கிரமா எழுந்திடனும் சத்யா. வயசுப் பொண்ணு ஒன்று சமைஞ்சு கல்யாணத்துக்குக் காத்திருக்கிற வீடு இது. எப்போ பார்த்தாலும் மேல பெட்ரூமிலே இருக்கறது நல்லா இருக்காது. ராத்திரி எல்லாரும் படுத்தப் பிறகுதான் மேலே போகணும். காலைல எல்லாரும் எழுந்திருக்கிறதுக்கு

முன்னால, நீ எழுந்து வந்து காப்பி போடணும்...” என்றாள் அத்தை. நிதானமாகத்தான் சொன்னாள்.

சத்யாவுக்கு யாரோ சாட்டையால் அடித்தது போல் இருந்தது. நடு வீதியில் துணி நழுவினது மாதிரி கூசிப் போய்விட்டாள். நெஞ்சு குமுறிக்கொண்டு அழுகை வந்தது. அழக்கூடாது, அழுதால் தன் பலவீனம் வெளிப்பட்டுப் போகும். பல்லைக் கடித்துக்கொண்டு விழுங்கினாள். ஒன்று மட்டும் புரிந்தது. இந்த வீட்டில் புருஷன் ஆதரவு ஒன்றுதான் அவளைக் காப்பாற்ற முடியும். ஐயோ, அவன் நல்லவனாக இருக்க வேண்டும்.

காப்பியை எடுத்துப் போய், படுத்துத் தூங்கிக்கொண்டிருந்த பிரபுவின் தங்கைக்கு அவளை எழுப்பிக் கொடுத்தாள்.

“குட்மார்னிங் அண்ணி” என்றாள் அவள். சத்யாவின் மனம் குளிர்ந்தது. இவள் ஒருத்தியாவது நல்லவார்த்தை பேசுகிறாளே! மனம் பாரம் குறைந்தாற்போலவும் இருந்தது.

“பஸ்ட் கிளாஸ் காப்பி அண்ணி” என்றாள் அவள் மீண்டும்.

சத்யாவுக்கு முதல் முறையாக, சந்தோஷத்தால் சிரிப்பு வந்தது. “அண்ணி! நீங்க சிரிச்சா ரொம்ப அழகா இருக்கீங்க” என்றாள் அவள். தொடர்ந்து, சத்யா பிரபுவை நினைத்துக்கொண்டாள். அவன் சொல்ல வேண்டியதை அவன் தங்கை சொல்கிறாள். அவன் பல் வரிசையைக்கூடத்தான் பார்க்காதது ஞாபகம் வந்தது. முகத்தைக்கூட முழுமையாகப் பார்க்காது, ஒருவனுக்கு மனைவியாக நேர்ந்த துரதிருஷ்டம் மனசை வருத்தியது.

காப்பி எடுத்துக்கொண்டு, படுக்கை அறைக்கு வந்தாள் சத்யா. அவன் விழித்துக்கொண்டிருந்தான். படுக்கையில் இருந்தவாறே மேலே சுற்றுகிற ஃபேனையே பார்த்துக்கொண்டிருந்தான்.

சத்யாவைப் பார்த்ததும் அவன் சிரித்தான்.

கௌரவம் இல்லாத சிரிப்பு. வேறு எவற்றையோ ஞாபகப் படுத்துகிற சிரிப்பு. ஆடையில்லாத சிரிப்பு.

அவளுக்கு எரிச்சல் வெளிப்பட்டது மீண்டும்.

காப்பியைக் கையில் கொடுத்தாள். அவன் ஒரு வாய் பருகியதும் கேட்டாள்...

“காப்பி நல்லா இருக்கா...”

“ப்ஸ்” என்கிற அலட்சியமான, அர்த்தமற்ற பதில் அவனிடமிருந்து வந்தது. ஏமாந்து போனவளாய் நின்றாள் அவள். கையைப் பிடித்து அருகே இழுத்தான். இழுத்த கையை பலம்கொண்ட மட்டும் உதறிக்கொண்டு அறையை விட்டு வெளியே வந்தாள் சத்யா.

“அவன் ‘ஏய்’ என்றான்”.

அவள் நின்று திரும்பி, “என் பெயர் ஏய் இல்லை சத்யா. என் பேராவது உங்களுக்குத் தெரியுமா” என்று விட்டு, ஏனோ சுவரில் முகத்தைப் புதைத்துக்கொண்டு “அம்மா... அம்மா...” என்று அழுதாள் சத்யா.

வினோதமான வீடாய் இருந்தது அது. அத்தை அவள் பாட்டுக்குச் சாப்பாடு, தூக்கம் என்றிருந்தாள். அவளுக்கு ஏனோ கேஸ் அடுப்பு என்றால் பயம்.

ஸ்டவ்தான் உபயோகிப்பாள். குளிக்க என்று எப்போதும் விறகு அடுப்பு எரிந்துகொண்டேயிருக்கும். எல்லோரும் சுடு நீரிலேயேக் குளித்தார்கள். பிரபுவின் தங்கையோ கல்லூரி நேரம் போக கதைப் புத்தகங்களில் லயித்து விடுவாள். அவளுக்கு அவன்தான் துணை, வடிகால் எல்லாம். பிரபுவுக்கு எல்லாமே சூடா இருக்க வேண்டும். எப்போது சாப்பிட உட்கார்ந்தாலும் ஆவி பறக்க வேண்டும்.

சத்யா தரையில் இருந்த ஸ்டவ்வில் தரையில் உட்கார்ந்து தோசை வார்த்துக்கொண்டிருந்தாள். எதிரில் பிரபு உட்கார்ந்து சாப்பிட்டுக்கொண்டிருந்தான். பக்கத்தில் சுடு தண்ணீருக்காக விறகடுப்பு எரிந்துகொண்டிருந்தது.

அவளுக்கு அவனிடம் பேச நிறைய இருந்தது, பேசத்தான் நேரம் இல்லை. இரவு படுக்கைக்குப் போகும் முன்பு பேசலாம் என்று இந்த மூன்று நாளும் நினைத்துத் தோற்றுப் போயிருந்தாள். பிரபு படுக்கை அறைக்கு நுழையும் முன்பே, மனத்தை விகாரமாக்கிக்கொண்டே நுழைந்தான். பேசி அவன் கேட்கும் நிலையில் இல்லை. இதுவே உகந்த நேரம் என்று தோன்றியது. அத்தை தோட்டத்தில் இருந்தாள். பிரபுவின் தங்கையோ ஏதோ ஒரு கதை உலகத்தில் ஆழ்ந்து போயிருந்தாள் அவள் அறையில்.

"ஒரு விஷயம் உங்ககிட்டே சொல்லணுமே" தோசை சாப்பிட்டுக் கொண்டிருந்தவன் தலை நிமிர்ந்தான்.

"இன்னியோட லீவ் முடியுது. ஆபீசுக்கு போவணும்."

"நீ வேலைக்குப் போக வேண்டாம். வேலையை ரிசைன் பண்ணிடு."

திடுக்கிட்டுப் போனாள் சத்யா. இந்த வீட்டில், இந்த அத்தையோடு ஒரு நாள் முழுக்க எப்படி அவளால் இருக்க முடியும்?

"ப்ளீஸ்! நான் சொலறதைக் கேளுங்க. நான் வேலைக்குப் போகத்தான் ஆசைப்படறேன். வீட்டிலேயே மொட்டு மொட்டுன்னு இருக்க என்னால முடியாதுங்க... அதோட ஆபீசும் டீசன்டான ஆபீஸ். வேலை செய்யறவங்களும் நல்ல மாதிரி. சம்பளமும் ஆயிரத்து ஐநூறு வருது. எதுக்கு இழக்கணும். வந்தா, குடும்பத்துக்குச் சௌகரியம்தானே?"

"லுக்" என்றான் பிரபு. தோசையைப் பிட்டவன் அவளைப் பார்த்தான்.

"பொட்டச்சி வேலை செய்து சம்பாதிக்க வேண்டிய கட்டாயம் எனக்கு இல்லை... நான் ஆம்பிளை, நான் சம்பாதிக்கிறதே போதும். பொம்பளையா, லட்சணமா வீட்டுல கிட..."

சுருக்கென்றது. ஆபீஸில் அந்த எட்டு மணி நேரத்திலாவது சுதந்திரமாக இருக்கலாம் என்று இந்த மூன்று நாளாய்த் தோன்றி இருந்த ஆசை இப்படிக் கருவிவிட்டதே... "சுடு தண்ணிரெடி..."

எரிந்துகொண்டிருக்கும் அடுப்பிலிருந்து, டம்ளரில் சுடுநீர் எடுத்து அவனுக்குக் கொடுத்த சத்யா, அடுப்பில் கட்டையைச் சொருகி தீயை மட்டுப்படுத்தினாள்.

"பிரபு, ப்ளீஸ் என்னைப் புரிஞ்சுக்குங்க... எனக்குக் கட்டாயம் வேலைக்கு போகணும்..." என்றாள் மென்மையாகவும், கெஞ்சலாகவும்.

“எனக்குப் பிடிக்காததை நீ செய்யக்கூடாது. நான் சொல்றபடிதான் நீ கேட்கணும். பொட்டச்சியா, லட்சணமா வீட்டோட இரு. நீ எதுக்கு ஆபீஸ் போறே? எனக்குத் தெரியாதா? அங்கக் கண்டவனோட ஆட்டம் போடலாம்னு தானே? உங்களையெல்லாம் எனக்குத் தெரியுன்டி...”

அவள் அவனைப் பார்த்தாள். ஓர் அம்மிக்கல் கிடப்பதுபோல சாணக் குவியலைப்போல அவன் இருந்ததாக அவளுக்குப் பட்டது.

“ஷிட்... இப்படிப் பேச உங்களுக்கு வெட்கமா இல்லே... சீ... ரௌடி மாதிரி பேசறீங்களே... நீங்க படிச்சவங்க தானே...”

“என்னடி சொன்னே...” என்று எழுந்தவன், நின்றவாறு உட்கார்ந்திருந்த அவளை உதைத்தான். சரியாக அவள் வயிற்றில் பாய்ந்தது அந்த உதை. அவள் பந்து மாதிரி சுவரில் மோதிக்கொண்டாள். தலை சுவரில் மோதியது.

“ஐயோ” தலையைப் பிடித்துக்கொண்டாள் சத்யா. பின் மண்டையிலிருந்து வழிந்த இரத்தம் பின் கழுத்தையும், முதுகையும் நனைத்தது.

“என்னை அடிக்காதீங்க பிரபு. என்னைப் புரிஞ்சுக்குங்க பிரபு. என்னால இந்தச் சூழலுக்குத் தயார் பண்ணிக்க முடியல்லைங்க. எனக்குக் கொஞ்சம் டைம் கொடுங்க...” என்றவாறு அவன் கால்களைக் கட்டிக்கொண்டு அழுதாள். கால்களை உதறியவன், அதே வேகத்தில் அவளை உதைத்தான். சாய்ந்து விழுந்தவளைப் பின்னும் அவள் தலைமயிரைப் பிடித்துத் தூக்கி, தன் பலம்கொண்ட மட்டும் ஓர் அறை விட்டான்.

“எவனையோ உன் மனசுல வச்சிக்கிட்டுத்தானே, என் கிட்டே சரியா நடந்துக்க மாட்டேங்கறே... உம்முனு நைட்ல மூஞ்சைத் தூக்கி வச்சிக்கிட்டு இருக்கறே... சரியா என்னோட ‘கோவாப்ரேட்’ பண்ணமாட்டேங்கறே... தேவடியா சிறுக்கி...”

தரையில் கவிழ்ந்து படுத்து அழுதுகொண்டிருந்தவள், சட்டென்று தலையைத் தூக்கி “ஸ்டாப் இட்... இது வரைக்கும் நீ சொன்ன மாதிரிதான் ஒன்றும் தப்பு பண்ணிடலை. இனிமேதான் பண்ணனும். நான் தப்புப் பண்ணினா அதுக்கு நீதாதன் காரணம்...” என்றாள்.

எங்கோ காயம்பட்டு, எப்படி எப்படியோ எரிந்துகொண்டிருந்த பிரபுவுக்கு இது மேலும் கோபத்தைக் கிளப்பி விட “என்ன சொன்னே... தப்புப் பண்ணுவியோ” என்று பாய்ந்தான்.

சத்யா, தன் பலம் அனைத்தும் சேர்த்து எழுந்து நின்றாள்.

“கீப் தி லிமிட்... இனி உன் கை என் மேல் பட்டதோ நான் மோசமா நடந்துக்குவேன்” அவனை நோக்கி எச்சரித்தாள் சத்யா.

“என்னடி செய்வே” என்று அவள் தலைமயிரைப் பிடித்து இழுத்து, கழுத்தில் மிருகத்தனமாக அறைந்தான் பிரபு.

அம்மா என்று அலறிக்கொண்டு கீழே விழுந்தாள் சத்யா. விறகடுப்பு அவள் நேரே இருந்தது. திகுதிகு என்று நின்று எரிந்துகொண்டிருந்த அந்த ஜுவாலை என்ன உணர்த்திற்றோ?

அந்தக் கணம் அது நிகழ்ந்தது.

எரிந்துகொண்டிருந்த கொள்ளிக் கட்டையைக் கையில் எடுத்தாள் சத்யா. கட்டை தீப்பற்றி சிவப்பு நாக்குகளோட சடச்சடவென்று வெடித்துக் கொழுந்து விட்டெரிந்துகொண்டிருந்தது.

பிரபு அவள் கைகளைக் சுற்றி அக்கட்டையைப் பிடுங்க முயற்சித்தான். கையைத் திமிறி விலக்கிக்கொண்ட சத்யா, அக்கொள்ளிக்கட்டையால் ஓங்கி அவன் முகத்தில் அடித்தாள்.

"ஐயோ!" என்று ஒரு பெரும் அலறல் அவனிடமிருந்து எழுந்தது.

1985

காணாமல் போனவர்கள்

கண்காட்சியில், நேற்று மணியைப் பார்க்க நேர்ந்தது. மணி என்றால் மனோன்மணி. பத்துப் பனிரெண்டு முழு வருங்களுக்குப் பிறகு, அவளைப் பார்க்கிறேன். ரொம்ப ஆச்சர்யமாய் இருந்தது.

என் மகன், "அப்பா... கண்காட்சிக்கு எப்போதான் அழைச்சுக் கிட்டுப் போவே நீ..." என்று கறாராய்க் கேட்டுவிட்ட பின், போகாமல் எப்படி இருப்பது? போனோம்.

கண்காட்சி என்றால் கூட்டம். மனிதர்கள், மனிதர்களை வேடிக்கைப் பார்க்கச் செய்துகொண்ட ஏற்பாடு. பழங்காலத்தில் திருவிழா. நவீன காலத்தில் கண்காட்சி. ராட்சஸ ராட்டினமும், அசுர அப்பளமும் குழந்தைகளை மட்டுமா ஈர்க்கும்? இரண்டு கைகளிலும் அந்தப் பெரிய அப்பளத்தைப் பிடித்துக்கொண்டு எப்படி விண்டுத் தின்பது என்று குழந்தைகள் விழிப்பது ரசிக்கத் தக்க ஒரு விஷயம் அல்லவா?

ஓர் அரங்கில் பொம்மலாட்டம் நடந்துகொண்டிருந்தது. மனிதர்களைப்போல உடுத்தி பொம்மைகள் கைகளை வீசி வீசி, தத்தித் தத்தி, மாயக் குரலில் பேசுவது சங்கருக்கு மிகத் தமாஷாய் இருந்தது போலும். நகர மறுத்து வேடிக்கை பார்த்துக்கொண்டிருந்தான். நான் வெறுமனே கூட்டத்தை நோட்டமிட்டபோதுதான் மணி என் கண்ணில் பட்டாள்.

எங்கோ பார்த்த உருவம் மாதிரி இருக்கிறதே என்றுதான் முதலில் தோன்றியது. பல வருஷ இடைவெளியில் மனிதர்களுக்குச் சதை கூடும். அல்லது உடம்பு வற்றியிருக்கும். ஆனால் ஜாடை தெரியும். அசைவு காட்டிக் கொடுத்து விடும். யாரோ தன்னைப் பார்ப்பதை அவள் உணர்ந்திருப்பாள் போலும், சட்டென்று திரும்பி என்னைப் பார்த்தாள். பார்த்த அந்தக் கணத்திலேயே, அவள் முகம் விளக்கேற்றியதைப்போல ஒளிர்ந்தது.

“ஹே... நீங்க... நீ கிருஷ்ணமூர்த்திதானே...?” என்றாள். என்னால் தலையசைக்க மட்டும்தான் முடிந்தது.

“அப்பப்பா! எத்தனை வருஷம்... நல்லாயிருக்கியா?” என்றபடி சிரித்தாள்.

அதே சிரிப்பு. மனதின் அடியாழத்திலிருந்து பொத்துக்கொண்டு வரும் சிரிப்பு. மனசைத் துடைத்துப் போட்டு விட்டுச் சிரிக்கும் சிரிப்பு. சிரிக்க மாட்டேன் என்று சத்தியம் பண்ணியவரையும் தொற்றிக் கொள்கிற சிரிப்பு.

“இது யாரு, உன் பையனா...?” என்றாள்.

“உம்.”

மணி, சங்கரின் கன்னத்தைப் பிடித்து இலேசாகக் கிள்ளினாள்.

“உன் பேரு என்ன கண்ணா...?”

“சங்கர்...” ஒரு கண்ணை பொம்மைகளின் மேல் வைத்த படிச் சொன்னான் குழந்தை. வெட்கம் எதற்காக வேணும் குழந்தைகளுக்கு வரும்.

“என்ன படிக்கிறே...?”

ரொம்பச் சங்கடப்பட்டவனாய், “தேர்ட் ஸ்டாண்டர்டு” என்றான் சங்கர். நிகழ்ச்சியின் சப்தம் காரணமாக, குழந்தையை நோக்கிக் குனிந்து, அவன் முகத்தில் காது வைத்து அவன் பேசுவதைக் கிரகித்துக்கொண்டாள். “மூனாம் கிளாஸா? பரவாயில்லையே...”

“நீ எப்படி இங்க...?” என்றேன்.

“அவரை ஜிப்மர் ஆஸ்பத்திரியில் சேர்த்திருக்கேன்... வயிற்று வலி. இங்க வந்து மூணு நாளாவுது... ஒரு சினேகிதி வீட்டில் தங்கியிருக்கேன். அது இருக்கட்டும்... உன்னைப் பத்திச் சொல்லு... என்ன பண்றே... உன் ஒய்ப் என்ன பண்றாங்க...?” சங்கரை வலுக்கட்டாயமாக இழுத்துக்கொண்டு வெளியே வர நேர்ந்தது.

எங்கள் பள்ளிக்கூடத்து மதில் சுவரும், எங்கள் ஊர் சிறைச்சாலை வெளிச்சுவரும் ஒரே மாதிரி நிறம்கொண்டவை; சமமான பலம்கொண்டவை. ஆகவே, கோடை விடுமுறையை நான் மிக ஆவலோடு எதிர்பார்ப்பேன். விடுமுறை நெருங்க நெருங்க கனவில்கூட தாத்தா ஊருக்குப் போகிற பயணம் வரும். தாத்தா வீடு போகாத விடுமுறை, ஒரு விடுமுறையில் சேர்த்தியா? தாத்தா வீடு மட்டும் இல்லாத பையன்கள், பாவம்கள்; அவர்கள் விடுமுறை வீண்.

லீவு விட்ட மறுநாளே நான், தாத்தா வீட்டுக்குப் புறப்பட்டு விடுவேன். அப்பா பஸ் ஏற்றி விடுவார். கண்டக்டரிடம் என்னைப் பார்த்துக் கொள்ளச் சொல்வார். “ஊர் வந்ததும் ஞாபகமா இறக்கி விடுப்பா” என்று டிரைவரிடமும் சொல்வார். கண்டக்டரும் பயணிகளும் திரும்பி என்னைக் குழந்தையைப் பார்ப்பதுபோல பார்ப்பார்கள். ஜன்னல் ஓரமாக என்னை உட்கார வைத்து விட்டு, தரையில் நின்றுகொண்டு “பத்திரம் பத்திரம்” என்று குறைந்தது வண்டி கிளம்புவதற்குள், நூறு முறையாவது சொன்னால்தான் அவருக்கு ஆறுதல். என்னை வெட்கம் பிடுங்கித் தின்னும். என்னை வண்டியேற்றி விட்டு அப்பா உடனே போய் விடக்கூடாதா என்று தோனும். ஆனால் வண்டி கிளம்பித் தெரு முனைத் திரும்புமளவும், வண்டியையே பார்த்துக்கொண்டு

விக்கித்து நிற்கும் அப்பாவை நினைத்தால் வண்டிக்குள் இருக்கும் எனக்கு மனசு வலிக்கத்தான் செய்யும். அப்பா அல்லவா?

வேர்கடலைச் செடிகள், பூவரசு, புளி, ஆல், அரச மரங்களே செழித்து வளரும் செம்மண் பூமிகளை மூன்று மணி நேரம் கடந்தால் ஊர் வந்து விடும். வயசான கோயில் கோபுரம், புடவை அகலத்துக்கே எப்போதும் தண்ணீர் காணும் மணிமுத்தா நதி, நாட்டு மருந்து வாசனை வீசும் கடைத்தெரு, சுகமான சீயக்காய்த் தூள் வாசனை, தெருவில் இறைக்கும் அரவை மிஷின் கடைக்கு நேர்த் தெருவில் நடந்து, வலது கைப் பக்கம் திரும்பினால் கேட்டுத் தெரு. ஒரு குதிரை வண்டி மட்டுமே போக வசதியான குறுகல் தெரு. தெரு குறுகியிருந்தால் என்ன? இத்தெருவில்தான் தாத்தா வீடு இருந்தது. நேர் வீட்டுக்கு மூன்றாவது வீடு மணி வீடு. மூங்கில் தட்டி வைத்த ஓட்டு வீடு.

திடீரென்று என்னைப் பார்த்த அதிர்ச்சியிலிருந்து தாத்தாவும் பாட்டியும் மீள்வதற்கு முன், பையைக் கடாசிவிட்டு மணி வீட்டில் இருப்பேன். மணிக்குப் பாட்டி மட்டும்தான். அம்மா இல்லை. தாய்மாமன் இருந்தார்.

“அட… மூர்த்தி வந்திருக்கு… வாப்பா… டீ மணி, உன் சினேகிதக்காரன் வந்திருக்கு பாரு…” என்பாள்.

ஒரு முயல் குட்டி மாதிரி மணி குதித்துக் கொண்டே ஓடி வருவாள், அந்த வெள்ளைச் சிரிப்புடன். நூறு பக்கங்கள் எழுதி விடக் கூடிய சிரிப்பு. எழுதினாலும் விளக்கிச் சொல்லவிட முடியாத சிரிப்பு. வார்த்தைதான் பாஷையா? சிரிப்பும்தான். பாஷையைக் காட்டிலும் பலமானது.

மணியின் பாட்டி தோசைகொண்டு வந்து தருவாள். காலை வேளையானால், அது மாதிரி தோசை அந்தக் கைக்குத்தான் வரும் போலும். மொத்தமாகப் பணியாரம் மாதிரி இருக்கும். அழுத்தம் இருக்காது. சொத சொத வென்று வாயில் போட்டால் பஞ்சு மிட்டாய்போல கரையும். அதன் மேல் மிளகாய்ப் பொடித் தூவி, எண்ணெயைத் தாராளமாக விட்டுச் சொட்டச் சொட்டத் தருவாள்.

இரண்டுக்கு மேல் அசுரனாலும் தின்ன முடியாது. வெள்ளைத் தோசை மேல் அகலமாய்க் கருஞ்சிவுப்புப் பொடி கண்ணுக்கு அழகு, அப்புறம் நாவுக்கு. மணி வீடு என்னைக் கையைப் பிடித்து இழுத்தது, இத்தோசைக்காகவும்கூட, ‘இருக்கலாம்’ என்று இப்போது தோன்றுகிறது.

“இனி உன்னைக் கட்டி வைக்க முடியாது, கணக்குப் பிள்ளை பேரன் வந்துட்டு, இனி காயற வெயிலெல்லாம் உன் தலைமேல்தான்” என்பாள் மணிப்பாட்டி. உண்மைதான் வெயில் எதற்குத்தான் காய்கிறதாம்?

நேராக எங்கள் தாத்தா வீட்டுத் தோட்டத்துக்கு ஓடி வருவோம். மிக அகலமான, தோட்டம் அது. அடுத்த நாயக்கமார் தெருவரை நீண்டது. அப்படி ஒன்றும் மரங்கள் செறிந்தது இல்லை. ஓர் இலந்தை மரம், ரெண்டு கல்யாண முருங்கை, ரெண்டு மூன்று வாழைகள், ஒரு பெரிய அரசு, அப்புறம் குத்துச் செடிகள். கிணறும், கிணற்றடிக்கல்லும் கிணறை ஒட்டிய இலந்த மர நிழலே எங்கள் வாசஸ்தலம்.

மணியை ராணி என்றும் சொல்லலாம். உட்கார்ந்திருந்த இடத்தில் இருந்தே பிறரை ஏவிக் காரியங்களைச் சாதித்துக் கொள்வதில் அவள் கெட்டிக்காரி.

அந்த இலந்தை, குட்டை மரம்தான். எனினும் பிளந்த மரப்பட்டையின் சிராய்ப்பைப் பொருட்படுத்தாது ஏறிப் பழமாகவும் இல்லாமல் காயாகவும் இல்லாமல் செங்காயாகப் பறித்து நான் அவளுக்கு தர வேண்டும். நான் சந்தோஷமாகச் செய்கிற காரியங்களில் இதுவே தலைமையானது. மணிக்காக எந்த உச்சியின்மீதும் நான் ஏற முடியுமே!

உள்ளிருந்து என் பாட்டி சப்தம் போடுவாள். "வானரமே, கெணத்தில விழுந்து வச்சு எங்களுக்குப் பழியைக்கொண்டு வந்திடாதே..." கிழங்கள்! எப்போதும் கிழங்கள் இப்படித்தான். விஷயத்தின் தப்பான பக்கங்களையே பார்க்கும் கிழங்கள். மரம் ஏறுகிறாயா? சரி, விழுந்து காலை உடைத்துக் கொள்வாய், தெருவில் நடக்கிறாயா? சரி. வண்டி வந்து உன்மேல் மோதத்தான் போகிறது. குளிக்க ஆற்றில் இறங்குகிறாயா? அப்படியானால், ஆற்றில் மூழுகிக் கட்டாயம் சாவத்தான் போகிறாய்! கிழங்கள்!

மணிக்குத் தொண்டர்கள் உண்டு. என்னைப்போல மெய்யான தொண்டர்கள். எல்லாம் ஆறு ஏழு வயசுக்குள்ளான தொண்டர்கள். அவர்களையெல்லாம் கூட்டி வைத்துக்கொண்டு பாடம் நடத்துவாள் மணி.

"மணி! நீ வளர்ந்த பின்னால் என்னவாகப் போகிறாய்?"

"நான் டீச்சர் ஆகப் போறேனே!"

மணியின் மனசுக்குள் ஒரு டீச்சர் இருந்தாள். இப்போது யோசிக்கையில் புரிகிறது. கஞ்சி முறமுறப்போடு இஸ்திரி போட்ட வாயில் புடவை; தூக்கிக் கட்டின கொண்டை, ஒரு கையில் குடை, ஒரு கையில் சின்ன பை, பலகார டப்பாவை விழுங்கி வைத்திருக்கும் பை. அவள் பள்ளிக்குப் போவதை மேட்டுத் தெருவே வியந்து வேடிக்கை பார்க்கிறது. நிச்சயமாய், வகுப்புக்குள் அவள் கையில் ஒரு பிரம்பு இருக்காது.

சமயங்களில், இலந்தை மர நிழலில் அவள் வகுப்பு நடத்துவாள். நாலைந்து குட்டி மாணவர்கள். கல்லின் மேல் அமர்ந்து கால் மேல் கால் போட்டுக்கொண்டு மணி உட்கார்ந்திருப்பாள். கீழே தரையில் அந்தக் குட்டிகள் உழக்குகள் மாதிரி உட்கார்ந்திருக்கும். ஒரு சின்ன சவுக்குக் குச்சியைக் கையில் வைத்துக்கொண்டு, அதை அவர்கள் முன் அசைத்து அசைத்து, "என்ன எழுதிட்டையா? உம் சீக்கிரம்" என்றாவது "லட்சுமி, ஏன் பேந்தப் பேந்த முழிக்கிறே... உதை திங்க ஆசையா?" என்றாவது பேசிக்கொண்டிருப்பாள்.

"அது என்னத்துக்கு கையில் குச்சு?" என்பேன்.

"பிரப்பம் பழம் தின்னால்தானே படிப்பு மண்டையில் ஏறுது" என்பாள் மிடுக்காக.

ஒரு நாள் மணியின் பாட்டி சொன்னாள்.

"ஏம்ப்பா மூர்த்தி, இவளுக்கு அடுத்த வருஷத்திலேந்து இங்கிலீஷ் பாடம் உண்டாமே. சும்மா ஆடி வீணாக்கிற நேரத்துல அவளுக்கு நாலு இங்கிலீஷ் வார்த்தைச் சொல்லிக் கொடேன்..."

ஆங்கில மீடியத்தில் படிக்கும் எனக்கு, என் சொற்ப அறிவையும் வாங்கிக் கொள்கிற ஒரு சிஷ்யைக் கிடைத்தால் கசக்குமா என்ன? அதுவும் மணி.

விளக்கு வைத்த பிறகு நாங்கள் படிக்க உட்கார வேண்டும் என்பது ஏற்பாடு. "உம்... பெரீய்ய வாத்தியாரு வந்திருக்காரு..." என்றுதான் மணி என்னை வரவேற்பாள். அந்த அலட்சியத்தோடுதான் உட்காருவேன். "வவ்வவ்வே..." என்றுகூடச் சில சமயங்களில் சொல்வாள்.

'என் பெயர் மனோன்மணி', 'நான் ஐந்தாம் வகுப்பு படிக்கிறேன்' என்பது போன்ற ஆங்கில வாக்கியங்களைச் சொல்லிக் கொடுக்கும் முன்பே அவளுக்கு ஆங்கிலம் அலுத்து விட்டது. அவள் செல்லமாய் வளர்க்கும் பூனை அவள் காலை உரசிக்கொண்டு 'மியாவ்' என்றதும் அதற்கு ஒரு காரணம். பூனையை விடவா ஆங்கிலம் உசத்தி?

"ஆங்... மூர்த்தி... பூனைக்கு என்ன இங்கிலீஷ்?"

"கேட்."

"கேட்?"

"கேட்... சி. ஏ. டி. கேட்?"

"பூனைக்கு எதுக்குக் 'கேட்'டுன்னு சொல்லணும். அது மியாவ், மியாவ்னு தானே கத்துது. 'மியாவ்'னு பேர் இருந்தா நல்லா இருக்குமே! மியாவ்னா பூனை"

எங்கள் வகுப்பு இது மாதிரித்தான் தொடரும். அப்புறம், நாய்க்கு 'லொள்' என்று பெயர் வைக்க வேண்டும். குதிரைக்கு 'ஹி... ஹி' என்றிருந்தால் நன்றாக இருக்கும் என்பது மாதிரி அவள் அபிப்பிராயங்களை நான் கேட்டுக்கொண்டிருக்கும்படி வகுப்பு நிறம் மாறும்.

ஏழு ஏழரைக்கு மணியின் மாமா சைக்கிளில் வந்து இறங்குவார். அவருக்கு முன் அவசரமாக பீடி வாசனை முந்திக்கொண்டு வரும். கைச் சுருட்டு மாதிரி, கன்னங்கரேலென்று இருப்பார். கொஞ்சம் பருத்த உடம்பு.

"என்னப்பா மூர்த்தி... எப்ப வந்தே...?" என்று முதன் முதலாக என்னைப் பார்க்கும்போது விசாரிப்பார். அப்போது அவர் என்னை விட ஏழெட்டு வயது பெரியவராக இருப்பார். ஆனால், எனக்கு முன் நின்று, முழுசாக ரெண்டு வார்த்தை அவர் பேசியதில்லை.

"என்ன... கிளாஸ் நடக்குதாக்கும்?"

"ஆமா..."

"என்ன கிளாஸ்?"

"இங்கிலீஷ்"

"இவ இங்கிலீஷ் படிச்சு கலெக்டர் ஆகப் போறாளாக்கும்..."

அலட்சியமாக வார்த்தையைத் தூக்கிப் போட்டு விட்டு கொல்லைப் பக்கம் கை கால் கழுவப் போய்விடுவார். ஏன் மணி கலெக்டராகக் கூடாதா? யார்தான் ஆகக்கூடாது. அல்லது ஆக முடியாது?

"சீய்... இந்த மாமா சுத்த மோசம்..." என்று என் காதுக்குள் சொல்வாள் மணி.

கண்காட்சித் திடலை விட்டு, நாங்கள் வெளியே வந்து பஸ் ஸ்டாண்டை நோக்கி நடந்துகொண்டிருந்தோம். மணி கொஞ்சம் கொஞ்சமாக ஒன்றிரண்டு

வார்த்தைகளில் தன்னைப் பற்றிச் சொல்லிக்கொண்டிருந்தாள். நான்தான் தோண்டித் தோண்டி வாங்கிக் கொள்ள வேண்டியிருந்தது.

எஸ். எஸ். எல். சி. கூட அவள் எழுதி முடிக்கவில்லை. மாமா சைக்கிள் கடை வைத்திருந்தார். ஆகவே, அவர் சொன்னாராம் சைக்கிள் கடைக்காரனின் மனைவி எஸ். எஸ். எல். சி எதற்காக எழுத வேண்டுமாம்? அவள் என்ன வேலைக்கா போகப் போகிறாள்? வீட்டில் இருக்க வேண்டியவள்தானே அவள். மாமாவின் சம்பாத்தியத்தில், உண்டு வாழ்ந்த அவளால் என்ன செய்யக்கூடும்? பதினாறு வயது மணிக்கும் முப்பது வயது மாமாவுக்கும் கல்யாணம் நடந்து விட்டது.

“அவருக்கு என்னதான் உடம்பு?”

“குடி வயிறு வெந்து விட்டது. வேறென்ன?” என்று சாதாரணமாகச் சொன்னாள் மணி. இருட்டும், அழுது வடியும் தெரு விளக்கும் அவள் முகம் பார்க்க முடியாமல் அடித்து விட்டன.

“சீரியஸா...?”

“அப்படித்தான்”

“எத்தனைக் குழந்தைங்க மணி உனக்கு?”

“நாலு; நாலும் பெண்ணுங்க...”

“.....”

“என்ன திடீர்னு அமைதியாயிட்டே...”

“அவர் குடிப் பழக்கத்தை நீ மாத்தியிருக்கணும் மணி”

அவள் சிரித்தாள்.

“யார் யாரை மாத்தறது? யாரையும் மாத்த முடியுமனு நீ நினைக்கிறியா? குழந்தை மாதிரி பேசறியே...”

“மனைவியால் முடியும். அவளால முடியல்லைன்னா வேற யாராலே முடியும்?”

அவள் மீண்டும் சிரித்தாள்.

“நாங்க சும்மா இருந்திருந்தோம்னா ஒருக்கால் அது முடிஞ்சிருக்கும் மூர்த்தி. சோத்துக்கு வழியில்லாமே பாட்டியும் போன பின்னால் சோறு போடறாரேன்னு கழுத்தை நீட்டினவதானே நான். என்னால அவரைக் கண்டிக்க முடியுமா? எதிர்ல நின்று பேசத்தான் முடியுமா? அவர்தான் கேட்டுக்குவாரா என்ன?”

பஸ் ஸ்டாண்டை அணுகி இருந்தோம்.

வரிசைக் கடைகளில் ஒன்றிலிருந்து ஒரு பிஸ்கட் பாக்கெட் வாங்கி என் பையனிடம் கொடுத்தாள் மணி. சங்கர் என்னைப் பார்த்துக்கொண்டே அதை வாங்கிக்கொண்டான்.

“வீட்டுக்கு வந்துட்டுப் போயேன்... சுமதிக்கும் உன்னைத் தெரியும்” என்று நான் சொன்னேன்.

“வர்றேன். இப்ப வேணாம்... ஒருநாள் கண்டிப்பா வர்றன்...”

"எனக்கும் அவங்களைப் பாக்கணும்னு ஆசையா இருக்கு"

"நீ எங்க வீட்டுலயே தங்கலாம் மணி."

"இப்ப நான் இருக்கிற இடமே வசதியாய்த்தான் இருக்கு. அந்த சினேகிதி ரொம்ப நல்லவ தெரியுமா? நீ அவளையும் அவ புருஷனையும் பார்க்கணும்... உன்னைப் பார்த்த சந்தோஷத்தில, ஒண்ணை மறந்துட்டேன். கண்காட்சியில அவ புருஷன், போட்டோ ஸ்டால் போட்டிருக்கார்... உன்னை அறிமுகப் படுத்தியிருக்கலாம்... மறந்துட்டேன் பாரு... கொஞ்சம் பணம் வேண்டியிருந்தது... வாங்கிட்டுப் போவத்தான் இங்க வந்தது..."

ஆஸ்பத்திரி போகும் வண்டியில் ஏறி உட்கார்ந்தாள்.

"மணி, பணம் ஏதாவது தேவைப்படுமா? என்கிட்டே நீ கேக்கப்படாதா?"

அவள் சிரித்தாள். கண்களின் ஓரம் கசிந்து, மினுமினுத்தது. "இப்போதைக்கு தேவைப்படாது. வேணும்னா, அப்புறம் பாக்கலாம்."

அவள் கணவர் சேர்த்திருந்த பகுதியை விசாரித்துக்கொண்டேன்.

இன்று மாலை நான் ஆஸ்பத்திரிக்குப் போயிருந்தேன். அப்பா ஆஸ்பத்திரியில் இருந்தபோதுகூட நான் அங்கு போய் அவரைப் பார்த்தவன் இல்லை. ஆஸ்பத்திரியின் வாசனையை நான் வெறுக்கிறேன். நோயுற்ற மனிதர்களின் அவஸ்தைகளைக் கண்கொண்டு என்னால் பார்க்க முடியவில்லை.

அந்த மாமாவைப் பார்க்கையில் 'சொரேல்' என்றது. உடம்பில் உள்ள சதைகளையெல்லாம் யாரோ வழித்துக்கொண்டு, எலும்பை மட்டும் போட்டுவிட்டுச் சென்றதுபோல, அவர் சுக்கு மாதிரி கிடந்தார். கண் பாதி திறந்திருந்தது.

மணி சப்தமிட்டு, "பாண்டிசேரி மூர்த்தி வந்திருக்கு... நம்ம வீட்டுக்கு எதிர்ல இருந்தாங்களே, கணக்கப்பிள்ளை... அவர் பேரன் வந்திருக்கு" என்றாள்.

அவர் சிரமப்பட்டு என்னை ஆழ்ந்து கவனித்தார். சில நிமிஷங்களுக்குப் பிறகே என்னைப் புரிந்துகொண்டார். அவர் முகத்தில் லேசான சிரிப்பு மலர்ந்தது.

உடைந்த வார்த்தைகளில் "சௌக்யமா?" என்றார்.

"தாத்தா போன பிறகு நம்ம ஊருக்கு வர்றதே இல்லாமே போய்விட்டது" எனபதாக விட்டு விட்டுச் சொன்னார்.

நான் கொண்டு போயிருந்த பழங்களைப் பார்த்தார். என்னிடம் திரும்பி தலையை அசைத்தார். எனக்கும் புரிந்தது. இந்தப் பழங்கள் இனி இவருக்குத் தேவைப்படாது என்று தோன்றியது. அவரும் அதை உணர்ந்திருந்தார்.

மணியைச் சுட்டிக் காட்டி மார்பில் கையை வைத்துக் காட்டினார்.

'அவளைப் பற்றித்தான் என்னுடைய கவலையெல்லாம்' என்று சொல்ல முயன்றார் என்று புரிந்தது.

மணி புடவைத் தலைப்பால் முகத்தை மூடிக்கொண்டு குலுங்கினாள்.

அங்கிருக்க என்னால் முடியவில்லை.

வெளியே வந்தேன். மணியும் என்னைத் தொடர்ந்தாள்.

"மணி... நான் வீட்டுக்குப் போய் சொல்லிட்டு உடனே வந்துடறேன். உனக்கு ஒரு துணை இப்போ அவசியம்"

"நான் சிலதைத் தயார் பண்ணிட்டு வந்துடறேன்... கவலைப் படாதே" என்றேன்.

அவள் சிரித்தாள். அர்த்தம் வெளிறிப் போன சிரிப்பு. மகிழ்ச்சியின் சார்பில் மட்டும் தானா சிரிப்பு வரும்? ஆழ்ந்த சோகத்துக்கும் அது வெளிப்படும்.

அவள் குளித்தோ, உடை மாற்றியோ இருக்கவில்லை. சாப்பிட்டும் இருக்க மாட்டாள் என்பது நிச்சயம்.

"வாயேன். ஏதாவது சாப்பிடலாம்..."

"முடியாது மூர்த்தி. வெறும் காபி மட்டும் வாங்கிக் கொடு."

முதல் விழுங்கைப் பல்லைக் கடித்து விழுங்கினாள். அன்று முழுக்க அவள் பருகும் முதல் உணவு அதுவாகத்தான் இருக்கும்.

எனக்குச் சொல்ல வேண்டும் போல் தோன்றியது.

"டீச்சர் ஆகணும்னு ஆசைப்பட்டியே மணி, முடியாமே போயிடுச்சே..."

மீண்டும் அந்தச் சிரிப்பு. காபியை முடித்து, நடந்து வருகையில் சொன்னாள்.

"பாட்டிக்கு நான் பேத்தி. வெறும் குழந்தை. இவளுக்கு என்ன தெரியும்ங்கற நினைப்பு. மாமாவுக்கு நான் அவரோட முறைப் பொண்ணு. என்கிட்டே எப்படியும் நடந்துக்கலாம்ங்கற அதிகாரம் அவருக்கு இருக்கறதா நினைப்பு. என்னை ஒரு மனுஷியா, யார் நினைச்சுப் பாத்தா? எனக்கும் ஆசைப்பட முடியும்னே யாரும் நினைக்கல்லியே மூர்த்தி"

நான் கிளம்பினேன். நான் போய் பணம் தயார் பண்ணிக்கொண்டு திரும்ப வேண்டும்.

மணி ஆஸ்பத்திரியின் வளைவுக்குள் சென்று மறைந்தாள்.

என்னை வண்டியேற்றி விட்டு, அது கிளம்பித் தெருமுனை திரும்பும் வரைக்கும் விக்கித்து நின்று, வண்டி மறையும் வரை பார்த்துக்கொண்டு நிற்கும் அப்பா ஏன் அப்படிச் செய்தார் என்பதை அப்போதுதான் முதல் முறையாகப் புரிந்து கொள்ள முடிந்தது.

1985

ருசி

ராவுஜி மெஸ்ஸுக்கு இனி நான் சாப்பிடப் போவதில்லை என்று நான் எடுத்த முடிவை இருளாண்டியாலும் வரதராஜனாலும் புரிந்து கொள்ள முடியவில்லை.

கல்லூரி வாசலுக்கு நேர் எதிரில் ராவுஜி மெஸ். சாப்பாட்டுக்கென்று மதிய வெயிலில் வெந்துகொண்டு நடக்க வேண்டிய அவசியமில்லை. வகுப்பை விட்டு வெளியே வந்தால் தூங்கு மூஞ்சி மரநிழல், நிழலில் நனைந்துகொண்டே சரியாக மூணு நிமிஷம் நடந்தால் திருவையாறு மெயின் ரோடு. ரோட்டைக் கடக்க மூன்று விநாடி. ராவுஜி மெஸ்ஸில் காலை வைத்தால், தஞ்சாவூர் தாட் இலை விரித்துக்கொண்டு கிடக்கும் வருகிறவனை நோக்கி.

“இன்னாடா, சுத்தக் கிறுக்குப் பயலா இருக்கியே... வயிறு பசிக்க மூணாவது நிமிஷத்துல இலைக்கு முன்னால் உக்காரலாம். இந்த மெஸ்ஸை விட்டுட்டு எங்க போகலாங்கிறே... நாலு பர்லாங் தூரமாச்சும் நடக்கணுமே. வேறே மெஸ்ஸுக்கு” என்றான் இருளாண்டி.

நான் உறுதியாகத் தெரிவிக்க, தெற்கலங்கத்தில் இருக்கிற பச்சை மாமி மெஸ்ஸுக்கு நாங்கள் மாற்றிக்கொண்டோம்.

ராவுஜி மெஸ் அப்படி ஒன்றும் மோசமில்லை. உட்காருகிற பந்திப் பாய் முதல், பரிமாறுகிற எவர்சில்வர் பாத்திரங்கள் வரை புத்தும் புதுசாய், குளித்து விட்டு நிற்கிற குழந்தை மாதிரி பளிச்சென்றுதான் இருக்கும். தாராளமாய் விட்டு நறுக்கிய தலைவாழை இலைதான் போடுவார். உடல் சுத்தம் ஓம்புவதில் ராவுஜி ஒரு பூனை மாதிரி. எத்தனை சூடாக எடுத்துப் பரிமாறினாலும் எத்தனைப் பேருக்குப் பந்தி வைத்தாலும் வியர்வை வழியாத தேகி அவர். சட்டை அறியாத உடம்பு; முழங்கால் வரை இறக்கிக் கட்டிய கரை போட்டத் துண்டு; எப்பவும் நெற்றியில் துலங்கும் நாமம்; நிரந்தரமாகத் தங்கி விட்ட ‘பாவ’மற்ற சிரிப்பு; இவரே ராவுஜி.

அனைத்துக்கும் மேலாக, எனக்குகந்த அசைவ மெஸ் அது. உள்ளங்கையும் விரல்களும் சேர்ந்தாற் போன்ற அகல அகலமான வஞ்சிர, மடவை மீன் வறுவலுக்கு ராவுஜியை விட்டால் தஞ்சாவூர் சீமையில்தான் வேறு நாதி ஏது? ஒருவில்லை மீனும், ஒரு துண்டு கறியும் இன்றி அது என்ன சோறு?

ராவுஜியிடம் இவை எல்லாம் எனக்குப் பிடித்துத்தான் இருந்தன. எனக்குப் பிடிக்காதவைகளும் அவரிடம் இருந்தன. இலைக்கு முன் உட்கார்ந்து காத்திருந்தால், ஆவி பறக்கும் பெரிய தாம்பாளச் சோற்றுக் குவியலுடன் அடுப்பங்கரையிலிருந்து வருகிற மனிதர், அப்படியே தட்டத்தை இலை முன் சாய்த்து ஒரு வெட்டு வெட்டுவார். வெடி குண்டு வைத்துச் சாய்க்கப்பட்ட மண்மலை மாதிரி சோறு இலையின் நீள அகலத்துக்கு அப்படியே குவிந்து விடும். ராவுஜி சோற்றால் அடித்த மாதிரி ஆவி முகத்தில் அடிக்கும். அந்த ஆவி அடங்குவதற்குள், மூக்கு வைத்த குழம்புக் குண்டானைத் தூக்கிக்கொண்டு வந்து விடுவார். சாதத்தைத் தொட்டுக் கிளர்த்தி விடுவதற்குள் ஜலதாரை, கொடகொடவென்று குழம்பைக் கவிழ்த்து விட்டுப் போயே விடுவார். இலையை விட்டு எப்படியேனும் வழிந்தோடி விடுவது என்னும் தீர்மானத்தோடு ஓடுகிற குழம்பைப் பிடித்து நிறுத்துகிற பாடு, ஒரு பெரும் பாடு! ஒரு வகையாய்க் குழம்பைச் சமாளித்து முடிப்பதற்குள் இரண்டாம் முறை கூட்டுப் பொரியல் தூக்கு வந்துவிடும். நான் கூட்டுப் பொரியலைத் தொட்டே இருக்க மாட்டேன். ஆகவே தூக்கு என்னைக் கடந்து விடும். சாமர்த்தியசாலிகள் பலர் இலைப்போட்டு கூட்டு, பொரியல் பரிமாறப்பட்ட நிமிஷத்துக்கும், சாதம் கொட்டப்படும் நிமிஷத்துக்கும் இடைப்பட்ட நேரத்துக்குள் கூட்டுப் பொரியலை வெறும் வாயில் தின்று தீர்த்துவிட்டிருப்பார்கள்.

இவை என்னால் சகிக்க முடியாதவை. எனக்கு முகம் பார்த்துப் பரிமாற வேண்டும். காக்கைக்குச் சோறு படைக்கிற அளவில், முதலில் கொஞ்சம் சோறு, அப்புறம் அளவான குழம்பு; வழிந்து ஓடாத குழம்பு. நான் நிதானமாக சாப்பிட்டு முடித்தவுடன் மிகக் கொஞ்சம்போலச் சோறு கட்டாயம் இலைக்குள்ளேயே நிற்கிற அளவில் ரசம். வேண்டும்போது கொஞ்சம்போலப் பொரியல் கூட்டு எவ்வளவு அழகாக இருக்கும்.?

“என்னடா இப்படி முட்டாள்தனமா பேசறே. ராவுஜி உனக்குப் பொண்டாட்டியா? உன் பக்கத்துல உக்கார்ந்து விசிறி வீசிக்கிட்டு, உன் சௌகர்யம் பாத்துச் சோறு போடட்டுமா என்று உபசரிக்க. அவர் நூறு பேத்தைக் கவனிக்க வேண்டாமா?” என்றான் இருளாண்டி.

“கட்டாதுதான்... நாம இடத்தை மாத்திக்குவோமே...”

பச்சை மாமி மெஸ்ஸில் சேர்ந்தோம். மாமிக்கு எப்படி அப்பெயர் வந்தது என்று எனக்குத் தெரியாது. நான் ஊகித்துக்கொண்டது இப்படி. மாமி எப்பவும் பச்சைச் சேலையே உடுத்திக்கொண்டிருந்தாள். பார்க்கும் போதெல்லாம் பச்சையாகவே காட்சித் தருவதால் பச்சை ஆமாமி ஆனாள் போலும். உணர்வுபூர்வமாக விரும்பி அந்த வண்ணத்தை அவள் தேர்ந்தெடுத்தாளா அல்லது எதேச்சையாக அப்படி அமைந்ததா என்று தெரியவில்லை. பச்சை மாமி என்கிற பெயர் வழக்கு ஏற்பட்டவுடன், வந்து விட்ட பெயருக்கு ஏற்ப, அல்லது பெயரைக் காப்பாற்றிக் கொள்ளப் பச்சையையே தொடர்ந்து அணியத் தொடங்கினாள்.

மாமியின் நிறம் குடகு ஆரஞ்சு. வாய் வார்த்தை அதன் சுளை. மாமா, ஏதோ ஓர் ஓட்டலில் சரக்கு மாஸ்டராக இருந்து விட்டு 'அவசரமாகப் போய்விட்டார். மாமா இருக்கும் போதே வேண்டியவர்களுக்கு என்று ஆரம்பித்துச் சமைத்துப் போடுவது மாமாவுக்குப் பிறகு அவளுக்குத் தொழிலாகி விட்டது. 'கோமளா' என்று பனிரெண்டு வயசுப் பெண், தூரத்து உறவுக்காரப் பையன் இவர்களைக் கொண்டு சமாளித்துக்கொண்டு வந்தாள் மாமி.

ரேழியில் செருப்பை விடும் போதே, 'வாங்கோ' என்பாள் மாமி. அனேகமாக முதல் கஷ்டமராக நான்தான் இருப்பேன். ஆறு ஐம்பத்தைந்துக்கு நான் அங்கு போய்விடுவேன். கூட்டத்தை தவிர்க்கத்தான். பெருக்கிச் சுத்தப்படுத்திய கூடத்தில் தடுக்குப் போட்டு, இலை போடுவாள் மாமி. நான் ஒருத்தன்தான். பெண்களின் காதோரச் சுருள் முடி மாதிரிச் சுரண்டு விழும் பச்சையும் மஞ்சளும் ஆன குருத்திலையை அவள் விரிக்கையில் பார்க்கவே அது எவ்வளவு அழகாய் இருக்கும்? அந்தப் பசிய இலைக்கு மேலே வட்ட வட்டமான இரண்டு இட்டலிகளைக் கற்பனை செய்து பாருங்கள். உணவு முதலில் கண்ணுக்கு அழகு சேர்க்க வேண்டும். பிறகுதான் உடலுக்கு. ஒரு இட்டிலிக்கு நான் பத்து நிமிஷம்கூட எடுத்துக் கொள்ளலாம். ம்ம்... சீக்கிரம் என்று பந்தியில் எனக்குத் தார்க்குச்சி போட எவரும் இல்லை. சாவதானமாகச் சற்று தூரத்தில் உட்கார்ந்துகொண்டு மதியத்துக்கான காய்கறிகள் அரிந்துகொண்டிருப்பாள் மாமி. தலையில் ஈரம் உறிஞ்சத்துணி சுற்றியிருப்பாள். முதுகு நனைந்து கச்சென்று பிடித்துக்கொண்டிருக்கும்.

மனிதர்களைப் புரிந்து கொள்வதில் மாமி ஒரு சூரி. என் ருசியை அவள் நன்கு அறிவாள். ருசியை அறிவது மனிதர்களை அறிவது. பாம்புக்கும் மனிதனுக்கும் வித்தியாசம் இருக்க வேண்டும். பாம்பு, தவளையை விழுங்குவது மாதிரி மனிதன் சோற்றை விழுங்கக்கூடாது. அவசர அவசரமாக வழித்துப் போட்டுக்கொண்டு, அவசர அவசரமாகப் படுத்து, அவசர அவசரமாகப் பிள்ளைப் பெற்று, அவசர அவசரமாகச் செத்துப் போவதற்கு மனிதப் பிறவி எதற்கு?

"இதான் சரி, ஆற அமரச் சாப்பிடுங்கோ. தேவையானதைக் கேட்டு வாங்கிச் சாப்பிடுங்கோ..." என்பாள் மாமி. ஒரு வேளை போகாமல் இருந்தால், "என்ன உடம்புக்கு?" என்று கரிசனமாக விசாரிப்பாள். அந்த விசாரிப்பில் வியாபார்த்தம் இருந்தது இல்லை. கஷாயம் மாதிரி ஒரு மிளகு ரஸம் வைத்துக் கொடுப்பாள். "சொல்லியிருந்தால் நாணா கிட்ட சாப்பாடு கொடுத்து அனுப்பி வைச்சிருப்பேனே" என்றும் கூறுவாள்.

"என்னடா சாப்பாடு இது... காரமும் இல்லை, உப்பும் இல்லே... ஏதோ பத்தியச் சோறு போடற மாதிரி" என்று இருளாண்டி அலுத்துக்கொண்டான். உணவு என்பது அவனுக்குக் காரசாரம்.

"மாமி சாப்பாடு நல்லாயிருக்கோ இல்லையோ, மாமி நல்லா இருக்கா." என்றான் வரதராஜன். எனினும் இருளாண்டியும் வரதராஜனும் சங்கரன் மெஸ்ஸுக்கு மாற்றிக்கொண்டார்கள். நான் பச்சை மாமி மெஸ்ஸை ஆதரித்தேன். "இன்னைக்குச் சங்கரன் மெஸ்ஸுல சுறா புட்டு ச்ச்ச், என்னா பிரமாதமா இருந்தது தெரியுமா...? தெரியாமேதான் கேக்கறேன்... எதுக்குடா

அந்த வாழத்தண்டு மெஸ்ஸைக் கட்டிக்கிட்டு மாரடிக்கிறே...” என்றான் இருளாண்டி.

என்மீதுள்ள பரிவினால்தான் கேட்டான்.

“அது இல்லப்பா விஷயம்... பச்சை மாமி இவனுக்கு மட்டும் கண்ணடிச்சிருக்கா... இல்லேன்னா இவன் இப்படிப் படி படியாக வழிய வழிய அலைவானா?”

“கிழவியைச் சுத்தறான் ஒரு வயசுப் பையன்னா, மாணவ குலத்துக்கே இழுக்குடா வைத்தி. தஞ்சாவூர்க்காரன் சொல்றா மாதிரி யாராச்சும் கேட்டா வழிச்சுக்கிட்டுச் சிரிப்பாங்க...”

மாலை உலாவுக்குத் தயாராகிக்கொண்டிருந்தோம். நேராக ராமையர் கிளப்பில் டிபன். அப்புறம் பஸ் ஸ்டாண்டு வாசலில் நின்று கல்லூரி விட்டு வரும் பெண்களைப் பராக் பார்த்தல். அப்புறம் ஏதாவது ஒரு சினிமா என்று திட்டமிட்டிருந்தோம்.

நான் தலைவாரிக்கொண்டிருந்தேன். வரதராஜன் ஜட்டியோடு உடம்புக்குப் பவுடர் போட்டுக்கொண்டிருந்தான். இருளாண்டி முகத்துக்கு லாக்டோ — காலமைன் பூசிக்கொண்டிருந்தான்.

கதவு தட்டப்படும் ஓசை கேட்க, நான்தான் போய்க் கதவைத் திறேந்தேன். ஆச்சர்யம் மாமி நின்றிருந்தாள்.

“வாங்க மாமி... வாங்க, வாங்க...” என்றேன். மாமி கையில் எண்ணெய்த் தூக்கு இருந்தது. வரதராஜன் ஒரு கணத்துக்குள் கைலியை எடுத்துச் சுற்றிக்கொண்டு நின்றான்.

“வாங்க மாமி...” என இருளாண்டியும் வரவேற்றான்.

“சும்மா இந்தப் பக்கம் செககடியில் எண்ணெய் வாங்க வந்தேன்... அப்படியே இங்கதான் நீங்க எல்லாம் இருக்கேள்னு பாத்துட்டுப்போலாம்னு வந்தேன்...” என்று கண்ணால் அறையைச் சுற்றிப் பார்த்தாள். குவியல் குவியலாக அழுக்குச் சட்டைகள், பேன்டுகள், அவிழ்த்து எறிந்த ஜட்டிகள், பனியன்கள், அப்படி அப்படியே பிடித்து எறிந்த சிகரெட் துண்டுகள். எங்களுக்கே எங்கள் அறை திடீரென்று ஆபாசமாகத் தோன்றியது. இருளாண்டி அவசரமாகக் கையில் கிடைத்த ஜட்டிகளை, துணிக் குவியலுக்குள் நுழைத்து மறைத்துக்கொண்டிருந்தான்.

“உக்காருங்க மாமி” என ஒற்றைக் கட்டிலின் மூலையைக் காட்டினேன். மாமி உட்கார்ந்துகொண்டாள். மாமி எப்போதும் பச்சை நூல் புடவைதான் அணிந்த ஞாபகம். இன்று மெல்லிய பச்சை நைலக்ஸ் அணிந்திருந்தாள். வெள்ளை ஜாக்கெட்டில், அந்த மினுங்கும் புடவையில் மாமி ஏதோ ஆராய்ச்சி மாணவி மாதிரி அல்லது அலுவலக அதிகாரி மாதிரி காட்சியளித்தாள்.

வரதராஜன் ஸ்டவ்வைப் பற்ற வைக்கத் தீப்பெட்டியை எடுத்தான். மாமி கேட்டாள்.

“என்ன பண்ணப் போறே?”

“உங்களுக்கு டீ போடப் போறேன்.”

“வேண்டாமே... நான் டீயே சாப்பிடறதில்லை.”

“காபி.”

“இப்ப வேணாம்.”

“நாங்க உங்க கையால சாப்பிடலாம். நீங்க எங்க கையால சாப்பிடக்கூடாதா?”

மாமி பக்க வாட்டில் எனக்குத் தெரிய இருந்தாள். அவளுக்குச் சிங்கப்பல் இருப்பது அப்போதுதான் எனக்குத் தெரிந்தது.

“சரி கடுங்காப்பிப் போடு...”

என்னவோ யோசித்தபடி ஊதி ஊதிச் சாப்பிட்டாள்.

“வரட்டுமா...” என்று கிளம்பியவள், என்னைப் பார்த்து “ஒரு நிமிஷம் வரலாமா?” என்று முன்னால் நடந்தாள். மொட்டை மாடியில் வந்ததும் துணி காயப்போடும் கயிறைத் தூக்கிக் குனிந்து வெளியேறியபடி “நாளைக்குத் தீபாவளியாச்சே... ஊருக்குப் போவலையா” என்றாள்.

“போகலை மாமி.”

“அப்போ சாப்பாட்டுக்கு என்ன பண்ணப் போறாப்பலே.”

“தெரியல்லே... ஏதாவது பழம் கிழம் வாங்கிச் சமாளிக்க வேண்டியதுதான்.”

“கிழத்தை எதுக்குப் போய் வாங்கறது... நாளைக்கு வழக்கம்போல மெஸ்ஸுக்கு வாங்கோ”

“அப்போ லீவ் இல்லையா”

“உங்களுக்கு மட்டும் மெஸ் எப்போதும் இருக்கும்” மாமி போய்விட்டாள். வரதராஜனும், இருளாண்டியும் அறையைப் பூட்டிக்கொண்டு வரும் வரை என்னை மறந்து அங்கேயே நின்றுகொண்டிருந்தேன்.

அந்தத் தீபாவளி எனக்கு மாமி மெஸ்ஸில். ஊர் பட்டாசு வெடித்து புத்தாடைப் பூண்டுப் பலகாரம் சுட்டுச் சாப்பிட்டுக்கொண்டிருந்தது. காலையும் மதியமும் மாமி எனக்கு ஸ்பெஷலாகச் சமைத்துப் பரிமாறினாள். இலையில் போடப்பட்ட பாயசத்தில் முந்திரியோடு சிரத்தையும் மிதந்தது. உணவு சாப்பிடுகிறவருக்கும் சமைத்தவருக்கும் இடையேயான சத்துள்ள பாஷை.

சாயங்காலம் போயிருந்தபோது மாமி, “ராத்திரிக்கு என்ன பண்ணட்டும்” என்று என்னிடமே கேட்டாள்.

“எதானாலும்.”

“எதானாலும்மா? நான் எது பண்ணினாலும் சாப்பிடும்போல”

“ஓ...”

“அங்க பிடிச்ச மாதிரி எனக்கு மாமிசம் சமைக்கத் தெரியாது.”

“மாமிசம் மட்டும்தானா சாப்பாடு.”

“ருசின்னு ஒன்னு இருக்கோல்லியோ.”

“எல்லாப் பழக்கமானா சரியாயிடும்.”

வத்தக் குழம்பு பண்ணியிருந்தாள். கூட்டு மாதிரி கெட்டியான, பூனைக் கண் மாதிரி எண்ணெய் மினுங்குகிற குழம்பு. உடன் கொத்தவரை வற்றலும், தேங்காய்ப் பூண்டுத் துவையலும் பண்ணியிருந்தாள்.

இரண்டு கால்களும் ஒன்று சேர்த்து வைத்து, கோடலி முடிச்சிட்ட கூந்தல் முன் வந்து சரிய, மாமி குனிந்து பரிமாறினாள். அழகான பாதங்கள் அவை. நகம் ஓரம் அழுக்கின்றி, வெண்டைப் பிஞ்சு மாதிரி வளர்ந்திருந்தன விரல்கள்.

"என்ன காலைப் பாக்கறது?"

பொய் சொல்ல வேண்டாமே. "உங்க விரல் வெண்டைக்காய் பிஞ்சு மாதிரி இருக்குன்னு நினைச்சேன்."

மாமி அப்படியே உட்கார்ந்து தலையைக் கவிழ்ந்துகொண்டு உடம்பு குலுங்கச் சிரித்தாள். விழுந்து புரளாத குறை.

"பாவம், எனக்காக உங்களுக்குச் சிரமம். வருஷம் முழுக்கக் கிடந்து வேகறீங்க. இன்றைக்கும், உங்களுக்கு ரெஸ்ட் இல்லை."

"முடியறது பண்றேன். உடம்பு மொழுமொழுன்னு இருந்தா ஆச்சா... யாருக்கானும் உபகாரப்பட்டாதானே உடம்பு."

"கோமளா வர நாளாகும்போல."

"தாத்தா சீக்கிரம் விட்டுடுவாரா? மகள் வயித்துப் பொண்ணாச்சே. இந்த நாணாவும் இன்னும் ரெண்டு நாளாவது ஆகும். வரட்டும் சின்ன குழந்தைங்க. சந்தோஷமாக இருந்துட்டு வரட்டும். என்னைக்குந்தான் இருக்கவே இருக்கு அடுப்பும் கரியும்"

கையைக் கழுவிக்கொண்டு "வரட்டுமா" என்றேன்.

"இருக்கட்டுமே... என்ன அவசரம்... சித்தே மொட்டை மாடிக்குப் போயி உக்காந்துட்டுப் போறது" என்றாள் மாமி, நிலைப்படியைப் பார்த்துக்கொண்டு.

விடிந்தது தெரிந்தது. கீழே தெருவில் நடமாட்டம் தொடங்கியிருந்தது தெரிந்தது. யார் வீட்டிலோ தண்ணீர்த் தெளிப்பது கேட்டது. விருட்டென்று எழுந்து உட்கார்ந்தேன். கையெட்டும் தூரத்தில், உடம்பு ஒற்றை ஆள் மெத்தையில், கையும் காலும் தரையிலும், உடம்பு மட்டும் மெத்தையிலுமாக மாமி உறங்கிக்கொண்டிருந்தாள். வெறுமே அள்ளிப் போர்த்திய துணி விலகியிருந்தது. போர்வை எடுத்து மாமிக்குப் போர்த்தி விட்டேன். பனி பெய்துகொண்டிருந்தது. சத்தம் எழுப்பாமல் கீழே வந்து கதவைத் திறந்து வெளியே வந்தேன். கதவை மீண்டும் சாத்தி வைத்தேன்.

மனசு குறுகுறுத்தது. யாரும் பார்க்கிறார்களா என்று கவனித்தேன். மனிதர் யாரும் பார்க்கவில்லை. இறங்கித் தெருவில் நடந்தேன்.

மாமியை நினைக்கையில் கொஞ்சம் வருத்தமாய் இருந்தது. எல்லாம் ஓர் ஒழுங்கான சரடிலேயேச் சென்று முடிந்ததை உணர்ந்தேன். என் முதல் பெண் சினேகிதியை, நெஞ்சில் வைத்துக்கொண்டு நடந்தேன்.

குழந்தைகள் வெடித்த பட்டாசுத் தாள்கள் தெருவை அடைத்துக் கிடந்தன.

அறை நண்பர்கள் எங்கோ போயிருந்தார்கள். ஆறுதலாய் இருந்தது. யாரையும் முகம் பார்க்கச் சங்கடப்பட வேண்டிய அவசியம் இல்லை. அனாவசியமாய்ப் பொய் சொல்ல வேண்டிய அவசியமில்லை.

குளித்தேன். அழுக்குத் தீர வேண்டுமெனக் குளித்தேன். எல்லா அழுக்கும் களைந்து போக வேண்டும் என குளித்தேன். குளித்தால் அழுக்குப் போய் விடுமா என்ன என்றும் இருந்தது.

தலைத் துவட்டிக்கொண்டு கட்டிலில் உட்கார்ந்தேன். காலைக் காற்று ஜன்னல் வழி மிக இனிமையாக வந்துகொண்டிருந்தது. தலை 'விண்விண்' என்று தெறித்தது. மனசில் எல்லையற்றக் கவலையும் பச்சாதாபமும் மேலோங்கின. இந்த அவஸ்தைக்கு வித்திட்டது யார் என்று எனக்குள் கேள்விகள் கிளைத்தவாறு இருந்தன. நானா?

எனக்கும் பங்கு இருந்தது இந்தக் காரியத்தில். அவள்தான் என்று தள்ளிவிட மனம் முயன்றது. இந்த மனசுதான் எவ்வளவு குரூரமானது. தப்பைப் பிறர் மேல் மட்டுமே சுமத்துவதில் இது எவ்வளவு அக்கறையாக இருக்கிறது?

நிகழ்ச்சிகளை மீண்டும் மனசுக்குள் கொண்டு வர முயன்றேன் கசந்தது.

சட்டையை மாட்டிக்கொண்டு மாமி மெஸ்ஸை நோக்கி நடந்தேன். கூடத்தில் செருப்பை விட்டு விட்டு உள்ளே நுழைந்தேன். மாமி வாசல் தூணில் சாய்ந்துகொண்டு, அங்கிருந்து தெரியும் வானத்தைப் பார்த்துக்கொண்டிருந்தாள்.

நிழலாடியது கண்டுத் திரும்பியவள் என்னைப் பார்த்தாள்.

புருவம் உயர "என்ன?... வாங்கோ..." என்றாள்.

நானும் அவள் பக்கத்தில் சற்றுத் தள்ளி உட்கார்ந்தேன். மாமியின் முகத்தைத் தவிர்த்தேன்.

இருவருமே பேசுவதற்கு ஒன்றுமில்லாமையை உணர்ந்தோம். நான்தான் தொடங்கினேன்.

"மன்னிக்கணும்..."

"எதுக்கு..."

"உம்... நான் உங்களைப் பயன்படுத்திக்கிட்டேன்னு நீங்க நினைச்சுக்கக்கூடாது..."

"பச்... நான் அல்லவா அப்படி நினைக்கணும்... என் பசிக்கு உங்களை— ஒரு சின்ன வயசுப் பிள்ளையைத் தின்னுட்டேனோன்னு பச்சாதாபப்பட்டுக்கிட்டு இருக்கேன்."

"மனசுல ஒன்றும் வச்சுக்காதீங்க..." என்றவாறு குனிந்துகொண்டாள். அவள் குலுங்கி அழுவது தெரிந்தது.

1985

அடி

ஒரு விமரிசையான மதியச் சாப்பாட்டை முடித்துக் கொண்டு வாசலைப் பார்த்து, தூணில் முதுகைச் சாய்த்தவாறு உட்கார்ந்து சுருட்டுப் பிடித்துக்கொண்டு இருந்தார் அப்பா. இதுவே உகந்த நேரம் என்று ராஜாவுக்குத் தெரியும். உண்ட அசதியின் கிறக்கமும், வீட்டு நிலைப்படியைக் கடந்து சில்லென்று வரும் கடற்காற்றும், சுருட்டுக் காரமும் சேர, ஆனந்த லஹரியில் ஆழ்ந்திருக்கும் அப்பாவிடம், எதைக் கேட்டாலும் கொடுத்து விடுவாரே!

"அப்பா... அட்லஸ் வாங்கணும், பணம் வேணும்..." என்றான் ராஜா.

அரைக் கண் செருக, பாதி துயிலிலும், பாதி நினைவிலும் இருந்த அப்பா திடுக்கிட்டு விழித்துக்கொண்டு, "என்ன..." என்றார். ராஜா மீண்டும் சொன்னான்.

"அட்லஸா...? போன வாரம் ஒரு அட்லஸ் வாங்கணும்னு பணம் வாங்கிட்டுப் போனயே...?" என்றார் அப்பா, ஓரக் கண்ணால் மகனைப் பார்த்துக்கொண்டு.

இது மாதிரியான கேள்வி ஒன்றை ராஜா எதிர்பார்த்தேயிருந்தான். ஆகவே தயாரித்து வைத்திருந்த பதிலை உடனே சொன்னான்.

"அது இங்கிலாந்து படம் போட்ட அட்லஸ், பிரிட்டன் படம் போட்ட அட்லஸ் வாங்கியாகணுமே..."

அப்பாவுக்கு ஆச்சர்யம்... "அடே" என்றார். "இந்த மாதிரி அட்லஸ் போடுகிற பயல்கள், எல்லாத்தையும் ஒன்னாச் சேர்த்து போட வேண்டியது தானே? என்ன கேடு?" என்றார், சுருட்டைப் புகைத்தபடி. பிறகு அவரே தொடர்ந்து சொன்னார், தலையை அசைத்தபடி,

"முதலில் இங்கிலாந்து படத்தை அச்சுப்போட்டு வித்திடுவான்கள். அப்புறம் பிரிட்டனைப் போட்டு

விப்பான்கள். நம்மூர் இந்தியாக்காரப் பயல்களை நம்பவே நம்பாதேப்பா. முதல் தரமான அயோக்கியன்கள்" என்றார் கறாராக.

"எவ்வளவு பணம் வேணும்?"

"பதிமூன்று ரூபாப்பா..."

"அவ்வளவே தானே, என் அலமாரியைத் திறந்து எடுத்துக்க" என்றவர், கண்ணைச் சுருக்கிக்கொண்டு அன்பு வழிய மகனைப் பார்த்தார்.

"ராசா, இந்த வெள்ளைக்காரங்கல்லாம் அங்கேந்துதானே வந்தாங்களாம்...?"

"ஆமாப்பா... பிரிட்டன்லேந்து."

அப்பா, ராஜாவை மெச்சியவாறு தலையசைத்தார்.

போன வாரம் வாங்கின இங்கிலாந்து படம் போட்ட அட்லசை அப்பா ஆசையோடு வாங்கிப் புரட்டிப் புரட்டிப் பார்த்தார். அதுவும் அன்று மாதிரியான ஒரு மதியவேளை. அப்பா சாப்பிட்டு, சுருட்டோடு உட்கார்ந்திருந்த ஓர் இனிய நேரம்.

"ராசா... இந்த வெள்ளைக்காரங்க எல்லாம், எங்கிருந்தப்பா வந்தாங்க...? அந்த இடத்தைக் காட்டு..." என்று அவர் தன் மகனைக் கேட்டார்.

ராசா தன் சுட்டு விரலால், பிரிட்டனைச் சுட்டிக் காட்டினான். ஐரோப்பாவிலிருந்து தனியே ஒதுங்கி, கோபித்துக்கொண்டு நிற்கிற வீட்டு மனுஷி மாதிரி இருந்தது அது. கீழே இருந்தது பிரான்ஸ். சுவரில் ஆணி அடித்து மாட்டி வைத்திருக்கும் புலித் தோல் மாதிரி, கைகளைப் பரப்பிக்கொண்டிருந்தது அந்த நாடு.

அப்பாவுக்குப் பிரிட்டனைப் பார்த்ததும் ஒரு பரவசமே ஏற்பட்டு விட்டது. விளக்குப் போட்டது மாதிரி, குபீரென்று ஒரு வெளிச்சம் அவர் முகத்தில், "அடேடே..." என்றார்.

"நார்த்தங்காய் ஊறுகாய் மாதிரி, தம்மாத்தூண்டு இருக்கு. இந்தத் தேசம் பார்த்தா, ஏதோ பொம்மனாட்டி வேஷம் கட்டிக்கிட்டு ஆடுற மாதிரி இருக்கு. அங்கேந்தா இம்மா தூரத்தைத் தாண்டி வந்தானுங்க அந்தப் பயலுவ...?"

ஆங்கிலேயர்கள் சாரி சாரியாகப் பைகளையும் குழந்தைகளையும் தூக்கிக்கொண்டு நடந்து வந்ததை நேரில் பார்த்திருந்தவன் மாதிரி, ராஜா அழுத்தமாகத் தலையை ஆட்டி ஆமோதித்தான்.

ஐரோப்பா மேப்பின்மீது இருந்த கோடுகளைப்போல, அப்பாவின் முகத்திலும் எண்ணற்ற கோடுகள் இருந்ததை அருகில் இருந்து பார்த்துக்கொண்டு நின்றான் ராஜா. அவனுக்குக் குதிரை கட்டித் தெருவுக்குப் போக வேண்டியிருந்தது.

தீவிரமான சிந்தனையோடு அப்பா, மேப்பைப் பார்த்துக்கொண்டிருந்தவர், பிறகு கேட்டார்.

"லண்டன் எங்கேப்பா இருக்கு...?"

அந்த நாட்டியக்காரியின் கால் கொலுசு மாதிரி இருந்த ஒரு கடுகைச் சுட்டிக் காட்டி "இங்கதான் இருக்கு" என்றான் ராஜா.

அப்பா அந்த இடத்தை, வெண்டைப் பிஞ்சு மாதிரி இளைத்திருந்த தன் சுட்டு விரலால் ஆசையோடு தடவிக் கொடுத்தார்; ஏதோ பக்கிங்ஹாம்

அரண்மனையின் சலவைக்கல் சுவரைத் தடவிக் கொடுப்பது மாதிரி. அப்புறம் சொன்னார்.

"ராசா... நீகூட அங்க போயிதான் படிக்கணும்! பெரிய கலெக்டரா வரணும்னா, லண்டனுக்குப் போயி ஐ. சி. எஸ். படிக்கணும் இல்லியா?..."

அப்பா, அப்படியே கண்ணை மூடிக்கொண்டு சுவரில் சரிந்து உட்கார்ந்துகொண்டார். அவருடைய ஒற்றைக்கு ஒரு மகன் ராசா, லண்டனில் இருந்து ஆகாயமார்க்கமாகத் திரும்பி வருகிறான். கோட்டும் சூட்டுமாக வெள்ளைக்காரப் பயல்கள் எல்லாம் வந்து ராசாவோடு கை குலுக்குகிறார்கள். ஊர் ஜனம் முழுக்கத் திரண்டு வந்து வாயில் சொள் ஒழுக, அவனை வேடிக்கைப் பார்க்கிறது. பெரிய டவுன் ஆள்கள், போலீஸ் அதிகாரிகள் எல்லாம்கூட "அடடே... கலெக்டர் ராஜா உங்கப் பையனா...?" என்று மூக்கின் மேல் விரலை வைத்துக்கொண்டு கேட்கிறார்கள்.

பிரிட்டனையும் இங்கிலாந்தையும் தனித்தனியாகப் பிரித்து அச்சிட்டு அடலஸ்காரர்கள் விற்பதாக ராஜா அப்பாவிடம் சொன்னதற்கான காரணம், குதிரை கட்டித் தெருவில் கடைக்கோடி வீட்டுத் தூணைப் பிடித்தவாறு தெருவை எட்டிப் பார்த்துக்கொண்டு நின்றிருந்தது. மேலே காப்பிக் கலர் தாவணியும் கீழே வெள்ளைப் பாவாடையும் அணிந்துகொண்டு, தாவணிக்கு மேட்சாய்க் காப்பிக் கலர் ஸ்டிக்கர் பொட்டு வைத்துக் கொண்டு இருந்தது. தழையத் தழையத் தலைவாரி தொடைக்கும் கீழாகத் தாழ்ந்து தொங்கும் ஒற்றைச் சடைப் போட்டுக்கொண்டிருந்தது. சடை நுனியில் சமயங்களில் ரிப்பனும், சில நேரங்களில் ரப்பர் பேன்டும் போட்டிருந்தது. திங்கள், புதன், வெள்ளிக் கிழமைகளில் மட்டும் ரெட்டை சடை போட்டுக்கொண்டு உலாவந்தது. அது என்ன கணக்கோ? அதனிடம் மொத்தம் ஆறு தாவணிகளும் (பச்சை, மஞ்சள், வெல்வட், பொடிக்கலர், புள்ளிப்போட்ட நீலம், அரக்குச் சிவப்பு, என்ன வண்ணம் என்று நிர்ணயிக்க முடியாத பல வண்ணம் ஒன்று) அவற்றுக்கு இசைவான எட்டுப் பாவாடைகளும் இருந்தன. அம்மாவுடன் கோயிலுக்குப் போகும்போது புடவை கட்டிக்கொண்டது. மொத்தம் இரண்டே இரண்டு புடவை. மேக வண்ண ஷிபான், கச்சென்று அதே நிறத்தில் ஜாக்கெட். அப்புறம் சிவப்புப் பட்டு. அது அம்மாவுடையதாகத்தான் இருக்க வேண்டும். மெல்லிசான வார்களைக்கொண்ட வெள்ளை அடி வைத்த செருப்பு போட்டிருந்தது. பாதத்துக்கும் முட்டிக்கும் நடுவில், சதைப் பகுதியில் பத்து பைசா அளவக்கு ஒரு தழும்புத்திட்டு இருந்தது. ஐயோ பாவம்!

மிக அண்மைக் காலத்தில்தான் அது தாவணி அணியத் தொடங்கியது. அதனாலேயே ராஜாவைச் சீண்டி, அவனை நிலை கொள்ளாவதனாக ஆக்கியது. வேகும் வெயிலென்றும் பார்க்காமல் அவனைத் தன் பின்னே சுற்றச் சொல்லியது. அவ்வாறு அவன் அலைந்து சுற்றுவதில், தனக்குள் சந்தோஷப்பட்டுக்கொண்டது. சந்தோஷப்படும்போது ஆகாயத்தைப் பார்த்துச் சிரித்துக்கொண்டது. சிரிக்கையில் மேல் வரிசையில் ஒரு சிங்கப்பல், கோழிக்குஞ்சு மூக்கு மாதிரி எட்டிப் பார்த்தது. அதுவும் அழகாய்த்தான் இருந்தது. அழகான பெண்களிடத்தில் எதுதான் அழகு இல்லை?

ராஜா செட்டியார் கடை வாடகை சைக்கிளை எடுத்துக்கொண்டு, நேரே தன் உயிர் நண்பன் கோபாலு வீட்டுக்குப் போனான். கோபாலு ரெடியாகவே

இருந்தான். அவனை டபிள்ஸ் ஏற்றிக்கொண்டு, குதிரை கட்டித் தெருவுக்கு விரைந்தான். வீட்டுத் திண்ணையின் தூணைப் பிடித்துக்கொண்டு, விஜி என்று செல்லமாக (ராஜாவால்) அழைக்கப்பட்ட விஜயா நின்றிருந்தாள். ஏதோ தெருவை வேடிக்கைப் பார்க்கிற பாவத்தில் அவள் இருந்தாள். அவளைக் கடக்கையில் ராஜா அவளைப் பார்த்தும் பார்க்காததுபோலவும் சிரித்தான். அவள் வீட்டைத் திரும்பிப் பார்த்து, ஜாக்கிரதையாகத் தூரத்துத் தென்னை மர உச்சியைப் பார்த்துச் சிரித்தாள்.

அன்று வெள்ளிக்கிழமை. தெய்வங்களுக்கும், கிராமத்து இளைஞர்களுக்கும் மிக உகந்த நாளாகும். விஜி, அநியாயத்துக்குச் சின்னதாய் இருந்த ஒரு கிண்ணத்தில் எண்ணெய் எடுத்துக்கொண்டு கோயிலுக்குப் போவாள். மாலைக்காலமாய் அது இருக்கும். தெருவில் தங்கத் தூசு பறக்கும்...

கோயில் இருட்டில் இருந்தது. சந்திர சூரியர்களை ஆட்டிப் படைக்கும் சுவாமிகள் உள்ளே இருந்தார்கள். நகர சபை விளக்குகள் இருக்கத்தான் இருந்தன. பொதுவாக அவை எரிவதில்லை. எண்ணெயைச் சுவாமிக்குச் சமர்ப்பித்து விட்டு விஜயா பிரகாரத்தைச் சுற்றி வந்தாள். மூன்று முறை சுற்றி வருதல் வேண்டும். கோபாலு பிரகாரத்து முனையில் உஷாராக நின்றான். முதல் சுற்றின்போது விஜயாவின் கூட யாரோ ஒரு மாமி, ஏதோ ஒரு மந்திர உச்சாடனம் செய்துகொண்டு உடன் வந்தது. ராஜாவுக்கு மாமியின் மேல் எரிச்சல் எரிச்சலாக வந்தது. ‘மாமிகளுக்கு மந்திரம் என்ன வேண்டிக் கிடக்கிறது...?’ இரண்டாம் சுற்றில், அதிர்ஷ்டவசமாக யாரும் வரவில்லை. ராஜா, விஜயாவுக்கு முன் பாய்ந்து சென்று நின்று, தன் கையிலிருந்த ஒரு புத்தகத்தையும் பொட்டலத்தையும் நீட்டினான். புத்தகம் ஜே. கிருஷ்ணமூர்த்தியுடையது இல்லை. அதனுள் காதல் கடிதம் இருந்தது. பொட்டலத்துக்குள் ராயர் கடை அல்வா இருந்தது. விஜயாவுக்குப் பிடித்த உணவு அல்லவா! காரம் போட்ட வேர்க்கடலை, உள்ளே பூரணம் வைத்த கொழுக்கட்டை மற்றும் ஜிகினாத்தாள் சுற்றிய சாக்லெட், பல்லி முட்டை மிட்டாய்கூட அவள் விரும்பிச் சாப்பிடுவாள்தான் அவ்வப்போது.

“நாளைக்குச் சனிக்கிழமை, ஆறு மணி ஆட்டம் சினிமாவுக்குப் போறோம்” என்றாள் விஜயா பிரகாரத்தின் திருப்பத்தைப் பார்த்தவாறு.

“வரட்டுமா...?”

“ஆசை, தோசை, அப்பளம், வடை!”

அவள் முன்புறம் போட்டிருந்த ரெட்டைச் சடையைத் தட்டி விட்டான் ராஜா.

“சீய்” என்றவாறு திரும்பிப் பார்த்தாள். யாரும் வருகிறார்களா என்று. “சீய்” என்றால், இன்னொரு சடையையும் சீண்டு என்று அர்த்தம். ஏதோ நிழல் ஆடிற்று.

“நான் வர்றேன்...” என்று நடக்கத் தொடங்கினாள் விஜயா.

“சினிமாவா? ஒன்னே முக்கால்... மூனரை ரூபாய் வேணுமேடா?” என்றான் கோபால்.

“லண்டன் படம் மட்டும் போட்ட மேப்பா எங்கேயாணும் இருக்குமாடா?”

“என்னது? லண்டன் படம் மட்டும் போட்ட மேப்பா? என்னடா உளர்றே...”

“அப்படித்தான்...” கோபாலு, ராஜாவை ஆச்சரியமாகப் பார்த்தான்.

அப்பா, மோட்டுக் கூரையை வெறித்தவாறு படுத்திருந்தார். மேலே விழல் போட்ட கூரை, மழைக்காலங்களில் மரவட்டைகளுக்கும், இதர காலங்களில் தேள் குட்டிகளும் அங்கிருந்து விழுவதுண்டு. நிச்சயமாய் ஒரு வளருகிற கலெக்டர் குடியிருக்கிற வீடாய் அது இல்லை. ‘என்ன பண்ண? விதிதான்!’ என்று நினைத்துக்கொண்டார்...

அவருக்கு அவர் அப்பாவிடமிருந்து கிடைத்தது வீடு அல்ல, அரண்மனை என்று தெரிந்தவர்கள் சொல்வதுண்டு. இன்னும்கூட அரண்மனைக்காரர் வீடு என்றுதானே இந்த விழல் கூரை வீட்டைச் சொல்கிறார்கள். அவரையும் ‘அரண்மனைக்காரரு’ என்று ஊரார் குறிப்பிடும்போதுதான் மனம் என்னமாய்க் குதியாட்டம் போடுகிறது? மார்பு புடைக்கிறது? வளைந்திருக்கும் முதுகு நிமர்கிறது? நிமிர்ந்த அவரைக் கவிழ்ப்பதற்கென்று ஒருவன் வந்து சேர்ந்தான்.

அவர் விருட்டென்று எழுந்து அமர்ந்தார்.

சித்தநாதன் நினைவு வரும்போதெல்லாம் உடம்பு விறுவிறுத்துப் போகும் அவருக்கு. இப்போதும் அப்படித்தான் இருந்தது. “டவுனில் ஓர் ஓட்டல் கட்டலாம். மேலே அறைகள் வைத்து லாட்ஜ் கட்டலாம். பணம் அரித்துக் கொட்டலாம்...” என்று வந்தான் ஒருநாள். அப்போது அவர் மனைவி உயிரோடு இருந்த தருணம். சித்தநாதனும் அவளுக்கு ஒன்றுவிட்ட தம்பி முறை. அவரும் விவயசாயத்தின்மீது சலிப்புற்றுக்கிடந்த நேரம்.

“உம்... என்ன மானம்... பேஞ்சா பேஞ்சுக் கெடுக்குது... காஞ்சாக் காஞ்சுக் கெடக்குது...” என்று அலுத்துக்கொண்டார் ஒரு முறை.

அதையே பிடித்துக்கொண்டான் சித்தநாதன்.

“பின்னே எதுக்கு மாமா இந்த முள்ளு பூமியில் கெடந்து அல்லாடணும்... அங்க இங்க கொஞ்சம் பணம் புரட்டுங்க. நானும் பணம் போடறேன். பாகஸ்தராய் ஆயிடுவோம்... லாபத்தில் பாதிப் பாதி. நீங்க ஒன்னும் இந்தத் துரும்ப எடுத்து அந்தாண்டைப் போட வேண்டாம். எல்லாம் நான் பாத்தக்கறேன்.... மாசம் ஒன்னாம் தேதி ஆனா ஐயாயிரம் ரூபாயைக் கொண்டாந்து அக்காகிட்டே கொடுக்கிறேனா, இல்லையா பாருங்க...?”

மாசம் ஐயாயிரம் என்றதும் அப்பா கண்மண் பூச்சி பறந்தது. ‘அப்போ வருஷத்துக்கு அறுபதாயிரம்... பத்து வருஷத்துல ஆறுலெச்சம்...’ மார்கழிக் குளிரிலும் அவருக்கு வேர்த்தது. “கையில பணம் இல்லியேப்பா...”

“அரண்மனைய வச்சுகிட்டு யாராவது பணம் இல்லைன்னா, கேக்கறவன் வழிச்சுக்கிட்டு சிரிப்பான். சும்மா கொஞ்ச காலம் ஒத்தி வைப்போம். வருஷக் கடைசியில மீட்டுடுவோம்...”

“தம்பி சொன்னா தப்பாவா சொல்லும்?” என்றாள் அவர் மனைவி. அப்பா, அவன் நீட்டுகிற இங்கிலீஷ் பத்திரத்தில் எல்லாம் கைநாட்டு வைத்தார். தன் வினையைத் தானே தேடிக்கொண்டார்.

இதே விழல் போட்ட வீட்டில் அவர் தூக்கிப் போடப்பட்ட அன்று, காடா விளக்கு ஒளியில், அயர்ந்து தூங்கிக்கொண்டிருந்த குழந்தை ராஜாவின்

தலையைத் தடவியவாறு, மெல்ல மெல்ல அவர் ஒரு தீர்மானத்துக்கு வந்தார். ஒரு மூலையில் உட்கார்ந்து வாயைப் பொத்திக்கொண்டு அழுது கொண்டிருந்தாள் அவர் மனைவி.

"அநியாயத்தை அநியாயத்தாலா வெல்ல முடியும்? இல்லே. நியாயத்தாலேதான் வெல்ல முடியும். எனக்கு அறிவு இல்லைங்கிறதாலதானே சித்து என்னை ஏமாத்தினான். என் பிள்ளையைப் பெரிய படிப்புப் படிக்க வச்சு பெரிய அறிவாளியா ஆக்கிக் காட்டறேன். எனக்கு இங்கிலீச தெரியாதுன்னுதானேப்பா, நான் கடன் வாங்கினதா கைநாட்டு வாங்கினே? இப்போ பாரு. என் பிள்ளையை இங்கிலாந்துக்கே அனுப்பி அந்த வெள்ளைக்காரப் பயல்களையே தோக்கடிக்கறேன்..."

சூளுரையை எடுத்து முடித்ததும்தான் அவருக்கு ஆசுவாசம் அடங்கியது. நெஞ்சில் இருந்த கவலைகள் யாவும் தீர்ந்தன. எதையும் தான் இழக்கவில்லை எனவும், புதிதாக எதையோ பெற்றது போலவும் நிம்மதி அடைந்தார்.

வெளியேயிருந்து குளிர்ந்த காற்று வீசியது. தெருவைப் பார்த்தார். தெருவில் நிழலாயிருந்தது. மணி நான்காயிருக்கும் என யூகித்தார். காலாறக் கொஞ்சம் நடக்க வேண்டும் என்று தோன்றவே துண்டை உதறிப் போர்த்திக்கொண்டு, பக்கத்தில் இரண்டு கிலோ மீட்டர் தூரத்தில் இருக்கும் ஊருக்குப் புறப்பட்டார்.

அப்பாவுக்கு எப்போது மனம் சலித்தாலும், கவுண்டரைப் பார்க்கப் போய்விடுவது வழக்கமாய் இருந்தது. கவுண்டர் ஒய்வு பெற்ற நடுநிலைப் பள்ளித் தலைமை ஆசிரியர்.

"யாரு?" என்றார் கவுண்டர்.

"நான் தாங்க..." என்றார் அப்பா.

படித்துக்கொண்டிருந்த ஆங்கிலப் பேப்பரை மடித்துக்கொண்டே, "வரணும்... வரணும்..." என்று வரவேற்றார் கவுண்டர். பிறகு அப்பா மேல் படாது, ஜாக்கிரதையாகப் 'பளிச்' சென்று எச்சிலைச் சரியாக வீட்டை ஒட்டி ஓடிக்கொண்டிருந்த சாக்கடையில் விழுமாறு துப்பினார்.

அப்பா உட்கார்ந்துகொண்டே, "பேப்பர் படிக்கிறாப்பலியா...?" என்றார்.

"முதல்லேந்து, கடைசி வரைக்கும் நாலு வாட்டி படிச்சாச்சு. இப்ப அஞ்சாவது வாட்டி. நேரம் கழுத்து மேல குந்திக்கிட்டு இல்லே இருக்குது?"

கவுண்டர் வீட்டு அம்மாள் வந்து, "வாங்க" என்றாள் அப்பாவைப் பார்த்து.

"வந்தேன்" என்றார் அப்பா. மூக்கைச் சுளித்தபடி, "என்ன? மீன் சமையலா ராத்திரிக்கு...?" என்று தொடர்ந்தார்.

அந்த அம்மாவுக்கு வெட்கம் வந்து விட்டது போலும். தலையைக் குனிந்துகொண்டு சிரித்தாள். "தோ வந்துட்டேன்" என்று விட்டு உள்ளே போனாள்.

"உம்... எப்படி இருக்கீங்க...?"

பேச்சு எப்படித் தொடங்க வேண்டுமோ, அந்த இடத்தில் தொடங்கி, எங்கு முடிய வேண்டுமோ அங்கு முடிந்தது.

"பையன் எப்படிப் படிக்கிறான்...?"

அப்பாவுக்கு உற்சாகம்.

“அவனுக்கென்ன! என்ன படிப்புப் படிக்கிறான்! தலைகாணி தலைகாணியா அறை நெறைய என்னடான்னா புஸ்தகம். அவ்வளவு படிச்சா மூளை என்னத்துக்கு ஆவும்? உருகி அப்படியே காது வழியா வழிஞ்சுடுமேன்னு பயமால்லே இருக்கு. எல்லாம் என்னங்கறிங்களா? அவ்வளவும் இங்கிலீசு... சும்மாத் தோசைக் கல்லுமேலே தண்ணி தெளிச்சமாதிரி ‘படபட’ன்னு அல்லவா படிக்கிறான்? வெள்ளைக்காரனுங்க தோத்தானுங்க போங்க. சினிமாவுக்குப் போனாக்கூட இங்கிலீசு படமாப் பார்த்துத்தான் போறான்.”

“வாரத்துக்கு ஒரு புஸ்தகம் இல்லே வாங்கறான்...”

“வாரத்துக்கு ஒரு புஸ்தகமா...?”

“ஆமா ஸ்வாமி, அட்லஸ் புஸ்தகம்தான்.”

“வாரத்துக்கு ஒரு வாட்டி அட்லஸ் வாங்கறான்?”

“ஆமாங்கறேன்... விஷயம் என்னன்னா, நம்ம பேமானிப் பயலுவ ஒன்னுல பிரிட்டன் படத்தை அச்சடிக்கான். இங்கிலாந்தை உட்டுர்றான். அப்புறம் இங்கிலாந்தை அச்சடிக்கான், பிரிட்டனை உட்டுர்றான். எல்லாம் வியாபார தந்திரம் கவுண்டரே...”

கவுண்டர் தன் கண்ணாடி வழி, அப்பாவை உற்றுப் பார்த்துக்கொண்டிருந்தார்.

“வரம் வேண்டி பெற்றப் பிள்ளை என்னமாய் அப்பனை ஏமாற்றியிருக்கிறது” என்று கவுண்டர் நினைத்தார். வருத்தமாய் இருந்திருக்க வேண்டும் அவருக்கு. இந்த வெள்ளை அப்பாவை நினைக்கையில் மனது கலங்கிற்று அவருக்கு.

“என்ன கவுண்டரே, கண்ணில கலக்கம். தூசு விழுந்திருச்சுபோல...” என்றார் அப்பா.

“ஒரு சினேகிதன் ங்கிற முறையில், உங்களை எச்சரிக்கிறது என்னோட கடமை. பையன் போக்கு சரியில்லே...” என்றார் நிதானமாகக் கவுண்டர்.

“என்ன சொல்றீங்க...?”

“என்னத்தைச் சொல்ல? இப்படி வெள்ளையா இருக்கிறியே. பிரிட்டன், இங்கிலாந்து எல்லாம் ஒன்னுதாங்காணும்.”

“என்ன...?”

“ஒன்றுதான். பய உன்னை ஏமாத்தியிருக்கான்...” என்றவர், அப்பாவின் முகத்தைப் பார்த்துத் திடுக்கிட்டுப் போய், “சரி... சரி விடுங்க... சின்னப் பயலுவ அப்படித்தான் இருப்பானுக. நாமதான் அனுசரிச்சுப் போகணும்...” என்றார்.

அப்பா எழுந்தார். “வர்றேன் கவுண்டரே என்றவாறு வீதியில் இறங்கி நடந்தார். “அடே. காபியைச் சாப்பிட்டுட்டுப் போறது...” என்ற கவுண்டரின் குரல், அனாவசியமாய்க் காற்றில் கலந்தது.

“எலேய், ராசா...”

திடுக்கிட்டுப் போனான் ராஜா. அப்பா நின்ற கோலத்தைப் பார்த்ததும் உடம்பு சில்லிட்டுப் போனது அவனுக்கு. அவர் முகத்தில் தென்பட்ட

ரௌத்ரம் மிக அரிதான ஒன்று. ரொம்பச் சின்ன வயசில் ஒருமுறை அந்தக் கோலத்தை அவன் பார்த்திருக்கிறான். பள்ளிக்கூடம் போகாமல், ஊர் சுற்றிவிட்டு வந்த அன்று அவரை அப்படிப் பார்த்திருக்கிறான். அன்று அப்பா அவனை அடித்த அடியில், அவர் கையில் எப்போதும் போட்டிருந்த வைர மோதிரத்திலிருந்த கல் இற்று விழுந்தது. அம்மா இரவு முழுக்க விளக்கைக் கொளுத்திக்கொண்டு அந்தப் பொடி வைரக்கல்லைத் தேடிக்கொண்டிருந்தாள்.

அந்த அப்பாவை இன்று இரண்டாம் முறையாகப் பார்த்தான் ராஜா.

“ஏன்டா, பிரிட்டன் வேறே... இங்கிலாந்து வேறேன்னு என்னை ஏமாத்தினே இல்லே நீ...” என்றார். அவர் வார்த்தைகளில் புகை வந்தது மாதிரி இருந்தது ராஜாவுக்கு.

“சித்தநாதனுக்கும் உனக்கும் என்னடா வித்தியாசம்? அவனும் எனக்கு இங்கலீசு தெரியாதுன்னு ஏமாத்தினா, என் பிள்ளை, நீயே என்னை...” என்றவாறு அவனை நோக்கி காலடி எடுத்து வைத்தவர் அப்படியே தரையில் குந்தி, தலையைக் கவிழ்ந்துகொண்டு, தன் இரு கைகளாலும் முகத்தைப் பொத்திக்கொண்டு அழத் தொடங்கினார். வயதான அந்த உடம்பு குலுங்கியது.

ராஜா ஆடிப் போனான். அவன் எதிர்பார்த்தது வேறு. அப்பா அழுகிறார்? அவர் அழுததைப் பார்க்க, வயிறு சுருட்டி இழுத்தது அவனுக்கு. பொறியில் அடி விழுந்தது மாதிரி இருந்தது.

1985

தொலைந்து போனவள்...

“மூர்த்தி... மூர்த்தி” என்று ரகசியம் பேசுகிற குரலில் என்னை யாரோ கூப்பிடுவது, மாடியில் இருந்த எனக்குக் கேட்டது. இப்படிக் கூப்பிடுவது வேறு யாராக இருக்கும்? சித்தப்பாதான். எட்டிப் பார்த்தேன். அவரேதான். ஒட்டடைக் குச்சிக்கு சட்டைப் போட்டது மாதிரி, மீன் முள் போன்ற வெளுத்த தலைமயிரோடு, கையில் குடையை மாட்டிக்கொண்டு, நிழலுக்காக எதிர்வீட்டுக் குறட்டில் நின்றுகொண்டு, மாடியை அண்ணாந்து பார்த்துக்கொண்டிருந்தார் சித்தப்பா.

“என்ன சித்தப்பா...?” என்றேன் அங்கிருந்தபடியே.

“மத்தியானம் மூணு மணிக்கு வீட்டுக்கு வர்றியா? வேற வேலையிருந்தா வேணாம்...”

“எதுக்கு சித்தப்பா...”

அவர், ரோட்டில் யாரும் போகவில்லை என்பதை உறுதிப் படுத்திக்கொண்டு, “அதுக்குத்தான்டா” என்று பல் தெரியாமல் சிரித்துக்கொண்டு மெதுவாகச் சொன்னார். எனக்குப் புரிந்து விட்டது.

“சரி... சரி... மூணு மணிக்கு வந்துடறேன் சித்தப்பா” என்றேன்.

“கட்டாயம் வரணும்... ஏமாத்திட மாட்டியே...”

“சேச்சே...”

சித்தப்பா நிம்மதியாக வீதியில் இறங்கி மெதுவாக நடந்து போனார். நடப்பதால் பூமிக்கு வலித்துவிடக்கூடாது என்பதுபோல மெது நடை. சத்தம் போட்டுப் பேசினால் மற்றவர் கவனம் திரும்புமே என்று வெட்கப்படும் சுபாவம். யாராவது ஒரு வண்டிக்காரன், மாட்டை சுளீரென்று அவர் கண் முன்னால் அடித்து விட்டான் என்றால், ஏதோ தன்னையே அடித்து விட்டாற்போல மனம் நொந்து போய் விடும் சித்தப்பா.

அவர் கூப்பிட்டது, எதற்கு என்பதை நான் அறிவேன். சீத்தா அக்காளைப் பெண் பார்க்க யாராவது வருவார்கள். எடுபிடி வேலைக்காக நான் அழைக்கப்பட்டிருக்கிறேன்.

சீத்தா அக்காவைப் பெண் பார்க்க வருபவர்கள் இரண்டு வகைப் பட்டவர்களாக இருப்பார்கள். காலை நேரத்தில் வருபவர்கள் மற்றும் மாலை வேளையில் வருபவர்கள். மிக நிம்மதியாகக் காலைப் பலகாரம் சாப்பிட்டு விட்டு, பெரும்பாலும் 'ஞாயிறுகளில் பொழுது போக்க வேறு ஒரு காரியமும் இல்லையெனில், அப்படியே தமாஷாக அக்காவைப் பார்க்க' வருபவர்கள். மாலை வேளைக்காரர்கள். நல்ல சினிமாக்கள் இல்லாத பொழுதிலும், 'சும்மா சும்மா கடற்கரையா? என்று சலிப்புறுபவர்களும் காலாற நடந்து ஒரு மாறுதலுக்காக' வருபவர்கள்.

மாலை வேளைக்காரர்களுக்குப் பலகாரம் வாங்கிக் கொடுப்பதும், அக்காவைப் பெண் பார்த்து மாப்பிள்ளை வீட்டார் போவது வரைக்கும் மாடி அறையில் பதுங்கியிருக்கும் சின்னக்கா சகுந்தலாவுடன் பேசிக்கொண்டிருப்பது என் கடமைகள்.

"பதுங்குவது எதற்காக?" என்று ஒரு நாள் கேட்டேன்.

"அக்காவைக் காட்டிலும் நான் கொஞ்சம் சிவப்பில்லையா? அதனால அவளைப் பார்க்க வர்றவங்க, என்னைப் பார்த்து என்னைக் கேட்டுட்டா?" என்று சொன்னது சின்னக்கா சகுந்தலா.

சித்தப்பா சொன்னபடி சரியாக மூன்று மணிக்கே அவர் வீட்டுக்குப் போய் விட்டேன். சீத்தா அக்கா வாசலில் நின்றுகொண்டு தலைவாரிக்கொண்டிருந்தது. சீப்பு, சிக்கில் மாட்டிக்கொண்டு பல்லை உடைத்துக்கொண்டிருந்தது.

"என்னக்கா? மாப்பிள்ளை வீட்டுக்காரங்க வர்றாங்களா?" என்றேன்.

"ஆமா. ஆனை மேலயும் குதிரை மேலயும் வர்றாங்க" என்றது அக்கா.

"உன்னைக் கட்டிக்கிடணும்னா ஆனை மேலதானே வரணும்...? ஆட்டோவில் வந்தா, அப்புறம் உனக்கென்ன மரியாதை?"

அக்கா சிரித்தது. அக்கா சிரித்தால் அழகாக இருக்கும். ஒரு கூடை மல்லிகைப் பந்தை முகத்தில் அடித்த மாதிரி இருக்கும்.

"சரியான வாயாடி ஆயிட்டே... போயி வழக்கமாக ஸ்வீட் காரமெல்லாம் வாங்கியாந்துடு" என்றது அக்கா.

அக்கா வீட்டில் அதற்கென்றே ஒரு பை வைத்திருந்தார்கள். அக்காவே எம்பிராய்டரி செய்த பை. ஒரு பச்சைக் கிளி வாயில் பழத்தை வைத்துக்கொண்டிருக்கிற படம் போட்ட பை. வளைவு வளைவாக ஓரம் மடிப்பு வைத்துத் தைக்கப்பட்டிருக்கும். நானே ஐந்து ஆறு வருஷமாக அந்தப் பையில்தான் இனிப்பும் காரங்களும் வாங்கி வருகிறேன். அன்றைக்கின்று மேனி கருக்கழியாமல் அந்தக் கிளியும் பழமும்கூட அப்படியே இருந்தன. அந்த அக்காவைத்தான் இதுவரை எந்தக் கிளியும் கொத்திக்கொண்டு போகவில்லையே.

சித்தப்பாவின், அவரை விட வயதான சைக்கிளை எடுத்துக்கொண்டு கிளம்பினேன். பாவம் அந்தச் சைக்கிள். அதைப் பார்க்கும் போதெல்லாம்

ஒரு கழுதையைப் பார்க்கிற மாதிரி இருக்கும் எனக்கு. வளைந்து போன வயோதிகக் கழுதை. அதன் உணர்வை மதித்தோ என்னவோ சித்தப்பாகூட அதைப் பெரும்பாலும் உபயோகப்படுத்தாமல் வைத்திருந்தார்.

முனகிக்கொண்டே என்னைச் சுமந்துகொண்டு சென்றது சைக்கிள். குஞ்சுவையர் கடையில் சைக்கிளை நிறுத்திப் பூட்டிக்கொண்டுப் படியேறும் போதே குஞ்சுவையர் கேட்டார்.

"என்ன அக்காவைப் பெண் பார்க்க வர்றாளாக்கும்!"

"உம்" என்றேன். அக்கா அவ்வளவு பிரபலமாயிருந்தாள். தொடக்கத்தில் சொஜ்ஜியும் பஜ்ஜியுமாகத்தான் அக்கா பண்ணிக்கொண்டிருந்தாள். சித்தி இல்லாத காரணத்தால், அக்காவே சொஜ்ஜியும், பஜ்ஜியும் பண்ணி, முகம் கழுவி, தலைவாரி, இருப்பதில் நல்லதை உடுத்திக்கொண்டு பெண்ணாக, வந்தவர்களுக்கு முன் போய் நிற்பதில் இருக்கிற சங்கடங்களை உணர்ந்து இந்த இரண்டு பலகாரங்களையும் விட்டு விட்டாள். ஆகவே நான் குஞ்சுவையரிடம் தேங்காய் பர்பிகளையும், பாம்பே மிக்சரையும் வாங்கிக்கொண்டு கிளம்பினேன்.

வீட்டுக்கு வந்து சேர்கையில் எனக்கு ஓர் ஆச்சரியம் காத்திருந்தது. வீடு புதுமுகம் கொண்டிருந்தது. வாசல் தண்ணீர் தெளித்துக் கூட்டப்பட்டிருந்தது. நாற்காலிகள், மேசை, மேசை மேல் இருக்கும் புத்தகங்கள் எல்லாம் பதவிசாக அதனதன் இடத்தில் இருந்து வீடே ஒழுங்குமயமாகியிருந்தது. ஒவ்வொரு மாப்பிள்ளை வரும்போது நடக்கக் கூடிய சங்கதிதான் இது. எனினும் எனக்கு இது ஆச்சரியமாகத்தான் இருந்தது.

"தேங்காய் பர்பிதானே, வாங்கியாந்தே" என்றது அக்கா. அக்காகூடப் புதுசாக இருப்பது போல் பட்டது.

"இனிப்புச்சேவு வாங்கியாரலாம்னு நினைச்சேங்கா… நீ கோவிச்சுக்கப் போறியோன்னு பர்பியே வாங்கியாந்துட்டேன்"

"திங்கவா வர்றாங்க, ஒரு மரியாதைக்கு ஏதாவது கொடுக்கணும். அவ்வளவுதானே!"

திடீரென்று எனக்குச் சொல்ல வேண்டும் போல் இருந்தது.

"எனக்கென்னமோ இந்த இடம் முடிஞ்சுடும்னு தோணுதுக்கா" என்றேன். அக்கா என்னை உற்றுப் பார்த்தது. என்ன காரணத்தாலோ அதன் கண்களில் கண்ணீர் கோத்துக்கொண்டது. மை இட்டது போல் கண்ணீர், கண்களின் ஓரம் திரண்டது.

"உன் வாக்குப் பலிக்கட்டும்" என்றது அக்கா.

நான் மேலே சின்னக்கா பதுங்கியிருக்கும் இடத்துக்குப் போனேன்.

மாப்பிள்ளை வீட்டார் மிகச் சரியாக, ஐந்து மணிக்கே வந்து சேர்ந்தார்கள். மிகக் கறாரான மனிதர்களோ என்று பட்டது. ஆட்டோவில்தான் வந்து இறங்கினார்கள்.

நான் அக்காவின் காதில் "என்னக்கா, யானையை எங்கே காணோம்?" என்றேன். "எங்காவது மேயப் போயிருக்கும்" என்றது அக்கா. "இல்லேக்கா… பிச்சை எடுக்கப் போயிருக்கும்" என்றேன். "இருக்கும்" என்றது அக்கா.

மாப்பிள்ளையை முன்னிட்டுக்கொண்டு, ஒரு சின்னக் கூட்டமே வந்திருந்தது. தத்தம் சௌகரியத்துக்கேற்ற இருக்கைகளில் உட்கார்ந்து ஆசுவாசப்படுத்திக்கொண்டார்கள். நாங்கள் எதிர்பார்த்திருந்த கூட்டம் வந்தது. சித்தப்பா வழக்கம்போல என்னை அவர்களுக்கு அறிமுகப்படுத்தி வைத்தார்.

“என் அண்ணா பையன்... படிச்சிருக்கான். வேலைக்கு முயற்சி பண்ணிக்கிட்டு இருக்கான்” என்றார்.

அக்கா பலகாரத் தட்டை எடுத்துக்கொண்டு வந்து வைத்தது. நானும் சிலருக்கு எடுத்து வந்து வைத்தேன்.

எல்லோரும் ஒருவர் முகத்தை ஒருவர் பார்த்துக்கொண்டார்கள். நாங்கள் எதிர்பார்த்ததும் இதுதானே. சொஜ்ஜியும் பஜ்ஜியும் எதிர்பார்த்த கூட்டம் திகைத்தது. பிறகு சுதாரித்துக்கொண்டு சாப்பிடத் தொடங்கியது.

மாப்பிள்ளை மிக நாசூக்காகப் பர்பியை விண்டுத் தின்றார். அச்செய்கையே அவரை மாப்பிள்ளையாக அறிவித்தது. எல்லா மாப்பிள்ளைகளையும் போலத்தான் அவரும் இருந்தார். அதே விறைப்பு, அதே ஒட்டாத பார்வை, அதே வருவித்துக்கொண்ட சங்கோஜம், பெண் வீட்டாரைப் பார்க்கையில் அற்பப் பிறவிகள் என்கிற அலட்சியத் தோரணை எல்லாம். எனக்கு இதெல்லாம் பழகித் தமாஷ் என்கிற நிலைக்கு இக்காட்சிகள் வந்துவிட்டன. சிரித்து விடக்கூடாது என்று மிகப் பாடுபட்டேன்.

எல்லாம் முடிந்ததும், எப்போதும் ஏற்படும் அந்தச் சங்கடமான மௌனம் சிறிது நேரம் நிலவியது.

மாப்பிள்ளையின் அப்பா கேட்டார். “இந்த வீடு சொந்த வீடுதானே?”

“ஆமா” என்று தலையசைத்தார் சித்தப்பா.

“உங்களுக்கு ரெண்டு பொண்ணு, ரெண்டு பையன்கள்னு சொன்னாரே தரகர்...?”

“ஆமாங்க. சின்னப் பொண்ணு டீச்சரா இருக்கா... பையன்கள் ரெண்டு பேருமே வெளியூர்ல இருக்காங்க... எல்லாரும் குடும்பமா இருக்காங்க...”

மாப்பிள்ளை அப்போது குறுக்கிட்டார்.

“மிஸ் சீத்தாவுக்கு என்ன அடிப்படைச் சம்பளம்? நானூற்றம்பதா?”

“ஆமாங்க தம்பி” என்றார் சித்தப்பா.

“எழுநூறுக்கு மேலேன்னாரே தரகர்...”

“அப்படிச் சொல்லியிருந்தா அது தப்புங்க... நான் எப்பவுமே அப்படிச் சொன்னதில்லை. சொல்லவும் சொல்லலே.”

“அப்போ நானூத்தம்பதுன்னா மொத்தத்துல ஏறக்குறைய ஆயிரம் தானே வரும்” என்றான் மாப்பிள்ளை அலுப்பாக.

சித்தப்பா எப்போதும் சிரிக்கிற அந்தப் பரிதாபச் சிரிப்போடு, “அவ்வளவுதான் வரும்” என்றார்.

அக்கா அதுவரை அங்கிருந்தது, எழுந்து உள்ளே போய் விட்டது. நான் மட்டும் இருந்தேன். பேச்சு அப்புறம் சீதோஷ்ண நிலைமை குறித்தும், இந்தப்

பக்கத்தில் மனைவிலை குறித்தும் படர்ந்தது. ஒரு வழியாகச் சரியாக ஆறரை மணிக்கு எல்லோரும் எழுந்து விடை பெற்றுக்கொண்டுக் கிளம்பினார்கள்.

"தரகரிடம் சொல்லி அனுப்பறேன்" என்றார் மாப்பிள்ளை அப்பா. "நல்ல பதிலாகவே சொல்லியனுப்பறேன்" என்றார் தொடர்ந்து.

"ஆகா... மறக்கப்படாது" என்று கும்பிட்டார் சித்தப்பா. போகும்போது எல்லோரும் நடந்தே போனார்கள்.

மாப்பிள்ளை வீட்டார் தலை மறைந்ததுமே நானும் அக்காவும் உடனடியாக மாடிக்கு ஓடி வருவோம். சின்னக்கா அறைக்குள் புழுங்கிக்கொண்டிருக்குமே. அப்படித்தான் இருந்தது.

அக்கா ஒரு தட்டில் பர்பியும் கொஞ்சம் மிக்சரும் காபியும் எடுத்துக்கொண்டு வந்திருந்தது.

"எப்படிக்கா? இந்த இடம் முடிஞ்சுடுமா..." என்றது சின்னக்கா. பர்பியின் ஒரு துண்டை விண்டு வாயில் போட்டுக்கொண்டு "பிரமாதம்" என்றது.

"முடியும்னுதான் தோணுது..." என்றது அக்கா.

சித்தப்பாவும் வந்து சேர்ந்தார். படி ஏறியதில் அவருக்கு மூச்சு இறைத்தது. வந்ததும் அங்கிருந்த ஒரு நாற்காலியில் உட்கார்ந்துகொண்டார்.

"என்னப்பா? இந்த இடம் முடிஞ்சுடும்தானே?" என்று அவரிடம் கேட்டது சின்னக்கா, வெகு ஆவலுடன்.

"அவங்க விருப்பம் இருக்கட்டும் நாமும் யோசிக்க வேண்டியிருக்கும்மா."

"என்னப்பா சொல்றீங்க?" என்றது சின்னக்கா.

"அந்த மாப்பிள்ளை பையன், பண விஷயத்துல ரொம்பவும் குறியாக இருக்கிறார்... அதான்"

"பண விஷயத்துல குறியாய் இருக்கிறது நல்லதுதானேப்பா? அள்ளி இறைச்சா குடும்பத்துக்கு ஆகுமா?" என்றது அக்கா.

சித்தப்பா திடுக்கிட்டு இருக்க வேண்டும். அவர் இதை எதிர்பார்க்கவில்லை.

"குறியா இருக்க வேண்டியதுதாம்மா, பணத்தை விட மனசு பெரிசில்லையா? இப்பவே கணக்குப் பார்க்கிறவர்..." சித்தப்பா முடிக்கு முன் அக்கா இடைமறித்துச் சொன்னது, "எப்பவும் கணக்கா இருப்பார்..."

சித்தப்பா இருண்டுகொண்டிருக்கும் வானத்தைப் பார்த்துக்கொண்டிருந்தார். காற்று எங்கிருந்தோ குளிர்ச்சியாய்த் திரண்டு வந்துகொண்டிருந்தது.

"சரிம்மா... உனக்குச் சம்மதம்னா எனக்குச் சம்மதம்தான். வாழப் போறவ நீ தானே..." என்று விட்டு எழுந்தவர், தன் சின்னப் பெண் பக்கம் திரும்பி, "சாப்பிடும்மா, ரொம்ப நாழியா அடைஞ்சு கிடக்கறியே..." என்று சொல்லிவிட்டுக் கீழே போனார்.

சித்தப்பா போனதும் சின்னக்கா கேட்டது.

"அக்கா, அப்பா என்னவோ சொல்றா...ர். உனக்கு முழுச் சம்மதம் தானே...?"

அக்கா சில நிமிஷங்கள் கால் கட்டை விரலால் கோடு கிழித்துக்கொண்டிருந்து விட்டுப் பிறகு சொன்னது.

பிரபஞ்சன் ★ 349

“சகுந்தலா... வரப் போறவரை முழுக்கப் புரிஞ்சுக்கிட்டு அவர் கிட்ட இருக்கிற நல்ல குணத்தை அல்லது கெட்ட குணத்தைப் புரிஞ்சுக்கிட்டுக் கல்யாணம் பண்ணிக்கிற மாதிரியா நாம இருக்கோம்? கண்ணுக்கு விகாரமா இல்லை, ஏதோ சம்பாதிக்கிறார், அப்படீன்னு மட்டும்தானே பார்க்க முடியும். அதுக்கு மேலே நம்மால போக முடியாதுடி. ஒவ்வொரு சம்பந்தமும் முறிஞ்சு போறப்போ, அப்பா எவ்வளவு சங்கடப்படறார்?... தூக்கம் வராமே ராத்திரி முழுக்க உலாத்திக்கிட்டே இருக்காரே... அது என்னத்துக்குன்னு நம்மால புரிஞ்சுக்க முடியாதா? எனக்கு இப்போவே இருபத்தெட்டு முடிஞ்சு போச்சு. மனசுக்குள்ளே ஏற்கனவே எனக்கு ஐம்பது ஆயிட்டுதும்மா... உனக்கும் வயசாயிட்டுது. நீ என்னை விடப் பார்க்க லட்சணமா இருக்கே. உனக்குக் கட்டாயம் நல்ல இடமா அமையும். நிச்சயம் அமையும். நான் எதுக்கு சும்மா நந்தி மாதிரி நடுவில் கிடந்து உன் வாழ்க்கையை மறிக்கணும்? எனக்கு வாய்க்கிறவர் என்னைப் புரிஞ்சுகிட்டா சந்தோஷம். இல்லேன்னா என்ன குடி முழுகிடப் போறது? பத்தோடப் பதினொன்று...”

சின்னக்கா எழுந்து வந்து அக்காவைக் கட்டிக்கொண்டது.

“அக்கா... அக்கா...” என்று தேம்பியது.

“சேச்சே... குழந்தையாட்டமா என்ன இது. எனக்கு உன்னைப் பற்றி தாண்டி கவலை... உனக்கு நல்ல இடமா அமையணுமே” என்று சின்னக்காவின் முதுகைத் தடவிக்கொண்டு சொன்னது அக்கா.

நான் புறப்பட்டேன். “மூர்த்தி சொன்னது பலிச்சுட்டுது” என்றது அக்கா சிரித்துக்கொண்டே. என்னால்தான் சிரிக்க முடியவில்லை.

1985

ஒரு மனுஷி

அம்மணியம்மா ஆப்பக் கடையிலிருந்து கொலையே நிகழ்வது போன்ற பெருங்கூச்சல் எழுந்தது சேகரின் தூக்கத்தைக் கலைத்தது. அவன் எழுந்து, பாயில் அமர்ந்து, கண்ணைக் கசக்கி விட்டுக்கொண்டான். கண் எரிந்தது. இடுப்பில் தொங்கி வழிந்த கைலியைச் சரி செய்துகொண்டான். கையை ஊன்றிக்கொண்டு எழுந்தான். தலை சுற்றுவது போல் இருந்தது. முந்தின இரவு சாப்பிடாதது நினைவுக்கு வந்தது. கூஜாவில் இருந்த தண்ணீரைக் கவிழ்த்துக் குடித்தான். வயிறு குளிர்ந்தது மாதிரி இருந்தது. ஆணியில் மாட்டியிருந்த சட்டைப் பையைத் துழாவினான். ஒரு சார்மினார் சிகரெட்டும், முப்பத்தஞ்சு பைசாவும் இருந்தன. சட்டைப் பைக்குள்ளேயே சில்லறையைப் போட்டுக்கொண்டு சட்டையையும் மாட்டிக்கொண்டு கீழே இறங்கி வந்தான்.

"நாலு ஆப்பம் குடுன்னா, பெரிசா கிராக்கி பண்ணிக்கிறியே... நாளைக்கு கடை வைக்க மாட்டே..." என்று சொல்லிக்கொண்டிருந்தான் காளி, அம்மணியம்மாவைப் பார்த்து.

"துட்டை எட்ரா, இன்னும் போணி ஆவல்லை" என்றாள் அம்மணியம்மா, பதிலுக்கு.

"ஆப்பச் சட்டியை எடுத்துப் போட்டு உடைக்கிறேன் பாரு"

"புடுங்கினே..."

நித்தம் நித்தம் நடக்கிற காட்சிதான் இது. சேகர், காளி அவனுக்குச் சற்றும் குறையாத அம்மணியம்மாவின் குரல்களைக் கேட்டுத்தான் கண் விழிப்பது என்பது சமீப காலத்தில் பழக்கமாகி விட்டிருந்தது அவனுக்கு. ஆப்பச் சட்டியைக் காளி உடைத்ததும் இல்லை, அம்மணியம்மா அவனுக்கு ஆப்பம் கொடுக்காமல் இருந்ததும் இல்லை.

பிரபஞ்சன்

கிஷ்ட்டன் டீ கடையில் கூட்டம் இருந்தது. அது ஒரு வகையில் சேகருக்கு ஆறுதலாக இருந்தது. இன்னும் போணி ஆகல்லை என்று கிஷ்ட்டன் சொல்ல முடியாது. கிஷ்ட்டன் அவன் முகத்தைப் பார்த்ததும், அருமையான கடும் மஞ்சள் நிறத்து, சர்க்கரை கம்மி டீ அடித்துக் கொடுத்தான். டீ தொண்டையைச் சூடு பண்ணிக்கொண்டு உள்ளே இறங்கியது, மிக இதமாக இருந்தது. காலி டம்ளரை வைத்தபடி கிஷ்ட்டன் முகத்தைப் பார்த்தான். அவன் எங்கோ திரும்பிப் பராக்குப் பார்த்துக்கொண்டிருந்தான். சேகர் அவனை நெருங்கி, "கணக்கில் எழுதிக்குங்க" என்றான், யாருக்கும் கேட்காத குரலில். கிஷ்ட்டன் திரும்பி அவனைப் பார்த்து, "கணக்கு ஏறிப் போச்சு" என்றான். அவன் கூடுதலாக சப்தத்தோடு அதைச் சொன்னதாகப் பட்டது சேகருக்கு.

திரும்பி வருகையில், அம்மணியம்மாளிடம், "மாடிக்கு நாலு ஆப்பம்" என்று கூறிவிட்டு வந்தான். அறைக்கு வந்து, சட்டையைக் கழற்றி மீண்டும் ஆணியில் மாட்டிவிட்டு, சிகரெட்டையும் தீ பெட்டியையும் எடுத்துக்கொண்டு மீண்டும் கீழே இறங்கி வந்தான். வீட்டுக்குள் நுழைந்து, இரு திசைகளிலும், பக்கத்துக்கு நான்காக இருந்த எட்டு போர்ஷன்களையும் கடந்து, அந்த அறைக்கு முன் வந்து நின்றான். குளியல் அறைக்கதவு திறந்திருந்தது. அந்த அறைக்கதவு மட்டும் மூடியிருந்தது. வாயிலில் சின்ன தண்ணீர் வாளி இருந்தது. அந்தத் தண்ணீர் வாளி அஞ்சலையுடையது. அவளோ, அவள் புருஷனோ உள்ளே இருக்க வேண்டும்.

"ஏன் போட்டோக்காரரே... சௌக்கியமா கீறியா?"

எட்டாவது போர்ஷனில் இருந்த எல்லம்மா கேட்டாள். வீட்டுக்கு வெளியே குத்துக்காலிட்டுக்கொண்டு மரச்சீப்பால் தலைவாரிக்கொண்டிருந்தாள் அவள். ஒவ்வோர் இழுப்புக்கும் சற்றே நரை கலைந்த, சுண்ணாம்புக் காரை படித்த தலைமுடி, கொத்துக் கொத்தாக வந்துகொண்டிருந்தது. மயிர்க் கற்றைகள் சுருள் சுருளாகத் தரையில் உருண்டன.

"உம்" என்றான் சேகர்.

"எம்மா நாளா சொல்றேன். என்னை ஒரு போட்டோ எடுக்க மாட்டேங்கறே... சின்னதா, அறியாப் பொண்ணுங்களை மட்டும்தான் எடுப்பேபோல..."

"எடுக்கறேன்... எடுக்கறேன்."

"எதை?"

அறை திறந்து, ரப்பர் வளையணிந்த கையொன்று வாளியை உள்ளே இழுத்துக்கொண்டது. இரண்டு நிமிஷங்களுக்குப் பிறகு அவள், அஞ்சலைதான் வெளியே வந்தாள். சேகர் சிகரெட்டைப் பற்ற வைத்துக்கொண்டு தொட்டியிலிருந்த வாளியில் தண்ணீர் முகந்து வைத்து விட்டு, உள்ளே புகுந்து கதவைச் சாத்திக்கொண்டான்.

சேகர் குளித்து விட்டு அறைக்குத் திரும்பினான். ஆப்பம் மேசை மேல் வைக்கப்பட்டிருந்தது. அப்படியே தரை மேல் அமர்ந்து தட்டை எடுத்து வைத்துக்கொண்டு சாப்பிடத் தொடங்கினான். ஆப்பத்துக்குத் தொட்டுக்கொண்டு சாப்பிட, வெல்லம் தூவியிருந்தது. அம்மா ஞாபகம் வந்தது அவனுக்கு.

வாரத்துக்கு இரண்டு நாட்களாவது அம்மா ஆப்பம் செய்வாள். முந்தின இரவே தென்னங் கள் ஊற்றி ஊற வைத்து மாவில் செய்த ஆப்பம். ஐயர் ஓட்டல் பூரி மாதிரி உப்பிக்கொண்டு இருக்கும். தொட்டுக் கொள்ள தேங்காய்ப் பால், எவ்வளவு அற்புதமாக இருக்கும். அம்மாவும் இல்லை, ஊரும் இல்லை. பட்டண வாசம் என்று ஆகி, கடன் சொல்லி அம்மணியம்மா ஆப்பம் என்றாகி விட்டது. பசிக்கையில் ருசி தெரிவதில்லை.

பேன்ட்டை அணியும் முன்தான் நினைவுக்கு வந்தது, ஜட்டியை இரவே துவைத்துக் காய வைத்திருக்க வேண்டும். மறந்து போய் விட்டான். இரு புறங்களிலும் மஞ்சள் கறை படிந்த ஜட்டியை மீண்டும், சகித்துக்கொண்டு அணிந்துகொண்டான். உடனேயே அரித்தது. பேன்ட்டை அணிந்துகொண்டான். சட்டையை மாட்டிக்கொண்டான். கேமரா இருந்த பையை எடுத்துத் தோளில் மாட்டிக்கொண்டான். அறையைப் பூட்டிக்கொண்டு கிளம்பினான். கேமராவுக்கு இன்றைக்காவது ஆபீசில் பணம் வாங்கி பிலீம் வாங்கிப் போட வேண்டும். மத்தியானத்துக்கும், இரவுக்கும் சாப்பிட காசு தயார் பண்ண வேண்டும். ஒரு பாக்கெட் சிகரெட் மூன்று ரூபாய் விற்கிறது.

ஆபீசில், துணை ஆசிரியர் ஏழுமலைதான் இருந்தார்.

“இன்னாப்பா... ஊரில்தான் இருக்கியா? ஆளையே காணமே...” என்றார் ஏழுமலை, சேகரைப் பார்த்து.

“ஆசிரியர் இல்லையா சார்...?”

“வர்ற நேரம்தான். வந்துடுவார். அப்புறம், படமே கொண்டாற மாட்டேன்ற... புதுசு புதுசா எத்தனை பேர் வந்திருக்கிறா? அவளுங்க படம் கொண்டாற மாட்டேன்ற... இன்னும் கே. ஆர். விஜயா படத்தையும், சௌகார் ஜானகி படத்தையும்தான் கொண்டு வரே...”

சேகர் முந்திய வாரத்து இதழைப் புரட்டினான். இரண்டு படங்களின் மேல், தன் கையெழுத்தைப் போட்டான்.

“சார், இந்த இதழிலே, என்னோட ரெண்டு படம் வந்திருக்கு சார்...”

“இன்னா படம்?”

“ஜெயமாலினியும், டிஸ்கோவும் சார்.”

“ஜெயமாலினி உன்னோடதா? சந்துரு கொடுத்த மாதிரி இருக்கு”

“இல்லே சார்... நான் எடுத்த படம் சார் அது. அந்த அம்மா வீட்டுக்கே போயி நான் எடுத்தது சார்...”

“சரி பேரை எழுதிட்டியா? எப்படியும் நாளைக்கு செக் வந்திடும்.”

சேகருக்குத் ‘திக்’கென்றது.

“சார்... இன்னைக்குப் பணம் கிடைக்காதா?”

“அக்கவுண்டெண்ட் இல்லை. அப்புறம் கையெழுத்துப் போட்டு, ஓ. கே பண்ண, ஆசிரியரும் இல்லை.”

சேகர் எழுந்து, உள்ளேயே சுற்றிக்கொண்டு அரை மணியைக் கழித்தான்.

“இன்னா சேகர், சும்மா இருக்கியா? ஒரு ஹெல்ப் பண்ணு. அந்த ‘என்’ வரிசை கப்போர்டில், நதியா குளிக்கிற மாதிரி ஒரு படம் இருக்கும். எடேன்...” என்றான் லே—அவுட் ஆர்ட்டிஸ்ட் கோபி.

நதியாவைத் தேடத் தொடங்கினான் சேகர். சைக்கிள் விடும் நதியா, நடனம் ஆடும் நதியா, குனிந்து வாசல் பெருக்கும் நதியா, குடிக்கிற நதியா, புடவையில் நதியா, புடவையில்லாமல் நவீன உடையில் நதியா, எல்லோரும் இருந்தார்கள் குளிக்கும் நதியா மட்டும் இல்லை!

“இல்லையா? எங்கே போச்சு? சார், நதியா கிடைக்கலை சார்” என்று கோபி, எழுமலையைப் பார்த்துக் கத்தினான்.

“இந்த எழவு ஆபிசில், எதுதான் இருக்கு? அமலா இருக்கா பாரு. அவளையே வச்சுடு. கொஞ்சம் போல்டா இருக்கிற படமா பாரு...”

சேகர், அமலாவின் படத்தை எடுத்துக் கொடுத்தான்.

“கோபி...”

“இன்னா?”

“பணம் இருக்கா?”

“விளையாடறியா, தேதி இன்னா?”

“இருபத்து ஏழு.”

“பின்னே?”

மதியம் ஒரு மணி வரை ஆசிரியர் வரவில்லை. அப்புறம்தான் அக்கவுண்டெண்ட் அன்று விடுமுறை என்று தெரிந்தது. கேமரா பையைத் தோளில் மாட்டிக்கொண்டு பத்திரிகை அலுவலகத்தை விட்டு வெளியே வந்தான் சேகர்.

பசித்தது.

நான்கு ஆப்பம் என்பது, இருபத்து எட்டு வயது இளைஞனுக்கு ஒரு சரியான உணவல்ல. அதுவும் நான்கு ஐந்து மணி நேரத்துக்குப் பிறகு, அவை இருந்த இடம் தெரியாமல் போயிருக்கும்தான். வெயில் கொளுத்தியது. நிழலுக்காக, பஸ் ஸ்டாப்பில் வந்து நின்றான் சேகர். பஸ் நிழற்குடையில், அங்கு வரும் பஸ்களின் எண்கள் எழுதியிருந்ததன் மேல் போஸ்டர் ஒட்டி மறைத்திருந்தார்கள் சமூக விரோதிகள் சிலர். சேகரின் கைகள் பரபரத்தன. அதைப் படம் எடுத்து போட்டோவுடன் பத்திரிகைக்குத் தரவேண்டும் என்று ஒரு கணம் ஆவேசம் வந்தது. அப்புறம்தான் தன் கேமராவில் ஃபிலிம் இல்லை என்கிற நினைவு அவனுக்கு வந்தது. நிழற்குடையை ஒட்டியிருந்த பெட்டிக் கடையில் சிகரெட் ஒன்றை வாங்கிப் பற்ற வைத்துக்கொண்டான். மீதி அவனிடம் இருந்த ஐந்து பைசாவை உறங்கும் குழந்தையை வைத்துக்கொண்டு பிச்சை கேட்ட ஒருத்திக்குப் போட்டான்.

கோடம்பாக்கம் போகிற பஸ் வந்து நின்றது. கோடம்பாக்கத்தை நினைக்கிற போதெல்லாம், விஜயா ஞாபகம் வராமல் போகாது. விஜயா, அவள் காதலன் பக்கிரியுடன் கோடம்பாக்கத்துக்கு வந்த புதிதில் அவளை அவன்தான் படம் எடுத்தான். சில சினிமா பத்திரிகைகளுக்கு அவள் ஸ்டில்சைக் கொடுத்துப்

பிரசுரிக்கவும் செய்தான். எப்போது சென்றாலும் ஏதாவது கொடுத்து உபசரிக்க அவள் தயங்குவது இல்லை. விஜயாவுக்கு ஏற்கெனவே, புகழ் பெற்ற மற்றும் புகழ் பெறத் துடிக்கிற விஜயாக்கள் நிறைய பேர் இருந்ததால், லாவண்யா என்று பெயரை மாற்றி அமைத்ததும் சேகர்தான்.

அவன் நின்றிருந்த இடத்திலிருந்து, லாவண்யா என்கிற விஜயாவின் இருப்பிடம் சுமார் இரண்டரை மைல் தூரம் இருந்தது. பஸ்ஸில்தான் போக வேண்டும். பஸ்ஸுக்கு எண்பது பைசாக்கள் ஆகும். ஆகவே நடக்கத் தொடங்கினான். வியர்வையில் நனைந்த சட்டைப் பிசுபிசுத்தது. பசி வரும் போதெல்லாம், இப்போது அவனுக்குள் ஒரு வகை மயக்கம் வரத் தொடங்கியிருந்தது. யாரோ சிறுவன், முகம் பார்க்கிற கண்ணாடியை சூரிய வெளிச்சத்தில் காட்டி அவன் முகத்தில் அடிப்பது மாதிரி, சூரிய வெளிச்சம் பளீரென்று அவன் முகத்தில் விழுந்தது. கண்ணை இடுக்கிக்கொண்டே நடந்து விஜயாவின் வீட்டுக்கு வந்து சேர்ந்தான்.

முக்கிய வீதியிலிருந்து கிளை பிரிந்து, அவசரமாய் பள்ளமாகிப் போன தெருவுக்குப் பெயர் மசூதித்தெரு என்பது. தெருவின் அடுத்த முனைப் பகுதியில் மசூதி ஒன்று இருந்தது. ஆகவே அதைக் குறிக்க அப்பெயர். தெருவில் பெரும்பாலும் பழைய நாட்டு ஓடுகள் வேய்ந்த பழைய வீடுகள், குடிசைகள் மிகுந்திருந்தன. கல் சுவர் வைத்து எழுப்பப்பட்ட மேலே கூரை வேய்ந்த வீடு ஒன்றில் விஜயா ஜீவனம் செய்துகொண்டிருந்தாள்.

வெயிலுக்குச் குளிர்ச்சியாக இருக்கும் பொருட்டுத் தரையில், முந்தியைப் போட்டு படுத்திருந்தவள், கதவு தட்டப்படும் சப்தம் கேட்டுக் கதவைத் திறந்தாள்.

“அட, சேகரா! வா... வா... இப்பத்தான் வழி தெரிஞ்சதா?” என்று வரவேற்றாள் விஜயா. இரும்பு நாற்காலியில் அமர்ந்து, பையைக் கீழே வைத்து விட்டு, “கொஞ்சம தண்ணி கொடு” என்றான்.

விஜயா மண் கூஜா தண்ணீரை எடுத்து வந்து கொடுத்தாள். ‘மடக் மடக்’கென்று ஒரே மூச்சில் குடித்து முடித்தான் சேகர்.

“எப்படி இருக்கே?” என்று கேட்டான் சேகர்.

“ஏதோ காலம் போவுது... நீதான் என்னை மறந்துட்டே...”

“அதெல்லாம் இல்லை. ஒரு விஷயம். புதுசா ஒரு பத்திரிகை வருது. சினிமாப் பத்திரிகைதான். படம் வேணும். ரொம்பப் பெரிய கம்பெனி. கலர் கலரா படம் வேணும்னு சொல்றாங்க...”

“எடுக்கப் போறியா?”

“ஏன்?”

“முகம் கழுவணும்... கொஞ்சம் மேக்கப் பண்ணிக்கணும்... துணியை மாத்திக்கணும்...”

“அந்தப் பச்சை கவுன் இருக்கில்லே. அதைப் போட்டுக்க...”

அவள் எழுந்து, துணி மறைப்புக்கு உள்ளே சென்றாள். தரையிலிருந்து ஒரு ஜாண் உயரத்துக்கு இடைவெளி இருந்த அந்தத் துணி மறைப்பில் அவள் சேலை வழிந்து விழுவது தெரிந்தது. அடுத்த பத்து நிமிஷத்துக்குள்,

பச்சை கவுன் அணிந்து, சிவப்பு பவுடரும், பேன் கேக்கும் அப்பிய முகமும், சிவந்த உதடுடனும் வந்து சேர்ந்தாள் விஜயா.

பையைத் திறந்து கேமராவை வெளியே எடுத்தான் சேகர்.

"எப்படி வேணும்? செக்ஸியாவா? சாதாரணமாவா?"

"இரண்டுமா?"

அவள் பல விதங்களில், குனிந்தும், கைகளை மேலே தூக்கியும் பக்கவாட்டில் நிமிர்ந்தும், குப்புறப் படுத்துக்கொண்டும், நிமிர்ந்து படுத்துக்கொண்டும், சிரித்தும், அழுதும், உதட்டைக் கடித்தும் போஸ் கொடுத்தாள். 'பளிச்பளிச்'சென்ற ஃபிளாஷைத் தட்டிக்கொண்டிருந்தான் சேகர்.

முடிந்ததும், அவள் அவனுக்கு முன் மூங்கில் தூணில் சாய்ந்து வெற்றிலைப் பெட்டியை எடுத்து அருகில் வைத்துக்கொண்டாள்.

"வெற்றிலை போடறியா சேகர்?"

"வேணாம்."

அவள் பாக்கைப் போட்டு சுண்ணாம்புப் பூசி, வெற்றிலையை மெல்லத் தொடங்கினாள். சட்டென்று அவள் உதடு வித்தியாசமாகச் சிவந்தது. உதட்டுப் பூச்சும், வெற்றிலையும் சேர்ந்து, அவள் உதடுகள் இரத்தமாயின. அப்படியே ஒரு முத்தம் கொடுக்க வேண்டும்போல இருந்தது. வயிற்றுப் பசி, அந்த எழுச்சியை அடக்கி விட்டது.

"தொழில் எப்படி நடக்குது விஜயா?"

"நொண்டுது. படத்துக்குப் போயி பத்து நாள் ஆகுது சேகர். ரொம்பக் கஷ்டமா இருக்கு. இன்னும் இந்த மாடி வீட்டு வாடகைகூட தரல்லை."

"பார்ட்டி ஒண்ணும் வரல்லையா?"

"நாலு நாள் ஆச்சு. ஒத்தர் வந்தாரு. ரூபாய் ஐம்பது கிடைச்சுச்சு. இடம் வசதி இல்லையே. கட்டில் இல்லை. மெத்தை இல்லை. எனக்கும் முப்பது ஆயிருதே. அதுவே அதிகம். அதை வச்சுத்தான் நாலு நாளைத் தள்ளிட்டேன்..."

"கந்தசாமியைக் கவனிச்சுக்கணும்..."

"அந்தக் களவாணியைச் சொல்லாதே! ஒருத்தரு ஐம்பது கொடுத்தா, கமிஷன் பத்தை எடுத்துக்கிட்டு நாப்பதுதான் தரான். அப்புறம் போலீசுக்காரனுக்கு அஞ்சு, பேட்டை பிஸ்தா ஒருத்தனுக்கு அஞ்சு, எல்லாம் போக என் கைக்கு வர்றது முப்பதுதான். அதை வச்சு நான் விளக்கேத்துவேனா, கஞ்சி குடிப்பேனா, நீயே சொல்லு."

"முன்னையெல்லாம் தினம் பார்ட்டி வருமே உனக்கு?"

"வரும்தான். நான்தான் மூணு நாளா எதுவும் வேணாம்னுட்டேன். நாளைக்கு வரச் சொல்லியிருக்கேன்."

"ஏன்?"

"அதான். மூணா நாள் ஒதுங்கியிருக்கேன். அதோட, உடம்பெல்லாம் காயம் வேறே... ஒரு குடிகாரப் பய வந்து என்னைச் சின்னா பின்னப்படுத்திட்டான்"

சேகர் கிளம்ப வேண்டும் என்று நினைத்தான்.

"விஜயா, ஏதாவது பணம் இருக்கா? ஒண்ணுமில்லை. பிரின்ட் போடணும். பத்திரிகைக்குத் தரணும்..."

விருட்டென்று நிமிர்ந்தாள்.

"ஐயோ, சேகர் உங்கிட்ட சொல்ல என்ன வெக்கம். நான் காலை முழுசா பட்டினியா கிடக்கேன். கடன் வாங்கக் கூசுது. இப்ப போயி பணம் கேக்கறியே" என்றவள், அவன் முகத்தைக் கூர்ந்து பார்த்தாள்.

"இரு... இதோ வர்றேன்..." என்று விட்டுக் கதவைத் திறந்துகொண்டு போனாள். கால் மணி சென்று திரும்பி வந்தாள்.

"வரலட்சுமி அக்கா கிட்டே வட்டிக்கு வாங்கியிருக்கேன். இந்தா... அடுத்த வாரம் வா சேகர்... ஏதாவது தர்றேன்" என்றாள். அவன் கையில் ஐந்து பத்து ரூபாய் இருந்தது.

"நீயும் கொஞ்சம் வச்சுக்கோ..." என்று, இருபது ரூபாயை அவளிடம் கொடுத்து விட்டு, முப்பதை தான் எடுத்துக்கொண்டான் சேகர்.

"வரட்டுமா?"

"படுத்துட்டுப் போறியா?"

"வேணாம்"

"சரி அடுத்த வாரம் வா. கண்டிப்பா வா. ஏதாவது நல்ல சரக்கா வாங்கிக்குவோம்."

"சரி"

சேகர் கிளம்பினான்.

சேகர் கிளம்பிய சிறிது நேரத்துக்கெல்லாம் வரலட்சுமி அக்கா வந்தாள்.

"என்னடி தலைபோவற அவசரம்னு, பணம் வாங்கிட்டு வந்தே. பார்த்தா, யாரோ ஒருத்தன் பையை எடுத்துக்கிட்டுப் போறானே என்ன சங்கதி?"

"ஒன்றுமில்லைக்கா. ஒரு சினேகிதக்காரு."

"சினேகிதன் பணம் கொடுக்கலையா?"

"இல்லை. நான்தான் கொடுத்தேன்."

"தலைகீழா இருக்கு?"

"நல்ல மனுஷங்க்கா. படம் எடுக்கிறவரு. நான் மொதோ மொதோ இங்க வந்தப்போ, என்னைப் படம் எடுத்தவரு இவருதாங்க்கா."

"இப்பவும் எடுத்தானா?"

"எடுத்தாரு. ஆனா..."

"ஆனா?"

"கேமராவில் ஃபிலிம் இல்லாம எடுத்தாரு."

"அவனை சும்மாவா விட்டே?"

"பாவம்க்கா. கண்ணைப் பாத்தா தெரியுதே சாப்பிடல்லைனு. சோத்துக்காக நல்ல மனுஷன் பொய் சொல்றாரு பாரு... அதான்..."

விஜயா எழுந்து பூட்டு சாவியை எடுத்தாள்.

"சாப்பிடல்லைக்கா. பாய் கடைவரைக்கும் போய் வந்துடறேன்.!"

"இந்நேரம் சோறு இருக்காதேடி"

"பிரியாணி இருக்குமேக்கா. வரியா?"

"நான் துன்னுட்டேன். நீ போ..."

வீட்டைப் பூட்டிக்கொண்டு தெருவில் இறங்கினாள் விஜயா. தெருவில் வெயில் குறைந்திருந்தது.

1985

கொடூரம்

திருவல்லிக்கேணியில் ஏதோ ஓர் அழுக்குச் சந்துக்குள், வெட்கப்பட்டுக் கொண்டு நுழைந்தது அந்தப் புதிய மாருதி. ஒரு கார் மட்டுமே போகத்தக்க அகலம் குறைந்த அந்தச் சந்தில், ஒரு மாடு ரொம்பச் சுதந்திரமாகப் படுத்துக் கிடந்தது.

ஹாரனை தொடர்ந்து அலற வைத்துத்தான் மாட்டை எழுப்ப முடிந்தது டிரைவரால். மாடு அலட்சியமாக வண்டியை ஒரு பார்வை பார்த்து விட்டு நகர்ந்தது. ஏன்தான் இந்த மாமா, இந்தச் சந்தை விட்டுக் கிளம்ப மறுக்கிறாரோ என்று தோன்றியது கணேசனுக்கு. பிறந்து வளர்ந்த இடம் என்கிறார். வண்டி ஒரு வீட்டின் முன் நிற்கிறது. டிரைவர் இறங்கி வந்து கதவைத் திறந்து விட்டான். தெருவில் கால் வைக்கக் கூசியது கணேசனுக்கு. திட்டாக சகதி. மாட்டுச் சாணமும் மூத்திரமும் சேர்ந்த சகதி. சகித்துக்கொண்டு இறங்கினான். கூடத்தில் அவரைக் காட்டிலும் வயசான ஓர் ஊஞ்சலில் உட்கார்ந்திருந்தார் மாமா.

"அடடே... கணேசா... வாடா" என்று வரவேற்றார். உள் அறைப்பக்கம் திரும்பி "ஹேய்... யார் வந்திருக்கா பாரு... உன் மருமவன்" என்றார்.

அத்தை உள்ளிருந்து வந்தது. "வாப்பா" என்றது. அத்தையுடன் சமையல் கட்டு வாசனையும் வரும். காலம் காலமாக அவளிடம் ஊறிப் போன வாசனை அது. "சௌக்யமா... ரொம்ப இளைச்சுப் போயிட்டியே..."

"சும்மா இந்தப் பக்கம் ஒரு வேலை உங்களைப் பார்த்துட்டு போகலாம்னு வந்தேன்..." என்றான் கணேஷ்.

அத்தை உள்ளே போயிற்று, காப்பி போடத்தான் போகும். வேண்டாம் என்று சொல்ல வேண்டும் போல் இருந்தது. சொன்னால் அது கோபித்துக் கொள்ளும், வருத்தப்படும்.

"மல்லிகா கோயிலுக்குப் போயிருக்கா... வந்துடுவா... வர்ற நேரம்தான்" என்றார் மாமா.

மல்லிகாவைப் பார்க்க, தான் வரவில்லை என்று சொல்ல வேண்டும் என்று நினைத்தான். சொல்லக்கூடாது. சொன்னால் மாமாவும் அத்தையும் சேர்ந்து கட்டி வைத்திருக்கும் கோட்டை சரிந்து விடும்.

ஆபீஸ் பற்றி விசாரித்தார் மாமா. "ஒரு முக்கிய வேலையா நாளைக்கு டில்லிக்குப் போறேன் மாமா... சாயங்காலம் திரும்பி விடுவேன்..." என்றான்.

அத்தை காப்பிகொண்டு வந்தாள். தவிர்க்க முடியாத தண்டனை அது. காப்பிப் பொடியும் சர்க்கரையும் சேர்த்து அப்படி ஒரு கஷாயத்தை அவளால் மட்டுமே செய்ய முடிகிறது. மாமாவுக்கு அது மட்டுமே காப்பி. 'தானும் இருபது வருஷமாக அந்தக் காப்பியைத்தான் குடித்து வந்தோம். அப்போது மட்டும் அது நன்றாக இருந்தது எப்படி?' என்று தோன்றியது கணேசுக்கு. இந்த வீட்டிலிருந்து வெளியேறி வாழ்ந்த இரண்டு வருஷகாலத்துக்குள் பெரிய ஓட்டல்களும், நண்பர்கள் வீடுகளும் நல்ல காப்பி எது என்று அவனுக்குக் கற்றுக் கொடுத்திருந்தன. மாமாவுக்கு அந்த வாய்ப்பு இல்லை.

டம்ளரை வாய்க்குக்கொண்டு போகும்போதே குமட்டியது. மருந்து குடிப்பது மாதிரி மடக் மடக்கென்று குடித்து முடித்தான். சூடான காப்பி உள்ளே போனதும் வியர்த்தது. வாயால் சட்டைக்குள் ஊதிக்கொண்டான். அலுவலகத்திலும், வீட்டிலும், காரிலும் ஏ. சி. யிலேயே இருக்க நேர்ந்த உடம்பு அப்படியே பழகிப் போய் விடுகிறது. "புழுங்குதா... ஃபேன் போட்டுடறேன். கல்யாணம் ஆவட்டும்னு இருக்கேன். அப்புறம் மாப்பிள்ளைக்குத் தேவையான வசதியெல்லாம் பண்ணிடறேன்" என்றார் மாமா சிரித்துக்கொண்டு.

இதுவே கிளம்ப வேண்டிய நேரம் என்று பட்டது அவனுக்கு. "நான் கிளம்பறேன் மாமா..." என்று எழுந்தான்.

"இருப்பா... மல்லிகா வர்ற நேரம்தான். வந்துடுவா. இவ்வளவு தூரம் எங்களையா பார்க்க வந்திருப்பே..." என்று விட்டு கண் அடித்தார் மாமா. வேடிக்கையான மனிதர்.

ஆனால் அது கணேசுக்கு ரசிக்கவில்லை. "இன்னொரு நாளைக்கு அவளை வந்து பார்க்கிறேன் மாமா. இப்போ ஏர்போர்ட் வரைக்கும் போக வேண்டியிருக்கு..." என்று சொல்லிவிட்டுக் கிளம்பினான்.

அத்தை வாசல் வரை வந்தது. காரில் ஏறுவதற்கு முன், அத்தை மெல்லிய குரலில் சொல்லிற்று. "மல்லிகாவுக்கு வயசாயிட்டிருக்குப்பா... நீயும் தனியாத்தான் இருக்கே. இந்தத் தையில கல்யாணத்தை முடிச்சுடலாம்னு மாமா முடிவு பண்ணிக்கிட்டிருக்கார்... உனக்கும் அப்பா அம்மா பெரியவங்க இல்லே... நாங்கதானே பார்த்துச் செய்ய வேண்டியிருக்கு... ஒரு நாள் சாவகாசமா வா... பேசி நாள் வச்சுடுவோம்."

"வர்றேன் அத்தை" என்று விட்டுக் காருக்குள் புகுந்து கதவைச் சாத்திக்கொண்டான். வண்டி நகர்ந்தது. 'அப்பாடா' என்றிருந்தது கணேசனுக்கு. காரின் ஏ. சி. தீவிரமாகக் குளிர்ச்சியைத் தெளித்தது.

மல்லிகாவைப் பார்த்து இரண்டு வார்த்தைப் பேசிவிட்டு வந்திருக்க வேண்டும் என்று நினைதுக்கொண்டான் கணேசன். அவள் வரும் வரை காத்திருக்கலாம். தலை போகிற அவசரம் ஒன்றும் இல்லை. மாமாவிடம் பொய்தான் சொன்னான். பாவம் மல்லிகா, அவனையே தன் கணவனாக,

சினேகிதனாக எல்லாமாக அவள் நினைத்துக்கொண்டிருந்தாள். நினைவு தெரிந்த நாளில் இருந்து ஏற்பட்ட முடிவு அது.

இரண்டு வயதில் அப்பாவையும், ஆறு வயதில் அம்மாவையும் இழந்த கணேசனைச் சென்னைக்கு அழைத்து வந்து, பள்ளியில் சேர்த்து, கல்லூரிக்கு அனுப்பி, பட்டதாரியாக்கி வைத்தவர் மாமா. தன் ஒரே பெண்ணோடு அவனையும் தன் குடும்பத்தில் இணைத்துக்கொண்டார்.

மல்லிகாவும் அவனும் ஒன்றாகத்தான் சேர்ந்து வளர்ந்தார்கள். அத்தை, மகளைக் காட்டிலும் அவன் மேலேதான் அன்பைப் பொழிந்தாள்.

மல்லிகா எதிலும் தீவிரமானவள், அன்பு செய்வதிலும் கோபம் கொள்வதிலும். "கணேஷ்... உனக்கு இனிப்பு சேவு ரொம்பப் பிடிக்கும் இல்லே? இந்தா, என் பங்கையும் நீயே தின்னு" என்று கொடுக்கவும் செயவாள். "டேய், நானும் என் பிரண்டும் சினிமாவுக்குப் போனதை அப்பா கிட்டே சொல்லிட்டேயில்லையா. இன்னும் மூணு மாசத்துக்கு உன்னோடு நான் பேச மாட்டேன் போ" என்று சொல்லி விட்டுப் பேசாமலும் இருப்பாள். ஒரே வீட்டில், மூன்று மாச காலம் பேசாமலும் இருந்தவள் அவள்.

சௌத்ரிக்குக் கணேசனைப் பார்த்ததில் மிக்க மகிழ்ச்சி. "இந்த ஏழையின் பால் கருணை கூர்ந்து, என் குடிசைக்கு வருகை தந்தமைக்கு மிக்க நன்றி" என்றார் ஆங்கிலத்தில். மன்னர்களுக்கு முன்னால் குனிந்து சலாம் செய்யும் பாவனையில் வணங்கவும் செய்தார்.

மிஸஸ் சௌத்திரி சிரித்துக்கொண்டு வரவேற்றாள். கோடு போட்ட சில்க் கைலியும், பனியனும் அணிந்திருந்தாள். அழகாக வசதியாக இருந்தது அவள் ஆடை. வாங்கி அணைத்துக் கொள்ளும் சோபாவில் அமர்ந்தான் கணேஷ். "இந்த மாலைநேரம் வீணாகாமல் இருக்க, நல்ல கம்பெனி வராதா என்று ஏங்கிக் கிடந்தேன்." என்றார்.

"மிஸஸ் சௌத்திரியை விட ஒரு நல்ல 'கம்பெனி' உங்களுக்குக் கிடைக்குமா சார்?"

"மிஸ்டர் கணேஷ், வருஷக் கணக்காகப் பார்த்துச் சலித்துப் போன முகம்தானே என்னுடையது. மிஸ்டர் சௌத்திரி ஒரு புது முகத்தைத் தேடுகிறார்."

"அப்படியா சார்?..."

"சேச்சே நெவர்... ஸ்டில் ஐ லவ் ஹெர்." என்றார் சௌத்திரி.

மிஸஸ் சௌத்திரியின் சிரிப்பு மிகவும் அழகாய் இருக்கும். அந்நியோன்யமான, உனக்காகத்தான் என்பது மாதிரியான தனிப்பட்ட சிரிப்பு அது.

"நீங்கள் என்னை நேசிப்பது உண்மையானால் எனக்கொரு வரம் தர வேண்டும்..." என்றாள் மிஸஸ் சௌத்திரி கணவனைப் பார்த்துக்கொண்டு.

"என்ன?"

"ஜெனரல் மானேஜரும், மானேஜரும் ஆபீஸ் விஷயங்களைப் பேசி இந்த மாலையை வீணாக்கிவிடக்கூடாது..."

"துரோகி... எங்கள் கம்பெனி அவ்வளவு கிண்டலாகப் போய் விட்டதா உனக்கு..." என்று தன் மனைவியை அடிப்பதுபோலக் கையை ஓங்கினார். தப்பிப்பதுபோல எழுந்து ஓடினாள் அவள்.

கணேசன் அந்தத் தம்பதியரின் நெருக்கத்தை, விளையாட்டை, அன்பை ரசித்தான்.

செளத்திரி தன் மனைவியைப் பார்த்துச் சொன்னார். "உனக்குத் தெரியுமோ? கணேஷ் நமக்கெல்லாம் முதலாளி ஆகப் போறார்..."

மிஸஸ் செளத்திரி புரியாமல் விழித்தாள்.

"நம்ம ஷா கம்பெனி உரிமையாளர் மகளை நம்ம கணேஷ் கல்யாணம் பண்ணிக் கொள்ளப் போறார். கணேஷோட சுறுசுறுப்பு, திறமை, புத்திசாலித்தனத்துக்குக் கிடைச்ச வெகுமதி... டெல்லி, பம்பாய், பெங்களூர்னு கொத்துக் கொத்தா முளைச்சிருக்கிற எல்லா ஆலமரங்களுக்கும் எதிர்கால உரிமையாளரே இந்த கணேஷ்தான்."

"ரியலி?" என்றாள் மிஸஸ் செளத்திரி.

மகிழ்ச்சி வெளிப்படையாக பூத்திருந்தது அவள் முகத்தில். "என் வாழ்த்துக்கள்!" என்றாள்.

ஷாவின் ஒற்றை மகள் நினைவில் வந்து புன்னகைத்தாள் அவனைப் பார்த்து.

உறக்கம் வர மறுத்தது. மல்லிகாதான் மீண்டும் மீண்டும் வந்துகொண்டிருந்தாள் மனதில். அவளை மனைவியாக ஏற்று, ஒரு மூத்திரச்சந்தில், கொசு பிடுங்க ஒண்டுக் குடித்தனம் பண்ண இப்போது உடம்பிலும் வலு இல்லை, மூளை, மனம் இரண்டும் ஒத்துழைக்காது. கொஞ்ச காலமேனும், வசதி பழகிவிட்டிருந்தது. ஷாவின் ஒற்றை மகள். மிகப் பெரும் அந்தஸ்து. கோடிக்கணக்கில் வரவு செலவு செய்யும் ஒரு கம்பெனியின் மானேஜிங் டைரக்டர். நினைப்பே சுகம் தந்தது. அதே சமயம் மனசில் ஒரு மூலை வலிக்கவும் செய்தது. சின்ன வயசு முதல் அர்ப்பணத்தோடு சினேகித்த மல்லிகாவை நினைக்கும்போது.

படுத்திருந்த நுரைக் கட்டில், ஒரு கூட்டமே நடத்த வசதியான அந்தப் பெரிய படுக்கை அறை, அங்குல அங்குலமாகக் கரன்சியை அரைத்துப் பூசியிருக்கிற நிறுவனம் கொடுத்திருக்கிற கார்... எதையும் இழப்பதற்கில்லை.

கணேசன் ஒரு முடிவுக்கு வந்தான். லெட்டர் ஹெட்டை எடுத்து எழுதத் தொடங்கினான். மறுநாள் காலை விமான நிலையத்தில் கடிதத்தை டிரைவரிடம் கொடுத்து மாமாவிடம் சேர்ப்பிக்கச் சொன்னான். டில்லி பறந்தான் நிம்மதியான மனதோடு.

டிரைவர் உடனே தன் கடமையை நிறைவேற்றினான். மாமா வழக்கம்போல ஊஞ்சலில் இருந்தார். கடிதத்தை வாங்கினார், படித்தார்.

"அன்புள்ள மாமா, வணக்கம். இக்கடிதம் தங்களுக்கு வருத்தம் தரலாம். தரும். வேறு வழி இல்லை. நான் மல்லிகாவைக் கல்யாணம் செய்து கொள்வதற்கில்லை. எங்கள் நிறுவன உரிமையாளரின் மகளையே திருமணம் செய்து கொள்வது என்று தீர்மானித்து விட்டேன். ஒரு நிரந்தரமான, செளகர்யமான வாழ்க்கை எனக்குத் தேவைப்படுகிறது.

அனாதையாக இருந்தவன் நான். எனக்குச் சோறு போட்டு, படிக்க வைத்து இந்த நிலைக்கு ஆளாக்கியவர் தாங்கள். நன்றி கெட்டவன் என்று

நீங்கள் சொல்லலாம். எதுவானாலும், மல்லிகா என்னை விரும்பலாம். நான் அவளை விரும்பவில்லை. என்னை மன்னியுங்கள்.

மல்லிகா திருமணத்துக்கு ஏற்பாடு செய்யுங்கள். செலவை நான் ஏற்றுக் கொள்கிறேன்...

"என்னப்பா லெட்டர்?" என்று வந்த மல்லிகாவிடம் கடிதத்தை நீட்டினார்.

விமானத்திலிருந்து இறங்கி, சடங்குகளை முடித்துக்கொண்டு வெளிவந்தவன் டிரைவரைத் தேடினான். அவன் கண்களில் மல்லிகா தட்டுப்பட்டாள். ஆச்சரியம். கொஞ்சம் பயமாகக்கூட இருந்தது.

இவள் எப்படி இங்கு? ஏன் என்றெல்லாம் குழம்பியது. பத்து லட்சம் ரூபாய் வியாபாரத்தை வெற்றிகரமாக முடித்து விட்ட உற்சாகம், உடனே அடையாற்றில் கடற்காற்று வாங்கிக்கொண்டிருக்கிற ஷாவிடம் சொல்லிப் பாராட்டு பெறப் போகிறோம் என்கிற எதிர்பார்ப்பு, அங்கே ப்ரீதி இருப்பாள் என்கிற குதூகலம் எல்லாம் ஒரே கணத்தில் மல்லிகாவைப் பார்த்த மாத்திரத்தில் சுருங்கிப் போய் விட்டன.

"ஹாய் மல்லிகா..."

மல்லிகா அவனைப் பார்த்துச் சிரித்தாள்.

"எங்க இவ்வளவு தூரம்?"

"உன்னைப் பார்க்கத்தான்."

"என்னையா..."

"ஆமா... உங்ககூடக் கொஞ்சம் பேசணும்..."

"இப்படியே உட்காரலாமா..."

"வேணாம். டிரைவரை அனுப்பிடு. நாம போய்க்கிட்டே பேசலாம்..."

பஸ் செலவுக்கு பணம் கொடுத்து டிரைவரை அனுப்பிவிட்டு, கணேசனே காரை ஸ்டார்ட் செய்தான். மல்லிகா அவன் பக்கத்தில் அமர்ந்துகொண்டாள்.

கார் தார்ச் சாலையில் ஓடத் தொடங்கியதும் அவன் கேட்டான்.

"சொல்லு..."

"உன் லெட்டரைப் படிச்சேன்..."

"ஐ ஆம் சாரி மல்லிகா..."

"பரவாயில்லே... எனக்கு ஒரு விஷயம்தான் புரியல்லே..."

"என்ன?"

"உனக்கு என் மேலே விருப்பம் இல்லேன்னு எழுதியிருந்தே பாரு அது."

கணேசன் மௌனமாகச் சாலையையே வெறித்துப் பார்த்துக் கொண்டிருந்தான்.

"என்னை நீ புரிஞ்சுக்கணும் மல்லிகா."

"ஓ. எஸ்... கட்டாயம். முதல்லே எனக்குப் புரியாததைச் சொல்லு. நீ என்னை விரும்பினதே கிடையாதா?"

கணேசன் மவுனம் சாதித்தான்.

"ஏன் பேச மாட்டேங்கறே?"

"இல்லே மல்லிகா. உன் மேல எனக்கு எந்த விதமான ஆசையும் இல்லே..."

"அப்படீன்னா, எனக்கு சங்கடமா இருக்கு கணேஷ். சித்தப்பா சீரியஸா இருக்கிறதா தந்தி வந்து அப்பாவும் அம்மாவும் தஞ்சாவூர் போனாங்களே... அப்போ!"

கணேசன் முகத்தைத் திருப்பிக்கொண்டான்.

"என் மேலே ஆசையில்லாமதான் அப்படி நடந்துகிட்டியா? ஓரமா வண்டியை நிறுத்தேன்..."

நிறுத்தினான்.

"ப்ரீதி ரொம்பப் பணக்காரியோ?"

"ஊம்"

"ப்ரீதியைக் காட்டிலும் பணக்காரி இன்னொருத்தி கிடைச்சா, ப்ரீதியை உட்டுட்டுப் புதுசா வந்தவ பின்னால போயிடுவியா? ப்ரீதி உன் மேல எனக்கு ஆசை இல்லேன்னு சொல்லுவியா?"

அடிபட்ட உணர்வோடு தலையைக் கவிழ்ந்திருந்தான் கணேசன். லேசாகத் தலை திருப்பி அவளைப் பார்த்தான். அந்த இருட்டிலும் அவள் கண்கள் பளபளத்தன.

"போகலாமா?" என்றான் கணேசன்.

"எங்கே?"

"உன் வீட்டுக்குத்தான். உன்னை வீட்டுல விட்டுட்டு."

"எனக்கு நீ வழி காட்டறியா, கணேஷ்?"

"..."

"இப்ப நான் என்ன செய்யப் போறேன் தெரியுமா?"

"சொல்லு."

"இந்தப் பையில ரெண்டு பாட்டில் திராவகம் இருக்கு."

"திராவகமா? எதுக்கு?"

"உன் மூஞ்சியில் ஊத்தறதுக்கு."

"..."

"பயமா?"

"நீ ஜோக் பண்றே... உன்னால அதெல்லாம் செய்ய முடியாது."

"ஏன் முடியாது? நான் பெண். அதனாலயா...?"

"எங்கே? பாட்டிலைக் காட்டு."

கணேசன் கை பாட்டிலை நோக்கி நீண்டது. மல்லிகா பையைத் தன் இடது கையால் பிடித்துக்கொண்டாள்.

ஏதேனும் விபரீதம் நடந்துவிடுமோ என அஞ்சுகிறான் கணேஷ். சில நிமிஷங்கள் கழித்து.

“சரி போகலாம்...” என்றாள் மல்லிகா.

“எங்கே?”

“என்னைச் சைதாப்பேட்டையில் விட்டுடு.”

சைதாப்பேட்டை பஸ் ஸ்டாண்டில் இறங்கிக்கொண்டாள் மல்லிகா.

“என்னை மன்னிச்சுடு மல்லிகா...” என்றான் கணேசன்.

“இட்ஸ் ஆல் ரைட்... நீ புறப்படு. குட் நைட்.” என்று கை அசைத்தாள்.

வீடு சேர்ந்து, வெறும் பாலை மட்டும் குடித்து முகம் கழுவிக்கொண்டு படுக்கையில் வந்து படுத்தவனை டெலிபோன் கூப்பிட்டது.

எடுத்தான். மறுபக்கத்தில் சௌத்திரி. பதற்றத்துடன் சொன்னார். “யாரோ ப்ரீதியின் முகத்தில் திராவகத்தை ஊற்றி விட்டார்கள். ஊற்றியவள் ஒரு பெண்.”

ரிசீவர் கணேசனின் கையிலிருந்து நழுவியது.

1985

குரூரம்

'இந்த அண்ணாவுக்குத் திடீரென்று என்ன வந்து விட்டது' ஏன் இவன் இப்படி ஆகிப் போனான்?

மேகாவுக்குச் சங்கடமாய் இருந்தது. சின்னச் சின்ன விஷயங்களுக்கு எல்லாம் ஏன் இவன் இப்படிக் கீழே விழுந்து உடைந்து போகிறான்.?

காலையில் பாத்ரூம் காலியாகக் கிடக்கிறதே என்று டவலையும் மாற்றுத் துணிகளையும் எடுத்துக்கொண்டு குளிக்கக் கிளம்பினாள் மேகா. அந்த நேரம் பார்த்தா ஜலன், அவன் ரூமிலிருந்து வெளிப்பட்டு பாத்ரூமண்டை வர வேண்டும்.?

குளியலறைக் கதவுக்கு முன்னால் அவர்கள் நேருக்கு நேர் சந்தித்துக் கொண்டார்கள்.

"அவசரமாண்ணா?" என்று கேட்டாள் மேகா.

"உனக்கு அவசரமா?" என்றான் ஜலன்.

"ஆமா... இன்னைக்கு எட்டு மணிக்கெல்லாம் வர முடியுமான்னுட்டு எம்.டி. நேத்திக்கே போன் பண்ணிக் கேட்டுட்டார். கொஞ்சம் பேப்பர்லாம் எடுத்துக் கொடுத்து டிஸ்கஸ் பண்ண வேண்டியிருக்கு. பதினொரு மணிக்கு டைரக்டர்ஸ் மீட்டிங் இருக்கு. உனக்குத் தெரிஞ்சிருக்குமே? நான் கொஞ்சம் அதுக்காக தயார் பண்ண வேண்டியிருக்கு. அதான்... பரவாயில்லேண்ணா... உனக்கு அவசர வேலை இருக்குன்னா நீய குளிச்சுட்டு வா..." என்று சொன்னாள் மேகா.

இந்த அண்ணா என்ன சொல்லியிருக்க வேண்டும்? 'உனக்கு நிறைய புரோகிராம்ஸ் இருக்கு... நீயே குளிச்சிட்டுக் கிளம்பு' என்று சொல்லியிருக்கலாம். அல்லது 'இல்லேடி... எனக்கும் அவசரம்தான். நான்தான் முதல்ல குளிக்கணும்...' என்றுகூடச் சொல்லியிருக்கலாம்தான்.

என்ன சொன்னான் கிராதகன்?

“ஓகோ... நீ பெரிய ஆபீசர்னு எனக்கு சொல்றயாக்கும்? டைரக்டர்ஸ், எம். டி.யோட எல்லாம் மூவ் பண்றவ நான். நீ வெறும் கிளார்க்குன்னு சொல்றே இல்லையா? நீயே குளிச்சுட்டுக் கிளம்பும்மா...” என்று குத்தலாய் பேசிவிட்டு, விடுவிடு என்று தன் அறைக்குள் போய் புகுந்துகொண்டான். ஆளரவம் கேட்டதும் ரூமுக்குள் ஓடும் முயல் மாதிரி.

நின்ற இடத்திலேயே நின்று விட்டாள் மேகா. நெருப்பை வாரி உடம்பு முழுக்கக் கொட்டிய மாதிரி இருந்தது. மனம் கசந்து போயிற்று. ஆனாலும், மாசம் பிறந்தால் கை நீட்டிச் சம்பளம் வாங்குகிற கடமை உணர்வு உள்ளிருந்து நிமிண்ட, குளிக்கப் போனாள்.

இந்த அம்மா இருக்காங்களே, ஒரு வெகண்டை... எப்போ, எது பேசுவது என்று தெரிவதில்லை... சாப்பாட்டு நேரத்தின்போது இது நடந்தது.

மேகா, ‘காக்கா குளியலை’ முடித்துக்கொண்டு, உடுத்திக்கொண்டு சாப்பிட வந்தாள். அவள் கூந்தல் முடிச்சிலிருந்து கசிந்த ஈரம் சட்டையை நனைத்திருந்தது. கஞ்சி மொடமொடப்பில் புடவை, சரக்சரக்கென்று சத்தம் எழுப்பியதோடு, நடையையும் தடை செய்தது. மடிப்பை நீவிவிட்டு ஒழுங்கு செய்து கொள்ள நேரம் இல்லை அவளுக்கு.

“என்னடி... இன்னும் ரஸம் கொதிவரல்லே... கூட்டு வேகல்லே. நேத்திக்கே சொல்லக்கூடாது. காலமே சீக்கிரம் போக வேண்டியிருக்குன்னு...” என்று சொல்லிக்கொண்டே தட்டை எடுத்து வைத்தாள் அம்மா.

“இருக்கிறது போடு... போதும்” என்று சொல்லிக்கொண்டே ஆவி பறக்கும் சாதத்தைப் பிசையக்கூட முடியாமல், பாடுபட்டுக் கொண்டிருந்தாள் மேகா.

அந்த நேரம் பார்த்தா இந்த அண்ணா அங்கு வர வேண்டும்?

“உனக்கும் அவசரமாடா ஜலா...? இவளுக்குத்தான் ஏதோ மீட்டிங், கீட்டிங் இருக்காம்... வெந்ததையும் வேகாததையும் கொட்டிக்கிட்டுப் போறா... நீயாவது கொஞ்சம் இரேன். ஆவி அமர சாப்ட்டுட்டுப் போகலாம்...” என்றாள் அம்மா. என்ன தப்பு இதில்? அண்ணா என்ன சொன்னான்?

“அவளுக்குத்தான் அவசரம் இருக்கும். எனக்கு ஏது? அவ மாசம் பொறந்தா ஆயிரத்து அறநூறு ரூபாயைக் கொண்டு வந்து சுளையா உன் கையில கொடுக்கறா, கை நிறக்க... கை கனக்க... நான் சொத்தை, ஐநூத்துச் சொச்சம்தானே தரேன்... எனக்கு ஒரு தம்ளர் காப்பியாவது கொடேன்...” என்றான் ஜலா. அம்மா விக்கித்துப் போனாள். கண்கள் கசிய ஆரம்பித்து விட்டன அவளுக்கு. அப்புறம் சாப்பாடு எப்படி இறங்கும்?

மேகாவுக்கு ஆபீசில் வேலையே ஓடவில்லை. எம். டி கேட்டார். “உனக்கு உடம்பு சரியில்லையா மேகா?” என்னதான் மனசை இறுக்க மூடிக்கொண்டாலும், முகம் காட்டிக் கொடுத்து விடுகிறதே! இத்தனைக்கும் ஜலனுக்காக இந்த எம். டியிடம் மூன்று மாசம் எவ்வளவு கெஞ்சிக் கூத்தாடி, பல்லிளித்து, பணிந்து வேலை வாங்கிக் கொடுத்தாள்.

ஒரே சமயத்தில்தான் இருவருக்கும் அந்தப் பெரிய கம்பெனியில் இருந்து நேர்முகத் தேர்வுக்கு வரும்படி கடிதம் வந்தது. மேகாவும், ஜலனும் ஒன்றாக சந்தோஷப்பட்டார்கள். ஒன்றாகவே ஆட்டோ பிடித்து தேர்வுக்குச் சென்றார்கள். முதலில் ஜலன் அறைக்குள் அழைக்கப்பட்டான். வெளியே

வந்தான். கடிதம் வருமாம் என்றான். அப்புறம் சில பேருக்குப் பிறகு மேகா அழைக்கப்பட்டாள். வெளியே வந்தாள். கடைசியாக மீண்டும் அழைக்கப்பட்டாள்.

மேகா பன்முகத் திறமையை வளர்த்துக்கொண்டிருந்தாள். ஆங்கிலத்தோடு, இந்தியும் படித்து வைத்திருந்தாள். காலேஜுக்கு போகும்போதே மாலை வகுப்பில் பிரெஞ்ச் படித்திருந்தாள். பிசினஸ் மானேஜ்மெண்ட்டுக்கான தகுதியோடு இவைகளும் சேரவே, மேகா உடனடியாக எடுத்துக் கொள்ளப்பட்டாள்.

மேகா அழகாய் இருந்தாள். சரளமாய்ப் பேசினாள். பார்த்தவர்கள் மீண்டும் பார்க்கிற ஒரு வாகு, முகத்திலும், உடம்பிலும். வேலைக்கு எல்லாமும்தானே தேவைப்படுகிறது!

மேகாவுக்கு வேலை கிடைத்த செய்தி மேகாவின் மூலமாகவே அண்ணனுக்குத் தெரிந்தது. ஜலத்துக்கு ஏற்கெனவே இருண்ட முகம் மேலும் இருண்டது.

"நான் ஒரு பிரெண்டைப் பார்க்கப் போறேன்... நீ வீட்டுக்குப் போ." என்று விட்டுட்டுப் போய்விட்டான் ஜலன். திரும்பும்போது தனியாகத்தான் பஸ்ஸில் வந்தாள் மேகா. அடுத்த மூன்று மாதத்தில் தன் பணிக்காக தான் எம். டி.யால் பாராட்டப்படும் போதெல்லாம், அவரிடம் தன் அண்ணனைப் பற்றிச் சொல்லத் தவறவில்லை அவள்.

"என் அண்ணாவுக்கு ஒரு வேலை போட்டுக் கொடுத்துடுங்க சார்..."

விளைவு, ஒரு கிளார்க்காக உள்ளே நுழைந்தான் அவன்.

"மீட் மிஸ்டர் ஜலகண்டேசுரன்... புதுசா வந்திருக்கிற கிளார்க். நம்ம பெர்சனல் மானேஜருடைய அண்ணன்"

தலைமை குமாஸ்தா இப்படித்தான் எல்லோருக்கும் அறிமுகப்படுத்தினார். ஜலனை எல்லோரும் அவன் முகத்துக்குப் பின்னால் அவன் தங்கையின் முகத்தைப் பார்த்தார்கள்.

"ஓகோ!"

"ஓகோ! அந்த வகை சிபாரிசா..."

"சர்த்தான்... சர்த்தான்?"

நொந்து போய்விட்டான் ஜலன். எல்லோரும் அவனிடம் பேசினார்கள். கொஞ்சம் ரிசர்வேஷனுடன்தான். எம். டி. யை மற்றும் உயர் அதிகாரிகளைப் பற்றிய வம்புகள் என்றால், அவனிடம் மட்டும் அதைப் பற்றிய பேச்சைத் தவிர்த்தார்கள். ஒரு வேவுக்காரனைப்போல தான் இருப்பது, அவனுக்கே கசந்தது. ஆனால் இதன் விளைவு, வேறு விதமாய் இருந்தது. ஜலன் எல்லோரையும் அசர அடிக்கிற வம்புக்காரனாய் மாறினான். மற்றவர்கள் சொல்லத் தயங்குகிற புகார்களை முந்திக்கொண்டு சொன்னான். இருந்தும் என்ன? அவனைப் பரிபூரணமாக யாரும் நம்பத் தயாராக இல்லை.

பஸ்ஸர் கூப்பிட்டது. எழுந்து போனாள்.

"சொல்லுங்க சார்..." என்றாள் மேகா.

"பில்டிங் எஸ்டிமேஷன் பைல் உன்கிட்டே தானே இருக்கு?"

"இருக்கு சார்..."

"அந்த நம்பர்ஸ் ரொம்ப முக்கியம் மேகா... ரொம்ப ரகசியமும்கூட"

"தெரியும் சார்..."

"என்னைக்கு மேல போகப் போறது அது?"

"நாளைக்கு அனுப்பணும் சார்..."

"ஜாக்கிரதை! நாளைக்கு அதை மேல சேர்க்கிற வரைக்கும் ரொம்ப ரொம்பக் கவனமா இருக்கணும்"

"இருக்கேன் சார்..."

"மத்தவன்களுக்கு, குறிப்பா, அந்த மோதிக்கு அது தெரிஞ்சா...?"

"நமக்கு ஏகப்பட்ட நஷ்டம் ஏற்பட்டுடும்."

"பண நஷ்டம் பிரமாதம் இல்லை. இந்த சில லட்சங்களை அடுத்த கான்ட்ராக்டுல சம்பாதிச்சுடலாம்... மரியாதை போயிடும்."

"புரியுது சார்...!"

"உன் பொறுப்பு. நாளைக்கு நான் அவுட் ஆஃப் ஸ்டேஷன். நீயே எல்லாத்தையும் பார்த்து முடிச்சிடுவே இல்லையா?"

"செர்ட்டன்லி சார்... நீங்க கவலையே பட வேணாம்."

"ஒண்ணு செய்யி... நாளைக் காலைலே பத்து மணிக்கு நீயே போய், அந்த பைலை ஒப்படைச்சுட்டு ஆபீசுக்கு வந்துடு..."

"அப்படியே செஞ்சுடறேன் சார்!"

"இந்த சுப்பராயன், கேசவன் எவன் கிட்டேயும் இதைக் குடுத்துடாதே..."

"ரரி ரார்..."

"ஜாக்கிரதை..."

"சரி சார்! நீங்க கவலையை விடுங்க. இது என்னோட பொறுப்பு சார்..."

"குட்!"

"எம். டி ரொம்பத்தான் பயம் காட்டிவிட்டார். மேகா கையில் அந்த பைல் அடங்கிய பிரீப்கேசோடு நின்றிருந்தாள். கெட்டியாக அதைப் பிடித்துக்கொண்டிருந்தாள். இந்தக் காலைகளிலும், மாலைகளிலும் பஸ்ஸில்தான் எவ்வளவு நெரிசல்... ஆட்டோவும் கிடைப்பதில்லை. ஓர் ஆட்டோவுக்காகக் காத்திருந்தாள். எதிர்பாரா விதமாக ஜலன் தென்பட்டான். மேகாவுக்கு உயிர் வந்தது மாதிரி இருந்தது.

"அண்ணா... வீட்டுக்குத்தானே?"

"உம்..."

"என்கூட வாண்ணா... ஆட்டோவில் போயிடுவோம்..."

"என்ன, புதுசா கையில பெட்டி?"

"ஒரு முக்கியமான ஃபைல். அதான் உனக்குத் தெரியுமே... கொட்டேஷன் பைல். இதைப் பத்திரமாய் கொண்டு போய் வீட்டுல சேர்க்கணும்..."

"இதுக்குப் போயி பயப்படறயே... பணம்னா பயப்படலாம்... இத போயி யாரு சீண்டுவா...?"

"ப்ளீஸ்... வாண்ணா என் கூட..."

ஜலன் ஒப்புக்கொண்டான். அதிஷ்டம்தான். அவனே ஓர் ஆட்டோவையும் கொண்டு வந்து சேர்த்தான். இருவரும் வீடு வந்து சேர்ந்தார்கள்.

வந்ததும், நேராக அலமாரியைத் திறந்து பிரீப் கேஸை வைத்து மூடினாள் மேகா. அம்மாகூடக் கேட்டாள்.

"என்னடி அது...?"

"ஒரு முக்கியமான பேப்பர்."

"ரொம்ப பத்திரமா வைக்கிறியே?"

"அது போச்சுன்னா என் வேலையே போயிடும்" என்றாள்.

ஜலன் முகம் கழுவிக்கொண்டு, காப்பிக்கு அப்போதுதான் உள்ளே வந்தான். அவனுக்கு ஒரு தம்ளரும், மேகாவுக்கு ஒரு தம்ளரும் கொடுத்தாள் அம்மா.

"முகத்தை அலம்பிட்டு வாயேன், வெள்ளிக்கிழமை கோயிலுக்குப் போய்ட்டு வரலாம்" என்று கூப்பிட்டாள் அம்மா. கோயிலுக்கு என்றதும் உடனே சம்மதித்தாள் மேகா. பாத்ரூமுக்குப் போனாள். பளிச்சென்று வெளியே வந்து விட்டாள்.

அம்மாவும், மேகாவும் கிளம்பினார்கள்.

வீட்டில் தனியாக இருந்தான் ஜலன். லேசான இருளும் சூழ்ந்துகொண்டு வந்தது. கோபமும், வெறுப்பும் என்னதான் செய்யத் தூண்டாது? அவனிடம் விபரீதமான எண்ணம் உருவாயிற்று.

அலமாரி இருக்கும் அறைக்கு வந்தான். அது பொதுவானது. அம்மாவின் உடைமைகள், மேகாவின் புடவைகள் எல்லாம் அதில்தான். திறந்தே இருந்தது. பூட்டியிருக்கவில்லை. நல்லது. பிரீப்கேசை எடுத்துக்கொண்டு வெளியே வந்தான். திறந்தான். மேகா அதைப் பூட்டி வைத்திருக்கலாம். வீட்டுக்குள் திருடனை எப்படி எதிர்பார்த்திருப்பாள் அவள்? ஃபைலை வெளியே எடுத்தான். குறித்துக்கொண்டான். பிரீப்கேஸைக் கொண்டு வந்து மீண்டும் அலமாரிக்குள் வைத்தான். சட்டையை மாட்டிக்கொண்டு வெளியே வந்தான். பப்ளிக் பூத்துக்கு வந்தான். டைரக்டரியை எடுத்து, மோத்தி கம்பெனி விலாசத்தைத் தேடத் தொடங்கினான். கிடைத்தது.

எதிர்ப்புறம், "என்ன?" — "எப்படி" என்றெல்லாம் அதிர்ந்தும் வியந்தும் கேட்டார்கள். பெயர் என்ன என்றார்கள். "உண்மை விளம்பி" என்றான். பூத்தின் கதவைத் திறந்துகொண்டு வெளியே வந்து, எட்டணாவைக் கொடுத்து விட்டு நடந்தான். "இது போச்சுன்னா வேலை போயிடும்" என்று மேகாவின் குரல் கேட்டது.

ஜலனுக்கு, ஒரு குரூரமான திருப்தி மனசுக்குள்!

1985

குழந்தைகள்

வாசு சார் வீட்டுக்குத்தான் நாங்கள் போய்க் கொண்டிருந்தோம். நாங்கள் என்றது நானும் பிச்சாண்டியும்.

வழக்கம்போல பிச்சாண்டிதான் சைக்கிளை மிதித்துக் கொண்டு வந்தான். நான் கேரியரில் இருந்தேன். சுள் என்று வீசும் பனிக்காற்று முகத்தில் முள்ளாய்த் தைத்தது. எதிரே வெண்ணாற்றில் குளித்துவிட்டு ஈரப் புடவையுடன் வெடவெடவென்று நடுங்கிக்கொண்டு துணி மூட்டைகளைப்போல மாமிகள் 'லொங்கு லொங்கெ'ன்று ஓட்டமா நடையா என்று விளங்காத வேகத்தில் வந்துகொண்டிருந்தார்கள். ஈரக் கால்களில் அப்பிய ஆற்று மண்ணைத் 'சொதேர் சொதேர்' என்று அவ்வப்போது உதறிக்கொண்டார்கள். கொஞ்சம் இளமையாய்த் தெரிந்தவர்கள், இடுப்பில் குடமும், தோளில் துவைத்துச் சுருட்டிய புடவையுமாக, கறுப்புத் தார் ரோட்டில் பாதச் சுவடுகள் பதிய எதிர் வந்தார்கள்.

சூரியனின் மஞ்சள் கிரணங்கள் தார் ரோட்டைக் கவிந்துகொண்டபோது, நாங்கள் வாசு சார் வீட்டுக் கதவைத் தட்டினோம்.

வீடு பழங்காலத்து ஓட்டு வீடு. பழங்காலத்தை நினைத்துப் பெருமூச்சு விட்டுக்கொண்டு படுத்திருக்கும் திண்ணைக் கிழம் மாதிரி, மிகப் பழைய கம்பி அழி போட்ட ஓட்டு வீடு. அகலமான ரெட்டைக் கதவு. விரல் முட்டியைக்கொண்டு தட்டியதால் வலித்தது.

"யார்?" என்று கதவைத் திறந்துகொண்டு கேட்டது ஒரு பெண் குரல். அப்புறம் ஒரு முகம். அப்போதுதான் குளித்த சாட்சியாக, ஈரம் வடியத் தலையில் துணி சுற்றியிருந்தாள். பச்சென்று தீப்பிடித்து எரிகிற மாதிரி ஒரு முகம். அரக்கு நிறத்தில் ஒரு புடவை. வெள்ளையாக ரவிக்கை.

"வாசு சார் வீடு இதுதானே?" என்றான் பிச்சாண்டி.

“உள்ளே வாங்கோ” என்று கதவைக் கொஞ்சமாய்த் திறந்து திரும்பி நடந்தாள். தரை நோகாத நடை. பாதம் தெரியாத பாங்கில் உடுத்திருந்தாள். நாங்கள் அவளைத் தொடர்ந்தோம். நாலுகைத் தாழ்வாரம். இடப்புறம் தூணில் முதுகைச் சாய்த்துக்கொண்டு வாசு சார் உட்கார்ந்திருந்தார்.

“அப்பா” என்று குரல் அதிராமல் கூப்பிட்டு, கழுத்தை லேசாய்த் திருப்பி எங்களை அவருக்கு உணர்த்தி விட்டு அவள் அறைக்குள் நுழைந்துகொண்டாள்.

நாங்கள் அவருக்கு வணக்கம் சொன்னோம்.

“வாங்க... இப்பத்தான் வராப்பலியா? இன்னும் கொஞ்ச காலமேயே உங்க ரெண்டு பேரையும் எதிர்பார்தேன்...”

சுவர்க் கடிகாரம் ஏழு பத்தென்றது. நாங்கள் ஆறு மணிக்கு அவர் வீட்டில் இருப்பதாய் உறுதி சொன்னவர்கள். ஓர் அசட்டுத்தனம் முகத்தில் கவிய, என்ன சமாதானம் சொல்லலாம் என நாங்கள் யோசிக்கையில், அவரே தொடர்ந்தார்.

“இன்னிக்குப் பரவாயில்லை, நாளையிலிருந்து ஆறு மணிக்கே வந்திரட்டும்...” என்றவர் திரும்பி அறையைப் பார்த்து, “அம்மா ஜானகி! அந்த வீணையை இப்படிக் கொண்டு வரட்டும்” என்றார். அப்புறம், “அந்தச் சின்ன வீணையே எடுத்தா...” என்றார்.

நாங்கள் அவருக்கு முன் உட்கார்ந்தோம். எனக்கு மனம் பரபரத்தது. ஒரு வீணையைத் தடவி, நாதத்தை எழுப்பி, அதில் லயிக்க வேண்டும் என்கிற என் நீண்ட நாள் அவா நிறைவேறுகிற தருணம் அல்லவா அது.

ஜானகி, சுவாமிப் படங்களுக்கு முன் போட்டிருந்த அகலப் பலகையின் மேல், துணி போர்த்தி மூடி இருந்த இரண்டு வீணைகளில் அளவில் சிறுசாய் இருந்த ஒன்றை, ஒரு பிறந்த குழந்தையைத் தூக்கி வருவதுபோலத் தூக்கி வந்து எங்கள் முன் வைத்தாள்.

மனிதர்கள் வாசனையால் ஆனவர்கள் போலும். ஒவ்வொருவரிடம் ஒரு வாசனை தங்கி, அவ்வாசனையே அவர்களாய் ஆகிவிடுகிறார்கள். ஜானகி குனிந்து வீணையை ஓசைப் படாமல் வைக்கையில் அவளிடமிருந்து மஞ்சள் பொடி வாசனை கமழ்ந்தது.

வாசு, வீணையைத் தன் மார்பில் அணைத்து, ஒரு நிமிஷம் கண்ணை மூடிக்கொண்டிருந்தார். அவர் உதடுகள் அசைந்தன. அப்புறம் மீட்டினார். ஒற்றை மீட்டல்.

சுத்தமாக, முழுசாக ஒரு வார்த்தை, விண்ணென்று கிளம்பியது. ஷட்ஜம்! கிளம்பியது. பாம்பு ஊர்வதுபோல நெளிநெளியாக வளைந்து வளைந்து நீண்டு நீண்டு, எதனின்றுப் பிறந்து வந்ததோ, அதனிடமே சென்று ஓய்ந்தது.

வீணை என்னிடம் தரப்பட்டது. வலக்கைச் சுட்டு விரலும், இடக்கை விரல்களும் அதனதன் இடத்தில் பதியவே எனக்கு அரை மணி தேவைப்பட்டது.

அந்த முதல் நாள், பெயர் சொல்லி, ஏழு ஸ்வரங்களையும் கூப்பிட்டு மீட்டி, நிறுத்தியபோது, நான் இரண்டாம் முறை பிறந்தது போல் உணர்ந்தேன்.

வாசு, ரொம்ப வித்தியாசமானவராய் இருந்தார்.

நாங்கள் வீணை கற்றுக்கொள்ள அவரை அணுகியபோது, “ஆகா, பேஷா வாங்கோ... வாங்கோ... எப்போ வேணும்னாலும் வாங்கோ. எங்கிட்ட இருக்கிறதை... ஏதோ ஒரு கைப்பிடி... தோண்டி எடுத்திட்டுப் போங்கோ” என்று அவர் கூறியதை என்னால் இன்னும் மறக்க முடியவில்லை.

இந்த மனிதரிடம், இந்தப் பிச்சாண்டித் துடுக்காக, “சம்பளம் எவ்வளவு தரணும்?” என்று கேட்டபோது, ஏதோ சூடு போட்டாற்போல, ஏதோ உள்ளிருந்து கசக்கிப் பிழிகிற வலியில் முகம் துடிப்பவரைப் போல், ரொம்பச் சங்கடப்பட்டு, “சம்பளமா? எதுக்கு? எதுக்கு உங்களால் சம்பளம் தர முடியும்?” என்று அவர் கேட்டதை இப்போது நினைத்தாலும் வலிக்கிறது.

ஆற்றுப் பாசனத்தில் கொஞ்சம் பூமி இருந்தது அவருக்கு. அவரும் அவரின் ஒற்றை மகளும் ஆன இரண்டு பேரே கொண்ட அவர் குடும்பத்துக்கு அது போதுமானதாய் இருந்தது. போதும், போதாமையை யார் நிர்ணயிப்பது? அவர் மனம் நிர்ணயித்திருக்கக் கூடும். ஆகவே வீணையைத் தூக்கிக்கொண்டு மேடைக்கு அலைய நேரமில்லை அவருக்கு. சரிகை அங்கவஸ்திரம், அத்தர், புனுகு, ஜவ்வாது, பட்டு வேஷ்டி, வைரக் கடுக்கன், வாசனைத் தாம்பூலம், இரவானால் கொஞ்சம் பிராந்தி, கொஞ்சம் விபசாரம் என்பன போன்ற சங்கதிகள் சங்கீதத்துக்குச் சம்பந்தம் இல்லாதவை என்று அவர் நினைத்திருந்தார். யாரேனும் வந்து யாசிக்க மாட்டார்களா என்று கையில் அன்னத்தை வைத்துக்கொண்டு ஏங்கிக்கொண்டிருந்தார் வாசு.

ஒரு நாள் பிச்சாண்டி என்னிடம் சொன்னான்;

“நாளைக்கு வாசு சாரை ஆச்சரியத்தில் அடிக்கப் போறோம்”

“எப்படி?”

“காலங்கார்த்தால நாலு மணிக்கு நாம் போறோம்.”

போனோம்.

கம்பி அழிக்குப் பின்னால், முசுமுசுவென்று ஏதோ சுலோகத்தை முனிக்கொண்டிருந்தவர், சைக்கிள் சப்தத்தைக் கேட்டு எட்டிப் பார்த்து, “அடடே... என்ன இவ்வளவு காலங்கார்த்தாலே?” என்றார்.

“ஒரு நாளாவது உங்களை நாங்க வந்து எழுப்பணும்னு நினைச்சோம் சார். நீங்க என்னடான்னா, எங்களுக்கு முன்னாலேயே எழுந்திருச்சிட்டீங்க” என்றான் பிச்சாண்டி.

“ஐயோ பாவம்! உங்களை நான் ஏமாத்திட்டேனாக்கும்” என்று சொல்லிச் சிரித்தார் வாசு. “நேத்திக்கே சொல்லி இருக்கப்படாதா பிச்சாண்டி? சும்மானாச்சும் தூங்கிட்டு இருந்திருப்பேனே?” என்றார்.

“வாங்க போய், ஸ்நானத்தை முடிச்சிட்டு வந்துடலாம்” என்று உள்ளே போய், பிளாஸ்டிக் வாளியை எடுத்துக்கொண்டு வந்தார்.

“ஆத்தங்கரைக்கு வாளி எதுக்கு சார்?” என்றேன் நான்.

“அசுத்தத்தோட கால் அலம்பக் காவேரியில உக்காரதாவது? காவேரி நமக்கு அம்மான்னு அல்லவா வச்சிருக்கோம்” என்றார், வாசு.

நாங்கள் அரச மரத்துப் பிள்ளையார் பக்கத்தில் உட்கார்ந்துகொண்டோம். வாசு ஆற்றங்கரைச் சரிவில் இறங்கி மறைந்தார்.

“சொந்தமா வீணை வாங்கணும் பிச்சு. ஷட்ஜத்தைத் தொட்ட விரலு ரிஷபத்தைச் சட்டுன்னு தொட மாட்டேங்குது. நிறைய வாசிக்கணும்” என்றேன்.

பிள்ளையாருக்கு நிழலாய் நின்ற அரசின் இலைகள் காற்றடித்து விலகும் போதெல்லாம் குபீர் என்று எட்டிப் பார்க்கும் நிலவொளி எத்தனை எத்தனை சித்திரங்கள் வரைந்தன என்கிறீர்கள். ஒரு பத்து பட்டம், அரை வாட்டு அழகி, நான் சித்தரங்களில் லயித்தேன்.

பிச்சுவும் அந்த வேடிக்கைகளைத்தான் ரசிக்கிறான் என்று நான் நினைத்துக்கொண்டிருந்தேன். அவன் திடீரென்று கேட்டான்.

“வைத்தி, அந்த ஜானகியைப் பத்தி என்ன நினைக்கிறே?”

நேரமும் சூழ்நிலையும் சிலரை நினைவுக்குக்கொண்டு வரும். மழைக் காலத்தில் அறைக்குள் அடைபட்டு நான் கிடக்கும்போது, மேட்டுத் தெரு மணிமேகலை நினைவுக்கு வருவாள். மாலைக் கருக்கலில் பஸ்ஸில் பயணம் செய்யும்போது எல்லாம், தவறாது எங்கிருந்தோ ஒரு புல்லாங்குழல் ஓசை எனக்கு மட்டும் கேட்கும். யார் வாசிக்கும் குழல் அது?

“பாவண்டா பிச்சு. இந்தச் சின்ன வயசுல அறுத்துட்டு, வெள்ளைச் சட்டைப் போட்டுக்கிட்டு, விபூதி இட்டுக்கிட்டு நிக்குது பாரு... அதை பார்க்கும் போதெல்லாம் எனக்குச் சொரேல்னு வருதுடா. அது முகத்தைப் பார்த்தியா? பால் வடியுது. ஐயோ பாவம்னு இருக்கு. நாம்ம வாத்தியத்துக்கு முன்னாலே உட்கார்ற போதெல்லாம் அது தூணன்டை வேடிக்கை பார்க்கிறபோது, தேரை வேடிக்கை பார்த்துட்டு நிக்கற குழந்தை மாதிரி இல்லை?”

கப்பென்று ஒரு சோகம் எனக்குள் கவிந்தது. எத்தனை எத்தனை சோகங்கள்! ஒன்றா, இரண்டா? ஊர் சோகத்தைத் தாங்கி கட்டுமா? காவேரி மதகுக் கரையில் மோதி உதிர்வது கேட்டது.

“ப்ச்...” என்றான் பிச்சு.

“என்ன?”

“நான் அவளை லவ் பண்றண்டா வைத்தி.”

ஒரு மாடு வாலைச் சுழற்றி நெற்றியில் அடித்த மாதிரி எனக்குப் பொறி கலங்கிற்று.

“நான் எங்கே போனாலும் என் குடியைக் கெடுக்கறதுக்குன்னே என்கூட வர்றீங்கடா. இருட்டில பக்கம் பார்த்துப் பேசு. அந்தப் பெரிய மனுஷன் காதுல விழுந்துடப் போறது. எப்பேர்ப்பட்ட மனுஷன்டா அவர். நீயும் தானே பார்த்தே அன்னிக்கு. திருவையாத்துக்கு வந்த பெரிய பெரிய வித்வான்களெல்லாம் அவருக்கு முன்னாடி வாயைப் பொத்திக்கிட்டு அண்ணா, அண்ணான்னு நின்னதை. இந்த வீணையத் தொட்டுக் கொடுங்கண்ணா, உங்க கை பட்டா கமகம் கதறிக்கிட்டு வராதா. இந்த மிருதங்கக் கட்டையைத் தொட்டுக் கொடுங்கோ சாமி. கட்டைக்குள்ளே நாதம் பிறக்காதா; அண்ணா புதுசா ஒரு பாட்டு கவனம் பண்ணியிருக்கேன் அண்ணா, சித்தே கேளுங்கோ, எல்லாத்தையும் பார்த்துக்கிட்டுதானேடா இருந்தே. இருந்திருந்து அங்க போய் வாயை வக்கிறேங்கறியே. டேய், குழந்தேடா அது. பாவம்டா. டேய் ஏதாவது ஏடாகூடமா செஞ்சு வச்சே, உன்னை நான் செருப்பாலே அடிப்பேன்.”

"உனக்கு ஏன்டா மூக்கு விடைக்குது? அட கஷ்டமே, நான்..." என்று என்னவோ தத்துப்பித்தென்று அவன் சொல்லத் தொடங்கும்போது, வாசு குளித்து முடித்து, நெற்றி மார்பு புஜம் முன்கை எல்லாவற்றிலும் விபூதிப் பூச்சோடு வந்துகொண்டிருந்தார். நாங்கள் எழுந்து நின்றோம்.

"வாங்கோ" என்றவாறு அவர் நடக்க, நாங்கள் பின் தொடர்ந்தோம். காய்ந்ததும் காயாத அவன் அணிந்திருந்த திருநீற்றிலிருந்து சுகமான மணம் கமழ்ந்தது.

நாங்கள் வீணையை வணங்கி முன் உட்காரும்போது, ஜானகி எங்கள் மூவருக்கும் காபிகொண்டு வந்து வைத்தாள். கூந்தலின் ஈரத்துணியையும் மீறி நனைந்து முதுகு விசுக்கென்று உதறி உதறி மின்னிவிட்டு மறையும் நட்சத்திரம் மாதிரித் தோன்றி மறைந்தாள்.

காப்பி கசந்தது எனக்கு. எனக்குக் காப்பி கசப்புப் பிடிக்கும். கசப்பதல்லவோ காப்பி. இனிப்பது கஷாயம்தானே. எனக்கு ஏனோ காப்பி வேண்டியிருக்கவில்லை. வாசு சார்கூடக் கேட்டார் சிரித்தவாறு.

"வைத்தி எங்கேயோ சஞ்சாரம் பண்ணிக்கிட்டிருக்கார். வாங்க வைத்தி, வந்துடுங்க. விரலு தப்புத்தப்பாய் பேசறதே...!"

அப்பாவுக்கு நான் கடிதம் எழுதினேன். வீணை கற்றுக் கொள்ளப் போகிறேன் என்று.

அப்பா பதில் கடிதம் எழுதியிருந்தார்.

"உன்னைத் தஞ்சாவூருக்குப் படிக்கத்தான் அனுப்பினேனே தவிர, வீணைக் கற்றுக் கொள்ள அல்ல. குலத்தில் இல்லாத வழக்கமெல்லாம் உனக்கு வேண்டாம். செடியிலோ, மரத்திலோ பணம் காய்த்து தொங்கவில்லை. விதைப் போட்டு, நெல் விளைகிறது என்றா நினைக்கிறாய்? இல்லை, நெற்றி வியர்வை முற்றி நெல்லாகிறது. பூனை மயிரைப் பிடுங்கி எவனும் புகழ் பெறுவதில்லை."

பிச்சு விரலில் ஒரு மோதிரம் இருந்தது. என்னிடம் ஒரு வாட்ச் இருந்தது. இரண்டும் சேர்ந்து வீணையாயிற்று.

வீணை என் அறைக்கு வந்த நாளை மறக்க முடியாது. தாய் வீட்டில் பெற்றுத் தன் வீட்டுக்குக் குழந்தையைத் தூக்கி வரும் தாய் மாதிரி நான் இருந்தேன் என்றால் அது மிகை அல்ல. பக்கச் சுவர்களில் இடித்து விடாமல், படியேறி அந்தத் தஞ்சாவூர் வீணையை, நானே தூக்கிக்கொண்டு என் அறைக்கு வந்தேன். விடுதியில் இருந்த மாணவர்கள் என்னைப் பின் தொடர, சிறு ஊர்வலமாய் இருந்தது. எல்லோரும் வீணையை மிக ஆச்சரியமாகப் பார்த்தார்கள். நான் 'சரிகமபதநி'யையே மேலும் கீழும் இரண்டு முறை வாசித்தேன். என் சகாக்களின் ஆச்சரியம் அவர்களின் கண்களில் தெரிந்தது. ஒரு மாபெரும் ஜனத்திரளின் முன் நான் வாசிப்பதுபோலவும், ஓர் ஈமனி சங்கர சாஸ்திரியைப்போலவும், சிட்டிபாபுவைப் போலவும் அவர்கள் என்னைப் பார்ப்பதாகவும் எனக்குத் தோன்றியது. பளபளப்பாகக் கழுத்தை மூடிய சிட்டிபாபு அணியும் அந்த வகை ஜிப்பாவைத் தைக்கும் தையற்காரரைத் தேடுவதே என் கவலையாயிற்று.

பிரபஞ்சன்

வீணை என் அறைக்கு வந்த அன்று தொடங்கி, எந்த நேரமும் என் மனம், அறை, விடுதி, வீடு, எங்கும் வீணையின் நாதம் நிரம்பி வழிந்தது. சாப்பிடுகிற, குளிக்கிற நேரம் போக; மற்ற நேரம் எல்லாம் வீணை சப்தத்தையே என் காதுகள் கேட்டன. தொடக்கத்தில் இந்த என் சாதகத்தை, சகாக்கள் ஆச்சரியத்தோடும், ஆதரவோடும் பார்த்தார்கள். நாளாக நாளாக முகம் சிறுக்க, அப்புறம் சிவக்க, கடுகடுப்பாகப் பார்த்தார்கள். பூமியனைய பொறுமைசாலிகளுக்கும் ஓர் எல்லைக்கோடு உண்டு தானே...

நான் எதிர்பார்த்த அந்தச் சம்பவம் ஒருநாள் நிகழ்ந்து முடிந்தது. சரளி வரிசையை முடித்து நாங்கள் அடுத்தப் பாடத்தில் கை வைத்திருந்த நாள். பாடம் முடித்து வெளியே வந்தோம். "ஆற்றங்கரைக்குப் போகலாமா?" என்றான் பிச்சு. மனம் மகிழ்ச்சியோடு இருக்கையில் அதைக்கொண்டாட உகந்த இடம் ஆற்றங்கரை. போனோம். பிச்சுவின் நோக்கம் வேறாய் இருந்ததை நான் அறியேன். பிள்ளையார் மேடையில் நாங்கள் உட்கார்ந்திருந்தபோது, ஜானகி குளித்து, தகதகவென்று விளக்கிய பித்தளைக் குடத்து நீரோடு திரும்பிக்கொண்டிருந்தாள். ஓர் ஆயிரம் வருஷத்துச் சோகம் மொத்தமாய்க் குடியேறிய முகத்தில், கொஞ்சம்கூட மனசில் கறையில்லாத, மாசில்லாத காரணத்தால் மட்டுமே ஏற்படும் ஒளி நிறைந்திருந்தது.

எங்கள் அருகில் வந்ததும், நின்று "பாடம் முடிஞ்சுடுத்தா?" என்றாள் ஜானகி.

"உம்" என்றேன் நான்.

இந்தச் சந்தர்ப்பத்துக்கென்றே காத்திருந்த பிச்சு, தன் பையில் தயாராய் எழுதி வைத்திருந்த ஒரு மடித்தக் காகிதத்தை எடுத்து அவளிடம் நீட்டினான். அப்படியே எழுந்து ஓடி விடலாமா என்று நான் யோசித்துகொண்டிருந்த தருணத்தில், ஜானகி, "என்ன இது?" என்றாள்.

"வீட்டுக்குப் போய் படிச்சுப் பாரு" என்றான் பிச்சு.

அவள் முகத்தில் ஒரு குழப்பம்.

"எனக்கா?" என்றாள்.

"ஆமாம்" என்றான்.

ஜானகி அக்கடிதத்தை வாங்கிக்கொண்டு நடந்தாள்.

மறுநாள் நான் வாசு வீட்டுக்குப் போகவில்லை. அந்த நிகழ்ச்சிக்குப் பிறகு, நான் என்றுமே போகவில்லை. "உனக்கும் இதற்கும் என்னடா சம்பந்தம்?" என்றான் பிச்சு. இருக்கலாம். எனக்கு மனம் ஒப்பவில்லை. நடந்ததைப் பிச்சு சொல்லி நான் தெரிந்துகொண்டேன்.

கடிதத்தை வாங்கிப் போன ஜானகி, அப்பாவிடம் கொடுத்தாள்.

"அப்பா, உன்கிட்டே பாடம் படிக்க இரண்டு பேர் வருவாங்களே, அதிலே உசரமா மீசை வச்சிட்டு இருப்பாரே, அவர் இதை என்கிட்டை கொடுத்தார். எனக்கு என்னத்துக்கு அவர் கடிதம் கொடுக்கணும்? உனக்காகத்தான் இருக்கும். என்னைப் பிரிச்சுப் படிக்கச் சொல்றார் அப்பா அவர்" என்றுவிட்டு, அப்பாவுக்குக் காலை உணவு தயாரிக்கப் போய் விட்டாள் ஜானகி.

பிச்சு சொன்னான்.

“நீ வரமாட்டேன்னுட்டே. என்னாலே போகாமல் இருக்க முடியல்லே, எனக்கு முடிவு தெரிஞ்சாகணுமே. போனேன். எனக்கு வாசு வீட்டிலே எந்த வித்தியாசமும் தெரியலே. வைத்தி ஏன் வரலைன்னு கேட்டார் வாசு. உடம்பு சரியில்லேன்னுட்டேன். பாடம் முடிஞ்சு வர்றப்போ, வாசு சொன்னார். “பிச்சு உன்கிட்டே கொஞ்சம் பேசணும்”ன்னு. எனக்குத் திக்குன்னுச்சு. பிள்ளையார் மேடைக்கு அழைச்சிட்டுப் போனார். “பிச்சு, நீங்க ஜானகிக்குக் கொடுத்த கடிதத்தை அப்படியே பிரிச்சுக்கூடப் பார்க்காமல் என் கிட்டே கொண்டாந்து கொடுத்தாள் எம் பொண்ணு. ஒரு வாலிபன் இந்த மாதிரி ஒரு கடிதம் கொடுத்தான்னா, அது என்னவாய் இருக்கும்னுகூட அந்தக் குழந்தைக்குத் தெரியல்லே. அவளுக்குப் போய் இப்படி எழுதிட்டீங்களே? சே, சே! இதைத் தப்புன்னு சொல்ல மாட்டேன். எந்தப் புருஷனுக்கும் ஒரு பெண்ணைப் பார்த்து இந்த மாதிரி கேட்கிற உரிமை உண்டு. அந்தப் படிக்கு நீங்களும் கேட்டுட்டீங்க. ஆனால், இதையெல்லாம் புரிஞ்சுக்கிறப் பக்குவத்திலே அந்தக் குழந்தை இல்லியே. பிச்சு நாம என்ன பண்ணட்டும்? தடியால அடிச்சுக் கனிய வைக்கிற சங்கதியா இதெல்லாம்? தானா பூக்கணும். தானா அரும்பணும். நான் உங்களைப் பத்தி ஒண்ணும் நெனைச்சுடலை. நீங்க தொடர்ந்து வந்திட்டிருக்கணும். அப்புறம், சாப்பிடறச்சே ஜானகி கேட்டாள். ‘என்னப்பா, அது கடிதம்?’ன்னுட்டு. நான் என்னத்தைச் சொல்லட்டும்? ஒரு வித்வான் எனக்கு எழுதிய கடிதம்னுட்டேன். சரி தானா? நீங்க ஒண்ணும் தப்பா நெனைச்சுக்கப்படாது. என்ன சொல்றாப்பிலே? நாளைக்கு வரணும். கண்டிப்பா வரணும்.”

“நீ என்னடா சொன்னே?”

“சார்... கால்ல போட்டிருக்கீங்களே அதை எடுத்து ரெண்டு அடி அடிச்சிருக்கணும் நீங்க, அப்படீன்னேன்.”

எனக்குச் சட்டென்று பாரம் இறங்கியது. மனம் நிம்மதியாயிற்று.

பிச்சு சொன்னான். “தெரியாமே ஒரு தப்புப் பண்ணிட்டேன்டா. அந்த மனுஷன் முன்னாலே நிக்கவே கூசுது. நீ என்னடான்னா, வீணையே வேண்டாம்னுட்டியே ஏன்?”

“சங்கீதம் பெரிசுதான். அதை விட மனுஷன் ரொம்பப் பெரியவனா இருக்கானே, அதனாலேதான்.”

1985

பாதுகை

இரண்டு பெருச்சாளிகள் பக்கத்தில் பக்கத்தில் நிற்பதுபோல அந்தச் சப்பாத்துகள் (ஷுக்கள்) இருந்தன. புத்தம் புதிய சப்பாத்துகள், முகம் பார்த்துத் தலை சீவிக் கொள்ளலாம் போன்ற பளபளப்பு. வாசலில் காய்ந்த வெயில் வெளிச்சம் பட்டு கறுப்பு மின்னல் மாதிரி அலைகள் ஒளிர்ந்தன.

பொன்னுத்தம்பி அந்தச் சப்பாத்துக் குழந்தைகளைப் பார்த்தான். கறுப்பு இரட்டைக் குழந்தைகள். வெள்ளைக்காரத் தெருவில், துரைமார்களுக்கு மட்டுமே பாதுகைகள் செய்யும் மாடன் சிரத்தையோடு ஆர்வத்தோடும் செய்திருந்தான் அவற்றை. விலை கொஞ்சம் கூடுதல்தான். அதற்கென்ன செய்ய முடியும். துரைமார்கள் கொடுக்கிற கூலியைத்தானே தானும் கொடுக்க வேண்டியிருக்கிறது என்று நினைத்துக்கொண்டான். ரொம்ப நாள் ஆசை அன்று நிறைவேறியது பொன்னுத்தம்பிக்கு. துரைமார்களைப்போலவே படித்து அவர்களோடேயே தொழிலும் செய்கிறவன். அவர்களைப் போலவும் உடுத்த வேண்டாமா என்ன?

கஞ்சி முடமுடப்பில் நிமிர்ந்து, கத்தி மாதிரி நின்ற கால் சராய்களின் மடிப்பு பழுதுபடா வண்ணம் வாகாக உட்கார்ந்துகொண்டு மேஜோடுகளை எடுத்தான். மேஜோடுகளும் புதிதுதான். பாம்பு உரித்த சட்டை மாதிரி, மெருகும் மென்மையுமாய் இருந்தது அது. இரண்டு கால்களிலும் மேஜோடுகள் அணிந்து முடித்து, சப்பாத்துகளை எடுத்தான்.

மேலே படிந்திருந்த தூசை, அவற்றுக்கு நோகாமல் தட்டிச் சுத்தம் செய்தான். ஒவ்வொன்றிலும் காலை நுழைத்துக் கயிறால் இழுத்துக் கட்டிக்கொண்டான். வளர்ப்பு நாய்க்குட்டி காலைக் கவ்வியது மாதிரி சப்பாத்துக்களும் கவ்விக்கொண்டன. நாலடி நடந்தான்.

என்ன சுகம்! நடக்கவே சந்தோஷத்தையும் உந்துதலையும் கம்பீரத்தையும்கூட அது தந்தது. ஏழெட்டு வயசு குழந்தை மாதிரியும் இருந்தது.

திண்ணையில் பொன்னுத்தம்பியின் அப்பா மோட்டு வளையைப் பார்த்துக்கொண்டு உட்கார்ந்திருந்தவர் மகனைப் பார்த்தார். எழுந்து நின்றார்.

அப்பாவுக்குக் கூன் போட்டிருந்தது. முதுமை காரணமாக வந்த கூன் அல்ல அது. அரை நூற்றாண்டுக்கும் மேலாக வெள்ளைக்காரர் வீட்டு பட்லர் முதல், வெள்ளை நிறத்தோரைக் காணும் தோறும் குனிந்து குனிந்து வணங்கியதால் ஏற்பட்ட வளைவு. வழக்கம்போல அவர் சொன்னார்.

“பத்ரம்பா, பத்திரம். துரைகளோடு வாழ்க்கை நடத்தறது பேயோட சம்சாரம் பண்ணற மாதிரி. எப்போ மரம் ஏறும் எப்போ இறங்கும்னே கண்டுபிடிக்க முடியாது. கும்பிட்டு வாழணும். கும்பிட்டவன் கூழ் குடிப்பான். வம்பிட்டவன் வைக்கோல் தின்பான்னு பெரியவங்க சொல்லுவாங்க.”

வழக்கம்போல அந்த உபதேசங்களை இடக்காதில் வாங்கி வலக்காது வழியே வெளியேற்றி விட்டு வீதியில் இறங்கினான் பொன்னுத்தம்பி.

வழக்கமாகப் புஷ் வண்டியில்தான் தம்பி நீதிமன்றத்துக்குப் போவான். அன்று நடந்தே போவது என்று முடிவெடுத்தான். பொட்டு வாடமும், முந்திரி லாடமும் அடித்த சப்பாத்து ‘நடநட’ என்று சொல்லியது அவனிடம். தகரத்தில் சுத்தியலை அடித்த மாதிரி விநோத சப்தங்களை எழுப்பிக்கொண்டு ஒரு கறுப்புத் துரை வீதி வழி போவதைத் திண்ணையில் இருந்தவர்கள் பார்த்து, எழுந்து நின்றார்கள். நிற்பதன் மூலம், அந்த உத்தியோகஸ்தருக்குத் தம் மரியாதையைப் புலப்படுத்திக்கொண்டார்கள். தம்பியை அவர்கள் அறிவார்கள் என்று சொல்ல முடியாது. ஆனால் சப்பாத்து அணிந்திருக்கிறானே! ஆகவே பெரிய உத்யோகம் வகிப்பவனாகவே இருக்க வேண்டும். போகிறவருகிறவர்கள் நிமிர்ந்து நின்று கும்பிட்டார்கள். மிஷன் தெருவில் அணைத்துக்கொண்டு நெருக்கமாக நின்றிருக்கும் பூவரச மரங்கள் வெயிலைத் தாங்கள் தாங்கித் தெருவுக்கு நிழலைத் தந்துகொண்டிருந்தன. பொன்னுத்தம்பி நிதானமாக நிமிர்ந்து நீதிமன்றத்துக்குள் நுழைந்தான்.

நீதிமன்றம் தொடங்கி விட்டிருந்தது. கனம் நீதிபதி ஏற்கனவே தம் ஆசனத்தில் அமர்ந்து விட்டிருந்தார். அரசு வழக்கறிஞரும் ஏனைய வழக்கறிஞர்களும் தத்தம் ஆசனத்தில் அமர்ந்திருந்தனர். யாருடைய வழக்கொன்றோ எடுத்துக் கொள்ளப்பட்டு நடைபெற்றுக்கொண்டிருந்தது.

நடுவானத்துக்குள் நின்றவானே பொன்னுத்தம்பி தலைகுனிந்து “வணக்கம், கனம் நீதிபதி அவர்களே” என்று பிரான்ஸ் மொழியில் பணிந்தான்.

கறுப்பாக ஒளிவீசும் அவன் சப்பாத்துகளை மேலிருந்து குனிந்து கவனித்தார் நீதிபதி. பொன்னுத்தம்பிக்கும் கொஞ்சம் சங்கடமாகவே இருந்தது.

வெள்ளைப் பளிங்குக் கல் மாதிரியான நிறம் நீதிபதிக்கு. இந்தியாவுக்கு வரும்போது மாசு மருவற்ற பளிங்குச் சிற்பம் மாதிரியே இருந்தார் அவர். இந்தியச் சூரியனின் உஷ்ணத்தைத் தாங்க மாட்டாது, முகப்பரு மாதிரி சிவப்புப் புள்ளிகள் அவர் முகத்தில் ஏற்பட்டு இருந்தன. நீலக் குண்டுகள் மாதிரி இருக்கும் அவர் கண்கள் முதல் தடவையாகச் சிவந்ததை முதல் முறையாகப் பார்த்தான் பொன்னுத்தம்பி.

"நீங்கள் காலில் அணிந்திருப்பது சப்பாத்துதானே?" என்றார் நீதிபதி. அவர் குரல் வழக்கத்துக்கு மாறாக உயர்ந்தும் கறுத்தும் இருந்தன.

பொன்னுத்தம்பி ஒருமுறை குனிந்து தன் சப்பாத்துகளைப் பார்த்தவாறே, "ஆம், கனம் நீதிபதி அவர்களே!" என்றான், நீதிபதிக்கு நிகரான பிரான்ஸ் மொழியில் அழகோடும், உச்சரிப்போடும்.

மறுப்புக்கு உரிய அடையாளமாக, நீதிபதியின் தலை அசைந்தது. "தங்கள் நடத்தைக்கு நான் வருந்துகிறேன் மிஸ்யோ (மிஸ்டர்) பொன்னுத்தம்பி பிள்ளை! என் மன்றத்துக்குள் தாங்கள் சப்பாத்து அணிந்து வருவதை நான் ஆட்சேபிக்கிறேன்."

பொன்னுத்தம்பி நீதிபதியின் கால்களைப் பார்த்தான். அவனது சப்பாத்துகளைப்போலவே அவரும் சப்பாத்து அணிந்திருந்தார். பிரான்ஸ் தேசத்துக்காரரும் அரசு தரப்பு வழக்கறிஞருமான அவன் சகாவும் அவனது போன்ற சப்பாத்துகளையே அணிந்திருந்தார். தமிழ் வழக்கறிஞர்கள் இருவர் மட்டும் கோட்டும், பஞ்சக்கச்சமும் அணிந்து வெறும் காலுடனேயே இருந்தார்கள் என்பதையும் கவனித்தான்.

பொன்னுத்தம்பி நிமிர்ந்து நேராக நீதிபதியைப் பார்த்துச் சொன்னான். "கனம் நீதிபதி அவர்களே! என் நண்பரும், அரசு வழக்கறிஞருமான இவரும், மரியாதைக்குரிய தாங்களும் சப்பாத்து அணிந்து மன்றத்துக்குள் இருக்கும்போது, நான் மட்டும் அணியக்கூடாது என்று தாங்கள் சொல்லும் கட்டளையை என்னால் விளங்கிக் கொள்ள முடியவில்லை."

நீதிபதியின் வெண் பளிங்கு முகம் செங்கல்லாகச் சிவந்ததைத் தம்பி கண்டான். இகழ்ச்சி கலந்த சிரிப்பு ஒன்று அவரிடமிருந்து வெளிப்பட்டது.

"மிஸ்யோ பொன்னுத்தம்பி பிள்ளை! தாங்கள் இந்தியர், இந்தியப் பழக்க வழக்கங்களையே, தாங்கள் கடைப்பிடிக்க வேண்டும் என்று நாம் அபிப்பிராயப் படுகிறோம்."

நீதிபதியின் மனக்கருத்தை இப்போது பொன்னுத்தம்பியால் புரிந்து கொள்ள முடிந்தது. அவரைப் பார்த்து அவன் சொன்னான். "கனம் நீதிபதி அவர்களே, மரியாதைக்குரிய இந்த மன்றத்துக்குள் தாங்கள் பிரான்ஸ்காரராகவோ, நான் இந்தியனாகவோ பிரவேசிக்கவில்லை. நீதியைப் பரிபாலனம் செய்யவே வந்திருக்கிறோம். வழக்கறிஞர்கள் என்ன உடை உடுத்த வேண்டுமோ அந்த மரபுப்படி நான் உடுத்தியிருக்கிறேன். ஐரோப்பிய வழக்கறிஞர்கள் இன்ன விதமாயும் இந்திய வழக்கறிஞர்கள் இன்ன விதமாயும் உடுத்த வேண்டும் என்ற நீதியை நம் நீதிமன்றம் ஏற்படுத்தவில்லை. ஆகவே நான் எந்த விதமான உரிமையையும் மீறும் பிரச்சினை எழவில்லை. தாங்கள்தான் சப்பாத்து அணிந்து வருவதை மறுப்பதை என்னால் புரிந்து கொள்ள முடியவில்லை."

மாபெரும் பிரெஞ்சு ஏகாதிபத்தியத்தின் பிரதிநிதியான, வணக்கத்துக்குரிய ஒரு நீதிபதியைப் பார்த்து, அடிமை நாட்டைச் சேர்ந்த ஒரு சாதாரண மனிதர், முகத்துக்கு நேரே தன் எதிர்ப்பைப் புலப்படுத்திய வரலாற்றுச் சிறப்பு மிக்க சம்பவம் அப்போது நிகழ்ந்து முடிந்திருந்தது.

நீதிபதி எழுந்து நின்றார். சபையும் எழுந்து நின்றது.

“தாங்கள் வரம்புக்குப் மீறிப் பேசினீர்கள், எங்கள் காலனி நாட்டைச் சேர்ந்த ஒருவர் இப்படிப் பேசியது தவறானது மட்டுமல்ல; மரியாதைக் குறைவானது. ஐரோப்பிய கனவான்களோடு தங்களை ஒப்பிட்டுப் பேசுவதை நான் அங்கீகரிக்க முடியாது. என் மன்றத்துக்குள் தாங்கள் சப்பாத்து அணிந்து வரக்கூடாது என உத்தரவிடுகிறேன். வருவீராயின், தங்கள் வழக்கறிஞர் உரிமைப் பறிக்கப்படும் என்பதை அறிவீராக. தாங்கள் வெளியேறலாம்” என்று கூறிவிட்டு நீதிபதி வேகமாகச் சென்று விட்டார். அவரைத் தொடர்ந்து அரசு வழக்கறிஞரும் சென்றார்.

பொன்னுத்தம்பியின் சகாவும் இந்திய வழக்கறிஞர்களுமான இருவர் மாத்திரம் அரங்கில் இருந்தார்கள். சுப்பிரமணிய ஐயர் அவன் கைகளைப் பற்றிக்கொண்டு சொன்னார். “பிள்ளைவாள் பெருமைக்குரிய காரியம் பண்ணி விட்டீர்கள். நாம் எந்த விதத்தில் தாழ்ந்து போய்விட்டோம்? அவர்களுக்கு நிகராக நாமும் படிக்கவில்லையா? நம் சட்ட ஞானத்தை வெளிப்படுத்த வில்லையா? இதை விட்டுவிடக்கூடாது பிள்ளை. கடைசி வரைக்கும் ஒரு கை பார்த்துவிடுவோம்!”

வீரபாகு, தம்பியைத் தழுவிக்கொண்டார். “மிஸ்யோ பிள்ளை! பிரெஞ்சிந்திய வரலாற்றில் புதிய அத்தியாத்தை இன்று நீங்கள் எழுதியிருக்கிறீர்கள். நிறத் திமிருக்கு எதிராக இன்று நீங்கள் வைத்த நெருப்பு ஒரு சின்னப் பொறி. இந்தப் பொறிதான் வளர்ந்து நாளைக்கு இந்தக் காட்டையே அழிக்கப் போகிறது? பாருங்கள்.”

இருவரும் சென்ற பிறகும் பொன்னுத்தம்பி அங்கேயே நின்று கொண்டிருந்தான். அவமானப்படுத்தப்பட்ட உணர்வு, அவனை நகரவொட்டாமல் அடித்தது. பிடித்துக் கட்டி விட்டது போன்று இருந்தது. சிரமப்பட்டு வெளியே வந்தான்.

வெயில் தகித்தது. அருகே கடல் அலை புலம்பும் குரல் கேட்டது. வண்டிக்காரன் ஒருவன், “வர்றீங்களா எஜமான்?” என்று கேட்டான். எதையும் காதில் வாங்கும் நிலையில் அவன் இல்லை. கடற்கரையை ஒட்டி, கைகளைப் பின்னால் கட்டிக்கொண்டு மெல்ல நடந்து வீட்டை நோக்கி நடந்தான் தம்பி.

நிலவு உச்சிக்கு வந்துவிட்டிருந்தது. நட்சத்திரங்களே இல்லாத வானம். குழந்தைகளே இல்லாத பள்ளிக்கூடம். வீடுகள் இருட்டுப் போர்வைக்குள் முடங்கிக்கொண்டிருந்தன. இந்த வீடுகளுக்குத்தான் எத்தனை முகங்கள். பகலில் ஒரு முகம். இரவில் வேறொரு முகம். மனிதர்களைப்போலவே வீடுகளுக்கும் முகம் அமைந்துவிடும் போலும்.

மொட்டை மாடியில் உலவிக்கொண்டிருந்தான் தம்பி. தூக்கம் வரவில்லை. வருமா என்ன? நடுத்தெருவில் வேஷ்டி உரியப்பட்டதுபோல, கண்ணுக்குத் தெரியாத சக்தி பின்னால் இருந்து அறைந்ததுபோல இருந்தது.

மனிதர்கள்தான் எத்தனை எத்தனைப் பள்ளங்களாகப் பிளவுப் பட்டுப் போகிறார்கள். ஜாதி, மதம், தேசியம், நாடு, இனம், ஐரோப்பியன், இந்தியன், வெள்ளை, கறுப்பு உசத்தி, தாழ்த்தி— எத்தனையெத்தனை பள்ளங்கள். எத்தனை ஞானிகள், எத்தனை மகான்கள் தோன்றி எத்தனை பேசி, எழுதிப்

போயிருக்கிறார்கள். எல்லாம் வெறும் புத்தகங்கள். எங்கோ ஒரு கூடு மறந்த பறவை ‘கீச்’ சென்றது. கீழே இறங்கி தன் அறைக்கு வந்தான் தம்பி.

பேப்பரை எடுத்து வைத்துக்கொண்டு கட்டைப் பேனாவில் மையைத் தொட்டுக்கொண்டு எழுதத் தொடங்கினான்.

பாரீஸ் நகரத்து உச்ச நீதிமன்ற நீதிபதிக்கு விலாசமிட்டு, அன்று மன்றத்துக்குள் நடந்த நிகழ்ச்சிகள் அனைத்தையும் கூடுதல் குறைவின்றி உண்மையை மாத்திரம் எழுதினான்.

‘சுதந்தரம், சகோதரத்துவம், சகவாழ்வு என்கிற மனித குலத்தின் விடி மோட்சமாகிய தாரக மந்திரங்களை உலகுக்களித்த, கலாசாரப் பெருமைமிக்க ஒரு தேசத்தின் கற்றறிந்த நீதிபதி, ஒரு வழக்கறிஞருக்கு இந்த அநீதியைச் செய்தது முறையா? இதைத் தங்கள் நீதிமன்றம் அனுமதிக்கிறதா?

நீதி தேவதைக்கு முன்னால் வெள்ளை கறுப்பு என்கிற வித்தியாசங்கள்தான் உண்டா? தேசம் ஒவ்வொன்றுக்கும் ஒரு குணம் உண்டு. கலாசாரப் பூந்தொட்டியும், கலைகளின் விளை நிலமும் ஆன பிரான்ஸ் தேசத்தின் முகத்தில் நிறவெறிக் கறையைப் பூச ஒரு தனி மனிதரும், ஆணவத்தையே உரிமையாகக் கொண்டவரும் ஆன ஒரு நீதிபதிக்குத் தங்கள் நீதிமன்றம் அனுமதி அளித்திருக்கிறதா?

வணக்கத்துக்குரிய நீதிபதி அவர்களே! எனக்குப் பிரியமானதும், நீதிமன்றம் அனுமதித்ததுமான உடைகளையும், சப்பாத்தையும் அணிந்தே நான் நீதிமன்றம் செல்ல, தாங்கள் உத்தரவிட வேண்டும். புதுச்சேரி நீதிபதியின் தீர்ப்பையே தாங்களும் ஆதரிப்பீர் எனில் இந்த வழக்குறைஞர் வேலையை விடுவேனே அல்லாது, என் வழக்கத்தை நான் மாற்றிக் கொள்ள மாட்டேன். நீதி ஒருபோதும் சாகாது என்பதை நான் அறிவேன். சர்வ வல்லமை பொருந்திய இறைவனின் சந்நிதானத்தின் முன் மனிதன் என்ற முறையில், சமத்துவத்தை மட்டுமே நான் கோருகிறேன்’ என எழுதி முடித்தான். அடுத்த நாளே கடிதத்தைப் பாரீசிலிருக்கும் தன் நண்பரும், வழக்கறிஞரும், முற்போக்காளருமான மூல் கோதீனுக்கு அனுப்பி வைத்தான். நம்பிக்கையோடு அன்று இரவு உறங்கவும் செய்தான்.

அப்பா சொன்னார்.

“எனக்கு அப்பவே தெரியும். ராஜாவோடு சூதாட முடியுமாடா? முட்டாளே! அவன் நூறு கிராமம், ஆயிரம் பசுன்னு பந்தயம் வைப்பான். தலையிலே இருக்கிறதைக் கொத்தாகப் பிடுங்கி வச்சாக்கூட ஆயிரம் மயிறு தேறுமாடா உன் தலையில்?” என்றார்.

“ஆச்சு, தை பிறந்தா வருஷம் ஒன்றாகப் போகுது. இன்னும் ஒரு தகவலும் பாரீசு பட்டணத்திலிருந்து வந்த பாடில்லை. சும்மா வீட்டிலே உட்கார்ந்துகொண்டு மொட்டு மொட்டென்று தேவாங்கு மாதிரி உறங்கறதைக் காட்டிலும் ஒரு வெற்றிலைப் பாக்குக் கடை வச்சுக்கிட்டு உட்கார். காலட்சேபமும் நடக்கும். நாலு காசு கிடைக்கும்” என்றார்.

தம்பிக்கு அதுவே சரியென்று பட்டது. ஆனால், விதி வேறாக இருந்தது. பாரீஸ் உயர்நீதிமன்றம், புதுச்சேரி நீதிபதியின் தீர்ப்பை ரத்து செய்து,

பொன்னுத்தம்பிப் பிள்ளை தன் விருப்பம்போல உடுத்திச் சப்பாத்து அணிந்து நீதிமன்றத்துக்கு வரலாம் என்று உத்தரவிட்டிருந்தது.

ஓராண்டுக்குப் பிறகு பொன்னுத்தம்பி, ஐரோப்பியர் போலவே உடுப்பும், சப்பாத்து அணிந்தும், நிமிர்ந்தும் நீதி மன்றத்துக்குள் நுழைந்தான். சுப்பிரமணிய ஐயரும், வீரபாகுவும் கண்ணீர் சுரக்கக் கட்டி அணைத்து வரவேற்றார்கள். நாடு ஷண்முக வேலாயுத முதலியார் போன்ற ஊர்ப் பிரமுகர்கள் தம்பிக்கு மாலை அணிவித்தார்கள்.

"பிள்ளை, பிரெஞ்சு ஆட்சியோடு போராட்டம் நடத்தி முதல் வெற்றி பெற்றிருக்கிறீர்கள். பிரான்சிலும் மக்களாட்சி ஏற்பட்டிருக்கிறது. நாம் விடுதலை பெற, ரொம்ப நாள் ஆகாது" என்று நெஞ்சம் விம்ம, ஷண்முக முதலியார் வாழ்த்தினார்.

நீதிபதியின் வளாகத்துக்குள் நுழைந்தான் பொன்னுத் தம்பி. நீதிபதி மாறிவிட்டிருந்தார். முந்தையவரினும் முதிய ஒருவர் நீதிபதி ஆசனத்தில் இருந்தார்.

பொன்னுத்தம்பி, "வணக்கம் கனம் நீதிபதி அவர்களே!" என்று தலை குனிந்து அவருக்கும் மன்றத்துக்கும் வணக்கம் செலுத்தினான்.

நீதிபதி அவனைப் பார்த்தார். அதே பளிங்குப் பொம்மை போன்ற செம்மை கலந்த வெள்ளை நிறம். அவரிடமிருந்து சினேகம் மிகுந்த புன்னகை வெளிப்பட்டது.

"மிஸ்யோ, பொன்னுத்தம்பி பிள்ளை! நடந்த நிகழ்ச்சிகளையெல்லாம் நான் அறிவேன். ஒன்று மட்டும் உங்களுக்குச் சொல்ல ஆசைப்படுகிறேன் பிள்ளை! முந்தைய நீதிபதி தங்களைக் குறித்துச் சொன்ன கருத்து அவருடைய சொந்தக் கருத்தே தவிர, எங்கள் தேசத்தின் கருத்து என்று தவறாகக் கருதி விடாதீர்கள். சமத்துவத்திலும், சகோதரத்துவத்திலும் எனக்கு ஆழமான நம்பிக்கை உண்டு. மனிதர்களில் உசத்தி, தாழ்த்திச் சொல்வது இறைவனுக்கே விரோதமானது என்பது என் நம்பிக்கை. தோலின் நிறம்தான் நமக்கு வேறே தவிர, அடிப்படையில் நாமெல்லாம் மனிதர்கள்தானே! வாருங்கள். எல்லா மனிதர்களையும் நாம் நேசிப்போம். நமக்கு விதித்திருக்கிற நீதியைப் பரிபாலனம் செய்கிற கடமையை முழு சித்தத்தோடு நாம் செய்வோம். என் நீதிமன்றம் தங்களை வரவேற்கிறது" என்றவாறு நீதிபதி எழுந்து தன் கைகளை பொன்னுத்தம்பியிடம் நீட்டினார்.

பொன்னுத்தம்பி அந்த நேசக் கரத்தைப் பற்றிக்கொண்டான்.

1986

யாரும் படிக்காத கடிதம்

மதிப்பிற்கும் மரியாதைக்கும் உரிய நண்பர் ராசிபுரம் ராமு அவர்களுக்கு, தங்கள் இளமைக்கால நண்பன் எஸ். நடராஜன் எழுதிக்கொண்டது.

என்னைத் தங்களுக்கு நினைவிருக்கக் கூடும் என்றே நம்புகிறேன். மறந்திருக்க மாட்டீர்கள் என்றும் நம்புகிறேன். தினமும் நூற்றுக்கணக்கான மக்களோடு பழகி, அவர்களின் குறைகளைக் கேட்டு, முடிந்த உதவிகளை அலுக்காமல் செய்கிற தங்களைப் போன்ற பிரமுகருக்கு என்னையும் ஞாபகத்தில் வைத்திருக்கச் சாத்தியமுண்டா என்றே அஞ்சுகிறேன். ஆனாலும், எனக்குள் ஒரு நம்பிக்கை, ஓர் அகல் விளக்கின் கையகல வெளிச்சம் மாதிரி, ஒரு சந்தோஷம் சமீபத்தில் வழுதாவூரில் நீங்கள் பேசிய ஒரு கூட்டத்தை நான் கேட்க நேர்ந்தது. எதிர்க்கட்சிப் பிரமுகர் ஒருவரைக் குறிப்பிட்டு, "உன் கடந்த கால வாழ்க்கையை நினைத்துப்பார். நீ நேற்று எங்கு இருந்தாய், எப்படி இருந்தாய், எவ்வாறு வாழ்ந்தாய் என்பதை மறந்து விடாதே..." என்றெல்லாம் எச்சரிக்கைச் செய்து அற்புதமாகப் பேசினீர்கள். இதன் மூலம், கடந்த கால வாழ்க்கையைத் தாங்கள் மறப்பவர் அல்லர் என்ற எண்ணம் எனக்கு உறுதிப்பட்டது. அதன் விளைவாகவே இக்கடிதம்.

இருபது வருஷத்துக்கு முந்தைய கதையைத் தங்களுக்கு நான் நினைவுபடுத்த வேண்டியுள்ளது. மன்னிக்க வேண்டும். தங்கள் தந்தையார் செஞ்சிக்குப் பக்கத்தில் ஏதோ வியாபாரம் செய்து நொடித்துப் போய், 'கெட்டும் பட்டணம் சேர்' என்ற பழமொழிக்கேற்ப நம் ஊருக்கு வந்தாராம், மனைவி நான்கு குழந்தைகள் சகிதம், பெட்டி, படுக்கை, பாத்திரங்கள் சகிதம். பஸ் ஸ்டாண்டில் நின்று எங்கு போவது என்று யோசித்துக்கொண்டிருந்த தங்கள் தந்தையாரை அதிர்ஷ்டவசமாக என் அப்பா சந்திக்க நேர்ந்ததாம். தங்கள் குடும்பத்தின் நிர்க்கதியான நிலையை உணர்ந்த

என் அப்பா, தன்னுடனேயே எல்லோரையும் அழைத்து வந்து, எங்கள் வீட்டுப் பக்கத்திலேயே உள்ள காடி கானா பகுதயில் தங்க வைத்தாராம். தங்கள் தந்தையாருக்கு என் அப்பா சிபாரிசின் பேரில், எங்கோ வேலை கிடைத்ததாம். அதுமட்டுமல்லாமல், அடுத்த மாதச் சம்பளம் வரும்வரை அரிசி பருப்பு முதலியவையும் கொடுத்து, தங்கள் குடும்பம் அங்கு தங்கி இருக்கும் வரை வாடகையே பெற்றுக் கொள்ளாமலும் இருந்தாராம் என் அப்பா.

நண்பரே! இதையெல்லாம் இங்குச் சொல்வதற்கு நான் மிகவும் வருந்துகிறேன். செய்த உதவிகளைச் சொல்லிக் காட்டுவது என்பது மனித இழிகுணங்களிலேயே கடைசிக் கழிசடைத்தனம் என்பதை நான் அறிவேன். எனினும் இதை இங்குச் சொல்லக் காரணம், இது மாதிரி உதவி கோரி வரும் கடிதங்களைத் தாங்கள் படிப்பதில்லை எனவும், இவ்வகைக் கடிதங்களுக்குத் தங்கள் பெயரில் தங்கள் செயலாளரே, படித்து 'கவனிக்கப்படும் ஆவன செய்யப்படும் உரிய நபரின் கவனத்துக்கு அனுப்பப்படுகிறது' என்றும் எழுதி அனுப்பி விடுவதாகவும் கேள்விப்பட்டேன். என் முந்தைய கடிதத்துக்கும் தங்கள் செயலாளரே கையெழுத்திட்டுக் கடிதம் எழுதி இருந்தார். அவருக்கும்கூட, எனக்கும் தங்களுக்கும் இடையே உள்ள நட்பு, அதன் நெருக்கம் தெரிய வேண்டும் என்றுதான் இவற்றையெல்லாம் நான் எழுத நேர்ந்தது.

அப்பொழுது தங்களுக்கு அதிகம் போனால் எட்டு அல்லது ஒன்பது வயதிருக்கும். எனக்கும் அதே வயதுதான். தங்களையும் தங்கள் தம்பிகள் இருவரையும் என் அப்பாதான் நான் படித்து வந்த பள்ளிக்கூடத்திலேயே சேர்த்தார். பள்ளிக்கூடத்தில் சேர்ந்த முதல் நாள் நிகழ்ச்சி, தங்களுக்கு நினைவிருக்கும் என்றே நம்புகிறேன். அப்போது நீங்கள் சடை வைத்திருந்தீர்கள். பள்ளிக்கூடத்துக்குப் புறப்படுமுன், உங்கள் அம்மா உங்களுக்குத் தலைவாரி, சடை பின்னிவிடும்போதுதான், நான் புஸ்தகப் பையைத் தூக்கிக்கொண்டு உங்கள் வீட்டுக்கு வந்தேன். எலி வால் போல் நீண்டு, முனையில் ரிப்பன் வைத்துக் கட்டப்பட்ட தங்கள் சடையைப் பார்த்து நான் திடுக்கிட்டுப் போய் விட்டேன். பள்ளிக்கூடத்தில் பையன்களின் மத்தியில் நீங்கள் என்ன பாடு படப் போகிறீர்கள் என்பதை நினைத்து எனக்கு வயிறு என்னமோ செய்தது. இருவருமே ஒன்றாகப் புறப்பட்டுப் பள்ளி சேர்ந்தோம். வாயிலை மிதித்ததுமே எனக்கு சொரேல் என்றது. பையன்கள் உங்களை உற்றுப் பார்த்துக்கொண்டும், தங்களுக்குள் என்னவோ பேசியவாறும் இருப்பதை உணர்ந்து உங்களை விட்டு இரண்டடி தள்ளி, நீங்கள் எனக்குச் சம்பந்தம் இல்லாதவர் போல் நடந்தேன். நமக்குப் பின் ஒரு கூட்டம் 'எலிவால்', 'நாய் வால்' என்று அமுங்கிய சப்தம். நீங்கள் மிரண்டு போனீர்கள். ஒரு துடுக்குப் பையன் உங்கள் ரிப்பனை இழுத்து விட்டான். அது அவிழ்ந்து தொங்கியது. எனக்கு ஓட வேண்டும்போல இருந்தது. நீங்கள் அழத் தயாரானீர்கள். ஒருவன் நிமிஷத்துக்குள் நோட்டிலிருந்து ஒரு பேப்பரைக் கிழித்து ஏரோப்ளேன் செய்து உங்களைப் பார்த்து விட்டான். அது உங்கள் கழுத்துக்கு மேல் சடையில் புதைந்து நின்றது. நீங்கள் உங்கள் பதற்றத்தில் அதைக் கவனிக்கவில்லை. நான் ஓரக் கண்ணால் அதைக் கவனித்தேன். 'யார் யாரோ தலையிலே ஆட்டுக் குட்டி மேயுது, போறவங்க வர்றவங்க சொல்லாதீங்க' என்று ஒருவன் பாடினான். ஊர்வலமாக உங்களை அழைத்துப் போய் உங்கள் வகுப்பில்

உங்களை உட்கார வைத்து விட்டு, நான் ஓடிப் போய்விட்டேன். வகுப்பின் ஜன்னல் கம்பிகளின் வழியாக, ஒரு பெருங்கூட்டம் உங்களை வேடிக்கை பார்த்துக்கொண்டிருந்தது. மறுநாளே நீங்கள் கிராப் வெட்டிக்கொண்டீர்கள்.

மாலை வேளைகளில் நாம் பெரும்பாலும் ரயில்வே ஸ்டேஷன் மைதானத்தில்தான் இருப்போம். எங்கு நோக்கினும் எருக்கம்புதர்கள் வளர்ந்து கிடக்கும். எருக்கம் பூக்களை அமுக்கி அது 'டப்'பென்று வெடிக்கும் சத்தம் கேட்டு மகிழ்வோம். மைதானத்துச் சுற்றுப்புற மதிலை ஒட்டி, குறவர்கள் குடிசைப் போட்டிருப்பார்கள்.

மைதானத்தின் குறுக்காக வெட்டிப் போகும் தண்டவாளத்துக்கு அப்பால் குட்டையில் இறங்கி மீன்குஞ்சுகள் பிடிப்போம். குளத்தை மூடி கொடியும், இலையும் ஊதாப் பூக்களும் நிறைந்து கிடக்கும். முட்டி ஆழத்தில் நின்றுகொண்டு, தண்ணீரைக் கரையில் அடிப்பதன் மூலம், ஓரம் ஒதுங்கும் மீன் குஞ்சுகள் மண்ணில் வந்து விழும். அவற்றைப் பிடித்து ஓட்டை பல்பில் போட்டுக் கொள்வோம். நூலில் கட்டி வீட்டில் தொங்க விடுவோம். சோடாத் தக்கையைத் தண்டவாளத்தின்மீது வைத்து விட்டு ஆறுமணி விழுப்புரம் ரயிலுக்குக் காத்திருப்போம். அந்த ரயில் கறுப்புத் தலையோடு நாக்கைத் தொங்கப் போட்டுக்கொண்டு, மாடு மாதிரி ஓடிக் கடக்கும். சோடாத் தக்கை மிதிபட்டுத் தட்டையாகி இருக்கும். பொத்தல் போட்டு நூலிழுத்துச் சுற்றி விளையாடுவோம். இப்போது குளம் இல்லை. அது தூர்க்கப்பட்டு, மத்திய அரசின் கிடங்கு ஒன்று அந்த இடத்தில் எழும்பி விட்டது. ஒருவரும் மீன் குஞ்சுகளைப் பிடிக்க முடியாது. அவை ஏற்கெனவே செத்துப் போய் விட்டன.

நம் வீட்டிற்கு வலப்புறத்தில் மங்கையர்க்கரசி என்கிற பெண் இருந்தாள் அல்லவா? நீங்கள், நான், அவள் மூன்று பேரும்தானே ஒரு கோஷ்டி. அவள் வீட்டு வாசல் படியின் இரண்டு புறமும் திண்ணைச் சாய்மானம் கட்டப்பட்டிருக்கும். இரண்டு குதிரைகள் நிற்பது போல் இருக்கும். ஒன்றில் நானும், மற்றொன்றில் நீங்களும் அமர்ந்துகொண்டு, 'கரிகாலன் விளையாட்டு' விளையாடுவோம். ஞாபகமிருக்கிறதா? பெல்ட் மாட்டும் கால் சட்டைப் பட்டியில், சவுக்குக் குச்சியைச் செருகிக்கொண்டு (நமக்கு அது கத்தி அல்லவா?) குதிரை மேல் உட்கார்ந்திருக்கும் பாவனையில, 'கரிகாலா! எடுத்துக் கொள் உன் வாளை! தடுத்துக் கொள் உன் சாவை!' என்று கூறிக்கொண்டே வாளை உருவுவீர்கள் நீங்கள். 'கரிகாலன் சொல்ல மாட்டான்! சொன்னால் செய்யாமல் விடமாட்டான்!' என்று நான் வசனம் பேசியபடி என் கத்தியை உருவுவேன். இருவருமே குதிரை மேல் உட்கார்ந்தபடி, சண்டை போடுவோம். நீங்கள் 'வீரப்பா' மாதிரி அபாரமாகச் சிரிப்பீர்கள். ஒருமுறை உங்கள் கத்தி இசகுபிசகாக என் வலது கண் ஓரம், காதுக் கருகில் குத்தி, இரத்தம் கொட்டத் தொடங்கியது. இந்த மங்கை ஓடிப் போய் வீட்டில் வத்தி வைக்கவே, உங்கள் அம்மாவும், எங்கள் அம்மாவும் ஓடி வந்தார்கள். ரொம்பச் சின்னக்காயம். இரத்தம் வந்தது வாஸ்தவம்தான். என் அம்மாவுக்குத் தாங்கவில்லை. 'ஐயோ என் பிள்ளை' என்று அலற, உங்கள் அம்மா உங்களைப் பிடித்து ரெண்டு சாத்துச் சாத்தினாள். ஆட்டத்தில் ஆயிரம் குண்டு உடையும். விளையாட்டில் இது சகஜம்தான். இந்தப் பெரியவர்கள் இதையெல்லாம் பெரிசாக நினைக்கிறார்கள் பாருங்கள்!

இந்த மங்கையை இப்போது பார்க்க வேண்டுமே. அந்தக் காலத்தில் எவ்வளவு ஒல்லியாக, ரெண்டு சடை போட்டுக்கொண்டு லட்சணமாக, ஒரு கன்றுக்குட்டி மாதிரி துள்ளித் திரிவாளே! இப்போது பார்க்க வேண்டும் அவளை. நான் போன வாரம் பார்க்க நேர்ந்தது. ரேஷன் கடையில் நின்றுகொண்டிருந்தாள். குப்பைக் காகித மூட்டை மாதிரி உடம்பு. எப்பவும் 'முழுகாமல்' இருப்பவள் மாதிரி வயிறு, 'என்ன நடராஜா சௌக்கியமா' என்றாள். அப்புறம் 'உன் சினேகிதன் ராமு பெரிய தலைவனாயிட்டானாமே' என்றாள் மக்கு. நாலு பிள்ளைப் பெற்றுக்கொண்டாள். ஒரு முறை குதிரையில் வீற்றிருந்த உங்களை இறங்கச் சொல்லி அவள் அடம்பிடிக்க, அதனால் நீங்கள் அவளை 'மங்கை மங்கீ... மங்கீ...' என்று திட்ட, அவள் ஓங்கித் தன் பலம்கொண்ட மட்டும் குட்டு வைக்க, நீங்கள் தலையைப் பிடித்துக்கொண்டு பல நிமிஷங்கள் உட்கார்ந்து விட்டீர்கள். கரிகாலன் விளையாட்டில் அவளை ராணியாகச் சேர்த்துக்கொண்டிருந்தும், கொஞ்சம்கூட நன்றி இல்லை, பாருங்கள் அவளுக்கு. அப்புறம் இரண்டு நாட்கள் அவளோடு நீங்கள், உங்களுக்காக நான், 'காய்' விட்டிருந்தோம். அப்புறம் அவளே வந்து நம்மிடம் 'பழம்' விட்டாள் வெட்கமில்லாமல். இந்தப் பெண்களே விசித்திரமானவர்கள். விளையாடிக்கொண்டே இருப்பார்கள். திடீரென்று கல்யாணம் பண்ணிக் கொள்வார்கள். திடீரென்று ஒரு குழந்தையை இடுப்பில் உட்கார வைத்துக் கொள்வார்கள். நம்மைப் பார்த்து 'என்னடா... ஒழுங்கா படிக்கிறியா... உம்' என்பார்கள்.

நாம் இருவரும் ஒரே வீட்டில், ஒரே கூரையின் கீழ் நாலைந்து வருஷங்கள் சேர்ந்து இருந்தோம். என் அம்மா சோறு போட, பெரும்பாலும் எங்கள் வீட்டிலேயேதான் சேர்ந்து நாம் இருவரும் சாப்பிட்டிருக்கிறோம். எங்கள் வீட்டை விட்டு, கீரைக்கடைச் சந்தில் சற்றுக் கூடுதலான வசதிகள் உள்ளதென்று, வேறொரு வீட்டிற்கு உங்கள் குடும்பம் குடி போன பிறகுதான், நண்பரே, இப்போது நான் நினைக்கிறேன், நம் இருவர் பிரிவும் தற்காலிகமானதல்ல, நிரந்தரமானதென்பதும், நாம் இருவரும் வெவ்வேறு வாழ்க்கையைத் தேர்தெடுத்துக்கொண்டு விட்டோம் என்பதும். இது தவிர்க்க முடியாததும்கூட. ஆயுள் முழுக்கச் சேர்ந்தே வாழ்ந்தாலும், கணவனும் மனைவியும் சேர்ந்தா வாழ்கிறார்கள். நட்புகூட அது மாதிரிதான் போலும்.

நான் பள்ளி இறுதி வகுப்பு வரும்போது, சில நண்பர்களைச் சேர்த்துக்கொண்டு, திரு. வி. க. படிப்பகம் தொடங்கினேன். அதே சமயத்தில்தான் தாங்கள் அந்தப் பெரிய நடிகருக்கு ரசிகர் மன்றம் தொடங்கினீர்கள். எங்கள் படிப்பகம் ஓரளவு நன்றாக நடைபெறும் தருணத்தில், தாங்கள் ரசிகர் மன்றம் தொடங்கியதன் காரணமாக, எங்கள் படிப்பகத்தில் உள்ள அத்தனை பேருமே தங்கள் ரசிகர் மன்றத்தில் சேர்ந்து விட்டார்கள். நான் ஒருவன் மட்டும் படிப்பகத்தின் புத்தகங்களை வாசிப்பவனாக ஆக்கப்பட்டேன். எப்போதாவது காலை நேரங்களில் காலைப் பேப்பர் படிக்க வரும் இரண்டு கிழங்களைத் தவிர.

அதற்குப் பிறகு நாம் சந்தித்து எப்போது? சீனப் போர் நடைபெற்றபோது படிப்பகத்தின் சார்பில், வீதி வீதியாக நிதி வசூலித்துக்கொண்டு வந்தபோது தாங்களைச் சந்திக்க நேர்ந்தது. தங்கள் வீட்டுக்கு முன்னால் கம்பம் நட்டு கொடி ஏற்றி வைப்பதற்காகத் தலைவரை எதிர்பார்த்துக்கொண்டிருந்தீர்கள்.

உங்களைச் சுற்றிக் கும்பல். முழுக்கை வெள்ளைச் சட்டையும், வேஷ்டியும் அணிந்திருந்தீர்கள். தோளில் துண்டுகூட இருந்ததாக ஞாபகம். ஒரு வளர்ந்த ஆளைப்போல நீங்கள் காட்சியளித்தீர்கள். நம்மில் முதல் வேஷ்டி அணிந்தவர் நீங்களே. என்னை நலம் விசாரித்தீர்கள். சகோதரிக்கு நல்ல இடத்தில் மாப்பிள்ளைப் பார்த்துக்கொண்டிருப்பதாகக் கூறினீர்கள். உங்கள் அம்மாகூட என்னை ‘வாப்பா’ நடராஜா, வந்து காப்பி சாப்பிடுட்டுப்போ...” என்றார்கள். உங்கள் சகோதரி தூணில் அரை முகத்தை மறைத்தபடி “வாங்கண்ணே” என்றது.

நான் பள்ளி இறுதி தேர்வு எழுதித் தேறி, மேலே கல்லூரியில் சேர்ந்து விட்டேன். நீங்கள் இறுதித் தேர்வு எழுதவேயில்லை. உங்களுக்கும் எனக்கும் உள்ள அடிப்படை வித்தியாசமே, அந்த வயதிலேயே உங்களுக்கு உங்கள் லட்சியம் பிடிபட்டு விட்டதுதான். நடந்து சென்ற பாதை உங்களை எங்கு சேர்க்கும் என்பதை நீங்கள் அறிந்திருந்தீர்கள். அதற்கான உடை, நடை, பழக்க வழக்கங்கள் ஆகிய அனைத்தையும் திட்டமிட்டு உருவாக்கிக்கொண்டிருந்தீர்கள். ஆகவே வெற்றி பெற்றீர்கள். நானோ தயங்கித் தயங்கி நடந்து, தப்போ என்று பயந்து, புறப்பட்ட இடத்துக்கே மீண்டும் வந்து நின்றுகொண்டிருக்கிறேன். இன்னும் நடக்கவே தொடங்கவில்லை. நீங்கள் ‘மரம்’ என்றதும் அதை வெட்டி, அதனால் ஆகப் போகும் மேஜை, நாற்காலி, வீட்டுக்கு விறகு— என்று தொடர்ந்து செயல்பட்டீர்கள். நான் மரம் என்றதும் அதன் அழகு, குளுமை, பச்சை உயிர் என்று யோசனையிலேயே நின்று விட்டேன். சமூகம் மேஜை நாற்காலிகளையே விரும்பி நகர்கிறது. கனவுகளை அல்ல. இதைத் தெரிந்து கொள்ள 28 ஆண்டுகள் ஆயிற்று எனக்கு.

கடைசியாக நாம் சந்தித்துக்கொண்டது நான்கு வருஷங்களுக்கு முன் அல்லவா? இந்தச் சந்திப்பை நிச்சயம் தங்களால் மறக்க முடியாதென்றே நினைக்கிறேன். கான்டினென்ட் ஓட்டலுக்கு எதிரில் கடற்கரைக் கட்டைச் சுவரில் நான் உட்கார்ந்திருந்தேன். அலை, கடலின் ஆதிக்கத்தினின்றும் தப்பித்துக்கொண்டு வெளியே வர முயன்றுகொண்டிருந்தது. கடல் அதன் கால்களைப் பிடித்து இழுத்துத் தன்னிடமே சேர்த்துக்கொண்டிருந்தது. மனிதனைப் போலவே, அலைகளாலும் தப்பித்துப் போதல் என்பது நடவாத சங்கதியாக இருக்கும். துர்ப்பாக்கியத்தை நினைத்து வருந்தியாவாறு நான் இருந்த நேரத்தில்தான் ஸ்கூட்டரை என் முன் கொண்டு வந்து நிறுத்தினீர்கள் நீங்கள்.

வண்டி புத்தம் புதுசு. எட்டாயிரம் ரூபாய் ஆகிறது என்றீர்கள். நீங்கள் எப்போதும் வெள்ளைச் சட்டைதான் அணிவீர்கள் என்பதை நான் அறிவேன். இவ்வளவு வெள்ளையாகச் சட்டை போட, சிலரால்தான் முடியும் போலும். தங்கள் எடை மிகவும் பாந்தமாக இருந்தது. தங்களைக் கண்டதும் நான் எழுந்து நின்றுகொண்டேன். தாங்கள் உட்காரச் சொன்னீர்கள். மட்டுமல்லாமல், என் பக்கத்தில் வந்து உட்காரவும் செய்தீர்கள். வீட்டார் நலத்தையெல்லாம் குறித்து விசாரித்தீர்கள். பிறகு “வா போகலாம்” என்று சொல்லி, வண்டியின் பின்னால் என்னை ஏற்றிக்கொண்டு ‘பாரு’க்குப் போனீர்கள். போகும் வழியில் நின்றுகொண்டிருந்த போலீஸ்காரர்கள், உங்களுக்குச் சல்யூட் அடித்தார்கள். மிக உயர்ந்த பானமும், முந்திரிப்பருப்பும், எலும்பு நீக்கிய கோழி இறைச்சியும் அன்று நாம் சாப்பிட்டோம்.

நான் கல்லூரியில் பி. யு. சி. முடித்தபோது, தாங்கள் அந்த வட்டத்தின் தலைவராக மாறிவிட்டிருந்தீர்கள். நான் பி. ஏ. முடித்திருந்தபோது நீங்கள் நகரத்தின் முன்னணித் தலைவர்களில் ஒருவராக மாறிவிட்டிருந்தீர்கள். அத்தோடு நான் படிப்பை முடித்துக்கொண்டு வேலைக்கு முயற்சி செய்திருக்க வேண்டும். முட்டாள்தனமாக மேலும் படிக்கப் போனேன். படித்து முடிக்கையில் தாங்கள் தலைவர்களில் ஒருவராக மட்டுமல்லாமல் தங்களுக்கென்று ஆதரவாளர்கள், சிறு தலைவர்கள் எல்லாம் இருக்கும் மிகப் பெரும் மதிப்பிற்குரியவராக உயர்ந்து விட்டீர்கள். அந்த 'பாரில்' நாம் சந்தித்தபோது தாங்கள் தலைவராகவும், நான் இன்னும் வேலை தேடுபவனாகவும் இருந்தோம்.

"சிறு வயதில் கவிதை, கதை எல்லாம் எழுதுவாயே! இப்போதும் எழுதுகிறாயா?" என்று கேட்டீர்கள்.

"எழுதாமல் இருக்க முடியவில்லை" என்று நான் சொன்னேன்.

"பைத்தியக்காரத்தனம். இதெல்லாம் வெத்து வேலை" என்றீர்கள். உண்மைதான். இருபதாம் நூற்றாண்டின் இறுதியில் தேர் செய்யும் தச்சனாகி விட்டேன். அரிவாள்மணை, கத்திப்பிடி, முக்காலி செய்திருக்க வேண்டும்.

"என்னைக்கூட எழுதச் சொல்லிக் கேட்கிறான்கள், இந்தப் பத்திரிகை ஆசிரியர்கள். எனக்குத்தான் நேரம் இல்லை" என்று அலுத்துக்கொண்டீர்கள். "தங்களால் நன்றாகவே எழுத முடியும்" என்று நான் சொன்னேன். மேடையில் அற்புதமாகப் பேசும் உங்களால் எழுத முடியாதா என்ன? அப்போது நான் சமீபத்தில் பத்திரிகையில் நீங்கள் பேசியதாகப் போடப்பட்டிருந்த வரியை எடுத்துச் சொன்னேன். 'யாதும் ஊரே யாவரும் கேளிர்' என்று வள்ளுவர் கூறியதாக நீங்கள் பேசியதாக அதில் போட்டிருந்ததைச் சொல்லி, அது வேற ஓர் ஆள், சங்க காலத்துப் புலவர் என்று சொன்னேன். தங்களுக்கு எரிச்சல் வந்து விட்டது. "சொன்னவன் யாரானால் என்ன? விஷயம் தானே முக்கியம்?" என்று நீங்கள் கேட்டீர்கள். சத்தியமான வார்த்தை பாருங்கள்! இது தெரியாமல் போய் விட்டது எனக்கு. "அது அவன் சொன்னது, இது இவன் சொன்னது என்று என்னத்துக்காகப் பிரித்துப் பார்க்கிறது? அதிகம் படித்ததால் வந்த ஆபத்து" என்றீர்கள். அதுவும் உண்மைதானே.

பாட்டிலில் பாதிக்கு மேல் சாப்பிட்டிருந்தீர்கள். இடையில் பீர் வேறு சாப்பிட்டீர்கள். பேசிக்கொண்டிருக்கும் போதே திடீரென்று சிகரெட்டால் சட்டையின் கைப்பகுதியில் சுட்டுக்கொண்டீர்கள். இரண்டு முறை அப்படிச் செய்தீர்கள். சிகரெட்டின் நெருப்பு வெள்ளைத் துணியைக் கருக்கி, பிறகு வட்டமாய் எரிந்து பொத்தல் விழுந்தது. நான் பதறிப் போய், "ஏன்... ஏன்... இவ்வாறு செய்கிறீர்கள்" என்று கேட்டேன். எனக்கு என்னவோ போல் ஆகி விட்டது. "நான் படிக்காதவன் என்றுதானே நீ நினைக்கிறாய்...!" என்று கேட்டீர்கள். சத்தியமாய் அப்படி நான் நினைக்கவேயில்லை என்று நான் சொன்னேன்.

நான், பொத்தல் விழுந்து போன தங்கள் அதி வெள்ளைச் சட்டையையே பார்த்துக்கொண்டிருந்தேன். ஏறக்குறைய நூற்று ஐம்பது ரூபாய் பெறுமானமுள்ள சட்டை வீணாகி விட்டதே என்கிற கவலையில் நான் இருந்தேன். தாங்கள் உள்ளார்த்த மௌனத்தில் இருந்தீர்கள். அப்போது, "என்னை என்னவென்று

நினைத்துக்கொண்டிருக்கிறீர்கள்? ரசிகர்கள் சக்தி என்னவென்று நான் நிரூபிக்கப் போகிறேன்...” என்று சொல்லிக்கொண்டிருந்தீர்கள். வெயிட்டரைக் கூப்பிட்டு, ‘மூன்று எக்ஸ் ரம்’ கொண்டு வரச் சொன்னீர்கள். ‘வேண்டாமே... இது போதுமே...’ என்றேன் நான். சின்னப் பையன்... உனக்கொன்னும் தெரியாது...” என்று உரிமையுடன் கண்டித்தீர்கள். கால் பாட்டில் ரம்மையும் நீங்களே கொஞ்சம் கொஞ்சமாகப் பருகி முடித்தீர்கள்.

என்னை மிகவும் மன்னிக்க வேண்டும். அடுத்து நீங்கள் செய்ததற்கும் எனக்கு அர்த்தம் விளங்கவில்லை. திடுமென மேசைக்குக் கீழே, தரையில் உட்கார்ந்துகொண்டீர்கள். தீக்குச்சிகள் துணுக்கு, எரிந்த சிகரெட்டுகள், சாம்பல், அழுக்கு எது பற்றியும் நீங்கள் கவலைப்படவில்லை. எனக்கு மிகவும் சங்கடமாகிவிட்டது. “அடடே மேல வாங்க... மேல வாங்க... நீங்க அங்கெல்லாம் உட்காரக்கூடாது” என்று மன்றாடினேன். நீங்கள் கேட்பதாய் இல்லை. எனவே நானும் கீழே தங்களுக்கு எதிரே தரையில் உட்கார்ந்துகொண்டேன். யாராவது பார்த்தால் என்ன நினைப்பார்கள் என்றிருந்தது எனக்கு.

அன்பார்ந்த நண்பரே... எனக்கு உதவுங்கள். நேரில் அன்று தாங்கள் வாக்களித்தபடி, தலைநகரில் ஏதாவது ஒரு வேலை வாங்கித் தாருங்கள். அப்பா முன்போல் இல்லை. முடங்கிப் போய் விட்டார். அக்காள் நிலைதான் உங்களுக்குத் தெரியும். குடிகாரப் புருஷன், அர்த்தமில்லாத வாழ்வு. ஒரேயடியாகக் குழந்தைகளோடு வீட்டுக்கே வந்து விட்டாள். கடைசித் தங்கைக்குக் கல்யாணம் செய்து வைக்க வேண்டும். குடும்பத்தைத் தாங்கும் பொறுப்பு எனக்கு வந்து விட்டது. ஏதாவது ஒரு வேலை வாங்கிக் கொடுத்தால், நாங்கள் பிழைத்துப் போவோம்.

என் தகுதி, பிறந்த தேதி முதலான விவரங்களையும் மனுப் போட்டிருக்கும் நிறுவனங்களின் முகவரிகளையும் இத்துடன் இணைத்துள்ளேன். தாங்கள் மனம் வைத்தால் அரை மணியில் எனக்கு விடிந்து விடும். நேரில் எனக்கு வாக்குறுதி கொடுத்ததை நிறைவேற்றுவீர்கள் என்று நம்புகிறேன்.

அன்பார்ந்த செயலாளரே, தாங்கள் இதைப் படிக்க நேர்ந்தால் தலைவருக்கும், எனக்கும் எவ்வளவு நெருக்கம் என்பதை அறியலாம். வழக்கம்போல, தாங்களே, ‘கவனிக்கப்படும்’ என்று எழுதி விடாமல் தலைவருக்கு இக்கடிதத்தைக் கொடுக்கவும்.

என் கடைசி நம்பிக்கை தாங்கள்தாம். தங்கள் பதிலை எதிர் நோக்கிக் காத்திருக்கும், தங்கள் இளமைக்கால நண்பன், எஸ். நடராஜன்.

1986

கேசவன் கல்யாணத்தின்போது

கிருஷ்ணமூர்த்தி நீங்கள் அவசியம் என் கல்யாணத்துக்கு வரணும், வேலை கீலை என்றெல்லாம் சொல்லக்கூடாது. காலையிலேயே முகூர்த்தத்துக்கு வந்துவிடணும். நம் பிரண்ட்ஸ் சர்க்கிள் எல்லாம் வரும். உங்களுக்கும் ஜாலியா பொழுது போகும். அப்புறம் மத்தியானம் சாப்பாடு. நிஜமாகவே நல்ல சாப்பாட்டுக்கு ஏற்பாடு பண்ணியிருக்கேன். கல்யாண மண்டபத்திலேயே கெஸ்ட் ரூம் இருக்கு. படுத்து ரெஸ்ட் எடுத்துக்கலாம். சாயங்காலம் ரிஸப்ஷன் வச்சிருக்கேன். அதிலேயும் நீங்க கலந்துக்கணும். ராத்திரி டின்னர் முடிஞ்சப்புறம்தான் உங்களை நான் விடுவேன் என்ன? சும்மா தலையை ஆட்டிட்டு வராம இருந்துடக்கூடாது. எனக்கு நீங்க வரலைன்னா ரொம்ப சங்கடமா இருக்கும்...

கேசவன் மூன்றாவது தடவையாக சொல்லிக்கொண்டு போனார். காப்பி வரவழைப்பதாக நான் சொல்லியும், நேரம் இல்லை என்று மறுத்துவிட்டுப் போய்விட்டார். நேரம் இருக்காதுதான். நாளை மறுநாள் கல்யாணம். மாப்பிள்ளை, பத்திரிகை கொடுத்துக்கொண்டும், நெருங்கியவர்களை நேரில் போய் அழைத்துக்கொண்டும் இருக்கிறார்.

என் மேசைக்கு மேலே ஏராளமான காகிதங்கள்... பறந்துவிடாதிருக்க பேப்பர் வெயிட்டுகள் வைத்திருந்தேன். தலைக்கு மேலே ஃபேன். நிதானமாகச் சுற்றினாலும் காற்று உஷ்ணமாக வந்துகொண்டிருந்தது. என் முதுகுக்குப் பின் ஜன்னல், எட்டிப் பார்த்தேன்.

தூரத்தில் கேசவன் போவது தெரிந்தது. வெள்ளையாகச் சுள்ளென்று அடிக்கும் வெயில். கேசவன் தலையில் கைகுட்டையைப் போட்டு மூடியிருந்தது தெரிந்தது.

அவர் வீட்டுக்கு மூன்று முறை போயிருக்கிறேன். நாலைந்து, வருஷங்களுக்கு முன்னால் முதல் முறை.

அவருக்கு மூன்று தங்கைகள். மூத்தவள் டைப்பிஸ்டாக இருந்தவள், எனக்குக் காப்பிகொண்டு வந்து கொடுத்தவள்

அவள்தான். அவளை எனக்கு அறிமுகப்படுத்தி வைத்தார். கேசவனுக்குப் பூஞ்சை உடம்பு. அவள் அவருக்கு அக்கா என்று சொல்லும் விதத்தில் இருந்தாள். முகம் அழகாகவே இருந்தாலும், முற்றிக்கொண்டு வருவது தெரிந்தது.

அவள் போன பின்னால், அவளைப் பற்றித்தான் பேசினோம்.

அப்போது அவளுக்கு மாப்பிள்ளை பார்த்துக்கொண்டிருந்தார் கேசவன். பெண்ணுக்கு வயசாகி விட்டதாகக் கூறி சில நல்ல இடங்கள் தட்டிப் போயின என்றார். சில இடங்களில் பணம் அதிகம் எதிர்பார்க்கிறார்கள் என்றார். ஆனாலும் சம்பாதிக்கிற பெண். அவளுக்காக இல்லையென்றாலும் அவள் சம்பாத்தியத்துக்காக விலை போய் விடுவாள் என்றும் நம்பிக்கையோடு சொன்னார் அவர்.

கேசவன் சொன்னபடியே அந்த வருஷத்திலேயே டைப்பிஸ்ட் விலை போனாள். அடுத்தபடியாக இருந்தவள் படிப்பும் ஏறாமல் டைப்பும் வராமல் வீட்டில் எல்லோர்க்கும் சமைத்துப் போட்டுக்கொண்டிருந்தாள்.

சராசரிக்குக் கொஞ்சம் குள்ளமான தோற்றமும், நிறமும் கொண்டவள் அவள். ஆனால் மூன்று பெண்களில் இவள், கணவனுக்குச் சௌக்கியம் தரக் கூடியவளாக இருப்பாள் என்றார். எந்தத் தடையும் இல்லாமல், எதைப் பேசினாலும் சிரித்துக்கொண்டே பேசுவது அவள் இயல்பாய் இருந்தது. மூத்தவளுக்குக் கல்யாணம் ஆன ஒன்றரை வருஷத்துக்கு அப்புறம், வாங்கியிருந்த கடன் சுமை கொஞ்சம் குறைந்த பின், இவளுக்கும் ஒரு பஞ்சாலை மேஸ்திரிக்கும் கல்யாணம் நடந்தது. இதற்குள் கேசவன் மேலும் மெலிந்து போனதாக எனக்குப் பட்டது. சொன்னேன். சிரித்துக்கொண்டார். தலையைத் தடவிக்கொண்டார். அவருக்கு நெற்றிகூடப் பெரிசாகிப் போயிருந்தது.

கடைசிப் பெண் மிஞ்சியிருந்தாள். முதல் வருஷம் ஹோம் சயின்ஸ் படித்தாள். அவளுக்குக் கணக்கு அல்லது ரசாயனம் படிக்க ஆசை. ஆனால் கணக்குப் போன்ற துறைகள், எல்லார்க்கும் கிடைப்பது அரிதாய் இருந்தது. சிவப்பாயும், ஒழுங்கான உடல் வளர்ச்சியும் ஆரோக்கியமும் கொண்டிருக்கிற, பெரும்பாலும் ஏதேனும் வாகனத்தில் வந்து இறங்குகிற பெண்களுக்கே கணக்குக் கிடைத்தது.

இந்தப் பெண் எப்போது பார்த்தாலும், வீட்டில் ரோட்டில், கல்லூரிக்குப் போகும்போது எங்கே பார்த்தாலும், நாளாகிப் போன அலுமினியப் பாத்திரம் மாதிரி சோபை இழந்து காணப்படுவாள்.

இரண்டாம் வருஷம் வருவதற்கு முன்பே, அரசு எழுதுபொருள்கள் விற்பனைப் பிரிவு குமாஸ்தா ஒருவனுக்கு அவளைக் கல்யாணம் பண்ணி வைத்து விட்டார் கேசவன்.

"படிக்க ஆசைப்படுகிறவள், அவளையாவது படிக்க வையுங்களேன்" என்று கேசவனிடம் சொல்லிப் பார்த்தேன் ஒருநாள்.

"உங்களுக்குத் தெரியாது கிருஷ்ணமூர்த்தி. இவள் பி. ஏ. பாஸ் பண்ணிட்டா எம். ஏ. படிச்ச மாப்பிள்ளையை அல்லவா தேடணும். எங்க ஜாதியில் எம். ஏ. படிச்சவன் ரொம்பக் குறைவு. இருக்கிற ஒருத்தன் ரெண்டு பேரும் கோபுரத்து மேல உட்கார்ந்துகிட்டு நம்மைக் குனிஞ்சு, பார்த்து ஈ எறும்புகிட்டே பேசறது

மாதிரி பேசுவார்கள். இவள் எனக்குப் போய் தங்கையா பிறந்திருக்காளே. அவள் தலைவிதி. அனுபவிக்க வேண்டியது தானே, விடுங்க சார்" என்று விட்டார் கேசவன்.

மிக முக்கியமான நிகழ்ச்சிகளுக்குத்தான் நான் போக முடியாத படி இக்கட்டுகள் எனக்கு வரும்.

கேசவன் கல்யாணத்துக்கும் காலையில் போக முடியவில்லை. மாலையில்தான் போனேன்.

ஏறக்குறைய ஒரு மணி நேரம் காத்திருந்த பிறகுதான் பஸ் வந்தது. பஸ்ஸில் ஏறி உட்கார்ந்த பின்னால்தான் கல்யாணப் பத்திரிகையை வீட்டிலேயே வைத்து விட்டு வந்து விட்டது ஞாபகம் வந்தது எனக்கு. பத்திரிகை தேவையில்லைதான். ஆனால் நான் போக வேண்டிய கல்யாண மண்டபத்தின் சரியான முகவரி ஞாபகத்தில் இல்லை.

வண்டி நிற்கும் இடத்தில் இறங்கி, வீட்டுக்குத் திரும்பி வந்து பத்திரிகையை எடுத்துக்கொண்டு மீண்டும் பஸ்ஸைப் பிடித்துப் போய்ச் சேர்வது சாத்தியமில்லை எனப்பட்டது. அப்படிப் போனால் டின்னருக்குப் பின்னால், நெருங்கிய உறவினர்கள் மட்டும் வெற்றிலைப் போட்டுக்கொண்டு நடந்து முடிந்து போன கல்யாணத்தைப் பற்றிப் பேசியவாறிருக்கும் நேரத்தில் அசட்டுத்தனமாகப் போய் நிற்க வேண்டியிருக்கும் என்று பட்டது.

ஆனாலும் பத்திரிகை கொடுக்கும்போது கேசவன் சொன்னது லேசாக நினைவுக்கு வந்தது.

இந்தப் பஸ்ஸில் ஏறி, இந்தக் குறிப்பிட்ட ஸ்டாப்பில் இறங்க வேண்டும் என்றார். அங்கிருந்து ரொம்பப் பக்கம் என்றார். ஆனால் எங்கு? ஒரு விஷயம் ஞாபகத்துக்கு லேசாக வந்தது. நகரத்துச் சூழலில் சாதாரணமாக இருக்காத அழகான பெயராய் இருந்தது அந்த ஸ்டாப்பின் பெயர், 'குளம்' என்று முடியும். 'என்ன குளம்?' கேசவன் சொல்லியிருந்தார்.

"வழி தேடி நீங்கள் அலைய வேண்டிய அவசியமே இல்லை... குளம் ஸ்டாப்பில் இறங்கி பத்தடி தூரம் போனால் போலீஸ் ஸ்டேஷன் வரும். அதை ஒட்டி இடது புறமாகத் திரும்பும் தெருவில் திரும்பினால் கொஞ்ச தூரத்திலேயே அந்தக் கல்யாண மண்டபம் வரும். அந்தத் தெருவில் நிறைய கல்யாண மண்டபங்கள் இருக்கும். நம்முடையதுதான் கொஞ்சம் ச்சீப்.

வண்டி போய்க்கொண்டிருக்கும் போதே, கன்டக்டரிடம் "குளம் ஸ்டாப் வந்தால் சொல்லுங்கள்" என்றேன்.

"அல்லிக்குளம் ஸ்டாப் தானே, சொல்கிறேன்" என்றதும்தான் எனக்கு நிம்மதியும் ஆசுவாசமும் ஏற்பட்டது.

கேசவன் சொன்னபடியே அல்லிக்குளம் ஸ்டாப்பில் இறங்கி கொஞ்ச தூரம் நடந்தவுடனே போலீஸ் ஸ்டேஷன் வந்தது. இடது புறமாய்த் திரும்பினேன், நடந்தேன்.

இந்த ஊரில் பெட்டிக் கடைகளைப்போலக் கல்யாண மண்டபங்களும் பெருகிக்கொண்டிருந்தன. எனக்கு எதிரே கல்யாணத்துக்குப் போய் வருகிறார்கள் எனப் பட்டுப்புடவை கசப்பில் பெண்கள் குழந்தைகளோடும் தாம்பூலப் பைகளோடும் எதிரில் வந்தார்கள்.

"எங்கே... கேசவன் கல்யாண வரவேற்பில் இருந்தா" என்று நான் கேட்கலாம். தப்பில்லை. ஆனால் ஏனோ கேட்கவில்லை.

முதலில் எதிர்ப்பட்ட கல்யாண மண்டபத்தின் வாசலில் வாகனங்களும், புதிய ஆடைகளோடு மனிதர்களும் நின்றிருந்தார்கள். என் மனசில் என்னவோ இந்த மண்டபம் இல்லை என்று தோன்றவே மேலும் நடந்தேன்.

அடுத்தாற் போல் இன்னொரு மண்டபம் வந்தது. அங்கும் வாகனங்கள், மக்கள் மைக் வழியாக தமிழ் சினிமாப் பாடல்கள். இதுவும் இருக்காது என்று தோன்றியது.

சந்தின் திருப்பத்தில் ஒரு கல்யாண மண்டபம் இருந்தது. வாசலிலேயே ஒரு சின்ன டேபிள் போட்டிருந்தது. துணி விரிப்பின்மீது சந்தனம், பன்னீர்ச் செம்பு, குங்குமச் சிமிழ், ஆரஞ்சுச்சுளை மிட்டாய்கள் வைக்கப்பட்டிருந்தன. என்னை, தயங்கி நின்ற என்னைக் கண்டு, மேசையின் பக்கத்திலே நின்றிருந்த ஓர் இளைஞனும் யுவதியும் சிரித்தபடி கும்பிட்டார்கள்.

இதுதான் கேசவன் கல்யாண மண்டபம் என்று ஏனோ சர்வ அலட்சியமாகத் தோன்றியது. உள்ளே நுழைந்தேன்.

குழந்தைகள் குறுக்கும் நெடுக்கும் ஓடி விளையாடிக் கல்யாண குதூகலத்தை அனுபவித்துக்கொண்டிருந்தார்கள். வயதானவர்கள் தங்களுக்கென்று அளிக்கப்பட்டிருந்த சௌகரியமான ஆசனத்திலிருந்து மௌனமாக வேடிக்கை பார்த்தவாறு இருந்தார்கள். இளைஞர்களும் நடுவயதுக்காரர்களும் நடந்துகொண்டும் கும்பல் கும்பலாக நின்று பேசிக்கொண்டும் இருந்தார்கள். இளம் பெண்கள் தங்கள் வெவ்வேறு ஆகிருதிகளை வெளிப்படுத்திக் கொள்ளத்தக்க தருணமாக அந்த மாலைப் பொழுதைப் பயன்படுத்திக் கொண்டிருந்தார்கள்.

ஓர் இளைஞர் என்னிடம் வந்து "இப்படி வாங்க சார்" என்று மாடிக்கு அழைத்துப் போனார். வரிசையாக நாற்காலி மேசை போட்டுச் சிலர் சாப்பிட்டுக்கொண்டிருந்தார்கள்.

"சாமி... சாரைக் கவனி..." என்று விட்டு என்னைப் பார்த்து, "சாப்பிட்டு வாங்க சார்" என்று சொல்லிவிட்டுப் போய்விட்டார்.

சாமி என்கிற இடுப்பில் துண்டும், மேலே பனியனும் அணிந்திருந்த ஒருவர் என்னை ஓர் இலைக்கு முன்னால் உட்கார வைத்தார்.

முதலில் பாலில் செய்யப்பட்ட பெங்காலி இனிப்பு பரிமாறப்பட்டது. சாப்பிட்டேன். எனக்கு பெங்காலி இனிப்புர் பிடிக்கும்.

"இன்னொன்று போடட்டுமா சார்?" என்றார் சாமி. நான் மறுக்கவில்லை.

அடுத்த படியாகப் பூந்தி போட்டார்கள். அதுவும் நன்றாகவே இருந்தது. ரசித்துச் சாப்பிட்டேன்.

காரமாக மிக்சர், உண்மையான மிக்சர். மிக்சரில் சிறப்பான விஷயம், அதில் முந்திரிப் பயிறுகள், முழு முழுத் துண்டுகளாய்க் கிடந்தன.

கேசவன் சாப்பாட்டு விஷயத்தில் பிரமாதப்படுத்தி விட்டார் என்று நினைத்தேன். மாலை டிபனே இப்படி இருந்ததெனில் இரவு சாப்பாடு எப்படி இருக்கும் என்று கணக்குப் போட்டேன். ஆச்சரியமாக இருந்தது.

கடைசி நாள் வரை கல்யாணச் செலவுக்காக, கேசவன் பணம் தேடி அலைந்து திரிந்தது எனக்குத் தெரியும். கடைசியில் எவ்வாறு பணம் கிடைத்தது? மூன்று தங்கைகளைக் கரையேற்றி, நெற்றி பின்னுக்குப் போன பின்னால் கல்யாணம் பண்ணிக் கொள்ளும் கேசவன், சந்தோஷமாக இருக்க வேண்டும் என்று மனசு சொல்லிக்கொண்டது.

கடைசியாகக் காப்பி கொடுத்தார் சாமி. கல்யாணக் காப்பி மாதிரி இல்லை. நிஜமான காப்பி.

“காப்பி எப்படி சார்...?” என்றார் சாமி.

“ஃபஸ்ட் கிளாஸ்...” என்றேன் நான்.

“சாமி தயாரிப்பாச்சே சார்! என் கையால சாப்பிட்டவங்க கல்யாணத்தை வேணும்னா மறந்துடலாம். நான் பண்ணிப் போட்டதை மறக்கக்கூடாது...” என்றார்.

திருப்தியோடு கீழே வந்தேன்.

உட்கார்வதற்கு நாற்காலிகள் அடுக்கப்பட்டிருந்தன. சிலர் உட்கார்ந்திருந்தார்கள். அதிகமாக வயதானவர்களே கையில் பெட்டி பெட்டியாக அன்பளிப்புகளை வைத்துக்கொண்டு உட்கார்ந்திருந்தார்கள்

நானும் ஒரு நாற்காலியில் உட்கார்ந்துகொண்டேன். மணமக்களுக்கு என ஒரு சோபா போடப்பட்டு அலங்கரிக்கப்பட்டிருந்தது. பக்கத்தில் மேடை. அந்த மேடையில், பார்த்துக்கொண்டிருக்கும்போதே சில பேர் ஐரோப்பிய இசைக் கருவியை எடுத்துக்கொண்டு தோன்றினார்கள். தோன்றி இசை மீட்டத் தொடங்கினார்கள்.

சுற்றும் முற்றும் எனக்குத் தெரிந்த முகம் ஏதாவது தெரியாதா என்று ஏக்கம் வந்தது. கேசவனின் மூன்று தங்கைகளில் ஒருத்தி முகமும் தென்படவில்லை. அது மட்டும் அல்ல, அவர்களின் கணவன்மார்களும் தென்படவில்லை.

மேடைக்குப் பின்னால் ஓர் அறை இருந்தது. மாப்பிள்ளையும் பெண்ணும் அங்கு இருப்பார்கள்.

உள்ளேயே போய்க் கேசவனைப் பார்த்துவிடணும்போல இருந்தது. ஆனாலும் கூச்சமாய் இருந்தது.

வந்திருந்த நபர்களின் தோரணையைப் பார்க்கும்போது முதல் முறையாக எனக்குச் சந்தேகம் ஏற்பட்டது. இது நான் வர வேண்டிய கல்யாண மண்டபம் இல்லை. இது கேசவன் கல்யாணமும் இல்லை என்று.

குப்பென்று உடம்பில் உஷ்டம் பரவி, வேர்ப்பது எனக்குத் தெரிந்தது. ஃபேனுக்குக் கீழேதான் நான் உட்கார்ந்திருந்தேன்.

மேடைக்குப் பின்புறம் இருந்த அறையில் இருந்து கோட் அணிந்த பெரியவர், அவரைத் தொடர்ந்து ஒரு பெரியம்மா இருவரும் வந்தார்கள். இவர்களுக்குப் பின்னால் இளைஞர்களும் இளம் பெண்களும் ஆரவாரமாக பெரியவர்களைத் தள்ளிக்கொண்டு வருவது போல் சோபாவை நோக்கி வந்தார்கள்.

சோபாவின் அருகில் வந்ததும், ஒருவர் ஒரு மாலையை பெரியவர் கழுத்தில் போட்டார். மற்றொரு மாலையை அவர் கையில் கொடுத்து பெரியம்மாவுக்குப் போடச் சொன்னார். பெரியவரும் சிரித்தவாறு போட்டார். அந்த வயதான, அறுபதை நெருங்கிக்கொண்டிருந்த அம்மாவின் முகம் திடீரெனச் சிவந்தது. கண்களில் லேசாக நீர் அரும்புவது போல் எனக்குப் பட்டது. அரும்பியது உண்மைதான்.

மாலை போட்டவர் பெரியவரின் கையைக் குலுக்கி வாழ்த்துத் தெரிவித்தார். அடுத்ததாக, இளைஞர்கள், பெண்கள் குழந்தைகள் எல்லோரும் அவர்கள் காலில் விழுந்து ஆசீர்வாதம் பெற்றார்கள்.

எனக்குச் சர்வ நிச்சயமாகிவிட்டது. கேசவன் கல்யாண வரவேற்பு இல்லை. யாரோ ஒரு பெரியவரின் அறுபது ஆண்டு விழா. காலையில் சாஸ்திர பூர்வமாகக் கல்யாணம் முடிந்திருக்க வேண்டும். மாலையில் நண்பர்களுக்கு இது.

எனக்கு முதலில் அவமானமாக இருந்தது. யாரோ ஒருவர் வீட்டில், அவர் அழைப்பின்றிப் புகுந்து சோறும் தின்றது போல் இருந்தது. இரண்டு தரம் வாங்கித் தின்ற பெங்காலி ஸ்வீட், முந்திரிப் பயிறு கிடந்த மிக்சர் எல்லாம் நினைவுக்கு வந்தன.

திருடனைப் பார்ப்பதுபோல என்னை யாரும் பார்க்கிறார்களா என்று நோட்டமிட்டேன். அப்படி யாரும் இல்லை.

உடனே அந்த இடத்தை விட்டு எழுந்து வந்து விடணும்போல இருந்தது. ஆனாலும் எழுந்து போகக்கூடாது என்றும் இருந்தது.

அந்தப் பெரிய மணமக்களைச் சுற்றிக்கொண்டு ஒரு கூட்டம் பரிசுப் பொருள்களைக் கொடுத்துக்கொண்டு இருந்தது. சுற்றி நின்றவர்கள் சிரிப்பைப் பூசிக்கொண்டு, சந்தோஷத்தில் அமிழ்ந்து வாரி இறைத்தாற் போல் இருந்தது. ஆனந்தம் அன்றி வேறொன்றும் அங்கு இல்லை என்பதாக இருந்தது அந்தச் சூழல்.

பெரியவர்களைச் சுற்றி நின்ற பெண்கள் அவர்களின் மகள்களாக, மருமகள்களாக இருக்கிறார்கள். ஆண்கள் மகன்களாக, மருமகன்களாக இருக்கிறார்கள்.

அந்தப் பெரியவர்களின் முகம் என்னுள் ஆழமாகப் பதிந்திருந்தது. ஒரு வெற்றிகரமான வாழ்க்கையை நடத்தின, சந்தோஷக் களைப்பு அந்த முகங்களில் இருந்தது.

உனக்கு இது, உனக்கு இது என்று பங்கிடப்பட்டு அந்தப் பெரிய தம்பதிகளுக்கு அளிக்கப்பட்ட கடமையைச் செய்து தீர்த்த அமைதி, அவர்களின் முகங்களில் இருந்தது. தொடர்பு அறக்கூடாத ஒரு பெரிய சங்கிலியில் ஒரு கண்ணியாகத் தம்மை இணைத்துக்கொண்டு தம்மோடு இன்னொரு கண்ணி இணைய இடம் கொடுத்திருக்கிற பொறுப்பு... எனக்கு மனசு நிறைவாய் இருந்தது.

பெண்கள் அந்த வயதான மணப்பெண்ணை என்ன என்னமோ சொல்லிக் கேலி செய்வது தெரிகிறது. அந்த அம்மா என்னவோ சொல்லிச் சிரிப்பதும் தெரிந்தது. யாரோ ஒரு சின்னப் பெண், ரொம்ப கிண்டலாக

என்னவோ சொல்லியிருப்பாள் போலும். அவளை அடிப்பதாகப் பாசாங்குக் கோபம் காட்டித் தன் கையை உயர்த்தினாள் அந்தத் தாய். இளையவள் சிரித்துக்கொண்டே விலக, ஒரு சிரிப்பொலி அலை அலையாகப் பரவி ஓய்ந்தது.

அடிக்க ஓங்கிய கையோடு அந்த அம்மா, இளையவள் கையில் இருந்த குழந்தையை வாங்கிக்கொண்டாள்.

நரைத்த தன் கூந்தலுக்கு மல்லிகைப்பூ வைத்திருந்தார் அந்த அம்மா. புதுப்பெண் போலவே பட்டுப் புடவை கட்டியிருந்தார்.

ஹால் முழுக்க வெளிச்சம் பரவியிருந்தது. மேலே வர்ண வர்ணப் பலூன்கள், காகிதப் பூக்கள் சூழ்நிலையை ரம்மியப்படுத்த முயன்றுகொண்டிருந்தன.

இசைக் கருவிகள் இணைந்து உரத்தக் குரல் எழுப்பின. கூட்டம் கொஞ்சம் குறைந்திருந்தது. சிரம பரிகாரமாக அந்தத் தம்பதிகள் உட்கார்ந்தார்கள். ஒரு பெண் இரண்டு டம்ளர்களில் அவர்களுக்குக் குடிக்கக் கொண்டு வந்து கொடுத்தாள்.

நான் எழுந்து அவர்களை அணுகினேன். நான் புதியவன் என்கிற பாவமே அந்தப் பெரியவரிடம் இல்லை. நான் நீட்டிய கைக்குள் அவர் தன் கையை இணைத்துக்கொண்டார். அந்த அம்மாவின் காதுப் பொட்டில் வியர்வை துளிர்த்திருந்தது.

வாசலில் தாம்பூலம் கொடுத்தார்கள். பெற்றுக்கொண்டு வெளியே வந்தேன்.

இருட்டியிருந்தது.

வாசலை ஒட்டி நரிக்குறவர் கூட்டம் ஒன்று இரைந்து பேசிக்கொண்டு காத்திருந்தது.

கேசவன் கல்யாணத்துக்குப் போக முடியாததில் எனக்கு வருத்தம் இல்லை. ஆனால் அவருக்கு இருந்ததைப் பின்னால் அறிந்தேன்.

1986

கருப்பட்டி

மூத்து, உப்பளம் திடலுக்கு வந்து சேர்ந்தபோது, கூட்டம் தொடங்கி நடந்துகொண்டிருந்தது. திடலின் வாசலிலேயே நின்றான் அவன். உள்ளே நுழைய முடியவில்லை. கூட்டத்தைப் பிளந்துகொண்டு செல்வது சாத்தியமில்லை. உட்கார்ந்திருந்தவர்களே லட்சக் கணக்கானவர்கள். நின்றவர்கள் தொகை அதற்கு நிகராய் இருந்தது. வெகு தூரத்தில் இருந்தது மேடை. அதில் அமர்ந்திருந்தவர்கள் வெறும் நிழல் உருவம் போல் தெரிந்தார்கள். பத்தடிக்கு ஒரு டியூப் லைட் போட்டு வெளிச்சத்தை வாரி இறைத்திருந்தார்கள். மனித தலைகள் தொடக்கமும் முடிவுமின்றி வியாபித்திருந்தன. முண்டி முண்டிக் கொஞ்சம் கொஞ்சமாகக் கடந்து, நிற்பவர்களின் முதல் வரிசைக்கு வந்து நின்றான்.

மேடையில், கலை உலகின் இரண்டு துருவங்கள் என்று கருதப்பட்ட ராமநாதனும், விநாயகனும் இணைந்து பக்கம் பக்கமாக உட்கார்ந்திருந்தார்கள். வரலாற்றுச் சிறப்பு மிக்க நிகழ்ச்சி என்று இதைப் போஸ்டர்களில் சொல்லி இருந்தார்கள். பேசிக்கொண்டிருந்தவர் உட்கார்ந்ததும், கூட்டத்தில் சலசலப்பு எழுந்தது.

ராமநாதன் பேச எழுந்தார். மாலை மற்றும் பொன்னாடை அல்லது கதராடை போர்த்தவும் பலர் மேடையை நோக்கி விரைந்தனர். மாலை போட்டு முடிய மணிக்கணக்கில் ஆகும் போல் இருந்தது. ஒரு பெரும் பகுதி ரசிகர்களைபேசி முடித்தபிறகு போட்டுக் கொள்ளலாம் என்று தடுத்து நிறுத்தினார்கள். அப்புறம் ராமநாதன் மைக்குக்கு முன்னால் வந்து நின்று, “என் உயிரினும் மேலான உத்தம உடன் பிறந்தோர்களே…” என்று ஆரம்பித்தார். அதற்குக் கூட்டம் கைதட்டி ஆரவாரித்தது. அப்புறம் “கலைத்தாயின் மூத்த புதல்வனும் என் அம்புத் தம்பியும், நடிப்பில் ஈடு இணையற்ற இமயமும் ஆன ஆருயிர் விநாயகமே” என்று

விநாயகத்தை விளித்ததும் கூட்டம் எல்லை இல்லாத உணர்ச்சிப் பெருக்கை எய்தி, மெய் சிலிர்த்து கோஷமிடலாயிற்று. தொடர்ந்து ராமநாதன் பேச முடியாத அளவுக்குப் பெரும் சப்தம் ஏற்பட்டது. கூட்டத்துக்குத் தலைமை வகித்த முதுபெரும் சுதந்திப் போராட்டத் தியாகியும், பல வருஷங்களைச் சிறையில் கழித்தவரும், அதன் காரணமாகக் குடும்பத்தையும் உறவையும் இழந்தவரும், தியாகிப் பென்ஷன் நூற்று ஐம்பது ரூபாய்க்குக் கடந்த ஆறு ஆண்டுகளாக முயற்சி செய்து வருபவருமான தியாகராஜன் மைக்குக்கு முன்னால் வந்து நின்று "அமைதி அமைதி" என்று தொண்டை வரளக் கத்திய பிறகே கூட்டம் அமைதியடைய, தொடர்ந்தார் ராமநாதன்.

"இன்று முதல் நாங்கள் இரட்டைக் குழல் துப்பாக்கியாகச் செயல்பட இருக்கிறோம். எங்களைப் பிரிக்க நினைத்துச் செயல்பட்ட சதிகாரக் கூட்டத்தின் சூழ்ச்சி, இன்றோடு தவிடு பொடியாயிற்று. ஒரு தாய் வயிற்றுப் பிள்ளகளைப் பிரிக்க நினைத்த சதிகாரர்களே! சூழ்ச்சிக்காரர்களே! உங்கள் முகத்திரை இதோ இப்போது கிழிகிறது..." என்று அந்தச் சதிகாரர்கள் முன்னால் நிற்பதாகப் பாவித்துக்கொண்டு கடுங்கோபத்தோடு அவர்களைச் சாடத் தொடங்கினார். அவரினும் கடுங்கோபம் கொண்ட அவரது ரசிகர்களும், உடன் விநாயகத்தின் ரசிகர்களும் சேர்ந்து உச்சமான ஆரவாரத்தோடு, கை தட்டி முழங்கினார்கள்.

முத்து கூட்டத்தை விட்டு விலகி வெளியே வந்தான். திடலின் ஓரத்தில் சோடாக் கடையில் ரங்கனும், சீனிவாசனும் சர்பத் குடித்தபடி சிரித்துப் பேசிக்கொண்டிருந்ததைப் பார்த்தான். தன்னை அவர்கள் பார்த்துவிடக் கூடாது என்று நினைத்து எதிர்த்திசையில் நடந்தான். ரங்கனும், சீனிவாசனும் போன வாரம் வரை வெட்டுப்பழி, குத்துப்பழி என்று ஒருவரையொருவர் பகைத்துச் சுற்றி வந்தார்கள். ரங்கன் ராமநாதனின் ரசிகன். சீனிவாசனோ விநாயகத்தின் ரசிகன. சினிமா கொட்டகைகளிலும், அரசியல் கூட்டங்களிலும், பொது இடங்களிலும் பலமுறை ஒருவரையொருவர் அடித்துக்கொண்டிருக்கிறார்கள். கடுமையாகத் திட்டிக்கொண்டும் இருந்திருக்கிறார்கள். ரங்கன், "தொப்பை நடிகனின் ரசிகப் பெருமக்களே, உங்களுக்கு வேட்டி ஒரு கேடா" என்று போஸ்டர் ஒட்டும்போது, சீனிவாசனும் இந்த முத்துவும் இன்னும் சில சகாக்களோடும் போய் அவனை இழுத்துப் போட்டு உதைத்து, போஸ்டரைக் கிழித்துப் போட்டிருந்தார்கள். அந்த ரங்கனோடு இந்த சீனிவாசன் வெட்கமில்லாமல் எப்படி இணைய முடிந்தது?

முத்துவுக்குத் தாங்க முடியாத மனச் சஞ்சலம் ஏற்பட்டது. செத்துப் போன கருப்பட்டி நினைவுக்கு வந்தான்... விநாயகம் நடித்த படம் ராஜா தியேட்டரில் நேற்று வெளியாகி இருந்தது. தியேட்டருக்கு எதிரே பிளாட்பாரத்தில் நின்றுகொண்டிருந்தார்கள் முத்துவும் கருப்பட்டியும். கணக்குப்படி இது ஐந்தாவது ஷோ. நேற்று மூன்று ஷோக்கள் நடந்து இன்று மூன்று மணி ஆட்டமும் முடிந்து, ஆறுமணி ஆட்டத்துக்கு டிக்கெட் கொடுத்துக்கொண்டிருந்தார்கள். ஆண்களும் பெண்களும் கியூவில் நின்று டிக்கெட் எடுத்துக்கொண்டிருந்தார்கள். ரிலீஸ் ஆகி இரண்டாம் நாள், இருந்தும் பரபரப்பே இல்லை. படத்தைப் பற்றி வெளியேயும் நல்ல பேச்சு இல்லை.

கருப்பட்டி அடிக்கடி மேனேஜர் ரூமுக்குச் சென்று நிலவரத்தைக் கவனித்துக்கொண்டு வந்தான். மூன்று மணி ஆட்டத்துக்குப் பதினைந்து உயர்வகுப்பு டிக்கெட்டுகள் மீந்து போய், ஹவுஸ் புல் போர்டுபோட மூன்றே கால் மணி வரை மேனேஜர் சம்மதிக்கவில்லை. படம் ரிலீசான இரண்டாம் நாளே ஹவுஸ்புல் போர்டு போடவில்லையானால், அது அண்ணன் விநாயகத்துக்குத்தான் எவ்வளவு பெரிய அவமானம். அவர் பெயரால் இயங்குகிற 'வீரத் திருமகன்' விநாயகம் ரசிகர் மன்றத்துக்கும் அவமானம். அதோடு முத்து, கருப்பட்டி போன்ற எண்ணற்ற ரசிகப் பெருமக்களுக்கும் அவமானம். எல்லாவற்றுக்கும் மேலாக, கொஞ்ச தூரத்தில், ராமநாதன் ரசிகர் மன்றத்து ஆட்கள், தங்களை ஓரக்கண்ணால் கவனித்துக்கொண்டு தங்களுக்குள் கேலி பேசிக்கொண்டிருப்பதையும், முத்துவும் கருப்பட்டியும் கவனிக்கத்தான் செய்தார்கள். உடனே கருப்பட்டி முத்துவிடமிருந்து சைக்கிளை வாங்கிக்கொண்டு 'தோ வர்றேன்' என்று கூறி விட்டு ஓடினான். அடுத்த பத்து நிமிஷங்களுக்குள் வேர்த்து வடிய திரும்பி வந்தான். அவனிடம் பணம் இருந்தது.

"ஏதுடா பணம்..."

"அம்மா வாடகைக் கொடுக்க வச்சிருந்த பணம். அவசரத்துக்குப் புரட்டிக்கலாம்னு வந்தேன். அண்ணனுக்கு உதவாத பணம் வேற எதுக்கு?" என்றான் கருப்பட்டி.

கொண்டு வந்த பணத்தைக்கொண்டு மீந்திருந்த பதினைந்து டிக்கட்டுகளையும் வாங்கி, ஹவுஸ்புல் போர்டை போடச் செய்தான் கருப்பட்டி. அப்புறம்தான் ராமநாதன் ஆட்கள், கரியைப் பூசிக்கொண்டு நகர்ந்தார்கள்.

கருப்பட்டிக்கு மகா எரிச்சல். அண்ணன் படம் ஓடாததற்கு மட்டும் இல்லை. இதற்கு முன் வந்த 'அம்மாவா அண்ணியா' படம்கூட ஓடவில்லைதான். ராமநாதன் நடித்து வெளி வந்த 'தாயே தெய்வம்' பிரமாதமாக ஓடிக்கொண்டிருந்ததே அவனது எரிச்சலுக்குக் காரணம். வெற்றி வெற்றி என்று 50ஆவது நாள் போஸ்டர் வேறு ராமநாதன் படம் போட்டு ஊர் முழுக்க ஒட்டியிருந்தார்கள்.

ராமநாதன் ரசிகர்கள், அண்ணன் படம் ஓடும் தியேட்டருக்குள் வந்து செய்கிற அட்டகாசம் வேறு கருப்பட்டிக்கு வருத்தத்தைத் தந்தது. படம் ஆரம்பித்துப் பத்து நிமிஷத்துக்கெல்லாம், ஒருவர் 'ஐஸ்மோர்' என்று கத்தினான். ஜனங்கள் சிரித்தார்கள். அப்புறம் இன்டர்வெல்லுக்குப் பிறகு, கலாட்டா உச்சக் கட்டத்தை அடைந்தது. படம் ஓடிக்கொண்டிருக்கும் போதே, "மகாத்மா காந்திக்கு ஜே" என்று கோஷம் போட்டார்கள். போதாதென்று, சோடாக்கடையில் சீனிவாசனுடன் சிரித்துப் பேசிக்கொண்டிருக்கிற இதே ரங்கன்தான், 'ஈயம் பித்தளைக்குப் பேரிச்சம் பழம்' என்று குரல் கொடுத்தான். கொட்டகையே சிரித்தது.

இதையாவது பொறுத்துக் கொள்ளலாம். இந்த ரங்கன் அண்ணன் படம் 'அம்பேல்' என்றும் 'ஊத்திக்கொண்டது' என்றும் பிளாட்பாரத்தில் சக நண்பர்களிடம், போகிறவர்கள் வருகிறவர்களிடம் கூறியதோடல்லாமல், உற்சாகம் தலைக்கேறி, பேன்ட்டை அவிழ்த்துக்கொண்டு அத்தனை ஆண்களும் பெண்களுமான பாதசாரிகளுக்கு முன்னால் நாட்டியம் ஆடினான்.

கருப்பட்டி என்பது அழகர்சாமிக்கு வந்த காரணப் பெயர். கன்னங்கரேல் என்று இருந்தமையால் இந்தப் பெயரை அவன் பெற்றான். பிள்ளைப் பருவத்தில் வந்த வாதம் காரணமாக, கால் சூம்பியும், அகன்றும் இருக்கும். விந்தி விந்தித்தான் நடப்பான். தவிரவும், முதுகில் வேறு மூட்டை வைத்தாற்போல நிரந்தரமாகி விட்ட ஒரு கூனல். எதையோ கீழே போட்டுக் குனிந்து தேடிக்கொண்டிருப்பவன் நிமிர்ந்து பார்ப்பது போல் காட்சி அளிப்பான். நினைவு தெரிந்த நாள் முதல் அண்ணன் விநாயகத்தின் ரசிகனான கருப்பட்டியின் சேவையைக் கருத்தில்கொண்டு பேட்டைக் கிளைச் செயலாளனாகவும் அவன் பதவி அளிக்கப்பட்டுக் கௌரவிக்கப்பட்டான். ஆண்டு தோறும் அண்ணன் பிறந்தநாளின்போது மன்ற ரசிகர்களைப் பஸ் வைத்து அழைத்துப் போய், அண்ணனுக்குத் தரிசனம் பண்ணி வைப்பவனாகவும் இருந்தான். அதோடு, அண்ணன் படம் ரிலீசாகிறபோது, கொடி கட்டுதல், பேனர் வைத்தல் போன்ற நற்பணிகளிலும் அயராது ஈடுபட்டிருந்தான். இது போன்ற காரியங்களுக்கே நேரம் போதாமல் இருந்த அவன், இந்த ('இன்னும் செத்துத் தொலைக்காத') அம்மாவின் தொந்தரவு தாங்க முடியாமல், ஒரு சோடாக் கம்பெனியில் வேலை பார்த்தான். முதலாளிக்கு டீ, சிகரெட் வாங்கி வந்த கணக்கில், ஏதோ 'கோல்மால்' பண்ணிச் சில்லறை ஒதுக்கிப் பீடி வாங்கிக்கொண்டான் என்று முதலாளி கன்னத்தில் அறையவே, அதையே சாக்காகக்கொண்டு வேலையை விட்டு விட்டான். கொஞ்ச நாள் சில்லறைக்குக் கஷ்டப்பட்டுத் திண்டாடிக்கொண்டிருந்ததால், மீண்டும் தன் பழைய தொழிலுக்கே திரும்பினான்.

ஒதியஞ்சாலை முக்கில், கிளி ஜோஸ்யம் பார்த்தான். இந்தத் தொழிலில் அவன் குருநாதர் எல்லப்பன். அவனிடம் தொழிலுக்குத் தயார் படுத்தின மூன்று பச்சைக்கிளிகள் இருந்தன. ஒன்றை விலை பேசி, ஒரு வாரத்துக்குள் பணம் கொடுத்து விடுவதாகச் சொல்லி எடுத்து வந்தான். அங்கே இங்கே மரச் சட்டங்கள் தயார் பண்ணி, கூண்டு செய்தான். ஓரம் நெல் போட்டு வைக்க இடம். அஞ்சு பைசாவில் ஓர் அழுகின கொய்யாப்பழமும் நெல்மிஷின் உடையாரிடம் தலையைச் சொறிந்து குத்து நெல்லும் தயார் பண்ணிக்கொண்டான். தொழிலுக்கு எல்லாம் ரெடி. ஒதியஞ்சாலை முக்குக்கு வந்து விட்டான்.

எல்லப்பன் பெரிய மனது பண்ணி கொடுத்த, ராமர் சீதை அநுமார், முருகன், மகாவிஷ்ணு படங்களுடன் அச்சிட்ட ஜோஸ்யர் செய்யுள்கள் அடங்கின சீட்டை அடுக்கி 'வா ராஜா வா' என்றான். இறந்த, நிகழ், எதிர் காலங்களாகிய மூன்று காலங்களையும் சொல்லும் கருப்பட்டிக்கும் ஆள்கள் கிடைக்கத்தான் செய்தார்கள். நாளுக்கு ஆறு முதல் பத்து வரைகூடக் கிடைக்கத்தான் செய்தது. அதிலும் மண் போட்டான் ரங்கன்.

ஒரு வெள்ளிக்கிழமை காலை, பிள்ளையாரைக் கும்பிட்டு விட்டுக் கடையை விரித்தான் கருப்பட்டி. பூவரச மரநிழல் குளுமையில், சின்னப் பாயை விரித்து, அட்டைகளை அடுக்கி வைத்தான். கீகீ என்ற கிளிக்கு நெல் கொடுத்தான். ஒரு நடு வயது அசலூர்க்காரர் வந்து முழங்காலில் குந்தினார். கூட்டைத் திறந்து கிளியை வெளியே விட்டான். அது இங்கும் அங்கும் பராக்குப் பார்த்து விட்டு சோம்பேறித்தனமாக மூன்று சீட்டுகளை

எடுத்துக் கீழே போட்டு விட்டு, நாலாவது சீட்டை எடுத்து கருப்பட்டியின் பக்கம் போட்டது.

உறையில் இருந்து வெளியே வந்தவர் அனுமார்.

''கேளப்பா மானிடனே கேளு கேளு
கெடுமதியார் சூழ்ச்சியெல்லாம் போகும் பாரு
வேளைப்பா வந்ததுப்பா கொஞ்சம் நாளில்
வீட்டுக்கு வருகுதுப்பா நல்ல சேதி...''

என்று படித்துக்கொண்டிருந்தவனை, "தலைவரே" என்ற குரல் வெட்டியது. நிமிர்ந்து பார்த்தான் கருப்பட்டி. கட்டையன் நின்றிருந்தான்.

கருப்பட்டிக்குப் 'பக்'கென்றது. கட்டையன் பேட்டையில் பெரிய "பிஸ்தா" என்று பெயர் பெற்றவன். கட்சியிலும், ராமநாதன் ரசிகர் மன்றத்திலும் செல்வாக்குப் பெற்றவன். எடுத்த எடுப்பில் எதிராளியின் மூக்கின் மேல் குத்துவதில் பெயர் பெற்றவன்.

"என்ன..." என்றான் கருப்பட்டி.

"ஜோஸ்யம் பார்க்கணுமே..." என்றவாறு நாலணாவைத் தூக்கி அவன் மேல் போட்டான் கட்டையன்.

காசை எடுக்காமல், "யார் பேருக்கு..." என்றான், கருப்பட்டி.

"விநாயகம் பேருக்கு..."

"ஊம்..."

"அதாம்பா உங்க அண்ணன் விநாயகம் பேருக்கு... ஏன் அவரு படம் ஒவ்வொன்னும் ஊத்திக்கிட்டுப் போவுது. அண்ணன் எப்போ எழுந்திருச்சி நிக்கப் போறாரு... இப்போ வந்திருக்கிற படம் ஒரு வாரம் ஓடுமா, இல்லே ரெண்டு வாரம் ஓடுமா... இல்லே கொட்டாயை விட்டே ஓடுமான்னு பார்க்கணும்... உன் கிளியைக் கேளேன்..."

கட்டையனின் வாயிலிருந்து குப்பென்று கஷாய வாசனை வந்தது. அவன் கண்கள் வேறு சிவந்து போயிருந்தன.

"தோ பாரு கட்டையா... வெள்ளிக்கிழமை காலையில் முதல் கிராக்கி. இப்போத்தான் கடையை தொறந்திருக்கேன். கலாட்டா பண்ணாதே..."

"கலாட்டா இன்னாப்பா கலாட்டா... நீ சோசியம் பாக்கிறேன்னு கடை வச்சிருக்கே. உங்க வாத்தியார் படம் ஓடுமா ஓடாதான்னு சோசியம் கேக்கிறேன். இதுக்குப் பேரு கலாட்டாவா?" என்றான் கட்டையன்.

"நீ இன்னாபா நினைச்சுக்கினு இருக்க. நீ ஒரு கட்சி. நான் ஒரு கட்சி. நீ ராமநாதன் ரசிகன். நான் விநாயகம் ரசிகன்... நமக்குள்ள கொள்கை வித்தியாசம் இருக்குன்னா, அதை கொட்டாய்ல வந்து காமி... தொழில் பண்ற இடத்துல வந்து காமிக்காதே."

"நான் இன்னா வந்து உங்கிட்டே வந்து காமிக்கிறது..." என்று சொன்ன கட்டையன், ஆபாசமான கெட்ட வார்த்தைகளோடு பேசத் தொடங்கினான்.

"என்னடா சொன்னே..." என்றவாறு கருப்பட்டி எழுந்தான். அதற்குள் கட்டையன் எட்டி கிளிக் கூண்டை உதைத்தான். நெல் மணிகள் சிதறின. சீட்டுகள் கலைந்து தூரப் போய் விழுந்தன. கூண்டிலிருந்து வெளி வந்த பச்சைக்கிளி, பறக்கவும் இயலாது, திகைத்துப் போய் கீச்கீச் என்றது.

முத்து வீட்டுக்கு அன்றைய ராத்திரி ஒன்பது மணி அளவில் வந்து சேர்ந்தான் கருப்பட்டி. கையில் ஒரு பிளாஸ்டிக் பக்கெட் கொண்டு வந்திருந்தான். இருவரும் கிளம்பினார்கள். கோவிந்த சாலைத் தோப்பு வழியாகப் புகுந்து ஓணான் குளம் வந்து சேர்ந்தார்கள்.

"மணியாகல்லே... கொஞ்ச நேரம் இப்படிக் குந்துவோம்" என்றான் கருப்பட்டி. ஒரு தென்னை மரத்தின் மறைவில் பக்கெட்டை வைத்தான். இருவரும் குளக்கரையில் உட்கார்ந்துகொண்டார்கள்.

கருப்பட்டி, பீடியை எடுத்துப் பற்ற வைத்துக்கொண்டான். அந்த நேரத்திலும் குளத்தில் இருவர் குளித்துக்கொண்டிருந்தார்கள். குளித்து விட்டுப் படியேறி வந்தவர்கள், கரையில் இருவர் உட்கார்ந்திருக்கிற உணர்வேயின்றி சாவதானமாக உடம்பைத் துவட்டிக்கொண்டு, அப்புறம் துண்டை இடுப்பில் கட்டிக்கொண்டு கிளம்பினார்கள்.

கருப்பட்டி குளத்தில் இறங்கி முகம் கை கால் கழுவிக்கொண்டு வந்தான். மீண்டும் ஒரு பீடியை எடுத்துப் பற்ற வைத்துக்கொண்டான். பிறகு இருவரும் கிளம்பினார்கள். கல்வே பங்களாவுக்கு அந்தப் புறம் தரிசாகக் கிடந்த நிலங்களிலும், அதை ஒட்டிய புல் முளைத்த கட்டாந்தரையிலும் பகலில் மாடு மேய்வது வழக்கம்.

கருப்பட்டியும் முத்துவும் சாணி பொறுக்கி, பக்கெட்டில் போடத் தொடங்கினர். அரை நிலா வானத்தில் உடைத்துப் போட்டது மாதிரி கிடந்தது. ஆகவே வெளிச்சம் இருந்தது. அந்த வெளிச்சத்திலேயே, பகலில் போடப்பட்டு வெயிலில் காய்ந்து தட்டையாய், சருகாய் ஆன சாணியை எடுத்து பக்கெட்டில் நிரப்பிக்கொண்டார்கள். மாடுகள் மேய்வதே அன்றி மனிதர்களும் உபாதைகளுக்கு அங்கே உட்கார்வது வழக்கம்தான்.

"ஐயையோ..." என்று கூவினான் கருப்பட்டி.

"என்னடா..."

"நரகலை கையால எடுத்துட்டேன்..."

"கழுவிட்டாப் போச்சு... உடு..."

பக்கெட்டை எடுத்துக்கொண்டு மெயின் ரோடுக்கு வந்தார்கள். ஆயில் மில்லை ஒட்டியிருந்த தண்ணீர்க் குழாயில் பக்கெட்டை வைத்து அது நிறையத் தண்ணீர் அடித்தான் கருப்பட்டி. பிறகு கையை விட்டு நன்றாகக் கலக்கி விட்டான். பக்கெட்டை, குழாய் மதிலுக்குப் பின்னால் யாரும் பார்த்தால் சட்டென்று தெரியாதவாறு பதுக்கி வைத்தான். அங்கிருந்து நடந்து பப்பு நாயர் டீ கடைக்கு வந்தார்கள். உச்சஸ்தாயில் சிலோனைக் கத்த விட்டிருந்தான் நாயர். பெஞ்சில் உட்கார்ந்துகொண்டார்கள்.

"ஸ்டிராங்கா, தண்ணி கம்மியா, மலாய் தூக்கலா ரெண்டு டீ போடுய்யா நாயரே" என்றான் கருப்பட்டி.

நாயர் டீ போட்டுக்கொண்டே பேசினான்.

"என்னப்பா கருப்பட்டி உங்க வாத்தியார் படம் ஊத்திக்கிச்சாமே."

"எந்த பேமானி சொன்னான்? படம் வந்தே ரெண்டு நாள்கூட ஆவல்லே..."

"ரெண்டாவது ஷோவிலேயே தெரிஞ்சுக்கலாமே... ஜனங்க நல்லா பேசிக்கலையேப்பா."

நாயர் உண்மையைத்தான் சொன்னான். அதனாலேயே கருப்பட்டிக்கும் எரிச்சலாய் இருந்தது.

முத்து சொன்னான்.

"சில படம்லாம் ரெண்டாவது மூனாவது வாரம்கூட பிக்கப் ஆவும்பா."

"ஆனா சரி..." என்றான் நாயர், குறுஞ்சிரிப்புடன். டீயைக் கொண்டு வந்து இருவரிடமும் தந்தான்.

கருப்பட்டிக்கு டீ கசந்தது. அது ஸ்டிராங் அதிகமானதாலோ, சர்க்கரை கூடுதல் ஆனதாலோ இல்லை.

முத்து தொடங்கினான்.

"ராமநாதன் படம் பாத்தியா நாயர்"

"பார்த்தாச்சு"

"படம் எப்படி?"

"டாப். நூறு தினம் ஓடும்."

கருப்பட்டி சொன்னான்:

"நீ மலையாளி. உனக்கு ராமநாதன் படம்தாம்பா பிடிக்கும். தமிழன் படம் பிடிக்காதே..." என்றான்.

"கருப்பட்டி, இதானே வேணாங்கறது. கட்ட பொம்மனை நான் பத்துவாட்டி பார்த்திருக்கேம்பா. பாசமலரை இருபது வாட்டிப் பார்த்திருக்கேன். நம்மகிட்ட சொல்லாதே. அது மாதிரி ஆளு நான் இல்லே."

நாயர் சீண்டப்பட்டு விட்டது குறித்துக் கருப்பட்டிக்குத் திருப்தியாக இருந்தது. தொடர்ந்தான்:

"நாயர்... நான் ஒண்ணும் தப்பா சொல்லலே, உங்களுக்கு இருக்கிற இன உணர்வு தமிழனுக்கு இல்லேங்கறதை நினைச்சா வருத்தமா இருக்கு..."

இரண்டு ஆட்கள் சைக்கிளிலிருந்து வந்து இறங்கி டீ சாப்பிட வந்தார்கள். பேச்சு அத்தோடு அறுந்தது. கருப்பட்டி பீடியைப் பற்ற வைத்துக்கொண்டான்.

துப்பப்பட்ட தாம்பூலம்போல, இரண்டாம் ஆட்டம் விட்டு ஜனங்கள் வீதியில் வழிந்தார்கள். செக்கு மேட்டுக் கொட்டகைகூட விடப்பட்டது. ஜனங்கள் டீ கடையை மொய்த்தார்கள். பிறகு வீட்டை நினைத்துக்கொண்டு ஓடினார்கள்.

தெருவில் ஜனப் போக்குவரவு முற்றிலும் நின்று விட்டதுபோல இருந்த சமயத்தில் முத்துவும் கருப்பட்டியும் கிளம்பினார்கள். குழாயடிக்குப் போய் பக்கெட்டை எடுத்துக்கொண்டு நடந்தார்கள்.

404 ★ பிரபஞ்சன் கதைகள் தொகுதி - 1

நிலா இவ்வளவு பிரகாசமாக இருப்பது சங்கடமான விஷயம்தான். ஆனால் சாகஸம் செய்வது என்று இறங்கி விட்டால் இதெல்லாம் எதிர்கொள்ளப்பட வேண்டிய விஷயம்தான். கூடுமான வரை தெருவை விட்டு ஒதுங்கியவாறு வீட்டு நடைபாதைகளின் இருட்டை ஒட்டி நடந்து போனார்கள். முருகன் தியேட்டருக்குப் பக்கத்துச் சுவரை அடைத்துக்கொண்டு போஸ்டர்கள் ஒட்டப்பட்டிருந்தன. ஒவ்வொன்றிலும் ராமநாதன் கத்தியை உயரத் தூக்கிப் பிடித்துக்கொண்டு, மரத்தின் மேல் ஏறி நின்றுகொண்டு, இடுப்பில் கையை வைத்துக்கொண்டு வெற்றி வீரனாக நின்றான். தவிரவும், தனியாக ராமநாதன் ரசிகர் மன்றத்துப் போஸ்ட்டர் வேறு, தொப்பை ரசிகர்களே! எங்கள் அண்ணனின் வெற்றியைக் கண்டு வேதனைப்படாதீர்கள். இனியாகிலும் மனம் திருந்தி, மன்னிப்பு கேட்டு, எங்கள் அண்ணனின் காலைக் கண்ணீரால் கழுவுங்கள்" என்று கருப்பட்டிக்கு அறைகூவல் விட்டது. பக்கெட்டில் கைகளை விட்டு, இரண்டு கைகளால் அள்ளியெடுத்து ராமநாதன் முகம், மார்பு மற்றும் போஸ்டர் முழுதும் சாணியைத் தடவிப் பூசினான். நாற்றம் கருப்பட்டியாலும் சகிக்க முடியவில்லை. முத்து காவல் பார்த்தான். யாராவது வருவது தெரிந்தால் கனைத்துக் குறிப்புச் சொல்ல வேண்டியது அவன் பொறுப்பு.

அடுத்தது செட்டித் தெரு முக்கில், ஆளுயர கட்அவுட் இருந்தது. ராமநாதன் மாலை அணிந்து நிற்கிற கட்அவுட். அதை நெருங்கியதும் கொஞ்சம் நிதானிக்க வேண்டி இருந்தது. வண்டிக்காரர்கள் இருக்கிற இடம். பெரும்பாலான வண்டிக்காரர்கள் ராமநாதன் ரசிகர்களாக இருந்தார்கள். கட்அவுட்டுக்குப் பின் ஒதுங்கி, பக்கெட்டை மறைவாக வைத்துக்கொண்டு கருப்பட்டி நின்றான். முத்து சூழ்நிலையை அவதானிக்க, ஒரு நடைபோய் வந்தான். வண்டிக்காரர்கள் தூங்கிக்கொண்டிருந்தார்கள். நடமாட்டமும் இல்லை. கருப்பட்டி சாணியை வாரி, 'சலசல' என்று பூசினான். தலை எட்டவில்லை. கீழிருந்தவாறே அள்ளித் தெளித்தான். சில நிமிஷங்களில் வேலை நடந்து முடிந்து விட்டது. பக்கெட்டைத் தூக்கிக்கொண்டு வேகமாக நடந்து விட்டார்கள்.

அண்ணா வீதியில் ராமநாதன் ரசிகர் மன்றங்களின் தலைமை மன்றம் இருந்தது. எதிரியின் கோட்டைக்குள்ளேயே புகுந்து சாணி பூசுவது அவர்களின் அடுத்தத் திட்டம்.

ஒரு கையில் பீடியும், மற்றொரு கையில் பக்கெட்டுமாகக் கருப்பட்டி விந்தி விந்தி நடந்தான். முத்து தெருவையும் ஆட்களையும் நிதானித்துக்கொண்டு நடந்தான். தலைமை மன்றத்துக்கு அரை பர்லாங் தூரத்திலேயே, நின்று கவனித்தார்கள். மன்றம் சாத்தியிருந்தது. ஒரு காலத்தில் கொடௌனாக இருந்தது அது. மிகப் பெரிய கோயில் வாசல் கதவுகளைப்போல, இருந்த மன்றத்துக் கதவின் ஊடாக எந்த வெளிச்சமும் இல்லை என்று நிதானித்துக்கொண்ட பிறகு, அதை நெருங்கினார்கள் இருவரும்.

முத்து, தெருமுனையில் நின்றுகொண்டான். கருப்பட்டி மட்டும் கதவுக்கு முன்னால் வைக்கப்பட்டிருந்த பட்டியலை அணுகினான். ராமநாதன் பட வசூலும், பக்கத்தில் விநாயகம் பட வசூலும் பல வண்ணங்களில் எழுதி ஒரு பலகையில் ஒட்டப்பட்டிருந்தன. அவசரம் அவசரமாக சாணியை

எடுத்துப் பட்டியலில் தடவினான் கருப்பட்டி. பக்கெட்டில் இருந்ததை வழித்துச் சுத்தமாகத் தடவித் தீர்த்தான்.

அந்த நேரத்தில்தான் ஆபத்து குறுக்கிட்டது. மன்றத்துக்கு எதிரே இருந்த ஒரு பாழ்மனையின் எருக்கம் புதருக்குப் பின்னிருந்து வந்தான் கட்டையன். எதிர்புறமாகத் திரும்பி மெயின் வீதியைக் கவனித்துக்கொண்டு நின்றிருந்த முத்து, பின்னாலிருந்து கட்டையன் வருவதைக் கவனிக்கவில்லை.

கட்டையன் நடுத்தெருவுக்கு வந்ததும்தான் முத்து அவனைக் கவனித்தான். "டேய் கருப்பட்டி..." என்று கீழ்க்குரலில் கத்திவிட்டு முத்து ஓடத் தொடங்கினான். அப்புறம்தான் கட்டையன் கருப்பட்டியைப் பார்த்ததும் நெருங்கி ஓடி வந்து மன்றத்தை நெருங்கினான். கருப்பட்டி, கணத்தில் கட்டையனைக் கவனித்து விட்டு பக்கெட்டை எடுத்துக்கொண்டு விந்தி விந்தி வேகமாக நடந்தான். மன்றத்தின் பலகையை அருகில் வந்து கவனித்த கட்டையன் விஷயத்தை உடன் புரிந்துகொண்டான். "... த்தா... சாணியாடா பூசறிங்க..." என்று கத்திவிட்டு, கருப்பட்டி தூரத்தில் ஓட முடியாது தாவித் தாவி நடப்பதைப் பார்த்தான். பாதை ஓரத்தில் கிடந்த கல் ஒன்று அவன் கவனத்தில் விழவே, குனிந்து கல்லை எடுத்து வீசினான். அலறிக்கொண்டே வீழ்ந்தான் கருப்பட்டி.

ராமநாதனும், விநாயகமும் வரப்போகும் தேர்தலுக்காக ஒன்று சேர்ந்து விட்டார்கள். இருவரின் ரசிகர்களும்கூட ஒன்று சேர்ந்து விட்டார்கள். கூட்டத்திலிருந்து வெளிவந்த ஜனங்கள், முத்துவை இடித்துக்கொண்டு முன் நடந்தார்கள். கூட்டத்துக்கு வழிவிட்டு நடை பாதையில் ஏறி நின்றான் முத்து. யாரோ ஒருவன் கொடி பிடித்துக்கொண்டு, விந்தி விந்தி நடப்பது போல் தெரிந்தது. கருப்பட்டி அல்லன் அவன்.

முத்து எதிராகத் திரும்பி நடந்தான்.

1986

மாமன் வரவு

கிருஷ்ணமூர்த்தி மாமா வரப்போகிறது என்று அம்மா சொன்னாள்.

எனக்கு ஐஸ் கட்டிகளை வாரி வயிற்றில் கொட்டியது மாதிரி இருந்தது.

"எப்போம்மா?" என்றேன் துள்ளிக்கொண்டு. மாமா வருது என்கிற செய்தியைத் துள்ளாமல் நின்றுகொண்டு கேட்டு வாங்கிக் கொள்ள முடியாது என்னால். அக்காவைப் பார்த்தேன். புத்தகங்களை மேசைமேல் அடுக்கி வைத்துக்கொண்டிருந்தாள். ஏதோ தனக்குச் சம்பந்தம் இல்லாதது போல் மாமாவின் வருகை அவளுக்குப் பிடிக்காமல் இருக்குமோ? அப்படியெல்லாம் இருக்காது. ஏன் இவள் அந்தச் சேதியைக் கேட்டு 'உம்'மென்று இருக்கிறாள். ஆனால், அவள் முகமும் கண்ணும் மட்டும் சிரித்துக்கொண்டிருந்தன். அக்கா ஏன் இப்படி ஆகிப் போனாள்!

கிருஷ்ணமூர்த்தி மாமா சும்மா வருவதில்லை. வருஷத்துக்கு ஒருமுறை கோடை விடுமுறை நாள்களின்போது வரும். ஒரு மாசம் தங்கும். என்னையும் ராஜேஸ்வரி அக்காவையும் இழுத்துக்கொண்டு சுற்றும். எங்களுக்கு வீவு போவதே தெரியாது.

மாமாவை எனக்கு ரொம்பப் பிடிக்கும். ஏன் அக்காவுக்கும்தான் பிடிக்கும். சிரித்துச் சிரித்துக்கொண்டு எங்களைச் சிரிக்க வைத்துக்கொண்டு பேசும். எத்தனை ஐஸ்கிரீம் கேட்டாலும் வாங்கித்தரும். சினிமாவுக்கு அழைத்துப் போகும். சினிமா பார்த்தால் கண் கெட்டுவிடும். அப்புறம் நாங்களே கெட்டுப் போய்விடுவோம் என்று அப்பா என்னையும் அக்காவையும் சினிமாவுக்கே அனுப்ப மாட்டார். சினிமா பார்த்து நாங்கள் எப்படிக் கெட்டுப் போவோம் என்று எங்களுக்கு புரிந்ததேயில்லை. ஆனால் மாமாவுடன் போனால் மட்டும் அப்பா ஒன்றும் சொல்வதில்லை.

போன முறை மாமா வந்தது இப்போதும் ஞாபகம் இருக்கிறது. போன வருஷம் என்ன காரணத்தாலோ அது வரவில்லை. அதுக்கு முந்தின வருஷம் வந்தது. நான் ஆறாவதும் அக்கா ஒன்பதாவது படித்துக்கொண்டிருந்தோம். சட்டென்று ஒரு பெரிய மனுஷன் வருகிறார்போல இருந்தது. அது வரும்போது நான் அதன் இடுப்புக்குதான் உயரம் இருந்தேன். பான்ட்டும் உள்ளே சட்டையை விட்டுக்கொண்டு 'கே' என்று பொறித்த பெல்ட் கட்டிக்கொண்டு மரவட்டையை எடுத்து வைத்துக்கொண்டார்போல மீசையும் பெருச்சாளி மாதிரி ஷுக்களும், மாமா அடையாளமே தெரியாமல் இருந்தது. 'ஏய் நட்ராஜா' என்று என்னைக் கட்டிக்கொண்டது. அக்காவைப் பார்த்து 'அடே! தம்மாத்தூண்டு இருந்தே போன முறை வந்தபோது! இப்போ என்னை விட உசரமாயிட்டியே! என்றது சிரித்துக்கொண்டு. அக்கா, ரொம்ப வாயாடி என்று பெயரெடுத்தவள். ஒன்றும் பேசாமல், மறைப்புக்காக வைத்திருந்த தட்டிக்குப் பின்னால் போய் நின்றுகொண்டு ஒற்றைக் கண் தெரிய அவனைப் பார்த்துச் சிரித்தாள். அக்காவுக்குச் சமீபகாலங்களில் ரொம்பத்தான் வெட்கம் வந்து விடுகிறது. ஆண் பிள்ளைகள் யார் வீட்டுக்கு வந்தாலும் அவள் தட்டி மறைப்புக்குள் போய் விடுவாள்.

அக்கா, மாமாவைப் பார்த்து ஓடிப் போகும்போது அம்மா சொல்வாள். "பெண் வளர்த்தி பீர்க்கு வளர்த்தி மாதிரிடா... நேத்துப் பார்த்து இன்னிக்குப் பார்த்தாகூட வளர்த்தி தெரியுமே!" என்பாள். அப்புறம் மாமா கேட்கும். "எதுக்கு என்னைப் பார்த்ததும் ஓடி ஒளிஞ்சுக்கிறா" அம்மா சொல்வாள், "கட்டிக்கப் போறவனைப் பார்த்தா பொம்மனாட்டிகளுக்கு வெக்கம் வரத்தான் செய்யும்" மாமா ஆச்சரியப்பட்டுக்கொண்டு கேட்கும் "அட! அப்போ ராஜேஸ்வரி பொம்மனாட்டியா ஆயிட்டான்னு சொல்றியாக்கா!"

சாயங்காலம் நாலு அடித்தவுடனேயே நாங்கள் வெளியே புறப்படத் தயாராகி விடுவோம். பள்ளிக்கூடத்தைத் தவிர வேறு இடங்களுக்கு அக்கா போவதே குறைவு. அப்பாவின் கெடுபிடி அப்படி. பள்ளிக்கூடத்துக்குப் போகும்போது யூனிஃபார்ம் டிரஸ்தான். மரத்தூள் மாதிரி ஒரு நிறம். இதை விட மோசமான நிறத்தை யாராலும் கண்டு பிடிக்கவே முடியாது. பாவம், அக்கா ஸ்கூல் பெண்கள் அத்தனை பேருமே அழுதிருப்பார்கள். ஆகையால் அக்கா அபூர்வமாக இந்த மாதிரி வெளியே கிளம்புகிற நேரத்தில் திருவிழாவுக்குப் போகிற மாதிரி உடுத்திக் கொள்வாள்.

"பத்திரம் பத்திரம்" என்ற அம்மாவின் வார்த்தைகளையும் "ஜாக்கிரதை ராத்திரி எட்டு மணிக்குள்ளே வந்துடணும்" என்ற அப்பாவின் வார்த்தைகளையும் வாங்கிப் பாக்கெட்டுக்குள் போட்டுக்கொண்டு கிளம்புவோம். என்ன அர்த்தம் இல்லாத வார்த்தைகள்.

முதலில் கடைத்தெருவில் இருக்கிற அந்தப் பழங்காலத்து ஐயர் ஓட்டல். மாமாவுக்கு அந்த ஓட்டல்தான் பிடிக்கும். முதலில் ஓர் இனிப்பு. அது எதுவாக இருந்தாலும் எனக்கு ஆட்சேபணை இல்லை. அக்கா மட்டும் வேணாம், வேணாம் என்று மறுக்கும். பெண்கள் என்றாலே அப்படியெல்லாம் சொல்ல வேண்டும் போலும். ஆனால் சாப்பிடும். அப்புறம் ஒரு காரம். மாமாவுக்கு அதுவேபோதுமானதாக இருக்கும். அக்கா 'போதும் போதும்' என்று மன்றாடும் நான் காரத்துக்கு அடுத்துத் தோசையில் அல்லது பூரிக்கிழங்கில் குறியாய் நிற்பேன்.

எனக்குப் பூரிக்கிழங்கு ரொம்பப் பிடிக்கும். பொம்மென்று பாப்பாக் கன்னம் மாதிரி உப்பிக்கொண்டு இருக்கும் பூரிகள், சுட்டு விரலை நடுவில் விட்டு உடைத்தால் 'பொக்'கென்று ஆவி பறக்கும் பூரிகள், சூடாகக் கோதுமை வாசனையோடு உருளைக் கிழங்கு மசியலைத் தொட்டு வழித்துக்கொண்டு உள்ளே தள்ளினால் ஸ்... ஸ்... ஆ..

"எது வேணும்னாலும் சாப்பிடு" என்று மாமா சொல்லும். அக்கா மட்டும் கண்களை உருட்டி என்னைப் பார்த்து முழிக்கும்.

"பரவாதி! வீட்டுல சாப்பிடறதே இல்லையா நீ! சுத்த

அலைஞ்சானா இருக்கியே" என்று அடிக்குரலில் என்னைத் திட்டும்.

"உஸ்... அவனுக்குச் சாப்பிடணும்னு தோணுது. சாப்பிடட்டுமே. நீ எதுக்குத் தடுக்கறே...!" என்று மாமா, அக்காவைப் பார்த்து சொல்லும். அக்காவுக்கு நான் என்னவோ அவமானகரமான காரியம் செய்கிறது போல் எண்ணம். நாசூக்கு இல்லாமல் நான் திங்கறேனாம். பெண்கள் என்றால் இந்தத் தளுக்கெல்லாம் வேணும் போலும்.

வயிற்றை நிரப்பிக்கொண்டு கடைத்தெருவை வேடிக்கைப் பார்க்க வேண்டும். மாமா ஒவ்வொரு முறை வரும்போதும் ஏதாவது பரிசுப் பொருள் எங்களுக்கு வாங்கிக் கொடுக்கும். போன முறை எனக்கு கைக்குட்டையும் பர்ஸும் அக்காவுக்கு ஏதோ அழகழகான மணிகள் கோத்த மாலையும் வாங்கிக் கொடுத்தது. அக்கா 'வேணாம் வேணாம் மாமா' என்றது. ஆனால் ஆசையாக அந்த மாலையையே பார்த்துக்கொண்டிருந்தது. வேணாம் என்றால் வேணும் என்று அர்த்தம் போலும் அக்காவுக்கு.

மாமாவை எனக்கு ஏன் பிடித்தது? இப்போது யோசித்துப் பார்க்கிறேன். காரணம் புரிகிறாற் போல் இருக்கிறது 'கிளாஸ்லே என்ன ராங்கடா? என்று கேட்டு உதட்டைப் பிதுக்கியதில்லை. என் அசட்டுத்தனங்களை இரத்தம் வரக் குத்திக் காட்டியதில்லை. என்னைச் சிறுபையனாக நடத்தியதில்லை. சினிமாவில் முனை சீட்டில் தான் எனக்கு உட்கார விருப்பம். மாமா எத்தனை பெரியவர். அது இஷ்டப்பட்டால் நான் மறுக்க முடியுமா என்ன? இருந்தும் மாமா முனைச்சீட்டை எனக்குக் கொடுப்பார். அந்த மாமாதான் வரப் போகிறார்.

மாமா வந்தே விட்டது. பன்னிரண்டு மணி சுமாருக்கு சூட்கேஸோடு வந்தது.

அடேயப்பா! என்ன உசரம்! "குனிஞ்சு வாடா, குனிஞ்சு வாடா!" என்றாள் அம்மா. வாசல் நிலையில் இடித்துக்கொண்டு விடுமோ என்று தம்பி மேல்தான் என்ன கரிசனை. எங்களையெல்லாம் பார்த்துச் சிரித்தது. மாமாவுக்குத்தான் என்ன அழகான பல் வரிசை. மீசை, கோடு போட்டதுபோல, ஸ்லாக், சர்ட், வானநீலம் வெள்ளை பாண்ட் தொள தொள இல்லாமல் சிக்கெனப் பிடிக்கும் உடை. தூண் நிற்கிற மாதிரி நின்றது அது.

"வா மாமா...!" என்றேன்.

இந்த நேரத்தில் அக்கா என்ன செய்ய வேண்டும்? டக்கென்று பாய்ந்து ஓடி கூடத்துத் தட்டி மறைப்பில் நின்றுகொண்டு ஒற்றைக் கண்ணால் பார்க்க வேண்டுமே. என்ன ஆச்சரியம்? அக்கா, அந்தப் பச்சைப் பாவாடையும்

பச்சைத் தாவணியும் போட்டிருந்தது. அது ஓடவில்லை. மெல்ல மாமாவின் அருகில் வந்து "வாங்க மாமா"! என்றது. பல் தெரியாமல் கண்ணால் சிரித்தது. பிறகு சூட்கேஸை எடுத்துப் போய், மாமா தங்கப் போகும் அறையில் வைத்தது. பிறகு அடுப்பங்கரைப் பக்கம் போய் விட்டது.

"அம்மா சௌக்கியமா...!" என்றாள் அம்மா, அம்மா பாட்டியை விசாரித்தாள்.

"இருக்காங்க, உன்னைத்தான் பார்க்கணும்னு சொல்லிக்கிட்டிருக்காங்க.

அம்மா தலையை நட்டுக்கொண்டிருந்தது. அம்மா, அவள் அம்மாவை நினைத்துக்கொண்டாள் போலும்.

"சரஸ்வதியை யாரோ வந்து பார்த்துவிட்டுப் போனாங்களாமே!"

"ஆமாம் அக்கா... இருபத்தஞ்சு பவுன் போட்டு கல்யாணமும் பண்ணி வைக்கச் சொல்றாங்க" என்றது மாமா. மாமாவிடம் என்னவோ குறைந்து விட்டது போலிருந்தது. என்ன அது? ஆமாம், வார்த்தைக்கு வார்த்தை சிரித்துக் கொள்ளுமே, அது இல்லை. மாமா எங்கே போட்டு விட்டது சிரிப்பை!

"மாப்பிள்ளை வாத்தியாரா இருக்கார்கா... நல்லா இருக்கார்..?

"ம்... பணத்துக்கு என்ன பண்ணப் போறே..?

"வீட்டை அடமானம் வைக்க வேண்டியதுதான்."

அம்மா தலையைக் கவிழ்த்துக்கொண்டு உட்கார்ந்தாள். அக்கா கையில் காபியோடு வந்து மாமாவிடம் கொடுத்தது. மாமா, காப்பியை வாங்கிக் குடித்தது.

"அக்கா... ராஜேஸ்வரி காப்பி போட்டா மட்டும் ஒரு அலாதியான மணம் வருதே, அது எப்படி..?" என்றது மாமா. அப்பப்பா? ஒருவழியாக மாமா திரும்பி வந்து விட்டது.

"அது சரி, கட்டிக்கப் போறவ குடுக்கறா இல்லியா? அது அப்படித்தான் இருக்கும்" என்றாள் அம்மா, குதூகலமாய்ச் சிரித்துக்கொண்டு.

"போம்மா..." என்றது அக்கா. இது மாதிரி நேரத்தில் பார்க்க வேண்டுமே, என் அக்காகூட அழகாகத்தான் இருக்கிறது. அக்கா அம்மா பக்கத்தில் கொஞ்சம் உள்ளடங்கின மாதிரி உட்கார்ந்துகொண்டது.

"உன் வேலை விஷயம் என்னாச்சு..?"

"கெடச்சுடும்னு நினைக்கிறேன்க்கா... அநேகமா? ஜூலை மாசத்துல ஆர்டர் வந்துடும்..."

"நல்லபடியா ஆகட்டும்..." என்றவாறு அக்காவைத் திரும்பிப் பார்த்தாள் அம்மா. அக்கா, தாவணியின் ஓரங்களை நீவி விட்டுக்கொண்டிருந்தாள். மணிமாலையைப் பல்லால் கடித்துக்கொண்டிருந்தாள். மாமா வாங்கிக் கொடுத்த மாலைதான் அது. அக்காவின் முகம் சிவந்து போய் இருந்தது. அடிக்கடி இது மாதிரி ஆகிவிடுகிறது அக்காவுக்கு.

நான் என்னை வெளிப்படுத்திக் கொள்கிற நேரம் அதுதானே. மாமா ரத்னா பாலஸில் 'சிட்டி லைட்ஸ் ஓடுது மாமா, இன்னிக்கு சாயங்காலம் போகலாமா?" என்றேன்.

"அவன் கவலை அவனுக்கு" என்றாள் அம்மா, மாமாவைப் பார்த்துக்கொண்டு.

மாமா சிரித்துக்கொண்டு "ஓ.! போலாமே..." என்றது.

சொன்னபடியே கிளம்பவும் செய்தது. நான் சட்டையையும் அரைக்கால் சட்டையையும் மனக் கஷ்டத்தோடு அணிந்துகொண்டேன். அரைக்கால் சட்டை என்றால் இடுப்பில் இருந்து முட்டி வரைக்கும் தொங்குகிற கால் சட்டை கொஞ்சம் தூக்கலாக இருந்தால் என்ன ? 'வளர்ற பிள்ளை தாராளமா தைப்பா' என்று அப்பாகூட இருந்து சொன்னதால் தைக்கப்பட்ட கால்சட்டை.

மாமா கேட்கும் "ஏன்டா அரைக்கால் சட்டைன்னா நெஜமாவே அரைக்கால் வரைக்கும் இருக்கணுமாடா ?"

இந்த அப்பா இப்படித்தானே என்னை வதைப்பது வழக்கம் இருந்தாலும் கால் சட்டை இல்லாமல் எப்படி வெளிக்கிளம்புவது? போட்டுக்கொண்ட பிறகுதான் கவனித்தேன். அக்கா கிளம்பாததை.

"என்னக்கா நீ சினிமாவுக்கு வரலியா..." என்றேன்.

அக்கா என்னை ஒரு மாதிரியாகப் பார்த்தது. 'சீ' என்றது "அவ வரமாட்டா நீ போ..." என்றாள் அம்மா.

"ஏன்..?"

"அப்படித்தான்... நீ போயேன் ஏன் எப்படின்னு கேட்டுக்கிட்டு இருந்தா, அறை விழும்."

நான் மாமாவின் அறைக்குப் போனேன். அது பவுடர் போட்டுக்கொண்டிருந்தது. பவுடர் தூசு.

"மாமா... அக்கா வரலியாமே...!" என்றேன்.

"சரி..."

"நீ கூப்பிடேன்"

"வேணாம்"

"ஏன் ?"

"வரலேன்னா சரி. எதுக்குக் கட்டாயப்படுத்தணும்...!"

"நீ கூப்புட்டா வரும்"

"அம்மா என்ன சொல்லிச்சு ?"

"அக்கா வராதுன்னு சொன்னாங்க"

"கரெக்ட், அக்கா வராதுதான். நாம போவோம் !"

"இந்தப் பெரியவர்கள் இப்படித்தான், மூடி மூடித்தான் பேசுவார்கள். ஏன் என்றால் அறைவேன் என்கிறார்கள். வராவிட்டால் மிச்சம்.

ஐயர் ஓட்டலில் வயிறு ஊதத் தின்றோம். சினிமாவுக்குப் போனோம். ராத்திரி வந்து சாப்பிட்டோம். அக்கா, ஏற்கனவே சாப்பிட்டிருந்தது போலும். நானும் மாமாவும் சாப்பிட்டோம். அம்மாதான் பரிமாறினாள். மாமாவுக்கென்று எப்பவுமே அம்மா ஸ்பெஷலாக சமைப்பாள். வஞ்சரை

மீன் வறுவலும் வெங்காய சாம்பாரும் வைத்திருந்தாள். மாமா மோருக்கு வந்த விட்ட பிறகும் நான் சாம்பாரைத் தாண்டவில்லையே... அப்பா வந்திருந்தார். அப்பா சாப்பிடப் பதினொன்று ஆகும்.

அப்பா மொட்டை மாடியில் காற்றாட உலாத்திக் கொண்டிருந்தபோது நானும் மாமாவும் மேலே போனோம். அம்மாவும் வந்து சேர்ந்தாள்.

“வீட்டை அடமானம் வைக்கப் போறேன்னு சொன்னியாமே..?” என்றார் அப்பா.

“ஆமா மாமா. பணத்துக்கு வேற வழி?”

“எவ்வளவுக்கு?”

“இருபத்தையாயிரம் இருந்தாபோதும் மாமா, சமாளிக்கலாம்...”

“பண்ணித்தான் ஆகணும்... வீட்டுல பொண்ணை வச்சிட்டிருக்கிறது ஒரு சுமைதான். ஆனா வட்டியும் அடுத்து முதலும் கொடுத்து வீட்டை மீட்க முடியுமா உன்னால? உனக்குன்னு ஒரு வீடு வாணாமா? உனக்கும் கல்யாணம் ஆகணும்பா? என்றார் அப்பா மாமாவைப் பார்த்துக்கொண்டு.

மாமா சும்மா இருந்தது.

“சரி... பார்ப்போம்... நான் ஒரு பதினைஞ்சு ரூபாய்க்கு ஏற்பாடு பண்றேன். நீ வீட்டு மேல பத்து வாங்கு. சீக்கிரம் ஒரு தேதியை வச்சு முடிச்சுடுவோம்.” என்றார் அப்பா.

“உங்களுக்கு மேல மேல சிரமம் கொடுத்துக்கிட்டு இருக்கேன் மாமா. என் படிப்புச் செலவையெல்லாம் நீங்கதான் பண்ணீங்க. உங்களுக்கு இந்தத் கடனையும் ஏற்படுத்திட்டு நான் எப்படி அடைக்கப் போறேன் மாமா..?”

“சர்த்தான் விடு. நான் உனக்குக் குடுத்ததும் குடுக்கறதும் கடனா... நீயும் எனக்கு ஒரு பிள்ளைதாம்பா. உன் தங்கை கல்யாணத்தை முடி. வேலை கிடைச்சா பாரு. இல்லேன்னா அம்மாவையும் அழைச்சுக்கிட்டு இங்கியே வந்துரு. ஒரு பிசினஸ் ஏற்பாடு பண்றேன். அடுத்த வருஷம் உன் கல்யாணத்தை முடுச்சுடுவோம். ராஜேஸ்வரிக்கும் வயசாயிட்டிருக்கில்லே” என்றார் அப்பா.

நிலவு இருந்தது வானத்தில். மாமா கண்கள் கலங்கியிருந்தது போலத் தோன்றியது.

“என்னடா இவன், எதையோ கொடுக்கிற மாதிரி கொடுத்து பொண்ணைத் தலையில கட்டறான்னு நினைக்கிறியாப்பா? என்றார் அப்பா.

“சேச்சே...! என்ன மாமா? நான் ராஜேஸ்வரியை ரொம்ப விரும்பறேன். அதுக்கும் இஷ்டமிருந்து உங்களுக்கும் விருப்பமிருந்தா..?”

அந்த நேரம் பார்த்து அக்கா பால் டம்ளர்களை எடுத்துக்கொண்டு மேலே வந்தது. நான் ஒரு டம்ளரையும் மாமா ஒரு டம்ளரையும் வாங்கிக்கொண்டோம்.

அப்பா அக்காவிடம் “என்னம்மா ராஜி, உன் மாமன் உன்னைக் கல்யாணம் பண்ணிக்கிறேங்கிறான். உனக்கு இஷ்டம் தானே? அவன் கேக்கிறான் சொல்லு?” என்றார்.

“போப்பா...!” என்றது அக்கா. அப்பப்பா! அது முகம்தான் என்ன அழகு! இந்தப் பெண்களுக்கே அழகு, அவ்வப்போது வந்து போகிற சமாசாரம் என்று இப்போது தோன்றுகிறது.

அப்பா வழக்கத்துக்கு மாறாகச் சிரித்தார். ரொம்ப கடகடத்த சிரிப்பு. அப்பா அப்படிச் சிரித்து நான் பார்க்க நேர்ந்ததில்லை. திடீரென்று என் முன்னால், தான் ரொம்ப வித்தியாசமாகி விட்டாற் போல் உணர்ந்த அப்பா, திரும்பவும் பழைய அப்பாவாக ஆகி "என்னடா, உனக்கு இங்க என்ன வேலை? போய்ப்படு" என்றார்.

சே! இந்தப் பெரியவங்களே மோசம் என்று நான் இறங்கி வந்து விட்டேன்.

மாமா அப்புறம் மூன்று நாள்தான் இருந்தது. கல்யாண வேலை இருக்கிறதென்று புறப்பட்டு விட்டது.

மத்தியானம் சாப்பாடு ஆனவுடன் மாமா கிளம்பியது. அக்கா என்னை கூப்பிட்டுக்கொண்டு கிணற்றடிக்குப் போயிற்று. "எதுக்காக?" என்றபடி நானும் போனேன். சுற்று முற்றும் பார்த்தபடி ஒரு கைக்குட்டையை என்னிடம் கொடுத்து "இத மாமாவிடம் கொண்டு போய்க் குடு" என்றது. ஒரு சின்னக் கைக்குட்டை. பெண்கள் உபயோகிப்பது, வழவழவென்று 'கமகம'என்று வாசனையுடன் இருந்தது. பிரித்துப் பார்த்தேன். 'கே. ஆர்' என்று இங்கிலீஷ் எழுத்தில் தையல் வேலைப்பாடு செய்திருந்தது. இரண்டு பச்சை இலைகள், ஒரு ரோஜாவுக்குள் அந்த இரண்டு எழுத்துக்கள்.

"இத நீயே மாமாகிட்டே ஏன் கொடுக்கக்கூடாது?" என்றேன்.

"ஐயோ... போடா!" என்றது அக்கா. போனாப் போகிறது என்று நான் அந்தக் கைக்குட்டையை எடுத்துப் போய் மாமாவிடம் கொடுத்தேன்.

மாமா கிளம்பி ரெடியாய் நின்றது.

"என்ன?" என்றது.

"அக்கா குடுத்துச்சு" என்றேன்.

வாங்கிப் பிரித்துப் பார்த்தது. ஓர் இளஞ்சிவப்பு அதன் முகத்தில்.

"ரொம்ப தாங்க்ஸ்னு சொல்லு...!" என்றது.

சூட்கேஸை எடுத்துக்கொண்டு தெருவுக்கு வந்தது மாமா. "பத்திரம் பத்திரம்" என்றாள் அம்மா. "போய்க் கடிதம் போடு" என்றார் அப்பா.

மாமா தெருவில் இருந்து ஜன்னலைப் பார்த்தது.

அக்கா கம்பிகளைப் பிடித்துக்கொண்டு நின்றிருந்தது.

பஸ் ஸ்டாண்டுக்கு நான் போனேன். மாமா எனக்கு ஐந்து ரூபாய் கொடுத்தது. நாலு முறை பூரி கிழங்கு சாப்பிடுவேன்" திரும்பி வந்து அக்காவைத் தேடிப் போனேன். அக்காக் கிணற்றடியில் துணி தோய்க்கும் கல்லில் உட்கார்ந்திருந்தது.

"மாமா போயிட்டுதுக்கா" என்றேன்.

கைகளால் முகத்தை மூடிக்கொண்டு அழுதது அக்கா. எனக்கும் அழவேண்டும் போலிருந்தது.

1986

சினேகம்

"என்ன நாய்க்கரே ! தானா சிரிச்சுக்கிறீங்க... வர்றீங்களா... ஒரு டீ அடிக்கலாம்..." என்றது ஒரு குரல்.

விழிப்புக்கும் உறக்கத்துக்கும் ஊடாக, கனவில் திளைத்திருந்தவர், உணர்வுக்கு மீண்டார். வெட்கத்துடன் சிரித்துக்கொண்டார். குரலின் சொந்தக்காரனைப் பார்த்தார்.

யாரும் இல்லை.

வீதியின் இருபுறமும் தேடினார். பால் குவளையுடன் ஒருவர் சைக்கிளில் போய்க்கொண்டிருந்தார். ரிக்ஷா வண்டியில் பள்ளிச் செல்லும் குழந்தைகள் இவர்களாக இருக்க முடியாது.

அவர் வழக்கமாக உட்காரும் ஒதியஞ்சாலை மைதான ஓரம், அதே தூங்கு மூஞ்சு மரத்தடி எப்போவாவது எரியும் விளக்கு மரம். ஓரம் கிழிந்த ஒற்றைப்பாய். கிளிக்கூண்டு. கூண்டுக்கு வெளியே விக்னேசுவரர். உள்ளே வள்ளி தெய்வானை சமேத சுப்ரமண்யர். டீ குடிக்கக் கூப்பிட்டவர் இவர்களாகவும் இருக்க முடியாது. கூண்டுக் கிளியும் தன்னையும் தவிர வேறு ஜீவன்கள் அருகில் இல்லை.

"என்னடாது... குரல் வருது... ஆளைக்காணோம்... குறளி வித்தையால்லே இருக்கு..." என்றார் வாய்விட்டு.

நாய்க்கர் எது பேசினாலும் அதை எதிரொலிக்கிற வழக்கம் பச்சைக் கிளிக்கு ஏற்பட்டிருந்தது.

"கிக்கீ" என்றது அது.

"நீ யாரையாச்சும் பாத்தியா... நாய்க்கரேன்னு கூப்பிட்டுச்சே ஒரு குரல்... டீ சாப்பிட வேறு கூப்பிட்டுச்சு..."

"கிக்கீ..."

"இல்லியே... உனக்கு தெரியாமே யாரு வருவா, போவா... போற வர ஆளுங்க நோட்டம் விட்டாலே என்னைக்

கூப்பிட்டுச் சொல்லுவியே நீ... குரல் கேட்ட மாதிரி இருந்துச்சி... ஆளைக் காணும்... அதான் கேட்டேன்...”

நாய்க்கர் கண்ணை மூடிக்கொண்டார். மூடியதும் இருட்டு வருகிறது. வெளிச்ச ரேகைகள் கட்டாயமாகக் கண்ணுக்குள் பிரவேசித்துச் சிவப்பும், ஆரஞ்சுமாகக் கோடுகள் கிழிக்கின்றன. இன்னும் கொஞ்சம் கெட்டியாகக் கண்ணை மூடிக்கொண்டால் என்னென்னவோ மனசுக்குள் வந்து குதியாட்டம் போடுகிறதே.

நினைவுகள், சம்பவங்கள், குடுகுடுப்பைக்காரன் சட்டை மாதிரி, வர்ண வர்ணமான, விதவிதமான சம்பவங்கள்...

நாய்க்கர் மேலே மேலே போய்க்கொண்டிருந்தபோது, அவரை மண்ணுக்குக் கொண்டு வந்தது வயிறு.

உந்திச் சுழிக்கு நேராகத் தொடங்கி, வயிறு முழுக்கப் பரவி துணி பிழிவது போல், குடலை முறுக்கி ஒரு உதறு உதறி நின்றது வலி. நாய்க்கருக்கு தெரிந்து விட்டது இது பசி.

*

நேற்று மத்தியானம் ரெண்டு மசால் வடையும், டீயும் சாப்பிட்டிருந்தார். சாயங்காலம் ஒரு டீ அவ்வளவுதான். இன்று காலை வரையிலும் வயிற்றில் ஒரு பருக்கை விழவில்லை. ‘ஏன் போடவில்லை?’ என்று கேட்கிறது வயிறு. அதன் பாஷை அது.

“ஒரு டீ குடிச்சா நல்லாயிருக்கும். இருக்கும்தான். துட்டு வேணுமே. இன்னேரம் துட்டு இருந்தா ரெண்டு வாட்டியில்லே டீயை ஊத்திக்கிட்டு இருப்பேன்.”

“கிக்கீ”

“அதான் உனக்குத் தெரியுமே... உனக்கும் தெரியாமயா நான் உண்ணுறதும் உறங்கறதும்... கிளியம்மா...”

“கிக்கீ”

சரட்டென்று ஒரு நட்சத்திரம் விழுவதுபோல, காலை நிகழ்ச்சி ஒன்று அவர் நினைவுக்கு வந்தது.

வைகறையில் எழுந்து கொள்கிற நாயக்கர் தெருக்குழாயில் பெண்கள் வருவதற்கு முன்னமே குளித்து கழுத்துக்கு கீழே இறங்கி வருகிற தலை முடியைத் துவட்டிக் காய வைத்து, நெற்றிக்கு இட்டுக்கொண்டு, மேலே மார்பை மூடிய துண்டும், கெட்டி நீலக் கைலி கீழேயும், கட்டைச் செருப்பு டக்கு ‘டக்’கென்று ஒலிக்க, கிளிக் கூண்டும் பாயுமாகப் புறப்பட்டுப் பிள்ளையார் கோயில் வாசலில் நின்று ரெண்டு நிமிஷம் கண்ணை மூடிக்கொண்டிருந்துவிட்டு, கிளம்பி சுகுமாரன் நாயர் டீ கடை பெஞ்சில் “சம்முவா” என்று முணுமுணுத்தவாறு நாய்க்கர் குந்தினார் என்றால், கிழக்கு வெளுத்து விட்டது என்று பொருள்.

இன்று காலையில்கூடப் பழக்க தோஷத்தால் சுகுமாரன் கடை வாசலில் வந்து அமர்ந்தார். சுகுமாரன் ஊது பத்தியைக் கொளுத்தி, சாமி

படங்களுக்கு முன் நின்றுகொண்டிருந்தான். ஓரக் கண்ணால் நாய்க்கரைப் பார்த்து, 'உட்காருங்க' என்று கண்ணாலேயே சொல்லி விட்டுக் காரியத்தைத் தொடர்ந்தான்.

கையில் காசு இல்லாதது அப்போதுதான் சட்டென்று அவருக்கு உறைத்தது. பதறிப் போய், எழுந்து சத்தமில்லாமல் நழுவி விட்டார்.

"என்ன மடத்தனம் பண்ண இருந்தேன். பாத்தியாம்மா கிளியம்மா... சுகுமாரன் போனி பண்றதுக்குள்ளே கடனுக்குப் போயி நின்னா நல்லாவா இருக்கும்? சேச்சே..."

"கிக்கீ"

"என்ன சோசியக்காரரே... போனி ஆச்சா...?" என்றது ஒரு குரல்.

திடுக்கிட்டுப் போனார் நாய்க்கர். இம்முறை அரூபம் இல்லை. நிஜமான மனுஷன்தான். கிளீனர் கிஷ்டன். ஆயில் அழுக்கு, பீடி வாசனைகள் கலந்தடிக்க எதிரில் நின்றிருந்தான்.

"இனிமேதான்" என்றார்.

"இவ்ளோ காலங்கார்த்தாலே எவன் வருவான்னு உக்காந்திருக்கீரு... வாயேன் ஒரு டீ சாப்பிடலாம்..."

எதிர் சரகத்திலேயே வரிசையாக டீ கடைகள், பெட்டிக் கடைகள், இரவு பரோட்டாக் கடைகள் எல்லாம் இருந்தன. நாய்க்கர் எழ இருந்தார். என்னமோ பிடித்து அவரை அழுத்தியது. மனம் மாறி, "நீ போய்வா... நான் இப்பத்தான் சாப்பிட்டேன்" என்றார். வாயை மூடித் தொங்கிக்கொண்டிருக்கிற நரை மீசையைத் தடவி விட்டுக்கொண்டார்.

கிஷ்டன் போய்விட்டான்.

நாய்க்கர் சமைந்து போய் உட்கார்ந்திருந்தார். "எது என்னைத் தடுத்துச்சி... ஏன் நான் போகல்லே... உபசாரத்தோடு வந்த டீயை எதுக்காக மறுத்தேன்.?"

அவருக்குப் புரியவில்லை. புரிகிற மாதிரியும் இருந்தது. கிஷ்டனின் அழைப்பில் ஒரு 'ஐயோ பாவம்' இருந்திருக்குமோ?

நாய்க்கர் தலை நிமிர்ந்து கிளியைப் பார்த்துச் சொன்னார். "எங்க அப்பாவை நீ பார்த்திருக்கையா பச்சையம்மா... நல்லமுத்து நாய்க்கருன்னா அவனவனும் தலைப்பாவை அவிழ்த்துக் கக்கத்துல வச்சுக்கிட்டு நிப்பானுவ. நீ பார்க்கணுமே அதை. வேஷ்டி முனையைத் தொடையில சொருகிக்கிட்டு நிப்பானுவ. ராசா மாதிரி வாழ்ந்தவங்க நாங்க..."

எதிர் சரகத்து டீ கடையிலிருந்து சர்ரென்று காற்றில் சுழன்றுகொண்டு வந்தது வடை வாசனை. மசால் வடை போடத் தொடங்கி விட்டான் கடைக்காரன். கடலைப் பருப்பும் வெங்காயமும் மினுங்குகிற, பிட்டால் ஆவி பறக்கிற மசால் வடை. நினைத்த மாத்திரத்தில் அந்த வலி மீண்டும் வந்து விட்டது நாய்க்கருக்கு. உந்திச் சுழிக்கு நேராகத் தொடங்கி, வயிறு முழுக்கப் பரவி, துணி பிழிவதுபோல குடலை முறுக்கி, ஓர் உதறு உதறி நின்றது வலி. பசியாகிய வலி.

நாய்க்கர் தனக்குள் முழுகிப் போனார்.

நாலு கைத் தாவாரம் நடுவில் வாசல் கம்பளம் விரித்துப் பத்துப் பதினைந்து பேர் உட்கார்ந்திருக்கிறார்கள்.

"நம்ம பஞ்சாயத்துல ரெண்டு பக்கத்துக்கும் சம்மதம்தானே..." என்கிறார் நல்லமுத்து நாய்க்கர். கூட்டத்திலிருந்து கொஞ்சம் தள்ளி அட்டணைக்கால் போட்டு உட்கார்ந்திருக்கிறார்.

"உங்க வார்த்தைக்கு எதிர்வார்த்தை ஏது? எள்ளுமுனை பிசகுமா நாய்க்கர் நாயம்?" என்று இரண்டு பக்கத்தார்களும் மனப்பூர்வமாக ஒப்புக் கொள்கிறார்கள்.

"சரி... அப்போ கையை நனையுங்க..." என்கிறார் நல்லமுத்து நாய்க்கர்.

லாரி ஒன்றின் ராட்சஸ ஹார்ன் சத்தத்தைக் கேட்டு நாய்க்கர் திடுக்கிட்டு விட்டார். அவரை அலக்காகத் தூக்கித் தரையில் போட்டது மாதிரி இருந்தது. அவர் கிளியிடம் திரும்பினார். "கேட்டியாம்மா கிளியம்மா... அப்பாரு எல்லாரையும் பாத்து, 'சரி கையை நனையுங்க'ன்னதும் அவனவனுக்குத் திடுக்குனாயிட்டுது. ஒருத்தர் ரெண்டு பேருன்னா பரவாயில்லே, பத்துப் பதினைஞ்சு பேரு, திடும்னு போயி பந்தியில குந்தினா நல்லாவாயிருக்கும். 'பரவாயில்லே, இன்னொரு வாட்டி சாப்பிறது' என்னைப் பார்த்து, "பையன் கல்யாணத்துக்கு வட்டியும் முதலுமா சாப்பிடறது அப்பிடின்னாரு ஒரு பெரியவரு. 'அப்போ சரி போயிட்டு வாங்க'ன்னு சொன்னாரா எங்க அப்பா? அதுதானே எங்ககிட்டே கிடையாது. அப்பா சொன்னாரு. 'அது இக்கவே இருக்கு, இப்போ கையை நனைங்க. சாப்பாட்டு நேரத்துல நாய்க்கன் வீட்லேந்து மனுஷங்க பட்டினியா போறதாவது? அப்புறம் இந்த உலகு வாழ்க்கை எதுக்கு? பேசாமே கையை நனைங்க...' அப்படீன்னாரு. அப்புறம் எவன் என்ன பேசறதுக்கு இருக்கு. அப்பாரு என்னைப் போயி பந்தி விசாரிக்க அனுப்புனாரு பச்சையம்மா... எனக்கு இன்னைக்கும் நல்லா ஞாபகத்துல இருக்கு. என கண்ணு முன்னால நடந்தது மாதிரியில்லே இருக்கு. வாழக்காயி குழம்பும், எண்ணெய் மினுங்கிற உருளைப் பொரியலும், பொன்னாங்கண்ணிக் கூட்டும் அன்னைக்கு. கேளேன், இந்தக் கூத்தே! ஒரு நரைச்சுப் போன பெரிசு என்னைப் பார்த்து சொல்லுச்சு. 'பெரியசாமி, ராசாவுக்குப் படை ஊழியம் பண்ண பரம்பரைப்பா நீயி... வன்னிய ஷத்திரியன் ஆச்சே, உங்க அப்பன்' அப்படீங்குது... கடை வாயில் தயிர் வழியுது."

பெரியசாமி நாய்க்கர் மீசையைத் தடவிக்கொண்டார். "தூத்தேறி... பசிச்சவன் பழங்கணக்குப் பார்க்கிறா மாதிரி, இப்ப எதுக்கு அது எல்லாம்? போனது போச்சு... வாய்ச் சொல்லும் முலைப் பாலும் வந்துட்டா பிறகு உள்ள போவுமா என்ன? தரித்திர புத்தி, எச்சி இலையை மடிச்சு இடுப்பில சொருவிக்கிட்ட மாதிரி... சரி உடு அத்தே..." என்றார்.

கிளி "கிக்கீ" என்றது.

வடை மணம் மீண்டும் வந்து அவர் புலன்களைத் தாக்கி மீண்டும் அவருக்கு வலியைத் தோற்றுவித்தது. அவர் மீண்டும் கிளியைப் பார்த்தார். கிளி "கிக்கீ" என்றாவறு மூக்கைச் சிறை கம்பிகளில் வைத்துத் தீட்டிக்கொண்டது. கூண்டைத் திறந்து கிளியே எடுத்து மேலே மூடு பலகையின்மீது விட்டார். அவ்வாறு விடப்படும் போதெல்லாம் அது, ஓர் அடி நீளம் உள்ள கூண்டின் ஒரு முனை தொடங்கி, மறுமுனை வரை நடைபோடும். வழக்கத்துக்கு மாறாக,

கிளி பிடித்து வைத்தது மாதிரி அப்படியே தலையைக் கவிழ்ந்துகொண்டு நின்றது. கழுத்து மோதிரம் தெரிய தரையைப் பார்த்தது கிளி.

பழக்கத் தோஷத்தால், பெருங்காய டப்பியை எடுத்தார். திறந்தார்.

நாய்க்கர் துணுக்குற்றார். டப்பி காலியாக இருந்தது. நேற்று ராத்திரியே அது காலியாகத்தான் இருந்தது. பஸ் உரிமையாளர் மாரியப்ப உடையார் சம்சாரம், புண்ணியமாகக் கருதி கிளிக்கு அவ்வப்போது நெல் கொடுப்பது வழக்கம். நேற்று மாலை நாய்க்கர் அவள் வீடு தேடிப் போயிருந்தார். அந்த அம்மாள் வெளியூர் போய் விட்டிருந்தார். வீட்டுக்குப் பக்கத்தில் செட்டியார் கடையில் வாங்கிக் கொள்ளலாம் என்று நினைத்திருந்தார். அவர் வீடு போய்ச் சேரும்போது அது சாத்தியிருந்தது. வேறு கடையில் வாங்கி இருக்கலாம். நாய்க்கரிடம் சில்லறை இல்லை.

தலையைக் கவிழ்ந்துகொண்டு, யோசனையில் ஆழ்ந்திருந்தார் நாய்க்கர்.

"உம்... பாத்தியா... நான் என்னைப்பத்திதானே, என் வவுத்துப் பசியைப்பத்திதானே நொந்துக்கிட்டு இருக்கேன். உன்னைப் பத்தி என்னடா ஒரு உசுரு சென்மம் பக்கத்துல குந்திக்கிட்டு கிடக்கேன்னு யோசிச்சுப் பார்த்தனா..."

தெரு ரொம்பச் சுறுசுறுப்பாய் இயங்கிக்கொண்டிருந்தது. மரக்கிளையின் ஊடே சூரியக் கதிர் அவர் முகத்தில் விழுந்தது. சற்றுத் தள்ளி சாய்ந்துகொண்டார்.

"இந்தக் கிளிக்குஞ்சு வயித்துக்கும் ரெண்டு மணி போட வக்கத்துப் போயிட்டேனே..." என்று முனகிக்கொண்டார். கிளி "கிக்கீ" என்று உற்சாகமில்லாமல் முனகிக்கொண்டு ரெண்டு எட்டு எடுத்து வைத்தது.

"பச்சையம்மா"

"கீ"

"கொஞ்சம் பொறுத்துக்கோம்மா..." என்றார். அப்படியே மரத்தில் சாய்ந்துகொண்டார். மீண்டும் அந்த வலி வயிற்றை நடுவாகக் கிழிக்கிற மாதிரியான அந்த வலி.

நாய்க்கர் கொஞ்சம் கொஞ்சமாகத் தன் வசம் இழக்கிற நேரத்தில் கிளி "கிக்கீ" என்று தொடர்ந்து கத்தியது.

நாய்க்கர் சிரமப்பட்டுக் கண்ணைத் திறந்தார்.

கிராமத்தினர் என்று பார்த்த மாத்திரத்தில் அறியத்தக்க, நடுவயதுப் பெண்ணும், ஓர் இளம் பெண்ணும் அவர் முன்னால் வந்து குந்தினார்கள்.

கண் மறைக்கும் திரைப்படலத்தின் ஊடே, வந்தவர்களை உற்று நோக்கினார் நாய்க்கர்.

"என்னங்க நாய்க்கரே... என்னைய தெரியலையா... நான்தான் வில்லியனூரு பழநியம்மா. போன மாசம்கூட வந்து சோசியம் பார்த்துக்கிட்டு போனேனே..."

"அடடே... அவங்களா, உக்காருங்க. வயசாயிடுச்சில்ல... அதான் கண்ணை மறைக்குது... ஒவ்வொரு புலனா செத்துக்கிட்டே போயி, ஐம்புலனும் அத்து.

ஆறாம் புலனும் போறதுதானே கதையோட முடிவு... அத்த உடுங்க... சௌக்கியம் தானே... இதாரு...”

“ஆமா, இது எங்க அக்கா மவ... என் கிட்டேதான் வளருது. போன மாசம் மாப்பிள்ளை வீட்டுக்காரங்க வந்தாங்க... பாத்தாங்க. தபால் எழுதறதாச் சொல்லிக்கிட்டுப் போனாங்க. போனவங்க போனவங்கதான். சம்மதம் கொடுத்தாங்கன்னா வர தையில முடிச்சுடலாம்... பார்த்து சொல்லுங்க... வயது வந்த பொண்ணை எம்மாங் காலம் வச்சுக்கிட்டு இருக்கிறது. சும்மாத் தூக்கிக்கிட்டு வந்து புள்ளையச் சொந்தம் கொண்டாடறது மாதிரி...”

“பேஷா... பாத்துடுவோம். நம்ம பச்சையம்மா கிளீனா சொல்லிப்புடுவாளே, வெட்டு ஒன்னு, துண்டு ரெண்டுன்னு. அவகிட்டே, பச்சைக்கிளின்னு நினைக்காதீங்க... அவ சுகரிஷி வம்சமில்லே...? ஹூம்” என்றார் நாய்க்கர்.

இரண்டு பெண்களும் மேல் பலகையில் இருந்த கிளியை மிகுந்த நம்பிக்கையோடும், கொஞ்சம் பக்தியோடும்கூடப் பார்த்தார்கள்.

நாய்க்கர், சீட்டுக் கட்டுகளைப்போல அடுக்கி வைக்கப்பட்டிருந்த தெய்வங்களின் படமும் வாக்கும், அச்சிடப்பட்ட அட்டைகளை எடுத்துப் பாயில் விரித்தார்.

“பொண்ணு பேரு சொல்லுங்க.”

“மகாலட்சுமி”

கிளியை இறக்கிப் பாயில் விட்டார் நாய்க்கர்.

“அம்மா பச்சையம்மா, மகாலட்சுமி என்கிற பேர் ராசிக்கு நல்ல பலன் சொல்லும்மா. நல்லது, நடந்தது, நடக்கப் போறது, நடப்பது நாலையும் பாத்து நல்ல குறி சொல்லும்மா... வில்லியனூர் பொண்ணுக்கு வில்லங்கம் இல்லேன்னு, வாழப் போறப் பொண்ணுக்குத் தாழ்வேதும் இல்லேன்னு, சீட்டெடுத்துக் கொடும்மா... சீருள்ள பொண்ணுங்க...” என்றவாறு கிளியை எடுத்துப் பாயில் விட்டார்.

கிளி, பழக்கத் தோஷத்தால் நெல்மணியை எதிர்பார்த்து நின்றது. பிறகு கிடைக்காது என்று தனக்கே தெளிவு ஏற்பட்டதுபோல, சீட்டை அணுகி, இரண்டை எடுத்துக் கீழே போட்டுவிட்டு, மூன்றாவது சீட்டை, வாயில் கவ்விக்கொண்டு போய் நாய்க்கரிடம் கொடுத்தது. அவர் அதைப் பெற்றுகொண்டவுடன், தானாகவே கூண்டுக்குள் சென்று புகுந்துக்கொண்டது.

உறையிலிருந்து சீட்டை எடுத்துப் பிரித்தார். அவர் புருவங்கள் மேலேறின. “அருமையான ஜாதகம். காளியாத்தாவே பிரச்சன்னம் ஆயிருக்கா. இனி என்ன குறை? மலை மாதிரி வந்தது பனி மாதிரி போயிடாதா?” என்றவாறு படத்தை அவர்களிடம் காட்டினார் நாய்க்கர்.

காளி உக்கிரமாகக் காட்சி அளித்தாள். இருட்டே மேனியாக, இரத்த நிற நாக்கு வெளியே துரத்திக்கொண்டு தொங்க, மண்டை ஓடுகள் மாலையாக, ஒரு கையில் இரத்தம் சொட்டும் அரிவாளும், மறுகையில் அரிந்த அசுரன் தலையும், தலை உருண்ட எருமையுமாகக் காட்சி தந்தாள் அவள்.

பெரியவள் கன்னத்தில் போட்டுக்கொண்டாள். அவள் முகத்தில் பயமும், பின் பக்தியும் மாறி மாறி மின்னின. இளம்பெண் விக்கித்துப்

போய் உட்கார்ந்திருந்தாள். நாய்க்கர் தொண்டையைக் கனைத்துக்கொண்டு படிக்கத் தொடங்கினார்.

"தலையெழுத்தின் தெய்வம்; உனைத் தாங்கும் தெய்வம்
தகுதிநிலை தரும் தெய்வம்; மூன்று பேர்க்கும்
கலைதந்த மாகாளி கருணை யாலே
கவலையெலாம் போயொழியும்; தைக்குப் பின்னால்
நிலை உயரும், நிம்மதியும் வந்து சேரும்!
நினைத்தமணம் கைகூடும், நிலமும் நீச்சும்
பலன்கொடுக்கும்; பசுமாடு, கன்று போடும்
பைரவியாள் துணையிருக்கப் பயமேன் நெஞ்சே!"

படித்து நிமிர்ந்த நாய்க்கர், இருவரையும் பார்த்தார். அவர்கள் புரிந்தும் புரியாமலும் தலையாட்டிக்கொண்டு உட்கார்ந்திருந்தார்கள். "காளியாத்தா நல்ல வாக்குச் சொல்லியிருக்கா. நம்ம தலையெழுத்தை எழுதின தெய்வம் ஆரு? பிரும்மா? அவனையும், உனக்குக் காசு கொடுத்து பொருள் கொடுத்து சோறு போடற தெய்வம் ஆரு? விஷ்ணு! அவனையும்; செத்துப் போனா நரகம் மோட்சம்னு நம்ம தகுதிக்கு ஏற்ற மாதிரி பிரிச்சு அனுப்பி வைக்கிற தெய்வம் ஆரு? சிவபெருமான்! ஆக இந்த மூணு பேருக்குமே நீ சிருஷ்டி பண்ணு, நீ காப்பாத்து, நீ சங்காரம் பண்ணுன்னு வேலையைப் பிரிச்சு கொடுத்திருக்கிற பெரிய தெய்வம், நம்ம காளி ஆத்தாதான். அவ வந்திருக்கா. இனி கவலையில்லேடா, வர்ற தைக்கு அப்புறம் உங்க நிலைமை உசரும்... அப்படீங்குது பட்சி! வில்லியனூர் அம்மா இதுல முக்கியமான சேதி இருக்கு பாருங்க... நினைத்த மணம் கைக்கூடும்னு இருக்கு... பட்சி சொல்லு பரமசிவன் சொல்லு. ஆக, வர்ற தையில பொண்ணுக்குக் கல்யாணம் நிச்சயம். மாப்பிள்ளை அப்படி இப்பிடி இருந்தாலும் காளி ஆத்தா அவன் காதைப் பிடிச்சு இழுத்து வந்து "உம்... கட்டுடா தாலியைன்னு கழுத்துல ரெண்டு வைப்பா..." என்று விட்டு இளம் பெண்ணைப் பார்த்தார்.

அவள் வெட்கப்பட்டுக்கொண்டு தலை கவிழ்ந்து உட்கார்ந்திருந்தாள். தலைமுடிக்குத் தடவிய எண்ணெய் நெற்றியில் வழிந்து முகம் பரவிச் சிரிப்போடு வழிந்தது.

முதியவள் வெகு நிம்மதியோடு இருந்தாள். தன் இடுப்பில் சொருகி இருந்தச் சுருக்குப் பையை எடுத்துத் திறந்து, ஓர் எட்டணா காசை எடுத்து நாய்க்கர் முன்னால் வைத்தாள்.

அவர் காசை எடுத்து, கூண்டையும் பாயையும், சேர்த்துச் சுற்றி இரட்டை முறித்து தன் காதுக்குள் சொருகிக்கொண்டார்.

"நாங்க வர்றோம்" என்று வந்தவர்கள் கிளம்பினார்கள்.

"ஆகா... போய்ட்டு வாங்க... நல்லது நடக்கும்... கல்யாணம் கண்டிப்பா நடக்கும். கல்யாணச் சோறு நமக்கும் கிட்டும்னு இருக்குபோல!"

"கண்டிப்பா... நீங்க இல்லாமையா... நானே கல்யாண கடுதாசி கொண்டாந்து தர்றேன்...!" என்றாள் பெரியவள்.

"நான் வர்றேங்க" என்றாள் இளம்பெண்.

"மகராஜியா போய் வாம்மா…" என்று விடை கொடுத்தார் நாய்க்கர்.

இருவரும் சென்றதும், நாய்க்கர் காசை எடுத்துக் கையில் வைத்துக்கொண்டார். எழுந்தார். ரோட்டைக் கடந்து, டீ கடைக்கு முன்னால் வந்து நின்றார். எட்டணாவுக்கு இரண்டு மசால் வடைகள் வாங்கி எரிகிற வயிற்றில் போடலாமா என்று யோசித்தார். சூடாக ஒரு டீ சாப்பிடலாமே என்கிற ஒரு யோசனையும் வந்தது. டீ கடைக்குள் நுழைந்தார். "ஒரு ஸ்டிராங் டீ போடுப்பா…" என்றார் டீ மாஸ்டரைப் பார்த்து.

சூடாக டீ வயிற்றில் இருங்கும்போது ஆனந்தமாக இருந்தது. கண்ணை மூடிக்கொண்டு அதில் லயித்தபடியே டீயைக் குடித்து முடித்தார். பிறகு பக்கத்துப் பெட்டிக் கடைக்குப் போனார்.

"என்ன சோசியரே… பழம் வேணுமா…?" என்றார் கடைக்காரர். ஒரு அளிந்த பூவம் பழமாகப் பார்த்து, நாலணா எடுத்து கொடுத்து வாங்கிக்கொண்டு, ரோட்டைக் கடந்து கூண்டருகில் வந்து உட்கார்ந்தார்.

கூண்டில் இருந்த கிளிக்குப் பழத்தை உரித்து வைத்தார்.

"கிக்கீ" என்று கத்திக்கொண்டு, கிளி உயிர் பெற்றதுபோலப் பழத்தைக் கொத்தித் தின்றது.

மீண்டும் அந்த வலி உந்திச் சுழியில் தொடங்கி, வயிறு முழுக்க வியாபித்து உடம்பை உதறி எடுக்கும் வலி.

கொஞ்ச நாழியாவது படுக்கத்தான் வேண்டும் என்று நினைத்தார். "சம்முவா" என்றவாறு கையைத் தலைக்கு அணையாக வைத்துக்கொண்டு சுருட்டிக்கொண்டுப் படுத்தார். கண்ணை மூடினார் நாய்க்கர்.

1986

சிக்கன் பிரியாணியும் சீதேவி படமும்

கதவு தட்டப்படுவதைக் கேட்டுப் புரண்டு படுத்தான் நாகராஜன். தம் அறைக் கதவுதானா என்று நிதானிக்க மேலும் இரண்டு நிமிடங்களை எடுத்துக்கொண்டான். வெளியிலிருந்து "அண்ணே... அண்ணே" என்கிற குரல், கண்கள் மூடியிருந்தாலும் ஜன்னல் வழி வந்த வெளிச்சம் இமை விளிம்புகளை ஊசியாய்க் குத்தின. சிரமப்பட்டுக் கண்ணைத் திறந்து, ஒரு சின்னத் தவளைக்குட்டி மாதிரி சுவரில் இருந்த கடிகாரத்தைப் பார்த்தான். ஒன்பதாகப் பத்து நிமிடம் இருந்தது.

"சை, இன்னும் பொழுதே விடியல்லே... அதுக்குள்ளாற வந்துட்டானுங்களே பேமானிப் பசங்க..." என்று மனசுக்குள் வசை புரண்டது. முந்தின இரவு நீண்ட நேரம் விழித்திருந்தது, தண்ணீர் கலக்காது பச்சையாகச் சாப்பிட்டிருந்த மால்ட் விஸ்கி, இரண்டும் தலையை இடித்துக்கொண்டிருப்பதை உணர்ந்தான். கண்ணைத் திறந்தால் இடி, எரிச்சல்.

தயங்கித் தயங்கி ஒரு விரல் முட்டி கதவைத் தட்டிக்கொண்டேயிருந்தது இனி தூங்க முடியாது. சிரமப்பட்டு எழுந்து உட்கார்ந்தான். மண்டை இடித்துக் கொண்டேயிருந்தது. எழுந்து நின்றான். நழுவிய கைலியைக் கட்டிக்கொண்டான். மேசை டிராயருக்குள், கை விட்டுத் துழாவி ஒரு "கால் பாட்டிலை" எடுத்தான். இந்தக் காலை நேர தலையிடிக்கென்று முந்தின இரவில் சேமித்து வைத்திருந்த விஸ்கி, "ஊனுக்கு ஊன்" என்பது, அன்று கண்ணப்ப நாயனார், காளத்தி நாதரைச் சாட்சியாக வைத்துக் கண்டுபிடித்திருந்த மருத்துவ மரபு. விஷத்துக்கு விஷம் விஸ்கிக்கு விஸ்கி... பானம் பாதரஸம்போல இளஞ் சூட்டோடு உள்ளிறங்கியதும்தான், கால் தரையில் பரவி நின்றது. இடியும் விலகியது.

கதவைத் திறந்தான் நாகராஜன்.

ஓர் அழுக்கு மூட்டை. நானூறு மைலுக்கு அப்பாலிருந்து வந்திருக்கிற அழுக்கு.

ரயிலழுக்கு. ஒரு கிராமத்து அழுக்கு கையில் சாயம் போன மஞ்சள் நிறக் கல்யாணப் பையை வைத்துக்கொண்டு, பயமும், அசட்டுத்தனமும் கலந்த சிரிப்புச் சிரித்தது.

ஆளை நிதானிக்க முயன்றான் நாகராஜன்.

பேரு மண்ணாங்கட்டிங்க. அண்ணன் தொகுதிக்காரங்க. அண்ணன் இல்லீங்களா? போனவாட்டி வந்தப்போ, அண்ணன்கூட உங்களைப் பார்த்திருக்கேங்க..."

பனி விலகியது நாகராஜனுக்கு.

அழுக்கல்ல, முன்னால் நிற்பது அதிர்ஷ்ட தேவதை! ஏதோ ஒரு வேலை விஷயமாகப் போன முறை அண்ணனிடம், இதே மாதிரி ஒரு காலை நேரத்தில் வந்த தேவதை. அண்ணன், "கொஞ்சம் செலவு ஆகும்" என்று சொல்லியிருந்ததும், "பணத்தோட வர்றேங்க" என்று இது எழுந்து போனதும், அவன் மூளை அவனுக்குத் தெளிவாக எடுத்துச் சொல்லியது.

மகிழ்ச்சியோடு நாகராஜன், "வாங்க மண்ணாங்கட்டி, வாங்க உள்ளே, வாங்க..." என்று வரவேற்று அழைத்துச் சென்றான். "உட்காருங்க" என்று ஒரு நாற்காலியைக் காட்டினான்.

மண்ணாங்கட்டி உட்கார்ந்தான். படுக்கையில் சாய்ந்துகொண்ட நாகராஜன், ஒரு சிகரெட்டைப் பற்ற வைத்துக்கொண்டு சொன்னான்.

"அண்ணன் உங்களைக் கேட்டுக்கிட்டேயிருந்தாரு. எங்க மண்ணாங்கட்டியைக் காணோம், மண்ணாங்கட்டியைக் காணோம்னு."

"கேட்டாருங்களா?"

"ஆமா, தெனம் ரெண்டு வாட்டி கேப்பாரு. தொகுதி மக்கள் ஆச்சே. ஓட்டு போடற தெய்வங்களாச்சே. உங்களை மறந்துட முடியுமா?"

மண்ணாங்கட்டிக்கு மயக்கம் வராத குறை. இம்மாம் பெரிய ஊரில், இம்மாம் பெரிய இடத்தில், இம்மாம் பெரிய மனிதர் தன் பெயரை ஒரு நாளைக்கு ரெண்டு வாட்டிச் சொல்வதென்றால், மண்ணாங்கட்டி சிரித்தான். ஒரு மிகப் பெரிய சிரிப்பு அது. அத்தனைப் பற்களையும், நாக்கையும், உள் நாக்கையும் காட்டி, ஆனால் சப்தமில்லாமல், சிரித்தான்.

"அண்ணன் இல்லீங்களா?"

"இல்லை. இப்பத்தான் 'பெரியவரோட' பலகாரம் சாப்பிடப் போனாரு. பெரியவருக்கு நம்ம அண்ணனை, ஒரு நாளைக்கு நாலு முறையாவது பார்க்காமே இருக்க முடியாது. தலைவெடிச்சுடும். தம்பி வரல்லையா, தம்பி வரல்லையான்னு கேட்டுக்கிட்டு இருப்பாரு. ஆனா பாருங்க, நீங்க நம்புவீங்களோ, மாட்டீங்களோ, போறப்போ ஒரு வார்த்தை சொன்னாரு. ஊருலேந்து, நம்ம மனுஷங்க யாராவது வருவாங்க. வந்தா கவனி. நான் இல்லேன்னா என்ன, நானும் நீயும் ஒன்னுதானேன்னுட்டுப் போனாரு."

மண்ணாங்கட்டி நெகிழ்ந்து போனான்.

"ஊருல பாப்பாகூட சொல்லுச்சிங்க. அண்ணனைப் பார்த்தா வழி பொறக்கும்னு?"

"பாப்பாவா?"

“என் தங்கச்சிங்க. என் ஓடன்பொறுப்பு. என் மவ, எல்லாம் அதுதாங்க. சக்திக்கு மீறி பெரிய இடத்துலதான் கெட்டி வச்சேன். பையன் சரியில்லே. வாழாவெட்டியா வீட்டுக்கு வந்துடுச்சி. நல்ல வேளையா எஸ்.எஸ். எல்.சி. படிக்க வச்சுட்டேன். டைப்பு, சுருக்கெழுத்து எல்லாம் தெரியுங்க. அதுக்குதான் நீங்களும் அண்ணனும் மனசு வச்சி ஒரு வேலை வாங்கிக் குடுத்திட்டீங்கன்னா, அது வாழ்ந்துடுங்க. வாழ வேண்டிய பொண்ணை ஊட்டுல ஒக்காத்தி வச்சுக்கிட்டு, சோறு தொண்டையில இறங்கலீங்க. அண்ணன் சொல்லியிருந்தாங்க. கொஞ்சம் செலவாகுண்டா மண்ணாங்கட்டி, ஏதாவது புரட்டிக்கிட்டு வந்துடு. நிச்சயமா வேலையை வாங்கிடலாம்னாங்க. நம்ம பூர்வீக சொத்துன்னு கொஞ்சம் நெலம் இருக்குங்க. பாப்பாவுக்கு இல்லாமே வேற எதுக்குன்னு, அதை அடமானம் வச்சு பணம்கொண்டாந்திருக்கேங்க... நீங்களும் அண்ணனும் மனசு வச்சு...”

“செஞ்சுடலாம்... வேலை முடிஞ்சுதுன்னே வச்சுக்குங்க... அண்ணன் மத்தியானம் கோட்டைக்கு வந்துடுவாரு... நாம அண்ணனை அங்கயே பார்த்துடலாம்...”

நிம்மதியோடு சரி என்றான் மண்ணாங்கட்டி.

நாகராஜன், மணியைப் பார்த்தான். ஒன்பது நாற்பதாயிருந்தது. லேசாகப் பசிக்கத் தொடங்கியிருந்தது. எழுந்து மேசை விரிப்புக்குக் கீழே இருந்த ஒரு சீட்டை எடுத்தான்.

“நீங்க டீ சாப்பிட்டீங்களா.”

“இல்லீங்க.”

“கீழே ஓட்டல் இருக்கு. போய் சாப்டுட்டு, என் பேரைச் சொல்லி ஒரு ஸ்டிராங் கப் டீ அனுப்பச் சொல்லுங்க. அப்படியே, பக்கத்திலேயே லாண்டரிக்கடை, இந்தச் சீட்டைக் கொடுத்தீங்கன்னா துணி தருவான். வாங்கிட்டு வந்துடுங்க.”

மண்ணாங்கட்டி, பலமாகத் தலையாட்டிவிட்டு சீட்டை எடுத்துக்கொண்டு போனான்.

நாகராஜனுக்கு மனசுக்குள் குறுகுறுத்தது. ‘என்ன ஒரு அதிர்ஷ்ட நாள் இது’ என்று பொங்கியது. தலை இடி, சோர்வு எல்லாம் பறந்து போயிருந்தன. அனுபவித்துச் சாப்பிடலாமே. விஸ்கி, சிக்கன் பிரியாணி, கார் சவாரி... ஸ்வாகத் ஓட்டல் மல்லிகைப்பூ...

பையன் டீ கொண்டு வந்தான்.

டீயைக் குடித்து முடிக்கையில், மண்ணாங்கட்டி துணியோடு வந்தான்.

“நான் குளிச்சுட்டு வந்துடறேன்... அப்புறம் நீங்க குளிக்கலாம்”

“ஆவட்டுங்க.”

ஒரு சிகரெட்டைப் புகைத்துக்கொண்டு, குளியல் அறைக்குள் நுழைந்தான் நாகராஜன்.

தனியாக விடப்பட்ட மண்ணாங்கட்டி, மிக மகிழ்ச்சியில் இருந்தான். இந்த நாகராஜ் அண்ணன்தான் எவ்வளவு இயல்பாக டீ குடிக்கிறியா, என்றல்லவா கேட்டார்?

குளித்து முடித்து வெளிவந்த நாகராஜன், அந்த லாண்டரி வேட்டியைக் கட்டும்போது மண்ணாங்கட்டி வியந்து போனான்.

இது என்ன வெள்ளை? சுண்ணாம்பு வெள்ளையைக் காட்டிலும் வெள்ளையாக அல்லவா இருக்கிறது. பாம்புத் தோல் போன்று சுருண்டு சுருண்டு நெளிந்தது அந்த டெரிகாட்டன் வேட்டி. கோழி இறகு போன்ற மினுமினுப்பு. தவிர்க்க முடியாமல், தன் வேட்டியோடு ஒப்பிட்டுப் பார்த்து வெட்கப்பட்டுக்கொண்டான்.

“மாற்றுக்குக் கட்டிக்க ஒரு வேட்டிக் கொண்டாறாமே வந்துட்டேனே. என் புத்தியைச் செருப்பாலே அடிக்கணும்?” என நொந்துகொண்டான்.

அதிவெள்ளைச் சட்டையும் வேட்டியுமாக முன்னால் நாகராஜனும், அழுக்குச் சட்டையும் வேட்டியுமாகப் பின்னால் மண்ணாங்கட்டியும் கீழே இறங்கினார்கள்.

“அந்தப் பெட்டிக் கடையில் இரண்டு பாக்கெட் கோல்ட் பிளேக் சிகரெட்டும் ரெண்டு தீப்பெட்டியும் வாங்கிட்டு வாங்க. அதுக்குள்ளே நான் ஒரு டாக்சி ஏற்பாடு பண்றேன்” என்று மண்ணாங்கட்டியை அனுப்பி வைத்த நாகராஜனை உரசிக்கொண்டு நின்றது ஒரு டாக்சி.

“வணக்கண்ணே” என்றான் டிரைவர்.

“டேவிட்டா... உன்னைத்தான் எதிர்பார்த்தேன். எங்கே சவாரி போயிட்டுயோன்னு நினைச்சேன்.”

“மாமூல் டூர் தானே அண்ணே.”

“உம்.”

“முதல்லே பெட்ரோலுக்கு ஒரு நூறு ரூபாய் தட்டிருங்கண்ணே.”

சிகரெட்டோடு வந்த மண்ணாங்கட்டியிடம், “டாக்சி புக் பண்ணியாச்சி. ஒரு இருநூறு ரூபாய் கொடுங்க அவருகிட்டே...” என்றவாறு டாக்சியில் ஏறி உட்கார்ந்தான் நாகராஜன். முன்னால் ஏறப் போன மண்ணாங்கட்டியைத் தடுத்துத் தன் பக்கத்தில் உட்கார வைத்துக்கொண்டான்.

மண்ணாங்கட்டி, மஞ்சள் பையிலிருந்து ஒரு பேப்பர் பொட்டலத்தை எடுத்தான்.

“புளி சாதமா.”

வெட்கத்தோடு சிரித்துக்கொண்டே மண்ணாங்கட்டி, “பணங்க” என்றான். பொட்டலம் ‘நறநற’வென்று பிரிந்தது. பச்சைப் பச்சையா நூறும் ஐம்பதும், பத்தும் ஐந்துமாக நோட்டுகள் குறுகிக் கிடந்தன. இரண்டு நூறை எடுத்து டிரைவரிடம் கொடுத்தான் மண்ணாங்கட்டி. டிரைவர் “சாமி” என்று முனகிக்கொண்டு, ஸ்டீரிங்கைத் தொட்டுக் கும்பிட்டுவிட்டு வண்டியைக் கிளப்பினான். டிரைவ் இன்னில் நெய்த் தோசையைச் சட்னியில் புரட்டிக்கொண்டு நாகராஜன் சொன்னான்.

“கோட்டைக்குப் போறோம். அண்ணன் வருவாங்க... பார்த்துப் பேசிட்டீங்கன்னா விஷயம் முடிஞ்ச மாதிரிதான்.”

“செய்யுங்க... உங்களுக்குப் புண்ணியமாப் போவும். அண்ணே தண்ணி காணாத செடியாட்டம், அந்தப் பொட்டைப் புள்ளை வாடி வதங்கி வாசல்லே உட்கார்ந்திருக்கிற பாத்தா, வயிறு எறியுதுங்க. வேலை கிடைச்சா, அதும் வாழ்வுக்கு உத்தரவாதமாயிடும்... நாம எப்படியோ கையும், காலும், வச்சு புளச்சுக்கிடலாம்.”

சாப்பிட்டு முடித்ததும் மண்ணாங்கட்டிச் சொன்னான்.

“நாம கேக்காமயே கெட்டிச் சட்னி தர்றானே.”

வண்டி ஜெமினியைத் தொட்டுத் திரும்பியது. மைல் நீளத்துக்கு வைத்திருந்த சினிமா போஸ்டர்களைப் பார்த்தான் நாகராஜன். சீதேவி ரொம்பத் தாராளமாகத் தெரிந்தாள்.

“டேவிட், சீதேவி படம் தமிழா, தெலுங்கா?”

“தெலுங்கு தாண்ணே. நம்ம படத்துலதான் அந்த அம்மா போத்திக்கிட்டு, போத்திக்கிட்டு வருவாங்களே.”

“நைட் ஷோக்கு டிக்கெட் கிடைக்குமா?”

“நமக்கில்லாமையா?”

“நம்ம ஊருக்கு ‘பதினாறு வயதினிலே’ வந்துருக்கண்ணே” என்றான் மண்ணாங்கட்டி.

“ப்ச்” என்றான் டேவிட்.

நாகராஜன் மண்ணங்கட்டியிடம் சொன்னான்.

“ஒரு ஆயிரம் ரூபாயைத் தனியா எடுத்து எங்கிட்ட கொடுத்துடுங்க. நாலு பேரை பாக்க வேண்டியிருக்கும்...”

மண்ணாங்கட்டி மீண்டும் அந்தப் பொட்டலத்தை எடுத்து ‘நறநற’வென்று பிரித்து, ஆயிரத்தை எடுத்து பக்தியோடு நாகராஜனிடம் கொடுத்தான். வாங்கி உள் சட்டைப் பையில் வைத்தான் நாகராஜன்.

கோட்டைக்குள் நுழைகையில் மண்ணாங்கட்டிக்கு உடம்பு சில்லிட்டது. மேனி முழுதும் ஒரு புளங்காகிதம் பரவிற்று. தன் வாழ்க்கையிலும் தன்னால் கோட்டைக்குள், ஒரு காரில் உட்கார்ந்து நுழைய முடியும் என்று நம்பியவன் அல்லவே அவன்.

காரை விட்டுக் கீழே இறங்கி நின்றதும் கால்கூடக் கூசியது. முதல் அமைச்சர் முதலான மந்திரிகளும், பெரிய பெரிய அதிகாரிகளும், எம்.எல்.ஏ.க்களும் நடக்கிற அந்தப் புண்ணிய பூமியில நின்றதுமே, தன் பாப்பாவுக்கு வேலை கிடைத்து விட்டது என்றே நம்பினான் அவன். கண்ணில் நீரே கோர்த்துக்கொண்டது.

“வாங்க” என்று மண்ணாங்கட்டியை அழைத்துக்கொண்டு உள்ளே போனான் நாகராஜன். அந்த நீள வராந்தாவில் உலவிய பெருமக்களைக் கண்டு வாய் அடைத்து விட்டது மண்ணாங்கட்டிக்கு. என்ன மாதிரி வெள்ளை வேட்டிகள், சட்டைகள். எந்தத் தறிக்காரன் நெய்தது இந்தத் துகிள். ஒரு தும்பு தூசி இருக்குமா இதில்? பெரிய மனிதர்கள் என்றால்

இவர்கள் அல்லவா? பின்னே என்ன? முதலமைச்சரோடு சமமாக உட்கார்ந்து பேசுகிறவர்கள் இப்படித்தானே இருக்க வேண்டும்?

எதிர்ப்பட்ட சிலர் நாகராஜனோடு நின்று பேசினார்கள். சிலரை, நாகராஜனே மறித்து நின்று பேசினான். கொஞ்சம் தள்ளிக் கைக்கட்டிக்கொண்டு நின்றிருந்த மண்ணாங்கட்டியைச் சுட்டிக் காட்டிப் பேசினான். மண்ணாங்கட்டிக்கு வயிற்றில் பால்வார்த்த மாதிரி இருந்தது. எவ்வளவு அக்கறையோடு இந்த அண்ணன், பாப்பாவுக்காகப் பேசுகிறது என்று நெகிழ்ந்தான். நாகராஜனோடு நின்று பேசியவர்கள் திரும்பி இவனைப் பார்க்கும்போதெல்லாம், இயன்றவரை தன் முகத்தை வருத்தத்தோடு வைத்துக்கொண்டு அவர்களைப் பார்த்துக் கும்பிட்டான். 'சாமி துரை! எங்க வீட்டுப் பாப்பாவுக்கு ஒரு வேலை போட்டுக் கொடுத்தீங்கன்னா, என் தோலாலே உங்களுக்குச் செருப்பு தச்சிப் போட்டுடுவேன்' என்று சொல்லாமல் சொன்னான் மண்ணாங்கட்டி. அவர்களும் அவனைப் புரிந்துகொண்டார்கள் என்றே நம்பினான் அவன்.

மதியம் ரெண்டு மணிக்குத்தான் அண்ணன் கோட்டைக்கு வந்தார். மண்ணாங்கட்டியைப் பார்த்ததும், "அடடே நீயா...?" என்றார். தன்னைப் பார்த்ததும் அடையாளம் கண்டுகொண்ட அண்ணனின் பெருந்தன்மையை நினைத்து நெகிழ்ந்தான். கும்பிட்டது, கும்பிட்ட கையோடு கை அவிழாமல் நின்றிருந்தான் மண்ணாங்கட்டி.

"உன் தங்கச்சி விஷயமா பெரியவங்க கிட்டே இன்னிக்கு காலைலே பேசினேன்... உம்..."

"மண்ணாங்கட்டி" என்று எடுத்துக் கொடுத்தான் நாகராஜன்.

"தெரியுமே... மறந்தா போயிடுவேன். பெரியவங்களும் ஆகட்டும் பார்க்கலாம்னு சொல்லிட்டாங்க. இந்தச் சின்ன பூதங்கள்தான் மறிச்சுக்கிட்டு நிக்குது. அதை நான் பாத்துக்கறேன்."

"அண்ணே நீங்கதான்..." என்று பேச முடியாமல் கண்களில் தாரை தாரையாகக் கண்ணீர் வழிய நின்றான் மண்ணாங்கட்டி.

"ச்சூ... ச்சூ... அழாதே. எல்லா விவரங்களையும் நாகராஜ்கிட்டே கொடுத்துடு... இந்தா நாகராஜ், இவரு கிட்டே எல்லா 'பர்ட்டிகுலர்சை'யும் வாங்கிட்டு, ஸ்டேஷனுக்குப் போயி நீயே வண்டியேத்தி விடு..." என்றார் அண்ணன், மிக அன்பானத் தொனியில்.

"நீங்க சொன்னதைக் கொண்டு வந்திருக்கேங்க" என்று ரகசியம்போல, மெல்லிய குரலில் சொன்னான் மண்ணாங்கட்டி.

"இந்தச் சனியன்களையெல்லாம் நான் கண்ணாலையும் பார்க்கிறதில்லை. கையாலயும் தொடறதில்லை. எல்லாம் இந்த நாகராஜ் பாத்துக்குவான். நான் பெரியவங்களைப் பார்க்கணும் வரட்டுமா... கவலையில்லாமே போங்க மண்ணாங்கட்டி, நான் பாத்துக்கறேன்..." என்று சொல்லி, அன்போடு மண்ணாங்கட்டியின் தோளில் தட்டிவிட்டு அவசரமாக வெளியேறினார் அண்ணன்.

மதியம் ஒரு பிரமாண்டமான ஓட்டலில், முக்கியமான நபர்கள் இவர்கள் என்று ரகசியமாக மண்ணாங்கட்டிக்குச் சொல்லி, மூன்று பேருக்கு விருந்து கொடுத்தான் நாகராஜன்.

அந்த சர்வர்களின் நாசூக்கான நடை, உடை, பாவனைகளைப் பார்த்தே பசி தீர்ந்து விட்டது மண்ணாங்கட்டிக்கு. சர்வர்கள் என்றால், தொடைக்கு மேல் வேஷ்டியை வழித்துக்கொண்டல்லவா இருக்க வேண்டும். கிளாசுகளில், ஓசை படாமல் பாட்டிலைச் சாய்த்து, பானங்களை நிரப்பும் நேர்த்திதான் என்ன, குனிந்து குனிந்து மகாராஜாவுக்கு முன்னால் நிற்கிற சேவகர்கள் மாதிரி அவர்கள் காட்டும் பாவனைதான் என்ன?

தன்னையே ஒரு பெரிய மனிதராக, முதல் முறையாக உணர்ந்தான் மண்ணாங்கட்டி. ஒரு தர்மப் பிரபுவைப்போல, "சாப்பிடுபவர்கள் என் பணத்தில் சாப்பிடுகிறார்கள்" என்று களி கூர்ந்து வேடிக்கை பார்த்துக்கொண்டிருந்தான். விதவிதமான உணவுப் பொருள்கள் தட்டுகளில் வந்தமர்வதும், மறைவதும் மிக ஆச்சர்யமாய் இருந்தன.

கிட்டத்தட்ட தொள்ளாயிரத்தைத் தொடும் பில் ஒரு புத்தகம்போல் மூடி வந்தது. பசியாறியவர்கள் ஆச்சரியத்துடன் பார்க்க, அந்த மஞ்சள் பை, பழங்காகிதப் பொட்டலத்தைப் பிரித்தான் சந்தோஷத்துடன் மண்ணாங்கட்டி.

வண்டி புறப்படத் தயாராயிற்று.

"அண்ணே! உங்களைத்தான் தெய்வமா நம்பறேன். பெத்தவங்களையும் விழுங்கிட்டு, புருஷனையும் விட்டுட்டு அந்தப் பொட்டப் புள்ளைக்கு நீங்கதான் மனம் இறங்கணும்... அதுக்கு ஒரு வேலை வைக்கணும்..." என்றவன், நாகராஜனே திடுக்கிட, அவன் காலில் விழுந்தான். ஒரு சிறு கும்பல் கூடி விட்டது. சாட்டையால் யாரோ அடித்தது மாதிரி இருந்தது நாகராஜனுக்கு.

"ஐயையே... என்ன இது? ஒன்றும் கவலைப்படாமே ஊருக்குப் போங்க... நான் பாத்துக்கறேன்..." என்று வண்டியேற்றி விட்டான் நாகராஜன். வண்டி புறப்படும் வரை கூப்பிய கையும், அழுத கண்ணுமாக இருந்தான் மண்ணாங்கட்டி.

"டிக்கெட் கிடைச்சுடுச்சா..."

"நமக்கில்லாமையா?" என்றான் டேவிட்.

"இரு, சிகரெட் வாங்கி வந்துடறேன்" என்று கடையை நோக்கி நடந்தான் நாகராஜன். பையிலிருந்து பணத்தை எடுத்தான். ஈரத்தால் நோட்டு பிசுபிசுத்தது. மண்ணாங்கட்டியின் அழுத முகம் நினைவில் வந்தது. கண்ணீரா அது? என்று தோன்றியது. இல்லை, வியர்வை அவன் காலில் விழுந்தபோது ஏற்பட்ட 'சொரேல்' என்கிற உணர்வு மீண்டும் தோன்றியது.

"எப்படியாவது மண்ணாங்கட்டியின் தங்கைக்கு வேலை வாங்கிக் கொடுத்து விட வேண்டும்" என்று முதல் முறையாக நினைத்தான் நாகராஜன்.

1986

விட்டு விடுதலை ஆகி...

பனை மட்டையில் மழை பெய்தது மாதிரி, கடந்த அறுபத்தைந்து நிமிஷங்களாகப் புரொபசர் பேசிக்கொண்டிருந்தார்.

சங்கர் தன் கைக்கடிகாரத்தைத் திருப்பிப் பார்த்தான். 11. 20. காலை ஆறுமணி அளவில் எழுந்தவன் ஆறரைக்குள் குளித்து விட்டான். பத்து மணிக்குப் பல்கலைக்கழக வகுப்பறைக்கு வந்து விட்டான். பத்தேகாலுக்கு இந்தக் கூட்டம் ஆரம்பித்திருந்தது. சுமார் அறுபத்தைந்து நிமிஷங்களாகப் புரொபசர் பேசிக்கொண்டிருக்கிறார். கடந்த இரண்டரை ஆண்டுகாலமாக அவர் எதைப் பேசிக்கொண்டிருந்தாரோ, அதையேதான் இன்னும் தொடர்ந்து பேசிக்கொண்டிருந்தார்.

"மாணவர்கள் தங்கள் ஆய்வில் இன்னும் கூடுதலாகச் சிரத்தை எடுத்துக் கொள்ள வேண்டும். அசிரத்தை உதவாது. அது உங்கள் ஆய்வின் முடிவுகளைப் பலவீனப்படுத்தி விடும். உங்கள் ஆய்வுக்கு நீங்கள் காட்டும் ஆதாரங்கள் உண்மையில் சரியானவைதானா என்பதை, மூலங்களைக்கொண்டு பரிசோதித்துப் பார்த்துக் கொள்ள வேண்டும். சோம்பல் மிகக் கெடுதி பாப்பா..."

சங்கர் புரொபஸரைக் கொஞ்ச காலமாகவே ஆராய்ந்துகொண்டிருந்தான். இப்போதும் ஆராய்ந்தான். அவர் பிரச்சனை, மாணவர்களின் அசிரத்தை அல்ல. மாணவர்களே அவருடைய பிரச்னை. அவர்களின் இளமையே அவருடைய பிரச்சனை. டிஜிட்டல் கடிகாரத்து எண் மாதிரி துடிக்கிற மாணவர்களுடைய சுறுசுறுப்புதான் அவரின் பிரச்சனை. அவர்கள் தங்கள் இருபதுகளில் இருக்க அவர் மட்டும் ஐம்பதில் இருந்ததால், வராண்டாவில் மணிக்கணக்கில் நின்றுகொண்டு அவர்கள் மாணவிகளுடன் எதையோ பேசி உரக்கச் சிரிக்கிறார்கள். அவர் அப்படியெல்லாம் வராண்டாவில் மாணவிகளோடு

பிரபஞ்சன் ✶ 429

பேசி இப்படிச் சிரிக்க முடியாது. உரத்து, சந்தோஷமாகச் சிரிப்பது அவர் பதவியின் உயர்வுக்கு ஒவ்வாதது. கேன்டீனுக்கு மாணவிகளுடன் சென்று இந்த மாணவர்கள் செய்வதுபோல, சுடச்சுட வெங்காய பஜ்ஜி சாப்பிட முடியாது. நினைத்தால் தன்னை வந்து பார்க்காமலேகூட மாணவர்கள் காலத்தை ஓட்ட முடியும். வகுப்பை 'கட்' அடித்து, மலையாள சினிமாவுக்குப் போக முடியும். ஆகவே, அவர்கள் தங்கள் கடமை தவறுபவர்கள்! நுனிப்புல் மேய்கிறவர்கள்! பொறுப்பற்றவர்கள்! ஊதாரிகள்! சோம்பேறிகள்! சே! என்ன இந்த மாணவர்கள்! அவர்கள் தலையில் இருப்பது போல் கரிய பம்மென்ற தலைமுடி அவருக்கு இல்லை. இளமையிலேயே அவருக்கு வழுக்கை விழுந்து விட்டது. மைதானத்தில் புல் முளைத்தது மாதிரி அங்கொன்றும் இங்கொன்றுமாக வெளுத்த முடி அவருக்கு. என்னதான் இறுக்கமாக, நாகரீகமாக உடை அணிந்தாலும், துருத்திக்கொண்டிருக்கும் வயிற்றை அவரால் மறைக்க முடியாது. வயதாகி விட்டது. முதுமை, தன் கடமையை முறையாக அவரிடம் செயல்படுத்தி விட்டிருந்தது.

ரைட்! புரொபஸரின் பிரச்னை இதுதான்.

சங்கர் அவர் பேசுவதைப் பார்த்தான். அந்தரத்தில் கையையும் காலையும் விசித்து விசித்து காட்டியும், முகத்தைப் பல கோணலாக்கியும் எதிரே சூனியத்தில் தன்னால் கற்பித்துக் கொள்ளப்பட்ட 'மாணவனை' ஹதம் செய்துகொண்டிருந்தார் அவர். அந்த அறை முழுக்க, நாக்குப் பூச்சிகள் மாதிரியும் மரவட்டைகள் மாதிரியும் வளையம் வளையமாக அவர் வார்த்தைகள் அந்தரத்தில் நெளிந்துகொண்டிருப்பதாக அவனுக்குத் தோன்றியது. பல் துலக்காதவர்கள் சுவாசம்போல, ஏதோ ஒரு கெட்ட வாசனை புகை மாதிரி கொஞ்சம் கொஞ்சமாகப் பரவிப் பரவி அந்த அறையை மூழ்கடிப்பதாக அவனுக்குப்பட்டது.

திடீரென்று ஓர் உருவகம் அவன் மனசுக்குள் உருவாயிற்று. சட்டை போட்ட மாமியார், மீசை முளைத்த, ஆனால் சுயக்ஷவரம் செய்த மாமியார். 'தொம் தொம்மெ'ன்று குதித்துச் சண்டை செய்கிற மாமியார். 'களுக் புளுக்'கென்று தன் ஊளச்சதை அசைய குட்டைக் கூந்தல்அவழிந்து புரள, கண்ணாடி மூக்கில் வழிய, மூச்சிரைக்கத் தன் மருமகளோடு சண்டை போடும் மாமியார் மருமகளின் கருக்கழியாத இளமையில் பொறாமைகொண்டு தன் மென்று சுவைக்காத இறந்த காலத்தை நினைத்துச் சதா வருந்தி, அதன் விளைவாக நிகழ்காலத்தைச் சபிக்கும் மாமியார்... புரொபசர் மாமியார்... நிகழ்காலத்தைச் சபிக்கும் மாமியார்... புரொபசர் மாமியார்...

சங்கர் வாய்விட்டுச் சிரித்தான்.

பேசிக்கொண்டிருந்த புரொபஸர், திடுக்கிட்டுத் தன் பேச்சை நிறுத்தினார். அவனைக் கண்டு கொள்ளாது, அவனால் தன் பேருரைக்கு ஒன்றும் இழுக்கு ஏற்பட்டு விடவில்லை என்று மெய்ப்பிக்கும் முயற்சியில், அறுந்து தொங்கிய தன் வாக்கியச் சங்கிலியை அவசர அவசரமாகப் பின்னிக்கொண்டு தன் உரையைத் தொடர்ந்தார்.

"என்னப்பா, கலாட்டாவா?" என்றாள் சுமதி, சங்கரிடம்.

சுமதி அவன் பக்கத்தில்தான் உட்கார்ந்திருந்தாள். அவள் அவனின் சக ஆய்வு மாணவி. கடந்த ஆறு மாதங்களாகத்தான், சுமதி சங்கருக்குப்

பக்கத்தில் வந்து உட்காரும் தைரியத்தைப் பெற்றிருந்தாள். பகிரங்கமாக, நாலு பேருக்கு முன் பேசுகிற தைரியமும் இந்த ஆறு மாதங்களாகத்தான் அவளுக்கு வந்திருந்தது.

"இல்லை... வர வர இதையெல்லாம் சகிக்க முடியவில்லை..." என்றான் சங்கர் ரகசியக் குரலில்.

"எதையெல்லாம்...?"

"இந்த அழுக்கு மூட்டைகளை..."

சுமதி, தலையை மேசையை நோக்கிக் கவிழ்ந்துகொண்டு புரொபஸர் பார்க்காத வண்ணம் சிரித்தாள். பிறகு சொன்னாள்.

"பொறுத்தார் பூமி ஆள்வார்."

"என்னை ஏதாவது கெட்ட வார்த்தைச் சொல்லத் தூண்டாதே..."

"ப்ளீஸ்... சொல்லுப்பா, சொல்லுப்பா..."

11. 30 என்பது தேனீருக்கான இடைவேளை என விதிக்கப்பட்டிருந்தது. ஆகவே புரொபஸர் ஒரு வழியாகப் பேச்சை முடித்தார். முன் பெஞ்சில் உட்கார்ந்திருந்த கண்ணாடி ஷோபனா அவரை நோக்கி ஒரே எட்டில் தாவிச் சென்று, "அற்புதமான பேச்சு சார்." என்றாள் கொஞ்சலாக. மனிதனின் நுண்ணியப் பகுதியைத் தொட்டு அடித்து வீழ்த்தும் பலாத்காரமான கொஞ்சல் அது.

"இவளுக்கு இறக்கை மட்டும்தான் இல்லை..." என்றாள் சுமதி. சங்கரின் விலாவில் இடித்து, "சீக்கிரமே, பி. எச். டி. பட்டம் பெற்று விடுவாள்." என்று தொடர்ந்து அவனிடம் கூறினாள்.

"பிள்ளையும்கூட..." என்றான் சங்கர்.

டாய்லெட்டுக்குப் போய் வந்த பிறகுதான் நிம்மதியாக இருந்தது. தொண்டையில் இருந்த முள் எடுக்கப்பட்ட நிம்மதியாய் இருந்தது. உலகத்தை முழுமையாய்ப் பார்க்க முடிந்தது. அப்பப்பா! என்ன உபாதை இது!

வராண்டாவில் டீ கிண்ணத்தை வைத்துக்கொண்டு நின்றிருந்தாள் சுமதி. உறிஞ்சுக்கொண்டே, தூரத்து மரங்களை, மரங்களுக்கப்பால் பார்த்துக்கொண்டிருந்தாள் அவள். வகுப்பறையில் மாணவிகள், அவரவர் இடத்தில் இருந்தவாறே டீ குடித்துக்கொண்டிருந்தார்கள். புரொபஸர் இருந்தால் அவர்கள் அவரைப் பார்த்தபடி இருப்பார்கள். கவனிக்கிறார்களா என்பது வேறு விஷயம், முகத்தைப் புரொபஸருக்குக் கொடுத்து விட வண்டும். அது முக்கியம். மனசை எங்கு வேண்டுமானாலும் சஞ்சாரம் செய்ய வைக்கலாம். புரொபஸர் இல்லையென்றால் தங்களுக்குள் பேசிக்கொண்டிருப்பார்கள். ஒரு தனி ஜாதி சூரியகாந்திகள்.

ஒரு டீ கிண்ணத்தோடு சங்கர் அவள் பக்கத்தில் வந்து நின்றான்.

"லெக்சர் முடிஞ்சதும் முடியாததுமா எங்கே ஓடினே...?"என்றாள் சுமதி.

"டாய்லெட்டுக்குப் போனேன். அவசரம்."

"நீ போகல்லையா." என்றான் சங்கர்.

“தூ… இது ஒரு பேச்சுன்னு பேசறையே நீ… வெக்கமாயில்லே?”

“இதுல வெட்கப்பட என்ன இருக்கு…? எனக்குப் புரியலையே…”

“காலையில ஆறு மணிக்கு நான் படுக்கையை விட்டு எழுந்திருச்சேன். உடனே குளிச்சுட்டேன். ஓட்டல்ல சாப்பிட்டுட்டு, பஸ்ஸைப் புடிச்சு யுனிவர்சிட்டிக்குப் பத்து மணிக்கு வந்துட்டேன். இடைவேளை பதினொன்றரை மணிக்குத்தான் நான் ‘யூரின்’ போனேன். இடையில் ரொம்பக் கஷ்டப்பட்டுட்டேன் தெரியுமா? அடக்கி வைக்கிறது தப்பு இல்லையா? ஆண் உடம்பு மாதிரிதானே உங்க உடம்பும், நீங்க மட்டும் ஏன் ‘பிரியா’ இருக்க மாட்டேங்கறீங்க? இயற்கையான உபாதை தானே இது? இதைப் போய் எதுக்குத் தடுக்க முயற்சி பண்றீங்க…?”

“இதைத் தடுக்கிற முயற்சியிலே எதைக் காப்பாத்த முயற்சி பண்றீங்க? டீ டைம் என்கிறது டீ குடிக்கிறதுக்கு மட்டும் தானா? இந்த மாதிரி உபாதைகளுக்கு விடுதலை கொடுக்கவும் தானே? போக வேண்டியது தானே? என்ன தயக்கம்? பொய் சொல்லத் தயங்க வேண்டியதுதான். திருட, விபசாரம் பண்ணத் தயங்க வேண்டியதுதான். இதுக்குக்கூடவா தயக்கம்? பல் விளக்கிற மாதிரிதானே இது?”

“அது… வந்து…” என்று தடுமாறினாள், பி. எச். டி. செய்கிற சுமதி. எங்கிருந்தோ ஒரு வெட்கம் திடீரென்று வந்து அவள் முகத்தில் உட்கார்ந்துகொண்டது.

“லுக், இப்படி இருக்கிறதுக்குத்தான் நீங்க வெட்கப்படணும். எதுக்கெல்லாம் வெட்கப்படக்கூடாதோ, அதுக்கெல்லாம்தான் வெட்கப்படறீங்க! எது எதுக்குப் பயப்படக்கூடாதோ அதுக்கெல்லாம் பயந்து சாகறீங்க…”

“பயம்னா சொல்றே?”

“நிச்சயமா பயம்தான். காரணம் நீங்க இன்னும் உடம்பாலயே வாழறீங்க. இருபத்து நாலு மணி நேரமும் உடம்பையே நினைச்சுக்கிட்டு இருக்கீங்க. உங்களை அறியாமலேயே, உங்கள் கை மார்புத் துணியை இழுத்து இழுத்து மூடிக்கிட்டே இருக்கு. மேசை மேலே கையை ஊன்றி ஒரு நிமிஷம் உங்களாலே நிம்மதியா உட்கார முடியறதில்லை. உங்க பக்க வாட்டு உடம்பை எவனாவது பாத்துக்கிட்டு இருப்பான்னு நீங்க அசிங்கப்படுத்திக்கிறீங்க. எங்களையும் அசிங்கப்படுத்துறீங்க… வெறும் உடம்பா நாம்? இல்லை நம்ம சிந்தனைகள் நாம்…”

கோப்பையில் மிஞ்சியிருந்த டீயைக் குடித்து முடித்துக் கைப்பிடிச் சுவரின் மேல் வைத்தான் சங்கர்.

“டீயைக் குடி. ஆறிடும்… டீ ஆறினா உனக்குப் பிடிக்காதே… சூடு இல்லேன்னா சொல்லு. வேற டீ வாங்கியாறேன்…” என்றான் அவளிடம். அந்தக் குரலில் தொனித்த பரிவு அவளைத் தொட்டது.

“வேணாம்… சூடு இருக்கு…” என்றவள் அவனைப் பார்த்தவாறே அதைப் பருகி முடித்தாள்.

“என்ன பாக்கறே?”

“ஒன்னும் இல்லை.”

அதைக் கேட்டு அவன் சிரித்தான்.

இந்தச் சிரிப்புத்தானே அவன் உயிர்? எல்லோரும் சிரிப்பதாக நினைத்துக்கொண்டு பல்லைத்தானே காட்டுகிறார்கள். பச்சைப் பற்களை, மஞ்சள் பற்களை, கறை ஏறிய பற்களை, கோரைப் பற்களை, புரொபசர் மாதிரி காமப் பற்களை. இவன் சிரிப்பு இருதயத்தில் இருந்தல்லவா வருகிறது. உன் சிரிப்புக்குக் கைகள் உண்டா சங்கர்? அது என் அப்பாவைப்போல என் தலையைத் தடவிக் கொடுக்கிறதே? ஒரு குழந்தையின் பிஞ்சுக் கைகளாய்க் கன்னத்தைக் கிள்ளுகிறதே? உன் சிரிப்பு கைகளை விரித்து என்னைத் தழுவிக்கொண்டு விடுகிறதே? சிரிப்புக்குக்கூடக் கைகள் இருக்குமா சங்கர்?

"என்ன பேசாமயே நிக்கிற சுமதி...?"

என்ன சொல்வது இவனிடம்?

"ஒன்றுமில்லை, உன் சிரிப்பை அப்படியே, கண்ணாடிச் சட்டம் போட்டு வச்சுக்கணும்னு தோணுது இந்த நிமிஷத்துல..."

அவன் மீண்டும் சிரித்தான். சிரித்துக்கொண்டேயிருந்தான்.

புரொபஸர் அவர் அறையில் தேனீர் அருந்தி விட்டு, முகத்தைக் கழுவிப் பவுடர் போட்டுக்கொண்டு திரும்பிக்கொண்டிருந்தார். அந்தக் கரிய முகத்தில் அவசரம் அவசரமாகப் பூசப் பெற்ற பவுடர், முகத்தோடு ஒட்டாமல், பூசணிக்காய் வெள்ளை மாதிரி துருத்திக்கொண்டிருந்தது. சரியாக சங்கர் சிரித்துக்கொண்டிருந்த அந்தக் கணத்தில் அவர்களைக் கடந்த அவர் முகம் சட்டெனச் சுருங்கியது.

ஓர் இளைஞனும், யுவதியும் பேசிச் சிரிப்பதன் அர்த்தம் பூட்டி வைத்திருக்கும் படுக்கை அறையின் சாவியை அவர்கள் தேடிக்கொண்டிருக்கிறார்கள் என்பதே! அப்படித்தான் அவருக்குச் சொல்லிக் கொடுக்கப்பட்டிருந்தது. அது வேறு விதமாய் இருக்க முடியாது. இன்று சிரிப்பார்கள். நாளை படுத்துக் கொள்வார்கள். கற்பு, பண்பாடு எதுவும் இல்லாதவர்கள்! நடந்துகொண்டிருந்தவர் திரும்பி சுமதியிடம் "சாயங்காலம் என்னை என் அறையில் வந்து பார்" என்று சொல்லிவிட்டுப் போனார்.

அதிர்ச்சிக்குள்ளாகி நின்றாள் சுமதி.

"எனக்குப் பயமாய் இருக்கு சங்கர்."

"என்னத்துக்குப் பயம்? ஒரு புரொபஸர் அவரோட மாணவியை அறைக்கு வரச் சொல்றது என்ன தப்பு?"

"அவர் முகம் சரியில்லை... அதான்..."

"நீயா கற்பனை பண்ணிக்காதே. நீ நினைக்கிறது தப்பாக்கூட இருக்கலாம்..."

"நீயும் வாயேன், ப்ளீஸ்!"

"நான் வரமாட்டேன். பெண்கள் எல்லாத்துக்கும் ஆண்களோட துணையை நாடக்கூடாது. குழந்தைக்குக்கூட நடை வண்டி கொஞ்ச காலந்தான். என்ன நடந்துடப் போறது. மிஞ்சிப் போனா...?"

"மிஞ்சிப் போனா...?"

"உனக்கு டாக்டர் பட்டம் தாமதமா கிடைக்கும். அவ்வளவுதான்..."

சுமதிக்கு, அவன் அப்படி விட்டேற்றியாகப் பேசியது மனசுக்குள் கொஞ்சம் வருத்தமாகத்தான் இருந்தது.

“என் மேல் உனக்கு அக்கறையே இல்லை...”

“அப்படி இல்லை சுமதி. எப்பவும் உனக்கு நிழலாவே நான் இருக்க முடியுமா? உனக்கு நேருவதை நீதான் எதிர்கொள்ளணும்... யார்தான் யாரை என்ன பண்ணிட முடியும்? அவர் இசகு பிசகா நடந்தாலும், நீ கறாரா பேசி அதைத் தடுத்திடலாம். மிஞ்சிப் போனா, உன் உடம்பு பலமும், மனசோட பலமும் உன்னைக் காப்பாத்தும். பெண்கள் ஆண்களுக்கு நிகரான பலம் உள்ளவங்கதான். உங்க பலத்தை நீங்களே உணர்றதில்லை. அதுதான் உங்களோட பிரச்சினை... யானை தன் பலத்தை உணர்ந்தா, பிச்சை எடுக்குமா...?”

சுமதி, புரொபஸரின் அறையில் ஒரு பூனை மாதிரி நுழைந்தாள். பெரியோர்களின் அறைக்குள் அப்படித்தான் நுழைய வேண்டும். ஆரவாரத்துடன் நுழையக்கூடாது.

வயசான அறை. எல்லா இடங்களுக்கும், எல்லாப் பொருள்களுக்கும் எல்லா ஆண் பெண்களுக்கும் பிரத்யேகமான வாசனைகள் இருக்கும். அந்த அறைக்கும் ஒரு வாசனை இருந்தது. ஒரு பழைய மேசைக்குப் பின்னால் புரொபஸரின் நாற்காலி. பல படிக்கட்டுகளைக் கடந்து வந்தால் மட்டுமே அமரத் தகுதி உள்ள நாற்காலி. மேல் உறை போடப்படாத அம் மேசையின் முகத்தில் ஏராளமான பெயர்க்கிறுக்கல்கள், ஆபாசமாக இருந்தன. செங்கற்களின் அளவில், தடிமன் தடிமனான புத்தகங்கள் அடையாளக் காகிதங்களோடு, ஓர் ஓரமாய் இரைந்து கிடந்தன.

மேசைக்கு முன்னால் இருந்த ஒரு ஒற்றை நாற்காலியில் அவள் அமர்ந்தாள். நாற்காலியின் ஒரு கால் ஊனம் போலும். இந்தப் பல்கலைக்கழகத்தில் இருக்கிற எல்லா பொருள்களுமே ஏன் ஊனமாகவே இருக்கின்றன? நாற்காலி இலேசாக ஆடியது. சமாளித்துக்கொண்டு அமர்ந்தாள். இடது கைப்பக்கம் ஒரு பெரிய ஜன்னல் பார்வையில் ஒரு தூங்கு மூஞ்சி மரம் தெரிந்தது. மனித மனம் எவ்வளவு வக்ரமானது? சிவனே என்று அது பாட்டுக்கு இருக்கிற ஒரு மரத்துக்கு, ‘தூங்கு மூஞ்சி மரம்’ என்று பெயரை வைத்த மனிதன் ஒரு அரக்கனாகத்தான் இருக்க முடியும்.

புரொபஸர் நாற்காலிக்குப் பின் பக்க வாட்டில் ஒரு வாஷ் பேசினும், சுவரில் புதைத்தக் கண்ணாடியும் இருந்தன. கண்ணாடியைப் பார்த்ததும், ஓர் அனிச்சைச் செயலாகச் சுமதி எழுந்து தன் முகத்தைப் பார்த்துக்கொண்டாள். கழுத்தை அசைத்து இப்படியும் அப்படியுமாகத் தன் முகத்தைப் பார்த்துக்கொண்டாள். தான் அழகிதான், அதில் சந்தேகமில்லை என்று தோன்றியது அவளுக்கு. கண்கள், மூக்கு, வாய் முதலானவை இருந்த இடத்தில் பத்திரமாக இருந்தன.

சுமதி மீண்டும் வந்து தன் நாற்காலியில் அமர்ந்துகொண்டாள். கண்ணாடி பார்க்கும் போதெல்லாம் அவன் நினைவு அவளுக்கு வரத் தவறுவதில்லை.

சில மாதங்களுக்கு முன் நடந்தது. கடைத் தெருப் பக்கமாகப் போய்க்கொண்டிருந்தார்கள் சங்கரும் சுமதியும். சங்கர் பேனா வாங்க ஒரு

கடைக்குள் நுழைந்தான். கடைக்காரர் கொடுத்த பேனாவை, இங்க் பாட்டிலில் நுழைத்து எழுதிப்பார்த்தான். சங்கரின் கையெழுத்து அவளுக்கு மிகவும் பிடிக்கும். தன் பெயரின் முதல் ஆங்கில எழுத்தை அவன் போடும் விதம் ஒரு சித்திரம் போல் இருக்கும். ஒரு கொக்கு தன் ஒரு காலைத் தரையில் ஊன்றி, இன்னொரு காலை மடக்கிக்கொண்டு நிற்பது மாதிரி அந்த 'எஸ்' தோற்றமளிக்கும். அப்போதும் அந்தக் கொக்கைப் பார்க்கும் ஆசையில், அவன் கையெழுத்தை எட்டிப் பார்த்தாள். அவன் கொக்கு வரைந்திருந்தான். ஆனால் சங்கர் என்று எழுதாமல் சுமதி என்று எழுதியிருந்தான்.

புரொபஸர் அறைக்குள் நுழைந்ததைப் பார்த்ததும், சுமதி எழுந்து நின்றாள்.

"உட்கார்... உட்கார்" என்று அவள் தோளைப் பிடித்து அழுத்தி உட்கார வைத்துவிட்டுத் தன் நாற்காலிக்குப் போய் அமர்ந்தார் அவர்.

சுமதி கூசிப் போனாள். புரொபஸர் எப்போதும் இப்படித்தான். தொட்டுத் தொட்டுத்தான் பேசுவார். அதில் தப்பில்லை. அது அவர் சுபாவமாகக்கூட இருக்கும். தவிர அப்பா மாதிரி வயதானவர், தொட்டால் தப்பு இல்லைதான். ஏனோ தொட்டுத் தொட்டுப் பேசுவதை அவள் விரும்பவில்லை. அதைச் சொல்லவும் முடியவில்லை. அது அவர் சுபாவமாக இருக்கும் பட்சத்தில் பையன்களையும் தொட்டுத்தானே பேச வேண்டும்? அவர் பையன்களைத் தொடுவதில்லை.

"அப்புறம்... ஆய்வு எல்லாம் எப்படி நடக்குது...?"

"நல்லா போய்க்கிட்டிருக்கு சார்..."

"ஏதேனும் பிரச்னை இருந்தா உடனே என்னை வந்து பார்க்கணும் நீ..."

"வர்றேன் சார்..."

"தினம் சாயங்காலம் ஓய்வாத்தான் இருப்பேன்... நீ எப்ப வேணும்னாலும் வரலாம்..."

"சரி சார்..."

"சொல்றே... ஆனா என்னைப் பார்க்க நீ வர்றதே இல்லை..."

புரொபஸர் சிரித்தார். அந்த மஞ்சள் பற்கள் அவளுக்கு அச்சம் ஊட்டின. பிறகு அவரே தொடர்ந்தார்.

"கொடைக்கானல்லே ஒரு கருத்தரங்கம். நீ கட்டுரைப் படிக்கணும் வரியா...?"

சுமதி யோசிக்க வேண்டியிருந்தது.

"என்ன யோசிக்கிறே..." என்றவாறு எழுந்த புரொபஸர், அவள் அருகில் வந்து நின்றுகொண்டார். சுமதியும் எழுந்து நின்றாள்.

ரெண்டு நாள் அங்க தங்க வேண்டியிருக்கும். போகும்போது நம்ம கார்லயே நீயும் வரலாம். என்ன சொல்றே...?" என்றவாறு அவள் தோள்மீது அவர் கைகளை மெதுவாக வைத்தார்.

மேலே இருந்து ஒரு பாறை அவள் மேல் வந்து விழுந்தது மாதிரி இருந்தது. அருவருப்பும் கோபமும் பொங்கியது அவளுக்கு. எவ்வளவு நாளைக்கு இதைத் தாங்க? எவ்வளவு காலத்துக்குப் பொறுத்துப் பொறுத்துப் போவது?

அஞ்சி, ஒடுங்கி, வெட்கப்படக்கூடாததுக்கெல்லாம் வெட்கப்பட்டு, பட வேண்டியதுக்குப் படாது வாழ்வது? யாரைத்தான் யார் என்ன செய்ய முடியும்? யானைகள் தம் பலத்தை எப்போது அறியப் போகின்றன?

“ப்ளீஸ்... என் தோள் மேல் இருக்கிற கையை எடுங்க சார். எனக்கு இது பிடிக்காது...” என்றாள் சுமதி. அவள் குரலில் இருந்த உஷ்ணம் அவரைத் தாக்கி இருக்க வேண்டும். ஓர் அடி தள்ளி நின்றார். செய்த தவறை, தவறு என நினைக்காதவர்போல மிக இயல்பாகப் புன்னகை ஒன்றைத் தன் முகத்தில் வருவித்துக் கொள்ள முயன்றார். அம் முயற்சியில் பரிதாபகரமாகத் தோற்று அவசரம் அவசரமாக, “உன் கட்டுரைக்கு என்ன தலைப்பை எடுத்துக்கப் போறே...” என்றார்.

“நான் கொடைக்கானல் வரப் போறதில்லை” என்று அவர் முகத்தை நேராகப் பார்த்துச் சொல்லிவிட்டு, விடுவிடென நடந்து அறைக் கதவை பட்டென்று அறைந்து சாத்தி விட்டு வெளியேறினாள் சுமதி.

“நீ செஞ்சது ரொம்ப சரி” என்றான் சங்கர்.

பல்கலைக் கழகக் கட்டிடத்துக்கு முன் இருந்த ஒரு மஞ்சள் அரளி மரத்துக்குக் கீழே அவர்கள் இருவரும் உட்கார்ந்திருந்தார்கள்.

“இங்கேயே படுத்துக்கறதுக்கு சௌகரியமான இடமெல்லாம் இருக்கே? எதுக்கு கொடைக்கானல்?” என்றான் சங்கர், அவளைப் பார்த்து.

“உங்களுக்கு இதெல்லாம் ஜோக்கா இருக்கு. ஆனா எனக்குத்தான் பயமா இருக்கு...” மண்ணில் விழுந்திருந்த ஒரு பூவை எடுத்து நோகாமல் துடைத்து விட்டு முகர்ந்துகொண்டே சொன்னாள் சுமதி.

“எதுக்கு பயம்?”

“புரொபஸர் ரொம்பக் கோபமா இருக்கார்... என்னோட ஆராய்ச்சியை இப்போதைக்கு ‘ஓ. கே’ பண்ண மாட்டார். இன்னும் இரண்டு வருஷம் தள்ளிப் போடுவார். அப்புறம்...”

“அப்புறம்?”

“அப்பா, நீ படிச்சு கிழிச்சதுபோதும். சும்மா வீட்டுல இருங்கிறார், மாப்பிள்ளைப் பாத்துக்கிட்டு இருக்கார்...”

“வாழ்த்துக்கள். நல்ல பையனா, செவப்பா, அடக்க ஒடுக்கமா இருக்கிறவனா, ஒரு பேங்க் ஆபீசராப் பார்த்து கல்யாணம் பண்ணிக்க. சாயங்காலம் ஆனா, அவனோட ஸ்கூட்டர்ல, அவன் வயத்தை கையால சுத்தி வளைச்சுக்கிட்டு, அவன் மேல சரிஞ்சு சாஞ்சுகிட்டு பீச்சில சுத்து. மறக்காமே, தகுந்த இடைவெளி விட்டு இரண்டே இரண்டு பெத்து, இல்லறத்தை இனிமையாக்கிக் கொள்.”

“விளையாடாதே சங்கர். நான் சீரியசா பேசிக் கிட்டிருக்கேன். எரிச்சலைத் தூண்டாதே.” இலேசாகக் கவிந்துகொண்டிருந்த இருட்டிலும் அவள் கண்கள் மின்னின.

“சாரி சுமதி, இதெல்லாம் எனக்குப் பிரச்னையாவே படலை. எந்தச் சந்தர்ப்பதிலேயும் நீ தைரியத்தை மட்டும் இழக்கக்கூடாது. பயம்தான் மரணம். புரொபஸர்கிட்டே எப்படித் தைரியமா பேசினியோ, அதே தைரியத்தில்தான் எல்லா விஷயத்தையும் பார்த்துப் புரிஞ்சுக்கணும்.

அர்த்தமிலாததுக்கெல்லாம் கூச்சப்படக்கூடாது. சிரிக்கணுமா, சிரிச்சுடு, அழணுமா அழுதுடு. அறையணும்னு தோணுதா? அறைஞ்சுடு. அதுதான் நல்லது... நீ உன் அப்பாவைப் பத்தி சொன்னே! எல்லா அப்பாவும், அப்பாவாகத்தான் இருப்பாங்க. நீ உன்னோட முடிவுலே உறுதியா இருந்தா யார்தான் உன்னை என்ன செய்ய முடியும்? எழுந்திரு இருட்டிடுச்சு."

எழுந்து நடந்தார்கள்.

"சங்கர்...?"

"என்ன?"

அவள் என்னவோ சொல்ல நினைத்துச் சொல்லாமல் நடந்தாள் உதடுகள் மட்டும் துடித்தன.

"சுமி... என்ன கஷ்டம் வந்தாலும் தைரியமா எதிர்த்துப் போராடு. தனியா, உன்னால முடியல்லைன்னா, என் போன்ற நண்பர்கள் இருக்காங்க என்கிறதை மறக்காதே." என்றவாறு சிரித்தான் அவன்.

அதே, இருதயத்திலிருந்து வரும் சிரிப்பு. கண்ணாடிச் சட்டம் போட்டு வைத்துக் கொள்ள வேண்டும் என்று அவள் நினைக்கிற சிரிப்பு.

1986

மரி என்கிற ஆட்டுக்குட்டி

“தமிழ் சார்... அந்த அற்புத மரிக்கு டி.சி. கொடுத்து அனுப்பிடலாம்னு யோசிக்கிறேன்” என்றார் எச். எம்.

“அந்த அற்புத மரி?!” என்றேன் நான்.

“இந்த ஸ்கூல்ல தொள்ளாயிரத்துத் தொண்ணூற்றெட்டு அற்புத மரி இருக்காளா ஓய்? எந்த அற்புத மரிங்கறீர்? அதான் அந்தப் பத்தாம் வகுப்பு அற்புதமரிங்கானும்”

தினத்தாளை மடித்து வைத்து விட்டு, அந்த அற்புத மரியின் முகத்தை மனசுக்குக் கொண்டு வர முயற்சித்தேன். வந்துவிட்டாள். எப்போதும் சூயிங்கம் மெல்லுகிற, அப்படி மெல்லுவதின் மூலமாக இந்தப் பள்ளிக்கூடம், அதன் ஆசிரியர்கள், மாணவர்கள், மாணவிகளை, சட்டத் திட்டங்கள், ஒழுங்கு விதிகள் எல்லாவற்றையும் அலட்சியப்படுத்துகிற, ‘நான் உங்களையெல்லாம் ஒரு பொருட்டாகவே நினைக்கிறதில்லை, நீங்களெல்லாம் எனக்குப் பூ.’ என்கிற முகபாவமும், திமிர்த்தனமும் கொண்ட ஒரு சண்டைக்கார மாணவி என் நினைவுக்கு வந்தாள். எனக்கும் அவள் மாணவிதான்.

“என்னத்துக்கு சார் டி. சி.?”

“என்னத்துக்கா? நீர் இந்த உலகத்தில்தான் இருக்கிறீரா? அவள் உம்ம ஸ்டூடண்ட்தானேங்கானும்?”

“ஆமாம். அப்பப்போ இஷ்டப்பட்டால், ஏதோ எனக்குத் தயவு பண்ணுகிற மாதிரி கிளாசுக்கு வரும் போகும்.”

“உம், நீரே சொல்கிறீர் பாரும்” என்று விட்டு, இரண்டாள் சேர்த்து தூக்க வேண்டிய வருகைப் பதிவு ரிஜிஸ்டரையும், இன்னும் இரண்டு மூன்று ஃபைலையும் தூக்கி என் முன் போட்டார்.

“பாரும்... நீரே பாரும்... போன ஆறு மாச காலத்திலே எண்ணிப் பன்னிரண்டே நாள்தான் ஸ்கூலுக்கு வந்திருக்கிறாள்.

வீட்டுக்கும் மாசம் ஒரு கடிதம் எழுதிப் போட்டுக்கொண்டுதான் இருக்கேன். ஒரு பூச்சி, புழு இப்படி எட்டிப் பார்த்து, அந்தக் கடுதாசி போட்ட கம்மனாட்டி யார்ன்னு கேட்டுச்சா? ஊகூம் சர்த்தாம் போடா நீயுமாச்சு, உன் கடுதாசியுமாச்சுன்னு இருக்கா அவள். சரி, ஏதாச்சும் மெடிக்கல் சர்டிபிகேட் கேட்டு வாங்கிச் சேர்த்துக்கலாம்னா, வந்தால்ல தேவலாம். நம்ம டி. இ. ஓ. மாதிரியில்லே ஸ்கூலுக்கு இஷ்டப்பட்டால் வருகிறாள். வந்தாலும் ஸ்டூடண்ட் மாதிரியா வர்றாள்? சே... சே... சே என் வாயாலே அதை எப்படிச் சொல்றது? ஒரு பிரெஞ்சு சைக்கிள்ளே, கன்னுக்குட்டி மேலே உட்கார்ந்து வர்ற மாதிரி பான்ட் போட்டுக்கொண்டு வர்றாள். பான்ட்டுங்கானும்... பான்ட்! என்ன மாதிரி பான்ட்டுங்கறீர்? அப்படியே 'சிக்'குன்னு பிடிச்சிக்கிட்டு, போட்டோவுக்குச் சட்டம் போட்ட மாதிரி, அதது அப்படி அப்படித் தெரியற மாதிரி, திடீர்னு பின் பக்கத்துத் தையல் பட்பட்டுன்னு தெறிச்சுடுமோன்னு நமக்கெல்லாம் பீதியை ஏற்படுத்தற மாதிரி டிரெஸ் பண்ணிட்டு வர்றாள். சட்டை போடறாளே, மேலே என்னத்துக்குங்காணும் இரண்டு பட்டனை அவுத்து விட்டுட்டு வர்றது? அது மேலே சீயான் பாம்பு மாதிரி ஒரு செயின். காத்தாடி வால் மாதிரி அது அங்கிட்டும் இங்கிட்டும் வளைஞ்சு வளைஞ்சு ஆடறது. கூட இத்தினி பசங்க படிக்கிறாங்களேன்னு கொஞ்சமாச்சும் உடம்பிலே வெக்கம் வேணாம்? இந்த இழவெடுத்த ஸ்கூல்லே ஒரு யூனிபார்ம், ஒரு ஒழுங்கு, ஒரு மண்ணாங்கட்டி, ஒரு தெருப்புழுதி ஒன்றும் கிடையாது. எனக்குத் தெரியுங்கானும்... நீர் அதையெல்லாம் ரசிச்சிருப்பீர்!"

"சார்..."

"ஓய் சும்மா இருங்கானும். நாப்பது வருஷம் இதுல குப்பை கொட்டியாச்சு. ஐ நோ ஹியூமன் சைக்காலஜி மிஸ்டர் டமிள்! தமிழ் சார், எனக்கு மனத்தத்துவம் தெரியும்பா, உமக்கு என்ன வயது?"

"இருபத்தொன்பது சார்!"

"என் சர்வீசே நாற்பது வருஷம்"

"பான்ட் சட்டை போடக்கூடாதுன்னு விதியொன்றும் நம்ம ஸ்கூல்லே இல்லியே சார்."

"அதுக்காக, அவுத்துப் போட்டுட்டும் போகலாம்னு விதி இருக்கா என்ன? வயது பதினெட்டு ஆகுதுங்கானும் அவளுக்கு! கோட்டடிச்சுக் கோட்டடிச்சு இப்பத்தான் டென்த்துக்கு வந்திருக்கிறாள். எங்க காலத்திலே பதினெட்டு வயசுல இடுப்பிலே ஒண்ணு, தோள்லே ஒண்ணு இருக்கும். போதாக் குறைக்கு மாங்காயைக் கடிச்சிக்கிட்டு இருப்பாளுவ. போன வாட்டி, அதான் போன மாசத்தில, ஒரு நாள் போனாப் போவுதுன்னு நம்ம மேல இரக்கப்பட்டு ஸ்கூலுக்கு வந்தாளே அப்போ, அவள் ஒரு நாள்லே ஆறு மணி நேரத்துக்குள்ளாற — ஹார்ட்லி சிக்ஸ் அவர்ஸ் சார்— என்ன என்ன பண்ணி இருக்காள் தெரியுமா? யாரோ நாலு தடிக் கழுதைகளோடு — ப்ரண்ட்சாம் — நீங்கள்ளாம் ரொம்ப கௌரவமா சொல்லிப்பேளே பிரண்ட்ஸ் அப்படீன்னு — நாலு தடிக் கழுதைங்களோடு ஸ்கூல் வாசல்லே சைக்கிள் மேலே உட்கார்ந்துகொண்டு ஐஸ் க்ரீம் தின்னுட்டு சிரிச்சுப் பேசிட்டு இருந்திருக்கிறாள். நம்ப ஸ்கூல் வாசல்லே, நம்ம ஸ்டூடண்ட் இப்படி மிஸ்பிகேவ் பண்றாளேன்னு நம்ம சயன்ஸ் சார் அவகிட்டே

போய், 'இப்படியெல்லாம் பண்ணப்படாது அற்புத மரி, உள்ளே வா'ன்னு கூப்பிட்டிருக்கார். அவள் என்ன சொன்னாள் தெரியுமோ?"

"சொல்லுங்க சார்."

"உங்களுக்கென்ன பொறாமையா இருக்கா சார்ன்னு கேட்டுட்டாள். அந்தப் பசங்க முன்னால் வச்சு மனுஷன் கண்ணாலே ஜலம் விட்டுவிட்டு என்கிட்டே சொல்லி அழுதார். இந்த ஸ்கூல் காம்பசுக்குள்ளே நடக்கிறதுக்குதான் நீங்க பொறுப்பு. வெளியிலே நடக்கிற விவகாரத்துக்கெல்லாம் நீங்க என்னைக் கட்டுப்படுத்த முடியாது சார்னு மூஞ்சியிலே அடிச்ச மாதிரி சொல்றாள். நான் கூப்பிட்டுக் கேக்கறச்சே! யாருகிட்டே? இந்த நரசிம்மன் கிட்டே.

எச். எம். முக்குச் சிவந்த மூக்கு விடைத்தது.

"இந்த அநியாயம் இத்தோடு போகலே, சாயங்காலம், பி. டி. மாஸ்டர்கிட்டே சண்டைப் போட்டுக்கொண்டாள். அவன் இப்படிப் பண்ணப் படாது, இப்படி வளையணும், இந்த மாதிரி கையை வச்சுக்கணும்னு அவளைத் தொட்டுச் சொல்லிக் கொடுத்திருக்கான். தொட்டவன், எசகு பிசகா எங்கேயோ தொட்டான் போலிருக்கு. இவ என்ன கேட்டிருக்காள் தெரியுமா?"

"என்னைத் தொட்டுப் பேசாதீங்கன்னு சொல்லியிருப்பாள்"

"மனுஷ ஜாதின்னா அப்படித்தானே சொல்லியிருக்கணும். இவள் என்ன சொன்னாள் தெரியுமா?"

எச். எம் தலையைக் கையில் தாங்கிப் பிடித்துக்கொண்டார். அவர் முகம் வேர்த்து விட்டிருந்தது.

"சார், உங்க பொண்டாட்டியோட நீங்க படுக்கறது இல்லையான்னு கேட்டுட்டாள். பாவம்! நம்ம பி. டி. பத்மநாபன் லீவு போட்டுவிட்டுப் போய்விட்டான். முடியாதுப்பா முடியாது. நானும் நாலு பெத்தவன். இந்த ராட்சஸ ஜென்மங்களையெல்லாம் வச்சிக்கிட்டு இரத்தக் கொதிப்பை வாங்கிக்கிட்டு அல்லாட முடியாதுப்பா. அந்தக் கழுதையைத் தொலைச்சுத் தலைமுழுகிட வேண்டியதுதான்"

"இப்போ போய் டி. சி. கொடுத்து விட்டால், அவள் எஸ்: எஸ். எல். சி எழுத முடியாமல் போயிடும் சார். அவள் வாழ்க்கை வீணாகப் போய்விடும்."

"அந்தக் கழுதைக்கே அதைப் பத்திக் கவலை இல்லை. உமக்கெதுக்கு?"

நமக்கெதுக்கு என்று என்னால் இருந்து விட முடியாது. அது என் சுபாவமுமில்லை. அத்தோடு, அந்த மரி என்கிற ஆட்டுக் குட்டி, ஒரு சின்னப் பெண். அப்படி என்ன பெரும் பாவங்களைப் பண்ணிவிட்டாள்? அப்படியேதான் பண்ணியிருக்கட்டுமே. அதற்காக அவளைக் கல்லெறிந்துக் கொல்ல, நாம் என்ன அப்பழுக்கற்ற யோக்கியரா?

நான் சுமதியிடம் சொன்னேன். எச். எம். மாதிரிதான் அவளும் சொன்னாள்.

"உங்களுக்கெதுக்கு இந்த வம்பெல்லாம்? நீங்க சொல்றதைப் பார்த்தால், அது ரொம்ப ராங்கி டைப் மாதிரி தெரியுது. உங்களையும் தூக்கி எறிஞ்சு ஏதாச்சும் பேசிட்டால்?" என்றாள்.

அவளைச் சம்மதிக்க வைத்து, அவளையும் அழைத்துக்கொண்டு மரி வீட்டுக்கு ஒரு நாள் சாயங்காலம் போனேன்.

என் வீட்டுக்கு ரொம்ப தூரத்தில் இல்லை அவள் வீடு. ரயில் நிலையத்துக்கு எதிரே இருந்த வரிசை வீடுகளில், திண்ணை வைத்து, முன் பகுதி ஓடு போட்டு, பின் பகுதி ஒட்டிய பழங்காலத்து வீடு அவளுடையது. விளக்கு வைத்த நேரம். திண்ணை புழுதி படிந்து, பெருக்கி வாரப்படாமல் கிடந்தது. உள்ளே விலை மதிப்புள்ள நாற்காலிகள், சோபாக்கள் இருந்தன. ஆனாலும் எந்த ஒழுங்கும் இன்றிக் கல்யாண வீடு மாதிரி இரைந்து கிடைந்தன.

“மரி” என்று நான் குரல் கொடுத்தேன். மூன்று முறை அழைத்த பிறகுதான். “யாரு?” என்று ஒரு குரல் உள்ளிருந்து வந்தது. கலைந்த தலையும், தூங்கி எழுந்த உடைச் சுருக்கங்களோடும், சட்டையும் கைலியுமாக வெளிப்பட்டாள் மரி.

என்னைப் பார்த்ததில் ஓர் ஆச்சரியம். வெளிப்படையாக அவள் முகத்தில் தோன்றியது. என் மனைவியைப் பார்த்ததில் அவளுக்கு இரட்டை ஆச்சரியம் இருக்க வேண்டும்.

“வாங்க சார்... வாங்க உட்காருங்க” என்று எங்கள் இருவரையும் பொதுவாக வரவேற்று விட்டு நாற்காலிகளை ஒழுங்கு படுத்தினாள். சோபாவில் நானும் சுமதியும் அமர்ந்தோம். எதிரே இருந்த ஒரு நாற்காலியில் அவள் அமரச் சொன்னதும் அமர்ந்தாள்.

“தூக்கத்தைக் கலைச்சுட்டேனாம்மா?” என்றேன்.

“பரவாயில்லே சார்”: என்று வெட்கத்தோடு தலையைக் கவிழ்த்துக்கொண்டாள். முகத்தில் விழுந்த முடியை மேலே தள்ளி விட்டுக்கொண்டாள்.

“நீங்க எப்படி இங்கே...?”

“சும்மாத்தான். பீச்சுக்குப் போய்க்கிட்டு இருந்தோம். வழியிலேதான உங்க வீடு. பார்த்து ரொம்ப நாளாச்சேன்னு நுழைஞ்சிட்டோம். அழையாத விருந்தாளி. உடம்பு சரியில்லையா?”

“தைலம் வாசனை வருதா சார்? லேசாத் தலைவலி. ஏதாச்சும் சாப்பிடறீங்களா சார்?”

“எல்லாம் ஆச்சு, வீட்டிலே யாரும் இல்லையா?”

“வீடா சார் இது? வீடுன்னா அப்பா, அம்மா இருக்கணும். அப்பா எப்பவோ போயிட்டாரு. போயிட்டாருன்னா செத்துப் போயிடலே. எங்களை விட்டு விட்டுப் போயிட்டாரு. அம்மா என்னைச் சுத்தமா விட்டு விடலை. அப்பப்போ நாங்க சந்திக்கிறோம். சமயங்களிலே இரண்டு நாளுக்கு ஒருமுறை. நாங்க பார்த்துக்கொண்டால் அது அதிகம்.”

“அவுங்க போக்கு அப்படி. அதனால்தான் இது வீடான்னேன். எனக்கு ஏதோ லாட்ஜிலே தங்கற மாதிரி தோணுது.”

எனக்குச் சங்கடமாய் இருந்தது. இரவுகளில் நசுங்கிய அலுமினியப் பாத்திரத்தை எடுத்துக்கொண்டு பிச்சைக்கு வருகிற குழந்தையைப் பார்ப்பதுபோல இருந்தது.

“சாப்பாடெல்லாம் எப்படியம்மா?”

“பெரும்பாலும் பசி எடுக்கறப்போ, எங்க தோணுதோ அங்கே சாப்பிடுவேன். ஓட்டல்லேதான். அம்மா வீட்டிலே தங்கியிருந்தா ஏதாவது செய்வாங்க. அம்மா சமையலைக் காட்டிலும் ஓட்டலே தேவலை. நல்லாயிருக்காதுன்னு சொல்லலை. அம்மான்னு நினைச்சு சாப்பிட முடியலே. பொண்ணுன்னு நினைச்சு அவங்களும் பண்ணலை”

சுமதி என்னை முந்திக்கொண்டு கேட்டாள்.

“உன் அம்மாதானே அவங்க?”

“ஆமாங்க. இப்போ வேறு ஒருத்தரோட அவங்க இருக்காங்க. அவரை எனக்குப் பிடிக்கலை. என்னையும் அவருக்குப் பிடிக்கலை. சரி அவங்க வாழ்க்கையை அவங்க வாழறாங்க. என் வாழ்க்கையை, நான் வாழ்ந்துகொண்டு தீர்க்கிறேன்.”

ஓர் இறுக்கமான மௌனம் எங்கள் மேல் கவிந்தது. நான், சாவி கொடுக்காமல் எப்போதோ நின்று போயிருந்த கடிகாரத்தைப் பார்த்துக்கொண்டிருந்தேன்.

“மரி, ஸ்கூலுக்கு வந்தால் ஒரு மாறுதலா இருக்குமில்லே?”

“நான் யாருக்காக சார் படிக்கணும்?”

“உனக்காக.”

“ப்ச்!” என்றாள் அவள். இதற்கு மேல் எதுவும் பேசக்கூடாது என்று எனக்குத் தோன்றியது.

“பீச்சுக்கு போகலாம் வாயேன்.”

“வரட்டுமா சார்?” என்று ஆச்சரியத்துடன் கேட்டாள்.

“வா.”

“இதோ வந்துவிட்டேன் சார்” என்று துள்ளிக்கொண்டு, எழுந்தாள். உள்ளே ஓடினாள்.

நான் சுமதியைப் பார்த்தேன்.

“பாவங்க” என்றாள் சுமதி.

“யாருதான் பாவம் இல்லே? இந்தப் பெண்ணை விட்டுவிட்டு எங்கேயோ இருக்கிற அந்த அம்மா பாவம் இல்லையா? இத்தோட அப்பா, பாவம் இல்லையா? எல்லோருமே ஒரு விதத்திலே பாவம்தான்” என்றேன் நான்.

அப்போதுதான் பூத்த ஒரு பூ மாதிரி, மழையில் நனைந்த சாலை ஓரத்து மரம் மாதிரி, ஓடைக் கூழாங்கல் மாதிரி, வெளிப் பட்டாள் மரி. பேன்ட்தான் போட்டிருந்தாள். சட்டையை டக் பண்ணியிருந்தாள். அழகாகவே இருந்தது. அந்த உடை. உடம்புக்குச் சௌகரியமானதும், பொருத்தமானதும் தானே உடை.

“ஸ்மார்ட்!” என்றேன்.

“தேங்க்யூ சார்” என்றாள், பரவசமான சிரிப்பில்.

நான் நடுவிலும், இரண்டு புறம் இருவருமாக, நாங்கள் நடந்தே கொஞ்ச தூரத்தில் இருந்த கடற்கரையை அடைந்தோம்.

கடற்கரை சந்தோஷமாக இருந்தது. ஓடிப் பிடித்து கல் குதிரைகளின் மேல் உட்கார்ந்து விளையாடும் குழந்தைகள். குழந்தைகள் விளையாட்டைப் பார்த்து ரசிக்கும் பெற்றோர்கள். உலகத்துக்கு ஜீவன் சேர்க்கும் யுவர்களும், யுவதிகளும் கடலைகள், கடல் மணலில் சுகமாக வறுப்பட்டன.

குழந்தைகள் வாழ்வில் புதிய வர்ணங்களைச் சேர்த்துப் பலூன்கள் பறந்தன. ஸ்டூல் போட்டுப் பட்டாணி சுண்டல் விற்கும் ஐயரிடம் வாங்கிச் சாப்பிட்டோம்.

"கார வடை வாங்கிக் கொடுங்க சார்" என்றாள் மரி. கொடுத்தேன். தின்றாள்.

"மத்தியானம் சாப்பிடல்லே சார். சோம்பேறித்தனமாக இருந்துச்சு, தூங்கிட்டேன்."

"ராத்திரி எங்களோடுதான் நீ சாப்பிடறே" என்றாள் சுமதி.

"இருக்கட்டுங்கக்கா."

"என்ன இருக்கட்டும், நீ வர்றே."

வரும்போது சுமதியின் விரல்களில் தன் விரல்களைக் கோத்துக்கொண்டு, சற்றுப் பின் தங்கி மரி பேசிக்கொண்டு வந்தாள். நான் சற்று முன் நடந்தேன்.

சாம்பாரும் கத்தரிக்காய்க் கறியும்தான். மத்தியானம் வறுத்த நெத்திலிக் கருவாடு இருந்தது.

"தூள்க்கா... தூள்! இந்தச் சாம்பாரும் நெத்திலிக் கருவாடும் பயங்கரமான காம்பினேஷங்க்கா" என்றாள் மரி.

மரி இப்போதெல்லாம் காலையும் மாலையும் தவறாமல் எங்கள் வீட்டுக்கு வந்து போய்க்கொண்டிருந்தாள். காலை இட்டிலி எங்கள் வீட்டில்தான். வருஷம் 365 நாட்களும் எங்கள் வீட்டில் இட்டிலி அல்லது தோசைதான். "ஆட்டுக் கல்லை ஒளித்து வைத்து விட்டால், சுமதிக்கு ஹார்ட் அட்டாக்கே வந்துவிடும் மரி" என்பேன். மரி விழுந்து புரண்டு சிரிப்பாள். சாயங்காலங்களில் எங்கள் வீட்டில்தான் அவள் வாழக்கை கழிந்தது. பேன்ட் போட்ட அந்தப் பெண், சிரமப்பட்டுச் சம்மணம் போட்டு உட்கார்ந்து சுமதிக்கு வெங்காயம் நறுக்கித் தருவதைப் பார்க்க வேடிக்கையாக இருக்கும்.

"ஏம்மா, சைக்கிள்ளே ஊரைச் சுற்றுகிற பெண், நீ இங்கே இவளுக்கு வெங்காயம் நறுக்கித் தர்றியே?" என்றேன்.

"இதுதான் சார் த்ரில்லிங்கா இருக்கு. கண்ணிலே நீர் சுரக்கச் சுரக்க வெங்காயம் நறுக்குவது பயங்கரமான எக்ஸ்பீரியன்ஸ்" என்பாள். ஐயோ இந்தப் பயங்கரமே!

"சார், ஒண்ணு சொல்லட்டுமா.?"

"ஊகூம் ரெண்டு மூணு சொல்லு."

"சீரியஸாகக் கேட்கிறேன் சார். நான் இங்கே வந்து போறதிலே உங்களுக்குத் தொந்தரவு இல்லையே சார்?"

"சத்தியமாகக் கிடையாது."

கொஞ்ச நேரம் அமைதியாக இருந்துவிட்டு அவள் சொன்னாள்.

"ஓகே சார்... கெட்டுப் போனவள்னு எல்லோரும் சொல்கிற என்னை எதுக்கு உங்க வீட்டிலே சேர்த்து, சோறும் போடறீங்க?"

சிரிப்புத்தான் வந்தது.

"பைத்தியமே! உலகத்திலே யார்தான் கெட்டுப் போனவங்க? யாராலுமே கெட முடியாது தெரியுமா? மனசுக்குள்ளே நீ கெட்டுப் போனவள்னு நினைக்கிறியாக்கும். அதை விட்டுடு. நீயும் கெட்டவள் இல்லை. உங்க அம்மாவும், அப்பாவும் யாருமே கெட்டவங்க இல்லே."

அவள் சொன்னாள் "எங்க அம்மாவைப் பழி தீர்க்கணும்னுதான் அப்படியெல்லாம் நடந்துக்கறேன் சார்."

"எனக்குத் தெரியும்" என்றேன்.

பத்து நாள் இருக்குமோ? இருக்கும் ஒரு நாள் மரி என்னிடம் கேட்டாள்.

"சார்... ஏன் நான் ஸ்கூலுக்கு வர்றதே இல்லைன்னு நீங்க கேட்கவில்லை?"

நான் அவள் முகத்தைப் பார்த்தேன். இரண்டு மணிகள் உருண்டு விழத் தயாராய் இருந்தன அவள் கண்களில்.

"என்னை நீங்க கேட்டிருக்கணும் சார். ஏன்டி ஸ்கூலுக்கு வரலைன்னு என்னை அறைஞ்சு கேட்கணும் சார். அப்படி யாரும் என்னைக் கேட்க இல்லேங்கறதுனாலதானே நான் இப்டி விட்டேத்தியா இருக்கேன்? என் மேல் இப்படி யாரும் அன்பு செலுத்தினது இல்லே சார். அன்பு செலுத்தறவங்களுக்குத்தானே அதட்டிக் கேக்கவும் அதிகாரம் இருக்கு?"

"உனக்கே அது தோணணும்னுதானே நான் காத்திருந்தேன். அதனாலே என்ன? ஒன்றும் முழுகிப் போய்விடவில்லை. இன்னைக்குப் புதுசா ஆரம்பிப்போம். இன்னைக்குத்தான் டென்த் கிளாஸ்லே நீ சேர்ந்தேன்னு வச்சுக்கோ. நாளையிலேந்து நாம் ஸ்கூலுக்குப் போறோம்" என்றேன்.

மரி, முகத்தை மூடிக்கொண்டு விசும்பி விசும்பி அழுதாள்.

1986

தியாகி

"**வ**ணக்கம்" என்று கூறியவாறு தன் முன் வந்து நின்றவரைப் பார்த்தார். அந்த இளம் அதிகாரி.

"உட்காருங்கள்" என்று கூறிவிட்டு, வந்தவரைக் கவனித்தார் அவர்.

வந்தவர் உட்கார்ந்தார். அந்த அலுவலக வரவேற்பறையில் அவர் நீண்ட நேரம் காத்திருந்த களைப்பு, அவர் முகத்தில் இருந்தது. தடித்த மோட்டாக் கதர் ஜிப்பா அணிந்திருந்தார். பழுப்புக் காகிதம் மாதிரி வெளுத்திருந்தது அவர் தலை முடி. சுக்கு மாதிரி உலர்ந்த உடம்பு உணர்ச்சி வயப்பட்டவராய் முகம் சிவந்தும், கைகள் நடுங்கவும் அமர்ந்திருந்தார் அவர்.

"சொல்லுங்கள்... என்ன விஷயம்?" என்றார் அதிகாரி.

"என் பெயர் சிவபாத சுந்தரம்" என்றார் பெரியவர்.

"உம்... தியாகி பென்ஷன் சம்பந்தமா வந்திருக்கீங்களா...?" சலிப்போடு கேட்டார் இளைஞர். காலை முதல் மாலை வரை கசங்கிப் போன கதர்ச் சட்டைக்காரர்களோடு மல்லாடியதால் ஏற்பட்ட நிரந்தரச் சலிப்பு.

"தியாகி பென்ஷன் சம்பந்தமாத்தான் வந்திருக்கேன். ஆனா, புதுசா விண்ணப்பிக்கிறதுக்காக இல்லை. இப்போது நான் தியாகி பென்ஷன் வாங்கிக்கொண்டுதான் இருக்கிறேன். அந்தப் பென்ஷனை அடுத்த மாசத்திலிருந்து நிறுத்திக் கொள்ளுங்கள் என்று கேட்டுக் கொள்ளத்தான் வந்திருக்கிறேன்" என்றார் பெரியவர். துண்டால் முகத்தைத் துடைத்துக்கொண்டார்.

"என்ன... வாங்குகிற பணத்தை நிறுத்தச் சொல்லுகிறீரா?" அதிகாரியின் முகத்தில் ஆச்சரியம் வெளிப்படையாகவே தெரிந்தது. கூடவே எதிரில் இருந்த மனிதரைக் குறித்துச் சந்தேகமும் ஏற்பட்டது. ஒன்று அவர் பைத்தியமாகவோ,

அல்லது அசடாகவோதான் இருக்க வேண்டும். இல்லாமல், எவன் பணத்தை வேண்டாம் என்பான் இந்த நாளில்?

"கொஞ்சம் தண்ணீர் கிடைக்குமா?... ரொம்ப தூரத்திலிருந்து வந்திருக்கிறேன். தங்களைப் பார்க்க வரவேற்பறையிலேயே மூன்றரை மணி நேரம் காத்திருந்தேன். தாகமாய் இருக்கிறது..." என்றார் அந்தப் பெரியவர். மேலே, மின் விசிறி இருந்தாலும், அவருக்கு வியர்த்துக் கொட்டியது. அடிக்கடித் துண்டால் முகத்தை அழுத்தித் துடைத்துக்கொண்டார் அவர்.

அதிகாரி ஒரு பித்தானை அழுத்தினார். எட்டிப் பார்த்த காக்கி யூனிபார்ம் ஏவலரிடம் தண்ணீர்கொண்டு வரச் சொன்னார். தண்ணீர் வந்தது. ஏவலரிடமிருந்து கனமான, மூக்கை எரிக்கிற பீடி வாசனையும் சேர்ந்து வந்தது. முகத்தைச் சுளித்துக்கொண்டார் அதிகாரி.

பெரியவர் தண்ணீரை மடக் மடக்கென்று அவசரமாய் குடித்தார். அவர் உடம்பில் களைப்பு நீங்கிச் சற்றே தெம்பு வந்திருக்க வேண்டும். முகத்தில் லேசான மகிழ்ச்சி தோன்றியது அவருக்கு. அந்தக் கிளர்ச்சியின் காரணமாக, "நம்மூர் முத்திரைப் பாளையத்துத் தண்ணீர் மாதிரி எந்த ஊரிலேயும் நான் சாப்பிட்டது இல்லைங்க... என்ன ருசி... என்ன சுத்தம்..." என்றார்.

"ப்ச்" என்று முனகிக்கொண்டார் அதிகாரி. பெரியவரின் பேச்சு அவருக்கு ருசிக்கவில்லை. காரணம், அவர் உள்ளூர்க்காரர் இல்லை. வெளி மாநிலத்துக்காரர். தவிரவும், ஓர் அதிகாரியிடம் இப்படியான உப்புச் சப்பற்ற விவரங்களையெல்லாம் ஒருவர் பேசுவதா என்ன?

"பென்ஷன் பணம் வேண்டாம் என்று நீங்கள் சுலபமாகச் சொல்லி விடலாம். ஏன் வேண்டாம் என்று நீங்க காரணம் சொல்ல வேண்டும்" என்றார் அதிகாரி. அவருக்கு அளிக்கப்பட்டிருந்த சட்டப்புத்தகத்தில் அப்படி எழுதப்பட்டிருந்தது.

"ஒரு கட்டத்தில் எனக்குப் பணம் தேவைப்பட்டது ஐயா. மூத்த மகன் கல்லூரியில் படித்துக்கொண்டிருந்தான். ஒரு மகன் பள்ளிக்கூடத்தில் படித்துக்கொண்டிருந்தான். இருவருக்கும் ஆன படிப்புச் செலவும் வாழ்க்கைத் தேவையும் என்னால் பெற முடியாதவையாய் இருந்தன.

ஒருவன், பணத்தை நான்கு வழிகளில் பெறலாம் ஐயா. ஒன்று, உழைத்துச் சாம்பாதிப்பது. என்னால் உழைக்க முடியாது. வயது முதுமை காரணமாக வேலை செய்யும் திறனை இழந்து விட்டேன். இரண்டு திருடலாம். நான் காந்தியவாதி. திருட மாட்டேன். மூன்று, கடன் பெறலாம், கடனைத் திருப்பித் தருதல் என்னால் முடியாதது. நான்காவது வழி, தானம் பெறுதல். ஆகவே பென்ஷனைத் தானமாக நினைத்துப் பெற்றேன். என் பிள்ளை, படிப்பை நன்கு முடித்தான். வேலையிலும் அமர்ந்து விட்டான். என் வாழ்க்கை இனி அவனைச் சார்ந்தது. எனக்கு ஒரு பிடி சோறு இனி கிடைக்கும். ஆகவே, தானமாக வரும் பென்ஷன் பணம் இனி எனக்குத் தேவையில்லை. உயிரைக் கட்டிப் பிடித்து வைத்துக் கொள்ள மட்டுமே பிச்சை ஏற்கலாம். அதைச் சாஸ்திரம் அனுமதிக்கிறது. இதற்கு மேல் பையில் பணமிருக்கப் பிச்சை எடுப்பவன் சண்டாளன். ஆகவே வரும் மாதம் தொட்டு எனக்குத் தரும் பென்ஷனை நிறுத்தி விடுங்கள்."

இளம் அதிகாரிக்கு எதனாலோ, பெரியவர்பால் ஓர் ஈர்ப்பு ஏற்பட்டு விட்டது.

"நீங்கள் என்ன தொழில் செய்தீர்கள். அதாவது சுதந்திரப் போராட்ட வீரராக ஆவதற்கு முன்பு...?" என்றார் அந்த அதிகாரி. ஒரு பென்சிலை எடுத்துப் பேப்பரில் கிறுக்கியபடி, ஏதோ எழுத வேண்டும் என்கிற முனைப்பு அவருக்கு ஏற்பட்டிருக்க வேண்டும். ஏதோ கிறுக்க நினைத்தவர், தன் பெயரையே திரும்பத் திரும்ப எழுதிக்கொண்டிருந்தார்.

"இளமையில், இரும்புக் கழிவுப் பொருள்களைக் கப்பலில் வெளிநாடுகளுக்கு ஏற்றுமதி செய்துக்கொண்டிருந்தேன். இலட்சம் இலட்சமாகப் பணம் வந்துகொண்டிருந்தது. ஒரு நாள் மகாத்மாவின் பேச்சைக் கேட்டேன். அவர் எழுதியவற்றைப் படித்தேன். வாழ்க்கையையே இன்னும் வாழத் தொடங்காத இளைஞன், ஒருவன் கொடியைப் பிடித்த பிடியை விடாது லத்தி அடிப்பட்டுச் செத்ததை அறிந்தேன். கொடுமைக்கார வெள்ளையன் ஒருவனைச் சுட்டு தானும் சுட்டுக்கொண்டு மாய்ந்த வீரன் ஒருவனின் வரலாற்றைக் கேட்டேன். அந்த நாட்களில் அரவிந்தரைத் தினம் தினம் கண்டு பேசும் பாக்யம் எனக்கு வாய்த்தது. என் பணம், என் வாழ்க்கை, என் சௌகர்யம் எல்லாமும் எனக்கு மிக அற்பமாகப் பட்டது. முதுகெலும்பில்லாத புழுவுக்கும் கடையனாய் நான் வாழ்ந்துகொண்டிருப்பதை உணர்ந்தேன். என் தொழிலை விட்டொழித்தேன். இருப்பதையெல்லாம் தேவைப்பட்டோர்க்கு எடுத்துக் கொடுத்து விட்டேன். பணத்தை எல்லாம் இழந்தேன். ஆம் இழந்த பின்தான் தெரிந்தது, நான் எவ்வளவு பெரிய ஆத்மலாபத்தைச் சம்பாதித்துக்கொண்டேன் என்று..."

பெரியவரின் முகம், விளக்கேற்றியது மாதிரி பிரகாசித்தது. அவர் தொடர்ந்தார்.

"ஏதேனும் ஒன்றைப் பெற நினைத்தீர்களானால் ஏதேனும் ஒன்றை நீங்கள் இழக்கத்தான் வேண்டும். ஒவ்வொன்றுக்கும் ஒரு விலையை நீங்கள் கொடுத்துத்தான் தீர வேண்டும்"

பெரியவர் சிரித்தார். லாட்டரியில் பரிசு பெற்றவரின் சிரிப்பு மாதிரி இருந்தது அந்தச் சிரிப்பு.

"வியாபாரத்தை ஒரு பக்கம் நடத்தியபடியே, அரசியலிலும் நீங்கள் ஈடுபட்டிருக்கலாமே..." என்றார் அதிகாரி. அவர் குரலில் உண்மையான அக்கறை இருந்தது.

பெரியவர் இதைக் கேட்டுச் சிரித்தார். விழாத, கெட்டியான பல்வரிசை அவருக்கு ஒரு குழந்தையைப் பார்ப்பதைப் போன்ற வாஞ்சையோடு அவரைப் பார்த்தார். பிறகு சொன்னார்:

"நீங்கள் இளைஞர். இந்தக் காலத்தவர். நிகழ்கால அரசியலும், அரசியல்வாதிகளும் உங்களை இப்படிச் சொல்ல வைத்திருக்கிறார்கள். நீங்கள் தவறு செய்யவில்லை; நாங்கள்தாம் தவறு செய்தவர்கள். எங்கள் காலத்து அரசியல் வேறு, அரசியலுக்கு எங்கள் அர்த்தம் வேறு. அரசியல் என்றால் ஆட்சி மாற்றம் என்பதையே குறியாய் வைத்து இன்றைய அரசியல் இயங்குகிறது. எங்களுக்கும் ஆட்சி, அதிகார மாற்றம் நோக்கமாய்த்தான்

இருந்தது. ஆனால் அது பத்தாவது நோக்கம். எங்களைப் பூரணப்படுத்திக் கொள்வதையும் பொது மக்களை மனத்தளவில் முழுமைப்படுத்துவதையுமே நாங்கள் முதலான் அரசியல் பணியாக நினைத்தோம். அரசியலை ஒரு புனிதமான கைங்கர்யமாக, சேவையாக, தொண்டாக நாங்கள் நினைத்தோம். ஒரு நாளில் இருபத்து நான்கு மணி நேரத்தையும் தேசச் சேவைக்காக அர்ப்பணித்து விட்டோம். தேசச் சேவைக்காகத் தன்னை அர்ப்பணித்துக் கொள்கிற தொண்டனுக்கு வேறு எதிலும் நாட்டம் இருக்க முடியாது. ஒரு மனிதன் இரண்டு மனைவிகளோடு ஏக காலத்தில் இல்லறம் நடத்துவது எவ்வளவு இழிவோ, நீசத்தனமோ, அந்த அளவினும் இழியது, ஓர் அரசியல்வாதி வியாபாரியாக இருப்பதும் என்று நாங்கள் நினைத்தோம்...”

அதிகாரி தலையை அசைத்துப் பெரியவர் சொல்வதை ஏற்றுக் கொள்கிற பாவனையைக் காட்டினார்.

“போராட்டங்களில் ஈடுபட்டு எத்தனை நாட்கள் சிறையில் இருந்தீர்கள்...?”

பெரியவர் கொஞ்சம் யோசித்தார். பிறகு சொன்னார்.

“கள்ளுக்கடை மறியலில் ஒரு ஒன்னரை ஆண்டு கிடைத்தது. என் மாமாதான் கள்ளுக்கடை உரிமையாளர். அவர் கடைக்கு முன் மறியல் செய்தேன். மாமாதான் என்னை வளர்த்தவர். அவர் போட்டச் சோற்றை உண்டு வளர்ந்தவன் நான். ஆனாலும், தனிமனித உறவு என்னைக் குறுக்கிட நான் அனுமதிக்கவில்லை. தத்துவமே எனக்கு வழிகாட்டியது. உறவை இழக்க வேண்டியதாயிற்று. அப்புறம், அந்நியத்துணி பகிஷ்காரம். அதற்கு ஒரு ஆறுமாதம். ஒரு வெள்ளைக்காரனைக் கொல்ல முயன்றதாகச் சதிவழக்கு. இரண்டு வருஷங்கள் அந்தமானில் இருந்தேன். அந்தமானில் இருந்தபோதுதான் என் தாய் நானறியாமலே மகாத்மாவுக்குக் கடிதம் எழுதினாள். தள்ளாத வயதில் எனக்கு ஒரு திருமணத்தைச் செய்து பார்க்க ஆசைப்படுவதாகவும், அதற்கு அவர் அனுமதி வழங்க வேண்டும் என்றும் எழுதியிருக்கிறார்.

நான் சிறையை விட்டு வெளியே வந்ததை அறிந்ததும் மகாத்மாவே எனக்கு ஒரு கடிதம் எழுதினார். தாய் நாட்டுக்கும் தாய்க்கும் வித்தியாசம் இல்லை. தாய் நாட்டின் கட்டளைகளையெல்லாம் ஏற்றுக் கொள்கிற நீ, தாயின் கட்டளையையும் ஏற்றுக் கொள்ள வேண்டும். ஒரு மகன் என்னும் முறையில் அது உன் கடமை என்று மகாத்மாவே அவர் கைப்பட எனக்கு எழுதியிருந்தார்.!”

பெரியவர் உணர்ச்சி வசப்பட்டவராய், தலையைக் குனிந்துகொண்டார். துண்டால் முகத்தைத் துடைத்துக்கொண்டார்.

“மன்னிக்க வேண்டும். கொஞ்சம் உணர்ச்சிவசப்பட்டு விட்டேன். தலைவரே சொல்லிவிட்டதால், அம்மாவின் ஆசையைப் பூர்த்தி செய்தேன். அம்மா நிம்மதியாகக் கண்ணை மூடினார்...”

அதிகாரி பென்சிலைக் கீழே வைத்து விட்டுக் கைகளைக் கட்டிக்கொண்டு கேட்டுக்கொண்டிருந்தார். பிறகு மென்மையான குரலில் சொன்னார்:

“சுதந்திரம் கிடைத்த பிறகு ஆட்சிக்கு வந்தவர்கள், உங்களுக்கு உதவவில்லையா...?”

"ஏன் உதவ வேண்டும்? நான் கூலிக்காரன் அல்லவே? செய்த வேலைக்காகப் பணம் பெறுவது எவ்வாறு தொண்டாகும்? நான் என் பிறந்த நாட்டுக்காக என்னால் ஆனதைச் செய்தேன். அதற்குச் சம்பளம் பெற விரும்பவில்லை. அப்புறம் நான் சிரம ஜீவனம்தான் செய்தேன். இருக்கிற சொத்துக்களை விற்றுச் சாப்பிட்டுக்கொண்டிருந்தேன். அமைச்சர்கள் எல்லாம் என் நண்பர்கள்தான். கடலூர் சிறையிலும், கண்ணனூர் சிறையிலும் என்னோடு இருந்தவர்கள்தான். ஒரு கட்சிக் கூட்டத்தின்போது என்னைப் பார்த்து விட்ட சுப்ரமண்யம் சொன்னார் — அப்போது அவர் போக்குவரத்துத் துறை அமைச்சர். 'என்ன சிவபாத சுந்தரம், கஷ்டப்படுகிறீர்களாமே. நீங்கள் எல்லாம் சிரமப்படக்கூடாது. சென்னை— பாண்டிச்சேரி வழி லைசென்ஸ் தருகிறேன். நல்ல 'ரூட்'. அதுலே பஸ் விட்டால் சௌகர்யமாக இருக்கலாம்' என்றெல்லாம் சொன்னார். நான் மறுத்து விட்டேன். செய்த சேவைக்காகப் பரிசு பெறுவது, என்ன தர்மத்தில் சேர்த்தி...?"

பெரியவர் தலை கவிழ்த்து இருந்தார். சில நிமிடங்களுக்குப் பிறது தலை நிமிர்ந்தார். அவர் முகத்தில் கவலையும், அவமானப் படுத்தப்பட்ட உணர்வும் இருந்தது. பிறகு தொடர்ந்தார்.

"பொன் மாதிரியான ரூட் ஐயா அது. அதை மறுக்கிற மனத்திடம் பெற்ற நான், பல வருஷங்களுக்குப் பிறகு, தியாகி பென்ஷனுக்காக விண்ணப்பம் போடவும் நேர்ந்து விட்டது. வெட்கத்தாலும், அவமானத்தாலும் கூசிப் போனேன். என் மனைவி என்னைப் புரிந்துகொண்டவர். என்னைத் திருமணம் செய்துகொண்டப் பாவத்துக்காகக் காலம் முழுக்க, மனசுக்குள்ளேயே கண்ணீர் விட்டவர். நான் சிறைக்குப் போகிற போதெல்லாம், எப்படி அவர் சாப்பிட்டுக் குழந்தைகளையும் போஷித்தார் என்பதெல்லாம் ஒரு பெரிய கதை. என்னைப் போய் தியாகி என்கிறார்கள். தியாகிகளின் மனைவிமார்களே பெரிய தியாகிகள். ஒரு கூலி விவசாயப் பெண்ணாக, வீட்டு வேலைக்காரியாக எல்லாம் அவர் இருந்து எங்களை வளர்த்தார். அந்தப் பெண்மணி படும் அவஸ்தையும் துயரும் பொறுக்க முடியாமல்தான் அவள் கஷ்டத்தைக் குறைக்கலாமே என்றுதான் தியாகி பென்ஷனுக்கு விண்ணப்பம் பண்ணினேன். இப்போ, பிள்ளை சம்பாதிக்கத் தொடங்கி விட்டான். என் மனைவியும் இப்போ இல்லை. நான் ஒண்டிக் கட்டைதானே? இனி எனக்குப் பென்ஷன் தேவை இல்லை. தயவு பண்ணி, என் பென்ஷன் பணத்தைத் நிறுத்திவிடுங்கள்.

அதிகாரி யோசித்தார். விதிமுறை இருக்கிறதா என்று எதையோ புரட்டினார். "உங்களைப் போன்றவர்களால்தான் இன்னும் மழை பெய்கிறது" என்றார். பிறகு, பெரியவரிடம் கையெழுத்து பெற்றுக்கொண்டார். பெரியவர் புறப்படும்போது, எழுந்து நின்று அவருக்கு வணக்கம் சொல்லி, வாசல் வரை சென்று வழியனுப்பி வைத்தார்.

*

காந்தி, இலைக்கு முன் அமர்ந்தான்.

"சீக்கிரம் சோத்தைப் போடு, ஆபீசுக்கும் டைம் ஆயிட்டுது..." என்று பரபரத்தான்.

அவசரம் அவசரமாக அவன் மனைவி சோறு பரிமாறினாள். அவன் சாப்பிட்டுக்கொண்டிருக்கும்போது அவள் சொன்னாள்.

"இந்த மனுஷனுக்கு ஏனிந்த அவசர புத்தி? இப்பத்தான் வேலைக்கு போயிருக்கீங்க... இப்பத்தான் மூணு வேளை நிம்மதியா சாப்பிட ஆரம்பிச்சிருக்கோம்... அதற்குள்ளே எனக்குப் பென்ஷன் பணம் வேணாம்னு சொல்ல போயிருக்காரு... நாம என்ன லட்சம் லட்சமாவா சம்பாதிக்கிறோம்... அந்தப் பணம் வந்தா எவ்வளவு சௌகர்யமாக இருக்கும்?"

காந்தி தலையசைத்தான்.

"கிழடுக்கு யார் சொல்றது? அது பிடிச்சதுக்கு மூணுகால்னு சொல்ற ஜாதியாச்சே. சும்மா திண்ணையில் உக்காந்து தெண்டச் சோறு தின்னுக்கிட்டு என் கழுத்தை அறுக்கப் போறது... என்ன பண்ணித் தொலையறது.? ம்... மோர் இல்லியா... சீக்கிரம் ஊத்துடி." என்றான் காந்தி.

1986

காலகண்டன்

ஊர் முழுக்க இதே பேச்சாகி விட்டது.

கோதண்டத்தைப் பற்றித்தான். ஆள் இப்படி அடியோடு மாறிப்போய் விடுவான் என்று யார்தான் எதிர்பார்த்திருக்க முடியும்? ஊர்ப் பெரிய மனிதர் வீடுகளில் பத்துப் பாத்திரம் தேய்ப்பதைத் தொழிலாகவும், ஊர்ச் செய்திகளை ஒவ்வொவரு வீட்டுக்கும் அல்லது ஒவ்வொரு வீட்டுச் செய்திகளை ஊருக்கும் அறியப்படுத்துவதையே சேவையாகவும் செய்துகொண்டிருந்த பாஞ்சாலி, காட்டாமணிக் கொல்லைக் கிணற்றடியில் சொல்லிக்கொண்டிருந்தாள்.

"என்ன அதிசயம்மா? பாத்த என் கண்ணே பூத்துப் போச்சே. நம்ம கோதண்டமான்னு கண்ணைக் கசக்கி விட்டுக்கிட்டு இல்லே பார்க்க வேண்டியிருந்துச்சு? செட்டியார் நகைக் கடையிலே சம்பிரம்மா கால்மேல் கால் போட்டுக்கிட்டு, கார்வார் பண்ணறதே நீ பார்த்திருக்கணும். மயக்கம் போட்டு விழுந்திருப்பே! சட்டை என்னா, வேட்டி என்னா! மாப்பிள்ளை கணக்கா?! ஊம்... பெத்தவ இருந்து பாக்கக் கொடுத்து வக்கிலியே" என்று வலக்கையைக் கன்னத்தில் வைத்துக்கொண்டு பாஞ்சாலி பேசிய பேச்சை, பிற பெண்களும் கன்னத்தில் கை வைத்துக்கொண்டு கேட்டார்கள். ஆச்சரியமான செய்திகளைக் கேட்டால் பெண்கள் கன்னத்தில் கை வைத்துக் கொள்வார்கள்!

கேட்டவர்கள் எல்லோருமே கோதண்டம் மாறிவிட்ட செய்திகளை சந்தோஷமாகவே வாங்கிக்கொண்டார்கள். மனிதர்கள் அடிப்படையில் நல்லவர்கள் சில சமயங்களில்தான் அயோக்கியர்கள்.

இற்று வீழ்ந்துகொண்டிருந்த பிள்ளையார் கோயில் சுற்றுப் பிராகாரத்தை ஒட்டிய அரச மர நிழலில்தான் கடந்த ஆறு மாதத்துக்கு முன்னால் வரை உட்கார்ந்துகொண்டிருந்தான் கோதண்டம். கோயிலின் தென்மேற்கு மூலை அது. நாளடைவில் 'கோதண்டம் மூலை' என்று பெயர் பெற்று

விட்டது. மழையானாலும் வெயிலானாலும் இருந்த இடம் மாறாமல், காலை முதல் இருட்டி விளக்கும் வைத்து, ‘என்ன கோதண்டம் வரட்டுமா’ என்று அர்ச்சகர் சொல்லி விட்டுப் போகிற வரைக்கும் அங்கேயே உட்கார்ந்திருப்பான். மனித வர்க்கத்தால் தீர்க்கப்படாத மாபெரும் பிரச்சினை ஒன்றைத் தீர்க்க முயல்பவனைப் போல், விழிகள் குத்திட்டு நிற்க, பார்த்ததைப் பார்த்தபடி உட்கார்ந்திருப்பான். யாரேனும் கூப்பிட்டால், தன்னை இல்லை என்கிற மாதிரி இருப்பான். யாராவது வந்து அசைத்தால், அசைத்தவரைப் பார்த்து சிரிப்பான். பொருளற்ற, காரணமற்றச் சிரிப்பாக இருக்கும்.

மாலைகளில் பிள்ளையார் கோயில் திடலுக்கு விளையாட வருகிற ஊர்க்குழந்தைகள், “பைத்தியம் மாமா நாங்க கண்ணாமூச்சு வெளையாடப் போறோம். நான் ஒளிஞ்சுக்கிற இடத்தை சொன்னியோ தெரியும் சேதி” என்று கூறும்போது கோதண்டம் சிரிப்பான். அதே அர்த்தம் அற்ற சிரிப்பு.

கோதண்டத்திடம் விசித்திரமான பழக்கம் ஒன்று இருந்தது. ஊர் விழித்து எழாத காலைப் பொழுதுகளில், வேளாளர் தெரு, கோமுட்டித் தெரு, கீழத்தெரு ஆகிய மூன்று தெருக்களிலும் உள்ள ஒவ்வொரு வீட்டுக்குள்ளும் நுழைந்து தினக் காலண்டரில் உள்ள முந்தின தினத்தாளை கிழித்துப் போடுகிற வேலையை, மிக ஒழுங்காக அவன் செய்தான்.

எப்படியோ ஊராரும் இதை ஏற்றுக்கொண்டார்கள். தங்கள் வீட்டுக் காலண்டரில் தேதி கிழிப்பது கோதண்டத்தின் பொறுப்பு என்கிற மாதிரி அவர்கள் இருந்து கொண்டார்கள்.

கதவைத் தட்டித்தான் வீட்டுக்குள் நுழைய வேண்டும் என்கிற கட்டாயம் அவனுக்குக் கிடையாது. காற்று மாதிரி நுழைவான். ஒவ்வொரு வீட்டிலும் காலண்டர் எங்கு மாட்டியிருக்கிறது என்பதை அவன் அறிந்திருந்தான். தினத்தாள் காலண்டரில் மட்டும் தேதி கிழிப்பது, மாதக் காலண்டர் எனில் கிழிப்பதில்லை என்ற நியதியும் கோதண்டத்தில் இருந்தது.

சென்ற ஆண்டு அடித்த புயல் மழைக் காலத்து உச்ச நாட்களில், காக்கை குருவியும் வெளியே தலைகாட்டாத நேரத்திலும் கோதண்டம் மட்டும் தன் பணியைச் செய்யத் தவறவில்லை.

வேளாளர் தெருவுக்கு வரும்போது காலை எட்டாகி விடும். தபால்காரத் தாத்தா அலுவலகத்துக்குக் கிளம்ப, தன் நித்திய அனுஷ்டானங்களில் ஒன்றாக நெற்றிக்கு நாமம் தீட்டிக்கொண்டிருப்பார். தாத்தா கோதண்டத்தைக் கலகலப்பாக வரவேற்பார். “வாடா பேராண்டி... இன்னும் காணமேன்னு பார்த்தேன். கிழி கிழி காலத்தைக் கிழிச்சுப் போடு. போட்டுட்டு அப்படியே அடுப்புச் சாம்பல் எடுத்து வச்சிருக்கேன். குளியல் பிறை மேலே பல்லைத் தேச்சுட்டு கிழவிகிட்டே, ரெண்டு வா பழைய சோத்தை வாங்கி உள்ளார அனுப்பு” என்பார்.

கோதண்டம் சுவாதீனமாக உள்ளே குளியல் அறைக்குப் போய் பல்லைத் துலக்கித் தொட்டித் தண்ணீரை முகத்தில் அடித்துக்கொண்டு வருவதற்கும், கிழவி பழைய சோற்றை மண் கிண்ணியில் எடுத்து வைக்கவும் சரியாக இருக்கும். நின்றபடியே சோற்றை வழித்து வாயில் போட்டுக் கொள்வான்.

“உக்காந்து சாப்பிடேண்டா” என்பாள் கிழவி.

“நாடாளும் மகராசன்… உக்காந்தா எப்படி? இன்னும் ரெண்டு தெரு போயாகாணும்?” என்பார் தாத்தா.

மண் கிண்ணிச் சோற்றை வழித்து வாயில் போட்டுக்கொண்ட மறுகணம், அடுத்த தெருவின் முதல் வீட்டில் படி ஏறிக்கொண்டிருப்பான் கோதண்டம்.

போன சித்திரைப் பௌர்ணமிக்கு ஊருக்கு வந்திருந்த, தாத்தாவின் உறவினர் ஒருவர் தெரியாத்தனமாக தேதி கிழிக்க முயன்றபோது திடுக்கிட்டுப் போனார் தாத்தா.

“ஊக்கும்… காலண்டரை மட்டும் தொட வேண்டாம். அதைக் கிழிக்கவே ஒருத்தன் இருக்கான்.”

“என்னடாது… ஆச்சரியமா இருக்கே… காலண்டர் கிழிக்கக்கூடவா ஒருத்தனை வேலைக்கு வச்சிருக்கீங்க. இந்த ஊருல…” என்றார் உறவினர்.

“தேதி கிழிக்கக் கூலியா கொடுக்க முடியும்? கோதண்டம்னு ஒருத்தன் இருக்கான். சித்தே ஒரு மாதிரி ரெண்டுங் கெட்டான். பய இப்ப வருவான். நீங்களே பாருங்க. தேதி கிழிக்கறதுக்கே ஜென்மம் எடுத்து வந்திருக்கான்.”

“ஓகோ… பைத்தியமா?”

“பொறக்கும் போதே பைத்தியமா எவன் பிறப்பான்? இந்தப் பயலும் நல்லாத்தான் இருந்தான். பத்துப் பனிரெண்டு வயசு வரைக்கும். அவனைப் பெத்தவ வேற எவனையோ இழுத்துக்கிட்டு ஓடிப் போயிட்டா… அப்புறம்தான் இந்தப் பய இப்படி ஆனது…”

“பெத்த பிள்ளையை விட்டுட்டு ஒரு பொண்ணு ஓடறதாவது?”

“ஆம்பிள ஓடறது இல்லையா… ஏதோ சில வார்ப்படம் அப்படி.”

பத்து பனிரெண்டு வயசில், அந்த அரசமரத்து நிழலில் வந்து உட்கார்ந்தவன் கோதண்டம். இரண்டு மூன்று பொதுத் தேர்தல்கள் அவனைப் புறக்கணித்து விட்டு நடந்தேறி விட்டன. அரைக்கால் சட்டை அணிந்திருந்த பையனுக்குச் சில இளவட்டங்கள் வேட்டிக் கட்டி விட்டன.

சுக்கு மாதிரி உடம்பு, போலீஸ்காரன் மாதிரி ஒட்ட வெட்டின கிராப்பு, அழுக்கேறி பழுப்பு நிறமான வேட்டியும் துண்டும், காலைக் கட்டிக்கொண்டு எங்கோ தூரத்தில் வெறித்துப் பார்த்துக்கொண்டு நாள் முழுக்க உட்கார்ந்திருக்கும் கோதண்டம், குத்துக் கல்லைப்போல, ஆட்டுக் குழவியைப்போல பொருட்படுத்தாத வேண்டாதவனாகிப் போனான். அர்ச்சகர் அவ்வப்போது இரக்கப்பட்டுத் தரும் பட்டை சாதம், தாத்தா வீட்டுக் கிழவி பிழிந்து வைக்கும் ரெண்டு பிடிச்சோறும் கோதண்டம் உயிர் வாழ உதவின.

மனிதர் நடமாட்டம் இல்லாத காட்டுப்பகுதியின் புதர்களின் மறைவிலும் பூக்கள் பூத்துக்கொண்டுதான் இருக்கின்றன. கோதண்டத்துக்கும் ஒருநாள் வாழ்வு வரத்தான் செய்தது.

கோதண்டத்தின் ஒன்றுவிட்ட மாமன் என்று சொல்லிக்கொண்டு ஒருத்தர் வந்து சேர்ந்தார்.

“என்னாது… மாமாவா… இம்மாங்காலம் சோத்துக்கு இல்லாமே, கட்டிக்க

முழத்துண்டு இல்லாமே, பித்து பிடிச்சு உட்கார்ந்து கிடந்தானே இந்தப் பய, அப்போவெல்லாம் எங்க பரதேசமா போயிருந்தீரு?" என்று கேட்டார் தபால்காரத் தாத்தா.

தலையைத் தொங்கப் போட்டுக்கொண்டு உட்கார்ந்திருந்தார் மாமா என்று வந்தவர். மாமாவுக்கு ஒரு பெண் இருந்தாள். அவளைக் கோதண்டத்துக்கு கட்டி வைத்து விடுவது என்கிற நோக்கத்தோடு வந்திருந்தார் அவர்.

"அடி சக்கை... அடிச்சாண்டா கோதண்டம் லாட்டரி பிரைஸ்..."என்றார் தாத்தா.

பூங்காவனம் என்பது அவள் பெயர். சின்ன வாழைக்கன்று மாதிரி இருந்தாள். கூழாங்கல் மாதிரி கண்களில் சிரிப்பு வழிந்தது. கல்யாணத்துக்குப் போய் வந்த தாத்தா, கிழவியிடம் சொன்னார்.

"இதைத்தான் தலையெழுத்துங்கறதா? இந்த ரெண்டுக் கெட்டானுக்கா இந்தத் தென்னங்குருத்து? எப்படியோ காரியம் முடிஞ்சுட்டுது. எல்லாம் நல்லபடியாவட்டும்" என்றார் விசனமாக.

பூங்காவனம் கோதண்டத்தைக் குழந்தையாகவே ஏற்றாள் என்பது சில நாட்களிலேயே தெரிந்து போயிற்று. வேடிக்கை பார்ப்பவரைத் தவிர்க்க இருள் பிரியும் முன்பாகவே கோதண்டத்தை இழுத்துக்கொண்டு போய் மாடு குளிப்பாட்டுவது மாதிரி குளிப்பாட்டினாள். அப்புறம் சூடாகச் சோறு பரிமாறினாள். சமயங்களில் ஊட்டியும் விட்டாள். கையைத் தூக்கச் சொல்லி பனியன் போடக் கற்றுக் கொடுத்தாள். கொஞ்சம் கொஞ்சமாகக் காலை நேரங்களில் தேதி கிழிக்கிற வழக்கத்தையும் வெட்டொழித்தான் கோதண்டம்.

ஊரில் சண்டியர் என்று சொல்லப்பட்ட கோபாலு ஒருநாள் சொன்னான், "ஏலே பைத்தியம், செருப்பை பார்த்துக்க. கோயிலுக்குள்ளாறப் போயிட்டு வந்துடறேன்."

"எவண்டா பைத்தியம்? செவிள்ல அறைவேன். செருப்பை பார்த்துக்கறதுதான் எனக்கு வேலையாக்கும்" என்றான் கோதண்டம். பேயே அறைந்தது மாதிரி ஆகிவிட்டது கோபாலுக்கு.

ஒரு ஞாயிற்றுக் கிழமை தன் வீட்டுக்கு வந்த கோதண்டத்தைப் பார்த்த தாத்தாவுக்கு மனசு நிறைந்து போயிற்று. அடக்கமான அரைக் கை பனியனும், தோளைப் போர்த்தத் துண்டும், துவைத்து உலர்த்தி கணுக்கால் வரை தாழக் கட்டிய வேட்டியுமாக இருந்தான் கோதண்டம்.

"ஏலே ஏதாச்சும் சாப்பிடு" என்றார் தாத்தா.

மண் கிண்ணியை எடுத்துக்கொண்டு அடுப்படிக்குப் போன கிழவி, ஏதோ நினைத்து எவர்சில்வர் தட்டில் சோறு போட்டு எடுத்து வந்தாள்.

தாத்தா இரண்டு நாளாய்ச் சோர்வாகக் காணப்பட்டார். அலுவலகத்துக்கு விடுப்பு போட்டுவிட்டு வீட்டில் படுத்துக் கிடந்தார்.

"என்ன விசனம்? ஏன் ஒரு மாதிரியா இருக்கீய?" என்றது கிழவி.

"என்னத்தைச் சொல்ல? வாழ்க்கையும் வாகனமும் ஒரே சீரா என்னைக்கும் ஓடறதில்லேம்பாங்க... சரிதான்போல..." என்று விட்டு சூள்கொட்டினார். பின் தொடர்ந்தார்.

“மனுஷ மனசுக்குள்ள என்ன என்ன சூட்சுமங்களையெல்லாம் வச்சு படைச்சிருக்கு பாத்தியா? அந்தப் பூங்காவனம் குட்டி இந்தக் கோதண்டம் பயலைக் கட்டறபோது, நான்கூட விசனப்பட்டேன். அந்த ரெண்டுங்கெட்டான் பயலை, அவ ஒரு மனுஷனாக்கினதைப் பார்த்து அப்புறம் சந்தோஷப்பட்டேன். வெண்ணெய் திரண்டு வரச்சே தாழி உடைஞ்ச மாதிரி, அவன் ஒரு மாதிரி நல்லா வரும்போது, இவ காத்து மாதிரி திசை மாறுனாளே? என்னத்தைச் சொல்லறது” கொஞ்ச நேரம் கன்னத்தில் கை வைத்துக்கொண்டிருந்து விட்டுப் பிறகு சொன்னார்.

“ஆதரவு இல்லாம போனதாலதான் அந்தப் பயலுக்கு மூளை கெட்டுது. இவ வந்ததும் ஆள் ஒழுங்கானான். இப்ப இந்தக் குட்டியே வேற இடம் பாக்குறா... அந்தக் கோபாலு பயலோட என்னமோ ஏதோன்னு காதிலே விழுது” என்றவரிடம் “அடிப்பாவி” என்றாள் கிழவி.

“அப்படிச் சொல்லாதே... எல்லாம் ஒருவகை சலிப்புத்தான். அது வர்றச்சே, அதை மிதிச்சி மேலே ஏறி வர்ற பக்குவம் வேணும். இல்லேன்னா இது மாதிரிதான்” என்றார்.

தாத்தா நெற்றியில் நடு சிவப்புக் கோடு பிசிறு வராமல் தீட்டிக் கொள்ள முயன்றுகொண்டிருந்தார். கோதண்டம் பரபரவென்னறு உள்ளே வந்து தேதியைச் ‘சரக்’கென்று கிழித்துப் போட்டுவிட்டு, குளியல் அறை நோக்கி நடந்தான்.

கிழவி தடுமாறி எழுந்து மண் கிண்ணியை எடுத்துக்கொண்டு அடுப்படிக்குப் போனாள்.

“அட கெடுத்தியே” என்றார் தாத்தா. நிற்க முடியாமல் உட்கார்ந்து விட்டார். உள்ளே வந்ததும் கோதண்டத்திடம் சொன்னார்.

“அட பயலே, மனுஷனாவும் பாத்துட்டு, இப்ப இது மாதிரியும் பாக்க வச்சுட்டயேடா” என்றார் தழுதழுக்க.

கோதண்டம் விட்டத்தைப் பார்த்துக்கொண்டு சோற்றை வழித்து வாயில் போட்டுக்கொண்டிருந்தான்.

1986

2000 வருஷத்து...

பார்க்கப் போனால் இந்தச் சுப்பிரமணி, அவன் காதலித்த சக்குபாய், அவளுடைய பெற்றோர், அவர்கள் குடியிருந்த வீட்டார், அந்த வீடு நிலை பெற்றிருந்தத் தெருவில் வாழ்ந்திருந்த மனுஷர்கள் எல்லாருமே ஒரு வகையில் அசடுகள் என்றே சொல்லத் தோன்றுகிறது.

அடிப்படை விஷயங்களில் பொதுவாகத் தமிழர்கள் அசடுகள். குறிப்பாகக் காதல் விஷயம் என்று வந்து விட்டாலோ, அவர்கள் இரண்டாயிரம் வருஷத்து அசடுகள்.

மெயின் ரோடை விட்டு, கோபித்துக்கொண்டு ஒதுங்கியதுபோல இருக்கும் பாஞ்சாலியம்மன் கோயில் தெருக் கோடியில் கொஞ்சம் உள்வாங்கிய பழங்கால ஓட்டு வீட்டின் ஒண்டுக் குடித்தனங்களில் ஒன்று சுப்பிரமணியன் குடும்பம். அவனும் அவன் அம்மாவுமே குடும்பம். அப்பா என்று ஒருத்தர், அந்த வீட்டில் பீடிபிடித்துக்கொண்டு, காரி உமிழ்ந்துகொண்டு ஒரு காலத்தில் இருந்தார் என்பது உண்மை. பிறகு வாழ்க்கை சலித்துப் போய் ஓடிப் போய்விட்டார். சலிப்பு வாழ்க்கையின் மீதல்ல, அவர் மனைவிமீதுதான் என்று பின்னால் தெரிந்து, மயிலம் மலை அடிவாரத்தில் யாரோ ஒருத்தியைச் சேர்த்துக்கொண்டு குழந்தையீ; குட்டிகளைப் பெற்றுப் பல்கிப் பெருகுகிறார் என்பதை அறிந்ததும், சுப்பிரமணியத்தின் அம்மா, உறுத்திக்கொண்டிருந்த தாலியை அறுத்துப் போட்டு விட்டு, வீட்டோடேயே இட்லிக் கடை வைத்து நடத்தத் தொடங்கினாள்.

சுப்பிரமணி பள்ளி இறுதி வகுப்பை முடித்த கையோடு, வெள்ளைப் பேப்பரைச் சுருட்டிக் கையில் எடுத்துக்கொண்டு டைப் அடிக்கப் போய் வந்துகொண்டிருந்தான். தெருமுனை நாயர் டீ கடையில் இரண்டே முக்கால் ரூபாயும், நாயரின் பெட்டிக் கடையில் சிகரெட் வாங்கின வகையில் ஒரு ரூபாய் அறுபது பைசாவும் கடன் வைத்திருந்தான். ஒழிந்த வேளைகளில் சக்குபாயைக் காதலித்தான்.

பாஞ்சாலியம்மன் கோயில் தெருவுக்குக் கிழக்காய், மூன்று தெரு தள்ளி பத்ரகாளியம்மன் கோயில் தெருவில், தெற்றுப்பல் மாதிரி குறுக்கும் மறுக்குமாய் முளைத்த கல் மற்றும் குடிசை வீடுகள் மலிந்த நாட்டு ஓடுகள் வேய்ந்த வயசான வீடு சக்குபாயுடையது. அவள் அப்பா ஏதோ ஓர் ஆலையில் ஏதோ ஒரு வேலை செய்துகொண்டிருந்தான். தவறாமல் சாயங்காலங்களில் மேட்டுத் தெரு சாராயக் கடையில் நினைவு மழுங்குகிற வரை குடிப்பார். குடித்து விட்டால், அவர் பௌருஷம் கிளர்ந்து எழும். நேராக வீட்டுக்கு வருவார். தயாராகக் காத்துக்கொண்டிருக்கும் சக்குபாய் அம்மாவின் நீண்டு செழித்து வளர்ந்திருக்கும் கொண்டையைப் பிடித்து இழுத்துக் காரை பெயர்ந்த சுவரில் மோதி, சரியாக இடுப்பின் பக்கவாட்டில் உதைப்பார். அழுக்குத் துணிப் பந்து மாதிரி அந்த அம்மா வாசலில் போய் சொல்லி வைத்தாற்போல் விழுவாள்.

அவ்வளவுதான், விழுந்த அதிர்ச்சியும் மயக்கமும் தெளிய பல மணி நேரங்கள் ஆகும். பொதுவாக விடியும்போது தூங்கி எழுந்தாற்போல எழுவாள். தாய் உதைக்கப்படும்போது மகள் குறுக்கே புகுந்து அம்மாவைத் தடுக்க வேண்டுமே? சக்குபாய் அப்படி எதுவும் செய்ய மாட்டாள். காரணம் அப்பா அவளையும் உதைப்பார். உதை வாங்கினால் அம்மாவுக்கு எப்படி வலிக்குமோ, அப்படியே அவளுக்கும் வலிக்குமே? அண்டை வீட்டுக்காரர்கள் தலையிடுவார்களா? மாட்டார்கள். ஏன்? கணவன் மனைவி விவகாரத்தில் மூன்றாமவர் தலையிடக்கூடாதே. இது ரெண்டாயிரம் வருஷப் பண்பாடு.

சக்குபாய், எஸ். எஸ். எல். சி. என்கிற மலையை ஏறிக் கடக்கச் சக்தி பெற்றிருக்கவில்லை. இரண்டு முறை முயற்சி செய்யத்தான் செய்தாள், முடியாமல் போய்விட்டது. அப்புறம், ஆஸ்ரமத்து துணிக்கடையில் எம்பிராய்டரி, மற்றும் மணி தையல் வேலைக்குப் போனாள். காலை எட்டு மணி முதல் மாலை ஐந்து மணி வரை தைத்ததும் நாள் கூலியாக இரண்டரை ரூபாய் கிடைக்கும் அவளுக்கு. அவளுடன் அதே மாதிரி வேலையை நூற்றுக்கணக்கான பெண்கள் செய்தார்கள். இவர்கள் தைத்த துணிகள் அயல் நாடுகளில் விற்பனை செய்யப்பட்டன. ஆன்மிக ஞானத்தைப் பரப்புவதையே தன் நோக்கமாகக்கொண்ட அந்த ஆஸ்ரமம், அதற்கு மேல் கூலி கொடுத்து, பெண்களை லௌகீகச் சேற்றில் புதைத்து விட விரும்பவில்லை. நியாயம் தானே!

சக்குபாய் அழகாகத்தான் இருப்பதாகப் பார்த்தவர்கள் சொன்னார்கள். உலகத்தில் யார்தான் அழகு இல்லை? சப்பாத்திப் பூக்கூட அழகாகத் தானே இருக்கிறது. அதனாலேயே, அவள் அம்மாவும் அப்பாவும் அவளைப் பொத்திப் பொத்தி சிறகுகளுக்குள் பதுக்கி வளர்த்தார்கள். பயம்தான் காரணம். எதற்குப் பயம்? சக்குபாயின் அக்கா மீராபாய் பலசரக்குக் கடைப் பையனுடன் ஓடிப் போய் விட்டாள். முன்னோர் போன வழியில் பின்னோர் போய் விடக்கூடாது அல்லவா?

சுப்பிரமணிக்கு சக்குபாய்க்கும் காதல் ஏற்பட்டு விட்டது. எப்படி அது ஏற்பட்டது என்று யார்தான் சொல்ல முடியும்? மழை வந்த பாதையை யார் பார்த்தது. ஏதோ ஒரு கொதி நிலையில் ஏதோ ஒரு சீதோஷ்ண கதியில் அது வந்து கொட்டி விட்டுப் போய் விடுகிறது. திடீரென்று ஒருநாள் மூக்குக்கு கீழே மயிர் முளைப்பது மாதிரி, கதவைத் தட்டி அனுமதி பெற்றுக் காதல் வருவதில்லையே!

ஒருநாள் காலை, பல் துலக்கும் முன்பாகவே, நாயர் டீ கடை வாசலில், "இத்தோட ஒரு ரூபா எம்பளது பைசாப்பா" என்று கணக்குச் சொல்லிவிட்டு, டீ குடித்துக்கொண்டிருந்த சுப்பிரமணி, தையல் வேலைக்குப் போய்க்கொண்டிருந்த சக்குபாயைப் பார்த்தான். சும்மாத்தான். மீண்டும் பார்த்தான். மீண்டும் மீண்டும் அவளைப் பார்க்க வேண்டும் போல் இருந்திருக்க வேண்டும். கடந்து போன அவள் பின்புறத்தைப் பார்த்துக்கொண்டிருந்தான். யாரோ ஓர் இளைஞன் தன்னைக் கவனிப்பதைக் குறுகுறுப்பால் உணர்ந்து தன்னிச்சையாக மேலெழுந்து, கை தாவணியைத் திருத்த, அவளும் அவனைப் பார்த்தாள். ரெண்டாயிரம் வருஷத்துக்கு முன்னால் ராமனும் சீதையும் எப்படிப் பார்த்துக்கொண்டார்களோ, அப்படித்தான். எதற்காகப் பார்த்துக்கொண்டார்களோ, அதற்காகத்தான்.

அடுத்த நாள்தொட்டு, சுப்பிரமணி சரியாகக் காலை ஏழு முப்பது மணிக்கும், மாலை நாலே முக்கால் மணிக்கும் டீ கடைக்கு வந்தான். சக்குபாய் காலை ஏழு நாற்பத்தைந்துக்கு வேலைக்குப் போய், ஐந்து இருபதுக்குத் திரும்பி வந்துகொண்டிருந்தாள். சக்குபாயிடம் மூன்று தாவணிகளும், நாலு வெளிப் பாவாடைகளும் இருந்தன. தவணை முறைத் துணிக்காரியிடம், வாரா வாரம் அடைபதாகச் சொல்லிப் புதுசா ஒரு கத்தரிப்பூக் கலர் தாவணியும் மஞ்சளில் பூப்போட்ட பாவாடையும் எடுத்துத் தைத்துப் போட்டுக்கொண்டாள். வாரா வாரம் பதினைந்து ரூபாய் சம்பாதிக்கிறாளே!

நாயர் கடையை ஒட்டி, ஒரு குட்டி செம்மண்பாதைப் பிரிகிறது. பாதையின் இருபுறமும் குத்துச் செடிகள், வெண் தும்பைச் செடிகள், காட்டா மணக்குச் செடிகள், சற்று தூரத்தில் ஒரு வெளி எருக்கம் புதர்கள் மண்டிக் கிடக்கும். யார் விரும்புகிறார்களோ இல்லையோ, எருக்கஞ்செடிகள் பூக்களைப் புஷ்பிக்கத் தவறுவதில்லை. மணமில்லாத பூக்கள்; ஆகவே மனிதர்கள் அவற்றை மதிப்பதில்லை. குழந்தைகளுக்கு இந்தப் பேதம் எல்லாம் தெரிவதில்லை. எருக்கம் பூக்களை அழுத்தி அவை 'டப்'பென்று வெடிக்கும் சப்தத்தைக் கேட்டு அவை குதூகலம் கொள்ளவே செய்யும். ஒரு காலத்தில் குட்டை ஒன்று அங்கு இருந்திருக்க வேண்டும். பூமி அம்மைத் தழும்பு மாதிரி பள்ளம் கொண்டிருந்தது. கரையில் திடீரென்று ஏழெட்டுப் பனை மரங்கள் வளர்ந்து நின்றன. எப்போதும் குடித்து விட்டுச் சப்தம் செய்கிற குடிகாரனைப் போல் இவை ஒலித்துக்கொண்டேயிருக்கும். கொஞ்ச தூரத்தில், விழுதுகள் விட்டு வளர்ந்திருந்த ஆலமரம் ஒன்று இருந்தது. இந்தச் செடி மரவகைகள் எவையும் எந்த மனிதராலும் நீரூற்றிப் பாத்திகட்டி வளர்க்கப்பட்டவை அல்ல. இயற்கையாய் எப்படியோ பிறந்த தான் தோன்றிகள் — காதலைப்போல பிறந்தவை வளர்ந்து, பிழைக்கப் போராடுகின்றன — காதலைப்போலவே.

ரெட்டை மண்டை என்று ஒருவன் இருந்தான். "கிருஷ்ணவிலாஸ்" ஓட்டலில் டபரா செட்டுகளை கழுவிக்கொண்டு ஜீவித்திருந்தான். சக்குபாய்க்குத் தூரத்து உறவு என்று அவன் சொல்லிக்கொண்டு திரிந்தான். அவள் அம்மாவுக்கு அவன் தம்பி முறை என்றான். ஓட்டலில் இருந்து ஒவ்வொரு முறை வரும்போதும், மசால் தோசை வாங்கிக்கொண்டு வந்தான். அந்த அம்மா, தன் தம்பி முறை என்று அவனை ஒப்புக் கொள்ள வேண்டியிருந்தது.

காலைப் பொழுதில், பல் துலக்க ஆலங்குச்சி ஒடித்துக்கொண்டு நின்றிருந்தான் ரெட்டை மண்டை. வளைவு வளைவாக, இரண்டு தலை இருப்பது மாதிரி நீண்டும் சப்பையாகவும் இருந்த தலையைச் சுற்றி

தலைப்பாகைக் கட்டியிருந்தான். பகலிலும், சூரிய வெளிச்சத்தைத் தடுத்து நிறுத்தும் ஆலமரத்தின் பின் பக்கமாக நின்றுகொண்டிருந்த அவன் காதுகளில், ஓர் ஆணும், பெண்ணும் கீழ்க்குரலில் பேசிக்கொண்டிருந்தது கேட்டது. விழுதுகளின் அடர்த்தியை விலக்கிக்கொண்டு எட்டிப் பார்த்தான். மரத்தின் அந்தப் பக்கத்தில் சுப்பிரமணியும், சக்குபாயும் நின்றிருந்தார்கள்.

சக்குபாயின் அப்பா, அன்று வழக்கத்துக்கு மாறாக மிக அதிகமாகக் குடித்தார். கடைசியாகத் தன் கையிலிருந்த தம்ளரைப் போட்டு உடைத்தார். அவருடைய ரெண்டாயிரம் வருஷத்து இரத்தம் கொதித்தது. தன் மூத்த மகள் தனக்கு ஏற்படுத்தி வைத்து விட்டுப் போன அவமானம், அதை மேலும் கொதிக்க வைத்தது. ஒரு பெண், ஓர் ஆணுடன் தன்னை இணைத்துக் கொள்வதில் என்ன அவமானம் என்று யாரும் அவரைக் கேட்டுவிட முடியாது. இந்த மண்ணில் பிறக்க நேர்கிற ஒவ்வொரு பெண்ணும் கண்ணுக்குத் தெரியாத பூட்டுச் சாவியுடன்தான் பிறக்க வேண்டும். அந்தப் பூட்டுச் சாவியை, கல்யாணம் ஆகும் வரை பெற்றோர்களிடம் அவள் கொடுத்து வைக்க வேண்டும். அப்பாவும், அம்மாவும் பூட்டைப் போட்டு, சாவியைக் கையில் வைத்துக்கொண்டு பெண்ணின் கற்புக்குக் காவல் இருப்பார்கள். கல்யாணத்துக்குப் பிறகு, பெற்றோர் அந்தச் சாவியைக் கணவனிடம் ஒப்படைத்து விட்டு, 'அப்பாடா' என்று ஓய்வு எடுத்துக் கொள்வார்கள். அப்புறம் அவள் கற்புக்குக் கணவனே பொறுப்பு. சாவி, அவன் கையில் அப்புறம்.

"வக்காளி! இட்லிக்காரி மவனுக்குக் காதலாடா கேக்குது? ராத்திரி பதினோரு மணிக்கா வரப்போறே... வா... மாப்பிள்ளை வா... விருந்து படைக்கிறேன் வா..." என்று கறுவிக்கொண்டார்.

கணவன் அமைதியாக வந்து சாப்பிட்டுப் படுத்தது, அந்த அம்மாவுக்கு அன்று ஆச்சரியமாகவும் திகைப்பாகவும் இருந்தது. சக்குபாய்க்கும் மிக விந்தையாகத்தான் இருந்தது.

வெளிப்படலைச் சாத்தி வைத்து விட்டால், உள்ளே யாரும் நுழைந்து விட முடியாது. காற்றுக்காக எப்போதும் சக்குபாய், தெருவாசற்படியை ஒட்டிய நடைத் தாழ்வாரத்தில்தான் படுப்பாள். வழவழவென்று சிமெண்ட்பால் ஊற்றிய தரை எப்போதும் குளிர்ச்சியாகவே இருக்கும். உள்ளே சமையல்கட்டை ஒட்டிய வாசலில் அம்மா படுப்பாள். அறையில் படுத்து உருள்வார் அப்பா. ராத்திரி போதையில் விழுபவர், அடித்தால்கூட எழுந்திருக்க மாட்டாரே...

"சக்கு... சக்கு." என்றது ஒரு குரல், ரகசியமாய் பூ ஒன்று கன்னத்தில் வருடுகிற மாதிரி, உஷ்ணமான மூச்சுக் காற்று அவள் கழுத்தில் வருடிற்று. திடுக்கிட்டு எழுந்தாள் சக்கு. சுப்பிரமணி மண்டி போட்டு உட்கார்ந்திருந்தது. மங்கிய தெரு விளக்கு வெளிச்சத்தில் தெரிந்தது.

"யாரும் பாத்தாங்களா?" என்றாள் சக்கு.

"இல்லை" என்று தலையாட்டினான் சுப்பிரமணி.

"சக்கு" என்று குழறியபடிக் கையைப் பிடித்தான் சுப்பிரமணி. அதே நேரத்தில், அசுரத் தனமான அவன் பிடரியில் அறை ஒன்று விழுந்தது. அதே நேரம் சரியாகத் தெருக் கதவு சாத்தப்பட்டது. சுதாரித்துக்கொண்டு, எழுந்து ஓடத் தயாரான சுப்பிரமணியின் முயற்சி, கதவு சாத்தப்பட்டதால்

முடங்கிப் போயிற்று. பயந்து போனான் அவன். சக்கு கத்திக்கொண்டு தோட்டத்துப் பக்கம் ஓடிப் போய்விட்டாள்.

உருளைத் தடியால், அப்பா சரமாரியாக அவனை விளாச ஆரம்பித்தார். "ஐயோ, அப்பா, அம்மா" என்று வாய்விட்டுச் சத்தம் போட்டு அலறினான் சுப்பிரமணி. ஏதோ திருடன்தான் வந்து விட்டான் என்று எண்ணினார்கள். அண்டை அயல் வீட்டார்கள்.

பெண்கள் தூரத்திலிருந்தே பார்த்துவிட்டு, பார்ப்பது தமக்கு இழுக்கு என்று நினைத்து ஒதுங்கிப் போனார்கள். ஆண்கள் கொஞ்சம் தள்ளி நின்றுகொண்டு வேடிக்கை பார்த்தார்கள். தலை கவிழ்ந்து தலை மயிர் நெற்றியில் விழ, கைகள் இரண்டும் பின்னால் கட்டப்பட்டு, நிர்வாணமாக மண்டி போட்டு உட்கார்ந்திருந்தான் சுப்பிரமணி. அழுகை அடங்கிப் போய் விட்டிருந்தது அவனுக்கு. மனிதனுக்கு நேரக்கூடாத உச்ச அவமானம் ஏற்பட்டுப் போன பின்னால், அந்த அவமானம் பெருகிப் பெருகித் தடித்துக் கூசிக் கூசி அந்த எல்லையும் உடைந்து போய் விட்ட நிலையில் இருந்தான் அவன்.

"என் பிள்ளையில்லை அவன். என்ன வேணுமானாலும் பண்ணிக்குங்கோ..." என்று வயிற்றில் அடித்துக்கொண்டு, அவனைப் பெற்றவள் அப்போதுதான் போயிருந்தாள்.

"சரி... கண்ணாயிரம்... அம்மணக் கட்டையா ஒரு வயசு வந்த பயலைப் பத்து பேரு பார்க்கிற இடத்துல வைக்கிறது தப்புப்பா" என்றவாறு யாரோ ஒரு பெரியவர் கூட்டத்திலிருந்து வெளிப்பட்டு, தன் தோளில் இருந்த துண்டை அவன் இடுப்பில் கட்டி விட்டார்.

ஏட்டையாவிடம், சக்குபாயின் அப்பா சொல்லிக்கொண்டிருந்தார்.

"ராத்திரி சுமார் பதினொன்னு, இல்லே பன்னண்டு மணி இருக்கும் ஏட்டையா. 'தொபுக்'குனு யாரோ சுவர் ஏறிக் குதிச்ச சத்தம் கேட்டு நான் முழிச்சுக்கிட்டேன். காதைக் கூர்மையா வச்சிக்கிட்டு கவனிச்சுக்கிட்டு இருந்தேன். யாரோ அடி எடுத்து வைக்கிற மாதிரி இருந்துச்சி. எப்பவும், காத்துக்கு இந்தப் பொண்ணு தெருவாண்டைதான் படுத்திருக்கும். 'ஐயோ, அப்பா... என் செயினை யாரோ அறுக்கிறாங்களேன்னு' என் மவ — இவதான்— சத்தம் போட்டா. நான் ஓடிவர்றதுக்குள்ளே இந்தப் பய செயினோட சுவர் ஏறிக் குதிச்சுட்டான் சார்... நானும், ரெட்டை மண்டையும் ஆளை அமுக்கிப்புட்டோம்..." என்றாவறு அறுந்த செயினை ஏட்டையாவிடம் நீட்டினார் சக்குபாயின் அப்பா.

"அப்படியாம்மா?" என்று, சக்குபாயிடம் திரும்பிக் கேட்டார் ஏட்டு.

"ஆமா" என்று தலையசைத்து விட்டுக் குனிந்துகொண்டாள் சக்குபாய். அவள் கன்னங்களில் கண்ணீர் வழிந்தது. கன்னங்கள் சிவந்து உப்பி இருந்தன. நெற்றியில் ஒரு காயத்திலிருந்து லேசாக இரத்தம் ஊறிக்கொண்டிருந்தது.

சுப்பிரமணி ஒருமுறை தலையை நிமிர்த்தி சக்குவைப் பார்த்து விட்டு ஏனோ அதுவரை அழாதவன், சத்தம் போட்டுக் கேவிக் கேவி அழ ஆரம்பித்தான்.

1986

மிருகம்

அப்பாவுக்கு என்மீது ரொம்பக் கோபம்.

இந்த அப்பாவைப் பார்க்கையில் எனக்குச் சிரிப்புத்தான் வருகிறது. தான் மிகுந்த கோபத்தில் இருக்கிறதாக எனக்குக் காண்பிக்க வேண்டி என்ன என்னவெல்லாம் செய்கிறார் இவர்? கையிலிருந்த பேப்பரைக் கடாசி எறிகிறார்! அம்மா வழக்கம் போல் அவருக்கேற்ற கடுங்காபியை, சர்க்கரை போடாமல்தான் கொண்டு போய்க் கொடுக்கிறாள். இருந்தும், "என்னடி இது... காபியா, கழனித்தண்ணியா...? அந்த மாட்டு வாயிலே கொண்டு போய் ஊத்து, சந்தோஷமா சாப்பிடும். காபி போடறாளாம் காபி!" என்று சம்பந்தா சம்பந்தமில்லாமல் காய்ந்து விழுந்தார். அம்மா முகம் சிவந்து போய் மூக்கு விடைக்க, சேலைத் தலைப்பை எடுத்துக் கண்ணைத் துடைத்துக்கொண்டும், மூக்கை உறிஞ்சிக்கொண்டும் அடுப்படிக்குப் போவதைப் பார்க்க எனக்கு மனசுக்கு வருத்தமாய் இருந்தது. ஆண்களுக்கு கோபம் வந்தால் பெண்டாட்டி மேல் காய வேண்டும் போலும்... இருக்கட்டும், சூழ்நிலை சரியில்லை. ஒரு நாளைக்கு இந்த அப்பாவை இந்த ஆண் அடக்கு முறைக்காகவே கிழிகிழி என்று கிழிக்கிறேனா இல்லையா பாருங்கள்!

அலுவலகத்துக்குச் செல்ல, என் அறையில் என்னை நான் தயாரித்துக்கொண்டிருந்தேன். குளியல் அறையிலிருந்து அப்பா கத்துவது கேட்டது. "ஆமாண்டி இப்படி நெருப்பு மாதிரி கொதிக்கக் கொதிக்க வெந்நீரை விளாவாமல் வை. என் மேல் தோல் எல்லாம் உறிஞ்சு, உரிச்ச கோழி மாதிரி நான் நிக்கணும்னுதானே உன் ஆசை?"

நான் அலுவலகத்துக்குக் கிளம்பினேன்.

அப்பாவின் கோபம், பஸ்ஸில் போகும்போதும் எனக்குச் சிரிப்பையே தந்தது. அப்பா எப்படி இருந்தார், ஏன் இப்படி மாறினார்...?

உண்மையில், அப்பாதான் எனக்கு சீறச் சொல்லிக் கற்பித்தவர். சின்ன வயதில் அவர் எனக்குள் ஊன்றிய விதை இது.

“அப்பா! அம்மா எனக்கு ஸ்வீட் தரமாட்டேங்கறாப்பா...” என்று கண்ணைக் கசக்கிக்கொண்டு போய் அப்பாவின் முன் நிற்பேன்.

அவர் என்னைப் பார்த்து இப்படிச் சொல்வார்;

“அம்மா ஸ்வீட் கொடுக்கலேன்னா அதுக்காக அழறதா...? இதென்ன வெத்துப் புலம்பல்? பெண்ணுன்னு பிறந்தா அழணுமா என்ன? சீச்சீ! எனக்கு இது பிடிக்காது. போ, போய் அம்மாகிட்டே ‘ஏன் எனக்கு ஸ்வீட் கொடுக்கக்கூடாது? அவ்வளவு ஸ்வீட் பண்ணியது நம்ம மூணு பேருக்குத் தானே?’ அப்படின்னு கேள். அழுகை உனக்கு எந்த விதத்திலும் உதவாது. கல்லுடைக்கிற மாதிரி கேள். கேட்டாத்தான் எதுவும் கிடைக்கும். தட்டினாத்தான் கதவு திறக்கும் புரியுதா? போ!”

என் அழுகையை அந்தச் சின்னஞ்சிறு வயதிலேயே நிறுத்தியவர் அப்பா.

பத்தாம் வகுப்பை முடித்து, ப்ளஸ் ஒண்ணில் அந்தப் பெரிய பள்ளிக்கூடத்தில் சேர்ந்தபோது நான் விதிர் விதிர்த்துப் போயிருந்தேன். பெண்கள் பள்ளிக்கூடத்திலேயே படித்து வளர்ந்த எனக்குப் பையன்களைக் கண்டாலே நடுக்கம் எடுத்தது. சேர்ந்த முதல் நாளே, தடியன் மாதிரி ஒரு பையன் என்னிடம் வந்து “உன் பெயர் என்ன?” என்றான். வியர்த்துப் போய் பல், கை கால் அனைத்தும் நடுங்க, “கோ... கோதை” என்றேன் ஈனஸ்வரத்தில். அடுத்து அவன், “பூ கட்டத் தெரியுமா?” என்று கேட்டதும் எனக்கு அழுகையே வந்து விட்டது.

“பூ கட்டி மாலையாக்கத் தெரியாது. அழத்தான் தெரியுமா? ஒண்ணு போதாதுன்னு இரண்டு சடை போட்டுக்கறே— ரெட்டைக் கொம்பு மாதிரி. எதுக்குடி கோதைனு பேர் வெச்சுக்கறே? இனிமே நீ ராதைனு பேர் வெச்சுக்கோ... தெரியுமா? சொல்லு உன் பெயர் என்ன?”

நான் கேவிக் கேவி அழுதுகொண்டே “ரா... ராதை...” என்றேன். ஏழெட்டு வானரங்கள் என்னைச் சுற்றி நின்றுகொண்டு, “ஹே... ஹே...” என்று காணததைக் கண்டது மாதிரி சிரித்தன.

அதற்கு மேல், என்னால் வகுப்புக்குப் போக முடியவில்லை. புத்தகப் பையைத் தூக்கிக்கொண்டு, ‘ஓ’ன்னு அலறி அழுதவாறு, இரட்டை சடைகள் பறக்க வீட்டுக்கு ஓடி வந்தேன். நன்றாக ஞாபகம் இருக்கிறது. அன்று தாத்தாவுக்கு திவச நாள். அப்பா வீட்டில்தான் இருந்தார்.

என்னை அந்த நேரத்தில் கண்டதும் பதறிப் போன அப்பா “என்னம்மா... என்ன?” என்றார்.

நான் அழுதுக்கொண்டே, நடந்ததைச் சொன்னேன்.

அப்பா இடுப்பைப் பிடித்துக்கொண்டு பல நிமிஷங்கள் சிரித்தார். அப்புறம் சொன்னார்;

“அடி அசடே! இதுக்குப் போயி அழறியே... ஆம்பளை பசங்க, பொண்ணுங்களை அப்படித்தான் கலாட்டா பண்ணுவாங்க... இதையெல்லாம் தமாஷா, ஜாலியா எடுத்துக்கோம்மா... பசங்க கேலி பண்ணா, நீயும் திருப்பிக் கேலி பண்ணு... அவன் சிரிச்சா, நீயும் சிரி. தப்பா, அசிங்கமா நடந்தா ஓங்கி அறை. சிறுமைக் குணங்களைக் கண்டா கொதிக்கணும்... அதை

எதிர்த்து நிக்கணும்... உன்னை நீதான் காப்பாத்திக்கணும்... பொண்ணு போற இடத்துக்கெல்லாம் அப்பா காவல் காக்க வரமுடியுமா?"

அந்த நிகழ்ச்சிக்குப் பிறகு அச்சம் என் மனசை விட்டு சுத்தமாகவே அகன்று விட்டது.

அப்பா என் மனசுக்குள் மூட்டுவித்த இந்தத் தீயை, அணைக்காமல் இன்று வரை நான் காப்பாற்றிக்கொண்டு இருக்கிறேன்.

என்னை ராதையாக்கிய அதே தடியனை மறுநாள் சாயங்காலமே பார்த்து, "என் பெயரை கேட்டியே... உன் பெயர் என்ன?" என்று நான் கேட்டபோது, திடுக்கிட்டுப் போனான் அவன். "பர... பரமசிவன்..." என்றான்.

"பரமசிவமா? பக்கத்துல பார்வதியைக் காணோம்... கழுத்திலே நல்ல பாம்பைக் காணோம்... என்ன நீ பரமசிவம்?" என்று நான் கேட்டேன். அவன் கண்களைப் பார்த்தபடி. ஏனோ அந்தத் தடியனும் அவன் வானர சேனைகளும் திகைத்துப் போய் நின்றதைப் பார்த்ததும்தான் அப்பா சொன்னதன் உண்மை எனக்குப் புரிந்தது.

அலுவலகத்தில் என்னுடன் பணி புரிபவள் நீலா. என் நெருங்கிய சிநேகிதி என்று நான் அவளைச் சொல்லலாம். எங்கள் நெருக்கத்தை இந்த வார்த்தைகள் உணர்த்த முடியுமா என்றுகூட அஞ்சுகிறேன். வெகு விரைவில் நாங்கள் நண்பர்களானோம். உரையாடுவது, உபசரித்துக் கொள்வது என்கிற நிலையைத் தாண்டி ஒருத்தர் சுமையை ஒருத்தர் தாங்கிக் கொள்கிற பரஸ்பரம், சுமை தாங்கிகளாகி விட்டோம் நாங்கள்.

அந்த நீலாவுக்கு நேற்று முந்தின தினம் திருக்கழுக்குன்றத்தில் திருமணம். தன்னோடயே நானும் புறப்பட்டு வரவேண்டும் என்று நீலா பிடிவாதம் பிடித்தாள். நீலாவின் அப்பாவும் என் அப்பாவும் ஒரு காலத்தில் திருவல்லிக்கேணி ஒண்டுக்குடித்தனக்காரர்கள். அப்பா சந்தோஷமாக என்னை அனுப்பி வைத்தார்.

திருமணத்துக்கு முதல் நாள் இரவில்தான் அந்தப் பிரச்சினை தோன்றியது. அப்பாவுக்குக் கோபம் ஏற்பட்ட பிரச்சினை.

மாப்பிள்ளை வீட்டாரைக் கவனிக்க வேண்டிய பொறுப்பை எனக்குக் கொடுத்திருந்தார்கள். மாலை டிபனும் காபியும் கொண்டு போய்க் கொடுத்து மாப்பிள்ளை வீட்டாரை உபசரித்தவள் நான்தான். மாப்பிள்ளையின் மாமா என்று சொல்லிக்கொண்டு ஒருத்தர் "பெண்ணே... இது என்ன மஞ்சள் களி?" என்று என்னைப் பார்த்துக் கேட்டார்.

"களி இல்லை சார்! இது கேசரி...!"

"ஓகோ... எங்கள் ஊரில் கேழ்வரகுக் களிகூட இன்னும் நல்லாப் பண்ணுவாங்க... உங்க ஊரிலே இதுதான் கேசரியா...?" என்றார் எகத்தாளமாக. எனக்கு எரிச்சல், ஆனாலும் அமைதியாய் இருந்தேன்.

கேசரி அப்படியொன்றும் மட்டமாக இல்லை. இது மாப்பிள்ளை வீட்டார் என்கிற மிதப்பில் ஏற்பட்ட அலட்டல். மாப்பிள்ளையின் அம்மா என்கிற ஒருத்தி சொன்னாள்;

"உன் வயசுல எனக்கு மூணு குழந்தைகள் பிறந்துடுச்சி, இன்னும் நீ சின்னப் பொண்ணாட்டம் மாப்பிள்ளை சீர் பண்ணிட்டிருக்கே..." என்றாள். என்ன

நாகரிகமற்ற பேச்சு! பெண்களுக்குப் பெண்கள்தான் எதிரிகள் என்பதை மாற்ற வேண்டாமா! என் எரிச்சல் கோபமாகிக் கனிந்து விடக்கூடாது என்று என்னை நான் அடக்கிக்கொண்டேன். என் நீலா கல்யாணமில்லையா...?

ராத்திரிச் சாப்பாட்டின்போது விஷயம் வேறு விதமாய் முளைத்திருந்தது. சம்பந்திகளுக்குள் ஏற்பட்ட ஏதோ ஒரு முகம் தெரியாத புகைச்சல், சாப்பாட்டில் வெளிப்பட்டது.

“சோறா இது? தாலி கழுத்தில் ஏர்றதுக்கு முந்தியே இந்தப் பிச்சைச் சோறுன்னா, கல்யாணத்துக்குப் பின்னால கையில உருண்ட உருண்டையா பிசைஞ்சு போடுவாங்களா?” என்று அந்த மாமா கடுகடுத்துக் கொள்வதை என்னால் தாங்க முடிந்தது. அடுத்து அவர், “பொண்ணுதான் குயில் குஞ்சு, எட்டேகால் லட்சணம், எமன் ஏறும் வாகனம்னா, அவ வீட்டுச்சோறுகூடவா இப்படி இளிக்கணும்...?” என்று இரைந்ததை என்னால் சகித்துக் கொள்ள முடியவில்லை.

சாப்பிட்டுக்கொண்டிருந்த ஆண்களில் சிலர், இந்த விரசமான, பண்பாடற்ற வார்த்தைகளைக் கேட்டுச் சிரித்தார்கள். அதற்கு மேலும் என்னால் பொறுத்துக் கொள்ள முடியவில்லை.

நான் வெடித்தேன்;

“சார்... சாப்பாடு கொஞ்சம் கூடுதல் குறைவா இருக்கலாம். நாளை சாப்பாடு நல்லா பண்ணிடலாம். ஆனா, நாளைக்குக் கல்யாணம் ஆகப் போற பொண்ணைப் பத்தி இப்படிப் பேசறது அழகா இல்லை.”

“நீ யாரும்மா அதைக் கேக்க? எங்க வீட்டுக்கு வரப்போற பொண்ணைப் பத்தி நாங்க பேசறோம்... அதைக் கேக்க நீ யாரு...?”

“நான் பெண்ணோட சிநேகிதி...”

“சிநேகிதின்னா, ரெண்டு பேரும் சேர்ந்து பல்லாங்குழி ஆடுங்க. சபையில ஒரு பொட்டச்சியா, லட்சணமா இருந்துக்க...”

நான் சீற வேண்டிய நேரம் இது. எனக்குள் அப்பா ஏற்றி வைத்த தீயின் ஜுவாலை கொழுந்து விட்டது.

நான் அவமானப்படுத்தப்படுகிறேன். என்னை முன்னிறுத்திப் பெண்ணினமே அவமானத்துக்குள்ளாகிறது. கூடியிருந்தப் பெண்கள் சிலர் என்னை ஏதோ அருவருப்பான பிண்டம் மாதிரி பார்த்துக்கொண்டிருந்தார்கள். சேலை அணிந்த மாத்திரத்தால் மட்டுமே பெண்கள் இவர்கள்.

ஆண்கள் வெட்கமின்றி என்னைப் பார்த்துச் சிரித்தார்கள். என் கையில் வைத்திருந்த சாம்பார் வாளி, என் கையை விட்டு நழுவி விடுமோன்னுகூட நான் பயந்தேன்.

“ஷட் அப், மரியாதையா பேசுங்க... எனக்கும் பேசத் தெரியும்” என்றேன் சுள்ளென்று.

அந்த வயதானவர் சட்டென்று மௌனமானார். ஆனால், விபரீதம் வேறு இடத்தில் பொத்தலிட்டுக்கொண்டு எழுந்தது. அவருக்குப் பக்கத்தில் மூன்றாவது நபராக உட்கார்ந்துகொண்டிருந்த ஓர் இளைஞன், நிமிர்ந்து என்னைப் பார்த்துச் சொன்னான்.

"என்னடி பேசுவே? பேசேன். பேசித்தான் பாரேன்..."

நான் அந்த இளைஞனைப் பார்த்தேன். வேட்டியை மடித்துக் கட்டிக்கொண்டு இலைக்கு முன் உட்கார்ந்திருந்தான். பச்சை நிறச் சட்டை அணிந்திருந்தான்.

"மிஸ்டர்! மரியாதை குறையுது... ஜாக்கிரதை!"

"என்னடி பண்ணுவே... பொட்டக் கழுதை..."

அதற்கு மேல் என்னால் கட்டுப்படுத்திக் கொள்ள முடியத்தான் இல்லை. முடியவும் வேண்டாம் என்கிற முடிவுக்கே வந்தேன். என் நீலா கல்யாணம் இது என்பதையும் மறந்தேன்.

"என்னடா பண்ணணும்...? என்னைச் சீண்டியவனை அறைஞ்சுதான் எனக்குப் பழக்கம். உன்னை மாதிரி மரியாதை தெரியாத முட்டாளை, செருப்பாலே அடிக்கக்கூட நான் தயங்கமாட்டேன்..." நான் சொல்லி முடித்ததுதான் தாமதம்.

"என்னடி சொன்னே..." என்றவாறு சாப்பிட்டுக்கொண்டிருந்த கையை உதறி விட்டு அவன் எழுந்தான்.

என் கையிலிருந்து சாம்பார் வாளியை அப்படியே அவனைப் பார்த்து வீசினேன். அதை வழித்து விட்டுக்கொண்டே, மோசமான வார்த்தைகளில் திட்டியவாறு என்னை நோக்கிப் பாய்ந்தான் அவன்.

நான் குனிந்து என் செருப்பைக் கழற்றிக் கையிலெடுத்தேன். என் கையைக் கெட்டியாக யாரோ பிடிப்பது தெரிந்தது. நீலாவின் அப்பா...

அலுவலகம் விட்டு வரும்போதே அப்பாவைச் சமாதானப்படுத்த வேண்டும் என்கிற ஆசையோடு திரும்பினேன். எதிர்ப்பட்ட அம்மாவிடம், "அப்பா எங்கேம்மா...?" என்றேன்.

"மாடியில் இருக்கார். ஆனாலும் பொம்பளைக்கு இவ்வளவு ஆங்காரம் கூடாதும்மா..." என்றாள் அம்மா.

அம்மா அப்படித்தான் பேசுவாள். அவள் அந்தக் காலத்துப் பித்தளைப் பாத்திரம்.

நான் மாடிக்குப் போனேன்.

அப்பா மொட்டை மாடியில் காற்று வாங்கிக்கொண்டு விச்ராந்தியாக உட்கார்ந்திருந்தார். நான் வந்தது அவருக்குத் தெரியும். ஆனாலும், வானத்தில் நட்சத்திரங்களைப் பார்த்தபடி அமர்ந்திருந்தார்.

பின்புறமாய்ச் சென்ற நான், அப்பாவின் கழுத்தைச் சுற்றிக் கைகளைப் பிணைத்துக்கொண்டு, "என்னப்பா... இன்னும் உங்க கோபம் தணியலையா?" என்றேன்.

அவ்வளவுதான்.

அப்பா உடைந்து போனார்.

"என்னம்மா கோதை... அப்பா கோவிச்சுக்கிட்டேன்னு வருத்தப்பட்டுட்டியா?" என்றார் அப்பா. அவர் குரல் கரகரத்து விட்டது.

பிரபஞ்சன் ✶ 465

“ஐயோ... அப்பா, உங்களுக்குக்கூடக் கோபம் வருமாப்பா...?” என்றேன்.

அப்பவுக்குக் கண்கள் பனித்து விட்டன.

“குழந்தே... எனக்குச் சங்கடமாய் இருந்தது உண்மைதான். கல்யாணத்துல போயி அப்படிப் பண்ணிட்டியே...”

“அப்பா, அந்த ராஸ்கல் என்னவெல்லாம் சொன்னான்னு...” நான் முடிப்பதற்குள், அப்பா சொன்னார்.

“எனக்குத் தெரியும். அந்த சீதாராமன் நேத்திக்கே எனக்கு டெலிபோன் பண்ணி எல்லாத்தையும் சொல்லிட்டான்... அவன் பொண்ணு கல்யாணத்துல, மாப்பிள்ளையோட தம்பியைப் போயி நீ செருப்பால அடிக்கப் போயிட்டே... சீதாராமன் சபையில, சாஷ்டாங்கமா விழுந்து மன்னிப்புக் கேட்கும் படியா ஆயிடுச்சு பாரு... அதான் எனக்கு வருத்தம்...”

நான் அப்பாவுக்கு முன் தரையில் உட்கார்ந்தேன். அந்த நிகழ்ச்சிக்குப் பிறகு விருட்டென்று கிளம்பி, கடைசி பஸ்ஸைப் பிடித்து ஊருக்கு வந்து சேர்ந்தவள் நான். நடந்ததை அப்பா சொல்லச் சொல்ல, எனக்குப் பகீரென்றது.

“அவ்வளவு சீரியஸ்ஸாவா போயிடுச்சுப்பா...?”

“நல்லா கேட்டியே... கல்யாணமே நின்னு இருக்கும். ஏதோ கடவுள் புண்ணியம்தான், உன்னோட சிநேகிதிக்குத் தாலி ஏறிச்சு...”

மனசு மிகவும் வருத்தமாய் இருந்தது.

“என்னால ஆத்திரத்தைக் கட்டுப்படுத்த முடியலைப்பா...”

அப்பா என் தலையை வருடிக்கொண்டு சொன்னார். “குழந்தே... உன்னைச் சிறுமைப் படுத்தறவனை நீ சீறுறது தப்பு இல்லை. அதனோட லாபமும் நஷ்டமும், பாவமும் புண்ணியமும் உன்னைத்தான் சேரும். இன்னொருத்தர் காரியத்துல, பொதுக் காரியத்துல ஈடுபட்டிருக்கையிலே, ரொம்ப நிதானமா இருக்கணும்மா. அப்போ கோபம், தாபம் எல்லாத்தையும் விட்டொழிச்சுடணும்... அப்போ வர்ற கோபம் பொதுவானதா இருக்கணுமே தவிர, தனிப்பட்ட முறையில் வரக்கூடாது...”

அப்பா ஒரு நிமிஷம் கழித்துச் சொன்னார்;

“கோபம் ஒரு மிருகம் மாதிரிம்மா... அதைப் பழக்கி நம் வசம் வெச்சிருக்கணும். வசம் தவறிச்சுன்னா அது நம்மை அடிச்சுச் சாப்பிட்டுடும்...”

எனக்கு லேசாகப் புரிகிற மாதிரி இருந்தது. ஆனாலும் தயக்கமும் இருந்தது.

அப்பா என்னைப் பார்த்துச் சொன்னார்;

“உனக்காகக் கோபப்படு, அது சரி... அது ரொம்ப உசத்தி... ஆனா இன்னொருத்தர் நலத்துக்காக உன் கோபத்தை விட்டுடறது அதைவிட உசத்தி இல்லையா?”

“ஆமாம்பா...” என்றவாறு அப்பாவின் கைகளைப் பிடித்துக்கொண்டேன் நான்.

1986

அன்னை இட்ட தீ

ஹேமாவதியை தஞ்சாவூருக்கு அழைத்துச் செல்லக்கூடாது என்று நினைத்திருந்தேன். சென்றாலும், பெரிய கோயிலுக்குள் நுழையக்கூடாது என்றும் ஒரு தீர்மானத்தில் நான் இருந்தேன். இரண்டு முடிவுகளையும் நான் மீறும் சந்தர்ப்பம் எனக்கு ஏற்பட்டது.

இது இப்படித்தான். நான் எதையெல்லாம் செய்யக்கூடாது என்று என் டயரியில், டிசம்பர் மாதத்துக் கடைசி நாளில் எழுதி வைக்கிறேனோ, அதே காரியங்களை ஜனவரி முதல் தேதியிலிருந்தே செய்யும்படியாக ஆகிவிடும்.

என் நண்பர், அழகிய புது வருஷத்து டயரி ஒன்றை எனக்கு அன்பளித்தார். டிசம்பர் மாதத்துக் கடைசி நாளில் இரவு முழுக்க விழித்திருந்து, மணி பன்னிரண்டைத் தொட்ட அந்த நிமிஷம், டயரியை எடுத்துப் புது வருஷத்துக்கு நல்வரவு கூறி ஒரு கவிதை எழுதினேன். பிறகு என் சங்கல்ப்பங்களை எழுதினேன். என் சங்கல்பங்கள் கை விரல் எண்ணிக்கையில் அடங்குபவை. அவைகளில், நான் கடைசியாக எழுதியது இதுதான். 'எந்தச் சந்தர்ப்பத்திலும் சுமதியை மீண்டும் எனக்கு நினைவுப்படுத்தும் இடங்களையோ மனிதர்களையோ தேடி நான் போவதில்லை. என்னால் மீண்டும் அந்த வலி தாங்க முடியவில்லை!'

என்னை விடவும் வலிமை படைத்த கரம் ஒன்று, என் பிடரியைப் பிடித்து உந்தி, என்னை என் விருப்பத்துக்கெதிரான வழியில் நடத்திச் செல்கிறது என்றே நான் நம்புகிறேன். டிசம்பர் கடைசித் தேதி நான் எனக்கு விதித்துக்கொண்ட தடையை, ஜனவரி இருபதாம் தேதி மீறும்படியாக ஆனது. எனினும், எழுதி எழுதி மேற்செல்லும் விதியின் கையில், என்னை ஒப்புக் கொடுத்தபின் எனக்கு நிகழ்வது நன்மைகளாகவே இருந்ததை என்னால் புரிந்து கொள்ள முடிந்தது. என் தஞ்சை அனுபவமும் அவ்வாறாகவே முடிந்தது.

ஜனவரி இருபதாம் தேதி என் மிக நெருங்கிய உறவினர் வீட்டுத் திருமணம் காரியமங்கலத்தில் நடக்க இருந்தது. தஞ்சாவூருக்கு மிக நெருங்கிய ஊர் அது. ஹேமாவதி கண்டிப்பாய் அத்திருமணத்துக்குப் போய்த்தான் ஆக வேண்டும் என்று அடம்பிடித்தாள். நானும் சம்மதித்தேன். எனக்கும் ஊர் சுற்றுவதில் இஷ்டம் உண்டு. பத்தொன்பதாம் தேதி காலையில் நாங்கள் புறப்பட்டோம். மாலை இருட்டும் நேரத்தில் ஊர் போய்ச் சேர்ந்தோம். களஞ்சேரி ஆற்றில் அதிர்ஷ்டவசமாகத் தண்ணீர் இருந்தது. குளித்தேன். ஆற்றில் குளிப்பது மட்டுமே குளியல். மற்றதெல்லாம் வெறும் கழுவல். இரவு கல்யாண வீட்டில் விழித்திருக்கும் இன்பத்துக்கென்றே மனிதர்கள் கல்யாணங்களுக்குச் செல்ல ஆசைப்படுகிறார்கள் என்றே நான் நம்புகிறேன். கல்யாண வீடுகளில் பெண்கள் புதிய முகம் பெறுவார்கள். புதுமையாகச் சிரிப்பார்கள். அவர்கள் அணியும் பட்டு, சலங்கையாய் மாறிச் சப்திக்கும். அவர்கள் சூடும் மல்லிகையோ மனோரஞ்சித மலரின் மணத்தைப் பெற்று வித்தியாசமாய் மணக்கும்.

மறுநாள் காலை திருமணம் அழகாக நடந்து முடிந்தது. அப்புறம்தான் அந்த விபரீத கணங்கள் நிகழ ஆரம்பித்தன.

“ஏங்க... மதியம் சாப்பாடு எப்படியும் ஒரு மணி ஆகும். மணி இப்போ ஏழரைதானே ஆறது. எதுக்குச் சும்மா உட்கார்ந்திருப்பது! தஞ்சாவூர் வரை போய் வரலாமே. இங்கிருந்து அஞ்சு மைல் இருக்குமா தஞ்சாவூர்? அரைமணியில் போய்ச் சேர்ந்து விடலாம், புறப்படுங்கள்” என்றாள் ஹேமாவதி. என் குழந்தைகள் இருவரும் குதித்துக்கொண்டு கிளம்பினார்கள்.

நான் மறுப்பது சாத்தியமில்லை. விதியின் கரம் என் பிடரியில் பட்டுக்கொண்டிருப்பதை என்னால் உணர முடிந்தது. பஸ்ஸில் அமர்ந்ததுமே சுமதியின் ஞாபகம் என்னைத் தின்னத் தொடங்கியது.

கரந்தைத் தமிழ்ச் சங்கத்தில் நான் படித்துக்கொண்டிருந்த காலம் அது. குதிரை கட்டித் தெருவில் ஒரு வீட்டின் மாடியில் நான் தங்கியிருந்தேன். காலை எழுந்ததும் உடனே எனக்குக் காபி தேவைப்படும். ஆகவே, ராமையர் கிளப்புக்கு நடந்து வருவேன். முத்துவேல் சேர்வைக்காரத் தெருவில் முதல் வீட்டை ஒட்டிய நகரசபைத் தண்ணீர்க் குழாயில் சுமதி தண்ணீர் பிடித்துக்கொண்டு நின்றிருப்பாள்.

கையால் அடித்து நீர் இறைக்கும் பம்பு கண்டுபிடிக்கப்படவில்லை இன்னும். ஆகவே குழாய்த் தலையை அழுத்திப் பிடித்துக்கொண்டிருந்தாலே தண்ணீர் வரும் மாதிரியான குழாயடியில்தான் சுமதியை நான் முதல் முதலாய்ச் சந்தித்தேன். தினம் காபிக்கு நான் வரும் போதெல்லாம் சுமதி அங்கே தண்ணீர் பிடித்துக்கொண்டு நின்றிருப்பாள். அந்த இடத்தைப் பொதுவாக நான் ஏழு மணிக்குக் கடப்பேன். சுமதி அப்போதும் அங்கு இருப்பாள். எனக்குக் காலை நான்கு மணிக்கு விழிப்புத் தட்ட ஆரம்பித்தது. ஐந்து மணிக்கு, ராமையர் எழுந்திருக்கும் முன்பேகூட, நான் அந்த இடத்தைக் கடந்தேன். சுமதி அப்போதும் அங்கு இருந்தாள். சுமார் ஒரு மாதத்துக்குப் பிறகுதான், சுமதி எனக்காகவே அங்கு நிற்பது எனக்குப் புரிந்தது. ஐந்து மணிக்கு நான் அவளைக் கடந்ததும், காபி கடைக்குச் சென்று ஒன்றன் பின் ஒன்றாக இரண்டு கப் காபிகள் அருந்தி, பேப்பர் கடையில் பேப்பர் வாங்கி மேய்ந்து, இரண்டு சிகரெட்டுகளை வாங்கி, ஒன்றைப் பற்ற வைத்துக்கொண்டு,

வெட்டாற்றங்கரைப் புதர் மறைவில் ஒதுங்கி, மீண்டும் திரும்பும்போதும் சுமதியைக் குழாயடியில் காண்பேன். ஒரு திருமணத்துக்குத் தேவைப்படும் அளவுக்கு அவள் தண்ணீர் பிடிக்க வேண்டியக் கட்டாயம், தினம் தினம் எனக்காக ஏற்பட்டமைக்காக நான் வருந்தாத நாள் இல்லை.

என் வகுப்பிலேயே செண்பக ராஜலட்சுமி, பரமேஸ்வரி, சீதா என்று கல்லூரிப் பேரழகிகள் இருக்கத்தான் செய்தனர். இவர்களில் யாருக்கும் இணையானவள் இல்லை இந்தச் சுமதி. எனினும் சுமதிதான் என்னைக் கவர்ந்தாள். அவர்கள் எவருக்கும் இல்லாத அழகொன்று அவளிடத்தில் நான் காண வாய்த்தது காரணமாக இருக்கலாம். சுமதியின் அழகை என் கண்களால் அல்லவா நீங்கள் காண முடியும்?

முதல் பார்வையில், என்னை மீண்டும் அவளைத் திரும்பப் பார்க்க வைத்தது அவள் தலை வகிடு என்று இப்போது யோசிக்கையில் தெரிகிறது. பெண்கள் நடு நெற்றிக்கு மேலே வகிடெடுப்பார்கள். அவள் கொஞ்சம் தள்ளி இடப்பக்கம் வகிடெடுத்திருந்தாள். கூந்தல் சுருள் சுருளாக, கேரளத்துப் பெண்கள் மாதிரி கருத்து, மின்னி, அடர்ந்து, செழித்து, பொங்கி, புரண்டு, குழைந்து, தவழ்ந்து தொங்கியது. இரண்டாவது ஈர்ப்பாக இருக்கும். அசாதாரணமான கூர்மை பெற்ற நாசி. அழித்து நான்கு கண்கள் செய்யலாம் எனத் தோன்றும் இரண்டு மையுண்ட பெரிய விழிகள். இடது விழியில் வெள்ளைப் பகுதியில் ஒரு சிறு கருத்த மச்சம். கண்கள் பொதுவாகப் பழுப்பு நிறத்தில் இல்லாமல், கொஞ்சம் வெளுத்திருந்தது. என் மூன்றாம் கவர்ச்சி சின்னஞ் சிறிய, ஒழுங்கில் அமைந்த பற்கள். மென்மையான, கொஞ்சம் ஒல்லி எனச் சொல்லத்தக்க, பழுப்பு நிற தேகம். இவை அவளிடம் இருப்பது. ஆனால் இவையே அல்ல சுமதி நிறைய மீதமாய் இருந்தாள் அவள். பெண், அவள் உறுப்புகளுக்குள் இல்லை, அவற்றைத் தாண்டி பிறிதொன்றில் இருக்கிறாள்.

சுமதிக்கும், எனக்குமான காதல் வாழ்க்கைத் தொடங்கிய அந்த முதல் நாள் தொட்டு பின் நேர்ந்த அனைத்துச் சம்பவங்கள் பற்றியும் நான் என் டயரிகளில் பதிவு செய்து வைத்திருக்கிறேன். எந்தச் சந்தர்ப்பத்திலும் எங்கள் உறவில், முன் கை எடுப்பவள் சுமதியாகத்தான் இருந்தாள். ஒருநாள் மதியம் கல்லூரி விட்டு நான் அறைக்குத் திரும்பிக்கொண்டிருந்தேன். சுமதி அவள் வீட்டு மாடியில் நின்றுகொண்டிருந்தாள். என்னை நோக்கி ஒரு பொருளை விட்டெறியக் கண்டேன். அது தகரத்தால் ஆன சின்னஞ்சிறிய கண் மை டப்பா. அந்தக் காலத்து மை டப்பாக்கள் சின்னஞ்சிறிய குமிழிகளாகத்தான் இருந்தன. பரபரப்புடன் அதை எடுத்துக்கொண்டு அறைக்குத் திரும்பினேன், அவளிடமிருந்து எனக்கு வந்த முதல் கடிதத்தைப்போல. அதற்குப் பிறகு எனக்குக் கிடைத்த முதல் பொருள் அந்தக் கண்மை டப்பாதான். அறை சேர்ந்ததும் திறந்து பார்த்தேன். ஒரு துண்டுக் கடிதத்தில் நுணுக்கி நுணுக்கி இரண்டு வரிகள் எழுதியிருந்தாள். எனக்கு இதயம் மிக வேகமாக அடித்துக்கொண்டது. உடம்பு சில்லிட்டது. வியர்த்தது. பரபரத்தது. மதியத்துக்குப் பிறகு இந்த கல்லூரி வகுப்புகள் தலைமுடிக்குச் சமமாக எனக்கும் தோன்றியது. மூன்று மணிக்கெல்லாம் நான் பெரிய கோயிலில் இருந்தேன்.

ஏழு இருபத்து மூன்றுக்கு சுமதி, அவள் எப்போதும் விரும்பியுடுத்தும் ஊதா நிறச் சேலை, ரவிக்கையுடன் கோயிலுக்கு வந்தாள்.

முதலில் பெரு உடையார் சந்நிதிக்கும் பிறகு தாயார் சந்நிதிக்கும் சென்று வணங்கினாள். அதற்குப் பிறகு பிராகாரம் சுற்றினாள். பிராகாரத்தில் சிவலிங்கங்கள் வைக்கப்பட்ட இருட்டு அறைகள் பல இருக்கின்றன. ஒன்றின் முன் நான் நின்றிருந்தோம். மூன்று முறை சுற்றிய பிறகு என் அருகில் வந்தாள். நாங்கள் அந்தச் சிவலிங்க அறைக்குள் புகுந்துகொண்டோம்.

எங்களுக்குள் பேச ஒன்றும் இல்லை. பேசித்தான் தெரிந்து கொள்ள வேண்டும் என்றும் ஒன்றும் இல்லை. அவள் கைகள் சூடாக இருந்தன. எனக்கு மட்டும்தான் உடம்பு நடுங்கியது. ஆண்டாளுக்குத் திருமாலின் இதழ்ச்சுவை அறியும் பாக்கியம் கிட்டவில்லை. ஆகவேதான் அவளுக்குச் சந்தேகங்கள் இருந்தன. திருமாலின் வாய் மணம் கற்பூரம் போல் இருக்குமோ, தாமரைப் பூவினதுபோல இருக்குமோ, இதழ் தித்திப்பாய் இருக்குமோ என்றெல்லாம் ஐயப்பாடுகள் எழுந்தன. எனக்கு ஐயம் இல்லை. நான் சுமதியின் இதழ்ச் சுவையையும் மனத்தையும் அறிந்தேன். கொய்யாப் பழ வாசனையை உடையதாய் இருந்தது அவள் வாய். துவர்ப்பின் முதல் கட்டச் சுவையாகவும் அது இருந்தது.

தஞ்சையில் பார்க்கத்தக்க இடங்கள் பல நாங்கள் சரஸ்வதி மகாலையும், சரபோஜி தர்பாரையும், சிவகங்கைப் பூங்காவையும் பார்த்தோம். அப்புறம் பெரிய கோயிலுக்கும் போகத்தான் வேண்டும் என்றாள் ஹேமாவதி. அவள் வார்த்தைகளை நான் என்று மீறினேன்? போனோம். உள்ளே நுழையும்போது எனக்கு மயிர்க் கூச்சல் எடுத்தது. அரை உயிர் வாசி மாதிரி நடந்து போனேன்.

அந்தச் சிவலிங்க அறை இன்றும் அப்படியேதான் இருந்தது. அந்த இடத்தைக் கடந்து எனக்கு நடக்கும் சக்தி இல்லாமல் போயிற்று. கால் துவண்டது. அப்படியே தரையில் அமர்ந்து விட்டேன்.

ஹேமா பதறிப் போனாள்.

"என்னங்க என்ன ஆச்சு?" என்றாள்.

சுமதியைப் பற்றி அவள் அறிவாள். அவளை நான் முதல் முதலாக உடம்பாலும் அறிந்த இடம் அதுதான் என்று சொல்லி, நடந்த சம்பவங்கள் அனைத்தையும் சொன்னேன். அமைதியாகக் கேட்டிருந்து விட்டு, பிறகு மென்மையாகச் சொன்னாள்.

"சரி, எழுங்க போகலாம்" என்று என் கையைப் பற்றி நான் எழத் துணை புரிந்தாள்.

இருபத்தொன்றாம் தேதி நாங்கள் பாண்டிச்சேரி மீண்டோம். அன்று இரவு ஹேமா எனக்கு முதுகைக் காட்டியபடி படுத்திருந்தாள். அவளை அவ்விதமாகவே அணைத்துப் புறங்கழுத்தில் முத்தமிடுகையில்தான் கவனித்தேன். அவள் கண்களில் கண்ணீர் இருந்தது.

"எதற்கு அழவேண்டும், ஹேமா?"

அவள் மௌனம் சாதித்தாள்.

"நீ விரும்பிய படிதான், ஒரு மாற்றத்துக்காகவும் இருக்கட்டும் என்று தஞ்சாவூருக்குப் போய் வந்தோமே, அப்புறம் என்ன குறை?"

அவள் கரகரத்தக் குரலில் சொன்னாள்.

"குறைதான். தஞ்சாவூரில் நீங்கள் என்னுடனா இருந்தீர்கள்? சுமதியோடதானே? மனம் முழுக்க சுமதியை அல்லவா சுமந்துகொண்டு திரிந்தீர்கள். என் வருத்தமெல்லாம்..."

"சொல்..."

"நான் என் கணவருடன் பயணம் செய்யவில்லையே என்றுதான்..."

எனக்கு வருத்தமாக இருந்தது. நான் சொன்னேன்.

"உனக்கும் எனக்கும் இடையில் எந்த ரகசியமும் இருந்துவிடக்கூடாது என்று எனக்குத் தோன்றியது ஹேமா. இருந்து விட்டால், அது கண்ணுக்குள் துரும்பு மாதிரி உறுத்தும். துரும்பு சிறியதுதான். ஆனாலும் அது இருப்பது கண்ணில் அல்லவா?"

அவள் சொன்னாள்.

"சுமதியைப் பற்றி என்னிடம் ரகசியங்கள் இன்றிப் பகிர்ந்துகொண்டீர்களே, அதற்காக நான் மகிழ்ச்சியடைகிறேன். ஆனால், உங்களை ஒன்று கேட்கிறேன், ஒளிக்காமல் பதில் சொல்லுங்கள். இதுபோல எனக்கு ஒரு கிருஷ்ணமூர்த்தியோடோ, கேசவனோடோ, கணேசனோடோ இருந்து, அதை நான் உங்களுக்குச் சொன்னால் நீங்கள் அதைத் தாங்கிக்கொண்டு, மீண்டும் முன் போல் என்மீது அன்பு செலுத்துவீர்களா?"

நான் மிகவும் யோசித்தேன். பிறகு சொன்னேன்.

"அன்பு செலுத்துவேன் ஹேமாவதி! உனக்கு இந்த மாதிரி ஓர் அனுபவம் வாய்ந்திருந்தால் நான் கவலைப்பட்டிருக்க மாட்டேன். அது தீக்குள் விரலை வைக்கிற அனுபவம். தீதான் அது, அதைத் தீண்டினால் சுடும். ஆனால் வலிக்காது, கை பொசுங்காது. அது ஒரு பேரனுபவம்."

அவள் என்னையே விழியகலப் பார்த்துக்கொண்டிருந்தாள். நான் தொடர்ந்தேன்.

"ஒவ்வொரு மனசுக்குள்ளும் ஒரு ஹோமகுண்டம் இருக்கிறது. அங்கே ஒவ்வொருவரும் ஒரு வகைத் தீயை வளர்க்கிறார்கள். தீ எதுக்காகவும் இருக்கலாம். அதை வளர்க்க வேண்டியது மட்டுமே முக்கியம். தீயை அணையாமல் காக்க வேண்டியது அதை விட முக்கியம். எனக்கு சுமதி ஒரு தீ. உனக்கு வேறு ஏதோ ஒன்று. எந்த ரூபமானால் என்ன? தீயின் தன்மை ஒன்றுதானே? அதை வளர்த்து வருவது அவசியம். தீ இல்லையென்றால் ஹோமகுண்டம் இருந்து பயனில்லை. தீ அணைந்து போமாகில், உயிர் அணைந்தது என்றே அர்த்தம்."

அவள் என்னை நீண்ட நேரம் உற்றுப் பார்த்தவாறு இருந்தாள். பிறகு என் தோளில் தன் கையைச் சுற்றிக்கொண்டாள். இந்த அனுபவமும் அந்த அனுபவம்போலவே இருந்தது. காதலும் தீ மாதிரிதான். தீ அனைத்தும் ஒரு தன்மையையே கொண்டவை அல்லவா?

1986

சொந்த ஊர்

ஊருக்குப் போதல் என்பது மிகுந்த சந்தோஷமான அனுபவம் அவனுக்கு. அவன் பெயர் மூர்த்தி. அவனது ஊரின் பெயர், தேவையில்லை. ஒரு ரெண்டும் கெட்டான் நகரம். அழகும், அழுக்கும் உள்ள ஏதோ ஓர் இந்திய கிராமம். வங்கக் கடற்கரை ஓரம் உள்ள ஊர். கடல் அலைகள் மிகுந்த அழகியவை. வாழ்க்கை, முயற்சி, விடுதலை போன்ற பெரிய விஷயங்களை நமக்கு ஞாபகப் படுத்தக் கூடியவை. கடற்கரை மணலில், மாலை உலாவுக்கு வந்த மக்கள் தங்களால் சாத்தியப்பட்ட அளவில் சீரழிவு செய்வார்கள். கடல் யாரையும் கோபிப்பதில்லை.

பிரயாணத்தில் உள்ள மகிழ்ச்சி என்பது பிரயாண முஸ்தீபுகளில் மட்டும் அடங்கிய ஒன்று. கல்யாண மகிழ்ச்சி என்பது போன்றது இது. ஊருக்குப் புறப்படுவது என்று தீர்மானமான அந்தக் காலத்தில் இரத்தம் வேகமாகப் பெருக்கெடுக்கும். இருதயம் வேகமாகத் துடிக்கும். ஊருக்குப் புறப்படுகையில் இல்லாமல் போவது இரண்டு. ஒன்று பணம். இரண்டு ஜட்டி பனியன்கள். யாரிடம் பணம் கேட்பது என்கிற யோசனையில் ஜட்டியையும் பனியனையும் துவைத்துக் காயப் போட வேண்டும். துவைத்து முடிப்பதற்குள், யாரைக் கேட்பது என்பது முடிவாகியிருக்கும். மூர்த்திக்கு சுக்லா என்கிற சினேகிதன் ஒருத்தன் இருந்தான். பசையுள்ளவன், படித்தவன் என்று எல்லோரும் அவனைச் சொல்வார்கள். மூர்த்திக்குப் பணச் சங்கடம் ஏற்படும் போதெல்லாம் சுக்லா உதவுவது வழக்கம். அன்றும் சுக்லாவிடம் சென்றான் மூர்த்தி.

“திடீரென்று எதற்கு ஊருக்கு?” என்று சுக்லா கேட்டான்.

ஊரில் மூர்த்திக்கு ஒரு மனைவியும் இரு குழந்தைகளும் இருக்கிறார்கள் என்பதை சுக்லா அறிவான்தான். எனினும் ‘திடீரென்று எதற்கு குடி’, ‘திடீரென்று எதற்கு விபசாரம்’, ‘திடீரென்று எதற்கு டாய்லெட் போகிறாய்’ என்பது

போன்ற அசம்பாவிதக் கேள்விகளைக் கேட்பதுபோல, அக்கேள்வியை அவன் கேட்டான். அவன் பசையுள்ளவன்.

"மனைவிக்கு உடல் நலம் இல்லை" என்றான் மூர்த்தி. அது பொய். அறிந்து சொன்ன பொய். அதனால் மூர்த்தியின் மனம் சுடவில்லை. யாருக்கும் தீங்கு ஏற்படாத எல்லைக் கோட்டுக்குள் நின்று பொய் சொல்லலாம் என்கிறது தமிழ் வேதம். சுமார் மூன்று மணி நேர சம்பாஷணைக்குப் பிறகு, சுக்லா ஐநூறு ரூபாய் கொடுத்தான். மூர்த்தியின் உயரம் ஆறடி இரண்டு அங்குலம். மார்புச் சுற்றளவு முப்பத்தெட்டு அங்குலம். பணம் வாங்கும்போது உயரத்திலும் பருமனிலும் அவன் குன்றித்தான் போயிருந்தான்.

சுமதிக்கு ஒரு புடவையும், பெரியவனுக்கும் சின்னவனுக்கும் 'டீ' சர்ட்டுகளும் வாங்கினான் மூர்த்தி. ஜட்டி கிழிந்திருந்தது. எனினும் தனக்கு ஒன்றும் வாங்கிக் கொள்ளவில்லை அவன். தோன்றவில்லை என்பதுதான் காரணம். மாலை மயங்கும் நேரத்தில் மூர்த்தி ஊர் போய்ச் சேர்ந்தான். பெரியவன் உடல் மிகவும் இளைத்துப் போய்விட்டதாக சுமதி கடிதம் எழுதியிருந்தது அப்போது அவன் நினைக்கு வரவே, பஸ் ஸ்டாண்டில் ஆப்பிள்களும் சாத்துக்குடிப் பழமும் அவன் வாங்கினான். ஆப்பிள் ஒன்றின் விலை மூன்று ரூபாய். சாத்துக்கொடி இரண்டு ரூபாய். ஒவ்வொன்றிலும் ஆறு வாங்கினான் அவன்.

வீடு ஒவ்வொரு முறையும் அவன் வரும்போது மேலும் இருண்டு போய் விடுவதாக ஏனோ மூர்த்திக்குத் தோன்றும். சுவர்க்கரைகள் மேலும் இற்று விழுந்திருக்கும். வீட்டுக்குள் குத்துக் குத்தாக இருண்டிருந்தது. சுமதி பக்கத்து வீட்டுப் பெண்ணுடன் சினிமாவுக்குப் போயிருந்தாள்.

பிள்ளைகள் இருவரும் வீட்டில் இல்லை. வேலைக்கு உதவுகிற பெண் காபி போட்டுக் கொடுத்தாள். பால் வாசனைத் தூக்கலான, காபி என்கிற வஸ்து காணாமல் போன ஒரு காபி. குடித்து விட்டு, குளித்து லுங்கி அணிந்துகொண்டு சுமதிக்காகவும், குழந்தைகளுக்காவும் காத்திருந்தான் அவன்.

முதலில் திரும்பியவன் பெரியவன்தான். அப்போது மணி ஒன்பதைத் தாண்டியிருந்தது.

அவனைப் பார்த்துச் சிரித்துவிட்டு, கைகால் கழுவிக்கொண்டு வேலைக்காரப் பெண் பரிமாற, சாப்பிட்டான் பெரியவன். 'அப்பா சாப்பிடுங்களேன்' என்று அவன் சொல்லவில்லை.

சாப்பிட்டு வந்ததும், மேஜைக்கு முன் அமர்ந்து பள்ளிப்பாடம் படிக்கத் தொடங்கினான். மூர்த்தி அவனுக்கான சட்டையை எடுத்து அவன் முன் வைத்தான்.

"எப்படியிருக்கு?" என்றான்.

பெரியவன் அச்சட்டையைப் புரட்டிப் பார்த்து விட்டு, புஸ்தக அடுக்கின் மேல் வைத்தான்.

"எப்படியிருக்கு, நல்லாயிருக்கில்லையா?"

"இது மாதிரி ஒன்று என்னிடம் இருக்கு. அம்மா வாங்கிக் கொடுத்துட்டாங்க."

மூர்த்தி வந்து கட்டிலில் சாய்ந்துகொண்டான்.

அடுத்த அரை மணியில் சின்னவன் வந்தான். பக்கத்து வீட்டில் டி. வி. பார்த்து விட்டுத் திரும்பினானாம். "நம் வீட்டிலும் அம்மா டி. வி. வாங்கப் போறாங்க" என்றான் சின்னவன்.

"அப்படியா?" என்றான் மூர்த்தி.

பத்து மணிக்கு மேல் சுமதி வந்து சேர்ந்தாள்.

"அட... எப்போ வந்தீங்க. ஒரு தபால் போடக்கூடாதா வர்றேன்னு? நான் வீட்டிலேயே இருந்திருப்பேனே...?"

சுமதி முகம் கழுவி விட்டு வந்து, துணி மாற்றிக்கொண்டாள்.

"சாப்பிட்டாச்சா?" என்றாள் சுமதி.

"இல்லை" என்றான் மூர்த்தி.

"ரஸம்தான் இருக்கு. தொட்டுக்க, சரியா எதுவும் இல்லை. ஓட்டலில் வாங்கியாரச் சொல்லட்டுமா?"

"ஓட்டலிலா? வருஷக் கணக்கா ஓட்டல்லே சாப்பிட்டு, ஓட்டலே வெறுத்துப் போச்சு."

"முட்டை வாங்கி ஆம்லட் பண்ணட்டுமா?"

"எதுக்கு சிரமம்? வேணாம்"

"ஊகும், விருந்தாளி மாதிரி வந்திருக்கீங்க..."

முட்டை வாங்கி வந்து ஆம்லட் போட்டுத்தான் சோறு பரிமாறினாள் அவள்.

ஓர் அறையும், அறையை ஒட்டிய ஹாலும், குளியல் அறையும்கொண்டது அந்த வீடு. ஹாலில் சின்னவனும், வேலைக்காரப் பெண்ணும் படுத்திருக்கிறார்கள். அந்த அறையில் படுக்கையும், மேஜை நாற்காலியும் இருந்தன. விளக்கைப் போட்டுக்கொண்டு பெரியவன் படித்துக்கொண்டிருந்தான்.

"மணி பன்னிரண்டாகப் போகுது... போய்ப் படேன்டா... நாளைக்குப் படிக்கலாம்" என்றாள் சுமதி பெரியவனைப் பார்த்து.

"உஸ்... சும்மா இரு" என்றான் அவன்.

அடுத்த நாள் ஞாயிற்றுக் கிழமைதான் என்று மூர்த்தி நினைத்தான். மூர்த்தியின் சிகரெட்டுகள் தீர்ந்து போயிருந்தன. வெளியே போய் சிகரெட் வாங்கி வந்தான். பெரியவன் கட்டிலில், அறைக்குள்ளேயே படுத்திருந்தான்.

"ஹாலில் ஃபேன் இல்லையாம், இங்கேதான் படுத்துக்குவானாம்" என்றாள் சுமதி. அடங்கிய குரலில் ஏதோ தப்பு செய்த உணர்வு அவள் குரலில் இருந்தது. "பரவாயில்லை" என்றான் மூர்த்தி.

பெரியவனுக்கு அருகில் மூர்த்தி படுத்துக்கொண்டான். சுமதி, பாயை விரித்துத் தரையில் படுத்தாள்.

மூர்த்தி வாங்கி வந்த புடவை சுமதிக்குச் சந்தோஷம் அளித்ததாகத் தெரியவில்லை. "இது போன்ற மஞ்சள் வர்ணப் புடவைகள் என்னிடம் ஆறு

இருக்கின்றன" என்றாள். "அது என்ன, எப்போது புடவை வாங்கினாலும் மஞ்சளும், மஞ்சளை விட்டால் நீலமுமாகவே வாங்குகிறீர்கள்" என்று சலித்துக்கொண்டாள்.

கட்டிலில் பகல் முழுக்கப் படுத்தும், புகைத்தும் பொழுதைப் போக்கினான் மூர்த்தி.

சுமதி, வழக்கத்தை விட கூடுதலாக அவன் பொருட்டு சமையல் கட்டில் வேலை செய்ய வேண்டியிருந்தது. அன்று மதியம் மீன் குழம்பும், மீன் வறுவலும், சுறாமீன் புட்டும், நண்டுக் கறியும், கீரையும் அவள் செய்திருந்தாள்.

"எதுக்கு இத்தனை?"

"சும்மா சாப்பிடுங்கள். வராதவர் வந்திருக்கிறீர்கள்" என்றாள் சுமதி.

மூர்த்தியின் இருப்பு அனைவரையும் சங்கடப் படுத்தியது தெரிந்தது. பெரியவன் படிக்கவும், படுக்கவும், சங்கடப்பட்டது தெரிந்தது. சின்னவனுக்கு அவன் சௌகரியம்போல வெளியே சென்று வர, அப்பா இடைஞ்சலாக இருக்கிறார் என்பதுபோலப் பட்டது. சுமதிக்கு தான் காரணமாக, அடுப்படியில் மிக நீண்ட நேரம் இருக்க வேண்டியிருப்பதாக அவனுக்குப்பட்டது. அவனுக்கேகூட ஒரு விடுதியில், அதிகம் நெருக்கம் இல்லாத ஒரு நண்பனின் வீட்டில் இருப்பதாகத் தோன்ற ஆரம்பித்தது. வழக்கத்துக்கு மாறாக அதிக சிகரெட்டுகளை இந்தச் சமயத்தில் அவன் புகைத்தான்.

திங்கள் அன்று மூர்த்தி ஊர் திரும்பி விட்டான்.

அறையைத் திறந்தபோது, குப்பென்று ஒரு புழுங்கல் வாடை அறையிலிருந்து வெளி வந்தது. சட்டை பேன்ட்டைக் கலைத்து விட்டு லுங்கியை அணிந்துக்கொண்டு படுக்கையில் படுத்தான். இரண்டு மூன்று தபால்கள் அவனுக்கு வந்திருந்தன. யார் என்பதிலோ, என்ன எழுதியிருப்பார்கள் என்பதிலோ அவனுக்கு ஈடுபாடு எழவில்லை.

உறக்கம் அவனைத் தன்பால் இழுத்தது. இரண்டு இரவுகளும், இரண்டு பகல்களும் உறங்காமலேயே கழித்திருந்த அவன் உறங்கத் தொடங்கினான்.

1986

பச்சைக்கிளியும் காந்தியவாதியும்

அக்கா கல்யாணம் முடிந்த கையோடு என் கல்யாணத்தையும் நடத்தி விடுவது என்று அப்பா தீர்மானித்து விட்டார்.

அக்கா கல்யாணத்தின்போது அம்மா நிறைய பட்டுப் புடவைகளை வாங்கியிருந்தாள். தன் பழைய வைரக் கம்மலை அக்காவுக்குப் போட்டு விட்டு, புதுசாக தனக்கென்று 'அபூர்வமான' வைரக்கம்மல் வாங்கிக்கொண்டாள். ஆக, வீட்டுக்குள் அவளால் எப்படி இருக்க முடியும்? நாலு வீடுகளுக்கும் நாலு ஊர்களுக்கும் போய், புதுசாய் அவள் வாங்கியிருக்கிற புடவைகள், கம்மல்கள் இவற்றை மற்ற பெண்களுக்கும் காட்டி, அவர்களின் வயிற்றெரிச்சலைக் கிளம்பினால் தானே அவளுக்கு ஆறுதலாய் இருக்கும்? இல்லையென்றால் அவள் தலை வெடித்து விடும்!

பெண்ணுக்குக் கல்யாணம் நடத்தி அலுத்துப் போயிருந்தார் அப்பா. அவருக்கு ஒரு வேடிக்கைத் தேவைப்பட்டிருக்கும், நியாயம் தானே! தவிரவும், பெண்ணைப் பெற்றவராக மாப்பிள்ளை, சம்பந்திக்கு முன் வளைந்து, நெளிந்து, குழைந்து எப்படியெல்லாம் அப்பா அவஸ்தைப்பட்டார்! தனக்கும் பிள்ளை உண்டு, நானும் பிள்ளையோட தகப்பனார் என்கிற ஹோதாவில் பெண்ணைப் பெற்றவரை நடுநடுங்கச் செய்ய வேண்டும் என்கிற ஆசை அப்பாவுக்கும் இருக்காதா? அப்பாவும் மனிதர்தானே!

ஓர் உல்லாசப் பயணம்போல நாங்கள் பெண் பார்க்கப் புறப்பட்டோம். அப்பா, அம்மா, நான் அடங்கிய கோஷ்டியை தலைமை தாங்கி நடத்திச் சென்றார் நாயுடு. அவரை நீங்கள் அறிமுகப்படுத்திக் கொள்ள வேண்டும். நாயுடு எங்கள் தாலுகாவில் புஷ்பவதிகளாகி வீட்டுக்குள் இருக்கிற அத்தனைப் பெண்களின் விவரங்களையும் விரல் முனையில் வைத்திருப்பவர்! அவரைத் தரகர் என்பார்கள். ஆனால் அவரை 'திருமணக் கலைக்களஞ்சியம்' என்று சொல்வதே பொருத்தம்.

நாயுடு சொன்னார்: "பொண்ணு பச்சைக்கிளி! பழுது சொல்லவே முடியாது. கோயில் சிலை தோத்துடும் அண்ணா! நீங்கதான் பார்க்கப் போறீங்களே. நான் சொல்றது மெய்யா பொய்யான்னு அப்பத்தான் தெரியும். பொண்ணோட அப்பனுக்குச் சொத்து பல லகரத்தைத் தாண்டும், வீராணம் ஏரியை ஒட்டி சும்மா ஒரே தாக்கலா நூறு வேலி. கேக்கணுமா? பொண்ணு பச்சைக்கிளி.

நாங்கள் பச்சைக்கிளியைப் பார்க்கத்தான் போய்க்கொண்டிருந்தோம். காலை பத்துப் பதினோரு மணி அளவில் வீடு போய்ச் சேர்ந்தோம். மிகப் பெரிய வீடு. இரண்டு கை தாழ்வாரம், இரண்டு கட்டு வீடு. கூடம் நிறைய நெல் மூட்டைகளும், மிளகாய் வற்றல்களும் அடுக்கி வைக்கப்பட்டிருந்தன. அவ்வளவு பெரிய வீட்டில் உட்கார நாற்காலிகள்தான் இல்லை. பட்டு ஜமுக்காளம் விரித்து எங்களை உட்கார வைத்தார்கள். பெண்கள் கூடம், அறைவாயில், சமையல் அறை, தோட்டம் முதலான பல இடங்களிலிருந்து கண்களால் என்னை மொய்த்தார்கள். என் ஒவ்வோர் அசைவும் பெண்களால் ஆராயப்படுகிறது என்கிற உணர்வு எனக்கு மேலும் கூச்சத்தைக் கொடுக்க நான் நெளிந்தேன்.

எதனாலும் பாதிக்கப்படாமல், 'தேமே' என்று இருப்பவன் போன்ற பாவத்தை உருவாக்கிக்கொண்டு உட்கார்ந்திருந்தேன். அதுவே ஓர் அசட்டுக் களையை எனக்குத் தந்து, என் மேலேயே எனக்குக் கோபம் உண்டாகி எப்போது வெளியேறப் போகிறோம் என்று இருந்தது. இருந்தும், பெரியவர்கள் பேச்சை ரொம்ப சிரத்தையாகக் கேட்பவன்போல் ஒரு பாவனையை மேற்கொண்டேன். மின்விசிறி இல்லாமல், எனக்கு உடல் வியர்த்தது. சட்டைக்குள் 'உஸ்' என்று வாயால் ஊதிக்கொண்டேன். அடுத்த கணம் என் முன் பனையோலை விசிறி ஒன்று வந்து விழுந்தது. 'படக்'கென்று பாய்ந்து அப்பா அந்த விசிறியை எடுத்துத் தமக்கு விசிறிக்கொண்டார். சுகமான காற்றை அனுபவித்தார். பிறகு நாயுடுவைப் பார்த்து, "நாயுடு, ஆயிரம் ஃபேன் வரட்டுமே! இந்த பனை ஓலை விசிறிக்கு அதெல்லாம் ஈடாகுமா? நம்ம கிராமத்து ஜனங்களோட எளிமை இருக்கே, அடடா..." என்றார். சொல்லிவிட்டு, "என்ன நான் சொல்றது...." என்று கேட்டார். நாயுடு உடனே, "அண்ணா சொல்றது அனுபவ வார்த்தை ஆச்சே, பிசகு இருக்குமா?" என்றார் நாயுடு. கையில் தாளம் இல்லாத திருஞானசம்பந்தர்.

அந்த நேரத்தில்தான் பெண்ணுக்குத் தந்தை அரக்கப்பரக்க வந்து சேர்ந்தார். எங்களை வரவேற்றுவிட்டு, தாமதத்துக்கு மன்னிப்பு கேட்டுக்கொண்டார். அப்பாவும், பெரிய மனது பண்ணி அவரை மன்னித்தார்.

உள்ளிருந்து மோர் வந்தது. பட்டணம் படி அளவுக்கு, பெரிய பெரிய செம்பு தம்ளர்களில் மோர் வந்தது. கெட்டி மோர். அப்பா சர்ரென்று சப்தம் எழ உறிஞ்சிக் குடித்தார். பிறகு சொன்னார், "ரொம்ப நாளுக்குப் பின்னால் இன்னைக்குத்தான் அசல் மோர் சாப்பிட்டிருக்கேன் நாயுடு... இயற்கையா பசும் புல்லை மேஞ்சி, பருத்திக் கொட்டையும் புண்ணாக்கும் திங்கற மாட்டுக்குத்தான்யா இந்த மாதிரி பாலும் மோரும். சும்மா கலர் கலரா போஸ்டர் தின்னுட்டு, நீராகாரம் மாதிரி பால் கறக்கிற டவுன் மாட்டுப் பால்ல ருசி, வான்னாகூட வராதே! என்ன நான் சொல்றது?"

"ரொம்ப சரி, அண்ணா வார்த்தை அனுபவ வார்த்தை ஆச்சே. பிசகுமா?" என்றார் நாயுடு.

இது நம்ம வீட்டு மோருங்க. பால், தயிர், மோரு, நெய்க்குன்னே மூணு சீமைக் கன்றுகளை வாங்கி கொல்லையில கட்டி வச்சிருக்கேன். நமக்கு விலைக்கு வாங்கிக் கட்டுப்படியாவுங்களா? வாய்க்குத்தான் ருசிப்படுமா?" என்றார் பெண்ணுக்குத் தந்தை.

"உள்ளது... உள்ளது. வீட்டு மோருன்னு வாசனையே சொல்லுதே... தயிர் கெட்டுது போங்க!" என்றார் அப்பா. உள்ளே அடுக்களைக்குள் பெண்களோடு கரைந்து போய் விட்டிருந்தாள் அம்மா. அப்புறம் ஒரு 'சின்ன டிபன்' சாப்பிட வேண்டியிருந்தது எங்களுக்கு. பட்டுத்துணி மாதிரி நுனி வாழை இலைகளில், இந்தப் பெண் பார்க்கும் சடங்குக்கென்றே கண்டுபிடிக்கப்பட்ட சொஜ்ஜிதான் முதலில் வந்து விழுந்தது. நான் திடுக்கிட்டேன். சொஜ்ஜி மாதிரி இனிப்பை ஒரு மனிதன் எவ்வளவுதான் தின்ன முடியும்? ஓர் இட்லி அளவுக்குத்தானே சொஜ்ஜி இருக்கும்? சோறு அளவுக்குக் குவியலாக என் இலையில் வைக்கப்பட்டது. இனிப்பும் நெய்யும் அளவற்று வழிந்தது. நாயுடு அமுதம் என்று அதைப் புகழ்ந்துகொண்டே சாப்பிட்டுக்கொண்டிருந்தார். எனக்கு இரண்டு மூன்று விள்ளலுக்கு மேல் இறங்கவில்லை திகட்டியது.

"என்ன... மாப்பிள்ளை சொஜ்ஜியை வச்சிட்டு அழகு பாக்கறாரா?" என்றார் நாயுடு.

"இலையில எதையும் மிச்சம் வைக்கப்படாது. சாப்ட்டுடு... எவ்வளவு நெய்... சர்க்கரை! அத்தோடு இது மாதிரி அசல் நெய் பலகாரம் நம்ம ஊர்ல காசு செலவு பண்ணினாலும் கிடைக்காதே..." என்று நாயுடு மேலும் விசிறி விட்டார்.

"இந்தக் காலத்துப் பிள்ளைகளுக்கு நல்லது கெட்டது ஏது? என்றார் அப்பா. எனக்கு சொஜ்ஜி தொண்டையை விட்டு இறங்க மறுத்தது. ஒரு விள்ளல் சொஜ்ஜியும், ஒரு மிடறு தண்ணீருமாகக் கொஞ்சம் தின்று தீர்த்தேன். அப்புறம் நாய்த்தோல் பந்து அளவுக்கு போண்டா வந்தது.

அப்பா பெண்ணைப் பெற்றவரிடம் சொன்னார். :

"நான் ஒரு காந்தியவாதிங்க. எனக்குப் பொய் பேசத் தெரியாது. என் பிள்ளை என்கிறதற்காக இவன் இந்திரன், சந்திரன்னு நான் சொல்ல மாட்டேன். ரொம்ப உசத்தியான பள்ளிக்கூடத்துலதான் இவன நான் சேர்த்தேன். டியூஷன் வச்சேன். என்ன செலவு என்கிறீங்க? ஆனா இந்தப் பய, எஸ். எஸ். எல். சி.யைத் தாண்டி வர்றதுக்கே மூணு வருஷம் ஆயிடுச்சுங்க. அப்புறம் கைத்தொழில் ஒன்று கத்துக்கட்டும்னு ஒரு மோட்டார் ஒர்க்ஷாப்ல கொண்டு போய் விட்டேன். முதலாளி ஏதோ சொன்னான்னு அவனை அடிச்சிட்டு வீட்டுக்கு வந்துட்டான்! ரொம்ப முசுடு; ரொம்ப முன்கோபி, பொறுப்பில்லாத பய, வேலை வெட்டின்னு ஒண்ணும் அமையல. அவனுக்குப் பொண்ணு தர்றீங்கன்னா, அது என் முகம் பார்த்து— என் மரியாதைக்குத்தான் தரணும்... அவனுக்கு சோறு போட, நான் எப்படி கடமைப்பட்டவனோ, அது மாதிரி அவன் பொண்டாட்டிக்கும் சோறு போட, நான் கடமைப்பட்டவங்க. நான் உண்மையைத் தாங்க பேசுவேன். காந்தி எங்க ஊரு பக்கம் வந்தபோது, அவரு பக்கத்துல நின்று பாத்து அவரோட நாலு வார்த்தை பேசக் கொடுத்து வச்சங்க நானு! என் வாயில பொய் வராது."

“அண்ணான்னா காந்திக்கு ரொம்ப உசுருங்க!” என்று நாயுடு பெண்ணின் தகப்பனாரைப் பார்த்துச் சொன்னார். அவர் ஆச்சரியத்தோடு தலையை அசைத்து அதை அங்கீகரித்துவிட்டு என்னைப் பார்த்தார்.

அவமானத்தால் என் பாதி உயிர் ஏற்கெனவே போய் விட்டிருந்தது. அப்படியே எழுந்து ஓடலாமா என்றுகூட எனக்குத் தோன்றியது! தரை அப்படியே பிளந்து சீதையை வாங்கிக்கொண்ட மாதிரி என்னை வாங்கிக் கொள்ளாதா என்று இருந்தது.

பெண்ணின் அப்பா என்னை மறுபடியும் பார்த்து விட்டு, பிறகு அப்பாவின் பக்கம் திரும்பி, “மாப்பிள்ளை பொண்ணைப் பாக்கட்டுங்க. அவருக்கும் பிடிச்சிருந்து, உங்களுக்கும் பிடிச்சிருந்தா, மேல பேசுவோம். சின்ன வயசுப் புள்ளைங்க, இப்படித்தான் ஏடாகூடமா எதனா பண்ணும். என்னையே எடுத்துக்குங்க, நானே கல்யாணத்துக்கு முன்னால, ரௌடிப்பய மாதிரி மைனர் கணக்கா திரிஞ்சவங்க. எனக்குன்னு குடும்பம், பொண்டாட்டி, புள்ளைன்னு ஏற்பட்டதும்தான் திருந்தி வந்தேன். இப்போ மாப்பிள்ளை சண்டியரா இருந்தா என்ன? போவப் போவ சரியாயிடுவாரு...” என்று விட்டு என்னைப் பார்த்தார்.

தரையில் ஓர் எறும்பு, ஏதோ இரையை இழுத்துக்கொண்டு போவதைப் பார்த்துக்கொண்டு உட்கார்ந்தேன். எல்லார் மனத்திலும் நான் ஒரு சண்டியராக, ரௌடியாக, வீட்டுக்கு அடங்காதவனாகத் தோற்றம் தந்தேன். பெண்கள் பீதியோடு என்னைப் பார்ப்பதை என்னால் உணர முடிந்தது.

நாயுடுவின் குரல் மௌனத்தை உடைத்தது. “நடராஜா! பொண்ணு வருது பாத்துக்கோ. அப்புறம் அது சொத்தை, இது சொள்ளைன்னு எங்களைக் குத்தம் சொல்லக்கூடாது” என்றார் என்னைப் பார்த்து நாயுடு, பெண் என்று சொல்லப்பட்டவள் என் முன் வெற்றிலைத் தட்டை வைத்து விட்டு நின்றாள்.

தலையைக் கவிந்துகொண்டு வேர்த்து விறுவிறுத்துப் போய், மடங்கி வளைந்து நின்றிருந்தாள். எனக்குப் பேயறைந்தது மாதிரி இருந்தது. அடுக்கி வைக்கப்பட்டிருந்த அரிசி மூட்டைக்குப் பாவாடை கட்டியது மாதிரி இருந்தாள் அவள். பக்கத்தில் இருந்த தூண் மறைந்து போய் இருந்தது. அவளுக்குப் பக்கத்தில் நான் நின்றிருந்தேன் என்றால், வயசான புளிய மரத்துக்குப் பக்கத்தில் வாழைக் கன்றை நட்டது போல் இருந்திருக்கும்.

நாங்கள் பஸ் ஸ்டாண்டில் நின்றுகொண்டிருந்தோம். அம்மா சொன்னாள். மூன்றாம் முறையாக, “அந்த வீட்டுப் பெண்டுங்க வைரத்தையே பார்த்தவளுங்க இல்லைபோல இருக்கு. என் மூக்குத்தியும் கம்மலும் எங்க வாங்கனது, என்ன விலை என்னமா பண்றதுன்னு கேட்டுத் தொளைச்சுப்புட்டாளுங்க!” என்றாள். அப்பா நாயுடுவிடம், “அவ்வளவு பெரிய பணக்காரன், என் முன்னால் நாய் மாரி வாலை ஆட்டிக்கிட்டு நின்னான். பாத்தியா? என்ன இருந்தாலும் கிராமத்து ஜனங்களுக்கே மரியாதை ஜாஸ்தி!” என்றார். அப்பாவை இந்த நேரத்தில் ஆயிரம் ரூபா கைமாற்றுக் கேளுங்கள், இனாமாகவே கொடுப்பார். அவ்வளவு சந்தோஷத்தில் இருந்தார்.

நாயுடு சொன்னார்: “அண்ணா! வந்ததே வந்தோம், இந்தப் பக்கத்துலதான் நம்ம நல்லசிவக் கௌண்டர் இருக்கார். அவர் வீட்டுல ஒரு பொண்ணு இருக்கு. நான் பார்த்திருக்கேனே... கிளின்னா கிளி, பச்சைக்கிளி மாதிரி

இருப்பா! சும்மா வெடவெடன்னு காத்துல அசையுற கொடி மாதிரி, காமாட்சி அம்மன் விளக்கு மாதிரி திருதிருன்னு இருக்கும். ஒரு நடை போயிட்டு வந்துடுவோம்."

"ஆகா... வந்ததே வந்துட்டோம். நாலு இடம் பார்ப்போம். நாலை பாத்தாத்தான் நல்லது ஒண்ணு தகையும், அதோடு நேரமும் இருக்குதானே..." என்றார் அப்பா.

பேருந்தில் ஏறி உட்கார்ந்தபோது அம்மா சொன்னாள்:

"பொண்ணுதான் கொஞ்சம் பூசின மாதிரி இருக்கு. ஆனா நல்ல களை..."

"அதனால என்ன? ஒண்ணு ரெண்டு குழந்தை பெத்தாள்னா உடம்பு சுக்காயிடாதா? நூறு பவுன் போட்டு, கல்யாணம் பண்ணி வச்சு, ஐம்பது வேலி எழுதி வக்கிறேங்கறான்... இன்னிய தேதியில என்ன பெறும்...?" என்று மனசுக்குள் கணக்குப் போடத் தொடங்கினார் காந்தியவாதியான அப்பா.

நாயுடு சொன்னார்: "இது என்ன அண்ணி, உடம்பு? இதைவிட அண்டாவும் குண்டாவுமா இருந்த பொண்ணுங்கல்லாம் கல்யாணத்துக்குப் பிறவு காத்தாடி மாதிரி சிக்குன்னு ஆயினதை நாம் பாக்கலையா? இடம் பெரிய இடம். சௌகரியமா வச்சிருக்காங்க. வேலை வெட்டி இல்லாம சாப்பிடறது, தூங்கறதுன்னா உடம்பு இப்படித்தான் இலவமரம் மாதிரி ஊதிப் போயிடும். நம்ம வீட்டுப் பொண்ணா வந்துட்டா, அண்ணி, என்ன மாதிரி ஓட்டை உடைசல் பாத்திரமானாலும் தட்டி ஒடுக்கி எடுத்துடாதா!"

"அது உள்ளது" என்றார் அப்பா.

பள்ளிக்கூடம் விடும் நேரமாய்ப் போய்ச் சேர்ந்தோம் போலிருக்கிறது. எங்களுக்குப் பின்னால் பள்ளிக்கூடம் விட்டு வரும் ஒரு சிறுமிகளின் கூட்டமே வந்துகொண்டிருந்தது. என்ன மாதிரி இவர்களுக்கு மூக்கு வியர்க்கிறது. நான் பெண் பார்க்க வந்திருக்கிறேன் என்பதை என் முகத்தில் எழுதி ஒட்டியிருந்த மாதிரி புரிந்துகொண்டு, பெண் ஒருத்தி என் பின்னால் இருந்து குரல் எழுப்பினாள்.

"மாப்பிள்ளை... மாப்பிள்ளை!"

"மண்ணாங்கட்டி மாப்பிள்ளை!" என்று ஒரு பெண் சொல்லவும், உடனே இன்னொரு பெண் அடுத்த அடி எடுத்தாள்:

"காலிருக்கு கையிருக்கு

வாலு எங்க தெரியல்லே..."

பத்து ஜலதரங்கங்கள் வாசித்தது மாதிரி கூழாங்கல்லைக் கொட்டியது மாதிரி சிரிப்பலை ஒன்று எழுந்து பரவியது. அம்மாவுக்குச் சிரிப்பு சிரிப்பாய் வந்தது. அப்பா சொன்னார்:

"இந்தக் கிராமத்து சனங்க ரொம்ப உண்மையை பேசறவங்க தெரியுமா நாயுடு? மனசுல பட்டதை வார்த்தையில கொட்டிடறாங்க. பாரு இந்த குட்டிகளை... என்னமா பொழியறது பாட்டை!" என்று வியந்தார் அப்பார்.

ஒரு காரை வீட்டுக்குள் நுழைத்தோம். எங்களோடயே ஒரு சிறுமியும் நுழைந்தாள். பாவாடை, சட்டை ஒரு ஜாண் அளவே இருக்கும் எலிவால் சடை... பெண்ணுக்குத் தங்கையாய் இருப்பாள் என்று நினைத்துக்கொண்டேன்.

நாங்கள் திடீரென்று பெண் பார்க்க வந்தது அவர்கள் வீட்டில் ஓர் அதிர்ச்சியை ஏற்படுத்தியது. உடனே அவர்கள் அதற்குத் தயார் ஆனார்கள். பெண்ணுக்குத் தந்தை சைக்கிளில் வந்து இறங்கினார். வந்ததில் அவருக்கு இறைத்தது. "சொல்லிட்டு வரப் படாதா... விருந்து ஏற்பாடு பண்ணி இருப்பேனே" என்று உபசரித்தார். அப்புறம், "இந்த மாதிரி பெண் இருக்கிற இடத்துக்கு திடீர்னு போறதுதான் நல்லது" என்று அவரே சொல்லிக்கொண்டார். காப்பி என்கிற பெயரில் ஒரு பானம் வந்தது. சுமார் நாலு தம்ளர்கள் கொள்ளும் ஒரு லோட்டாவில் எங்களுக்குக் கருப்பட்டிக் காப்பி கொடுத்தார்கள். சிரமப்பட்டுக் குடித்தேன்.

"பெண்ணை அலங்காரம் பண்ணிக் கிட்டிருக்காங்க. வந்துடும்" என்று சொல்லப்பட்டது.

நான் இன்னொரு பச்சைக்கிளியை எதிர்பார்த்துக்கொண்டிருந்தேன். அப்பா, அந்தப் பெண்ணின் தந்தையைப் பார்த்து, ஆரம்பித்தார். "நான் காந்தியவாதிங்க... பொய் பேச மாட்டேன். என் பையன் இந்திரன் சந்திரன்னு..."

அப்பா இன்னொரு முறை கழுவேற்றினார். நான் இரண்டாம் முறையாக அகலிகை ஆகி கல்லாய்ச் சமைந்தேன். பெண்ணின் தந்தை அடிக்கடி என் பக்கம் திரும்பி, 'அட படுவா ராஸ்கல்... பொறுப்பற்ற பயலே... தெண்டத் தீனியே... உருப்படாத பயலே...' என்று கண்ணாலேயே சொல்லிக்கொண்டிருந்தார்.

அப்புறம் கிளி என் முன்னால் நிறுத்தப்பட்டது. நான் திடுக்கிட்டேன். நாங்கள் வீட்டுக்குள் வரும்போது எங்களுடன் நுழைந்த அதே சிறுமிதான் அவள். சட்டைப் போட்டுக்கொண்டிருந்த குழந்தைகளுக்குப் புடவை சுற்றி என் முன் நிறுத்தியிருந்தார்கள். அவசரம் அவசரமாக முகத்தில் பூசப்பட்ட பவுடர், வியர்வையில் திட்டுத் திட்டாய்த் தெரிந்தது. அதே எலிவால் ஜடை பள்ளிக்கூட வாசனையைக்கூட இன்னும் கழுவிக் கொள்ளவில்லை அவள். அந்தக் குழந்தையைப் பார்க்கப் பரிதாபமாய் இருந்தது.

நாங்கள் மீண்டும் எங்கள் ஊருக்குப் போகும் பேருந்தில் இருந்தோம். அப்பா சொன்னார்: "பொண்ணு குழந்தை மாதிரி இருக்கா. மத்தபடி ரொம்பக் களை..."

"அதனால என்ன அண்ணா... அண்ணி கைல சாப்பிட்டுச்சுன்னா நாலு மாசத்துல பொண்ணு உருண்டு திரண்டிடுவாள் என்றார் நாயுடு. தொடர்ந்து "அண்ணி கைராசி அப்படி ஆச்சே!" என்றார்.

"அது உள்ளது" என்றார் அப்பா.

"இன்னும் நாலு இடம் பார்ப்போம். அவனுக்கு எவ எங்கே பொறந்திருக்காளோ, தேடினாத்தானே கிடைக்கும்" என்றாள் அம்மா.

அப்பா என்னைப் பார்த்தார். நான் சொன்னேன்:

"அப்பா, அந்த ஐம்பது வேலி நிலத்தையும் கல்யாணத்தும்போதே எழுதிக் குடுத்துடுவாங்களா...?"

அப்பா என்னை ஒரு மாதிரியாகப் பார்த்தார்.

1986

அபஸ்வரம்

அப்பா இன்று கோர்ட்டுக்குப் போக வேண்டும்.

அப்பாவோடு என்னையும் போகச் சொன்னாள் அம்மா. எனக்கு அலுவலகம் இருந்தது. ஆனாலும் அப்பாவோடு வெளியே போவதை விட எனக்குச் சந்தோஷம் தருகிற காரியம் வேறு என்ன இருக்க முடியும்? நான் ஒப்புக்கொண்டேன். விடியலிலேயே எழுந்து, குளித்துத் தயாராகி விட்டேன்.

"கோர்ட்டுக்குப் பதினோரு மணிக்கு மேல் வந்தால்போதும்" என்று வக்கீல் சொல்லியனுப்பியிருந்தார்.

சரியாகப் பத்தரை மணிக்கு நாங்கள் புறப்பட்டோம். அப்பா வழக்கமான அந்தத் 'தொளதொள' கதர்ச் சட்டை, பளீர் வெள்ளை வேட்டியில் இருந்தார். அப்பா போடும் சட்டையில் ஒரு சுகந்தமாக, அலமாரி வாசனை நிலை பெற்றிருக்கும்.

வெயிலின்றி லேசாய் இருட்டிக்கொண்டிருந்தது மார்கழி மாதத்து வானம்.

"நேரம் இருக்கே. வெயிலும் இல்லை. நடந்தே போகலாமாப்பா...?" என்றார் அப்பா என்னைப் பார்த்து.

"சரிப்பா." என்றேன் நான்.

நாங்கள் தெருவில் இறங்கி நடந்தோம்.

அப்பாவுடன் நடப்பது, அப்பாவுடன் நடப்பது மாதிரி இருக்காது. ரொம்ப நாள் பழகின சிநேகிதனுடன் கடற்கரைக்குப் போவது மாதிரி இருக்கும்.

மணி பதினொன்றை நெருங்கிக்கொண்டிருந்தாலும், பனிக்காற்று இன்னும் இதமாகவே இருந்தது.

அப்பா கேட்டார்.

"கடைசியா என்ன சினிமாப்பா பார்த்தே...?"

சொன்னேன்.

"என்ன கதை.?"

இது ரொம்ப சிக்கலான நேரம் எனக்கு. அப்பாவுக்கு அங்குலம் அங்குலமாகக் கதை சொல்ல வேண்டும். அவனும் அவளும் சந்தித்தார்கள், கல்யாணம் பண்ணிக் கொள்ள வீட்டிலே தடை. கடைசியில் அவன் அல்லது அவள் செத்துப் போகிறார் என்றெல்லாம் சொல்ல முடியாது. "ரெண்டரை மணி நேர சினிமா, இவ்வளவுதானா?" என்பார்.

அப்பாவுடன் எதைப் பகிர்ந்து கொள்ள முடிந்தாலும் இந்தக் காதல் சமாசாரத்தை மட்டும் என்னால் பகிர்ந்து கொள்ள முடிவதில்லை. காதல் விவகாரம் இல்லாத தமிழ்ப் படம்தான் எது? நான் அப்பாவுக்கு என்று வெகு சாமர்த்தியமான என்னுடைய சினிமாக் கதை ஒன்றைச் சொன்னேன். பொய்யை அப்பா நிமிஷத்தில் கண்டுபிடித்து விட்டார்.

"அது சரிப்பா. அவ்வளவு சீக்கிரத்தில் அவங்க காதலை அவங்க வீட்டுல ஒப்புக்கிட்டாங்களா என்ன?"

"இல்லை. ரொம்ப கஷ்டப்பட்டுட்டாங்க அவங்க."

"அதானே... கஷ்டப்படறதா காட்டியிருந்தாத்தானே சினிமா. கஷ்டம் கொடுத்தாத்தானே பெற்றோர்கள்" என்றார்.

கொஞ்ச தூரம் அப்பா பேசாமல் வந்தார். பிறகு சொன்னார்:

"காதல் என்கிறதும், கல்யாணம் என்கிறதும் அந்தப் பிள்ளையும் பெண்ணும் சம்பந்தப்பட்ட அந்தரங்கமான விஷயம். அதுல இந்தப் பெரியவங்க புகுந்து குட்டையைக் குழப்பறதுதான் என்னால சகிச்சுக்க முடியலே..."

நான் இதில் அபிப்பிராயம் சொல்ல ஏதுமிலலை என்று தோன்றியது. சொன்னால் அதிகப்பிரசங்கித் தனமாய் ஆகக்கூடும் என்றும் அஞ்சினேன். காரணம், அது நான் பிரபாவதியிடம் காதல் வயப்பட்டிருந்த நேரம். அப்பா எனக்காகவும் இதைச் சொல்கிறாரோ என்று தோன்றியது.

கோர்ட்டில் வேறு ஏதோ ஒரு வழக்கு நடைபெற்றுக்கொண்டிருந்தது. அடுத்து, எங்கள் வழக்கு எடுத்துக் கொள்ளப்படும் என்று வக்கீல் சொல்லியிருந்தார். நானும் அப்பாவும் வராண்டாவில் நின்றுகொண்டிருந்தோம். நாங்கள் நின்ற இடத்திலிருந்து கடல் தெரிந்தது. அலைச் சத்தம் கேட்டது. மேகம் சூழ்ந்ததன் காரணமாகக் கடல் பழுப்பு நிறமுற்றிருந்தது.

அப்போதுதான் சுந்தரேச மாமா எங்களைக் கடந்து போனார். அப்பாவை கோர்ட்டுக்கு இழுத்த மனிதர். இன்றைக்கு இவரும் கோர்ட்டுக்கு வரவேண்டியிருக்கும் என்று நான் எதிர்பார்க்கவில்லை. அப்பாவைப் பார்த்ததும், தலையைக் குனிந்துகொண்டு வேகமாக எங்களைக் கடந்து போய்விட்டார். எனக்கு உடம்பின் இரத்தமெல்லாம் தலைக்கேறுவது மாதிரி இருந்தது.

அப்பா என் தோளைத் தட்டிச் சிரித்தார்.

'சாந்தம்... சாந்தம்...' என்று அந்தச் சிரிப்புக்கு அர்த்தம்.

அந்த நேரத்திலும் அப்பாவால் எப்படிச் சிரிக்க முடிகிறது என்று இருந்தது எனக்கு.

இந்த சுந்தரேச மாமாவை எனக்குச் சின்ன வயதிலிருந்தே தெரியும். அப்பாவுக்கு மிக நெருங்கிய நண்பர்களில் ஒருவர்... சொந்த ஊரில் கஷ்டப்பட்டு, பிழைக்க எங்கள் ஊருக்கு வந்தவர் அவர் என்று நான் அறிந்திருந்தேன். அப்பாதான் ஏதோ ஒரு சிறு தொகை கொடுத்து, ஒரு சிறு பெட்டிக் கடையும் வைத்துக் கொடுத்ததாக அம்மா எனக்குச் சொல்லியிருக்கிறாள். அம்மா வருத்தத்தோடுதான் இதைச் சொன்னாள். இப்படி அப்பா ஊர் பேர் தெரியாத பேர்வழிகளுக்கெல்லாம் பணத்தைத் தூக்கிக் கொடுத்து விடுகிறார் என்பது அம்மாவின் குற்றச்சாட்டு. சுந்தரேசன் அதிர்ஷ்டக்காரர் என்பார்கள். எனக்கு அதிர்ஷ்டத்தில் நம்பிக்கை இல்லை. அவர் திறமைசாலி. தொட்ட இடம் துலங்கியது அவருக்கு. வியாபாரம் ஆல்போல் தழைத்தது. இப்போது மார்க்கெட்டில் புகழுடன் இருக்கும் ஒரு பிஸ்கட்டை எங்கள் மாவட்டம் முழுமைக்குமாக ஏஜென்ஸி எடுத்தார் சுந்தரேசன். ஒரு பெருந்தொகை அந்த பிஸ்கட் கம்பெனிக்கு அவர் முன் பணம் கொடுக்க வேண்டி வந்தது. தன்னால் முடிந்த வரை பணம் புரட்டினார் அவர். மேலும் ஒரு லட்ச ரூபாய் அவருக்குத் தேவைப்பட்டது. இந்தக் கட்டத்தில்தான் அப்பாவை அணுகினார் சுந்தரேசன். யாரோ ஒரு சேட்டு கடன் கொடுக்கத் தயார் என்றும், அப்பா ஜாமீன் என்றும் அப்பாவிடம் சொல்லியிருக்கிறார்.

அப்பாவை, இந்த இடத்தில்தான் சிந்திக்க வேண்டியிருக்கிறது. அப்பா சொன்னாராம்.

"சுந்தரேசன். பணம் உன்னுடைய தேவை. சேட்டு உன்னை நம்பித்தான் பணம் தரணும். உன்னை நம்பாம, நான் கையெழுத்துப் போட்டாத்தான் தருவேன்னு சொன்னா, அது உனக்கு அவமானம் இல்லையா? நான் கையெழுத்துப் போடல்லேன்னா, அவர் தரமாட்டார், போட்டேன்னா சேட்டு நம்பாத ஓர் ஆள் என் சிநேகிதனா இருக்கிறார்னு ஆவுது. இத்தனைக்கும் உன் வீட்டை வெச்சுத்தான் பணம் கேக்கற... இப்போ அவ்வளவு பணம் என் கிட்டேயும் இல்லை. அதனால ஒண்ணு செய்வோம். நானே என் வீட்டை வெச்சு, என் பேரிலேயே கடன் வாங்கறேன். பசிக்கு உதவாத அன்னமும், சிரமத்துக்கு உதவாத சிநேகிதமும் பாழ்னு சொல்லுவாங்க..."

சுந்தரேசன் அப்பாவின் கையைப் பிடித்துக்கொண்டு, கண்களில் நீர் தாரை தாரையாக வழிய நின்றார் என்று அம்மா என்னிடம் சொல்லியிருக்கிறாள். "அம்மா அது காரணமாகவே என்னிடம் மூன்று முழு நாட்கள், பேசாமலேயே இருந்தாள்" என்று அப்பாவே கேலிக் குரலில் என்னிடம் சொல்லியிருந்தார்.

பிஸ்கட் ஏஜென்ஸி எடுத்து மேலும் செழித்தார் சுந்தரேசன். கடற்கரையை ஒட்டிய தெருவில், மிகப்பெரும் பங்களா கட்டிக்கொண்டார். வேன்களும், பல வண்ண மாருதிகளுமாய்ப் பொங்கினார். எங்கள் வீடு அடமானத்திலேயே இருந்தது.

சுந்தரேசன் கூண்டில் நின்றுகொண்டிருந்தார். எங்கள் வக்கீல் அவரை விசாரணை செய்துகொண்டிருந்தார்.

"வசந்த்லால் ஜெயின்கிட்டே உங்களுக்காகத்தானே அவர் பணம் வாங்கினார்?"

"இல்லை" என்றார் சுந்தரேசன்.

"அந்தப் பணம் ஒரு லட்சத்தையும் உங்களிடம்தானே அவர் கொடுத்தார்?"

"இல்லை" என்றார் மீண்டும் சுந்தரேசன்.

"நீங்கள் அவரிடம் பணம் வாங்கவே இல்லையா.?"

"இல்லை" என்றார் சுந்தரேசன்.

எனக்கு மயக்கமே வரும் போலிருந்தது. எல்லாவற்றின் மேலும் ஒரு கசப்பு கவிந்தது. அப்பாவைப் பார்த்தேன். நிதானமாகவே இருந்தார். முகத்தில் எந்தக் கலக்கமும் இல்லை. எங்கள் தலைக்கு மேலே ஃபேன் சுற்றிக்கொண்டிருந்தது. ஆனாலும் அப்பாவின் நெற்றித் திருநீறு கரைந்து காதுக்கு முன் வழிந்துகொண்டிருந்ததைப் பார்க்க முடிந்தது. நான் அப்பாவின் கையைப் பற்றிக்கொண்டேன். அப்பா என்னைத் திரும்பி பார்த்தார். என் கலங்கிய கண்களைப் பார்த்திருக்கக் கூடும். என் கையை லேசாகத் தட்டிக் கொடுத்தார்.

என் காதுக்குக் குனிந்து சொன்னார், "லட்சம் ரொம்ப சிறிசு. கொடுத்துடலாம்."

அப்பாவும் கூண்டில் ஏறினார். எங்கள் வக்கீலும், சேட்டின் வக்கீலும் அவரைக் கேள்வி மேல் கேள்விகள் கேட்டார்கள்.

அப்பா பதறாமல் நிதானமாக எல்லாவற்றுக்கும் பதில் சொன்னார். கடைசியாக நீதிபதியைப் பார்த்து அப்பா சொன்னார்.

"இன்னும் சரியாக முப்பது நாளில், வட்டியும் முதலுமாக சேட்டின் பணத்தைக் கொடுத்து விடுகிறேன்"

வெயில் சுள்ளென்று அடித்துக்கொண்டிருந்தது. நாங்கள் சைக்கிள் ரிக்ஷாவில் திரும்பிக்கொண்டிருந்தோம்.

இது இவ்வாறு முடியும் என்று உண்மையில் நான் எதிர்பார்க்கவில்லை. நான் அதிர்ந்து போயிருந்தேன்.

அப்பா சாதாரணமாகப் பேசிக்கொண்டு வந்தார்.

"நீ ஒன்றும் மனசை விட்டுடாதேப்பா. வாழ்க்கையில் இப்படித்தான் சிலது நடக்கும். இந்த வருஷம் பிரபாவதியை உனக்குக் கல்யாணம் பண்ணி வெச்சுடணும்னு இருந்தேன். அது கொஞ்சம் தள்ளிப் போகுமேன்னு இருக்கு..."

நான் அப்பாவின் கைகளைப் பற்றிக்கொண்டேன்.

அப்பா சொன்னார்: "துன்பம் வரும்போதுதான் நாம ரொம்ப தைரியமா இருக்கணும். நாம படிச்ச படிப்பு, அனுபவம் இதையெல்லாம் வெச்சுத் துன்பத்தை வெல்ல வழி பார்க்கணும். நீ ஒரு காரியம் பண்ணணும்..."

"சொல்லுங்கப்பா..."

"அம்மாகிட்டே எதையும் நீ சொல்லாதே. பக்குவமா நானே சொல்றேன்... பாவம், இதய நோய்க்காரி அவ. சரிதானா?"

"சரிப்பா"

"என்னை வீட்டுல விட்டுட்டு, நீ வேலைக்குப் போ..."

"சரிப்பா"

நான் ஏழு மணிக்குத்தான் வீடு திரும்பினேன். குளிக்க வேண்டும் போல் இருந்தது. உலகம் முழுதும் அழுக்கு அப்பிக்கொண்டிருக்கிறதே குளித்தேன்.

"சாப்பிடலாமா?" என்றார் அப்பா.

"உம்"

"உட்கார்"

அம்மா கூடத்தில் இலை போட்டாள். சரியாக அழைப்பு மணி ஒலித்தது. நான் எழுந்து போனேன். கதவைத் திறந்தேன். சரஸ்வதி மாமி நின்றிருந்தார். சுந்தரேசனின் மனைவி சரஸ்வதி மாமி. தெருவில் புதிய மாருதி. எப்போது வீட்டுக்குப் போனாலும் குடிக்க ஏதேனும் கொடுக்காமல் என்னை அனுப்பாத மாமி. சேட்டு விவகாரம் வரும் வரை, வாரத்துக்கு ஒரு முறையாவது எங்கள் வீட்டுக்கு ஏதேனும் பலகாரம் செய்துகொண்டு வந்து கொடுத்து அம்மாவிடமும் அப்பாவிடமும் என்னிடமும் பேசிக்கொண்டிருந்து விட்டுப் போவார்.

மாமி என்னைப் பார்த்து, "சௌக்கியமா?" என்றார் வழக்கமான மாமியின் முகம் வாடியிருந்தது. பத்து மைல் நடந்து வந்தது மாதிரி அதீதமாக களைப்பு மாமியின் முகத்தில்.

"இருக்கேன். உள்ளே வாங்க மாமி"

மாமியைப் பார்த்ததும் இலையிலிருந்து எழுந்த அப்பா, "வா, வா…" என்றார். அம்மாவைப் பார்த்து, "பங்கஜம் சரசுவுக்கும் ஒரு இலை போடு…" என்றார்.

அம்மா, ரொம்ப நாளைக்குப் பிறகு வீட்டுக்கு வந்திருந்த சரசுவைப் பார்த்தாள். உபசாரத்துக்கு "வா… உட்காரு…" என்றாள்.

"இருக்கட்டும்…" என்ற மாமி, அப்பாவைப் பார்த்து "அண்ணா! உங்களோடு கொஞ்சம் பேசணுமே…"

"சாப்பிட்டுட்டுப் பேசலாமே" என்றார் அப்பா.

"அப்புறமா சாப்பிடறேனே"

"சரி…" என்று சொல்லிவிட்டுத் தன் அறைக்குள் போனார் அப்பா. நானும் மாமியைத் தொடர்ந்தேன். அம்மா உள்ளே போய் விட்டாள். நாற்காலியில் உட்கார்ந்தார் மாமி. எதிரே அப்பா அமர்ந்தார். நான் சுவரில் சாய்ந்து நின்றுகொண்டேன்.

மாமி சட்டென்று தன் கழுத்தில் போட்டிருந்த பட்டை செயினைக் கழற்றி அப்பாவின் முன் டீபாயில் வைத்தார். பிறகு காதுக் கம்மலைக் கழற்றத் தொடங்கினார்.

"என்ன சரசு, என்ன இது?" என்றார் அப்பா.

"என் வீட்டுக்காரர் செய்த தப்பை அழிக்க என்னால இதுதான் அண்ணா செய்ய முடியும். எல்லாம் ஒரு முப்பது பவுன் தேறும். அது லட்சத்துக்குக் காணாது. அதோட, என் புருஷன் செய்த தப்புக்கும் ஈடாகாது. இது என் மனசு திருப்திக்குத்தான். என் பிள்ளைகட குட்டிகளுக்கு ஒரு தீங்கு

வரக்கூடாது. அண்ணா நீங்க வருத்தப்பட்டு, நாங்க வாழ முடியாது" என்றவர், தன் முந்தானையால் முகத்தை மூடிக்கொண்டு அழுதார்.

தாங்க முடியாத மனச்சுமையோடு மாமி வந்திருந்தார் என்று விளங்கியது.

மாமி அழுது ஓயட்டும் என்று அப்பா அமைதியாய் இருந்தார். பிறகு சொன்னார்.

"சரசு, நீ ரொம்ப நல்ல பொண்ணும்மா. முதல்ல நான் சொல்றதைச் செய். என் மேல உனக்கு உண்மையிலேயே மரியாதை இருந்தா, தயவு பண்ணி இந்த நகையை எடுத்துக் கழுத்திலே போடு..."

மாமி தயங்கி அப்பாவைப் பார்த்தார்.

"அண்ணா, அன்னக்காவடி மாதிரி இந்த ஊருக்கு நாங்க வந்தப்போ எங்களை ஆதரிச்சு இடம் கொடுத்து சோறு போட்டது நீங்க. இன்னிக்கு எங்க சொத்து சுகமெல்லாம் உங்களோடது. என் புருஷனை நினைச்சா எனக்கு அவமானமா இருக்கு..."

"அப்படியெல்லாம் சொல்லாதே. என்ன நடந்து போச்சுன்னு இப்படிப் பிரலாபிக்கிறே. ஏனோ ஒரு சின்ன..."

"பணத்துக்கு என்ன அண்ணா பண்ணுவீங்க?"

"கால்வாசிப் பணம் இருக்கு. நல்ல விலை படிஞ்சா வீட்டை வித்துடலாம்னு இருக்கேன். வரும்போது வீட்டைக் கால்ல கட்டியா கொண்டு வந்தோம். என்ன கொண்டு போகப் போறோம்?"

"வாழற வீட்டை விக்கணுமா அண்ணா, என் நகையை வித்தா என்ன...?"

"உன்கிட்டே எப்படிம்மா நான் நகையை வாங்க முடியும்? எனக்கென்ன உரிமை இருக்கு?"

"இது நீங்க கொடுத்த செல்வம் அண்ணா..."

"தப்பு. யாரும் யாருக்கும் கொடுத்துட முடியாதும்மா. முதல்ல நகையை எடு"

அப்பாவின் குரலில் இருந்த கண்டிப்பில் மாமி நகையை எடுத்துக் கழுத்தில் போட்டுக்கொண்டார்.

"ஒரு லட்சம் அண்ணா... ஒரு லட்சம்...! புருஷனுக்குப் பதிலா பொண்டாட்டி கடனை அடைக்கறது தப்பில்லையே..."

"புருஷன் இல்லேன்னா அடைக்கலாம்."

மாமி தலைகவிழ்ந்து இருந்து விட்டுச் சொன்னார்.

"என் புருஷனைப் பார்க்கவே எனக்கு அவமானமா இருக்கு. சே! இவரோட குடும்பம் நடத்த வேண்டியிருக்கேன்னு இருக்கு"

மாமி மீண்டும் கேவினார்.

அப்பா என்னைப் பார்த்தார்.

அவர் சொல்ல வந்தது, உணர்த்த நினைத்தது எனக்குப் புரிந்தது.

வெகு நேரம் மாமி பேசிக்கொண்டிருந்தார்.

பிரபஞ்சன் ★ 487

அப்பா கடைசி வரை நகையைப் பெற மறுத்து விட்டார். வெளியே வந்தோம்.

"பங்கஜம், சரசுக்கு இலை போடு…" என்றார் அப்பா, அம்மாவைப் பார்த்து. அப்பாவும் நானும் ஒரு வரிசையாகவும் சரசு எதிரிலும் அமர்ந்தோம்.

அம்மா சாதம் பரிமாறினாள்.

"நான் வரேண்ணா" என்றார் சரசு மாமி.

"செய்… அடிக்கடி வா. சுந்தரேசனையும் முடிஞ்சா வரச் சொல்லு. ஆமா, பிள்ளைகள்லாம் நல்லா இருக்கா? கடைக்குட்டி ஒழுங்கா பள்ளிக்கூடம் போறானா…? பள்ளிக்கூடம்னா வேம்பாக் கசக்குமே அவனுக்கு"

மாமி சிரித்துக்கொண்டார்.

நான் கார் கதவைத் திறந்தேன்.

டிரைவர் அப்பாவுக்கு வணக்கம் சொன்னார்.

மாமி என்ன நினைத்தாரோ, அப்பாவை நெருங்கிக் கேட்டார். "சத்தியமா உங்களுக்கு வருத்தம் இல்லையே அண்ணா?"

அப்பா ஒரு கணம் அமைதியாய் இருந்தார். பிறகு சொன்னார்:

"ஒரே ஒரு வருத்தம்மா"

"அண்ணா…"

"நல்ல சங்கீதத்துல ஒரு அபஸ்வரம் விழுந்துட்ட மாதிரி, எங்க சிநேகிதத்துல ஒரு சின்ன விரிசல் ஏற்பட்டிடுச்சேன்னுதான் வருத்தம். அதனால என்ன? இருட்டு வந்தா பகலும் வரும் தானே? சுந்தரேசனை நான் கேட்டதா சொல்லு" என்றார் அப்பா.

1987

அப்பாவுக்குத் தெரியும்

குளித்து விட்டு வந்த சங்கரனுக்கு ஓர் ஆச்சரியம் காத்திருந்தது.

மேஜை மேல் ஒரு சட்டையும், பேன்ட்டும் துவைத்து இஸ்திரி போட்டு வைக்கப்பட்டிருந்தது. சட்டை, வெள்ளைச் சட்டை. அவனோ, லாண்டரியோ எந்தக் காலத்திலும் தராத வெள்ளை நிறத்தில் துவைக்கப்பட்டிருந்தது அது. சோப்பும், உழைப்பும் மட்டுமா துவைப்பது? அக்கறையும் கூட வேண்டும்.

தன்மீது இவ்வளவு அக்கறையாக, தன் ஆடையை இவ்வளவு நேர்த்தியாகத் துவைத்து வைத்திருப்பது யாராய் இருக்க முடியும்?

இடுப்பில் கட்டியத் துண்டோடு வெளியே வந்தான் சங்கரன். அடுப்பறையை எட்டிப் பார்த்தான்.

"என்ன வேணும்?" என்றாள் அங்கு குக்கரிலிருந்து இட்லியை எடுத்து வைத்துக்கொண்டிருந்த சுமதி.

"அம்மா இல்லையா?"

"என்ன வேணும்? என்கிட்டே சொல்லுங்களேன்"

"என் சட்டையைத் தோய்ச்சது யார்?"

"நான்தான், ஏன் செய்யக்கூடாதா?"

"அதுக்கில்லை, ரொம்ப நல்லா இருந்துச்சு. எதுக்கு உனக்கு வீண் சிரமம்?"

"தேங்க்ஸ்" என்று ஒரே வார்த்தையில் அவனை வெட்டிக்கொண்டு, தன் காரியத்தையே கவனமாகத் தொடர்ந்தாள் சுமதி. ஆனால் மழைக்காற்று மாதிரி அவள் முகத்தில் நிறை பெற்றுப் போன குளிர்ச்சியான புன்னகையைக் கவனிக்கத் தவறவில்லை சங்கரன்.

உடுத்திக்கொண்டு சாப்பாட்டு மேஜையில் வந்து அமர்ந்தான் சங்கரன்.

அம்மாவைக் காணோம். ஆனால் சுமதிதான் வந்தாள். தட்டில் இட்லிகளை எடுத்து இட்டாள். குட்டி வெள்ளை மேகம் மாதிரி ஆவி பறந்தது, அவற்றின் மேல்.

"அம்மா எங்கே?"

"ஏன்? நான் போட்டால் சாப்பிடக்கூடாதா?"

"அம்மா எங்கேயாவது வெளியே போயிருக்காங்களா என்ன?"

"இல்லை, லேசாக மயக்கமாக இருக்கிறதாம். படுத்திருக்காங்க..."

"ஐயையோ, அந்த பாட்டில்லே..."

"பச்சை மாத்திரை ஒன்றும், வெள்ளையில் அரை மாத்திரையும் காபியோடு கொடுத்து படுக்க வச்சிருக்கேன். தூங்கி எழுந்தா எல்லாம் சரியாய் போயிடும்... நீங்க சாப்பிடுங்க"

"ரொம்ப தேங்க்ஸ் சுமதி"

"தேவையில்லை சாப்பிடுங்கள். உங்கள் 'ருசி' எனக்குத் தெரியாது. ரெண்டு நாள்தானே ஆச்சு. இன்னும் ஒரு நாள் 'டைம்' கொடுங்கள். உங்களுக்கு என்ன, எப்படி, எது பிடிக்கும்னு உங்களுக்குத் தெரியாததைக்கூட நான் சொல்வேன்"

"டிபன் உண்மையில் பிரமாதம்!"

"எனக்கு சினிமா விமர்சனம் தேவையில்லை. உறைப்பு, உப்பு, எல்லாம் சரியான விகிதத்தில் இருக்கா, அதைச் சொல்லுங்கள்"

"ஓ. கே..."

சர விளக்கு மாதிரித் தொங்கிக்கொண்டிருக்கும் தன் இரு சடைகளும், காற்றில் அசையும் ஊஞ்சல் சங்கிலி மாதிரி இருபுறமும் அசைய அவள் அடுப்பறைக்குச் சென்றாள்.

உண்டு முடித்து காலணி அணிய வந்தவன், அன்றைக்கு இரண்டாம் முறையாகத் திடுக்கிட்டான்.

அப்போதுதான் கடையில் வாங்கிய புத்தம் புது ஷூக்கள் மாதிரி பளபளத்துக் கண்ணாடி மாதிரி அவன் முகத்தைப் பிரதிபலித்தன, அவனது ஒன்றரை வயசான பழைய காலணிகள்.

"இதுவும் நீ தானா?"

'ஆம்' என்று சொல்லவில்லை அவள். மாறாக, "எப்படி இருக்கு?" என்றாள்.

"இதையெல்லாம் நீ எதுக்குச் செய்றே...?"

"ஏன்? நல்லாயில்லையா? பழக்கம் இல்லை. அதுதான், போகப் போகச் சரியாயிடும்."

"சூ... அதுக்கில்லை, 'இந்த' வேலை?"

"வேலையில் உயர்வு என்ன, தாழ்ச்சி என்ன? சரியாகச் செய்திருக்கிறேனா? அதைச் சொல்லுங்கள்"

ஒருகணம் அவளைத் தீர்க்கமாகப் பார்த்துவிட்டு வெளியேறினான் சங்கரன்.

அவளிடமிருந்து ஒரு பெருமூச்சு வெளிப்பட்டது.

இது — சுமதி, மாமா வீட்டுக்கு வந்த இரண்டாவது நாள். மாமாவைத் தவிர வேறு ஆதரவு இல்லை என்று அந்த வீட்டோடு வந்து ஒண்டிக்கொண்டவள் அவள். அம்மா படுக்கையாய்க் கிடந்து ஒரு மாலை வேளையில் சாகும்போது, தான் இனி ஓர் அனாதை என்று எண்ணினாள் அவள். அப்போது அருகில் இருந்த மாமா சொன்னார்: "சுமதி... உலகத்தில் உயிர் வாழ நேருகிற அந்தக் கடைசி மனுஷன்தான் அனாதை. உனக்கு நான் இருக்கிறேம்மா, என் தங்கை பெண் நீ. எனக்கு மகன் ஒருத்தன்தான். பெண் இல்லை. இனி நீயும் எனக்குப் பெண். வா என்னோடு"

அம்மாவின் காரியம் முடிந்த கையோடு மாமா வீட்டுக்கு வந்துவிட்டாள். அத்தை சுமதியைக் கட்டிக்கொண்டு அழுதாள். அத்தை மகன் சங்கரன், "ஐ ஆம் சாரி சுமதி" என்றான். எல்லோரும் ஆதரவாகத்தான் இருந்தார்கள். மனிதர்கள் அடிப்படையில் நல்லவர்கள்தானே? சுமதிக்குக் கூரை கிடைத்தது.

"வீட்டுக்குப் பின்னால் எவ்வளவு நிலம் காலியாகக் கிடந்தது. ஓர் அழகான தோட்டம் போடலாம்" மாமாவிடம் சொன்னாள்.

"போடேன்" என்றவர் சில கணங்கள் சும்மா இருந்தார். பிறகு சொன்னார்:

"இது வெறும் களர் நிலம் சுமதி. நீர் வார்த்து, மண்ணைப் பண்படுத்தி எரு விட்டு, எதை நீ விதைத்தாலும் நெருப்பு மாதிரி பற்றும். நீ புத்திசாலி. வீட்டை ஒழுங்குபடுத்திக் கொள்ள வேண்டியது உன் பொறுப்பு."

மாமா எப்போதும் இப்படித்தான் பேசுவார். ஒன்றுக்கொன்று சம்பந்தம் இல்லாதது மாதிரிப் பேசுவார். சம்பந்தம் இல்லை என்று சொல்லிவிடவும் முடியாது. யோசிக்க வேண்டும்.

"முயற்சி பண்றேன் மாமா"

"செய்"

கொஞ்சம் கீரைப் பாத்தி போட்டாள். கொஞ்சம் கனகாம்பரம், கொஞ்சம் பட்டு ரோஜாச் செடிகள், ஏன் ரோஜாப் பதியன்களைக்கூட நட்டு வைத்தாள். மாமா சந்தோஷமாக தூர நின்று அவளைக் கவனித்துக்கொண்டிருந்தார். அவர் மனசுக்குள் குதூகலம் குமிழி விட்டது. அது அவர் முகத்தில் வெளிப்பட்டது.

"விதைத்து விட்டாய்... செடி தானே வளரும் என்று நினைத்து விடக்கூடாது. வெகு ஜாக்கிரதையாகக் கவனிக்க வேண்டும்" என்று மாமா அவளைப் பார்த்துச் சொன்னார்.

"கவனிச்சுக்கறேன் மாமா."

"செய். உன்னால் முடியும்"

சங்கரன் ஒருநாள் தோட்டத்தைப் பார்த்துத் திடுக்கிட்டுத்தான் போனான். சுமதி வந்த பிறகு அவனுக்குத்தான் எத்தனைத் திடுக்கிடுதல். அங்கொன்றும் இங்கொன்றுமாக குத்துச் செடிகள் முளைத்திருந்த அந்தத் தோட்டத்துக்கு இவ்வளவு ஒழுங்கும், அழகும் எப்படி வந்தது என்று ஆச்சரியப்பட்டான். ஜமுக்காளம் விரித்திருந்த மாதிரி சின்னச் சின்ன கீரைப் பாத்திகள், ஒரு சாண் அளவுக்கு வளர்ந்து நிற்கிற பல்வேறு வகைப்பட்ட பூச்செடிகள்,

பற்றிப் படர முயற்சிக்கும் ஒரு முல்லைக் கொடி எல்லாம் அதன் அதன் இடத்தில் முளைத்து வந்துகொண்டிருந்தன.

"இப்போதுதான் எல்லாம் முளைக்கத் தொடங்கியிருக்கு" என்றார் மாமா, சங்கரனைப் பார்த்து.

"இந்த சுமதி வந்து எல்லாத்தையும் அடியோடு மாத்திட்டாப்பா"

மாமா திருப்தியுடன் சிரித்தார்.

"இன்னும் முழுசா இல்லை. இனி போக வேண்டிய தூரம் ரொம்ப இருக்கும்."

"ரொம்ப சாமர்த்தியக்காரிப்பா அவ"

"அதிலென்ன சந்தேகம்?"

"பாவம்! அதிர்ஷடக்கட்டை"

"இல்லை... கட்டையாக நாம் அனுமதிக்கலாமா என்ன? தவிரவும், அதிர்ஷடமாவது ஒன்றாவது, அவளை எவன் அடைகிறானோ அவன் அதிர்ஷடக்காரன்"

"நிச்சயமாக?" என்றான் சங்கரன்.

தோட்டம் மட்டும் இல்லை. அவன் அறையைக்கூட அவள் மாற்றியமைத்துத்தான் இருந்தாள்.

கறையும் அழுக்குமாக, ஒரு பக்கம் சுருண்டு கிடக்கும் அவனாலேயே சகிக்க முடியாத நாற்றம் மிகுந்த அவன் படுக்கை விரிப்பும், போர்வையும், மிகுந்த சோபை பெற்று விளங்கின. சுமதியால்தான், கால் வைக்கிற இடமெல்லாம் 'நறநற'க்கிற தரை மிகச் சுத்தமாகியது. ரஸம் போன மாதிரி இருந்த கண்ணாடி என்ன மாயமோ, பளிச்சிட்டது. மேஜை நகர சபைக் குப்பை வண்டி, இப்போதோ சீர் பெற்று விளங்கியது. புத்தகங்கள் ஒழுங்காக அடுக்கப்பட்டு, ரக வாரியாக அடுக்கப்பட்டிருந்தன. அழுக்குத் துணிப்பந்துகள் கண்ணில் விழுவது இல்லை.

ஏனோ அவளுக்கு நன்றி சொல்ல வேண்டும் எனத் தோன்றியது சங்கரனுக்கு. அழைத்தான்.

"என்ன?" என்றவாறு அறைக்குள் நுழைந்தாள் சுமதி.

"உன்னிடம் ஒன்று சொல்ல வேண்டும் போல் இருந்தது"

"சொல்லுங்களேன்"

அவள் கால் விரலால் தரையில் கோடு கிழித்தாள்.

"சொல்லுங்களேன்"

"ஒன்றுமில்லை உனக்கு நன்றி சொல்ல வேண்டும் என்று தோன்றியது"

"நன்றியா?"

"அவள் முகம் சுருங்கியது."

"நான் வர்றேன்" என்று சொல்லிவிட்டு மறைந்தாள் சுமதி.

செடிகள் நன்கு செழித்து வளர்ந்து விட்டிருந்தன. திட்டமிட்டு வளர்த்த ஒரு நந்தவனம் மாதிரி இருந்தது தோட்டம்.

அத்தைக்கு, சமையலுக்குக் கீரை கிடைப்பதில் மிகுந்த திருப்தி. சங்கரனுக்கு நண்பர்களை அழைத்து வந்து தோட்டத்தைக் காட்டுவதில் பெருமை. மாமாவுக்கு ஏதோ ஒன்று வளர்வதில் மகிழ்ச்சி.

அத்தை கீரையைப் பறித்துக்கொண்டே சங்கரனிடம் சொன்னாள். சுமதி மாடியில் வற்றல் பரப்பிக்கொண்டிருந்தாள்.

“என்ன கையிடா இது! எதைத் தொட்டாலும் துலங்குது. எதை வச்சாலும் விளங்குது. மரம் நட்டா தோப்பா விளையுது. வாழை வச்சா கனியாப் பழுக்குது. உடம்புக்குள்ளே எத்தனை பலம்! மனசுக்குள்ளே எத்தனை அழகு. சங்கரா நான் ஒன்று சொல்வேன், கேட்பியா?”

“சொல்லும்மா”

அம்மா சொன்னது சங்கரனுக்குப் பிடித்துத்தான் இருந்தது.

“நீயே அவகிட்ட பேசு. முன்னாலே அப்பாகிட்டே கேள்”

கேட்டான்.

அவர் சொன்னார்:

“கேள், அதில் தப்பில்லை. ஆனால் ஒன்று, அப்பா அம்மா இல்லாதவள். நம்மையே அண்டியிருக்கிறவ. அதை நினைக்க வைக்கிற மாதிரி நீ பேசிடப்படாது. நீ எப்படியோ, அது மாதிரிதான் எனக்கு அவ. ஏன், உன்னைக் காட்டிலும் அவ எனக்கு உசத்தி. ஜாக்கிரதை” என்றார் கறாராக.

“எனக்குத் தெரியாதாப்பா” என்றான் சங்கரன்.

பட்டுத் துணியைத் தொட்டுப் பார்ப்பது மாதிரிதான் சங்கரன், சுமதியுடன் பேசினான். ஆனால் அவனையறியாமல் அவனாலேயே ஒரு பிளவு ஏற்பட்டு விட்டது.

“நான் உன்னை விரும்பக் காரணம்”

“காரணம்?”

அவன் யோசித்து விட்டுச் சொன்னான்.

“இந்த வீடு உன்னால அழகு பெற்றுச்சு. இந்த வீட்டை உருத் தெரியாம மாற்றி அமைச்சுட்டே. என் அறைக்கு இவ்வளவு அழகு இருக்கிறது எனக்கே தெரியாமல் இத்தனை நாள் இருந்துச்சு. இந்தத் தோட்டம் எல்லாமே மாறிடுச்சே. நீ எனக்கு மனைவியா வந்தா, என் வாழ்க்கையும் இந்த வீடு மாதிரியே பிரகாசிக்கும்”

அவள் யோசித்துக்கொண்டே நின்றாள்.

“என்ன யோசனை?”

“வேண்டாம். உனக்கு என்னைக் காட்டிலும் நல்ல மனைவி கிடைப்பா”

சுமதி போய் விட்டாள்.

சுமதி தோட்டத்தில் செடிகளுக்கிடையே ஒரு செடியாய் இருந்தபோது மாமா சொன்னார்:

"சுமதி, சங்கரனை மறுத்திட்டியாமே? அதுக்கு உனக்கு சுதந்திரம் இருக்கு. மனசுக்குப் புடிக்கலைன்னா, அப்புறம் என்ன விவாகம்...? ஆனா, அதுக்கு ஏதேனும் குறிப்பிட்ட காரணம் ஏதானும் இருக்காம்மா? சொல்லலாம்னு நினைச்சா சொல்லு?"

அவள் சொன்னாள்:

"மாமா, அவர் இந்த வீட்டையும் தோட்டத்தையும் ஒழுங்கு படுத்தினவளைத்தான் பார்த்தார். அவளைத்தான் கட்டிப்பேன்னு நினைச்சாரு மாமா. என்னை அவரு பார்க்கவில்லையே..."

மாமா மரத்துப் போய் நின்றிருந்தார். பிறகு சொன்னார்:

"சரி விடு. செடிகள்தாம் இன்னும் ஆழமா வேர் பிடிக்கலைபோல இருக்கே. கவனி"

"சரி மாமா" என்றாள் சுமதி.

1987

தோழமை என்பது

"**சதீஷ்**! இவர்தான் மிஸ்டர் ராயர். இந்த கம்பெனியின் தூண்களில் ஒருவர் என்று அறிந்துக் கொள்ளுங்கள். என் அப்பா காலத்தில் வந்தார். முப்பத்தெட்டு வருஷங்களாக இந்த ஸ்தாபனத்துக்காக உழைத்திருக்கிறார். அதனால், களைத்தும் இருக்கிறார். இவர் உதவிக்காகத்தான் நீங்கள் வந்திருக்கிறீர்கள். ராயரின் சுமையைச் சரி பாதியாக நீங்கள் பகிர்ந்து கொள்ளுங்கள். மிஸ்டர் ராயர், உங்களுக்கு நிகரான பதவியில் இந்த இளைஞர் சதீஷை நியமனம் செய்திருக்கிறேன். இவருக்கு நம் வியாபார விஷயங்களை விளக்குங்கள். நீங்கள் ஓய்வு பெற்றால், உங்கள் இடத்தில் இருந்து பணி செய்யப் போகிறவர் சதீஷ். அதற்குத் தக இவரைத் தயாரிக்க வேண்டியது உங்கள் கடமை. சரிதானா?" என்றார். தமிழகத் தலைநகரில், இதயம் போன்று இருப்பதான மலைச் சாலையில், பன்னிரண்டு அடுக்குச் சொந்தக் கட்டடத்தில், ஆண்டுக்குப் பல கோடி ரூபாய் வரவு செலவு செய்யும் ஸ்தாபனத்தின் எம். டி. கிருஷ்ணகுமார்.

ராயர் எழுந்து நின்று தன் முதலாளியைப் பார்த்துப் பணிவாக, "ஹோ... ஷ்யூர்" என்றவர், சதீஷின் கைகளைப் பற்றிக்கொண்டு, "உங்களுக்கு நல்வரவு" என்றார். கிருஷ்ணகுமார் நகர்ந்து வெளியே சென்றதும், "உட்கார்ந்து கொள்ளுங்கள் மிஸ்டர் சதீஷ்" என்றும் உபசரித்தார்.

சதீஷ், ராயரின் முன் அமர்ந்தான். சலவை வேஷ்டி மாதிரி இருந்தது ராயரின் சற்றே மிகுந்திருந்த தலை முடியும், மீசையும். ஒரு சின்ன தண்ணீர்க் குடத்தைச் சட்டைக்குள் வைத்து மூடி வைத்தாற் போன்ற வயிறும், வீங்கிய கண்களுமாய் இருந்தார்.

"உங்களுக்கு என்ன வயசு மிஸ்டர் சதீஷ்" என்றார் ராயர்.

"இருபத்து ஏழு சார்"

"எனக்கு ஐம்பத்து எட்டு சரியாக என் இருபது வயசில், இந்த ஸ்தாபனத்தில் நுழைந்தேன். கல்யாணம்

பண்ணிக்கொண்டேன். மூன்று பெண்களைப் பெற்றேன். படிக்க வைத்தேன். நல்ல இடமாகப் பார்த்துக் கட்டிக் கொடுத்தேன். பேரன், பேத்திகள் எடுத்தேன். எம். டி சொன்னதும்தான் தெரிகிறது. எனக்கும் ஓலை கிழியப் போகும் நேரம் வந்துவிட்டதென்று. துளிர்கள் வந்தால், சருகுகள் கழண்டு விழ வேண்டியது நியாயம்தானே...” என்றார் கசப்பும், நிராதரவும் தொனிக்கும் குரலில்.

ஒரு வயதான மனிதர், சந்தித்த சில நிமிஷங்களுக்குள் தன்னிடம் இவ்வாறு பேசியது மிகச் சங்கடமாக இருந்தது சதீஷுக்கு.

“நீங்கள் அப்படியெல்லாம் நினைக்க வேண்டிய அவசியம் இல்லை.”

“நான் எப்படியெல்லாம் நினைப்பதாக நீங்கள் தெரிந்துகொண்டீர்கள்?”

“அதாவது, நான் வந்து விட்டதால் உங்கள் உத்தியோகத்துல பழுது வந்துவிடும் என்று நினைப்பதாகத் தெரிகிறது. அது தேவையில்லை என்று சொல்ல வந்தேன். இந்த ஸ்தாபனம் உங்களை வேலையை விட்டு அனுப்பாது. நீங்களே விரும்பிப் போகாதவரை”

“எப்படிச் சொல்கிறீர்கள்?”

“பழம் பெரும் ஸ்தாபனங்கள் சில நியதிகளை வைத்திருக்கும். அவற்றை அவை பொதுவாக மீறுவதில்லை. அது மாத்திரமில்லாமல், எம். டி. தங்களை எனக்கு அறிமுகப்படுத்துகையில், தங்கள் மேல் அவருக்கு இருந்த ஈடுபாடும் புரிந்தது. மேலும், என்னைத் தங்களுக்கு அவர் அறிமுகப்படுத்தினார் என்பதைக் காட்டிலும், தாங்கள் யார், தங்கள் தகுதி என்ன, நான் எவ்வாறு தங்களுடன் பழக வேண்டும் என்று அவர் எதிர்பார்க்கிறார் என்பதை எனக்கு விளக்கினார் என்றே நான் எடுத்துக்கொண்டேன்”

ராயர், சதீஷைப் பார்த்துப் புன்னகைத்து, “நீங்கள் புத்திசாலி” என்றார்.

மிகப் பெரும் நிறுவனத்தில் சதீஷுக்குப் பணி கிடைத்ததில் அவன் நண்பர்களுக்கு மகிழ்ச்சி. அவனுக்கும்தான். அதை அவன் தக்க வைத்துக் கொள்ள வேண்டும். கொள்வதென்றால், அந்த நிறுவனத்துக்கு அவன் அத்தியாவசியமானவன் என்பதை அதன் முதலாளி உணரும்படிச் செய்ய வேண்டும். அதனினும் முக்கியமானது, அவனுக்கு உத்தியோக பூர்வமாகச் சமமானவர்தான் எனினும், தன்னிலும் பல்லாண்டுகள் அனுபவம் கொண்டவராகிய ராயரின் அன்பையும் ஆதரவையும் சம்பாதிக்க வேண்டும் என்பதை உணர்ந்தான். ஏனெனில், இரண்டு ஊழியர்களுக்குள் பிணக்கு ஏற்படுகையில், நிர்வாகம் திறமைசாலிகளை அல்ல, மிக நீண்ட காலம் தன் நிறுவனத்துக்கு உழைத்தவரையே சார்ந்தும், ஆதரித்தும் நிற்கும் என்கிற பால பாடத்தையும் அவன் நன்கு அறிவான்.

பழைமையின்மீது மனிதர்க்கு எப்போதும் மரியாதை. இது ஆயிரம் வருஷத்துக் கல் என்றால், மனிதர் அதைக் கும்பிடவும் தயார். அந்த நிறுவனம் ஏழாவது மாடியில் இயங்கியது. சினிமா தியேட்டர்களுக்கே உரிய, பரந்த அகலமான அதன் வாயிலில் இருந்தே, இரண்டு அங்குலம் பருமனான கார்பெட் விரிப்பு தொடங்கி விடுகிறது. இளம் பச்சை வண்ணத்தில் திண்டு திண்டான சோபாக்கள், காற்றில் பரவிய சுகந்த மணம், சலவை செய்யப்பட்டத் துணி மாதிரி மனிதர்கள் நிறைந்த அந்த நிறுவனத்தில், ராயர்

போன்றவர்களும் ஓர் அலங்காரப் பொருள்தான். "எங்கள் நிறுவனத்தின் மிகப் பழைய ஊழியர்" என்று ராயர் போன்றவர்களைத் தன் நண்பர்களுக்கு அறிமுகப்படுத்தி, எம்.டி. மகிழ்ந்து கொள்ள ஒரு சரித்திர நினைவுச் சின்னம். ராயர், வளர்ந்து வரும் வியாபார புது உத்திகளுக்கேற்ப சிந்திக்கக் கூடியவர் அல்லர் என்பதை நிறுவனம் அறியும். எனினும் ராயர்களும் அதற்கு வேண்டும்தான்.

ஆகவே, சதீஷ் மிகக் கூர்மையாக, விழிப்பாகச் செயல்பட வேண்டியிருந்தது.

"நம். எம். டி. இப்படிச் செய்திருக்கக்கூடாது..." என்றார் ராயர். சதீஷிடம்.

"எதைச் சொல்கிறீர்கள்?"

"திடுதிப்பென்று நமக்குச் சம்பந்தமில்லாத, இந்த சைக்கிள் டயர் விற்பனைப் பொறுப்பை எதற்கு எடுத்துக் கொள்வது.? நாம் உணவுப் பொருள்களை விற்பவர்கள். நமக்கு என்னத்துக்கு டயரும், டியூபும்? இது மார்க்கெட் பிடிக்க எவ்வளவு காலம் ஆகும்? இதனால் நமக்கு ஏற்பட இருக்கும் பொருள் நஷ்டம்? அனுபவம் இல்லாதவராக இருக்கிறார். இவர் அப்பா இப்படியெல்லாம் செய்வதில்லை. எப்போதும் என்னைக் கலந்து ஆலோசித்துத்தான் செய்வார்..."

ராயரின் ஆதங்கம் சதீஷுக்குப் புரிந்தது. அவர் கவலை தெரியாத துறையில் எம். டி.க்கு ஏற்படும் நஷ்டம் இல்லை, தான் கலக்கப்படாமல் அவர் முடிவெடுத்ததே என்பதை சதீஷ் உணர்ந்தான்.

"தெரிந்தோ, தெரியாமலோ எடுத்துவிட்டார். அனுபவம் மிக்கத் தங்களைப் போன்றவர்கள் இருக்கிறார்கள் என்கிற நம்பிக்கையாலேதான் சார்! சிந்திப்போம். கடுமையாக உழைப்போம். வெற்றி நம் கதவைத் தட்டாமலா போய்விடும்!"

"உனக்கு நம்பிக்கை இருக்கிறதா?"

"இருக்கிறது"

"நீ பொறுப்பை எடுத்துக் கொள்கிறாயா?"

"எடுத்துக் கொள்கிறேன் சார்."

"விஷ் யூ ஆல் தி பெஸ்ட்"

"மிக்க நன்றி சார்."

சதீஷ் மகிழ்ந்தான். தனக்குச் சுயேச்சையாகப் பொறுப்பளிக்கப்பட்டிருக்கிறது என்பதனால் மட்டும் அல்ல! ராயருக்குத் தன்மேல் ஏற்பட்டுள்ள நம்பிக்கைகாக மற்றும் நெருக்கத்துக்காக. நெருக்கத்தின் அடையாளமாகத் தானே, தன்னை நீங்கள் என்பவர் நீ என்றது?

"என்ன சொல்கிறார் ராயர்? இந்த என் முயற்சி முட்டாள்தனம் என்கிறாரா?" என்றார் எம். டி.

"அப்படிச் சொல்லவில்லை சார். மார்க்கெட் பிடிப்பது சற்று சிரமமாக இருக்கும் என்கிறார்."

"அதனால்தான் டயர் ஃபைலை உங்களிடம் தள்ளி விட்டாரா?"

"அவரும் மிகுந்த உதவியாகத்தான் இருக்கிறார் சார்?"

"உதவியாகவா?" என்றார் எம். டி. ஆச்சர்யத்துடன் தொடர்ந்து.

"உங்களை அவர் ஏற்றுக்கொண்டார் என்று சொல்லுங்கள்" என்றார்.

"நிச்சயமாய்"

"எனக்குக் கவலை விட்டது. ராயர் முரண்டு பிடிப்பார் என்று எதிர்பார்த்தேன். தனி ஒருவராக அதிகாரம் செலுத்தியவர், பங்கு கொள்ள வந்திருக்கும் உங்களை ஏற்பாரோ என்று சந்தேகித்தேன்."

"எங்களுக்குள் ஒரு பிரச்சினையும் இல்லை சார்"

"நல்லது. நிறுவனத்துக்கு அறிவுபூர்வமாக அவரால் ஒரு உதவியும் இல்லை. புதுமையாகச் சிந்திக்க அவரால் முடியவில்லை. நீங்கள்தான் அந்த வகையில் அந்த வெற்றிடத்தை நிரப்ப வேண்டும்."

"அப்படியும் இல்லை சார். டயர் விளம்பரம் குறித்த அந்த முக்கிய அம்சத்தைச் சொன்னவர் அவர்தான்"

"எதைச் சொல்கிறீர்கள்?"

"நம் இந்திய கிராமத்து இளைஞர்கள், சைக்கிளை ஒரு சிறு லாரியைப்போல, பொருள்களைச் சுமந்து செல்லவும், 'டபிள்ஸ்' ஏற்றிக்கொண்டு பக்கத்து ஊருக்குப் போகவும்தான் பயன்படுத்துகிறார்கள் என்கிற அம்சத்தைச் சொன்னவர் அவர்தான். அதன் அடிப்படையில்தான், 'எவ்வளவு கனத்தையும் தாங்கும் டயர் இது' என்று விளம்பரம் கொடுத்தோம். 'மார்க்கட்'டையும் பிடித்தோம்"

"ரியலி?"

"ஆம் சார்."

"ராயர் இன்னும் அணைந்து போகாமல்தான் இருக்கிறார் என்று சொல்லுங்கள்" என்றார் எம். டி. மகிழ்ச்சியுடன்.

எம். டி அறையிலிருந்து திரும்பிய சதீஷைப் பிடித்துக்கொண்டார் ராயர்.

"என்ன சொல்றார்?"

"சும்மா, விற்பனைப் புள்ளிகளைப் பார்வையிட்டார்."

"வேறே ஒண்ணும் சொல்லலையா?"

"இல்லையே சார்."

"பார் இதுவே, இவன் அப்பனாக இருந்தால், உன்னைத் தலைக்கு மேல் தூக்கி உக்கார்த்தி வச்சுக்குவான் இந்த நேரம். புது வியாபாரம் ஆறே மாசத்துல டயர் சக்கை போடு போடுது. வாயைத் திறந்து உன்னை அவன் பாராட்ட வேண்டுமா? வேண்டாமா? சுத்த சின்னப் பயல்."

ராயர் சொல்லி முடிக்குமுன் எம். டி.யின் அட்டெண்டர் தோன்றி, எம்.டி. ராயரை அழைப்பதாக அறிவித்தான்.

கடற்கரையைப் பார்த்திருக்கும் ஹோட்டலில் அமர்ந்திருந்தார்கள் ராயரும் சதீஷூம். மொட்டை மாடிப் பூங்காவையும், மங்கிய வெளிச்சத்தையும்,

சற்றே மென்மையுடன் மிதந்து வரும் சங்கீதத்தையும் ரசித்தவாறு இருந்தான் சதீஷ். ராயர், கன்னத்தில் கை வைத்துக் கொண்டு கடலையே பார்த்துக்கொண்டிருந்தார். திடுமென சதீஷைப் பார்த்துச் சொன்னார்.

"என்னை இப்படி சின்னப் பையனா, அடிச்சுட்டியே சதீஷ். ஐம்பத்தொன்பது கிழவனை, உனக்கு முன்னாலே அரை டவுசர் பையனா, குறுக வச்சுட்டையே..."

"என்ன சார் சொல்றீங்க?"

"அதுதான், எம். டி. கிட்டே, உன் யோசனைகளையெல்லாம் உன் உழைப்பையெல்லாம் எம் மேல போட்டுட்டு, உன் கழுத்துக்கு வர்ற மாலையை என் தோளுக்கு மாத்தினியே, அதைத்தான் சொல்றேன்"

"ஏன், நீங்களும் தானே எனக்கு 'ஹெல்ப்' பண்ணீங்க?"

"எப்படி வந்ததுப்பா, உனக்கு இந்தப் பெரிய மனசு? எங்கே படிச்ச இதை? ஒவ்வொருத்தனும் யார, யாருடையதையோ தன்னோடதுன்னு சொல்லிட்டுக் 'கிரீடம்' சூட்டிக்கிட்டு திரியறான். நீ என்னடான்னா... எப்படி... எப்படி இது பண்ணணும்னு தோணிச்சு. இந்தக் கெழவனுக்குக் கடைசி காலத்திலே ஒரு மரியாதையைத் தேடிக் கொடுத்திட்டையே"

"சும்மா இருங்க சார். என்ன சாப்பிடலாமா?"

"இன்னைக்கு என் செலவுதான். ஸ்வீட், காரம், காபி எல்லாம். பில்லைக் கொடுப்பேன் என்றாயோ, உதைதான் வாங்குவே..."

"என்னை உதைக்கலாம் சார். பெரியவர் உதைத்தால் பெருமாள் உதைத்தது மாதிரியில்லையா?"

ராயர் சிரிக்கும் பெருஞ்சத்தத்தைக் கேட்டு, பக்கத்து மேசையில் இருந்தவர்கள் எல்லாம் திரும்பிப் பார்த்தார்கள்.

1987

பங்காளிகள்

சிட்டுக் குருவி, பட்டு ரோஜா — இவை இரண்டினில் எதை ஆதரிப்பது எதை நிராகரிப்பது என்பது எனக்கு ஒரு பிரச்சினையாயிற்று.

ஒரு சிட்டுக்குருவியின் உயிருக்கும், ஒரு பட்டு ரோஜாவின் உயிருக்கும் ஒரு மனிதனாகிய என் உயிருக்கும் அடிப்படையில் ஏதேனும் வித்தியாசம் இருக்கிறதா? இல்லை. நாங்கள் மூவருமே பூமியின் சம பங்காளிகள். இது எனக்குத் தெரிகிறது. ஆனால் அந்தச் சிட்டுக் குருவிக்கு இது தெரியவில்லையே. அனாவசியமாக ஒரு பாவமும் அறியாத பட்டு ரோஜாக்களை அது கொன்று போட்டுக்கொண்டிருந்தது.

மரங்கள் அடர்ந்த இந்தப் பகுதிக்கு நாங்கள் சமீபத்தில்தான் குடி வந்தோம். சின்ன டைரி மாதிரி அடக்கமான வீடு. எனக்கும் சுமதிக்கும் இரண்டு குழந்தைகளுக்கும் இது அரண்மனை. வைகறையில், ஜன்னல்களின் குறுக்குக் கட்டைகளிலும் சிமென்ட் மறைப்பு மேலும் அமர்ந்து காக்கைகளும், சிட்டுக் குருவிகளுமே எங்களை வாடிக்கையாகத் துயில் எழுப்பும். கடூரமான கார், பஸ், லாரி ஹாரன்களைக் கேட்டுக் கேட்டு புண்பட்டக் காதுகளுக்குப் பறவை இரைச்சல் இதமான வெந்நீர் ஒத்தடம்.

அடுப்புப் பலகாரம் பெரும்பாலும் எங்கள் வீட்டில் இட்டிலியாகத்தான் இருக்கும். இட்டிலி மாவில் தோசைகூடச் சுடலாம் என்று ஒரு வித்தியாசம். தேவை கருதிப் பெரியோர்கள் வகுத்திருக்கிறார்கள். விதவிதமான ருசியை அவாவுதல்தானே மனித இயற்கை. ஆனால் சுமதிக்கு ஏனோ தோசை வார்ப்பது சங்கடம் தருகிற காரியம். "இன்னைக்கு தோசை பண்ணக்கூடாதா?" என்று நான் கேட்டு விட்டேன் என்றால் போச்சு. ஏதோ பாவ காரியத்தைச் செய்யச் சொன்னது போல் அவள் திடுக்கிட்டுப் போய் விடுவாள்.

பரபரவென்று இரண்டு ஈடு இட்டிலியை சைபர் சைபராகச் சுட்டு இறக்கி வைத்து விட்ட பிறகுதான் அவளுக்கு அந்தக் காலைப் பொழுது ரம்மியமாகும்.

ஒரு மந்தகாசம் அவள் முகத்தில் தவழும். சுட்டு முடித்த பிறகு முதல் இட்டிலியை துண்டுத் துண்டாய் பிய்த்துக் காக்கைக்குப் போடுவாள். பசித்துக் காத்துக்கொண்டிருக்கும் அந்த ஜீவன்கள் இட்டிலியைத் தின்று பசியாறித் திருப்தியுடன் அகலும். அப்புறம் சிட்டுக்குருவிகள் தயங்கித் தயங்கி வந்து சாய்வாகத் தலையைச் சாய்த்து அவளைப் பார்க்கும். அவற்றுக்கு என்று ராத்திரியே எடுத்து வைத்த பழைய சோற்றில் ஒரு கைப்பிடி எடுத்து இறைப்பாள். அவை கொத்திக்கொண்டு ஓடும்.

"ஏங்க"

"என்ன?"

"டிரான்சிஸ்டர் வாங்கி வந்தீங்களே ஓர் அட்டைப் பெட்டியில் போட்டு, அந்தப் பெட்டி பரண்ல இருக்கு. கொஞ்சம் எடுத்துக் கொடுக்கறீங்களா?"

"எதுக்கு இப்போ அது?"

"பாவம் அந்தச் சிட்டுங்க, சுத்திச் சுத்தி வருது. நேத்தெல்லாம் எங்க எங்க இருந்தோ சணல், காய்ந்த புல்லு, செத்தை, குச்சின்னு எதை எதையோ பொறுக்கிட்டு வந்து பரண்ல சேர்த்து வைக்குதுங்க. நாமே அதுங்களுக்கு ஒரு கூண்டு செஞ்சு கொடுத்துட்டா என்ன? அதுக்குத்தான்"

ஸ்டுலைப் போட்டு நான் மேலே ஏறிப் பார்க்க வேண்டும். "இங்க வந்து என் பக்கத்திலே நில்லு."

"எதுக்கு."

"உன் தோளைப் பிடுச்சிட்டுத்தான் ஸ்டுல்ல நிக்கணும். வழுக்கி விட்டுடும்பா"

"ஐய... சீ...!"

அவளுக்கு ஓரே வெட்கம்.

"உன்னை லவ் பண்ணக் கூப்பிடல்லேம்மா, கொஞ்சம் ஒத்தாசை பண்ணத்தான்."

பரணில், இப்போதைக்குத் தேவையில்லை என்று போட்டு வைத்திருந்த என் ஷுக்கள், சிட்டுக்களுக்குக் கூண்டாகி இருந்தன. ஷுக்களின் உள்ளே நிறையப் புற்கள், குச்சிகள் என்று குவிந்திருந்தன.

எனக்குப் பக்கென்றது. நூற்று ஐம்பது ரூபாய் ஷுக்கள்.

"பரவாயில்லை, அப்புறமா எடுத்துக்கலாம்" என்றாள் சுமதி.

"செருப்பு இன்னிக்கோ நாளைக்கோன்னு இருக்கு சுமதி. ஷுவை எடுக்கலாமா?"

"உஸ்... அதைத் தொடாதீங்க அதுங்க பயந்துடும்."

நான் அவற்றைத் தொந்தரவு செய்துவிடக்கூடாது என்கிற முன் ஜாக்கிரதையோடு, அந்த அட்டைப் பெட்டியை எடுத்தேன். அப்படியும் அரவம் கேட்டு, ஒரு சிட்டு சிடுக்கென்று என் காதோரம் பறந்து போய், ஜன்னல் கட்டையில் உட்கார்ந்து என்னைப் பார்த்தது.

அதற்குக் கோபம் வந்திருக்கக் கூடும். நியாயம்தானே. நம் வீட்டிற்குள் அந்நியன் அனுமதியின்றி வந்தால் நமக்குக் கோபம் வராதா?

அந்த அட்டைப் பெட்டியில் ஒரு பழைய ஒற்றை ரூபாய் அளவுக்குத் துளை செய்து, பாத்ரூமுக்கு எதிரில் பத்திரமாய் இருக்க வைத்தோம்.

சிட்டுகள் தங்கள் இருப்பிடத்தை அட்டைப் பெட்டிக்கு மாற்றிக்கொண்டன. அந்தச் சில நாட்கள் அவற்றின் இயக்கத்தை நான் கவனித்தேன்.

அடடா! ஆணும் பெண்ணுமாக அந்த ஜோடி தங்கள் வீட்டைத் தயார் பண்ணிக் கொள்ளும் சுறுசுறுப்பும், நேர்த்தியும் தங்கள் வீட்டுக்குள் வர இருக்கும் புதிய வரவுக்காக, தங்கள் குழந்தைகளுக்காக, அந்தப் பெற்றோர்கள் எடுத்துக் கொள்ளும் தாய்மை நலம் கனியும் அந்த அன்பு சுரக்கும் நெஞ்சங்கள் என்னை மிகவும் கிளர்த்தின. இவை உயிர் சுழற்சியின் உன்னதமான வெளிப்பாடு. சிட்டுகளே! உங்களுக்கு இதைக் கற்றுக் கொடுப்பது யார்? இந்த உள் உணர்ச்சியைத் தூண்டியது எது?

அவை சாப்பிட்டனவா? ஓய்வு எடுத்துக்கொண்டனவா? தெரியவில்லை. ஓய்வு ஒழிச்சல் இல்லாமல், தங்கள் சின்னஞ்சிறிய வாய்களில் ஏதேனும் புற்களை, குச்சிகளைக் கவ்விக்கொண்டு வருவதும் அட்டைப் பெட்டிக்குள் விட்டுச் செல்வதுமாக இருந்தன. 'கீக் கீச்'சென்று கத்திக்கொண்டே இருக்கும் சத்தம் இடையறாது கேட்டுக்கொண்டே இருந்தது.

விடுமுறை வந்தது. விடுமுறை என்றதும் குழந்தைகளுக்குத் தாத்தா வீடுதானே ஞாபகத்துக்கு வரும்? எங்கள் குழந்தைகளையும் தாத்தா வீட்டில் விட்டு வர நாங்கள் போயிருந்தோம். வரும்போது சுமதி, ரொம்ப நாளாகச் சொல்லிக்கொண்டிருந்த பட்டு ரோஜாச் செடியும், துளசிச் செடியும்கொண்டு வந்திருந்தாள்.

பட்டு ரோஜாக்கள் வெயில் விரும்பிகள். எவ்வளவுக்கெவ்வளவு வெயிலைத் தின்கின்றனவோ, அவ்வளவக்கவ்வளவு பூக்களாய் உதிர்ப்பவை. எங்கள் வீட்டில் வெயில் வரும் இடம், பாத்ரூமுக்கு முன்னும், குருவிகளின் அட்டைப் பெட்டிக்கும் கீழேயுமாகத்தான் இருந்தது.

எனவே, அட்டைப் பெட்டிக்குக் கீழேயே ஜாடிகளில் அந்த ரோஜாக்களையும் துளசிச் செடியையும் ஜாடிகளில் நட்டு வைத்தோம்.

"சிட்டுங்க குஞ்சு பொரிச்சாச்சு." என்று ஒருநாள் மாலை, நான் அலுவலகம் விட்டுத் திரும்பியதும் என் மூத்த மகன் சொன்னான். சிட்டுக்களின் ஒவ்வொரு அசைவையும் கூர்மையாகக் கவனித்து எங்களுக்குச் சொல்பவன் அவன்.

"அப்பா... அந்தக் குஞ்சுகளை நீ பார்க்கணுமே! ஐயோ, செக்கச் செவேலென்று, சிவப்புத் திராட்சைப் பழம் மாதிரி இருக்கு. நான் பாத்ரூமுக்குள்ளே ஒளிஞ்சுக்கிட்டுப் பார்த்தேன். யாரும் இல்லேன்னு தெரிஞ்சதும் அந்தக் குஞ்சுங்க வெளியே வந்து சந்து வழியாப் பாக்குதுப்பா. ஆ ஆன்னு வாயைத் திறந்துக்கிட்டு நிக்குது. பெரிய சிட்டுங்க வந்து அதுங்க வாயில என்னமோ ஊட்டுதுப்பா."

சுமதி கடுகடுத்துப் போய் இருந்தாள்.

அவள் ஆசையாக ஊரிலிருந்து எடுத்து வந்து நட்ட துளசிச் செடியைச் சிட்டுக்கள் கொத்திப் போட்டிருந்தன. சின்னத் தளிர் அது. நான் ஜாடிக்கு அருகில் நின்று கவனித்தேன். துண்டாக இரண்டு பட்டுக் கிடந்தது அந்தத் துளசிச் செடி.

“என்ன அநியாயம்! இன்னிக்குக் காலைலதாங்க பட்டு ரோஜா பூத்துச்சு. காலைல பாத்தவ, பத்து மணிக்கு நீங்க ஆபீசுக்குப் போனதும், குளிக்கலாம்னு இங்க வந்தா... பூவைக் காணோம். அத்தோட, அந்தப் பட்டு ரோஜாக் கிளையைக்கூடக் கடிச்சு வச்சிருக்கு” என்றாள் சுமதி. அவள் குரலில் ஆழ்ந்த விசனம் தொனித்தது.

பட்டு ரோஜாச் செடிகளின், அருகம்புல் மாதிரியான இலையையும் கொத்தி மொட்டையாக்கி விட்டிருந்தன சிட்டுக்கள்.

நான் ஜன்னல் கட்டையைக் கவனித்தேன். குருவிகள் மிகச் சாதுவாக கீச்கீச் என்று என்னவோ சொல்லிக்கொண்டு உட்கார்ந்திருந்தன. தான் செய்தது என்னவென்றே அறியாத ஜீவன்களாய், உயிரை அழித்து விட்டு உட்கார்ந்திருந்தன அவை. மூக்கும் பலமும் மட்டுமே இருக்கிற காரணத்தால், சிட்டுக்கள் பட்டு ரோஜாக்களைக் கொன்று போட்டிருந்தன.

“என்னங்க பண்ணலாம்?”

எனக்கு ஒன்றும் தோன்றவில்லை. அறிவால் இந்தப் பிரச்சினைக்குத் தீர்வு கண்டு விட முடியாது.

“கூண்டைப் பிரிச்சு எறிஞ்சுடுவோமா?” என்றாள் சுமதி.

செய்யலாம். கூண்டைப் பிய்த்து எறிந்தால் செடிகள் பிழைக்கும். ஆனாலும் பறவைகள் என்ன பண்ணும்? இன்னும் இறகு முளைக்காத அந்தக் குஞ்சுகள் காக்கைகள், பருந்துகளுக்குப் பட்சணமாகி விடுமே.

“செடியைத் தெருவில் வைக்கலாமா?”

“மாடு மேயும். பையன்கள் கை சும்மா இருக்குமா?”

சுமதிக்கு அந்த சிட்டுக்களின்மீது ஏராளமான எரிச்சல்.

இந்தச் சனியன்களுக்குப் போயி இடம் குடுத்தேனே?” என்று காய்ந்தாள்.

“பாவம் அதுங்களுக்கு என்ன தெரியும்?”

“நீங்க சும்மா இருங்க. உங்களுக்கு ஒன்றும் தெரியாது” என்று என்னைக் கடிந்துகொண்டாள்.

நான் அமைதியாகி விட்டேன். யோசிக்கும்போது விஷயம் தெளிவாயிற்று. குருவிகள் இருக்கும் வரை எங்கள் செடி வளராது.

ஒருநாள் என் மகன் சொன்னான், “அப்பா, சிட்டுங்க எல்லாம் பறந்து போயிடுச்சி. கூண்டு காலி”

நான் கூண்டை எடுத்து உதறினேன். குப்பைகள் கீழே விழுந்தன. தூசு தட்டிப் பெட்டியைப் பரணில் வைத்தேன்.

சுமதி மீண்டும் செடி வைக்கும் முயற்சியில் இறங்கினாள். இப்போது அவளுக்கு எந்த எதிரிகளும் இல்லை.

பட்டு ரோஜா குழந்தையின் கன்னங்களைப்போல, எவ்வளவு அழகாகப் பூக்கிறது! குடிக்கும் தண்ணீரில் துளசி எப்படி மணக்கிறது!

1987

அந்த மனிதர்

மவுத் ஹார்கனை விளையாட்டுக் கருவி என்று சொல்வதா அல்லது இசைக்கருவி என்று சொல்லலாமா? எங்களைப் பொறுத்தவரை இரண்டும்தான்.

குப்புசாமி, பழமலை, காதர் எல்லோரும் ஆளுக்கொரு மவுத் ஹார்கன் வாங்கிவிட்டார்கள். எங்கள் தெரு ஒரு முட்டுச் சந்து. மெயின் வீதியில் கிளை பிரிந்து ஒரு வீட்டின் வாயிலில் முட்டிக்கொண்டு நிற்கும். மொத்தத்தில் எங்கள் தெருவில் இருந்த வீடுகள் பதினான்கு. இதில் என் ஜோட்டுப் பையன்கள் ஆறு பேர் இருந்தோம். பெண்கள் நாலு பேர். புஷ்பவதியான துரதிருஷ்டம் காரணமாகப் பள்ளிக்கூடத்தை விட்டு நிறுத்தப்பட்டு அம்மாவுக்கு உதவியாகக் காய்கறி நறுக்கிக் கொடுத்து, வீடு பெருக்கி, ஒழிந்த நேரங்களில் சிந்துபாத்தையும், குரங்கு குசலாவையும் படித்துக்கொண்டு காலங்கழித்தார்கள் அந்த நால்வரும். தெரு பெரும்பாலும் அமைதியாகவே இருக்கும். அந்த அமைதியைக் கிழித்துக்கொண்டு மவுத் ஹார்கனை ஊதிக்கொண்டு போவார்கள் என் நண்பர்கள். 'கொஞ்சிக் கொஞ்சிப் பேசி மதி மயக்கும்' என்ற பாட்டை மிக அழகாக வாசிக்கப் பழகிக்கொண்டான் குப்புசாமி. புஷ்பவதியாகி வீட்டில் இருந்த சரோஜா, குப்புசாமி, அந்தப் பாட்டை வாசித்துக்கொண்டு தன் வீட்டைக் கடக்கையில், எந்தக் காரியத்தையும் போட்டுவிட்டு வெளியே வந்து எட்டிப் பார்த்தாள்.

உடனே நானும் ஒரு மவுத் ஹார்கன் வாங்க வேண்டும் என்று முடிவெடுத்துக்கொண்டேன்.

அப்பா, அப்போது ஹோட்டல் வைத்து நடத்திக்கொண்டிருந்தார். காலை நான்கு மணிக்குக் கடைக்குப் போய் இரவு பதினோரு மணிக்கு மேல், கடையைக் கட்டிக்கொண்டு வீடு திரும்புவார். நான் அப்பாவை மிக அரிதாகவே வீட்டில் பார்க்க நேர்ந்தது.

அவர் காலையில் கடைக்குச் சென்ற பிறகே நான் கண் விழிக்க முடியும். நான் உறங்கிய பிறகே அவர் திரும்ப முடியும். இடையில் பள்ளிக்கூடம் விட்டு மாலை நேரங்களில் எங்கள் ஹோட்டலுக்குப் பலகாரம் சாப்பிட நான் போவேன். பஜ்ஜி சூடாகப் போட்டிருப்பார்கள். சாப்பிட்டு, காபி குடித்து, அம்மாவுக்கு விருப்பமான ரவா தோசை வாங்கிக்கொண்டு வீடு திரும்புவேன். அந்த மாலை நேரங்களில்தான், கல்லாவில் அமர்ந்திருக்கும் அப்பாவை நான் பார்ப்பேன். அன்று மாலை அப்பாவிடம் மவுத் ஹார்கன் விஷயமாகக் கேட்டு விடுவது என்று முடிவெடுத்தேன். கல்லாவை ஒட்டி நின்றுகொண்டு, விரலால், கண்ணாடி போர்த்திய மேஜையின் மேல் கிறுக்கிக்கொண்டு நிற்கிற என்னைப் பார்த்தார் அப்பா!

“என்னப்பா, என்ன வேணும்?” என்றார் அப்பா.

நான் தயங்கினேன். அப்பாவிடம்கூட எதுவொன்றும் கேட்பதற்கு எனக்குக் கூச்சமாக இருந்து. கேட்டுப் பெறுவது எனக்கு என்றுமே சங்கடமான காரியம். கேளாமல் மனிதர்க்கு மனிதர் அருளலே நாகரிகம் அல்லவா?

“மவுத் ஹார்கன் வேணும்ப்பா...!”

“அப்படின்னா...?”

“ஒரு ஜான் நீளம் இருக்கும். பக்கத்துக்குப் பதினாறு பல் மாதிரி சந்துகள் ரெண்டு திசையிலும், மொத்தம் முப்பத்திரண்டு இருக்கும்! வாயில் வைத்து ஊத வேண்டும். பாட்டெல்லாம் அதில் வாசிக்கலாம்ப்பா!”

பக்கத்திலே இருந்த சர்வர் ராமகிருஷ்ணன் அப்பாவிடம் சொன்னான்:

“பொம்பிளிமாஸ் பழச்சுளை மாதிரி இருக்கும் அண்ணே! பையன்கள் வாயில் வைத்துக்கொண்டு ஊதிக்கொண்டு திரிவார்களே, நீங்கள் பார்த்ததில்லையா?”

“நாளைக்கு வாங்கித் தர்றேன்” என்றார் அப்பா!

குப்புசாமியிடம் இரவல் வாங்கி நான் மவுத் ஹார்கன் வாசித்தேன்.

என் மனசுக்குள் ‘கொஞ்சிக் கொஞ்சிப் பேசி’ வாசித்துவிட வேண்டும் என்பதே நோக்கம். ஆனால் வந்ததென்னவோ வேறு வேறு ஒலிக்குறிப்புகள்.

“இப்பப் பாரு” என்றபடி ஒலி எழுப்பினேன்.

“அச்சம் என்பது மடமையடா, மாதிரி இருக்குடா? என்றான் குப்புசாமி. எனக்கு ஆச்சரியமா இருந்தது.

“என் வீட்டு வரைக்கும் வாயேன். வீட்டுத் திண்ணையில் உட்கார்ந்துகொண்டு வாசிக்கலாம்.”

குப்புசாமி என்னுடன் வந்தான். என் நோக்கம் திண்ணையில் அமர்ந்து வாசிப்பது அல்ல! சரோஜா வீட்டை, வாசித்துக்கொண்டே கடப்பது மட்டுமே என் நோக்கம். ‘கொஞ்சிக் கொஞ்சிப் பேசி’ மட்டும் தானா பெண்களைக் கவர முடியும்? ‘அச்சம் என்பது மடமையடா’கூடத்தான் கவரும். சரோஜா வீட்டைக் கடக்கும்போது சாத்யமான அளவுக்கு உரத்து ‘அச்சம் என்பது மடமையடா’ வாசித்தேன். வாசிப்பதாக நினைத்தேன்.

சரோஜா எட்டிப் பார்க்கவில்லை.

அவள் வீட்டைக் கடந்ததும் குப்புசாமி கேட்டான்.

“நீ இன்னா பாட்டுடா வாசித்தே?”

“அன்பே அமுதே அருங்கனியே...” என்றேன், பெருமையுடன்.

“ஓகோ! இனிமே என்ன பாட்டுன்னு சொல்லிட்டு வாசி” என்றான் குப்புசாமி!

அடுத்த நாள் மாலை எப்போது பள்ளிக்கூடம் விடும் என்று இருந்தது எனக்கு. பாடத்தை எவன் கவனித்தான்? விட்டதும் நேராக ஓட்டலுக்கு ஓடினேன். கல்லாவை நெருங்கி நின்றேன்.

அப்பா சொன்னார்.

“என்னப்பா.?”

“மவுத்ஹார்கன்”

“ஐயோ மறந்துட்டேன். கட்டாயம் நாளைக்கு.”

நாளைக்கு நாளைக்கு என்று அப்பா சொல்லிக்கொண்டே இருந்தார்.

மவுத்ஹார்கன் வந்த பாட்டைக் காணோம்.

அப்பாவுக்கு மவுத்ஹார்கன் வாங்கிக் கொடுக்கக்கூடாது என்பதில்லை. அவருக்கு நேரம் இல்லை. ஓட்டலை விட்டு அவரால் எங்கும் நகர முடியவில்லை. யாரையாவது விட்டு வாங்கி வரச் சொல்லியிருக்கலாம். அப்பா, நான்கு ஆள் வேலையைச் செய்துகொண்டிருந்ததால் ஓட்டலுக்குள் நுழைந்தவுடனே உலகத்தை அவர் மறந்து போய்விடுவார். இடையில் ஞாயிற்றுக்கிழமையும், ஒரு குடியரசு தினமும் வந்து போயின. அன்று கடைகள் இருக்காதே! குப்புசாமி வேறு என்னைப் பார்த்து “இன்னாடா, மவுத்ஹார்கன் வாங்கப் போறேன்னு சொல்றியே, ரீல்தானா?” என்று கேட்டது மட்டுமல்ல, சரோஜா இப்போது குப்புசாமியைப் பார்த்துச் சிரிக்கத் தொடங்கியிருந்ததும் என் எரிச்சலை மேலும் கிளப்பியிருந்தது.

“கட்டாயமா இன்றைக்கு வாங்கிக் கொடுத்து விடுகிறேன்” என்று அப்பா சொல்லியிருந்த அன்றைக்கு வழக்கம்போல் நான் கல்லா அருகில் போய் நின்றேன்.

“என்னப்பா?”

“மவுத்ஹார்கன்”

குற்ற உணர்ச்சியால் அப்பாவின் முகம் வாடிப் போயிற்று.

“நாளைக்கு வாங்கிக் கொடுத்துடறேன். ஓட்டலை மூடிட்டே போய் வாங்கி வர்றேன்” என்றார்.

எனக்கு அப்போது அந்த மிருக உணர்ச்சி எப்படி ஏற்பட்டது என்று விளங்கத்தான் இல்லை; இன்னும்.

ஓங்கி அப்பாவின் கன்னத்தில் அறைந்தேன்.

சர்வர், டீ மாஸ்டர், சாப்பிட்டுக்கொண்டிருந்தவர்கள் எல்லோரும் திகைத்துத்தான் போய் விட்டார்கள்.

அப்பா கன்னத்தைத் தடவிப் பார்த்துக்கொண்டே என்னைப் பார்த்துச் சிரித்தார். அவர் கண்களில் கண்ணீர் பொங்கி வழிந்துகொண்டிருந்தது.

நான் எப்படி வீடு போய்ச் சேர்ந்தேன் என்று எனக்கு விளங்கவில்லை. வீட்டில் இருந்தேன். அம்மா "பொட்டலம் வாங்கி வரலையாடா?" என்றாள். "ஓட்டலுக்கு போகலை" என்றேன்.

"ஏன் முகம் ஒரு மாதிரி இருக்கு."

"......"

"இரு காபி போட்டுத் தர்றேன்"

படிக்கத் தோன்றவில்லை. முகம் கழுவத் தோன்றவில்லை. டாய்லெட்டுக்குக்கூடப் போய்வரத் தோன்றவில்லை. கல்லான மாதிரி அமர்ந்திருந்தேன். இரவு சாப்பிடவில்லை.

"என்ன உடம்பு, சரியில்லையா? சொல்லித் தொலையேன், சனியனே" என்றாள் அம்மா.

சாப்பிடாமல் படுத்துக்கொண்டேன். தூக்கம் வரவில்லை. கண்ணை மூடிக்கொண்டு படுத்திருந்தேன். ஓசைகள் மட்டும் என் அம்மாவின் நடமாட்டத்தை எனக்கு விளக்கிக்கொண்டிருந்தன.

அம்மா சமையல் உள்ளே ஒலிப்பது, தட்டுகளால் பாத்திரங்களை மூடி வைப்பது, அப்பாவுக்குச் சாப்பாடு எடுத்து வைப்பது, பாத்ரூமுக்குப் போவது, முகம் கழுவுவது படுக்கை விரிப்பை உதறுவது, படுப்பது எல்லாவற்றையும் 'காதால்' பார்த்துக்கொண்டிருந்தேன்.

அப்பா வரும் சத்தம் கேட்டது. சைக்கிளைத் தூக்கி ஸ்டாண்ட் போட்டு நிறுத்துவது தெரிந்தது. உள்ளே வருவது, செருப்பை விடுவது, சட்டையைக் கழற்றுவது எல்லாவற்றையும் கேட்டேன்.

"தம்பி சாப்பிட்டானா?" என்று அப்பா கேட்டது.

"இல்லை, சாயங்காலத்திலிருந்தே அவன் என்னமோ மாதிரி இருக்கான். உடம்பு நல்லா இல்லைபோல. நாளைக்குத்தான் டாக்டர் வீட்டுக்கு அழைச்சுக்கிட்டுப் போகணும்."

"தேவையில்லை அதெல்லாம் சரியாகிப் போய்விடும்"

"சாயங்காலம் ஓட்டலுக்குக்கூட வரல்லை போலிருக்கே."

"அப்படியா? நான் கவனிக்கலை" என்று அப்பா சொன்னார்.

"விளையாட்டுப் பையன். எங்காவது பிள்ளைகளோட விளையாடப் போயிருப்பான். தினம் தவறாமே அவனுக்கு முட்டையும், பாலும் கொடு. உடம்பு அவனுக்கு ரொம்ப 'வீக்கா' இருக்கு. வயசுக்கேத்த பலம் இல்லை."

அம்மா ஆச்சர்யப்பட்டிருக்க வேண்டும். அவள் கேட்பது கேட்டது.

"திடீர்னு அவன் வீக்கா இருக்கிறதை எப்படிக் கவனிச்சீங்க?

"குழந்தைகளைப் பாத்தா தெரியாதா? ராத்திரி படுக்கப் போறதுக்கு முன்னால, முட்டையும் பாலும் மறக்காமே கொடு" என்றார் அப்பா மீண்டும்.

அப்பா சாப்பிட அமர்ந்தது தெரிந்தது.

நான் அன்று இரவு முழுதும் அழுதுகொண்டே இருந்தேன்.

1987

நெருப்பைப் பொட்டலம் கட்ட முடியாது

"**ந**ட்ராஜ், ரெடியா?"

"ரெடி சார்"

"ஒரு முறை ஆர்க்கெஸ்ட்ராவோட சேர்ந்து பாடிடு. அடுத்து "டேக்"தான்"

"எஸ் சார்"

"சண்முகம், ஒரு 'பைனல்' பார்த்துடுவமா?"

"பார்க்கலாம் சார்"

"பென்னி, கிதார் சவுண்டே வரல்லேப்பா... கவனி"

"கவனிக்கிறேன் சார்"

"ரிதம்"

"எஸ் சார்"

"குமுக்கு முழுசா வரணும், முருகேஷ் ஏன் சிதறுது? உங்க கவனம் இப்போல்லாம் இங்க இருக்கிறது இல்லை. நடிகராயிட்டிங்க."

"அப்படி இல்லே அண்ணே? நமக்கு முதல் உசுரு லயப்பொட்டிதான் அண்ணே. பாருங்க, சரியா."

முருகேஷ் ஒரு குமுக்கா வைத்தார். ஓர் உருண்டைக் கூழாங்கல் மாதிரி அது முழுசாக வந்து விழுந்தது.

"குட்."

"நட்ராஜ்"

"சொல்லுங்க சார்"

"பல்லவி கடைசியா, பமகக பாடறே இல்லையா? அதை சசரிகன்னு மாத்தி பாடிடுப்பா"

"பாருங்க சார்..." என்றுவிட்டு பல்லவி தொடங்கி முடித்து, இதயராஜ் சொன்ன திருத்தத்தின் படி பாடி நிறுத்தினான் நட்ராஜ்.

“வெரிகுட்” என்றான் இதயராஜ்.

“ஓ.கே. ஒரு பைனல் போலாமா?”

“போலாம் சார்” என்றார் கண்டக்டர் சண்முகம்.

இசைக்குழுவினர் இருந்த அறைகளிலிருந்து அனாவசிய சத்தங்கள் இதயராஜுக்கு வந்தன.

முத்து, பாஸ்கரிடம் சொல்லிக் கொண்டிருந்தான்.

“வரவர சாமிநாதன் சார் இப்பல்லாம் என்னைக் கூப்பிடறது இலலை பாஸ்கர். இதயராஜ்கிட்டே வந்துட்டேன்னு அவரு கோபப்படறார். ‘பிஸ’யா இருக்கிறவங்களோடதானே நாம் சேர்ந்து இருக்கிறவங்களோடதானே நாம் சேர்ந்து இருக்க முடியும்? சாமிநாதன் பெரிய மியூசிக் டைரக்டர்தான். ஆனா, ‘டைம்’ இதயராஜுக்குதானே நல்லா இருக்கு.”

முத்து, பாஸ்கரிடம் சொன்னது ‘ஒயர் வழியாக இதயராஜுக்கும் சென்று சேர்ந்தது.

இதயராஜின் மன ஒன்றிப்பை முத்துவின் பேச்சு சிதைத்தது.

“யாரது சலசலன்னு பேசிகிட்டு இருக்கிறது?” என்றார் இருதயராஜ்.

ஒரு அசாதாரண மௌனம் அங்கு நிலவியது.

“ஒரு பைனல்.”

பைனல் முடிந்து டேக்கும் முடிந்தது, இனிமையாக.

பல்லவியை மீண்டும் முணுமுணுத்தான் நட்ராஜ்.

‘உன்னை நான் அறிந்தபோது
என்னை நான் அறிந்தேன்
என்னை நான் அறிந்த பின்பு
மண்ணை நான் அறிந்தேன்.
தேனில் விழுந்த ஈயானேன்
நானே எரிந்து தீயானேன்’

பல்லவி நன்றாக வந்திருப்பதாக நினைத்தான் அவன். வீரமுத்துதான் எழுதியிருந்தார். ட்யூன் இன்னும் இந்தியாவுக்கு வந்திராத கேசட்டிலிருந்து உல்ட்டா பண்ணியது என்றாலும், இதயராஜ் அதில் மோகனத்தைக் கலந்து, கொஞ்சம் அடாணாவையும் இணைத்துப் பிசைந்து கேட்கும்படியாகச் செய்து விட்டிருந்தார்.

பாட்டுக் கூலியை வாங்கிக் கொண்டிருந்தபோது தயாரிப்பாளர் தேவதாசு அவனையும் இதயராஜையும் பார்த்துப் பொதுவாகச் சொன்னார்.

“நட்ராஜ் ரொம்ப நல்லா பாடிட்டான் அண்ணே, அவன் டிராக் சிங்கர்னே நினைக்க முடியலை. அசல், கண்ணை மூடிக்கிட்டுக் கேட்டா, பாலு பாடறது மாதிரியே இருக்கு, இல்லீங்களா அண்ணே!”

இதயராஜ் அதிகம் பேசாதவர் என்று பெயர் வாங்கியிருந்தவர். சாமியார் என்றும் அவரைச் சொல்வார்கள். அவரே சொன்னார். “நட்ராஜ், நல்லா

பாடிட்டே, பாலுவை இமிடேட் பண்ணறதை நீ விடணும். விட்டுறு. சீக்கிரமே நீ பாட நான் வாய்ப்பு தர்றேன்."

"ரொம்ப தாங்க்ஸ் சார்" என்றான் நட்ராஜ்.

"டூப் ஆர்டிஸ்ட் ரெடியா?"

"ரெடி சார்" என்றாள் கல்பனா.

கல்பனாவிடம் சொன்னார் டைரக்டர்.

"கல்பனா, அதோ சாக்பீஸில் மார்க் பண்ணியிருக்கு பார், அதான் உன் பொசிஷன். அங்கிருந்து நீ எகிறி அவனைக் காலால் உதைக்க வேணும். உதைத்துவிட்டு அப்படியே கீழே விழறே. விழும்போது குப்புற விழணும். முகத்தைக் கேமரா பக்கம் திருப்பிடாதே…"

"சரி சார்"

"லைட்ஸ்?"

"பர்னிங் சார்"

"கேமரா?"

"ரன்னிங் சார்"

"ஆக்ஷன்"

கல்பனா ஓடி வந்து எகிறிக் குதித்து, அவன் கன்னத்துக்குக் காலைக்கொண்டு வந்தாள். அவள் காலுக்குக் சரியாகக் கன்னத்தைக் கொடுக்க வேண்டிய ஸ்டண்ட் வரதன் தப்பு செய்து விட்டான்.

"கட்" என்றார். டைரக்டர்.

"வரதா, இந்தப் படத்தை முப்பது ரூபாயில் முடிக்கணும்பா. இந்த மாதிரி ஒவ்வொரு ஷாட்டும் நாலு டேக் வாங்கினா, நாப்பது ஆயிடும்பா…"

"சாரி சார்"

"எகெய்ன் டேக்"

இந்த முறை சரியாக வந்தது.

டைரக்டர் கல்பனாவின் முகத்தைப் பார்த்து "குட்" என்றார். உதவி இயக்குநர் கல்யாணம், "ஒண்டர்ஃபுல்" என்றான், அவளைப் பார்த்து அதீதமாகச் சிரித்துக்கொண்டே. ஐரோப்பிய நாடாக இருந்திருந்தால் அவளைப் பாராட்டும் வகையில் கல்பனாவைக் கட்டி அணைத்து முத்தம் கொடுத்திருப்பான். துரதிருஷ்டம் பிடித்து தமிழ் நாட்டில், எதையும் பகிரங்கமாகப் பகலில் பத்து பேர் அறியச் செய்ய முடிவதில்லையே! ஸ்டண்ட் மாஸ்டர் சுப்பராமன் சொன்னார். அவளைத் தனியாக அழைத்துப் போய்ச் சொன்னார்.

"கல்பனா, நீ ஒரு பிறவி நடிகைம்மா. பார்க்கவும் லட்சணமா இருக்கே. நல்லா டேன்ஸ் பண்றே. ஸ்டண்ட்டும் உனக்கு வருது. அதிர்ஷ்டக்கட்டையா இருக்கே. தைரியத்தை விட்டுடாதே. உனக்கும் ஒரு நல்ல டைம் வரும், நான் சொல்றேன், பார்."

ஐந்தடி உயரத்திலிருந்து கீழே விழுந்ததில் அவளுக்கு இடப்பக்க விலா எலும்புகள் வலித்துக்கொண்டிருந்தன. இப்போ வலி மறைந்ததாகத் தோன்றியது.

தனக்கென்று ஒதுக்கப்பட்டிருந்த நாற்காலியில் மேக்கப்புடன் அமர்ந்திருந்த நடிகை நடேஷா, தன்னைச் சுற்றி நடப்பது எதிலும் கவனம் செலுத்தாமல், கண்ணாடிப் பார்த்து தன் உதட்டை மேலும் இரத்தச் சிவப்பாக்கிக்கொண்டிருந்தாள்.

சேட்டுக் கடையில் அரைக் கிலோ முந்திரிப் பருப்பு பர்பி வாங்கினான் நட்ராஜ். கல்பனாவுக்கு இனிப்புகளிலேயே முந்திரிபருப்பு பர்பிதான் மிகவும் பிடித்த இனிப்பாக இருந்தது. அவளுக்குப் பிடித்தவை மூன்று இனிப்புகள் என்று கல்பனாவே சொல்வது வழக்கம். முதல் இனிப்பு நட்ராஜ், இரண்டாவது இனிப்பு அபாயகரமானது என்று பிறர் நினைக்கும் வேலைகளைத் துணிந்து ஏற்று டைரக்டர்களின் எதிர்பார்ப்பைப் பிசகாமல் செய்து விடுதல். மூன்றாவது முந்திரிப்பருப்பு பர்பி.

ஒரு சார்மினார் சிகரெட்டைப் பற்ற வைத்துக்கொண்டு மசூதித் தெருவை நோக்கி நடந்தான் நட்ராஜ். கல்பனாவைப் பார்க்க வேண்டும். அவளுடன் சற்று நேரம் பேச வேண்டும்.

“வா நட்ராஜ்” என்று வரவேற்றாள் கல்பனா.

கல்பனா அப்போதான் குளித்து விட்டிருந்தாள். தலை ஈரம் போக, கூந்தலை விரித்துப் போட்டு, கைவிரல்களாலும், பெரிய பல் சீப்பாலும், சிக்கெடுத்துக்கொண்டு, இருந்த ஒற்றை நாற்காலியில், காற்றை விட அதிகம் சத்தம் வரும் ஃபேனின் கீழே அமர்ந்திருந்தாள் கல்பனா.

“உட்காரு” என்றபடி தன் நாற்காலியை விட்டு எழுந்து, அவன் உட்கார இடம் கொடுத்து விட்டுத் தரையில் அமர்ந்தாள் அவள்.

“இல்லை இல்லை நீ நாற்காலியில்தான் உட்காரணும். நான் தரையில் அமர்கிறேன். அதுதான் எனக்கு சௌகர்யம்” என்றபடி அவளை வற்புறுத்தி நாற்காலியில் அமர வைத்துவிட்டு, தான் அவளுக்கு நேர் கீழே சுவரில் சாய்ந்துகொண்டு அமர்ந்தான் நட்ராஜ்.

“இந்தா”

“என்னது?”

“திறந்து பார்”

“ஹ... ஹ... பர்பி”

அவள் முகம் விளையாட்டுப் பொருளைப் பார்த்து மகிழும் குழந்தையுடையது மாதிரி மலர்ந்தது.

ஒரு துண்டை எடுத்து வாயில் போட்டுச் சுவைத்தாள்.

“உம்... அந்த சேட்டுக் கடையுது தானே.”

“உம்”

“அவன் கடை ருசியே தனிதான். இந்தா, நீயும் கொஞ்சம் எடுத்துக்கோ.”

அவள் டப்பாவை நீட்டினாள்.

“வேணாம்”`

“ஏன்?”

“நீயே எனக்கு முன்னால் இருக்கிறபோது, இன்னுமொரு இனிப்பு எனக்குத் தேவையா?” என்றான் நட்ராஜ் நாடக பாவனையோடு.

அவள் சிரித்தாள். கல்பனாவின் சிரிப்பு கோயில் மணி போன்றது. ‘ணங்’னென்று ஒலித்து, படிப்படியாகக் கரைந்து ஓய்வது. மேல் வரிசையில், கடைசியாக ஒரு சிங்கப்பல் அவளுக்கு உண்டு. அவள் சிரிப்புக்கு, அது ஜீவன். ஒரு முட்டாள் டைரக்டர் அந்த பல்லை எடுக்க வேண்டும் என்றான். ரசனை கெட்ட ஜென்மங்கள்.

“என்ன, ரொமான்ட்டிக் மூடில் இருக்கையா?”

“நாம் சந்திச்சு பத்து நாளைக்கு மேலே ஆச்சு.”

அவள் மௌனமாகத் தலையைச் சிக்கெடுத்துக்கொண்டு அமர்ந்திருந்தாள்.

“என்ன... சந்தன சோப்பு போடறியா?”

“ஆமாம். மைசூர் சந்தன சோப்பு போட்டுக் குளிச்சாத்தான் குளிச்ச மாதிரி இருக்கு.”

ஒரு நிமிஷம் கழித்து கல்பனா சொன்னாள்:

“ஏதேனும் சாப்புடறயா? வாங்கியாரட்டுமா?”

“நானே போய் வந்துடறேன்”

அவன் எழுந்து கிளம்பினான்.

“வேர்க்கடலை பகோடா வாங்க மறந்துடாதே.”

“சரி.”

அவன் என். எஸ். கே. சாலைக்கு வந்தான்.

வழக்கமாக வாங்கும் கடைக்கு வந்தான்.

“ஆஃபா, புல்லா சார்?”

“ஆஃப்”

விஸ்கி பாட்டிலைப் பக்குவமாகக் கட்டிக் கொடுத்தார் தேவர்.

மறக்காமல் வேர்க்கடலை பகோடாவை வாங்கிக்கொண்டு வீடு திரும்பினான் நட்ராஜ்.

தட்டி வைத்துத் தடுத்து, அடுப்பறை என்று வழங்கப்பட்ட பிரதேசத்திலிருந்து அவள் சொன்னாள்.

“நட்ராஜ் ஒரு அரை மணி இரு. குழம்பு கொதிச்சதும் வந்துடறேன். ஏதாவது பத்திரிகை பார்த்துக்கிட்டு இரு”

சினிமாப் பத்திரிகைகள் இறைந்து கிடந்தன. ஒன்றை எடுத்துப் புரட்டிக்கொண்டு இருந்தான் நட்ராஜ். துவைத்து மூலையில் குவித்து வைக்கப்பட்டிருந்த அவள் சேலைகள் அவன் கண்ணுக்குத் தெரிந்தன. அவற்றை எடுத்து வந்து மேசை மேல் போட்டான். இஸ்திரிப் பெட்டியை

எடுத்து பிளக்கில் சொருகி, புடவையை ஒவ்வொன்றாக இஸ்திரி போடத் தொடங்கினான் நட்ராஜ்.

"என்ன பண்ணிக்கிட்டு இருக்கே?"

"அயர்ன் பண்றேன்"

"எதை?"

"உன் புடவைகளை"

"உனக்கு எதுக்கு அந்த வேலையெல்லாம்?"

"ஏன்? நான் செய்யக்கூடாதா? செஞ்சா குறைஞ்சு போயிடுவனா?"

"அதுக்கில்லை. என்னத்துக்குன்னுதான்."

"சும்மா மூடிக்கிட்டு வேலையைப் பாரு."

அவள் சிரிப்பது அவனுக்குக் கேட்டது. ஒரு மணியோசை.

"வர வர ரொம்ப மோசமாப் போயிட்டேப்பா" என்றாள் கல்பனா.

"எதில்?"

"ரொம்ப 'வல்கரா' பேசறே"

"அப்புறம்?"

"முன்னை மாதிரி அடிக்கடி வரமாட்டறே."

"வேலை கொஞ்சம் அதிகம்."

"ஆமா... பெரிய சிங்கர் ஆயிட்டே"

சடக்கென்று அவன் போட்டுக்கொண்டிருந்த இஸ்திரிப் பெட்டி நின்றது.

"நீயும் என்னைக் கிண்டல் பண்றையா கல்பு?"

அவள் அடுத்த கணம் வந்துவிட்டாள்.

"சாரி நடராஜ்... ஏன் சதாகாலம் உன்னையே நீ நொந்துக்கறே... சரி வா சாப்பிடலாம்."

அவள் பாயைக் கொண்டு வந்து விரித்தாள். உள்ளே சென்று இரண்டு தட்டில் இரண்டு மீன் துண்டங்களை எடுத்து வந்து வைத்தாள். தண்ணீர்? பாட்டில், கிளாஸ்கள் சகிதம் அவர்கள் அமர்ந்தார்கள்.

"எனக்குக் கொஞ்சமா போடு" என்றாள் கல்பனா.

உண்ணத் தொடங்கினார்கள். அருந்தத் தொடங்கினார்கள்.

"பயங்கரமா கசக்குதுப்பா! கொஞ்சம் தண்ணி ஊத்து,"

ஊற்றினான்.

"எனக்கு பீர்தான் புடிக்கும்"

"சொல்லியிருக்கக் கூடாதா?"

"பரவாயில்லை, உன்னண்டை காசு இருக்குமோன்னுதான்."

"இருக்கு"

“வேலை இருந்துச்சா?”

“உம்! கல்பு இன்னிக்கு ஒரு நல்ல பாட்டு பாடினேன். பாடட்டுமா!?”

“பாடு”

அவன் மோகனத்தை ஆலாபனம் செய்யத் தொடங்கினாள்.

கண்ணை மூடிப் பரவசமாகப் பாடி நிறுத்தினான்.

‘தேனில் விழுந்த ஈயானேன்

நானே எரிந்து தீயானேன்’

என்று பாடிக்கொண்டிருந்தவன் அவள் கையைப் பற்றினான்.

“இரு படுக்கையைத் தட்டிப் போட்டுடறேன். அதுக்கு முன்னால ரெண்டு வாய் சோறு தின்னு. எப்பயுமே, நீ சோறு திங்க மாட்டறே... வெறும் தண்ணியைக் குடிச்சு, வயிறு வெந்துடப்போகுது.”

அவள் தட்டில் சோற்றைப் போட்டு மீன் குழம்பு ஊற்றிக் கொண்டு வந்து முன்னால் வைத்தாள்.

“பாட்டு எப்படின்னு சொல்லலையே?”

“உன் பாட்டுக்கு என்ன! அருமையா பொழியறே. உன் பாவத்துக்குப் பாதிகூட பாலுவால் கொண்டுவர முடியாது...!”

“நீதான் சொல்றே. பின் ஏன் என்னை யாருமே பாடகனாக அங்கீகாரம் செய்ய மாட்டறாங்க...? நான் எத்தனைக் காலம் இப்படியே டிராக் சிங்கராவே இருந்துடறது?”

“அங்கீகாரம் வரும் நட்ராஜ். பொறு! உனக்கு மட்டும்தானா... எத்தனைக் கலைஞர்கள் இன்னும் திரை மறைவிலேயே இருக்காங்க... காலம் ஒரு நாள் அவர்களை வெளிப்படுத்தும். நெருப்பைப் பொட்டலம் கட்ட முடியுமா?”

சிவந்த நிறத்தில் இரவு விளக்கு எரிந்துகொண்டிருந்தது.

அவள் அடங்கிய குரலில் சொன்னாள்.

“நட்ராஜ்... இடுப்புப் பக்கம் கையை வைக்காதே...”

“ஏன்?”

“ரொம்ப வலிக்குது”

“அடி பட்டுடுத்தா?”

“ஆமா... லேசான அடிதான். அஞ்சு அடி உயரத்திலிருந்து குதிச்சேன்”

“கீழே பாதுகாப்புக்கு மெத்தை, பஞ்சுமூட்டை, வைக்கோல் எதுவும் போடலையா?”

“இல்லை”

“கேட்க வேண்டியதுதானே?”

“ரொம்ப நாள் கழிச்சு வந்த வாய்ப்பு. டைரக்டர் வேற கொஞ்சம் முசுடு.”

“... ... ...”

"ஏய் நட்ராஜ், என்ன அழறியா?"

"... ... ..."

"ஏன்?"

"ஒன்றுமில்லை"

"சொல்லுப்பா"

"கல்பு! இன்னும் எத்தனை காலம் நீயும் நானும் இப்படி நிழல் உருவங்களா இருக்கப்போறோம். நம் நிஜ உருவம் உலகத்துக்கு எப்போ தெரியும்?"

"கண்டிப்பா ஒரு நாள் வரும். அப்போ தெரியும்."

"எப்போ வரும் நாம் செத்த பிறகா?"

"சீ... ஏன் இப்படி அவசரப்படறே. பொறுமையாக இரு நட்ராஜ். இப்போ என்ன நமக்கு குறைஞ்சு போச்சு.?"

"என்ன சொல்றே... குறைஞ்சு போச்சா? இவ்வளவு திறமையை வச்சுக்கிட்டு, எவளோ ஒரு மண்ணாங்கட்டி நடிகைக்கு டூப் தானே போடறே."

"ஆமா..."

"அது குறைச்சல் இல்லையா?"

"இல்லை நட்ராஜ், இல்லை... எதுவும் குறைச்சல் இல்லை. எனக்குத் திறமை இருக்கு உண்மைதான். அதை வெளிக்காட்டவும் செய்யறேன். அதுபோதும். என் வேலை அதுதான். எவளோ ஒருத்திக்கு நான் உபயோகப்படறேன் இல்லையா? என் திறமைக்கு அர்த்தம் நான் அதை வெளிப்படுத்தி சந்தோஷப்படறது மட்டும்தான். அதை மத்தவங்க புரிஞ்சுக்கணும்னு எனக்குக் கட்டாயம் இல்லை."

"எனக்கு ஒரு நல்ல காலம் வரட்டும். உன்னைக் கல்யாணம் பண்ணின பிறகு, அந்த மாதிரி வேலைக்கெல்லாம் உன்னை நான் அனுப்பவே மாட்டேன்"

"அப்படின்னா, நான் உன்னைக் கல்யாணம் பண்ணிக்கவே மாட்டேன்."

"என்ன சொல்றே?"

"பின்னே? எனக்கு சந்தோஷமே, நான் அந்தத் தொழில் செய்யறதில்தான் அடங்கியிருக்கு. இப்போ நான் உன்கூட படுத்துக் கிட்டது எனக்காக இல்லை, நட்ராஜ். உனக்காக, உனக்கு மட்டுமே நான் வாழ முடியுமா? எனக்குன்னு நான் எப்போ வாழறது? என் சந்தோஷத்துக்கு கல்யாணம் குறுக்கே நிக்கும்னா, நான் கல்யாணத்தைப் புறக்கணிப்பேனே தவிர, தொழிலைப் புறக்கணிக்க மாட்டேன் நட்ராஜ். ஆர்க்லைட்டுக்கு முன்னாலே நிக்கறபோதுதான், நான் ஜீவிக்கிறதாக நினைக்கிறேன்.

தெருவில் கார் வந்து நிற்கிற சப்தம் கேட்டது.

"கல்பனா" என்னும் ஒரு அழைப்பு.

புரொடக்ஷன் மானேஜர் சீனுதான் அழைத்தார்.

"வந்துட்டேன் சார்" என்று கத்தினாள் கல்பனா.

“நட்ராஜ்! நான் கிளம்பணும். வேலை வந்திருக்கு. படம் பொங்கல் ரிலீஸ். இரவும் பகலுமா வேலை நடக்குது. நீ தூங்கு. நான் காலை ஏழு மணிக்கு வந்துடுவேன்.”

அவள் எழுந்து, பெட்டியில் இருந்து ஒரு சேலையை எடுத்து உடுத்திக்கொண்டாள். முகத்துக்குப் பவுடர் போட்டுக்கொண்டாள்.

கிளம்பினாள்.

செட்டில் காஸ்டியூமர் அப்துல்லா அவளைத் தேடி வந்தான்.

“அம்மா! நீங்க கேட்ட சிங்கப்பூர் ஷர்ட் வந்திருக்கு. வாங்கிக்கிறீங்களா?”

“பணம் எடுத்து வரல்லையே அப்துல்”

“பணம் எங்கே போயிடும்? அப்புறமா வாங்கிக்கறேம்மா”

ஷர்ட் பச்சையும் கறுப்பும் கலந்து மிக அழகாய் இருந்தது. நட்ராஜுக்கு மிகவும் பிடிக்கும் என்று நினைத்துக்கொண்டாள் கல்பனா.

காலை ஏழு மணிக்குத்தான் வேலை முடிந்தது.

கம்பெனி காரிலேயே வீடு வந்து இறங்கினாள்.

வீடு பூட்டியிருந்தது.

பக்கத்து வீட்டு சரோஜா சாவியைக்கொண்டு வந்து கொடுத்து விட்டுச் சொன்னாள்.

“ராத்திரி நீ போன கையோட அந்த ஆளும் வீட்டைப் பூட்டி என்னண்டை சாவியைக் கொடுத்துட்டுப் போயிடுச்சு கல்பனா.”

“எப்போ வர்றேன்னு சொன்னார்?”

“நாளைக்கு வர்றேன்னு சொன்னார்.”

அதற்குப் பிறகு அவன் வரவேயில்லை.

1988

ஒரு வித்யாவின் கதை

அனந்தராமனை கிருஷ்ணமூர்த்தி வெறுக்கத் தொடங்கியிருந்தான். மனிதனை மனிதன் வெறுப்பது நியாயமல்லவே. எனினும் மனிதனை மனிதன் நேசிக்க எவ்வளவு காரணங்கள் உலகில் இருக்கின்றனவோ, அவ்வளவு காரணங்கள் வெறுக்கவும் இருக்கத்தானே செய்கின்றன? அனந்துவை வெறுக்க, கிருஷ்ணமூர்த்திக்கு உள்ள காரணங்கள் நியாமானவை.

அன்று ஏப்ரல் இருபதாம் தேதி சூரியன் மிகக் கடுமையாகத் தகித்தது. தகிப்பதுதானே சூரியன்? வியர்த்துக் கசங்கிய அன்று மாலை ஒவ்வோர் அறையாகப் புகுந்து, அனந்து மிட்டாய் வழங்கிக்கொண்டிருந்தான். நாலணாவுக்கு மூன்று என்கிற மிட்டாய் வகை. கிருஷ்ணமூர்த்தி எழுதிக்கொண்டிருந்தபோது கதவைத் தட்டினான் அனந்து சலிப்புடன் பேனாவைப் போட்டு விட்டுக் கதவைத் திறந்த கிருஷ்ணமூர்த்தி முன் மிட்டாயை நீட்டினான்.

"அனந்து சார்... என்ன விசேஷம், பிறந்த நாளா?"

"ஊகும்..."

"உத்தியோக உயர்வு, அப்படித்தானே...?"

"இல்லை... கண்டுபிடித்துச் சொல்லுங்கள் பார்ப்போம்"

கஷ்டமென்பதே இதுதான். சமீப காலங்களில் கிருஷ்ணமூர்த்திக்கு இது போன்ற கஷ்டங்கள் வரத் தொடங்கியிருந்தன. காரணம் அவன் பிரபலமடையத் தொடங்கியிருக்கும் கதாசிரியன், அவனைத் தேடி ரசிகர்கள் வரத் தொடங்கியிருந்தார்கள். எப்படிப்பட்ட ரசிகர்கள்? எழுத உகந்த நேரம் என்று, விடியற்காலை நேரங்களில் அவன் பேனாவையும் பேப்பர்களையும் வைத்துக்கொண்டு அமர்கையில் வந்துவிடும் ரசிகர்கள், குளிக்கத் துண்டை எடுத்துக்கொண்டு கிளம்புகையில் முப்பது பக்கக் கதைகள் நான்கு ஐந்தை எடுத்து வந்து, படித்து உடனே அபிப்ராயம்

சொல்லச் சொல்லும் ரசிகர்கள்; ராத்திரி இரண்டரை மணிக்குக் கதவைத் தட்டி, அவனுக்கு உலகம் அனுமதிக்கிற ஒரே சந்தோஷமான தூக்கத்தைக் கெடுத்து, "வணக்கம் சார், ஸ்டார் டாக்கீசுக்கு இரண்டாவது ஆட்டம் சினிமாவுக்கு வந்தேன். இந்த நேரத்தில் என்ன செய்வீர்கள் என்று பார்த்துவிட்டுப் போக வந்தேன். குட் நைட் சார்..." என்று விட்டுப் போகும் ரசிகர்கள். போதாதற்கு, அனந்துவைப்போல அடுத்த அறையிலேயே வாடகை தந்து குடியிருக்கும் தொந்தரவுகள் கிருஷ்ணமூர்த்திக்கு எரிச்சல் மண்டியது.

"சொல்லுங்க அனந்து... எனக்கு வேலை இருக்கு" என்று மிட்டாயை வாயில் போட்டு அதக்கிக்கொண்டே சொன்னான் கிருஷ்ணமூர்த்தி, குரலில் கடுமை தொனிக்காமல்.

"எனக்கும் என் மனைவிக்கும் விவாகரத்து ஆயிடுச்சி மூர்த்தி சார். இன்னிக்கு மத்தியானம்தான் தீர்ப்பு வழங்கினார் நீதிபதி. அப்பப்பா... எத்தனை காலமா கோர்ட்டுக்கு நாயா அலையறது? இன்னைக்குத்தான் நிம்மதியா இருக்கு. அதைத்தான் கொண்டாடிக்கிட்டிருக்கேன்.

கிருஷ்ணமூர்த்திக்கு அனந்து சொன்னது அதிர்ச்சியாய் இருந்தது. விவாகரத்தைக் கொண்டாடுற மனிதன்கூட உலகத்தில் இருக்க முடியுமா?

"விவாகரத்தா?"

"ஆமா, சனியன் தொலைஞ்சதுன்னு நிம்மதியா இருக்கு. எங்க உறவிலேயே நல்ல பொண்ணா, நல்ல சீர் வரிசை தர்ற இடமா பார்த்து எனக்குக் கல்யாணம் பண்ணி வைக்கறதா சொல்லியிருக்கார் எங்க மாமா. இந்த வழக்குத்தான் தடையா இருந்துச்சு. அதுவும் ஒரு வழியா முடிஞ்சுருச்சு..."

அனந்துவின் முகத்திலும் குரலிலும் தொனித்த உற்சாகம் மூர்த்தியின் ரௌத்திரத்தை ஒட்டு மொத்தமாகக் கிளறி விட்டது.

"எத்தனை மணிக்குத் தீர்ப்பு வந்துச்சு"

"நாலு மணிக்கு"

"இப்போ மணி என்ன?"

"அஞ்சு அம்பது"

"இரண்டு மணி நேரத்துக்குள்ளே, உங்களுக்கு ரெண்டாவது பொண்டாட்டி ஞாபகம் வந்துடுச்சே! சே... என்ன மனுஷன் சார், நீங்க உங்களோட விவாகரத்து வாங்கிக்கிட்ட அந்தப் பெண்ணோட மனசு என்ன பாடுபடும்னு நினைச்சுப் பாத்தீங்களா அனந்து?"

"அந்தக் கழுதையைப் பத்தி நான் எதுக்காக நினைக்கணும். ஆபீஸ் விட்டு வர்ற போதே எவனையாவது இழுத்துக்கிட்டு வீட்டுக்கு வர்றவ சார் அவ. அவளுக்காக நான் என்னத்துக்குக் கவலைப்படணும் சொல்லுங்க"

"போதும்" என்றவாறு அறைக்குள் சென்று கதவைச் சாத்திக்கொண்டான் மூர்த்தி.

அந்த நிமிஷம் தொடங்கி அனந்துவை வெறுக்க ஆரம்பித்தான் அவன்.

திருவல்லிக்கேணி வாழை மண்டிக் கடைகளை ஒட்டி ஏராளமான சந்துகள், அவற்றில் ஒன்று மோதிலால் சந்து. எவ்வளவு நல்ல பெயர்?

ஆனால், வாழை மண்டிக்காரர்கள் தங்கள் அவசரத்துக்கு உட்காரும் சந்தாக அது மாறிப் போனதால், அதுக்கு மூத்திரச் சந்து என்று வசையான பெயர் ஏற்பட்டு விட்டது. அதில் ஒரு பழங்கால வீடு. வீட்டைக் கார்டு போர்ட் அட்டையால் தடுத்து மேலும் கீழுமாக சுமார் இருபது அறைகளை உருவாக்கி வாடகைக்கு விட்டிருந்தார் சாமர்த்தியக்காரத் தமிழர் ஒருவர். அவற்றில் தெருவைப் பார்த்து இருக்கும் இரு அறைகளில் ஒன்று அனந்துடையது. மற்றது கிருஷ்ணமூர்த்தியுடையது. இருவர் அறைகளும் சம அளவு உடையதுதான். இருந்தும் மூர்த்தியின் அறைக்குக் கூடுதலாக இருபது ரூபாய் வாடகை. காரணம், மூர்த்தியின் அறையில் ஜன்னல் இருந்தது. ஜன்னல் வழியாகக் காற்றும் வெளிச்சமும் வந்தன. காற்று வெளிச்சம் இரண்டுக்கும் தலா பத்து ரூபாய். சரிதானே!

மூர்த்தி ஒரு பத்திரிகை அலுவலகத்தில் வேலை பார்த்து வந்தான். அனந்துக்கு அரசாங்கத்தில் வேலை. ஒரு கையில் தன் உடைமைகள் அடங்கிய பெட்டியையும், மறுகையில் மூக்கையும் பிடித்துக்கொண்டு மூர்த்தி அந்த லாட்ஜ் வாசியாகியிருந்தான். மூர்த்தியை முதலில் விசாரித்தவன் அனந்துதான்.

"எங்கே சார் வேலை?"

மூர்த்தி சொன்னான்.

"என்ன சம்பளம்?"

முதல் சந்திப்பில், முகம் தெரியாத ஒருவன் இக்கேள்வியைக் கேட்பதில் உள்ள நாகரிகக் குறையை அனந்து அறிந்திராதது மூர்த்திக்குச் சங்கடமாக இருந்தது. ஆயினும் தன் சம்பளத்தைச் சொன்னான்.

"ப்பூ... இவ்வளவுதானா? பெரிய பத்திரிகையில் வேலை. இவ்வளவுதானா சம்பளம் தர்றான்? நான் உங்களைக் காட்டிலும் நாலு மடங்கு அதிகமாக சம்பளம் வாங்கறேன். ஒரு விஷயம் தெரியுமோ? இந்த லாட்ஜ்லேயே அதிக சம்பளம் வாங்குகிறவன் நான்தான்."

இதைச் சொல்லி விட்டு 'ஹே... ஹே...' என்று சிரித்தான் அனந்து.

அனந்து அறை அறையாகச் சென்று இனிப்பு வழங்கியதைப்போலவே, பல மாதங்களுக்கு முன்னர், அறை அறையாகச் சென்று கல்யாணப் பத்திரிகை கொடுத்தான். முதல் பத்திரிகை மூர்த்திக்குத்தான். வழக்கமான வெள்ளை அட்டை அழைப்பிதழ். அனந்தராமன் பின்வரும் தேதியில் செல்வி வித்யாவைத் திருமணம் செய்து கொள்ள இருக்கும் இனிய நிகழ்ச்சிக்குத் தாங்கள் வருகை தந்து வாழ்த்தக் கோரும் அழைப்பிதழ்,

மூர்த்தி திருமணத்துக்குப் போயிருந்தான். பழைய மாம்பலத்தில் உள்ள ஒரு கல்யாண மண்டபத்தில்தான் அது நடந்தது. அனந்துவின் திருமணத்தை மறக்க முடியாத நிகழ்ச்சியாக அடித்தவர் ரிடையர்ட் தாசில்தார் புஜங்கராவ்.

தலை கவிழ்ந்து உட்கார்ந்திருந்த வித்யாவின் கழுத்தில் அனந்து தாலி கட்டி முடித்தவுடனேயே, மணமக்களுக்கு முன்னர் ஓர் ஆளுயர மைக் நிறுத்தப்பட்டது. அனந்து மைக்கின் முன் வந்து நின்று, "இப்போது பெரியவர் புஜங்கராவ் எங்களை வாழ்த்தி ஆங்கிலத்தில் உரையாற்றுவார்" என்றதும், புஜங்கராவ் எழுந்து மந்தகாசப் புன்னகையுடன், தன் கல்யாணத்தின்போது தைத்த கோட்டை இழுத்து விட்டபடி வந்து மைக்கைப் பிடித்தார்.

பட்டுப் புடவையும் மல்லிகைப் பூவும்கொண்டு திருமணத்துக்கு வந்திருந்த பெண்கள் திகைப்போடு புஜங்கராவை வேடிக்கை பார்க்கத் தொடங்கினர். கல்யாண வீட்டில் ஆட்டம் போட்டுக்கொண்டிருந்த குழந்தைகள் அனைத்தும் ராவைச் சுற்றிக் குழுமி ஆச்சர்யத்தோடு பார்க்கத் தொடங்கின.

"லேடீஸ் அன் ஜென்டில்மேன்" என்று தொடங்கிய ராவ் சளசளவென்று விக்டோரியா ராணியின் ஆங்கிலத்தில் பொழியத் தொடங்கினார். சூழ்நிலையின் வித்தியாசத்தில் ஈர்க்கப்பட்டு இருந்தவர்கள் அடுத்த ஐந்தாவது நிமிஷத்தில் தெளியத் தொடங்கினார்கள். ராவ், உலகம் முழுதும் என்ன வகையில், திருமணம் நடைபெறுகிறது என்று விளக்கிக்கொண்டிருந்தார். கொத்துக் கொத்தாக ஆண்களும் பெண்களும் எழுந்து சாப்பிடவும், அல்லது வீட்டுக்கும் என்று வெளியேறத் தொடங்கினார்கள். திடீரென்று மூர்த்தி உணர்வு பெற்று தன்னைச் சுற்றிப் பார்த்துக்கொண்டான். மணமக்களையும் அவனையும், ராவையும் தவிர வேறு ஒரு ஜீவனும் அங்கில்லை. ஆனாலும் ராவ் உரை நிகழ்த்திக்கொண்டிருந்தார். திடீரென்று அனந்து எழுந்து மூர்த்தியிடம் வந்தான். "அடுத்து நீங்கதான் பேசணும். சிறுகதை அரசர் கிருஷ்ணமூர்த்தி பேசுவார்னு சொல்லப் போறேன்..." என்றான். திடுக்கிட்டுப் போன கிருஷ்ணமூர்த்தி, "அனந்து சார்... ப்ளீஸ் வேணாம்... என்னால் பேச முடியாது. தயவு செய்து கேளுங்க. வேண்டாம்" என்று சொல்லிக்கொண்டிருக்கும் போதே ராவ் மைக்கின் மூலம், "நண்பர்களே, இனி நீங்கள் ஓர் அற்புதத் தமிழ்ப் பொழிவைக் கேட்கப் போகிறீர்கள். நிகழ்த்தப் போகிறவர் தமிழ்நாட்டு மாப்பசான், கிருஷ்ணமூர்த்தி" என்று முழங்கிக்கொண்டிருந்தார்.

அறையைச் சாத்திக்கொண்டு உள்ளே வந்த கிருஷ்ணமூர்த்தி பேனாவை மூடி வைத்தான். எழுதிய தாள்களை அடுக்கிக் கட்டி வைத்தான். இனி எழுத முடியாது என்று அவனுக்குத் தோன்றியது. தலை கவிந்தவாறே அனந்து கட்டிய தாலியை ஏற்றுக்கொண்ட அந்த வித்யாவின் முகம் அவனுக்குள் தோன்றியது.

வித்யா இந்த நேரம் என்ன செய்துகொண்டிருப்பாள்? அழுதுகொண்டிருக்கக் கூடும். பெண்கள் இந்த மாதிரி நேரங்களில் அழ மட்டுமே கற்றிருக்கிறார்கள். வித்யாவுக்கு அப்பா இருப்பார். அவர் தன் குடும்ப கௌரவமே போய் விட்டதாக, வாழ்வில் ஒரு மாசு வந்ததென எண்ணி, தாழ்வாரம் தன்னில் தலைசாய்த்து அமர்ந்திருப்பார். வித்யாவுக்கு அம்மாவும் இருப்பாள். அவளுக்கென்று விதிக்கப்பட்ட ராஜாங்கமான அடுப்படியில் அமர்ந்து மகளின் வாழ்வு மண்ணானது என்று சொல்லி கண்ணீர் விட்டுக்கொண்டிருக்கக் கூடும்.

மூர்த்திக்கு எழுத முடியாது என்று தோன்றியது. ராவ் மைக்கை அவன் கொடுத்துப் பேசு பேசு என்கிறபோது அவனும் அந்த மணமக்களை வாழ்த்தித்தானே பேசினான். மைக்கைப் பிடித்துக்கொண்டு வாழ்த்தியது அவனுக்குக் கூச்சமாய் இருந்ததே தவிர, வாழ்த்தியது உண்மைதானே. மனசுக்குள் இருந்து வந்தவைதானே வாழ்த்துரைகள்.

வித்யா என்கிற, அவனால் வாழ்த்துரைக்கப்பட்ட ஒரு பெண் வாழ்க்கையை இழந்து கலங்கிக்கொண்டிருக்கையில், கதை எழுதிக்கொண்டிருப்பது எவ்வளவு

பெரிய அபத்தம்? கண்ணீருக்கு முன் கதை எங்கே? உலகம் முழுவதும் எவ்வளவு வித்யாக்கள்? ஒவ்வொரு வித்யாவுக்கும் ஒவ்வொரு விதமான பிரச்சினை. ஆக மொத்தத்தில் எல்லோருமே அழுதுகொண்டிருக்கிறார்கள். ஆண்களும், பெண்களும், மிருகங்களும், உயிர் படைத்த அனைத்தும், எல்லோருடைய கண்ணீரையும் ஒரு கிருஷ்ணமூர்த்தியா துடைக்க முடியும்? ஆனாலும், கிருஷ்ணமூர்த்திக்கு எண்ணம் வேறு விதமாக இயங்கியது. இத்தருணம், உலகம் முழுதும் எங்கெங்கோ வீடுகள் தீப்பிடித்து எரிந்துகொண்டிருக்கின்றன. எல்லாத் தீயையும் ஒரு மனிதன் அணைப்பது என்பது அசாத்தியமே. எனினும் கண்ணுக்கு முன் ஒரு வீடு தீப்பற்றி எரிகையில், கை கட்டிக்கொண்டு கதை எழுதிக்கொண்டு இருப்பது ஒரு வகை நபும்சகத்தனம் அல்லாமல் வேறு என்ன?

மூர்த்தி ஒரு தீர்மானத்துக்கு வந்தான். அவனால் நபும்சகனாக இருக்க முடியாது. அந்த வித்யாவைச் சென்று பார்ப்பது என்ற முடிவுக்கு வந்தான் மூர்த்தி. அவன் உடனடியாக சேகரிக்க வேண்டியது அவள் முகவரியை.

திருமணத்துக்குப் பிறகு அனந்து அறையைக் காலி செய்து விட்டு வித்யாவின் வீட்டோடு தங்கியிருந்தான். புறப்படுமுன், மூர்த்திக்குத் தன் மனைவி வீட்டின் முகவரியைக் கொடுத்த நினைவு வந்தது. பரபரவென்று தன் பழைய டயரிகளை எடுத்துப் புரட்டி, கண்டுபிடித்தான் வித்யாவின் முகவரியை.

சென்னையில் காலை நேரப் பஸ் பயணம் மிக இனிமை. காலை என்பது ஐந்துக்கும் ஏழுக்கும் இடைப்பட்ட காலம். பஸ்ஸில் உட்காரவும், ஏன் சரிந்து சாய்ந்து காலை நீட்டிக் கொள்ளவும்கூட முடியும். காலை நேரத்துப் பனி போர்த்த, காற்று நீங்கள் எதிர்பாராத நேரத்தில் உங்கள் மேல் வீழ்ந்து உங்களைச் சிலிர்க்கச் செய்யும். கல்யாண வீட்டுப் பன்னீர் மாதிரியும், நீங்கள் ஏதோ வேலையில் ஆழ்ந்திருக்கையில் பின்னிருந்து உங்கள் கழுத்தைக் கட்டிக் கொள்ளும் உங்கள் வீட்டுப் பிஞ்சுகள் மாதிரியும் இருப்பதை அனுபவிக்க முடியும்.

அனுபவித்துக்கொண்டு பயணம் செய்தான் மூர்த்தி. அழுக்கும், கொடூரமான ஹார்ன் சப்தங்களும், பெட்ரோல் புகையும் மலிந்த, தெத்துப்பல், மாதிரி ஒழுங்கற்ற சந்துகளும் நிறைந்த, வட சென்னையின் ஒரு தெருவில் இருந்தது வித்யாவின் வீடு. கம்பி அழி போட்ட பழங்கால வீடு. முகப்பின் இரு பக்கமும் அகன்றத் திண்ணைகள். மொத்தமும் அகன்றதும், சித்திர வேலைப்பாடு மிகுந்ததுமான கதவைத் திறந்ததும் விரியும் ரேழி. இடது கைப் பக்கம் சாய்வு நாற்காலி போட்டுப் படுத்திருந்தவர், அனேகமாக வித்யாவின் அப்பாவாகத்தான் இருக்க வேண்டும். பழங்கால போட்டோ மாதிரி மங்கிப் போய் இருந்தார் அவர். ஆளரவம் கேட்டுத் திரும்பி மூர்த்தியைப் பார்த்த அவர். "யாரு வேணும்?" என்றார்.

"என் பெயர் கிருஷ்ணமூர்த்தி. அனந்தராமன் சினேகிதன். வித்யாவைப் பார்க்க வந்தேன்."

பெரியவர் முகம் மேலும் மங்கியது. "இனி அவளைப் பார்த்து என்ன ஆக வேண்டியிருக்கு?" என்றார் அவர் சலிப்பாக. உடன், பழகி வந்த நாகரிகம் நினைவு வந்தவராக, "உட்காருங்க" என்று எதிரில் இருந்த அவரைப்போலவே நம்பிக்கை இழந்த பழம்பெரும் நாற்காலி ஒன்றைச் சுட்டிக் காட்டினார்.

பிரபஞ்சன் ✱ 521

மூர்த்தி மிகக் கவனமாக அதில் அமர்ந்தான். வாசலுக்கு நேர் எதிரில் இருந்த இருண்ட குகையை நினைவுறுத்தும் ஓர் அறையைப் பார்த்து “வித்யா” என்று குரல் கொடுத்தார். குகை, ஒன்று சமையல் அறையாய் இருக்கும் அல்லது அதன் நீட்சியால் குளியல், அறையாய் இருக்கும். அந்த இருளில் இருந்த வித்யா, “என்னப்பா” என்றவாறே வந்தாள்.

இரு முன்னங் கைகளிலும் சோப்பு நுரையும், நீரும் படிந்திருந்தன. நனைந்த புடவையை மேலே இடுப்பில் செருகியிருந்தாள். ஓர் அந்நியனைக் கண்டதும் புடவையை ஒழுங்கு செய்துகொண்டு முன்னங் கைகளைத் தலைப்பால் துடைத்தவாறே அவனைப் பார்த்தாள். பெரியவர் சொன்னார்.

“சார், அனந்துவோட சினேகிதராம் பெயர் என்னன்னு சொன்னீங்க... அபாரமா மறதி வந்துடுத்து எனக்கு”

“கிருஷ்ணமூர்த்தி” என்றவாறு கைகூப்பினான் அவன்.

“வணக்கம்” என்று கூறி நமஸ்கரித்தவள், “உங்களை எங்கோ பார்த்த நினைவு. சட்டென்று...”

மறித்து, மூர்த்தி சொன்னான்.

“உங்கள் கல்யாணத்துக்கு வந்திருந்தேன். உங்களை வாழ்த்திக்கூடப் பேசினேனே...”

“ஓ... ‘தமிழ்நாட்டு மாப்பசான்’ என்றுகூடச் சொன்னார்களே!”

குபீரென்று சிரித்தாள் வித்யா. மூர்த்திக்கு வெட்கமாகி விட்டது. வித்யாவின் முகத்தில் சந்தோஷம்.

வருகை புரிந்த, நீண்ட காலம் பிரிந்திருந்த நண்பரை வரவேற்கிற தொனியில் வித்யா சொன்னாள்.

“வாங்க சார்... மாடிக்குப் போவோம். அங்கே சௌகர்யமா பேசலாம். என்ன சாப்பிடுவீங்க, காபியா, டீயா? பூஸ்ட்கூட இருக்கு.”

“எதுக்கு சிரமம்?”

“சிரமமா? அப்போ உங்க வீட்டுக்கு நான் வந்தா, காபி, டீகூடக் கொடுக்காமே துரத்திடுவீங்களா?”

“சேச்சே”

“பின்னே? சர்த்தான் வாங்க சார்... ரொம்பத்தான் பிகு பண்ணிக்கிறீங்க”

மறுவார்த்தை பேசமுடியாது. மூர்த்தி அவளைப் பின் தொடர்ந்து மாடிக்குப் போனான். மாடிப்படிகள் மிக்க குறுகலானவை. குதித்துத் தாண்டி நாலு எட்டில், மாடியை அடைந்து விட்டாள் வித்யா. நிதானமாகத்தான் மேலே வர முடிந்தது மூர்த்தியால். மாடி பெரும் பகுதி மொட்டையாகவும், ஒரு சிறிய அறையோடும் இருந்தது.

“இதுதான் என் அறை. இரண்டு நிமிஷம் உட்கார்ந்திருங்கள். பத்திரிகை பார்த்துக்கொண்டிருங்கள். நான் காபியோடு வந்து விடுகிறேன்.” என்று விட்டு திடுமென மறைந்து விட்டாள் வித்யா.

இரண்டு நிமிஷங்களில் மீண்டும் தோன்றி, அவனிடம் காபியைக் கொடுத்தாள். அவன் முன் அமர்ந்தாள்.

"சொல்லுங்க மிஸ்டர் மூர்த்தி. எப்படி இருக்கார் உங்கள் நண்பர்?"

"அனந்துவுக்கென்ன? அவரால் சந்தோஷமாக இருக்க முடிகிறது."

"அவர் அப்படித்தான் இருப்பார்."

"எனக்கு உங்களைப் பற்றிக் கவலையாய் இருந்தது. நான் வேறு மாதிரி நினைத்தேன்"

"சொல்லுங்கள், என்ன மாதிரி நினைத்தீர்கள்?"

"ரொம்பவும் பாதிக்கப்பட்டிருப்பீர்கள், ரொம்பவும் வருந்துவீர்கள், உங்களுக்கு ஆறுதல் சொல்ல வேண்டியது என் கடமை என்று எனக்குத் தோன்றியது. அதற்காகத்தான் வந்தேன்…"

"ரொம்ப நன்றி மிஸ்டர் மூர்த்தி. இந்த நேரத்தில்தான் மனிதர்களின் பக்கத்துணை வேணும். உங்களுக்கு ஏதேனும் ஏமாற்றமாக இருக்கிறதா?"

"ஏமாற்றமா? அப்படியென்றால்?"

"நீங்கள் வரும்போது நான் அழுதுகொண்டிருக்கவில்லை. தரையில் படுத்து சோகமே உருவாய் இருக்கவில்லை. சாப்பிடாமல் பட்டினி கிடக்கவில்லை. துணி வெளுத்துக்கொண்டிருந்தேன். அழுக்கான துணிகளை என்ன பண்ணுவது? வெளுப்பதைத் தவிர? நீங்கள் என் முன்னாள் கணவரின் நண்பர் என்று தெரிந்ததும், நான் முகத்தை மூடிக்கொண்டு அழுதிருக்க வேண்டும். அதையெல்லாம் நான் செய்யவில்லை. என்ன, இந்தப் பெண் இப்படிக் கல்லாட்டம் இருக்கிறாளே என்றுகூட நீங்கள் நினைத்திருக்கலாம்."

"நான் அப்படி நினைக்கவில்லை வித்யா. கொஞ்சம் நிம்மதியாகக்கூட இருந்தது."

"நிம்மதியாவா?"

"ஆமாம். நீங்கள் அப்படியெல்லாம் உடைந்து போகவில்லை. பிரச்சினையை எதிர்கொண்டு விட்டீர்கள். அதைச் சமாளிக்கவும் செய்கிறீர்கள் என்று புரிந்தது. அதனால் எனக்கு ஆறுதல்."

"காபி ஆறிடும், சாப்பிடுங்கள். ஃபேனை இன்னும் கொஞ்சம் வேகமயாய் சுழல விடட்டுமா? இதுபோதுமா?"

"போதும்"

மூர்த்தி காபியைக் குடித்து முடிக்கும்வரை அமைதியாய் இருந்தாள் வித்யா.

"காபிக்கு டிகாக்‌ஷன் போதுமா? இன்னும் ஸ்ட்ராங்காக இருக்கலாமா? அல்லது குறைக்கலாமா? உங்க டேஸ்ட் எனக்குத் தெரியாதில்லையா?"

"இதுபோதும் எனக்கு. இந்த மாதிரி இருந்தால்தான் பிடிக்கும். காபி அதற்குரிய மணத்தோட இருக்கணும், இலேசா கசக்கணும். கசக்கிறதுதான் காபி."

"எனக்கும் அப்படித்தான்."

வித்யா 'குபுக்'கென்று சிரித்தாள். ஊற்று உடைத்துக்கொண்டு பொங்குவது மாதிரியான சிரிப்பு அவளுடையது. பிறகு சொன்னாள்:

"மூர்த்தி சார் நான் அழவில்லை என்று நினைக்காதீர்கள். கண்ணீர் விட்டால்தான் அழுகையா? என் மனசு ரணமாகி இரத்தம் கசிகிறது. நான்

உடைந்து போய்விடக்கூடாது என்கிற ஜாக்கிரதை உணர்வில்தான், எதை எதையோ இழுத்துப் போட்டுக்கொண்டு செய்கிறேன். உங்களோடு சிரித்துப் பேசுகிறேன். காபி போட்டுத் தருகிறேன்...”

சுமார் ஒரு மணி நேரம் வித்யாவுடன் பேசிக்கொண்டிருந்து விட்டுப் புறப்பட்டான் மூர்த்தி. தெருவாசல்வரை வந்து அவனை வழியனுப்பி வைத்த வித்யா சொன்னாள்.

“மூர்த்தி... அடிக்கடி நாம் சந்திக்க வேண்டும். என் பலமும், என் ஆறுதலும் நண்பர்கள்தான், சரியா?”

மூர்த்தி ஒப்புக்கொண்டான்.

அவர்களின் வழக்கு பற்றி தீர்ப்பு மதியம் மூன்று மணிக்குத்தான் வழங்கப் பெற்றது. எனினும் காலை பதினோரு மணி முதலே வித்யாவும், அவள் தந்தையும் அவர்களின் வழக்கறிஞர் அறையில் காத்திருக்க வேண்டியிருந்தது. வழக்கின் முடிவை அவள் அறிந்திருந்தாள். அதை எதிர்பார்த்திருந்தாள். ஆனால் அதற்காக காத்திருக்கும் அந்தக் கணங்களே அசுர கணங்கள் என்று அவளுக்குத் தோன்றியது.

அனந்து, அவனுடைய வழக்கறிஞர் அறையில் காத்திருக்கக் கூடும். இரண்டு பேருமே, ஒரு கட்டட நிழலில் ஒதுங்கிப் பிரிந்து போகக் காத்திருக்கிறார்கள். மூன்றாவது மனிதனின் அல்லது சமூகத்தின் உத்தரவுக்காகக் காத்திருக்கிறார்கள்.

வித்யா மூர்த்தியிடம் அந்த நேரத்தைப் பற்றி சொல்லியிருந்தாள்.

“எனக்கு இதெல்லாம் ரொம்ப அபத்தமாகப்படுகிறது மூர்த்தி. நானும் அனந்துவும் சேர்ந்து வாழறதும் பிரியறதும் எங்கள் சொந்த விஷயம். எங்கள் இரண்டு பேர் மட்டும் சம்பந்தப்பட்ட விஷயம். நாங்கள் எதற்குச் சட்டத்தின் சம்மதம் கோர வேண்டும்? நாங்களே பிரிந்து போய் விடுவது என்று தீர்மானித்து விட்ட பிறகு, ஒரு மூன்றாவது மனிதரான நீதிபதியின் அங்கீகாரம் எங்களுக்கு எதற்கு?”

“சரி வித்யா, நீங்கள் இரண்டு பேரும் இணையும்போது, நீங்கள் ரெண்டு பேராக மட்டுமா இணைந்தீர்கள்? ஊரைக் கூட்டிச் சப்தம் போட்டீர்கள். சட்ட சம்மதம் பெற்றீர்கள். பிரியும்போதும் அப்படித்தானே செய்ய வேண்டும். ரெண்டு பேரும் மனமொத்துப் போனீர்கள் என்றால், மூன்றாவது சக்தி தலையிட வாய்ப்பே இல்லை. உங்களுக்குள் விவகாரம் என்றால், மூன்றாவது மனிதர் தலையிடத்தானே செய்வார்?”

“இப்போ எனக்குப் புரிகிறது மூர்த்தி. திருமணங்கள் சட்டபூர்வமாக இருக்க வேண்டும் என்று நாம் நினைப்பதிலேயே ஊழல் இருக்கிறது இல்லையா? அவனுக்கும் அவளுக்கும் பரஸ்பரம் ஒருவர் மேல் ஒருவருக்கு நம்பிக்கை இருக்கும் பட்சத்தில் சாட்சி எதற்கு? பதிவு எதற்கு? சத்தமில்லாமல் இணையவும் செய்யலாம், பிரிய வேண்டுமென்று நினைத்தால் கௌரவமாகப் பிரிந்து விடலாம்.”

“நான் சொல்வதும் இதுதான். காதலோ, காமமோ மனப் பூர்வமாக இருவர் மட்டுமே தீர்மானிக்கிற அந்தரங்கமான விஷயம். நீங்கள் காதலித்தால் அதைச் செய்யுங்கள். நீங்கள் படுத்துக் கொள்ள வேண்டும் என்றால் படுத்துக் கொள்ளுங்கள். அதற்கெதுக்கு அடுத்த வீட்டுக்காரனையும்,

பக்கத்து வீட்டுக்காரனையும் அழைத்து சத்தம் போடுகிறீர்கள். மைக்கை அலற வைத்து டப்பா சங்கீத விஷத்தைத் தெருவில் இறைக்கிறீர்கள்? இங்கு யாருக்கும் வெட்கம் இல்லை. யாரோ முகம் தெரியாத இருவர் கல்யாணம் பண்ணிக் கொள்கிறார்கள் என்று கேள்விப்பட்டால்கூடப் போதும், நம் பெண்களுக்கு, அழுக்குப் பாவாடையைக்கூட மாற்றாமல் பட்டுப் புடவையைச் சுற்றிக்கொண்டு கிளம்பி விடுகிறார்கள். கல்யாணத்துக்கு ஆண்கள் மட்டும் என்ன விதி விலக்கு? அவர்களும்தான். சமூகத்துக்கு வெட்கம் கெட்டுப் போச்சு. கல்யாணமாய் இருக்கட்டும், விவாகரத்தாகட்டும் எல்லாமே அவர்களுக்கு வேடிக்கை.”

வித்யா முகத்தை மூடிக்கொண்டு சிரித்தாள். கடற்கரை மணலில் இருந்த ஒரு கிளிஞ்சலை எடுத்து அவன் மேல் எறிந்தாள்.

“சாரி...” என்றான் மூர்த்தி.

“பரவாயில்லை... பச்சையான உண்மையை, சட்டை போடாமல் பேசுகிறாய். என்ன பண்ண? கல்யாணத்துக்கு முந்தி நீ என் சினேகிதனாகக் கிட்டி இருந்தால், நான் இவ்வளவு கஷ்டப்பட்டிருக்க மாட்டேன்.”

அவர்களின் தொடர்ந்த சந்திப்பு ஒன்றில், அந்த மாலையைப் பற்றி ஒரு நாள் குறிப்பிட்டாள் வித்யா.

“எனக்கு விவாகரத்துக் கிடைத்ததில் வருத்தம் இல்லை மூர்த்தி. அது நான் எதிர்பார்த்ததுதானே? என் அப்பாவைப் பார்க்கும்போதுதான் ரொம்ப வருத்தமாய் இருந்தது. நிலைகுலைந்து போய் விட்டார். என்னை மிகவும் நேசிக்கிறவர் அவர். என் வாழ்க்கை குலைந்து போயிற்றே என்று விசனப்பட்டார். உன்னிடம் சொல்வதற்கு என்ன? மனம் ஒப்பாத ஒருவனிடம் இருந்து விலகுவதில் எனக்கு சந்தோஷமாகவே இருந்தது. மனசுக்குள் ரகசியமாக அதைக் கொண்டாடிக்கொண்டும் இருந்தேன். வாழ்க்கை எனக்குத் தீர்ந்து போய்விட்டது என்று அப்பா நினைத்தார். என் வாழ்க்கை இனிமேல்தான் தொடங்கப் போகிறது என்று நான் நினைத்தேன் மூர்த்தி. இப்போதுதான் சந்தோஷமாக இருக்கிறேன். எனக்கு இப்போதான் இறக்கை முளைத்த மாதிரி இருக்கிறது. இப்போதான் எனக்குப் பறக்க வேண்டும் போல் இருக்கிறது. வானம் முழுக்க, வானத்தை அடைத்துக்கொண்டு, இடத்தை மிச்சம் வைக்காமல் பறக்க வேண்டும்போல் இருக்கிறது.

“அந்த மாலை எனக்குக் கசப்பைத் தந்தது நிஜம். அது தீர்ப்பால் வந்தது அல்ல. அந்தக் கட்டடத்துக்குள் இருந்த மனிதர்கள் என்னைப் பார்த்தப் பார்வைதான், மூர்த்தி. அவர்கள் படித்தவர்கள், சமூகத்தில் மிகவும் மேல் மட்டத்தில் இருப்பவர்கள். ஏன்? நமக்கு நீதி சொல்கிறார்கள் அவர்கள். அவர்களேகூட என்னை ஏதோ ஒரு விபசாரியைப் பார்ப்பதுபோலத்தான் பார்த்தார்கள். ஆண்கள் ஒரு குற்றமும் செய்யத் தெரியாதவர்கள் மாதிரியும், பெண்களே சகல குற்றங்களுக்கும் காரணிகள் மாதிரியும் பார்த்தப் பார்வை இருக்கிறதே...”

வித்யா, மூர்த்திக்கு முன் முதல் முறையாக அழுதாள். மடிந்த முட்டியின் மேல் முகத்தைப் புதைத்துக்கொண்டு வித்யா கசிந்து கசிந்து அழுதாள்.

கடல் ஓயாமல் கத்திக்கொண்டே இருந்தது.

வித்யா அழுது ஓயட்டும் என்று காத்திருந்தான் மூர்த்தி. பிறகு சொன்னான்:

"உன் அம்மா உயிரோடிருந்தால், இந்த நேரத்தில் உனக்கு ரொம்ப உறுதுணையாய் இருந்திருக்கும் இல்லையா வித்யா?"

வித்யா கலீரென்று சிரித்தாள். உறையிலிருந்து வெளிப்பட்ட கத்தி மாதிரி அவள் முகம் பளபளத்தது. சிரித்துக்கொண்டே சொன்னாள்.

"நீ எழுத்தாளன். மனித மனோபாவங்களை எழுதுபவன். உனக்கே சில விஷயங்கள் புரியவில்லை. இந்த நேரத்தில் என் அம்மா இருந்தால், எனக்கும் அவளுக்கும் நல்ல உறவு நிலவும் என்றா நினைக்கிறாய்? அப்படி இராது. விவாகரத்து ஆன பெண்ணைப் பார்க்கப் பார்க்க அவள் வயிறு எரியும். யார் யார் மீதோ கோபம் மண்டிக்கொண்டு வரும். எரிச்சல் மீறிக்கொண்டு கிளம்பும். அந்தக் கோபத்தை, எரிச்சலை யார்மீது அவள் காட்ட முடியும். என் மேல்தான் காட்ட முடியும். என்னை அவளும், அவளை நானும் பிறாண்டிக்கொண்டு, இரத்தம் கசிய நிற்போம். பெண்களுக்கு முதல் எதிரி யார் என்று நினைக்கிறாய்? பெண்கள்தான். ஆண்கள் அப்புறம்தான்."

வித்யா மீண்டும் சிரித்தாள்.

சிரிப்பு, மனுஷ குலத்துக்கு வாய்த்த எத்தனை பெரிய சொத்து. அது மகிழ்ச்சியை வெளிப்படுத்துகிறது. மகிழ்ச்சியை எதிராளியிடம் மலர்த்துகிறது. நேசத்துக்கு அஸ்திவாரமிடுகிறது. சினேகத்துக்கு அது மழை. காதலுக்கு அது வேர். மனசுக்கு அது கண்ணாடி. வார்த்தைகளுக்கு அது மாற்று. வாழ்க்கை ஏற்படுத்தும் காயங்களுக்கு அது மருந்து. ஒரு முத்தத்துக்கு அது நிகரானது.

வித்யா ஒரு பெரிய தனியார் நிறுவனத்தில், அந்த நிறுவனத்தின் இயக்குநருக்கு நேர்முக உதவியாளர். ஓர் உள்ளங்கை அளவு குறிப்பு நோட்டை வைத்துக்கொண்டு இயக்குநர் சொல்வதைக் குறிப்பெடுத்துக்கொண்டு அதன் வழி காரியங்களை இயக்குபவள். முதன் முறையாகப் பார்ப்பவர்கூட, இரண்டாம் முறை அவளைப் பார்க்க விரும்புவர். அளவெடுத்து தைத்த சட்டை மாதிரி, மிகையும், குறைவும் இன்றி, அவள் எல்லோரிடமும் பேசினாள். நட்புகொண்டாள், சிரித்தாள்.

வித்யாவிடம் பெரிய எதிர்ப்பார்ப்புகள் இல்லை. தனக்கு வர இருக்கும் கணவனைப் பற்றி வண்ணமயமான கனவுகள் இல்லை. சகல கலையும் வல்ல சினிமா கதாநாயகர்கள் மாதிரி, தன் கணவன் அமைய வேண்டும் என்று அவள் ஆசைப்படவில்லை. ரகசியத்தில் ஏங்கவில்லை. சுமாரான பாதுகாப்பான வேலையில் இருப்பவனாக, தன்னைப் புரிந்துகொண்டு இனிய தோழியாக ஏற்றுக் கொள்ளும் ஒருவனை அவள் எதிர்பார்த்தாள். நிறைய ஆண்களை எதிர்படும் பணியில்தான் அவள் இருந்தாள். எனினும் யாரையும் காதலிக்க அவளுக்கு ஏனோ தோன்றவில்லை. காதல், தெருவோரப் பெட்டி கடைகளில் ரூபாய்க்கு இரண்டு மூன்று விற்கப்படும் வாழைப்பழம் போன்று எளிதானது அல்ல என்பதை அவள் அறிந்திருந்தாள். அந்த நிறுவனத்தில் பணிபுரியும், துணை மேனேஜராக இருக்கும் சிவந்த, அழகிய பல்வரிசைக்கொண்ட, நாலாயிரத்துக்கும் மேல் சம்பளம் வாங்கும், ஸ்கூட்டர் வைத்திருக்கும், 'ரஜினி மாதிரி இருக்காம்பா' என்று லஞ்ச் நேரத்தில் சக பெண்களால் ஒரு வகை ஏக்கத்துடன் குறிப்பிடப்படும் தன்மைகொண்டவனாக இருந்த ஒருவன், இன்ட்டிமேட் வாசனை கமழ, 'நான் உன்னைக் காதலிக்கிறேன்'

என்று சொன்னபோது, அதற்கு எதிரான காரியத்தை வித்யா செய்தாள். 'வருந்துகிறேன் நான் உங்களைக் காதலிக்கவில்லையே...' என்று புன்னகையோடு அவளால் சொல்ல முடிந்தது. அவளுடைய நிறுவனத்தின் சகோதர நிறுவனமான ஒன்றில் பணி புரிந்த ரவி, அவளுக்குச் சினேகமாக இருந்தான். ரவி ஒருத்தன்தான் வித்யாவின் சினேகிதன் என்று இருந்தான். அன்று மாலை ரவியிடம் இதைப் பற்றி வித்யா குறிப்பிட்டபோது ரவிகூட சொன்னான்.

"நீ தப்பு செய்துவிட்டாயோ என்று தோன்றுகிறது."

"எப்படி?"

"நல்ல உத்தியோகம், வசதியான பையன், அழகானவனும்கூட. உன்னை விரும்புகிறவன், அப்புறம் என்ன மறுப்பு?"

"ரவி, மடையன் மாதிரி பேசாதே. நீ சொல்றதெல்லாம் ஒரு கல்யாணத்துக்கு போதுமா? நான் அவனை விரும்ப வேண்டாமா?"

"எத்தனை காலம்தான் இப்படியே இருக்கப் போறே. அப்புறம் ஆம்பிளைகள் எல்லாம் குடும்பஸ்தர் ஆகிவிடுவார்கள். நீ தனியாகி விடுவாய்."

"அதனால் என்ன! பெண்ணாய்ப் பிறந்தவள் எல்லாம் கல்யாணம் பண்ணிக்கொண்டே ஆகணுமா என்ன? இப்படியே இருந்துட்டுப் போறேன்?"

"உன் அப்பா விடுவாரா?"

"சங்கடமே அதுதான். பெண்களுக்குகூடவே இருக்கும் எதிரிகள் பெரும்பாலும் பெற்றோர்கள்தானே. அன்புகூட துன்பம் செய்யுமா? செய்யும். இந்த அப்பாக்களும் அம்மாக்களும் தங்கள் பெண்களுக்குத் துன்பத்தைச் செய்வது அன்பு காரணமாகத்தான். அன்பு கரடு தட்டி கெட்டிப்பட்டுப் போகும்போது, பெண்ணுக்குச் சொந்த மூளை, சொந்த மனம், சொந்த விருப்பு வெறுப்பு எல்லாம் இருக்கும் என்று தோன்றாது. இருபது வயசுப் பெண்ணைக்கூடப் பச்சைக் குழந்தை என்றே எண்ணத் தோன்றும்."

மூர்த்திக்கு ஆச்சரியமாக இருந்தது. சிந்தனையில் தெளிவும், செயலில் பிசிறு தட்டாத ஒழுங்கும் உள்ள வித்யா, எப்படி அனந்து மாதிரி ஒருத்தனை திருமணம் செய்து கொள்ளச் சம்மதித்தாள்.?

"இதைத்தான் விதி என்று சொல்ல வேண்டும்." என்றாள் வித்யா.

கடற்கரை ரெஸ்டாரன்டில் வித்யாவும், ரவியும், மூர்த்தியும் அமர்ந்து காபி அருந்திக்கொண்டிருந்தார்கள். மூர்த்திக்கு ஃபோன் செய்து வித்யா தன் அலுவலகத்துக்கு அவனை அழைத்திருந்தாள். ரவிக்கும் மூர்த்திக்கும் அன்று அறிமுகம் ஏற்பட்டது. ஏற்படுத்தவே மூர்த்தியை அழைத்திருந்தாள் வித்யா. ஏற்பட்டவுடன் மூவரும் ஓர் ஆட்டோ பிடித்துக் கடற்கரை வந்திருந்தார்கள்.

ஆட்டோவே விட்டு இறங்கியதும், ஆட்டோவுக்கு யார் பணம் கொடுப்பது என்று குறித்து அவர்களுக்குள் ஒரு யுத்தமே நிகழ்ந்தது. "நான் தருகிறேன்" என்று பர்ஸை எடுத்தான் ரவி. "முதல் முதலில் நாம் சேர்ந்து வந்திருக்கிறோம். நானே தருகிறேன்" என்றான் மூர்த்தி.

"இதுக்குப் போய் ஏன் அடித்துக் கொள்கிறீர்கள்?" என்றவாறு தான் பணம் கொடுக்கப் போனாள் வித்யா.

"நீ தரக்கூடாது. எங்களில் ஒருவர் தருகிறோம்" என்றான் மூர்த்தி.

“ஏனென்றால் நான் பெண். ஆட்டோவுக்கு நான் பணம் கொடுத்தல், உங்கள் பௌருஷம் கௌரவம் இழந்து விடும் இல்லையா?”

“சேச்சே” என்றார்கள் இருவரும்.

ஆகவே, வித்யாதான் பணம் கொடுத்தாள். வெற்றி கண்ட மிதப்போடு அவர்கள் பின் தொடர ரெஸ்டாரன்டை அணுகினாள் வித்யா. அங்கு வைத்து முறை செய்துகொண்டார்கள் மூவரும். காபிக்கு ரவி பணம் கொடுப்பது, சுண்டல் மிளகு வடைக்கு மூர்த்தி.

“முதல் முறை சந்திக்கிறோம், இனிப்போடு தொடங்குவோமே...” என்றான் ரவி.

“எனக்கும்” என்றான் ரவி.

“எனக்கு இந்த ‘வழவழ கொழகொழ’ சமாச்சாரங்கள் பிடிப்பதில்லை. ஆகவே மைசூர்பாக்” என்றாள் வித்யா, இருவரையும் பார்த்துக் கண் சிமிட்டியபடி.

“இன்றைக்கு எங்களைச் சீண்ட வேண்டும் என்று முடிவு செய்துகொண்டு வந்துவிட்டாய். நடக்கட்டும்.” என்றான் ரவி.

வித்யா மிக உற்சாகமாய் இருந்தாள். மணலில் வைத்துத்தான் மூர்த்தி அக்கேள்வியைக் கேட்டான்.

“விதியை நீயும் நம்புகிறாயா?”

“இல்லை. நம் முயற்சிகள் தோல்வியுறும்போது, அத்தோல்விகளை ஏற்றுக்கொண்டு சமாதானம் அடைய ஒரு பிடிமானம் தேவைப்படுகிறதே மூர்த்தி. சத்திரம் மாதிரி கொஞ்சம் ஓய்வு கொள்ள...”

“எனக்கு அவரை ஆரம்பம் முதலே பிடிக்கவில்லை. ஆனால், இவள் சம்மதித்தப் பின், என் அபிப்பிராயம் அர்த்தமற்றுப் போய் விடும். இல்லையா?” என்றான் ரவி குறுக்கிட்டு.

“உனக்கு அனந்துவைப் பிடித்ததா வித்யா?”

“எனக்குத் தெரியவில்லை மூர்த்தி. அப்பாவும் தரகர் மாமாவும் கூடிக் கூடிப் பேசிக்கொண்டார்கள். அப்பா ஒருநாள் என்னை அழைத்து, நல்ல வரன் வந்திருக்கிறதம்மா, அரசாங்கத்தில் வேலை பார்க்கிற பையன். தாய் தந்தை இல்லாதவன். நம் வீட்டோடு வந்துவிடுவான். உனக்கும் வேலைக்குப் பிரச்சினை இருக்காது. அதிகமாகவும் பையன் எதிர்பார்க்கவில்லை. நல்ல பையன் மாதிரிதான் தோன்றுகிறது. என்றார். எனக்கு மறுத்துப் பதில் பேச ஒன்றும் இருக்கவில்லையே மூர்த்தி. வேலையில் இருப்பவன், வீட்டோடு வரப் போகிறவன், மாமியார் பிடுங்கல் இல்லை. முக்கியமாக கை நிறையச் சம்பளம். என்ன சொல்லி மறுப்பது? கல்யாணம் பண்ணிக் கொள்ளக்கூடாது என்கிற மாதிரி விரதம் எதுவும் எனக்கு இல்லை. யாரையாவது காதலித்து தொலைத்திருந்தாலாவது, எனக்கு இந்தப் பையன் வேண்டாம் என்று சொல்லலாம். சொன்னால் அதில் அர்த்தம் இருக்கும். இத்தனை ஆம்பிளைகள் உள்ள எங்கள் ஆபீசில் ஏனோ இவன்தான் என் ஆண் என்று நான் நினைக்கிற மாதிரி ஒருத்தனும் எனக்குக் கிடைக்கவில்லை. தவிரவும் எவனைக் காதலிப்பது என்று ஆராய்ச்சி செய்துகொண்டா காதலிக்க முடியும்? அது திடீரென்று

வந்து பெய்து விட்டுப் போகிற மழை மாதிரியல்லவா வரும். பதினேழு 'சி' பஸ்ஸுக்கு நிற்பதுபோலவா காதலுக்கு ஒருத்தி நிற்க முடியும்? எனக்கும் கல்யாணம் பண்ணிக் கொள்ள ஆசையாய் இருந்தது மூர்த்தி. உன்னிடம் சொல்ல என்ன வெட்கம்? எனக்கும் உணர்ச்சிகள் இருக்கிறதுதானே. எனக்கும் ஒரு வடிகால் தேவைதானே! என்னை உடம்பாலும் பகிர்ந்து கொள்ள ஒரு துணை தேவைப்பட்டது. அதுவும் ஒரு பாஷையில்லையா? வயசு இருபத்து நாலு, அப்பா கேட்டதும் சரி என்று விட்டேன். ஒரு ஞாயிற்றுக் கிழமை சாயங்காலம், அனந்து எங்கள் வீட்டுக்கு வந்தார். வெறும் காபி மட்டும் கொடுப்பது என்றுதான் இருந்தேன். இந்த இடியட் ரவிதான், அது நன்றாக இருக்காது என்று சொல்லி எங்கேயோ போய் சோன்பப்படியும் முந்திரிப் பயறு வறுவலும் வாங்கி வந்தான்."

"மிக்சரை மறந்து விட்டாய், பார்..."

"வாயை மூடு. வந்தார். ஓர் ஆணை, ஒரு மனிதரைப் பார்த்த மாத்திரத்தில் என்ன முடிவுக்கு வர முடியும்? அவரோடு கொஞ்சம் காலம் வாழ்ந்து அப்புறம் முடிவு செய்கிற மாதிரியா நம் சமூக அமைப்பு இருக்கு? சரி என்று சொல்வதைத் தவிர எனக்கு வேறு ஒரு வழியோ, வாய்ப்போ இருக்கிறதாகப் படவில்லை. எந்த எதிர்பார்ப்பும் இன்றித்தான் ஒப்புக்கொண்டேன். என்னமோ, எனக்கு திருமண வாழ்வில் பெரிய ஆசைகள் எல்லாம் எப்போதுமே இல்லை மூர்த்தி. உண்மையில் நான் ரொம்ப, பல விஷயங்களிலே, பழைய காலத்து மனுஷியாட்டம்தான் இருக்கேன். ரவிகூட என்னை விச்சுப் பாட்டின்னு கலாட்டா பண்ணுவான். நாலணா பூக்கூட அவன்— என் கணவன் வாங்கித் தரணும்னு எதிர்பார்க்கவில்லை. அன்பா ஒரு வார்த்தை, குளிர்ச்சியா ஒரு பார்வை, இதமான ஒரு பரிவு, அதுபோதும் மூர்த்தி எனக்கு. அவனுக்கு நான் நல்ல மனைவியா இருப்பேன். அவன் குழந்தைகளுக்கு நல்ல தாயா இருப்பேன். என் தோலை செருப்பா தச்சுகூட அவனுக்கு நான் தருவேன். நான் என்ன எதிர்பார்க்கிறேன் மூர்த்தி? சாயங்காலம் ஆனா, புருஷன் இடுப்பை சுத்திக்கிட்டு ஒரு ஸ்கூட்டர் பயணமா? இல்லை. வாரம் தவறாமல் சினிமாவா? இல்லை. மாசாமாசம் புடவையா? இல்லவே இல்லை. வருஷம் தவறாமே நகைகளா? எனக்கு நகைகள் பிடிக்காது. எனக்குத் தேவையானது ஒன்றே ஒன்றுதானே, அன்பு ஒன்றுதானே என் தேவை. என்னை மனுஷியா நினைச்சு அன்பு செலுத்து. என்னை நம்பு. நான் உனக்காக வாழ்கிறவள் என்பதை ஏன் புரிந்து கொள்ள மறுக்கிறே? இதுதானே என் பிரார்த்தனையாக இருந்தது. எனக்கு அதுகூட கிடைக்காதா· மூர்த்தி... கிடைக்காதா... கிடைக்காதா...?"

வித்யா உடைந்து போனாள்.

மே மாதம் புழுங்கி வழிந்தது. அறைக் காற்று அடுப்புக் காற்று மாதிரி இருக்கவே, மொட்டை மாடிக்கு வந்து படுக்கையை விரித்தான் மூர்த்தி.

இடுப்பில் ஒரு துண்டை மட்டும் சுற்றிக்கொண்டு தூரத்தில் படுத்திருந்த ராவ் எழுந்து உட்கார்ந்துகொண்டார். ராவை எதிர்பார்க்க வில்லை மூர்த்தி. யார் யாருடன் சிக்கிக்கொண்டார்கள் என்று சொல்வது? ராவின் கணீரென்ற ஆங்கிலக் குரல் மூர்த்தியை வந்து அறைந்தது.

"என்ன சாப்பாடெல்லாம் ஆயிற்றா?"

"ஆச்சு."

"சைவமா, அசைவமா?"

"எத்தனை நாள், இந்தக் கீரைத்தண்டு சாம்பாரையும், கேரட் பொரியலையும் தின்று தொலைக்கிறது ராவ்ஜி? ஒரு மாற்றம் வேணும்னு பொன்னுசாமி ஓட்டலுக்குப் போனேன்..."

"அசைவம்லாம் வெள்ளைக்காரன் பண்ணி சாப்பிடணும். அது ருசியே அலாதி எங்க கலெக்டர் துரை சம்சாரம் கோழி பண்ணும் எலும்பை உலுக்கினா கறி உதிரும். அது அல்லவா ரோஸ்ட்? இவன்லாம்? அதான், இந்தியக்கார பயலுவ, என்னத்தைச் சமைச்சு, என்னத்தைச் சாய்ப்பானுங்க? அதெல்லாம் நாற்பத்தேழோட போச்சு..."

ராவ்ஜியின் உலகம் நாற்பத்தேழோடு அஸ்தமனம். ஆகிவிட்டிருந்தது. சுதந்திரம் மட்டும் குறுக்கிடவில்லையென்றால், ராவ்ஜி சப்கலெக்டராக ரிடையர்ட் ஆகியிருப்பார். விதிதான். ஓர் இந்திய ஐ. சி. எஸ் இளைஞன் அவருக்கு அதிகாரியாக வாய்க்க, அவனை சிறு பயல் என்று இவர் நினைக்க, இந்தக் கிழக்கோட்டான் எனக்குத் தேவையில்லை என்று பல்வேறு இடங்களுக்கு ராவை அவன் மாற்றியடிக்க, அந்தத் துவந்த யுத்தத்தின் முடிவாக தாசில்தாராகவே ரிடையர்ட் ஆனார் ராவ். உத்யோகம் போகுமுன்பே மனைவியை இழந்திருந்தார். ஒரே பெண் வடக்கில் வாழ்க்கைப்பட்டிருந்தது. ஆண்டுக்கு இரண்டு மாதம், குளிர் அதிகம் இல்லாத காலமாகப் பார்த்து டில்லிக்குப் போய் மகளுடன் தங்கியிருந்து விட்டுத் திரும்புவார்.

"எங்கே உங்கள் பிரண்ட்?"

"யார்?"

"அனந்துதான்..."

ராவ் உணர்ச்சி வசப்பட்டு விட்டால், தமிழுக்குத் தாவி தமிழில் உரையாடுவார்.

"அந்தக் கம்மனாட்டிப் பயலைப் பற்றி என்னத்துக்கு பேச்சு? கழுதை எங்கே போகுதோ, வருதோ, யாருக்குத் தெரியும்.?"

"என்ன திடீரென்று உங்களுக்குள் ஊடல்?"

"வெண்டைக்காய். அந்தப் பேமானி, கல்யாண செலவுக்குன்னு ஐயாயிரம் வாங்கினான். கல்யாணம் பண்ணி கட்டின தாலியையும் வாங்கிட்டான். இன்னும் அந்தப் பணத்தை திருப்பித் தரலை. பேங்க்கிலே இருந்தாலாவது நாலு காசு வட்டியாவது கிடைச்சிருக்கும்."

"நிறைய சம்பாதிக்கிறார். ஏன் கடன் வாங்கினார்?"

"சம்பாதிக்கிறான், பணத்தை எல்லாம் குதிரை வாலில் கட்டி விடறான். வேறே என்ன? நல்ல சட்டை நாலு வச்சிருக்கானா சார்? பெரிய ஆபீசர், பத்து தேதி ஆனா, கை மாத்துக்கு வந்துடறான். இவனெல்லாம் என்ன மனுஷன்? இவனையும் ஒருத்தி கட்டிக்கிட்டு வாழ்ந்தாளே, அவளைச் சொல்லணும்"

அனந்துக்குக் குதிரைப் பந்தயம் பழக்கம் இருப்பது மூர்த்திக்குப் புதிய செய்தி. இது அனந்துவின் புதிய முகம். காலையில் மூர்த்தி எழுவதற்குள், குளித்து வெளிக்கிளம்பிவிடும் பழக்கம் உடையவன் அனந்து. பத்து மணி அலுவலகத்துக்கு காலை ஆறு மணிக்கு எதற்காகக் கிளம்புவது?

பைத்தியக்காரன் இல்லை. பைத்தியக்காரன், அவனை மாதிரி தெருத் தெருவாத் திரியறான்? மூர்த்தி நேரா ஆனந்தா லாட்ஜுக்குப் போய் டிபன் சாப்பிடுவான். மணி ஆறரைக்குள் டிபன், ஆறரை தொடங்கி பத்து வரைக்கும் வீதி உலா.

அனந்து அதிசயமான பழக்கங்களைக் கொண்டிருந்தான். பைப்பில் வரும் தண்ணீரை குடிப்பதில்லை. அதில் அழுக்கு இருக்கிறது. ஆகவே எப்பவும் இரண்டு சோடா பாட்டில் வாங்கி அறையில் வைத்திருப்பான். தண்ணீரில் அழுக்கைப் பார்க்கிற ஆரோக்கியமான பழக்கம் உடையவன். தன் அறையைக் கூட்டிப் பெருக்குவது இல்லை. அறையில் எங்கு கை வைத்தாலும் புழுதி ஒட்டும். கட்டிலுக்குப் போகும் வழியும், மேஜையைச் சுற்றிய கொஞ்சம் இடமும் தவிர, அறை முழுக்கப் புழுதி கனமாகப் படிந்து, பார்க்கவே அச்சத்தைத் தரும். அனந்து அந்த அறையில்தான் கவலையின்றி காலம் கழித்தான். ஒருநாளும் அனந்து படித்து மூர்த்தி பார்த்ததில்லை. ஒருவாரப் பத்திரிகையைக்கூட அங்கு அவன் பார்த்ததில்லை. வேலைக்குப் போகும் போதோ வரும் போதோ தபால்களைப் போட்டு வைக்கும் சதுரப் பெட்டியண்டை நின்று தனக்கு ஏதேனும் தபால் வந்திருக்கிறதா என்று அவன் கவனித்ததில்லை. அலுவலக நண்பர்கள்கூட அவனைத் தேடி வந்ததில்லை.

"அனந்து ஏன் இப்படி இருக்கிறான்.?"

ராவ் சொன்னார்.

"அவனுக்குள் இருந்து ஏதோ ஒரு குரல் அவனை இப்படிச் செயல்பட வைக்கிறது. அவன் அப்படி இருப்பதுதான் சரி என்று அவனுக்குத் தோன்றும் போலும். நாமெல்லாம் ஏதோ கிறுக்குப் பிடித்தவர்கள் என்று அவன் நினைக்கிறான். ஏதோ தீவு மாதிரி கிடக்கிறான். பொதுவாக மூர்த்தி, தீவுகள் ரொம்ப நாளைக்குத் தீவாகவே இருந்து விடுவதில்லை. கடல் தீவுகளை மூழ்கடித்து விடும். அனந்து, அமிழ்ந்து இருந்த இடம் தெரியாமல் போய் விடுவான்."

அப்பாவுக்கு ஹார்லிக்ஸ் கலந்துகொண்டிருந்தாள் வித்யா. சமையல் உள்ளுக்குள் வாழும் சுண்டெலி போன்றவை இந்தச் சின்னஞ்சிறு ஸ்பூன்கள், பார்த்துக்கொண்டிருக்கும் போதே, காணாமல் போய் விடுபவை இவை. தேவைப்படும் நேரத்தில் கிடைக்காமல் போகிற பொருள்களில் ஒன்று ஸ்பூன்கள்; அதற்காகவே கம்பி வலை பொருத்தப்பட்ட குட்டி அலமாரியில் ஸ்பூன்களைப் போட்டு வைத்திருப்பாள் அவள். அலமாரியைத் திறந்து, மேல் தட்டில் ஸ்பூன்களுக்குத் துழாவுகையில்தான் அந்தப் பெரிய எவர்சில்வர் ஸ்பூன் அவள் கண்களுக்குத் தட்டுப்பட்டது. அது அவளுடையது இல்லை. பக்கத்து வீட்டு சுந்தா மாமியுடையது. சட்டென்று அவளுக்கு நினைவு வந்தது. மாமி கடன் வாங்கிச் சென்றிருந்த காபி பொடியை இந்த ஸ்பூனில் வைத்துத்தான் திருப்பிக் கொடுத்தாள்; திருப்பிக் கொடுத்த உடன் போய்விடவில்லை அவள். உட்கார்ந்து கொஞ்சம் நாழிகை வித்யாவிடம் பேசிக்கொண்டிருந்து விட்டு, "வித்யா கை காபி சாப்பிடக் கொடுத்து

வைத்திருக்க வேண்டுமே" என்று வித்யாவை மஸ்கா பண்ணி ஒரு டம்ளர் காபி சாப்பிட்டுவிட்டுத்தான் போனாள்.

மாமி தவற விட்டுப்போன ஸ்பூனை, திருப்பிக் கொடுக்க பக்கத்து வீட்டுக்குப் போனாள். கிறீச்சென்று கத்தியது தெரு காம்பவுண்டுக் கதவு. துளசிச் செடி காற்றில் தலையசைத்துகொண்டிருந்தது. வாசல் கதவண்டை நின்றுகொண்டு, "மாமி... மாமி" என்றாள் வித்யா. ஆறாவது முறை அவள் மாமி என்று கூப்பிடுகிறபோது தோட்டத்து நிலைப்படியாண்டை மாமியின் தலை தெரிந்தது. "வா, வா... வித்யா... என்ன அங்கேயே நின்னுண்டு... உள்ளேதான் வரது..." என்று எப்போதும் அட்டகாசமாக வரவேற்கிற மாமி, "யாரது" என்று மட்டும் சொல்லி, நிறுத்திக்கொண்டாள். வித்யா தான் என்பதை விளக்கிக்கொண்டவளாக, சற்று அருகே வந்தாள்.

வித்யா மாமியைப் பார்த்துச் சிரித்துக்கொண்டே "குட்மார்னிங் மாமி; என்றாள். வித்யா எப்போது இந்தக் காலை வணக்கத்தைச் சொன்னாலும், உடனே மாமி, "வெரி குட் மார்னிங்" என்பாள் வெகு உற்சாகமாக. அன்று சற்றும் ஊக்கம் இல்லாதவளாக "உம்" என்று மட்டும் சொன்னது, வித்யாவுக்கு என்னமோ மாதிரி இருந்தது. கொஞ்சம் கூச்சமாகக்கூட இருந்தது. வரவேற்பு இல்லாத இடத்துக்கு வந்து விட்டால், மனிதர்க்கு ஏற்படும் கூச்சம் அது.

"என்ன மாமி உடம்பு கிடம்பு சரியில்லையா?"

"உடம்புக்கென்ன கேடு. அது நன்னாத்தான் இருக்கு" என்றாள் அசிரத்தையாக. பிறகு தொடர்ந்து, "என்ன வேலையா, இவ்ளோ காலமே?" என்றாள். "உள்ளே வாடி பொண்ணே" என்று எப்போதும் வாய் நிறைய அவள் அழைப்பவள். மாமியின் முகமே வேறு பட்டிருந்தது.

"ஒன்றுமில்லை, ஸ்பூன் உங்களோடது, மறதியா எங்க வீட்டிலேயே வச்சுட்டு வந்துட்டீங்க. இப்பதான் பார்த்தேன். தூக்கிட்டு ஓடி வர்றேன்..." என்று ஸ்பூனை மாமியிடம் நீட்டினாள்.

ஸ்பூனை பெற்றுக்கொண்ட மாமி சரி என்றபடி நின்றாள்.

"ஏன் என்மோ மாதிரி இருக்கீங்க?" என்றாள் வித்யா.

"அதான் சொன்னேனே, ஒன்றுமில்லைன்னு..."

"இல்லை, எதையோ மறைக்கறீங்க. என்னன்னு எங்கிட்ட சொல்லக்கூடாதா மாமி. எப்பவும் உற்சாகமா இருப்பீங்க... இன்னைக்கு உம்முன்னு இருக்கீங்களே..."

"துக்கம், சந்தோஷம் எதுவானாலும் அதை வெளிக்காட்டிக்க குடும்பப் பெண்களாலே முடியுமோ, முடியாதுன்னா?" என்றாள் மாமி, உத்தரத்தைப் பார்த்தவாறு.

என்னவோ மாதிரி இருந்தது. மாமியின் பேச்சு. அதென்ன குடும்பப் பெண்கள்? மாமி குடும்பப் பெண் என்றால், வித்யா குடும்பம் இல்லாத பெண்ணா? குடும்பம் இல்லாமல் ஒரு பெண் என்றால், என்ன அர்த்தம்? அவளுக்கு அப்பா இல்லையா? ரவி, மூர்த்தி என்று அருமையா சிநேகிதர்கள் இல்லையா? அவள் குடும்பப் பெண் இல்லையென்றால்? வேறு யார்?

மாமி ஸ்பூனை எடுத்துக்கொண்டு நகர்ந்தாள். அவள் நகர்வதற்குள் அவள் மகன் சாம்பு, அறையிலிருந்து வெளிப்படவும் சரியாக இருந்தது.

"ஹலோ வித்யா?" என்றான் சாம்பு. தனியார் கம்பெனி ஒன்றில் எக்ஸிகியூட்டிவ் இன்ஜினியராக இருக்கிறவன் சாம்பு. மாமி சலித்துச் சலித்துப் பெண் தேடிக்கொண்டிருந்தாள் சாம்புவுக்கு.

"ஹலோ" என்றாள் வித்யா, ஒரு மெலிந்த புன்னகையை முகத்தில் பூசிக்கொண்டு.

"எங்கே ஆளையே காணோம். முன்னெல்லாம் அடிக்கடி வந்துண்டிருப்பே, அம்மாவுக்கும் உனக்கும் என்ன 'டூ' வா? ஏன் வர்றதில்லை.?"

"கொஞ்சம் பிஸி, வராம என்ன? ஏன், நீ அவ்வளவு அக்கறை இருந்தா வீட்டுக்கு வந்திருக்கலாமே! ரயிலேறி வரணுமா? பக்கத்து வீடு" என்றாள், கொஞ்சம் சிரித்துக்கொண்டு வித்யா.

மாமி நடையில் நின்றபடி இவர்கள் உரையாடலைக் கேட்டுக்கொண்டிருந்தாள். சாம்பு, கொஞ்சம் மென்மையான குரலில் சொன்னான்.

"இப்போ சந்தோஷமா இருக்கியா வித்யா? ரொம்ப கஷ்டப்பட்டுட்டே, இனிமேலாவது நிம்மதியா இரு..." என்றான் சாம்பு.

வித்யா தலையசைத்தபடி, புன்சிரிப்போடு அவன் சொல்வதைக் கேட்டுக்கொண்டிருந்தாள்.

"அனந்துக்கு ஏதோ முடைன்னு, ஆபீசில் லோன் போட்டு பத்தாயிரம் வாங்கிக் கொடுத்தியே, அந்தப் பணத்தையாவது திருப்பிக் கொடுப்பானா அவன்?"

"எதை எதையோ எடுத்துக்கொண்டவர், எல்லாத்தையும் பாழாக்கியவர், இந்தப் பணத்தை மட்டும் திருப்பிக் கொடுத்துடுவாரா என்ன? நான் அந்தப் பணத்தை என் சம்பளத்திலிருந்து அடைத்துக்கொண்டிருக்கிறேன்."

சாம்பு ஆங்கிலத்தில், தன் அம்மாவுக்குப் புரியக்கூடாது என்கிற நோக்கத்தோடு சொன்னான்:

"ஒரு நண்பன் என்கிற முறையில் சொல்லுகிறேன், வித்யா உனக்கு உதவ விருப்பம். கூச்சமில்லாமல், நீ விரும்பினால் என்னிடம் எப்போது வேண்டுமானாலும் உதவி கேள். சந்தோஷமா செய்வேன்."

"தேவைப்படாது. உன் அன்புக்கு நன்றி" என்றாள் வித்யா.

மாமி அங்கிருந்தபடியே சொன்னாள்.

"ஆபீசுக்கு டைம் ஆகலியா? அங்க என்னடா காலங்காத்தாலே வம்பு பண்ணிக்கிட்டு நிக்கற?"

வித்யா சரேலெனத் திரும்பி வீட்டுக்கு நடந்தாள். நடுத்தெருவில் தடுக்கி விழுந்தது மாதிரி இருந்தது. எல்லோரும் அவளைப் பார்ப்பது மாதிரி இருந்தது. அவள் ஒரு வேடிக்கைப் பொருள். அவள் ஒரு தெரு நாய், அவளை யார் வேண்டுமானாலும் கல்லெடுத்து எறியலாம். அடிபட்ட அவள் ஓட வேண்டும். எல்லோரும் அவள் ஓட்டத்தைப் பார்த்து ரசிப்பார்கள்.

வீட்டுக்கு வந்ததும்தான் நின்றாள். உடம்பு நடுங்கியது. மூச்சு தடுமாறியது. இதயம் வெகுவேகமாக அடித்துக்கொண்டது. உடம்பு வியர்வைப் பெருக்கெடுத்து கண் இருட்டிக்கொண்டு வருவது தெரிந்தது.

பிரபஞ்சன் ★ 533

ஏன்... ஏன் இப்படி? ஏன் எல்லோரும் இப்படி இருக்கிறார்கள்? எல்லோருக்கும் கைகள் வளர்கின்றன. கைகளில் கூரிய நகங்கள் வளர்கின்றன. நகங்கள் என்பவை பிறரைக் கீறிக் கிழிக்கும் கருவிகள் போலும். அவள் இந்த மண்ணின் அழுக்கிலிருந்து சற்று மேலெழத்தான் விரும்புகிறாள். ஆனாலும் பிறரது நகக் கைகள் அவள் கால்களைப் பிடித்திழுத்து மீண்டும் மண்ணிலேயே தோய்ப்பது ஏன்? அதில் என்ன இவர்களுக்குக் குரூர திருப்தி. மனிதன் இரத்தப் பசி எடுத்து அலைவது எதற்காக? இந்த இரத்தத் தாகம் எப்போது அடங்கும்? குகளைலிருந்து வெளி வந்து, ஆகாயத்தைத் துழாவி இவர்கள் என்று பறக்கப் போகிறார்கள்?

அகலிகைக் கல் மாதிரி மணிக்கணக்கில் அமர்ந்திருந்தாள் வித்யா. அலுவலக நேரம் கடப்பதை உணர்ந்தாள். எழுந்தாள், குளித்து உடை மாற்றிக்கொண்டாள். வாணலியில் உப்புமா இருந்தது. தமிழ்த் தேசிய உணவு, கொஞ்சம் விழுங்கிக் கசந்த காபியைக் குடித்து, செருப்பை உதைத்துத் தூசியை அகற்றி அணிந்துகொண்டு, தெருவுக்கு வந்தாள். தெரு, வழக்கமான காலை நேரச் சுறுசுறுப்பு அடங்கி அமைதியாக இருந்தது. கும்பல் இல்லாத பஸ்ஸைப் பிடித்து, உட்கார இடம் கிடைத்த சந்தோஷத்தை அனுபவித்துக்கொண்டு பயணம் செய்தாள். கும்பல் இல்லாத பஸ்தான் எவ்வளவு இனிமை! மனிதர்களின் வியர்வை வாசனையைச் சுவாசிக்கும் நிர்ப்பந்தம் இல்லாத கும்பல் இல்லாத பஸ். மனிதக் காமம் நெட்டித் தள்ளாத கும்பல் இல்லாத பஸ். உலகம் முழுக்க பரவியிருந்தாலும் நாகரிகம் சிறிதும் இன்றி நெருக்கி உடம்பின் மேல் உடம்பு பட நிற்கிற கோரம், அருவருப்பு இல்லாத, கும்பல் இல்லாத பஸ். அந்த பஸ்ஸை அவள் காதலித்தாள். அந்தக் கணத்தில் அதைக் காதலிக்க வேண்டும் போல் இருந்தது. காதல் என்பது பரவசத் தொற்றுதல், அவள் பரவசம் பஸ்ஸைத் தொற்றியது போலும். பளிச்சென்று கரும் பச்சை இருக்கைகளும், மஞ்சள் மைக்கா பலகைகளும், பாதிக் கண்மூடிக்கொண்டிருக்கும் பக்கவாட்டுச் சப்பை பல்புகளும், அலுமினிய தேக்கங்கன்றுகள் மாதிரி, நிற்கவைத்த கம்பிகளும், அவளோடு சிரித்து உரையாடுவது மாதிரி இருந்தது.

எந்திர பஸ் அவளுக்கு ஏற்படுத்திய சந்தோஷம், அலுவலகத்து மனிதர்களால் அணைந்து போயிற்று.

"என்னம்மா லேட்?" என்றார் வயசான தேவசகாயம்.

"வீட்டுல கொஞ்சம் வேலை சார்" என்றாள் வித்யா.

"வீட்டுல இப்போ என்ன வேலை? ஆம்படையானும் இல்லைன்னு ஆயிடுச்சு. அப்புறம் என்ன?"

"ஆம்படையான் மட்டும்தான் வேலையா சார்? மனுஷிக்கு வேறே பிரச்சினையே இல்லையா சார்?"

"என்ன பிரச்சினை?" என்றவர், அக்கம் பக்கம் திரும்பி பார்த்து யாரும் தங்களைக் கவனிக்கவில்லை என்று தெரிந்ததும், மிக மெதுவாகச் சொன்னார்.

"என்ன, காலைலே ரவி வீட்டுக்கே வந்துட்டானா?"

குபுக்கென்று சீற்றம் அவள் உடம்பில், மனதில் பற்றி எறியத் தொடங்கியது. யாரிடமிருந்துதான் இக்கேள்வி வரவில்லை? தாலி கட்டியவன்கூடக்

கேட்டான். "சாயங்காலம் ஆனால் இழுத்துக்கொண்டு வந்துவிடுகிறாயே, யார் இந்த ரவி?" என்று ஒரு நாள் அனந்து கேட்டான். "என் சினேகிதன்" என்றாள் வித்யா. "சினேகிதன் மட்டும்தானா" என்று அடுத்துக் கேட்டான். "ஆமாம்" என்றாள். அத்தோடு சேர்த்தும் சொன்னாள், "அனந்து, அவன் சிநேகிதன் மட்டும்தான் என்பதால்தான் அவனை வீட்டுக்கும் அழைத்துக்கொண்டு வந்தேன். நீங்கள் வருவதற்கு முந்தியே வந்தவன் அவன். எங்களுக்குள் வேறு மாதிரியான உறவு இருக்கும் பட்சத்தில் அதை சாமர்த்தியமாக நிறைவேற்றிக் கொள்ள எங்களுக்குத் தெரியாதா? நீங்கள் அறியாத எந்தப் பகுதியும் எனக்குள் இருக்கக்கூடாது என்பதால்தான் ரவியை வீட்டுக்கு அழைத்து வருகிறேன்" என்றாள். அனந்தின் கேள்வியைத்தான் இப்போது தேவசகாயமும் கேட்கிறார். அனந்து வயது முப்பது. தேவசகாயம் ஐம்பதில் இருந்தார். மடமைக்கும், வக்கிரத்துக்கும் வயது ஏது?

"என்ன சார் கேட்டீங்க? ரவி காலைலேயே வந்தானா என்றா? இல்லை. நேற்று ராத்திரியே அவன் வந்துட்டான். எங்க வீட்டில்தான் படுத்திருந்தான். ஏன், என்னோடதான் படுத்திருந்தான். இன்னைக்கும் வருவான். இன்னிக்கும் படுத்துக்குவோம். போதுமா சார்? இது விஷயமா வேறு ஏதாவது தகவல் வேணுமா சார். சொல்லுங்க சார்... சொல்லுங்க சார்... சொல்லுங்க மிஸ்டர் தேவசகாயம். சொல்லுங்க தேவசகாயம்... பதில் சொல்லுங்க தேவசகாயம்"

வித்யாவின் குரல் உயர்ந்து உயர்ந்து அந்த நான்கு அலுவலகச் சுவரையும் எட்டியது. எல்லோரும் வேலையைப் போட்டுவிட்டு வித்யாவையும், தேவசகாயத்தையும் பார்த்தார்கள்.

"உஸ் சத்தம் போடாதே... ப்ளீஸ்..." என்று கெஞ்சினார் தேவசகாயம்.

நாலைந்து சக பணியாளர்கள் அவர்களிடம் வந்தார்கள். "என்ன வித்யா, என்ன விஷயம்?" என்றாள் டைபிஸ்ட் ரோகிணி.

எல்லோரும் சொன்னதால் அன்று ஒரு நாள் லீவு எழுதிக் கொடுத்து விட்டுக் கிளம்பினாள் வித்யா. அவளுக்கு நடக்க வேண்டும் போல் இருந்தது. நடந்தாள். மிகவும் களைத்துப் போய் இருந்த அவள், பஜார் பக்கமாக வந்தாள். ஒரு ரெஸ்டாரண்டுக்குள் புகுந்து ஒரு காபி சாப்பிட்டாள். புன்னகையோடு அழகாக விசாரித்துக் காபி கொடுத்த வெயிட்டருக்கு இருண்டு ரூபாய் டிப்ஸ் கொடுத்தாள். திடுமென மனசு சந்தோஷமாக இருந்தது அவளுக்கு. தன்னைச் சுற்றிப் பார்த்துக்கொண்டாள். ஏராளமான பேர் அவளைச் சுற்றி இயங்கிக்கொண்டிருந்தார்கள். நான் தனியாக இல்லை என்று அவளுக்குத் தோன்றியது. எத்தனை வகையான, எத்தனை எத்தனை நிறத்தில், எப்படி எப்படியெல்லாமோ உடுத்திக்கொண்டு இருக்கிறார்கள். வெளிநாட்டில் இருந்து இந்தியாவைப் பார்க்க வந்த ஒரு சுற்றுலாப் பயணி மாதிரி எல்லோரையும், எல்லா முகங்களையும் ஆசை ஆசையாகப் பார்த்தாள். புது தேசம் மாதிரி இருந்தது இந்தியா அவளுக்கு. எல்லா முகங்களிலும் வித்யாவின் சாயல் இருப்பதாகப் பட்டது. எல்லாரும் வித்யாக்கள்தான் என்று சட்டென்று அவளுக்குத் தோன்றியது.

அது பொதுவிடம் என்பதையும் மறந்து வாய்விட்டுச் சிரித்தாள் வித்யா.

1988

திரை

பால்காரர் பிளாஸ்டிக் பால் பைகளை வீசி எறிந்து விட்டுச் சென்ற தருணம் வந்த சண்முகசுந்தரம், முதல் வட்டம் காபி அருந்தி, மீண்டும் காபி சாப்பிட வேண்டும் என்று எனக்குத் தோன்றுகிற நேரம் வரை திரும்பத் திரும்ப ஒரே விஷயத்தையே பேசிக்கொண்டிருந்தார்.

அவர் பேச்சின் சாராம்சம் இதுதான். அவர் மகன், அரசாங்க ஆஸ்பத்திரி ஒன்றில் டாக்டராகப் பணியாற்றிக்கொண்டிருப்பவன், நர்சாக உடன் இருக்கும் பெண்ணைக் காதலித்திருந்தான். சண்முக சுந்தரத்தின் ஆட்சேபணை, ஒரு டாக்டர், போயும் போயும் நர்சையா கட்டுவது என்பது.

டாக்டர் நர்சைக் கட்டுவதால் சூரியன் மேற்கில் தோன்றுமா? வங்கக் கடல் பொங்கி எழுமா? வானம் தடுக்கிக் கீழே விழுந்து விடுமா? தவிரவும், ஓர் ஆண், பெண்ணைக் கட்ட வேண்டியும் இருக்கத்தானே செய்கிறது. அந்த ஆண் டாக்டராக இருப்பதும் அந்தப் பெண் நர்சாக இருப்பதும் அசந்தர்ப்பம்தானே? ஆனால், சண்முகசுந்தரம் யதார்த்ததை ஒப்புக் கொள்வதாக இல்லை. அவர் சொன்னார்:

"சார், அந்தப் பயலை டாக்டராக்க எவ்வளவு கஷ்டப்பட்டிருக்கிறேன் என்பது உங்களுக்குத் தெரியாதா? இருபது, இருபத்தைந்து வருஷமாக என்னைப் பார்த்துக்கொண்டு தானே இருக்கிறீர்கள் நீங்கள். வாங்குகிற சம்பளம் வாய்க்கும் வயிற்றுக்கும் போதாதிருக்கையில், அந்தப் பயலை படிக்க வைக்க நான் எவ்வளவு சிரமப்பட்டு விட்டேன். யாசகம் செய்து அவனைப் படிக்க வைத்தேன் சார், யாசகம்... ஊரில், நமக்கு தூரத்து உறவிலேயே ஒரு பணக்காரப் பார்ட்டி, அவனுக்குப் பெண் தர முன் வந்திருக்கிறார்கள். நூறு பவுன் போட்டு, கார் வாங்கிக் கொடுத்து, டிஸ்பென்ஸரி வைக்கவும் பணம் கொடுத்து,

கல்யாணச் செலவையும் ஏற்றுக் கொள்வதாகவும் சொல்கிறார்கள். இந்தக் கழுதை காதல் கத்திரிக்காய்னு திரியறானே, என்ன பண்ண?"

"சரி நான் என்ன செய்ய வேண்டும் என்று நீங்கள் எதிர்பார்க்கிறீர்கள்?"

"என்ன இப்படிக் கேட்கிறீர்கள்? அந்தப் பயலைக் கூப்பிட்டு, நாலு வச்சு, 'கழுதைக்குப் பொறந்த பயலே, காதலாவது மண்ணாவது, உங்க அப்பன் சொல்ற பொண்ணைக் கட்டுடா' அப்படின்னு நீங்க சொன்னாப் போதும். நீங்க சொன்னா கேப்பான். உங்க மேலே அவனுக்கு ஏராளமான மரியாதை இருக்கு. உங்க உதவி இல்லாமே அவனாலே படிச்சு இருக்க முடியாது. அடுப்பிலே உலையை ஏத்திட்டு, அரிசிக்கு உங்ககிட்ட வந்து நின்ன நாட்களை நானும் மறந்திடல, அந்தக் கழுதையும் மறந்திடல. நான் நாளைக்கே உங்களை வந்து பார்க்கச் சொல்றேன். மாமா வரச் சொன்னார்னா பறந்துகிட்டு வருவான். என் கவலையை, உங்ககிட்ட இறக்கி வச்சுட்டேன். நிம்மதியாப் போறேன். இனி உங்க பொறுப்பு."

சண்முகசுந்தரம் போவதாகச் சொன்னார். ஆனால் என் முன்னிலையில் மிகச் சரியாக அமர்ந்திருந்தார். உட்கார்ந்திருக்கையிலும் சில மனிதர்கள் ஆகிருதி உள்ளவர்களாகத் தோற்றம் அளிப்பார்கள். அவர்கள் நிற்க வேண்டிய அவசியம் இருக்காது. அவருக்கும் பெருத்த மீசை, குண்டு முகம், ஒட்ட வெட்டிவிடப்பட்ட அமெரிக்கன் கிராப்பு, ரஷ்யக் கிராப்பு எப்படி இருக்கும்? உடம்பைப் பிடித்துக்கொண்டு, ஆச்சர்யம் தரும் பச்சை நிறச் சட்டை, நீல நிறத்தில் — அதுவும் பள்ளிப் பிள்ளைகள் யூனிஃபார்ம் நிறத்தில் பேன்ட். காதலர்களைப் பிரித்து அவர்களின் பாவத்தைக் கொட்டிக் கொள்வதற்கென்றே இறைவனால் படைக்கப்பட்டிருப்பவர் போல் எனக்கு அவர் தோன்றினார். அவர் என்னைச் செய்யுமாறு வேண்டிய காரியம், தலையில் கொம்பு முளைத்த சாத்தான் செய்ய வேண்டிய காரியமே அல்லவா? ஆகவே நான் சொன்னேன்:

"சண்முகசுந்தரம், உங்கள் பையனுக்கும், அவன் பெயர் என்ன... சந்திரன்... ரைட்? சந்திரன், அந்த நர்சை உண்மையில் விரும்பியிருக்கும் பட்சம், நாம் அவர்களின் நேசத்தைப் பிரிப்பது ஒரு பெரும் பாவம் இல்லையா?"

"நேசம், நெய், நெல்... வெங்காயம், வெள்ளைப்பூண்டு, என்றெல்லாம் பேசிக்கொண்டிருக்காதீர்கள். ஊரில் உங்களைப் பற்றிச் சொல்றதை நீங்களே உண்மையாக்கி விடுவீர்கள் போலிருக்கிறதே. வயசுக் கோளாறில் சிறு பயல்கள் செய்கிறதை எல்லாம் பெரியவர்களாகிய நாம் சீரியஸாக எடுத்துக்கொண்டால் எப்படி? எழுதற வார்த்தைகளை எல்லாம் போட்டுப் பேசிக்கொண்டிருக்காதீர்கள். பவுன் என்ன விலை என்று உங்களுக்கு தெரியுமா? நேசமாமே நேசம். அந்த இரண்டு, சின்னதுகளையும் கூப்பிட்டு நாலு டோஸ் விட்டுக் காரியத்தைப் பாருங்க..."

இந்த நாற்பது வயதுக்காரர்கள், பகல் வேளைகளில் பட்டாக்கத்தியைத் தீட்டிக்கொண்டு, காதலைக் கொன்று குழியில் போட்டு மூடி அதன் மேல் மாஞ்செடி வைக்கிறார்களே, அது ஏன் என்று யோசிக்கத் தொடங்கினேன். இன்னொன்றும் என் மனசுக்குத் தோன்றியது. இந்தக் காரியத்தை — காதலுக்குக் குழிவெட்டும் காரியத்தை— நான் எடுத்துக் கொள்ள மறுத்தால் சண்முக சுந்தரம் அமைதி அடைந்து விடுவாரா? மாட்டார். என்னைப்போலவே

இன்னொருத்தனைப் பிடிப்பார். அவன் ஏதாவது தகிடு தித்தங்கள் செய்து அந்தக் காதலர்களைப் பிரிக்கக் கூடும். ஆகவே, இந்த இடத்தில் நான் செய்யும் பணி என்னவாய் இருக்க வேண்டும்? சாத்தியப்படும் அளவுக்குக் காதலுக்குத் துணை போவது, அதுவே மனுஷத்தனம். அந்தக் காதலர்களை அழைத்துப் பேசி, முடிந்த உதவிகளையெல்லாம் செய்து அவர்கள் வாழ்க்கை அமைத்துக் கொள்ளத் துணை புரிய வேண்டும். ஆனால், நான் செய்வதை சண்முகசுந்த்ரம் அறியக்கூடாது. அவருக்குத் துணை செய்வது போல் நடித்து, அந்தக் காதலர்க்குத் துணை செய்ய வேண்டும் என்று மனசுக்குள் தீர்மானித்துக்கொண்டேன். என் சாமர்த்தியம் எனக்கே மகிழ்ச்சியை தந்தது.

"சரி சண்முகசுந்தரம், சந்திரனையும் அந்தப் பெண்ணையும் நான் சந்திக்கிறேன். எப்படியும் அவர்களைப் பிரித்து விட முயற்சிக்கிறேன். இவ்வளவு வயசும், படிப்பும், அனுபவமும் இந்தக் காதலர்களைப் பிரிப்பதற்குப் பயன்படாவிடில், இவைதான் இருந்தென்ன?"

சண்முகசுந்தரம் என்னை மெய்யன்போடு பார்ப்பது எனக்கு விளங்கியது. சக மனிதர்களுக்குத் துன்பம் தந்து அவர்கள் தவிப்பதைப் பார்ப்பது மனிதர்களின் தலையாய சந்தோஷம் போலும்.

"அது சரி... ஊரில் என்னைப் பற்றி ஒரு மாதிரியாகப் பேசுவதாகச் சொன்னீர்களே, என்ன மாதிரி பேசுகிறார்கள்?"

"அதுவா? ஊர் நாலு விதமாகத்தான் பேசும். அது பற்றியெல்லாம் கவலைப்பட்டுக் கட்டுபடியாகுமா?"

"கவலைப்பட வேணாம். என்ன என்று தெரிந்துக் கொள்ள வேண்டாமா?"

"தெரிந்து என்ன ஆகப் போகிறது? இந்த நாட்டில் நல்லவர்கள், யோக்கியர்கள், மகான்கள், அசல் ஞானிகள் எல்லோரையும் நம் மக்கள் பைத்தியம் என்றுதானே சொல்வார்கள்..."

சண்முகசுந்தரம் திருப்தியுடன் எழுந்து போனார்.

ஒரு நாள் மதியம் சந்திரன் என்னைப் பார்க்க வந்திருந்தான். சண்முக சுந்தரம் வந்துபோன அதே வாரம் அவன் வந்தான். அது ஒரு மே மாதப் பகல் வெயிலோ, ஊர் பற்றி எரிவது போல் காய்ந்துகொண்டிருந்தது. வீட்டுச் சுவரும், மேஜை நாற்காலிகள், கட்டில், மெத்தை அனைத்தும் வெந்நீரில் வேக வைத்தது மாதிரி சூடாக இருந்தது. புழுக்கம், நசநசப்பு, வியர்வை ஆகிய அவஸ்தைகளில் நான் சங்கடப்பட்டுக்கொண்டு இருந்தபோது, பகல் இரண்டு மணி அளவில் சந்திரன் என்னைப் பார்க்க வந்திருந்தான். இந்த மாதிரி நேரத்தில் ஒரு மனிதனைப் பார்க்கப் போவது, அவனைக் கௌரவப் படுத்துவதாகாது என்பது என் அபிப்பிராயம். ஒன்பது மணிக்கு முந்திய காலை வேளைகளும், அதுக்குப் பிந்திய மாலைகளுமே உகந்த நேரங்கள். ஆக, சந்திரன் அந்த நேரத்தில் வந்தது எனக்கு எரிச்சலைத் தந்தது உண்மை. எனினும், நான் எடுத்துக்கொண்ட காரியத்தின் மகத்துவம் கருதி அவனை என் வீட்டு முன் அறையில் வைத்து சந்தித்தேன்.

"என்ன மாமா, என்னைப் பார்க்க வேண்டும் என்று சொன்னீர்களாமே? அப்பா சொன்னார்"

அவன் முகத்தை நான் ஆராய்ந்தேன். பையனின் முகம் பளபளப்பாக இருந்தது. இளமை, துள்ளல், உற்சாகம் அனைத்துக்கும் இது இடமாகத் திகழந்தது எனக்கு மகிழ்ச்சியாய் இருந்தது.

காதலின் தன்மை அப்படி. திருவல்லிக்கேணி மூத்திரச் சந்தில் ஒண்டுக்குடித்தனம் பண்ணுகிறவனுக்குக்கூட ராஜகளையை அது தரும். அது அமுதம்! அதைக் குடித்தவர்க்கு உடம்பில் பொன் ஊறும். உற்சாகம் கொப்பளிக்கும். அவர்களின் மூச்சுக் காற்றில் எஃகு இளகும்.

"உட்கார்"

அவன் அமர்ந்தான்.

"உன்னிடம் ஒன்று கேட்க வேண்டும்"

எனக்கே ஏனோ வெட்கம் வந்துவிட்டது.

"என்ன மாமா?"

"ஒன்றுமில்லை, அதாவது..."

"சும்மா சொல்லுங்கள்."

"ஊம், அப்பா சொன்னார். நீ யாரையோ நேசிக்கிறாயாமே? உன்னுடன் பணியாற்றும் யாரோ ஒரு நர்சைக் காதலிக்கிறாயாம்... அப்பாவுக்கு அது பிடிக்கவில்லை என்று சொன்னார். இரு... இரு... அவசரப்படாதே. நான் காதலை வெறுக்கிறவன் இல்லை. உண்மையில் காதலை, மிகவும் தீவிரமாக ஆதரிப்பவன். என் பார்வைக்கு வந்த எந்தக் காதலர்களையும் நான் வாழ்த்தாமல் இருந்தது இல்லை. அவர்கள் வேண்டுகையில் உதவாமல் இருந்தது இல்லை. ஆகவே, நான் உன் பக்கம்தான். உன் அப்பா பக்கம் இல்லை. நீ யாரைக் காதலிக்கிறாயோ அவளையே கல்யாணம் செய்து கொள். நீ கவலைப்படாதே. உன் அப்பாவிடம் பேசி சம்மதிக்க வைக்க வேண்டியது என் பொறுப்பு. அந்த ஆள் ஏதோ சொத்து, பணம், சீர் வரிசையோடு பெண் பார்த்துக்கொண்டு அலைகிறது. அசடு! வரதட்சணைக்கு ஆசைப்படும் ஈனப் பிறவியா நீ? ஆகவே உன் அப்பனிடம் பேசி நான் எல்லாவற்றையும் சரி செய்து விடுகிறேன். சரி, அந்தப் பெண்ணின் பெயர் என்ன?"

"எந்தப் பெண்ணின் பெயர் மாமா?"

"என்ன இப்படிக் கேக்கறே. நீ காதலிக்கிற அந்த நர்ஸ்..."

"அவளா? அவ பெயர் சஞ்சலா"

"என்ன பெயர், விசித்திரமானப் பெயர். பெயரில் என்ன இருக்கிறது. ரோஜாவை எந்தப் பெயரிட்டு அழைத்தாலும், ரோஜா ரோஜாத்தானே?"

"நீங்க வேற மாமா, அவளைப் போய் ரோஜா ரோஜான்னுகிட்டு..."

"என்னப்பா இப்படிச் சொல்றே..."

"அது சரி மாமா, அப்பா ஏதோ சொத்தோட பொண்ணு தர்ற இடமா சொன்னாருன்னு சொன்னீங்களே, எந்த இடம் அது? அந்தப் பொண்ணு பேரு என்னவாம்?"

"ஏதோ தூரத்துச் சொந்தம்னார். ஏதோ உனக்குப் பணம்தான் பெரிசு, நேசிச்ச பொண்ணோட மனசு முக்கியமில்லைன்னு உன் அப்பா உன்னைத்

தப்பா புரிஞ்சுக்கிட்டு இருக்கார்... சஞ்சலா வீட்டுல பிரச்சினை ஒண்ணும் இருக்காதே..."

"அன்னக்காவடி குடும்பம் மாமா அது. என்னை மாதிரி ஒரு டாக்டருக்குப் பொண்ணு குடுக்கக் கசக்குமா, என்ன? ஆமா, அப்பா சொன்ன பொண்ணு படிச்சிருக்கா?"

"அதைப் பற்றி உனக்கென்ன? சஞ்சலா..."

அவன் என்னை வெட்டிக்கொண்டு சொன்னான்.

"கட்டிக்கப் போறவன் பொண்ணோட கல்வியைப் பற்றித் தெரிஞ்சுக்க வேண்டாமா?"

"என்ன, கட்டிக்கப் போறவனா? என்ன சொல்றே... நீ... நீ சஞ்சலாவைத் தானே கட்டிக்கப் போறே...?"

"எதுக்கு மீண்டும் மீண்டும் சஞ்சலாவைப் பற்றியே பேசறீங்க..."

"அப்படீன்னா?"

"அது, ஜஸ்ட் டைம் பாஸிங் மாமா..."

"என்னப்பா சொல்றே...?"

"உங்ககிட்ட அதைப் பத்திப் பேசக்கூடாது. ஒரே இடத்தில் இருக்கிறோம். பார்க்கிறோம். பேசிக்கொள்றோம். காபி சாப்பிட வெளியே போறோம். அப்புறம் ஐஸ்கிரீம் சாப்பிட எதுவும் வேண்டியிருக்கலை என்றாலும், சேர்ந்து போகிற சந்தோஷத்துக்காக வெளியே சேர்ந்து போறோம். நடக்கறோம். உட்கார்ந்திருக்கணும்னு தோணிச்சுன்னா, இருக்கிறோம். தொட்டுக்கணும்னு தோணும்தான் அவ்வளவுதான்... அது லவ்வா? ஏதோ ஓர் இழவு. அது கிடக்கட்டும். அந்தப் பொண்ணு என்ன படிச்சிருக்காம்.?"

"... ... ..."

"என்ன மாமா உம்முன்னு இருக்கீங்க...?"

"ஒண்ணுமில்லைப்பா."

அதற்கு மேலும் ஓர் அரை மணி இருந்துவிட்டுப் போனான் சந்திரன். முன் அறைக் காற்று நீலம் பாரித்தது மாதிரி இருந்ததாகப் பட்டது. அவன் அமர்ந்திருந்த நாற்காலியைப் பினாயில் ஊற்றிக் கழுவி விட வேண்டும். துணி வெளுக்க சோப் உண்டு. மனம் வெளுக்க என்ன உண்டு? அழுகிய விரல்களுக்கிடையே இருக்கும் உணவு மாதிரி, இளைஞர்களுடைய மனசுக்குள் அழுக்கா அடைந்து கிடக்கிறது? எந்தக் கங்கையைக்கொண்டு இதைக் கழுவிச் சுத்தம் செய்வது? வானம் உடைந்து பெய்தது மாதிரி, எத்தனை நூல் மழைகள், சொல் சூறாவளிகள்? எதுவும் இந்தக் குப்பையை அசைத்து விடவில்லை எனில், என்னதான் செய்யக்கூடும்.

அடுத்த இரண்டு நாட்களில் சண்முகசுந்தரம் வந்தார்.

"நடந்து வந்தீரா, பறந்து வந்தீரா?" என்றேன்.

"நடந்துதான். எனக்குச் சிறகுகள் ஏது?"

"இன்னேரம் வந்திருக்க வேண்டுமே, சிறகுகள்! சொத்தும் சுகமுமான இடத்தில், பிள்ளையைப் பெற்றவர்கள் பெண் எடுக்க விரும்புவது சகஜம்.

பிள்ளைகளே, பணக்கார இடமாகத் தேடத் தொடங்கினால், பருத்தி புடவையாகவும் காய்த்து, கூடவே அட்டாச்டாக மேட்சிங் பிளவுசாகவும் காய்த்த மாதிரி தானே? விழுதல் என்று வந்து விட்டால், வாயில்படி தடுக்கி விழக்கூடாது. ஏவுகணை பழுதாகி வானத்திலிருந்து விழ வேண்டும். பெட்டிக் கடையில் வாழைப்பழம் திருடுகிற பிள்ளைகளைப் பெற்ற பெற்றோர்கள் எந்தக் காலத்திலும் சுகம் பெறுவதில்லை. மாறாக, உலக அளவில் போதை மருந்துகளைக் கடத்துகிற மகனைப் பெற்ற பெற்றோர்களுக்கு இம்மையிலேயே மோட்சம் சித்தித்து விடுமே. உங்களுக்கு இறக்கை, இன்னேரம் முளைத்திருக்க வேண்டுமே! இல்லையென்றால் நாளை முளைக்கும்"

"அய்யா! இந்தப் பயல் இன்னும் பாதிக் கிணறுதானே தாண்டியிருக்கிறான். நூறு பவுன் போட்டு, கையில் ரொக்கம் தருகிற இடம்தான் வேண்டும் என்பதில் எங்களுக்குள் கருத்து வேறுபாடு இல்லை. அந்த இடத்தில் நாங்கள் தத்துவ ரீதியாக ஒன்று படுகிறோம்."

"தத்துவ சிக்கல் இதில் எங்கே வருகிறது?"

"பணக்காரப் பெண்ணாக இருக்க வேண்டும். ஆனா, படிக்காத பெண்ணா இருக்க வேண்டும் என்கிறான் அவன். பணக்கார இடத்துப் பெண்கள் படிக்காமலும் இருப்பது அபூர்வம்தானே?"

"கண்கள் இல்லாமல் பெண்களா? இருட்டுக்குத் தாலி கட்டுவதில் என்ன இன்பம்?"

"படிக்காதவள், கல்லூரியில், பஸ்ஸில், பொது இடத்தில், அலுவலகத்தில் கண் எச்சில், கை எச்சில் பட்டிருக்கமாட்டாள்! ஆண்கள் பரிச்சயம் அவ்வளவாக இருக்க முடியாது. ஆகவே கூடுமானவரை 'பிரஷ்'ஷாக இருப்பாள் பெண்."

"படித்த பெண்கள் கெட்டுப் போனவர்களா? சரி, கெட்டுப் போதல் என்றால் என்ன? மனிதர் கெட்டுப் போக முடியுமா?"

"கெட்டுப் போதல் என்றால், யாராவது ஓர் இளைஞனோடு திருமணத்துக்கு முன்பே ஊர்ல சுற்றி, படுத்துச் சுகித்து இருத்தல்."

"அதனாலேயே கெட்டுப் போதல் என்றாகுமா? சந்திரன், அந்த சஞ்சலாவுடன் அம்மாதிரி உறவுகொண்டிருப்பான். எனவே, சந்திரனும் கெட்டுப் போனவன்தானே?"

"அவன் ஆம்பிளை, எதுவும் செய்யலாம். பெண்களுக்கு உள்ளதுபோல கன்னித்திரை ஆண்களுக்கு இல்லையே?"

"ஆக, தனக்கு வரும் பெண் ஒரு சஞ்சலாவாக இருந்து விடக்கூடாது என்பது தானே சந்திரனின் பிரச்சினை? தன் மனைவியைத் தொடும் முதல் ஆண் தானாகத்தான் இருக்க வேண்டும் என்பதே சந்திரனின், அவனைப் போன்றவர்களின் அவா. ஆக, கற்பு, ஒழுக்கம், என்பதெல்லாம், பெண்களின் கன்னித்திரை சமாசாரம் தானா?"

"மிக அழகாகச் சொல்கிறீர்கள்! நம் நாகரிகம், பண்பாடு, கலாசாரம் எல்லாம் அதில்தானே அடங்கியிருக்கிறது!"

“ரொம்ப சரி! ஆக, அந்த நர்ஸ் பெண்ணுடன் உங்கள் பையனின் காதல் விவாகரம் குறித்துக் கவலைப்பட்டுக் கொண்டிருந்தீர்களே, அது இல்லை என்று ஆகிவிட்டது அல்லவா?”

“அது ஒரு பக்கம் நடந்துகொண்டுதான் இருக்கிறது. மறுபக்கம் தனக்கேற்ற மனைவியையும் தேடிக்கொண்டும் இருக்கிறான் என் மகன். ஒரேயடியாக அவளை விட்டொழித்தால் அல்லாவா தேவலை. அதுவும் முடியவில்லை அவனால். இரண்டையும் சேர்த்துக் குழப்பிக் கொள்ளக்கூடாது என்பது அவனது இப்போதைய நிலைபாடு”

“இரண்டு கண்கள் இரண்டு காட்சியைக் காண முடியுமா?”

“முடிந்தால், அது பெரிய விஷயம்தானே. சந்திரன் ஒரு குழப்ப நிலையில் இருக்கிறான். என்ன குழப்பம் என்றால், நர்சை அவனுக்குப் பிடிக்கிறது. அவள் அணுக்கதை அவன் விரும்புகிறான். ஆனால், தன் மனைவி அவளாக, அவளைப்போல இருந்து விடக்கூடாது என்று நினைக்கிறான். தனக்கு வாய்க்கும் மனைவி ஆடவன் விரலை அறியாதவளாக இருக்க வேண்டும். வீட்டுக்கு ஒரு கிரைண்டர் மிக்சர், வாஷிங்மிஷின் வாங்குகிறோம். நம் வீட்டுக்கு பழசையா வாங்குவார்கள்? புத்தம் புதிய மிஷினை அல்லவா வாங்க வேண்டும்... என்கிற தத்துவத்தை அவன் சார்ந்திருக்கிறான்.”

இருபத்து இரண்டாம் நூற்றாண்டுக்கே போய் விட்ட நம்மை, பத்தொன்பதாம் நூற்றாண்டுக்குப் போகச் சொல்கிறார்களே.

சண்முகசுந்தரம் மகிழ்ந்து சிரித்தார்.

என் கவலை வேறு. பந்தயம் கட்டிக் கெட்டுப் போகிறவர்களை, காசு கொடுத்துச் சூனியம் வைத்துக் கொள்கிறவர்களை, செத்துப் போவதற்காகவே வாழ்ந்துகொண்டிருப்பவர்களை யாரும் காப்பாற்றி விட முடியாது. அந்தப் பெண்ணைப் பற்றித்தான் நான் மிகவும் கவலைப்பட்டேன். எத்தனை ஆயிரம் மலர்களைத் தன் மனசுக்குள் வளர்த்துக்கொண்டு வாழ்கிறாளோ அவள்? இந்தச் சந்திரன் அவளை மோசம் செய்வான் என்பதை அறிந்தால், அவள் எப்படி அதை எதிர்கொள்வாள்? அழுவாளா? துடிப்பாளா? வதைபடுவாளா? சுவரில் நெற்றியை வைத்து மோதிக் கொள்வாளா? என் மனம் அதிர்ந்தது. அவளை என்னிடம் அனுப்பி வைப்பதாகவும், அவளிடம் பேசி, சந்திரனை அவள் நீங்கவிட வேண்டும் என்று நான் கேட்டுக் கொள்ள வேண்டும் என்றும் சண்முகசுந்தரம் என்னிடம் கூறி இருந்தார்.

கனத்த உள்ளத்துடன், சரியாக உணவு மற்றும் உறக்கம் கொள்ள முடியா நிலையை நான் எய்தித்தான் விட்டேன். சஞ்சலா என்கிற அந்தப் பெண்ணைச் சந்திக்க எனக்கு உண்மையில் அச்சமாகக்கூட இருந்தது. ஆளுமையை, அழகை பெருந்தன்மையை, மனித உணர்வுகளைச் சந்திக்கலாம். அற்பத்தனத்தை, அற்பத்தனத்தினால் பாதிக்கப்பட்டவரைச் சந்திக்கக்கூடத் தயக்கமாகத்தான் இருக்கிறது. எனினும் ஒருநாள் அந்தச் சந்திப்பு நிகழத்தான் செய்தது.

ஒரு ஞாயிற்றுக்கிழமை காலை அவள் என் இல்லத்துக்கு வந்திருந்தாள். ஆரோக்கியமான உடம்பும், களையான முகமும், அழகிய கண்களும் உடையவளாக அவள் இருந்தாள். சுமாரன உயரம், கஷ்டப்படும் குடும்பத்துப் பெண்களுக்கே உரிய வறிய தன்மை அவளிடமும் தெரிந்தது. கமிஷன் ஏஜென்ட் அப்பாவை, டீச்சர் அம்மாவை, போலியோவில் கால் சூம்பிய

தங்கையை, தன் மருத்துவமனையை, தன்னுடன் பணியாற்றும் நர்சுகளை, டாக்டர்களைப் பற்றியெல்லாம் அருவி மாதிரி அவள் 'சலசல'வென்று பேசிக்கொண்டிருந்தாள். ஒரு கட்டத்தில் சந்திரனைப் பற்றியும் அவள் குறிப்பிட்டாள். நான் கேட்டேன்.

"சந்திரன் உங்களை நேசிக்கிறாரா? நீங்கள் ஒருவரிடம் ஒருவர் ஈடுபாடுகொண்டவர்களா?"

"சந்திரன் என்னுடன் காதல்கொண்டவராகத்தான் காணப்படுகிறார். ஆஸ்பத்திரியில் எல்லோரும் நாங்கள் காதலர்கள் என்றே சொல்லிக் கொண்டிருக்கிறார்கள்."

"நீங்கள் என்ன நினைக்கிறீர்கள்?"

"நான் நினைக்க என்ன சார் இருக்கிறது. என்னுடன் நெருங்கிப் பழகியிருக்கிறார். அதிகாரபூர்வம் இல்லாத கணவன் மனைவியாக நாங்கள் வாழ்ந்து கொண்டிருக்கிறோம்."

"சந்திரன், ஏதோ காரணம் பற்றி, நாளை உங்களைக் கைவிட்டு வேறு யாரையாவது கல்யாணம் பண்ணிக்கொண்டால் என்ன செய்வீர்கள்?"

அவளை என் கேள்வி மிகவும் தாக்குமோ என்று அஞ்சினேன். ஆனால் அவள் சொன்னாள்.

"நாளை என்ன சார், நேற்றே அவர் பெண் பார்க்கத் தொடங்கி இருக்கிறார். பணம், கன்னிப்பெண் இரண்டும்தான் அவருடைய இப்போதைய நோக்கம். ஆனால் கல்யாணம் அளவுக்கு அவர் போனால் நான் தகராறு செய்துதான் தீர வேண்டும்"

"தகராறா.?"

"பின் என்ன சார்? என்னுடன் நெருங்கிப் பழகிவிட்டார். பெண்டாட்டி மாதிரியே இருக்கிறேன். ஆஸ்பத்திரி முழுக்கவும் எங்கள் உறவைப் பத்தித் தெரியும். என்னை வேறு யார் சட்டென்று கல்யாணம் பண்ணிக்குவார்கள்? இந்த அமளி அடங்க கொஞ்ச நாள் ஆகும். அப்புறம்தான் யாருடனாவது என்னால் சினேகம் ஏற்படுத்திக் கொள்ள முடியும். அதுக்காக..."

"அதுக்காக?"

"என் வாழ்க்கைக் கொஞ்சமாவது பாதிக்கப்படத்தானே செய்தது. அதுக்கு ஏதாவது நஷ்ட ஈடு கொடுத்துவிடச் சொல்லுங்கள்."

"நஷ்ட ஈடா?"

"ஆமாம் சார். எனக்கும் சந்திரனுக்கும் இருக்கும் விவகாரம் வெளியே தெரிஞ்சுதானே போய்விட்டது? இன்னோர் ஆம்பளையோடு என்னைப் பொறுத்திக் கொள்ள அது தற்காலிகத் தடைதானே? அது எனக்கு நஷ்டம் தானே?"

"என்ன எதிர்பார்க்கிறீர்கள்?"

"இருபத்து ஐயாயிரம் கொடுக்கச் சொல்லுங்கள். சங்கடமாக இருந்தால் ஐந்தோ, பத்தோ குறைத்துக் கொள்ளச் சொல்லுங்கள். பதினைந்துக்கு நான் குறைய மாட்டேன்."

பிரபஞ்சன் ★ 543

“நஷ்டம் பதினைஞ்சு ஆயிரம் மட்டும்தானா?”

“என்ன சார் பண்ண? அவருக்குத்தான் பணம் வரப் போகிறது, பணத்தோடு பொண்ணும் வரப் போகிறது. எதுவும் இல்லாமல் நிற்கப் போகிறவள் நான்தானே. கொடுத்தால் என்ன?” என்று சாதாரணமாகச் சொன்னவள், சிரித்துக்கொண்டே, “வேண்டுமென்றால், இந்தப் பணத்தையும், அவரோட வருங்கால மனைவியிடமிருந்து கவர்ந்து விடலாமே அவர்...?” என்றாள்.

அவளால் சிரிக்க முடிந்தது. எனக்கு இன்னும் ஆச்சரியமான விஷயமாகவே இருக்கிறது.

உன்னதமான விஷயங்கள் அனைத்தும் வெளுத்துச் சாயம் போய், சோகையோடு, வயிறு வீங்கி, குடல் கட்டி வந்த குழந்தை மாதிரி இருக்கிற காலகட்டத்தில் நான் வாழ நேர்ந்ததுதான் எனக்கு வேதனை தருகிறது. அறிவு, ஞானம், ஒழுக்கம், நெறி, புரட்சி, அரசியல், தத்துவம், இலட்சியம் போன்ற ஆழ அர்த்தங்கள் கொண்ட வார்த்தைகளோடு காதலும் இனி அருங்காட்சியகத்தில் முதுமக்கள் தாழியோடு இடம் பெற வேண்டிய ஒன்றுதானா? லைலா மஜ்னுவும், அம்பிகாபதி அமராவதியும், ரோமியோ ஜூலியட்டும், கற்பனைப் பாத்திரங்களாகவே என்றும் உலவ வேண்டியது தானா? அல்லது, நான்தான் இன்னும் பத்தாம் பசலியாக இருக்கிறேனா?

சந்திரன் வசதியான டாக்டர் ஒருவருக்கு மருமகனாகி அவர் நர்சிங் ஹோமுக்கும் உரியவனாகி, மாமனார் வீட்டோடு ஐக்கியமானான். சஞ்சலா, டாக்டர் சதீஷ் என்பவனுடன் தன்னை இணைத்துக்கொண்டாள். சண்முகசுந்தரம், மகனை சம்பந்திக்கு விற்ற அளவில் ஏதோ கொஞ்சம் பணம் பண்ணிக்கொண்டு சின்னதாக ஒரு வட்டிக் கடை வைத்துக்கொண்டார்.

நான்தான் இவற்றைக் காணச் சகியாமல், மனம் பொருமி, என் ஆரோக்கியத்தை கெடுத்துக்கொண்டிருக்கிறேன். மாதா மாதம் தவறாமல் பிளட் பிரஷரை சோதித்துக் கொள்ளும்படி, டாக்டர் சொல்லிவிட்டார்.

1989